நிலமெல்லாம் ரத்தம்

நிலமெல்லாம் ரத்தம்

பா. ராகவன்

எழுத்து
பிரசுரம்

Title : NILAMELLAM RATHAM

Author's Name : PA. RAGHAVAN

Published by Ezutthu Prachuram

Ezutthu Prachuram
(An imprint of Zero Degree Publishing)
No.55(7), RBlock,
6th Avenue, Anna Nagar
Chennai - 600040

Website: www.zerodegreepublishing.com
E Mail id: zerodegreepublishing@gmail.com
Phone : 98400 65000

Ezutthu Prachuram First Edition: February 2021
ISBN : 978-81-949735-5-3
TITLE NO EP : 162

Cover Art : Humshini
Layout : Vidhya Velayudham
Printed at Manipal Technologies, India.

Author's Home Page: https://writerpara.com
Email: writerpara@gmail.com

தோற்றுவாய்

...கர்த்தர் எகிப்தின் ராஜாவாகிய பார்வோனின் இருதயத்தைக் கடினப்படுத்தினார்; அவன் இஸ்ரவேல் புத்திரரைப் பின்-தொடர்ந்தான். இஸ்ரவேல் புத்திரர் பலத்த கையுடன் புறப்பட்டுப் போனார்கள். எகிப்தியர் பார்வோனுடைய சகல குதிரைகளோடும் இரதங்களோடும் அவனுடைய குதிரை வீரரோடும் சேனைகளோடும் அவர்களைத் தொடர்ந்துபோய், சமுத்திரத்தண்டையிலே பாகால்செபோனுக்கு எதிரே இருக்கிற ஈரோத் பள்ளத்தாக்கின் முன்னடியிலே பாளயமிறங்கியிருக்கிற அவர்களைக் கிட்டினார்கள். பார்வோன் சமீபித்து வருகிற போது, இஸ்ரவேல் புத்திரர் தங்கள் கண்களை ஏறெடுத்துப் பார்த்து, எகிப்தியர் தங்களுக்குப் பின்னே வருகிறதைக் கண்டு, மிகவும் பயந்தார்கள்...

அப்பொழுது மோசே ஜனங்களை நோக்கி: பயப்படாதிருங்கள்; நீங்கள் நின்றுகொண்டு இன்றைக்குக் கர்த்தர் உங்களுக்குச் செய்யும் இரட்சிப்பைப் பாருங்கள்; இன்றைக்கு நீங்கள் காண்கிற எகிப்தியரை இனி என்றைக்கும் காணமாட்டீர்கள். கர்த்தர் உங்களுக்காக யுத்தம் பண்ணுவார்; நீங்கள் சும்மாயிருப்பீர்கள் என்றான்.

அப்பொழுது கர்த்தர் மோசேயை நோக்கி: நீ என்னிடத்தில் முறையிடுகிறது என்ன? புறப்பட்டுப் போங்கள் என்று இஸ்ரவேல் புத்திரருக்குச் சொல்லு.

நீ உன் கோலை ஓங்கி, உன் கையைச் சமுத்திரத்தின்மேல் நீட்டி, சமுத்திரத்தைப் பிளந்துவிடு; அப்பொழுது இஸ்ரவேல் புத்திரர் சமுத்திரத்தின் நடுவாக வெட்டாந்தரையிலே நடந்துபோவார்கள். எகிப்தியர் உங்களைப் பின் தொடர்ந்து வரும்படி நான் அவர்கள் இருதயத்தைக் கடினப்படுத்தி, பார்வோனாலும் அவன் இரதங்கள் குதிரைவீரர் முதலாகிய அவனுடைய எல்லா இராணுவத்தாலும் மகிமைப்படுவேன். இப்படி நான் பார்வோனாலும் அவன் இரதங்களாலும் அவன் குதிரைவீரராலும் மகிமைப்படும்-போது, நானே கர்த்தர் என்பதை எகிப்தியர் அறிவார்கள் என்றார்...

மோசேதன்கையைச்சமுத்திரத்தின்மேல்நீட்டினான்; அப்பொழுது கர்த்தர் இராமுழுதும் பலத்த கீழ்காற்றினால் சமுத்திரம் ஒதுங்கும்படி செய்து, அதை வறண்டுபோகப் பண்ணினார்; ஜலம் பிளந்து பிரிந்துபோயிற்று. இஸ்ரவேல் புத்திரர் சமுத்திரத்தின் நடுவாக வெட்டாந்தரையிலே நடந்து போனார்கள்; அவர்கள் வலதுபுறத்திலும் அவர்கள் இடது புறத்திலும் ஜலம் அவர்களுக்கு மதிலாக நின்றது...

- யாத்ராகமம், அதிகாரம் 14, (8-23)

(பரிசுத்த வேதாகமத்தின் பழைய ஏற்பாட்டில் வருகிற இந்தச் சம்பவம்தான் இஸ்ரவேல் புத்திரர்கள் என்கிற யூதர்கள் முதல்முதலில் எகிப்திலிருந்து பாலஸ்தீனுக்கு இடம்பெயர்ந்து வந்தது பற்றிப் பேசும் புராதன ஆவணம். யூதர்கள் இடம்பெயர்ந்து வந்தபோது ஏற்கெனவே அங்கே அராபியர்கள் வசித்து வந்தது பற்றியும் பைபிளில் குறிப்புகள் இருக்கின்றன.)

முன்னுரை

இஸ்ரேல் - பாலஸ்தீன் பிரச்னை என்பது, 1948ம் ஆண்டு இஸ்ரேல் என்கிற புதிய தேசம் பாலஸ்தீன் மண்ணில் உதயமானபோது தோன்றியதல்ல. மாறாக, ஆயிரமாயிரம் ஆண்டு-களாகத் தொடர்ந்து அங்கே இருந்துவருகிற ஒரு சிக்கல். தனித்துவம் மிக்க இரண்டு மதங்களின் வலுவான முரண்பாட்டுப் பின்னணியில், திறமை மிக்க அரசியல்வாதி-களால் முன்- எடுத்துச் செல்லப்பட்ட, மக்களின் உணர்வு சார்ந்ததொரு பிரச்னை.

மதம், அரசியல், உணர்ச்சி. சேரக்கூடாத இந்த மூன்று அம்சங்கள் ஒன்று சேர்ந்த காரணத்தால்தான் இன்றுவரை தீர்க்கப்படமுடியாத சிக்கலாக இது இருந்துவருகிறது. தீர்வு என்று முன்வைக்கப்படுகிற எந்த ஒரு திட்டமும் தாற்காலிக நிவாரணிகளாக மட்டுமே அமைந்துவிடுவதும்தற்செயலானதல்ல. அவரவர்நியாயங்களுக்கு அப்பாற்பட்ட நியாயங்களைப் பொருட்படுத்த யாரும் தயாராக இல்லை என்பது மட்டும்தான் நிதர்சனம். வேறு வழியில்லை. அனுதாபப்படுவதைக் காட்டிலும் ஆழமாகப் புரிந்துகொள்ள முயற்சி செய்வது கொஞ்சம் நலம் பயக்கும்.

பாலஸ்தீன்அராபியர்கள்தொடர்ந்து சரித்திரத்தால் ஏமாற்றப்பட்டு வந்திருப்பவர்கள். பல்வேறு காலகட்டங்களில் அவர்களுக்குக் கல்வி மறுக்கப்பட்டிருக்கிறது. உழைத்துப் பிழைப்-பதற்கான வாய்ப்புகள் மறுக்கப்பட்டிருக்கின்றன. வழிபாட்டுச் சுதந்தரத்தில் அடிக்கடிக்குறுக்கீடுகள்ஏற்பட்டிருக்கின்றன. ஒருசரியானஅரசியல் தலைமை அவர்களுக்குக் கிடைக்கவில்லை. இருந்திருந்து, யாசிர் அரஃபாத் என்றொரு தலைவர் அவர்-களுக்குக் கிடைத்தார். அவரது பொதுவாழ்க்கைப் பிரவேசத்துக்குப் பிறகுதான் சுதந்தரம் குறித்த தீவிரமான சிந்தனையே அவர்களுக்கு எழத் தொடங்கியது. நாற்பது ஆண்டுகளில் அவரும் மறைந்து போனார். நிரப்பப்பட முடியாத அந்த வெற்றிடத்தில் அரசியல் காய்கள் இன்று நகர்த்தப்படுகின்றன. யாசிர் அரஃபாத் இறந்ததால்-தான் அமைதி முயற்சிகளே சாத்தியமாகின்றன என்பதுபோன்றதொரு மாயையை உருவாக்க அமெரிக்க உதவியுடன் இஸ்ரேல் என்ன பாடுபடுகிறது என்பதை நாம் பார்க்கிறோம்.

அரஃபாத் மீதான ஊழல் குற்றச்சாட்டுகள், சொத்து சேர்ப்புக் குற்றச்சாட்டுகள் அனைத்தும் தூசி தட்டப்பட்டு மிகத் திறமையாக மீண்டும் அவரது மறைவை ஒட்டி மீடியாவில் மறு ஆக்கம் செய்வதற்கு மேற்கொள்ளப்பட்ட முயற்சிகளையும் கண்டோம்.

அவர் மீதான எந்த ஒரு குற்றச்சாட்டும் இறுதிவரை ஆதாரபூர்வமாக நிரூபிக்கப்படவில்லை என்பது ஒரு புறமிருக்க, எந்த அமைதி நடவடிக்கைகளுக்காக அவரை 'துரோகி' என்று குற்றம் சாட்டினார்களோ, அதே அமைதி நடவடிக்கைகளைத்தான் அவரது வழித்தோன்றல்கள் இன்று தொடர்ந்து முன் எடுத்துச் சென்றுகொண்டிருக்கிறார்கள்; அதே பாலஸ்தீனியர்கள் இதற்கு முழு ஆதரவு தெரிவித்துக்கொண்டிருக்கிறார்கள் என்பதையும் நினைவு கூர்ந்தாக வேண்டியிருக்கிறது.

மத்தியக் கிழக்கு தேசங்கள் எல்லாமே எண்ணெய்ப் பொருளாதாரத்தால் ஜீவிப்பவை. பாலஸ்தீன் இந்த வகையிலும் ஒரு பிற்பட்ட தேசம். ஆயிரம் ஆயிரம் ஆண்டுகளாக அங்கே ரத்தம் தான் மிகுதியாகப் பெருக்கெடுத்துக்கொண்டிருக்கிறதே தவிர, எண்ணெய் அல்ல. ஆனால் அரபு தேசங்கள் என்றாலே பணம் கொழிக்கும் தேசங்கள் என்பது போன்றதொரு கருத்தாக்கம்தான் இங்கே இதுகாறும் இருந்துவந்திருக்கிறது. பாலஸ்தீனும் அரபு தேசம்தான். அங்கே என்ன நடக்கிறது, எதனால் நடக்கிறது என்று எத்தனை பேருக்கு முழுமையாகத் தெரியும்? அரஃபாத்தின் மறைவுக்குப் பிறகும்கூட அதனைத் தெரிந்து கொள்ளாமல் இருப்பது பெரும்பிழையாகிவிடும்.

இன்றைக்கும் கூட பாலஸ்தீனும் இஸ்ரேலும் தொடக்க காலத்தில் இருந்தே பக்கத்துப் பக்கத்து நாடுகள் என்று நினைத்துக்கொண்டிருப்பவர்கள் இங்கே இருக்கிறார்கள். பாலஸ்தீனை அபகரித்துத்தான் இஸ்ரேல் என்று புதிய பெயர் சூட்டியிருக்கி-றார்கள் என்பதை அரஃபாத்தின் மறைவை ஒட்டியாவது நினைவுகூர்வது அவசியம் என்று நினைத்தேன். அதனால்தான் இந்தச் சரித்திரத்தை எழுதத் தொடங்கினேன்.

துரதிருஷ்டவசமாக, வரலாற்று ஆதாரங்களில் நிறைய கலப்படங்கள் நேர்ந்துவிடுகின்றன. இதற்குப் பெரும்பாலும் அரசியல் காரணங்கள் மட்டுமே இருந்திருக்கின்றன.

அவ்வப்போதைய தாற்காலிகத் தேவைகளுக்காகச் செய்யப்படுவது அது. காலத்தின்முன் அத்தகைய திரிப்புகள் நின்றதில்லை; அவற்றைப் பற்றிப் பெரிதாகக் கவலைப்படவும் அவசியம் இல்லை என்றபோதும் தற்கால வாசகர்களுக்காக ஒரு தேசத்தின் சரித்திரத்தை நூல்கள் மற்றும் ஆவணங்களின் ஆதாரச் சேர்க்கையுடன் எழுத முனையும் ஒருவனுக்கு எதிர்பாராத சங்கடங்கள் நிறையவே உண்டாகிவிடுகின்றன.

எந்த ஒரு வரலாறும் ஏதாவது ஒரு பக்கச் சார்பில்லாமல் எழுதப்படுவதில்லை என்பது என்னுடைய வாசக அனுபவம் எனக்குச் சொல்லித்தந்த பாடம். இந்தப் புத்தகமே ஒரு குறிப்பிட்ட சார்பு எடுத்திருப்பதாக வாசிப்பவர்களில் சிலருக்குத் தோன்றலாம்; தோன்றியிருக்கிறது. ஆனால், அதிர்ஷ்டவசமாக எனக்கு அரசியலை உள்ளடக்கிய நிர்ப்பந்தங்கள் ஏதுமில்லை.

தவிர, ஒரு வரலாற்று மாணவனாக நான் படிப்பவற்றைப் பகிர்ந்து கொள்-வதாகத்தான் கருதுகிறேனே தவிர, வரலாற்று ஆசிரியனாக என்னை நினைத்துக்கொள்வதில்லை. அடிப்படையில் நான் ஒரு பத்திரிகையாளன். இலக்கியம், அரசியல், வரலாறு, தொழில்-நுட்பம் என்று என் ஆர்வங்கள் என்னைப் பல திசைகளில் அழைத்துச் செல்கிறது. எனக்குச் சாத்தியமானவற்றை அதிகபட்ச நேர்மையுடன் செய்ய முயற்சி செய்கிறேன். அவ்வளவுதான்.

யூதர்கள் மற்றும் இஸ்லாமியர்களின் சரித்திரத்தை உள்ளடக்கிய இந்தச் சரித்திரத்தைப் பொருத்தவரை, சில வரையறைகளை எனக்கு நானே வகுத்துக்கொண்டேன். கூடியவரை தொன்மையான ஆதாரங்களை மட்டுமே கணக்கில் எடுத்துக் கொண்டேன். பிற்கால வரலாற்றாசிரியர்களின் நூல்களைத் தொடர்ந்து படிக்கிறேன் என்றாலும் அரசியல் கலப்பற்ற புராதன வரலாற்றாசிரியர்களின் பிரதிகளுடன்அவற்றைஒப்பிடாமல்மேற்கோள்காட்டுவதில்லை. தவிரஒவ்வொருசம்பவமும்யூத-கிருத்தவ-இஸ்லாமியவரலாற்று நூல்களில் எப்படியெப்படி சித்திரிக்கப்பட்டிருக்கின்றன என்று அவசியம் ஒப்பிட்டுப் பார்த்த பிறகே எழுதினேன்.

காரணம், முன்பே சொன்னதுபோல் எனக்குக் கள ஆய்வு செய்யும் வாய்ப்பு இல்லை. நூல் பிரதிகளைத்தான் நான் ஆய்வு செய்கின்றேன். பிரதிகளின் வழியாகத்தான் சரித்திரத்தில்

பின்னோக்கிப் பயணம் மேற்கொள்கிறேன். நான் ஒரு கிருத்தவனாகவோ, யூதனாகவோ, இஸ்லாமியனாகவோ இல்லை என்பது ஒரு சௌகரியம்தான். உண்மையில் இந்தச் சரித்திரத்தில் மதத்தைக் காட்டிலும் இதில் உள்ள அரசியல்தான் என்னை அதிகம் கவலை கொள்ளச் செய்த விஷயம்.

ஆனால் ஒரு வினோதம் பாருங்கள். பாலஸ்தீன் - குறிப்பாக அந்த நிலப்பரப்பின் தனிப்பெரும் அடையாளமாகத் திகழும் ஜெருசலேம் நகரை மையமாக வைத்து உருவான பிரச்னையின் ஆதாரப் புள்ளி மதத்தில்தான் இருக்கிறது. மூன்று மதத்தவர்களுக்குமே ஜெருசலேம் என்பது ஒரு புண்ணிய நகரம். மூன்று தரப்பினருக்குமே அந்நகரின் மீது உரிமை கொண்டாட நியாய-மானகாரணங்கள்உண்டு. முத்தரப்பினரும் ஒற்றுமையுடன் அங்கே வாழ்ந்திருக்கமுடியும். அதற்கான சாத்தியங்கள் கலீஃபா உமரின் காலத்திலேயே உருவானது.

கிருத்தவர்களுடனான உமரின் அமைதி ஒப்பந்தத்தை இன்று வாசித்தாலும் சிலிர்ப்பு ஏற்படுகிறது. உமருக்குப் பின்னால் ஆட்சிக்கு வந்தவர்களில், கி.பி. பன்னிரண்டாம் நூற்றாண்டில் வாழ்ந்த சுல்தான் சலாவுதீன் அய்யூபியின் காலம் வரையிலும் கூட இதற்கான சாத்தியங்களை இஸ்லாமிய மன்னர்கள் மிக வெளிப்படையாகவே தெரிவித்து வந்திருக்கிறார்கள்.

ஆனால் ஏனோ யூதர்களுக்கு மாற்று மதத்தவர்களுடன் இணக்கமான உறவுகொள்ள முடியவேயில்லை. பின்னாளில் கிருத்தவர்கள் எத்தனையோ சமாதான நடவடிக்கைகளில் ஆர்வம் செலுத்தி இருக்கிறார்கள் என்றபோதும் தொடக்கத்தில் - குறிப்பாக ஐரோப்பாவில் கிருத்தவம் பரவத் தொடங்கிய நாள் முதல் சிலுவைப்போர்களின் காலம் வரை - யூதர்களைக் காட்டிலும் மிகுந்த தீவிரம் மிக்கவர்களாகவே இருந்து வந்திருக்கிறார்கள் என்பதைச் சரித்திரம் சுட்டிக்காட்டுகிறது.

இந்தத் தொடக்ககால உரசல்கள்தான் பின்னாளிலும் பரிமாணம் பெற்று விரிசல்களாயின. இதற்குப் பொருளாதாரம் உள்ளிட்ட வேறு காரணங்கள் எதுவும் இருந்திருக்கக்கூடும் என்று எனக்குத் தோன்றவில்லை. மதம்தான் ஒரே காரணம். தம்முடைய மதம் தழைக்க வேண்டுமென்பதற்காக மாற்று மதத்தவர்களை அழிப்பது

அல்லது ஒழிப்பது என்கிற வழக்கம் இருந்ததுதான் ஆதாரக் காரணம்.

யூதர்களைச் சொல்லவேண்டும். அவர்கள் தங்கள் சரித்திரம் முழுவதும் உலகெங்கும் உயிரைக் கையில் பிடித்துக்கொண்டு ஓடிக்கொண்டிருந்தவர்கள். வாழ்வதற்கு ஒரு துண்டு நிலம் இல்லாததன் வலியை முழுக்க அனுபவித்தவர்கள். அத்தனை அவதிப்பட்ட பிறகும் எப்படி அவர்களால் அராபியர்களுக்கும் உரிமை உள்ள நிலத்தை மனமார அபகரிக்க முடிந்தது என்றுதான் வியப்புடன் சிந்திக்கிறேன். இதற்கான விடையைக் கண்டு-பிடிப்பதுதான் என் ஆய்வின் நோக்கமாக இருந்தது.

குமுதம் ரிப்போர்ட்டர் இதழில் சரியாக ஒரு வருடகாலம் இதனைத் தொடராக எழுதினேன். எழுத ஆரம்பித்ததிலிருந்து, அத்தியாயம் தோறும் இதன் தகவல்களைச் சரிபார்த்து, உரிய திருத்தங்கள் செய்துதந்ததோடு மட்டுமல்லாமல், எனக்கு மிகவும் தேவைப்பட்ட பல அபூர்வமான நூல்களையும் அளித்து உதவியவர் பேராசிரியர், எழுத்தாளர் நாகூர் ரூமி. இந்தத் தொடருக்காக அவருக்குப் பல தூக்கமில்லாத இரவுகளை வழங்கியிருக்கிறேன். பொறுமையுடன் உதவிகள் புரிந்த அவருக்கு என் நன்றி.

சென்னை இஸ்லாமிக் ஃபவுண்டேஷன் டிரஸ்ட் அமைப்பும் சமரசம் மாத இதழின் ஆசிரியர் சிராஜுல் ஹஸன் அவர்களும் சில முக்கியமான புத்தகங்களை வழங்கி உதவினார்கள். எனக்கு முன்பின் அறிமுகமில்லாத ஏராளமான வாசக அன்பர்கள் பாலஸ்தீன் தொடர்பாகத் தம்மிடம் இருந்த அத்தனை புத்தகங்களையும் சிறு வெளியீடுகளையும் இந்த ஒரு வருடகாலமும் எனக்கு அனுப்பிக்கொண்டே இருந்த அன்புக்கு நன்றி சொல்லக் கடமைப்பட்டிருக்கிறேன்.

ஆர்வமுடன் வாசித்து, அவ்வப்போது கடிதங்கள் மூலமும் மின்னஞ்சல் மூலமும் தொலைபேசி மூலமும் உற்சாகமூட்டிய வாசகப் பெருமக்களுக்கும்.

- பா. ராகவன்

1

ஓர் அரசியல் தலைவரின் இறுதி ஊர்வலத்தில் பல்லாயிரக் கணக்கில் மக்கள் கலந்துகொள்வது வியப்பல்ல. உலக நாடுகளெல்லாம் இரங்கல் தெரிவிப்பது புதிதல்ல. ஆனால் இறுதி ஊர்வலத்தில் கலந்துகொண்ட அத்தனை பேரும் இனி தாம் அநாதைகளாகிவிட்டதாகக் கருதி, விம்மியழுதது வியப்பு. இரங்கல் தெரிவித்த நாடுகளெல்லாம் உள்ளார்ந்த துக்கத்தை வடிக்கச் சொற்கள் போதாமல் என்னென்னவோ சொல்லிப் புலம்பியது வியப்பு. படித்தவர்கள், பாமரர்கள், அறிவுஜீவிகள், உழைப்பாளிகள், சிந்தனையாளர்கள், சோம்பேறிகள், அரசியல்வாதிகள், ஆயுதவாதிகள், ஆண்கள், பெண்கள், நண்பர்கள், எதிரிகள் - இன்னும் சொல்லலாம். ஒட்டுமொத்த மானுடகுலமே ஒரு தலைவரின் மரணச்செய்தியால் நிலைகுலைந்து போனது உண்மை.

இது வேறெந்தத் தலைவரின் மரணத்தின்போதும் இதற்குமுன் நடந்திராதது. வருத்தம் இருக்கும். துக்கம் இருக்கும். வாயடைத்துப் போகலாம். அப்பா, செத்தானே என்று சந்தோஷம் கூடச் சிலருக்குக் கொப்பளிக்கும். ஆனால் ஒட்டுமொத்த உலகமும் ஒரு சில நிமிடங்களாவது செயலற்றுச் சமைந்து நின்றதில்லை. யாசர் அராஃபத்தின் மரணத்தால் நிம்மதிப் பெருமூச்சு விடக்கூடிய இஸ்ரேலியத் தலைவர்கள் கூட நவம்பர் 11, 2004 அன்று ரமல்லா நகரில் அவருக்கு இறுதி மரியாதை செலுத்துவதற்காகக் குழுமிய கூட்டத்தின் கேவல் ஒலியில் சற்றே அசந்துதான் போனார்கள். எந்தத் தருணத்திலும் உணர்ச்சிகளை வெளிக்காட்டாத ராணுவ வீரர்கள் அன்று அழுதபடியே அணிவகுத்துச் சென்றார்கள். இறுதிச் சடங்குகளைப் படமெடுத்துக்கொண்டிருந்த பத்திரிகை மற்றும் தொலைக்காட்சிச் செய்தியாளர்களும் கண்கலங்கி, ரகசியமாகத் துடைத்துக்கொண்டதைத் தொலைக்காட்சியில் நாம் பார்த்தோம்.

பாலஸ்தீன் என்றால், இஸ்ரேலுக்குப் பக்கத்தில் இருக்கிற ஒரு சுதந்தரதேசம் என்று இன்றுவரை தவறாகவே நினைத்துக் கொண்டிருப்போருக்கும், இஸ்ரேல்-பாலஸ்தீன்விவகாரங்கள்எது ஒன்றுமே தெரியாமல், தினசரி அங்கிருந்து வரும் குண்டுவெடிப்புச் செய்திகளை மட்டும் வாசித்துக்கொண்டிருப்போருக்கும், பிரிட்டனின்காலனிகளாக இருந்து, இரண்டாம் உலகப்போருக்குப் பின் வரிசையாக ஒவ்வொரு நாடாகச் சுதந்தரமடைந்துவிட்ட நிலையில், இருபத்தோராம் நூற்றாண்டு பிறந்தபிறகும் அடிமை வாழ்வைத் தொடரும் பாலஸ்தீனில் அப்படி என்னதான் பிரச்னை என்று அறிய விரும்புவோருக்கும் இது ஒரு சந்தர்ப்பம்.

காலம் இரக்கமற்றது. ஒரு சரியான தலைவன் இல்லாத காரணத்தினாலேயே சொந்த நாட்டில் அகதிகளான லட்சக்கணக்கான பாலஸ்தீனியர்களை அது ஐம்பதாண்டுகளுக்கு மேலாக வறுத்தெடுத்துவிட்டது. பிறகு அராஃபத் என்றொரு தலைவனைக் கொடுத்தது. இன்னொரு ஐம்பதாண்டுகாலத்துக்கு அவர்தம் இடைவிடாத போராட்டங்களை நடத்திவந்தார். முதலில் ஆயுதப்போராட்டம். பிறகு அமைதிப் போராட்டம். சுதந்தர சூரிய வெளிச்சம் அம்மக்களின்மீது இன்னும் விழவில்லை. அராஃபத்தால் சிறு மெழுகுவர்த்திகளை மட்டுமே ஏற்றிவைக்க முடிந்தது. இப்போது அவரது அத்தியாயமும் முடிந்துவிட்டது. மீண்டும்பாலஸ்தீனின்கழுத்துக்குமேலேகேள்விக்குறியாகஅந்தப் பழைய கத்தி தொங்கத் தொடங்கிவிட்டது. நூற்றாண்டுகாலக் கத்தி. இன்னும் கூர்மழுங்காத கத்தி.

அதன் கூர்மை மழுங்கிவிடக் கூடாது என்பதில் இஸ்ரேலுக்கு கவனம் அதிகம். இஸ்ரேல் அந்த விஷயத்தில் கவனமாக இருப்பதைக் கண்காணிப்பதில் அமெரிக்காவுக்கு ஆர்வம் அதிகம். அமெரிக்காவின் அந்த ஆர்வத்துக்கு உடன்படுவதில் பிரிட்டனுக்கு விருப்பம் அதிகம். இஸ்ரேலும் அமெரிக்காவும் பிரிட்டனும் எடுக்கும் நிலைபாட்டை இந்த ஒரு விஷயத்தில் கண்ணை மூடிக்கொண்டு ஆதரிப்பதில் பெரும்பாலான ஐரோப்பிய நாடுகளுக்கும் ஆஸ்திரேலியாவுக்கும் ஈடுபாடு அதிகம்.

எண்ணெய் வளம் கொழிக்கும் அரபு மண்ணில், எண்ணெயே இல்லாத ஒரு பகுதி உண்டென்றால் அது பாலஸ்தீன் தான். அங்கே எண்ணெய் இல்லாதது இன்று ஒரு பொருட்டே இல்லை. முதலில், பாலஸ்தீனே இப்போது இல்லை என்பதுதான் விஷயம்.

பாலஸ்தீன் என்றொரு பிரதேசத்தை இந்தியா போன்ற சில நாடுகள் இன்று அங்கீகரித்து தூதரக உறவுகள் வைத்துக்கொண்டிருந்தாலும் பெரும்பாலான மேற்கத்திய நாடுகள் பாலஸ்தீனை இன்னும் அங்கீகரிக்கவில்லை. புரியும்படிச் சொல்லுவதென்றால், உலகவரைபடத்தில் இன்று பாலஸ்தீன் என்றொரு சுதந்தர தேசத்தைப் பார்க்க முடியாது. லெபனான், சிரியா, ஜோர்டன், சவுதி அரேபியா, எகிப்து ஆகிய தேசங்கள் சுற்றி நின்று கும்மியடிக்க, நடுவே ஒரு சிறு எலும்புத்துண்டு மாதிரி இருக்கும் பிரதேசத்தில் புள்ளிவைத்து, எழுதக்கூட இடமில்லாமல் சற்றுத்தள்ளி இஸ்ரேல் என்று குறித்திருப்பார்கள். அந்தச் சிறிய புள்ளியை உற்றுப்பார்த்தால் அதற்குள் இன்னும் இரண்டு சிறிய புள்ளிகள் தெரியும். ஒன்றில் ஜெருசலேம் *(Jerusalem)* என்றும் இன்னொன்றில் காஸா *(Gaza)* என்றும் எறும்பு எழுத்தில் எழுதியிருக்கும்.

எங்கே பாலஸ்தீன்?

அதுதான் கேள்வி. அதுதான் பிரச்னை. உண்மையில் 'பாலஸ்தீன்' என்பது இன்றுவரையிலும் ஒரு கோரிக்கை மட்டுமே. ஒரு தனிநாட்டுக்கான கோரிக்கை. என்னதான் *1988*லேயே அராஃபத், சுதந்தர பாலஸ்தீன் பிரகடனத்தை அறிவித்துவிட்டாலும், *1993*ல் இஸ்ரேலுடனான அமைதிஒப்பந்தம் கையெழுத்தாகியிருந்தாலும், அமைதிக்கான நோபல் பரிசை இஸ்ரேலியப் பிரதமர் யிட்ஸாக் ராபினுடன் *(Yitzhak Rabin)* அவர் பகிர்ந்துகொண்டிருந்தாலும், *1996*ல் அங்கே ஒரு பொதுத்தேர்தலே நடந்து, அராஃபத் மக்களால் தேர்ந்தெடுக்கப்பட்ட முதல் பாலஸ்தீனிய அதிபராகப் பொறுப்பேற்றுக்கொண்டாலும், ஒரு குட்டி பாராளுமன்றம் அங்கே செயல்பட்டாலும் -

பாலஸ்தீன் ஒரு சுதந்தர தேசம் இல்லை. இன்றுவரையிலும் இல்லை. இல்லாவிட்டால் எப்படி அவரை இஸ்ரேல் அரசு வீட்டுச்சிறையில் மாதக்கணக்கில் வைத்திருக்க முடியும்? ஒரு சுதந்தர தேசத்தின் அதிபரை, அவரது சொந்த மண்ணில், சொந்த வீட்டில் இன்னொரு தேசம் சிறைவைப்பது என்பதைக் கதைகளில் கூடப் படிக்க முடியாதல்லவா? திரைப்படங்களில் கூடப் பார்க்க முடியாதல்லவா?

இருபதாம் நூற்றாண்டின் மிகப்பெரிய சரித்திர மோசடி என்றால் அது இஸ்ரேல், பாலஸ்தீனுக்கு இழைத்ததுதான். இதில் சந்தேகமே

இல்லை. கற்பனைக்கு அப்பாற்பட்ட தீவிரவாதச் செயல்கள் அங்கே நடந்தன. கொத்துக்கொத்தாகக் கொன்று குவித்தார்கள். இடித்த கட்டடங்கள், உடைத்த சாலைகள், அடைத்த கதவுகளுக்கு அளவே இல்லை. குழந்தைகள், ஆண்கள், பெண்கள் பாகுபாடே கிடையாது. கொல், கொல், கொல் என்னும் சொல் மட்டுமே தாரக மந்திரமாக இருந்தது.

அங்கே பொருளாதாரம் உயரவில்லை. போராட்டங்கள் மிகுந்தன. கல்வி வளரவில்லை. கலவரங்கள் மிகுந்தன. அடியில் குண்டு வைத்துவிட்டே அமைதி குறித்துப் பேசினார்கள். அரபு மண்ணின் சவலைக் குழந்தையான பாலஸ்தீன் என்பது இறுதிவரை ஒரு கனவுக்குழந்தையாகவே இருந்துவிடுமோ என்கிற அச்சம் இன்று உலக நாடுகள் அனைத்துக்கும் எழுந்திருக்கிறது. யாசர் அராஃபத் மறைவுக்கு இரங்கல் தெரிவித்த அமெரிக்க அதிபர் ஜார்ஜ் புஷ், ‘இனி அங்கே அமைதிக்கான வாய்ப்புகள் அதிகரிக்கும்’ என்று பேசியதன் உள்ளர்த்தம் புரிந்த அனைவருமே நிலைகுலைந்து போனார்கள்.

அராஃபத் இல்லாத பாலஸ்தீனியர்களின் வாழ்வில் அமைதி என்பது இல்லை என்பது சற்றே விவரமறிந்தவர்களுக்குத் தெரியும். ஏனென்றால், கடந்த நூறு வருடங்களில் பாலஸ்தீன் கண்ட ஒரே தலைவர்அராஃபத்தான். இன்னொரு பெயரை யோசித்துச்சொல்ல முடியுமா யாராலாவது? இப்போது இடைக்கால அதிபராகப் பொறுப்பேற்றிருக்கும் ராவி ஃபட்டோவின் *(Rawhi Fattouh)* பெயரையோ, பிரதமர் அகமது கரியின் *(Ahmed Qurie)* பெயரையோ இதற்கு முன்னால் கேள்விப்பட்டிருக்கிறோமா நாம்?

அதுதான் பிரச்னை. பாலஸ்தீன் ஒரு தலைவனற்ற தேசமாகப் பிறந்து, வளர்ந்து, நடுவில் ஒரு தலைவரைப் பெற்று, இப்போது மீண்டும் தலைவனற்ற தேசமாகியிருக்கிறது. மீண்டும் அங்கே கோரதாண்டவமாட நாள் பார்த்துக்கொண்டிருக்கிறது இஸ்ரேல்.

யோசித்துப் பார்த்தால் கொஞ்சம் வியப்பாகத்தான் இருக்கும். *1948*ம் வருடம் வரை இஸ்ரேல் என்றொரு தேசம் கிடையாது. அது, யூதர்களின் மனத்தில்தான் அதுநாள்வரை கருவாக வளர்ந்துகொண்டிருந்தது. திடீரென்று ஒருநாள் பிரிட்டிஷ்காரர்கள் பாலஸ்தீனைக் கூறுபோட்டார்கள். அவர்கள்தாம் அப்போது

அந்தப்பகுதியை ஆண்டுகொண்டிருந்தவர்கள். ஒரு கூறுக்கு இஸ்ரேல் என்று பெயரிட்டார்கள். அது யூதர்களின் தேசமானது. இன்னொரு கூறு பாலஸ்தீனிய அரேபியர்களின் இடமாகவே தொடர்ந்து இருக்கும் என்று சொன்னார்கள். ஆனால் நடந்தது வேறு.

யூதர்கள் இஸ்ரேலை ஸ்தாபித்ததை விரும்பாத சில அரேபிய தேசங்கள் (எகிப்து, ஜோர்டன், சிரியா, லெபனான், ஈராக்) தலைவர்களற்ற பாலஸ்தீனியப் போராளிகளுடன் இணைந்து இஸ்ரேலை எதிர்த்தன. 1948ம் ஆண்டு நடைபெற்ற இந்த முதல் யுத்தத்தின் இறுதியில் இஸ்ரேல் ஒவ்வொரு நாட்டுடனும் ஓர் அமைதி ஒப்பந்தம் செய்துகொண்டு போரை ஒரு முடிவுக்குக் கொண்டுவந்தது. அந்த ஒப்பந்தங்களின் அடிப்படையில் ஜோர்டன் படை முன்னேறி வந்த மேற்குக்கரை (West Bank)யின் பெரும்பகுதி அந்நாட்டுக்கே சொந்தம் என்றானது. எகிப்துப் படைகள் நிலைகொண்ட காஸா பகுதி எகிப்தின் சொந்தமானது. கூறுபோட்டபிரிட்டன்,தன்வேலைஅதோடுமுடிந்ததாகச்சொல்லி விலகிக்கொண்டது. பாலஸ்தீனிய அராபியர்கள் வேறு வழியின்றி, தனியே போராட்டத்தில் குதித்தார்கள். ஐம்பதாண்டுகாலத்துக்கு மேலாகத் தொடர்ந்துகொண்டிருக்கும் அந்தப் போராட்டத்தில் அவர்கள் எத்தனையோ வீழ்ச்சிகளைப் பார்த்திருக்கிறார்கள். ஆனால் அராஃபத்தின் மறைவைக் காட்டிலும் ஒரு பெரிய வீழ்ச்சி அங்கே இதுகாறும் ஏற்பட்டதில்லை.

இஸ்ரேல் - பாலஸ்தீன் பிரச்னையின் சுருக்கத்தை நான்கு வரியில் சொல்லுவதென்றால் அது மேலே உள்ளதுதான். ஆனால் இது நான்கு வரிகளில் முடிகிற விஷயம் இல்லை. நாலாயிரம் வருட சரித்திரச் சிக்கல்களை உள்ளடக்கியது.

எத்தனையோ நூற்றாண்டுகளாக உயிரைக் கையில் பிடித்துக் கொண்டு ஊர் ஊராகத் தப்பியோடிக் கொண்டிருந்தவர்கள் யூதர்கள். இதிகாசகாலங்களில்அவர்கள்ஓடிக்கொண்டிருந்தார்கள். புராண காலங்களில் தலைதெரிக்க ஓடிக்கொண்டிருந்தார்கள். சரித்திர காலம் வந்தபோதும் வாழவழியில்லாமல்தான் ஓடிக் கொண்டிருந்தார்கள். பின்னால் நவீன உலகம் உருவான பிறகும் அவர்களது ஓட்டம் ஓயவில்லை. சொந்தமாக ஒரு துண்டு நிலம் இல்லாமல், எல்லா தேசங்களிலிருந்தும் அடித்துத்

துரத்தப்பட்டவர்கள் அவர்கள். ஜெர்மனியில் ஹிட்லரால் யூதகுலத்துக்கு நேர்ந்த கொடுமைகள் விவரிப்புகளுக்கு அப்பாற்பட்டவை. ரத்தக்கறை படிந்த அந்தச் சரித்திரமெல்லாம் இன்னமும்கூட உலராமல் அதே ஈரத்துடன் தான் இருக்கிறது.

காலம் காலமாக வதைபட்டே மடிந்தவர்கள், 1948ல்தான் இஸ்ரேல் என்றொரு தேசத்தைத் தமக்காக உருவாக்கிக்கொண்டு வந்து வாழவே ஆரம்பித்தார்கள். வாழ்வதற்கு ஒரு துண்டு நிலமில்லாது போவதன் முழு வலியும் அறிந்தவர்கள் எப்படி பாலஸ்தீனிய அராபியர்களை அதே அவதிக்கு உள்ளாக்கினார்கள்? பழிவாங்குவதென்றாலும் விரட்டியவர்களையல்லவா பழிவாங்கவேண்டும்? விரட்டியவர்களுடனேயே சேர்ந்து, வாழ இடம்கொடுத்தவர்களையா பழிவாங்குவார்கள்? இஸ்ரேல் ஏன் இப்படியொரு காரியம் செய்யவேண்டும்?

தொட்டால் அல்ல; முகர்ந்து பார்த்தாலே கூடப் பற்றிக் கொள்ளக்கூடிய மிகத்தீவிரமான பிரச்னையின் மையப்புள்ளி இது. ஏனெனில் இதில் அரசியல் மட்டுமல்ல; மதமும் கலந்திருக்கிறது. மதமும் அரசியலும் இரண்டறக் கலந்த இடத்தில் பற்றிக்கொள்ள பெட்ரோல் இருந்துதான் ஆகவேண்டுமென்று அவசியமா என்ன?

இருபத்தோறாம் நூற்றாண்டில் மிகப்பெரிய சிக்கல்களை உலகுக்குத் தரப்போகிற இஸ்ரேல் - பாலஸ்தீன் பிரச்னையின் வேர்களை முதலில் ஆராயலாம். விழுதுகளிலும் கிளைகளிலும் பரவியிருக்கும் விஷத்தின் வீரியம் அப்போதுதான் புரியும்.

2

அந்தப் பெரியவருக்கு வயது எண்பத்தைந்து. நிறைவாழ்வு வாழ்ந்தவர் என்றுதான் சொல்லவேண்டும். ஆனாலும் ஒரு குறை இருந்தது. அவருக்குக் குழந்தை இல்லை. அவரது மனைவிக்கும் இது சம்பந்தமாக வருத்தம்தான். ஆனால் வருந்தி என்ன பயன்? அப்படித்தான் விதித்திருக்கிறது போலிருக்கிறது என்று பெரியவர் நினைத்தார்.

ஆனால் அவர் மனைவிக்கு மட்டும் ஒரு யோசனை. ஒருவேளை பிரச்னைதன்னிடம்தான்இருக்குமோ?தன்பொருட்டுத்தன்கணவர் எதற்காகப் போகிற காலத்தில் வருத்தத்துடன் போகவேண்டும்? தானே இன்னொரு திருமணம் செய்துவைத்துவிட்டால் என்ன என்று நினைத்தார்.

எண்பத்தைந்தெல்லாம் அப்போது ஒரு வயதே அல்ல. ஆகவே அவர் துணிந்து தன் வேலைக்காரியைத் தன் கணவருக்கு இரண்டாந்தாரமாகத்திருமணம்செய்துவைத்தார். சொல்லிவைத்த மாதிரி அந்தப் பெண் உடனே கர்ப்பம் தரித்துவிட்டாள்.

அதுவரைக்கும், தன்கணவன்வாரிசில்லாமல்போய்விடக்கூடாதே என்று மட்டுமே நினைத்துவந்த அந்தப் பெண்மணிக்கு, தன் வேலைக்காரி கர்ப்பமானது தெரிந்தது முதல், துக்கமும் பொறாமையும் பொங்கியெழ ஆரம்பித்துவிட்டது. அவளைப் பற்றி அடிக்கடித் தன் கணவரிடம் குறை கூற ஆரம்பித்தாள். சிடுசிடுக்க ஆரம்பித்தாள். பகிர்ந்துகொள்ளவே முடியாத உறவு. துணிந்து பகிர்ந்துகொண்டால் மட்டும் ஆயிற்றா? கிழவியானாலும் அவளும் பெண்ணல்லவா.

பெரியவருக்குத் தன் முதல் மனைவியின் மனநிலை புரிந்தது. அவரால் என்ன செய்துவிடமுடியும்? இதோபார், உன்

இஷ்டம். உன் சௌகரியம். அவளை இங்கே வைத்துக்கொள்ள இஷ்டமில்லையென்றால் வெளியே அனுப்பிவிடு. நீ பார்த்துக் கொடுத்த பெண்தான் அவள். உனக்காகத்தான் அவளை மணந்தேன். உனக்குப் பிடிக்கவில்லையென்றால் அனுப்பிவிடுவதில் எனக்கொன்றும் ஆட்சேபணை இல்லை என்று சொல்லிவிட்டார்.

இதையெல்லாம் கேட்டுக்கொண்டிருந்த அந்த வேலைக்காரப் பெண்ணுக்கு எத்தனை சங்கடமாக இருந்திருக்கும்! ச்சே என்று வெறுத்தே போனாள். சொல்லிக்கொள்ளாமல் அந்தக் கணமே வீட்டைவிட்டுக் கிளம்பிவிட்டாள். ஆனால் வழியில் யாரோ நல்லபுத்தி சொல்லி அவளைத் திரும்ப வீட்டுக்குப் போகும்படி அனுப்பிவைத்திருக்கிறார்கள்.

பெரியவருக்கு எண்பத்தாறு வயதானபோது அவரது இரண்டாவது மனைவியான அந்த வேலைக்காரப் பெண்ணுக்குக் குழந்தை பிறந்தது.

சந்தோஷம்தான். இந்த வயதில் இப்படியும் விதித்திருக்கிறதே என்கிற சந்தோஷம். ஆனாலும் தன் முதல் மனைவி மூலமாக ஒரு குழந்தை இல்லாத வருத்தமும் இருக்கவே செய்தது.

பெரியவருக்கு இப்போது தொண்ணூற்றொன்பது வயது. அவரது மகனுக்குப் பன்னிரண்டு வயது. முதல் மனைவிக்கு எண்பத்தொன்பது வயது. இரண்டாவது மனைவியின் வயது அப்போது என்ன என்று சரியாகத் தெரியவில்லை. இத்தனை தள்ளாத காலத்தில் அவரது கனவிலோ, நினைவிலோ ஒருநாள் கடவுள் வந்து பேசினார்.

இதோபார். உனக்கு இன்னொரு குழந்தை பிறக்கப்போவது உறுதி. அதுவும் இத்தனை நாளாகக் குழந்தை இல்லாத வருத்தத்தை மட்டுமே கருவாகச் சுமந்துகொண்டிருந்த உன் முதல் மனைவி மூலம் அது நடக்கப்போகிறது என்று ஒரு குரல் கேட்டது.

பெரியவரால் இதை நம்ப முடியவில்லை. இதென்ன கூத்து? நானோ தொண்ணூற்றொன்பது வயதுக் கிழவன். என் மனைவிக்கு என்னைவிடப் பத்து வயதுதான் குறைவு. இந்த வயதில் இன்னொரு குழந்தை எப்படி சாத்தியம் என்று அவநம்பிக்கையாகக் கேட்டார்.

அதுசரி. கடவுள் தீர்மானித்துவிட்டால் வயது ஒரு பிரச்னையா என்ன?

சீக்கிரமே அவரது முதல் மனைவி கருவுற்றார். அடுத்த வருடம் குழந்தையும் பிறந்துவிட்டது. அவருக்கு அப்போது நூறு வயது.

இரண்டு மனைவிகள். இரண்டு ஆண் குழந்தைகள். இதற்கு மேல் என்ன? நிம்மதியாகக் கடவுளுக்கு நன்றி சொல்லிக்கொண்டு, அந்தக் குடும்பம் ஒரே வீட்டிலேயே தழைத்திருந்திருக்கலாம். ஆனால் சக்களத்திப் பிரச்னை இப்போது முன்னைக்காட்டிலும் தீவிரமடைந்துவிட்டது. தினமொருசண்டை, பொழுதொருசச்சரவு என்று அவரது மனைவிகள் இருவரும் அடித்துக்கொண்டதை அவருக்குக் காணச் சகிக்கவில்லை. வேலைக்காரியாக இருந்து சக்களத்தியானவளுக்குப் பிறந்த மகன், தனக்குப் பிறந்த குழந்தையை அன்போடு நடத்துவதில்லை; எப்போதும் கேலி செய்துகொண்டே இருக்கிறான் என்கிற மூத்த மனைவியின் குற்றச்சாட்டு அவரை வருத்தியது.

ரொம்பநாள் இச்சிக்கலை இழுத்துக்கொண்டே போகமுடியாது என்று முடிவு செய்தவர், தமது இரண்டாவது மனைவியை ஒருநாள் அழைத்துப் பேசினார். குடும்ப அமைதியின் பொருட்டு அவள் அந்த வீட்டைவிட்டு வெளியேறிவிடவேண்டும் என்றும் சொன்னார். என்னதான் அவள், அவருக்கு முதல் முதலில் வாரிசு என்று ஒன்றை உருவாக்கி அளித்தவள் என்றாலும், பெரியவரால் தன் மூத்த மனைவிக்குப் பிறந்த குழந்தையைத்தான் உண்மையான வாரிசாக எண்ண முடிந்தது.

மனிதர்கள் விசித்திரமானவர்கள். சில சந்தர்ப்பங்களும் விசித்திரமானவையாகவே அமைந்துவிடுகின்றன.

மறு பேச்சில்லாமல் அந்தப் பெண், தனக்குப் பிறந்த மகனை அழைத்துக்கொண்டு அந்த வீட்டை விட்டு வெளியேறிவிட்டாள்.

அந்தப்பெரியவர்இன்னும்எழுபத்தைந்து வயதுகாலம்வாழ்ந்தார். தம் முதல் மனைவி இறந்த பிறகு வேறொரு பெண்ணையும் திருமணம் செய்துகொண்டார். அவள் பெயர் கேதுரா *(Keturah)*. அவளுக்கு ஆறு குழந்தைகள் பிறந்தன.

கதையென்று நினைத்தால் கதை. வாழ்க்கை என்று நினைத்தால் வாழ்க்கை. ஆனால் இஸ்ரேலிய யூதர்களுக்கும் பாலஸ்தீனிய

அரேபியர்களுக்குமான பிரச்னையின் மூல வித்து மேற்சொன்ன பெரியவரிடமிருந்துதான் தொடங்குகிறது.

அவர் பெயர் ஆபிரஹாம் *(Abraham)*. அவருடைய முதல் மனைவியின் பெயர் சாரா *(Sarah)*. சாராவிடம் வேலைக்காரியாக (அடிமையாக) இருந்த பெண் ஆகார் *(Hagar)*. அவள் எகிப்து தேசத்தைச் சேர்ந்தவள். அவளுக்குப் பிறந்த குழந்தையின் பெயர் இஸ்மயீல் *(Ishmael)*. சாராளுக்குப் பிறந்த குழந்தையின் பெயர் ஈஸாக் *(Isaac)*.

ஆபிரஹாமால் வீட்டைவிட்டு அனுப்பப்பட்ட ஆகாரின் மகனான இஸ்மயீலின் வம்சத்தவர்கள்தான் அரேபியர்கள். சாராவுக்குப் பிறந்த ஈஸாக்கின் வழிவந்தவர்கள் யூதர்கள். (இந்த வகையில் யூதர்களைக் காட்டிலும் அரேபியர்கள் பன்னிரண்டு வயது மூத்தவர்கள் என்றாகிறது.)

ஈஸாக் பிறந்ததை முன்னிட்டுத்தான் இஸ்மயீல் வீட்டைவிட்டு விரட்டப்பட்டான். இது நான்காயிரம் வருடங்களுக்கு முன்னர் நடந்ததாக யூதர்களின் வேதமான 'தோரா' *(Torah)* சொல்கிறது. யூதர்களுக்கான தேசமென்று 'இஸ்ரேல்' பிறந்தபோதும் அரேபியர்கள் அகதிகளாக்கப்பட்டு விரட்டப்பட்டது சமகால நடப்பு. பூமியைப் போலவே அதில் நடைபெறும் சம்பவங்களும் சுற்றிச்சுற்றித்தான் வரும்போலிருக்கிறது.

இஸ்ரேல் - பாலஸ்தீன் பிரச்னையின் அரசியலுக்குள் நுழைவதற்கு முன்னால், இப்படி தோராவிலிருந்து ஒரு கதையை நினைவுகூர்வதற்குக் காரணம் உண்டு. யூதர்களின் வேதமான இந்நூல், மிகச்சில மாறுபாடுகளுடன் அப்படியே கிருத்தவர்களின் பைபிளிலும் பழைய ஏற்பாடாக வருகிறது. இஸ்லாமியர்களின் புனித நூலான குர் ஆனிலும் இக்கதைகள் வருகின்றன. மூன்று மதங்களுமே ஆதாம் - ஏவாள்தான் கடவுளால் உருவாக்கப்பட்ட முதல் மானுடப்பிறவிகள் என்பதிலிருந்து ஆரம்பித்து உலகம் தோன்றிய கதையென்று ஒரேவிதமான அபிப்பிராயத்தைத்தான் கொண்டுள்ளன. மூன்று மதத்தின் புனித நூல்களிலும் ஆபிரஹாம், மெசபடோமியாவிலிருந்து (யூப்ரடிஸ், டைக்ரிஸ் ஆறுகளுக்கு இடைப்பட்ட பகுதியான இன்றைய ஈராக்) புறப்பட்டு, கானான் என்று அழைக்கப்பட்ட இன்றைய பாலஸ்தீன நிலப்பகுதிக்குப்

போய் வசிக்கத் தொடங்கியதை ஒப்புக்கொள்கின்றன. அவரது சந்ததி தழைக்கத் தொடங்கியது அங்கேதான். முதலில் சாராவும் பிறகு ஆபிரஹாமும் இறந்தபோது புதைக்கப்பட்டது அங்கே ஹெப்ரான் *(Hebran)* என்னும் இடத்திலுள்ள மக்பெலா *(Machbelah)* என்ற குகையில்தான். (இந்த இடம் இப்போது ஜோர்டனில் உள்ளது.) இதே குகையில்தான் ஆதி மனிதர்களான ஆதாமும் ஏவாளும்கூட அடக்கம் செய்யப்பட்டதாக நம்பிக்கை. இந்த நம்பிக்கையும் மூன்று மதத்தவர்களுக்கும் பொதுவானது. மக்பெலா குகை அவர்களுக்கு ஒரு புனிதத்தலம்.

யூதர்கள் சொல்லும் நாலாயிரம் வருடம் என்பதற்குச் சரித்திரபூர்வமான ஆதாரங்களைத் திரட்டுவது சிரமம். இயேசு கிருஸ்துவின் காலத்தை இரண்டாயிரம் ஆண்டுகளுக்கு முற்பட்டதாக வைத்துக்கொண்டு கணக்கிட்டால், பைபிளின் பழைய ஏற்பாடு சொல்லும் காலம்தான் இது. வழிவழியாக ஏற்கப்பட்டநம்பிக்கைதானேதவிரஅறுதியிட்டுச்சொல்லமுடியாத காலக்கணக்கு. அப்படிப் பார்த்தாலும் யூத மதம் காலத்தால் முற்பட்டதுதான். நோவா, ஆபிரஹாம், மோசஸ் தொடங்கி ‘தீர்க்கதரிசி’களாக பைபிள் வருணிக்கும் வம்சத்தின் கடைசி யூத தீர்க்கதரிசி என்றால் அது இயேசுநாதர்தான். இயேசுநாதருக்கு முன்பு தோன்றிய தீர்க்கதரிசிகள் யாரும் தனியே மதம் என்று ஒன்றை ஸ்தாபிக்கவில்லை. யூதமதம் ஒன்றுதான் மத்தியக்கிழக்கில் வலுவான மதமாக இருந்திருக்கிறது. வேறு சில மேற்கத்திய - குறிப்பாக கிரேக்க, ரோமானிய இனத்தவரின் ஆதி மதங்களும் வழிபாட்டு முறைகளும், ஆங்காங்கே பரவியிருந்தாலும், அரேபிய மண்ணிற்கே உரிய சிறுதெய்வ வழிபாடுகள் இருக்கவே செய்தாலும், ஒழுங்காக வடிவமைக்கப்பட்ட, ‘ஒரே கடவுள்’ என்னும் நம்பிக்கையை ஆதாரமாகக் கொண்ட (யூதக் கடவுளின் பெயர் ஜெஹோவா.), உருவ வழிபாடில்லாத மதம், யூத மதம்தான்.

யூதர்கள் தமக்கென்று ஒரு மொழியைக் கொண்டிருந்தார்கள். எபிரேயு என்று பைபிள் சொல்லும் ஹீப்ரு மொழி. புராதனமான செமிட்டிக் மொழிகளுள் ஒன்று இது. தோரா எழுதப்பட்டது இம்மொழியில்தான். கி.மு. பன்னிரண்டாம் நூற்றாண்டில் பேசப்பட்ட, எழுதப்பட்ட ஹீப்ரு, பொனிஷியன் *(Phoenician)* போன்ற சில செமிட்டிக் மொழிகளுடன் பெருமளவு ஒற்றுமை

கொண்டு காணப்பட்டது. ஆனால் கி.மு. மூன்றாம் நூற்றாண்டில் பாலஸ்தீனிய யூதர்கள் பேசிய ஹீப்ரு, தன் முகத்தைப் பெருமளவு மாற்றிக்கொண்டது. ரொம்ப கவனித்துப் பார்த்தால் மட்டுமே அது ஹீப்ரு என்று புரியும். அராமிக் தாக்கம் மிகுந்திருந்தது அப்போது. பாலஸ்தீனுக்கு வெளியே - அரபு மண்ணின் பிற பகுதிகளில் அப்போது வாழ்ந்த யூதர்கள், அந்தந்தப் பிராந்தியங்களின் மொழியையே உபயோகித்துக்கொண்டிருந்தார்கள். இப்போதுள்ள ஹீப்ருவின் வரிவடிவம் கி.மு. முதல் நூற்றாண்டில் உருவாக்கப்பட்டது. வலமிருந்து இடமாக எழுதப்படும் மொழி அது. (அரபிக் மாதிரி.)

அப்போதெல்லாம் யூதர்களின் மொழி என்பதாக ஹீப்ரு இருந்ததே தவிர, அது ஒரு தலையாய அடையாளமாகக் கருதப்படவில்லை. மத நூல்கள் மட்டுமே ஹீப்ருவில் எழுதப்படும் என்றும் அத்தகைய புனிதமான பிரதிகளுக்கு மட்டுமே பயன்படுத்தத்தக்க மொழி அது என்பதாகவும் ஒரு கருத்து இருந்தது. இதனாலேயே காலப்போக்கில் ஹீப்ரு இறக்கத் தொடங்கியது. பேசுவோர் - எழுதுவோர் யாரும் கிடையாது. பின்னால், தங்கள் இனத்தையும் அதன் அடையாளங்களையும் மீட்டெடுக்கும் மாபெரும் போராட்டத்தில்இந்தமொழிஒருபெரும்பங்குவகிக்கப்போகிறது என்றெல்லாம் யூதர்கள் நினைத்துப் பார்த்திருக்க மாட்டார்கள்.

மிகச் சமீபகாலத்தில் - பத்தொன்பதாம் நூற்றாண்டின் இறுதி வருடங்களில்தான் யூதர்கள் தம் மொழியை ஒரு புதைபொருள் போல மீட்டெடுத்தார்கள்.

யூதகுலம் அழியாமல் தடுக்க, தமக்கென ஒரு தேசத்தை உருவாக்கிக்கொள்ள முழுமூச்சுடன் அவர்கள் பாடுபடத் தொடங்கியபோது, தமது அடையாளங்களை வரிசைப்படுத்த அவர்களுக்கு ஹீப்ரு மிக முக்கியத் தேவை என்று தோன்றியது. 1880ம் ஆண்டு யூத இனத்துப் பண்டிதர்கள் கூடி, ஹீப்ருவில் எழுதப்பட்ட பழைய பிரதிகளைத் தேடிக் கண்டுபிடித்து எடுத்து ஆராய்ச்சிகள் செய்யத் தொடங்கினார்கள். எப்படியாவது பாலஸ்தீன் மண்ணில் இஸ்ரேல் என்கிற தேசத்தை ஸ்தாபித்தே தீருவது என்று முடிவு செய்ததும், கொஞ்சம் கொஞ்சமாக அந்தப் பகுதியில் ஹீப்ரு மொழி பள்ளிக்கூடங்களைத் திறந்தார்கள். 1913ம் வருடம் பாலஸ்தீனிலுள்ள பள்ளிகளில் ஹீப்ருவே

போதனாமொழி என்கிற அளவுக்கு அதன் தாக்கம் மிகுந்திருந்தது. 1948ல் இஸ்ரேல் சுதந்தரம் பெற்றதும், ஹீப்ரு அதன் தேசிய மொழியாகவே ஆகிப்போனது.

இன்றைக்கு இஸ்ரேலில் பேசப்படும் மொழி ஹீப்ரு. எழுதுவது போலவே பேசப்படும் மொழி அது. அதாவது, பேச்சுவழக்கு என்றுகூடத் தம் மொழியைச் சிதைக்க யூதர்கள் விரும்பவில்லை. அது ஒரு அடையாளம். மிகப்பெரிய அடையாளம். ஜெருசலேம் நகரைச் சுற்றி எழுப்பப்பட்டிருக்கும் பிரும்மாண்டமான சுவரைப் போல யூதர்கள் தம் அடையாளச் சுவராகத் தம் மொழியைக் கொண்டிருக்கிறார்கள். மொழி மட்டுமல்ல. பண்பாடு, கலாசாரம், வழிபாடு, வாழ்க்கை முறை என்று எல்லாவற்றிலும் தமது மூதாதையர்கள் கடைபிடித்த முறையையே இன்றுவரை பின்பற்றி வருபவர்கள் அவர்கள்.

இன்று தொழில்நுட்பத்திலும் விவசாயத்திலும் உலகின் அதிநவீன சூத்திரதாரிகளாக இருக்கும் அதே யூதர்கள்தான், தமது அடையாள விஷயங்களில் மிக கவனமாகத் தொன்மம் பேணிக்கொண்டிருக்கிறார்கள். இதற்கான காரணத்தைத் தெரிந்து கொள்வது மிக முக்கியம்.

பாலஸ்தீனியர்களுடனான இஸ்ரேலிய யூதர்களின் யுத்தத்துக்கு வேண்டுமானால் ஐம்பத்தாறு வயது இருக்கலாம். ஒட்டுமொத்த மேற்கத்திய நாடுகளும் யூதர்களின் மீது நிகழ்த்திய யுத்தத்துக்கு வயது பல நூறு ஆண்டுகள். மரணத்தின் பிடியிலிருந்து தம்மைத் தற்காத்துக்கொள்ள ஒவ்வொரு தருணத்திலும் அவர்கள் ஒவ்வொரு தற்காப்புக் கேடயம் ஏந்தவேண்டியிருந்தது. அந்தச் சந்தர்ப்பங்களில்தான் அடையாளங்களைத் தொலைத்தது யூதகுலம். படாதபாடு பட்டே அதை அவர்கள் மீட்டெடுத்தார்கள். அத்தனை சுலபத்தில் மாற்றிக்கொள்வார்களா என்ன?

ஈஸாக்கின் வழித்தோன்றல்கள், புராண காலத்தில் பட்ட கஷ்டங்களுக்குக் கதைகள்தான் ஆதாரம். ஆனால் சரித்திர காலம் தொடங்கியதிலிருந்து அவர்கள் எதிர்கொண்ட சங்கடங்களுக்கு இன்றைக்கும் ஏராளமான சாட்சியங்கள் உண்டு.

3

அது, 44வது வருடம். அதாவது, கிருஸ்து பிறப்பதற்கு முந்தைய நாற்பத்தி நான்காவது வருடம். ஜெருசலேம் நகரில் இருந்த நீதி மன்றத்துக்கு ஒரு வழக்கு வந்திருந்தது.

நீதிமன்றம் என்றால் அரசின் நீதிமன்றம் அல்ல. அது மதகுருக்களின் நீதிமன்றம். யூதமத குருக்கள். மன்னர்களைக் காட்டிலும் அன்றைக்கு அவர்களுக்குத் தான் அதிகாரம் இருந்தது. மத குருக்கள் ஒரு தீர்ப்பு சொல்லிவிட்டார்கள் என்றால் மன்னரே கூட அதனை மாற்றுவது சிரமம். காரணம், மக்கள் மன்னர்களை மதித்தார்களே தவிர மதகுருக்களைத் தான் வணக்கத்துக்குரியவர்களாக நினைத்தார்கள். அவர்கள் வைத்ததுதான் சட்டம். அவர்கள் சொல்வதுதான் தீர்ப்பு.

வழக்கு என்ன? அப்போது ஹாஸ்மோனியன்களின் (Hasmoneans - ஆழ்ந்தமதப்பற்றுமிக்கஒருயூதவம்சம்.)ஆளுகைக்குஉட்பட்டிருந்த அந்தப் பகுதியில் கவர்னராக இருந்தவர், ஓர் உள்நாட்டுப் புரட்சிக் குழுவினருடன் யுத்தம் செய்யவேண்டியிருந்தது. கலவரக்காரர்களை அடக்குவது கவர்னரின் பணியே அல்லவா? அதை அவர் திறம்படச் செய்து முடித்தார். கலவரம் முடிந்தது. புரட்சிக்குழுவினர் அடக்கப்பட்டார்கள். புரட்சிக்காரர்களின் தலைவர்கள் கைது செய்யப்பட்டார்கள். இனி, முறைப்படி விசாரணை நடத்தப்படவேண்டும்.

அங்கேதான் பிரச்னை ஆரம்பித்தது. கவர்னர் அவர்களிடம் விசாரணை ஏதும் மேற்கொள்ளவில்லை. மாறாக, அரசுக்குத் தீங்குவிளைவிக்கக் கூடியவர்கள் என்று சொல்லி, புரட்சிக்குழுத் தலைவர்கள் அனைவரையும் கொன்றுவிட்டார்.

இது மிகப்பெரிய குற்றம். கைது செய்யப்பட்டவர்களை விசாரிக்காமல் எப்படி கொலை செய்யலாம்? கவர்னரே ஆனாலும் குற்றம்தான். நீதி மன்றத்துக்கு வந்த வழக்கின் சுருக்கம் இதுதான். எப்படியும் கவர்னருக்கு அதிகபட்ச தண்டனைதான் கிடைக்கும் என்று ஜெருசலேம் மக்கள் நினைத்தார்கள். அதிகபட்சம் என்றால் மரணம்.

ஆனால், விசாரணை ஆரம்பிப்பதற்குச் சற்று நேரம் முன்னதாக ஹாஸ்மோனிய மன்னர் ஹிர்கனஸ் *(Hyrcanus-2)* ரகசியமாகச் செயல்பட்டு, கவர்னர் ஜெருசலேத்திலிருந்து தப்பிச் சென்றுவிடுவதற்கு ஓர் ஏற்பாடு செய்தார். மன்னரே ஆனாலும் ரகசியமாகத்தான் இதைச் செய்யவேண்டியிருந்திருக்கிறது!

ஜெருசலேத்திலிருந்து வெளியேறிய கவர்னர், மூச்சைப் பிடித்துக்கொண்டு வடக்குத் திசையாக ஓடினார். அவரது இலக்கு எப்படியாவது சிரியாவை அடைந்துவிடுவது. அதன்பின் ஜெருசலேம் மதகுருக்களால் பிரச்னை இருக்காது.

சிரியா அப்போது ரோமானிய ஆளுகைக்கு உட்பட்டிருந்தது. வேறு தேசத்தவர் என்றாலும் இந்த கவர்னரின் ஆட்சி செய்யும் திறமை குறித்து அப்போது சிரியாவை ஆண்டுகொண்டிருந்தவர்களுக்கு நன்கு தெரிந்திருந்ததால், அடைக்கலம் கோரி வந்தவரை அரவணைத்து, சிரியாவின் ஒரு சிறு மாகாணத்துக்கு அவரை கவர்னராக நியமித்து கௌரவித்துவிட்டார்கள். உயிர்பிழைக்க வந்த சிரியாவில், பதவியும் கிடைத்ததுமே அவர் ரோமானிய தளபதி மார்க் ஆண்டனியுடன் *(Mark Antony)* நட்பையும் நெருக்கத்தையும் வளர்த்துக்கொண்டார். (பிறகு ஆண்டனியே ரோமானிய மன்னராகவும் ஆனார்.) அவ்வப்போது நிறைய பணமும் தந்து நீடித்த நல்லுறவை உறுதிப்படுத்திக்கொண்டார்.

காரணம், அவருக்கு ஒரு கனவு இருந்தது. எப்படியாவது ஜூதேயாவின் *(Judaea* - இஸ்ரேலின் அன்றைய பெயர்) மன்னனாகத் தான் ஆகிவிடவேண்டும். அதற்கு முதலில் ஹாஸ்மோனியர்களின் ஆட்சியை ஒழிக்கவேண்டும். அதற்கு ரோமானியர்களின் உதவி வேண்டும். தளபதி மனம் வைத்தால் காரியம் நடக்கும்.

ஒரு சரியான சர்வாதிகாரியின் மனோபாவம் அந்த கவர்னருக்கு இருந்தது. நினைத்ததைச் செயல்படுத்த என்ன வேண்டுமானாலும்

செய்யலாம் என்று நினைத்தார். பொறுமையாகத் தருணத்துக்குக் காத்திருந்து மார்க் ஆண்டனியிடம் தன் விருப்பத்தைச் சொன்னார். நண்பர் என்று ஆகிவிட்டபடியால் அவரும் கவர்னரின் விருப்பத்துக்குத் தன் சம்மதத்தைத் தெரிவித்து ஒத்துழைப்பதாக வாக்களித்தார்.

விஷயம் ஜெருசலேமுக்குத் தெரியாமல் இருக்குமா? அந்த கவர்னர் யார், எப்படிப்பட்டவர், அவர் ஆட்சிக்கு வந்தால் என்னென்ன அபாயங்கள் நேரும் என்றெல்லாம் எடுத்துச் சொல்வதற்காக இரண்டு பெரிய தூதுக்குழுக்களை ஜெருசலேம் சமூகம் சிரியாவுக்கு அனுப்பியது.

ஆனால் பயனில்லை. ஆண்டனி, தூதுக்கு வந்தவர்களை சிறைப்பிடித்து, மரணதண்டனை அளித்துவிட்டு, ஒரு படையுடன் ஜெருசலேமை நோக்கி கவர்னர் முன்னேற உடனடி ஏற்பாடுகள் செய்துகொடுத்தார்.

ஐந்து மாதங்கள் வரை முற்றுகை நீடித்தது. மிகக் கடினமான யுத்தமாக அது இருந்தது. ஆனால் கவர்னர் தப்பிச்செல்வதற்கு உதவிய ஹாஸ்மோனிய மன்னரால் இறுதியில் அவரது முற்றுகையையும் தாக்குதலையும் சமாளிக்க முடியவில்லை. நம்பிக்கை துரோகம் செய்த கவர்னரிடம் ஆட்சி அதிகாரத்தை இழந்து அவர் போரில் வீழ்ந்தார். ஜுதேயா தேசத்தையே ரத்தக்களறியாக்கிவிட்டுத்தான் அந்த முன்னாள் கவர்னரால் ஆட்சிப்பீடத்தில் ஏறமுடிந்தது. அவரை நன்கறிந்த இஸ்ரேலிய மக்கள், இனி தங்கள் எதிர்காலம் என்னாகுமோ என்று அஞ்சிக் கலங்குவதைத் தம் தினசரிக் கடமையாக்கிக்கொண்டார்கள்.

கி.மு. 37ம் ஆண்டிலிருந்து தொடங்கி அடுத்த முப்பத்தி மூன்று வருடங்கள் - தன் மரணம் வரை ஜுதேயா எனப்பட்ட இஸ்ரேலை ஆண்ட அவரது பெயர் ஹெரோத். *(Herod)*. இவரது காலத்தில்தான் பாலஸ்தீன யூதர்கள் முதல்முதலில் மிகப்பெரிய இருப்பியல் சிக்கல்களைச் சந்திக்க வேண்டிவந்தது.

இத்தனைக்கும் ஹெரோத் ஒரு யூதர். ஆனால், சர்வாதிகாரி என்றானபிறகு மதம் ஒரு பொருட்டா என்ன? தனது பதவிக்குப் பிரச்னை தரக்கூடியவர்கள் என்று அவர் நினைத்த நண்பர்கள்,

உறவினர்கள் தொடங்கி சாதாரணப் பொதுமக்கள் வரை யாரை வேண்டுமானாலும் கொன்று வீழ்த்தினார்.

எந்த ரோமானிய மன்னன் ஆண்டனி தான் பதவிக்கு வருவதற்கு உதவி செய்தாரோ, அதே ஆண்டனி, அங்கே ஆட்சியை ஆக்டேவியன் *(Octavian)* என்கிற தமது அரசியல் எதிரியிடம் இழந்து மரணமடைந்தபோது, சற்றும் யோசிக்காமல் ஆக்டேவியனுக்குத் தன்னுடைய ஆதரவைத் தெரிவித்தார் ஹெரோத். அகஸ்டஸ் என்கிற பட்டப்பெயருடன் ஆக்டேவியன், ரோமானிய மன்னராக முடிசூட்டிக்கொண்டபோது ஹெரோத் தன்னை ஆதரித்தமைக்காகக் கூப்பிட்டு கௌரவித்துப் பரிசுகளும் பதக்கங்களும் அளித்து அனுப்பிவைத்தார்!

தமது ராணுவத்தை மிக கவனமாகப் பராமரித்த ஹெரோத், ஓரளவு மட்டுமே யூதர்களை அதில் சேர்த்தார். பெரும்பாலும் வெளிநாட்டு வீரர்களையே தருவித்து, தன் ராணுவத்தில் இடம்பெறச் செய்தார். ரோம், பிரன்ஸ் போன்ற தேசங்களிலிருந்தெல்லாம் அப்போது ஹெரோதின் ராணுவத்தில் ஆட்கள் சேர்க்கப்பட்டார்கள்.

தவிர, முன்னர் தாம் கவர்னராக இருந்த காலத்தில் திருமணம் செய்துகொண்டிருந்த ஹாஸ்மோனியப் பெண்ணையும் அவளுக்குப் பிறந்த இரண்டு குழந்தைகளையும் கொன்றுவிட்டு, டோரிஸ் என்று புதிதாக ஜெருசலேமிலிருந்து ஒரு பெண்ணைத் திருமணம் செய்துகொண்டார். போதாமல், இன்னும் எட்டுப் பெண்களையும் மணந்துகொண்டு சுமார் பதினான்கு குழந்தைகளைப் பெற்றார். எல்லாமே அரசியல் காரணங்களுக்காக!

ஹெரோதின் காலத்தில் பல இஸ்ரேலிய யூதர்கள், வேறு வழியில்லாமல் நாட்டைத் துறந்து வெளியேறிப்போனார்கள். சகிக்கமுடியாதஆட்சிஎன்றுவருணிக்கப்பட்டாலும்ஹெரோத்ஒரு தீவிர யூதர் என்பதால், தாம் பதவிக்கு வந்ததுமுதல் யூதர்களுக்கான பாதுகாப்பு என்கிற பெயரில் நிறைய கட்டுப்பாடுகளையும் ஒழுங்குமுறைகளையும் கொண்டுவந்தார். அவர் செய்தவற்றுள் உருப்படியான பணி என்றால், பாலைவனமாக இருந்த அன்றைய இஸ்ரேலில், நிலமற்ற அத்தனைபேருக்கும் ஒரு துண்டு நிலமாவது கிடைக்கும்படிச் செய்து விவசாயத்தை ஊக்குவித்தது. அது ஒரு அற்புதம்தான்.

இன்றைக்குஇஸ்ரேல்நவீனவிவசாயத்தில்எத்தனையெத்தனையோ சாதனைகள் செய்துகாட்டியிருக்கும் நிலையில், துளி அறிவியல் வாசனையும் இல்லாத காலத்தில் ஹெரோத் மன்னர் அங்கே விவசாயமறுமலர்ச்சிக்குவித்திட்டதுவியப்புக்குரியவிஷயம்.பாழ் நிலங்களைச் செம்மைப்படுத்தி நகரங்களாக்கியது, விதவிதமான கட்டடங்களைக் கட்டுவித்தது (ஹெரோத் கிரேக்க கட்டடக்கலை, கலாசார விஷயங்களில் ஒரு மயக்கம் கொண்டிருந்தார். அவரது ஆட்சிக்காலத்தில் இஸ்ரேலில் அதன் பிரதிபலிப்புகள் அதிகம் இருந்ததாக ஆராய்ச்சியாளர்கள் குறிப்பிடுகிறார்கள்.) போன்ற சில செயல்கள் குறிப்பிடப்படவேண்டியவை.

கிருஸ்து பிறப்பதற்குச் சுமார் ஆயிரம் ஆண்டுகளுக்கு முன்னதாகக் கட்டப்பட்டதாகச் சொல்லப்படும் ஜெருசலேம் நகரிலிருந்த புராதனமான யூத ஆலயம் (மன்னர் சாலமன் காலத்தில் கட்டப்பட்டது) பல்வேறு தாக்குதலுக்கு இலக்காகி, சிதைந்துபோயிருந்தது. ஒரே ஒரு சுவர்தான் அதில் மிச்சம். கொடுங்கோலன் ஆனாலும் பக்திமானாக இருந்த ஹெரோதின் காலத்தில் அந்தக் கோயில் இருந்த இடத்திலேயே இரண்டாவது முறையாகக் கோயில் எழுப்பப்பட்டது. பழைய கோயில் இருந்த நிலப்பரப்புடன் இன்னும் கொஞ்சம் நிலத்தை இணைத்து, உறுதியான கட்டுமானத்தில் கோயில் உருப்பெற ஹெரோத் உத்தரவிட்டார். தவிர கோயிலைச் சுற்றி இருந்து, சிதைந்துபோயிருந்த சுற்றுச் சுவரையும், அதன் பழைய மிச்சங்களுடனேயே மீண்டும் புதுப்பித்து முழுமைப்படுத்தினார்.

இந்தக் கோயிலைக் கட்டுவதற்காகப் பத்தாயிரம் ஊழியர்களும் ஆயிரம் மதகுருக்களும் பணியில் அமர்த்தப்பட்டதாக வரலாறு சொல்கிறது. சுமார் ஒன்பதாண்டுகால உழைப்புக்குப் பின் 'ஹெரோதின் இரண்டாவது ஆலயம்' என்று அழைக்கப்பட்ட அந்தப் புராதனமான கோயிலின் மறு உருவாக்கப்பணி முற்றுப்பெற்றது.

ஹெரோதின் ரோமானிய மோகமும் கிரேக்க கட்டடக்கலைத் தாக்கமும் அக்கோயிலின் கட்டுமானத்தில் மிகுந்திருந்ததாக ஒரு விமரிசனம் உண்டென்றாலும், அந்தக் காலத்தில், அதற்குமுன் அப்படியொரு பிரும்மாண்டமான கலைப்படைப்பு வேறெங்கும் கிடையாது என்று அடித்துச் சொல்கிறது யூத சரித்திரம்.

இந்தக் கோயில் கட்டிய ஒரு காரணத்தினால் மட்டுமே யூதர்கள் இன்றுவரை ஹெரோத் மன்னரை நினைவிலும் சரித்திரத்திலும் பத்திரப்படுத்திவைத்திருக்கிறார்கள். அவரது காலத்தில் நடந்த அட்டூழியங்களை விமரிசனம் இல்லாமல் ஒரு செய்திபோலவே சரித்திரத்தில் பதிவு செய்கிறார்கள்.

ஹெரோதின் ஆட்சி முப்பத்திமூன்று வருடங்கள்தான். அது அத்தனை பெரிய பிரச்னை இல்லை. ஆனால் அவரது ஆட்சிக்காலத்திலேயே ஒரு சம்பவம் நடந்தது. பின்னால் மாபெரும் சரித்திரமான சம்பவம்.

ஒரு பிறப்பு. பிறக்கும்போதே 'இது சாதாரணக் குழந்தை இல்லை' என்று வானவர்கள் அறிவித்துவிட்ட பிறப்பு. யூத குலத்திலேயே நிகழ்ந்த பிறப்பு. யூத குலத்துக்கே ஒரு பெரிய சவாலாகப் பின்னால் விளங்கப்போகிற பிறப்பு. ஹெரோத் மன்னன் கட்டுவித்த கோயில் மீண்டும் இடிபடப் போகிறது என்று தீர்க்கதரிசனமாகப் பார்த்துச் சொன்னவரின் பிறப்பு.

அந்தக் குழந்தைக்கு ஜோஷுவா *(Joshua)* என்று பெயரிட்டார்கள். அது ஹீப்ரு மொழிப்பெயர். ஆங்கிலத்தில் ஜீஸஸ் என்று அது வழங்கப்படும். நமக்கு இயேசு என்றால் புரியும்.

உண்மையில் யூத மதத்துக்கு விடப்பட்ட முதல் பெரிய சவால், கிருத்தவம் தோன்றி, பரவ ஆரம்பித்தபோதுதான் நேர்ந்தது. இயேசுவை வைத்துக்கொள்ளவும் முடியாமல், விலக்கவும் முடியாமல் ஆரம்பத்தில் ரொம்பவே சிரமப்பட்டிருக்கிறார்கள். தேவகுமாரன் என்று கிருத்தவர்கள் கொண்டாடும் இயேசுவை ஒரு கலகக்காரராக மட்டுமே யூதர்களால் பார்க்க முடிந்தது. புராதனமான தமது மதத்தின் பெருமைகளைக் கெடுக்கவந்த ஒரு குட்டிச்சாத்தானாகவும் பார்த்தார்கள்.

கிருஷ்ணன் பிறந்தபோது, அவனைக் கொல்லுவதற்குக் கம்சன் மேற்கொண்ட முயற்சிகளை எப்படியெல்லாம் ஹிந்துமதக் கதைகள் விவரிக்கின்றனவோ, அதற்குச் சற்றும் சளைக்காத கதைகள் இயேசுவின் பிறப்பு தொடர்பாகவும் உண்டு.

அங்கே கம்சனின் பெயர் ஹெரோத். இரண்டாவது கோயிலைக் கட்டிய அதே யூதமன்னன் ஹெரோத்.

ஏரோது மன்னன் என்று பைபிள் குறிப்பிடுவது இவரைத்தான்.

4

யூதர்களின் சரித்திரத்தில் இயேசு கிறிஸ்துவின் பிறப்பு மிக முக்கியமானதொரு நிகழ்ச்சி.

மோஸஸுக்குப் பிறகு இன்னுமொரு தேவதூதனின் வரவு அவர்களுக்கு நியாயமாக மகிழ்ச்சியளிக்கக்கூடியதாகத்தான் இருந்திருக்க வேண்டும். ஏனெனில், யூத குலத்தின் அடையாளமே 'தேவதூதனுக்காகக் காத்திருக்கும் குலம்' என்பதுதான். ஆனால் இயேசுவின் போதனைகள், சனாதன யூதர்களின் ஆயிரமாண்டுகால நம்பிக்கைகளின் வேர்களை அசைத்துப் பார்ப்பதாக இருந்தது. ஆகவே அவர்களால் இயேசுவை ஏற்க இயலவில்லை.

பெத்லஹெமில் *(Bethlehem)* இயேசு பிறந்தபோதே யூத மதகுருமார்கள் உள்ளுணர்வின் மூலமும் பழைய வேத வசனங்களின் மூலமும் அவரை அடையாளம் கண்டு, ஹெரோத் மன்னரிடம் இயேசுவின் பிறப்பைக் குறித்துத் தெரிவித்துவிட்டார்கள். 'இஸ்ரேல் மக்களை ஆளப்போகும் தலைவன் இன்ன இடத்தில், இன்ன காலகட்டத்தில் பிறப்பான்' என்று எழுதி வைக்கப்பட்ட பழைய தீர்க்கதரிசன வரிகளைச் சுட்டிக்காட்டி அவனுக்குத் தகவல் சொன்னார்கள்.

ஹெரோத் ஒரு மன்னன். அதுவும் சர்வாதிகாரி. 'மக்களை ஆளப்போகும் தலைவன்' என்கிற பிரயோகம் அவனுக்கு ஒரே ஒரு அர்த்தத்தை மட்டுமே தரமுடியும். அதாவது, தன் பதவிக்கு ஆபத்து.

ஆகவே இயேசுவைக் கொன்றுவிட விரும்பி, ஆட்களை ஏவினான் ஹெரோத்.

உயிர்பிழைக்க, இயேசுவின் தந்தை ஜோசப், தம் மனைவி மேரியை (ஹீப்ரு மொழியில் மிரியம் - *Miriam*) அழைத்துக்கொண்டு, குழந்தையுடன் எகிப்துக்குத் தப்பிப்போனார். பயமும்

வெறுப்பும் மிகக்கொண்ட ஹெரோத், இந்த விஷயம் தெரியாமல் பெத்லஹேமில்அப்போது இரண்டு வயதுக்குட்பட்ட குழந்தைகள் எத்தனைபேர் இருந்தார்களோ, அத்தனை பேரையும் கொன்று வீசினான். கொன்ற குழந்தைகளில் ஒன்று எப்படியும் இயேசுவாக இருக்கும் என்கிற குருட்டு நம்பிக்கை!

ஹெரோத் உயிரிழக்கும்வரை இயேசு ஜெருசலேமுக்குத் திரும்பி வரவில்லை. மன்னன் இறந்த செய்தி கிடைத்தபிறகே அக்குடும்பம் ஊர் திரும்ப முடிவு செய்தது. அப்போதும் கூட ஹெரோதின் மகன்தான் பட்டத்துக்கு வந்திருக்கிறான் என்று கேள்விப்பட்டு ஜெருசலேமுக்கு வராமல் நாசரேத்துக்குப் போய்விட்டார்கள். இயேசுவுக்கு அப்போது எட்டு வயது.

தமது வாலிப வயதில்தான் முதல்முதலில் ஜெருசலேமுக்கு வந்தார் இயேசு. இளைஞர் இயேசுவை அங்கே மிகவும் கவர்ந்த இடம், கோயில். கி.மு. 950ல் முதல் முதலில் கட்டப்பட்ட கோயில். பிறகு இடிக்கப்பட்டு, பல்லாண்டுகாலம் இருந்த அடையாளம் மட்டுமே மிச்சமிருக்க, ஹெரோத் மன்னரால் மீண்டும் கட்டப்பட்ட கோயில்.

மணிக்கணக்கில், நாள்கணக்கில் கோயிலிலேயே இருந்தார் அவர். பல சமயங்களில் சுயநினைவின்றியே பிரார்த்தனையில் தோய்ந்திருந்தார். அப்போதெல்லாம் ஜெருசலேம் மக்கள் அவரை ஒரு தேவ தூதராக யோசித்துப் பார்க்கவில்லை. பக்தி மிக்க ஓர் இளைஞர். அவ்வளவுதான்.

'இதோ, தேவதூதன் வருகிறான், வரப்போகிறான், வந்தேவிட்டான்' என்று தொடர்ந்து இடைவிடாமல் சொல்லிக்கொண்டிருந்த ஜான் என்கிற பாதிரியாரிடம் (யோவான் என்று பைபிள் சொல்லும். ஒட்டக ரோமத்தால் ஆன உடை அணிந்தவர், வெட்டுக்கிளியையும் காட்டுத்தேனையும் உணவாக உட்கொள்பவர் என்றெல்லாம் ஜானைப் பற்றிய நுணுக்கமான விவரங்களைத் தருகிறது பைபிள்.) ஜோர்டன் நதி தீரத்தில் ஞானஸ்நானம் பெற்று இயேசு தன் பேருரைகளை நிகழ்த்தத் தொடங்கியபோதுதான் மக்கள் அவரைக் கூர்ந்து கவனிக்க ஆரம்பித்தார்கள்.

அவரைத் தனித்துக்காட்டிய முதல் விஷயம், அவர் தம்மை 'மனிதகுமாரன்' (பைபிளில் மனுஷகுமாரன் என்று வரும். *Son of Man.*) என்று குறிப்பிட்டது. இது மிக முக்கியமான குறிப்பு.

ஏனெனில் யூதகுலம் அப்படியொருவனைத்தான் காலம் காலமாக எதிர்பார்த்துக்கொண்டிருந்தது. யூதர்களின் வேதத்தில், மனிதகுமாரன் எப்படி இருப்பான் என்பது பற்றி ஒரு குறிப்பு உண்டு. இறுதித் தீர்ப்பு நாளில் நீதி வழங்கும் நீதிபதியைப்போல் அவன் இருப்பான் என்று தான் கனவில் கண்டதாக யூதர்களின் வேதத்தில் டேனியல் என்கிற தீர்க்கதரிசி எழுதிய பகுதிகளில் வருகிறது.

டேனியலின் கனவில் கிடைத்த குறிப்பு தன்னைப்பற்றியதுதான் என்பதாக இயேசு ஒருபோதும் சொன்னதில்லை. 'கர்த்தரால் மனிதகுமாரனுக்குச் சொல்லப்பட்டது' என்பதுபோல அவர் விளக்கிய விஷயங்கள் கூட படர்க்கையில்தான் *(Third person)* வருகின்றனவே தவிர ஒருபோதும் 'கர்த்தரால் எனக்குச் சொல்லப்பட்டது' என்பதுபோல அவர் குறிப்பிட்டதில்லை.

இயேசுவை ஏற்க மனமில்லாத யூதர்கள், இதையெல்லாமும் ஆதாரமாகக் காட்டி, 'வேதத்தில் குறிப்பிடப்பட்டிருக்கும் மனிதகுமாரன் இவர் அல்லர்' என்று சொன்னார்கள்.

ஆனால், இதெல்லாம் இயேசுவுக்கு ஆதரவாளர்கள் பெருகுவதைத் தடுக்கவில்லை. காரணம், எல்லாவற்றையும் விட முக்கியமாக அவர் ஒரு தெய்வீக மருத்துவராக இருந்தார். குருடர்களைப் பார்க்கச் செய்வது, செவிடர்களைக் கேட்கச் செய்வது, ஊமைகளைப் பேசச்செய்வது முதல் இறந்த ஒரு குழந்தையை உயிர் பிழைத்து எழச்செய்தது வரை அவர் நிகழ்த்திய அற்புதங்களை பைபிள் பக்கம் பக்கமாக விவரிக்கிறது.

எளிய மக்கள் இயேசுவை ஏற்றுக்கொண்டு பின்பற்ற இது ஒரு முக்கியக்காரணம். பிறகு அவரது மலைப் பிரசங்கங்கள். அதில் இருந்த எளிமை. ஏழைகளின் மீதான பரிவு. வன்முறைக்கு பதிலாக வன்முறையை அல்லாமல் சமாதானத்தைத் தீர்வாகச் சொன்ன நூதனம். எல்லாவற்றுக்கும் மேலாக, ஒரு நெருக்கடி என்றால் மதவழக்கத்தை மீறுவதும் தவறல்ல என்கிற முற்போக்கு மனப்பான்மை.

யூதர்களிடையே ஒரு வழக்கம் உண்டு. வாரம் தோறும் சனிக்கிழமை அவர்களுக்கு ஓய்வுநாள். அன்று எந்தக் காரியத்தையும் செய்யமாட்டார்கள். முற்றிலும் பிரார்த்தனைக்கான தினம் என்று பொருள். *(Sabbath day)*

அப்படியான ஒரு தினத்தில் இயேசு ஒரு தேவாலயத்தில் கை ஊனமாகி, சூம்பிய நிலையில் இருந்த ஓர் ஏழையைத் தொட்டு அவனைக் குணப்படுத்தினார். (மத்தேயு 12:10)

இது மத விரோத செயல் என்று யூத குருமார்கள் குற்றம் சாட்டினார்கள். 'மனுஷகுமாரன், ஓய்வுநாளுக்கும் ஆண்டவராக இருக்கிறார்' என்று சொல்லிவிட்டார் இயேசு.

'உங்கள் ஆடு ஓய்வுநாளில் ஒரு குழியில் விழுந்தால் உடனே போய் தூக்கி எடுக்கமாட்டீர்களா? ஆட்டைவிட மனிதன் எவ்வளவோ மேலானவன்' என்கிற அவரது மனிதநேயம் அங்கே தவறாகப் புரிந்துகொள்ளப்பட்டது. மதத்துரோகி என்பதாக அவர் வருணிக்கப்பட்டார்.

இயேசுவைக் கொல்லவும் முடிவு செய்தார்கள்.

இந்தஒருமுறைமட்டுமல்ல.இம்மாதிரிபலதருணங்களில்கொலை முயற்சிகளிலிருந்து தப்பித்து வேறு வேறு இடங்களுக்குப் பயணம் செய்தபடியே இருந்தார் அவர். போகிற இடங்களிலெல்லாம் மக்கள் கூட்டம் அவர் பின்னால் போனது.

இதன் தொடர்ச்சியாகத்தான் ஜெருசலேம் தேவாலய மதகுருமார்களின் நடத்தை மீதான அவரது விமரிசனங்களும், கோயில் நிச்சயமாக இடிக்கப்படும் என்கிற தீர்க்கதரிசனமும், அவரைக் கொலை செய்தே ஆகவேண்டும் என்கிற தீர்மானத்துக்கு யூத மதகுருக்களைக் கொண்டுவந்து சேர்த்தன.

தாம் கைது செய்யப்படுவதற்கு முதல் நாள் இரவு அவர் தமது பன்னிரண்டு சீடர்களுடன் இறுதி விருந்து அருந்தினார் இயேசு. யூதாஸ் என்கிற சீடன் முப்பது வெள்ளிக்காசுகளுக்காக அவரை முத்தமிட்டுக் காட்டிக்கொடுக்க உடன்பட்டான்.

அன்றிரவு அது நடந்தது. இயேசு பிரார்த்தனையில் ஈடுபட்டிருந்தபோது யூத மத குருக்கள் அனுப்பிய அடியாள்களுடன் அங்கே வந்த யூதாஸ், இயேசுவை நெருங்கி முத்தமிட்டுக் காட்டிக்கொடுத்தான். உடனே அவரைக் கைது செய்து இழுத்துப்போனார்கள்.

ஆனால் அவர்கள் முன்னமே தீர்மானித்திருந்தபடி இயேசுவுக்கு மரணதண்டனை விதிக்கவேண்டுமானால் அதற்குப் போதிய காரணங்கள் வேண்டும். சாட்சிகள் வேண்டும். ஜெருசலேமில் அப்படியான காரணங்களையோ, அவற்றைச் சுட்டிக்காட்டும் சாட்சிகளையோ குருமார்களால் உடனே தேடிக்கண்டு பிடிக்கமுடியவில்லை.

ஆகவே, கஷ்டப்பட்டு இரண்டு பொய்சாட்சிகளைத் தேடிப் பிடித்தார்கள். அவர்கள் சுமத்திய குற்றச்சாட்டு இதுதான்:

ஜெருசலேம் நகரின் பெருமைமிக்க கோயிலை இடித்துத் தரைமட்டமாக்கவும், மூன்றே நாட்களில் திரும்பக் கட்டவும் தன்னால் முடியும் என்று இயேசு சொன்னார்.

போதாது? மரணதண்டனை விதித்துவிட்டார்கள். ஆனால் ஒரு மரியாதைக்காவது மன்னருக்கு விஷயத்தைத் தெரியப்படுத்தியாக வேண்டும்.

அப்போது இஸ்ரேல், ரோமானியர்களின் ஆளுகைக்கு உட்பட்டிருந்தது. ரோம் மன்னரின் பிரதிநிதியாக கவர்னர் பாண்ட்டியஸ் பிலாட் *(Pontius Pilate* -பைபிளில் பொந்தியு பிலாத்து என்று குறிப்பிடப்படும் பிலாத்து மன்னன் இவனே.) ஆட்சிசெய்துகொண்டிருந்தார். வழக்கைக் கேட்ட அவருக்கு, இது ஓர் அநியாயமான வழக்கு என்றே தோன்றியது. ஆயினும் மதகுருக்கள் ஏற்பாடு செய்திருந்த மக்கள் கூட்டத்தினர் இடைவிடாமல் 'இயேசுவுக்கு மரணதண்டனை தந்தே ஆகவேண்டும்' என்று வலியுறுத்தியதால், வேறு வழியில்லாமல் தம் சம்மதத்தைத் தெரிவித்தார்.

இயேசு சிலுவையில் அறையப்படுவதற்கு முன்னதாக ஒரு சம்பவம் நடந்தது. அவரைக் காட்டிக்கொடுத்த யூதாஸ், தன் பிழைக்கு வருந்தி, குற்ற உணர்ச்சி மேலோங்க, தற்கொலை செய்து கொண்டான். முன்னதாக, தனக்கு சன்மானமாக அளிக்கப்பட்ட முப்பது வெள்ளிக்காசுகளையும் மத குருக்களிடமே திருப்பிக் கொடுத்துவிட்டுத்தான் வந்திருந்தான்.

கொஞ்சம் பணத்துக்கு ஆசைப்பட்டு, ஒருவிநாடி சலனமடைந்து அவன் செய்த காரியம் இயேசுவின் உயிரைக் குடித்தது.

யூதர்களுக்கும் கிருத்தவர்களுக்கும் இடையில் மிகப்பெரிய இரும்புச்சுவர் ஒன்று எழுப்பப்படுவதற்கும் காரணமானது. யூதாஸ் தன் தவறுக்கு அன்றே வருந்தியதும், தற்கொலை செய்துகொண்டதும், யாருக்கும் ஒரு பொருட்டாக இல்லை. அவனைத் தூண்டிவிட்ட யூத மதகுருக்களே கூட, 'குற்றமில்லாத ரத்தத்தைக் காட்டிக்கொடுத்து நான் பாவம் செய்தேன்' என்று வருந்திய யூதாஸிடம், 'எங்களுக்கென்ன? அது உன்பாடு!' என்று சொல்லிவிட்டுப் போய்விட்டார்கள்.

இஸ்ரேலின் கவர்னராக பிலாட் இருந்தது, கி.பி. முதல் நூற்றாண்டின் 27லிருந்து 36ம் வருடங்களுக்கு இடைப்பட்ட காலம் என்று சரித்திரம் சொல்கிறது. இதனடிப்படையில் இயேசுவின் மரணம் 30 - 35ம் ஆண்டுகளுக்கு இடையில் நிகழ்ந்திருக்கவேண்டும் என்று கணிக்கப்படுகிறது. துல்லியமான விவரங்கள் ஏதும் இதுபற்றிக் கிடையாது.

சிலுவையில் அறையப்பட்டு, மீண்டும் உயிர்த்தெழுந்து அவர் விண்ணுக்குச் சென்றார் என்கிற கிருத்தவர்களின் நம்பிக்கைதான் யூதர்களிடமிருந்து அவர்களை வேறுபடுத்திக்காட்டும் முதல் ஆதாரம். ஏனெனில், யூதர்களின் நம்பிக்கையின்படி, மரணத்துக்குப் பின் தேவதூதன் உயிர்த்தெழுவதென்பது கிடையாது. வேறுபாடு அங்கேதான் தொடங்குகிறது.

இயேசு உயிர்த்தெழுந்ததாக நம்பியவர்கள், இயல்பாக சனாதன யூதர்களிடமிருந்து கருத்தளவில் விலகிப்போனார்கள். இயேசுவுக்குப்பின் அவர் விட்டுச்சென்றதைத் தொடரும் பொறுப்பின் தலைமை அதிகாரியாக இருந்த ஜேம்ஸ், (ஹீப்ரு மொழியில் ஜேக்கப். பைபிளில் யாக்கோபு என்று வரும்.) அவர்களின் வழிகாட்டியாக இருந்தார்.

கி.பி.62ல் ஜேம்ஸும் யூதர்களால் கல்லால் அடித்துக் கொல்லப்பட்டார். தொடர்ந்தும் தீவிரமாகவும் அவர் இயேசுவை தேவகுமாரனாகவும் கடவுள் அம்சம் பொருந்தியவராகவும் சித்திரித்துச் சொற்பொழிவுகள் ஆற்றியதே இதற்குக் காரணம்.

ஜேம்ஸுக்குப் பிறகு ஜெருசலேம் நகரின் கிருத்தவ தேவாலயத் தலைமைப் பொறுப்பில் இருந்தவர் சைமன்.

இவர்களெல்லாம் இயேசுவின் மறைவுக்குப் பிறகு ஜெருசலேம் நகரில் இருந்தபடியே தமது பிரசாரங்களை நிகழ்த்திவந்தார்கள். ஆனால் முதல் முதலாக கிருத்தவ மதத்தைப் பரப்புவதை ஓர் இயக்கமாக ஆரம்பித்துச் செயல்படுத்தியவர், பால். *(Paul. பைபிளில் பவுல் அப்போஸ்தலர் என்று குறிப்பிடப்பட்டிருக்கும்.)*

ஸால் *(Saul)* என்ற இயற்பெயர் கொண்ட யூதரான இவர், கிருத்தவ மதத்தை நம்பி ஏற்றபிறகு பால் என்று தம் பெயரை மாற்றிக்கொண்டார். துருக்கியில் பிறந்த பால், மத்திய ஆசியாவெங்கும் கிருத்தவத்தைப் பரப்புவதைத் தம் வாழ்நாள் நோக்கமாகக் கொண்டு, மத்தியதரைக்கடலின் கிழக்குக் கரை வழியே மிக நீண்ட பயணம் மேற்கொண்டார். உண்மையும் உருக்கமும் கொண்ட அவரது பேச்சால் பல்லாயிரக்கணக்கான மக்கள் கவரப்பட்டு கிருத்தவ மதத்தைத் தழுவினார்கள். ஊர் ஊராக, நகரம் நகரமாக, தேசம் தேசமாக கிருத்தவ மதம் வேகம் கொண்டு பரவத் தொடங்கியது.

மார்ட்டின் கில்பர்ட் என்ற யூத சரித்திர ஆசிரியர், தமது *'Letters to Auntie Fori'* என்ற யூதகுல வரலாற்று நூலில், "இயேசுவைக் கடவுளாக ஏற்காத பல யூதர்களே கூட அவரை ஒரு தேவதூதராக ஏற்கத் தயாராக இருந்தார்கள். 'யூத கிருத்தவர்கள்' *(Jewish Christian)* என்றே ஓரினம் உருவாகியிருக்க வாய்ப்பு இருந்தது. ஆனால் பாலின் பத்தாண்டுகால இடைவிடாத கிருத்தவ மதப்பிரசாரம் அதை சாத்தியமில்லாமல் ஆக்கிவிட்டது' என்று எழுதுகிறார்.

மத்தியதரைக்கடல் நாடுகள் முழுவதும் பயணம் செய்தார் பால். குறிப்பாக எங்கெல்லாம் யூதர்கள் அதிகம் வசித்தார்களோ, அங்கெல்லாம் போனார். பிரசாரம் செய்தார். கிரீஸுக்குப் போனார். இறுதியில் ரோமுக்கும் போனார்.

அது கி.பி.64ம் வருடம். ரோமை அப்போது ஆண்டு கொண்டிருந்தவன், மன்னன் நீரோ. ரோம் எரிந்தபோதும் பிடில் வாசித்துக்கொண்டிருந்தான் என்பார்களே, அந்த நீரோ.

பால் சென்ற சமயத்தில்தான் ரோம் நகரம் எரிந்ததா என்று தெரியவில்லை. ஆனால் அவரை நீரோவின் அரசு சிறைப்பிடித்தது உண்மை. பால் மரணமடைந்ததும் ரோம் நகரில்தான் நிகழ்ந்தது.

ரோமானியர்களின் காலத்தில்தான் இயேசுவைச் சிலுவையில் அறைந்து கொன்றார்கள். அதே ரோமானிய மன்னன் தான் இயேசுவின் தோழரையும் சிறைப்பிடித்தது. அவரும் அங்கே இறந்துபோனார்.

பிறகு அதே ரோம் தான் கிருத்தவ மதத்தின் தலைமைப் பீடமாகவும் ஆகிப்போனது!

கிருத்தவ மதத்தின் எழுச்சி, யூதகுலத்துக்கு விடப்பட்ட முதல் மற்றும் மிகப்பெரிய சவால். இதில் சந்தேகமே இல்லை. கி.பி. 300ம் ஆண்டு சிரியா, ஆசியா மைனர், கிரீஸ், சைப்ரஸ் மற்றும் ஆப்ரிக்காவின் வடக்குப் பகுதியில் வசித்துவந்த யூதர்களில் மிகப்பெரும்பான்மையானோர் கிருத்தவர்களாக மாறி விட்டிருந்தார்கள்.

அப்படி மதம் மாறாத யூதர்களை, ‘இயேசுவைக் கொன்றவர்கள்’ என்று குறிப்பிட்டுத் தலைகுனியச் செய்ய ஆரம்பித்தார்கள்.

5

இயேசுவின் சீடர்களால் புதிய ஏற்பாடு எழுதப்பட்டுக் கொண்டிருந்த காலத்தில் பாலஸ்தீன் என்பது (அப்போது பலெஸ்தீனா) வடக்கே சிரியா, லெபனான் தொடங்கி தெற்கே எகிப்தின் சில பகுதிகள்வரை நீண்டதொரு மிகப்பெரிய நிலப்பரப்பு. அதில் ஜுதேயா என்கிற இஸ்ரேலின் இடம் மிகச் சொற்பமானது. ஆனபோதும் (ரோமானிய ஆளுகைக்கு உட்பட்ட அளவில்) அப்போது அது தன்னாட்சி அதிகாரம் பெற்றது. ஹெரோத் மன்னன் இருந்தவரை, ரோமானியச் சக்கரவர்த்திக்கு - அவர் யாராக இருந்தாலும் - மிக நெருக்கமானவராக இருந்தான். இதனால்படையெடுப்புபோன்றஆபத்துகள்ஏதும்ஜுதேயாவுக்கு இல்லாமல் இருந்தது. அங்கே ஏதாவது ஒரு பிரச்னை என்றால் அது ஹெரோதால் மட்டுமே உண்டாக்கப்படக் கூடியதாக இருந்தது.

கி.மு. நான்காம் நூற்றாண்டில் ஹெரோத் இறந்ததும், ரோம் அதிகாரபீடம் ஜுதேயாவை முழுவதுமாகத் தன் கட்டுப்பாட்டில் எடுத்துக்கொண்டுவிட்டது. அதன்பிறகு, ஹெரோத் மாதிரி முடிசூடிக்கொண்டு யாரும் ஆட்சிபுரிய முடியவில்லை. ரோமானிய மன்னரின் பிரதிநிதியாக - கவர்னராக மட்டுமே ஆள முடிந்தது. அது, ஹெரோதின் மகனே ஆனாலும் சரி.

ஹெரோதின் மரணம் தொடங்கி பல நூற்றாண்டுகளுக்கு இப்படித்தான் இஸ்ரேல், ரோமானியக் காலனியாக இருக்க வேண்டியிருந்தது. ரோம் அதிகாரபீடம் எடுக்கும் முடிவுகளுக்குக் கட்டுப்படவேண்டியிருந்தது. அரசியல் ரீதியில் இதனால் பெரிய பிரச்னைகள் ஏதுமில்லாத போதும் மத ரீதியில் அவர்களுக்குச் சில தர்மசங்கடங்கள் இருந்தன.

காரணம், அப்போது ரோமில் திட்டவட்டமான மதம் என்று ஏதும் கிடையாது. ஆங்காங்கே சிறு தெய்வ வழிபாடுகள் இருந்தன.

பெரும்பாலும் மக்களுக்கு மன்னரேகடவுள். ரோமில் பரவியிருந்த யூதர்களாலேயே இதனைச் சகிக்க முடியவில்லை என்கிறபோது, இந்த 'மன்னரே கடவுள்' திட்டம் ஜுதேயாவுக்கும் பொருந்தும் என்றொரு சட்டம் கி.பி 40ம் ஆண்டு கொண்டுவரப்பட்டது.

அப்போது ரோமானிய மன்னராக இருந்தவரின் பெயர் காலிகுலா *(Caligula)*. அவர்தான், இனி ரோம சாம்ராஜ்ஜியத்துக்கு உட்பட்ட அனைத்து இடங்களில் உள்ள தேவாலயங்களிலும் தன் சிலையை மட்டுமே வைத்து, தன்னை மட்டுமே தொழவேண்டும் என்றொரு விபரீத உத்தரவைப் பிறப்பித்தார்.

அரசியல் ரீதியிலான எந்தவிதத் திணிப்பையும் சகித்துக்கொள்ளத் தயாராக இருந்த யூதர்களால், இந்த வழிபாட்டுத் திணிப்பை மட்டும் ஏற்க முடியவில்லை. யூதர்களுக்கு ஒன்றே கடவுள். அவர் பெயர் ஜெஹோவா. அவரைத்தவிர வேறு யாரையும் தொழ அவர்கள் தயாராக இல்லை.

ஆகவே அவர்கள் போராட்டத்தில் இறங்கினார்கள். (ரோமானிய சரித்திரத்தில், யூதர்களின் இப்போராட்டம், கலகம், குழப்பம் விளைவித்தல் என்பதாகச் சித்திரிக்கப்படும்.) இப்படியொரு உத்தரவுக்கு அடிபணிவதைக் காட்டிலும் இறப்பதே மேல் என்று முழங்கினார்கள்.

ஜுதேயாவின் அப்போதைய கவர்னராக இருந்தவர், ஆக்ரிப்பா - 1 என்பவர். *(King Agrippa - 1)* அவர், நிலைமையை எடுத்துச் சொல்லி விளக்கம் அளிப்பதற்காக ரோமுக்குப் போனார்.

"மாட்சிமை பொருந்திய மன்னர்பிரானே! நான் ஒரு யூதன். ஜெருசலேம் என் நாடு! ஆசியாவிலும் ஐரோப்பாவிலும் உள்ள எந்த நாட்டுக்கும் எந்த மதத்துக்கும் எங்கள் தேசமும் மதமும் குறைந்ததல்ல." என்று தன் பேச்சை ஆரம்பித்தார்.

அவரது விளக்கத்தின் ஆதார நோக்கம் ஒன்றுதான். ஜெருசலேம், ஒரு குறிப்பிட்ட நாட்டுக்கு மட்டுமே சொந்தமான புனித நகரம் அல்ல. யூதர்கள் பரவி வசிக்கும் - ரோமானிய சாம்ராஜ்ஜியத்துக்கு உட்பட்ட பத்தாயிரம் கிராமங்கள் - நகரங்களுக்கும், அதற்கு அப்பால் உள்ளவர்களுக்கும் கூட அது ஒரு புனிதத்தலம். யூதர்களின் வழிபாட்டு முறை என்பது ஆயிரமாயிரம் ஆண்டுகளாகத்

தொடர்ந்து வருவது. திடீரென்று அதை மாற்றச்சொல்வது முடியாத காரியம். ரோமானிய மன்னரின் மீது அவர்களுக்கு மதிப்பும் மரியாதையும் உண்டு. ஆனால் தொழுவதற்குரிய கடவுளாக அவரை எந்த யூதரும் ஏற்கமாட்டார்கள்.

இப்படி முகத்தில் அடித்தமாதிரி சொல்ல முடியாதல்லவா? ஆகவே கொஞ்சம் சுற்றி வளைத்து இந்த விஷயத்தை ஒருவாறு தெரியப்படுத்திவிட்டார் ஆக்ரிப்பா-1. ஆனால் சொன்னவரையில் தமது கருத்தில் அவர் மிகவும் உறுதியாக இருந்ததையும், உண்மை நிலவரத்தைத் தவிர அவர் வேறெதையும் சொல்லவில்லை என்பதையும் உணர்ந்த ரோமானிய மன்னர் காலிகுலா, ஜுதேயாவின் தேவாலயங்களில் தன்னுடைய சிலையை வைத்துத் தொழவேண்டுமென்கிற அரசு உத்தரவைத் திரும்பப்பெற முடிவு செய்தார்.

ஆனாலும் போராட்டத்தில் இறங்கியதால் கைதுசெய்யப்பட்ட யூதர்களை அவர் மன்னிக்கத் தயாராக இல்லை. அவர்கள் யாவரும் நிச்சயம் தண்டிக்கப்படவேண்டியவர்களே என்று நினைத்தார். அரசர் சொல்வதைக் கேட்டால் அது ராஜ விசுவாசம். கேட்க மறுத்தால் ராஜதுரோகம். ராஜதுரோகக் குற்றச்சாட்டுக்குத் தண்டனை என்றால், அநேகமாக அது மரணம் மட்டுமே. மிகவும் இரக்கப்பட்டு தண்டனையைக் குறைக்கிறார்கள் என்றால் அது ஆயுள் முழுவதும் சிறையில் இருக்க வேண்டிய தண்டனை.

இதனடிப்படையில் ஆயிரக்கணக்கான ஜுதேயா யூதர்கள் மரணத்தின் வாசலில் காத்திருந்தபோது, அவர்களுக்கு ஓர் அதிர்ஷ்டம் அடித்தது. தண்டனை நிறைவேற்றப்படுவதற்கு முன்பு, சற்றும் எதிர்பாராத வகையில் மன்னர் காலிகுலா அவரது அரசியல் எதிரிகளால் கொலை செய்யப்பட்டார். ரோமில் நிகழ்ந்த ஆட்சிமாற்றம், இங்கே இஸ்ரேல் யூதர்களின் உயிரைக் காப்பாற்றியது.

இந்தச் சம்பவத்துக்குப் பிறகு, கி.பி. 66ம் ஆண்டு வரை ரோமானிய சாம்ராஜ்ஜியத்தின் ஒரு பகுதியாக இருந்த ஜுதேயா என்கிற இஸ்ரேலில் வேறெந்தப் பிரச்னையும் பெரிதாக எழவில்லை. சுதந்தர வேட்கையோ, தனிநாடு கோரிக்கையோ அவர்களிடம் இல்லை. பாலஸ்தீனப் பெருநிலத்திலிருந்த மற்ற சில நாடுகளும்

கூட இப்படி ரோமானிய ஆளுகைக்கு உட்பட்டுத்தான் இயங்கின என்பதால் யாருக்கும் எதுவும் வித்தியாசமாகவே படவில்லை. ரோமானியர்கள், ஆளப்பிறந்தவர்கள். நாம் அடங்கிவாழவேண்டியவர்கள். இது இயல்பாக மக்கள் மனத்தில் ஊறிப்போயிருந்தது.

கி.பி. 66ல்தான் அங்கே முதல்முதலில் ஒரு புரட்சி ஏற்பட்டது. புரட்சி செய்தவர்களும் யூதர்களே. ஜெருசலேமை முற்றிலுமாக ரோமானிய ஆக்கிரமிப்பிலிருந்து விடுவித்து, ஒரு முழுமையான யூத சாம்ராஜ்ஜியத்தை அமைக்கவேண்டும் என்பதை நோக்கமாகக் கொண்ட அந்தப்புரட்சியை 'ஸிலாட்' (*Zealots*) என்கிற அமைப்பினர் முன்னின்று நடத்தினார்கள். ஒட்டுமொத்த ஜெருசலேம் யூதர்களின் எண்ணிக்கையைப் பார்க்க, ஸிலாட் அமைப்பைச் சேர்ந்தவர்கள் சிறுபான்மையோர்தாம். அவர்களது புரட்சி, மக்களுக்கு சந்தோஷத்தைக் காட்டிலும் பயத்தையே தந்தது. ஏனெனில், அவர்கள் எதிர்ப்பது ஒரு சாதாரண தேசத்தையோ, குறுநில மன்னனையோ அல்ல. மாபெரும் ரோம சாம்ராஜ்ஜியத்தின் சக்கரவர்த்தியை எதிர்த்துப் புரட்சி செய்ய ஆரம்பித்திருந்தார்கள். இது நிச்சயம் அபாயகரமானது என்று கருதினார்கள்.

ஆனால், புரட்சிக்காரர்கள் மிகச் சுலபமாக ஜுதேயா கவர்னரின் ராணுவத்தைச்சிதறடித்து ஜெருசலேமைக் கைப்பற்றிவிட்டார்கள். தவிர இஸ்ரேலின் மேற்குக் கடற்கரைப் பகுதிகளிலும் கணிசமான இடத்தை அவர்களால் ஆக்கிரமித்துவிட முடிந்தது.

எப்படியும் ஒரு முழுமையான யூத அரசை நிறுவிவிட முடியும் என்று அவர்கள் கொண்ட நம்பிக்கை, அடுத்த ஒரு வருடத்தில் தரைமட்டமானது.

இப்போது, ரோமானியப்படை முழு வேகத்தில் இஸ்ரேலின் மீது தாக்குதலை ஆரம்பித்தது. கொஞ்சம் கொஞ்சமாக இழந்த இடங்களை மீட்கத் தொடங்கியது.

கி.பி. 70ம் ஆண்டு அது நடந்தது. பிரளயம் வந்தது போல இஸ்ரேலுக்குள் நுழைந்த மாபெரும் ரோமானியப் படையொன்று, இண்டு இடுக்கு விடாமல் அடித்து துவம்சம் செய்ய ஆரம்பித்தது. புரட்சி செய்த ஸிலாட் அமைப்பினர் இருந்த இடம் தெரியாமல் மறைந்து போனார்கள்.

கோரதாண்டவம் என்பார்களே, அது! ஜெருசலேம் உள்பட புரட்சிக்காரர்கள் கைப்பற்றியிருந்த அத்தனை இடங்களையும் ஒட்டுமொத்தமாகக் கையகப்படுத்தியது ரோமானிய ராணுவம். ரோமானியச்சக்கரவர்த்தியின்மகனானடைடஸ் (Titus) என்பவனே அப்போது ராணுவத் தளபதியாக வழிநடத்திக்கொண்டு வந்திருந்தான். தம்மை எதிர்த்த அத்தனை பேரையும் அவர்கள் கொன்றார்கள். தடுத்த சுவர்களையெல்லாம் இடித்தார்கள். கண்ணில்பட்ட கட்டடங்கள் அனைத்தையும் உடைத்து நொறுக்கினார்கள். சாலைகள் சிதைந்தன. குளங்கள் உடைந்தன. குழந்தைகள், பெண்கள், ஆண்கள் என்று அவர்கள் வித்தியாசம் பார்க்கவே இல்லை. கண்ணில் தென்பட்ட அத்தனையூதர்களையும் கதறக் கதறக் கொன்று வீசினார்கள்.

இந்தத் தாக்குதலின் உச்சக்கட்டம் ஜெருசலேம் நகரில் நிகழ்ந்தது. ஆ, அந்தக் கோயில்! தொள்ளாயிரத்தி ஐம்பது ஆண்டுகாலப் பழமை வாய்ந்த கோயில். சாலமன் மன்னர் கட்டுவித்த யூதர்களின் புனிதக் கோயில்.

இந்தக் கோயிலை முன்னிட்டு அல்லவா யூதர்கள், ரோமானியச் சக்கரவர்த்தியின் ஆணையை முதல் முதலில் எதிர்த்துக் கலகம் செய்தார்கள்?

மாட்சிமை பொருந்திய மன்னரின் உருவத்தை இங்கே வைத்தல்லவா வணங்க மறுத்தார்கள்?

இதைத்தானே ஒட்டுமொத்த யூதர் குலத்துக்கே புனிதத்தலம் என்று சொல்லி, தம்பட்டம் அடித்துக்கொண்டார்கள்? அவர்களது ஆணவத்தின் அடையாளமல்லவா இது? இதன் பழம்பெருமைதானே அவர்களைத் திமிர் பிடித்து ஆடவைத்தது?

இத்தனைக்கும், யூதர்கள் வணங்க மறுத்த ரோமானிய மன்னர் காலிகுலா அப்போது உயிரோடு இல்லை. ஆயினும் ஒழித்துக்கட்டிவிடுவது என்கிற வெறியுடன் வந்த ரோமானியப் படைக்கு அதெல்லாமும் முக்கியக் காரணங்களாக இருந்தன. இனி எக்காலத்துக்கும் யூதர்கள் புரட்சி என்று இறங்க நினைக்கக்கூடாதபடிக்குத் தாக்குதலை முழு வேகத்தில் நடத்தவேண்டும் என்று நினைத்தவர்கள், தளபதி டைடஸின் அந்த இறுதி உத்தரவுக்காகக் காத்திருந்தார்கள்.

டைடஸ் சொன்னான்: "சரி, இடித்துவிடுங்கள்!"

அவ்வளவுதான். புராதனமான அந்த ஜெருசலேம் நகரத்து தேவாலயத்தை ரோமானியப்படை தாக்கத் தொடங்கியது.

முதலில் சுற்றுச்சுவரை இடித்தார்கள். பிறகு கோயிலின் நான்கு புறங்களிலும் சுற்றிச் சூழ்ந்து நின்றுகொண்டு உலக்கைகளால் தாக்க ஆரம்பித்தார்கள். மறுபுறம் வேறொரு அணி ஆலயத்தின் உள்ளே சென்று கொள்ளையடிக்கத் தொடங்கியது. பொன்னாலும் மணியாலும் பார்த்துப்பார்த்து அலங்கரிக்கப்பட்ட ஆலயம் அது. விலை மதிப்பற்ற ஏராளமான கலைப்பொருட்கள் அங்கே இருந்தன. 'தேவலோகத்தில் செய்து எடுத்துவந்து பூமியில் பொருத்திவைத்தது போன்றதொரு தோற்றம் கொண்ட ஆலயம்' என்று ஒரு புராதன யூதப்பாடல் அதை வருணிக்கிறது.

யூதமன்னன் ஹெரோத் எத்தனைதான் கொடுங்கோலனாக இருந்தாலும் இந்தக் கோயிலின் கட்டுமானத்தைப் பொறுத்தவரை தன்னையொரு நிகரற்ற கலைஞனாகவே வெளிப்படுத்திக் கொண்டிருந்தான். அவன் பார்த்துப்பார்த்துக் கட்டிய ஆலயம். பத்தாயிரம் கட்டடக் கலைஞர்கள் இரவு பகல் பாராமல் உழைத்து, இழைத்து இழைத்து உருவாக்கிய ஆலயம்.

தாக்குதல்தொடங்கியசிலமணிநேரங்களிலேயேஅதுதூள்தூளாகச் சிதறி உதிர ஆரம்பித்தது. கதவுகள் பெயர்த்து எடுக்கப்பட்டன. அலங்கார விளக்குகள் உடைத்து நொறுக்கப்பட்டன. தூண்கள் இடிக்கப்பட்டன. மாடங்களில் தீவைத்தார்கள். முன்னதாக வெகு ஜாக்கிரதையாக உள்ளே இருந்த அத்தனை மதிப்புள்ள பொருட்களையும் சுருட்டி வாரி மூட்டைகட்டி ரோமுக்கு அனுப்பிவிட்டார்கள். அவற்றுள் முக்கியமானவை, கோயிலின் மிகப்புனிதமான பொருள்களாகக் கருதப்பட்ட தங்கத்தாலான பாத்திரங்களும், வேலைப்பாடுகள் மிக்க, பிரும்மாண்டமான தங்க மெழுகுவர்த்தித் தாங்கி (Great Menorah என்பார்கள். Candel Stand.) ஒன்றும்.

ரோமானியர்களின் படையெடுப்பை, படுகொலைகளைக் கூட யூதர்கள்அமைதியுடன்சகித்துக்கொண்டிருந்திருப்பார்கள்.ஆனால் ஜெருசலேம் தேவாலயத்தை அவர்கள் தாக்கத் தொடங்கியதும்,

பொறுக்கமுடியாமல் எதிர்த்துப் போரிட வீதிக்குத் திரண்டு வந்தார்கள்.

ஆனால், பிரும்மாண்டமான ரோமானியப் படையின் எதிரே ஜெருசலேம் யூதர்கள் வெறும் கொசு. கிட்டத்தட்ட பன்னிரண்டாயிரம் யூதர்கள் அந்தப் போரில் படுகொலை செய்யப்பட்டார்கள் என்கிறது வரலாறு. இதைத்தவிர, ஜெருசலேம் தேவாலயத்தில் ஊழியம் செய்துகொண்டிருந்த மதகுருக்களைத் தனியே நிற்கவைத்துக் கழுவிலேற்றினார்கள் ரோமானியர்கள்.

ஜெருசலேம் நகரமே ஒரு மாபெரும் குப்பைத்தொட்டி போலக் காட்சியளித்தது. எங்கும் பிணங்கள். ரத்தம். இடிபாடுகளின் இடையே கேட்ட கதறல் ஒலிகள். வல்லூறுகள் வானில் வட்டமிட்ட வேளையில் கொள்ளையடித்த பொருட்களை மூட்டைகட்டிக்கொண்டு ரோமானியப்படை ஊருக்குத் திரும்ப ஆரம்பித்தது.

இரண்டாவது முறையாகக் கட்டப்பட்ட அந்த ஆலயம் மீண்டும் இடிக்கப்படும் என்று முன்னரே யூகித்துச் சொன்ன இயேசுவைத்தான் அப்போது ஜெருசலேம் நகரத்து யூதர்கள் நினைத்துப்பார்த்தார்கள்.

அவர்களது வெறுப்பு இன்னும் பல மடங்காக உயர ஆரம்பித்தது.

6

ஒரு கோயிலை இடிப்பதென்பது எப்பேர்ப்பட்ட சரித்திர வடு என்பது மற்ற யாரையும் விட நமக்கு மிக நன்றாகத் தெரியும். முதல் தலைமுறைக்குக் கண்ணைவிட்டு அகலாத காட்சியாகவும், எந்தத் தலைமுறைக்கும் நெஞ்சைவிட்டு நகராத சம்பவமாகவும் அப்படியே படிந்துவிடக்கூடியது அது.

யூதர்களைப் பொறுத்தவரை அப்படியொரு சம்பவத்தைத் தம் வாழ்நாளில் இரண்டாவது முறையும் அவர்கள் பார்த்துவிட்டார்கள். கி.பி. 70ம் ஆண்டு ரோமானியத் தாக்குதலுக்கு இலக்காகி, இடிக்கப்பட்ட அந்தத் தேவாலயம் இன்றுவரை மீண்டும் கட்டப்படவில்லை. இன்னொரு தேவதூதன் இறங்கிவந்து மீண்டும் அதைக் கட்டித்தருவான் என்று யூதகுலம் காத்திருக்கிறது. இடிந்த கோயிலின் ஒரு செங்கல்லைக்கூட அவர்கள் திரும்ப எடுத்து அடுக்க முயற்சி செய்யவில்லை. அப்படியே விட்டுவிட்டார்கள். படையெடுப்பின் ஞாபகார்த்தமாக இன்னும் மிச்சமிருக்கும் கோயில் சுற்றுச்சுவரின் ஒரு பகுதியைத்தான் அவர்கள் தம் புனிதத்தின் மிச்சமாக வைத்து வணங்கிக்கொண்டிருக்கிறார்கள். கதையல்ல. உண்மையிலேயே இன்று உலகெங்கும் பரவி வசிக்கும் (இஸ்ரேலில் மட்டும் தொண்ணூறு சதவீதம்) சுமார் ஐம்பது லட்சம் யூதர்களுக்கும் அதுதான் நம்பிக்கை. அதுதான் ஞாபகார்த்தம்.

கோயிலை தேவதூதன் வந்து கட்டித்தருவான். உடைந்த மனங்களை யார் வந்து கட்டித்தருவார்கள்?

அதுதான். அந்தத் தருணம்தான். முதல்முதலாக யூதர்கள் தம்மையொரு தனித்தீவாக்கிக்கொண்டுவிட முடிவுசெய்த தருணம் அதுவேதான். தமது மதத்துக்கும் கலாசாரத்துக்கும் வழிபாட்டு முறைகளுக்கும் எந்தக் காலத்திலும் மற்றவர்களால் ஆபத்து

இருந்தே தீரும் என்று ஜூதேயா யூதர்களுக்கு அன்று உறுதியாகத் தோன்றியது. முக்கியமாக, 'இயேசுவைக் கொன்றவர்கள்' என்று கிருத்தவப் பிரசாரகர்கள் மிகத்தீவிரமாக உலகெங்கும் சொல்லிக்கொண்டுபோனதுமாபெரும்அவமானமாகஅவர்களின் வாழ்வின் மீது கவிந்து நின்றது.

மிகக்கூர்மையாக கவனிக்கவேண்டிய விஷயம் இது. இயேசு சிலுவையில் அறையப்பட்ட காலத்தில் ஜூதேயா யூதர்களின் எண்ணிக்கை மிகவும் சொற்பம். லட்சத்தைக்கூடத் தொடவில்லை. ஆயிரங்களில்தான் இருந்தது அவர்களது எண்ணிக்கை. இயேசுவின் மரணத்தையும் உயிர்த்தெழுந்து விண்ணேறிய சம்பவத்தையும் அடுத்து, அதே ஜூதேயா யூதகுலம்தான் இரண்டாகப் பிரிகிறது. இயேசுவைப் பின்பற்றி, அவர் பேசிய மொழிகளின் அடியொற்றி வாழ முடிவெடுத்தவர்கள், கிருத்தவர்கள் எனப்பட்டார்கள். அவர்களேதான் மிச்சமுள்ள தமது பூர்வீக குலத்தவரை அப்படிப் பழிக்கவும் தொடங்கினார்கள். வேற்று இனத்தவர்கள் அல்லர். முக்கியமாக, அராபியர்கள் அல்லர்.

இந்தச் சம்பவங்கள் நடந்துகொண்டிருந்தபோது பாலஸ்தீன அராபியர்கள் வெறும் பார்வையாளர்களாக மட்டுமே இருந்தார்கள். அவர்களது தேவதூதர் அப்போது பிறக்கவில்லை. இன்னும் சில நூற்றாண்டுகள் அவர்கள் காத்திருந்தே தீரவேண்டும். அதுவரை தமக்குத் தெரிந்த சிறுதெய்வங்களை (முக்கியமாக, கற்களை நட்டு வணங்கும் வழக்கம் அராபியர்களிடையே அதிகம்.) வணங்கிக்கொண்டு, உழுது பிழைத்து வாழ்ந்து கொண்டிருந்தார்கள்.

அப்போதைய பிரச்னை, அராபியர்களுக்கும் யூதர்களுக்குமானதல்ல. யூதர்களுக்கும் கிருத்தவர்களுக்குமானது. யூதர்களுக்கும் ரோமானியர்களுக்குமானது. (ரோம் அப்போது கிருத்தவத் தலைமையகமாக ஆகியிருக்கவில்லை. மன்னர் மற்றும் சிறு தெய்வ வழிபாடுகள்தாம் அங்கேயும்.) ரோமானிய ஏகாதிபத்தியம், கிருத்தவத்தின் அசுரவேக வளர்ச்சி என்கிற இரண்டு காரணிகள்தாம் யூதர்களின் அன்றைய பிரதானமான பிரச்னைகள். இந்த இரண்டிலிருந்தும் தம் குலம் அழியாமல் காப்பதற்கான உபாயமாகத்தான் அவர்கள் தம்மைத் தனித் தீவாக்கிக்கொள்ள முடிவு செய்தார்கள்.

ஆகவே கோவிலில் இடிக்கப்பட்ட சுவரை அவர்கள் தம் மனங்களுக்குள் எழுப்பிக்கொண்டார்கள். யூதகுலம் என்பது இறைவனால் 'தேர்ந்தெடுக்கப்பட்ட' ஓர் இனம் என்கிற கருத்தாக்கத்தை முன்வைத்து, யூதர்களுக்கு இடையிலான ஒற்றுமையை பலப்படுத்த முயற்சிகள் மேற்கொள்ள ஆரம்பித்தார்கள். தமக்குச்சவால்விடுகிறசக்திகள்அனைத்தையுமே அவர்கள் சாத்தானாகக் கருதத் தொடங்கினார்கள்.

ரோமானியர்களுக்கு எதிராக முதல் கலகத்தை உண்டாக்கிய 'ஸிலாட்' இயக்கம் மீண்டும் துளிர்க்கத் தொடங்கியது. முன்னைவிட வலுவானதாக. முன்னைவிட ஆதரவாளர்கள் நிறைந்த ஓர் இயக்கமாக. முன்னைவிட திட்டமிட்டுச் செயல்படக்கூடிய அமைப்பாக.

அந்தக் காலத்தில் ரோமானியக் காலனிகளாக இருந்த எல்லா இடங்களிலும் 'தாம் ரோமின் குடிமக்கள்' என்று சொல்லிக் கொள்வது ஒரு கௌரவமான விஷயமாகக் கருதப்பட்டது. முதல் முதலில் கலாசாரச் செழுமை கொண்டதொரு சமூகமாக மேற்கில் ரோமானிய சாம்ராஜ்ஜியமே சொல்லப்பட்டது. இது ஓரளவு உண்மையும் கூட. அடிப்படைப் பொருளாதார வசதி, அடிப்படைக் கல்வி இரண்டிலும் அன்றைய ரோமானிய மன்னர்கள் தீவிரகவனம் செலுத்தியதே இதன் காரணம். கல்வியிலும் பொருளாதாரத்திலும் உயர்ந்த சமூகம், மேம்பட்ட சமூகமாக வருணிக்கப்படுவதில் வியப்பில்லை.

ஆனால் இதெல்லாம் ரோமில் மட்டும்தானே தவிர மத்தியக்கிழக்கில் பரவியிருந்த ரோமானியக் காலனிகள் அனைத்திலும் அல்ல. பாலஸ்தீன் தவிர அன்று ரோமானியக் காலனிகளாக இருந்த பெர்சியா, பாபிலோன், (இன்றைய ஈரான், ஈராக்), எகிப்து போன்ற இடங்களிலும், பொருளாதாரமல்ல; வறுமையே தாண்டவமாடியது. கல்வியெல்லாம் சிறுபான்மையோரின் ஆடம்பர விஷயமாக இருந்தது. வாய்வார்த்தைக்கு 'ரோமானியக் குடிமக்கள்' என்று பெருமையாகச் சொல்லிக்கொள்ளலாமே தவிர உண்மையில் அவர்கள் பரிதாபத்துக்குரிய வாழ்க்கையைத்தான் வாழ்ந்துகொண்டிருந்தார்கள். விளைச்சல் வருமானமெல்லாம் ரோமுக்குப் போய்க்கொண்டிருக்க, ஏழைமையும் குறுங்குழு

மனப்பான்மையும் மட்டுமே அப்பகுதி மக்களின் வாழ்க்கையாக இருந்தது.

இந்நிலையில், ஜுதேயா (இஸ்ரேல்) யூதர்களின் ஸிலாட் இயக்கம் மீண்டும் புத்துருவம் கொண்டு சிலிர்த்து எழ ஆரம்பித்தபோது, பாலஸ்தீனுக்கு வெளியே வசித்துவந்த யூதர்களும் அவர்களை ஆதரிக்க முன்வந்தார்கள். தேச எல்லைகளால் தாங்கள் பிரிந்திருந்தாலும் 'யூதர்கள்' என்கிற அடையாளத்தைத் தக்கவைத்துக்கொள்வதற்காக இந்த ஒற்றுமை அவசியம் என்று கருதினார்கள்.

யூதர்களின் எழுச்சியில் இந்தச் சம்பவம் மிக, மிக முக்கியமானதொன்று. உலகின் எந்த மூலையில் அவர்கள் பிரிந்து வசித்தாலும் ஒரு பிரச்னை என்றால் ஒன்று சேர்ந்தே தீர்வது என்கிற முடிவை முதல் முதலில் எடுத்தது அப்போதுதான். இன்றைக்கும் உலகின் எந்த மூலையில் உள்ள எந்த ஒரு யூதருக்கு என்ன பிரச்னை என்றாலும் - அந்த நாட்டு அரசல்ல; இஸ்ரேல் அரசுதான் முன்னால் வந்து நிற்கிறது! அதேபோல் இஸ்ரேலின் பிரச்னை எதுவானாலும் அது தன் சொந்தப் பிரச்னை என்றே எந்த நாட்டில் வசிக்கும் யூதர்களும் நினைக்கிறார்கள்.

இருபதாம் நூற்றாண்டின் ஆரம்ப வருடங்களில் - அதாவது, பாலஸ்தீன மண்ணில் யூதர்களின் தனி நாட்டை உருவாக்கியே தீருவது என்று முடிவு செய்து அதற்கான வேலைகளை யூதர்களின் அரசியல் பிரிவுத் தலைவர்கள் ஆரம்பித்தபோது - ஒரே ஓர் அழைப்பைத்தான் விடுத்தார்கள். அதுவும் மென்மையாக. மிகவும் ரகசியமாக. 'யூதர்களே, இஸ்ரேலுக்கு வாருங்கள்!'

அவ்வளவுதான். லட்சக்கணக்கான யூதர்கள், காலம் காலமாகத் தாங்கள் வசித்துவந்த நாடுகளை அந்தக் கணமே துறந்து, சொத்து, சுகங்கள், வீடு வாசல்களை அப்படியே போட்டுவிட்டு இஸ்ரேலுக்குக் கிளம்பிவிட்டார்கள். இஸ்ரேல் நிச்சயமாக உருவாக்கப்பட்டுவிடுமா என்று அவர்கள் கேட்கவில்லை. புதிய இடத்தில் தாங்கள் வசிக்க சௌகரியங்கள் இருக்குமா என்று பார்க்கவில்லை. வேலை கிடைக்குமா, வீடு கிடைக்குமா, வாழ விடுவார்களா, யுத்தங்களைச் சந்திக்க நேரிடுமா என்றெல்லாம் யோசிக்கவே இல்லை.

ஒரு சொல். ஒரு கட்டளை. ஒரே முடிவு. யூதர்கள் என்கிற ஓர் அடையாள நிமித்தம் அவர்கள் இருபதாம் நூற்றாண்டின் தொடக்கத்தில் ஒருங்கிணைந்த கதையைப் பின்னால் விரிவாகப் பார்க்கப்போகிறோம். இதற்கெல்லாம் ஆரம்பக் காரணியாக அமைந்த 'ஸிலாட்' இயக்கத்தின் மறுபிறப்பை ஒட்டி நடந்த சம்பவங்களை அறிந்துகொள்வது மிகவும் முக்கியம்.

ஜெருசலேம் நகர ஆலயத்தை ரோமானியர்கள் இடித்தது, கி.பி. 70ம் ஆண்டில். அதன் தொடர்ச்சியாகச் சுமார் மூன்றிலிருந்து நான்கு ஆண்டுகள் யூதர்களுக்கும் ரோமானியர்களுக்குமான யுத்தங்கள் விட்டுவிட்டு நடந்துகொண்டுதானிருந்தன. ஜெருசலேம் யூதர்களுக்கு, பாலஸ்தீனுக்கு வெளியே இருந்த யூதர்கள் தம்மாலான அனைத்து உதவிகளையும் செய்தார்கள்.

அடிபணியக்கூடாது என்பது மட்டும்தான் அவர்களது திடசித்தமாக இருந்தது. யூதர்கள் யாருக்கும் குறைந்தவர்கள் அல்லர். தாங்கள் வசிக்கும் நிலப்பரப்பைத் தாங்களே ஆளத் தகுதி படைத்தவர்கள். ரோமானியச் சக்கரவர்த்திக்கு அடிவருடிக்கொண்டிருக்க இனியும் அவர்கள் தயாராக இல்லை. ரோமானியச் சக்கரவர்த்திக்குப் பெரிய படை இருக்கலாம். ஆள் பலமும் பணபலமும் இருக்கலாம். ஆனால் யூதர்களிடம் ஒற்றுமை இருக்கிறது. யுத்தத்தில் வீர மரணம் தான் என்பது தெரிந்தே அவர்கள் துணிவுடன் இறங்கினார்கள். வெல்வதைக்காட்டிலும், தம் எதிர்ப்புணர்வைத் தொடர்ந்து பதிவு செய்துகொண்டு இருக்கவே அவர்கள் அப்போது விரும்பினார்கள். ஏனெனில், ரோமானியப் படைகளை எதிர்த்து வெற்றி பெற இயலாது என்பதை அவர்கள் மிக நன்றாக உணர்ந்திருந்தார்கள்.

கி.பி. 73ம் வருடம் அது நடந்தது. சாக்கடல் ஓரத்தில் உள்ள மஸதா *(Masada)* என்கிற இடத்தில் யூதர்கள் மீது ரோமானியர்கள் தாக்குதல் நிகழ்த்தினார்கள். யூத குல வரலாற்றில் அப்படியொரு கோர சம்பவம் மிக அரிதாகவே நிகழ்ந்திருக்கிறது.

யுத்தமும் மரணமும் வாழ்வின் ஓர் அங்கம் என்று முடிவு செய்துவிட்ட யூதர்கள் ஒருபுறம். ஒரு யூதக் கொசுவும் உயிருடன் இருக்கக்கூடாது என்கிற வெறியுடன் மோதிய ரோமானியப்படை மறுபுறம். ரோமானியர்களைப் பொறுத்தவரை, யூதர்கள் சுயராஜ்ஜியத்துக்காக நிகழ்த்தும் கிளர்ச்சிகளை ஒடுக்குவதில் அது

ஒரு பகுதி. யூதர்களுக்கோ, சுயராஜ்ஜியம் என்பது வெறும் நிலம் சம்பந்தப்பட்ட விஷயமல்ல. அது அவர்களின் சுயமரியாதை. காலனியாதிக்க ஒழிப்பை முன்னிட்ட சுய ஆஹுதி.

மிகவும் கோரமான தாக்குதல் அது. முன்பே தீர்மானிக்கப்பட்ட முடிவுடன் ஆரம்பமான யுத்தம். எப்படியும் ரோமானியர்கள்தான் வெல்லப்போகிறார்கள் என்பது தெரிந்தே யூதர்கள் தம் எதிர்ப்பைக் காட்டத் தொடங்கினார்கள். ஆனால் ரோமானியர்கள் நேரடி யுத்தத்தைக் காட்டிலும் அந்த முறை கெரில்லா முறைத் தாக்குதலையே அதிகம் மேற்கொண்டார்கள். இரவில் கிராமம் கிராமமாகப் புகுந்து தீவைத்துவிட்டு, அலறியோடும் யூதர்களை வெட்டிக்கொன்றார்கள். குழந்தைகளை உயரே தூக்கிக் கழுத்தை நெரித்து அப்படியே கடலில் வீசினார்கள். கண்ணில் பட்ட யூதப்பெண்கள் அனைவரின் மீதும் பாலியல் வன்கொடுமை நிகழ்த்தப்பட்டது. யூதர்களின் கால்நடைகளை வெட்டி வீதிகளில் எறிந்தார்கள். வீடுகள் இடிக்கப்பட்டன. கல்விக்கூடங்கள், கோயில்கள் அனைத்தும் கொளுத்தப்பட்டன.

ரோமானியர்களிடம் பிடிபடுவதை விரும்பாத பல யூதக்குடும்பங்கள், அகப்படுவதைக் காட்டிலும் தற்கொலை செய்துகொண்டுவிடுவது சிறந்தது என்று முடிவு செய்து, கொத்துக் கொத்தாகஇறந்துபோனார்கள். குடும்பத்தலைவர்கள்தம்மனைவி, குழந்தைகளைக் கொன்று, தன்னையும் மாய்த்துக்கொண்டார்கள். ஒன்றல்ல, இரண்டல்ல. நூற்றுக்கணக்கான யூதக்குடும்பங்கள் இப்படித் தற்கொலை செய்துகொண்டிருக்கின்றன.

மரணத்தின் சகிக்கமுடியாத வாடை நிறைந்த சரித்திரத்தின் இந்தப் பக்கங்கள், இச்சம்பவம் நடந்ததற்குச் சுமார் 1,900 வருடங்கள் கழித்து மீண்டும் வெளிச்சத்துக்கு வந்தன. 1960களில் பாலஸ்தீனப் பகுதிகளில் நடத்தப்பட்ட தொல்பொருள் ஆய்வுகள், மஸதா யுத்தத்தின் எச்சங்களை வெளிச்சமிட்டுக் காட்டியிருக்கின்றன. ஒரு சிறு குகையினுள் சுமார் இருபத்தைந்து ஆண்கள், பெண்கள், குழந்தைகளின் எலும்புக்கூடுகள் தேடிக்கண்டுபிடிக்கப்பட்டன. கார்பன் பரிசோதனைகள், அந்த எலும்புக்கூடுகளின் வயதைத் துல்லியமாகச் சுட்டிக்காட்டியிருக்கின்றன. ரோமானியர்களின் பிடியில் அகப்படுவதை விரும்பாத யூதக்குடும்பங்கள்

மொத்தமாகத் தம்மை மாய்த்துக்கொண்ட பெருங்கதையின் ஏதோ ஓர் அத்தியாயம் அது!

இந்தச் சம்பவத்துக்குப் பிறகு ஜெருசலேம் யூதர்களைச் சமாளிப்பதற்கு ரோமானியர்கள் ஒரு புதிய வழியை யோசித்தார்கள். ஜெருசலேம் நகரின் தெய்வீகப் பெருமையும், அந்தக் கோயிலின் ஞாபகங்களும் - இயல்பாகவே அந்த நகரில் வசிப்பவர்களின் மனத்தில் பொங்கும் பெருமித உணர்வும்தான் அவர்களை, சாம்ராஜ்ஜியத்துக்கு எதிராகக் கலகம் செய்யத் தூண்டுகின்றன என்று கருதிய ரோமானியர்கள், யூதர்களைப் பிரித்து ஆளலாம் என்று முடிவு செய்தார்கள்.

அதன்படி, ஜெருசலேமில் எந்த ஒரு யூதரும் இருக்கக்கூடாது. ஜுதேயாவின் யூதர்கள் அனைவரும் கடற்கரையோர கிராமங்களுக்குப் போய்விடவேண்டியது. (இன்றைய காஸா, அதன் சுற்றுப்புறப்பகுதிகள்.)

இதை ஓர் உத்தரவாகவே ரோமானியப்பேரரசு ஜுதேயாவில் கொண்டுவந்தது. கடற்கரையோர கிராமங்களில் கூட யூதர்கள் மொத்தமாக வசிக்கக்கூடாது என்று நினைத்தவர்கள், அங்கே ஏற்கெனவே இருந்த பிற அராபிய சமூகத்தினரிடையேதான் துண்டு துண்டாக யூதர்களைக் கொண்டுபோய்ச் சொருகினார்கள்.

இப்படிப் பிரித்தாளுவதன்மூலம் யூதர்களின் கிளர்ச்சியை அடக்கலாம் என்று நினைத்தது ரோமானிய அரசு.

ரோமானியர்கள் எதிர்பார்த்தபடியே கிளர்ச்சி அடங்க ஆரம்பித்தது உண்மைதான். ஆனால் கடற்கரையோர கிராமங்களுக்குக் குடிபெயர்ந்த யூதர்கள் வேறொரு காரியத்தை மிகத்தீவிரமாக அப்போது ஆரம்பித்திருந்தார்கள்.

கிளர்ச்சியைக் காட்டிலும் பெரியதொரு புரட்சி அது.

7

மஸதா தாக்குதலுக்கும் அழிவுக்கும் பிறகு பாலஸ்தீனின் கடற்கரையோரப் பகுதிகளில் வாழ நிர்ப்பந்திக்கப்பட்ட யூதர்களுக்கு, வாழ்க்கை எப்போதும் போல் பிரச்னைகள் மிக்கதாகத் தான் இருந்தது. ஆனால் அழிவுகளாலும் இழப்புகளாலும் இடமாற்றத்தாலும் அவர்கள் நிலைகுலைந்து போய்விடவில்லை.

ரோமானியர்களை எதிர்த்து அவர்கள் செய்த கலகங்களும் சிறு புரட்சிகளும் தொடர்ந்து தோல்வியையே தழுவி வந்தாலும் ஒரு சிறிய நம்பிக்கைக் கீற்று அவர்களிடையே இருந்தது.

யுத்தத்தால் ஜெயிக்க முடியாதவர்களை புத்தியால் ஜெயித்தால் என்ன?

இதுதான்அவர்களது யோசனையின்ஒருவரிச்சுருக்கம். பின்னாளில் தமது சரித்திரமெங்கும் அறிவாளிகள் என்றும் புத்திசாலிகள் என்றும் ராஜதந்திரம் மிக்கவர்கள் என்றும் குயுக்திக்குப் பேர் போனவர்களாகவும் யூதர்கள் சித்திரிக்கப்பட்டதற்கெல்லாம் ஆரம்பம் இங்கே தான் நிகழ்கிறது.

அன்றைய ஜெருசலேம் யூதர்களிடையே இத்தகைய யோசனையை முன்வைத்து, நம்பிக்கையூட்டியவர்கள், சில துறவிகள். யூதத் துறவிகள். ரோமானியர்களால், ஜெருசலேம் ஆலயம் இடிக்கப்படுமுன்பே பல்லாண்டுகளாக அக்கோயிலில் வசித்துவந்த ஜொஹனன் பென் ஸகாய் *(Johanan ben Zakkai)* என்கிற துறவி அவர்களுள் முக்கியமானவர்.

ஸகாயின் யோசனை என்னவென்றால், ரோமானியர்களின் தனிச்சிறப்பாக என்னென்ன உள்ளதோ, அவற்றையெல்லாம்

யூதர்களும் முதலில் பெறவேண்டும். அவர்கள் கல்வியில் சிறந்தவர்கள் என்றால், யூதர்களும் கல்வியில் சிறந்தவர்களாக ஆகிவிடவேண்டும். அவர்கள் பணபலம் படைத்தவர்கள் என்றால் நாமும் பணத்தைப் பெருக்கக் கற்றுப்பழக வேண்டும். அவர்களது கலாசாரப் பெருமைக்கு யூதர்களின் பெருமை எள்ளளவும் குறைந்ததல்ல என்பதை உலகுக்கு வெளிச்சமிட்டுக் காட்டவேண்டும். நமது தேசத்துக்குள் வேண்டுமானால் யாரும் ஊடுருவலாமே தவிர, நமது இனத்துக்குள் அது முடியாது என்பதை நிரூபிக்க வேண்டும். பிரித்து வாழ வைத்தாலும் மனத்தால் ஒன்றாகவே எப்போதும் இருப்பவர்கள் என்பதை ஆணித்தரமாக உணரச் செய்யவேண்டும்.

மாபெரும் யூத சாம்ராஜ்ஜியம் ஒன்றை நிறுவுவது என்கிற பெருங்கனவின் முதல் செங்கல், இந்த யூதத் துறவியினாலேயே முதல் முதலில் எடுத்து வைக்கப்பட்டது. 'புத்தியால் வெல்வது' என்கிற அவரது வார்த்தைகள் ஒவ்வொரு யூதரின் மனத்திலும் மந்திரம் போலப் பரவிப் படர்ந்தது.

அன்று தொடங்கி, அவர்கள் கிளர்ச்சி செய்வதை அறவே நிறுத்தினார்கள். மாறாக, தம் சந்ததியினருக்கு முறையான கல்வி அளிப்பதில் தீவிர கவனம் செலுத்த ஆரம்பித்தார்கள்.

ஸகாய், வேறு சில யூத மத குருக்களையும் அழைத்துக்கொண்டு ரோமுக்குப்போனார். சக்கரவர்த்தியைச்சந்தித்து, ஜுதேயாயூதர்கள் இனி கிளர்ச்சி செய்யமாட்டார்கள் என்று நம்பிக்கை சொன்னார். ரோமானிய ஆளுகைக்கு உட்பட்ட குடிமகன்களாகவே அவர்கள் நடந்துகொள்வார்கள் என்று வாக்களித்து, பதிலுக்கு ஒரே ஒரு உத்தரவாதத்தை மட்டும் கேட்டார்.

பாலஸ்தீன் நிலப்பரப்பின் கடற்கரையோர கிராமங்களிலும் நகரங்களிலும் யூதக் குழந்தைகள் படிக்கும் பள்ளிக்கூடங்களை ரோமானியப்படை இடிக்கக் கூடாது. அங்கே யூத சாதுக்கள் மதப்பாடங்களை நடத்துவதற்கு எந்த இடையூறும் இருக்கக் கூடாது.

ரோமானிய மன்னர் இந்த எளிய வேண்டுகோளை ஏற்றுக்கொண்டார். பள்ளிக்கூடங்களை இடிக்கக்கூடாது;

மதபோதனைகளைத் தடை செய்யக்கூடாது. அவ்வளவுதானே என்று அவர் நினைத்திருக்கலாம்.

ஆனால், இதற்குள் ஒரு சூட்சுமம் இருக்கிறது. ஸகாயின் கோரிக்கை, யூதகுலமே அழியாமல் தடுப்பதற்கான ஒரு கேடயம். கல்வி வளர்ந்து, மதமும் தழைப்பது என்றால் என்ன அர்த்தம்? அதைக்காட்டிலும் யூத குலத்துக்கு ஒரு பெரிய பாதுகாப்பு ஏது? சுயராஜ்ஜியம் என்றைக்கு வேண்டுமானாலும் கிடைக்கலாம். அதற்காக எப்போது வேண்டுமானாலும் போராடலாம், வெற்றி பெறலாம். முதலில் இனம் அழியாமல் காப்பதல்லவா முக்கியம்? மதம் காணாமல் போய்விடாதவாறு தடுப்பதல்லவா முக்கியம்?

அதுவும் எப்படிப்பட்ட காலகட்டம் அது! காட்டுத்தீ மாதிரி மத்தியக் கிழக்கு முழுவதும் கிருத்தவம் பரவிக்கொண்டிருந்தது. பல யூதர்கள் கிருத்தவர்களாக மாறிக்கொண்டிருந்தார்கள். சிறு தெய்வ வழிபாடுகளில் ஈடுபட்டுக்கொண்டிருந்த பல அராபிய இனக்குழுக்களும் மொத்தமாக கிருத்தவத்தைத் தழுவிக்கொண்டிருந்தன. அராபிய நிலப்பரப்பைத் தாண்டி, ஐரோப்பாவிலும் கிருத்தவம் காலெடுத்து வைக்க ஆரம்பித்திருந்தது.

பாலஸ்தீன் முழுவதுமே கிருத்தவ மிஷனரிகள் தழைத்தோங்கத் தொடங்கியிருந்தது. அணி அணியாகப் பாதிரியார்கள் தேசம் கடந்து பிரசாரத்துக்குப் போய்க்கொண்டிருந்தார்கள். கிருத்தவம் எந்த நாட்டுக்குப் போகிறதோ, அந்த நாட்டின் நடை உடைகளை, கலாசாரத்தை அப்படியே ஏற்றுக்கொண்டது. அந்தந்த நாட்டு மக்கள் பேசும் மொழியிலேயே கிருத்தவம் பேசப்பட்டது. புதியதொரு திணிப்பாக அல்லாமல், புதியதொரு தரிசனமாகவே கிருத்தவம் மக்களால் ஏற்றுக்கொள்ளப்பட்டது. மிகச்சுருக்கமாகச் சொல்லுவதென்றால், யூதமதத்தின் எளிய ஆனால் செம்மைப்படுத்தப்பட்ட வடிவமாகவே ஆரம்பக்காலத்தில் கிருத்தவம் பார்க்கப்பட்டது.

இது சநாதன யூதர்களுக்கு மாபெரும் இடைஞ்சலாக இருந்தது. எண்ணிக்கையில் குறைவானவர்கள் என்றபோதும் யூதர்களின் மதம் எத்தனை சிறப்பு மிக்கது, புராதனமானது என்பதையெல்லாம் தம்குலத்தைச்சேர்ந்தவர்களுக்கேஎடுத்துச்சொல்லியாகவேண்டிய

கட்டாயம் யூத குருமார்களுக்கு இருந்தது. இதற்காகவாவது யூதப்பள்ளிக்கூடங்களில் 'தோரா'வைச் சொல்லிக்கொடுக்க வேண்டிய நிர்ப்பந்தம் அவர்களுக்கு ஏற்பட்டிருந்தது.

ஸகாய் குருவுக்கு ரோமானியச் சக்கரவர்த்தி அளித்த உத்தரவாதம் இதற்குச் சாதகமாக அமைந்ததில் வியப்பில்லை அல்லவா?

ஆகவே, யூதர்கள் கிளர்ச்சியை நிறுத்தினார்கள். அறிவுப்புரட்சியை ஆரம்பித்தார்கள். பெற்றோர்கள் தம் குழந்தைகளைத் தவறாமல் பள்ளிக்கூடங்களுக்கு அனுப்பத் தொடங்கினார்கள். தாமும் மிகத்தீவிரமாக மதக் கடமைகளைச் செய்யத் தொடங்கினார்கள். உழைக்கும் நேரமெல்லாம், வேறு சிந்தனையில்லாமல் உழைப்பது. சம்பாதிப்பதை கவனமாகச் சேமிப்பது. ஓய்வு நேரத்தில் பிரார்த்தனைகள். பிரசங்கங்கள் கேட்பது. கோயிலுக்குத் தவறாமல் செல்வது. குழந்தைகளின் படிப்பில் தீவிர கவனம் செலுத்துவது. அவர்களை மதத்தின் பாதையிலிருந்து வழுவாமல் பாதுகாப்பது.

மேலோட்டமாகப் பார்ப்பதற்கு இதெல்லாம் ஒன்றுமேயில்லாத காரியங்களாகத் தோன்றலாம். ஆனால் அன்றைக்கு ஒட்டுமொத்த ஜுதேயா யூதர்களும் இவற்றை ஒரு வேள்வி போலச் செய்தார்கள். தம்மைச் சுற்றி அவர்கள் எழுப்பிக்கொண்ட பெருஞ்சுவரின் அடிக்கற்களாக அமைந்தது, கல்விதான். இதில் சந்தேகமே இல்லை. இன்றைக்கும் சர்வதேச அளவில் தொழில்நுட்பத்திலும் நவீன வேளாண்மையிலும் தலைசிறந்தவர்களாக யூதர்களே விளங்குவதைப் பார்க்கலாம். இந்த வளர்ச்சிக்கான வித்து அன்று ஊன்றப்பட்டதுதான்.

இதனிடையில்,யூதமதகுருக்களின்அதிகாரபீடத்தில்நம்பமுடியாத அளவுக்குச் சில கொள்கை மாற்றங்கள் மேற்கொள்ளப்பட்டன. ரபன் கமால்யேல் *(Rabban Gamaliel)* என்கிற மதப்பள்ளி போதகர், மதச் சடங்குகளில் சில மாற்றங்களை வலியுறுத்தி, காலத்தின் தேவைக்கேற்ற வகையில் புதிய யோசனைகளை முன்வைத்தார்.

மத நம்பிக்கைகளுக்குப் புறம்பான யோசனைகள் அல்ல அவை. மாறாக, மக்கள் மத்தியில் மதப்பற்று மேலும் அதிகரிக்க வழிசெய்யும் யோசனைகள். உதாரணமாக, அந்நாளைய யூதர்கள்

தாம் செய்த பாவங்களைப் போக்கிக்கொள்ள கால்நடைகளை பலி கொடுப்பது என்கிற வழக்கத்தை வைத்திருந்தார்கள். இது பிற்போக்கான செயல் எனக்கருதிய மதப்பள்ளிக்கூட ஆசிரியர்கள் சிலர், 'கால்நடைகளை பலியிட்டுப் பாவத்தைப் போக்கிக்கொள்வதைக் காட்டிலும் அவற்றின்மீது முன்னைக்காட்டிலும் பேரன்பைச் செலுத்திப் பராமரித்தும் பாவம் போக்கிக்கொள்ளலாம்' என்று சொன்னார்கள்.

ஜொஹனன் பென் ஸகாய் போன்ற குருமார்களும் பேரன்பைக் காட்டிலும் பெரிய பரிகாரமில்லை என்று அழுத்தந்திருத்தமாக எடுத்துச் சொல்லி மக்களை பலியிடும் பழக்கத்திலிருந்து மீட்டார்கள்.

இது யூத மதகுருமார்களின் சபையில் கணிசமான மாறுதல்களை விளைவித்தது. அதுவரை தனியொரு அதிகாரபீடமாக மதகுருக்களின் சபை மட்டுமே விளங்கிவந்த நிலைமை மாறி, பள்ளி ஆசிரியர்களுக்கான முக்கியத்துவம் அதிகரித்தது. ஆசிரியர்களும் குருமார்களும் சம அந்தஸ்து உள்ளவர்களாக அறியப்பட்டார்கள். அதாவது, மதகுருக்களுக்கு அளிக்கப்பட்டுவந்த அதே அளவு மரியாதை கல்வியாளர்களுக்கு வழங்கப்பட்டது. அவர்கள் 'ரபி' *(Rabbi)* என்று அழைக்கப்படத் தொடங்கினார்கள்.

ஒட்டுமொத்த யூத குருமார்களும் இந்த மாறுதலை ஏற்கவில்லை என்றாலும் பெரும்பாலான குருமார்கள் காலத்தின் தேவை கருதி, கல்வியாளர்களைத் தங்களுக்குச் சமமானவர்களாக அங்கீகரிக்கவே செய்தார்கள். ரபன் கமால்யேல், இது தொடர்பான விழிப்புணர்வை ஊட்டுவதற்காக சிரியா, ரோம் என்று யூதர்கள் அதிகம்வாழ்ந்துவந்தபிற நாடுகளுக்கும்பயணம்மேற்கொண்டார்.

காலடியில் இட்டு நசுக்கப்படும் ஒரு சமூகம் எழுந்து நிற்கவேண்டுமென்றால் கல்வி வளர்ச்சியினால் மட்டுமே அது சாத்தியம் என்பதே அப்போதைய ஜுதேயா யூதர்களின் தாரக மந்திரம். இந்தக் காரணத்தினால்தான் அவர்கள் கல்வியாளர்களை மதகுருக்களுக்கு நிகரான அந்தஸ்தில் வைத்தார்கள். அவர்கள் சொன்னதையெல்லாம் கேட்டார்கள். கிடைத்த அறிவுச் செல்வத்தையெல்லாம் மனத்தில் இருத்திக்கொண்டார்கள். அடுத்துச் செய்யவேண்டியதென்ன என்கிற கட்டளைக்காகக் காத்திருக்க ஆரம்பித்தார்கள்.

நாற்பத்தைந்து வருடங்கள்.

அதாவது, ஜெருசலேம் கோயில் இடிக்கப்பட்ட கி.பி. 70ம் ஆண்டு தொடங்கி கி.பி.115ம் ஆண்டு வரை அவர்களுக்கு வேறு சிந்தனையே இருக்கவில்லை. கற்பது. கற்றதைச் சொல்லிக்கொடுப்பது. மதக்கடமைகளை விடாமல் செய்வது. யூத இனத்துக்குள் ஊடுருவல் இல்லாமல் பாதுகாப்பது. (அதாவது கிருத்தவம் மேலும் பரவாமல் தடுப்பது.) கிளர்ச்சி, புரட்சி என்று இறங்காமல், ஒழுங்காகத் தொழில் செய்து வருமானத்தைச் சேமிப்பது.

சாதாரண விஷயங்கள்தாம். ஆனால் அசாதாரண கவனம் செலுத்தி இவற்றை அவர்கள் செய்தார்கள். மிகக் கவனமாக, தமது இந்த முடிவையும் செயல்பாடுகளையும் பிற தேசங்களில் - குறிப்பாக ரோமானிய ஆதிக்கத்துக்குட்பட்ட நாடுகளில் வசிக்கும் யூதர்களுக்கும் தெரியப்படுத்தி, அவர்களையும் இதனைக் கடைப்பிடிக்கச் செய்திருந்தார்கள், பாலஸ்தீன யூதர்கள்!

அந்த நாற்பத்தைந்து ஆண்டுகளை, அவர்கள் தவமிருந்த ஆண்டுகள் என்றே சொல்லவேண்டும்.

கி.பி. 115ல் அவர்கள் தம் தவத்தைக் கலைத்தார்கள். முதல் முதலில் எகிப்திலும் லிபியாவிலும் வசித்து வந்த யூதர்கள், அங்கே இருந்த ரோமானிய ஆட்சியாளர்களை எதிர்த்துப் புரட்சியில் குதித்தார்கள். 'ஏதோ ஒரு அசுரசக்தி அவர்களை இயக்கியது போல நடந்துகொண்டார்கள்' என்று அச்சம்பவத்தை வருணிக்கிறார் ஒரு ரோமானிய சரித்திர ஆசிரியர். இரு தேசங்களிலும் என்ன நடக்கிறது என்று விளங்கிக்கொள்ளும் முன்னரே மத்திய தரைக்கடலில் உள்ள சைப்ரஸ் தீவில் வசித்து வந்த யூதர்கள், அங்கே ஆட்சி அதிகாரத்தில் இருந்த கிரேக்க கவர்னருக்கு எதிராகப் புரட்சியில் குதித்தார்கள். பார்வையை அந்தப் பக்கம் திருப்புவதற்கு முன்னால் இங்கே மெசபடோமியா என்று அழைக்கப்பட்ட ஈராக்கில் ரோமானிய ஆட்சியாளருக்கு எதிராக யூதர்கள் யுத்தம் தொடங்கினார்கள்.

எகிப்து, லிபியா, சைப்ரஸ், ஈராக். ஒரே சமயத்தில் இந்த நான்கு தேசங்களில் வசித்து வந்த யூதர்கள் சுதந்தர தாகம் கொண்டு புரட்சியில் குதித்தது, மத்தியக்கிழக்கு முழுவதையும் பெரும் பரபரப்புக்குள்ளாக்கியது. ரோம் தலைமையகம் கவலை கொண்டது.

அமைதியாக அடங்கியிருந்த யூதர்களுக்கு திடீரென்று என்ன ஆனது? இந்தப் புரட்சிகளின் வேர் எங்கிருந்து தொடங்குகிறது?

அவர்களுக்குப் புரியவில்லை. ஏனெனில் இத்தனைகளேபரத்துக்கு நடுவிலும் பாலஸ்தீன யூதர்கள் அதே நாற்பத்தைந்தாண்டுகால அமைதியைத்தான் அப்போதும் மேற்கொண்டிருந்தார்கள். புரட்சி வாசனை ஏதும் அங்கிருந்து வரவில்லை.

உண்மையில், ஜெருசலேமிலிருந்து வலுக்கட்டாயமாகக் கடலோர கிராமங்களுக்கு விரட்டப்பட்ட ஜுதேயா நகரின் யூதர்களல்லவா புரட்சியில் ஈடுபட்டிருக்கவேண்டும்?

யூதர்களின் அந்தத் திட்டமிட்ட புரட்சி ரோமானியர்களுக்குப் புரியவில்லை என்பதையே பாலஸ்தீன யூதர்கள் தமக்குக் கிடைத்த முதல் வெற்றியாகக் கருதினார்கள். நீண்ட நெடுங்காலத்துக்குப் பிறகு முதல் முறையாக அவர்கள் முகத்தில் ஒரு குறும்புப் புன்முறுவல் எட்டிப்பார்த்தது.

8

யூதர்கள் அதிகம் வாழ்ந்த பாலஸ்தீன், எகிப்து, லிபியா, சிரியா, ஈராக் போன்ற நாடுகள் அன்றைக்கு ரோமானியப் பேரரசின் அங்கங்கள். ரோம் சக்கரவர்த்தியின் பிரதிநிதியாக கவர்னர் ஒருவர் அந்தப் பகுதிகளை ஆண்டுவருவார். ஒரு பேச்சுக்கு அவர் மன்னர் என்று உள்ளூர் மக்களால் அழைக்கப்பட்டாலும் அவர் கவர்னர்தான். அதிகாரம் என்று எதுவும் பிரமாதமாகக் கிடையாது. கவர்னர்களுக்கு எந்தக் காலத்தில், எந்த தேசத்தில்தான் அதிகாரம் இருந்திருக்கிறது? ரோம் தலைமையகம் எடுக்கும் முடிவை அறிவித்துச் செயல்படுத்துவதுதான் அவர் வேலை. தவிரவும், புரட்சிகள் ஏதுமற்ற காலகட்டத்தில் உண்மையிலேயே அவர்களுக்கு வேலையும் கிடையாது. கொலு மண்டபத்தில் கச்சேரிகள் கேட்டுக்கொண்டு, நடனங்களை ரசித்துக்கொண்டு ஒருமாதிரி உல்லாசமாகப் பொழுதைக் கழித்திருப்பார்கள் போலிருக்கிறது.

அதுவும் நீண்டநெடுங்காலம் போராடிவிட்டு, திடீரென்று அமைதியாகி, நாற்பத்தைந்து வருடங்கள் அமைதியைத் தவிர வேறொன்றை நினைத்துக்கூடப் பார்க்காமல் இருந்த யூதர்கள் விஷயத்தில் அவர்களுக்குத் துளி சந்தேகமும் எழவில்லை. திடீரென்று அவர்கள் புரட்சியில் இறங்கக்கூடும் என்று யாரும் நினைத்துப் பார்த்திராததால் உரிய ஆயத்தங்கள் ஏதும் செய்திருக்கவில்லை.

ஆனால், அப்படியொருதருணத்துக்காகத்தான் அந்த நாற்பத்தைந்து வருடங்களுமே யூதர்கள் தவமிருந்திருக்கிறார்கள். யாரும் எண்ணிப்பார்க்க முடியாத தருணம். யாரும் ஆயத்தமாக இல்லாத நேரம். யாரும் சிந்திக்கக்கூட அவகாசம் இல்லாத ஒரு பொழுது.

அப்படித்தான் வெடித்தது யூதப்புரட்சி.

முதலில் எகிப்திலும் லிபியாவிலும் அது ஆரம்பித்தது. அந்தப் பகுதிகளை ஆண்டுவந்த ரோமானிய ஆட்சியாளர்கள், என்ன நடக்கிறது என்று சுதாரிப்பதற்குள் ஏராளமான இழப்புகளைச் சந்திக்க வேண்டிவந்தது. படைகள் சின்னாபின்னமாயின. ரோமானிய வீரர்கள் துரத்தித்துரத்தி அடிக்கப்பட்டார்கள். இங்கொன்றும் அங்கொன்றுமாக சிறு கிராமங்களையும் நகரங்களையும் யூதர்கள் வளைத்து, ரோமானிய வீரர்களை விரட்டி அடித்து, கைப்பற்றிக்கொண்டுவிடுவார்கள். பிறகு, கைப்பற்றிய நிலப்பகுதியைப் பாதுகாக்கும் விதமாகச் சுற்றி வளைத்து வியூகம் அமைத்து, அப்படியே மேலும் முன்னேறி, அடுத்த இலக்கைத் தாக்குவார்கள்.

ரோமானிய அரசால் முதலில் இந்த திடீர் எழுச்சியைப் புரிந்துகொள்ளவே முடியவில்லை. ஏனெனில், எந்த ஒரு தனி புரட்சிக்குழுவும் போராட்டத்தை நடத்தவில்லை. மாறாக, ஒட்டுமொத்த யூதர்களும் இணைந்து போராடிக் கொண்டிருந்தார்கள். எல்லோருமே தளபதிகள். எல்லோருமே சிப்பாய்கள். அப்படியொரு இணக்கமான மன ஒருங்கிணைப்பு உலக சரித்திரத்தில் வேறெந்தப் பகுதி மக்களிடமும், எந்தக் காலத்திலும் இருந்ததில்லை என்று வியக்கிறார்கள் சரித்திர ஆசிரியர்கள்.

எகிப்தில் புரட்சி உச்சக்கட்டத்தை அடைந்துவிட்டது என்கிற செய்தி மத்தியக்கிழக்கில் பரவிய வேகத்தில் சைப்ரஸ் தீவில் வாழ்ந்துகொண்டிருந்த யூதர்கள், அங்கே இருந்த கிரேக்க ஆட்சியாளரை எதிர்த்துப் புரட்சி செய்யத் தொடங்கினார்கள்.

ஏற்கெனவே கடும் கோபத்தில் இருந்த ரோமானியப் பேரரசு, இம்முறை, தானே வலிந்து போய் கிரேக்க அரசுக்கு உதவி செய்வதாக அறிவித்து, புரட்சியாளர்களை ஒடுக்க ஆரம்பித்தது. நடந்த களேபரங்கள் ஏற்படுத்தியிருந்த அதிர்ச்சி அப்போது சற்றுத் தணிந்திருந்தது. ரோமானிய வீரர்கள் சுதாரித்துக்கொண்டுவிட்டார்கள்.

புரட்சியாளர்கள் என்று தேடாதே. யூதனா என்று பார்.

இதுதான் அவர்களுக்கு இடப்பட்டிருந்த கட்டளை. ஆகவே, ஓட ஓட விரட்டினார்கள். விரட்டி விரட்டிக் கொன்றார்கள். கொடுவாள்கள், விஷ அம்புகள், மலைகளிலிருந்து எடுத்து, ஒட்டகங்களின் முதுகில் ஏற்றப்பட்டுக் கொண்டுவரப்பட்ட பெரும்பாறைகள். இவைதான் சைப்ரஸ் தீவில் யூதர்களுக்கு எதிராகப் பிரயோகிக்கப்பட்ட ஆயுதங்கள்.

ஒரு மாபெரும் மரணத் திருவிழாவையே நடத்தி, வெறி தணிந்த ரோமானியப்படை, போனால் போகிறதென்று மிச்சமிருந்த கொஞ்சம் யூதர்களை நாடு கடத்திவிட்டுத் தன் ஊருக்குப் போய்ச் சேர்ந்தது.

மறுபுறம் மெசபடோமியா என்று அழைக்கப்பட்ட இன்றைய ஈராக்கில் புரட்சியில் ஈடுபட்டிருந்த யூதர்கள், அங்கிருந்த ரோமானிய கவர்னரை விரட்டிவிட்டு, ஆட்சியையே பிடித்துவிட்டார்கள். எகிப்திலும் லிபியாவிலும் கூட அப்படியானதொரு சந்தர்ப்பம் மிக விரைவில் அமைந்துவிடும் என்றே எதிர்பார்க்கப்பட்டது.

ஆனால் பிரும்மாண்டமான ரோமானியப்படை, அதன் முழு அளவில் வந்திறங்கி, கிளர்ச்சியாளர்களை ஒடுக்க ஆரம்பித்தபோது நிலைமை அப்படியே தலைகீழாகிவிட்டது. போராடும் தீவிரமும் சுதந்தர தாகமும் இருந்தாலும் யூதர்களை ஒரு ராணுவமாக வழிநடத்தச் சரியான தலைமை இல்லாததே இந்த வீழ்ச்சிக்குக் காரணமாக இருந்தது. கிட்டத்தட்ட இரண்டாண்டு காலத்துக்கு மேலாக அவர்களால் புரட்சியைத் தொடர்ந்து நடத்தவும், தாக்குப்பிடிக்கவும் முடிந்தபோதிலும் திட்டம் முழுமையாக நிறைவேறவில்லை.

உண்மையில், மத்திய ஆசியாவிலும் ஒருசில ஆப்பிரிக்க நாடுகளிலும் ரோமானிய ஆளுகைக்கு உட்பட்டு வாழ்ந்த யூதர்கள், தம் ஆட்சியாளர்களுக்கு எதிராகப் புரட்சி செய்து, ரோமானியப்படைகளை ஒழித்துக்கட்டி, ஒரு பரந்த யூத சாம்ராஜ்ஜியத்தைநிறுவுவதுஎன்றதொருமாபெரும்கனவைத்தான் அந்த நாற்பத்தைந்து ஆண்டுகளாகப் பயிரிட்டு வந்தார்கள். அப்படியொரு யூதப்பேரரசு உருவாகிவிட்டால், அதற்கென்று தனியொரு ராணுவம் ஏற்படுத்தப்பட்டுவிட்டால், பின்னால் யார் படையெடுத்தாலும்சமாளிப்பதுசிரமமல்லஎன்றுநினைத்தார்கள். ஜெருசலேமைத் தலைநகராகக் கொண்ட யூத சாம்ராஜ்ஜியம்.

வளமான சரித்திரத்தையும் அழகான புனிதத்தையும் அடித்தளமாக இட்டு, மேலே ஒரு சாம்ராஜ்ஜியம். ஒன்றே மதம். ஒரே கடவுள். ஒரு பேரரசு. ஒருங்கிணைந்த குடிமக்கள். ஹீப்ரு என்கிற புராதன மொழி. மதத்தின் அடியொற்றிய ஆட்சி. மேலான நிம்மதி.

இந்தக் கனவின் மையப்புள்ளி, ஜுதேயா என்கிற இஸ்ரேலில் இருந்தது. ஜெருசலேம் என்கிற புனித பூமியை ஒரு பகுதியாகக் கொண்ட இஸ்ரேல். சுற்றுவட்டாரமெங்கும் புரட்சியில் ஈடுபட்டுக் கொந்தளித்துக்கொண்டிருந்தபோதும் அமைதியைக் கலைக்காமல் - அதே சமயம் ஒரு மாபெரும் பூகம்பத்தை உற்பத்தி செய்வதற்கான முகூர்த்தத்தை எதிர்நோக்கிக்கொண்டிருந்த இஸ்ரேல்.

கி.பி. 132ல் அது நடந்தது. எகிப்தில் புரட்சி வெடித்து சரியாகப் பதினேழு ஆண்டுகளுக்குப் பிறகு. ஒரு சரியான தளபதி இல்லாத காரணத்தினால்தானே யூதர்களின் புரட்சிகள் அடக்கி ஒடுக்கப்பட்டன?

இப்போது அவர்களுக்கும் ஒரு தளபதி கிடைத்தார். அவர் பெயர் சிமோன் பார் கொச்பா. (Simon Bar Kochba)

பல நூற்றாண்டுகள் வரை யூத குலம் தம்மை மீட்க வந்த இன்னொரு தேவதூதராகவே அவரைக் கொண்டாடிக்கொண்டிருந்தது. வீரம் என்றால் அது. எழுச்சி என்றால் அது. உணர்ச்சிகரமான பேச்சு என்றாலும் அவருடையதுதான். ஆனால் வெறும் பேச்சுப்போராளியல்ல அவர். செயலில் அவரது உயிர் இருந்தது. சிந்தனை முழுவதும் சுதந்தர யூதப்பேரரசு பற்றியதாகவே இருந்தது.

சிமோன் பார்கொச்பா, கொஞ்சம் உணர்ச்சிவசப்பட்ட தளபதி. போராட்ட வெறியை மக்களிடையே எழுப்புவதற்கு அவர் கையாண்ட உபாயங்கள் கொஞ்சம் நாடகத்தனம் பொருந்தியவை என்றாலும், யூதர்களுக்கு அவர் செய்ததெல்லாமே இறைக்கட்டளையின்படி செய்யப்பட்டவையாகவே தோன்றின.

உதாரணமாக, பார்கொச்பாவின் ராணுவத்தில் சேருவதென்றால், முதல் நிபந்தனை - யூதர்கள் தம் தியாகத்தின் அடையாளமாகக் கைவிரல்களில் ஒன்றை வெட்டிக்கொள்ளவேண்டும்!

பின்னால் போர்க்களத்தில் உயிரே போகக்கூடிய சூழ்நிலை வரலாம். அதற்குத் தயாரானவர்கள்தானா என்பதை அந்த விரல் தியாகத்தின் மூலமே அவர் ஒப்புக்கொள்வார். கையை நீட்டிக் காட்டி, யாராவது வெட்டுவார்களா என்றால் அதுவும் இல்லை. சம்பந்தப்பட்டவர்கள், பார்கொச்பா முன்னிலையில் ஒரு கை விரலை நீட்டி, மறு கையால் தானே சொந்தமாக வெட்டிக்கொள்ளவேண்டும். விரல் துண்டாகி விழுந்து, ரத்தம் சொட்டும்போதும் முகத்தில் எவ்வித உணர்ச்சி மாறுதலையும் காட்டாதிருக்க வேண்டும். மனத்தைப் பாறையாக்கிக் கொண்டவர்களால்தான் ஒரு ஜீவ மரணப் போராட்டத்தில் பங்கெடுக்க முடியும் என்பது அவரது கருத்து.

இன்னொரு உதாரணமும் சொல்லலாம். புரட்சி குறித்தும் சுதந்தர யூத சாம்ராஜ்ஜியம் குறித்தும் தான் பேசுகிற பேச்சுகளெல்லாம் தீப்பிழம்பு போன்றவை என்பதை நேரடி அர்த்தத்தில் நிரூபிக்கும் விதமாக, பழுக்கக்காய்ச்சிய மெல்லிய இரும்புத் தகடொன்றைத் தன் பற்களுக்கிடையில் பொருத்திக்கொண்டுதான் அவர் சொற்பொழிவை ஆரம்பிப்பார்! தகிக்கும் தகடு நாக்கில் பட்டுப் பழுத்து, சொற்கள் தடுமாறும்போது அவரது சொற்பொழிவின் சூடு மேலும் அதிகரிக்கும். வலி தாங்காமல் கண்ணில் நீர் பெருகினாலும் அவரது சொற்பொழிவு நிற்காது.

ஒருசமயம்,இருசமயங்களிலல்ல.தம்வாழ்நாள்முழுவதும்சிமோன் பார்கொச்பா இப்படியான உணர்ச்சிக் கொந்தளிப்புகளுடன் தான் வாழ்ந்தார்.

யூதர்களுக்கான விடுதலையைக் கடவுள் தருவார் என்கிற ஜூதேயா யூதர்களின் நம்பிக்கையை அவர் முற்றிலுமாக நிராகரித்தார். "நீங்கள் போராடுங்கள். உங்களுக்குச் சுதந்தரம் வேண்டுமென்றால் நீங்கள்தான் போராடியாகவேண்டும். கடவுள் உதவமாட்டார்; உங்கள்பின்னால் வரவும் மாட்டார். சுதந்தரத்தைப் பொறுத்த அளவில் போராட்டம் தான் கடவுள்' என்பது அவரது பிரசித்திபெற்ற போதனை.

இஸ்ரேலில் வெடித்த புரட்சி சாதாரணமானதல்ல. மற்ற நாடுகளில் நடத்தப்பட்ட புரட்சிகளுடன் அதனை ஒப்பிடக்கூட முடியாது. ஒரு பூகம்பமே எழுந்தது போலானது ஜூதேயா.

ரோமானிய ஆட்சியாளரையும் அவரது படைகளையும் துவம்சம் செய்துவிட்டார் கொச்பா. இரவெல்லாம், பகலெல்லாம், நாளெல்லாம், வார, மாதங்களெல்லாம் யுத்தம். யூதர்கள் உணவு, உறக்கம் குறித்துச் சிந்திக்கக்கூடக் கூடாது என்று கண்டிப்பாகச் சொல்லியிருந்தார் கொச்பா. அவர்களுக்கான சரியான முன்னுதாரணமாகத் தாமே இருந்தார். பல வாரங்கள் ஒரு கை உணவோ, ஒரு துளி நீரோ கூட அருந்தாமல் அவர் இருந்திருக்கிறார். அவர் எப்போது உறங்குவார், எப்போது கண்விழிப்பார் என்று யாருமே பார்த்ததில்லை.

ஜுதேயாவில் இருந்த ரோமானியப் படையை விரட்டி அடித்து, அங்கே ஆட்சியை அமைக்க, கொச்பாவுக்கு அதிக காலமே ஆகவில்லை. புயல் மாதிரி மோதி, வென்று, அதிகாரத்தைக் கைப்பற்றிவிட்டார்கள் யூதர்கள். யூதர்களின் எழுச்சியின் அடையாளமாக விளங்கிய அந்த 132ம் வருடத்தையே யூத நாள்காட்டியில் முதல் வருடமாகக் குறித்தார் கொச்பா.

சுதந்தர யூத சாம்ராஜ்ஜியத்தின் முதல் செங்கல் நடப்பட்டுவிட்டதை ஓர் உணர்ச்சி மயமான கடிதத்தின் மூலம் நாட்டு மக்களுக்கு அறிவித்துவிட்டு, யூதர்களின் சுதந்தரத்தின் அடையாளமாகச் சில நாணயங்களையும் அவர் வெளியிட்டார். (அதிர்ஷ்டவசமாக அவரது கடிதம் ஒன்றின் சில பகுதிகளும் அவர் வெளியிட்ட நாணயங்களும் அகழ்வாராய்ச்சியில் கண்டெடுக்கப்பட்டிருக்கின்றன. இன்றும் நமக்குக் காணக்கிடைக்கின்றன.)

அப்போது ரோமானியச் சக்கரவர்த்தியாக இருந்தவர் ஹேட்ரியன் *(Hadrian)*. ஜுதேயா கையைவிட்டுப் போய்விட்டது என்பதை அவரால் ஜீரணிக்கவே முடியவில்லை. யூதர்கள் இனி காலகாலத்துக்கும் எழ முடியாதவாறு ஏதாவது செய்யவேண்டும் என்று முடிவு செய்து, ஒரு படையை அனுப்பினார். முப்பத்தையாயிரம் பேர் அடங்கியதொரு மாபெரும் படை.

கொச்பாவின் படையில் அப்போது இருந்தவர்களின் எண்ணிக்கை இரண்டாயிரத்துக்கும் குறைவு.

மிகவும் கோரமாக நடந்து முடிந்த அதனை யுத்தம் என்றே சொல்லமுடியாது. படுகொலை என்று குறிப்பிடுவதுதான்

சரி. ஏனெனில் ரோமானியப்படை, கொச்பாவின் சிறிய படையை ஓரிரு மணி நேரங்களுக்குள் அடித்துத் துவைத்துக் காயப்போட்டுவிட்டது. அப்புறம், ஜெருசலேம் நகரில் வசித்துவந்த அத்தனை யூதர்களையும் நடுச்சாலைக்கு இழுத்து வந்து வெட்டத் தொடங்கினார்கள். ஒவ்வொரு வீட்டில் இருந்தவரையும் ஒரு பட்டியல் வைத்துக்கொண்டு, தலை எண்ணி வெட்டினார்கள். ஒரு உயிர் கூடத் தப்பி விடாதபடிக்குப் பார்த்துக்கொண்டார்கள். எதிர்த்து நிற்கக் கூட யூதர்களுக்கு அவகாசம் தரப்படவில்லை. ஆண், பெண் வித்தியாசம் பார்க்கப்படவில்லை.

அந்தச் சம்பவத்தின் போது சுமார் பத்தாயிரம் யூதர்கள் கொல்லப்பட்டார்கள் என்றும் ஒரு லட்சம் யூதர்கள் கொல்லப்பட்டார்கள் என்றும் இருவிதமான கருத்துகள் இருக்கின்றன. இரண்டுக்குமே சரியான ஆதாரம் கிடையாது என்றபோதும், ரோமானியப்படை திரும்பிப் போகும்போது ஜெருசலேமில் ஒரு யூதர் கூட உயிருடன் இல்லை என்பது மட்டும் உண்மை.

கொச்பா கைது செய்யப்பட்டார். கி.பி. 135ல் அவர் மரணமடைந்தார். (காவலில் இருந்தபோதே மரணமடைந்தாரா, வேறு விதமாக இறந்தாரா என்பது பற்றிய திட்டவட்டமான ஆதாரங்கள் இல்லை.) யூதர்கள் மீண்டும் அநாதை அடிமைகளானார்கள்.

9

யூதர்கள் இல்லாத ஜெருசலேம்.

ஒட்டுமொத்த யூத இனமும் அப்படியொரு விஷயத்தைச் சிந்தித்துப் பார்க்கவே கஷ்டப்பட்டது. கடவுளுக்கு உகந்த இனம் என்றும், தேவதூதர் மோசஸின் வழி நடப்பவர்கள் என்றும் பெருமையுடன் சொல்லிக்கொண்டு என்ன பயன்? ஜெருசலேம் இல்லை என்றால் ஒவ்வொரு யூதருக்கும் வாழ வீடில்லை என்றுதான் பொருள். நடமாடிக்கொண்டிருந்தாலும், உடலில் உயிர் இல்லை என்றே அர்த்தம். எங்கெங்கோ பதுங்கி வாழ்ந்துகொண்டிருந்த நடைபிணங்களாகத்தான் அவர்கள் தம்மை உணர்ந்தார்கள்.

கி.பி. 135ல் நடந்த ரோமானியப் படையெடுப்புக்குப் பிறகு பல சரித்திர முக்கியத்துவம் வாய்ந்த காரியங்கள் மளமளவென்று நடக்க ஆரம்பித்தன.

அவற்றுள் மிக முக்கியமான இரண்டைப் பற்றித் தெரிந்துகொள்வது அவசியம். முதலாவது, யூதர்களுக்கும் ஜெருசலேமுக்கும் எந்தத் தொடர்பும் இருக்கக்கூடாது என்று ரோமானிய அதிகாரபீடம் பார்த்துப் பார்த்துச் செய்த ஏற்பாடுகள். ஜெருசலேமில் இருந்த யூதர்களைக் கொன்று வீழ்த்தியது, அதில் முதல் நடவடிக்கை. தொடர்ந்து ஜெருசலேமின் சுற்றுப்புறங்களில் வசித்து வந்த யூதர்களையும் கவனமாகக் கைதுசெய்து நாடு கடத்தினார்கள். எங்காவது போய் ஒழி. இங்கே இருக்காதே என்பதுதான் ரோமானியர்களின் நிலை.

இதனடிப்படையில் இஸ்ரேல் (அன்று ஜுதேயா) யூதர்கள் அனைவரும் வலுக்கட்டாயமாக நாடுகடத்தப்பட்டு சுற்று வட்டார தேசங்களில் அகதிகளாகப் போய் வசிக்கப் பணிக்கப்பட்டார்கள்.

சுற்று வட்டாரங்களிலும் ரோமானிய ஆட்சிதான் நடந்து கொண்டிருந்தது என்றாலும், ஜுதேயாவிலிருந்து வரும் யூதர்கள் அங்கு மிகக் கவனமாக மூன்றாந்தரக் குடிமக்களாகவே நடத்தப்பட்டார்கள். தனிக் காலனிகளிலேயே அவர்கள் தங்கவைக்கப்பட்டார்கள். எப்போதும் கண்காணிப்புக் கழுகுகள் சுற்றிக்கொண்டே இருக்கும். யூதப்பள்ளிக்கூடங்கள் இழுத்துமூடப்பட்டன. யூத மதபோதனைகள் தடுத்து நிறுத்தப்பட்டன. 'ரபி' என்கிற யூத ஆசிரியர்களை எப்போதும் ஒற்றர்கள் பின் தொடர்ந்துகொண்டே இருந்தார்கள். யூத மக்கள் மீண்டும் ஒருங்கிணைந்து புரட்சி, போராட்டம் என்று எதிலும் இறங்கிவிடாதபடிக்கு ஒட்ட நறுக்கிவைக்க எல்லாவிதமான ஏற்பாடுகளும் செய்யப்பட்டது.

இரண்டாவதாக, ஜெருசலேம் - ஜுதேயா என்கிற பெயர்களையே அவர்கள் சிந்தனையிலிருந்து துடைத்து அழித்து விடும்படியாக ஒரு சட்டம் நிறைவேற்றப்பட்டது. அதன்படி ஜெருசலேம் நகரம், ஏலியா கேப்டோலினா *(Aelia Capitolina)* என்கிற பெயரால் அழைக்கப்படத் தொடங்கியது. ஜுதேயா என்கிற தனி நாடு, சிரியா-பலஸ்தினா என்கிற பிராந்தியத்தின் பெயரையே தன் சொந்தப்பெயராக ஏற்கவேண்டியதானது.

அதாவது, இனி ஜுதேயா கிடையாது. ஜெருசலேமும் கிடையாது. அங்கே யூதர்கள்? கிடையவே கிடையாது.

ஒரு விஷயம் கவனிக்கவேண்டும். அந்தக் காலத்தில் 'தேசம்' என்று வரையறுக்கப்பட்ட நிலப்பரப்பு மிகவும் சிறிது. இன்றைய மாவட்டங்கள், மாநிலங்கள் அளவுக்குக் கூடக் காணாது. அன்றைய பாலஸ்தீன் நிலப்பரப்பில் ஜுதேயாவைப் போல நான்கைந்து 'தேசங்கள்' இருந்தன. உங்களிடம் பைபிள் பிரதி இருக்குமானால், எடுத்து கடைசிப் பக்கங்களைப் பாருங்கள். 'பலெஸ்தினா தேசம் - புதிய ஏற்பாட்டின் காலத்தில்' என்று குறிப்பிட்டு மிகத்தெளிவாகக் காட்டப்பட்டிருக்கும். இதுமேயா, ஜுதேயா, பெரேயா, தெக்கப்போலி, சமாரியா, பெனிக்கியா, கலிலேயா என்கிற பெயர்களைத் தற்காலப் பெயர்களுடன் ஒப்பிட்டு அடையாளம் காணுவதில் சிறு குழப்பங்கள் நேரலாம். ஒரு தற்கால அட்லஸைப் பக்கத்தில் வைத்துக்கொண்டு ஒப்பிட்டால் புரிந்துவிடும்.

எதற்கு இந்த விவரங்கள் என்றால், ஜெருசலேமைச் சுற்றிக் குறைந்தது நூறு மைல் பரப்பளவுக்காவது எந்த யூதரும் இல்லாமல் பார்த்துக்கொள்வதுதான் அன்றைய ரோமானிய அரசின் பிரதான கவனமாக இருந்தது என்பதைச் சுட்டிக்காட்டவே.

சிமோன் பார்கோச்பாவின் மரணத்துக்குப் பிறகு யூதர்கள் புரட்சி குறித்து மீண்டும் சிந்திக்கவே எப்படியும் பல காலம் ஆகக்கூடும் என்று ரோமானிய தலைமைப்பீடம் நினைத்தது. இருப்பினும் பாதுகாப்பு விஷயத்தில் அசிரத்தையாக இருக்கக்கூடாது என்று தீர்மானித்தார்கள். இது, ஜெருசலேம் நகரின் கிருத்தவர்களுக்கு மிகவும் சாதகமான அம்சமாகிப்போனது. யூதர்கள் இல்லாத ஜெருசலேமில் அவர்கள் மதப்பிரசாரம் செய்யவும் கிருத்தவ தேவாலயங்களை எழுப்பி, தினசரி பிரார்த்தனைகளை நடத்தவும், மக்களை (அதாவது, அங்கே வாழ்ந்துகொண்டிருந்த அரேபியர்களை) இயேசுவின் பாதையில் அழைக்கவும் சௌகரியமாக இருந்தது. ரோமானியர்களைப் பொறுத்தவரை அப்போது யூதர்களை ஒடுக்குவது என்கிற திட்டத்துக்கு இந்த, கிருத்தவப் பரவல் சாதகமான அம்சமாக இருந்ததால், கண்டுகொள்ளாமல் விட்டார்கள். ரோமிலும் அப்போது கிருத்தவத்தின் செல்வாக்கு பெருகிக்கொண்டிருந்தது இதற்கு ஒரு காரணமாக இருக்கலாம். ஜெருசலேமில் மட்டுமல்லாமல் அந்நகரத்தின் யூதர்கள் அகதிகளாகத் துரத்தப்பட்ட பிற தேசங்களின் எல்லைப்புற முகாம்களிலும் இந்தப் பிரசாரம் மேற்கொள்ளப்பட எந்தத்தடையும் இருக்கவில்லை!

யூதர்களுக்குப் பேச்சளவில் கூட நம்பிக்கை தர ஆளில்லாத சூழ்நிலை. எப்படியும் தங்கள் தேவதூதன் வந்தே தீருவான்; மீண்டும் இஸ்ரேலுக்குத் தாங்கள் திரும்பிப் போய், ஜெருசலேமின் ஆலயம் மீண்டும் எழுப்பப்படுவதைப் பார்ப்போம் என்கிற புராணகால நம்பிக்கை மட்டும்தான் அவர்கள் வசம் இருந்தது. நிச்சயமற்ற எதிர்காலத்தை நோக்கி அவர்கள் இருளில் நடைபயிலத் தொடங்கியபோது அந்த அற்புதம் நிகழ்ந்தது.

ஒரு குரல். அதுவும் ரகசியக் குரல். ஓர் இருட்டுச் சிறைக்கூடத்திலிருந்து வந்த கிழக்குரல். எப்படியும் அந்தக் குரலுக்குத் தொண்ணூறுக்கு மேற்பட்ட வயது இருக்கும். நடுக்கம், குரலுக்குத் தானே தவிர, அதன் உறுதிக்கு அல்ல.

அவர் பெயர் அகிவா. (*Akiva ben Joseph* என்பது முழுப்பெயர்.) ஜெருசலேம் யூதர்களுக்கு முன்னரே மிகவும் பரிச்சயமான மனிதர்தான் அவர். அகிவா, ஒரு ரபி. மதப்பள்ளி ஆசிரியர். சிமோன் பார் கொச்பா புரட்சி செய்த காலத்தில் அவருக்குத் தம் ஆதரவைத் தெரிவித்து, ரோமானியப் பேரரசுக்கு எதிராகக் கலகத்தைப் பரப்பினார் என்று குற்றம் சாட்டப்பட்டுச் சிறையில் அடைக்கப்பட்டவர்.

புரட்சி நடந்த சமயத்தில் ஆயிரக்கணக்கானோர் படுகொலை செய்யப்பட்டு, இன்னும் பல்லாயிரக்கணக்கானோர் கைது செய்யப்பட்டு எங்கெங்கோ சிறைச்சாலைகளுக்கு அழைத்துச் செல்லப்பட்டதில், ஜெருசலேம் மக்களுக்கு அகிவாவின் ஞாபகமே அப்போது சுத்தமாக இல்லை. அவர் என்ன ஆனார், எங்கே போனார் என்று கூட யோசிக்க முடியாமல் காலம் அவர்களை உருட்டி விளையாடிக்கொண்டிருந்தது.

அப்படியொரு தருணத்தில்தான் ஒரு சிறைச்சாலைக்குள்ளிருந்து அகிவாவின் ரகசியச் செய்தி, எழுத்து வடிவில் முதல் முதலில் யூதர்களுக்கு அனுப்பப்பட்டது.

ஒன்று சொல்லவேண்டும். ஜெருசலேமில் அகிவா வசித்துவந்த காலத்தில் அவருக்கு ஆயிரக்கணக்கான சிஷ்யர்கள் இருந்தார்கள். அவர் எங்கே போனாலும் பின்னால் ஒரு படைபோல மாணவர்கள் நடந்து போவது, கண் கொள்ளாக் காட்சி என்று எழுதுகிறார்கள் அக்காலத்தில் வாழ்ந்த சரித்திர ஆசிரியர்கள்.

அந்த மாணவர்கள் சிலரின் உதவியுடன் தான் தமது செய்தியை யூத குலத்துக்குச் சிறையிலிருந்து அனுப்பத் தொடங்கினார் அகிவா.

யூத சரித்திரத்தில் அகிவாவின் பெயர் இடம்பெற்றதன் காரணம், அவர் தமது வேத வரிகளின் உள்புகுந்து, அர்த்தத்துக்குள் அர்த்தம் தேடி, மக்களுக்கான வாழ்க்கை நெறிமுறைகளையும் சட்டதிட்டங்களையும் அதிலிருந்தே எடுத்துக் கொடுத்ததுதான் என்கிறார்கள் யூத ஆய்வாளர்கள்.

மோசஸுக்கு இறைவன் வழங்கியதாக நம்பப்படும் பத்து கட்டளைகள் அடங்கிய யூதர்களின் வேதமான 'தோரா', அதுவரை ஒரு மத நூலாக மட்டுமே கருதப்பட்டு வந்தது.

வாழ்க்கைக்குமான நெறிமுறைகள் அதிலேயே இருக்கிறது என்று கண்டெடுத்துக்கொடுத்தவர் அகிவா. இதனால்தான் 'மோசஸின் ஆன்மாவே அகிவாவாக மீண்டும் வந்த'தென்று யூதர்கள் சொன்னார்கள்.

சிறைக்கூடத்திலிருந்து அகிவா அனுப்பிய செய்திகள் எல்லாமே இந்த, தோராவிலிருந்து கண்டெடுத்த வாழ்வியல் ஒழுக்கப் பாடங்களாகவே இருந்தன. வாழ்க்கை அமைப்பு, அரசியல் அமைப்பு, சிவில் சட்டங்கள் என பார்த்துப்பார்த்து அவர் தேர்ந்தெடுத்து அனுப்பியவற்றின் அடியொற்றித்தான் இன்றுவரையிலும் இஸ்ரேலின் சட்டதிட்டங்கள் வகுக்கப்படுகின்றன.

அகிவாவின் நோக்கம் மிகத் தெளிவாக இருந்தது. தமது மக்கள் இன்று அநாதைகளாக இருக்கிறார்கள். இந்நிலை மாறும். நிச்சயம் ஒருநாள் அவர்கள்தம் புனித மண்ணை மீண்டும் பெறுவார்கள். அப்போது அமைக்கப்படும் யூதர்களின் ஆட்சி, யூதர்களின் வேதத்தை அடியொற்றியதாக அமையவேண்டும். ரோமானிய, கிரேக்க இரவல் சட்டங்களின் நிழல் அதன்மீது படிந்துவிடக்கூடாது. மக்களின் வாழ்க்கை முறையிலும் அந்தத் தாக்கங்கள் ஏற்பட்டுவிடக்கூடாது. யூதர்கள், யூதர்களாகவே இருக்கவேண்டும். மத நம்பிக்கையும் மொழி நம்பிக்கையும் அதன் அடிப்படைகள். அடிமைத்தளை அல்ல; சுதந்தரமே நிரந்தரமானது. அப்படியொரு தருணம் வரும்போது அவர்கள் சுயமாக வாழத்தெரிந்தவர்களாக இருக்கவேண்டும்.

இதனைக் கருத்தில் கொண்டுதான் தம் செய்திகளை சிறைச்சாலைக்கு உள்ளிருந்து வெளியே ஊடுருவ விட்டார் அகிவா. நம்பமுடியாத ஆச்சர்யம், அவருக்கு அப்போது வயது தொண்ணூறு!

தாம் எண்ணியதை ஓரளவு செம்மையாக நடத்தி முடித்துவிட்ட தருணத்தில் அகிவாவின் செயல்பாடுகள் ரோமானியச் சிறை அதிகாரிகளுக்குத் தெரிந்துபோனது. அவர்கள் அந்தக் கிழவரைச் சித்திரவதை செய்ய ஆரம்பித்தார்கள்.

அவரை நிற்கவைத்துக் கைகளை உயரக் கட்டி, கூர்மையான இரும்புக் குச்சிகளால் அவரது உடலைக் குத்தி, துண்டு துண்டாகச்

சதையைக் கிள்ளி எடுத்தார்கள். கையளவு ரம்பத்தால் அவரது முதுகிலும் வயிற்றிலும் கீறிக்கீறி ரத்தம் கொட்டச் செய்தார்கள். நகங்களைக் கிள்ளி எடுத்து, தொடையில் சூடு போட்டார்கள். சிறு சிறு ஊசிகளைத் தீயில் வாட்டி அவர் முகமெங்கும் குத்தினார்கள்.

இத்தனை விவரங்களும் ஒன்றுவிடாமல் வெளியே இருந்த அவரது சிஷ்யர்களுக்கும் பிற யூதர்களுக்கும் அவ்வப்போது அரசாங்க ஊழியர்களாலேயே 'அழகாக' விவரிக்கப்பட்டன. துடித்துப்போனது யூதகுலம்.

அகிவா அனுப்பிய இறுதிச் செய்தியில் தனக்கு இழைக்கப்படும் சித்திரவதைகளைக் குறிப்பிட்டு, "வாழ்நாள் முழுவதும் உடலாலும் உயிராலும் ஆன்மாவாலும் இறைத்தொண்டு செய்வது என்கிற முடிவுடன் வாழ்ந்தேன். ஆன்மாவால் செய்யப்படும் இறைத்தொண்டு எத்தகையது என்பதை இப்போது நான் முழுவதுமாக அறிந்துகொண்டேன்' என்று குறிப்பிட்டிருந்தார்!

சித்திரவதைகளின் இறுதியில் அகிவா மரணமடைந்துவிட்டார் என்கிற செய்தி யூதகுலத்துக்கு இறுதியாக இருந்த ஒரு நம்பிக்கையையும் தகர்த்துவிட்டது. சந்தேகமில்லாமல் தாங்கள் தனித்து விடப்பட்டிருக்கிறோம் என்பது அவர்களுக்குப் புரிந்துபோனது.

இனி நம்பிக்கை ஒன்றைக் கொண்டுதான் அவர்கள் உயிர் வாழ்ந்தாகவேண்டும். அதுவும் எப்படிப்பட்ட காலகட்டம்!

கிட்டத்தட்ட பாலஸ்தீன் நிலப்பரப்பு முழுவதிலுமே அப்போது கிருத்தவம் பரவிவிட்டிருந்தது. கிருத்தவ மதத்தின் தலைமையகம் போலவே ஆகியிருந்தது, ஜெருசலேம். அது, யூதர்களின் நகரம் என்பதை எடுத்துச் சொல்லிக்கொண்டிருந்த மாபெரும் அடையாளமான கோயிலும் அப்போது இல்லை. எங்கு திரும்பினாலும் கிருத்தவ தேவாலயங்கள். பாதிரியார்களின் பிரசாரங்கள். பிரசங்கங்கள். சிலுவையில் அறையப்பட்ட இயேசுவின் சுவரோவியங்கள், புடைப்புச் சிற்பங்கள். புதிய ஏற்பாட்டின் பரவல்.

நான் ஒரு யூதன் என்று சொல்லிக்கொண்டாலே பிரச்னை என்றானது யூதர்களுக்கு.

என்ன செய்வது? எங்கே வாழ்வது? எப்படி மீண்டும் ஜெருசலேமுக்குப் போவது? இப்படியே கிடைத்த இடத்தில், அகதி முகாம்களில் வசித்தே காலம் கழிக்க வேண்டியதுதானா? ரோமானியர்களின் அடிமையாகவே வாழ்ந்து தீர்ப்பதுதான் எழுதி வைக்கப்பட்ட விதியா?

யூதர்களின் மௌனக் கதறல் யார் காதிலும் விழவில்லை. மாறாக, ஒரு சம்பவம் நடந்தது. முதல் முதலாக ஒரு ரோமானிய மன்னன், கிருத்தவத்தை ஏற்றுக்கொண்டு மதம் மாறினான்.

யூதர்கள் இடி விழுந்தாற்போல நொறுங்கிப்போனார்கள்.

10

கி.பி.313ல் அது நடந்தது. யாரும் அவ்வளவாக எதிர்பார்க்கவில்லை. குறிப்பாக, ரோமில் இருந்த கிருத்தவர்கள் நினைத்துக்கூடப் பார்க்கவில்லை.

கிருத்தவம் பரவத் தொடங்கிய காலத்தில், அது எத்தனைக்கெத்தனை அடித்தட்டு மக்களைக் கவர்ந்து இழுத்ததோ, அதே அளவுக்கு ஆட்சியாளர்களின் விரோதத்தைச் சம்பாதித்துக்கொண்டும் இருந்தது. ஐரோப்பாவெங்கும் கிருத்தவப் பாதிரியார்கள் இயேசுவின் மகிமையைக் கொண்டு சேர்க்கப் போன வழிகளிலெல்லாம் ஏராளமான எதிர்ப்புகளையும் அவமானங்களையும் கடுமையான தண்டனைகளையும்தான் சந்தித்துக்கொண்டிருந்தார்கள். யூதர்கள் இயேசுவுக்கு இழைத்ததைக் காட்டிலும் அதிகமாகவே கிருத்தவப் பாதிரியார்கள் பலர், ஐரோப்பாவில் கஷ்டங்களை அனுபவிக்க வேண்டியிருந்தது.

ஆயினும் மனம் சோராமல் அவர்கள் மேற்கொண்ட முயற்சிகளின் பலன் என்றுதான் அதனைச் சொல்லவேண்டும். முதல் முதலாக கான்ஸ்டன்டைன் *(Constantine)* என்கிற ரோமானிய மன்னன், கிருத்தவத்தை நம்பி ஏற்றுக்கொண்டதோடு மட்டுமல்லாமல், அம்மதம் பரவுவதற்கும் தம்மாலான முயற்சிகளை மேற்கொள்ளத் தொடங்கினான்.

இது, ரோமில் வசித்துவந்த கிருத்தவர்களுக்கு மட்டுமல்லாமல், மத்தியக்கிழக்கில், ரோமானியக் காலனிகளில் வசித்துவந்த அத்தனை கிருத்தவர்களுக்குமே மிகப்பெரிய நன்மையானது. அதுவரை, யூதர்களும் கிருத்தவர்களும் தம் மத வழக்கங்களைப் பின்பற்றி வாழ்வதில் ஏராளமான சிக்கல்கள் இருந்துவந்தன. ரோமானியச் சக்கரவர்த்தியைத்தான் வழிபடவேண்டும்

என்கிற உத்தரவுக்குக் கீழ்ப்படியவும் முடியாமல், எதிர்க்கவும் வழியில்லாமல் நரக அவஸ்தைப் பட்டுக்கொண்டிருந்தார்கள். இப்போது மன்னரே கிருத்தவத்தை ஏற்றுக்கொண்டு, இயேசுவின் பெருமைகளைப் பரப்ப முன்வந்து விட்டதால், அவர்களுக்கு இருந்த மாபெரும் பிரச்னை அடிபட்டுப் போனது. கிருத்தவ குருமார்கள் பாடுபட்டுச் செய்துகொண்டிருந்த காரியத்தை, ரோமானியமன்னனின்அந்தமதமாற்றம்மிகச்சுலபமாக்கிவிட்டது. ரோமில்மட்டுமல்லாமல்ஏனையரோமானியக்காலனிகளெங்கும் கிருத்துவத்துக்கு மாறும் மக்களின் சமூக அந்தஸ்து மிக உயர்ந்ததாக மதிப்பிடப்பட்டது. அவர்களும், அடிமைத்தளையில் வாழ்வதாக அல்லாமல், ஒரு 'கிருத்தவ சாம்ராஜ்ஜியத்தின் பிரஜைகள்' என்கிற பெருமித உணர்வுடன் வாழத் தொடங்கினார்கள்.

யூதர்களின் வாழ்வியல் போராட்ட வரலாறில், ரோமானிய மன்னன் கான்ஸ்டன்டைன் கிருத்தவத்துக்கு மாறிய சம்பவம் மிக முக்கியமானதொரு கட்டம். பொதுமக்கள் மதம் மாறுவதற்கும், அந்நாளில் ஒரு மன்னனே வேறொரு மதத்தை அங்கீகரித்து ஏற்பதற்கும் ஏகப்பட்ட வித்தியாசங்கள் உண்டு. அதுவும், தன்னைத்தான் மக்கள் வணங்கவேண்டும் என்று உத்தரவு போட்டுக்கொண்டிருந்த சக்கரவர்த்திகளின் வம்சத்தில் வந்த ஒருவன்!

சக்கரவர்த்தியே தன்னை வணங்கச் சொல்லுவதை விடுத்து, இயேசுவின் போதனைகளை ஏற்று, மதம் மாறுகிறார் என்றால், நிச்சயம்கிருத்தவத்தைவிட மேலானதொரு மதம்இருக்கமுடியாது என்று மத்தியக் கிழக்கில் ரோமானியக் காலனிகளில் வசித்து வந்த பாமர யூதர்களும் அரேபியர்களும் கருதத் தொடங்கினார்கள். இச்சம்பவம், ரோமானிய ஆட்சி எல்லைக்கு வெளியே இருந்த பல இடங்களிலும் தீவிர சிந்தனைக்கு வித்திட்டதைக் குறிப்பிடவேண்டும். முக்கியமாக 'இயேசுவைக் கொன்ற இனம்' என்கிற குற்ற உணர்ச்சிக்கு ஆட்பட்டிருந்த யூதர்கள்கள் அத்தனை பேருமே கண்ணை மூடிக்கொண்டு இதன்பின் கிருத்தவத்துக்கு மாறத்தொடங்கினார்கள்.

இதனால், பிரசாரங்களுக்குப் போகும் கிருத்தவப் பாதிரியார்களுக்கு பிரச்னைகள் குறைய ஆரம்பித்தன. கல்லடிகள், கட்டிவைத்து எரித்தல், சூடு போடுதல் என்று அவர்கள் அதுவரை

போகிற இடங்களிலெல்லாம் பட்ட எத்தனையோ பல கஷ்டங்கள் கொஞ்சம் கொஞ்சமாகக் மறையத் தொடங்கின. பாதிரியார்களின் வருகையைச் சகிக்க முடியாதவர்கள் கூட மௌனமாக முணுமுணுத்துக்கொண்டு ஒதுங்கிப் போனார்களே தவிர, முன்னைப்போல் தொந்தரவுகள் தருவதைப் படிப்படியாகக் குறைத்துக்கொண்டார்கள். மறுபுறம், ரோமானிய மன்னன் கான்ஸ்டன்டைன் மதம் மாறியதன் விளைவாக, யூதர்களும் அரேபியர்களும் அல்லாத, பிற சிறுதெய்வ வழிபாட்டாளர்களும் கிருத்தவத்துக்கு மாற முன்வந்தார்கள். ரோம் நகரிலேயே வசித்துவந்தவர்கள் அவர்கள். அவர்கள் மூலமாகத்தான் ரோம் நகருக்கு வெளியே, ஐரோப்பா முழுவதுமே கிருத்தவம் கம்பீரமாகத் தலை நிமிர்த்திப் பரவ ஆரம்பித்தது.

இதில் யூதர்களின் பிரச்னை என்ன?

முதலாவது, தர்மசங்கடம். தத்துவங்களின் உட்புகுந்து பார்க்கத் தெரியாத, விரும்பாத பாமரமக்களிடையே கிருத்துவம் வேகமாகப் பரவிக்கொண்டிருந்தாலும், படித்தவர்கள் மத்தியில் அப்போதும் கிருத்தவம் என்பது 'யூத மதத்தின் சுத்திகரிக்கப்பட்ட வடிவம்' என்பதான கருத்தாக்கமே மேலோங்கி இருந்தது. யூதமதம், உலகின் ஆதி மதங்களுள் ஒன்று. மிகப் புராதனமானது. நீண்ட பாரம்பரியம் கொண்டது. ஆயினும் செம்மைப்படுத்தப்படாத வடிவம் கொண்டது. யூத மதத்தின் பிற்கால குருமார்கள், சிறுதெய்வ, உருவ வழிபாடுகளை அங்கீகரிக்க ஆரம்பித்துவிட்டார்கள். மதச் சடங்குகளைத் தம் தேவைக்கேற்ப மாற்றிக்கொள்ளத் துணிந்துவிட்டார்கள். அதையெல்லாம் விமரிசனம் செய்தவர்தாம் இயேசு. புதியதொரு மதத்தை உருவாக்க அல்ல; இருக்கும் யூத மதத்தைத்தான் ஒழுங்குபடுத்த அவர் நினைத்தார். அப்படிப்பட்ட ஒழுங்குக்குக் கட்டுப்பட்டவர்கள்தாம் கிருத்தவர்கள் என்று அழைக்கப்படுகிறார்கள் என்றால், தாமும் ஒரு கிருத்தவராக அடையாளம் காணப்படுவதில் என்ன தவறு என்று அவர்கள் நினைக்கத் தொடங்கினார்கள்.

இது சநாதன யூதர்களுக்கு மிகப்பெரிய தலைவலியானது. கிருத்தவத்தைக் காட்டிலும் யூதமதம் உயர்வானது; இரண்டுக்கும் சம்பந்தமில்லை என்று நிரூபிக்க அவர்கள் துடித்தார்கள். ஆனால் தமது வாதங்களைப் பட்டியலிட்டு விளக்க அவர்களுக்குச்

சாத்தியமில்லாமல் இருந்தது. சக்கரவர்த்தியே கிருத்தவராக இருந்தது, காரணம்.

யூதர்களின் இரண்டாவது பிரச்னை, வழிபாடு தொடர்பானது. அதுவரை மன்னரை வழிபடச்சொல்லி அவர்கள் வற்புறுத்தப்பட்டார்கள். தமது மத வழக்கங்களை, வழிபாடுகளை அவர்கள் ரகசியமாகவே வைத்துக்கொள்ளவேண்டியிருந்தது. அவ்வப்போது ரோமானியச் சக்கரவர்த்தியுடன் ஏதாவது சமரசம் பேசி, தமது மத வழக்கங்களைத் தொடருவதற்கு அனுமதி பெற்று வந்தார்கள். இப்போது மன்னரே கிருத்தவத்தை ஏற்று, மதம் மாறிவிட்டபடியால், கிருத்தவமே ரோமின் ஆட்சிமதமாகிப் போனது. அதாவது, ஆட்சி புரியும் மதம். மன்னரை இனி வழிபடவேண்டாம்; கர்த்தரை வழிபடுங்கள், இயேசுவின் பாதையில் செல்லுங்கள் என்று மன்னர் கான்ஸ்டன்டைன் சொல்லிவிட்டார்.

இது யூதர்களுக்கு சகிக்கமுடியாததொரு விஷயம். மன்னரையே கூட வழிபட்டுவிடலாம், கிருத்தவத்தின் பாதையை எப்படி அவர்கள் ஏற்பார்கள்? ஒருங்கிணைந்து, இதற்கு எதிரான குரல் கொடுக்கவும் அவர்களால் முடியவில்லை. சரியான தலைவர்கள் யாரும்அவர்களிடையேஅப்போது இல்லை. ஆகவே மனத்துக்குள் மட்டுமே புழுங்கினார்கள்.

மூன்றாவதும், மிக முக்கியமானதுமான பிரச்னை, பிழைப்பு. ரோமானிய ஆளுகைக்கு உட்பட்டிருந்த அன்றைய பாலஸ்தீனில், கிருத்தவத்துக்கு மாறியவர்களின் வாழ்க்கைத்தரம் மிக வேகமாக உயரத் தொடங்கியது. அரசு வேலைகள் அவர்களுக்கு மிகச் சுலபமாகக் கிடைத்தன. மேலை நாடுகளுக்குச் சென்று கல்வி பயிலவும், தொழில் செய்யவும் சக்கரவர்த்தி ஏராளமான வாய்ப்புகளை உருவாக்கிக் கொடுத்தார். கிருத்தவத்துக்கு மாறுவோருக்கு அரசாங்க செலவில் நிலங்கள் கிடைத்தன. வீடுகள் வழங்கப்பட்டன. இதெல்லாம் மன்னர் தம் தனிப்பட்ட மகிழ்ச்சியைத் தெரிவிக்க மேற்கொண்ட முயற்சிகள்தாம்.

இந்தக் கிருத்தவப் புரட்சியில் அதிகம் பாதிக்கப்பட்டோர், யூதர்கள். அவர்களுக்கு ரோமானியப் பேரரசுக்குள் பிழைப்பதே பெரும்பாடு என்றாகிப்போனது. வாழ்க்கைத்தரம் உயர்வதற்காக மதம் மாறக்கூடாது என்று உறுதியாக இருந்த சிறுபான்மை யூதர்கள்,

வேறு வழியில்லாமல் தமது தாயகத்தைத் துறந்து வெளியே போய் வசிக்கலாம் என்று முடிவு செய்தார்கள்.

ஒரு பெரும் கூட்டமாக அவர்கள் ஸ்பெயினுக்குப் போனார்கள். இன்னொரு கூட்டம் ரஷ்யாவுக்குப் போனது. வேறொரு குழு போலந்துக்குப் போனது. கொஞ்சம் பேர் ஜெர்மனிக்குப் போனார்கள். வடக்கு ஆப்பிரிக்காவின் சில தேசங்களுக்கும் போனார்கள். ரோமானியப் பேரரசுக்கு வெளியே எங்கெல்லாம் சாத்தியமோ, அங்கெல்லாம் போனார்கள்.

புராணகாலத்தில், எகிப்தில் அடிமைகளாக வசித்துக்கொண்டிருந்த யூதர்களை எப்படி மீட்டுக்கொண்டுவரக் கடவுள் மோசஸ் என்னும் தூதரை அனுப்பினாரோ *(Exodus)*, அதே போல ஒரு தூதன் மீண்டும் வருவான், தங்களை மீண்டும் ஜெருசலேமின் மடியில் கொண்டுவந்து சேர்ப்பான் என்கிற ஒரு நம்பிக்கை அவர்களிடம் இருந்தது. கண்ணீருடன் அவர்கள் தம் தாய்மண்ணைத் துறந்து, ரோமானிய எல்லையைக் கடந்தார்கள்.

சரித்திரத்தில், பல்வேறு காலகட்டங்களில், பல்வேறு காரணங்களுக்காகப் பாலஸ்தீனிலிருந்து யூதர்கள் வெளியேறியிருக்கிறார்கள். அவற்றுள் இது மிக முக்கியமானதொரு கட்டம். கிருத்தவம் போல, இஸ்லாம் போல, யூதமதத்தில் 'பரவல்' என்கிற ஓர் அம்சம் கிடையாது. யூத மதத்தில், மதமாற்றம் என்கிற விஷயம் அறவே கிடையாது. யாரும் யூதமதத்துக்கு மாற வேண்டும் என்று அவர்கள் கேட்கமாட்டார்கள். அதேபோல், யூதமதத்திலிருந்து வெளியேறி, பிற மதங்களைத் தழுவுவோர் எண்ணிக்கையைக் குறைக்கவும் பாடுபடுவார்கள்.

அப்படியிருக்க, எகிப்து, சிரியா, ஜோர்தான், பாலஸ்தீன், லிபியா, ஈரான், ஈராக் போன்ற தேசங்களில் மட்டுமே இருந்த யூதர்கள் எப்படிப் பிற்காலத்தில் ஐரோப்பிய நாடுகளில் பரவினார்கள், ஒவ்வொரு நாட்டிலிருந்தும் ஓட ஓட விரட்டப்பட்டார்கள் என்கிற சந்தேகம் எழலாம்.

இந்தச் சம்பவம்தான் அவற்றின் தொடக்கப்புள்ளி. ரோமானியப் பேரரசின் அதிகார எல்லைக்கு வெளியே போய்விடவேண்டும் என்றுதான் முதல் முதலாக அவர்கள் புறப்பட்டது. அவர்களை யாரும் வெளியேற்றவில்லை. அவர்களாகவே

தான் வெளியேறினார்கள். அப்படி தேசத்தைவிட்டு வெளியேறியவர்களைத் தடுக்காததுதான் ரோமானிய ஆட்சியாளர்களின் பங்கு.

நிம்மதியான வாழ்வை உத்தேசித்து இப்படி இடம் பெயர்ந்த யூதர்கள், குடியேறிய நாடுகளிலும் தனித்தீவுகளாகவே வசிக்கத் தொடங்கினார்கள். அதாவது, அந்தந்த நாட்டு மக்களுடன் அவர்கள் கலக்கவில்லை. மாறாக, ஒவ்வொரு நாட்டுக்குப் போகும் யூதர்களும் தனிக் காலனிகளை ஏற்படுத்திக்கொண்டு, யூதக் குடும்பங்களாகவே சேர்ந்து வசிக்கத் தொடங்கினார்கள்.

ஸ்பெயினில் இருந்த ஆலிவ் தோட்டங்களில் அவர்களுக்கு வேலை கிடைத்தது. ஒயின் தயாரிப்பில் அவர்கள் ஈடுபட்டார்கள். பிற தேசங்களுக்குப் போன யூதர்கள், நெசவுத் தொழிலிலும், ஆடை வியாபாரத்திலும் அதிக கவனம் செலுத்தினார்கள். இத்தாலியில் அவர்கள் பேக்கரிப் பொருட்கள் தயாரித்து விற்பதைப் பிரதானத் தொழிலாகக் கொண்டார்கள். இன்னும் சிலர் சிறிய அளவில் வர்த்தகக் கப்பல்கள் வாங்கி, வியாபாரம் செய்யத் தொடங்கினார்கள். ஷிப்பிங் ஏஜெண்டுகளாகவும் பலர் பணியில் அமர்ந்தார்கள்.

இடமும் தொழிலும் மாறினாலும் அவர்கள் தம் பழக்கவழக்கங்களையோ, வாழ்க்கை முறையையோ மாற்றிக் கொள்ளவில்லை. எங்குபோனாலும் சுலபத்தில் அடையாளம் கண்டுகொள்ளும் விதமாகவே இருந்தது அவர்களது நடவடிக்கைகள். பார்த்தாலே சொல்லிவிடலாம். இவர்கள் யூதர்கள்.

தமது அடையாளங்களை விட்டுக்கொடுக்க யூதர்கள் ஒருபோதும் சம்மதித்ததில்லை என்பதுதான் மிக முக்கியமான விஷயம். அவர்களது மிகப்பெரிய பலம் அதுதான்.

அதுவேதான் பிற்காலத்தில் மாபெரும் பலவீனமாகவும் ஆகிப்போனது.

11

கி. பி. நான்காம் நூற்றாண்டைப் பிரதிநிதித்துவப் படுத்தும் விதமாக ஒரே ஒரு விஷயத்தைக் குறிப்பிட வேண்டும் என்றால், ஒட்டுமொத்த சரித்திர ஆசிரியர்களும் சுட்டிக்காட்டுவது, கிருத்தவத்தின் பரவலைத்தான். இயேசுவின் மரணத்தை அடுத்து ஆரம்பமான இயக்கம் அது. இன்றுவரையிலும் தொடர்ந்துகொண்டிருக்கும் ஒரு நடவடிக்கையே என்றபோதும், நான்காம் நூற்றாண்டில் அதன் வீச்சு, கற்பனைக்கு அப்பாற்பட்டதாக இருந்தது.

மத்தியக் கிழக்கிலும் ஐரோப்பாவிலும் நன்கு பரவி, வேரூன்ற ஆரம்பித்துவிட்டிருந்தது அது. கான்ஸ்டன்டைனை அடுத்து வந்த ரோமானிய ஆட்சியாளர்களும் கிருத்தவத்தின் வளர்ச்சிக்காக என்ன வேண்டுமானாலும் செய்யத் தயாராக இருந்ததால் கிருத்தவர்கள் ஒரு பொற்காலத்துக்குள் நுழைகிற உணர்வில் திளைத்திருந்தார்கள்.

இந்நிலையில் பாலஸ்தீன நிலப்பரப்பில் வாழ்ந்துகொண்டிருந்த கிருத்தவர்கள், ஜெருசலேமையும் அதன் சுற்றுப்புறப் பகுதிகளையும் முழுவதுமாகக் கிருத்தவ பூமியாகக் காட்டும் முடிவில், கண்ணில் பட்ட இடங்களிலெல்லாம் தங்கள் தேவாலயங்களை எழுப்ப ஆரம்பித்தார்கள். இதனால், ஒரு பக்கம் ரோமானியச் சக்கரவர்த்தியையும் சந்தோஷப்படுத்திய மாதிரி ஆகும்; இன்னொரு பக்கம், புனித பூமியான ஜெருசலேமும் கிருத்தவர்களின் நகரமாகவே காலப்போக்கில் அங்கீகரிக்கப்பட்டுவிடும். பெரும்பாலான யூதர்கள் ஜெருசலேமின் சுற்றுப்புறங்களிலிருந்து வெளியேறிவிட்ட நிலையில் இதற்குப் பெரிய தடைகளும் வராது என்று அவர்கள் கருதினார்கள்.

இப்படி ஜெருசலேமிலும் சுற்றுப்புற நகரங்களிலும் பெரிய பெரிய தேவாலயங்களை எழுப்பிய கிருத்தவர்கள், அப்போது கிருத்தவம்

நன்கு பரவியிருந்த ஐரோப்பிய நாடுகளிலிருந்து - குறிப்பாக கிரீஸ், இத்தாலி, பால்கன்தீபகற்பம்- யாத்ரீகர்கள்பலரைஜெருசலேமுக்கு வரவழைக்கவும் ஏற்பாடுகள் செய்தார்கள்.

மேலை நாட்டு யாத்ரீகர்கள், இயேசுவின் பூமிக்கு வந்து தரிசித்துவிட்டுத் திரும்பிச்சென்று தங்கள் நாட்டில் கிருத்தவத்தை மேலும் பரப்ப வேண்டுமென்பதே அவர்களின் விருப்பமாக இருந்தது. அப்படி வருகிற மேலை யாத்ரீகர்களுள் சிலரை நிரந்தரமாகவே ஜெருசலேமில் தங்கவைத்து, அவர்களைக் கொண்டும் உள்ளூரில் கிருத்தவத்தைப் பரப்ப முடிவு செய்தார்கள். அதாவது, 'நமது மண்ணின் பெருமையை, அயல்நாட்டுக்காரர்களே உணர்ந்திருக்கிறார்கள் பார், நீ இன்னும் உணரவில்லையா?' என்று பாலஸ்தீனத்து யூதர்களையும் அரேபியர்களையும் பார்த்து மறைமுகமாகக் கேட்பது.

இந்த முயற்சியில், பாலஸ்தீனக் கிருத்தவர்களுக்குக் கணிசமான வெற்றி கிடைத்தது என்றே சொல்லவேண்டும். ஏராளமான அரேபியர்களையும் அதிகபட்சம் சுமார் ஆயிரம் யூதர்களையும் அவர்கள் அப்போது கிருத்தவர்களாக மாற்றிக்காட்டினார்கள்.

நான்காம் நூற்றாண்டின் இறுதியில் (கி.பி. 375 - 395) ரோமை ஆண்ட மன்னன் தியோடோசியஸ் (Theodosius -1) ஒரு சட்டமே பிறப்பித்தான். ரோமானிய சாம்ராஜ்ஜியத்தில் கிருத்தவத்தைத் தவிர, வேறு எந்த மதத்துக்கும் அனுமதியே கிடையாது!

இதன் தொடர்ச்சியாக, அடுத்து வந்த புதிய நூற்றாண்டின் தொடக்கத்தில் சில கிருத்தவத் துறவிகள் பாலஸ்தீனில் இருந்த யூத தேவாலயங்களை (யூதக் கோயில்களுக்கு Synagogues என்று பெயர்.) இடிக்க ஆரம்பித்தார்கள். சிரியாவின் வடக்குப் பகுதியிலிருந்து வந்த பார் ஸௌமா (Bar Sauma) என்கிற ஒரு கிருத்தவப் பாதிரியார் ஜெருசலேமின் சுற்றுப்புறங்களிலிருந்த ஏராளமான யூத தேவாலயங்களை இடித்ததாக யூத சரித்திர ஆசிரியர்கள் பலர் குறிப்பிடுகிறார்கள்.

இடிக்கப்பட்ட தேவாலயங்களை மீண்டும் கட்டுவது, மீண்டும் அவை இடிக்கப்படுவது என்று இது ஒரு தொடர் நடவடிக்கையாக இருந்துவந்திருக்கிறது. கி.பி. 614ல் யூதர்கள் சற்று நிம்மதிப் பெருமூச்சு விடும்விதமாக ஒரு சம்பவம் நடந்தது.

அப்போது ரோமானியர்களுக்கு எதிராக யுத்தம் செய்ய பெர்ஷிய ராணுவமொன்று கிளம்பி, ஜெருசலேமை நோக்கி வந்துகொண்டிருந்தது. பாலஸ்தீன யூதர்கள், இதனை ஒரு வாய்ப்பாகக் கருதி அவர்களுடன் பேசினார்கள். ஒப்பந்தம் என்னவென்றால், ஜெருசலேமை பெர்சிய ராணுவம் வெற்றிகொள்ள, பாலஸ்தீன யூதர்கள் உதவுவார்கள். பதிலாக, ஜெருசலேமில் பெர்சியாவுக்குக் கட்டுப்பட்டதொரு யூத அரசு அமைய அவர்கள் உதவவேண்டும்.

இந்தத் திட்டம் வெற்றிகரமாக நடந்தேறியது. கி.பி. 614ல் நடந்த யுத்தத்தில் பெர்சிய ராணுவத்துடன் பாலஸ்தீன யூதர்களும் இணைந்து, ரோமானிய ஆட்சியாளரை எதிர்த்துப் போரிட்டார்கள். இறுதி வெற்றியும் யூதர்களுக்கே கிடைத்தது. பெர்சிய தளபதி, கொடுத்த வாக்குப்படி நெஹேமியா பென் ஹுஸெய்ல் *(Nehemiah ben Husheil)* என்கிற யூத இனத் தலைவர் ஒருவரை ஜெருசலேமின் மன்னனாக அமர்த்திவிட்டு ஊர் போய்ச் சேர்ந்தார்.

நீண்ட நெடுநாள்களுக்குப் பிறகு சுதந்தர யூத அரசு! யூதர்களால் முதலில் நம்பவே முடியவில்லை. சந்தோஷத்தில் என்ன செய்வதென்றே புரியாமல், நாட்டில் இருந்த அத்தனை கிருத்தவர்களையும் அவர்கள் துரத்தித் துரத்தி விரட்ட ஆரம்பித்தார்கள். பாலஸ்தீனின் எல்லை வரை ஓட ஓட விரட்டிவிட்டேதிரும்பிவந்தார்கள்.அங்கிருந்தஅத்தனைகிருத்தவ தேவாலயங்களும் உடனடியாக இழுத்துப் பூட்டப்பட்டன. இஸ்ரேலில் ஒரு கிருத்தவரும் இருக்கக்கூடாது என்று கோஷம் செய்தார்கள். கொண்டாடினார்கள். குதித்துக் கும்மாளமிட்டார்கள்.

இதெல்லாம் மூன்றாண்டுகள் வரைதான். யூதர்களுக்காகக் கிருத்தவர்களைப் பகைத்துக்கொள்வது எதிர்காலத்துக்கு நல்லதல்ல என்று பெர்சிய மன்னர் முடிவு செய்துவிட்டார். மேலும் இஸ்ரேல் விஷயத்தில் மட்டும் தலையிடாமல் இருந்தால் ரோமானியப் பேரரசால் எந்தப் பெரிய தொல்லையும் எக்காலத்திலும்வராதுஎன்றும்அவர்களுக்குத்தோன்றியது.ஆகவே, அரசியல் ராஜதந்திரம் என்கிற ரீதியில், பாலஸ்தீன யூதர்களுக்குத் தாங்கள் அளித்து வந்த ஆதரவை விலக்கிக்கொண்டுவிடுவது என்று முடிவு செய்துவிட்டார்கள்.

இதெல்லாம் ஒரு பெரிய காரியமா? மீண்டும் ஒரு படையெடுப்பு. ஒரு யுத்தம். தாங்கள் பதவியில் அமர்த்திவிட்டு வந்த அதே யூத மன்னன் நெஹேமியா பென் ஹுஸெய்லைக் கொன்றுவிட்டு, கிருத்தவர்களுக்கே தங்கள் ஆதரவு என்று சொல்லிவிட்டு வந்துவிட்டது பெர்சிய ராணுவம்.

அடுத்த ஐந்தாண்டு காலத்துக்கு பாலஸ்தீன் மண், பெர்சியர்களின் ஆளுகைக்கு உட்பட்டு இருந்தது. யூதர்கள் மீண்டும் தங்கள் பழைய கஷ்டங்களை அனுபவிக்கப் பணிக்கப்பட்டார்கள். வழிபடக்கூடாது; மதப்பள்ளிக்கூடங்கள் நடத்தக்கூடாது; மத போதனைகள் கூடாது; கிருத்தவத்துக்கு எதிரான நடவடிக்கைகள் எதையும் மேற்கொள்ளக்கூடாது. இஷ்டமிருந்தால் பாலஸ்தீனில் வாழலாம்; இல்லாவிட்டால் வேறெங்காவது கிளம்பிப் போக எந்த ஆட்சேபணையும் இல்லை.

இந்தச் சமயத்திலும் பல யூதர்கள் தேசத்தை விட்டு வெளியேறினார்கள். ஒழுங்காக ரோமானியச் சக்கரவர்த்தியிடமே கோரிக்கை வைத்து, தமது மதக்கடமைகளை நிறைவேற்றிக் கொள்ள அனுமதி கோரியிருக்கலாம். தாமதமானாலும் நிச்சயம் கிடைத்திருக்கும். இப்படி அவர்களையும் பகைத்துக்கொண்டுவிட்டோமே என்று வருந்தினார்கள். கிருத்தவர்களுடனேயே கூட சமரசமாக நடந்துகொண்டிருக்க முடியும். சம்பந்தமில்லாமல் ஒரு மூன்றாம் தரப்பினரை நம்பி மோசம் போய்விட்ட வருத்தம் அவர்களுக்குப் பல்லாண்டுகாலம் தொடர்ந்து இருந்துவந்தது.

ஆனால், வருந்திப் பயனில்லை. ஹெராக்ளிடஸ் (Heraclitus) என்கிற ரோமானிய மன்னன் பாலஸ்தீன் மீது மீண்டும் படையெடுத்து வந்தான். மிகக் கடுமையான யுத்தம். இறுதியில் மீண்டும் பாலஸ்தீன் ரோமானிய ஆட்சிக்குள் வந்தது. அங்கு மிச்சமிருந்த கொஞ்ச நஞ்ச யூதர்களையும் துடைத்து நாடு கடத்தினார்கள். மன்னிப்புக் கேட்டுக்கொண்டு, கிருத்துவத்தை ஏற்கச் சம்மதித்த சில யூதர்கள் மட்டுமே இஸ்ரேலில் வாழ அனுமதிக்கப்பட்டார்கள். அப்படி அனுமதி பெற்று, பிறகு முரண்டு பிடித்தவர்களையெல்லாம் கணக்கு வழக்கில்லாமல் கழுவில் ஏற்றினார்கள். (நூற்றுக்கணக்கானோரை வலுக்கட்டாயமாக கிருத்தவத்துக்கு மாற்றியதாகவும் சில குறிப்புகள் இருக்கின்றன.)

தொடர்ந்து அவலவாழ்வைத்தான் வாழவேண்டும் என்று இருந்த தம்விதியை நினைத்து யூதர்கள் வருந்தினார்கள். அதுவும் இம்முறை ரோமானியப் படையெடுப்புக்குப் பிறகு சிவில் அரசல்ல; ஒரு ராணுவ அரசாகவே அங்கே ஆட்சி அமைக்கப்பட்டது. கிருத்தவ ராணுவம். ரோமானியச் சக்கரவர்த்தியின் பிரதிநிதியாக பாலஸ்தீனை ஆள நியமிக்கப்பட்டவர், சக்கரவர்த்தியின் மந்திரிப் பிரதானிகளுள் ஒருவரல்லர். ராணுவத் தளபதிகளுள் ஒருவர். இன்னும் எத்தனை காலம் இந்தப் போராட்டமோ என்று ஒவ்வொரு இஸ்ரேலிய யூதரும் மனத்துக்குள் அழுதார்கள்.

உண்மையில், யூதர்கள் அப்போது ரோமானிய ஆட்சியை நினைத்துக் கலங்கி யிருக்கவே வேண்டாம். கிருத்தவர்களுடனான அவர்களது உரசல்கள் எல்லாமும் கூட அர்த்தமே இல்லாதவையாக ஆகிப்போகும் காலம் வெகுசீக்கிரம் வரவிருப்பதை அப்போது அவர்கள் உணரவில்லை.

யூதர்களாகவும் இல்லாமல், கிருத்தவர்களாகவும் இல்லாமல் பாலஸ்தீன மண்ணின் பழங்குடி இனத்தவர்கள் என்கிற ஒரே அடையாளமுடன் எவ்வித கலாசார வளர்ச்சியும் அற்று, வெறும் மனிதர்களாக வாழ்ந்துகொண்டிருந்த அரேபியர்களின் வாழ்க்கையில் அப்போதுதான் முதல்முறையாக ஒரு மலர்ச்சி ஏற்பட்டது. ரோமானியர்கள் ஆண்டாலும், கிரேக்கர்கள் ஆண்டாலும் வேறு யார் ஆண்டாலும் அதுவரை அவர்கள் வெறும் சுண்டைக்காயாகவே இருந்தார்கள். ஆள்பவர்கள் அவர்களைப் பொருட்படுத்தமாட்டார்கள். யூதர்கள் அவர்களைக் கண்டுகொள்ளமாட்டார்கள். கிருத்தவர்களோ, மதம் மாற்றமுடியுமா என்கிற நோக்கில் மட்டுமே அவர்களைப் பார்ப்பார்கள். இத்தனைக்கும் அவர்கள்தாம் அங்கே பெரும்பான்மை மக்கள்!

யூதமதமும் கிருத்தவ மதமும் பண்பட்ட மதங்கள் என்றும், சிறு தெய்வ வழிபாடுகளில் மூழ்கியிருந்த அரேபியர்களின் நம்பிக்கைகள் எதுவுமே பொருட்படுத்தத்தக்கவையல்ல என்றும் ஒரு கருத்து அங்கே ஆழமாக வேரூன்றியிருந்தது.

அரேபிய மண்ணின் ஆதிவாசிகளான அவர்களுக்குக் கல்வி கூடக் கிடையாது. உழைப்பது, சாப்பிடுவது, சந்ததி பெருக்குவது என்கிற மூன்று காரியங்கள் தவிர வேறு எதற்குமே லாயக்கற்றவர்கள் என்று

கருதப்பட்டார்கள். அப்படிப்பட்ட இனத்தில் முதல் முதலாக ஓர் எழுச்சி கி.பி. ஏழாம் நூற்றாண்டின் தொடக்கத்தில் ஏற்பட்டது.

எழுச்சி என்றால், வெறும் சொல்லில் அடங்கிவிடக்கூடிய எழுச்சியல்ல அது. உலக சரித்திரத்தில் வேறு எங்கும், எப்போதும், எந்தக்காலத்திலும்-இன்றுவரையிலும்கூடஅதற்குநிகரானஎழுச்சி நடந்ததில்லை. ஒட்டு மொத்த அரேபியர்களின் வாழ்க்கையையும் புரட்டிப்போட்ட எழுச்சி அது.

அது கி.பி. 622ம் வருடம், செப்டெம்பர் மாதம் 27ம் தேதி, திங்கட்கிழமை. ஒரு மனிதர், ஓர் ஊரிலிருந்து இன்னொரு ஊருக்கு இடம் பெயர்ந்தார்.

அவ்வளவுதான். ஒட்டுமொத்த அரேபியர்களும் மதம் பெயர்வதற்குத் தயாராகிவிட்டார்கள்.

அவர் பெயர் முகம்மது. இயேசுவுக்குப் பிறகு இறைவன் அனுப்பியதாக நம்பப்படும் இறைத்தூதர் (நபி.) இறுதித் தூதரும் அவரேதான்.

12

முகம்மது என்கிற மனிதரின் பிறப்பு, அவர் ஓர் இறைத்தூதர் என்று அறியப்பட்ட தருணம். இந்த இரண்டுமே அரேபியர்களின் சரித்திரத்தில் மிக முக்கியமான அம்சங்கள்.

ஒரு மனிதரின் பிறப்பே எப்படி முக்கியத் தருணமாகும் என்கிற கேள்வி எழலாம். மற்ற இறைத்தூதர்களைப் பற்றிய தகவல்களுக்கு நாம் புராணக் கதைகளையே ஆதாரங்களாகக் கொள்ளவேண்டியிருக்கிற நிலையில், இவர் ஒருவரைக் குறித்த விவரங்களை மட்டும்தான் கதைகளிலிருந்து அல்லாமல், சரித்திரத்தின் பக்கங்களிலிருந்தே நாம் பெற முடிகிறது. காலத்தால் நமக்கு மிகவும் நெருக்கமானவர் என்பது மட்டுமே இதற்குக் காரணமல்ல. அவரது காலத்தில் வாழ்ந்தவர்கள், அவருடன் நேரில் பழகியவர்கள், அவரது பிரசங்கங்களை, போதனைகளைக் கேட்டவர்கள் எழுதிவைத்த குறிப்புகள் ஏராளமாக இருக்கின்றன. முகம்மது குறித்த ஒவ்வொரு தகவலும் பல்வேறு நிலைகளில் சரிபார்க்கப்பட்டு, ஒப்புநோக்கப்பட்டு, அவருடன் நேரடியாகப் பழகியவர்கள் விவரித்துள்ளவற்றுடன் பொருந்தினால் மட்டுமே அச்சேறின. இதனால், முகம்மது குறித்த விவரங்களின் நம்பகத்தன்மை பற்றிய அத்தனை கேள்விகளும் அடிபட்டுப் போய்விடுகின்றன. ஆதாரம் இல்லாத ஒரு குட்டிக்கதை, கதையின் ஒருவரி - ஒரு சொல் கூடக் கிடையாது.

இதன் அடிப்படையில்தான் இப்படியொரு முடிவுக்கு வரவேண்டியிருக்கிறது.

முகம்மது பிறக்கும் முன்னரே அவரது தந்தை இறந்துவிட்டார். பிறந்த சிலகாலத்துக்குள்ளாகவே தாயையும் இழந்தவர் அவர்.

ஏழை வியாபாரியான அபூதாலிப் என்கிற தமது பெரியப்பாவின் அரவணைப்பில்தான் அவர் வளர்ந்தார்.

இந்தப் பின்னணியை ஒரு காரணமாகக் கருதிவிட முடியாது என்றாலும், மிக இளம் வயதிலேயே கேளிக்கைகளையும் விளையாட்டுப் பேச்சுகளையும் அறவே தவிர்க்கக் கூடியவராக இருந்திருக்கிறார். இளம் வயதென்றால் பத்துப் பன்னிரண்டு வயதுகளிலேயே.

அபூதாலிபால் முகம்மதுவுக்குச் சரியான பள்ளிப்படிப்பைத் தர இயலவில்லை. அவரது ஏழைமை அதற்குப் பெரும் தடையாக இருந்தது. அன்றைய தினம் அரேபியாவின் பெரும்பான்மை மக்களின் நிலைமை இதுதான். வளமை என்பது மிகச்சிலருக்கே உரிய விஷயமாக இருந்திருக்கிறது. கல்வியும் அத்தகையவர்களுக்கே உரித்தானதாக இருந்திருக்கிறது. படிப்பில் ஈடுபடாத அரபுக் குழந்தைகள், இளம் வயதிலேயே முரட்டு விளையாட்டுகளில் ஈடுபடுவதும், வாலிப வயதில் வாளேந்துவதும் சர்வ சாதாரணமாக இருந்திருக்கிறது.

முகம்மதுவின் வயதில் இருந்த அத்தனை பிள்ளைகளும் வீதியில் ஆடிப்பாடி, அடித்துப் பிடித்து விளையாடிக்கொண்டிருந்த காலத்தில், முகம்மது மட்டும் தனியே எதையோ சிந்தித்தபடி அமர்ந்திருப்பவராக இருந்திருக்கிறார். அதைப் பார்த்து கேலி செய்யும் பிள்ளைகளிடம் 'பிறவி எடுத்ததன் நோக்கம் இந்தக் கேளிக்கைகளில் இருப்பதாக நான் கருதவில்லை' என்று சொல்லக்கூடியவராக இருந்திருக்கிறார். அவரது தனிமை விரும்பும் சுபாவத்தையும், எப்போதும் சிந்தித்தபடி இருக்கும் இயல்பையும் மிகச்சிறிய வயதிலிருந்தே மற்றவர்கள் கவனித்து வந்திருந்தாலும், அதை ஆன்மிகத்துடன் தொடர்புபடுத்தி அப்போதே யாரும் யோசித்ததில்லை.

அன்றையஅரேபியர்களின்இயல்புக்குச்சற்றும்நெருக்கமில்லாதது அது. அவர்கள் பக்திமான்களாகத்தான் இருந்திருக்கிறார்கள். இப்ராஹிம் (ஆபிரஹாம்) நபி கட்டுவித்த 'கஃபா' என்கிற பல நூற்றாண்டுகள் புராதனமான வணக்கஸ்தலத்தை பயபக்தியுடன் வலம் வந்து வணங்குபவர்களாகத்தான் இருந்திருக்கிறார்கள். எங்கெங்கிருந்தோ முன்னூற்று அறுபது இறை உருவங்களை

எடுத்துவந்து அங்கே பிரதிஷ்டை செய்து தினமொரு கடவுளை பிரார்த்திப்பவர்களாகவும் இருந்திருக்கிறார்கள்.

ஆனால் இந்த பக்திப்பாதை, முகம்மதுவின் ஆன்மிகப் பாதைக்குச் சற்றும் சம்பந்தமில்லாததாக இருந்தது. துளியும் படிப்பறிவில்லாதவராக இருந்த முகம்மது, தமக்குள் ஒடுங்கி, அதன்மூலம் பெற்றிருந்த ஆன்மிகத் தேர்ச்சியை அநேகமாக யாராலுமே உணர இயலவில்லை. ஆனால் அவர் மீது அனைவருக்குமே ஒரு மரியாதை இருந்தது. பண்பான இளைஞர், பக்தி மிக்க இளைஞர் என்கிற அளவில் ஏற்பட்டிருந்த மரியாதை. ஏழைகளுக்கு வலிந்து போய் உதவக்கூடியவராக இருக்கும் இளைஞர் என்பதால் உண்டாகியிருந்த மரியாதை.

தாம் ஓர் இறைத்தூதர் என்பதை அவர் அறிவதற்கெல்லாம் பல்லாண்டுகள் முன்பே உருவாகியிருந்த மரியாதை அது. என்ன வித்தியாசம்என்றால்,அரேபியர்களிடம்அன்றுபக்திஉண்டேதவிர, ‘ஆன்மிகம்’ என்பது அவர்களுக்கு அந்நியமானதொன்று. தமது குழுச் சண்டைகளுக்கும் இனப்போர்களுக்கும் கடவுளர்களைத் துணைநிற்கச் சொல்லி வேண்டுவார்களே தவிர, உள்ளார்ந்த அன்பை விதைத்து, சகோதரத்துவம் பயிரிடும் உத்தேசம் யாருக்கும் கிடையாது.

இந்தக் காரணத்தினால்தான் அரேபியர்களிடையே சுலபமாக கிருத்தவம் ஊடுருவ முடிந்தது. இதே காரணத்தினால்தான் யூதர்களுக்கும் கிருத்தவர்களுக்கும் அடுத்தபடியாகவே அவர்கள் பொருட்படுத்தப்பட்டார்கள். இதனாலேயேதான் ‘காட்டரபிகள்’ என்றும் அவர்கள் அன்று வருணிக்கப்பட்டார்கள்.

இப்படிப்பட்டதொரு இனத்தில்தான் முகம்மது பிறக்கிறார். ஒன்றல்ல; இரண்டல்ல; முன்னூற்று அறுபது கடவுள்களைச் சிலைகளாகச் செய்துவைத்து வணங்கும் இனம். உழைத்துச் சாப்பிட்டு, சந்ததி பெருக்கி, மாண்டுபோய்க்கொண்டிருந்த இனம். பெண்கள்படைக்கப்பட்டதே,சந்ததிபெருக்குவதற்குத்தான்என்று உறுதிபட நம்பியதோர்இனம். ஏராளமான மூட நம்பிக்கைகளுடன் முட்டிமோதிக்கொண்டிருந்த இனம். படிப்பறிவில்லாத இனம். முரட்டு இனம். யுத்தவெறி பிடித்த இனம். தமது பெருமை என்னவென்றே உணராமல் காலம் காலமாக வீணடித்துவிட்ட இனம்.

ஒரு சம்பவம் நடந்தது. கடும் மழை. பெரிய வெள்ளம். மெக்கா நகரின்மத்தியில்இருந்த 'கஃபா' ஆலயத்தின்புராதனமானசுவர்கள் வெள்ளத்தில் இடிந்து விழுந்துவிட்டன. ஏற்கெனவே மிகவும் பழுதாகியிருந்த ஆலயம் அது. இடித்துவிட்டுப் புதுப்பிக்கலாம் என்று நினைத்த அரபுகளுக்குக் கொஞ்சம் பயம் இருந்தது. இறைவனின் ஆலயத்தை இடிப்பதன்மூலம் ஏதாவது அபவாதம் சேருமோ என்கிற பயம். ஆனால், அந்த வெள்ளத்தில், ஆலயத்தின் சுவர்கள் தாமாகவே இடிந்ததில் மிகவும் நிம்மதியடைந்தார்கள்.

இனி பிரச்னையில்லை. இறைவனே உத்தரவு கொடுத்துவிட்டான்; ஆலயத்தை மீண்டும் திருத்தமாக எழுப்பிவிடலாம் என்று முடிவு செய்தார்கள். பல்வேறு இனக்குழுவினராகப் பிரிந்து இருந்த அரேபியர்கள் இந்த ஒரு விஷயத்தில் ஒன்று சேர்ந்து, நிதி சேர்த்து, ஆலயப் புனரமைப்புப் பணியில் ஈடுபடத் தொடங்கினார்கள்.

ஆரம்பத்தில் எல்லாமே சிறப்பாகத்தான் இருந்தது. கட்டுமானப்பணி வேகமாகத்தான் நடைபெற்று வந்தது. ஆனால், ஒருகுறிப்பிட்டகட்டம்வந்தபோதுஅவர்களின்இயல்பானமுரட்டு சுபாவம் மேலோங்கி, அடித்துக்கொள்ளத் தயாராகிவிட்டார்கள்.

விஷயம் இதுதான். 'கஃபா'வின் இடிக்கப்பட்டதொரு சுவரிலிருந்து, 'ஹஜ்ருல் அஸ்வத்' என்ற கல் ஒன்றை எடுத்து பத்திரப்படுத்தி வைத்திருந்தார்கள். கொஞ்சம் விசேஷமான கல் போலிருக்கிறது. அதைத் திரும்பப் பதித்தாகவேண்டும். ஆனால் யார் பதிப்பது? எத்தனையோ இனக்குழுவினர் (கோத்திரத்தார் என்று அவர்களைக் குறிப்பிடுவது இஸ்லாமியர் வழக்கம்.) சேர்ந்துதான் கோயிலைக் கட்டிக்கொண்டிருந்தார்கள். கோயிலைச் சேர்ந்து கட்டுவதும் ஹஜ்ருல் அஸ்வத்தைத் திரும்பப் பதிக்கும் பணியை மேற்கொள்வதும் ஒன்றல்ல. இது பெருமை சம்பந்தப்பட்டது. கௌரவம் தொடர்பானது.

ஆகவே, நீயா நானா போட்டி எழுந்துவிட்டது. எந்தக் கணமும் மோதல் யுத்தமாகி, ரத்தம் பெருகலாம் என்கிற நிலைமை. முன்னதாக, இதேபோல் எத்தனையோ பல உப்புப்பெறாத காரணங்களுக்காக வாளேந்தித் தலைசீவியவர்களே அவர்கள். சமாதானமல்ல; சண்டையே அவர்களின் அடையாளமாக இருந்தது. ஒரு சிறு வாய்ப்புக்கிடைத்தாலும் அடித்துக்கொண்டு மடிவதற்கு அத்தனை பேருமே தயாராக இருந்தார்கள்.

இவர்களின் இத்தகைய இயல்பையும், 'கஃபா' மறுகட்டுமானம் தொடர்பாக எழுந்துள்ள பிரச்னையையும் நன்கறிந்த மெக்கா நகரப் பெரியவர்களுக்கு மிகவும் அச்சம் ஏற்பட்டது. எப்படியாவது ரத்த நதி பெருகுவதைத் தடுத்தாகவேண்டும் என்று நினைத்தார்கள். எத்தனையோ விதமாகக் குறைஷிகளிடம் (மெக்காவில் வசித்துவந்த அரேபியர்கள் இவர்கள்தாம்.) பேசிப்பார்த்தார்கள்.

ஆனால் எதற்கும் பலனில்லை. யாரும் உரிமையை விட்டுத்தரத் தயாராக இல்லை என்று சொல்லிவிட்டார்கள். யுத்தம் செய்வோம். வெற்றி பெறுபவர்கள் அந்தப் புனிதக் கல்லைத் திரும்பப் பதிக்கும் பரிசினைப் பெறுவார்கள் என்று தீர்மானமாகச் சொல்லிவிட்டார்கள்.

கட்டக்கடைசி முயற்சியாக ஒரு முதியவர், தன் பங்குக்கு ஒரு யோசனையை முன்வைத்தார். யுத்தத்தை ஒருநாள் ஒத்திப்போடலாம். யாராவது ஒருவர் சொல்லும் யோசனைக்காவது கொஞ்சம் செவிசாய்க்கலாம்.

ஆனால், யார் அந்த ஒருவர்?

அன்றைய பொழுது மறைந்து, மறுநாள் காலை விடியும்போது யார் முதலில் 'கஃபா'வுக்குள் வணங்குவதற்காகச் செல்கிறாரோ, அவர்தான். யாராயிருந்தாலும் சரி. அந்த முதல் வணக்கம் செலுத்தப் போகிறவரிடம் பிரச்னையைக் கொண்டுசெல்வது. அவர் சொல்லும் யோசனை எதுவானாலும் கேட்டு, அதன்படிச் செயல்படுவது.

அதுசரி. அவர் என்ன யோசனை சொல்லவேண்டும்? சண்டைக்குத் தயாராக இருக்கும் இனக்குழுவினரிடையே, யார் அந்தக் கல்லைப் பதிக்கலாம் என்று மட்டுமே அவர் சொல்லலாம். அவர் குறிப்பிடும் குழுவினர் கல்லைப் பதிப்பார்கள். மற்றவர்கள் ஒத்துழைக்கவேண்டும்.

சம்பந்தமில்லாத ஒரு மூன்றாம் நபரின் கருத்தை ஏற்று, அதன்படிச் செயல்படலாம் என்று இருதரப்பினருமே ஒப்புக்கொண்டது ஆச்சரியம்தான். ஆனால், யார் 'கஃபா'வுக்குள் மறுநாள் காலை நுழையப்போகிற அந்த முதல் நபர் யார்? ஏற்றுக்கொள்ளக்கூடிய தீர்வைச் சொல்லக்கூடியவர்தானா அவர்?

ஆர்வமுடனும் எதிர்பார்ப்புடனும் இரு தரப்பினருமே அன்றைய இரவு முழுவதும் 'கஃபா'வின் வெளியே காத்திருந்தார்கள்.

மறுநாள் பொழுது இன்னும் விடியக்கூட இல்லை. இருள் பிரியாத அந்நேரத்தில் ஓர் உருவம் அமைதியாக 'கஃபா'வுக்குத் தொழச் சென்றது. அவர்தான், அவர்தான் என்று அனைவரின் உதடுகளும் முணுமுணுத்தன.

தொழுது முடித்து அவர் திரும்பியபோது அத்தனை பேரும் மொத்தமாக எதிரே வந்து நின்று யாரென்று உற்றுப்பார்த்தார்கள்.

முகம்மதுதான் அவர். அப்போது அவருக்கு இருபத்தி மூன்று வயது. ஆணழகராகவும் அறிவில் சிறந்தவராகவும் அமைதி விரும்பியாகவும் ஒட்டுமொத்த மெக்காவுக்கும் அவர் அப்போது நன்குஅறிமுகமாகியிருந்தார். முன்பே சொன்னதுபோல், அவரிடம் அனைவருக்குமே அன்பும் மரியாதையும் மேலோங்கியிருந்தது.

ஆகவே, ஒரு சரியான நபர்தான் ஆலயத்துள் முதல் நபராகச் சென்றிருக்கிறார், இவரிடம் நமது பிரச்னையைச் சொல்லித் தீர்வு கேட்கலாம் என்று நம்பிக்கையுடன் அவரை அணுகிப் பேசத் தொடங்கினார்கள்.

முகம்மது பொறுமையாகக் கேட்டார். இப்போது நான் என்ன செய்யவேண்டும்?

இரு தரப்பினர் இருக்கிறோம். 'ஹஜ்ருல் அஸ்வத்' என்கிற கல்லை யார் 'கஃபா'வின் சுவரில் பதிக்கவேண்டும்? முகம்மதுதான் சொல்லவேண்டும். ஏனெனில், அவர்கள் அப்படியொரு முடிவு செய்திருக்கிறார்கள். ஆலயத்துள் முதலில் நுழைபவர் சொல்லும் கருத்தை அப்படியே ஏற்பது.

முகம்மது புன்னகை செய்தார். இரண்டடி நகர்ந்து, தன் தோளில் போட்டிருந்த துண்டை எடுத்துத் தரையில் விரித்தார். அந்தக் கல்லைக் கொண்டு வாருங்கள் என்று உத்தரவிட்டார்.

கல் வந்தது. அதைத் துண்டின் நடுவே வைக்கச் சொன்னார். வைத்தார்கள். அவ்வளவுதான். இனி ஆளுக்கொரு புறம் துண்டின் நுனியைப் பிடித்துக்கொள்ளுங்கள் என்றார். பிடித்துக்

கொண்டார்கள். அப்படியே எடுத்துப் போய்ப் பொருத்தி, பூசிவிடுங்கள் என்றார்.

நன்கு கவனிக்கவேண்டிய இடம் இது. முகம்மது மூலம் உலகுக்கு வழங்கப்பட்ட இஸ்லாம் என்கிற மார்க்கத்தின் ஆதாரப்புள்ளி இந்தச் சம்பவத்துக்குள்தான் புதைந்திருக்கிறது. அரேபியர்களிடையே ஒற்றுமை என்கிற அவரது பெருங்கனவின் தொடக்கப்புள்ளியும் இதுதான். அவர் ஒரு நபி என்று அறியப்படுவதற்கெல்லாம் பல்லாண்டுகளுக்கு முன்னதாகவே நடந்த சம்பவம் இது.

நாற்பது, நாநூறல்ல; நாலாயிரம் துண்டுகளாகச் சிதறிக்கிடந்த அரேபியர்களை ஒரு மேல்துண்டின் நான்கு முனைகளை ஒற்றுமையுடன் பிடிக்க வைத்ததன்மூலம் மாபெரும் யுத்தமொன்றைத் தவிர்த்தாரே, அது. அதுதான் ஆரம்பம்.

முகம்மது என்றொருவர் உதிக்காமலே போயிருந்தால் அரேபியர்களுக்கு சரித்திரம் என்று ஒன்று இருந்திருக்குமா என்பதே சந்தேகம்தான்.

13

முகம்மதுக்கு முன்பு இறைத் தூதர்களாக இவ்வுலகில் அறியப்பட்டவர்கள் மொத்தம் இருபத்தைந்து பேர். அவர்களுள், முதல் மனிதர் ஆதம் தொடங்கி, இயேசு வரையிலான பதினேழு பேரைப் பற்றிய விரிவான அறிமுகங்கள் இன்று நமக்குக் கிடைக்கின்றன. இறைவனுடன் நேரடியாகத் தொடர்பு கொண்டு பேசியவர்கள், இறைவனாலேயே நல்வழி காட்டப்பட்டவர்கள் ஒருவகை. இறைவனிடமிருந்து மக்களுக்கு வேதத்தைப் பெற்று அளித்தவர்கள் இன்னொரு வகை.

முகம்மதுக்கு முன்னர் இப்படி வேதம் அருளப்பட்ட சம்பவம் மட்டும் மூன்று முறை நடந்திருக்கிறது. முதலாவது, மோஸஸுக்கு அருளப்பட்ட 'தோரா' (குர் ஆன் இதனை 'தவ்ராத்' என்று அழைக்கிறது. யூதர்களின் வேதமாக இருப்பது.) அடுத்தது, தாவீத் என்கிற டேவிடுக்கு அருளப்பட்ட சங்கீதம். (*Psalm* என்று ஆங்கிலத்திலும் ஸபூர் என்று குர் ஆனிலும் குறிக்கப்படுவது. பைபிளின் பழைய ஏற்பாட்டில் இதனைப் பார்க்கமுடியும்.) மூன்றாவதாக, இயேசுவுக்கு அருளப்பட்ட 'இன்ஜீல்' எனப்படும் *Gospal*.

இயேசுவுக்குச் சுமார் அறுநூறு ஆண்டுகளுக்குப் பிறகு 'இறைத்தூதர்' (நபி) என்று அடையாளம் காட்டப்பட்டவர், முகம்மது.

முகம்மதுக்கும் மற்ற இறைத்தூதர்களுக்குமான வித்தியாசங்கள் பல. வேதம் அருளப்பட்ட விதத்தால் மட்டுமல்ல. தாம் ஓர் இறைத்தூதர் என்பதை உணர்ந்த வகையிலேயே முகம்மது மிகவும் வித்தியாசமானவர். மற்ற தூதர்கள் அனைவரும் எதிர்பாராத ஒரு கணத்தில் ஆசீர்வதிக்கப்பட்டதன்பேரில் தம்மைத் தாமே இனம்

கண்டுகொண்டுவிட்டார்கள். முகம்மது மட்டும், வருடக்கணக்கில் போராடி, உள்ளும்புறமும்ஏராளமானவேதனைகளைஅனுபவித்து, ஆன்மிகச் சாதனை முயற்சிகளின் விளைவாக எத்தனையோ உடல் மற்றும் மன உபாதைகளை அனுபவித்து, போராடிப் போராடி, இறுதியில்தான் தாம் 'அனுப்பப்பட்டிருப்பதன்' காரணத்தைக் கண்டறிந்தார்.

இந்த ஆன்மிகக் காரணங்கள் மட்டுமல்ல. மற்ற இறைத்தூதர்கள் அனைவரும் ஆன்மிகவாதிகளாக மட்டுமே அடையாளம் காணப்பட்ட நிலையில், முகம்மது ஒருவர்தாம் மக்கள் தலைவராகவும், மத்திய ஆசியாவின் தன்னிகரற்ற அரசியல் வடிவமைப்பாளராகவும் இருந்திருக்கிறார். அரேபியர்களின் வாழ்வில் சுபீட்சம் என்பது முதல் முதலாக எட்டிப்பார்க்கத் தொடங்கியதே முகம்மதுவும் அவரது தோழர்களும் வரிசையாக ஆட்சிப்பீடத்தில் அமர்ந்து (அவர்கள் கலீஃபாக்கள் எனப்படுவார்கள்.) ஆளத்தொடங்கியபிறகுதான்.

அரேபியர்களின் சரித்திரத்தில் முகம்மது ஓர் அத்தியாயம் அல்ல. மாறாக, அவர்களது சரித்திரத்தின் மையப்புள்ளியே அவர்தான். முகம்மதை மையமாக வைத்துத்தான் - அவருக்கு முன், பின் என்று நம்மால் அரபுகளின் சரித்திரத்தை ஆய்வு செய்ய முடியும்.

இருபத்தைந்து வயதில் முகம்மதுக்குத் திருமணமானது. அவரைக் காட்டிலும் வயதில் மிகுந்த, அவரைக் காட்டிலும் பொருளாதார அந்தஸ்தில் உயர்ந்த, கதீஜா என்கிற விதவைப் பெண்மணி அவரை விரும்பி மணந்துகொண்டார். முகம்மதின் நேர்மையும் கண்ணியமும் அவரைக் கவர்ந்து, அப்படியொரு முடிவுக்கு வரத் தூண்டியது.

திருமணத்துக்குப் பின், ஒரு கணவராகத் தம் கடமைகள் எதிலிருந்தும் விலகாமல், அதே சமயம், ஆன்மிக சாதனைகளில் நாட்டம் மிகுந்தவராக அடிக்கடி தனிமை நாடிப் போகக் கூடியவராகவும் இருந்திருக்கிறார் முகம்மது. மெக்கா நகரிலிருந்து சிறிது தொலைவில் இருந்த ஹிரா என்கிற குன்றுப் பகுதிக்குத்தான் அவர் தியானத்தின் பொருட்டு அடிக்கடி செல்வது வழக்கம். ஒருநாள், இருநாளல்ல. வாரக்கணக்கில், மாதக்கணக்கில் கூட அவர் அங்கே தன்னிலை மறந்து தியானத்தில் இருப்பது வழக்கம்.

கிளம்பும்போதுகொஞ்சம்உணவுப்பொருள்களைமட்டும்எடுத்துச் செல்வார். குடிக்கக் கொஞ்சம் தண்ணீர். அவருக்கு உடைமை என்று வேறு ஏதும் கிடையாது. தியானத்தில் உட்கார்ந்தால், எப்போது எழுவார், எப்போது எடுத்துச் சென்ற உணவைச் சாப்பிடுவார் என்பதற்கெல்லாமும் கூட உத்தரவாதமில்லை. சில சமயம் சாப்பிடுவார். சாப்பிடாமலேயே வாரக்கணக்கில் கண்மூடிக் கிடந்ததும் உண்டு. பல சமயங்களில் வெளியே போனகணவர் நாள் கணக்கில் திரும்பி வராததைக் கண்டு கதீஜா ஆள்களை அனுப்பித் தேடி அழைத்து வரச் சொன்னதும் உண்டு.

ஆனால், முகம்மதின் ஆன்மிகச் சாதகங்களுக்கு கதீஜாவின் பூரண ஒத்துழைப்பு இருந்திருக்கிறது. செல்வக் குடும்பத்தில் பிறந்து வளர்ந்து, வசதியான வாழ்க்கை படைத்தவராக இருந்தபோதிலும் தம்கணவரின்ஆன்மிக நாட்டத்தைப் புரிந்துகொள்ளக்கூடியவராக அவர் இருந்திருக்கிறார். அவரைத் தொந்தரவு செய்யக்கூடாது என்கிற எண்ணம் அவருக்கு இருந்திருக்கிறது. முகம்மதின் வாழ்க்கையில் இது மிக முக்கியமானதொரு கட்டம்.

எப்போதும் ஹிரா மலைப்பகுதி குகைகளின்இருளுக்குள்கரைந்து, தியானத்தில் லயித்திருக்கும் முகம்மதுக்கு, எப்போதாவது ஒரு பிரும்மாண்டமான ஆகிருதி படைத்த ஒளியுருவம் கண்ணெதிரே தோன்றும். யாரென்று அடையாளம் தெரியாது. பார்த்த கணத்தில் உடல் தூக்கிப் போட்டு, பதற்றம் மிகுந்து, பேச்சற்றுச் சமைந்துவிடுவார். அந்த உருவம் யார் என்று அவரால்அடையாளம் கண்டுகொள்ள முடிந்ததில்லை. அது தன்னை ஏன் நெருங்கி வருகிறது என்றும் புரிந்ததில்லை. முதலில் கொஞ்சம் பயந்தார். இன்னார் என்று இனம் காண முடியாததால் ஏற்பட்ட பயம்.

பலநாள்கள்இந்தப் போராட்டம் அவருக்குத் தொடர்ந்தது. உடலும் மனமும் மிகவும் களைப்புற்று, பதற்றம் மேலோங்கியவராக இருந்தவரை, அவரது மனைவியான கதீஜாதான் அவ்வப்போது தேற்றி, தியானத்தில் உற்சாகம் கொள்ளச் செய்து வந்திருக்கிறார்.

மிக நீண்ட போராட்டத்துக்குப் பிறகுதான், தன்னை நோக்கி வந்த அந்த ஒளியுருவத்தை முகம்மதால் இனம்கண்டுகொள்ள முடிந்திருக்கிறது.

அந்த மாபெரும் உருவம், ஒரு வானவருடையது. வானவர் என்றால் தேவர் என்று கொள்ளலாம். இறைவனின் தலைமைத் தளபதி என்று வைத்துக்கொள்ளலாமா? தவறில்லை. அவரது பெயர் ஜிப்ரீல்.

முந்தைய 'இறைத்தூதர்கள்' அனைவருக்குமேகூட இந்த ஜிப்ரீலின் மூலம்தான் தன் செய்தியை இறைவன் சொல்லி அனுப்பினான் என்பது இஸ்லாமியரின் நம்பிக்கை.

தன்னை வருத்தி, தியானத்தில் தோய்ந்து, ஆன்மிக சாதனைகளின் உச்சத்தை முகம்மது தொட்டுவிட்டிருந்த நேரம் அது. அதுவரை தூர இருந்து அவருக்கு அச்சமூட்டிக்கொண்டிருந்த ஜிப்ரீல், அப்போது நெருங்கிவந்து ஆரத் தழுவினார்.

'ஓதுவீராக!' என்று முதல் முதலாக ஓர் இறைக்கட்டளையை வெளிப்படுத்தினார்.

ஆனால் முகம்மதுக்கு என்ன பதில் சொல்லுவது என்று விளங்கவில்லை. அவர் எழுதப்படிக்கத் தெரியாதவர். பள்ளிக்கூடங்களுக்குச் சென்றவரல்லர். நல்லவர், நேர்மையாளர், ஏழைகளுக்காக மனமிரங்குபவர், ஒட்டுமொத்த மெக்கா நகரவாசிகளின் நல்லபிப்பிராயத்துக்குப் பாத்திரமானவர் என்றாலும் படித்தவரல்லர். அரபியில் ஓர் அட்சரம் கூட அவருக்குத் தெரியாது. சுயமாக அல்ல; எதையும் படித்துக்கூட அவரால் ஓதமுடியாது!

ஆனால் ஜிப்ரீல் தொடர்ந்து வற்புறுத்தினார். ஓதுவீராக.

நான் எப்படி ஓதுவேன் என்று திரும்பவும் கேட்டார் முகம்மது. மூன்றாவது முறையாக 'ஓதுவீராக' என்று உத்தரவிட்ட ஜிப்ரீல், முகம்மதை இறுகக் கட்டிப்பிடித்து, விடுவித்துப் பிறகு சொன்னார்:

"உம்மைப் படைத்த இறைவனின் திருநாமத்தால் ஓதுவீராக. அவனே மனிதனை ரத்தக் கட்டியிலிருந்து படைத்தான். ஓதுவீராக. இறைவன் மாபெரும் கொடையாளி. அவனே எழுதுகோலைக் கொண்டுவந்து கற்றுக்கொடுத்தான். மனிதன் அறியாதவற்றைக் கற்றுத்தருபவனும் அவனே."

ஜிப்ரீல் சொல்லச்சொல்ல, தன் வசமிழந்த முகம்மது இவ்வசனங்களைக் கேட்டு கூடவே சொல்லிக்கொண்டு வந்தார். பின்னாளில் இச்சம்பவத்தை நினைவுகூர்ந்தவர், "அந்தச் சொற்கள் உச்சரிக்கப்பட்டதாக அல்ல; என் இதயத்தின்மீது எழுதப்பட்டதாக உணர்ந்தேன்" என்று அவர் சொல்லியிருக்கிறார்.

விடைபெறும் தருணத்தில்தான் ஜிப்ரீல் தன் வருகையின் நோக்கத்தை அவருக்கு வெளிப்படுத்தியிருக்கிறார். "ஓ, முகம்மது! நீர் அல்லாவின் தூதராவீர். நானே ஜிப்ரீல்."

இப்படியொரு சம்பவம் நடந்தது என்று சொன்னால் யார் நம்புவார்கள்? அதுவும் 'காட்டரபிகளின்' சமூகத்தில்?

ஆனால், முகம்மதுவின் அனுபவத்தை அவரது மனைவி கதீஜா முழுமையாக நம்பினார். நம்பமுடியாத அளவுக்கு வியப்பூட்டும் பெண்மணியாகத் திகழ்ந்தவர் அவர். தமது கணவர் ஓர் இறைத்தூதர் என்பதை நம்புவதில் அவருக்குச் சிறு தயக்கம் கூட இருக்கவில்லை. அவரது அந்த ஆழமான நம்பிக்கை, இன்னும் ஆழமாக வேரூன்றும் விதத்தில் ஒரு சம்பவம் நடந்தது.

கதீஜாவின் ஒன்றுவிட்ட சகோதரர் ஒருவர் இருந்தார். மிகவும் வயதானஅவரது பெயர்வரகாஹ்(*Waraqah*) என்பது. ஹிராகுகையில் தியானத்தில் இருந்த தம் கணவருக்கு ஜிப்ரீல் தரிசனமாகி, அவரை ஓர் இறைத்தூதர் என்று அறிவித்துப் போனதை வரகாஹ்விடம் கதீஜா சொன்னபோது, "சந்தேகமே வேண்டாம். முகம்மது ஒரு நபிதான். அவருடன் வந்து பேசியது ஜிப்ரீல் என்கிற வானவர்தாம்" என்று கூடுதல் நம்பிக்கை அளித்தார் அவர். கண் தெரியாத, பல வேதங்களில் பாண்டித்தியம் பெற்ற ஒரு கிருத்தவர் அவர்.

ஜிப்ரீல் என்கிற வானவரின் வழியாக முகம்மதுக்கு இறைவன் அளித்த குர் ஆன் ஒரே நாளில், ஒரே பொழுதில் மொத்தமாக அளிக்கப்பட்ட வேதமல்ல. கிட்டத்தட்ட இருபத்திமூன்று ஆண்டுக்கால இடைவெளியில் பகுதி பகுதியாக, வரிசைகள்அற்று முன்னும் பின்னுமாக, வேறு வேறு சூழ்நிலைகளில், அந்தந்தக் காலகட்டத்தின் தேவையை - அது எல்லா காலங்களுக்கும் பொருந்துமா என்கிற பார்வையை உள்ளடக்கி - அருளப்பட்டது.

வேதவரிகள் தமக்குள் இறங்குவது பற்றி முகம்மது சில நுணுக்கமான விவரங்களைத் தந்திருக்கிறார்.

"மணி ஓசையின் அதிர்வைப் போல் சமயத்தில் அவை என்னுள்ளே இறங்கும். மிகுந்த சிரமம் தரத்தக்க அனுபவம் அது. இறங்கிய

வரிகளை நான் உணர்ந்து, புரிந்து கொள்ளத் தொடங்கும்போது அதிர்வின் வீச்சு குறைய ஆரம்பிக்கும். முற்றிலும் புரிந்துவிட்டவுடன் அதிர்வு நின்றுவிடும். சில சமயங்களில் ஜிப்ரீல் நேரடியாக வந்து உரையாடுவார். அவரது சொற்கள், அப்படியே உணர்வுகளாக என் மனத்தில் இறங்கித் தங்கும்.''

ஒற்றுமையற்று, ஒழுக்கம் குலைந்து, இறைத்தன்மை உணராமல், தறிகெட்டு வாழும் அரபுக்களின் வாழ்க்கை நிலையை மாற்றி உயர்த்த இறைவனால் நியமிக்கப்பட்ட ஓர் ஊழியராகவே அவர் தம்மை உணர்ந்தார். துளி அகங்காரம் கிடையாது. பெருமையோ, வானவர் வந்து 'இறைத்தூதர்' என்று அறிவித்துப்போன பெருமிதமோ, கர்வமோ கிடையாது. ஊழியன். வெறும் ஊழியன். இப்படித்தான் முகம்மது தன்னை இறுதிவரை கருதினார்.

தமது வாழ்நாளுக்குள் ஒட்டுமொத்த அரேபிய நிலப்பரப்பையும் இஸ்லாம் என்கிற மார்க்கத்தின் பக்கம் அழைத்துவந்து, நெறிப்படுத்தி, தன்னிகரற்ற கலீஃபாவாக ஆண்டு மறைந்தவர் அவர். ஆனால் இறுதிவரை கிழிந்த ஆடைகளை உடுத்தி, வறண்ட ரொட்டிகளை உண்டு, இளமையில் இருந்தமாதிரியேதான் இருந்தார். மனைவி கதீஜா, ஒரு செல்வப் பெண்மணிதான் என்றாலும், மனைவியுடன் இணைந்து மகிழ்ச்சியாக அந்தச் செல்வங்களை அள்ளி அள்ளி ஏழைகளுக்குத் தரத் தயாராக இருந்தாரே தவிர, தமக்கென்று ஒரு திர்ஹம் (வெள்ளிக்காசு) கூட அவர் எடுத்துக்கொண்டதில்லை.

பாசாங்கற்ற இந்த எளிமைதான் முகம்மதின் மிகப்பெரிய பலமாக இருந்தது.

முகம்மது, தாமொரு நபி என்று கண்டுகொண்டதும், முதல் முதலில் அதைத் தம் மனைவியிடம் தெரிவித்தார். அடுத்தபடியாக அவர் இது குறித்துப் பேசியது, வரகாஹ்விடம்.

இருவருமே அதை நம்புவதில் எந்தத் தயக்கமும் காட்டவில்லை. ஆனால் வரகாஹ் மட்டும் ஒரு விஷயம் சொன்னார்:

''நான் நம்புகிறேன். ஆனால் நீங்கள் இம்மக்களால் பொய்யன் என்று தூற்றப்படுவீர்கள். கஷ்டப்படுத்தப்படுவீர்கள். ஏன், ஊரைவிட்டே துரத்தப்படுவீர்கள். அவர்கள் உங்களுடன் போரிடவும் வருவார்கள்...''

வரகாஹ் சொன்னது சத்தியவாக்கு. அட்சரம் பிசகாமல் அப்படியேதான் நடந்தது.

14

இஸ்லாம் என்றொரு மார்க்கம் முகம்மது நபியினால் அறிமுகம் செய்யப்பட்டபோது, அதனை மனமுவந்து ஏற்றவர்களுக்கும் - ஏற்க மறுத்தவர்களுக்கும் இடையில் உருவான முதல் மோதலில் ஆயுதமாகப் பயன்படுத்தப்பட்ட பொருள், ஒட்டகத்தின் தாடை எலும்பு.

இத்தனைக்கும் பகிரங்கமாக இஸ்லாம் குறித்த பிரசாரங்கள் எதுவுமே அப்போது ஆரம்பமாகியிருக்கவில்லை. ஏராளமானவர்கள் இஸ்லாத்தில் இணைந்திருந்தார்களா என்றால் அதுவுமில்லை. மிஞ்சிப்போனால் பத்துப் பதினைந்துபேர் இருப்பார்கள். முகம்மதின் உறவினர்களும் நண்பர்களும். அந்தச் சிறு வட்டத்தில் இரண்டு பேர்தான் பெண்கள். ஒருவர், முகம்மதின் மனைவியான கதீஜா. அவருக்குப் பிறகு இஸ்லாத்தைத் தழுவிய இரண்டாவது பெண்மணியின் பெயர் உம்முல் பத்ல். இவர் முகம்மதுக்கு சித்தி முறை.

இறைவன் ஒருவனே என்கிற தத்துவத்தை ஏற்றுக்கொண்ட இந்தச் சிறு குழுவினர் அப்போதெல்லாம் தொழுகைக்காக நகருக்கு வெளியேசென்றுஒருபள்ளத்தாக்கில்யாருமறியாமல்கூடுவார்கள். முகம்மது நபி வாயிலாகத் தாம் கற்றுக்கொண்ட வேத வரிகளை ஓதி வணங்குவார்கள். தமது நம்பிக்கை ஒரு கேலிப்பொருளாக ஆகிவிடக்கூடாது என்பதால்தான் அப்படி யாருமறியாத இடம் தேடிப் போனார்கள்.

அப்படியும் அவர்களால் நிம்மதியாகத் தொழுதுவிட்டு வர இயலவில்லை. மெக்கா நகரின் குறைஷிகள், அவர்கள் தொழுவதற்குப் போகிற வழியில் நின்றுகொண்டு கிண்டல் செய்வார்கள். அவர்களது நம்பிக்கையான இஸ்லாத்தை,

அவர்களது தொழுகை முறையை, அவர்களையே கூடக் கிண்டல் செய்தால் சகித்துக்கொள்ள அவர்கள் தயாராகத்தான் இருந்தார்கள். ஆனால் முகம்மதை, அவர் ஓர் இறைத்தூதர் என்கிற அவர்களது ஆதார நம்பிக்கையைக் குறைஷிகள் கிண்டல் செய்ததைத்தான் அவர்களால் சகிக்கமுடியாமல் இருந்தது.

ஏனெனில் முகம்மது ஓர் இறைத்தூதர் என்பதையும், குர்ஆன் அவர் வாயிலாக அருளப்பட்டுக்கொண்டிருக்கிற வேதம் என்பதையும் அவர்கள் வாய்வார்த்தையால் அல்ல; தம் அந்தராத்மாவால் உணர்ந்திருந்தார்கள். இதைப் புரிந்துகொள்ளக்கூடியவர்களாக மெக்கா நகரத்துக் குறைஷிகள் இல்லையே என்பதுதான் அவர்களது வருத்தம்.

தம்மை அணுகிக் கிண்டல் செய்பவர்களிடம் கூடியவரை அவர்கள் தாம் உணர்ந்ததை எடுத்துச் சொல்லக்கூடியவர்களாக இருந்திருக்கிறார்கள். 'உங்கள் வழியில் நாங்கள் குறுக்கே வரவில்லை; எங்களை நிம்மதியாகத் தொழ அனுமதியுங்கள்' என்று வேண்டிக் கேட்டுக்கொள்ளக்கூடியவர்களாக இருந்திருக்கிறார்கள். ஆனால் குறைஷிகளுக்கு முஸ்லிம்களை அவமானப்படுத்துவதில் ஓர் ஆனந்தம் இருந்திருக்கிறது. எத்தனை சிறியதொரு கூட்டம்! தனியொரு மதத்தை, தனியொரு இறைவனை, தனியொரு நம்பிக்கையை இவர்கள்தான் வளர்த்து, பரப்பப்போகிறார்களோ? என்கிற எகத்தாளம்.

அந்த எகத்தாளம்தான் நாளடைவில் மிரட்டலாகவும் தீராத தொந்தரவாகவும் ஆகிப்போனது. தொழுவதற்கு எந்தத் தனியிடத்தைத் தேடிப்போனாலும் யாராவது நான்குபேர் வம்பு செய்வதற்கென்று பின்னாலேயே வந்துவிடுவது வழக்கமானது.

ஒரு குறிப்பிட்ட தினத்தில் அத்தகைய வம்பு எல்லை மீறிப்போனது. அதுகாறும் வெறும் கிண்டலுடன் தமது பணியை வரையறுத்துக் கொண்டிருந்தவர்கள், அன்றைக்குத் தொழ வருபவர்களைத் தாக்கலாம் என்று முடிவு செய்தார்கள்.

கிண்டலில்தான் ஆரம்பித்தார்கள். பேச்சில் சூடேறி, கைகலப்பு வரை போனது. சிறு குழுவினரான முஸ்லிம்களுக்குத் தம்மைப் பாதுகாத்துக்கொள்ளத் தற்காப்பு யுத்தம் செய்தே ஆகவேண்டும்

என்கிற சூழ்நிலை ஏற்பட்டது. குறைஷிகளின் கூட்டத்தில் சுமார் முப்பதுபேர்வரை இருந்தார்கள். முஸ்லிம்கள்அதிகபட்சம் பத்துப் பன்னிரண்டு பேர்.

குறைஷிகள் அவர்களைத் தொழக்கூடாது என்று முதலில் எச்சரித்தார்கள். குர்ஆன் ஓதினால் விபரீதம் நடக்கும் என்று அறிவித்துவிட்டு, ஆயுதங்களைக் காட்டினார்கள். ஆனால், தொழுவதற்கு என்று புறப்பட்டு வந்த முஸ்லிம்கள், உரிய நேரத்தில் தொழுதே தீரவேண்டும் என்கிற உறுதி கொண்டவர்கள். ஆகவே, என்ன ஆனாலும் சரி என்று தம் வழக்கமான தொழுகையைத் தொடங்கினார்கள்.

காத்திருந்த குறைஷிகள் அவர்களைத் தாக்கத் தொடங்கினார்கள். நிம்மதியாகத் தொழக்கூட முடியவில்லையே என்கிற துக்கம் கோபமாக உருக்கொண்டது, அவர்களில் ஒரே ஒருவருக்குத்தான். அவர் பெயர் ஸஅத். இயற்கையிலேயே போர்க்குணம் மிக்க ஸுஹ்ரா என்கிற வம்சத்தில் வந்தவர் அவர். தமது மூர்க்க சுபாவங்களை விட்டொழித்து, முகம்மதின் வழிகாட்டுதல்களை ஏற்று அமைதியாகத் தம் கடமைகளில் ஈடுபட்டுவந்த ஸஅத், அன்றைக்குச் சகிக்கமுடியாத கோபம் மேலோங்க, ஆயுதம் ஏந்தினார்.

ஒட்டகத்தின் தாடை எலும்பு.

உருட்டுக்கட்டைகளுடனும் தடிகளுடனும் வந்திருந்த குறைஷிகள் ஸஅத்-திடமிருந்து அப்படியோர் ஆயுதத்தை எதிர்பார்க்கவில்லை. அவர்களால், அந்த எலும்புத் தாக்குதலைச் சமாளிக்கவும் முடியவில்லை.

இஸ்லாத்தின் சரித்திரத்தில் சிந்தப்பட்ட முதல் ரத்தம் அது. குறைஷிகளின் ரத்தம். ஸஅத்-தின் கோபத்தின் விளைவாக உதிர்ந்த ரத்தம்.

ஆனால் சம்பவத்தைக் கேள்விப்பட்ட முகம்மது, தற்காப்புக்காகக் கூட இனி யாரையும் தாக்கக்கூடாது என்று அவர்களை எச்சரித்துவிட்டார். தோதாக, அச்சம்பவம் நடைபெற்றதற்குச் சற்றேறக்குறைய சமமான காலத்தில் அவருக்கு அருளப்பட்ட இறை வசனங்களும் முகம்மதின் கருத்தையே பிரதிபலிப்பதாக இருந்ததை கவனிக்கவேண்டும்.

ஓர் உதாரணம் : 'நபியே, நிச்சயமாக அவர்கள் சூழ்ச்சி செய்கிறார்கள். அவர்கள் கூறுவதையெல்லாம் சகித்துக்கொண்டு கண்ணியமான முறையில் அவர்களை விட்டு விலகி இருங்கள். இந்நிராகரிப்போருக்கு அவகாசம் அளியுங்கள். அதிகமல்ல; சொற்ப அவகாசம் போதும்.'

(குர்ஆனின் இறுதி அத்தியாயங்களில் ஒன்றான அத்-தாரிக் (உதய தாரகை) என்னும் பகுதியில் வருவது இது. [86:17.] ஆனால் முகம்மதுக்கு மிகத் தொடக்க காலத்திலேயே இது அருளப்பட்டுவிட்டது.)

கண்ணியமாக விலகியிருங்கள் என்கிற உத்தரவுக்கு, திரும்பத் தாக்காதீர்கள் என்று அர்த்தம்.

ஒரு சௌகரியம், இஸ்லாத்தை நம்பி ஏற்றுக்கொண்ட அந்தச் சிறு குழுவினருக்கு ஆரம்பத்திலிருந்தே முகம்மது மீதும், அவர் மூலமாக வழங்கப்படும் வேதத்தின் வரிகள் மீதும் ஒரு சந்தேகமும் ஒருக்காலும் ஏற்பட்டதில்லை. வழங்கப்படும் ஒவ்வொரு வரியையும் அதன் முழு அர்த்தத்துடன் வாழ்க்கையில் கடைபிடிப்பது என்கிற முடிவில் இருந்தார்கள் ஆகையால், அடுத்தடுத்த சந்தர்ப்பங்களில் குறைஷிகளால் எத்தனை துன்பங்களுக்கு உள்ளானபோதும் கையையும் வாயையும் கட்டிக்கொண்டு சும்மாவே இருக்கப் பழகிக்கொண்டார்கள்.

என்னதான் இருக்கிறது உங்கள் இஸ்லாத்தில் என்று விரும்பிக் கேட்டவர்களிடம் மட்டுமே முகம்மது விளக்கம் அளித்தார். குர்ஆனிலிருந்து சில வரிகளை ஓதிக் காண்பித்தார். நாலு வார்த்தை பேசி அவமானப்படுத்தலாம் என்று வந்தவர்கள், முகம்மது ஓதிக்காண்பித்ததும் பேச்சிழந்து இஸ்லாத்தில் இணைந்துவிடுவார்கள். இது மிகையல்ல. ஆரம்பக்காலங்களில் ஏராளமான முறை இத்தகைய சம்பவங்கள் நடந்திருக்கின்றன. முகம்மதே இப்படி இருக்கையில் அவரது தோழர்கள் (முகம்மது தொண்டர்கள் வைத்துக்கொண்டதில்லை. எல்லாருமே அவருக்குத் தோழர்கள்தாம்.) வேறு எப்படி இருப்பார்கள்?

ஆயினும் இஸ்லாம் பரவத்தொடங்கி மூன்றாண்டுகள் நிறைவடைந்தபோது, அம்மதத்தில் இருந்தோரின் மொத்த

எண்ணிக்கை வெறும் நாற்பது பேர் மட்டுமே. நான்காவது ஆண்டின் தொடக்கத்தில்தான் பகிரங்கமாகப் பிரசாரம் செய்யலாம் என்கிற இறை உத்தரவு முகம்மதுக்கு வந்தது. அதுவுமே கூட 'உங்கள் உறவினர்களுக்கு எச்சரிக்கை செய்து அழைப்பு விடுங்கள்' என்கிற உத்தரவுதான்.

முதல் முதலாக இஸ்லாம் என்றொரு மார்க்கம் குறித்த வெளிப்படையான அறிவிப்பும் அதில் இணைய வரும்படியான அழைப்பும் அந்த நான்காவது ஆண்டில்தான் முகம்மது நபியால் செய்யப்பட்டது.

இஸ்லாம் என்கிற பதம் முதல்முதலில் பாலஸ்தீனைச் சென்றடைந்ததும் அப்போதுதான்.

15

கி.பி. ஏழாம் நூற்றாண்டைச் சேர்ந்த அரேபிய வர்த்தகர்களிடம் என்னென்ன இருந்தன என்று நகைச்சுவையாக ஒரு பட்டியல் போடுவார்கள். அவர்களிடம் ஏராளமான ஒட்டகங்கள் இருந்தன. அதைக்காட்டிலும் அதிகமாக அடிமைகள் இருந்தார்கள். அடிமைகளைக் காட்டிலும் அதிகமாக வைப்பாட்டிகள் இருந்தார்கள் என்று அப்பட்டியல் முடிவு பெறும்.

இதெல்லாவற்றைக் காட்டிலும் அவர்களது சொத்தாக இருந்த முக்கியமான விஷயம், தாழ்வு மனப்பான்மை.

சொத்து, சுகங்கள், அடிமைகள், வளமை இருப்பினும் கல்வியிலும் உலக ஞானத்திலும் தாம் பிற்பட்டவர்கள் என்கிற எண்ணம், அன்றைய பணக்கார அரேபியர்கள் அத்தனை பேருக்குமே உண்டு. தமது இறை நம்பிக்கை, வழிபாட்டு உருவங்கள் பற்றிய பெருமிதம் இருந்தாலும், மதக்கல்வி ரீதியில் தம்மைக் காட்டிலும் யூதர்கள் மேலானவர்கள் என்கிற உணர்வு அவர்களிடையே இருந்திருக்கிறது. யூத மதம் மிகவும் பண்பட்டது; யூதர்கள் அனைவரும் கற்றறிந்த மேலோர் என்னும் எண்ணம் அவர்களது இயல்பாகிப் போயிருந்தது.

இத்தனைக்கும் கிருத்தவம் தான் அன்றைய தேதியில் வருவோரையெல்லாம் அரவணைத்துக்கொள்ளும் மதமாக இருந்ததே தவிர, யூத மதத்தில் பிரசாரம், மத மாற்றம் போன்றவை எதுவும் அறவே இருந்ததில்லை. இதனாலேயே கூட ஒருவேளை அவர்களுக்கு யூதர்கள் மேம்பட்டவர்களாகத் தெரிந்திருக்கலாம்.

இந்த எண்ணம் அவர்களிடையே எத்தனை தீவிரமாக ஊடுருவியிருந்தது என்பதற்கு ஒரே ஓர் உதாரணம் சொன்னால் போதும். விளங்கிவிடும்.

இஸ்லாம் தோன்றி, மூன்றாண்டுகள் ஆகி, மொத்தமே நாற்பது முஸ்லிம்கள் உலகில் இருந்த தருணம் அது. அரபிகளின் புனிதத் திருவிழாக்காலம் ஒன்று வந்தது. அந்தச் சமயத்தில் பல்வேறு நாடுகளிலிருந்து மெக்காவுக்குப் புனித யாத்திரையாகப் பல்லாயிரக்கணக்கானோர் வரத் தொடங்குவார்கள். இன்றைக்கும் அதே மெக்காவுக்குத்தான் முஸ்லிம்கள் புனித யாத்திரை மேற்கொள்கிறார்கள். அதே க'அபாவைத்தான் பயபக்தியுடன் சுற்றி வருகிறார்கள். ஆனால் இன்றைய க'அபாவுக்கும் அன்றைய க'அபாவுக்கும் வித்தியாசங்கள் பல. பிரதானமான வித்தியாசம், அன்றைக்கு அங்கே இருந்த ஏராளமான உருவச் சிலைகள், சிறு தெய்வங்கள். (க'அபாவை நிர்வாணமாகச் சுற்றி வரும் வழக்கம் கூட இருந்திருக்கிறது.)

அப்படிப் புனித யாத்திரையாக வரும் பக்தர்களை உபசரித்து, தங்க வைத்து, விருந்துகள் நடத்தி, புண்ணியம் தேடிக்கொள்வதில் மெக்கா நகரத்துப் பணக்காரக் குறைஷிகளுக்கு எப்போதுமே ஆர்வம் உண்டு. புண்ணியம் மட்டுமே இதற்குக் காரணம் அல்ல. சில வர்த்தகக் காரணங்களும் உண்டு.

புனித யாத்திரையாக வரும் வெளிநாட்டினருக்கு விருந்தளித்து உபசரிக்கும் குறைஷிகள், அப்படியே அவர்களுடன் சில வர்த்தக ஒப்பந்தங்கள் செய்துகொண்டு தங்கள் தொழிலையும் மேம்படுத்திக்கொள்வது வழக்கம். உலர் பழ வகைகள், தானிய வகைகளைஏற்றுமதி செய்வதுஅன்றைய குறைஷிகளின்பிரதானத் தொழில். கிட்டத்தட்ட, மத்திய ஆசியா முழுவதிலும் அன்றைய மெக்கா வர்த்தகர்கள் வர்த்தகத் தொடர்பு வைத்திருந்தார்கள். சில ஆப்பிரிக்க நாடுகளுக்கும் தூரக் கிழக்கு நாடுகளுடனும் அவர்களுக்கு வர்த்தகத் தொடர்பு இருந்திருக்கிறது.

இந்த வர்த்தக உறவுகள் எப்போதும் சுமூகமாக இருப்பதற்கு, புனித யாத்திரைக் காலங்களில் மெக்காவுக்கு வருவோரை நன்கு கவனிப்பது மிகவும் அவசியம். யாத்திரிகர்கள் வசதியாகத் தங்குவதற்கு, நெரிசலில் சிக்கிக்கொள்ளாமல், சௌகரியமாக க'அபாவில் வழிபட்டுத் திரும்புவதற்கு, உணவுப் பிரச்னையில்லாமல் உண்டு களிப்பதற்கு, இன்னபிறவற்றுக்கு மெக்கா குறைஷிகள் பொறுப்பேற்றுக்கொள்வார்கள்.

வருஷா வருஷம் நடப்பதுதான். ஆனால் அந்த வருஷம் அவர்களுக்கு ஒரு பிரச்னை இருந்தது. முகம்மது. அவர் மூலம் அறிமுகப்படுத்தப்பட்டிருக்கிற இஸ்லாம் என்கிற புதிய மார்க்கம். என்னதான் சொல்கிறார் முகம்மது என்று சும்மா வேடிக்கை பார்க்கப் போகிறவர்கள் கூட அவரது அடிபணிந்து இஸ்லாத்தை ஏற்றுக்கொண்டுவிடுகிற அபாயம். அதுநாள் வரை பகிரங்கமாகப் பிரசாரம் மேற்கொள்ளாதிருந்த முகம்மதுவும் அவரது தோழர்களும், இஸ்லாம் தோன்றிய அந்த நான்காம் ஆண்டின் தொடக்கத்தில் பகிரங்கப் பிரசாரத்துக்கான இறை உத்தரவு கிடைக்கப்பெற்றவர்களாக, மெக்காவுக்கு வரும் யாத்ரீகர்களிடையே இஸ்லாம் குறித்துப் பேசுவதற்குத் தயாராக இருந்தார்கள்.

என்ன செய்து முகம்மதுவின் பிரசாரத்தைத் தடுக்கலாம் என்று குறைஷிகள் யோசித்தார்கள். அவரை ஒரு மந்திரவாதி என்றும் சூனியக்காரர் என்றும் சித்திரித்துக் கூடியவரை அவரை யாரும் நெருங்க இயலாமல் செய்வதற்கு ஒருபுறம் ஏற்பாடு செய்தார்கள். மறுபுறம் கலகக்காரர் என்றும் பித்தலாட்டக்காரர் என்றும் மக்கள் விரோத, இறைவிரோத நடவடிக்கைகளில் ஈடுபடுபவர் என்றும் சொல்லிப்பார்த்தார்கள். கெட்ட ஆவியால் பீடிக்கப்பட்டவர் என்றும் ஒரு வதந்தியை திட்டமிட்டுப் பரப்பினார்கள்.

குறைஷி வர்த்தகர் சமூகத்தின் இத்தகைய நடவடிக்கைகள் ஒரு விபரீதத்தை உண்டுபண்ணியது. குறைஷியர் சமூகத்திலேயே இளைஞர்களாக இருந்தவர்கள், தமது தந்தைமார்களும் பிற உறவினர்களும் ஏன் இந்த முகம்மதுவைப் பற்றி எப்போதும் தவறாகவே பேசிக்கொண்டிருக்கிறார்கள்; உண்மையில் அவர் என்னதான் சொல்கிறார், செய்கிறார் என்று அறியும் ஆவல் மிக்கவர்களாக முகம்மது இருக்கும் இடம் நாடிப் போக ஆரம்பித்தார்கள்.

இதைக் காட்டிலும் குறைஷிகளுக்கு வேறு பிரச்னை வேண்டுமா? யாத்ரீகர்களையல்ல; முதலில் தமது மக்களை அவர்கள் முகம்மதுவிடமிருந்து 'காப்பாற்றி'யாகவேண்டும்.

ஆகவே சிறுபிள்ளைத்தனமான சில நிபந்தனைகளை அவர்கள் முகம்மதுவுக்கு வைக்கத் தொடங்கினார்கள்.

ஒரு பவுர்ணமி தினத்தன்று முகம்மதுவிடம் சென்று, ‘உண்மையிலேயே நீங்கள் ஓர் இறைத்தூதர் என்று நாங்கள் எப்படி நம்புவது? உங்களால் இந்த முழுநிலவைப் பிளந்து காட்ட முடியுமா?’ என்று சவால் விட்டார்கள். ‘பார், இந்த முகம்மது எப்படித் திண்டாடப்போகிறார்!’ என்று தம் குலத்தின் இளவல்களைப் பார்த்துப் பெருமிதமாகப் புன்னகை புரிந்தார்கள்.

ஆனால், முகம்மது கண் மூடி தியானித்த மறுகணம் அந்த அற்புதம் நடக்கத்தான் செய்தது. பவுர்ணமி நிலவு இரண்டாக - இரு பிறைகளாகப் பிரிந்து காட்சியளித்தது!

உடனே முகம்மது ஒரு மந்திரவாதி, கண்கட்டு வித்தை செய்கிறார் என்று அலறத் தொடங்கிவிட்டார்கள் குறைஷிகள்.

ஒன்றல்ல; இதைப்போல் வேறு பல சம்பவங்களும் முகம்மதின் வாழ்க்கையில் நடந்ததற்கான சரித்திரக் குறிப்புகள் இன்றும் வாசிக்கக் கிடைக்கின்றன. ஆனால், சித்து வேலைகளையும் அற்புதம் நிகழ்த்துவதையும் முகம்மது நபி, இஸ்லாத்தின் மையப்புள்ளியாக ஒருபோதும் வைத்ததில்லை. இஸ்லாத்தின் மையம் என்பது குர்ஆன் தான்.

‘குன்’ என்கிற ஒரு சொல்லை மரியத்தின் மணிவயிற்றில் வைத்துத்தான் முகம்மதுக்கு முந்தைய நபியான இயேசுவை இறைவன் படைத்தான் என்று இஸ்லாம் சொல்கிறது. அந்தச் சமயம், சொல்லிலிருந்து உதித்தவர், இறைத்தூதர். இம்முறை சொல்லிலிருந்து உதித்தது, குர் ஆன் என்கிற ஒரு வேதம். ஆக, குர் ஆன் தான் முக்கியமே தவிர, நிகழ்த்தப்படும் அற்புதங்களல்ல. நிகழ்த்துபவருமல்ல.

இதை, மற்ற யாரையும்விட முகம்மது மிக நன்றாக உணர்ந்திருந்தார். தாம் இறைவனால் இஸ்லாத்தை விளக்கவும் பரப்பவும் நியமிக்கப்பட்டிருக்கும் ஒரு கருவி மட்டுமே என்பதைப் பரிபூரணமாக அறிந்திருந்தார். ஆகவே, தன் மூலமாக நிகழ்த்தப்படும் எதற்கும் தான் உரிமை கொள்ளவோ, பெருமைப்படுவதற்கோ ஏதுமில்லை என்று மிகத் தெளிவாகச் சொல்லிவிட்டார் அவர். ஆன்மிகத்தின் மிகக் கனிந்த நிலை என்பது இதுதான். இந்த ஒரு நிலைக்காகத்தான் எத்தனையோ முனிவர்களும் யோகிகளும் பல்லாண்டுகாலம் கடுந்தவம்

புரிந்திருக்கிறார்கள். 'தான்' என்கிற ஒரு விஷயத்தை முற்றிலுமாகக் களைய முடியும்போதுதான் ஆன்மிகம் வசப்படும் என்பார்கள்.

முகம்மது ஒரு பழுத்த ஆன்மிகவாதி.

அது ஒருபுறமிருக்க, இந்த முகம்மதை என்ன செய்து தடுத்து நிறுத்தலாம் என்று குறைஷிகள் கூடி ஆலோசிக்கத் தொடங்கியதைப் பார்க்கலாம். அவருக்கு எதிராகச் சாத்தியமுள்ள அத்தனை பிரசாரங்களையும் முடுக்கி விடுவது; புனித யாத்திரைக் காலத்தில் பிரச்னையில்லாமல் தமது வர்த்தக உறவுகளை பலப்படுத்திக்கொள்வது என்கிற ஒரு திட்டம் அவர்களுக்குப் போதுமானதாக இல்லை.

ஆகவே, சற்றே மாறுபட்ட விதத்தில் முகம்மதை இன்னொரு விதமாகவும் பரீட்சித்து, அவர் ஒரு பொய்யர்தான் என்பதை நிரூபிப்பது என்று முடிவு செய்தார்கள்.

இங்கேதான் அவர்களுக்கு யூதர்களின் நினைவு வந்தது. படித்த யூதர்கள். பண்டிதர்களான யூதர்கள். அறிவிற்சிறந்த யூதர்கள். யூத ரபிக்கள் *(Rabbi)*. இந்த ரபிக்கள் குறித்து ஏற்கெனவே நாம் பார்த்திருக்கிறோம். யூத மத குருக்களாக விளங்கும் இவர்கள், யூதமதச் சட்டங்களிலும் விற்பன்னர்கள். தனியொரு சமஸ்தானம், தனியொரு நீதிமன்றம் என்று யூதர்களிடையே இந்த ரபிக்களின் செல்வாக்கு மிகப்பெரிது. மன்னர் அளிக்கும் தீர்ப்புகளை மாற்றி வழங்குமளவுக்கே செல்வாக்குப் பெற்ற ரபிக்கள் இருந்திருக்கிறார்கள். (யூத ஆட்சியாளர்கள் இருக்கும் இடங்களில் ரபிக்களைக் கேட்காமல் பெரும்பாலும் யாரும் தீர்ப்பு வழங்கமாட்டார்கள் என்பதையும் சொல்லிவிடவேண்டும்.)

இத்தனைக்கும் யூதமதம் தோன்றியபோதே உதித்தவர்கள் அல்ல அவர்கள். யூதர்களின் தேவதூதரான மோசஸ் மூலம் இறைவன் அளித்த வேதமான 'தோரா'வில் ரபிக்கள் பற்றிய குறிப்புகள் ஏதும் கிடையாது. பின்னாளில் 'தால்மூத்' *(Talmud)* என்ற யூதச் சட்டதிட்டங்களும் யூத நம்பிக்கைகளும் அடங்கிய பிரதி உருவாக்கப்பட்ட காலத்தில்தான் ரபிக்களுக்கான முக்கியத்துவம் கூடியது. *Rabbinical Judaism* என்றே குறிப்பிடும் அளவுக்கு 'தால்முத்' காலத்தில் ரபிக்களின் செல்வாக்கு உச்சத்தை எட்டியிருந்தது.

அத்தகைய யூத மதகுருமார்களை அணுகி, தங்கள் பிரச்னைக்கு ஒரு தீர்வு கேட்பது என்று முடிவு செய்தார்கள், மெக்கா நகரத்து குறைஷிகள். தமது தகுதிகள் பற்றிய தாழ்வு மனப்பான்மை அவர்களுக்கு மேலோங்கியிருந்ததனாலும் யூத மதம் உயர்வானது என்கிற எண்ணம் இருந்ததாலுமே இப்படியொரு முடிவுக்கு வந்தார்கள்.

இதற்காக யூதர்களின் தலைமையகமான இஸ்ரேலுக்கு ஓடமுடியுமா? அப்படி ஓடினால்தான் அங்கே யூத குருமார்கள் இருப்பார்களா? எல்லோரும்தான் இடம் பெயர்ந்து மத்திய ஆசியா முழுவதும் பரவி வசித்துக்கொண்டிருக்கிறார்களே.

ஆனால் அன்றைக்கு மெக்காவில் யூதர்கள் அதிகம் இல்லை. யூத குருமார்கள் ஒருவர்கூட இல்லை. ஆகவே, யத்ரிப் நகரில் (மெதினா நகரின் பண்டையகாலப் பெயர் இதுதான்.) வசித்துவந்த சில யுத ரபிக்களைச் சந்திக்க ஆள் அனுப்பினார்கள்.

பிரச்னை இதுதான். முகம்மது ஓர் இறைத்தூதர் தானா? அவர் சொல்லுவதையெல்லாம் நம்பி, ஏற்பதற்கில்லை. மந்திரவாதியோ என்று சந்தேகப்படுகிறோம். என்ன செய்து அவரை பரீட்சித்தால் சரியாக இருக்கும்? ஆண்டாண்டு காலமாக இருந்துவரும் அரபுகளின் நம்பிக்கைகளை அவர் கேள்விக்குள்ளாக்குகிறார். அடிப்படையே தகர்ந்துவிடும் போலிருக்கிறது. அரபுகளின் வழிபாட்டு உருவங்களை அவர் மதிப்பதில்லை. உருவமற்ற ஒரே இறைவன் என்றொரு புதிய கருத்தை முன்வைத்து மக்களை ஈர்க்கிறார். அவர் உண்மையா, போலியா என்று எங்களுக்குத் தெரிந்தாக வேண்டும். இதற்கு யூத குருமார்கள்தான் ஒரு வழி சொல்ல வேண்டும்.

மெக்கா நகரத்து வணிகர்களின் இந்தக் கோரிக்கை, யத்ரிபில் வசித்துவந்த யூத குருமார்களின் சபைக்குப் போய்ச் சேர்ந்தது. அவர்கள், மெக்காவாசிகள் முகம்மது குறித்துச் சொன்ன ஒவ்வொரு தகவலையும் கூர்மையாக கவனித்துக் கேட்டார்கள். தமக்குள் நீண்டநேரம் ஆலோசனை நடத்தினார்கள்.

இறுதியில், முகம்மதுவைப் பரிசோதிக்க மூன்று வினாக்களை அவரிடம்கேட்கச்சொல்லிஅரபுகளிடம்சொல்லிஅனுப்பினார்கள்.

“இதுதான் பரீட்சை. இவைதான் கேள்விகள். இதற்கு மேலான கேள்விகள் என்று எதுவுமில்லை. இந்த மூன்று கேள்விகளுக்கும் அந்த முகம்மது என்ன பதில் தருகிறார் என்று கேட்டு வந்து சொல்லுங்கள். அவர் சொல்லும் பதில்கள் சரியானவையாக இருக்குமானால், சந்தேகத்துக்கு இடமில்லாமல் அவர் இறைத்தூதர்தான் என்று நீங்கள் நம்பலாம். பதில்கள் சரியில்லை என்றால், அவர் பித்தலாட்டக்காரர்தான் என்பதில் சந்தேகமில்லை.” என்று சொன்னார்கள்.

யூத மதகுருமார்கள் எழுப்பிய அந்த மூன்று வினாக்களுக்கு சத்தியமாக எந்த அரேபியருக்கும் விடை தெரிய நியாயமில்லை. முகம்மது ஒரு அரேபியர். எழுதப்படிக்கத் தெரியாதவர். யாரிடமும் பாடம் கேட்டவரும் அல்லர். எனவே யூத குருமார்களுக்கு மட்டுமே விடை தெரிந்த அந்த வினாக்களுக்கு அவர் எப்படி பதில் சொல்லுகிறார் பார்க்கலாம் என்று புறப்பட்டார்கள் குறைஷிகள்.

16

1. ஆதிகாலத்தில் தமது சமூகத்தினரை விட்டுத் தனியே பிரிந்துபோன இளைஞர்கள் யார்? அவர்களின் பின்னணி என்ன?

2. கிழக்கு, மேற்கு திசையெங்கும் பயணம் செய்து இரு எல்லைகளையும் தொட்ட பயணி யார்? அவரது சிறப்பு என்ன?

3. ஆன்மா என்பது என்ன?

யூத மதகுருமார்களின் இந்த மூன்று வினாக்களுக்கு முகம்மது நபி என்ன பதில் சொன்னார் என்பது ஒருபுறம் இருக்கட்டும். இந்தக் கேள்விகளிலிருந்து உங்களுக்கு ஏதாவது புரிகிறதா? மேலோட்டமாகப் பார்த்தால் முதல் இரு வினாக்களும் வெறும் சொற்களால் இட்டு நிரப்பப்பட்டவை போலத் தெரிகிறதல்லவா? உள்ளர்த்தங்கள் ஏதுமின்றி, வெறுமனே வம்புக்குக் கேட்கப்பட்டதுபோல?

உண்மையில் யூத மதகுருமார்களுக்கு வம்பு நோக்கம் ஏதுமில்லை. அர்த்தங்கள் பொருந்திய இந்த வினாக்களுக்கான விடைகளை அவர்கள் நிச்சயம் அறிவார்கள். சர்வநிச்சயமாக முகம்மதுவுக்கு விடைகள் தெரிந்திருக்காது என்று அவர்கள் நம்பியதுதான் இதில் முக்கியமாக கவனிக்க வேண்டிய விஷயம்.

ஏனெனில், முதல் இரு வினாக்களுமே சரித்திரம் தொடர்பானவை. முகம்மது நபியின் காலமான கி.பி. ஏழாம் நூற்றாண்டுக்கு இது சரித்திர வினா என்றால், இக்கேள்விகளின் வயதை யூகித்துப் பார்க்கலாம். ஆதிகாலத்தில் பாதிகாலம் அது. அதற்கும் முன்னால் பல நூற்றாண்டுகளுக்கு முன்பு நடந்த சங்கதிகளை உள்ளடக்கிய வினாக்கள் அவை. அப்புறம், இருக்கவே இருக்கிறது ஆன்மா. இன்றைக்கு வரை அது என்ன என்கிற வினாவும், அதற்கான விடைதேடும் ஞானியரும் இருக்கவே செய்கிறார்கள்.

ஆகவே, எப்படியும் முகம்மது உண்மையான இறைத்தூதர் தானா என்பது இக்கேள்விகளை அவர் எப்படி எதிர்கொள்கிறார் என்பதிலிருந்து தெரிந்துவிடும் என்று குறைஷிகளுக்கு நம்பிக்கை சொல்லி அனுப்பிவைத்தார்கள், யூத ரபிக்கள்.

வினாக்களைப் பெற்றுக்கொண்ட குறைஷிகள் நேரே முகம்மதுவிடம் வந்து அவற்றை முன்வைத்து, பதில் சொல்லக் கோரினார்கள்.

முகம்மது, படித்தவரல்லர். அதுவும் சரித்திரம்? வாய்ப்பே இல்லை. அந்த ஆன்மா? ம்ஹும். அவர், இறைவனால் தேர்ந்தெடுக்கப்பட்ட ஒரு மனிதர். சராசரி மனிதர். தமது உள்ளுணர்வின் அடிச்சுவட்டில் பயணம் செய்து, ஆன்மிகத்தின் சிகரங்களைக் கண்டடைந்தவர். முகம்மதுவின் ஆன்மிகம், தத்துவம் சார்ந்ததல்ல. தர்க்கங்களுக்கோ, குதர்க்கங்களுக்கோ அங்கே இடமில்லை. உள்ளார்ந்த பக்தியின் மிகக்கனிந்த நிலையில் லயித்து வாழ்ந்தவர். தாம், இறைவனால் தேர்ந்தெடுக்கப்பட்டிருக்கும் ஒரு கருவி என்பதை அவர் மிகத்தெளிவாக உணர்ந்திருந்தார். தனக்கென்று எதுவும் சுயமாகத் தெரியாது என்பதை மட்டும் அவர் மிகத்தெளிவாகத் தெரிந்துவைத்திருந்ததுதான் மற்றவர்களுக்கும் அவருக்கும் உள்ள வித்தியாசம். ஜிப்ரீல் மூலம் இறைவன் தனக்களிக்கும் வேத வரிகளை அவர் தம் நண்பர்களுக்குச் ஓதிக்காட்டி உணரச் செய்துகொண்டிருந்தார். தாம் படைக்கப்பட்டதன் நோக்கமே அதுதான் என்பதில் அவருக்கு ஒரு மழைத்துளி அளவு சந்தேகமும் இல்லை.

ஆகவே, தம்முன் வைக்கப்பட்ட வினாக்களுக்கு மறுநாள் விடை சொல்லுவதாகச் சொல்லி, வந்தவர்களை அனுப்பிவைத்தார்.

விபரீதம் இங்கேதான் வந்தது. அதெப்படி அவர் அத்தனை உத்தரவாதமாக, மறுநாள் விடைதருவதாகச் சொல்லிவிட முடியும்? அவர் சொல்லிவிட்டாரே என்பதனாலேயே அன்றிரவு ஜிப்ரீல் வந்து கேள்வித்தாளுக்கு விடைகள் எழுதிவைத்துவிட்டுப் போய்விடுவாரா என்ன?

ஒருநாளல்ல; இரு நாள்களல்ல. அடுத்த பதினைந்து நாள்களுக்கு ஜிப்ரீல் வரவேயில்லை. கேள்வி கேட்ட குறைஷிகள் கைகொட்டிச் சிரிக்க ஆரம்பித்தார்கள். மிகவும் வருத்தமுற்றாலும், தன் இறைவன்

ஒருபோதும் தன்னைக் கைவிடமாட்டான் என்பதில் மட்டும் முகம்மதுவுக்குத் தீராத நம்பிக்கை இருந்தது.

அந்நம்பிக்கைதான் ஜிப்ரீலை அம்முறை வரவழைத்தது என்று சொல்லவேண்டும். அதுவும் சும்மா வரவில்லை. மறுநாளே பதிலளிப்பதாக முகம்மது சொன்னது தவறு என்று கடிந்துகொள்ளும் விதத்தில் ஓர் இறைவசனத்தைத்தான் முதலில் சுமந்துகொண்டு வந்தார் ஜிப்ரீல். *('எந்த விஷயத்திலும் நிச்சயமாக நான் அதை நாளைக்குச் செய்வேன் என்று கூறாதீர்; இன்ஷா அல்லாஹ் - அல்லாஹ் நாடினால் - நாளைக்குச் செய்வேன் என்று கூறுவீராக. - அல் கஹ்ஃப், 18 : 23,24)*

அதன்பிறகு யூத ரபிக்கள் எழுப்பிய மூன்று வினாக்களுக்கும் விடைகள் வெளிவந்தன.

முதலாவது, தமது சமூகத்தினரை விட்டுத் தனியே பிரிந்துபோன இளைஞர்களின் கதை. மத்திய ஆசியாவின் பிரசித்திபெற்ற புராணக் கதைகளுள் ஒன்று இது.

அவர்கள் 'இபேஸஸ் நித்திரையாளர்கள்' என்று அழைக்கப்பட்டவர்கள்.

கி.பி. மூன்றாம் நூற்றாண்டைச் சேர்ந்தவர்கள். அந்தக் காலத்திலேயே உருவமற்ற ஒரே பரம்பொருளை வணங்கிவந்த அந்த இளைஞர்களுக்கு, அவர்களது சமூகத்தினராலேயே பெரும் பிரச்னை உண்டானது. உலகமே சிலை வழிபாட்டில் மூழ்கியிருக்க, இவர்கள் மட்டும் ஒரே இறைவன், உருவமற்ற இறைவன் என்று சொல்வதைப் பொறுக்காத மக்கள் அவர்களுக்குப் பல சங்கடங்களை விளைவிக்கத் தொடங்கினார்கள்.

ஆகவே, தமது மக்களை விட்டு விலகி அவர்கள் 'அஸ்ஹாபுல் கஹ்ஃப்' என்னும் குகைக்குள் சென்று வசிக்கத் தொடங்கினார்கள். (மொத்தம் எத்தனைபேர் என்று தெரியவில்லை.) குகைக்குள்ளே போனவர்கள், தம்மை மறந்து உறங்கவும் ஆரம்பித்தார்கள். (குகைக்குள் சென்றவர்களை இறைவனே காதுகளைத் தட்டிக்கொடுத்து உறங்கச் செய்ததாகக் குர் ஆன் கூறுகிறது. ஆதாரம்: அல் கஹ்ஃப்- *18:11*) சுமார் முன்னூறு வருட உறக்கம்! பிறகு அவர்களது கண்விழிப்பை, அறியாமையில் மூழ்கிக் கிடந்த

மக்களின் விழிப்புணர்வுக்கு உருவகமாக வைத்து நிறைவடையும் கதை அது.

யூத ரபிக்களின் இரண்டாவது வினா, கிழக்கையும் மேற்கையும் பயணத்தால் அளந்த யாத்ரீகரைப் பற்றியது. அவரது பெயர், துல்கர்னைன். (இச்சொல்லுக்கு இரண்டு கொம்புகள் உடையவர் என்று பொருள்.)

அவர்களது மூன்றாவது கேள்வி, ஆன்மா குறித்து. அரபு மொழியில் ருஹூ என்றால் ஆன்மா. இக்கேள்விக்கு முகம்மதுவுக்குக் கிடைத்த பதில் "அதைப்பற்றி மிகச் சொற்ப ஞானமே உங்களுக்கு அளிக்கப்பட்டிருக்கிறது. ஆதலால், அதன் நுட்பங்களை நீங்கள் அறிந்துகொள்ள முடியாது.'

முகம்மது என்ன செய்வார்? இறைவசனம் அப்படித்தான் வந்தது! ஆகவே, தமக்கு வழங்கப்பட்ட இறைவசனங்களை அப்படியே அவர் குறைஷிகளிடம் பதில்களாகத் தெரிவித்துவிட்டார்.

முகம்மது நபியின் பதில்களைக் கேட்ட யூத ரபிக்களுக்குப் பெருத்த தர்மசங்கடம் ஏற்பட்டது. நிச்சயமாக முகம்மதால் பதில் சொல்ல முடியாது என்று அவர்கள் நம்பிக்கொண்டிருந்தது ஒரு காரணம். அவர் பதில் தந்துவிட்டதால், அதைச் சரி என்றோ, சரியில்லை என்றோ ஒரு சொல்லில் சொல்லிவிடமுடியாதது இரண்டாவது காரணம்.

முகம்மது ஒரு நபிதான் என்று அவர்கள் ஒப்புக்கொண்டே ஆகவேண்டும். ஆயினும் அப்படி ஒப்புக்கொள்ள அவர்கள் மனம் சம்மதிக்கவில்லை. குறைஷிகளுக்கு, ரபிக்களின் இந்த இரண்டுங்கெட்டான்தனம் புரியவில்லை. 'முகம்மது ஒரு நபிதான்' என்று ரபிக்கள் சொல்லிவிட்டால் கூட அவர்கள் அதை ஒப்புக்கொள்ளத் தயாராக இல்லை! அவர்கள் வரையில் முகம்மது ஒரு போலி. பித்தலாட்டக்காரர். இந்த எண்ணத்தை மாற்றிக்கொள்ள அவர்கள் தயாராக இல்லை.

ஆகவே, ரபிக்களின் கருத்தை அறிய மேலும் ஆர்வம் காட்டாமல் புறப்பட்டு விட்டார்கள்.

இந்த மூன்று கேள்விகள் கேட்கப்பட்டு, முகம்மது அவற்றுக்குத் துல்லியமான பதில்கள் அளித்த சம்பவத்தால் இரண்டு முக்கியமான

விளைவுகள் ஏற்பட்டன. இஸ்லாமியர்களின் சரித்திரத்தில் அந்த இரண்டு விளைவுகளுமே குறிப்பிடத்தகுந்த பங்கு வகிப்பவை.

முதலாவது, பாதி நம்பிக்கை - பாதி அவநம்பிக்கை கொண்டிருந்த அரேபியர்கள் பலர், முகம்மதை முழுவதுமாக நம்பி, அவர் காட்டிய பாதையில் நடக்க மனமுவந்து ஒப்புக்கொண்டார்கள். இதன்விளைவாக, அரேபியர்கள் பலர் முஸ்லிம் ஆனார்கள். பிரசாரங்களினால், கிருத்தவம் பரவிக்கொண்டிருந்த அதே காலகட்டத்தில், இந்த ஒரு சம்பவத்தால், எவ்வித பிரசாரமும் இன்றிதானாகவே இஸ்லாம் பரவத் தொடங்கியது. முகம்மதுவைச் சந்திக்கவும் அவருடன் பேசவும் பல்வேறு தேசங்களிலிருந்தும் அரேபியர்கள் மெக்காவை நோக்கி வரத் தொடங்கியது இதன் பிறகுதான்.

இரண்டாவது விளைவு, மிகவும் பாதகமானது. குறைஷிகள், முஸ்லிம்கள்மீது மிகக்கடுமையானவன்முறையைக்கட்டவிழ்த்து விட ஆரம்பித்தார்கள். ஒருவர் முஸ்லிம் என்று தெரிந்தாலே கட்டி வைத்துத் தோலை உரிக்கிற அளவுக்கு அவர்களது வன்முறை எல்லை கடந்துபோனது.

ஆகவே, கொஞ்சமேனும் நிலைமை சீராகும் வரை முஸ்லிம்கள் வேறு தேசம் எங்காவது போய் வசிக்கலாம் என்றொரு யோசனை முகம்மது நபியிடம் முன்வைக்கப்பட்டது. அப்படி இடம் பெயர்ந்து வசிப்பதற்கு முகம்மது சுட்டிக்காட்டிய இடம், அபிசீனியா. (ஆப்பிரிக்கக் கண்டத்தில் இருக்கும் இன்றைய எத்தியோப்பியா.)

கண்ணியமான மன்னன் (அப்போதைய அபிசீனிய மன்னனின் பெயர் நஜ்ஜாஷி); மத நல்லிணக்கம் பேணுகிற தேசம் என்று சொல்லி, முகம்மதுவே தம் மக்களை அங்கே அனுப்பிவைத்தார்.

அன்றைக்கு எத்தியோப்பியா ஒரு கிருத்தவ நாடு. நஜ்ஜாஷியும் ஒரு கிருத்தவர்தாம். ஆயினும் நம்பிக்கையுடன் முஸ்லிம்கள் அங்கே புறப்பட்டுப் போனார்கள்.

முஸ்லிம்கள் முதல் முதலில் இடம்பெயர்ந்த சம்பவம் அதுதான். மெக்காவைத்தாண்டி இஸ்லாம் வெளியே புறப்பட்டதும் அப்போதுதான்.

ரகசியமாகத்தான் அவர்கள் மெக்காவைவிட்டுப் புறப்பட்டுப் போனார்கள் என்றாலும், குறைஷிகளுக்கு அவர்கள் அபிசீனியாவில் நிம்மதியாக வசிப்பதும் பிடிக்கவில்லை. ஆகவே, அபிசீனிய மன்னரின் மனத்தில் முஸ்லிம்களைப் பற்றிய அபாய அறிவிப்பை ஒரு விதையாக விதைத்து எப்படியாவது அவர்களை நாடு கடத்தச் செய்துவிடவேண்டும் என்று விரும்பினார்கள். இரண்டு தூதுவர்களை அபிசீனியாவுக்கு அனுப்பினார்கள். (அந்தத் தூதுவர்களுள் ஒருவன் பெயர் அம்ர் இப்ன் அல் ஆஸ். இன்னொரு தூதனின் பெயர் தெரியவில்லை.)

இந்தத் தூதர்களின் பணி என்னவெனில், எப்படியாவது அபிசீனிய மன்னரைச் சந்தித்து, மெக்காவிலிருந்து அகதிகளாக வந்திருக்கும் முஸ்லிம்களை நாடு கடத்தச் செய்துவிடவேண்டும் என்பது. முடிந்தால் அவர்களுக்கு மரண தண்டனையே கிடைக்கும்படிச் செய்வது. குறைந்தபட்சம் நாடு கடத்தலாவது அவசியம்.

அவர்களும் தக்க பரிசுப் பொருட்களுடன் மன்னரைச் சந்தித்துப் பேசினார்கள்.

''மன்னா! உங்கள் தேசத்தில் அடைக்கலம் தேடி வந்திருக்கிற சிலரை உங்களுக்கு அடையாளம் காட்டுகிறோம். அவர்கள் முட்டாள்தனமாகத் தங்கள் மதத்தைக் கைவிட்டு விட்டார்கள். கிருத்தவர்களாக மாறித்தான் உங்கள் தேசத்துக்கு வந்திருக்கிறார்களா என்றால் அதுவும் இல்லை. ஏதோ ஒரு புதிய மதம். அவர்களது உறவினர்களும் இனத்தலைவர்களும் இவர்களைத் திருப்பி அனுப்பும்படி வேண்டிக் கொண்டிருக்கிறார்கள். தமது சொந்த மதத்தையும் விடுத்து, உங்கள் மதத்தையும் ஏற்காத அவர்களை தயவுசெய்து திருப்பி அனுப்பிவிடுங்கள்'' என்று ஆரம்பித்து, விஸ்தாரமாகத் தங்கள் நோக்கத்தை எடுத்து வைத்தார்கள்.

மன்னன் நஜ்ஜாஷி யோசிக்க ஆரம்பித்தான். சரி, அழைத்து வாருங்கள் அந்தப் புதிய மதத்தவர்களை என்று உத்தரவு கொடுத்தான்.

அபிசீனிய மன்னனின் அவையில், தாங்கள் யார் என்றும் தங்கள் மதம் என்ன, எத்தகையது என்பது குறித்தும் அன்றைக்கு

முஸ்லிம்கள் எடுத்துச் சொன்ன சில வரிகள் இன்றைக்கும் இஸ்லாமியர்கள் திரும்பத்திரும்ப நினைவுகூரும் ஒரு சிற்றுரை.

இஸ்லாத்தைக் குறித்து ஆயிரமாயிரம் புத்தகங்கள் அளித்தாலும் தீராத வியாக்கியானங்களை அந்தச் சில வரிகள் மிக அழகாகப் புரியவைத்துவிடுகின்றன. அரேபிய மண் முழுவதும் இஸ்லாம் வெகு வேகமாகப் பரவி வேரூன்றியதன் தொடக்கம் அந்தச் சிறு விளக்க உரைதான்.

17

ஆயிரக்கணக்கானபக்கங்கள்உள்ளகுர்ஆன்,பல்லாயிரக்கணக்கான பக்கங்கள் வரும் ஹதீஸ்கள் (முகம்மது நபியின் வாழ்க்கையில் நடைபெற்ற சம்பவங்களும் அவரது போதனைகளும் அடங்கிய பிரதிகளுக்கு ஹதீஸ் என்று பெயர். சிலர் ஹதீத் என்றும் இதனை அழைப்பார்கள். குர் ஆனையும் ஹதீஸையும் போட்டுக் குழப்பிக்கொள்ளக் கூடாது. குர் ஆன் என்பது இறைவனால் அருளப்பட்டது.ஹதீஸ்,முகம்மதுநபியினுடையது.),எத்தனையோ விளக்க நூல்கள், ஆய்வு நூல்கள், ஆதரவு நூல்கள், எதிர்ப்பு நூல்கள், இஸ்லாத்தைப் பற்றிப் பேசுபவையாக இருக்கின்றன. ஆனால், அபிசீனியா என்கிற எத்தியோப்பியாவின் மன்னன் நஜ்ஜாஷியின் அவையில், தாங்கள் யார், தங்களது புதிய மதம் என்ன என்பது பற்றி, அந்த முதல் தலைமுறை முஸ்லிம்கள் சில வரிகளில் எடுத்துரைத்ததைக் காட்டிலும் இஸ்லாத்தைத் துல்லியமாகப் புரியவைக்கும் சொற்கள் வேறு எதுவும் கிடையாது.

எளிமையான சொற்கள். அலங்காரங்கள் கிடையது, ஜோடனைகள் கிடையாது. உணர்ந்ததை, உணர்ந்தபடியே வெளிப்படுத்திய அந்த நேர்மையினால்தான் அந்தச் சொற்கள் இத்தனை நூற்றாண்டுகள் கடந்தபின்னும் ஜீவத்துடிதுடிப்புடன் இருக்கின்றன. ஒரு சிறிய சொற்பொழிவு போல அமைந்திருக்கும் அந்த விளக்கத்தை மிகச்சில வரிகளில் சுருக்கினால் கிடைக்கும் சாறு இதுதான்:

"நாங்கள் அறியாமையில் இருந்தோம். ஒழுக்கமற்று வாழ்ந்தோம். சிலைகளையும் கற்களையும் வணங்கிக்கொண்டிருந்தோம். உயிர்த்திருப்பதன் பொருட்டு அனைத்து அக்கிரமங்களையும் தயங்காமல் செய்தோம். எளியவர்களை எங்கள் சுயலாபத்துக்குப் பயன்படுத்திக்கொள்ள ஒருபோதும் தயங்கியதில்லை. எங்கள்

இனத்திலிருந்தே ஒரு தூதரை இறைவன் தேர்ந்தெடுத்து அனுப்பும்வரை எங்கள் வாழ்க்கை இவ்வாறாகத்தான் இருந்தது.

"எங்கள் தூதர் எங்கள் கண்களைத் திறந்தார். உருவமோ, ஆதி அந்தமோ அற்ற ஒரே இறைவனை வணங்கச் சொல்லி அவர் எங்களை அழைத்தார். பேச்சில் சத்தியம், வாக்கைக் காப்பாற்றுவதில் உறுதி, உறவினருக்கும் நண்பர்களுக்கும் யாருக்குமே துரோகம் இழைக்காதிருத்தல், எதன்பொருட்டும் ரத்தம் சிந்த அனுமதிக்காதிருத்தல் ஆகியவற்றை வற்புறுத்திச் சொன்னார்.

"பெண்களை மதிக்கச் சொன்னார். பொய்சாட்சி சொல்லாமலிருக்கும்படி கேட்டுக்கொண்டார். தொழுகை, நோன்பு, ஏழைவரி ஆகியவற்றைக் கடைப்பிடிக்கச் சொன்னார். இவைதான் எங்கள் தூதர் எங்களுக்கு இட்டிருக்கும் கட்டளைகள். இவற்றைத்தான் எங்கள் நாட்டைச் சேர்ந்த பலர் எதிர்க்கிறார்கள். அடைக்கலம் தேடியே உங்கள் நாட்டுக்கு வந்திருக்கிறோம். காப்பாற்றுவீர்களாக."

குர் ஆன் என்னும் வேதம் விவரிக்கும் வாழ்க்கை நெறி என்பது இதுதான். அதன் அத்தனை பக்கங்களுமே இவற்றின் விரிவும் விளக்கமும்தான்.

முஸ்லிம்களின் இந்தத் தன்னிலை விளக்கத்தைக் கேட்ட அபிசீனிய மன்னன் நஜ்ஜாஷி, அவர்களை நாடு கடத்தச் சொல்லிக் கேட்டுவந்த மெக்கா நகரின் குறைஷித் தூதுவர்களைத் திருப்பி அனுப்பிவிட்டான். ஒரு பாவமும் அறியாத இவர்களை எதற்காக நாடு கடத்த வேண்டும்? ரொம்ப சரி. நீங்கள் அபிசீனியாவிலேயே சௌக்கியமாக இருந்துகொள்ளலாம் என்று சொல்லிவிட்டான்.

அந்தத் தூதர்கள் அத்துடன் விடுவதாயில்லை. 'இதெல்லாம் சரி, இவர்களின் புதிய மதத்தின் வேதம், உங்கள் கிருத்தவ மதம் தோன்றுவதற்குக் காரணமாக இருந்த இயேசுவைப் பற்றி என்ன சொல்கிறது என்று கேளுங்கள்' என்று வேறொரு பிரச்னையை எழுப்பினார்கள்.

குர் ஆனில் இயேசுவை (ஈசா நபி என்று குர் ஆனில் வரும்.) 'இறைவனின் அடிமை' என்னும் பொருளில்

சுட்டிக்காட்டப்பட்டிருக்கும். இயேசுவை அடிமை என்று அழைப்பவர்கள் இவர்கள் என்று சொல்லியாவது தாம் வந்த காரியத்தை வெற்றிகரமாக நிறைவேற்றிக்கொள்ளப் பார்த்தார்கள், குறைஷித் தூதர்கள்.

ம்ஹூம். அதற்கும் நஜ்ஜாஷி மசியவில்லை. ஆம். இயேசு இறைவனின் அடிமைதான். இதிலென்ன சந்தேகம் என்று சொல்லிவிட்டான்.

ஆனாலும் அபிசீனிய மக்களுக்கு, தம் மன்னனின் இந்தப் பரிபூரண சரணாகதி வேறொரு சந்தேகத்தை எழுப்பிவிட்டது. எங்கே தம் மன்னனே ஒரு முஸ்லிமாகிவிடுவானோ என்கிற சந்தேகம். இதன் விளைவாக, தேசம் முழுவதும் பெரும் பரபரப்பும் வதந்திகளும் எழத் தொடங்கின. 'இயேசுவை நாம் இறைவனின் மைந்தன் என்றல்லவா சொல்லுகிறோம்? இறைவனின் அடிமை என்று அவர்கள் சொல்வதை நீங்கள் எப்படி ஒப்புக்கொள்ளலம்?' என்று மக்கள் பிரதிநிதிகள், மன்னனிடம் சண்டைக்கு வந்தார்கள்.

உண்மையில் நஜ்ஜாஷி ஒரு மதநல்லிணக்கவாதி. அவனுக்கு முஸ்லிமாக மாறுகிற எண்ணமெல்லாம் இல்லை. அப்படியொரு சிந்தனை கூட அவனுக்கு எழவில்லை. ஆயினும் அடுத்தவரின் மத உணர்வுகளுக்கு மதிப்பளிக்கும் பெருந்தன்மை மிக்க மன்னனாக இருந்ததுதான் அன்றைக்குப் பிரச்னையாகிவிட்டது. ஒருவேளை நாட்டில் பெரிதாகக் கலவரம் ஏதாவது நிகழலாம் என்று அவன் சந்தேகப்பட்டான். எதற்கும் இருக்கட்டும் என்று அடைக்கலம் தேடி வந்த முஸ்லிம்களை மூட்டை முடிச்சுகளுடன் தயாராக இருக்கும்படிக் கேட்டுக்கொள்ளவும் செய்திருக்கிறான்.

நல்லவேளையாக அப்படியொரு விபரீதம் நிகழவில்லை. தாம் ஒரு உண்மையான கிருத்தவன் தான்; மதம் மாறும் உத்தேசமெல்லாம் இல்லை என்று மக்களிடம் எடுத்துச்சொல்லி, இயேசு 'இறைவனின் குமாரர்தான்' என்பதிலும் தமக்கு எந்தச் சந்தேகமும் இல்லை என்று வாக்குமூலம் அளித்து, மக்களைச் சமாதானப்படுத்தினான். அதன்பின் முஸ்லிம்கள் அங்கே தொடர்ந்து வாழ்வதற்கு எந்தப் பிரச்னையும் இல்லாமல் போய்விட்டது.

ஆனால், மெக்கா நகரத்துக் குறைஷித் தலைவர்கள் இதைப் பெரிய அவமானமாகக் கருதினார்கள். தாங்கள் அனுப்பிய தூதுவர்கள்,

காரியத்தை முடிக்காமல் திரும்பிவந்ததில் அவர்களுக்குக் கோபம் பொத்துக்கொண்டு வந்துவிட்டது. ஏதாவது செய்து, முஸ்லிம்கள் அத்தனை பேரையும் வெட்டிப் புதைத்துவிட்டால்தான் தங்கள் ஆத்திரம் தீரும் என்று நம்பினார்கள்.

ஆனால் யார் தலைமையில் ஒன்று திரள்வது? செலுத்திய அம்பு போலக் குறி தவறாமல் சென்று இலக்கைத் தாக்கும் வல்லமை தங்களில் யாருக்கு உண்டு? குறைஷிகளிடையே அப்போது செல்வாக்கும் நன்மதிப்பும் பெற்ற தலைவர் அபூஜஹ்ல் என்பவர். ஆனால் வயதானவர். இந்தக் காரியத்துக்கு இளரத்தம் தான் வேண்டும். யாரைத் தேர்ந்தெடுக்கலாம்?

அபூஜஹ்லுக்குத் தன் மருமகன் உமரின் ஞாபகம் வந்தது. உமருக்கு அப்போது இருபத்தியாறு வயது. முரடு என்றால் அப்படியொரு முரட்டு சுபாவம் கொண்ட இளைஞர். மிகத் தீவிரமான உருவ வழிபாட்டாளர். ஒரு சந்தர்ப்பம் கிடைத்தால் முகம்மதுவையும் அவரது தோழர்களையும் ஒரு வழி பண்ணிவிடமாட்டோமா என்று பலநாட்களாகக் காத்துக்கிடந்தவர்.

ஆகவே, அபூஜஹ்ல் வாயிலாகவே அப்படியொரு வாய்ப்பு வந்தபோது மிகவும் மகிழ்ச்சியுடன் ஏற்றுக்கொண்டு ஒரு பெரிய வாளைத் தூக்கிக்கொண்டு உடனே கிளம்பிவிட்டார்.

உமரின் கோபம், உருவமற்ற இறைவனை முகம்மது முன்னிறுத்தியதனால் மட்டுமல்ல. ஒரே கூட்டுப் பறவைகளாக இருந்த மெக்கா நகரின் மக்களிடையே இன்று இரு பிரிவுகள் தோன்றிவிட்டதற்கு முகம்மதுதானே காரணம் என்கிற உணர்ச்சிவயப்பட்ட மனநிலை அவருக்கு இருந்திருக்கிறது. அதனால், முகம்மதைக் கொன்றுவிட்டால் எல்லா பிரச்னைகளுக்கும் தீர்வு கிடைத்துவிடும் என்று நம்பினார். தவிரவும் இஸ்லாம் ஒன்றும் மிகத் தீவிரமாகப் பரவி ஏராளமானவர்களை இன்னும் கவர்ந்திழுக்கவில்லையே. அங்கொன்றும் இங்கொன்றுமாகத்தானே மதம் மாறிக்கொண்டிருக்கிறார்கள்? முகம்மதுவைக் கொன்றுவிட்டால் மதம் மாறுவதும் நின்றுவிடும்; மாறியவர்களையும் மீண்டும் மாற்றிவிடலாம்.

இவ்வாறு எண்ணியபடி முகம்மதைத் தேடி ஆக்ரோஷத்துடன் புறப்பட்டுப் போனார் உமர்.

போகிற வழியில் நுஐம்-இப்ன்-அப்த்-அல்லாஹ் என்னும் ஒரு முஸ்லிம் (இவர் வெளிப்படையாகத் தன்னை முஸ்லிம் என்று அப்போது அறிவித்துக்கொண்டிருக்கவில்லை. உயிருக்கு பயந்து ரகசிய முஸ்லிமாகத்தான் இருந்திருக்கிறார்.) உமரைத் தடுத்து நிறுத்தி, 'எங்கே இத்தனை ஆக்ரோஷமாகக் கிளம்பிவிட்டீர்கள்?' என்று கேட்டார்.

"எங்கா? அந்த முகம்மதை ஒழித்துக் கட்டுவதற்காக" என்று சொன்ன உமர், தன் வாளையும் தொட்டுக்காட்டினார்.

நுஐமுக்குக் கவலை வந்துவிட்டது. என்ன செய்து இந்த முரட்டு உமரைத் தடுத்து நிறுத்துவது? கையில் கொலை வாளுடன் போய்க்கொண்டிருக்கிறார். முகம்மதும் அவரது தோழர்களும் திண்ணையில் அமர்ந்து பேசிக்கொண்டிருப்பார்கள். அவர்களிடம் ஆயுதம் ஏதும் இருக்காது. தற்காப்புக்காகக் கூட ஏதும் செய்துகொள்ள முடியாது. இங்கேயே இவரைத் தடுக்காவிட்டால் விபரீதம் நடப்பது உறுதி என்று அஞ்சியவர், வேறு வழியே இல்லை என்று கண்டவராக, "முகம்மதுவைக் கொல்வது இருக்கட்டும்; உன் வீட்டிலேயே முஸ்லிம்களை வைத்துக்கொண்டு நீ முகம்மதுவை நோக்கிப் போவதைப் பார்த்தால் யாராவது சிரிக்கமாட்டார்களா?" என்று கேட்டார்.

நுஐமின் நோக்கம் அப்போது எப்படியாவது முகம்மதைக் காப்பாற்றுவதாக மட்டுமே இருந்தது. களப்பலியாக வேறு யாரையாவது இழக்க நேர்ந்தாலும் சரியே என்னும் முடிவில் இருந்தார். ஆகவே உமரின் சகோதரியும் அவளது கணவரும் முஸ்லிமாக மாறிவிட்டார்கள் என்கிற உண்மையை (அன்றுவரை உமருக்கு அந்த விஷயம் தெரியாது.) முதல் முதலாக உமரிடம் சொல்லிவிட்டார்.

அதனாலென்ன? முதலில் என் வீட்டுக்களையைப் பிடுங்கிவிட்டுப் பிறகு முகம்மதிடம் போகிறேன் என்று சொல்லிவிட்டு உமர் நேரே தன் சகோதரியின் வீட்டுக்கு ஓடத் தொடங்கினார்.

தம் சகோதரி பாத்திமாவின் வீட்டருகே உமர் சென்றபோது உள்ளே யாரோ ஓதிக்கொண்டிருக்கும் குரல் கேட்டது. சந்தேகமே இல்லை. நுஐம் சரியாகத்தான் சொல்லியிருக்கிறார் என்று கோபம்

தலைக்கேறி, உருவிய வாளுடன் கதவை உடைத்துத் திறந்து உள்ளே பாய்ந்தார் உமர்.

உமரைக்கண்டதும் பாத்திமா, தாம் வைத்து ஓதிக்கொண்டிருந்த குர் ஆனின் பிரதியைத் தன் உடைக்குள் மறைக்கப்பார்த்தார். அவளது கணவனோ, தங்களை விட்டுவிடும்படி மன்றாடத் தொடங்கினார். ஆனால் உமர் விடவில்லை. தன் சகோதரியை அடித்து ரத்தகாயப் படுத்திவிட்டு, மைத்துனரின் மீது பாய்ந்தார். இருவரும் கட்டிப் புரண்டார்கள். அடித்துக் கொண்டு எழப்பார்த்தார்கள். மைத்துனரைக் கொன்றுவிடுவது என்று வெறிகொண்டு தாக்கிய உமருக்கு, சகோதரி காயம் பட்டு விழுந்ததும் சிறிதே சலனம் ஏற்பட்டது.

சட்டென்று தாக்குதலை நிறுத்திவிட்டு, “நீங்கள் வைத்து ஓதிக்கொண்டிருந்ததைக் கொண்டுவாருங்கள். அப்படி என்னதான் அதில் இருக்கிறது என்று பார்க்கிறேன்” என்றார்.

வாழ்க்கையில் சில சந்தர்ப்பங்கள் இப்படித்தான் மிகுந்த ரசமுள்ளவையாக எப்படியோ அமைந்துவிடுகின்றன.

தயக்கத்துடன் பாத்திமா எடுத்துவந்து கொடுத்த குர் ஆனின் அந்தச் சில பகுதிகளை வாசித்துப் பார்த்த உமர் தம்மையறியாமல் வாளைக் கீழே போட்டார். பிரமிப்பும் அச்சமும் கொண்டு அதுவரை இல்லாத கனிவும் அன்பும் மேலோங்கியவராகக் கண்கள் கலங்கி நின்றார்.

‘இதென்ன! இந்த வசனங்கள் இத்தனை அழகும் சிறப்பும் கொண்டவையாகஇருக்கின்றன! நிச்சயம்மனிதர்உருவாக்கியதாக இருக்கமுடியாது. என்றால், இது இறைவனின் வசனங்கள்தாம் என்று தோன்றுகிறது.’ என்று பேசத் தொடங்கியவர், சில வினாடிகளில் ‘முகம்மது ஓர் இறைத்தூதர்தான் என்பதை நான் ஒப்புக்கொள்கிறேன், இதோ, இப்போதே போய் அவரைச் சந்தித்து இதனை உரக்கச் சொல்லுகிறேன்’ என்று அலறிக்கொண்டு ஓடத் தொடங்கிவிட்டார்.

இஸ்லாத்தின் சரித்திரத்தில் உமரின் இந்த மனமாற்றம், மிக முக்கியமானதொரு திருப்பம்.

இதே உமர்தான் முகம்மது நபியைச் சந்தித்த மறுகணமே முஸ்லிமாக மாறியவர். அதுநாள்வரை ரகசியமாக மட்டுமே தொழுது வந்த முஸ்லிம்கள் வெளிப்படையாக மெக்கா நகரில் உள்ள க'அபாவில் தொழுகை செய்வதற்கு வழி ஏற்படுத்திக் கொடுத்து, பாதுகாவலாக நின்றவரும் அவரேதான். பின்னாளில் அரேபிய மண்ணின் தன்னிகரற்ற இரண்டாவது கலீஃபாவாக முடிசூடி அமர்ந்தவர். (முதலாவது கலீஃபா, அபூபக்ர். இவர் அப்புறம் வருவார்.) உமரின் ஆட்சிக்காலத்தின்போதுதான் அரேபியாவுக்கு வெளியிலும் இஸ்லாம் வெகு வேகமாகப் பரவத் தொடங்கியது.

உமர், கலீஃபாவாக இருந்த காலத்தில் ஜெருசலேம் எகிப்தின் ஆதிக்கத்துக்கு உட்பட்டிருந்தது. ஒரு பெரும் படையெடுப்பின் இறுதியில் எகிப்தை அப்போது ஆண்டுகொண்டிருந்த (கிருத்தவர்களான) பைசாந்தியர்கள் என்கிற இனத்தவரை வீழ்த்தி, ஜெருசலேத்தில் காலெடுத்து வைத்தார் உமர்.

அப்போது ஜெருசலேத்தின் ஆர்ச் பிஷப்பாக இருந்தவர், நகரின் சாவியை (அடையாளச் சாவிதான்!) தாமே மனமுவந்து உமரிடம் அளித்து, ஆளவரும்படி அழைப்பு விடுத்தது வினோதமான ஆச்சர்யம்!

18

சரித்திரபூர்வமாக இன்று நமக்குக் கிடைக்கும் சான்றுகளின்படி கி.பி. 619ம் ஆண்டு வரையில்கூட இஸ்லாம் அத்தனை ஒன்றும் வேகமாகப் பரவிவிடவில்லை. அரபு தேசங்கள் பலவற்றில் முகம்மது நபியின் செல்வாக்கு பரவியிருந்தது; அவரை அடியொற்றி, இஸ்லாத்தில் பலர் இணைந்துகொண்டிருந்தார்கள் என்பது உண்மையே. ஆனாலும் குறிப்பிட்டுச்சொல்லும் விதத்தில் மத மாற்றங்கள் நிகழ்ந்ததாகச் சொல்லிவிடமுடியாது. முகம்மது ஒரு நபிதான் என்று ஏற்பவர்கள் இருந்தாலும் இஸ்லாத்தில் இணைவோரின் எண்ணிக்கை குறைவாகவே இருந்தது.

அந்த 619ம் வருடம் முகம்மதுக்கு ஐம்பது வயதானது. அதே வருடத்தில், அறுபத்திஐந்து வயதானஅவரது முதல் மனைவி கதீஜா காலமானார். உலகின் முதல் முஸ்லிம் பெண்மணி. பல அரபுப் பெண்கள்இஸ்லாத்தில்இணைவதற்குக்காரணமாகவிளங்கியவர். முகம்மதுவின் உறவினர்கள் பலரேகூட இஸ்லாத்தை ஏற்பதற்கு கதீஜா மறைமுகக் காரணமாக இருந்து ஏராளமான உதவிகள் செய்திருக்கிறார். அவரது மரணம் முகம்மதுவுக்கு மட்டுமல்ல; அன்றைய தேதியில் இஸ்லாத்துக்கே மாபெரும் இழப்பு என்பதில் சந்தேகமில்லை.

இன்னொரு மரணம், முகம்மதைச் சிறு வயதிலிருந்தே தூக்கி வளர்த்த அவரது பெரியப்பா அபூதாலிப்பினுடையது. குறைஷியருக்கும் முகம்மதுவுக்கும் பகை முற்றிவிடாமல் இருக்க தம்மால் ஏதாவது செய்யமுடியுமா என்று இறக்கும்வரை முயற்சி செய்துபார்த்த ஒரு நல்ல ஆத்மா அவர். அவரும் அதே வருடம் இறந்து போனார்.

ஆனாலும் துயரத்தில் துவண்டுபோய் அமர்கிற அளவுக்கு

முகம்மதுவுக்கு அப்போது அவகாசம் இருக்கவில்லை. வெகுநாள்கள் மெக்காவில் அவர் வசித்துக்கொண்டிருக்க முடியாத அளவுக்கு எதிர்ப்பாளர்களின் வன்முறை நடவடிக்கைகள் மிகுந்துகொண்டிருந்தன. ஏதாவது ஒரு முடிவுக்கு வந்து எங்காவது இடம் மாறினால்தான் சரிப்படும் என்று பலர் தொடர்ந்து கருத்துக்கூறி வந்தார்கள். ஆனால் முகம்மது ஒருபோதும் தாமாக ஒரு முடிவை எடுத்து செயல்படுத்தியதில்லை. எத்தனை காலமானாலும் சம்பந்தப்பட்ட விஷயத்தில் இறைக்கட்டளை என்று ஒன்று அவருக்கு வந்து சேராதவரை இம்மி அசையமாட்டார். ஆகவே, காலம் கனிவதற்காகக் காத்திருந்தார்.

கனியத்தான் செய்தது. இடம் மாறுவதற்கல்ல. இன்னொரு விஷயத்துக்கு. அந்த ஒரு சம்பவம்தான் இன்றைக்கும் பாலஸ்தீனத்து அரேபியர்களால் தினசரி நினைத்துப் பார்க்கப்படுகிறது. நினைத்து நினைத்து மனம் கனக்கச் செய்கிறது. சொந்த மண் - அதுவும் புனித மண் - அங்கேயே அகதிகளாகத் தாங்கள் வாழ நேர்ந்திருப்பதன் அவலத்தை எண்ணி எண்ணி மனத்துக்குள் மறுகச் செய்திருக்கிறது.

சொந்தச் சோகங்களினாலும் இஸ்லாத்தின் எதிரிகள் குறித்த கவலைகளாலும் கொஞ்சம் துவண்டிருந்த முகம்மது, அன்றைக்கு இரவு தொழுகைக்காக மெக்கா நகரின் மத்தியிலுள்ள க'அபாவுக்குப் போனார். தொழுதுவிட்டு, களைப்பில் அங்கேயே ஒரு ஓரமாகச் சாய்ந்து, கண் அயர்ந்தார்.

எப்போதும் விழிப்பு நிலையிலேயே அவரை நாடி வரும் ஜிப்ரீல் அன்று உறங்கத் தொடங்கியபோது வந்து, தட்டி எழுப்பினார். திடுக்கிட்டு எழுந்து அமர்ந்த முகம்மதுவின் கைகளைப் பற்றி எழுப்பினார். அதன்பின் நடந்தவற்றை முகம்மதுவே வருணித்திருக்கிறார்:

"...அவர் என் கைகளைப் பிடித்து எங்கோ அழைத்தார். கூடவே நடக்கத் தொடங்கினேன். பள்ளி வாசலின் வெளியே நாங்கள் வந்து சேர்ந்தபோது அங்கே வெள்ளை வெளேர் என்றொரு மிருகம் நின்றுகொண்டிருந்தது. பார்த்தால் கழுதை போலிருந்தது. கோவேறுக் கழுதை போலவும் தெரிந்தது. ஆனால் இரண்டுமில்லை. இரண்டுக்கும் இடைப்பட்ட தோற்றம் கொண்ட ஏதோ ஒரு மிருகம். (இம்மிருகத்தை முகம்மது நபி 'புராக்' என்று குறிப்பிட்டிருக்கிறார்.) அம்மிருகத்துக்கு இரு புறமும் அகன்ற

பெரிய சிறகுகள் இருந்தன. கால்களும் சிறகுகளைப் போலவே அசைந்துகொண்டிருந்தன. எத்தனை பெரிய மிருகம் அது! அம்மிருகம் எடுத்து வைக்கும் ஒவ்வொரு காலடியும் கண்ணின் பார்வைத் தொலைவு நிகர்த்ததாக இருந்தது...''

ஜிப்ரீல் வழிகாட்ட, முகம்மது அம்மிருகத்தின் மீது ஏறி அமர்ந்தார். பின்னாலேயே ஜிப்ரீலும் ஏறிக்கொண்டார். உடனே அந்த மிருகம் தன் பிரும்மாண்டமான சிறகுகளை அசைத்தபடி வானில் உயர்ந்து பறக்கத் தொடங்கியது. மதினா நகரின் மேலே அது பறந்து, வட திசையில் ஜெருசலேத்தைச் சென்றடைந்ததாக முகம்மது குறிப்பிடுகிறார்.

இது தான். இங்கேதான் ஆரம்பம். இப்ராஹிம் என்கிற ஆபிரஹாம் நபி வாழ்ந்த பூமி. மூசா என்கிற மோசஸுக்கு தோரா அருளப்பட்ட பூமி. ஈசா என்கிற இயேசுவுக்கு பைபிள் வழங்கப்பட்ட பூமி. முகம்மதுவுக்கு முந்தைய இறைத்தூதர்கள் பலருடன் சம்பந்தப்பட்ட ஜெருசலேம் மண். இறைவனின் விருப்பப்பிரதேசம். அங்கேதான் ஜிப்ரீல், முகம்மதுவை அழைத்துவந்தார்.

முகம்மது நபி ஜெருசலேத்துக்கு வந்தது, இஸ்லாத்தின் சரித்திரத்தில் மிக, மிக, மிக முக்கியமானதொரு சம்பவம். அந்தப் பயணத்தின்போது முந்தைய நபிமார்கள் அனைவரும் முகம்மதுவை அங்கே சந்தித்ததாகவும் அனைத்து நபிமார்களும் சேர்ந்து தொழுகை நிகழ்த்தியதாகவும், தொழுகைக்குப் பின் விருந்துண்ணதாகவும் (இவ்விருந்தில், திராட்சை ரசம் அடங்கிய பாத்திரம் ஒருபுறமும் பால் நிரம்பிய பாத்திரம் ஒரு புறமும் வைக்கப்பட்டிருந்தன. முகம்மது, திராட்சை ரசத்தைத் தொடாமல், பால் கிண்ணத்தை மட்டுமே எடுத்துக்கொண்டார். இதனாலேயே ஆசாரமான முஸ்லிம்கள் இன்றும் மதுவருந்துவது மத விரோதச் செயல் என்பார்கள்.) அதன்பின் முகம்மதுவை ஜிப்ரீல் வானுலகத்துக்கு அழைத்துச் சென்றதாகவும் இஸ்லாம் தெரிவிக்கிறது.

அதற்கு முன், இலியாஸ், இயேசு போன்ற நபிமார்களுக்கு இதைப்போல் வானுலக யாத்திரை சித்தித்திருக்கிறது. முகம்மதுவுக்கு வானுலகில் ஓர் இலந்தை மரத்தினடியில் தெய்வீகப் பேரொளியின் தரிசனம் கிட்டியதாகச் சொல்லப்படுகிறது.

இந்தச் சந்தர்ப்பத்தில்தான் முகம்மதுவுக்கு இஸ்லாத்தின் பிரமாணங்கள் குறித்த பல முக்கிய வசனங்கள் அருளப்பட்டிருக்கின்றன. முஸ்லிம்கள் தினசரி ஐம்பது வேளை தொழவேண்டும் என்கிற இறை உத்தரவும் இந்தச் சந்தர்ப்பத்தில் வழங்கப்பட்டதுதான். (ஆனால் 'ஐம்பது வேளை தொழுவது என்பது மிகவும் சிரமம். இதைக் குறைத்துக் கேளுங்கள்' என்ற மூசா நபியின் ஆலோசனையின்பேரில் திரும்பத்திரும்ப இறைவனிடம் குறைத்துக்கொள்ளக் கோரி இறுதியில் ஐந்து வேளைத் தொழுகையை நிர்ப்பந்தமாக வைத்தார் என்பது இஸ்லாமியர் நம்பிக்கை.)

ஜிப்ரீல் அழைத்துச் சென்று வானுலகம் கண்டு புவிக்கு மீண்ட முகம்மது, நேரே வந்து இறங்கிய இடமும் ஜெருசலேம் தான். அந்தக் கழுதைக்கும் கோவேறுக் கழுதைக்கும் இடைப்பட்ட மிருகமான புராக், அவரை ஒரு குன்றின்மீது கொண்டுவந்து இறக்கிவிட்டது.

இன்றைக்கும் ஜெருசலேம் என்றவுடனேயே நமக்கு நினைவுக்கு வரும் *Dome of the Rock* இந்தக் குன்றின் உச்சியில்தான் அமைந்திருக்கிறது. முகம்மது நபி, விண்ணுலகம் சென்று திரும்பி வந்து இறங்கிய இடத்தில், அச்சம்பவத்தின் நினைவாக அமைக்கப்பட்ட ஒரு வழிபாட்டுத்தலம். ஜெருசலேம் நகரின் எந்த இடத்திலிருந்து பார்த்தாலும் இந்த வழிபாட்டுத்தலம் தென்படும். அப்படியொரு அமைப்பு நேர்த்தி கொண்டது. இந்தக் குன்றுக் கோபுரமும் இதனோடு இணைந்த அல் அக்ஸா என்கிற மசூதியும்தான் பாலஸ்தீன் முஸ்லிம்களின் ஒரே சொத்து. இந்த இரு தலங்களையும் இணைத்து அவர்கள் பைத்துல் முகத்தஸ் என்று அழைப்பார்கள்.

ஆனால் பாலஸ்தீன் என்று குறிப்பிடும்போதெல்லாம் அடையாளத்துக்கு *Dome of the Rock* படத்தை மட்டுமே தொடர்ந்து ஊடகங்கள் வெளியிட்டு வருவது (ஏனெனில் அதைப் படமெடுப்பதுதான் சுலபம்! குன்றுக் கோபுரத்தையும் கீழே உள்ள மசூதியையும் இணைத்துப் படமெடுப்பது மிகவும் சிரமமானதொரு காரியம்.) வழக்கமாகிவிட்டது. ஆகவே, *Dome of the Rock* தான் முஸ்லிம்களினுடையது; அல் அக்ஸா மசூதி இருக்குமிடம், முன்னாளில் இடிக்கப்பட்ட யூத தேவாலயம் என்று யூதர்கள் கூறி வருகிறார்கள்.

இஸ்ரேல் - பாலஸ்தீன் பிரச்னையின் ஆணிவேர் இதுதான். கோயில் இருந்த இடம் இடிக்கப்பட்டு மசூதிகள் கட்டப்பட்டது உலகெங்கும் பல இடங்களில் - பல்வேறு காலகட்டங்களில் நடைபெற்ற சம்பவம்தான். பாலஸ்தீன் அல் அக்ஸா மசூதி விஷயத்தில்அப்படித்தான்நடந்ததாஎன்பதுதான்இங்கேபிரச்னை. மிகவும் விரிவாகவும் விளக்கமாகவும் ஆராய்ச்சிபூர்வமாகவும் அணுகவேண்டிய இந்த விஷயத்தைப் பின்னால் பார்க்கப் போகிறோம். இப்போது முகம்மது நபி திரும்பி வந்த கதையை நிறைவு செய்துவிடலாம்.

ஜெருசலேம் குன்றின் மீது வந்து இறங்கி இளைப்பாறியபிறகு, முகம்மதுவை மீண்டும் மெக்காவுக்கே கொண்டுவந்து கிளம்பிய இடத்திலேயே இறக்கிவிட்டுப் போய்விட்டார் ஜிப்ரீல்.

மெக்காவிலிருந்து ஜெருசலேத்துக்குப் பயணம் மேற்கொண்டு, அங்கிருந்து வானுலகம் சென்று, திரும்பவும் ஜெருசலேம் வந்து, அங்கிருந்து மெக்காவிலுள்ள க'அபாவை அவர் அடைந்தபோது இன்னும் பொழுது விடிந்திருக்கவில்லை.

விடிந்ததும் புறப்பட்டுத் தன் ஒன்றுவிட்ட சகோதரி ஒருவரின் வீட்டுக்குச் சென்ற முகம்மது முந்தைய இரவு தனக்கு நடந்ததை, அப்படியேவரிவிடாமல்அவரிடம்சொன்னார். இந்தச்சம்பவத்தை நான் மக்களிடம் கூறப்போகிறேன் என்றும் சொன்னார்.

சாதாரண மனிதர்கள் நம்பக்கூடிய விஷயமா இது! அன்றைக்கு மெக்காவிலிருந்து புறப்பட்டு ஜெருசலேம் செல்வதென்றால் குறைந்தபட்சம் ஒருமாத காலம் ஆகும். மாலைத்தொழுகையை மெக்காவில் முடித்துவிட்டு இரவுத் தொழுகைக்கு ஜெருசலேத்தில் நிகழ்த்திவிட்டுத் திரும்பியதாக முகம்மது சொன்னால் யார் நம்புவார்கள்?

ஆனால் முகம்மது இதைப் பற்றியெல்லாம் சிந்திக்கிறவர் அல்லர். தமக்கு நேர்ந்ததை வார்த்தை மாற்றாமல் அப்படியேதான் சொன்னார். அவரது ஒன்றுவிட்ட சகோதரி அதை நம்பினாரா என்று தெரியவில்லை. ஆனால் குறைஷிகள் கைகொட்டி நகைக்கவும் கேலி பேசவும் இது ஒரு நல்ல காரணமாகிப் போய்விட்டது. முகம்மதுவை ஒரு பைத்தியக்காரர் என்றே அவர்கள்

திட்டவட்டமாக முடிவுகட்டி, ஊரெங்கும் பிரசாரம் செய்ய ஆரம்பித்தார்கள். (ஆனால் ஓர் ஆச்சர்யம் இதில் உண்டு. பறக்கும் விலங்கின் மீதேறித் தான் சென்று திரும்பிய வழியில், கீழே சாலை மார்க்கமாகப் பயணம் செய்துகொண்டிருந்த யாத்ரிகர்கள், வர்த்தகக் குழுவினர் குறித்தும் அவர்கள் அப்போது எங்கே இருந்தார்கள், எத்தனை தொலைவு, அவர்கள் மெக்காவை வந்து அடைய எத்தனை காலமாகும் போன்ற விவரங்களையெல்லாம் துல்லியமாகத் தெரிவித்திருக்கிறார் முகம்மது. சம்பந்தப்பட்ட வர்த்தகக்குழுவினர்கள் குறித்து அவர் சொன்ன அடையாளங்களை -அவர்கள் திரும்பிவந்ததும் ஒப்பிட்டுப்பார்த்து, முகம்மது சொன்ன அனைத்து விவரங்களும் சரியே என்று கண்டு வியந்திருக்கிறார்கள்.)

இந்தச் சம்பவத்துக்குப் பின் முகம்மது மெக்காவில் தொடர்ந்து வசிப்பது மிகப்பெரிய பிரச்னையாகிப் போனது. நிச்சயமாகக் குறைஷிகள் முஸ்லிம்களை நிம்மதியாக வாழவிடமாட்டார்கள் என்பது தெரிந்துவிட்டது. குறிப்பாக, முகம்மதின் உயிருக்கே ஆபத்து நேரலாம் என்று அவரது தோழர்கள் பலர் தொடர்ந்து எச்சரித்து வந்திருக்கிறார்கள்.

கி.பி. 622ல் அது நடந்தது. முகம்மது மெக்காவிலிருந்து யத்ரிபுக்கு இடம் பெயரலாம் என்று தீர்மானித்தார். யத்ரீப் என்பதுதான் அரபுப் பெயர். ஆனால் மதினா என்று சொன்னால்தான் பொதுவில் புரியும்.

மதினா என்பது ஹீப்ரு மொழிப்பெயர். அன்றைக்கு அங்கே அதிகம் பேசப்பட்டுக்கொண்டிருந்த மொழியும் அதுதான். ஏனெனில் மதினாவில் அப்போது அரேபியர்களைக் காட்டிலும் யூதர்கள்தாம் அதிகம் வசித்துவந்தார்கள்.

அரேபியர்களான குறைஷிகளின் தொல்லையிலிருந்து தப்பிக்க யூதர்கள்நிறைந்த மதினாநகருக்கு முகம்மது இடம்பெயரநேர்ந்தது ஒரு சரித்திர விநோதம்தான். ஆனால் அடுத்த சில வருடங்களில் ஒட்டுமொத்த மத்திய ஆசியாவையும் இஸ்லாம் என்கிற ஒரு குடையின்கீழ் கொண்டுவருவதற்கு அங்கே தங்கியிருந்த காலத்தில் அவர் ஊன்றிய வித்துகள்தான் ஆதாரக் காரணமாக இருந்திருக்கின்றன.

19

மதினா என்கிற யத்ரிப் நகரில் அரேபியர்களும், அவர்களைக் காட்டிலும் கொஞ்சம் அதிக அளவு யூதர்களும் வசித்துவந்தார்கள். இதில், அரேபியர்கள் என்பவர்கள் பெரும்பாலும் ஆதிவாசிகள். அதிகம் படித்தவர்களோ, பணக்காரர்களோ அல்லர். மெக்கா நகரின் குறைஷிகளைப் போலல்லாமல், முகம்மதுவை ஓர் இறைத்தூதராக ஏற்பதில் அவர்களுக்குப் பெரிய அளவில் எந்தப் பிரச்னையும் இல்லை. காரணம், முகம்மதுவை அவர்கள் தங்களில் ஒருவராகப் பார்க்க முடிந்ததுதான். அவர்களைப் போலவே முகம்மதுவும் படிப்பறிவில்லாதவர். அவர்களைப் போலவே எளிமையான வாழ்க்கை முறையை மேற்கொள்பவர். அவர்களைப் போலவே கனிவும் பரிவும் கொண்டவர். அவர்களைப் போலவே பாசாங்கற்றவர். ஆனால் அவர் உதிர்க்கிற ஒவ்வொரு சொல்லிலும் வெளிப்பட்ட அழுத்தமும் தீர்மானமும் தீர்க்கதரிசனமும் மதினாவாசிகளுக்குப் பரவசமூட்டுபவையாக இருந்தன. பாமரர்தான்; ஆனால் இம்முறை இறைவன் அத்தகைய ஒருவரைத்தான் தன்னுடைய தூதராகத் தேர்ந்தெடுத்திருக்கிறான் என்று அழுத்தந்திருத்தமாக உணர்த்தும்விதத்தில் இருந்தன, அவருடைய பேச்சும் செயல்பாடுகளும்.

நூறு நூறு ஆண்டுகளாக வழிகாட்ட ஒரு ஜீவனில்லாமல், காட்டுச் செடிகள் போல் பிறந்து, வாழ்ந்து மடிந்துகொண்டிருந்த அரேபியர்களின் வாழ்வுக்கு ஓர் அர்த்தம் சேர்ப்பதற்காகவே இறைவன் முகம்மதைப் படைத்து அனுப்பிவைத்தான் என்று நம்பினார்கள் மதினாவாசிகள். இதனாலேயே, நம்ப முடியாத அளவுக்கு முகம்மதின் ஆதரவாளர்களும் இஸ்லாத்தில் இணைவோரும் அங்கே பெருகத் தொடங்கினார்கள். உருவமற்ற ஒரே பரம்பொருளின் பெருமைகளைத்தான் முகம்மது பேசினார்.

முஸ்லிம்களாக மாறிய அரேபியர்கள் தமது இனக்குழுப் பகைகளை முன்னிட்டுத் தங்களுக்குள் அடித்துக்கொண்டு சாகாமல், ஒற்றுமையாக இருந்து பொது எதிரிகளான உருவ வழிபாட்டாளர்களைப் பண்படுத்த முயற்சி செய்யும்படி முகம்மது தொடர்ந்து வலியுறுத்தி வரத் தொடங்கினார்.

இவ்விஷயத்தில் அன்றைய மதினா நகரத்து யூதர்களையும் அனுசரித்து நடந்துகொள்ளவேண்டியதன் அவசியத்தை அவர் உணர்ந்தே இருந்தார். இதற்கான காரணங்கள் மிக நுட்பமானவை.

யூதர்களும் உருவமற்ற ஒரே பரம்பொருளை வணங்குபவர்கள் என்பது முதல் காரணம். தவிரவும் அவர்களில் படித்தவர்கள் அதிகம். அமைப்பு ரீதியில் வலுவாகக் காலூன்றிய அவர்களது மதகுருமார்களின் சபைகள், முடிவெடுப்பதிலும் செயல்படுத்துவதிலும் ஓர் ஒழுங்கையும் நேர்த்தியையும் கடைப்பிடித்துவந்தன. உருவ வழிபாட்டாளர்களுக்கு எதிரான சமயமாக இஸ்லாத்தை முன்னிறுத்துகையில், யூதர்களின் ஒத்துழைப்பும் மிக அவசியமானது என்றே முகம்மது அப்போது கருதினார். இரண்டும் சகோதர மதங்கள் என்பதை முன்வைத்து, இரு மதத்தினரும் சகோதரத்துவத்துடன் பழகவேண்டியதன் அவசியத்தை அவர் எடுத்துச் சொன்னார்.

அப்படிச் செய்ய இயலுமானால், பொது எதிரியைச் சந்திக்க வலிமை கிட்டும். ஒரு யுத்தம் என்று வருமானால் ராணுவ பலம் அதிகரிக்கும். அரேபிய முஸ்லிம்களின் உடல் வலுவும் யூதர்களின் புத்திக்கூர்மையும் இணையுமானால் வெற்றிக்குப் பிரச்னை இராது. வேறு வேறு நம்பிக்கைகள், வேறு வேறு வாழ்க்கை முறைகளைக் கொண்டவர்களே என்றாலும் உருவமற்ற ஒரே இறைத் தத்துவத்தின் அடிப்படையில் இரு மதங்களும் ஒருங்கிணைந்து செயல்படுவது பெரிய காரியமல்ல என்றே முகம்மது கருதினார்.

யூதர்களால் முதலில் முகம்மதை முழுமையாக ஏற்கமுடியவில்லை. ஓர் இறைத்தூதர், காட்டான்களாகிய அரேபியர்களிடையே உதித்திருக்கிறார் என்பதை அவர்களது மனம் ஒப்புக்கொள்ள மறுத்தது. அதே சமயம், உருவமற்ற ஒரே இறைவன் என்கிற கருத்தாக்கத்தை முகம்மது தொடர்ந்து வலியுறுத்திவந்தது, அவரை நம்பித்தான் ஆகவேண்டும் என்கிற எண்ணத்தையும்

ஏற்படுத்தியது. ஏனெனில், அரேபியர்களிடையே வேறு யாருக்கும் அப்படிச் சிந்திக்கக் கூடத் தோன்றாது.

மதக் காரணங்களுக்காக இல்லாவிட்டாலும், சமூகப் பாதுகாப்பு, அரசியல்ரீதியிலான பலம் போன்ற காரணங்களுக்காவது முஸ்லிம்களுடன் இணைந்து செயல்படலாம் என்று யூதகுருமார்களின் சபை அப்போது தீர்மானித்தது. ஏனெனில், முகம்மதுவைப் பின்பற்றுவோர் எண்ணிக்கை நாளுக்குநாள் நம்பமுடியாத அளவுக்கு அப்போது பெருகிக்கொண்டிருந்தது. ஜெருசலேத்திலிருந்து புறப்பட்ட நாளாக, அகதிகள்போல் வாழ்ந்துகொண்டிருந்த யூதர்களுக்கு அத்தகைய பாதுகாப்பு அவசியம் என்று பட்டது. அவர்களிடம் ஓர் ஒழுங்கான மத நிர்வாக அமைப்பு இருந்ததே தவிர ஒழுங்கான ராணுவம் கிடையாது. ஒரு தகராறு என்று வருமானால் எதிர்த்து நிற்க ஆள்பலம் போதாது.

ஆனால் முகம்மதுவின் ஆராதகர்கள் உடல்வலுவும் மனபலமும் ஒருங்கே பெற்றவர்களாக இருந்தார்கள். மண்டியிட்டுத் தொழத்தெரிந்தவர்களாகவும் வாளேந்தி யுத்தம் புரியக்கூடியவர்களாகவும் அவர்கள் இருந்தார்கள். முகம்மது ஒரு சொல் சொன்னால் உயிரைத்தரவும் சித்தமாக இருந்தார்கள். அத்தகையவர்களுடன் நல்லுறவு கொள்வது யூதகுலம் யுத்தங்களில் மேலும் மடியாமல் இருக்க உதவியாக இருக்கும் என்று கணக்குப் போட்டது யூத மதகுருமார்களின் சபை.

இந்தக் காரணங்களை மிக கவனமாகப் பார்க்கவேண்டும். முகம்மது, யூதர்களின் தோழமை முக்கியம் என்று கருதியதற்கு மதக் காரணங்கள்தான் உண்டு. யூதர்கள், இஸ்லாமியர்களின் தோழமையை விரும்பியமைக்கு ராணுவக் காரணங்களே பிரதானம். முகம்மதின் பிரச்னை, அவநம்பிக்கையாளர்கள் சம்பந்தப்பட்டது. யூதர்களின் பிரச்னை, சொந்த வாழ்க்கை தொடர்பானது. இரண்டும் வேறு வேறு எல்லைகளில் நிற்கிற பிரச்னைகள். ஆயினும் ஒரு நேர்க்கோட்டில் வந்து இணையவேண்டிய காலக்கட்டாயம் அப்போது ஏற்பட்டது.

ஓர் உடன்பாடு செய்துகொண்டார்கள். இரு தரப்பினரும் பரஸ்பரம் வேண்டிய உதவிகள் செய்துகொள்ளவேண்டியது. யாருக்கு எந்தப் பிரச்னை என்றாலும் உடனே போய் உதவவேண்டியது முக்கியம்.

மெக்காநகரின்குறைஷிகளால்மதினாமுஸ்லிம்களுக்குப்பிரச்னை வருமானால் அங்குள்ள யூதர்கள் யுத்தத்தில் கலந்துகொண்டு முஸ்லிம்களுக்கு ஆதரவாக இருக்கவேண்டும். அதேபோல், மதினாவாழ் யூதர்களுக்கு யாரால் எந்தப் பிரச்னை வந்தாலும் முகம்மதின் படை உதவப் போகும்.

நம்புவது கொஞ்சம் சிரமம்தான். மதினாவுக்கு வந்த இரண்டே ஆண்டுகளில் முகம்மது அங்கே ஒரு சக்கரவர்த்திபோலக் கருதப்பட்டார். அவரது சொல்லுக்கு மாறாக ஓர் எதிர்க்குரல் அங்கே எழுந்துவிட முடியாது. மதினாவில் இருந்த அரேபியர்கள் சமூகம் முழுவதையும் தமது அன்பாலும் கனிவு மிக்க பேச்சாலும் கவர்ந்திழுத்த முகம்மது, குர் ஆனின் வசனங்களை ஓதி, ஓதிக் காட்டி, அவர்களின் மனங்களைப் பண்பட வைத்தார். எந்த ஒரு மனிதப்பிறவியும் - குறிப்பாக அரபுக் கவிஞர்கள் - இத்தனை அர்த்தம் பொதிந்த, இனிய வரிகளைக் கற்பனையில் தயாரித்துவிடமுடியாது என்று எண்ணிய அரேபிய ஆதிவாசிகள், நிச்சயமாக முகம்மது ஓர் இறைத்தூதர்தான் என்று பார்த்தமாத்திரத்தில் நம்பி, அடிபணிந்தார்கள். முகம்மதே தங்கள் மன்னர் என்றும் கருத ஆரம்பித்தார்கள்.

சந்தேகமில்லாமல் அவர் ஒரு மன்னர்தான். ஆனால் நம்ப முடியாத அளவுக்கு எளிமையைக் கடைபிடித்த மன்னர்.

ஊருக்கு ஒதுக்குப் புறமாக, ஒருகாலத்தில் பிணங்களை அடக்கம் செய்துகொண்டிருந்த ஓரிடத்தை விலைக்கு வாங்கி, அங்கே ஒரு குடிசை கட்டிக்கொண்டு வாழ்ந்துகொண்டிருந்தார் முகம்மது. பக்கத்திலேயே ஈச்ச ஓலைகள் வேய்ந்ததொரு பள்ளிவாசலையும் தாமே கட்டிக்கொண்டார். முஸ்லிம்கள் ஜெருசலேத்தை நோக்கித் தொழவேண்டும் என்பதுதான் ஆரம்பக் காலத்தில் முகம்மது வாயிலாக வெளிவந்த இறைக் கட்டளையாக இருந்தது. (பின்னால்தான் மெக்கா இருக்கும் திசை நோக்கித் தொழுகை நடத்தும்படி கட்டளை மாற்றப்பட்டது.)

எளிமையான, பாசாங்கில்லாத வாழ்க்கை, தனிவாழ்விலும் பொதுவாழ்விலும் நேர்மையைக் கடைபிடிக்கச் சொன்னது, சகோதரத்துவ போதனைகள் போன்றவை, கேள்விகளற்று முகம்மதுவை ஏற்கும்படிச் செய்தன. யூதர்களுக்குக் கூட, முகம்மது தம் ஆதரவாளர்களை ஜெருசலேம் நோக்கித்

தொழச்சொல்லியிருந்தது மிகுந்த சந்தோஷமளித்தது. யூத மதமும் இஸ்லாமும் பல்வேறு வகையில் ஒன்றுடன் ஒன்று தொடர்பு கொண்டதுதானோ என்றும் அவர்கள் நம்ப ஆரம்பித்தார்கள்.

முஸ்லிம்கள் யூதப் பெண்களைத் திருமணம் செய்துகொள்ளலாம் என்றுகூட அப்போது முகம்மது கூறியிருந்ததாகப் பல யூத சரித்திர ஆய்வாளர்கள் எழுதுகிறார்கள். திருமண உறவுகள் அரசியல் உறவை வலுப்படுத்தும் என்று இரு தரப்பினருமே கருதியிருக்கலாம்.

அதே சமயம், இந்தச் சரித்திர ஆசிரியர்கள் சில கற்பனையான யூகங்களையும் செய்திகள் போலவே வெளியிட்டுவிடுவதையும் சொல்லவேண்டும். உதாரணமாக, மார்ட்டின் கில்பர்ட் என்கிற புகழ்பெற்ற யூத சரித்திர ஆய்வாளர், ‘யூதர்கள் தன்னை

அவர்களது இறுதி இறைத்தூதர் என்று முழுமையாக ஏற்றுக்கொண்டுவிடுகிற பட்சத்தில் முகம்மது தாமே ஒரு யூதராக மாறிவிடவும் தயாராக இருந்தார்’ என்று சொல்கிறார். இதற்கு யூதர்கள் சம்மதிக்காததால்தான் இரு தரப்பாரிடையே உறவு முறியவேண்டியதானது என்று எழுதுகிறார்.

குர் ஆனிலோ, முகம்மதின் வாழ்வையும் போதனைகளையும் சொல்லும் ஹதீஸ்களிலோ, முகம்மதின் உடனிருந்தவர்கள் வைத்துவிட்டுப் போன நினைவுக்குறிப்புகள் எது ஒன்றிலோ - அல்லது மாற்று மதத்தவர் யாருடைய குறிப்புகளிலுமோகூட இம்மாதிரியானதொரு அதிர்ச்சிதரத்தக்க விஷயம் காணப்படவில்லை.

இரண்டு வருடகாலத்துக்கு மேலாக மிகுந்த நல்லுறவுடன் வளர்ந்துவந்த முஸ்லிம் - யூத சகோதரத்துவம் மதினாவில் இற்றுப்போகத் தொடங்கியதற்கு உண்மையான காரணங்கள் வேறு.

முதலாவது, கொடுத்த வாக்குப்படி அவர்கள் முஸ்லிம்களுக்கு உரிய நேரத்தில் உதவிகள் செய்வதில் தயக்கம் காட்டினார்கள். முஸ்லிம்கள் மட்டும் தமக்குப் பாதுகாப்பளிக்க வேண்டும் என்று எதிர்பார்த்தார்கள்.

இரண்டாவது காரணம், முஸ்லிம்களின் ஒத்துழைப்பு வேண்டும்; ஆனால் முகம்மதை முழு மனத்துடன் இறைத்தூதராக ஒப்புக்கொள்ள இயலாது என்று அவர்கள் விடாப்பிடியாக நின்றது. இதை எந்த முஸ்லிமும் நிச்சயம் ஒப்புக்கொள்ள மாட்டார். 'நீங்கள் இறைவனையும் எங்களையும் பழித்தால் கூட, சகித்துக்கொள்வோம். முகம்மது ஓர் இறைத்தூதர் என்று ஒப்புக்கொள்ளாதபட்சத்தில் எவ்வித உறவும் நமக்குள் இருக்க முடியாது' என்று சொல்லிவிட்டார்கள்.

மூன்றாவதும் மிக முக்கியமானதுமான காரணம், இயேசு செய்ததைப் போலவே முகம்மதும் யூதர்கள் தம் மதத்தின் ஆதி நம்பிக்கைகளுக்குப் புறம்பான புதிய மதப்பழக்க வழக்கங்களை மேற்கொண்டதையும் குருமார்களுக்கான ஆராதனைகள் பெருகுவதையும் விமரிசனம் செய்யத் தொடங்கினார். ஒரே இறைவன். அவனைத்தவிர வழிபாட்டுக்குரியவர்கள் வேறு யாருமில்லை என்பதுதான் ஆபிரஹாம் என்கிற இப்ராஹிமின் வழித்தோன்றல்கள் மேற்கொள்ளவேண்டிய உறுதி. இதற்கு மாறாக யூதர்கள் நடந்துகொள்ளத் தொடங்கியபோது, அவர்களது நடத்தையை முகம்மது தயங்காமல் விமரிசித்தது, யூதர்களுக்குப் பிடிக்கவில்லை.

இந்தக் காரணங்களால்தான் யூதர்கள் - முஸ்லிம்களிடையே முதல் முதலில் பிளவு உண்டானது.

கி.பி. 624ம் வருடம் முகம்மது தமது மக்களிடம் இனி மெக்காவை நோக்கித் தொழுங்கள் என்று சொன்னார். அதுநாள்வரை ஜெருசலேம் நோக்கித் தொழுதுகொண்டிருந்த முஸ்லிம்கள் அப்போதிலிருந்து மெக்காவை நோக்கித் தொழ ஆரம்பித்தார்கள்.

இரண்டும் வேறு வேறு திசைகள். எதிரெதிரேதான் இருக்க முடியும்.

20

'பிரசாரகர்களின் சாமர்த்தியத்தால் கிருத்தவம் பரவியது; வாள் முனை மிரட்டலினால் இஸ்லாம் பரவியது' என்று ஒரு கருத்து உலகெங்கும் பரவலாகச் சொல்லப்பட்டு வருவது. இன்று நேற்றல்ல. இஸ்லாம் பரவத் தொடங்கிய நாளாகவே இக்கருத்து ஒரு குற்றச்சாட்டாக வைக்கப்பட்டுவந்திருக்கிறது. கிருத்தவம் எப்படிப் பரவியது என்பதை ஆழமாக அலசுவதற்கு இது இடமல்ல. ஆனால் இஸ்லாம் பரவிய விதத்தைத் தெரிந்துகொள்ள வேண்டியது அவசியமானது.

முகம்மது நபி பிறந்த சவூதி அரேபியாவிலோ, எல்லா நபிமார்களுக்கும் உகந்த இடமான பாலஸ்தீனிலோ மட்டும் இஸ்லாம் குறித்த பிரசாரம் மேற்கொள்ளப்பட்டு, அங்கே மட்டும் அம்மார்க்கம் செல்வாக்குப் பெற்றிருக்குமானால் இத்தகையதொரு விஷயம் பற்றிப் பேசவேண்டிய அவசியமே நேர்ந்திருக்காது. மாறாக, ஒட்டுமொத்த மத்திய ஆசியாவிலும் மிகக்குறுகிய காலத்தில் செல்வாக்குப் பெற்று, முகம்மது நபியின் மறைவுக்குப் பின் மிகச்சில ஆண்டுகளிலேயே ஐரோப்பாவுக்கும் கிழக்காசியாவுக்கும் பரவி, உலகின் இரண்டாவது பெரிய மதமாக இஸ்லாம் காலூன்றி நிற்க முடிந்திருக்கிறதென்றால், அது எவ்வாறு பரவியது என்பதைத் தெரிந்துகொள்வது மிகவும் அவசியமானது.

இதை ஆராய்வதற்கு முதல் தடையாக இருப்பது, 'அது அச்சுறுத்தலால் பரப்பப்பட்ட மதம்' என்கிற முன் அபிப்பிராயம், அல்லது முன் முடிவு அல்லது முன் தீர்மானம். இந்த முன் தீர்மானம் அல்லது முன் அபிப்பிராயத்தை - இஸ்லாத்தைக் காட்டிலும் வேகமாகப் பரப்பி வேரூன்றச் செய்தவர்கள் மேற்கத்திய சரித்திர ஆசிரியர்கள். பெரும்பாலும் யூதர்கள். சிறுபான்மை கிருத்தவ சரித்திர ஆய்வாளர்கள்.

மிகவும் அற்பமானதொரு உதாரணத்தை மட்டும் பார்க்கலாம். முகம்மது நபியின் காலத்தில் இஸ்லாத்தை முன்னிட்டு மொத்தம் சுமார் எழுபத்தைந்து அல்லது எண்பது யுத்தங்கள் நிகழ்த்தப்பட்டதாக அனைத்து மேற்கத்திய சரித்திர ஆய்வாளர்களும் சொல்கிறார்கள். அத்தனை யுத்தங்களிலும் ரத்த ஆறுபெருகியதென்றும்யுத்தக்கைதிகளைவாள்முனையில்மிரட்டி இஸ்லாத்தில் இணைத்ததாகவும் ஏராளமான சம்பவங்களை இந்தச் சரித்திர ஆய்வாளர்கள் பட்டியலிடுகிறார்கள்.

உண்மையில் முகம்மது நபியின் காலத்தில் நடைபெற்ற யுத்தங்களாக - ஆதாரங்களுடன் கிடைப்பது மொத்தம் மூன்றுதான். பத்ரு, உஹைத், ஹுனைன் என்கிற மூன்று இடங்களில் முஸ்லிம்கள் நேரடியாக யுத்தத்தில் ஈடுபட்டிருக்கிறார்கள். இஸ்லாம் குறித்து அல்லாமல், முகம்மது நபியின் வாழ்க்கை குறித்து ஆராய்ச்சி செய்திருக்கும் மேற்கத்திய ஆய்வாளர்களின் நூல்களில் இந்த யுத்தங்கள் பற்றிய குறிப்புகள் இருக்கின்றன. உண்மையில் எண்பது யுத்தங்கள் அவர் காலத்தில் நடந்திருக்குமானால், இந்த வாழ்க்கை வரலாற்றாசிரியர்கள் அவற்றையும் அவசியம் பதிவு செய்திருப்பார்கள். மாறாக, மேற்சொன்ன மூன்று யுத்தங்கள் பற்றி மட்டுமே அவர்கள் பேசுகிறார்கள்.

இதைக்கொண்டே, இஸ்லாத்தை முன்னிட்டு முகம்மது நபியின் காலத்தில் நிகழ்த்தப்பட்ட யுத்தங்கள் மூன்றுதான் என்கிற முடிவுக்கு வரவேண்டியதாகிறது.

முகம்மது நபி மெக்காவிலிருந்து மதினாவுக்கு இடம் பெயர்ந்து சென்றது கி.பி.622ம் ஆண்டு. பத்தாண்டுகளே அவர் மதினாவில் இருந்தார். கி.பி. 630ல் - மெக்காவை வெற்றி கொண்டதற்கு இரண்டாண்டுகள் கழித்துக் காலமாகிவிட்டார். (கி.பி.632) இந்தக் கணக்கில் பார்த்தால், ஆண்டுக்கு எட்டு யுத்தங்கள் வீதம் நடந்திருந்தால்தான் எண்பது யுத்தங்கள் சாத்தியம். அரேபியாவில் அல்ல; உலகில் வேறு எங்குமே கூட அத்தனை யுத்தங்கள் ஒரு சேர நடந்ததாகச் சரித்திரமில்லை.

ஆக, முகம்மது நபியின் காலத்தில் யுத்தங்களின் மூலம் இஸ்லாம் பரப்பப்படவில்லை என்கிற முடிவுக்கே வரவேண்டியதாகிறது. ஆதாரங்களுடன் உள்ள மூன்று யுத்தங்கள் கூட ஒரே தினத்தில்

ஆரம்பித்து, நடந்து, முடிந்தவையாகவே இருக்கின்றன. அதாவது, ஒருநாள் கலவரம்.

முகம்மதுவுக்கும் மற்ற இறைத்தூதர்களுக்கும் உள்ள மிகப்பெரிய வித்தியாசம் என்னவெனில், முகம்மது ஒருவர்தான் இறைத்தூதராகவும் ஆட்சியாளராகவும் இருந்திருக்கிறார். மதப்பிரசாரம் மட்டுமே அவரது பணியாக இருக்கவில்லை. மாறாக, அவர் மெக்காவிலிருந்து மதினாவுக்கு இடம் பெயர்ந்த நாளாக ஒட்டுமொத்த இஸ்லாமியர்களையும் கட்டிக்காக்கும் ஒரு பெரிய இனத்தலைவராகப் பொறுப்பேற்க நேர்ந்தது. மிகக் குறுகிய காலத்தில் மதினாவாழ் அரேபியர்கள் அத்தனைபேருமே இஸ்லாத்தை ஏற்றுக்கொண்டுவிட்டபடியால், மதினாவின் முடிசூடாத மன்னராகவே அவர் ஆகிப்போனார்.

ஆகவே, முஸ்லிம்களுக்கு எதிரான குறைஷிகளின் யுத்தம் என்பது காலப்போக்கில் மதினா மக்களுக்கு எதிரான மெக்காவாசிகளின் யுத்தம் என்று ஆகிவிட்டது. மதினாவைத் தாண்டி இஸ்லாம் பரவத் தொடங்கியபோது, எங்கெல்லாம் முஸ்லிம்கள் அபாயத்தைச் சந்திக்க நேரிடுகிறதோ, அங்கெல்லாமும் பிரச்னையைத் தீர்க்கவேண்டிய பொறுப்பு முகம்மது நபியைச் சேர்ந்தது. கட்டக்கடைசி வினாடி வரை அவர் யுத்தங்களைத் தவிர்ப்பதற்கான முயற்சிகளையே மேற்கொண்டிருப்பதாகச் சரித்திரம் சுட்டிக்காட்டுகிறது. தவிர்க்கவே முடியாத மூன்று சந்தர்ப்பங்களில்தான் முகம்மது, யுத்தத்துக்கான உத்தரவு அளித்திருக்கிறார்.

அந்த மூன்று யுத்தங்களுள், பத்ரு யுத்தம் மிகவும் முக்கியமானது. இந்த யுத்தத்தில் பங்குபெற்ற முஸ்லிம்கள் மொத்தம் 313 பேர். எதிரிகளாக இருந்த குறைஷிகளின் படையில் ஆயிரத்துக்கும் மேற்பட்ட வீரர்கள் இருந்தார்கள். முஸ்லிம்களின்மீது வலிந்து திணிக்கப்பட்ட இந்த யுத்தத்தில் அவர்கள் பெற்ற வெற்றி, வியப்புக்குரியது. (முதலில் படையெடுத்து வந்தவர்கள் குறைஷியர்தாம்.) ஆயிரக்கணக்கான குறைஷி வீரர்களை எப்படி வெறும் முன்னூறு முஸ்லிம் வீரர்கள் வென்றார்கள் என்கிற கேள்விக்கு அறிவியல்பூர்வமான பதில் ஏதும் கிடையாது. ஆனாலும் ஜெயித்தார்கள்.

இந்த யுத்தத்தில் அடைந்த தோல்விக்குப் பழிதீர்க்கும் விதமாகக் குறைஷிகள் தொடுத்த அடுத்த யுத்தம்தான் உஹத் யுத்தம். (அதாவது, உஹத் என்கிற இடத்தில் நடந்த யுத்தம்.) முகம்மது ஓர் இறைத்தூதரே ஆனாலும், இதுவும் வலிய வந்த யுத்தமே ஆனாலும் இந்தப் போரில் முஸ்லிம்கள் தோல்வியையே சந்திக்க நேர்ந்தது. இந்த யுத்தத்தில் முகம்மது நபியே வாளேந்தி, கலந்துகொண்டிருப்பதாகத் தெரிகிறது. அப்படியும் முஸ்லிம்கள் இதில் தோல்வியே அடைந்தார்கள்.

மூன்றாவது யுத்தமான ஹுனைன் போருக்குக் குறைஷிகள் காரணமல்ல. மெக்கா நகரின் குறைஷி இனத்தவரின் ஜென்மப்பகையாளிகளான ஹவாஸின் என்கிற இன்னொரு அரபு இனத்தவர்களே இந்தப் போரின் சூத்திரதாரிகள். குறிப்பாக மாலிக் இப்னு அவ்ஃப் அன்சாரி என்கிற அந்த இனத்தலைவர்.

பத்ருப் போரில் குறைஷிகளை முஸ்லிம்கள் வெற்றி கொண்டதிலிருந்தே அவருக்கு ஒரு பதற்றம் இருந்தது. தங்களது பகையாளிகள் என்றாலும், குறைஷிகள் பெரிய வீரர்கள். அவர்களையே போரில் வெற்றி கொண்டவர்கள் என்றால் முஸ்லிம்களைச் சாதாரணமாக எண்ணிவிடமுடியாது. நாளைக்கு இந்த முஸ்லிம்கள் நம்மையும் தாக்கினால் என்னாவது என்கிற தீவிர முன் ஜாக்கிரதை உணர்வுடன் தாமாகவே வலிந்து தம் இனத்தவரைத் திரட்டி, தோழமையான பிற சாதியினரையும் உடன் இணைத்துக்கொண்டு முஸ்லிம்களுடன் யுத்தம் செய்யக் கிளம்பினார் மாலிக் இப்னு அவ்ஃப் அன்சாரி.

ஒரு முழு நாள் நடந்த இந்த யுத்தத்திலும் முஸ்லிம்களுக்கு வெற்றி கிடைத்தது.

இந்த மூன்று யுத்தங்கள்தான் முகம்மது நபி உயிருடன் இருந்த காலத்தில் முஸ்லிம்கள் கலந்துகொண்ட யுத்தங்கள். இவை தவிர உஷைரா யுத்தம், அப்வா யுத்தம், சவீக் யுத்தம், சஃப்வான் யுத்தம், துமத்துல் ஜந்தல் யுத்தம், தபுக் யுத்தம், ஜாத்துர் யுத்தம், நுலைர் யுத்தம் என்று ஏராளமான யுத்தங்கள் நடந்ததாக மேற்கத்திய சரித்திர ஆசிரியர்கள் சொன்னாலும் இந்த யுத்தங்கள் நடந்ததற்கான ஆதாரங்கள் ஏதுமில்லை. சில சந்தர்ப்பங்களில் யுத்த மேகங்கள் சூழ்ந்தது உண்மையே. ஆனால் பெரும்பாலும்

பேச்சுவார்த்தைகளில் யுத்தம் தவிர்க்கப்பட்டிருப்பதாகவே தெரிகிறது. மேலும் சில யுத்தக் களங்களில் முகம்மது நேரில் கலந்துகொள்ள வருகிறார் என்று கேள்விப்பட்டு, யுத்தம் செய்ய வந்தவர்கள் பின்வாங்கிப் போனதாகவும் சில வரலாற்றாசிரியர்கள் தெரிவிக்கிறார்கள்.

முகம்மது நபி ஒரு சிறந்த போர்வீரரா, யுத்த தந்திரங்கள் அறிந்தவரா என்பது பற்றிய போதுமான ஆதாரங்கள் ஏதும் நமக்குக் கிடைப்பதில்லை. ஆனால் மக்கள் செல்வாக்குப் பெற்ற ஒரு பெருந்தலைவராக அவர் இருந்தபடியால் இயல்பாகவே அச்சம் கலந்த மரியாதை இஸ்லாத்தின் எதிரிகளுக்கும் இருந்திருக்கிறது. அதே சமயம், முகம்மதின் தோழர்கள் பலர் மாபெரும் வீரர்களாக இருந்திருக்கிறார்கள். பின்னாளில் கலீஃபாக்களான உமர், அலி போன்றவர்கள், போர்க்களங்களில் காட்டிய வீரத்துக்காகவே இன்றளவும் நினைக்கப்படுபவர்களாக இருந்திருக்கிறார்கள். (முகம்மது நபியின் காலத்துக்குப் பிறகு நடந்த யுத்தங்கள் பிறகு வரும்.)

இவை ஒருபுறமிருக்க, தொடர்ந்து போர் அச்சுறுத்தல்களும் நிம்மதியின்மையும் இருந்துகொண்டே இருந்ததால் மதினாவில் நிரந்தர அமைதிக்கான ஓர் ஏற்பாட்டைச் செய்யவேண்டிய கட்டாயம் முகம்மதுவுக்கு ஏற்பட்டது. மதத்தலைவராக அல்லாமல், ஓர் ஆட்சியாளராக இதனைச் செய்யவேண்டிய கடமை அவருக்கு இருந்தது என்பதை நினைவில் கொள்ள வேண்டும்.

முகம்மது ஓர் உபாயம் செய்தார். மெக்காவிலிருந்து அவருடன் மதினாவுக்கு வந்த முஸ்லிம்கள் ஒவ்வொருவரையும், மதினாவாழ் மக்கள் தம் உறவினராக ஏற்றுக்கொள்ள வேண்டும் என்று கேட்டுக்கொண்டார். அதாவது, முகம்மதுவுடன் மெக்காவிலிருந்து வந்த ஒவ்வொரு ஆணையும் பெண்ணையும் குழந்தையையும், ஒவ்வொரு மதினாவாசியும் தம் உறவினராக மானசீகமாக சுவீகரித்துக்கொள்வது. இதன்மூலம் மெக்கா முஸ்லிம்களுக்கும் மதினா முஸ்லிம்களுக்கும் பிரச்னை ஏதும் உண்டாகாது. பொது எதிரி யாராலாவது பிரச்னை வந்தாலும் இரு தரப்பினரும் இணைந்தே எதிர்கொள்வார்கள்.

அடுத்தபடியாக மதினாவாழ் யூதர்கள். முன்பே பார்த்தபடி அன்றைக்கு மதினாவில் யூதர்கள் அதிகம் வசித்துக்

கொண்டிருந்தார்கள். ஆனாலும் மெக்கா முஸ்லிம்களும் மதினா முஸ்லிம்களும் இணைந்தபோது அவர்களின் பலம் யூதர்களின் பலத்தைக்காட்டிலும் அதிகரித்துவிட்டிருந்தது. ஆகவே, முகம்மது நபி, மதினாவில் வசிக்கும் யூதர்கள், அங்குள்ள முஸ்லிம்களுடன் இணக்கமாக நடந்துகொள்ளவேண்டும்; ஒருத்தருக்கொருத்தர் உதவிகள் செய்துகொண்டு வாழவேண்டும் என்று வேண்டுகோள் விடுத்தார்.

வெறும் வேண்டுகோள் அல்ல அது. ஓர் அதிகாரபூர்வ அரசு அறிக்கையே வெளியிட்டார். அந்த அறிக்கையில் முஸ்லிம்கள் மற்றும் யூதர்களின் உரிமைகள் குறித்தும் அவர்களது சுதந்தரம் குறித்தும் திட்டவட்டமான ஷரத்துகள் இடம்பெற்றிருந்தன.

"நமது குடியரசில் தம்மை இணைத்துக்கொள்ளும் யூதர்களின் உரிமைகள் பாதுகாக்கப்படும். அவர்கள் முஸ்லிம்களுக்குச் சம உரிமை படைத்தவர்களாவார்கள். யூதர்கள் தமது மத வழக்கங்களைப் பின்பற்றி வாழ எந்தத் தடையும் இல்லை. அனைத்து இனக்குழுக்களையும் உள்ளடக்கிய மதினாவாழ் யூதர்கள், முஸ்லிம்களுடன் இணைந்து உருவாக்குகிற தேசம் இது"

முகம்மது நபி, ஓர் ஆட்சியாளராக, அதிகாரபூர்வமாக வெளியிட்ட முக்கியமான முதல் அறிக்கை இது.

முகம்மது நபிக்குப் பின்னால் வந்த கலிஃபாக்களோ, சரித்திரத்தின் வழியெங்கும்பின்னால்உலகெங்கும்ஆண்டுமறைந்தஎத்தனையோ பல முஸ்லிம் மன்னர்களோ, சக்கரவர்த்திகளோ இந்தளவுக்கு மத நல்லிணக்கத்துடன் ஓர் அறிக்கை வெளியிட்டதில்லை. குறிப்பாக, யூதர்களைப் பொறுத்தவரை - அவர்கள் அதுநாள் வரை வாழ்ந்த அடிமை வாழ்வுடன் ஒப்பிடுகையில், முகம்மதுவின் இந்த அறிக்கைப் பிரகடனம், அவர்களாலேயே நம்ப முடியாதது.

இந்த அறிக்கைக்குப் பிறகு, முகம்மது எதிர்பார்த்தபடி மதினாவாழ் யூதர்கள் அங்கிருந்த முஸ்லிம்களுடன் நல்லுறவைத் தொடர்ந்திருப்பார்களேயானால், பின்னாளில் உறங்க ஒரு நிலமில்லாமல் உலகெங்கும் தலைதெரிக்க ஓடிக்கொண்டிருக்கவே வேண்டியிருந்திருக்காது என்று தோன்றுகிறது. வஞ்சனை இன்றி, பகையின்றி, சூதின்றியே யூதர்களுக்கான தனி தேசம்

சாத்தியமாகியிருக்கலாம்.

ஏனெனில், கலீஃபா உமரின் காலத்தில் முதல்முதலாக ஜெருசலேத்தை முஸ்லிம்கள் கைப்பற்றியபோது, மதினாவில் முகம்மது நபி யூதர்களின் உரிமைகளாக எதையெதையெல்லாம் வகுத்தாரோ, அதையெல்லாம் அப்படியே கடைபிடித்தார்கள். யூதர்களும் முஸ்லிம்களும் ஒரு கொடியில் பூத்த இரு மலர்கள்தான் என்பதைத் தமது பல்வேறு நடவடிக்கைகளின்மூலம் அழுத்தந்திருத்தமாக எடுத்துக் காட்டி, யூதர்களின் சுதந்தரத்துக்கு எவ்வித இடையூறும் கூடாது என்று உமர் வலியுறுத்திச் சொன்னார்.

தங்களது சுதந்தரம் என்பது, தனியான யூததேசம்தான் என்பதை அன்று அவர்கள் உமரிடம் எடுத்துச் சொல்லியிருந்தால் கூட ஒருவேளை சாத்தியமாகியிருக்கலாம்.

மாறாக, முஸ்லிம்களின் ஆட்சியை ஏற்றுக்கொண்டு, அந்த ஆட்சிக்கு உட்பட்ட அளவில் சுதந்தரமாக வாழ்வதாக ஒப்புக்கொண்டு, பின்னால் மறைமுகமாகச்

சதித்திட்டங்கள் தீட்டத் தொடங்கியபோதுதான் யூதர்களின் இருப்பு பிரச்னைக்குள்ளானது.

எப்போதும் புத்திசாலித்தனமான செயல்பாடுகளுக்குப் பேர்போன யூதர்கள், அந்த ஒரு சந்தர்ப்பத்தில் மட்டும் ஏன் அப்படியொரு முட்டாள்தனமான நடவடிக்கையில் ஈடுபட்டார்கள் என்கிற கேள்விக்கு விடையில்லாததுதான் சரித்திர வினோதம்.

21

முகம்மது நபியின் மத நல்லிணக்க அறிக்கை வெளியானபோது, அதனை மனப்பூர்வமாக ஏற்பதாகச் சொல்லித்தான் யூதர்களும் தம்மை மதினாவின் இஸ்லாமிய அரசுக்கு உட்பட்ட குடிமக்களாக அறிவித்துக்கொண்டார்கள். ஆனால் இஸ்லாமிய சரித்திரத்தில் - குறிப்பாக முகம்மது வாழ்ந்த காலத்தில் இஸ்லாத்துக்கு எதிராக நிகழ்த்தப்பட்ட ஏராளமான கலகங்களுக்கும், ஒரு சில யுத்தங்களுக்கும் மறைமுகத் தூண்டுதல்கள் அவர்களிடமிருந்தே வந்ததாகச் சரித்திரம் சொல்கிறது. யுத்தம் என்று வரும்போது, ஒப்பந்தப்படி யூதர்கள் முஸ்லிம்களை ஆதரித்தாகவேண்டும். ஆனால் சில சந்தர்ப்பங்களில் யூதர்கள் யுத்தத்தில் பங்கெடுக்காமல் 'நடுநிலைமை' காப்பதாகவும் அறிவித்திருக்கிறார்கள்.

முஸ்லிம்களுக்கு முதலில் யூதர்கள் ஏன் இப்படி நடந்து கொள்கிறார்கள் என்பது புரியவில்லை. பிறகு, அவர்கள் முகம்மதை ஒரு இறைத்தூதராக மனப்பூர்வமாக ஏற்கவில்லை; ஒப்புக்குத்தான் அவரது அறிக்கையை ஏற்பதாகச் சொல்லியிருக்கிறார்கள் என்கிற விஷயம் தெரியவந்தபோது, உடனடியாக யூத உறவைக் கத்திரித்துவிட விரும்பினார்கள்.

யூத குலத்திலேயே பிறந்து, யூதர்களின் மரபு மீறல்களை மட்டுமே சுட்டிக்காட்டிக் கண்டித்த முந்தைய இறைத்தூதரான இயேசுவையே ஏற்காதவர்கள் அவர்கள். முகம்மதை எப்படி மனப்பூர்வமாக ஏற்பார்கள்? தவிரவும் யூதர்களுக்குத் தம்மைப்பற்றிய உயர்வு மனப்பான்மை எப்போதும் உண்டு. யூத இனத்தைக் காட்டிலும் சிறந்த இனம் வேறொன்று இல்லை என்பதில் அவர்களுக்கு இரண்டாவது அபிப்பிராயமே கிடையாது. ஆகவே, ஓர் அரேபியரை இறைத்தூதராகவோ, அரபு மொழியில்

வழங்கப்பட்டுக்கொண்டிருந்த குர் ஆனை ஒரு வேதமாகவோ ஏற்பதில் அவர்களுக்கு நிறைய சங்கடங்கள் இருந்தன.

இவையெல்லாவற்றையும் விட முக்கியமான காரணம், அச்சம். இஸ்லாத்தின் வீச்சு குறித்த அச்சம். பெரும்பாலான அரேபிய சமூகமும், ஏராளமான கிருத்தவர்களும் உமக்கே நாம் ஆட்செய்தோம் என்று குழு குழுவாக இஸ்லாத்தில் இணைந்துகொண்டிருந்ததால் விளைந்த அச்சம். ஏற்கெனவே கிருத்தவத்துக்கு மாறிய யூதர்களையே மீட்க இயலாத நிலையில், மிச்சமிருக்கும் யூத சமூகத்தினர் எங்கே இஸ்லாத்தில் இணைந்துவிடுவார்களோ என்கிற கலவரம்.

அப்போது பெரும்பாலும் பிரசாரம் மூலம் தான் இஸ்லாம் பரவிக்கொண்டிருந்தது. புனிதப்பயணமாக உலகெங்கிலுமிருந்து சவூதி அரேபியாவுக்கு வரும் மக்களிடையே முஸ்லிம்கள் பிரசங்கம் நிகழ்த்துவார்கள். குறைஷியரின் வன்முறைகளுக்கு இடையிலும் பிரசாரப் பேச்சுகள் நிற்காது. பேச்சு என்பது பெரும்பாலும் பேச்சாக இருக்காது. மாறாக, குர் ஆனிலிருந்து சில சூராக்களை ஓதிக் காட்டுவார்கள். மனிதர்கள் ஆயிரம் எடுத்துச் சொன்னாலும் இறைவனின் நேரடிச் சொற்களின் வலிமைக்கு நிகராகாது என்பதை முகம்மதின் தோழர்கள் உணர்ந்திருந்தார்கள். ஆகவே, தமது கருத்துகளை முன்வைக்காமல், குர் ஆனிலிருந்து முக்கியமான பகுதிகளை ஓதிக்காட்டுவார்கள். அதனால் கவரப்பட்டு விவரம் கேட்பவர்களிடம் மட்டுமே இஸ்லாம் குறித்து விளக்கம் அளிப்பார்கள். இந்த இரு கட்டங்களைத் தாண்டுபவர்கள் அவசியம் முகம்மது நபியைச் சந்திக்க விருப்பம் தெரிவிப்பார்கள். அவரை ஒரு முறை சந்தித்துவிட்ட யாரும் இஸ்லாத்தில் இணையாதோராக இருந்ததாகச் சரித்திரமில்லை!

படித்தவர்கள் அதிகமில்லாத அந்தக் காலத்தில், ஓர் இனக்குழுத்தலைவர் இஸ்லாத்தைப் புரிந்துகொண்டு ஏற்றுக்கொள்கிறார் என்றால், அந்த இனக்குழுவே ஏற்றுக்கொண்டுவிடுவதில் பிரச்னை ஏதுமிராது. அதாவது, தலைவர் ஒப்புக்கொண்ட ஒரு விஷயத்தைத் தம் சமூகத்தின் மக்களுக்குத் தெரிவித்துவிட்டால் போதும். கேள்விகளற்று ஒட்டுமொத்த சமுதாயமும் அதனை அப்படியே ஏற்றுக்கொண்டுவிடும் வழக்கம் இருந்திருக்கிறது. மிகக்குறுகிய காலத்தில் பல்லாயிரக்கணக்கான

அரேபியர்கள் இஸ்லாத்தில் இணைந்ததற்கு இந்த வழக்கம் ஒரு முக்கியக் காரணமாக இருந்திருக்கிறது.

இதனாலெல்லாம்தான் யூதர்கள் கலங்கிப்போனார்கள். பரவல், பிரசாரம் போன்ற எதுவுமே யூத மதத்தில் கிடையாது. இதனை ஏற்கெனவே பார்த்திருக்கிறோம். இருக்கும் யூதர்களையாவது கட்டிக்காக்கவேண்டிய அவசியத்தை உணர்ந்த யூத மதகுருமார்களின் சபை, இந்தக்காரணத்தினால்தான் முகம்மது நபியிடம் ஒப்புக்கொண்டபடி முஸ்லிம்களுடன் நல்லுறவு பேணாமல், விலகி விலகிப் போகத் தொடங்கியது.

கி.பி. 630ல் மிகப்பெரிய ராணுவபலம் பொருந்திய ஒரு குட்டி ராஜ்ஜியமாக இருந்தது மதினா. அதன் முடிசூடாத சக்கரவர்த்தியாக முகம்மதுவே இருந்தார். பத்தாண்டுகால வெளியேற்றத்துக்குப் பிறகு அந்த ஆண்டுதான் மெக்காவை அடைந்தே தீருவது என்கிற உறுதி கொண்டு படையுடன் புறப்பட்டார். எந்த முகம்மதுவையும் அவரது தோழர்களையும் ஒழித்துக்கட்டியே தீருவது என்று கொலைவெறி கொண்டு திரிந்தார்களோ, அந்தக் குறைஷிகளுக்கு அப்போது முகம்மதுவின் படையினரை எதிர்கொள்ளத் துணிச்சல் இல்லை. காரணம், முகம்மதுவின் பின்னால் அணிவகுத்திருந்த அந்தப் படை, பத்ருப்போரில் பங்குபெற்றதைப் போல முன்னூற்றுப் பதிமூன்று பேர் கொண்ட படை அல்ல. மாறாக, கண்ணுக்கெட்டும் தொலைவு வரை அணிவகுத்திருந்தனர் முஸ்லிம் ராணுவ வீரர்கள். அவர்களது ஒட்டகப்பிரிவு ஒரு சாலையை அடைத்து நிறைத்திருந்தது. யானைகள் மறுபுறம் அணிவகுத்திருந்தன. வீரர்களின் வாள்களில் நட்சத்திரங்கள் மின்னின. வெற்றியை முன்கூட்டியே தீர்மானித்தவர்களைப் போல் அவர்களின் முகங்களில் அமைதியும் உறுதியும் ததும்பின.

முன்னதாக முகம்மது தன் வீரர்களிடம் சொல்லியிருந்தார். இந்த யுத்தம் மனிதர்கள் தம் பகைவர்களுடன் நிகழ்த்தும் சராசரி யுத்தமல்ல. இறைவனுக்காக நிகழ்த்தப்படும் யுத்தம். நமது தனிப்பட்ட உணர்ச்சிகளுக்கு இதில் இடமில்லை. மெக்காவில் உள்ள க'அபா இறைவனின் வீடு. அதனுள்ளே செல்லவும் தொழுகை செய்யவும் எல்லாரைப் போலவும் முஸ்லிம்களுக்கும் உரிமை உண்டு. அந்த உரிமைக்காகத்தான் இப்படி அணிவகுத்திருக்கிறோம்.

ஆனால் முகம்மது உள்பட யாருமே அதை எதிர்பார்க்கவில்லை. போரிட அச்சம் கொண்ட குறைஷியரும் அவர்களது அணியிலிருந்த பிற இனக்குழுப் படையினரும் தமது ஆயுதங்களை வீசிவிட்டு க'அபாவுக்குள்ளே இருந்த ஏராளமான தெய்வச் சிலைகளின் பின்னால் உயிருக்கு பயந்து பதுங்கிக்கொண்டிருந்தார்கள். இந்த யுத்தம் மட்டும் நடக்குமானால் மெக்காவில் ஒரு குறைஷியும் உயிருடன் இருக்க முடியாது என்பது அவர்களுக்குத் தெளிவாகத் தெரிந்தது.

காரணம், அணிவகுத்து வந்திருந்த முஸ்லிம்களின் படைபலம் ஒருபுறம் என்றால், மெக்காவிலேயே பொதுமக்களிடையே பரவியிருந்த முகம்மதுவின் புகழ் இன்னொருபுறம். உள்ளூர் மக்களின் செல்வாக்கை இழந்திருந்த குறைஷி ராணுவத்தினர் எப்படியும் தம் மக்களே முகம்மதுவுக்கு ஆதரவாகத்தான் செயல்படுவார்கள் என்று எதிர்பார்த்தார்கள். ஆகவே, ஏதாவது செய்து உயிர்பிழைத்தால் போதும் என்பதே அவர்களின் விருப்பமாக இருந்தது!

ஒரு துளி ரத்தம் சிந்தாமல் அன்றைக்கு மெக்கா முகம்மது நபியின் வசமானது. போரில் அடைந்த வெற்றியல்ல; அதற்குப் பிறகு அவர் செய்த ஒரு காரியம்தான் மகத்தானது.

வெற்றிக்களிப்புடன் க'அபாவுக்குள் நுழைந்த முஸ்லிம் ராணுவ வீரர்களுக்கு முகம்மது ஓர் உத்தரவை இட்டிருந்தார். யாரையும் கொல்லாதீர்கள். யாரையும் எதிரி என்று எண்ணாதீர்கள். யாரையும் கைது செய்யவும் வேண்டாம்.

உலக சரித்திரத்தில் இன்றுவரை இதற்கு நிகரானதொரு சம்பவம் எந்த தேசத்திலும், எந்தப் போர்க்களத்திலும் நடந்ததில்லை. தோல்வியுற்ற மெக்கா ராணுவத்தினர் ஒருவர் கூட கைது செய்யப்படவில்லை. கொல்லப்படவில்லை. மாறாக, ''உங்கள் மீது எந்தக் குற்றமும் இல்லை. எல்லாவற்றிலிருந்தும் நீங்கள் விடுதலை பெற்றீர்கள். மனிதர்களுக்கு இடையில் இதுகாறும் இருந்துவந்த அனைத்து ஏற்றத்தாழ்வுகளையும் வெறுப்பையும் காலடியில் இட்டு நசுக்கிவிடுவோம்' என்று சொன்னார் முகம்மது நபி.

இதனை அவர் மன்னராகச் சொல்லவில்லை. ஓர் இறைத்தூதராகச் சொன்னார்! அந்தக் கருணை பீறிட்ட உள்ளம்தான் இஸ்லாத்தின்

வானளாவிய வளர்ச்சியின் அஸ்திவாரம். அன்றைய தினம் தொடங்கி இஸ்லாம் 'பரப்பப்படவேண்டிய' அவசியமே இன்றித் தானாகப் பரவத் தொடங்கியது. மனிதர்களுக்குள் ஜாதி, மத, இன வித்தியாசம் கூடாது என்பதை அடிப்படையாக வைத்து, இறைவனை மட்டுமே தொழத்தக்கவனாகச் சுட்டிக்காட்டிய இஸ்லாத்தின் எளிமை அரேபியர்களைக் கவர்ந்தது. அலையலையாக வந்து அவர்கள் இஸ்லாத்தில் இணைந்தார்கள். சவூதி அரேபியா, ஈராக், ஈரான், லிபியா, சிரியா, பாலஸ்தீன் என்று ஒவ்வொரு தேசமாக இஸ்லாத்தைத் தழுவிக்கொண்டது. அதுநாள்வரை 'நீங்கள் யார்?' என்று கேட்டால் எந்த இனக்குழுவைச் சேர்ந்தவர்கள், எந்த கோத்திரத்தினர்கள் என்றெல்லாம் பட்டியலிட்டுக்கொண்டிருந்தவர்கள், அதன்பின் 'நாங்கள் முஸ்லிம்கள்' என்கிற ஒரு சொல்லில் தம்மை அடையாளப்படுத்திக்கொள்ளத் தொடங்கினார்கள். குர் ஆனை ஓதவேண்டும் என்கிற விருப்பம் காரணமாகவே அரபியில் எழுதப்படிக்கக் கற்கத் தொடங்கினார்கள். கல்வி பயிலத்தொடங்கியதனாலேயே தமது கலாசாரச் செழுமை புரிந்தவர்களானார்கள். கலாசாரபலம் உணர்ந்ததனாலேயே அதனைக் கட்டிக்காக்க வேண்டிய அவசியத்தைப் புரிந்து கொண்டார்கள்.

காட்டரபிகள்!

இனி யார் அப்படிச் சொல்லிவிடமுடியும்? இந்தச் சந்தர்ப்பத்தில்தான் அரேபியர்கள் தமது நிலப்பரப்பின் புவியியல், அரசியல் சார்ந்த உண்மைகளையும் உணரத் தொடங்கினார்கள். எல்லைகளால் பிரிந்திருந்தாலும் முஸ்லிம்கள் என்கிற அடையாளத்தால் தாங்கள் ஒரே மக்கள்தாம் என்பதையும் உணரத் தொடங்கினார்கள். தங்களுடன் இணைந்து வசிக்கும் யூதர்களும் கிருத்தவர்களும் எந்தெந்த வகையில் தம்மிடமிருந்து மாறுபட்டிருக்கிறார்கள் என்பதையும் விழிப்புணர்வுடன் கவனிக்க ஆரம்பித்தார்கள்.

மெக்கா வெற்றிக்கு இரண்டு ஆண்டுகள் கழித்து முகம்மது நபி கி.பி. 632ல் காலமானார். (சிறிதுகாலம் நோய்வாய்ப்பட்டிருந்தார்.) அவரது இறப்புக்குப் பிறகு இஸ்லாமிய சாம்ராஜ்ஜியத்தின் முதல் கலீஃபாவாக அதிகாரபூர்வமாகப் பதவியேற்றவர், அபூபக்ர். நபிகளாரின் முக்கியத் தோழர்களுள் ஒருவர் அவர். இரண்டு ஆண்டுகாலம் (கி.பி.632லிருந்து 634 வரை) ஆட்சியில் இருந்தார்.

உண்மையில் ஒரு சக்கரவர்த்திக்கு நேரெதிரான துறவு மனப்பான்மை கொண்டவர் அவர். பரம சாது. அதைவிடப் பரம எளிமைவாதி. தானென்ற அகங்காரம் ஒருபோதும் தனக்கு வந்துவிடக்கூடாது என்பதனால், கலீஃபாவான பிறகும் ஒரு வயதான மூதாட்டியின் வீட்டுக்குத் தினசரி சென்று வீட்டுவேலைகளைச் செய்து வைத்துவிட்டு, ஊரிலுள்ள அத்தனை பேரின் ஆடுகளுக்கும் பால் கறந்து கொடுத்துவிட்டு வந்தவர்.

ஒரு சமயம் முகம்மது நபியிடம் 'நீங்கள் இல்லாவிட்டால் நாங்கள் யாரிடம் செல்வது?' என்று சில எளிய மக்கள் கேட்டார்கள். 'அபூபக்கரிடம் செல்லுங்கள்' என்பதுதான் அவரது உடனடி பதிலாக இருந்தது. அந்தளவுக்கு இஸ்லாத்தில் தோய்ந்தவர் அவர். அவரது காலத்தில்தான் முதல்முதலாகக் குர் ஆன் ஒரு நூலாகத் தொகுக்கப்பட்டது.

அபூபக்ரின் காலத்துக்குப் பிறகு கலீஃபாவானவர் உமர். இவரை ஏற்கெனவே நாம் சந்தித்திருக்கிறோம். முஸ்லிமாகியிருக்கிறார்கள் என்கிற காரணத்துக்காகத் தன் தங்கையையும் மாப்பிள்ளையையும் கொலை செய்யும் வெறியுடன் சென்று, இறுதியில் குர் ஆனின் வரிகளில் தன்வசமிழந்து, இஸ்லாத்தைத் தழுவியவர். இறுதிக் காலம் வரை முகம்மது நபியின் வலக்கரமாக விளங்கியவர்.

இறக்கும் தருவாயில், அபூபக்கரே தமக்குப்பின் உமர்தான் கலீஃபாவாகவேண்டும்என்றுசொல்லிவிட்டுச்சென்றதனால், கி.பி. 634ல் உமர் இஸ்லாமிய சாம்ராஜ்ஜியத்தின் பெருந்தலைவராகப் பொறுப்பேற்றுக்கொண்டார். ராஜாங்க ரீதியில் படையெடுப்புகள் மூலம் சாம்ராஜ்ஜிய விஸ்தரிப்பு, ஒழுங்கமைக்கப்பட்ட விரிவான மதப்பிரசாரங்கள், குர் ஆனை உலகறியச் செய்ய மேற்கொள்ளப்பட்ட நடவடிக்கைகள், முகம்மது நபியின் வாழ்வில் நடந்த சம்பவங்கள், அவரது பொன்மொழிகளைத் திரட்டும் பணியை மேற்கொள்ளுதல் போன்ற பல காரியங்கள் உமரின் காலத்தில்தான் ஆரம்பமாயின.

ஜெருசலேத்தில் கால்வைத்த முதல் இஸ்லாமியச் சக்கரவர்த்தி உமர்தான். அது கி.பி. 638ம் ஆண்டு நடந்தது.

22

ஜெருசலேமில் முதல் முதலில் இஸ்லாமியர் ஆட்சி வந்தது கி.பி. 638ல். அது கலீஃபா உமரின் காலம். *(இரண்டு உமர்கள் இருக்கிறார்கள். இந்த முதலாவது உமர், முகம்மது நபியுடன் நேரடியாகப் பழகியவர். அவரது தலைமைத் தளபதி போல் இருந்தவர். இரண்டாவது உமர், கி.பி. 717ல் ஆட்சிக்கு வந்தவர். இவரும் கலீஃபாதான். ஆனால் முகம்மது நபியின் நேரடித் தோழர்கள் வரிசையில் வந்தவர் அல்லர். மாறாக, 'உமையாக்கள்' என்னும் ஆட்சியாளர்களின் வழிவந்தவர்.)*

அதுவரை யூதர்களாலும் ரோமானியர்களாலும் கிருத்தவர்களாலும் எகிப்திய பைசாந்தியர்களாலும் ஆளப்பட்டுக்கொண்டிருந்த ஜெருசலேம். பாலஸ்தீன நிலப்பரப்பின் மூத்தகுடிகளான அரேபியர்களுக்கு, இதுதங்கள்மண்என்கிறஎண்ணமேகிட்டத்தட்ட மறந்துவிடும் அளவுக்குப் பல நூற்றாண்டு காலம் தொடர்ந்தது இது. யூதர்கள், கிருத்தவர்கள் எல்லாம் ஆளப்பிறந்தவர்கள், தாங்கள் அடங்கிவாழ விதிக்கப்பட்டவர்கள் என்று மிகவும் இயல்பாகவே அவர்கள் நினைத்துக்கொண்டிருந்தார்கள். ஒரு மாற்றுச் சிந்தனையாக - தாங்களும் ஆளலாம் என்று - எண்ணத் தொடங்கியதே உமரின் ஆட்சிக்காலத்தின் போதுதான்.

ஏனெனில், இஸ்லாமிய மன்னர்களுள் முதல் முதலாக, ஒரு திட்டவட்டமான செயல்திட்டம் வகுத்துக்கொண்டு தேசத்தின் எல்லைகளை விஸ்தரிப்பது என்று புறப்பட்டவர் உமர்தான். கைப்பற்றும் தேசங்களையெல்லாம் இஸ்லாமிய சாம்ராஜ்ஜியத்தின் ஒரு பகுதியாகக் கொண்டுவந்த உமர், மிகவும் ஜாக்கிரதையாக இஸ்லாத்தை அந்நாட்டு மக்களின்மீது திணிக்காமல் இருக்கத் தம் தளபதிகளுக்கு உத்தரவிட்டிருந்தார்.

பிரசாரங்களைக் கூட அரேபியர்களிடம் மேற்கொள்ளலாமே தவிர யூதர்களிடமோ, கிருத்தவர்களிடமோ வேண்டாம் என்று உமர் ஓர் உத்தரவில் தாமே கைப்பட எழுதித் தந்திருப்பதாக ஐரோப்பாவைச் சேர்ந்த சில இஸ்லாமியச் சரித்திர ஆசிரியர்கள் தெரிவிக்கிறார்கள்.

இதனை முகம்மது நபியின் மத நல்லிணக்க அறிக்கையின் தொடர் நடவடிக்கையாக எடுத்துக்கொள்வது இஸ்லாமியர் வழக்கம். ஆனால் ஒரு தெளிவான ராஜதந்திரியின் புத்திசாலித்தனமான நடவடிக்கை என்றே பெரும்பாலான அரசியல் வல்லுநர்கள் கணிக்கிறார்கள்.

உண்மையில், உமருக்கு இஸ்லாத்தைப் 'பரப்ப' வேண்டிய அவசியம் அத்தனையொன்றும் தீவிரமாக இருப்பதாக அப்போது தோன்றவில்லை. தானாகவே அது பரவிக்கொண்டிருந்தது. ஆகவே, அமைப்பு ரீதியில் இஸ்லாமிய சாம்ராஜ்ஜியத்தை வலுவாக நிறுவுவதே அவரது முக்கிய நோக்கமாக இருந்தது. அடிமைகளாகவே இருந்து பழகிவிட்ட அரேபியர்கள்கள் வாழ்வில் ஒரு மறுமலர்ச்சியை உண்டுபண்ணுவதே அவரது முதல் சிந்தனையாக இருந்திருக்கிறது. இந்தச் செயல்பாடுகள் ஒழுங்காக நடைபெறும் பட்சத்தில் ஒட்டுமொத்த அரேபிய சமூகமும் இஸ்லாத்தில் இணைவது பெரிய விஷயமாக இருக்காது என்றே அவர் கருதினார். ஏனெனில், 'மனப்பூர்வமாக அன்றி, உயிருக்கு பயந்தோ, தன்னைக் காப்பாற்றிக்கொள்வதற்காகவோ இஸ்லாத்தை ஏற்பது இறைவனாலேயே அங்கீகரிக்கப்படாது' என்ற பொருளில்வரும் குர் ஆனின் ஒரு வசனத்தின்மீது அவருக்கு அளப்பரிய நம்பிக்கை உண்டு.

இதன் அடிப்படையில்தான், அவர் தாம் கைப்பற்றும் தேசங்களில் உள்ள பிற இனத்தவர் அனைவரிடமும் 'உங்கள் உரிமைகள் அவசியம் பாதுகாக்கப்படும்' என்று முதலில் சொல்லிவிடுவது வழக்கம். இன்னும் ஒருபடி மேலே சென்று ஒருமுறை, "இஸ்லாமிய சாம்ராஜ்ஜியத்தின் பிரதிநிதியாக ஓர் ஆளுநரை நான் உங்களுக்கு நியமிக்கிறேன். அவரது பணி உங்கள் தோலை உரிப்பதோ, உங்கள் சொத்தை அபகரிப்பதோ அல்ல. உங்கள் மார்க்கத்தை நீங்கள் பின்பற்றிச் செல்வதற்கு எந்த இடையூறும் இன்றிப் பாதுகாப்பது மட்டுமே. இதிலிருந்து எந்த ஆளுநராவது தவறுகிறார் என்றால் எனக்குத் தெரியப்படுத்துங்கள். உரிய தண்டனை அவருக்கு நிச்சயம் உண்டு' என்று பேசியிருக்கிறார்.

இந்த அறிவிப்புக்குப் பிறகுதான் உமர் எகிப்தின் மீது படையெடுத்தார். எகிப்தை அப்போது ஆண்டு கொண்டிருந்தவர்கள், பைசாந்தியர்கள். (பைசாந்தியர்கள் என்பது இனத்தின் அடையாளப்பெயர். மத ரீதியில் அவர்கள் அனைவரும் கிருத்தவர்களே.)

அன்றைய தேதியில் உலகின் மிக வலுவான ராணுவம் கொண்ட தேசங்களுள் ஒன்று எகிப்து. ரோமானிய ராணுவத்துக்கு அடுத்தபடி மிகப்பெரிய ராணுவமாக அது இருந்தது. பேரரசின் ஆண்டுச் செலவுக்கணக்கில் மூன்றிலொரு பங்கை ராணுவத்துக்குச் செலவழித்துக்கொண்டிருந்தார்கள். (மிகப்பெரிய குதிரைப்படையும், கடலளவு நீண்ட காலாட்படையும், அச்சமூட்டக்கூடிய யானைப்படையும் கொண்டது எகிப்து ராணுவம் என்று எழுதுகிறார் இப்னு அஜ்வி என்கிற ஒரு சரித்திர ஆசிரியர். யுத்தங்களுக்காகவே ஆப்பிரிக்கக் காடுகளிலிருந்து யானைகளை ஓட்டிவந்து வருடம் முழுவதும் பழக்குவார்களாம்.)

ஆனால், புதியதொரு பேரரசை நிறுவுவது என்கிற மாபெரும் கனவுடனும் தன்னம்பிக்கையுடனும் யுத்தத்தில் பங்குபெற்ற இஸ்லாமிய வீரர்களின் ஆக்ரோஷமான தாக்குதலுக்கு முன்னால் பைசாந்திய ராணுவத்தால் தாக்குப்பிடிக்க இயலவில்லை. பல இடங்களில் தோல்வியை ஒப்புக்கொண்டு முழந்தாளிட்டார்கள். வேறு பல இடங்களில் வாளுக்கு இலக்காகி அவர்களது தலைகள் மண்ணைத் தொட்டன. (யுத்தத்தில் வாகனங்களாகப் பயன்படுத்தப்பட்ட மிருகங்களின்மீது தாக்குதல் தொடுப்பதில்லை என்பதை உமர் ஒரு கொள்கையாக வைத்திருந்ததாகச் சில ஆசிரியர்கள் எழுதியிருக்கிறார்கள். ஆனால் இதற்குத் தக்க ஆதாரங்களாக மிகப்பழைய - அதாவது கி.பி. ஏழாம் நூற்றாண்டுக்கு மிக நெருக்கமான - பிரதிகளிலிருந்து எதையும் பெற இயலவில்லை.)

சரித்திரத்தில், மிகக் கடுமையான யுத்தங்கள் என்று வருணிக்கப்படுவனவற்றுள் ஒன்று இது. எத்தனை தினங்கள் நடைபெற்றன என்பது பற்றிய திட்டவட்டமான புள்ளிவிவரங்கள் ஏதும் கிடைக்கவில்லையாயினும் மிகுந்த போராட்டத்துக்குப் பிறகே பைசாந்தியர்கள் தோல்வியைத் தழுவியதாகத் தெரிகிறது.

எகிப்துப் பேரரசின் மீதான உமரின் இந்தத் தாக்குதலை முதலில் வைத்துத்தான், வாள் முனையில் இஸ்லாத்தைப் பரப்பத் தொடங்கினார்கள் என்று மேற்கத்திய சரித்திர ஆசிரியர்கள் ஆரம்பிக்கிறார்கள். ஆனால், யுத்தத்தின் இறுதியில் நடைபெற்ற சம்பவத்தை ஒருகணம் சிந்திக்க இயலுமானால் இந்த வாதத்தின் அடிப்படை நொறுங்கிவிடுவதைப் பார்க்கலாம்.

அன்றைய எகிப்துப் பேரரசு என்பது இன்றைய எகிப்து நிலப்பரப்பு அளவே உள்ளதல்ல. வடக்கே பாலஸ்தீனைத் தாண்டி சிரியாவுக்கு அப்பாலும் சிறிது பரவியிருந்தது. வடகிழக்கில் ஜோர்டனின் சில பகுதிகளும் அன்றைய எகிப்தின் ஆளுகைக்கு உட்பட்டிருந்தது. இன்னும் எளிமையாகப் புரிய வேண்டுமானால் இப்படிச் சொல்லலாம். ஜெருசலேத்தை மையமாக வைத்து ஒரு வட்டம் போட்டால், அந்த முழு வட்டமும் எகிப்து சாம்ராஜ்ஜியத்துக்கு உட்பட்டதாக இருந்தது.

யுத்தத்தில்வெற்றிகண்டஉமரின்ராணுவம்,பெருத்தஆரவாரத்துடன் ஜெருசலேத்தில் நுழைந்தது. பாலஸ்தீனத்து அரேபியர்கள்அத்தனை பேரும் மகிழ்ச்சிப் பெருக்கில் பிரும்மாண்டமான வரவேற்பு விழா எடுத்தார்கள். (உமர் பாலஸ்தீனுக்குள் நுழைவதற்கு முன்பே இஸ்லாம் அங்கே நுழைந்துவிட்டது என்பதை ஏற்கெனவே பார்த்திருக்கிறோம்!) கிருத்தவர்களின் ஆட்சியிலிருந்து விடுதலை அடைந்துவிட்டோம் என்கிற பரவசத்தில், அந்த வெற்றியை இறைவனின் வெற்றியாக முழக்கமிட்டார்கள். பாலஸ்தீனில், யூதர்களின் மேலாதிக்கத்தைக் கிருத்தவர்கள் அடக்கியிருந்தார்கள். இப்போது கிருத்தவர்களின் ஆதிக்கத்துக்கும் ஒரு முடிவு வந்திருக்கிறது என்கிற சந்தோஷம் அவர்களுக்கு.

இந்த மகிழ்ச்சியை எதிலிருந்து கொண்டாட ஆரம்பிக்கலாம்?

மிகச்சிறந்த வழி. ஜெருசலேம் நகரின் புகழ்பெற்ற, மாபெரும் கிருத்தவ தேவாலயத்தில் உமர், தொழுகை செய்யவேண்டும். அதன்மூலம் பாலஸ்தீனில் இஸ்லாம் காலூன்றிவிட்டதை அழுத்தந்திருத்தமாக நிறுவிவிடலாம்.

ஒட்டுமொத்த பாலஸ்தீனத்து அரேபியர்களும் இத்திட்டத்தை ஆமோதித்து உமரிடம் தங்கள் விருப்பமாக இதனைத் தெரிவித்தார்கள்.

ஆனால் உமர் உடனடியாக இதை மறுத்துவிட்டார். அவர் சொன்ன காரணம் : "நான் தொழுகை நடத்தினால், முதல்முதலில் தொழுகை நடத்தப்பட்ட இடம் என்று சொல்லி நீங்கள் மசூதி கட்டிவிடுவீர்கள். அது கிருத்தவர்களுக்கு வருத்தம் தரலாம்."

இது கதையல்ல. இஸ்லாமிய சரித்திரத்தின் ஓரங்கமான இச்சம்பவம் அனைத்து யூத, கிருத்தவ வரலாற்று நூல்களிலுமே கூடப் பதிவு செய்யப்பட்டிருக்கிறது. 'முகம்மது நபியே ஒரு கட்டத்தில் யூத மதத்துக்கு மாறிவிடத் தயாராக இருந்தார்' என்று எவ்வித ஆதாரமும் இல்லாத வாதத்தை முன்வைத்த யூத சரித்திர ஆராய்ச்சியாளர் மார்ட்டின் கில்பர்ட் போன்றவர்கள் கூட உமரின் இந்த முடிவையும், இதனைத் தொடர்ந்து கலீஃபாக்களின் ஆட்சியில் யூதர்கள் எத்தனை நிம்மதியுடன் வாழ முடிந்தது என்பதையும் பக்கம் பக்கமாக வருணித்திருக்கிறார்கள்.

உமரின் தோற்றம் குறித்து எழுதியிருக்கும் ஆசிரியர்கள் அத்தனைபேரும் அவரை அபூபக்கரைக் காட்டிலும் எளிமையானவராகவே சித்திரித்திருக்கிறார்கள். அவர் புதிய ஆடைகள் அணிந்து ஒருபோதும் பார்த்ததில்லை என்று சொல்லுகிறார்கள். எப்போதும் துண்டுத்துண்டாகத் துணிகளைத் தொகுத்து, கையால் தைத்து ஒட்டுப்போட்ட அங்கியையே அவர் அணிந்திருப்பார். அணிந்திருக்கும் ஓர் அங்கி, மாற்று உடையாக ஓர் அங்கி. இதைத்தவிர வேறு உடைகள் அவருக்குக் கிடையாது. அபூபக்கரைப் போலவே, தன் அகங்காரம் மிகுந்துவிடாமலிருப்பதற்காக, வீடு வீடாகப் போய் காலைவேளையில் பால் கறந்து கொடுப்பது, வயதான பெண்மணிகளின் வீடுகளுக்குப் போய்ப் பாத்திரங்கள் தேய்த்துக் கொடுப்பது, துணிகளைத் துவைத்துக் காயவைத்து, மீண்டும் மாலை வேளையில் சென்று மடித்துத் தந்துவருவது என்பன போன்ற நம்பமுடியாத காரியங்களை கலீஃபா ஆன பிறகும் உமர் தொடர்ந்து செய்துவந்திருக்கிறார்.

தங்களது சக்கரவர்த்தி எப்படியெல்லாம் இருப்பார் என்கிற பெரிய எதிர்பார்ப்புடன் ஜெருசலேமில் உமரின் நகர்வலத்தின்போது பார்க்கக் கூடிய அரேபியர்கள் வியப்பில் பேச்சுமூச்சற்றுப் போய்விட்டார்களாம். மாபெரும் வீரர் என்று வருணிக்கப்படும் உமர், அந்த நகர்வலத்தின்போது ஓர் எளிய சந்நியாசியைப்

போலவே காட்சியளித்தார் என்று எழுதுகிறார்கள் பல சரித்திர ஆசிரியர்கள்.

நகர்வலத்தின் இறுதியில் மக்களிடையே உரையாற்றிய உமர், ஒரே ஒரு விஷயத்தை மிகவும் அழுத்தம் கொடுத்துப் பேசினார். "யூதர்கள், கிருத்தவர்கள், இஸ்லாமியர்கள் - மூவருமே இப்ராஹிமின் (ஆபிரஹாம்) வழித்தோன்றல்கள். சண்டையின்றி ஒற்றுமையாக வாழவேண்டியது அவசியம்."

இந்தச் சொற்பொழிவு, அதுநாள் வரை ஜெருசலேமை ஆட்சி செய்துவந்த கிருத்தவர்களுக்கு மிகப்பெரிய ஆசுவாசத்தைத் தந்தது. பொதுவாகப் போரில் வெல்லும் மன்னர்கள், தமது மதத்தை அனைவரும் ஏற்றே தீர நிர்ப்பந்தம் செய்வதே அந்நாளைய வழக்கம். ஒரு மாறுதலுக்கு உமர், கிருத்தவர்கள் மட்டுமல்லாமல், அவர்களால் விரட்டியடிக்கப்பட்ட ஜெருசலேம் நகரின் யூதர்களையும் திரும்பவந்து அங்கே வாழும்படி அழைப்பு விடுத்தார்.

"நீங்கள் தைரியமாக ஜெருசலேத்துக்குத் திரும்பிவரலாம். யாராலும் உங்களுக்குத் தீங்கு நேராமல் பார்த்துக்கொள்வது என் பொறுப்பு' என்கிற உமரின் உத்தரவாதத்தை நம்பி சுமார் எழுபது யூதக் குடும்பங்கள் அன்று ஜெருசலேம் திரும்பியதாகத் தெரிகிறது.

இதோடு நிறுத்தவில்லை. ஜெருசலேத்திலிருந்து யூதர்களைக் கிருத்தவர்கள் விரட்டியபிறகு, அங்கிருந்த யூத தேவாலயங்கள் நகரசபையின் கழிவுப்பொருள் சேகரிப்புக் கிடங்குகளாகப் பயன்படுத்தப்பட்டு வந்திருக்கின்றன. அதாவது, கிருத்தவர்கள் தமது யூதவெறுப்பை அப்படியாக வெளிக்காட்டியிருந்தார்கள்.

ஜெருசலேம் கைப்பற்றப்பட்டபிறகு அங்கே உமர் வெளியிட்ட முதல் அரசு உத்தரவு, அந்தக் குப்பைகளை அப்புறப்படுத்தப்பட வேண்டுமென்பதுதான். உத்தரவிட்டதுடன் நின்றுவிடாமல், குப்பை அள்ளும் பணியில் முதல் கரம் கொடுத்ததும் அவரேதான். இதுவும் பல யூத சரித்திர நூல்களில் பதிவுசெய்யப்பட்டிருக்கும் சம்பவமே. (ஆனால் கிருத்தவ ஆசிரியர்களின் நூல்களில் இந்தச் சம்பவம் எழுதப்பெறவில்லை.)

ஆனால் இத்தனை பரந்த மனம் படைத்தவராக இருந்த உமர், முஸ்லிம் அல்லாத பிற இனத்தவர் அனைவரையும் இஸ்லாமியப்

பேரரசின் எல்லைக்கு உட்பட்ட கடலோரப் பகுதிகளில் இருந்தும், மெக்கா, மதினா ஆகிய நகரங்களிலிருந்தும் வலுக்கட்டாயமாக வெளியேற்றி, வேறு இடங்களில் வசிக்க நிர்ப்பந்தித்ததாக ஒட்டுமொத்த யூத, கிருத்தவ சரித்திர ஆசிரியர்களும் தவறாமல் குறிப்பிட்டிருக்கிறார்கள். இக்குற்றச்சாட்டுக்கு இஸ்லாமியர் தரப்பு பதில் என்று - குறிப்பிடும்விதமாக ஏதும் கிடைக்கவில்லை.

23

பொதுவாக, இந்தப் பொற்காலம் என்கிற பதத்துக்குச் சரியான வரையறை ஏதும் கிடையாது. மழை பொழிந்தால் பொற்காலம். நிலம் விளைந்தால் பொற்காலம். வரிச்சுமை குறைவாக இருந்தால் பொற்காலம். மன்னன் கொடுங்கோலனாக இல்லாமல் இருந்தால் பொற்காலம். கலை வளர்ந்தால் பொற்காலம் என்று மிகவும் மேலோட்டமான காரணங்களையே பொற்காலத்துக்கு நமது சரித்திர நூல்கள் இதுவரை தந்துவந்திருக்கின்றன. உண்மையில், மாபெரும் இனப்போர்கள் மூள்வது வலுக்கட்டாயமாகத் தவிர்க்கப்படுமானால், அந்தக் காலகட்டத்தைத்தான் பொற்காலம் என்று சரியான சரித்திர வல்லுநர்கள் சொல்லுவார்கள். அநாவசிய யுத்தங்களைத் தவிர்த்து, மக்களின் வாழ்க்கைத் தரத்தை உயர்த்துவதில் ஆக்கபூர்வமாகப் பங்காற்றிய மன்னர்களையே பொற்கால மன்னர்கள் என்று அழைக்க முடியும்.

இந்த வகையில் பார்க்கும்போது, பாலஸ்தீன் நிலப்பரப்பின் பொற்காலம் என்று இன்றளவும் சரித்திர ஆசிரியர்கள் குறிப்பிடுவது, கலீஃபாக்களின் ஆட்சிக்காலங்களை மட்டுமே. இஸ்லாமிய சரித்திர ஆசிரியர்கள் அல்ல; யூத, கிருத்தவ ஆசிரியர்களும் இதையேதான் சொல்கிறார்கள்.

அப்படியொரு காலம் அங்கேயும் இருந்தது என்பதை இன்றைய பாலஸ்தீன் அரசியலுடன் ஒப்பிட்டுப் பார்த்து உணர்வது சிரமம். ஆனால் அதைத் தெரிந்துகொள்ளவேண்டியது மிகவும் அவசியம்.

ஏனெனில், பாலஸ்தீன் மண்ணில் நூறு வருடங்களுக்கு ஒருமுறை ஏதாவது மிகப்பெரிய அரசியல் மாறுதல் ஏற்பட்டுக் குறைந்தது பத்தாயிரம் பேராவது ஊரைவிட்டு வெளியேறி வந்திருக்கிறார்கள். இது ஆதிகாலம் தொட்டே அங்கே நிகழ்ந்துவந்திருக்கிறது. நூறு

வருடம் என்பது ஒரு தோராயக் கணக்குத்தான். சரித்திர காலம் முடிவடைந்து, நவீன அரசியல் ஆளத் தொடங்கியபிறகு நூறு நாள்களுக்கு ஒருமுறை கூட அப்படி நேர்ந்திருக்கிறது. ஆனால், சரித்திர காலங்களில், ஒவ்வொரு ஆட்சி மாற்றத்தின்போதும் அங்கே மக்கள் ஏராளமான பிரச்னைகளைச் சந்தித்தே தீரவேண்டியிருந்திருக்கிறது.

பைசாந்திய இனத்தவர்களைப் போரில் வென்று உமர் அங்கே ஆட்சி அதிகாரத்தைக் கைப்பற்றியபோது நேர்ந்தது, நம்ப முடியாததொரு விதிவிலக்கு. பைசாந்தியர்கள், யூதர்களை வெளியேற்றி, கிருத்தவர்களை முதல்தரக் குடிமக்களாக அறிவித்தார்கள். முஸ்லிம்கள் பாலஸ்தீனை வென்றபோது, பைசாந்தியர்கள் வெளியேற்றிய யூதர்களைத் திரும்ப அழைத்து வாழச் சொன்னார்கள். அதுவும் கிருத்தவர்களுடன் இணைந்து வாழும்படி அவர்கள் கேட்டுக்கொள்ளப்பட்டார்கள். மத மாற்றங்கள் அரேபிய இனத்துக்குள் மட்டுமே நிகழ்ந்தனவே தவிர கிருத்தவர்களையோ, யூதர்களையோ முஸ்லிமாகும்படி யாரும் சொல்லவில்லை. அவர்களின் குடியிருப்புப் பகுதிகளுக்கு இஸ்லாமியப் பிரசாரகர்கள் போகக்கூட மாட்டார்கள்.

யூதர்கள் சுயதொழில் தொடங்கி நடத்தவும், தமது மதப்பள்ளிக்கூடங்களை இடையூறின்றி நடத்திக்கொள்ளவும், கடல் வாணிபங்களில் ஈடுபடவும் இன்னபிற காரியங்களுக்கும் எவ்விதக் கட்டுப்பாடும் விதிக்கப்படவில்லை.

ஆனால் இதெல்லாமேகூட இன்னொரு நூற்றாண்டின் தோற்றம் வரைதான். கி.பி. எட்டாம் நூற்றாண்டின் தொடக்கத்தில் *(கி.பி. 717 - 720)* இரண்டாவது உமர் கலீஃபாவானபோது, பாலஸ்தீனில் முஸ்லிம் அல்லாதோரை நடத்தும் விதத்தில் மெல்ல மெல்ல மாறுதல்கள் கொண்டுவரப்பட்டன. *(பாலஸ்தீனில் மட்டுமல்ல. இஸ்லாமிய சாம்ராஜ்ஜியம் பரவியிருந்த அத்தனை இடங்களிலுமே. இன்னும் குறிப்பாகச் சொல்லுவதென்றால் பாரசீக வளைகுடாவிலிருந்து இன்றைய மொராக்கோ வரை.)*

இந்த இரண்டாம் உமரின் காலத்தில் முஸ்லிம் அல்லாதோரை 'திம்மிகள்' *(Dhimmis)* என்று அழைக்க ஆரம்பித்தார்கள். இந்தச் சொல்லுக்கு, 'பாதுகாக்கப்பட்ட இனத்தோர்' என்று பொருள் வரும். அதாவது, யூதர்களும் கிருத்தவர்களும் இஸ்லாமியப்

பேரரசால் பாதுகாக்கப்படும் இனத்தைச் சேர்ந்தவர்கள். அவர்களது பாதுகாப்பு, இஸ்லாமியச் சக்கரவர்த்தியின் பொறுப்பே. ஆனால் வரையறுக்கப்பட்ட பாதுகாப்பு அது. சில நிபந்தனைகளுக்கும் சட்டதிட்டங்களுக்கும் அவர்கள் உட்பட்டாக வேண்டும்.

உதாரணமாக, இரண்டாம் உமர் காலத்தில் பாலஸ்தீனில் யூதர்களுக்கும் கிருத்தவர்களுக்கும் சிறப்பு வரிகள் சில விதிக்கப்பட்டிருந்தன. இந்த வரிகள் முஸ்லிம்களுக்குக் கிடையாது. வரி வசூலிக்கும் அதிகாரிகள் வரும்போது, யூதர்களும் கிருத்தவர்களும் தலை குனிந்து வணங்கித்தான் வரிப்பணத்தைச் செலுத்தவேண்டும் என்றுகூட ஒரு சட்டம் இருந்திருக்கிறது! இந்தத் தலைவணக்கம் என்பது, பேரரசின் சட்டதிட்டங்களுக்குக் கட்டுப்பட்டவர்கள் என்பதைக் குறிப்பால் தெரிவிப்பதற்காக!

இன்னொரு உதாரணமும் பார்க்கலாம். யூதர்களும் கிருத்தவர்களும் கடைகள் வைத்து வியாபாரம் செய்யலாம். ஆனால் அந்தக் கடைகள் முஸ்லிம்களுடைய கடைகளைக் காட்டிலும் உயரத்திலோ, அகலத்திலோ, பரப்பளவிலோ பெரிதாக இருக்கக்கூடாது. எந்த ஒரு யூதரின் வீடும் அருகிலுள்ள முஸ்லிம்களின் வீட்டைக்காட்டிலும் பெரிதாக இருந்துவிடக்கூடாது. திம்மிகளின் நிலங்களுக்குக் கூடுதல் வரி அவசியம் வசூலிக்கப்படும். வரிக்குறைப்பு என்கிற பேச்சுக்கே இடமில்லை. வரி வசூலிப்பவர் சொல்லும் தொகையைக் கேள்வி கேட்காமல் கொடுத்து அனுப்பிவிடவேண்டும். வரி கொடுக்காவிட்டால் ஊரை காலி செய்துவிடுவதைத் தவிர வேறு வழியில்லை.

ஆனால் இரண்டாம் உமர் காலத்தில் அமுலில் இருந்த இந்தச் சட்டங்களைச்சுட்டிக்காட்டும்யூதசரித்திரஆசிரியர்கள்,ஐரோப்பிய தேசங்களில் யூதர்கள் பட்டுக்கொண்டிருந்த சிரமங்களுடன் ஒப்பிடுகையில் இவையெல்லாம் ஒன்றுமே இல்லை; கலீஃபாக்கள் கருணையுள்ளவர்களே என்று குறிப்பிடுகிறார்கள்.

கலீஃபாக்களாவது, யூதர்கள் வீடு கட்டி வசிக்கலாம், வரிதான் கொஞ்சம் அதிகம் என்று வைத்தார்கள். ஐரோப்பாவில் யூதர்கள் அப்போது ஒரு துண்டு நிலம் கூட வாங்க முடியாது. யூதர்கள் மற்றும் கிருத்தவர்களின் கடைகள் முஸ்லிம் கடைகளைக் காட்டிலும் பெரிதாக இருக்கக்கூடாது என்றுதான் பாலஸ்தீனில்

சட்டம் இருந்தது. பல ஐரோப்பிய தேசங்களில் யூதர்கள் வியாபாரம் செய்வதையே தடை செய்திருந்தார்கள். ஆட்சியாளர்கள் வரும்போது யூதர்கள் தலைகுனிந்து வணங்கவேண்டும் என்பதே பாலஸ்தீன் சட்டம். ஐரோப்பிய தேசங்களில் அதிகாரிகளின் முன்னால் யூதர்கள் வரக்கூட அனுமதி கிடையாது.

இவற்றைச் சுட்டிக்காட்டும் யூத சரித்திர ஆசிரியர்கள், 'கிருத்தவ தேசங்களில் யூதர்கள் பட்ட சிரமம் அளவுக்கு கலீஃபாக்களின் ராஜ்ஜியத்தில் நிச்சயம் இல்லை' என்று சொல்கிறார்கள்.

யூத மத குருமார்களையும் முன்னாள் ராஜ வம்சத்தைச் சேர்ந்த யூதக் குடும்பங்களையும் மிகுந்த மரியாதையுடன் நடத்தவேண்டும் என்று இரண்டாம் உமர் உத்தரவிட்டிருந்தார். அவர்கள் தனியே யூத நீதி மன்றங்கள் அமைத்துக்கொள்ளவும் வரி வசூலிக்கவும் கூட உரிமைகள் இருந்திருக்கின்றன. கி.பி. 762ல் கலீஃபாக்களின் தலைநகரம் மெசபடோமியாவுக்கு (சரியாகச் சொல்வதென்றால் இன்றைய ஈராக்கில் உள்ள பாக்தாத் நகரம்) இடம் பெயர்ந்தபோது யூதச் சபைகளுக்கு இன்னும் கூடப் பல சௌகரியங்கள் செய்துதரப்பட்டிருக்கின்றன. புராதன ஹீப்ரு மொழியில் உள்ள யூத மத நூல்களையும் மதச்சட்டங்கள் அடங்கிய பிரதிகளையும் எளிமையான மொழிக்கு மாற்றி, யூத சமூகம் முழுவதும் பயன்படுத்தும் விதத்தில் மறு உருவாக்கம் செய்வதற்காக யூத குருமார்கள் சபை சில பண்டிதர்களை நியமித்திருந்தது. அவர்கள் கடல்தாண்டிப் பல தேசங்களுக்குப் பயணம் மேற்கொள்வதற்கும் ஆய்வுகள் செய்வதற்கும் வேண்டிய ஏற்பாடுகளை கலீஃபாவே முன்னின்று செய்துகொடுத்திருக்கிறார்.

இதுதவிர, யூதர்கள் இன்றளவும் தினசரி பிரார்த்தனைக்குப் பயன்படுத்தும் 'சித்தூர்' (Siddur) என்கிற புனிதப் பிரதி உருவாக்கத்துக்கும் (தோரா மற்றும் தால்மூத் பிரதிகளின் அடியொற்றி இதனை உருவாக்கியவர் ரவ் அம்ரம் (Rav Amram) என்கிற ஒரு ரபி.) இஸ்லாமிய ஆட்சியாளர்கள் உதவி செய்திருக்கிறார்கள்.

ஒரு சில வரலாற்றாசிரியர்களின் கருத்துப்படி, கலீஃபாக்களுக்கு யூதர்களையும் 'திம்மி'களின் பட்டியலில் சேர்க்கும் எண்ணம் ஆரம்பத்தில் இல்லை. குறிப்பாக கிருத்தவர்களை மட்டுமே

சிறப்புச் சட்டங்களுக்கு உட்படுத்த அவர்கள் நினைத்திருந்தார்கள் என்றும், யூதர்கள் தொடர்ந்து முகம்மது நபியின் மீது அவநம்பிக்கை தெரிவித்து நேரடியாகவும் மறைமுகமாகவும் பேசி வந்ததன் விளைவாகத்தான் அவர்களுக்கும் மேற்சொன்ன சில சட்டதிட்டங்கள் திணிக்கப்பட்டதாகவும் எழுதுகிறார்கள்.

'தொடர்ந்து மேற்கத்திய நாடுகளில் யூதர்கள் ஒடுக்கப்பட்டுக் கொண்டே இருந்த நிலையில் இஸ்லாமிய கலீஃபாக்கள் அவர்களை பெருமளவு கௌரவத்துடன் நடத்தியதை கவனித்தால், யூதர்களின்மீது அவர்களுக்கு சொல்லிக்கொள்ளும்படியான விரோதம் இருந்ததேயில்லை என்பது புலனாகும்' என்கிறார் எச். டபிள்யு. மொசே என்கிற ஒரு யூத சரித்திர ஆசிரியர்.

ஆனாலும் யூதர்களால் ஏன் பாலஸ்தீன் முஸ்லிம்களுடன் சுமுக உறவு பேண முடியவில்லை?

இந்தக் கேள்விதான் இஸ்ரேல் - பாலஸ்தீன் பிரச்னையின் மையப்புள்ளி. யூதர்களால் முஸ்லிம்களுடன் மட்டுமல்ல; கிருத்தவர்களுடனும் நல்லுறவு கொள்ள முடியவில்லை. நம்ப முடியாத அளவுக்குப் பெருகியிருந்த அவர்களது உயர்வு மனப்பான்மைதான் இதன் அடிப்படைக் காரணம். கடவுளுக்கு உகந்த இனம் தங்களுடையதுதான் என்கிற புராதன நம்பிக்கையின் வாசனையை இன்றளவும் தக்கவைத்துக்கொண்டு அதையே சுவாசித்துக்கொண்டிருப்பது இன்னொரு காரணம். தங்களது புத்திக்கூர்மை, தொழில் தேர்ச்சி, கல்வித்தேர்ச்சி, கலாசார பலம் போன்றவை அளிக்கும் தன்னம்பிக்கை மற்றொரு காரணம். தலைமுறை தலைமுறையாக, நூற்றாண்டு நூற்றாண்டாக இவற்றைக் கைவிட்டுவிடாமல் தொடர்ந்து அவர்கள் கடைபிடித்துவருவது எல்லாவற்றுக்கும் மேல் மிக முக்கியக் காரணம்!

ஒன்பதாம் நூற்றாண்டின் இறுதி - பத்தாம் நூற்றாண்டின் தொடக்க காலத்தில் யூதர்கள் தம்மைத் தனித்து அடையாளம் காட்டிக்கொள்ளும் விதத்தில் புதிதாக ஒரு வழக்கத்தை மேற்கொள்ளத் தொடங்கினார்கள். மஞ்சள் நிறத் தலைப்பாகை அணிவதுதான் அது! பாலஸ்தீனில் மட்டுமல்ல. யூதர்கள் எங்கெல்லாம் பரவியிருக்கிறார்களோ, அங்கெல்லாமும்

அவர்களைப் பார்த்தமாத்திரத்தில் கண்டுகொள்ளலாம். தரையில் புரளும் அங்கி, மார்பு வரை நீண்ட தாடி, மஞ்சள் தலைப்பாகை. அதோ, அவர் ஒரு யூதர் என்று எத்தனை தூரத்திலிருந்தும் அடையாளம் கண்டு சொல்லிவிடமுடியும். மத குருக்கள்தான் என்றில்லை. சாதாரண மக்களும் இத்தலைப்பாகையை அணிய ஆரம்பித்தார்கள். *(யூத மத குருமார்கள்தான் இத்தலைப்பாகைத் திட்டத்தை அறிமுகப்படுத்தினார்கள் என்று ஒரு சில சரித்திர ஆசிரியர்களும், கி.பி. 996லிருந்து கி.பி. 1021 வரையில் ஆட்சி செய்த கலீஃபா அல் ஹக்கிம் என்பவரால் திணிக்கப்பட்ட அடையாளம் இதுவென்று இன்னும் சில ஆய்வாளர்களும் வேறு வேறு விதமான கருத்துகளைத் தெரிவிக்கிறார்கள். அந்தக் காலகட்டத்தில் யூதர்களைப் போலவே கிருத்தவர்களும் நீல நிறத் தலைப்பாகை அணிந்ததைச் சுட்டிக்காட்டி, இது கலீஃபாவின் உத்தரவாக மட்டுமே இருக்கமுடியும் என்று சிலர் முடிவுக்கு வருகிறார்கள்.)*

அதுநாள் வரை இல்லாதிருந்த ஒருவித தற்காப்பு உணர்வு மேலோங்கியவர்களாக அடிக்கடி சமூகக் கூட்டங்களை நடத்த ஆரம்பித்தார்கள். பல சமயங்களில் இத்தகைய கூட்டங்கள் ரகசியமாக இரவு வேளைகளில் நடைபெற்றன. நிச்சயமாக யூதர்களுக்கு மீண்டும் ஒரு பேராபத்து வரப்போகிறது என்கிற செய்தி காட்டுத்தீ போல பாலஸ்தீன் முழுவதும் பரவியிருந்தது.

இதற்குக் காரணம், அப்போது ஆண்டுகொண்டிருந்த கலீஃபா அல் ஹக்கீம், பாலஸ்தீனிலும் எகிப்திலும் மேற்கொண்ட சில நடவடிக்கைகள். அவரது காலத்தில் பாலஸ்தீனில் இருந்த யூத, கிருத்தவ தேவாலயங்கள் பல திடீர் திடீரென்று இடிக்கப்பட்டுக்கொண்டிருந்தன. 'திம்மி'களுக்கான சிறப்பு வரிகள் தாங்கமுடியாத அளவுக்கு உயர்த்தப்பட்டன.

இந்த வரிவிதிப்பைத் தாங்கமுடியாத எளிய மக்கள் பலர் வேறு வழியின்றி சொந்த நிலங்களை விட்டுவிட்டுக் கிளம்பவேண்டி வந்தது. வேறு நகரங்களுக்கு இடம் பெயர்ந்து, சிறு வர்த்தகங்கள் செய்து பிழைக்க வேண்டியதானது. பெரும்பாலும் ஆடுகள் மற்றும் ஒட்டகங்களின் தோல்களைப் பதப்படுத்தி, தோல் பொருட்கள் செய்து விற்று வந்தார்கள்.

வாழ்வதற்குப் பிரச்னை இல்லை. ஆனால் சொந்த நிலம் வைத்துக்கொள்வதுதான் கஷ்டம் என்று ஆனது. கொஞ்சம்

கொஞ்சமாக ஐரோப்பிய தேசங்களில் படும் அவஸ்தைகளை பாலஸ்தீனிலும் பட வேண்டிவருமோ என்று யூதர்கள் அச்சப்பட்டார்கள். ஆனால் நிலைமை அத்தனை மோசமடைந்து விடவில்லை.

ஆசியாவின் எல்லையைக் கடந்து ஐரோப்பாவில் - குறிப்பாக அப்போதுதான் ஸ்பெயினில் இஸ்லாம் காலூன்றியிருந்தது. ஸ்பெயினின் ஆட்சிப்பீடத்தில் இஸ்லாமியர் ஏறியபோது யூதர்கள் விரோதிகளாக அல்லாமல், நண்பர்களாகவே நடத்தப்பட்டார்கள். ஒரு குறிப்பிட்ட முஸ்லிம் ராணுவக் குழுவின் தளபதியாக, தகுதி அடிப்படையில் ஒரு யூதரே நியமிக்கப்படும் அளவுக்கு நல்லுறவு பேணப்பட்டது.

இதைத்தான் பொற்காலம் என்று சொன்னார்கள். ஆனால் பொதுவாக, பொற்காலம் என்பது வெகுகாலம் நீடிக்கிற வழக்கம் எங்குமே இருந்ததில்லை.

24

முகம்மது நபியின் வழித்தோன்றல்களான முதல் தலைமுறை கலீஃபாக்கள் எத்தனைக்கு எத்தனை மத மோதல்கள் உண்டாகிவிடக்கூடாது என்பதில் எச்சரிக்கையாக இருந்தார்களோ, அதே அளவு தீவிரத்துடன் மோதலில் காதல் கொண்ட சுல்தான்களும் பின்னாளில் தோன்ற ஆரம்பித்தார்கள். கி.பி. பத்தாம் நூற்றாண்டின் தொடக்கத்திலிருந்தே அரேபியப் பாலைவனங்களில் சூடு அதிகரித்துக்கொண்டுதான் இருந்தது. ஒரு புறம் திம்மிகள் என்று வருணிக்கப்பட்ட யூதர்கள் மற்றும் கிருத்தவர்கள் மீதான கட்டுப்பாடுகள் எல்லை மீறிப் போய்க்கொண்டிருக்க, மறுபுறம் ஆட்சியாளர்களின் திறமையின்மை காரணமாக சாம்ராஜ்ஜிய நிர்வாகத்தில் ஏராளமான குளறுபடிகள் தோன்ற ஆரம்பித்தன. பிராந்தியவாரியாக ஆள்வதற்கென்று நியமிக்கப்பட்டிருந்த கவர்னர்களில் பலர், தமது பிராந்தியத்துக்குத் தாமே சுல்தான் என்பதாக நினைத்துக்கொண்டு இஷ்டத்துக்கு ஆடத் தொடங்கினார்கள். அவர்களைக் கண்காணிக்கவோ, நடவடிக்கை மேற்கொள்ளவோ செய்யாமல் சுல்தான்கள் எப்போதும் கொலு மண்டபத்தில் நாட்டியம் பார்த்துக்கொண்டிருந்திருக்கிறார்கள் போலிருக்கிறது. ஒரு வரியில் சொல்வதென்றால் அரசு இயந்திரம் சுத்தமாகப் பழுதாகிக் கிடந்த காலம் அது.

சுமார் முன்னூறு ஆண்டுகளாக எத்தனை தீவிரமுடனும் முனைப்புடனும் இஸ்லாமிய சாம்ராஜ்ஜியத்தைக் கட்டியெழுப்பி வந்தார்களோ, அதே வேகத்தில் பிரச்னைகள் அப்போது முளைக்கத் தொடங்கியிருந்தன.

வருடம் 1094. ஆட்சியில் இருந்த முக்ததிர் என்கிற கலீஃபா அப்போது காலமானார். அவரது மகன் அல் முஸ்தஸீர் பிலாஹ்

என்பவர் ஆட்சிப் பொறுப்புக்கு வந்தார். குணத்தில் பரம சாதுவான இந்த சுல்தானுக்கு அப்போது சாம்ராஜ்ஜியம் எதிர்நோக்கியிருந்த பிரச்னைகள் என்னென்ன என்பது பற்றி ஏதும் தெரியாது. ஒட்டுமொத்த அரேபியாவிலும் - குறிப்பாக பாலஸ்தீன், சிரியா, ஜோர்டன், ஈரான் போன்ற இடங்களில் - எந்தக் கணமும் வாள்கள் மோதும் சூழல் இருந்ததை அவர் அறியமாட்டார். அப்படியே போர் மேகம் சூழ்வதை அவர் ஒருவாறு யூகித்திருக்கலாம் என்றாலும் அதற்கான மூலகாரண புருஷர்கள் யூதர்கள் அல்ல; கிருத்தவர்களாக இருப்பார்கள் என்பதை நினைத்துப் பார்த்திருக்கக் கூட முடியாது.

அத்தனை ரகசியமாகத்தான் ஆரம்பித்தது அது.

எப்படி அரேபிய நிலப்பரப்பு முழுவதும் முஸ்லிம்களால் ஆளப்படும் பிராந்தியமாக ஆகிப்போனதோ, அதேபோலத்தான் அன்றைக்கு ஐரோப்பிய நிலப்பரப்பின் பெரும்பான்மையான பகுதிகளைக் கிருத்தவர்கள் ஆட்சி செய்துகொண்டிருந்தார்கள். எந்த இயேசுநாதரின் முதல் தலைமுறைச் சீடர்களை ஓட ஓட விரட்டியும் கழுவில் ஏற்றியும் சிறையில் அடைத்து வாட்டியும் எக்காளம் செய்தார்களோ, அதே இயேசுவின் பரம பக்தர்களாக மாறிப்போயிருந்தார்கள் ஐரோப்பியர்கள்.

முகம்மது நபியைப்போலவே இயேசுவும் ஒரு நபி. இறைத்தூதர். தம் வாழ்நாளெல்லாம் இறைவனின் பெருமையைத்தான் எடுத்துச் சொல்லி, தாம் பிறந்த யூத குலத்தவரை நல்வழிப்படுத்தப் பார்த்தார்.

ஆனால் ஐரோப்பியர்கள் இயேசுவையே கடவுளாகத் தொழத் தொடங்கியிருந்தார்கள். அவர் கடவுளின் மைந்தர்தான் என்பதில் அவர்களுக்குத் துளி சந்தேகமும் இல்லை. மூட நம்பிக்கைகள், சிறு தெய்வ வழிபாடுகள், மன்னரையே வணங்குதல் போன்ற வழக்கங்கள் மிகுந்திருந்த ஐரோப்பாவில் கிருத்தவம் காலூன்றிய பிறகுதான் இறையச்சம் என்கிற ஒன்று உண்டாகி, மக்களிடையே ஒழுக்கம் சார்ந்த வாழ்க்கை குறித்த சிந்தனையே தோன்ற ஆரம்பித்திருந்தது. மேலும் போப்பாண்டவர்கள் செல்வாக்குப் பெற்று அமைப்பு ரீதியில் கிருத்தவம் மிகப் பலமானதொரு சக்தியாகவும் உருப்பெற்றிருந்த காலம் அது.

சரியாகப் பத்தாம் நூற்றாண்டின் மத்தியப் பகுதிகள். ஐரோப்பாவில் கிருத்தவத் திருச்சபைகள் மிகத்தீவிரமாக ஒரு பிரசாரத்தைத்

தொடங்கின. 'தேவனின் சாம்ராஜ்ஜியம் உலகில் வரப்போகிறது' என்பதுதான் அது.

இந்தப் பிரசாரத்தை இருவிதமாகப் பார்க்கலாம். உலகமெங்கும் இறையுணர்வு மேலோங்கி, பக்தி செழிக்கும்; கிருத்தவம் வாழும் என்கிற சாதுவான அர்த்தம் ஒருபக்கம். உலகெங்கும் உள்ள பிற அரசுகள் மடிந்து, கிருத்தவப் பேரரசொன்று உருவாகும் என்கிற அரசியல் சார்ந்த அர்த்தம் இன்னொரு பக்கம்.

இந்தப் பிரசாரத்தின் உடனடி விளைவு என்னவெனில், பல்லாயிரக்கணக்கான ஐரோப்பியர்கள், தமது தேசங்களிலிருந்து புனித யாத்திரையாக ஜெருசலேமுக்குக் கிளம்பினார்கள். இயேசுநாதர் வாழ்ந்து மரித்த புனித பூமிக்குத் தம் வாழ்நாளில் ஒருமுறையாவது பயணம் செய்துவிட வேண்டும் என்கிற ஆர்வம் அவர்களை உந்தித்தள்ள, அலையலையாகக் கிருத்தவர்கள் ஜெருசலேத்தை நோக்கி வரத்தொடங்கினார்கள்.

அப்படித் திருத்தல யாத்திரை நிமித்தம் அரேபிய மண் வழியே பயணம் செய்து பாலஸ்தீனுக்குள் வந்த கிருத்தவர்கள், அரேபியா முழுவதும் கிருத்தவர்கள் இரண்டாந்தரக் குடிமக்களாகவே நடத்தப்படுவதைக் கண்டு மிகுந்த அதிர்ச்சிக்குள்ளாயினர். 'திம்மிகள்' என்று அவர்கள் அழைக்கப்படுவது, அவர்களுக்கான சிறப்புச்சட்டதிட்டங்கள், கூடுதல் வரிச்சுமைகள் போன்றவற்றைக் கண்டு உள்ளம் கொதித்துப் போனார்கள்.

ஊருக்குத் திரும்பியதும் ஜெருசலேத்துக்குப் புனித யாத்திரை மேற்கொண்ட தமது அனுபவங்களை ஒதுக்கி வைத்துவிட்டு, கிருத்தவர்கள் அரேபிய மண்ணில் மிகவும் அவதிக்குள்ளாக்கப்படுகிறார்கள் என்கிற விஷயத்தை மிகத் தீவிரமாகத் தம் மக்களிடையே தெரியப்படுத்த ஆரம்பித்தார்கள். ஏதாவது செய்து ஜெருசலேமை மீட்டே ஆகவேண்டும்; அரேபிய மண்ணில் கிருத்தவ சாம்ராஜ்ஜியத்தின் கிளையை நிறுவியே தீரவேண்டும் என்று பேசத் தொடங்கினார்கள்.

நன்கு கவனிக்க வேண்டிய விஷயம் இது. ஆன்மிகச் சுற்றுலா வந்த ஐரோப்பியர்கள் மொத்தம் சில நூறு பேர்களோ, சில ஆயிரம் பேர்களோ அல்லர். கணக்கு வழக்கே சொல்லமுடியாத

அளவுக்கு அவர்கள் வந்துகொண்டே இருந்தார்கள் அப்போது. ஒரு பேச்சுக்குப் பல்லாயிரக்கணக்கானோர் என்று சரித்திரம் இதனைக் குறிப்பிட்டாலும் எப்படியும் சுமார் ஐம்பதாண்டுகால இடைவெளியில் பத்திலிருந்து இருபது லட்சம் பேர் வந்திருக்கக் கூடும் என்று சில கிருத்தவ சரித்திர ஆசிரியர்கள் மதிப்பிடுகிறார்கள். எந்த அரசியல் உந்துதலும் இல்லாமல் தாமாகவே ஜெருசலேத்துக்கு வந்தவர்கள் இவர்கள். இன்றைக்குப் போல் போக்குவரத்து வசதிகள் வளர்ச்சியடையாத அக்காலத்தில் பல மாதங்கள் தரை மார்க்கமாகப் பிரயாணம் செய்தே இவர்கள் பாலஸ்தீனை அடைந்திருக்க முடியும். வழி முழுக்க கலீஃபாக்களின் ஆட்சிக்குட்பட்ட இடங்கள்தாம்.

தாம் கண்ட காட்சிகளையும் கிருத்தவர்கள் இரண்டாம்தரக் குடிமக்களாக நடத்தப்படுகிறார்கள் என்கிற தகவலையும் இந்த ஐரோப்பியயாத்ரீகர்கள்ஊர்திரும்பிப்போய்தத்தம்திருச்சபைகளில் தெரியப்படுத்தத் தொடங்கியதன் விளைவாகத்தான் ஒரு யுத்தத்துக்கான ஆயத்தங்கள் அங்கே ஆரம்பமாயின.

எப்படியாவது ஜெருசலேத்தை இஸ்லாமியர்களிடமிருந்து மீட்டே தீரவேண்டும். இயேசுவின் கல்லறை உள்ள பகுதி கிருத்தவர்களின் நிலமாக மட்டுமே இருக்க வேண்டும். எனில், யுத்தத்தைத் தவிர வேறு வழியே இல்லை.

முதலில் பல்வேறு ஐரோப்பிய நாடுகளில் இருந்த திருச்சபைகள் கூடி இந்த விஷயத்தை விவாதித்தன. பிறகு அந்தந்த தேசத்து மன்னர்களின் கவனத்துக்கு இது கொண்டுசெல்லப்பட்டது. அதன்பின் அரசுத்தரப்புப் பிரதிநிதிகள் கலந்து விவாதித்தார்கள். யுத்தம் என்று ஆரம்பித்தால் எத்தனை காலம் பிடிக்கும், எத்தனை பொருட்செலவு ஏற்படும் என்பன போன்ற விஷயங்கள் ஆராயப்பட்டன. என்னஆனாலும்இதனைச்செய்தேதீரவேண்டும், ஒட்டுமொத்த கிருத்தவ தேசங்களும் இந்தப் புனிதப்பணியில் பங்காற்றியே ஆகவேண்டும் என்று முடிவு செய்தார்கள்.

ஆட்சியாளர்கள் ஒருபுறம் யோசித்துக்கொண்டிருந்தபோதே மறுபுறம் அன்றைய போப்பாண்டவராக இருந்த அர்பன் - *2* என்பவர்*(PopeUrban2)* எவ்விதயோசனைக்கும்அவசியமேஇல்லை என்று தீர்மானித்து, இஸ்லாமியர்களுக்கு எதிரான யுத்தத்துக்குத்

திரளும்படி ஒட்டுமொத்த கிருத்தவ சமூகத்தினருக்கும் அழைப்பு விடுத்தார். இது நடந்தது, கி.பி. 1095ம் ஆண்டு.

போப்பாண்டவரின் இந்தத் தன்னிச்சையான முடிவுக்கு இன்னொரு காரணமும் உண்டு. அவருக்கு ஒரு நிரூபணம் தேவையாக இருந்தது அப்போது. ஆட்சியாளர்கள் அல்ல; போப்பாண்டவர்தான் கிருத்தவர்களின் ஒரே பெரிய தலைவர் என்று சொல்லப்பட்டு வந்தது எத்தனை தூரம் உண்மை என்பதைத் தமக்குத் தாமே நிரூபித்துப் பார்த்துக்கொள்ளவும் இதனை அவர் ஒரு சந்தர்ப்பமாகப் பயன்படுத்திக்கொள்ள எண்ணினார்.

அந்த ஆண்டு போப் இரண்டு மாபெரும் மாநாடுகளை நடத்தினார். முதல் மாநாடு, பிளாசெண்டியா (Placentia) என்ற இடத்தில் நடைபெற்றது. இரண்டாவது மாநாடு, அதே 1095ம் ஆண்டு நவம்பரில் க்ளெர் மாண்ட் (Clermont) என்ற இடத்தில் கூடியது.

இந்த இரண்டு மாநாடுகளுக்கும் ஒட்டுமொத்த ஐரோப்பாவிலிருந்தும் பல்லாயிரக்கணக்கான கிருத்தவர்கள் வருகை தந்தார்கள். ஒவ்வொரு ஐரோப்பிய தேச அரசும் தமது பிரதிநிதிகள் அடங்கிய பெரிய பெரிய குழுக்களை அனுப்பிவைத்தன.

இந்த மாநாடுகளில் கிருத்தவர்கள் ஜெருசலேத்தை மீட்டாக வேண்டிய அவசியம் குறித்தும் அரேபிய சாம்ராஜ்ஜியத்துடன் போரிடுவதனால் ஏற்படக்கூடிய சிக்கல்கள், இழப்புகள், தேவைகள் பற்றியும் மிக விரிவாக, பல்வேறு அமர்வுகளில் விவாதிக்கப்பட்டன.

ஆயிரம் பேர் வேண்டும், பத்தாயிரம் பேர் வேண்டும் என்று வீரர்களின் தேவையை அத்தனை துல்லியமாகச் சொல்லிவிடமுடியாது. எல்லா கிருத்தவ தேசங்களும் போரிட வீரர்களை அனுப்பியாக வேண்டும். ஆனால் எத்தனை பேரை வலுக்கட்டாயமாக அனுப்பமுடியும்? மக்களே விரும்பி வந்து போரில் பங்குபெற்றால்தான் உண்டு. அப்படி தன் விருப்பமாகக் கிருத்தவர்கள் இந்தப் போரில் பங்கு பெறுவதென்றால் அவர்களுக்குச் சில சலுகைகள் அளித்தாக வேண்டும். இந்த யுத்தத்தை அரசியலாகப் பார்க்காமல் ஒரு மதக்கடமையாகச்

செய்கிறோம் என்கிற பெருமிதம் அவர்களுக்கு இருக்கவேண்டும். என்ன செய்யலாம்?

போப்பாண்டவர் சில சலுகைகளை அறிவித்தார். இஸ்லாமிய சாம்ராஜ்ஜியத்துக்கு எதிராகத் தொடங்கப்படவிருக்கிற இந்த யுத்தத்தில்பங்குபெறும்கிருத்தவர்கள்அனைவரும்திருச்சபையின் நிரந்தரப் பாதுகாப்புக்கு உள்ளாவார்கள். அவர்களது உறவினர்கள், வம்சம், வீடு, நிலம் அனைத்தையும் பாதுகாத்துப் பராமரிக்கும் பொறுப்பு திருச்சபையினுடையது. ஒவ்வொரு வீரரின் குடும்பத்துக்கும் தேவையான பண உதவிகளுக்குத் திருச்சபையே பொறுப்பேற்கும். அதுவரை அவர்கள் யாரிடம் எவ்வளவு கடன் வாங்கியிருந்தாலும் பிரச்னையில்லை. அதைத் திருப்பிச் செலுத்தத் தேவையில்லை. வாங்கிய கடனைச் செலுத்தாமலிருப்பதற்காக அவர்கள் மீது யாரும் வழக்குத் தொடரக் கூடாது. அப்படியே தொடர்ந்தாலும் நீதி மன்றங்கள் அவற்றைத் தள்ளுபடி செய்துவிடும். அவர்கள் அரசுக்குச் செலுத்தவேண்டிய வரிகளில் பாக்கி வைத்திருப்பார்களேயானால் அந்த வரிகளும் உடனடியாகத் தள்ளுபடி செய்யப்படும். மதத்துக்காகப் போரிடப் புறப்படும் வீரர்களிடம் அரசாங்கம் வரி கேட்டு இம்சிக்கக் கூடாது.

இப்படிப்பட்ட லௌகீக உத்தரவாதங்கள் அளித்ததுடன் போப் நிறுத்தவில்லை. இன்னும் ஒரு படி மேலே சென்று, ஒரு வரலாற்றுச் சிறப்பு மிக்க சொற்பொழிவை நிகழ்த்தினார். உணர்ச்சிக் கொந்தளிப்புகள் மிக்க அச்சொற்பொழிவில், இறைவன் பெயரால் அவர் அளித்த உத்தரவாதங்கள் இவை:

1. ஜெருசலேத்தை மீட்பதற்காக மேற்கொள்ளப்படும் இந்த யுத்தத்தில் பங்கெடுக்கும் அத்தனை கிருத்தவர்களின் பாவங்களும் உடனடியாக இறைவனால் மன்னிக்கப்பட்டுவிடும்.

2. இந்தப் போரில் உயிர் துறக்க நேரிடும் ஒவ்வொரு கிருத்தவரும் சொர்க்கத்துக்குச் செல்லுவது உறுதி.

3. உலகில் கிருத்தவம் தழைத்தோங்கும் வரை அவர்களின் பெயர் மாறாத புகழுடன் விளங்கும்.

இந்தச் சொற்பொழிவின் இறுதியில்தான் போப் அர்பன் 2, 'கிருத்தவர்களே, யுத்தத்துக்குத் திரண்டு வாருங்கள்' என்கிற

அறிவிப்பை வெளியிட்டார். உணர்ச்சிவசப்பட்ட ஒட்டுமொத்த ஐரோப்பாவும் இந்த யுத்தத்தில் பங்கெடுக்க முன்வந்தது.

மத உணர்ச்சி, பொருளாதார லாபங்கள், அரசியல் நோக்கங்கள் என்கிற மூன்று காரணிகளை அடித்தளமாகக் கொண்டு கி.பி. பதினொன்றாம் நூற்றாண்டின் தொடக்கத்தில் ஆரம்பமான இந்த யுத்தம் தான் சரித்திரத்தில் சிலுவைப்போர் என்று வருணிக்கப்படுகிறது. சிலுவைப்போர் என்பது ஒரு மாதமோ, ஓர் ஆண்டோ, சில ஆண்டுகளோ நடந்த யுத்தமல்ல. கிட்டத்தட்ட முன்னூறு ஆண்டுகள் ஓயாது தொடர்ந்த பேரழிவு யுத்தம் அது.

ஜெருசலேத்தை மையமாக வைத்து கிருத்தவர்களுக்கும் இஸ்லாமியர்களுக்கும் இடையில் ஆரம்பமான அந்த யுத்தம் மத்தியக் கிழக்கில் உருவாக்கிய பூகம்பங்கள் கொஞ்சநஞ்சமல்ல.

25

பல லட்சக்கணக்கான வீரர்கள், தாங்கள் கிருத்தவத்துக்காகப் போரிடுகிறோம் என்பதற்கு ஓர் அடையாளமாகக் கையில் சிலுவை ஏந்திப் போரில் பங்குபெற்றதால் அதைச் சிலுவைப்போர் என்று சரித்திரம் குறிப்பிடுகிறது. சிலுவை ஏந்தியபிறகு ரத்தம் சிந்தாமல் எப்படி முடியும்?

உண்மையில், முதல்முதலில் சிலுவைப்போரில் பங்குகொண்ட கிருத்தவர்களுக்கு அரசியல் காரணங்கள் எதுவும் அத்தனை முதன்மையாகத் தோன்றவில்லை. போப்பாண்டவர் அர்பன் 2வுக்கும் பல்வேறு கிருத்தவ தேசத்தின் ஆட்சியாளர்களுக்கும் இப்போரின் விளைவுகள் குறித்த ஓர் அனுமானம் இருந்தது. எப்பயும் உடனடியாக முடிந்துவிடக் கூடிய யுத்தம் இல்லை அது என்று எல்லோருக்குமே தெரிந்திருந்தது.

ஆனால் வீரர்களுக்கு ஒரே இரவில் ஜெருசலேமைப் பிடித்துவிடும் வெறியும் வேட்கையும் மட்டுமே இருந்தது. அதன் சாத்தியங்கள் பற்றிக்கூட அவர்கள் யோசிக்க விரும்பவில்லை. முஸ்லிம்கள் இந்த யுத்தத்தைச் சற்றும் எதிர்பார்க்கமாட்டார்கள் என்று அவர்கள் நம்பினார்கள். ஆகவே, எதிர்பாராத தாக்குதலில் நிலைகுலைந்து, ஜெருசலேம் வீழ்ந்துவிடும் என்று நினைத்தார்கள். ஒருவேளை தாங்கள் ஜெருசலேத்தைக் கைப்பற்றியபிறகு அவர்கள் சுதாரித்துக்கொண்டு மீண்டும் போருக்கு வந்தால், அப்போது பார்த்துக்கொள்ளலாம் என்பதே அவர்கள் யோசனையாக இருந்தது.

தவிரவும், யுத்தத்தை ஜெயிப்பது ஒன்றுதான் அவர்களது அப்போதைய குறிக்கோள். யுத்தத்தில் பங்கெடுப்பதன் மூலம் கிடைக்கக்கூடிய பொருளாதார லாபங்கள், சரித்திரத்தில் பெயர்

இடம்பெறப்போகிற பரவசம் போன்ற உபரிக் காரணங்கள் இதற்கானவை.

பீட்டர் என்கிற கிருத்தவப் பாதிரியார் இந்த முதல் சிலுவைப் போருக்குத் தலைமை தாங்கினார். கி.பி. 1096ல் மத்திய ஐரோப்பாவிலிருந்து பல சிறு படைகளாகப் புறப்பட்ட கிருத்தவர்கள், மாபெரும் படையாக ஜெருசலேத்தை நோக்கி முன்னேறத் தொடங்கினார்கள்.

வழியெங்கும் கண்ணில் தென்படும் யூதர்களையும் முஸ்லிம்களையும் வெட்டிக்கொண்டே முன்னேறினார்கள். முஸ்லிம்களின் வீடுகள், வர்த்தகத் தலங்கள், வழிபாட்டிடங்கள் சூறையாடப்பட்டன. அரசு அலுவலகங்களுக்குத் தீவைக்கப்பட்டன. என்ன நடக்கிறது என்பதே அரேபியர்களுக்கு முதலில் புரியவில்லை. மிகப்பெரிய யுத்த அபாயத்தைச் சமாளிக்கும் விதமான முன்னேற்பாடுகள் எதையும் சுல்தான் அப்போது செய்துவைத்திருக்கவில்லை.

கண்ணிமைக்கும் நேரத்தில் மாபெரும் இழப்பு ஏற்பட்டது. கொஞ்சம் சுதாரித்துக்கொண்ட கலீஃபா அல் முஸ்தசீர் பிலாஹ், முழுப்படையையும் உடனே திரட்ட முடியாவிட்டாலும் பகுதி பகுதியாக வீரர்களை யுத்தத்துக்கு அனுப்பத் தொடங்கினார். அவர் செய்த மிகப்பெரிய புத்திசாலித்தனமான காரியம், படையை ஒரே இடம் நோக்கி அனுப்பாமல், வடக்கிலிருந்து தெற்காக, பாலஸ்தீனை நோக்கிப் போகும் அனைத்து வழிகளுக்கும் படைகளைப் பிரித்து அனுப்பியதுதான். இதன்மூலம், சிலுவைப் போர் வீரர்கள் எந்த வழியே, எந்த இடத்தை நோக்கி வந்தாலும் ஜெருசலேத்தை நெருங்க முடியாமல் வழியிலேயே யுத்தத்தில் ஈடுபடவேண்டியிருக்கும்.

முஸ்லிம் வீரர்கள் அப்போது ஓரளவு கட்டுக்கோப்புடன் போரிடப் பயிற்சி பெற்றிருந்தார்கள். எதிரிப்படையை நிர்மூலமாக்குவதைக் காட்டிலும் தமது தரப்பில் இழப்புகள் குறைவாக இருக்கும்படி கவனமாகச் செயல்பட வியூகம் வகுத்தார்கள். அதாவது, கிருத்தவ வீரர்களைக் கொன்று வீழ்த்துவதைவிட, கூடியவரை அவர்களை வளைத்துப் பிடித்து நிராயுதபாணிகளாக்கி, கைது செய்யவே அவர்களுக்கு உத்தரவிடப்பட்டிருந்தது.

இந்த உத்தி நல்ல பலன் கொடுத்தது. கிருத்தவர்களின் மாபெரும் தளபதி என்று வருணிக்கப்பட்ட வீரர் ரெஜினால்ட் உள்பட ஒரு பெரும்படையை முஸ்லிம்கள் சரணடைய வைத்தார்கள். இப்படிச் சரணடைந்தவர்கள் உயிர்பிழைக்க, இஸ்லாத்தைத் தழுவவேண்டி வந்தது. *(அதாவது வலுக்கட்டாயமாக மதமாற்றம் செய்யப்பட்டார்கள்.)*

முக்கியத்தளபதி உள்ளிட்ட பெரும்படை சரணடைந்துவிட்டதால் சிலுவைப்போர் வீரர்கள் நிலைகுலைந்து போனார்கள். எதிர்பார்த்தபடி ஒரே நாளில் ஜெருசலேத்தை அடைந்து, கைப்பற்றும் கனவைத் துறந்து பெரும்பாலானோர் உயிர்பிழைக்கத் திரும்ப ஓடினார்கள்.

முதல் சிலுவைப்போர் இப்படியாகக் கிருத்தவர்களுக்குத் தோல்வியில் முடிந்தது. இதனால் ஆத்திரமும் அவமானமும் கொண்ட ஐரோப்பிய நாடுகள் இரண்டாவது முறையாக ஒரு ஜெர்மானிய திருச்சபைத் தலைவரின் தலைமையில் இன்னொரு பெரிய படையை ஜெருசலேத்தை நோக்கி அனுப்பின.

ஆனால் இந்தப் படையால் ஐரோப்பிய தேசமான ஹங்கேரியைக் கூடத் தாண்டமுடியவில்லை. குடி, கேளிக்கைகளில் ஆர்வம் கொண்ட இந்தப் படையின் இலக்கு கான்ஸ்டாண்டிநோபிள் மற்றும் ஜெருசலேம் என்று நிர்ணயிக்கப்பட்டிருந்தது. ஆனால் அவர்கள் பெல்கிரேடைக் கடக்கும் முன்னர், ஹங்கேரி மக்களாலேயே அடித்துக் கொல்லப்பட்டனர். புனிதமான கிருத்தவ மதத்துக்காக யுத்தம் செய்யக் கிளம்பி இத்தனை கீழ்த்தரமான கேளிக்கை நடவடிக்கைகளில் ஈடுபடுகிறார்களே என்று வெறுப்புற்ற பெல்கிரேட் நகர மக்களே அவர்களைத் தாக்கி அழிக்கத் தொடங்கினார்கள். *(இந்த சிலுவைப்போர் வீரர்களை புகழ்பெற்ற ஐரோப்பிய சரித்திர ஆசிரியர் கிப்பன், 'மூடர்கள், அநாகரிகமானவர்கள்' என்று வருணிக்கிறார்!)*

திருச்சபைகள் இதனால் கவலை கொண்டன. போப்பாண்டவர் வீரர்களுக்குக் கடுமையான எச்சரிக்கைகளை விடுத்தார். ஒழுக்கக் குறைவான செயல்களில் ஈடுபட்டு கிருத்தவத்துக்கு அவமானம் தேடித்தருபவர்கள் நிச்சயம் தண்டனைக்குள்ளாவார்கள் என்று எச்சரிக்கப்பட்டனர்.

இதன்பிறகே ஒரு தனிப்படை என்றில்லாமல் கூட்டு ராணுவமாக வீரர்களை அனுப்பலாம் என்று போப் முடிவு செய்தார்.

அதன்படி, பிரான்ஸ், இங்கிலாந்து, ஜெர்மனி, இத்தாலி தேசங்களிலிருந்து வீரர்கள் தேர்ந்தெடுக்கப்பட்டு, ஒரு சமுத்திரம் போல் அணிவகுப்பில் நிறுத்தப்பட்டார்கள். இந்த வீரர்கள் தாங்கள் முன்னேறும் வழியிலெல்லாம் முதலில் யூதர்கள் கண்ணில் படுகிறார்களா என்று தேடித்தேடிக் கொன்று குவிக்கத் தொடங்கினார்கள். ரைன், மோஸெல் நதிக்கரையோரங்களில் வசித்துக்கொண்டிருந்த பல்லாயிரக்கணக்கான யூதர்களை அவர்கள் ஈவிரக்கமின்றிக் கொன்று குவித்ததை சரித்திர நூல்கள் பக்கம் பக்கமாக வருணிக்கின்றன.

இதில் பரிதாபம் என்னவெனில், யூதர்கள் தம்மை முஸ்லிம்கள் தாக்குவார்களோ என்றுதான் அப்போது பயந்துகொண்டிருந்தார்களே தவிர கிருத்தவர்களிடமிருந்து அப்படியொரு தாக்குதலை அவர்கள் எதிர்பார்க்கவே இல்லை என்பதுதான்! நடப்பது கிருத்தவர்களுக்கும் முஸ்லிம்களுக்குமான யுத்தம். இதில் தங்களுக்கு எந்தச் சம்பந்தமும் இல்லை என்பதுதான் அப்போது யூதர்களின் நிலையாக இருந்தது. ஏனெனில், ஜெருசலேம் அவர்களுக்கும் புனித நகரமே என்றாலும் அப்போது அது முஸ்லிம்களின் ஆளுகைக்கு உட்பட்டிருந்தது. முஸ்லிம்களை எதிர்த்து, கிருத்தவர்கள் போலப் போரில் இறங்க யூதர்களிடம் பெரிய படைபலமெல்லாம் அப்போது இல்லை. அவர்கள் சந்தேகமில்லாமல் சிறுபான்மையினர். ஆகவே, எத்தரப்புக்கும் சார்பின்றி நடுநிலைமை காக்கலாம் என்றே யூதர்கள் முடிவு செய்திருந்தார்கள். (இந்த நடுநிலைமை காக்கிற விஷயத்தை யூதர்கள் தமது சரித்திரமெங்கும் பல தருணங்களில் செய்துவந்திருக்கிறார்கள்!)

ஆனால் மூன்றாவது முறையாகப் படையெடுத்து முன்னேறி வந்த கிருத்தவர்கள் முதலில் தாக்கியது யூதர்களைத்தான்.

கி.பி. 1097ல் ஐரோப்பிய மன்னர்களின் கூட்டமைப்பு ஒன்று அதிகாரபூர்வமாக உண்டானது. அரேபியர்களிடமிருந்து ஜெருசலேத்தை மீட்பது மட்டுமே இந்தக் கூட்டமைப்பின் செயல்திட்டம். முதல் முறையாக போப்பாண்டவரின் யோசனையாக அல்லாமல், மன்னர்கள் ஒன்றுகூடி இப்படியொரு ஏற்பாட்டைச்செய்தபோது கணிசமான(சுமார் ஏழரை லட்சம் பேர்) வீரர்களை - தொழில்முறை போர்ப்பயிற்சி பெற்ற வீரர்களைத் திரட்டி நிறுத்த முடிந்தது!

எந்த இடையூறும் இல்லாமல் இம்முறை எப்படியாவது ஜெருசலேத்தை அடைந்தே தீருவது என்கிற நோக்கமுடன் புறப்பட்ட இந்தப் படை முதல் முதலில் துருக்கியில் உள்ள ஆண்டியோக்கை *(Antioch)* முற்றுகையிட்டது. சரித்திரத்தில் பக்கம் பக்கமாகப் பேசப்படும் ஓர் அசுர முற்றுகை இது! சுமார் ஒன்பது மாத காலத்துக்கு மேலாகத் தொடர்ந்த முற்றுகையும் கூட.

ஒரு நகரை அல்லது கோட்டையை முற்றுகை இடுவதென்றால், உள்ளே இருப்பவர்கள் வெளியே செல்ல முடியாதவாறு தடுக்கப்பட்டுவிடுவதாகஅர்த்தம். அதாவது, முற்றுகையிடப்பட்ட பகுதியில், கைவசம் உணவுப் பொருட்கள் தீரும்வரை மட்டுமே அவர்கள் உள்ளே சுகமாக இருக்க முடியும். உணவு என்றில்லை. வேறு எந்தக் காரணத்துக்காகவாவது அவர்கள் வெளியே வரவேண்டுமென்றால், வெளியே காத்திருக்கும் படை அடித்து துவம்சம் செய்துவிட்டு உள்ளே புகுந்து கைவரிசை காட்டிவிடும்.

பொதுவாக பலம் குன்றிய பகுதிகள் மட்டுமே முற்றுகைக்கு இலக்காகும். பலம் பொருந்தியவர்கள் ஏன் கதவை மூடிக்கொண்டு உள்ளே இருக்கப்போகிறார்கள்? அவர்கள் எதிரிகள் வந்ததுமே தாமே முன்வந்து போரைத் தொடங்கிவிடுவார்கள் அல்லவா?

கிருத்தவ சிலுவைப் போர் வீரர்கள் ஆண்டியோக்கை முற்றுகையிட்டபோது, அங்கே சுமார் ஓராண்டுக்கான உணவுப்பொருள் சேகரம் இருந்தது. நகர மக்கள் பசியால் வாடவேண்டிய அபாயம் இல்லை என்றே நிர்வாகிகள் கருதினார்கள். ஆனால் கிருத்தவர்களை எதிர்த்துப் போரிட வீரர்கள்தான் அப்போது அங்கே பிரச்னையாக இருந்தது. ஆகவே, முற்றுகைக் காலத்தில் போர் வீரர்களை ஆயத்தப்படுத்தி, புதிய வீரர்களை உருவாக்கி, தயாரிக்கும் மாபெரும் பணி அவர்களுக்கு இருந்தது. அதைத்தான் அவர்கள் செய்துகொண்டிருந்தார்கள்.

ஆனால் சற்றும் எதிர்பாராவிதமாக, போரிட வந்த கிருத்தவ அணியினரின் உணவுப்பொருட்கள் தீர்ந்துவிட்டன. ஆகவே பெரும் சிக்கல் ஏற்பட்டது. புகழ்பெற்ற சரித்திர ஆசிரியர் மில் *(John Stuart Mill)* இதனை வருணிக்கும்போது, 'கிருத்தவ வீரர்கள் உணவின்றி, தமக்குள் தாமே ஒருவரையொருவர் கொன்று பிணத்தைப் புசிக்கும் நிலைக்குத் தள்ளப்பட்டார்கள்' என்று எழுதுகிறார். (இறந்த உடல்களைப் புதைப்பதான பாவனையில் ரகசிய இடங்களுக்குக் கொண்டுபோய் அங்கே பசி தாங்காமல்

அதனைத் தின்றார்கள் என்று வேறு சில சரித்திர ஆசிரியர்களும் எழுதியிருக்கிறார்கள்.)

இத்தனைக்குப் பிறகும் ஆண்டியோக் கோட்டையின் படைத்தலைவனாக இருந்த ஃபிரஸ் (*Firuz*) என்பவன் கிருத்தவ தளபதிகளிடம் பணம் பெற்றுக்கொண்டு கோட்டைக் கதவுகளை கட்டக்கடைசி நிமிடத்தில் திறந்துவிட்டு விட்டபடியால், கோட்டை கிருத்தவர்களின் வசமாகிப் போனது. 'மிகப்பெரிய துரோகம்' என்று இஸ்லாமிய சரித்திர ஆசிரியர்கள் இன்றளவும் வருணிக்கும் இச்சம்பவம் நடைபெற்றதைத் தொடர்ந்து கோட்டைக்குள் இருந்த பல்லாயிரக்கணக்கான முஸ்லிம்களைக் கிருத்தவர்கள் கண்மண் தெரியாமல் வெட்டி வீழ்த்தினார்கள். வெற்றிக்களிப்புடன்எக்காளமிட்டபடி ஜெருசலேத்தைஅடைந்து, எதிர்ப்பட்ட அத்தனை பேரையும் கொன்று வீழ்த்தியபடியே முன்னேறிச் சென்றார்கள்.

ஜெருசலேத்தின் வீதிகள் அனைத்தும் உடல்களால் நிறைந்தன. பிணம் தின்னும் பறவைகள் ஏராளமாக வானில் வட்டமிட்டபடி இருந்தன. எங்கு பார்த்தாலும் அழுகுரல்கள், அவல ஓலங்கள். இடிந்த கட்டடங்களின் இடைவெளிகளில் பெரும்புகை எழுந்து வானை நிரப்பியது. தீவைக்கப்பட்ட வழிபாட்டுத் தலங்கள், கல்வித் தலங்களிலிருந்து எழுந்த புகை அது.

அந்தச் சம்பவத்தின்போது மட்டும் எழுபதாயிரம் ஜெருசலேம்வாசிகள் கிருத்தவர்களால் கொல்லப்பட்டதாக மிஷாட் (*Nafed Khaled Mishad*) என்கிற சரித்திர ஆசிரியர் எழுதுகிறார். (இவர்களுள் ஜெருசலேம் நகரத்துக் கிருத்தவர்களும் அடங்குவார்களா என்று தெரியவில்லை. கண்மூடித்தனமான தாக்குதலின் போது 'இவன் கிருத்தவன், இவன் முஸ்லிம்' என்று பார்த்துப் பார்த்துக் கொலை செய்திருக்க முடியும் என்று தோன்றவில்லை.) சம்பவத்தை நேரில் பார்த்த சாட்சி ஒருவரின் கூற்றை மேற்கோளாகக் கொண்டு எழுதும் மிஷாட், 'கொல்லப்பட்டவர்களின் ரத்தம் உமர் மசூதியின் நுழைவு மண்டபத்தில் முழங்கால் ஆழத்தில் - குதிரைக் கடிவாளத்தை எட்டி நின்றது' என்றும் குறிப்பிடுகிறார்.

முழங்கால் ஆழத்துக்கு ரத்தக் குளம்! நினைத்துப் பார்க்கக் கூட முடியாத அப்படியொரு குரூர யுத்தத்தின் இறுதியில் ஜெருசலேம், சிலுவைப் போர் வீரர்களின் வசமானது.

26

ஜெருசலேம் நகரம் கிருத்தவர்களின் வசமாகிவிட்டது என்கிற தகவல் அறிந்ததும் கலீஃபாவின் உடனடிச் செயல் என்னவாக இருந்திருக்கும் என்று ஒரு கணம் யோசித்துப் பாருங்கள்.

அதாவது, முஸ்லிம் வீரர்களுக்கு அந்த யுத்தத்தில் மிகப்பெரிய தோல்வி கிட்டியிருக்கிறது. இஸ்லாத்தின் இரண்டாவது கலீஃபாவான உமர் காலத்தில் முஸ்லிம்கள் வசமான ஜெருசலேம் நகரம். மூன்று மதங்களைச் சேர்ந்த மக்களும் அங்கே சண்டை, சச்சரவின்றி ஒற்றுமையாக வாழ வழிசெய்தவர் அவர். சரித்திரம் உள்ளவரை அவரது காலமும் அந்த வெற்றியும், வெற்றிக்குப் பிறகு அவர் மேற்கொண்ட மத நல்லிணக்க முயற்சிகளும் ஓயாமல் நினைவுகூரப்பட்டுக்கொண்டிருந்த சமயம் வேறு. பின்னால் வந்த ஆட்சியாளர்களின் செயல்திறன் குறைவுதான் இந்த மாபெரும் தோல்விக்குக் காரணம் என்று பள்ளிக்கூட சரித்திர ஆசிரியர்கள் இனி போதிக்க ஆரம்பித்துவிடுவார்கள். அதுகூட இரண்டாம்பட்சம். மத்திய ஆசியாவெங்கும் கலீஃபாக்களின் ஆட்சி என்று பெருமையுடன் இனி சொல்லிக்கொள்ள முடியாது. இன்றைக்குக் கிருத்தவர்கள் கை மேலோங்கியிருக்கிறது. நாளை யூதர்களின் கரங்கள் மேலோங்கலாம். வேறு யாராவது அந்நியர்களும் படையெடுக்கலாம். உடனடியாக ஏதாவது செய்தாலொழிய இதிலிருந்து மீட்சி கிடையாது.

அப்படிப்பட்ட நெருக்கடியான நிலை. என்ன செய்திருப்பார் அப்போதைய கலீஃபா?

நம்பமாட்டீர்கள்! உட்கார்ந்து ஓவென்று அழுதாராம். தமது கையாலாகாத்தனத்தை நினைத்து அவர் அழுததை அத்தனை சரித்திர ஆராய்ச்சியாளர்களும் தவறாமல் குறிப்பிடுகிறார்கள்.

போதாக்குறைக்கு கலீஃபா முஸ்தஸீருக்கு அவரது மெய்க்காப்பாளரான பல்கியா-ருக்-தாஜுத் என்பவருடன் அப்போது ஒரு பெரும் பிணக்கு வேறு ஏற்பட்டிருந்தது. மெய்க்காப்பாளரான அந்த பல்கியாருக் தான் அப்போது அவரது ராணுவ மந்திரியும் கூட.

எதிரிகளின் அட்டகாசம் ஒருபுறம் இருக்க, சுல்தானுக்கு அவரது மெய்க்காப்பாளராலேயே ஏதாவது ஆபத்து ஏற்பட்டாலும் வியப்பதற்கில்லை என்பது போன்ற சூழ்நிலை.

ஆனால் சுயபுத்தி இல்லாத கலீஃபா, தங்களுக்கிடையிலான சொந்தச் சண்டையை ஒதுக்கிவைத்துவிட்டு (இந்தச் சண்டை, சில கிராமங்களில் வரியாக வசூலிக்கப்பட்ட பணத்தைப் பங்குபிரிப்பதில் ஏற்பட்டது என்று ஒருகருத்து இருக்கிறது. ஆனால் உறுதிசெய்யப்பட்ட தகவல் அல்ல.) பொது எதிரியை ஒழிக்க ஏதாவது யோசனை சொல்லுமாறு பல்கியாருக்கிடம் கேட்டார்.

தனக்குக் கூடுதல் அதிகாரங்கள், சில குறிப்பிட்ட பகுதிகளில் தனியாட்சி செய்யும் உரிமை போன்றவை கிடைத்தால் ஏதாவது யோசனை தர இயலும் என்று அந்த ராணுவ அமைச்சர் தெரிவித்ததாகத் தெரிகிறது.

மிக உயர்ந்த அதிகாரபீடத்திலேயே இத்தகையதொரு அவல நிலை என்னும்போது அன்றைய இஸ்லாமிய சாம்ராஜ்ஜியத்தின் ஒட்டுமொத்த நிர்வாகம் எப்படி இருந்திருக்கும் என்று யோசித்துப் பார்க்கலாம். ஒவ்வொரு மாநிலப்பகுதியின் ஆட்சியாளரும் தமது ஆளுகைக்கு உட்பட்ட இடத்துக்குத் தாங்களே சக்கரவர்த்தியாக வேண்டும் என்கிற கனவை வளர்த்துக்கொண்டிருந்தார்கள். ஒவ்வொரு கிராம அதிகாரியும் தமது கிராமத்தில் வசூலிக்கப்படும் வரிகளைத் தமது உபரி வருமானமாகக் கருதத்தொடங்கியிருந்தார்கள். ஊழல், எல்லா மட்டங்களிலும் பரவி வேரூன்றியிருந்தது. ஆட்சியாளர்களே ராணுவ வீரர்களைத் தனியார் ராணுவம் போல் வாடகைக்குப் பயன்படுத்தவேண்டிய சூழ்நிலை இருந்தது. கேட்ட பணம் கிடைக்காவிட்டால் ராணுவ வீரர்கள் எதிரிப்படைக்கு விசுவாசமாக நடந்துகொண்டுவிடுவார்கள்.

இப்படியொரு அவலக் காலத்தில்தான், முஸ்லிம்களின் இழந்த செல்வாக்கை மீட்கும் வேட்கையுடன் முஹம்மது என்பவர் புதிய சுல்தானாகப் பதவியேற்றார். இவர் பல்கியாருக்கின் சகோதரர். தமது அண்ணனைப் போலவோ, அவரது காலத்துக் கலீஃபாவான முஸ்தஸீரைப் போலவோ இல்லாமல் கொஞ்சம் வீரமும் விவேகமும் கொண்டவராக இருந்தவர்.

ஜெருசலேத்தை மீட்பதென்றால், முதலில் ராணுவத்தையும் ஆட்சிமுறையையும் ஒழுங்குபடுத்தியாகவேண்டும் என்பதை அறிந்தவராக, அந்தப் பணிகளில் கவனம் செலுத்தத் தொடங்கினார். ஊழல் அதிகாரிகளை ஒழித்துக்கட்டி, ஒவ்வொரு பிராந்தியத்திலும் உருப்படியான ஆட்சியாளர்களை நியமித்தார். ராணுவத்தில் ஏராளமாகக் களையெடுத்து, தேசமெங்கிலுமிருந்து, நாட்டுப்பற்று மிக்க இளைஞர்களைத் தேடித்தேடிச் சேர்க்கத் தொடங்கினார்.

இவர் இத்தகைய சீர்திருத்த நடவடிக்கைகளை ஒருபுறம் மேற்கொண்டிருந்தபோது, இன்னொருபுறம் ஜெருசலேத்தைக் கைப்பற்றிய சிலுவைப் போர் வீரர்கள், வெற்றிக்களிப்பில் திரிபோலி, டைர் *(Tyre)*, சிடான் *(Sidon)* போன்ற சில முக்கியமான இஸ்லாமியக் கோட்டைகளைத் தாக்கி வீழ்த்தியிருந்தார்கள்.

கிருத்தவ வீரர்கள் வரலாம் என்று எதிர்பார்க்கப்பட்ட இடங்களில் இருந்த முஸ்லிம்கள் எல்லோரும் பாதுகாப்பாக வேறு நகரங்களுக்கு, மாநிலங்களுக்கு இடம்பெயர்ந்து போய்விட்டிருந்த நிலையில் கோட்டைகளை வெற்றி கொண்ட கிருத்தவர்களுக்கு அங்கே கொன்று களிக்க யூதர்களே கிடைத்தார்கள். பாதுகாப்பற்ற நிலையில் இருந்த யூதர்கள் ஒவ்வொரு இடத்திலும் இருந்த தங்கள் திருச்சபைகளிலும் தேவாலயங்களிலும் புகுந்து கதவை உள்ளுக்குள் பூட்டிக்கொண்டு உயிரைக் கையில் பிடித்தபடி தவித்துக்கொண்டிருந்தார்கள்.

யூதர்கள் அஞ்சி நடுங்கிக்கொண்டிருக்கிறார்கள் என்பது தெரிந்தமாத்திரத்திலேயே கிருத்தவர்களின் ரத்தவெறி அடக்கமாட்டாமல் மேலேறித் திமிறியது. யூதர்களின் அனைத்து தேவாலயங்களையும் உடைத்துக்கொண்டு உள்ளே புகுந்தவர்கள், அங்கிருந்த ஆண்கள், பெண்கள், குழந்தைகள் ஒவ்வொருவரையும் துண்டு துண்டாக வெட்டிக் குவித்தார்கள். அப்படியும் வெறி

அடங்காமல் பிணங்களை அந்தந்த தேவாலயங்களின் உள்ளேயே குவித்து வெளியே வந்து ஆலயங்களுக்குத் தீவைத்துக் கொளுத்தினார்கள்.

இந்தப் பேயாட்டத்துக்குப் பிறகு அந்தந்தப் பகுதிகளில் ஆட்சியதிகாரத்தில் அமர்ந்த சிலுவைப்போர் வீரர்கள், கிருத்தவர்கள் அல்லாத அத்தனை மக்களும் நிரந்தரமாகச் சங்கிலியால் கரங்கள் பிணைக்கப்பட்ட நிலையில்தான் வலம் வரவேண்டும் என்றொரு உத்தரவைப் பிறப்பித்தார்கள். அதாவது கிருத்தவர் அல்லாத அத்தனை பேருமே கைதிகள்தாம். சிறைக்கூடங்களுக்கு பதில் அவர்கள் நாட்டில் - வீட்டில்கூட வசிக்க முடியும்; ஆனால் சங்கிலியால் கரங்களும் காலும் சேர்த்துப் பிணைக்கப்பட்டிருக்கும்! அப்படியேதான் உத்தியோகத்துக்கும் போகமுடியும். சம்பாதிக்கலாம், செலவு செய்யலாம், ஊர் சுற்றலாம். சங்கிலியை மட்டும் கழற்றக் கூடாது!

நீதிமன்றங்கள் இழுத்து மூடப்பட்டன. மாறாக மரத்தடி கட்டைப் பஞ்சாயத்துகள் செல்வாக்குப் பெறலாயின.

ஒருவரியில் சொல்லுவதென்றால், அதுவரை திம்மிகளாக இருந்த கிருத்தவர்கள் அப்போது மற்றவர்களை அம்மிகளில் வைத்து அறைக்கத் தொடங்கியிருந்தார்கள்.

ஒரு வழியாக 1103ல்தான் சுல்தான் முஹம்மத், சிலுவைப்போர் வீரர்களை இனி தாக்கலாம் என்கிற முடிவுக்கு வந்தார். மரிதின்,சஞ்சார், திமஷ்க், மோஸுல் ஆகிய நான்கு மாநிலங்களிலிருந்து ராணுவ வீரர்கள் வரவழைக்கப்பட்டு அணிவகுக்கச் செய்யப்பட்டனர்.

யுத்தத்தின் நோக்கம் இரு கட்டங்களாகப் பிரிக்கப்பட்டது. படை முதலில் நேராக பாலஸ்தீனை நோக்கி முன்னேறவேண்டும். அரை வட்ட வடிவில் வடக்கிலிருந்து தெற்காக முன்னேறத் தொடங்கவேண்டும். பாலஸ்தீன் நிலப்பரப்பைக் கொஞ்சம் கொஞ்சமாக கிருத்தவர்களின் கரங்களிலிருந்து விடுவிக்க வேண்டும். ஓரளவு இதில் வெற்றி கிடைத்ததும், இன்னொரு படை புறப்பட்டு நேரடியாக ஜெருசலேத்தை நோக்கி வரும். ஜெருசலேத்தை அந்தப் படை அடைந்ததும் வடக்கிலிருந்து

(அதாவது சிரியாவிலிருந்து) முன்னேறி வரும் படையும் உடன் வந்து இணைந்துகொண்டு முழு வட்டமாக ஜெருசலேத்தை சுற்றி முற்றுகையிட வேண்டும். ஒரு முழு நீள யுத்தம் நடத்தி மீட்டுவிடவேண்டும்.

சுல்தான் முஹம்மதின் இந்தப் போர்த்திட்டம் துளியும் சிதறாமல் அப்படியே காப்பாற்றப்பட்டது!

ஆக்ரோஷமுடன் பாலஸ்தீனை அடைந்த முதல் படை அங்கிருந்த கிருத்தவப் படையினரை முதலில் டைபீரியாஸ் என்கிற இடத்தில் நடந்த யுத்தத்தில் ஓட ஓட விரட்டித் தோற்கடித்தார்கள். ஆனால் அடுத்தப்படை ஜெருசலேத்தை வந்தடைவதற்குள் ஏராளமான தடைகள்உருவாயின. சிறுசிறுயுத்தங்களைஅவர்கள்வழியெங்கும் செய்தாகவேண்டியிருந்தது. பல இடங்களில் மாதக்கணக்கில் முற்றுகையிட்டே முன்னேற வேண்டியிருந்தது.

ஆறு வருடங்களுக்குப் பிறகுதான் திட்டமிட்டபடி ஜெருசலேத்தை முஸ்லிம் படைகள் நெருங்க முடிந்தன. (கி.பி. 1109ம் ஆண்டு) பலாத் என்ற இடத்தில் இப்போது யுத்தம் நடந்தது.

முஸ்லிம்களும் கிருத்தவர்களும். மோதலும் சாதலும். கத்தியும் ரத்தமும். ஆனால், கொஞ்சநஞ்சமல்ல. யுத்த நெறிமுறைகள் அனைத்தும் காற்றில் பறக்கவிடப்பட்டு ஒருமாதிரி காட்டுமிராண்டி யுத்தத்தைத்தான் கிருத்தவ வீரர்கள் மேற்கொண்டார்கள் என்று பல கிருத்தவ சரித்திர ஆசிரியர்களே எழுதியிருக்கிறார்கள். மிகக் கோரமான யுத்தத்தின் முடிவில் கிருத்தவர்கள் தோற்கடிக்கப்பட்டார்கள்.

ஆனாலும் ஒருவழியாக ஜெருசலேத்தை மீட்டுவிட்டோம் என்று முஸ்லிம்கள் சந்தோஷப்பட முடியவில்லை.

காரணம், முன்பே பார்த்தது போல், சிலுவைப்போர்கள் என்பவை, ஒரு குறிப்பிட்ட படையினரால் மட்டும் மேற்கொள்ளப்பட்டவை அல்ல. மாறாக, ஒட்டுமொத்தஐரோப்பாவும்அதைஒருநீண்டகாலத் திட்டமாகக் கருதி, தொடர்ந்து தேவைக்கேற்ப வீரர்களை அனுப்பிக்கொண்டே இருந்தது. கிருத்தவ வீரர்களின் எண்ணிக்கை குறையக்குறைய புதிய வீரர்கள் வந்துகொண்டே இருப்பார்கள். அவர்களுக்கான பண உதவிகள், உணவுப்பொருள் உதவிகள்

யாவும் ஐரோப்பாவின் பல்வேறு தேசங்களிலிருந்து தொடர்ந்து வந்துகொண்டே இருக்கும். ஒரு தொடர் நடவடிக்கையாக மட்டுமே ஐரோப்பிய தேசங்கள் சிலுவைப்போர்களை நடத்தின.

ஆகவே, ஜெருசலேத்தை முஸ்லிம்கள் மீண்டும் ஜெயித்து விட்டார்கள் என்பது தெரிந்ததுமே ஐரோப்பாவிலிருந்து அலையலையாக சிலுவைப்போர் வீரர்கள் புறப்பட்டு வர ஆரம்பித்துவிட்டார்கள். இம்முறை அவர்கள் ஜெருசலேம் என்று மட்டும் பாராமல், வரும் வழியெங்கும் கையகப்படுத்தும் முயற்சியை மேற்கொண்டார்கள். அதாவது கிருத்தவப் படை முன்னேறும் வழியெல்லாமே கிருத்தவர்களின் ஆளுகைக்கு உட்பட்டது என்பது போல! யாராவது தாக்குதலுக்குத் தயாராக நின்றால், அந்தக் கணம் எதிரே இருக்கும் படையினர் போரிட்டுக்கொண்டிருக்க மாட்டார்கள். மாறாக, பின்னால் வரும் அடுத்த அணி சிலுவைப்போர் வீரர்களுக்கு அந்தப் பணியைக் கொடுத்துவிட்டு இவர்கள் வேறு வழியே வேகமாக முன்னேறத் தொடங்கிவிடுவார்கள்.

கிருத்தவ வீரர்களிடையே அப்போது சரியான ஒருங்கிணைப்பு இருந்தது. தவிர, தங்களுக்குப் பின்னால் பெரிய பெரிய நாடுகள் ஆதரவாக இருக்கின்றன என்கிற மானசீக பலம் அவர்களுக்கு இருந்தது. ஆகவே, இஸ்லாமிய சாம்ராஜ்ஜியத்தை வேருடன் அழித்து, மாபெரும் கிருத்தவ சாம்ராஜ்ஜியத்தை - ஜெருசலேத்தை தலைநகராகக் கொண்டு - மத்தியக் கிழக்கில் நிறுவி விடுவது என்கிற பெருங்கனவுடன் அவர்கள் பாய்ந்துகொண்டிருந்தார்கள்.

துரதிருஷ்டவசமாக அப்போதுதான் சுல்தான் முஹம்மது காலமாகி, அடுத்தபடியாகப் பதவியேற்ற முஸ்தகீர் என்பவரும் ஒரே ஆண்டில் மரணமடைந்திருந்தார்.

முஸ்லிம்களிடையே ஒற்றுமை என்கிற முஹம்மதின் திட்டமும் அவர்களுடன் சேர்ந்து காலமானதுதான் இதில் பெரும் சோகம்.

27

பாலஸ்தீன் என்னும் பெருநிலப்பரப்பின் மிக முக்கிய அடையாளமான ஜெருசலேம் என்கிற நகரைக் கைப்பற்றுவது என்னும் நோக்கமுடன் தொடங்கப்பட்டது, சிலுவைப்போர்கள். உண்மையில் நிலத்தைக் கைப்பற்றுவதல்ல இப்போர்களின் நோக்கம். அது மட்டுமே என்றால் வழக்கமான நாடு பிடிக்கும் யுத்தங்களுள் ஒன்றாக இதுவும் கருதப்பட்டிருக்கும். மாறாக, இஸ்லாத்தின் பரவலைத் தடுத்து, மத்திய ஆசியாவில் கிருத்தவ சாம்ராஜ்ஜியம் ஒன்றை நிறுவுவதன் மூலம் நிரந்தரமாக கிருத்தவர்களுக்கும் இஸ்லாமியர்களுக்கும் இடையில் ஓர் இரும்புத்திரை எழுப்புவதே சிலுவைப்போர்களின் ஆதார நோக்கமாக இருந்திருக்கிறது.

கிருத்தவம் எத்தனையோ வழிகளில் பரவிக்கொண்டிருந்தது. பிரசாரம் அவற்றுள் ஒன்று. மக்கள் இயல்பான உணர்ச்சிப் பெருக்கால்கிருத்தவத்துக்குமாறிக்கொண்டிருந்ததுஇன்னொன்று. நாடுகளை வெற்றி கொள்வதன் மூலம் மதத்தைப் பரவலாக்குவது செயல்திட்டத்தின் மூன்றாவது அம்சம் தான்.

ஆயினும் ஜெருசலேம் விஷயத்தில் ஐரோப்பிய சிலுவைப் போர் வீரர்கள் நடந்துகொண்டவிதம் பற்றி சரித்திரம் அத்தனை நல்லவிதமாகக் குறிப்பிடுவதில்லை. யுத்த நெறிமுறைகளை அவர்கள்காற்றில்பறக்கவிட்டார்கள்என்பதுமிகமேலோட்டமான ஒரு குற்றச்சாட்டு. வெற்றி கொள்ளும் பகுதிகளில் இருந்த மாற்று மதத்தவர்களை அவர்கள் காட்டுமிராண்டிகள் போல் வெட்டிச் சாய்த்ததுதான் இன்றளவும் சிலுவைப்போர்களின் முதல் அடையாளமாகச் சொல்லப்பட்டுவருகிறது.

மிஷாட் என்கிற சரித்திர ஆசிரியர், விட்டால் உலகிலுள்ள அத்தனை முஸ்லிம் மற்றும் யூத மதத்தவர்களையும் கொன்று

புதைத்துவிட்டு, அவர்களைப் புதைத்த இடங்களிலெல்லாம் தேவாலயங்களை எழுப்பி அடையாளத்தை மறைத்துவிடும் வெறியில் அவர்கள் இருந்தார்கள் என்று சற்று மிகைபடவே இதனைச் சித்திரிக்கிறார். அத்தனை மோசமாக மற்ற ஆசிரியர்கள் சொல்லாவிட்டாலும் அட்டூழியங்களைப் பற்றிக் கணக்கு வழக்கில்லாத புள்ளிவிவரங்கள் கிடைக்கவே செய்கின்றன.

அப்போது மத்திய ஆசியாவில் ஆட்சிப்பொறுப்பில் இருந்த கலீஃபாக்களின் திறமைக் குறைவும் இதற்கு ஓரெல்லை வரை காரணம். இதனை ஏற்கெனவே பார்த்திருக்கிறோம்.

முந்தைய நூற்றாண்டுகளில் எத்தனைக்கெத்தனை முஸ்லிம்களின் ஆட்சி வலு ஏறிக்கொண்டே இருந்ததோ, அத்தனைக்கத்தனை பத்தாம் நூற்றாண்டுக்குப் பிறகு பலமிழந்துகொண்டிருந்தார்கள். வாரிசு அரசியல் இதன் முக்கியக் காரணம். சுல்தானுக்குப் பிறகு அவர் மகன் என்கிற ஏற்பாடு ரேஷன் கார்டுக்குப் பொருந்தலாமே தவிர மாபெரும் சாம்ராஜ்ஜிய நிர்வாகத்துக்கு எப்போதும் உகந்ததல்ல. சுல்தான் திறமைசாலியாக இருந்தால் அவரது மகனும் அப்படியே இருப்பார் என்று கூறுவதற்கில்லை அல்லவா? தவிரவும் நெருக்கடி மிக்க நேரங்களில் இத்தகைய ஏற்பாடு மிகுந்த அபத்தம் விளைவிப்பதாக மாறிவிடுவதையும் தவிர்க்க முடியாது.

இன்னொரு காரணம், சுயநலம். சொந்த தேசத்திலிருந்தே எத்தனை கொள்ளை அடிக்க முடியும் என்று ஆட்சியாளர்கள் கணக்கிட்டுப் பார்த்துக்கொண்டிருந்தது. வசூலிக்கப்படும் வரிகளைச் சில தனி நபர்களே பெரும்பாலும் பங்குபோட்டுக்கொள்ளும் வழக்கம் அன்றைய மத்திய ஆசியா முழுவதும் பரவலாக இருந்துவந்தது. இதனால் ராணுவம் போன்ற முக்கியத் துறைகளுக்கு உரிய பலம் சேர்ப்பதற்கான பணம் போய்ச் சேராமலேயே போய்விட்டது.

சுல்தான்களைச் சுற்றி இருந்த காக்கைக்கூட்டம் மூன்றாவது முக்கியக் காரணம். இவர்கள் பெரும்பாலும் அமைச்சர்களாகவோ, பிராந்திய கவர்னர்களாகவோ, முக்கியத் தளபதிகளாகவோ இருந்தார்கள். பெரும்பாலும் சுல்தானை தலைநகரிலிருந்து கிளப்பி எங்காவது கோடை வாசஸ்தலத்துக்கோ, குளிர்வாசஸ்தலங்களுக்கோ அழைத்துப்போய் நிரந்தர போதையில் ஆழ்த்தி வைத்திருப்பார்கள். கச்சேரி, மது, கேளிக்கை என்று வாழ்க்கையை உல்லாசமாக அனுபவித்துக்கொண்டிருந்த

சுல்தான்களுக்கு யுத்தம் என்று வரும்போது இயல்பாக அச்சம் ஏற்பட்டு, வேறு யாரிடமாவது சிந்திக்கும் பொறுப்பைக் கொடுத்துவிடுவார்.

போதாது?

சாம்ராஜ்ஜியம் அழியத் தொடங்கியது இதனால்தான். ஜெருசலேத்தைக் கைப்பற்றிய சிலுவைப்போர் வீரர்களை அடக்கி, அதன் ஆட்சியை மீண்டும் இஸ்லாமிய சாம்ராஜ்ஜியத்தின்கீழ் கொண்டுவர, முஹம்மத் என்கிற ஒரு சுல்தான் கிடைத்தார் என்றால், அந்த வெற்றிக்கு வயது அவரது ஆயுட்காலம் வரை மட்டுமேதான். முஹம்மதின் மரணத்துக்குப் பிறகு மீண்டும் பழைய குருடி கதவைத் திறந்துவைத்து கிருத்தவர்களுக்கே ஜெருசலேத்தை வழங்கினாள்.

சிலுவைப்போராளிகளிடம் ஒரு திட்டம் இருந்தது. நகரம் தங்கள் வசம் இருக்கும் காலத்தில் கூடியவரை இஸ்லாமிய மற்றும் யூத அடையாளச் சின்னங்களை அழித்து ஒழித்துவிடுவது. வழிபாடு நடக்கிறதோ இல்லையோ, ஜெருசலேம் எங்கும் கிருத்தவ தேவாலயங்களை எழுப்பி நிறுத்திவிடுவது. காலத்தின் ஓட்டத்தில் நடந்தவையெல்லாம் மறந்துபோகக் கூடும். சாட்சிகளாக நிற்கும் தேவாலயங்கள் காலம் கடந்து நிற்கும். ஜெருசலேம், கிருத்தவர்களின் பூமிதான் என்பதை அவையே எடுத்துச்சொல்லும். தேவாலயங்களின் அடியில் புதைந்த உயிர்களும் பிற மதங்களின் அடையாளச் சின்னங்களும் கூட அதற்கே மௌன சாட்சியாக வேண்டிய அவசியம் உண்டாகும்.

இந்தச் செயல்திட்டத்தின்படி அவர்கள் இயங்கினார்கள். ஒட்டுமொத்த ஐரோப்பாவும் திரண்டெழுந்து அவர்களுக்குப் பண உதவி செய்தது. எல்லாவற்றுக்கும் மேலாக போப்பாண்டவரின் ஆசீர்வாதம். வேறென்ன வேண்டும்? எப்படியும் ஒரு ஐம்பதாண்டு காலத்துக்குள் ஜெருசலேத்தை மையமாக வைத்து ஒரு பெரிய கிருத்தவ சாம்ராஜ்ஜியத்தைக் கட்டி எழுப்பிவிடமுடியும் என்றே அவர்கள் நினைத்தார்கள். கி.பி. 1173 வரை இது தொடர்ந்தது.

அந்த வருடம் கலீஃபாவாக இருந்த நூருத்தின் மஹ்மூத் என்பவர் இறந்துபோனார். வழக்கப்படி அவரது வாரிசான மலீக்ஷா என்கிற

சிறுவன் இஸ்லாமிய சாம்ராஜ்ஜியத்தின் சக்கரவர்த்தியாக ஆக்கப்பட்டான். சிறுவன் என்று சொல்வது கொஞ்சம் அதிகப்படி. சிறுவனுக்கும் இளைஞனுக்கும் இடைப்பட்டதொரு பொடியன் என்றுவைத்துக்கொள்ளலாம். வயதோ, அனுபவமோ ஏதுமற்றவன். குமுஷ்டஜின் *(Gumushtagein)* என்றொரு குறுநில மன்னன், இவனுக்கு வழிகாட்டியாக உடனிருந்தான். குறுநிலத்துக்கு அவன் மன்னனே ஒழிய, சாம்ராஜ்ஜியத்துக்கு தளபதி மாதிரி.

இளைஞனான கலீஃபாவை எப்போது ஒழித்துக்கட்டி, தான் சக்கரவர்த்தியாவது என்கிற கனவுடன் அதற்கான செயல்திட்டங்களைத் தீட்டிக்கொண்டிருந்தவர் அவர்.

அந்தச் சமயம் கலீஃபாவின் பிரதிநிதியாக எகிப்தை ஆண்டுகொண்டிருந்தவர் பெயர் சலாவுதீன். சரித்திரத்தில் எப்போதாவது உதிக்கும் சில நல்ல ஆத்மாக்களுள் ஒருவர். ஐயோ சாம்ராஜ்ஜியம் இப்படி நாசமாகிறதே என்கிற கவலை கொண்டவர். மத்திய அரசுக்கு விசுவாசமானவர். ஒரு முயற்சி செய்து பார்க்கலாம், தலைநகருக்குப் போய் கலீஃபாவைச் சந்தித்து நிலவரத்தை எடுத்துச் சொல்லி கிருத்தவர்களுக்கு எதிரான யுத்தத்தை முடுக்கிவிடலாம் என்று நினைத்தார்.

சலாவுதீன் சுல்தானைச் சந்தித்துவிட்டால் தன்னுடைய அரிசி, பருப்புகள் வேகாமல் போய்விடுமே என்று அஞ்சிய குமுஷ்டஜின், அவர் புறப்பட்டு வரும் செய்தி கிடைத்ததும் சுல்தானைக் கிளப்பிக்கொண்டு வேறொரு இடத்துக்குப் போய்விட்டார். சலாவுதீன் விடாமல் சுல்தான் எங்கெல்லாம் அழைத்துப் போகப்படுகிறாரோ, அங்கெல்லாம் பயணம் மேற்கொண்டார்.

ஒரு கட்டத்தில் குமுஷ்டஜின்னுக்கு எதிராக யுத்தம் செய்யவும் தயாராகி, வெறுப்பில் தனியொரு மன்னனாகவே தாம் முடிசூட்டிக்கொண்டுவிடலாமா என்று யோசிக்கிற அளவுக்கே போனார் சலாவுதீன்.

இதற்கொருகாரணம்கூட இருந்தது. இந்தசலாவுதீன்ஒருபெரியவீரர். கலீஃபாவின் பிரதிநிதியாக எகிப்தை ஆண்டுகொண்டிருந்தவர் என்றபோதும், தமது சுயபலத்தால் லிபியாவின் ஒரு பகுதி, ஏமன், ஹிஹாஸ் போன்ற இடங்களை கிருத்தவர்களிடமிருந்து வென்று இஸ்லாமிய சாம்ராஜ்ஜியத்தில் இணைத்திருந்தவர் அவர்.

பலவீனமான நான்கைந்து பகுதிகளை வெற்றி கொள்ள முடிந்த தன்னால், கவனம் குவித்தால் பலம் பொருந்திய ஜெருசலேத்தையும் வெல்ல முடியும் என்று நினைத்தார். ஜெருசலேம் கிருத்தவர்கள் பிடியில் இருந்தது அவருக்குச் சகிக்க முடியாததாக இருந்தது.

ஒரு மரியாதை கருதியே அவர் இதற்காக சக்கரவர்த்தியின் உத்தரவு கேட்டுப் போயிருந்தார்.

ஆனால் சக்கரவர்த்தி, இன்னொருவரின் கைப்பாவையாக இருந்ததால் வேறு வழியின்றி யுத்தத்துக்குத் தயாராகவேண்டியிருக்கும் என்று அறிவித்தார்.

நல்லவேளையாக அப்படியொரு யுத்தம் ஏற்படவில்லை. பயந்துபோன கலீஃபா, உடனடியாக சலாவுதீனைத் தனியொரு சுல்தானாக அங்கீகரித்து (அதாவது, குறுநில மன்னர்) அவர் அப்போது ஆண்டுகொண்டிருந்த பகுதிகளை அவரே ஆளலாம், சக்கரவர்த்தியின் குறுக்கீடுகள் இருக்காது என்று சொல்லிவிட்டார். (இப்படியும் இஸ்லாமிய சாம்ராஜ்ஜியம் சிதறுண்டது வேறு விஷயம்!)

கி.பி. 1182ம் ஆண்டு தமது பத்தொன்பதாவது வயதில் கலீஃபா மலீக்ஷா மரணமடைந்தார். அதுவரை சலாவுதீன் பொறுமை காத்திருந்தார். மலீக்ஷா மரணமடைந்துவிட்ட செய்தி கிடைத்ததுமே தமது படைகளைத் திரட்டிக்கொண்டு புறப்பட்டுவிட்டார். கிட்டத்தட்ட மத்திய ஆசியா முழுவதையும் கபளீகரம் செய்யத் தொடங்கியது அவரது ராணுவம். இன்னும் ஓரிரண்டு இடங்களைப் பிடித்துவிட்டால் அவர்தான் கலீஃபா என்கிற நிலை. ஏராளமான சிற்றரசர்களும் பிராந்திய கவர்னர்களும் சலாவுதீனுடன் போர் செய்ய விரும்பாமல், தாமே முன்வந்து அவருக்கு அடிபணிவதாக எழுதிக்கொடுத்துவிட்டுப் போனார்கள்.

சலாவுதீன் வீரர்தான். அதில் சந்தேகமில்லை. ஒட்டுமொத்த மத்திய ஆசியாவையும் கைப்பற்றுவதென்பதும் சாதாரண விஷயமில்லை. ஆனால் நமக்குத் தெரிந்த அலெக்சாண்டர் போலவோ, ஔரங்கசீப் போலவோ மாவீரனாக இவரை சரித்திரம் ஓரிடத்திலும் சொல்லுவதில்லை. ஆனால், அன்றைய மத்திய ஆசியாவெங்கும் ஆண்டுகொண்டிருந்த மன்னர்களிடையே 'சலாவுதீன் அச்சம்'

என்பது ஒரு தவிர்க்கமுடியாத நோயாகப் பரவியிருந்தது இதன் அடிப்படைக் காரணமாகிறது.

இதனடிப்படையில்தான் அவர் போகிற இடங்களெல்லாம் அவருக்கு அடிபணிந்தன.

சிரியா அப்போது கிருத்தவர்களின் ஆளுகைக்கு உட்பட்டிருந்தது. மிகவும் கவனமாக சலாவுதீனின் வழியில் குறுக்கிடாமல் பார்த்துக்கொண்டிருந்தார்கள். ஆனாலும் ஓர் அசந்தர்ப்பமான சூழலில் அந்நாட்டு வழியே போன ஒரு முஸ்லிம் வர்த்தகக் குழுவை சிரிய ராணுவம் தாக்கிக் கொன்றுவிட, சலாவுதீன் சிரியா மீது படையெடுக்க முடிவு செய்தார்.

1187ம் ஆண்டு அந்த யுத்தம் ஆரம்பமானது. டைபிரியஸ் (Tiberious) என்கிற இடத்தில் நடந்த யுத்தம். சிலுவைப்போர்களின் வரிசையில் மிகக் கொடூரமாக நடந்த யுத்தங்கள் என்று சில சொல்லப்படுவதுண்டு. அவற்றுள் ஒன்று இது. கிட்டத்தட்ட பத்தாயிரம் கிருத்தவ வீரர்கள் இந்தப்போரில் இறந்துபோனார்கள். சலாவுதீனின் படை அதுவரை அடக்கிவைத்திருந்த ஆத்திரம் முழுவதையும் இந்த யுத்தத்தில் வெளிப்படுத்தியது. அவர்களுக்கு மிக நன்றாகத் தெரியும். சிரியாவுடன் தொடங்கும் இந்த யுத்தம் கண்டிப்பாக ஜெருசலேத்தில் போய்த்தான் முடியும்.

அப்படித்தான் ஆனது.

டால்மெய்ஸ், நப்லஸ், ரமல்லா, சீசர்லா, பெய்ரூத், ஜாஃபா உள்ளிட்ட அன்றைய சிரியாவின் பல நகரங்களைக் கைப்பற்றி முன்னேறிய முஸ்லிம்களின் படை, சரியாக ஜெருசலேத்தின் வாசலில் வந்து நின்றது.

அன்றைக்கு ஜெருசலேத்தில் மொத்தம் அறுபதாயிரம் கிருத்தவ ராணுவ வீரர்கள் இருந்தார்கள். பல்வேறு தேசங்களிலிருந்து ஜெருசலேம் வந்து வசிக்கத் தொடங்கியிருந்த கிருத்தவர்களின் எண்ணிக்கையோ கிட்டத்தட்ட ஒன்றரை லட்சம். தவிர, சில பத்தாயிரம் உள்ளூர் வாசிகள். ஒரு யுத்தம் என்று ஆரம்பமானால் எப்படியும் லட்சக்கணக்கில்தான் உயிரிழப்பு இருக்கும் என்று திட்டவட்டமாகத் தெரிந்தது.

ஒட்டுமொத்த முஸ்லிம் ராணுவமும் யுத்த உத்தரவுக்காகத் தினவெடுத்துக் காத்துக்கிடந்த அந்தக் கடைசிக்கணத்தில் சுல்தான்

சலாவுதீன், யாருமே எதிர்பாராவிதமாக ஒரு காரியம் செய்தார். ஜெருசலேம் மக்களுக்கு அவர் ஓர் அறிவிப்பு வெளியிட்டார்.

"அன்புக்குரிய ஜெருசலேம் நகரின் பெருமக்களே! ஜெருசலேம் ஒரு புனிதபூமி என்பதை உங்களைப் போலவே நானும் அறிவேன். ஒரு யுத்தத்தின் மூலம் அந்த மண்ணில் ரத்தம் சிந்தப்படுவதை நான் விரும்பவில்லை. நீங்களாக விரும்பி கோட்டையை ஒப்படைத்துவிடும்படி கேட்டுக்கொள்கிறேன். அப்படிச் செய்வீர்களானால், என் மொத்த சொத்தில் ஒரு பகுதியையும் நீங்கள் சாகுபடி செய்வதற்குத் தேவையான நிலத்தையும் நான் உங்களுக்கு அளித்துவிட்டு வந்த வழியே போய்விடுவேன். யுத்தம்தான் தீர்வு என்று நீங்கள் முடிவு செய்வீர்களானால், விளைவுகளுக்கான பொறுப்பு என்னுடையதல்ல என்பதை இப்போதே தெரிவித்துவிடுகிறேன்."

மிரட்டல் அல்ல. திமிரும் அல்ல. உண்மையிலேயே சலாவுதீன் ஜெருசலேத்தில் ரத்தம் சிந்தக்கூடாது என்று விரும்பியிருக்கிறார்! அதே சமயம், ஜெருசலேத்தைக் கைப்பற்றியே தீருவது என்பதிலும் உறுதியாக இருந்திருக்கிறார். அதனால்தான் அப்படியொரு அறிவிப்பைச் செய்தார்.

ஜெருசலேம் மக்கள் யோசிக்கத் தொடங்கினார்கள். அவர்களது யோசனைப்பாதைக்கு நேரெதிரான பாதையில் சிலுவைப்போர் வீரர்களும் யோசிக்க ஆரம்பித்தார்கள்.

28

நம்பமுடியாத அளவுக்கு இரக்க சுபாவம், அன்பு, கனிவு, பொறுமை, போரில் நாட்டமின்மை போன்ற குணங்களைக் கொண்ட மன்னர்கள் மிகவும் அபூர்வம். இத்தகையவர்களைச் சரித்திரத்துக்குள் நுழைந்து தேடினால் இரு கை விரல்களுக்குள் அடங்கிவிடும் எண்ணிக்கை. குறிப்பாக, மத்திய ஆசிய சுல்தான்களுள் இத்தகைய குணம் படைத்தவர்கள் மிக மிக சொற்பம். அந்தச் சொற்ப எண்ணிக்கைக்குள் அடங்குபவர்களில் சுல்தான் சலாவுதீன் முதன்மையானவர் மட்டுமல்ல; சற்று வித்தியாசமானவரும் கூட.

ஜெருசலேம் நகரை சலாவுதீனின் படைகள் சூழ்ந்து நின்றதும் பொதுமக்களுக்கு அவர் விடுத்த வேண்டுகோள் எத்தனை சரித்திர முக்கியத்துவம் வாய்ந்ததோ, அதே அளவு முக்கியத்துவம் கொண்டது, அந்த அறிவிப்புக்குப் பின்னால் நடந்த சம்பவங்களும்.

உண்மையில் ஜெருசலேம் மக்கள் - பெரும்பாலும் அப்போது கிருத்தவர்கள் - ஒரு முழுநீள யுத்தத்துக்கு மனத்தளவில் தயாராக இல்லை. சலாவுதீனின் தொடர் வெற்றிகள் ஏற்படுத்தியிருந்த பயம் அதற்கு ஒரு காரணமாக இருந்திருக்கலாம். இத்தனை தூரம் இறங்கிவந்துஅன்பாகப்பேசுகிறசுல்தானைப்பொருட்படுத்தாமல் விட்டால் பின்விளைவு வேறு விதமாக இருக்குமோ என்கிற யோசனையும் காரணமாயிருக்கலாம். பேச்சுவார்த்தை மூலம் ஒரு சமாதானத் தீர்வு சாத்தியமா என்று கண்டறியவே அவர்கள் விரும்பினார்கள்.

ஆனால் ஜெருசலேத்தை அப்போது ஆண்டுகொண்டிருந்த கிருத்தவ ஆட்சியாளர்கள் வேறு மாதிரி சிந்தித்தார்கள். முஸ்லிம்படை நகருக்கு வெளியே முற்றுகை இட்டிருக்கிறது. சரி.

எத்தனை காலம் அவர்களால் தாக்குப்பிடிக்க முடியும்? நகருக்குள் போதுமான உணவு, மருத்துவ வசதிகள் அப்போது இருந்தன. பல மாதங்கள் வரையிலும் கூடச் சமாளித்துவிட முடியும். கோட்டைக் கதவுகளைத் திறக்காமலேயே ஆனவரை முஸ்லிம் வீரர்களைச் சோர்வு கொள்ளச் செய்வது. அதையும் மீறி யுத்தம் தொடங்குமானால் அப்போது பார்த்துக்கொள்ளலாம். தவிர, அதற்குள் ஐரோப்பாவிலிருந்து மேலும் சில படை உதவிகள் வந்து சேரலாம்.

ஆட்சியாளர்களின் இந்தத் திட்டம் சிலுவைப்போர் வீரர்களுக்கே பிடிக்கவில்லை என்பதுதான் இதில் முக்கியமானது. அவர்கள் தொடர்யுத்தங்களால் அப்போது மிகவும் சோர்ந்திருந்தார்கள். தவிர, கோட்டைக்குள் சிறைப்பட்டிருப்பது போல அடைந்து கிடப்பதிலும் அவர்களுக்கு விருப்பம் இல்லை. நிச்சயமாகத் தாங்களே கதவுகளைத் திறந்து யுத்தத்தைத் தொடங்கினால், தோல்வியை மட்டுமே சந்திக்க நேரிடும் என்பதையும் அவர்கள் அறிந்திருந்தார்கள்.

ஆகவே, தங்கள் நிலையை அவர்கள் ஆட்சியாளர்களிடம் வெளிப்படையாகச் சொல்லிவிட்டார்கள். யுத்தம் தொடங்கினால் வெற்றி கிடைப்பது இம்முறை கஷ்டம். வீம்புக்காக முற்றுகையை அனுமதித்துக்கொண்டிருந்த அப்போதைய ஜெருசலேம் ஆட்சிமன்றத்துக்கு என்ன செய்வதென்று புரியவில்லை. மாதங்கள் கடந்தும் முற்றுகை முற்றுப்பெறாததை எண்ணிக் கொஞ்சம் கவலைப்படத் தொடங்கினார்கள். இப்படியே தாக்குப்பிடிப்பது சிரமம் என்று எப்போது புரிந்ததோ, அப்போது சுல்தான் சலாவுதீனுக்கு அமைதித் தூது அனுப்பினார்கள்.

சுல்தான் புன்னகை செய்தார். யுத்தம் வேண்டாம். அவ்வளவுதானே? அவர் முதலில் முன்வைத்த கோரிக்கையும் அதுதான். ஆகவே தம் சம்மதத்தைத் தெரிவித்ததோடு அல்லாமல் இன்னும் சில படிகள் இறங்கிவந்து ஜெருசலேம்வாசிகளுக்குச் சில சலுகைகளையும் அறிவித்தார்.

அந்த விநாடியிலிருந்து பாலஸ்தீன் முழுமையாக இஸ்லாமியப் பேரரசின் கட்டுப்பாட்டின்கீழ் வந்துவிடும். அதன்பின் ஜெருசலேத்தில் உள்ள மக்கள் அனைவரும் பேரரசின்

குடிமக்களாக அங்கீகரிக்கப்படுவார்கள். உள்ளூர் கிருத்தவர்கள், பல ஐரோப்பிய தேசங்களிலிருந்து வந்து நிரந்தரமாகத் தங்கியிருக்கும் கிருத்தவர்கள் அனைவருக்குமே இது பொருந்தும். மத வித்தியாசம் பார்க்கப்பட மாட்டாது. யூதர்கள் மற்றும் முஸ்லிம்களுடன் அவர்கள் சமமாக அங்கே வாழலாம். ஆனால், இந்த சலுகை ராணுவ வீரர்களுக்குப் பொருந்தாது. (அதாவது சிலுவைப்போர் வீரர்களுக்குப் பொருந்தாது.)

அவர்கள் மட்டும் தம் குடும்பத்தினருடன் நாற்பது தினங்களுக்குள் ஜெருசலேத்தை விட்டு வெளியேறிவிட வேண்டும். உயிருக்கு உத்தரவாதம் உண்டு. நகரை விட்டு வெளியேறும் சிலுவைப்போர் வீரர்கள் மீது தாக்குதல் தொடுக்கப்பட மாட்டாது. ஆனால் அப்படி வெளியேறுவதற்குப் பிணையத் தொகையாக அவர்கள் தலைக்குப் பத்து தினார்கள் (இந்த தினார் என்பது அந்நாளைய சிரிய நாணயத்தைக் குறிக்கும்.) கட்ட வேண்டும். வீரர்களின் குடும்பப் பெண்கள் தலைக்கு ஐந்து சிரிய தினார் செலுத்தினால் போதும். குழந்தைகள் என்றால் ஒரு தினார்.

இந்தப் பிணையத் தொகையைச் செலுத்தாதவர்கள் சுல்தானின் அடிமைகளாகத் தொடர்ந்து இருக்க வேண்டியிருக்கும் என்றும் உத்தரவிடப்பட்டது.

இதன்பிறகுதான் வியப்பூட்டும் நிகழ்ச்சிகள் ஆரம்பமாயின. சுல்தான் சலாவுதீன், அரசாங்க ரீதியில் எடுக்கவேண்டிய நடவடிக்கையாக மேற்சொன்ன உத்தரவைப் பிறப்பித்துவிட்டார். ஆனால் உடனே அவருக்கு சிலுவைப்போர் வீரர்களின் மீது சற்றே இரக்கம் உண்டானது. உயிருக்கு பயந்திருக்கும் வீரர்கள். அவர்களிடம் கப்பம் வசூலிப்பது பாவமல்லவா என்று அவருக்குத் தோன்றிவிட்டது.

ஆகவே, பிணையக் கைதிகள்தான் என்றாலும் தமது சாம்ராஜ்ஜிய எல்லைக்குள் வசிப்பவர்கள் அல்லவா? ஆகவே அவர்களும் தம் குடிமக்கள்தான். அவர்களது கஷ்டத்தைப் போக்குவதும் தன்னுடைய கடமையே என்று நினைத்தவர், கோட்டைக்குள் இருந்த அறுபதாயிரம் சிலுவைப்போர் வீரர்களுள் பத்தாயிரம் பேருக்கான பிணையத் தொகையைத் தானே தன் சொந்தப் பணத்திலிருந்து கட்டிவிடுவதாக அறிவித்தார்! அத்துடன் இன்னும்

ஏழாயிரம் வீரர்களுக்கான தொகையைத் தன் சகோதரர் சைபுத்தீன் என்பவர் அளிப்பார் என்றும் சொல்லிவிட்டார்.

சுல்தானே இப்படியொரு நடவடிக்கை மேற்கொள்வதைப் பார்த்துவிட்டு அவரது அமைச்சர் பெருமக்கள், தளபதிகள் சும்மா இருக்க முடியுமா? ஒவ்வொருவரும் ஆளுக்குக் கொஞ்சம் பணம் போட்டு முடிந்தவரை சிலுவைப்போர் வீரர்களுக்கான பிணையத் தொகையைக் கட்ட ஆரம்பித்துவிட்டார்கள்.

மிகப்பெரிய குற்றவாளிகள் என்று தனித்தனியே அடையாளம் காணப்பட்ட சிலுவைப்போர் வீரர்கள் சிலரைத் தவிர பெரும்பான்மையான கிருத்தவ வீரர்கள் சுல்தான் சலாவுதீனின் இத்தகைய நடவடிக்கையால் ஒரு பைசா செலவில்லாமல் சுதந்தரமாக திரிபோலிக்கும் டைர் நகருக்கும் செல்ல முடிந்தது. நூற்றுக்கணக்கான கிருத்தவ வீரர்கள் தமது வயது முதிர்ந்த பெற்றோர்களைத் தலையில் தூக்கிக்கொண்டு நடந்து செல்வதைப் பார்த்த சலாவுதீன், அவர்களுக்கு அரசாங்கச் செலவில் கழுதைகள் வாங்கிக்கொடுக்கவும் உத்தரவிட்டார்!

ஜெருசலேத்தின் அரசியாக அப்போது இருந்தவர் பெயர் சிபில்லா. அவரது கணவரும் ஜெருசலேத்தின் மன்னருமாக இருந்தவரின் பெயர் காட்ஃபிர்டி பொயிலான். அன்றைய தேதியில் ஒட்டுமொத்த மத்திய ஆசிய முஸ்லிம்களுக்கும் இந்த பொயிலான் தான் சரியான வில்லன். செய்த அட்டூழியங்களும் படுகொலைகளும் கொஞ்ச நஞ்சமல்ல. வாழ்நாளெல்லாம் அன்பையும் இரக்கத்தையும் கருணையையும் மட்டுமே போதித்த இயேசுநாதரின் பெயரைச் சொல்லிக்கொண்டு, ரத்தத்தால் ஒரு சாம்ராஜ்ஜியத்தைக் கட்டியெழுப்பப் பாடுபட்டுக்கொண்டிருந்தவர் அவர்.

அத்தகைய மன்னனின் பட்டத்து ராணியான சிபில்லா, நகரைவிட்டு வெளியேறியபோது ஒரு முஸ்லிம் வீரர்கூட அவமரியாதையாக நடந்துகொண்டுவிடக் கூடாது என்று உத்தரவிட்டிருந்தார் சலாவுதீன். ராணிக்கு உரிய மரியாதைகள் செய்து, அவருடன் வந்த பல்லாயிரக்கணக்கான பெண்களுக்கு வேண்டிய பண உதவிகள், ஆடைகள், உணவுப்பொருட்கள் போன்றவற்றை அளித்து, கௌரவமாகவே வழியனுப்பிவைத்தார்!

என்ன பிரச்னையாகிவிட்டதென்றால், இப்படி பாலஸ்தீனிலிருந்து புறப்பட்டு வெளியேபோன கிருத்தவ

சிலுவைப்போர் வீரர்களுக்கும் அவர்தம் குடும்பத்தினருக்கும் அண்டை நாடுகளில் அடைக்கலம் கிடைக்கவில்லை. அவர்கள் எகிப்துக்குப் போனபோது எந்த நகரமும் அவர்களைச் சேர்த்துக்கொள்ளவில்லை. ஒரு மைல் தூரத்தில் வருகிறார்கள் என்பது தெரிந்ததுமே நகர மக்கள் கோட்டைக்கதவுகளைச் சாத்திக்கொண்டுவிடுவார்கள். ஆச்சர்யம், அப்போது அங்கிருந்தவர்களும் கிருத்தவர்களே!

ஆகவே, குடிமக்களாக வாழ வழியற்று அவர்கள் அகதிகளாக சிரியாவுக்கு வந்து சேர்ந்தார்கள்.

அன்று சிரியாவில் அகதிகளுக்கான நிவாரணத் திட்டங்கள் என்று ஏதும்கிடையாது. ஊரில்சுற்றித்திரியலாம். அதற்குத்தடையில்லை. ஆனால் உதவிகள் கிடைக்கும் என்பதற்கு உத்தரவாதமில்லை. அகதிகள் நல்வாழ்வு, மறுவாழ்வு குறித்தெல்லாம் அன்றைய சிரிய அரசு சிந்தித்திருக்கவில்லை.

ஆகவேபல்லாயிரக்கணக்கானஜெருசலேம்அகதிகள்அன்றைக்குச் சிரியாவில் பட்டினியிலும் குளிரிலும் மடிந்துபோனார்கள். ஊர்களுக்கு ஒதுக்குப்புறமாக, பெரும்பாலும் ஆற்றங்கரைகளில், மணல்வெளி ஓரங்களில் கூடாரம் அடித்துத் தங்கியிருந்த இந்த சிலுவைப்போர் வீரர்களின் குடியிருப்புப் பகுதிகளை கொடுமையான நோய்கள் தாக்கின. சரியான சுகாதார வசதிகள் இல்லாததாலும் பலர் இறந்தார்கள்.

திரிபோலியில் கோட்டைக்கதவுகள் அடைக்கப்பட்டு ஆண்களும் பெண்களும் நாள் கணக்கில் கவனிப்பாரின்றி வெளியே கிடந்தபோது, பசியால் துடித்த தன் குழந்தையொன்றுக்கு உணவிட முடியவில்லை ஒரு தாயால். வேறு வழியே இல்லாமல் கதறியபடி அக்குழந்தையைக் கடலில் வீசிக் கொன்றாள். பிறகு திரிபோலி நகரின் கோட்டையை நோக்கித் திரும்பி நின்று அந்தத் தாய் சபித்ததை சிலிர்ப்புடன் அத்தனை சரித்திர ஆசிரியர்களும் பதிவு செய்திருக்கிறார்கள்.

கோட்டைக்கு உள்ளே இருந்தவர்களும் கிருத்தவர்கள். வெளியே அல்லாடிக்கொண்டு, அகதிகளாக நின்றவர்களும் கிருத்தவர்கள். சொந்த சமூகத்து மக்களுக்கே உதவ மறுத்த கோட்டைக் கிருத்தவர்கள் நாசமாகப் போகட்டும். அவர்களது பெருங்கனவான

மத்திய ஆசியாவில் கிருத்தவ சாம்ராஜ்ஜியம் என்கிற எண்ணம் நசிந்து போகட்டும். ஒட்டுமொத்த அரபு மண்ணிலிருந்தும் கிருத்தவர்கள் வேரோடு பெயர்த்து வீசப்படட்டும்.

ஒரு தாயின் சாபம்!

இதனால்தான் என்று சொல்லிவிட முடியாதென்றாலும் அப்படித்தான் பின்னால் ஆகிப்போனது. எத்தனைக்கெத்தனை ஐரோப்பாவில் கிருத்தவம் வலுவாக வேரூன்றிக்கொண்டதோ, அத்தனைக்கு அத்தனை அரேபியாவில் அதன் செல்வாக்கு நாளுக்கு நாள் தேய்ந்து மறையத் தொடங்கிவிட்டது.

இவையெல்லாம் ஒருபுறமிருக்க, ஜெருசலேத்தை முற்றுகையிட்டு, வெற்றியும் பெற்றுவிட்டிருந்த சுல்தான் சலாவுதீன் இன்னும் கோட்டைக்கு வெளியேதான் இருக்கிறார். வெற்றி வீரராக, நகருக்குள் அவர் காலெடுத்து வைக்கவில்லை. ஏன் அப்படி?

விசாரித்த அவரது மந்திரி பிரதானிகளுக்கு அவர் அளித்த பதில் இன்னும் வினோதமானது. "மொத்த சிலுவைப்போர் வீரர்களும் நகரை விட்டு வெளியேறிவிட்டார்களா என்று தெரியவில்லை. இன்னும் ஒரு சிலர் நகரில் இருக்கலாம். அவர்கள் இருக்கும்போதே நாம் வெற்றி விழா ஊர்வலமாக உள்ளே போனால் அவர்கள் மனம் மிகவும் வருத்தப்படும். என்னதான் இருந்தாலும் அவர்களும் குறிப்பிட்ட காலம் இந்நகரை ஆட்சிபுரிந்தவர்கள் அல்லவா? அவர்களை நாம் அவமானப்படுத்தக்கூடாது!"

இப்படியும் ஒரு மன்னர் இருந்திருக்கிறார் என்றால் நம்புவது கொஞ்சம் சிரமம்தான். ஆனால் சலாவுதீன் இப்படித்தான் இருந்திருக்கிறார்! அதற்கு என்ன செய்வது?

சலாவுதீன் ஜெருசலேம் நகரை முறைப்படி கையகப்படுத்தி, தமது அதிகாரத்தை அங்கே நிலைநாட்டிவிட்டு சாவகாசமாக அரசுப்பணிகளில் ஈடுபடத் தொடங்கியபோது, நகரிலிருந்து வெளியேறிய கிருத்தவர்கள் அண்டை நாடுகளில் பல கஷ்டங்கள் அனுபவிக்கிற செய்தி வந்து சேர்ந்தது. அடடாவென்று உடனே மீண்டும் பரிதாபப்பட்டவர், அவர்கள் அத்தனை பேரும் தமது ஆளுகைக்கு உட்பட்ட டைர் (*Tyre*) நகரில் குடியேறி வசிக்கலாம் என்று அனுமதியளித்தார்.

சிலுவைப்போர் வீரர்கள் எகிப்திலிருந்தும் சிரியாவில் இருந்தும் இன்னும் பல இடங்களிலிருந்தும் டைருக்கு வந்து சேர்ந்தார்கள். சுல்தான் சலாவுதீன் இத்தனை கருணையுள்ளவராக இருப்பார் என்று அவர்கள் எதிர்பார்க்கவில்லை. ஆகவே ஏதாவது செய்து அந்தக் கருணைக்கு 'நன்றி' சொல்லவேண்டாமா?

டைருக்கு வந்த சிலுவைப்போர் வீரர்கள் உடனே அங்கிருந்த கிருத்தவ சமூகத்தினர் அத்தனை பேரையும் ஒன்று திரட்டினார்கள். ஜெருசலேத்திலிருந்து சலாவுதீனையும் முஸ்லிம் படையினரையும் என்ன செய்து ஓட ஓட விரட்டலாம் என்று உட்கார்ந்து ஆலோசிக்க ஆரம்பித்தார்கள்!

29

யுத்தங்களில் வெற்றி தோல்வி வேண்டுமானால் சாதாரண விஷயமாக இருக்கலாம். ஆனால் இழப்புகள் அப்படிப்பட்டதல்ல. இன்றைக்குச் சாவகாசமாக, பத்தாயிரம் பேர் இறந்தார்கள், ஐம்பதாயிரம் பேர் இறந்தார்கள் என்று பழைய போர்க்கதைகளை நினைவுகூர்ந்துவிட முடிகிறது. அவை நடந்த காலத்தில் அந்தப் பேரிழப்புகள் ஒவ்வொரு தேசத்துக்கும் அளித்த வலிகள் கொஞ்சநஞ்சமல்ல. மீண்டு எழுவதற்கு எத்தனையோ பல காலம் ஆகும் என்ற கணிப்புகளையெல்லாம் தூள் தூளாக்கி, மீண்டும் மீண்டும் போர் முரசு கொட்டினார்கள் என்றால், நோக்கத்தில் எத்தனை தீவிரம் இருந்திருக்கும் என்று யோசித்துப் பார்க்கலாம்.

முஸ்லிம்களுக்கு எதிரான கிருத்தவர்களின் சிலுவைப்போர்களில் ஏற்பட்ட மொத்த இழப்பு எத்தனை என்பதற்கு திட்டவட்டமான புள்ளிவிவரங்கள் இல்லை. குறைந்தது பத்திருபது லட்சங்கள் இருக்கலாம் என்று தெரிகிறது. இவை உயிரிழப்புகள் மட்டுமே. பொருட்சேதம் குறித்த ஆதாரங்கள் எதுவும் இன்றைக்குக் கிடைப்பதில்லை. நவீன ஆயுதங்கள் எதுவும் உற்பத்தி செய்யப்படாத காலகட்டத்தில் வாள்களும் விஷ அம்புகளுமே முக்கிய ஆயுதங்களாகப் பயன்படுத்தப்பட்டிருக்கின்றன. போரில் இறந்தவர்களின் உடல்கள் பெரும்பாலும் கடலில்தான் வீசியெறியப்பட்டிருக்கின்றன. சில சந்தர்ப்பங்களில் ஒரு கிராமத்தையே தோண்டி மாபெரும் குழியாக்கி, மொத்தமாகப் பிணங்களைத் தள்ளி மூடியிருக்கிறார்கள் அல்லது எரித்திருக்கிறார்கள். மிகச்சில சந்தர்ப்பங்களில் மட்டும் குன்றுகளின் சிகரங்களுக்குப் பிணங்களைக் கொண்டுபோய் வீசிவிட்டு வந்திருக்கிறார்கள். போர் புரியும் படை ஒருபுறமென்றால் இப்படிப் பிணங்களை அப்புறப்படுத்தும் படைகளே தனியாக இயங்கியிருக்கின்றன.

ஆயிரக்கணக்கான பிணங்களைத் தொடர்ந்து பார்த்தும் சுமந்தும் செல்ல நேர்கிறவர்களின் மனநிலை எப்படி இருந்திருக்கும் என்று யூகிப்பது சிரமம். மதத்தை முன்னிட்டு மேற்கொள்ளப்படுகிற யுத்தம். மிகச் சிலருக்காவது அந்த இழப்புகள் ஞானத்தைத் தந்திருக்கலாம் என்று எதிர்பார்க்கத் தோன்றலாம். உண்மையில் மேலும்யுத்தம், மேலும்மேலும்உக்கிரமானயுத்தம்என்பதாகத்தான் இருந்திருக்கிறது. இது சுட்டிக்காட்டுவது என்னவென்றால், அரசியலைக் காட்டிலும் வீரியமுள்ளதொரு சக்தியாகவே மதம் இருந்திருக்கிறது என்பதைத்தான். இந்த யுத்தங்களின் சூத்திரதாரியாக இருந்தவர் போப்பாண்டவர் என்பதையும் இதனுடன் இணைத்து யோசிக்கலாம். அன்றைக்கு ஐரோப்பாவை ஆண்டுகொண்டிருந்த கிருத்தவ மன்னர்களைக் காட்டிலும் இந்தப் போப்பாண்டவர்களுக்கு இந்த யுத்தத்தில் ஆர்வம் மிகுதியாக இருந்திருக்கிறது. கிருத்தவர்களுக்கு யுத்தத்தில் தோல்வி ஏற்படும்போதெல்லாம் எழுச்சியூட்டும் சக்தியாக முன்னின்று செயல்பட்டவர்கள் அவர்களே. ஒவ்வொரு போப்பாண்டவர் மாறும் போதும் இந்த யுத்த நோக்கத்தைத்தான் தம் சீதனமாக அடுத்து வருபவருக்கு அளித்துவிட்டுப் போயிருக்கிறார் என்று தெரிகிறது. சரித்திரத்தின் மிகச் சூடான பக்கங்கள் இவை.

இல்லாவிட்டால் சுல்தான் சலாவுதீன் ஜெருசலேத்தை வென்று அதிகாரத்தைக் கைப்பற்றிய கொண்டாட்டங்கள் முடிவதற்குள்ளாகவே இன்னொரு யுத்தம் எப்படிச் சாத்தியமாக முடியும்?

டைர் *(Tyre)* நகருக்கு அகதிகளாக வந்து சேர்ந்த சிலுவைப் போர் வீரர்கள், அங்கிருந்த ஏனைய கிருத்தவர்களை ஒன்று திரட்டி உடனடியாக இன்னொரு பெரிய யுத்தத்துக்கான அடித்தளத்தை மிக உறுதியாகக் கட்டத் தொடங்கியிருந்தார்கள். இந்த உடனடி எழுச்சியின் பின்னால் இருந்தவரும் அன்றைய போப்பாண்டவர்தான். அவரது உத்தரவின் பேரில் ஜெர்மனியின் அரசராக இருந்த பிரடரிக் பார்பரோஸா *(Frederik Barbarossa)* என்பவரும் இங்கிலாந்து மன்னரான முதலாம் ரிச்சர்டும் *(King Richard 1)* பிரான்ஸ் பேரரசர் பிலிப் அகஸ்டஸ் *(Philip Augustus)* என்பவரும் கூட்டாகப் படை திரட்டிக்கொண்டு சிலுவைப்போர் வீரர்களுக்கு உதவுவதற்காக பாலஸ்தீனை நோக்கி வரத் தொடங்கினார்கள்.

மூன்றாவது சிலுவைப்போர் என்று சரித்திரம் வருணிக்கும் இந்தக் கொடும்யுத்தம் சிரியாவின் 'ஏக்ர்' என்னும் கோட்டை முற்றுகையில் ஆரம்பமானது.

கண் திகட்டிப் போகுமளவுக்கு சிலுவைப்போர் வீரர்கள் அக்கோட்டையின் வெளியே அலையலையாக அணிவகுத்து நின்றார்கள். அவர்களை விரட்டியடித்து எப்படிக் கோட்டையை மீட்பது என்று சுல்தான் சலாவுதீன் யோசித்தார். முற்றுகையைத் தாம் சமாளித்துக்கொண்டிருக்கும்போது எப்படியும் வேறொரு பெரிய படை பாலஸ்தீனுக்குள் நுழையப்பார்க்கும் என்பதும் அவருக்குத் தெரிந்திருந்தது. ஒற்றர்கள் மூலம் அந்தப் படையின் பலம் குறித்துத் தகவல் சேகரித்து அறிய விரும்பியவருக்கு ஓர் அதிர்ச்சி காத்திருந்தது.

பாலஸ்தீனை நோக்கி முன்னேறிக்கொண்டிருந்த படையை வழிநடத்தி வந்தவர், ஜெர்மானிய சக்கரவர்த்தி பிரடரிக் பார்பரோஸாவேதான்! ஆகவே, நிலைமை கைமீறிப் போய்விடக்கூடாதே என்று கவலைப்பட்ட சலாவுதீன் உதவிக்கு வரமுடியுமாஎன்று கேட்டு மொராக்கோவுக்குத்தூது அனுப்பினார். அங்கேஅப்போது ஆண்டுகொண்டிருந்தவர் ஒரு முஸ்லிம் குறுநில மன்னர்.

பக்கத்தில்தான் இருக்கிறது பாக்தாத். (ஈராக்கின் தலைநகர்.) கலீஃபா என்று ஒருவர் அங்கு இருக்கவே இருக்கிறார். பெரும்பான்மை இஸ்லாமிய மக்கள் வாழும் நாடுகளெல்லாம் அவரது கட்டுப்பாட்டின்கீழ்தான் இருக்கிறது. ஆனாலும் ஏனோ தமக்குச் சம்பந்தமில்லாமல் யாரோ யாருடனோ மோதும் யுத்தம் என்பது போலத்தான் அப்போது அவர் இருந்தார். சலாவுதீனுக்கு இதில் வருத்தம் உண்டு என்றாலும் சொந்தச் சண்டைகளைப் பேசிக்கொண்டிருக்க சமயமில்லை என்பதால் உதவக்கூடியவர் என்று நம்பியே மொராக்கோ சுல்தானுக்குத் தூது அனுப்பினார்.

துரதிருஷ்டவசமாக அவர் எதிர்பார்த்த உதவி எதுவும் அங்கிருந்தும் வரவில்லை. ஆகவே, தனியொரு நபராகத் தாமே முடிவெடுத்துச் செய்யவேண்டிய யுத்தம் இது என்று முடிவு செய்தார்.

சிலுவைப்போர் சரித்திரத்திலேயே இது ஒரு வினோதம்தான். இஸ்லாமிய சாம்ராஜ்ஜியத்தின் கலீஃபாவுக்கு எந்தச் சம்பந்தமும்

இல்லாமல் ஒரு குறுநில மன்னருடன் ஐரோப்பிய தேசங்கள் மோதிய யுத்தம்.

சலாவுதீனுக்கு அப்படியொன்றும் அதிர்ஷ்டம் முற்றிலுமாகக் காலை வாரிவிடவில்லை. யாருமே எதிர்பாராவிதமாக பாலஸ்தீனை நெருங்கும் வேளையில் ஜெர்மானிய மன்னர் பிரடரிக் ஓர் ஆற்றில் தவறி விழுந்து உயிரிழந்துவிட்டார். இதனால் நிலைகுலைந்த ஜெர்மானியப்படை கொஞ்சம் சிதறிப்போனது. அவர்களை மீட்டு ஒருங்கிணைத்து மீண்டும் யுத்தத்தில் ஈடுபடுத்துவதற்காகஹென்றிஎன்கிறமாவீரர்ஒருவர்தலைமையில் இன்னொரு பெரிய படையை போப் அனுப்பிவைத்தார்.

கி.பி.1190ம்ஆண்டுஜூலைமாதம்யுத்தம்ஆரம்பமானது. சுமார்ஒரு வருட காலத்துக்கு எந்தத் தரப்புக்கும் வெற்றி தோல்வி இல்லாமல் நீடித்துக்கொண்டே போன யுத்தம் அது. சலிப்புற்றாவது போரை நிறுத்துவார்களா என்று உலகம் பார்த்துக்கொண்டிருந்தபோது சலாவுதீனுக்கு உடல்நலம் சரியில்லாமல் போய்விட்டது. ஆகவே, வெற்றி - தோல்வி நிர்ணயிக்கப்படாமல் ஓர் இடைக்கால ஏற்பாடு போலப் போர் நிறுத்தம் மேற்கொள்ளப்பட்டது.

இந்தப் போர் நிறுத்தக் காலத்தை சிலுவைப்போர் வீரர்கள் மிகச் சரியாகப் பயன்படுத்திக்கொண்டார்கள். ஐரோப்பாவிலிருந்து கப்பல்களில் வந்த ஆள்பலம் மற்றும் பொருள்பலத்தைச்சரியாகப் பங்கிட்டு முற்றுகை நடந்துகொண்டிருந்த கோட்டைகளுக்கு அனுப்பிவைத்தார்கள். கப்பலில் வந்த வீரர்களுக்குத் தலைமை தாங்கி வந்தவர்கள் பிரான்ஸ் மற்றும் இங்கிலாந்தின் மன்னர்கள். இந்த இருவருமே வந்து சேர்ந்த கணத்திலிருந்தே காய்ச்சலால் பீடிக்கப்பட்டிருந்தார்கள். செய்தி கேள்விப்பட்ட சலாவுதீன், ஐயோ பாவம், மன்னர்களுக்குக் காய்ச்சல் வந்தால் வீரர்கள் சோர்வடைந்துவிடுவார்களே என்று பிரசித்தி பெற்ற லெபனான் நாட்டு மருந்துகளையும் சுரவேகத்தைத் தணிக்கக் கூடிய மூலிகை வேர்களிலிருந்து பிழியப்பட்ட சாறுகளையும் அன்பளிப்பாக அனுப்பிவைத்தாராம்!

அந்தஇருமன்னர்களும்உடல்நலம்தேறியபிறகுமீண்டும்முற்றுகை யுத்தம்ஆரம்பமானது. ஆனால்முஸ்லிம்வீரர்கள்இம்முறைமிகவும் சோர்ந்துவிட்டிருந்தார்கள். சலாவுதீன் யோசித்தார். தமது வீரர்கள்

எவரும் வீணாக உயிரிழப்பதில் அவருக்கு உடன்பாடில்லை. ஆகவே, ஒருவரையும் கொல்லமாட்டோம் என்று உத்தரவாதம் தந்தால் ஏக்ர் கோட்டையை விட்டுத்தந்துவிடுவதாகச் சொன்னார்.

சிலுவைப்போர் வீரர்கள் சம்மதித்தார்கள். கோட்டை கிருத்தவர்களின் வசமானது. அதன்பிறகு நடந்ததுதான் துரதிருஷ்டவசமானது. மன்னர் சலாவுதீன் எத்தனை மனிதாபிமானமுடன் கிருத்தவர்களை நடத்தினார் என்பதைச் சற்றும் நினைவுகூர்ந்து பாராமல், கொடுத்த வாக்குறுதியைக் காற்றில் பறக்கவிட்டுவிட்டு, கோட்டை கைவசமானதுமே அத்தனை முஸ்லிம் வீரர்களையும் கிருத்தவர்கள் நிற்கவைத்துத் தலையைச் சீவினார்கள்! *(வெண்ணிறமானதொரு பெரிய மைதானம் முழுவதும் ரத்தம் படிந்து செம்மண் நிலம் போலானது என்று இதனை எழுதுகிறார் சரித்திர ஆசிரியர் மிஷாட்.)*

யுத்தம் தொடர்ந்து நடைபெற்றது என்றாலும் நம்பமுடியாததொரு திருப்பமாகக் குறிப்பிடவேண்டிய விஷயம், இங்கிலாந்து மன்னர் முதலாம் ரிச்சர்டின் மனமாற்றம். சலாவுதீன் இத்தனை அன்பானவராக, மனிதாபிமானம் உள்ளவராக இருப்பார் என்று அவர் எதிர்பார்க்கவில்லை. அவருடன் போரிடுவதற்கு மன்னருக்குச் சங்கடமாக இருந்தது. ஏதாவது செய்து யுத்தத்தைத் தவிர்க்க முடிந்தால் எத்தனையோ சிறப்பாக இருக்குமே என்று கூட ஒரு கட்டத்தில் யோசித்திருக்கிறார்.

அந்தக் காலகட்டத்தில் இங்கிலாந்து அரசியலில் ஏற்பட்டிருந்த சில குழப்பங்களும் இதற்குக் காரணம் என்று தெரிகிறது. ரிச்சர்ட், நாடு திரும்ப எண்ணினார். போவதற்கு முன்னால் போரை நிறுத்த ஒரு சந்தர்ப்பம் வாய்க்குமா என்று அவர் பார்த்தார்.

ஆகவே, சலாவுதீனின் தம்பியான சைபுதீனை சந்தித்துத் தம் அமைதி நாட்டத்தைத் தெரியப்படுத்தினார். அது எந்த மாதிரியான அமைதி ஒப்பந்தம், அதில் இடம்பெற்றிருந்த ஷரத்துகள் என்னென்ன என்பது பற்றிய முழு விவரங்கள் இன்று கிடைப்பதில்லை. ஆனால் ஒப்பந்தத்தின் ஒரு பகுதி மிகவும் சுவாரசியமானது.

ரிச்சர்டுக்கு ஒரு சகோதரி இருந்தார். அவர் ஒரு விதவை. அந்த விதவைச் சகோதரியை சைபுதீன் திருமணம் செய்துகொள்ள

வேண்டும். இங்கிலாந்து மன்னரின் சகோதரியை சுல்தான் சலாவுதீனின் சகோதரர் திருமணம் செய்துகொண்டுவிட்டால் முஸ்லிம்-கிருத்தவர்களிடையேபோர்நிறுத்தம்ஏற்படுவதுஓரளவு சுலபமாகும். (அதாவது சிலுவைப்போரிலிருந்து இங்கிலாந்து மட்டுமாவது வெளியேறும்.) திருமணம் ஆனதும் ஜெருசலேமை சைபுதீனும் மன்னரின் சகோதரியும் இணைந்து ஆட்சி செய்யலாம்.

இந்த ஒப்பந்தம் மட்டும் நடைமுறைக்கு வந்திருக்குமானால் சிலுவைப்போர்கள் அன்றைய தினத்துடனேயே கூட முற்றுப்பெற்றிருக்கும் என்று அங்கலாய்க்கிறார்கள் அனைத்து சரித்திர ஆசிரியர்களும். இது புரட்சிகரமான திட்டம் மட்டுமல்ல. தொலைநோக்குப் பார்வை கொண்ட யோசனையும் கூட. இரு பெரும் சமூகத்தினரிடையே மூண்டிருந்த பகைமையை நிச்சயம் தணித்திருக்கக் கூடும்.

ஆனால், கிருத்தவ மத குருமார்கள் ஒட்டுமொத்தமாக இதனை அன்று எதிர்த்துவிட்டார்கள். மன்னர் ரிச்சர்டுக்குப் பைத்தியம் பிடித்துவிட்டது என்றே பேசத் தொடங்கிவிட்டார்கள். ஏற்கெனவே உள்நாட்டில் ஏற்பட்டிருந்த அரசியல் குழப்பங்களால் மனம் சோர்ந்திருந்த ரிச்சர்ட், வேறு புதிய பிரச்னைகள் வேண்டாம் என்று கடைசி நிமிடத்தில் மனம் மாறியிருக்கலாம். குருமார்களை சந்தோஷப்படுத்துவதைமட்டுமேதமதுஅப்போதையநோக்கமாக வைத்துக்கொண்டு வேண்டாவெறுப்பாக ஜெருசலேம் மீது படையெடுப்பைத் தொடங்கினார்.

சுல்தான்சலாவுதீனுக்கு இங்கிலாந்து மன்னரின்மனநிலைபுரிந்தது. அவரது சூழ்நிலையும் புரிந்தது. ஆகவே, மிகவும் 'பரிவுடன்' யுத்தத்துக்கு ஒத்துழைத்தார்! 'நீங்கள் வேறு வழியில்லாமல் ஜெருசலேம்மீதுபடைஎடுக்கிறீர்கள்.நானும்வேறுவழியில்லாமல் உங்களை எதிர்க்கிறேன்' என்று சொன்னாராம் சலாவுதீன்!

அந்தப்போரில்ரிச்சர்டால்ஜெருசலேத்தைவெல்லமுடியவில்லை. சுல்தானின் வீரர்கள் இரும்புச் சுவர்கள் போல நகரைச் சுற்றி அணிவகுத்து ஒரு கிருத்தவப் போராளியும் முன்னேற முடியாமல் தடுத்து யுத்தம் புரிந்தார்கள். தோல்விதான் என்று ரிச்சர்டுக்குப் புரிந்துபோனது. வீணாக நாள்களைக் கடத்தவேண்டாம் என்று முடிவு செய்தவராக, அவர் சலாவுதீனுக்கு ஒரு கடிதம் எழுதினார்:

"உங்கள் அன்பையும் நட்பையும் மிகவும் மதிக்கிறேன். உங்களுடைய இந்த நிலத்தில் ஆட்சிபுரிய நான் விரும்பவில்லை. இதுவரை நான் வென்ற பகுதிகளை என் சகோதரி மகனான ஹென்றிக்கு அளித்து விடுகிறேன். அவன் உங்களுக்குக் கட்டுப்பட்டே ஆட்சி புரிவான். அப்படித்தான் செய்யவேண்டும் என்று வலியுறுத்திவிட்டே செல்கிறேன். ஆனால் ஜெருசலேத்தை மட்டும் நீங்கள் எனக்கு அளித்துவிடவேண்டுமென்று வேண்டுகிறேன்."

சலாவுதீன் புன்னகையுடன் அந்த வேண்டுகோளை மறுத்துவிட்டார். நட்பு தொடரும். ஆனால் ஜெருசலேம் கிடையாது!

மூன்றாவதுசிலுவைப்போர்இப்படியாகஒருமுடிவுக்குவந்தது. ஒரு ஜெர்மானிய சக்கரவர்த்தியின் துர்மரணம், பல்லாயிரக்கணக்கான வீரர்களின் உயிர்த்தியாகம், ஏகப்பட்ட நோய்க்கிருமிகள் பரவியது, இங்கிலாந்து மன்னரின் மனமாற்றம், நிறைவேறாத ஓர் அமைதி ஒப்பந்தம் ஆகியவை இந்தப் போரின் எச்சங்கள்.

சிரியாவின் ஏக்ர் என்னும் ஒரு சிறு நகரின் கோட்டையை வெற்றி கொண்டது மட்டுமே இந்தப் போரில் கிருத்தவர்கள் அடைந்த லாபம்.

30

மூன்றாவது சிலுவைப்போரில் வெற்றி பெற்றபிறகு சுல்தான் சலாவுதீன் நெடு நாள் உயிர்வாழவில்லை. ஏற்கெனவே யுத்தத்தின்போதே அவருக்கு விஷக்காய்ச்சல் கண்டிருந்தது. ஒருமாதிரி மனோபலத்தில் தாக்குப்பிடித்து யுத்தத்தைத் தொடர்ந்து நடத்தி வெற்றியும் பெற்றிருந்தார். தாம் அதிகநாள் உயிர் வாழமாட்டோம் என்று அவருக்குத் தெரிந்திருந்தது போலிருக்கிறது. ஜெருசலேம் சிம்மாசனத்தில் அந்த முறை அமர்ந்த நாளாக ஊரில் ஏராளமான கல்லூரிகளையும் மருத்துவமனைகளையும் கட்ட ஆரம்பித்தார்.

வழிபாட்டிடங்கள் அவசியம்தான். ஆனால் கல்லூரிகளும் மருத்துவமனைகளும்தான் ஒரு சமூகத்தை உயிர்ப்புடன் வைத்திருக்கவல்லவை என்று சொல்லியிருக்கிறார் சலாவுதீன். யுத்தத்தில் ஒரு வெற்றி என்றால் அதன் அடையாளமாக ஒரு மசூதியாவது, தேவாலயமாவது எழுப்புவது அந்நாளைய மன்னர்களின் வழக்கம். சலாவுதீன் அந்த வெற்றிக்குப் பின் ஒரு மசூதியும் எழுப்பியதாகத் தெரியவில்லை. மாறாக இடிக்கப்பட்டிருந்த அரசுக் கட்டடங்கள் பலவற்றைச் சீரமைத்துக் கல்லூரிகளாகத்தான் எழுப்பினார். இந்த வகையிலும் அவர் மற்ற கலீஃபாக்கள், சுல்தான்களிலிருந்து பெரிதும் மாறுபட்டவராகவே இருந்திருக்கிறார்!

கொஞ்சநாள் ஓய்வெடுக்கலாம் என்று ஜெருசலேத்திலிருந்து புறப்பட்டு சிரியாவில் உள்ள டெமஸ்கஸுக்குப் (அந்நாளில் திமஷ்க்.) போனவர், அங்கேயே கி.பி. 1193ம் ஆண்டு உயிர்நீத்தார். வயதொன்றும் அதிகமில்லை. ஐம்பத்தாறுதான்.

சலாவுதீனின் மரணம் ஒட்டுமொத்த மத்திய ஆசியாவையும் நிலைகுலையச் செய்தது என்று பெரும்பாலான சரித்திர

ஆசிரியர்கள் எழுதுகிறார்கள். இதில் மிகை ஏதுமில்லை. ஏனெனில், அன்றைய தேதியில் சிலுவைப்போர் வீரர்களுக்கு சவால்விடக்கூடிய வல்லமை பொருந்தியவராக அவர் ஒருவர்தான் இருந்தார். அச்சமூட்டுவதற்காகவே லட்சக்கணக்கான வீரர்களை ஐரோப்பாவிலிருந்து அனுப்பிக்கொண்டிருந்தார்கள் அப்போது. அந்தப் பெரும்படைகளைக் கண்டு மிரளாமல் எதிர்த்து நின்றவர் சலாவுதீன்.

போர்க்கள வீரம் மட்டுமல்ல காரணம். தனிவாழ்விலும் அப்பழுக்கற்ற சுல்தானாக அவர் இருந்திருக்கிறார். சுல்தான் இறந்தபிறகு அவரது சொத்து விவரங்களை ஆராய்வதற்காக ஓர் அரசுக்குழுவை நியமித்திருந்தார்கள். மன்னரின் தனிப்பட்ட வரவு செலவுக் கணக்குகள், அவர் தம் பெயரிலும் தமது உறவினர்கள் பெயரிலும் என்னென்ன அசையாச் சொத்துகள் வைத்திருக்கிறார் போன்ற தகவல்களைச் சேகரிக்கச் சென்ற அந்தக் குழு வியப்பில் மூர்ச்சையாகிப் போனது.

காரணம், எத்தனை தேடியும் மன்னரின் சொத்தாக அவர்களால் கண்டுபிடிக்க முடிந்தது ஒரே ஒரு தினாரும் ஆறு திஹ்ரம்களும் மட்டுமே. நமது மொழியில் புரியும்படிச் சொல்லுவதென்றால் ஒரு ரூபாய் அறுபது காசு. இதில் மிகையே இல்லை. தமக்கென்று ஒரு பைசா கூட கடைசிவரை சேர்த்து வைக்காமலேயே வாழ்ந்திருக்கிறார் சலாவுதீன்! அவரது மனைவி உள்ளிட்ட பிற உறவினர்களுக்கு இது விஷயமாக வருத்தம் இருந்திருக்குமோ என்னவோ. ஆட்சி அதிகாரத்தை மேலாடையாகக் கூட இல்லை; ஒரு கைக்குட்டை மாதிரிதான் வைத்திருந்தார் அவர்.

சலாவுதீனின் மிகப்பெரிய சாதனையாகச் சொல்லப்படுவது, எகிப்துக்கு அவர் ஓர் அரசியல் முக்கியத்துவம் பெற்றுத்தந்ததைத்தான். மத்திய ஆசியாவின் எத்தனையோ பகுதிகள் அந்நியப் படையெடுப்புகளாலும் உள்நாட்டுக் குழப்பங்களாலும் சிதறுண்டு போன காலகட்டத்தில் சிதறிக்கிடந்த எகிப்தை சில்லறை சேர்ப்பதுபோல ஒன்று சேர்த்து ஒரு குடையின்கீழ் கொண்டுவந்து, மத்தியக் கிழக்கின் மிக முக்கியமான முஸ்லிம் சாம்ராஜ்ஜியங்களுள் ஒன்றென அதற்கொரு தனியடையாளம் பெற்றுத்தந்தவர் சலாவுதீன். பாலஸ்தீன், சிரியா வரை அந்த ராஜ்ஜியத்தின் எல்லைகளை விரித்து, வலுவான

பாதுகாப்பு அரணாகத் தாமே முன்னின்று காத்தவர் அவர். தவிர, பாக்தாத் கலீஃபாவின் அரசுடன் எகிப்துக்கு நிரந்தரமான, நீடித்த நல்லுறவு ஏற்படவும் காரணமாக இருந்தவர்.

அவரது மரணம் எப்படி முஸ்லிம்களுக்கு மாபெரும் துயரத்தைத் தந்ததோ, அதே அளவு மகிழ்ச்சியையும் நிம்மதியையும் ஐரோப்பியர்களுக்குத் தந்ததையும் இங்கே குறிப்பிட்டுவிட வேண்டும்.

சலாவுதீன் இறந்து சரியாக இரண்டே ஆண்டுகளில் நான்காவது சிலுவைப்போருக்கான ஆயத்தங்களில் இறங்கிவிட்டது ஐரோப்பா. அப்போது போப்பாண்டவராக இருந்தவரின் பெயர் செல்ஸ்டின் 3. ஒரு சரியான தலைவன் இல்லாத பிரதேசமாக இப்போதுபாலஸ்தீன்இருக்கிறது.சலாவுதீனுக்குப்பிறகுஅவரளவு திறமைசாலிகள் யாரும் அங்கே இன்னும் உதிக்கவில்லை. ஆகவே, தாக்குவதற்கு இதுவே சரியான தருணம் என்று ஐரோப்பிய மன்னர்களுக்கு அவர் கடிதம் எழுதினார்.

போப்பாண்டவர் சொல்லிவிட்டால் மறுபேச்சு பேசமுடியாது. இத்தனைக்கும் இங்கிலாந்து, பிரான்ஸ், ஜெர்மானிய மன்னர்கள் முந்தைய சிலுவைப்போரின் இறுதிச் சமயத்தில் அவரவருக்கு ஏதோ ஓரளவில் அமைதி ஒப்பந்தம் செய்துகொண்டுதான் ஊர் திரும்பியிருந்தார்கள். ஆனால் அரசு ரீதியில் செய்துகொள்ளப்பட்ட அமைதி ஒப்பந்தங்கள் பற்றி மத குருவான போப்பாண்டவரிடம் விளக்கிக்கொண்டிருக்க முடியாது. பதினொன்று, பன்னிரண்டாம் நூற்றாண்டுகளிலெல்லாம் அரசர்கள் அளிக்கும் தீர்ப்புகளை போப்பாண்டவர்கள் மாற்றி எழுதும் வல்லமை பெற்றவர்களாக இருந்திருக்கிறார்கள்!

ஆகவே, மீண்டும் யுத்தம் ஆரம்பமானது. வேறென்ன? நேரே புறப்பட்டு பாலஸ்தீனை அடையும் நோக்கமுடன் ஒரு நெடும்பயணம். வழியில் அதே சிரியாவில் ஒரு கோட்டை முற்றுகை. இம்முறை பெய்ரூத் கோட்டை. பெய்ரூத்தை சிலுவைப் போர் வீரர்கள் கைப்பற்றிக்கொண்டதும் முஸ்லிம்களின் படை (சலாவுதீனின் வாரிசாக இந்தப் போரை முன்னின்று நடத்தியவரின் பெயர் மலிகல் ஆதில்.) ஜாஃபா என்ற இடத்திலிருந்த கிருத்தவர்களின் கோட்டையை முற்றுகையிட்டு,

கைப்பற்றிக்கொண்டார்கள். இந்த ஜாஃபா முற்றுகையின்போது ஏராளமான கிருத்தவ வீரர்கள் உயிரிழந்திருப்பதாகத் தெரிகிறது. தாக்குப்பிடிக்க முடியாத அளவுக்கு இழப்பு நேரிட்டதால் கிருத்தவர்கள் உடனடியாகப் போர் நிறுத்தம் கோரினார்கள்.

சலாவுதீன் இறப்பதற்கு முன்னால் சொல்லிவிட்டுப் போனது அது. எதிரி போர் நிறுத்தத்துக்கு விருப்பம் தெரிவித்தால், எந்த நிலையிலிருந்தாலும் சம்மதித்துவிட வேண்டும்.

ஆகவே யுத்தம் நிறுத்தப்பட்டது. உண்மையில் சலாவுதீன் முன்னின்று நடத்திய அந்த மூன்றாவது சிலுவைப்போர்தான் கடைசிப் பேரழிவுப் போர். அப்புறம் நடந்த சிலுவைப்போர்களெல்லாம் விளையாட்டேபோல நடத்தப்பட்ட யுத்தங்கள்தாம். இதை விளையாட்டுக்குச் சொல்லவில்லை! உண்மையிலேயே அப்படித்தான் நடந்திருக்கிறது.

உதாரணமாக, ஐந்தாவது சிலுவைப்போரை எடுத்துக்கொள்ளலாம். இன்னஸண்ட் *3 (Pope Innocent 3)* என்னும் போப்பின் காலத்தில் ஆரம்பிக்கப்பட்ட இந்தப் போருக்கு அடிப்படைக் காரணம் ஜெருசலேத்தைக் கைப்பற்றுவதல்ல. பணம் திரட்டுவதுதான்! முந்தைய யுத்தங்களினால் ஏற்பட்டிருந்த இழப்புகளைச் சரிக்கட்டுவதன்பொருட்டு, ஒரு சிறிய யுத்தத்தை ஆரம்பித்துவிட்டு, அதைச் சொல்லி ஐரோப்பா முழுவதும் வசூல் நடத்திக் குவித்துவிட்டார்கள்.

இந்தப் போரில் கலந்துகொள்ள மாட்டேன் என்று இங்கிலாந்து மன்னர் ரிச்சர்ட் தெரிவித்துவிட்டார். இன்னும் சில சிறு மன்னர்களும் இந்த ஐந்தாம் சிலுவைப்போரைப் புறக்கணிக்க (பின்னே? ஓயாமல் யுத்தம் என்றால் யாரால் முடியும்?), சாத்தியமுள்ள மன்னர்களின் உதவியுடன் யுத்தத்தை ஆரம்பிக்க ஏற்பாடு செய்தார் போப்.

ஆனால் நடந்தது மிகப்பெரிய நகைச்சுவை. ஐரோப்பாவிலிருந்து புறப்பட்ட சிலுவைப்போர் வீரர்கள் பாலஸ்தீனை நோக்கி முன்னேறாமல், நேரே கான்ஸ்டாண்டிநோபிளுக்குப் போய் அங்கே ஆட்சி புரிந்துகொண்டிருந்த கிரேக்க மன்னருக்கு எதிராகச் சண்டைபோட ஆரம்பித்துவிட்டார்கள்.

அந்த கிரேக்க மன்னர், அவரது குடிபடைகள் எல்லோருமே கிருத்தவர்கள்! கிறுக்குப் பிடித்து ஒரு கிருத்தவ நகரின்மீதே தொடுக்கப்பட்ட இந்த யுத்தத்தைப் பார்த்துத் தலையில் அடித்துக் கொண்டார் போப் இன்னஸண்ட் 3. ஆனால் நிலைமை கைவிட்டுப் போய்விட்டது. கான்ஸ்டாண்டிநோபிளைத் தாக்கிய சிலுவைப் போர் வீரர்கள், போரில் வென்றதோடு விடவில்லை. முழு நகரையும் தீவைத்துக் கொளுத்தினார்கள். தப்பியோடியவர்களை வெட்டி வீழ்த்தியும், அகப்பட்ட பெண்கள் அத்தனைபேர் மீதும் பாலியல் வன்கொடுமை நிகழ்த்தியும் வெறியாட்டம் போட்டார்கள்.

இந்தத் தாக்குதலுக்கு அவர்கள் சொன்ன காரணம் - "கான்ஸ்டாண்டிநோபிள்வாசிகள் சிலுவைப்போர் வீரர்களை முழு மனத்துடன் ஆதரிக்கவில்லை என்று நாங்கள் சந்தேகப்பட்டோம். அதனால்தான் தாக்கினோம்"

புகழ்பெற்ற கிருத்தவ சரித்திர ஆய்வாளர் நிகிடாஸ் (Nicetas) என்பவர், "சலாவுதீனின் படைகள் ஜெருசலேத்தைக் கைப்பற்றியபோது ஒரு கிருத்தவப் பெண்ணின் மானமும் பறிபோகவில்லை. வெறிகொண்ட கிருத்தவ வீரர்களுக்கு புத்திதான் மழுங்கியதென்றால் கண்களுமா இருண்டுபோயின?" என்று வெறுப்புற்று எழுதுகிறார்.

சிலுவையைத் தொழுவோர் மீதே நிகழ்த்தப்பட்ட இந்த ஐந்தாம் சிலுவைப்போர் இப்படியாக அபத்த முடிவை அடைந்தபிறகு கி.பி. 1217ல் போப் இன்னஸண்ட் 3 அடுத்த சிலுவைப்போருக்கான அழைப்பை விடுத்தார்.

இம்முறை ஐரோப்பாவின் கிழக்கு தேசங்கள் பலவற்றிலிருந்து பெரும்பான்மையான வீரர்கள் அணிதிரண்டார்கள். சுமார் மூன்று லட்சம் பேர் என்று ஒரு கணக்கு சொல்கிறது. இரண்டிலிருந்து இரண்டே கால் லட்சம் வீரர்கள் என்று இன்னொரு கணக்கு. ஆனால் இரு தரப்புமே தவறாமல் ஒப்புக்கொள்கிற ஒரே விஷயம் - இந்தப் படையில் கிழவர்கள், பெண்கள், குருடர்கள், கால் முடமானவர்களெல்லாம் இருந்தார்கள் என்பதைத்தான்!

அதாவது பெரியதொரு படையாகக் காட்டியாகவேண்டும் என்பதற்காக, அகப்பட்ட ஆள்களையெல்லாம் திரட்டிப்

படையில் கொண்டுவந்து நிறுத்தியிருந்தார்கள்! கிட்டத்தட்ட காட்டுமிராண்டி யுத்தம் போலத்தான் இப்போர் நடந்திருக்கிறது. எந்தப் போர் இலக்கணத்துக்குள்ளும் அடங்காமல் கொலைவெறி ஆட்டம் ஆடித் தீர்த்திருக்கிறார்கள். சலாவுதீனின் வம்சாவழியினர் பலம் குன்றியிருந்த நேரம் அது. அவரது பேரன்கள் இரண்டுபேர் சாம்ராஜ்ஜியத்தை இரண்டாகப் பிரித்துக்கொண்டு ஆண்டுகொண்டிருந்தார்கள். அவர்களால் சிலுவைப்போர் வீரர்களைத் தடுத்து நிறுத்த இயலவில்லை. ஓர் அமைதி ஒப்பந்தம் செய்துகொள்ளலாம் என்று நினைத்தார்கள். கிருத்தவர்கள் இந்தத் தாக்குதலில் கைப்பற்றிய புதிய இடங்களை விட்டுக்கொடுத்துவிட்டால், முன்னாளில் சலாவுதீன் கைப்பற்றிய கிருத்தவக் கோட்டைகளை மீண்டும் அவர்களுக்கே தந்துவிடுவதாகச் சொல்லிப்பார்த்தார்கள்.

ஆனால் சிலுவைப்போர் வீரர்கள் இதற்கு உடன்படவில்லை. எகிப்து பலம் குன்றியிருக்கும் நேரத்தில் அதை நேரடியாகத் தாக்கி வெற்றி பெறுவது சுலபம் என்று அவர்கள் நினைத்தார்கள். ஆனால் அவர்கள் சற்றும் எதிர்பாராவிதமாக நைல் நதியில் அப்போது வெள்ளம் பெருக்கெடுத்து, காரியத்தைக் கெடுத்தது. படைகள் தொடர்ந்து முன்னேற முடியாமல் ஆகிப்போனது. வேறு வழியின்றி, கிருத்தவர்கள் ஊர் திரும்ப நினைத்தார்கள்.

ஜெருசலேத்தைக் கைப்பற்றுவது என்கிற ஆதார நோக்கமுடன் தொடங்கப்பட்டவை சிலுவைப்போர்கள். நடுவில் இந்த நோக்கம் சில முறை திசைமாறியிருக்கிறது. கணக்கு வழக்கே இல்லாமல் பல காலமாகத் தொடர்ந்த இந்த யுத்தங்களால் எந்தத் தரப்புக்கும் லாபம் இல்லை என்பதுதான் கவனிக்கப்படவேண்டிய விஷயம். பல ஐரோப்பிய நாடுகளின் மதவெறி, ஆள்பலம், பணபலம் என்ன என்பதை உலகுக்கு வெட்டவெளிச்சமாக்கியதுதான் சிலுவைப்போர்களால் ஆன பயன். மத்திய ஆசிய சுல்தான்களுக்கிடையே ஒற்றுமை இல்லை என்பதையும் பிற்கால கலீஃபாக்கள் செயல்திறன் அற்றவர்களாக இருந்திருக்கிறார்கள் என்பதையும் கூட இந்த யுத்தங்கள் தெரியப்படுத்தியிருக்கின்றன.

ஒருவாறாக, போர்வெறி சற்று மட்டுப்பட்டு ஐரோப்பிய தேசங்கள், சொந்தக் கவலைகளில் மூழ்கத் தொடங்கிய பதிமூன்றாம் நூற்றாண்டின் நடு வருடங்களில் மத்திய ஆசியா பதவி வெறி

பிடித்த சுல்தான்களின் சுயலாப நடவடிக்கைகளின் மூலம் மேலும் வலிமை குன்றி, நலிவடையத் தொடங்கியிருந்தது.

தோதாக மங்கோலியர்கள் தம் படையெடுப்பை அப்போது துரிதப்படுத்தியிருந்தார்கள். எந்தக் கணமும் பாக்தாத்தை நோக்கி மங்கோலியப்படைகள் வந்துவிடலாம் என்கிற சூழ்நிலை. பாக்தாத்துக்கு வந்தால், பக்கத்து வீடுதான் பாலஸ்தீன். யூதர்கள், கிருத்தவர்கள், முஸ்லிம்கள்என்றுஅப்போதுமூன்றுதரப்பினருமே இணைந்து தற்காப்பு நடவடிக்கைகளில் ஈடுபட்டால் கூட செங்கிஸ்கானின் வம்சாவழியினரின் அசுரப் பாய்ச்சலுக்கு ஈடுகொடுக்க முடியாது என்கிற நிலைமை.

பயத்தில் சுருண்டுகிடந்தது பாலஸ்தீன். அந்நியப் படையெடுப்பு மேகங்கள் மிகவும் கருமையாக அதன் மீது படர்ந்திருந்தன. அதுவரை ஏற்பட்டிருந்த இழப்புகளின் வலி அதைக்காட்டிலும் கொடுமையாக பாதித்திருந்தது வேறு விஷயம்.

31

அவ்வப்போது நடுவில் கொஞ்சம் இடைவெளி இருந்தது என்றபோதும் சுமார் நூற்றைம்பது ஆண்டுகால யுத்தம் என்பது சாதாரணமல்ல. பதினோறாம் நூற்றாண்டின் இறுதியில் தொடங்கிய (கி.பி. 1095) சிலுவைப்போர்கள், கி.பி. பதிமூன்றாம் நூற்றாண்டின் மத்தியில் தான் (கி.பி. 1250) ஒரு முடிவுக்கு வந்தன. ஜெருசலேத்தை மைய இலக்காக வைத்து நடத்தப்பட்ட இந்த யுத்தங்களால் ஒட்டுமொத்த மத்திய ஆசியாவும் பொருளாதார ரீதியில் மிகவும் பலவீனமடைந்தது. திறமையற்ற சுல்தான்களின் மோசமானஆட்சி ஒருகாரணம்தான் என்றாலும் தொடர்யுத்தங்கள், தேசங்களின் பொருளாதாரத்தை எத்தனை நாசமாக்கும் என்பதை விவரிக்கவே முடியாது. இந்தப் படுவீழ்ச்சியிலிருந்து அரபு தேசங்கள் எப்படி மீண்டன என்பது சிந்திக்க வேண்டிய விஷயம்.

அது நவீனகாலம் அல்ல. எண்ணெயெல்லாம் கண்டறியப் பட்டிருக்கவில்லை.

மன்னராட்சி நடந்துகொண்டிருந்த காலம்தான். கஜானாவை நிரப்புவதென்றால் வரிப்பணம் ஒன்றுதான் ஒரே வழி. இந்த மாதிரி போர்க்காலங்களில் மக்களின் தலைமீது ஏகப்பட்ட வரிச்சுமை விழும். கட்டித்தான் தீரவேண்டியிருக்கும். வேறு வழியே இல்லை. புதிய வேலை வாய்ப்புகள் என்றெல்லாம் மக்கள் சிந்தித்துக்கூடப் பார்க்காத காலம். விவசாயப் பொருளாதாரம்தான் அடிப்படை. படித்தவர்கள் என்றால் ஆசிரியர்களாக இருப்பார்கள். படிக்காதவர்கள்விவசாயம்பார்ப்பார்கள். வேறுஎந்தத்துறையிலும் அன்றைய மத்திய ஆசியா பெரிய வளர்ச்சி கண்டிருந்ததாகச் சொல்லமுடியாது.

தவிர, சிலுவைப்போர்கள் முடிந்துவிட்டதே என்று மூச்சுவிட்டுக் கொண்டிருக்கவும் அப்போது அவகாசம் இல்லை. உடனே

மங்கோலியப் படையெடுப்பு ஆரம்பமாகிவிட்டது. மாதக்கணக்கில் முற்றுகை, அவ்வப்போது மோதல் என்று அது ஒரு பக்கம் கலீஃபாவின் கண்ணில் விரல் விட்டு ஆட்டிக்கொண்டிருந்தது.

பாலஸ்தீன் முஸ்லிம்கள் தங்கள் சரித்திரத்திலேயே மிகக் கடுமையாக உழைக்க வேண்டியிருந்த காலம் அது. அவர்களுக்கு இருந்த ஒரே ஆறுதல், சிலுவைப்போர் வீரர்கள் போய்விட்டார்கள் என்பதுதான். மீண்டுமொரு யுத்தம் என்று ஏதும் வருமானால், அதற்கு முன்பாகக் கொஞ்சம் வளமை சேர்த்து வைத்துவிட மிகவும் விரும்பினார்கள். கொஞ்ச நஞ்ச காலமா? கி.பி. 1099 தொடங்கி1187 வரை சிலுவைப்போர் வீரர்களால் ஆளப்பட்டுக்கொண்டிருந்தது ஜெருசலேம். சலாவுதீன் என்றொரு சுல்தான் மட்டும் துணிவுடன் அவர்களை எதிர்க்க முன்வராவிட்டால் இந்தச் சுதந்தரம் சாத்தியமில்லை. நூறாண்டுகால அடிமை வாழ்விலிருந்து மீண்டெழக் கிடைத்திருக்கும் ஒரு சந்தர்ப்பம்.

ஆனால் அவர்களுக்கு ஒன்று புரியவில்லை. சரித்திரத்தின் அத்தனை பக்கங்களிலும் விடாப்பிடியாக அவர்களுடன் மல்லுக்கட்டிக்கொண்டிருந்த யூதர்கள் அப்போது எங்கே போய்விட்டார்கள்? ரொம்ப சரி. ஜெருசலேத்தை கிருத்தவர்கள் கைப்பற்றிய நாளாகவே மாற்று மதத்தவர்களுக்கு அங்கே ஆபத்துதான். மாற்று மதத்தவர் என்றால் யூதர்கள் மட்டுமல்ல. முஸ்லிம்களும்கூடத்தானே? கூட்டம் கூட்டமாக வெட்டிச் சாய்த்தார்கள். குப்பை அள்ளிப் போடுவதுபோலப் பிணங்களைக் குவித்து மொத்தமாக எரித்தார்கள். கொடுமைதான். நரகம் தான். தாங்கமுடியாத அவலம்தான். ஆனால் ஒருத்தர் என்றால் ஒருத்தர் கூடவா மிச்சமில்லை? எங்கேதான் போய்விட்டார்கள் இந்த யூதர்கள்?

மிக, மிக முக்கியமான கேள்வி இது. நம்புவது மிகவும் சிரமம் என்றாலும் சரித்திரம் சுட்டிக்காட்டும் மிகப்பெரிய உண்மை இது. சிலுவைப்போர் வீரர்களின் தாக்குதலிலிருந்து தப்பிப்பதற்காக பாலஸ்தீனிலிருந்து அத்தனை யூதர்களும் இடம் பெயர்ந்து போய்விட்டார்கள்!

அப்படித் தப்பிப்போன யூதர்களில் சுமார் ஐயாயிரம் பேரை கிருத்தவர்கள் பல்வேறு நாடுகளில் வெட்டிக்கொன்றது

உண்மையே என்றாலும் மிச்சமுள்ள யூதர்கள் ஒளிந்து வாழ்ந்து உயிர் பிழைத்துவிட்டதும் உண்மை. கட்டக்கடைசியாக ஜெருசலேத்திலிருந்து தோல்வியுடன் திரும்பிய சிலுவைப்படையினர், வழியில் பெய்ரூத்தில் பதுங்கியிருந்த முப்பத்தைந்து யூதக்குடும்பங்களை மொத்தமாக கொன்று வீழ்த்தியதற்கான ஆதாரங்கள் இருக்கின்றன. வேறு சில நூறு யூதர்களை அடிமைகளாக அவர்கள் ஐரோப்பாவுக்கு அழைத்துச் சென்று விட்டதாகவும் சில சரித்திர ஆசிரியர்கள் எழுதுகிறார்கள்.

யூதர்களின் இந்த அழிவு - தலைமறைவு - நாடோடி வாழ்க்கை பற்றியெல்லாம் எழுதுபவர்கள் ஒரு விஷயத்தை மட்டும் தொடுவதில்லை. நெருக்கடி மிக்க அந்த நூற்றைம்பது ஆண்டு காலத்தில் ஏன் அவர்கள் பாலஸ்தீனின் விடுதலைக்காக அரேபியர்களுடன் இணைந்து போரிடவில்லை என்பதுதான் அது! விரல் விட்டு எண்ணிவிடக் கூடிய சிறு கைகலப்புச் சம்பவங்களின்போது, தற்காப்புக்காக யூதர்கள், முஸ்லிம்களுடன் இணைந்து கிருத்தவர்களைத் தாக்கியிருக்கிறார்கள். ஹெய்ஃபா *(Haifa)* என்ற இடத்தில் நடந்த ஒரு சண்டையில் சில நூறு யூதர்கள், முஸ்லிம்களுடன் சேர்ந்துகொண்டு கிருத்தவர்களை எதிர்த்ததற்கான ஆதாரங்கள் இருக்கின்றன. ஆனால் மாபெரும் யுத்தங்கள் நடந்த காலங்களிலெல்லாம் அவர்கள் காணாமல் போய்விட்டார்கள் என்பது மறுக்க முடியாத உண்மை.

பாலஸ்தீன் முஸ்லிம்களுக்கு யூதர்களின் மீது முதல் முதலாக வெறுப்பு தோன்றியதன் ஆரம்பக் காரணம் இதுதான். உமர் தொடங்கி, சலாவுதீன்வரையிலான இஸ்லாமிய ஆட்சியாளர்களில் பெரும்பாலானோர் மதத்துவேஷம் இல்லாதவர்களாகவே அப்போது இருந்திருக்கிறார்கள். யூதர்கள் - முஸ்லிம்கள் இரு தரப்பினருமே ஆபிரஹாமின் வழித்தோன்றல்கள் என்கிற புராண நம்பிக்கையின் அடிப்படையிலும், இரு தரப்பினருமே உருவமற்ற ஒரே இறைவனை வணங்குபவர்கள் என்கிற ஆன்மிகக் காரணத்தின் அடிப்படையிலும் ஒற்றுமையாக வாழவேண்டியதன் அவசியத்தைத் தொடர்ந்து வலியுறுத்தி வந்திருக்கிறார்கள்.

ஆனால் ஒரு பெரும் நெருக்கடி என்று வரும்போது எதிர்த்து நின்று சமாளிக்கத் தோள்கொடுக்காமல், சொந்த சமூகத்தைக் காப்பாற்றிக் கொள்ளும்பொருட்டுக் காணாமல் போய்விட்ட யூதர்களை, அங்கேதான் அரேபியர்களுக்குப் பிடிக்காமல் போனது.

இது மிக முக்கியமானதொரு தருணம். சிலுவைப்போர் காலத்தில் யூதர்கள், முஸ்லிம்களுடன் இணைந்து ஒரு பக்கத்தில் நின்றிருப்பார்களேயானால் பின்னால் மூண்ட பெரும்பகையின் வீரியம் கணிசமாகக் குறைந்திருக்கக் கூடும். ஒரு வேளை அந்த நெருக்கடி நேர ஒற்றுமை நிரந்தர ஒற்றுமையாகக்கூட மலர்ந்திருக்க முடியும். நூறு சதவீத ஒத்துழைப்பு முடியாவிட்டாலும் ஓரளவாவது யுத்தங்களில் அவர்களும் பங்கெடுத்திருந்தால், பின்னாளில் அதே கிருத்தவ ஐரோப்பியர்களால் யூதர்கள் சொல்லொணாக் கொடுமைகளை அனுபவிக்க நேர்ந்தபோது முஸ்லிம்கள் உதவிக்கு முன்வந்திருப்பார்கள். (ஸ்பெயினில் யூதர்கள் அமைதியாக வாழ்ந்த காலம் என்பது முஸ்லிம் மன்னர்கள் ஆட்சி புரிந்த காலம்தான் என்று அத்தனை யூத சரித்திர ஆய்வாளர்களும் தவறாமல் குறிப்பிடுகிறார்கள்.)

ஆனால் இது எதற்கும் வாய்ப்பில்லாமல் போய்விட்டது. சுருக்கமாகச் சொல்வதென்றால் நெருக்கடி நேரத்தில் யூதர்கள் ‘காணாமல் போய்விட்டார்கள்’. கொஞ்சம் விரித்துச் சொல்லுவதென்றால், குறைவான மக்கள்தொகை கொண்ட சமூகம் மேலும் சிறுத்துவிடாதிருக்கும்பொருட்டு மேற்கொள்ளப்பட்ட ஒரு தற்காப்பு நடவடிக்கை அது.

கி.பி. 1210ல் யுத்தம் ஒருவாறு முடிவுக்கு வந்துவிடும் என்கிற சூழ்நிலை உருவானபோதுதான் முதல் முதலில் சுமார் முன்னூறு யூதர்கள் பாலஸ்தீனுக்குத் திரும்பி வருகிறார்கள். அவர்களும் கூட, குடும்பத்துடன் திரும்பி வந்தவர்கள் அல்லர். மாறாக, மத குருக்கள், சட்ட நிபுணர்கள், முன்னாள் ஆட்சியாளர்கள் அடங்கிய ஒரு ஆய்வுக் குழுவாகவே அவர்கள் பாலஸ்தீனுக்கு வந்தார்கள். யூதர்கள் அங்கே விட்டுச்சென்ற நிலங்களைத் திரும்பப் பெற்று, மீண்டும் யூதர்களை அங்கே குடியமர்த்த முடியுமா, அதற்கு மேற்கொள்ள வேண்டிய நடவடிக்கைகள் என்ன என்பதை ஆராய்வதற்காக அவர்கள் வந்தார்கள்.

ஏனெனில், அன்றைய சூழ்நிலையில் ஐரோப்பாவில் கிருத்தவ ஆட்சியாளர்களின் கீழே யூதர்கள் வாழ்வது சாதாரணமான காரியமாக இல்லை. காரணமே இல்லாமல் யூதர்களை அவர்கள் தொடர்ந்து துன்புறுத்தி வந்தார்கள். ஒரு நாடு, இரண்டு நாடுகள் என்றில்லை. எங்கெல்லாம் கிருத்தவம் தழைத்ததோ,

அங்கெல்லாம் யூதர்கள் அவதிப்படத் தொடங்கினார்கள். அடிப்படையில் அவர்களுக்கு அரசு வேலை வாய்ப்புகள் எங்குமே கிடைக்கவில்லை. சுய தொழில் செய்யவும் ஏகப்பட்ட கெடுபிடிகள் இருந்தன. ஒரு பெட்டிக்கடை வைப்பது கூட மாபெரும்பிரச்னையாகஇருந்தது. கிருத்தவர்கள்வாழும்வீதிகளில் யூதர்கள் வாடகை கொடுத்துக்கூடத் தங்கமுடியாது. கிருத்தவ உணவகங்களில்அவர்கள்உணவருந்த முடியாது. (தனியாக ஓட்டல் நடத்தலாமா என்றால் அதுவும் கூடாது!) ஐரோப்பாவெங்கும் முஸ்லிம்கள் இரண்டாம் தரக் குடிமக்களாகவும் யூதர்கள் மூன்றாம்தரக் குடிமக்களாகவும் நடத்தப்பட்டதாகப் பொதுவாகச் சொல்லுவார்கள். உண்மையில் யூதர்களை அங்கே கிருத்தவர்கள், 'மக்களாகவே' நடத்தவில்லை என்பதுதான் சரி. எத்தனை நூற்றாண்டுகள் கழிந்திருந்தாலும் ஆதிகாலத்து வன்மமும் விரோதமும் அன்றைக்கு அடிக்கடி நினைவுகூரப்பட்டன. ஒரு இயேசுநாதரை யூதர்கள் கொன்றதற்காக ஒட்டுமொத்த யூத இனமுமே அழிவதுதான் சரி என்பதுபோன்ற கருத்தாக்கம் மிக ஆழமாக வேரூன்றியிருந்தது.

ஆனால், இதுமட்டுமே காரணம் அல்ல. தமக்குக் கிடைக்கும் மிகச் சிறிய வாய்ப்புகளைக் கூட யூதர்கள் அன்று மிகத் திறமையாகப் பயன்படுத்திக்கொள்ளக்கூடியவர்களாக இருந்தார்கள். ஒரு யூதருக்கு, ஒரு சிறு கடை வைத்துப் பிழைக்க வாய்ப்புக் கிடைத்துவிட்டதென்றால் நிச்சயம் அவருக்குத் தெரிந்த இன்னொரு பத்திருபது பேருக்காவது வேலை வாய்ப்பு உறுதியாகிவிடும். கவனத்துக்கு எட்டாமலேயே அடுத்த சில காலத்துக்குள் அந்தப் பிராந்தியத்தில் இருபது யூதக்கடைகள் எப்படியோ தோன்றிவிடும். ஒரே ஒரு யூதருக்கு ஏதாவது பெரிய உத்தியோகம் கிடைத்துவிட்டால் போதும். தமது திறமையால், வேலையைத் தக்கவைத்துக்கொள்வதோடு கூட, கொஞ்சம் கொஞ்சமாக அந்த அலுவலகத்திலேயே எப்படியாவது இன்னும் சில யூதர்களை அவர் ஏதாவதொரு பணியில் அமர்த்திவிடுவார்.

ஒருவர், பத்துபேர், நூறுபேர் என்றில்லை. ஒட்டுமொத்த யூத குலத்தின் இயல்பு இது. திறமையிலும் புத்திக் கூர்மையிலும் அவர்கள் நிகரற்றவர்களாக இருந்தார்கள். அதைக்கொண்டு தமது சொந்த சமூகத்தினரை முன்னேற்றுவதில் கண்ணும் கருத்துமாக

இருப்பார்கள். பொருளாதாரரீதியில் கொஞ்சம் மேம்பட்ட தரத்தில் இருந்த அத்தனை யூதர்களும் அந்தந்த தேசத்து ஆட்சியாளர்கள் மட்டத்தில் செல்வாக்கை வளர்த்துக்கொண்டு தமது சமூகத்தினரின் நலனுக்காக ரகசியமாக நிறைய காரியங்களைச் சாதித்துக்கொண்டிருக்கிறார்கள். இதற்காகக் கணக்கு வழக்கில்லாமல் கையூட்டுத் தரவும் அவர்கள் தயங்கியதில்லை. வேண்டியதெல்லாம் யூதர்களுக்குத் தனியாக ஒரு குடியிருப்புப் பகுதி. உழைத்துப் பிழைத்துக்கொள்ள அனுமதி. தொல்லைகள் ஏதுமிருக்காது என்கிற உத்தரவாதம். அவ்வளவுதான். தனிக் குடியிருப்பு என்பது தவிர மற்றவை எல்லாமே நியாயமான கோரிக்கைகள்தாம். ஆனாலும் அதற்கே

அவர்கள் கையூட்டுத் தரவேண்டிய நிலைமை அன்றைக்கு இருந்தது. வாங்குவதற்கும் ஆட்கள் இருந்தார்கள் என்பதையும் கவனிக்க வேண்டும்.

இது பெரும்பான்மை கிருத்தவர்களுக்கு எப்போதும் பிரச்னையாக இருந்தது. இதனாலேயே ஒரு யூதரையும் பிழைக்கவிடக் கூடாது என்று ஒட்டுமொத்த ஐரோப்பாவும் கருதத் தொடங்கியது. யதார்த்தக் காரணங்களுக்குப் புராதன காரணங்களைத் துணைக்குச் சேர்த்துக்கொண்டு, யூதர்களுக்கு எதிரான வன்முறையை அவர்கள் கட்டவிழ்த்துவிடத் தொடங்கினார்கள்.

பதினைந்தாம் நூற்றாண்டின் மத்தியில் யூதர்கள் ஐரோப்பாவில் வாழ்வது மிகவும் சிரமம் என்கிற நிலைமை முதல் முதலில் உருவானது. எந்த ஊரில், எந்த நாளில், எந்தக் கணத்தில் முதல் கொலை விழும் என்கிற கேள்வி தினமும் அங்கே இருந்தது.

கி.பி. 1492ல் முதல் முதலில் மிகப்பெரிய அளவில் யூதர்களை வெளியேற்றத் தொடங்கியது ஸ்பெயின். மொத்தம் ஒரு லட்சத்து அறுபதாயிரம் யூதர்கள் அப்போது அங்கே வசித்துக்கொண்டிருந்தார்கள். அவர்கள் அத்தனை பேரையும் நிற்கவைத்துப் பட்டியல் தயாரித்து, ஒருவர் மிச்சமில்லாமல் தேசத்தை விட்டு வெளியேறிவிடவேண்டும் என்று அப்போது ஸ்பெயினை ஆண்டுகொண்டிருந்த மன்னர் ஃபெர்டினாண்ட் *(King Ferdinand)* உத்தரவிட்டார். அதிகக் கால அவகாசம் இல்லை.

உயிர்பிழைக்க வேண்டுமென்றால் ஊரைக் காலி செய்வது தவிர வேறு வழியில்லை.

காலம் காலமாக உழைத்துச் சேர்த்த சொத்து சுகங்கள் அத்தனையையும் அப்படியே விட்டுவிட்டு யூதர்கள் ஸ்பெயினை விட்டுப் புறப்பட்டார்கள். சுமார் தொண்ணூறாயிரம் பேர் அப்போது துருக்கி ஒட்டாமான் பேரரசின் எல்லைக்கு உட்பட்ட பகுதிகளுக்கு இடம்பெயர்ந்தார்கள். சுமார் இருபத்தையாயிரம் பேர் ஹாலந்துக்குப் போனார்கள். இருபதாயிரம் பேர் மொராக்கோவுக்கு. பத்தாயிரம் பேர் பிரான்ஸுக்கும் இன்னொரு பத்தாயிரம் பேர் இத்தாலிக்கும். ஒரு ஐயாயிரம் பேர் மட்டும் இன்னொரு ஐரோப்பிய தேசத்துக்குப் போவது எப்படியானாலும் ஆபத்துதான் என்று தொலைநோக்குப் பார்வையுடன் யோசித்து அட்லாண்டிக் கடல் தாண்டி வட அமெரிக்காவுக்கும் தென் அமெரிக்காவுக்கும் போய்ச் சேர்ந்தார்கள்.

இவர்களுள் மத்திய ஆசியாவுக்கு - முஸ்லிம் தேசங்களுக்கு வந்தவர்கள்தான் அதிகம். அங்கேதான் பாதுகாப்பு அதிகம் என்பது அவர்களது நம்பிக்கை!

32

ஸ்பெயினில் இருந்து யூதர்கள் வெளியேற்றப்பட்டதற்குச்சரியாக ஐந்து ஆண்டுகள் கழித்து, போர்ச்சுகலும் யூதர்களை விரட்டியடிக்க முடிவு செய்தது. அதாவது, கி.பி. 1497ம் ஆண்டு. இதெல்லாம் பின்னால் மற்ற அனைத்து ஐரோப்பிய நாடுகளும் செய்யப்போகிற மாபெரும் விரட்டல்கள், மிகப்பெரிய இனப்படுகொலைகளுக்கு ஒரு சிறு முன்னோட்டம் மாதிரி நடைபெற்ற சம்பவங்கள். யூத வெறுப்பு என்பது, தொட்டுத்தொட்டு காட்டுத்தீ மாதிரி தேச எல்லைகளைக்கடந்துஐரோப்பாமுழுவதும்பரவிக்கொண்டிருந்த சமயம். எப்போதும் பாதுகாப்பற்ற உணர்வுடனேயே யூதர்கள் அங்கே இருந்தார்கள். ஆனால், அந்தச் சமயத்திலும் அவர்கள் மொத்தமாக, குழுக்கள் குழுக்களாகத்தான் இருந்தார்கள். அதாவது, எந்த ஓர் இடத்திலும் ஒரு தனி யூதக்குடும்பத்தைப் பார்த்துவிடமுடியாது! மாறாக, ஒரு யூதக்குடும்பம் உங்கள் கண்ணில் தென்படும் இடத்தில் குறைந்தது ஐம்பது குடும்பங்கள் வசிக்கின்றன என்பதே அர்த்தம்.

கஷ்டங்களை அவர்கள் சேர்ந்தேதான் அனுபவித்தார்கள். திட்டங்கள் தீட்டப்படும்போதும் ஒருமித்த முடிவாகத்தான் எதையுமே செய்தார்கள். ஒரு தவறான முடிவை எடுக்க நேர்ந்தால் கூட தனியாக எடுக்கவிரும்பாத இனம் அது.

ஸ்பெயின் மற்றும் போர்ச்சுகலிலிருந்து புறப்பட்ட யூதர்களில் பெரும்பாலானோரை அரபு தேசங்களுக்கே அனுப்புவது என்று யூத குருமார்களின் சபைதான் முதலில் தீர்மானித்தது. அந்தத் தேசங்களில் வாழ்ந்து வந்த மொத்த யூதர்களையும் கணக்கிட்டு, பிரித்து வேறு வேறு தேசங்களுக்கு அனுப்பினாலும், 'மிக முக்கியமான நபர்கள்' என்று அடையாளம் காணப்பட்ட அத்தனை பேரையும் அரபு தேசங்களுக்கே அனுப்பினார்கள்!

மிக முக்கியமான நபர்கள் என்றால், யூத குலத்துக்கு, அந்தக் காலகட்டத்தில் மிக முக்கியத் தேவை என்று கருதப்பட்ட நபர்கள். பல்வேறு துறைகளைச் சேர்ந்த அறிஞர்கள், எழுத்தாளர்கள், சட்ட நிபுணர்கள், ராஜதந்திரிகள், கலைஞர்கள், தொழில்நுட்ப வல்லுனர்கள்- இப்படி.

ஒரு நெருக்கடி நேர்ந்திருப்பதால் வேறு வேறு தேசங்களுக்குப் போக நேரிடுகிறது. போகிற இடங்களில் எல்லாம் பிரச்னையில்லாமல் வாழ முடியுமா என்பதற்கு எந்த உத்தரவாதமும் கிடையாது. குறைந்தபட்சம், இனக் காவலர்கள் என்று கருதப்படுகிறவர்களாவது ஓரளவு பாதுகாப்புடன் வாழவேண்டும் என்பதற்காகவே அவர்களை அரபு தேசங்களுக்கு அனுப்பினார்கள் என்று பெரும்பாலான யூத சரித்திர ஆசிரியர்கள் குறிப்பிடுகிறார்கள்.

மிகவும் ஊன்றி கவனிக்க வேண்டிய விஷயம் இது. அரேபியர்களுடன் தான் யூதர்களுக்குப் பிரச்னை. அதுவும் ஜெருசலேமை முன்வைத்த பிரச்னை. நடுவில் கிருத்தவர்கள் கொஞ்சகாலம் அந்த நகரை உரிமை கொண்டாடிவிட்டுத் திரும்பிப் போயிருக்கிறார்கள். மீண்டும் ஜெருசலேம் யூதர்களின் நகரம் தான் என்கிற கோரிக்கை அல்லது கோஷம் எழத்தான் போகிறது. இது யூதர்களுக்கு மட்டுமல்லாமல் அரேபிய முஸ்லிம்களுக்கும் மிக நன்றாகத் தெரிந்த விஷயம்.

ஆனபோதிலும் அவர்கள் மத்தியில் போயிருப்பது, கிருத்தவ தேசங்களுக்குப் போவதைக் காட்டிலும் நல்லது என்று யூத குருமார்கள் கருதினார்கள்!

கான்ஸ்டாண்டிநோபிள் என்று அன்றைக்கு அழைக்கப்பட்ட, இன்றைய துருக்கியின் தலைநகரான இஸ்தான்புல்தான் அன்றைக்கும் ஒட்டோமான் பேரரசின் தலைநகரமாக இருந்தது. அந்தக் காலகட்டத்தில் உலகின் மிக முக்கிய நகரங்களுள் ஒன்றாகக் கருதப்பட்ட நகரம் அது. இன்றைய பாரீஸ் நகரம் போலக் கலைகளின் தாயகம். உலகக் கவிஞர்கள், ஓவியர்கள், மாபெரும் சிந்தனையாளர்கள் எல்லாரும் ஏதாவது மாநாடு கூட்டுவதென்றால் கான்ஸ்டாண்டிநோபிளில் நடத்தலாம் என்றுதான் முதலில் சொல்லுவார்களாம். அந்தளவுக்கு ஒட்டோமான் சுல்தான்கள், கலை வளர்ப்பவர்களாக இருந்திருக்கிறார்கள்.

கலைகள் வளரும் இடத்தில் சகிப்புத்தன்மைக்கும் சகோதரத்துவத்துக்கும் கூட உரிய இட ஒதுக்கீடு இருந்தே தீரும். அந்த வகையில், ஐரோப்பா துரத்திக்கொண்டிருந்த யூதர்களுக்கு கான்ஸ்டாண்டிநோபிள் இருகரம் நீட்டி வரவேற்பும் அடைக்கலமும் தந்துகொண்டிருந்தது அப்போது.

கான்ஸ்டாண்டிநோபிளில் மட்டுமல்ல. அல்ஜியர்ஸ், அலெக்ஸாண்ட்ரியா, திமஷ்க் என்று அழைக்கப்பட்ட டெமஸ்கஸ், ஸ்மிர்னா, ஸலோனிகா என்று ஒட்டோமான் பேரரசின் ஆளுகைக்கு உட்பட்ட பல்வேறு நகரங்களில் யூதர்களுக்கான தனிக் குடியிருப்புப் பகுதிகள் உருவாயின.

கொஞ்சம் இழுபறியாக இருந்த பாலஸ்தீன், *1512*ம் வருடம் முழுவதுமாக துருக்கிப் பேரரசரின் ஆளுகையின் கீழ் வந்துவிட்டது. இதில் அதிகம் சந்தோஷப்பட்டது, முஸ்லிம்களைக் காட்டிலும் யூதர்களே ஆவார்கள். பாலஸ்தீனிலும் யூதக்குடியிருப்புகளை மீண்டும் உருவாக்கித்தர அவர்கள் சுல்தானிடம் கோரிக்கை வைத்தார்கள். முன்னதாக, ஏற்கெனவே சுமார் முன்னூறு பேர் அடங்கிய ஆய்வுக்குழு ஒன்று சிலுவைப்போர்கள் முடிந்த சூட்டிலேயே பாலஸ்தீனுக்கு வந்து இழந்த இடங்களை மீண்டும் பெறுவது தொடர்பான ஏற்பாடுகளை ஓரளவு செய்து முடித்துவிட்டுத் தகவல் தந்திருந்ததால், அவர்கள் நம்பிக்கையுடன் சுல்தானிடம் இந்த வேண்டுகோளை முன்வைத்தார்கள்.

அப்போது துருக்கியின் சுல்தானாக இருந்தவர் பெயர் பயஸித். *(Bayazid2)*. மனமுவந்து குடிமக்களாக ஏற்றுக்கொள்ளப்பட்டவர்கள் யூதர்களேயானாலும், அவர்களின் விருப்பத்தை நிறைவேற்றுவதும் தம் கடமை என்று நினைத்தார் அவர். ஆகவே, யூதர்கள் பாலஸ்தீனுக்குச் செல்வதில் தமக்கொன்றும் ஆட்சேபணை இல்லை என்று சொல்லிவிட்டார்.

எத்தனை நூற்றாண்டுகள்! பரவசத்தில் துள்ளிக்குதித்தார்கள் யூதர்கள். மீண்டும் பாலஸ்தீன். மீண்டும் ஜெருசலேம்! (ஆனால் பெரும்பாலான யூதர்கள், பாலஸ்தீனில் கலிலீ *(Galilee)* என்கிற இடத்தில்தான் - இன்று இது சிரியா - குடியிருப்புப் பகுதிகளை அமைத்துக்கொள்ள முடிந்தது என்று தெரிகிறது.)

சிலுவைப்போர்கள் ஆரம்பித்த சூட்டில் தப்பிப்பிழைக்கப் புறப்பட்டுப் போன யூதர்கள், மீண்டும் தம் பிறந்தமண்ணை தரிசிக்கும் ஆவலில் கான்ஸ்டாண்டிநோபிளில் இருந்து குழு, குழுவாக மூட்டை கட்டிக்கொண்டு புறப்பட்டார்கள்.

நூறு அல்லது இருநூறு ஆண்டுகள் என்பது, பொதுவாகவே மிகப்பெரிய காலகட்டம். அத்தனை இடைவெளிக்குப் பிறகு ஒரு தலைமுறை தனது பூர்வீக இடத்தை நோக்கி வரும்போது நியாயமாக, ஒரு புதிய இடம், புனித இடம், நமது முன்னோர்கள் இருந்த இடம் என்கிற உணர்ச்சி வேண்டுமானால் இருக்கலாமே தவிர, தாமே வாழ்ந்த மண்ணுக்குத் திரும்பி வந்தது போல உணர முடியுமா!

உலகில் வேறெந்த சமூகமும் எந்தச் சந்தர்ப்பத்திலும் அப்படி உணர்ந்ததாகத் தெரியவில்லை. அது சாத்தியமும் இல்லை. ஆனால் யூதர்கள் அப்படித்தான் இருந்தார்கள்! யூதர்களின் சமூகத்தில் புதைந்திருக்கும் ஏராளமான ரகசிய ஆச்சர்யங்களுள் ஒன்று அது!

எத்தனை தலைமுறைகள் மறைந்தாலும், எந்த ஆட்சிகள் மாறினாலும், என்னதான் தாங்க முடியாத சூழல் தகிப்புகளுக்கு உட்பட நேர்ந்தாலும் ஜெருசலேம் என்று சொல்லிவிட்டால் போதும். எந்த நாட்டு யூதரும் திசை நோக்கி வணங்குவார். அவர்களது ரத்தத்தில் சிவப்பணு, வெள்ளையணு மட்டுமல்ல; ஜெருசலேம் அணுவும் பிறக்கும்போதே சேர்ந்து உதித்துவிடும் போலிருக்கிறது. பெற்றோர் முதல் மத குரு வரை எத்தனையோ பேர் சொல்லிச்சொல்லி வளர்த்துக்கொண்ட ஊர்ப்பாசம் ஓரளவு என்றால், ஜெருசலேத்தை மையமாக வைத்து நடத்தப்பட்ட யுத்தங்களின் சத்தம் எக்காலத்திலும் அவர்களின் மனக்காதுகளில் ஒலித்துக்கொண்டேதான் இருக்கும். அது தங்கள் மண், தங்கள் மண் என்று தினசரி ஒரு தியானம் போலச் சொல்லிக்கொண்டேதான் இருப்பார்கள்.

சரித்திரத்தில், எத்தனையோ சந்தர்ப்பங்களில் அவர்கள் ஜெருசலேத்திலிருந்து விரட்டப்பட்டிருக்கிறார்கள். எத்தனையோ சந்தர்ப்பங்களில் அவர்களாகவே கூட விட்டு ஓடியிருக்கிறார்கள். ஆனால் ஒருபோதும் அவர்கள் அந்த நகரை விட்டு நிரந்தரமாகப் பிரிவது என்று சிந்தித்துப் பார்த்ததே கிடையாது. அவர்கள்,

இறைவனின் விருப்பத்துக்குரிய சமூகத்தைச் சேர்ந்தவர்கள். ஜெருசலேம் நகரம், இறைவனும் இறைத்தூதர்களும் குடிகொண்ட பூமி. இந்த எண்ணம் தான். இது ஒன்றுதான். இதைத்தவிர வேறு எதுவுமே கிடையாது!

1512ம் ஆண்டு ஜூன் அல்லது ஜூலை மாதம் தொடங்கி, யூதர்கள் பாலஸ்தீனுக்கு வரத் தொடங்கினார்கள். ஒவ்வொரு யூதக்குடும்பமும் சிறிய அளவில் தோட்டங்கள் அமைத்து காய்கறிகள் பயிரிட்டன. அல்லது சிறு பண்ணைகள் நிறுவி ஆடு, மாடுகள் வளர்க்கத் தொடங்கினார்கள். கொஞ்சம் வசதி மிக்கவர்கள் எண்ணெய்வித்துக்களைப் பயிரிட்டார்கள். இந்த சுய தொழில்கள் பரவலாக பாலஸ்தீனில் வாழவந்த அத்தனை யூதர்களாலும் மேற்கொள்ளப்பட்டவை. முதல் சில ஆண்டுகளில் ஏதோ செய்து பிழைக்கிறார்கள் என்பதற்கு மேல் யாருக்கும் அதைப்பற்றிப் பெரிதாகச் சிந்திக்கத் தோன்றவில்லை. ஆனால் நான்கைந்து வருடங்கள் கழிந்ததும் ஒட்டுமொத்த பாலஸ்தீனிலும் காய்கறி, எண்ணெய் வித்துக்கள், பால், பாலாடைக் கட்டி, வெண்ணெய் போன்ற பொருட்களின் முழு விற்பனையாளர்கள் யூதர்களாகவே இருந்தார்கள்! அரேபியர்களோ, கிருத்தவர்களோ இந்த வியாபாரங்களில் மருந்துக்குக்கூட இல்லை!

யூதர்களை இப்படித்தான் நாம் புரிந்துகொள்ள முடியும். வாழ்வின் மீது அவர்களுக்கு உள்ள தீவிரமா, தமது இருப்பை நியாயப்படுத்தத்தான் இப்படிக் கடுமையாக உழைக்கிறார்களா, அல்லது தமது இருப்பை உறுதிப்படுத்திக்கொள்வதற்காகத்தான் இப்படி எடுக்கும் அத்தனை பணிகளிலும் ஏகபோக அதிபதிகளாவதற்குப் பாடுபடுகிறார்களா - எது அவர்களை இத்தனை தீவிரமாகச் செயல்பட வைக்கிறது என்பதற்கு இன்றுவரை விடை இல்லை.

ஆனால் ஒன்று உறுதி. ஒரு யூதர் ஒரு விஷயத்தில் ஈடுபடுகிறார் என்றால், அதில் மற்றவர்களைக் காட்டிலும் அவருக்குத்தான் வெற்றியின் சாத்தியங்கள் அதிகம் தென்படும். ஏதாவது செய்து தன்வசப்படுத்திக்கொள்வது என்கிற வழக்கம், யூதர்களின் தனி அடையாளமாகக் காணப்பட்டு, காலப்போக்கில், யூத மதத்தின் இயல்பாகவே அது சித்திரிக்கப்படத் தொடங்கிவிட்டது!

உண்மையில் மதத்துக்கும் இதற்கும் எந்தச் சம்பந்தமும் இல்லை. அது, அந்த இனத்தவர்களின் இயல்பு. அப்படியே காலம்காலமாகப் பழகிப்போய்விட்டார்கள்.

பெரும்பாலான யூதக்குடும்பங்கள் சிரியாவில்தான் குடிபெயர முடிந்தது என்றாலும் ஓரளவு யூதர்கள் இன்னும் கீழே இறங்கி ஜெருசலேம் வரையிலும் வந்து வாழவே செய்தார்கள். இந்தக் காலகட்டத்தில் ஜெருசலேத்துக்குக் குடிவந்த யூதர்கள் நான்கு யூத தேவாலயங்களையும் (Synagogues) புதிதாக அங்கே கட்டினார்கள். (மிகச் சமீபகாலம் வரை இந்தப் பதினாறாம் நூற்றாண்டு யூத ஆலயங்கள் இருந்தன. 1948ம் ஆண்டு இஸ்ரேல் என்கிற தேசம் பாலஸ்தீன் மண்ணில் உருவானதை அடுத்து மேற்கொள்ளப்பட்ட யுத்தத்தின்போது இந்த யூத தேவாலயங்கள் முஸ்லிம் போராளிகளால் இடிக்கப்பட்டன. இந்த விவரங்கள் பின்னால் வரும்.)

இழந்த செல்வம், செல்வாக்கு, நிலங்கள் போன்றவற்றைத் தங்கள் சொந்த மண்ணில் மீண்டும் பெறுவதற்கு அவர்கள் மேற்கொண்ட முயற்சிக்கு ஒட்டோமான் அரசு எந்தத் தடையும் செய்யவில்லை. யூத சரித்திரத்தில், அவர்கள் கவலையின்றித் தூங்கிய காலங்களில் இதுவும் ஒன்று!

இந்தக் காலகட்டத்தில்தான் யூதர்கள் தமது புராதன புராணக் கதைகளை, தொன்மையான ஹீப்ரு மொழியில் எழுதப்பட்ட பேரிலக்கியங்களை, மதநூல்களைமீட்டெடுக்கும் முயற்சியையும் ஆரம்பித்தார்கள்.

அது ஒரு மிகப்பெரிய கதை. யூதர்களின் புனித மதப்பிரதிகளான தோரா (Tora), தால்மூத் (Talmud) உள்ளிட்ட சில அதிமுக்கியமான விஷயங்கள் அனைத்தும் புராதன ஹீப்ரு மொழியில் எழுதப்பட்டவை. அதாவது சுமார் நாலாயிரம் வருடப் புராதன மொழி. சரித்திரம் முழுவதும் உயிர் வாழ்வதற்காகவும், பிழைப்பு நடத்துவதற்காகவும் உலகின் பல்வேறு தேசங்களுக்கு இடம்பெயர்ந்து தலைமுறை தலைமுறைகளாக வாழ்ந்து இறந்த யூதர்கள், தமது ஹீப்ரு மொழியைக் கிட்டத்தட்ட மறந்துபோயிருந்தார்கள். எந்தெந்த நாடுகளில் வாழ்கிறார்களோ, அந்தந்த தேசத்தின் மொழியே யூதர்களின் மொழியாக இருந்தது.

ஆனால் ஹீப்ரு முழுவதுமாக அழிந்துபோய்விட்டது என்று சொல்வதற்கில்லை. மிகச்சில ஆசார யூதர்கள் விடாமல் அம்மொழியைப் பேசியும் எழுதியும் வந்திருக்கிறார்கள்தான். ஆனாலும் எண்ணிக்கையில் அத்தகையவர்கள் மிகவும் குறைவு. மேலும்ஆயிரம்ஆயிரம்ஆண்டுகளைக்கடந்துவந்தஹீப்ருமொழி, தன் பழைய முகத்தை இழந்து, அந்தந்தப் பிராந்திய மொழிகளின் தாக்கத்துக்கு உள்ளாகி, வேறு வடிவமெடுத்திருந்தது அப்போது.

இதனால், அந்தத் தலைமுறை யூதர்களுக்குத் தம் புராதன மத நூல்களை, புராண இதிகாசங்களைப் படித்து அறிவது இயலாத காரியமாக இருந்தது. ஆனால், அவர்கள் தம் தொன்மங்களைத் தெரிந்துகொண்டே தீரவேண்டும் என்று யூத மதகுருக்கள் மிகத்தீவிரமாக எண்ணினார்கள்.

அதற்கான முயற்சிகளை முதலில் விளையாட்டாகத்தான் ஆரம்பித்திருக்கிறார்கள். பின்னால் நிகழவிருக்கும் யூதகுலத்தின் மாபெரும் எழுச்சிக்கு அந்த மொழிப்புரட்சிதான் முதல் வித்தாக அமையப்போகிறது என்பதெல்லாம் அவர்களுக்கு அப்போது தெரிய நியாயமில்லை.

33

புராதனஹீப்ருவுக்குப்புத்துயிர்அளிக்கபாலஸ்தீன்யூதர்கள்முயற்சி மேற்கொண்டிருந்த பதினாறாம் நூற்றாண்டின் முற்பகுதியில், ஐரோப்பாவில் மிக முக்கியமானதொரு சம்பவம் ஆரம்பமானது. மிக முக்கியமானதென்றால், மிக, மிக முக்கியமானது. கிருத்தவ மதத்துக்குள் நடந்த ஒரு புரட்சி என்று அதனைச் சொல்லலாம்.

புராதன கத்தோலிக்கக் கிருத்தவர்களிலிருந்து கருத்தளவிலும் தத்துவ ரீதியிலும் பெரிதும் வேறுபட்ட ப்ராட்டஸ்டண்ட் கிருத்தவர்களின் எழுச்சியே அது. ஒட்டுமொத்த கிருத்தவ ஐரோப்பாவிலும் அன்றைக்கு இதுதான் பேச்சு. ப்ராட்டஸ்டண்டுகளின் எழுச்சி. கிருத்தவ மதத்துக்குள் அத்தனை ஆழமான விரிசல் உருவாகும் என்று பலர் எதிர்பார்த்திராத சமயம் அது. அரசல் புரசலாக விரிசல்கள் இருந்தன என்றாலும் எதிர்ப்பாளர்கள் என்று வருணிக்கப்பட்ட ப்ராட்டஸ்டண்ட்கள் *(Protest* செய்ததால் அவர்கள் *Protestants!* அவ்வளவுதான். கத்தோலிக்கக் கிருத்தவர்களுக்கும் இந்த எதிர்தரப்புக் கிருத்தவர்களுக்கும் இடையில் என்ன பிரச்னை, எதனால் பிரிந்தார்கள் என்பதெல்லாம் மிக விரிவாகப் பேசப்படவேண்டிய விஷயங்கள். நூற்றுக்கணக்கான நுணுக்கமான காரணங்கள் இதற்கு உண்டு. ஆனால், இந்தத் தொடரில் அதற்கெல்லாம் இடமில்லை.*)* இத்தனை தீவிரமாகப் புறப்படுவார்கள் என்றோ, இத்தனை எதிர்ப்பாளர்கள் இருப்பார்கள் என்றோகூட சநாதன கிருத்தவர்கள் எதிர்பார்க்கவில்லை. யூதர்களை விரட்டியடிப்பது என்கிற கிருத்தவர்களின் தலையாய நோக்கத்தையே திசை திருப்பும் அளவுக்கு ப்ராட்டஸ்டண்ட் கிருத்தவர்களின் எழுச்சி ஐரோப்பாவை ஒரு ஆட்டு ஆட்டுவித்துக்கொண்டிருந்தது.

இதன் காரணகர்த்தா, மார்ட்டின் லூதர். ப்ராட்டஸ்டண்டுகளின் பெருந்தலைவராக அடையாளம் காணப்பட்டவர்.

ஆனால், கத்தோலிக்கக் கிருத்தவர்கள்தான், யூதர் விரோத நடவடிக்கைகளை அப்போது தாற்காலிகமாக ஒத்திவைத்துவிட்டு, ப்ராட்டஸ்டண்ட்களை கவனித்துக்கொண்டிருந்தார்களே தவிர, ப்ராட்டஸ்டண்டுகள் யூதர்களை விடுவதாக இல்லை. முக்கியமாக, மார்ட்டின் லூதர்.

கி.பி. பதினாறாம் நூற்றாண்டு தொடங்கி, ஹிட்லரின் காலம் வரை ஐரோப்பிய தேசங்களிலிருந்து யூதர்கள் மிகக் கொடூரமாகத் துரத்தப்பட்டதற்கும் நிகழ்ந்த படுகொலைகளுக்கும் ஆதிமூலக் காரணமாக யூத சரித்திர ஆசிரியர்கள் சுட்டிக்காட்டுவது மார்ட்டின் லூதரின் யூத விரோதப் பிரசாரங்களைத் தான். இதில் உள்ள உணர்ச்சிவசப்பட்ட வரிகளையும், மிகையான தகவல்களையும் விலக்கிவிட்டுப் பார்த்தால் கூட, ஒருவர், இருவர் என்றில்லாமல் அத்தனை பேருமே இந்த விஷயத்தில் அவர் மீது கடும் கோபம் கொண்டு தாக்கியிருப்பதைப் புரிந்துகொள்ள முடியும்!

ப்ராட்டஸ்டண்டுகளுக்கு யூதர்கள் மீது அப்படியென்ன வெறுப்பு? இதற்குப் பிரத்தியேகக் காரணங்கள் என்று எதுவும் இருப்பதாகத் தெரியவில்லை. ப்ராட்டஸ்டண்டுகள் என்றாலும் அவர்களும் கிருத்தவர்கள். அவர்களும் ஐரோப்பியர்கள். இதுதான் ஒரே காரணம். மற்றவர்களுக்கும் இது மட்டும்தான் காரணம். யூதர்களா, துரத்தியடி. இதற்கெல்லாம் ஒரு காரணம் வேறு வேண்டுமா என்ன? அன்றைய ஐரோப்பா மொத்தமே அப்படித்தான் இருந்தது.

ஆனால் கிருத்தவர்களிடையே புதிதாகப் பிரிந்து, தனியடையாளம் கண்ட ப்ராட்டஸ்டண்டுகள், இந்த அதிதீவிர யூத எதிர்ப்பின் மூலம் இன்னும் சீக்கிரமாகப் பிரபலமடைந்தார்கள் என்பதை மறுக்கமுடியாது! பின்னாளில் கத்தோலிக்கக் கிருத்தவர்களைக் காட்டிலும் ப்ராட்டஸ்டண்டுகள் என்றால் யூதர்களுக்குக் கூடுதலாகப் பற்றிக்கொண்டு வந்ததன் காரணமும் இதுதான்.

பிரச்னையின் ஆரம்பம், மார்ட்டின் லூதரின் ஒரு கடிதம்தான் என்று அடித்துச்சொல்கிறார்கள், யூத வரலாற்று ஆசிரியர்கள். (மார்ட்டின் கில்பர்ட் போன்ற சமீபகால ஆராய்ச்சியாளர்கள் கூட

இக்கடிதத்தைக் குறிப்பிடத் தவறுவதில்லை!) சற்று விவகாரமான அந்த விஷயத்தைக் கொஞ்சம் அலசவேண்டியது கட்டாயம்.

1543ம் ஆண்டு லூதர், தம்மைப் பின்பற்றும் கிருத்தவர்களுக்கு ஒரு பகிரங்கக் கடிதம் எழுதினார். அந்தக் கடிதக் கட்டுரைக்கு *Of the Jews and Their Lies* என்று தலைப்பு வைத்தார். மிக விரிவாக, ஏழு பகுதிகளாக எழுதப்பட்டிருந்த அந்தக் கடிதத்தின் சாரத்தைப் பின்வருமாறு வரிசைப்படுத்தலாம்:

1. யூதர்களின் தேவாலயங்கள் எதுவும் செயல்படக்கூடாது. ஒன்று, எரித்துவிட வேண்டும். அல்லது, யாரும் உள்ளே போக முடியாதபடி பாழ்படுத்தி, குப்பைகளால் நிரப்பிவிட வேண்டும்.

2. இதனை வன்முறையாகக் கருதாமல், கடவுளுக்காக மேற்கொள்ளப்படும் ஒரு நடவடிக்கையாக நினைக்கவேண்டும். தொடர்ந்து யூதர்கள் தம்மைக் குறித்தும் தமது சமூகம் குறித்தும் உயர்த்தியும் பெருமை பேசியும் செய்துவரும் பொய்ப்பிரசாரங்களை முறியடிக்க இதுவே ஆரம்பமாகும்.

3. தேவாலயங்கள்செயல்படுவதைத்தடைசெய்யும்போதுஅவர்கள் தம் நடவடிக்கைகளை வீட்டிலிருந்தும் தொடரக் கூடும். அதனால் யூதர்களின் வீடுகளையும் இடித்துவிடுங்கள். தம்மைப்பற்றிய மிகையான மதிப்பீடுகள் கொண்ட யூதர்கள், ஜிப்ஸிகள் போல் திரியத்தொடங்கியபிறகாவது யோசிக்க ஆரம்பிக்கலாம்.

4. யூதர்களின் பொய்கள் அனைத்தும் அவர்களது மத நூல்களான தோரா, தால்மூத் ஆகியவற்றிலிருந்துதான் உற்பத்தியாகின்றன. அந்த நூல் பிரதி ஒன்று கூட அவர்கள் கையில் இருக்கக் கூடாது; கிடைக்கவும் கூடாது. அதற்காவன செய்யவேண்டும்.

5. யூத மதபோதகர்களை, குருமார்களை (Rabbi) அச்சுறுத்தி வைக்கவும். தொடர்ந்து அவர்கள் போதனைகளைத் தொடருவார்களேயானால் உயிருக்கு உத்தரவாதம் அளிக்க முடியாது என்பதை அவர்கள் உணரவேண்டும்.

6. யூதர்களின் பாஸ்போர்ட்களைப் பறிமுதல் செய்யவேண்டும். வியாபாரம் உள்ளிட்ட எந்தக் காரணத்துக்காகவும் அவர்கள் எங்கேயும் நகர முடியாதபடி செய்துவிடுவது அவசியம்.

7. யூதர்கள் நிறைய சொத்து சேர்த்திருக்கிறார்கள். அவர்களது பணம், நகைகளைப் பறிமுதல் செய்யவேண்டும். அவை அனைத்தும் நம்மிடமிருந்து கொள்ளையடிக்கப்பட்டவை; வழிப்பறி செய்யப்பட்டவை என்பதை முதலில் உணரவேண்டும்.

8. இத்தனைக்குப் பிறகும் அவர்களால் நமக்கோ, நமது மனைவி மக்களுக்கோ, நமது ஊழியர்களுக்கோ, சகாக்களுக்கோ ஏதேனும் ஆபத்து வரும் என்று நினைப்பீர்களானால் அவர்களை வெளியேற்றத் தயங்கவேண்டாம். பெரும்பாலான ஐரோப்பிய தேசங்கள் அதைத்தான் இப்போது செய்துகொண்டிருக்கின்றன. நீங்களும் செய்யலாம்; தவறில்லை.

ப்ராட்டஸ்டண்ட் கிருத்தவர்களுக்கு மார்ட்டின் லூதர் எழுதியதாக யூத வரலாற்று ஆசிரியர்கள் எடுத்துக்காட்டும் இக்கடிதத்தில் இன்னும் கூடப் பல திடுக்கிடும் உத்தரவுகள், யோசனைகள் இருக்கின்றன. ஐரோப்பாவில் அன்றைக்கு யூதர்கள் எத்தகைய அச்சுறுத்தல்களுக்கு இடையே வாழ நேர்ந்திருக்கிறது என்பதைச் சுட்டிக்காட்டுவதற்காக மட்டுமே மேற்கண்ட சில உத்தரவுக் குறிப்புகள்.

உண்மையில், எந்த ஒரு ஐரோப்பிய தேசத்திலும் யூதர்கள் பாதுகாப்பாக வாழமுடியாது என்று மிகத்தெளிவாகத் தெரிந்த காலகட்டம் அது. அச்சுறுத்தல்கள் பல்வேறு இடங்களிலிருந்து மிகக் கடுமையாக வரத் தொடங்கியிருந்தன. பிரான்ஸ், இத்தாலி, போலந்து, இங்கிலாந்து போன்ற தேசங்களில் யூதர்கள் தனியாகச் சாலையில் நடந்து செல்லவே பயந்தார்கள். எப்போதும் ஏதாவது ஓர் ஆயுதத்தை ரகசியமாகத் தங்கள் ஆடைகளுக்குள் ஒளித்து வைத்திருந்தார்கள். கிருத்தவர்களின் திருவிழாக் காலங்கள், கிருத்தவ தேவாலய விழாக்கள் நடைபெறும் மாதங்களில் எல்லாம் கூடுமானவரை ஊரைவிட்டு வெளியே போய்விடப் பார்ப்பார்கள். எத்தனை சீக்கிரம் முடியுமோ, அத்தனை சீக்கிரம் தேச எல்லையைக் கடந்து போய்விட மிகவும் விரும்பினார்கள்.

இந்தமாதிரியான காலகட்டத்தில் பாலஸ்தீனில் மீண்டும் யூதர்கள் இளைப்பாற ஒரு சந்தர்ப்பம் ஏற்பட்டிருக்கிறது என்னும்போது வேறென்ன செய்வார்கள்?

அணி அணியாகப் பாலஸ்தீனை நோக்கி வரத் தொடங்கினார்கள். துருக்கியப் பேரரசின் அங்கமாக இருந்த பாலஸ்தீனில் இம்மாதிரியான எந்தப் பிரச்னையும் இல்லை என்பது உடனடிக் காரணம். சொந்த ஊருக்கு இந்த சாக்கிலாவது போய்ச் சேர்ந்துவிட முடிகிறதே என்பது இன்னொரு காரணம். இப்படித்தான் பதினாறு, பதினேழாம் நூற்றாண்டுகளில் ஏராளமான யூதர்கள் பாலஸ்தீனுக்கு வந்து சேர்ந்தார்கள்.

இந்த வகையில் பதினாறாம் நூற்றாண்டைக் காட்டிலும், பதினேழாம் நூற்றாண்டில் வந்தவர்கள் மிகவும் அதிகம். குறிப்பாக, கி.பி. 1648ம் ஆண்டு யூதகுலம் ஹிட்லரின் தாத்தா ஒருவரை எதிர்கொள்ள வேண்டியிருந்தது. அவர் பெயர் பொக்டான் ஷெமீயில்நிகி *(Bogdan Chmielnicki)*. கொசாக்குகள் *(Cossack)* என்று அழைக்கப்பட்ட அன்றைய கிழக்கு ஐரோப்பிய புரட்சியாளர்களின் தலைவர் இவர். லித்துவேனியா, போலந்து, உக்ரைன் போன்ற நாடுகளில் இவரது ஒரு சொல்லால் உந்தப்பட்ட கிருத்தவர்கள், கூட்டம் கூட்டமாக, கொத்துக்கொத்தாக யூதர்களைக் கொன்று தள்ள ஆரம்பித்தார்கள். பெண்கள், குழந்தைகள், வயதானவர்கள் என்றெல்லாம் அவர்கள் சற்றும் பார்க்கவில்லை. ஒரு யூதரைக் கொன்றுவிட முடியுமானால் ஒரு கிருத்தவருக்கு சொர்க்கம் நிச்சயம் என்று அப்போது சொல்லப்பட்டது.

முதலில் கண்ட இடத்தில் வெட்டித்தள்ளிக்கொண்டிருந்தவர்கள், கொலை பழகிவிட்டதும் சித்திரவதை செய்து கொல்லலாம் என்று முடிவு செய்து விதவிதமான சித்திரவதை உத்திகளை யோசிக்கத் தொடங்கினார்கள். (பின்னாளில் இந்தக் கொசாக்குகளின் பரிமாண வளர்ச்சியாகத்தான் ஜெர்மனியில் ஹிட்லர் கால ஆட்சி இருந்தது.)

கழுத்தில் கத்தியை வைத்து அறுத்து அப்படியே சதையை இடுப்பு வரை உரித்தெடுப்பது, விரல்களைத் தனித்தனியே வெட்டி எடுத்து ஒரு மாலையாகக் கோத்து, வெட்டுப்பட்டவரின் கழுத்தில் அணிவித்து, கழுத்தை ரம்பத்தால் அறுப்பது, ஒவ்வொரு முடியாகப் பிடுங்கி முழுத்தலையையும் ரத்தகாயமாக்கிவிட்டு அதன் மேல் கொதிக்கக் கொதிக்க வெந்நீரை ஊற்றுவது என்று குரூரத்தின் பல்வேறு எல்லைகளை அவர்கள் திறந்து காட்டினார்கள்.

இந்தக் கொடுங்கோன்மையிலிருந்து தப்பித்த சில யூதர்கள், நீண்டதூரப் பிரயாணம் மேற்கொள்ள அவகாசம் இல்லாமல்

உடனடி சாத்தியங்கள் தெரிந்த பால்கன் தீபகற்பத்துக்கும் ஜெர்மனிக்கும் ஹாலந்துக்கும் அகதிகளாகத் தப்பிப்போய்ப் பிழைத்தார்கள்.

இவர்கள் அல்லாமல் இன்னும் சில யூதர்கள் எங்குமே போக வழியின்றி வலுக்கட்டாயமாக கிருத்தவத்துக்கு மதம் மாறி அந்தந்த நாடுகளிலேயே தங்கிவிட்டதும் நடந்திருக்கிறது.

(போலந்தில் மட்டும் பொக்டான் ஷெமீயில்நிகியின் காலத்துக்குப் பிறகு பதவிக்கு வந்த மன்னர், நிர்ப்பந்தத்தின்பேரில் கிருத்தவத்துக்கு மாறிய யூதர்கள் மீண்டும் யூதர்களாகி, தம் மத வழக்கங்களைக்கடைபிடிக்கலாம் என்று அனுமதியளித்ததாகவும், அதன்படி சில ஆயிரம் பேர் தாங்கள் யூத மதத்தையே மீண்டும் கடைபிடிக்கிறோம் என்று அறிவித்ததாகவும் சில நூல்கள் தெரிவிக்கின்றன. இது பற்றிய விரிவான தகவல்கள் ஏதும் கிடைக்கவில்லை. ஆனால் ஒரு விஷயம். யூத மதத்திலிருந்து கிருத்தவத்துக்குப் போனவர்கள் உண்டே தவிர, வேறெந்த மதத்திலிருந்தும் யூத மதத்துக்கு 'மாற' முடியாது. அதற்கு அனுமதி இல்லை என்பதையும் நினைவில் கொள்ள வேண்டும்.)

இத்தனை களேபரங்களுக்கு இடையில் உயிர்பிழைத்து பாலஸ்தீன் வரையிலுமேகூட வர முடிந்த யூதர்கள், நடந்த கதைகளை விலாவாரியாக எடுத்துச் சொன்ன கையோடு, அப்போது அங்கே பரவலாகிக்கொண்டிருந்த ஹீப்ரு மொழி மறுமலர்ச்சிப் பணிகளில் உடனடியாக ஈடுபட ஆரம்பித்துவிட்டார்கள்!

போலந்திலிருந்து அப்படித் தப்பிவந்த ஒரு யூதர், தமது முன்னோர்களின் மொழியான ஹீப்ருவை முதல் முதலாகத் தமது நாற்பது வயதுக்கு மேல் கற்றுக்கொண்டு, தமது தேசத்தில் நடந்த யூத இனப் படுகொலைகளை விவரித்து அந்த மொழியில் ஒரு நூலே எழுதியிருக்கிறாராம்.

துரதிருஷ்டவசமாக இன்று அந்தப் புத்தகம் இஸ்ரேலில் கூடக் கிடைப்பதில்லை. கிடைத்திருக்குமானால், எத்தனை நெருக்கடி காலம் வந்தாலும் யூதர்கள் தமது இனத்தையும் மொழியையும் காப்பதற்கான பணி என்று எது ஒன்று சுட்டிக்காட்டப்பட்டாலும் எப்படி உடனே அதில் மூழ்கிவிடுவார்கள் என்பதை மிகத்துல்லியமாக வெளிப்படுத்தக்கூடிய ஓர் ஆவணமாகத் திகழ்ந்திருக்கும்!

34

எத்தனையோ தமிழ் சினிமாக்களில் பார்த்திருக்கலாம். மிக உக்கிரமான, தீவிரமான சம்பவங்கள் நடப்பதற்கு முன்னதாகவோ அல்லது நடந்து முடிந்தவுடனேவோ-சம்பந்தமில்லாமல் ஒரு நகைச்சுவைக் காட்சி அவசியம் சொருகப்பட்டிருக்கும். ஆசுவாசப்படுத்திக்கொள்வதற்கு ஒரு வேளை அந்த நகைச்சுவைக்காட்சி உதவக்கூடியதாக இருக்கும். துக்கத்தையோ, கோபத்தையோ அதிகப்படுத்துவதாகவும் சமயத்தில் அமைந்துவிடும். எப்படியானாலும் நெருக்கடிக்குச் சற்று முன்னதாகவோ பின்பாகவோ ஒரு நகைச்சுவைக்காட்சி அமைவதென்பது இயற்கையின் நியதியே போலிருக்கிறது.

பாலஸ்தீன யூதர்களின் வாழ்விலும் அப்படியொரு நகைச்சுவைக் காட்சி கி.பி. பதினேழாம் நூற்றாண்டில் அரங்கேறியது.

ஒரு பக்கம் போலந்திலிருந்தும் லித்துவேனியாவிலிருந்தும் உக்ரைனிலிருந்தும் லட்சலட்சமாக யூதர்கள் அகதிகளாக இடம் பெயர்ந்து வந்துகொண்டிருந்தார்கள். மறுநாள் பொழுது விடிவதைப் பார்ப்போமா என்பதே அப்போதைய அவர்களின் தலையாய கவலையாக இருந்தது. கொசாக்குகளின் கோரதாண்டவத்தில் தினம் சில ஆயிரம் யூதர்களாவது கொல்லப்பட்டுக்கொண்டிருந்த சமயம். ஒட்டுமொத்த யூதகுலமே நடுநடுங்கிக்கொண்டிருந்த நேரம். ஒட்டாமான் துருக்கியப் பேரரசின் எல்லைக்குள் நுழைந்துவிட்டால் உடனடி உயிர்பயம் இல்லை என்கிற ஒரே ஒரு நம்பிக்கைதான் அவர்களிடம் இருந்தது. பிழைத்துக்கிடந்தால் பாலஸ்தீன் வரை போகலாம். மூதாதையர்களின் பூமியான ஜெருசலேத்தில் வாழமுடிந்தால் விசேஷம். ஜெருசலேத்தைக் கைப்பற்றுவதையெல்லாம் கூட அப்புறம் பார்த்துக்கொள்ளலாம்.

இப்படி வாழ்க்கைப் போராட்டத்தில் அவர்கள் சிக்கிக் கொண்டிருந்ததருணத்தில்தான்ஷபாத்தி இஜ்வி *(Shabbetai Zvi)* என்ற ஒரு யூதரைப் பற்றி துருக்கியப் பேரரசு முழுவதிலும் இருந்த மக்கள் பேச ஆரம்பித்தார்கள். போலந்தில் பொக்டான் ஷெமீயில்நிகியின் வெறிபிடித்த ராணுவம் யூதர்களைக் கொல்லத்தொடங்கிய காலகட்டத்தில் இஜ்விக்கு வயது இருபத்திரண்டு. மிகவும் இளைஞர். ஆனால் அந்த வயதிலேயே அவருக்கு குரு ஸ்தானம் கிடைத்திருந்தது. ஒரு 'ரபி'யாக அறியப்பட்டிருந்தார்.

ஆனால் இஜ்விக்கு வெறும் ரபியாக இருப்பதில் விருப்பமில்லை. அதற்கு மேலே ஒரு கிரீடம் சூடிக்கொள்ள ஆசைப்பட்டார். என்ன செய்யலாம்? குருமார்களின் குருவாகலாம். அதற்கு ஏதாவது அரசியல் செய்யவேண்டியிருக்கும். அல்லது மக்கள் தலைவராகலாம். களத்தில் இறங்கிப் போராடவெல்லாம் அவருக்கு விருப்பமில்லை. கட்டளையிட மட்டுமே ஆர்வம் இருந்தது. தீவிரமாக யோசித்து அவர் ஒரு முடிவுக்கு வந்தார்.

"ஓ, யூதர்களே! என்னிடம் வாருங்கள். நான் சொல்வதைக் கேளுங்கள். ஒரு தேவதூதரின் குரலை நான் கேட்டேன். யூத இனத்தைப்பாதுகாக்க என்னைதூதுவராகக்கடவுள்தேர்ந்தெடுத்து அனுப்பியிருக்கிறார்." என்று ஓர் அறைகூவல் விடுத்தார்.

கொஞ்சம் தடுமாறிப்போனார்கள் யூதர்கள். எப்படி அரேபியர்களிடையேபோய் ஒரு தேவதூதர் பிறக்கமுடியும் என்று முகம்மது நபியை அங்கீகரிக்க மறுத்த யூதர்கள். இறைத்தூதர் என்று ஒருவர் தோன்ற முடியுமானால் அது யூத குலத்தில் மட்டுமே நிகழமுடியும் என்று உளமார நம்பிய யூதர்கள். யாராவது வந்து தங்களைக் காப்பாற்ற மாட்டார்களா, உயிர்பிழைத்துத் தங்கள் புனித மண்ணான ஜெருசலேத்தை மீண்டும் அடையமாட்டோமா என்று தவியாய்த்தவித்துக்கொண்டிருந்த யூதர்கள்.

அவர்களுக்கு இஜ்வியின் இந்த அறிவிப்பு பரவசத்தையும் உத்வேகத்தையும் தரத்தொடங்கியது. மிகவும் ஊன்றிக் கவனிக்க வேண்டிய விஷயம் இது. ஒருவர் தம்மை இறைத்தூதராக அறிவித்துக்கொள்வதற்கு எத்தனை நெஞ்சுரமும் துணிச்சலும் இருந்திருக்க வேண்டும்! மோசஸ் என்கிற மூசா இறைத்தூதராக அறிவிக்கப்பட்டபோதும் இயேசுவின்

இறைத்தன்மை தெரியவந்தபோதும் முகம்மது நபி இறைவனின் தூதுவராகச் செயல்படத் தொடங்கியபோதும் பட்ட பாடுகள் கொஞ்சநஞ்சமல்ல. தாம் புழங்கிய சமூகத்தினராலேயே அவர்கள் அவமானப்படுத்தப்பட்டார்கள். தாக்குதலுக்கு உள்ளானார்கள். இயேசுவுக்கும் முகம்மது நபிக்கும் எண்ணற்ற எதிரிக்குழுக்கள் இருந்தன. அவர்களைக் கொல்வதற்கு எத்தனையோ உபாயங்கள் மேற்கொள்ளப்பட்டிருக்கின்றன. அத்தனையையும் மீறி அவர்கள் வெற்றி கண்டதற்கு ஒரே ஒரு காரணம் தான் இருக்க முடியும்.

அவர்களது நோக்கத்தில் பொதுநலமும் பேச்சில் உண்மையும் மட்டுமே இருந்ததுதான் அது.

ஆனால் கடைசி நபியான முகம்மதுவின் காலத்துக்குச் சுமார் தொள்ளாயிரம் ஆண்டுகள் கழித்து இஜ்வி தன்னை ஓர் இறைத்தூதராக அறிவித்துக்கொள்கிறார். உலகம் எத்தனையோ முன்னேறிவிட்டிருந்த காலம். மக்களின் கல்வி வளர்ச்சி, சிந்தனை வளர்ச்சி மேம்பட்டிருந்த காலம். யாரும் அப்போது ஆதிவாசிகளாக இல்லை. நாகரிகமடைந்துவிட்டிருந்த சமூகம் தான். அதுவும் கல்வியிலும் கலைகளிலும் சிறப்பிடம் பெற்றிருந்த துருக்கியப் பேரரசிலிருந்து அப்படியொரு குரல் கேட்கிறது.

நியாயமாக யூதர்கள் அப்போது சிந்தித்திருக்க வேண்டும். இஜ்வியை அறிவுத்தளத்தில் பரீட்சை செய்தும் பார்த்திருக்கலாம். ஆனால் உணர்ச்சியின் வசப்பட்டிருந்த யூதர்களுக்கு அதெல்லாம் ஏனோ தோன்றாமல் போய்விட்டது. ஸ்மிர்னா நகரில் (இன்றைக்கு இது இஜ்மிர்) இருந்த யூத தேவாலயத்தில் இருந்தபடி இஜ்வி, நான்கு எழுத்துகளால் ஆன இறைவனின் பெயரை உச்சரித்தார். (ஆங்கிலத்தில் உச்சரிப்பதானால் YHVH என்று வரும். உச்சரித்துப் பார்ப்பது சிரமம். ஆனால் இது ஹீப்ரு மொழி உச்சரிப்பு. தோராயமாகத் தமிழில் ‘யெவ்’ எனலாம்.) இந்தச் சொல் ஹீப்ரு பைபிளில் (தோரா) சுமார் ஏழாயிரம் முறை உச்சரிக்கப்படுகிறது. ஆனால் நவீன ஹீப்ருவில் இச்சொல் கிடையாது. இப்பெயரை உச்சரிக்கவே மிகப்பெரிய தகுதி வேண்டுமென்று சொல்லப்படும். மூத்த மத குருக்கள், துறவிகள் மட்டுமே இறைவனை இந்தச் சொல்லால் கையாளமுடியுமே தவிர சாதாரண மக்கள் இதனைப் பயன்படுத்தமாட்டார்கள், பயன்படுத்தவும் கூடாது.

அப்படிப்பட்ட சொல்லை, திடீர் இறைத்தூதர் இஜ்வி உச்சரித்தார். அதைப்பார்த்த மக்கள் வியப்பிலும் அதிர்ச்சியிலும் வீழ்ந்து, அவரை அடிபணிந்துவிட்டார்கள்.

இஜ்வி, அத்துடன் நிறுத்தவில்லை. யூதர்களின் சமய நம்பிக்கைகள் சார்ந்த சில மாற்றங்களையும் அறிமுகப்படுத்தத் தொடங்கினார். உதாரணமாக, ஜெருசலேமில் மன்னர் சாலமனின் தேவாலயம் இடிக்கப்பட்ட தினத்தை யூதர்கள் நினைவுகூர்ந்து வருஷத்தில் ஒருநாள் அதை அனுஷ்டிப்பார்கள். அதை மாற்றி, 'நீங்கள் இனி உங்கள் தேவதூதரின் பிறந்தநாளைக் கொண்டாடுங்கள். அதுவும் இதுவும் ஒரே தேதிதான்' என்று அறிவித்தார். அதாவது தன்னுடைய பிறந்தநாள்!

கிட்டத்தட்ட அத்தனை யூதர்களுமே அன்றைக்கு இஜ்வி ஜுரம் பிடித்து அலைந்துகொண்டிருந்தார்கள். ஏதோ நடக்கவிருக்கிறது, யூதர்களின் விடுதலை நாள் நெருங்கிவிட்டது என்று உளமார நம்பத்தொடங்கிவிட்டார்கள். தங்கள் இனத்தில் இன்னொரு தேவதூதர் உதித்துவிட்டார் என்று ஊரெல்லாம், உலகெல்லாம் பேசத்தொடங்கினார்கள்.

தோதாக இஜ்வி ஒரு காரியம் செய்தார். ஸலோனிகா என்கிற இடத்துக்குப் போய், 'தோரா'வை மணந்துகொண்டார்!

தோராவை மணப்பதென்பது, துறவு வாழ்வை மேற்கொள்வதைக் குறிப்பால் உணர்த்தும் ஒரு யூத மதச் சடங்கு. யூதர்களின் மத நூலான தோராவைத் திருமணம் செய்து கொள்வது போல ஒரு சடங்கு நடத்தி, அதன்மூலம், சம்பந்தப்பட்ட ரபி, லௌகீக வாழ்க்கையிலிருந்து விலகிவிட்டதாக அறிவிக்கப்படுவார். இஜ்வி, தயங்காமல் இந்தச் சடங்கையும் மேற்கொண்டார்.

இதற்குப் பின் அதிகாரபூர்வமாகவே தன்னையொரு தேவதூதராகச் சொல்லிக்கொண்டு க்ரீஸ், இத்தாலி, துருக்கி என்று பயணங்கள் மேற்கொள்ள ஆரம்பித்தார். போகிற இடங்களிலெல்லாம் யூதர்கள் அவரது தாள்பணிந்தார்கள். கண்ணீர் மல்கக் கைகூப்பித் தொழுதார்கள்.

தனது பயணத்திட்டத்தின் இறுதியில் இஜ்வி பாலஸ்தீனுக்கு வந்தார். அங்கே, ஜெருசலேமில் இருந்த ஒரு யூத தேவாலயத்தில் அவருக்கு 'தூதர்களின் அரசர்' என்கிற பட்டத்தை உள்ளூர் ரபிக்கள்

சூட்டினார்கள்.(காஸாபகுதியில்அப்போதுவசித்துக்கொண்டிருந்த நதன்-*Nathan*-என்கிற ஒரு மூத்த குரு இப்பட்டத்தைச்சூட்டியதாகச் சில வரலாற்று நூல்கள் தெரிவிக்கின்றன.)

உடனே, இயேசுவுக்கு ஒரு யோவான் போல இஜ்விக்கு நதன் என்று அவரையும் கொண்டாடச் சொல்லிவிட்டார் இஜ்வி! இதில் மனம் குளிர்ந்துவிட்ட நதன், 'இனிமேல்இஜ்விதான் ஜெருசலேம் யூதர்களுக்குப் பாதுகாவலர். விரைவில் அவர் துருக்கிய சுல்தானை வீழ்த்தி, சிதறிக்கிடக்கும் யூதகுலத்தை ஜெருசலேத்துக்கு மீண்டும் அழைத்து வருவார்' என்று அறிவித்தார்.

இது ஜெருசலேத்தில் இருந்த யூதகுருமார்களின் சபையின் தலைவர்களுக்குக் கொஞ்சம் தர்மசங்கடத்தை விளைவித்தது. இருந்திருந்து, அப்போதுதான் அவர்கள் கொஞ்சம் நிம்மதியாக உண்டு, உறங்கத் தொடங்கியிருந்தார்கள். துருக்கியின் சுல்தான் எவ்வித பிரச்னையும் இல்லாமல் யூதர்கள் வாழ்வதற்கு வழிகள் செய்திருந்தார். எங்கே இந்த ஆள் அதைக் கெடுத்துவிடப்போகிறாரே என்கிற கவலை அவர்களுக்கு. அதே சமயம்இஜ்விக்குமக்கள்செல்வாக்கும்பெருகிக்கொண்டிருந்ததை அவர்கள் கவனிக்கத் தவறவில்லை.

சரி, இவர் நிஜமாகவே தேவதூதர்தானா என்று கொஞ்சமாவது பரீட்சை செய்து பார்ப்போம் என்று முடிவு செய்து, இஜ்வியை அழைத்தார்கள். ஆனால் அவர் பரீட்சை எதற்கும் உட்பட மறுத்துவிட்டார். 'என்னை நம்புங்கள். என்னைப் பரிசோதிக்க நீங்கள் யாரும் லாயக்கில்லை' என்று சொல்லிவிட்டார். அதற்கு மேல் ஜெருசலேத்தில் இருக்க விரும்பாத இஜ்வி, ஊருக்கும் புறப்பட்டுவிட்டார். ஒரு பதினைந்து வருடகாலம் வேறு வேறு தேசங்களுக்கு சுற்றுப்பயணம் மேற்கொண்டுவிட்டு ஊர் திரும்பியவர், "கி.பி. 1666ம் வருடம் நான் ஒரு சிங்கத்தின் மீதேறி ஜெருசலேத்துக்குச் செல்வேன். அப்போது ஜெருசலேம் நம்முடைய மண்ணாக இருக்கும்" என்று அறிவித்தார்.

அதோடு நிறுத்திக்கொண்டிருக்கலாம். யூத மதத்துக்குள் ஏகப்பட்ட புதிய சட்டதிட்டங்களைக் கொண்டுவந்து, ஒரு இருபத்தைந்து இடங்களைத் தேர்ந்தெடுத்து அவையனைத்தும் தனித்தனி சமஸ்தானங்கள் என்றும் ஒவ்வொரு சமஸ்தானத்துக்கும்

ஒவ்வொரு மன்னரை நியமித்து, 'மன்னர்களின் மன்னர்' என்று தமது சகோதரர் ஒருவரை அறிவித்து இல்லாத கூத்தெல்லாம் செய்து விட்டார்.

இத்தனையையும் துருக்கி சுல்தான் பொறுமையுடன் பார்த்துக் கொண்டிருந்தார். ஒருமாதிரி பெரிய ஆதரவாளர் படையுடன் அவர் இஸ்தான்புல்லை நோக்கி வந்துகொண்டிருக்கிறார் என்று கேள்விப்பட்டதும் 'இதுதான் எல்லை' என்று முடிவு செய்தார், சுல்தான். நேரேபோய்கழுத்தில்கத்திவைத்துகைதுசெய்துவிட்டது துருக்கிய ராணுவம்.

யூதர்களால், தங்களது இறைத்தூதர் கைது செய்யப்பட்டுவிட்ட சம்பவத்தைநம்பவேமுடியவில்லை. இருப்பினும்அப்போதுகூட, 'ஏதோ அதிசயம் நிகழப்போகிறது, கடவுளே நேரில் தோன்றி, சுல்தானுக்கு உரிய தண்டனை தரப்போகிறார்' என்று எதிர்பார்த்து நகம் கடித்துக்கொண்டிருந்தார்கள்.

ஆனால் கடவுள் அப்போது ஒரு முடிவில்தான் இருந்தார் போலிருக்கிறது. இஜ்வி, இஸ்தான்புல் சிறைச்சாலையில் களிதான் சாப்பிட்டுக்கொண்டிருந்தார். அவருக்கு இரண்டு சாத்தியங்களை மட்டுமே சுல்தான் தந்தார்.

1. மரியாதையாக முஸ்லிமாக மாறிவிடுங்கள்.

2. அல்லது உயிரை விடத் தயாராகுங்கள்.

யூதர்களின் இறைத்தூதராக, இறைத்தூதர்களுக்கெல்லாம் அரசராகத் தன்னை அறிவித்துக்கொண்டு சுமார் பதினைந்து ஆண்டுகாலம் கலாட்டா செய்துகொண்டிருந்த இஜ்வி அப்போது எடுத்த முடிவு -

உயிர்பிழைக்க முஸ்லிமாக மாறிவிடலாம் என்பதுதான்!

ஒரு தலைப்பாகையை விரித்து மண்டியிட்டு, மன்னரிடம் தமது முடிவைச் சொன்னார். உயிர்ப்பிச்சை கேட்டார். அந்தக் கணமே முஸ்லிமாக மாறினார். அவருக்கு மேமத் எஃபெண்டி *(Mehmet Effendi)* என்கிற புதிய முஸ்லிம் பெயர் சூட்டப்பட்டது. சுல்தான் அவரை மன்னித்துவிட்டார். கூடவே *Royal Doorkeeper* (ராஜ - வாயில்காப்போன்!) என்றொரு பட்டத்தையும் கொடுத்து வாழ்நாள் முழுவதற்கும் பென்ஷன் தருவதாகவும் சொன்னார்.

இஜ்வியின் தோழர்களுக்கும் தொண்டர்களுக்கும் இது மிகவும் கசப்பான அனுபவமாகப் போய்விட்டது. ஒரு போலி இறைத்தூதரை நம்பி இத்தனை நாள்களை வீணாக்கிவிட்டோமோ என்று அவர்கள் மனத்துக்குள் பலகாலம் அழுதுதீர்த்தார்கள். பெரும்பாலான யூதகுலத்தவருக்கே இது ஒரு அழிக்கமுடியாத கறை என்று தோன்றிவிட்டது. கஷ்டப்பட்டு, நடந்ததை மறந்துவிட அவர்கள் விரும்பினார்கள்!

இதில் உச்சபட்ச நகைச்சுவை ஒன்று உண்டு. இத்தனை நடந்தபிறகும் இஜ்வியை இறைத்தூதர்தான் என்று யூதர்களில் சிலர் நம்பினார்கள். அவர் முஸ்லிம் ஆனபோது, அதுதான் உய்வதற்கு வழிபோலிருக்கிறது என்று நம்பி, தாங்களும் முஸ்லிமாக மாறிவிட்டார்கள்!

35

கி.பி. 1517ம் ஆண்டு தொடங்கி 1917 - 18ம் ஆண்டுகள் வரை பாலஸ்தீன் ஒட்டோமான் துருக்கியப் பேரரசின் ஆதிக்கத்தின்கீழ்தான் இருந்தது. அதாவது, நாநூறு வருடங்கள். நடுவில் 1831ம் ஆண்டு தொடங்கி 1840 வரை எகிப்தை ஆண்ட முகம்மதுஅலிஎன்கிறசர்வவல்லமைபொருந்தியசக்கரவர்த்தியின் காலத்தில் மட்டும் ஒரே ஒருமுறை ஒட்டோமான் அரசிடமிருந்து பிரிந்து எகிப்தின் ஆட்சிக்கு உட்பட்டிருக்கிறது. தமது பேரரசு விஸ்தரிப்புத் திட்டத்தின் கீழ் ஒரு சிறு படையெடுப்பு நிகழ்த்தி பாலஸ்தீனை எகிப்துடன் இணைத்தார் முகம்மது அலி.

ஐந்தாறு வருடங்கள்தான் என்றாலும், அவரது ஆட்சிக்காலத்தில் பாலஸ்தீனில் விவசாயம் கணிசமான அளவு முன்னேற்றம் கண்டதாக அநேகமாக எல்லா சரித்திர ஆசிரியர்களும் குறிப்பிடுகிறார்கள். பாலஸ்தீன் முழுவதிலும் இருந்த தரிசு நிலங்களை அளந்து கணக்கிட்டு, அந்தந்த நிலப்பரப்பின் தன்மைக்கேற்ற பயிர்கள் விதைக்கப்பட்டன. பெரும்பாலான இடங்களில் விவசாயம் ஒரு அரசுத்துறை நடவடிக்கையாகவே மேற்கொள்ளப்பட்டு, உழைப்பவர்களுக்கு ஒழுங்கான சம்பளம் வழங்கப்பட்டிருக்கிறது. (சில இடங்களில் நிலச்சுவாந்தார்களின் அட்டகாசமும் இருந்திருக்கிறது.) சொந்தமாக நிலம் வைத்திருந்தவர்கள் ஒழுங்காக வரி செலுத்திவிட்டால் போதும். யூதர்கள், முஸ்லிம்கள், கிருத்தவர்கள் என்று பாரபட்சமில்லாமல், பிரச்னையின்றி வாழ்வதற்கு முகம்மது அலி உத்தரவாதம் அளித்திருந்தார்.

இந்த விஷயத்தில் பல ஜமீந்தார்களுக்கு மிகவும் வருத்தம்! பெரிய பெரிய கிராமங்களின் அளவுக்கு நிலம் வைத்திருந்தவர்கள் அவர்கள். அவர்களுக்குக் கிடைத்த அதே மரியாதை, ஒரு கர்ச்சிப்

அளவு நிலம் வைத்திருக்கும் ஏழை விவசாயிகளுக்கும் அப்போது கிடைத்தது. சமத்துவம்!

இந்த சமத்துவம், திட்டமிட்டுப் பேணப்படவில்லை. பாலஸ்தீனுக்கு மட்டும் இயல்பாக வாய்த்தது. அடிப்படையில் முகம்மது அலி ஒரு நில உடைமைவாதியாகத்தான் இருந்திருக்கிறார். ஆயினும் விவசாயம் தவிர, கல்வித்துறையிலும் அவரது காலத்தில் கணிசமான வளர்ச்சி சாத்தியமாகியிருக்கிறது. ஜெருசலேம், காஸா மற்றும் இன்றைய வெஸ்ட் பேங்க் பகுதிகளில் அன்றைக்கு அடிப்படைப் பள்ளிக்கூடங்கள் தொடங்கி, சர்வகலாசாலைகள் வரை ஏராளமாக நிறுவப்பட்டு, பல்வேறு தேசங்களிலிருந்து வல்லுநர்களை வரவழைத்துப் பாடம் சொல்லிக்கொடுக்க ஏற்பாடு செய்திருக்கிறார் மன்னர்.

ஆனால் 1840ல் துருக்கி சுல்தான் மீண்டும் பாலஸ்தீனைக் கைப்பற்றிவிட்டார். பாலஸ்தீனை இழப்பதென்பது அந்தக் காலத்தில் ஒரு மாபெரும் அவமானமாகவே சுல்தான்களால் கருதப்பட்டு வந்திருக்கிறது. எத்தனையோ யுத்தங்களில் எத்தனையெத்தனையோ இடங்களை வென்றிருக்கிறார்கள், தோற்றும் இருக்கிறார்கள். அதையெல்லாம் மீட்டெடுக்க இத்தனை முயற்சி யாரும் மேற்கொண்டதில்லை. ஆனால் ஒவ்வொரு முறை பாலஸ்தீன் கையை விட்டுப் போகும்போதும் சம்பந்தப்பட்ட மன்னர்களால் ஏனோ தாங்கமுடியாமலாகிவிடுகிறது. இத்தனைக்கும் மத்திய ஆசியாவிலேயே மிகவும் வளம் குன்றிய பகுதி அதுதான். (இன்றைக்கும்!) பாலைவனங்களும் கரடுமுரடான பாறைகளாலான சிறு குன்றுகளும் அங்கே அதிகம். பெரும்பாலான கிராமங்களுக்கு வெளியிலிருந்து யாரும் போகக்கூட முடியாது. பாதைகளே இருக்காது.

பதினேழாம் நூற்றாண்டின் மத்தியில் பாலஸ்தீனுக்கு இடம்பெயர்ந்து வந்த யூதர்கள், அங்கே ஆறு 'புத்தம்புதிய' கிராமங்களைக் 'கண்டுபிடித்திருக்கிறார்கள்' என்றால் நம்ப முடிகிறதா? ஒரு பாலைநிலப்பகுதியில் தற்செயலாகப் பயணம் மேற்கொண்டவர்கள், தாகத்தில் அலைந்து திரிந்தபோது, புதிதாகச் சில கிராமங்களையும் அங்கு வாழும் மக்களையும் கண்டுபிடித்தார்கள்! மண்ணின் மைந்தர்களான அவர்கள், அதுநாள் வரை பாலஸ்தீனில் நடைபெற்ற எத்தனையோ

அரசியல் குழப்பங்களுக்கும் தங்களுக்கும் எந்தச் சம்பந்தமும் இல்லை என்பது போல, தனிக்காட்டில் கூட்டுவாழ்க்கை மேற்கொண்டிருந்திருக்கிறார்கள்! இப்போது தங்களை யார் ஆள்கிறார்கள் என்பது கூடத் தெரியாமல் அவர்கள் இருந்திருக்கிறார்கள்!

அப்படிப்பட்ட இடம் பாலஸ்தீன். ஆனாலும் எந்த மன்னராலும் பாலஸ்தீனை மனத்தளவிலும் விட்டுக்கொடுத்துவிட முடியாது. காரணம், ஜெருசலேம்.

ஒட்டோமான் பேரரசின் கீழ் பாலஸ்தீன் இருந்த காலத்தில் ஏராளமான ஐரோப்பிய யூதர்கள் அங்கே இடம்பெயர்ந்து வந்ததை ஏற்கெனவே பார்த்தோம். ஆனால் பாலஸ்தீனில் மீண்டும் யுத்தம், மீண்டும் ஆட்சி மாற்றம் என்று எகிப்து மன்னர் முகம்மது அலியின் படையெடுப்பை ஒட்டி ஏற்பட்ட பதற்றத்தில் பெரும்பாலான யூதர்கள் பாலஸ்தீனை விட்டு வெளியேறிவிட்டிருந்தார்கள். துருக்கிப் பேரரசின் எல்லைக்குள் பரவலாக வசிக்கத் தலைப்பட்ட யூதர்களுக்கு இம்முறை வாழ்வது கொஞ்சம் பிரச்னையாகத்தான் இருந்தது.

அவர்கள் முதல்முதலில் இடம்பெயர்ந்து வந்தபோது இருந்த அளவு அரசு அப்போது கருணை மிக்கதாக இல்லை. அரசு என்றால் மன்னர். சுல்தான். திம்மிகள் என்ற அளவில் அவர்களுக்கான உரிமைகள் இருக்கவே செய்தன என்றபோதும் அடக்குமுறை சற்று அதிகமாகவே இருந்ததாக எழுதுகிறார்கள் யூதசரித்திர ஆசிரியர்கள். (இதனை கிருத்தவ சரித்திர ஆய்வாளர்களும் ஆமோதிக்கிறார்கள்.)

பதினெட்டாம் நூற்றாண்டின் தொடக்கத்திலிருந்தே அரேபியர்களுக்கு யூதர்களை சுத்தமாகப் பிடிக்காமல் போய்விட்டது. அதுவரை யூதர்கள் விஷயத்தில் கூடியவரை சகிப்புத்தன்மையுடனும் சகோதரத்துவத்துடனும் வாழ்ந்துவந்தவர்கள், கி.பி. 1790ம் ஆண்டு காலகட்டத்திலிருந்து ஏனோ யூதர்களிடமிருந்து பெரிதும் விலகியே இருக்கத் தொடங்கினார்கள்.

இதற்கு பாலஸ்தீன் முஸ்லிம்கள் தரப்பில் சொல்லப்பட்ட காரணங்கள் பின்வருமாறு:

1. அவர்கள் நைச்சியமாக அதிகாரிகளை வளைத்துப்போட்டு எங்கள் நிலங்களை அபகரித்துக்கொள்கிறார்கள்.

2. வட்டிக்குப் பணம் கொடுக்கிறார்கள். பெரும்பாலும் புரியாத விதத்தில் பத்திரங்களை எழுதி வாங்கிக்கொள்கிறார்கள். பணம் கட்ட முடியாமல் போகும் சந்தர்ப்பங்களில் அந்தப் பத்திரங்களை அதிகாரிகளிடம் சமர்ப்பித்து எங்கள் வீடுகளையும் நிலங்களையும் கையகப்படுத்திவிடுகிறார்கள். கூடுதலாக அவகாசம் தருவது என்பதே கிடையாது.

3. அரேபியச் சிறுவர்களையும் சிறுமிகளையும் வீட்டு வேலைகளுக்கு வைத்துக்கொள்கிறார்கள். அவர்கள் மனத்தில் யூதமதம் தான் உயர்வானது, யூதர்கள்தான் மேலான குடிகள் என்பது போன்ற எண்ணத்தை விதைக்கிறார்கள். அரேபியர்கள் அடிமை வாழ்வு வாழவே பிறந்தவர்கள் என்று திரும்பத்திரும்பச் சொல்கிறார்கள்.

4. ஆட்சியாளர்களுக்கு நிறையப் பணம் கொடுத்து, பெரிய ஒப்பந்தங்களைப் பெற்றுவிடுகிறார்கள். வெளிநாட்டு வர்த்தகம் போன்ற லாபம் தரத்தக்க பணிகளில் அரேபியர்கள் நுழைவதை முடிந்தவரை தடுக்கிறார்கள்.

5. தங்கள் தொழிலுக்குப் போட்டியாக முஸ்லிம்கள் பெரிதாக வளர்ந்து வரும்போது சூழ்ச்சி செய்து அழிக்கிறார்கள்.

6. யூதக்குழந்தைகளை முஸ்லிம் குழந்தைகளுடன் பழக விடுவதில்லை.

7. யூத குருமார்கள் ஆணவத்துடன் நடந்துகொள்கிறார்கள். அவர்கள் முஸ்லிம்களை அறவே மதிப்பதில்லை.

8. முஸ்லிம்களின் பண்டிகைக் காலங்களிலும் கொண்டாட்டக்காலங்களிலும் அவர்கள் தம் வீடுகளைத் திறப்பதே இல்லை. துக்க தினம் போல அனுஷ்டிக்கிறார்கள்.

9. சந்தர்ப்பம் கிடைக்கும்போதெல்லாம் இறைத்தூதரான முகம்மது நபியை அவமரியாதையாகப் பேசுகிறார்கள்.

மேற்சொன்ன இந்த ஒன்பது காரணங்களை ஹாசன் தாபித் என்கிற பதினெட்டாம் நூற்றாண்டு சரித்திர ஆசிரியரின் குறிப்புகளிலிருந்து

பெறமுடிகிறது. இஸ்தான்புல்லில் ஒரு பல்கலைக்கழகத்தில் பேராசிரியராக இருந்தவர் இவர்.

இந்த ஒன்பது காரணங்களைச் சற்று உன்னிப்பாக கவனித்தால் அன்றைய பாலஸ்தீன் அரேபியர்களின் சமூக நிலைமை சற்று புரியும்.

முதல் காரணம் நமக்குத் தெரிவிப்பது, அந்தக் காலத்தில் அரேபிய முஸ்லிம்களுக்கு கிராம - நகர அதிகாரிகளுடன் நெருக்கமோ செல்வாக்கோ இல்லை. அதிகாரிகளும் முஸ்லிம்களே என்றபோதும் சாமானிய மக்களுக்கும் அவர்களுக்கும் இடைவெளி இருந்திருக்கிறது.

இரண்டாவது காரணம் சொல்லும் செய்தி - யூதர்கள் வெளிநாடுகளிலிருந்து அகதிகளாக வந்தார்கள் என்றபோதும் அவர்களுக்குப் பணப்பிரச்னை இல்லை. வட்டிக்குப் பணம் தரும் அளவுக்கு வசதியாக இருந்திருக்கிறார்கள். அரேபியர்கள் உள்ளூர்க்காரர்களே என்றாலும் ஏழைமை மிகுதியாக இருந்திருக்கிறது. வட்டிக்குப் பணம் பெற்றே வாழ்க்கை ஓட்டியிருக்கிறார்கள் என்பது முதல் செய்தி, இதிலேயே உள்ள இரண்டாவது செய்தி, வட்டிப் பத்திரங்களைப் படித்துப் புரிந்துகொள்ளும் அளவுக்கு முஸ்லிம்களுக்குப் படிப்பறிவு இல்லை என்பது.

மூன்றாவது காரணமும் அரேபியர்களின் ஏழைமை வாழ்க்கையைத்தான் சுட்டிக்காட்டுகிறது.

நான்காவது காரணம் - அந்தக் காலத்திலும் லஞ்சம் வாங்கும் ஆட்சியாளர்கள் இருந்திருக்கிறார்கள். வர்த்தக ஒப்பந்தங்கள், லைசென்ஸ்கள் போன்றவை லஞ்சமில்லாமல் சாத்தியமாகவில்லை.

ஐந்தாவது காரணம் - முஸ்லிம்களில் சிலர் கல்வி கற்றோராக, வியாபாரத்தில் சிறந்தவர்களாக இருந்திருக்கிறார்கள். ஆனாலும் யூதர்களுடன் அவர்களால் போட்டியிட முடியாமல் போயிருக்கிறது.

ஆறாவது காரணம் - யூதர்கள், குழந்தைகளிடமிருந்தே பிரிவினையை ஆரம்பித்திருக்கிறார்கள் என்கிற தகவலைச் சொல்லுகிறது. ஆனால் இது விஷயமாக எதிர்த்தரப்பையும் நாம்

ஆராய உரிய ஆவணங்கள் ஏதும் இன்று கிடைக்காததால் இதை அப்படியே ஏற்றுக்கொண்டுவிட முடியாது.

இதே போலவே ஏழு, எட்டாவது காரணங்களையும் ஆதாரபூர்வமாக இன்று உறுதிப்படுத்திக்கொள்ள வழியில்லை.

ஒன்பதாவது காரணம் குறித்து எந்தச் சந்தேகமும் இல்லை. முகம்மது நபி வாழ்ந்த காலத்திலிருந்தே யூதர்கள் விடாமல் செய்துவரும் காரியம்தான் அது!

ஆக, எப்படியோ யூதர்களும் முஸ்லிம்களும் தண்டவாளங்கள் போலத் தனித்தனியே பயணம் மேற்கொள்ள வேண்டியவர்கள் தான் என்று மனத்தளவில் இரு தரப்பிலுமே முடிவாகியிருக்கிறது. ஒத்துப்போகாது என்பதற்கு எந்தக் காரணமுமே முக்கியமில்லை என்கிற அளவுக்கு இரு தரப்பினருக்குமான இறுக்கம் அதிகமாகிக் கொண்டே வந்தது.

இந்தச் சூழலில், முகம்மது அலி கைப்பற்றிய பாலஸ்தீனை, துருக்கி சுல்தான் மீண்டும் வெற்றிகொண்டபிறகு, பாலஸ்தீன் யூதர்களுக்கு அங்கே இருப்பு சார்ந்த சங்கடங்கள் நிறைய தோன்ற ஆரம்பித்தன. அன்றைய தேதியில் பாலஸ்தீனில் மட்டும் சுமார் பன்னிரண்டாயிரம் யூதர்கள் இருந்தார்கள். (பதினாறாயிரம் பேர் என்றும் சில குறிப்புகள் தெரிவிக்கின்றன.) இந்தப் பன்னிரண்டாயிரம் பேரில் பாதிபேருக்கு மேல் சுயமாகத் தொழில் செய்பவர்கள். பாஸ்போர்ட், விசா பிரச்னையெல்லாம் இன்றைக்குப் போல் அத்தனை பெரிதாக இல்லாத காலகட்டமாதலால் வருடத்தில் பாதி நாள்களுக்கும் மேல் அவர்கள் உலகம் சுற்றிக்கொண்டிருந்தார்கள்.

வர்த்தகக் காரணம் ஒரு பக்கம். ஒவ்வொரு தேசத்திலும் உள்ள யூதர்களைக் கணக்கெடுத்து, அந்தந்த தேசத்தின் அரசியல் நிலவரங்களை அலசி ஆராய்ந்து, உடனடிப் பிரச்னை என்றால் ஒரு தீர்வு, நீண்ட நாள் பிரச்னை என்றால் ஒரு தீர்வு, எதிர்பார்க்கப்படும் பிரச்னை என்றால் அதற்கான மந்திராலோசனை என்று பல்வேறு சமூகத்திட்டங்கள் இல்லாமல் எந்த ஒரு யூதரும் வெளிநாட்டுக்குப் போகமாட்டார். ஒரு யூதர் வெளிநாடு கிளம்புகிறார் என்றால் முதலில் பாஸ்போர்ட் அலுவலகம் போகமாட்டார். இன்றைக்கும்

தமது மதச்சபை தலைமை குருவைத்தான் முதலில் சந்திக்கச் செல்வார்.

தமக்கு முன்பின் தெரிந்தவரா, தெரியாதவரா என்பது கூட அவர்களுக்கு முக்கியமில்லை. யூதரா? அவ்வளவுதான்.

இப்படி வர்த்தகக் காரணங்களுடன் வெளிநாடுகளுக்குப் புறப்பட்ட பாலஸ்தீன் யூதர்கள்தான், பல்வேறு இடங்களிலிருந்து யூதர்கள் பாலஸ்தீனுக்கு வந்து சேரவும் வாழத்தொடங்கவும் காரணமாக இருந்தார்கள்.

ஆயிரத்தி எண்ணூறுகளின் தொடக்கத்தில் பாலஸ்தீனில் மொத்தமே பதினையாயிரம் யூதர்கள்தான் இருந்தார்கள். ஒரு நூறு வருஷத்தில் இந்த எண்ணிக்கை ஒரு லட்சத்தைத் தொட்டது. அந்த நூறு வருட காலத்தில் பத்துப்பத்து பேராக, நூறு நூறு பேராக, ஆயிரம்ஆயிரம் பேராகயூதர்கள்எங்கெங்கிருந்தோபாலஸ்தீனுக்கு வந்து சேர்ந்தது தவிர வேறு குறிப்பிடத்தக்க நிகழ்வுகள் ஏதும் அம்மண்ணில் நடைபெறவில்லை என்பதைப் பார்க்கவேண்டும்.

பாலஸ்தீன் மண்ணில் கண்ணுக்குத்தெரியாமல் யூதர்களின் எண்ணிக்கை அதிகரித்துக்கொண்டிருக்கிறது என்பதை அரேபிய முஸ்லிம்கள் கவனிக்கவேயில்லை என்பதையும் பார்க்கவேண்டும்.

36

இந்தியாவில் உள்ள மணிப்பூர் அல்லது மேகாலயா அளவேயான நிலம். பாலஸ்தீன். சரித்திர காலத்து நிலப்பரப்பைக் கணக்கில் எடுத்துக்கொள்வதென்றால்கூட தமிழ்நாட்டு அளவை மிஞ்சும் சாத்தியம் இல்லை. ஆனால் இந்தச் சிறியதொரு நிலத்தை முன்வைத்து எத்தனை அரசியல்கள்! சரித்திர காலத்துக்கும் நவீன காலத்துக்கும் இடைவழியான கி.பி. பதினேழாம் நூற்றாண்டின் மத்தியப் பகுதிகள், பதினெட்டு, பத்தொன்பதாம் நூற்றாண்டின் தொடக்கங்களில் எல்லாம் இந்த அரசியல் நம்பமுடியாத வேகம் எடுத்ததைக் குறிப்பிட வேண்டும். மத்திய ஆசியா மற்றும் ஐரோப்பாவெங்கும் மக்கள் மூச்சுக்கு முன்னூறு முறை யூதர்களைப் பற்றியே பேசிக்கொண்டிருந்தார்கள். அப்படிப் பேசப்பட்ட இடங்களில் எல்லாம் காற்றைப்போல யூதர்களும் பரவியிருந்தார்கள். நிலையான இருப்பிடம் என்று ஒரு பிரதேசம் அவர்களுக்கு இல்லை என்றாலும் இருக்கிற இடங்களில் எல்லாம், கிடைக்கிற தொழில்களில் எல்லாம் அவர்கள் ஒட்டிக்கொண்டு ஒரு மாபெரும் புரட்சிக்கும் போராட்டத்துக்கும் தங்களை ஆயத்தம் செய்துகொண்டிருந்தார்கள். எல்லாமே மிக மௌனமாக நடந்தது. மிகமிக ரகசியமாக நடந்தது.

வாழ்க்கைப்பிரச்னைகள்அவர்களைஊரைவிட்டுஓடச்செய்தாலும் விருப்பம் முழுவதும் பாலஸ்தீனில் மட்டுமே இருந்தது. குறிப்பாக, ஜெருசலேம். அப்போது ஒட்டாமான் துருக்கியப் பேரரசின் ஓர் அங்கமாக இருந்த ஜெருசலேம். ஜெருசலேம் உள்ளிட்ட பாலஸ்தீனுக்குத் திரும்பி வரவேண்டும், அது தங்களது சொந்த நிலப்பரப்பு என்பதை அதிகாரபூர்வமாக ஸ்தாபிக்க வேண்டும், அங்கேயே வாழவேண்டும் என்கிற விருப்பம் ஒரு தீ போல அவர்கள் மனமெங்கும் பரவி தகித்துக்கொண்டிருந்தது.

யுத்தகாலங்களில் அம்போவென்று ஊரைவிட்டுப் புறப்பட்டு ஓடிப்போன குற்ற உணர்ச்சியெல்லாம் அவர்களிடம் இல்லை. அரேபியர்கள்தான் எதிரிகளிடம் நூற்றாண்டு காலமாகப் போராடிக் கொண்டிருந்தார்கள் என்கிற நியாய உணர்ச்சியும் இல்லை. சுல்தான் சலாவுதீன் காலம் தொட்டு பாலஸ்தீனின் விடுதலைக்காக அரேபிய முஸ்லிம்கள் எத்தனை பாடுபட்டிருக்கிறார்கள், வீடு வாசல்களை இழந்தும் அங்கேயே நின்று போராடி யிருக்கிறார்கள் என்பதையெல்லாம் நினைத்துப்பார்க்கும் நிலையில் அவர்கள் இல்லை.

கடவுளின் பிரதேசமான பாலஸ்தீன், கடவுளின் விருப்பக் குழந்தைகளான யூதர்களுடையது. அவ்வளவுதான். அது மட்டும்தான் அவர்களின் எண்ணமாக இருந்தது.

இந்த எண்ணம் மிகவும் வலுப்படத் தொடங்கியதற்கு யூதரல்லாத ஓர் ஐரோப்பியச் சக்கரவர்த்தி ஒரு மறைமுகக் காரணமாக இருந்திருக்கிறார். நெப்போலியன். தெரியுமல்லவா? நெப்போலியன் போனபார்ட். *(Napoleon Bonaparte)*.

அந்தக் காலத்தில் ஏனைய ஐரோப்பிய நாடுகளின் மன்னர்கள் யூதர்களை நடத்திய விதத்துக்கும், பிரான்ஸின் நிகரற்ற பேரரசராக விளங்கிய நெப்போலியன் அவர்களை நடத்தியதற்கும் நம்பமுடியாத வித்தியாசங்கள் இருக்கின்றன. பிரெஞ்சுப் புரட்சிக்குப் பிறகு பிரான்ஸில் யூதர்களுக்குக் கொஞ்சம் நிம்மதி கிடைத்தது. நெப்போலியன் ஆட்சிக்கு வந்தபிறகு அவர்களுக்குக் கொஞ்சம் துணிச்சல் கூட வந்தது.

இத்தனைக்கும் ஒருமாதிரி வரையறுக்கப்பட்ட உரிமைகளையும் நிபந்தனைகளுக்கு உட்பட்ட சுதந்தரத்தையும்தான் நெப்போலியன் அவர்களுக்கு வழங்கியிருந்தார். ஆண்டாண்டு காலமாக ஐரோப்பாவில் வசித்தாலும் யூதர்கள், அந்த தேசங்களின் வளமைகளிலோ அரசியல் சாசன உரிமைகளிலோ பெரிய அளவில் சொந்தம் கொண்டாட முடியாது. ஆனால் அவர்களது குடியேற்ற உரிமைகள் காப்பாற்றப்படும். பாலஸ்தீனிலிருந்து வந்தவர்கள் என்கிற அளவில் அவர்களது இருப்பு அங்கீகரிக்கப்படும். அதற்கு அப்பால் வேறு எதற்கும் சொந்தம் கொண்டாடிவிட முடியாது.

பாலஸ்தீனிலிருந்து வந்தவர்கள். இது போதாது யூதர்களுக்கு? அது மட்டும் தொடர்ந்து வலியுறுத்திச் சொல்லப்பட்டுக் கொண்டிருந்தால் போதும் என்றுதான் அவர்கள் நினைத்தார்கள். அவர்களே இதனைச் சொல்லிக்கொண்டிருப்பதற்கும் நெப்போலியன் போனபார்ட் போன்ற ஒரு சக்கரவர்த்தி சொல்வதற்கும் வித்தியாசங்கள் இருக்கின்றன அல்லவா? என்றைக்கு இருந்தாலும் பாலஸ்தீன் தான் யூதர்களின் சொந்தபூமி, எத்தனை நூற்றாண்டுகள் அவர்கள் அங்கிருந்து வெளியேறி வாழ்ந்தாலும் எப்போது திரும்பினாலும் அங்கே உரிமை உண்டு என்பதை திரும்பத்திரும்ப அழுத்தந்திருத்தமாக நினைவு படுத்திக்கொண்டே இருக்க, நெப்போலியனின் அந்த வரையறுக்கப்பட்ட சுதந்தரப் பிரகடனம் யூதர்களுக்கு உறுதி செய்தது.

நெப்போலியனின் ஆட்சிக்கு உட்பட்ட பகுதிகள் அனைத்திலும் யூதர்களுக்கு முழு சிவில் உரிமைகள் வழங்கப்பட்டன. ஆனாலும் அது குடியேறிகளுக்கான உரிமைகளாக மட்டுமே சொல்லப்பட்டது. வழிபாட்டுச் சுதந்தரம், வர்த்தகச் சுதந்தரம், வாழ்க்கைச்சுதந்தரம் எல்லாம் இருந்தது. ஒவ்வொன்றும் அவர்கள் பாலஸ்தீன்காரர்கள் என்று சொல்லி சொல்லி வழங்கப்பட்டன.

கொஞ்சம் கூர்ந்து கவனிக்க வேண்டும். நெப்போலியன், ஒரு பாதுகாப்பு கருதியே யூதர்களைத் தொடர்ந்து பாலஸ்தீன்காரர்கள், வந்தேறிகள் என்று ஒவ்வொரு கட்டத்திலும் சொல்லிவந்திருக்கிறார். அதாவது பிரெஞ்சுக்காரர்களின் பாதுகாப்பு. யூதர்கள் அங்கே மெஜாரிடிகளாக ஆகி, பெரிய அளவில் பிரச்னைக்கு வித்திட்டுவிடக் கூடாதே என்கிற பாதுகாப்புணர்வு. ஆனால் யூதர்களைப் பொறுத்த அளவில் இதை வேறு விதமாக எடுத்துக்கொண்டு விட்டார்கள்.

ஐரோப்பாவில் வேறு எந்தப் பகுதியிலும் வாழக்கூட முடியாத சூழ்நிலை அவர்களுக்கு. எங்கே போனாலும் உதைத்தார்கள். எந்த ஒரு கிருத்தவ தேசத்திலும் அவர்களுக்கு நிம்மதி இல்லாத சூழ்நிலை. அப்படிப்பட்ட காலகட்டத்தில், வந்தேறிகள் என்று சொல்லியாவது இந்த நெப்போலியன் வாழ வழிகொடுக்கிறாரே என்கிற ஆறுதல் ஒரு பக்கம்; அதிர்ஷ்டப்பரிசு மாதிரி 'பாலஸ்தீனிலிருந்து வந்தவர்கள்' என்று திரும்பத்திரும்பச்

சொல்கிறாரே, அந்த இடம் நம்முடையதுதான் என்பதை இதுவே உலக மக்கள் மனத்தில் பதியச் செய்கிறதே என்கிற ரகசிய சந்தோஷம் இன்னொரு புறம்.

கி.பி. 1799ல் நெப்போலியன் எகிப்திலிருந்து சிரியா நோக்கி படை நகர்த்திச் சென்றுகொண்டிருந்தார். நெப்போலியனின் போர்த்திட்டங்கள், நாடு பிடிக்கும் வேட்கை போன்ற விஷயங்களெல்லாம் மிகப்பெரிய கதை. பாலஸ்தீன் சரித்திரத்துடன் சம்பந்தப்படாதது. ஆனால் இந்தக் குறிப்பிட்ட படையெடுப்பு மட்டும் சம்பந்தம் கொண்டது என்பதால் இதனைப் பார்க்கவேண்டியிருக்கிறது.

நெப்போலியனின் அப்போதைய நோக்கம், இன்றைக்கு சிரியாவிலும் அன்றைக்கு பாலஸ்தீனிலும் இருந்த ஏக்ர் நகரக் கோட்டையைப் பிடிப்பது. சரித்திரகாலம் தொட்டு மிக முக்கியமான நகரமாகக் கருதப்பட்டு வந்தது ஏக்ர். *(Acre.)*

மாபெரும் வீரர்; மிகப்பெரிய படை வைத்திருப்பவர் என்றாலும் அந்த முற்றுகை நெப்போலியனுக்கு வெற்றி தரவில்லை. காரணம், துருக்கியப் படைகள், அப்போது பிரிட்டிஷ் படைகளின் ஒத்துழைப்புடன் நெப்போலியனை எதிர்த்து நின்றது.

இதுவும் மிக முக்கியமானதொரு நிகழ்வு. முதல் முறையாக பாலஸ்தீன் பிரச்னையில் அப்போதுதான் பிரிட்டன் தலையிடுகிறது. அதுவரை பிரிட்டன் கவனத்துக்கு உட்பட்ட பிரதேசமாக பாலஸ்தீன் இல்லை. பிரிட்டனின் ராணி எலிசபெத், 'கிருத்தவரல்லாத யாரும் பிரிட்டனில் வாழ லாயக்கற்றவர்கள்' என்று யூதர்களைக் குறிவைத்து அறிவித்திருந்த சமயமும் கூட அது.

ஏக்ர் கோட்டையைப் பிடிக்கும் எண்ணத்துடன் எகிப்திலிருந்து இன்றைய இஸ்ரேல் வழியே புறப்பட்டு வந்த நெப்போலியன் அப்போது ரமல்லாவில் தங்கியிருந்தார். யாசர் அரஃபாத் தமது இறுதிக்காலம் வரை வாழ்ந்திருந்த நகரம். ரமல்லாவில் சும்மா இருக்கும் நாள்களை வீணாக்க வேண்டாம் என்று அவர் அங்கிருந்த யூதர்களை ஒருங்கிணைத்து ஒரு சிறிய அணிவகுப்புடன் கூடிய 'நீதி கேட்கும் நெடும்பயணத்தை' மேற்கொண்டார். அந்தப் பேரணியின்போது அவர் அறிவித்தார்: "யூதர்களே, எனக்கு

உதவுங்கள். துருக்கியப் படையை நான் வெற்றி கொள்ள முடியுமானால் நீங்கள் நிம்மதியாக உங்கள் ஜெருசலேத்துக்குத் திரும்புவதற்கு நான் உதவி செய்கிறேன்.''

இது ஒரு ராஜதந்திர அறிவிப்புத்தான் என்றாலும் யூதர்களுக்குப் பரவசமூட்டப் போதுமான அறிவிப்பாக இருந்தது. ஏராளமான யூதர்கள் அப்போது நெப்போலியனின் படையில் இணைந்ததாகப் பல வரலாற்று நூல்கள் தெரிவிக்கின்றன. பெரெக் ஜோஸ்லெவிச் *(Berek Joselewicz)* என்கிற புகழ்பெற்ற யூத வீரர் அப்போது நெப்போலியனின் ஒரு படையில் சாதாரண வீரராகச் சேர்ந்தவர். பின்னாளில் அவரது படையில் கர்னல் அளவுக்கு உயர்ந்து, ஆஸ்திரியப் போரில் உயிர் துறந்தவர்.

ஆனால் ஏக்ர் கோட்டைக்கான யுத்தத்தில் நெப்போலியன் தோல்வியடைய நேரிட்டபிறகு யூதர்கள் விஷயத்தில் அவர் அத்தனை ஆர்வம் செலுத்தவில்லை.

சரியான காரணங்கள் ஏதுமில்லை என்றபோதும் அவருக்கும் யூதர்கள்மீதுகொஞ்சம்வெறுப்புஏற்பட்டதுஉண்மை.அவர்களுக்கு வழங்கியிருந்த வரையறுக்கப்பட்ட சுதந்தரத்திலேயே நிறைய புதிய வரையறைகளைச் சேர்த்தார். குறிப்பாக, நெப்போலியனின் இறுதிக்கால ஆட்சி சமயத்தில் யூத வர்த்தகர்கள் ஏராளமான வரிச்சுமைக்கு ஆளாக நேர்ந்தது. பொருளாதார சீர்திருத்தம் என்ற பெயரில், பல மானியங்கள் தள்ளுபடி செய்யப்பட்டன. கொஞ்சம் வாலை நறுக்கி வைக்கலாம் என்று நெப்போலியனுக்கும் ஏன் தோன்றியது என்று தெரியவில்லை. ஆனாலும் அப்படித்தான் அவர் நடந்துகொண்டார்!

ஆனால் அவரது காலத்தில் போலந்து, லித்துவேனியா, பிரான்ஸ், (ஜெர்மனியிலுள்ள) ஹாம்பர்க் நகரம், போன்ற இடங்களில் சரசரவென்று யூதர்களின் எண்ணிக்கை ஏறிக்கொண்டே போனது. எங்கிருந்துதான் இவர்கள் வருகிறார்களோ என்று வியந்து முடிப்பதற்குள்ளாகவே பல லட்சக்கணக்கான யூதர்கள் அந்தப் பகுதிகளில் குடியேறிவிட்டார்கள்.

அப்போது ரஷ்யாவும் நிலப்பரப்பு விஸ்தரிப்பில் தீவிர கவனம் செலுத்திக்கொண்டிருந்தது. இந்த விஷயத்தில் அப்போது நெப்போலியனுக்கு நிகரான ஆர்வம், ரஷ்யாவை

ஆண்டுகொண்டிருந்த ஜார் *(Zar)* மன்னர்களுக்கும் இருந்தது. (ஜார் என்பது ஒரு குறிப்பிட்ட மன்னரின் பெயர் அல்ல. அது ஒரு வம்சத்தின் அடையாளப்பெயர். ஜார் என்ற பட்டத்துடன் பல மன்னர்கள் ரஷ்யாவை ஆண்டிருக்கிறார்கள்.) கி.பி. *1772* தொடங்கி, *1815*ம் ஆண்டு காலகட்டத்துக்குள் போலந்து, லித்துவேனியா உள்ளிட்ட பல ஐரோப்பிய நாடுகள் ரஷ்யாவின் கட்டுப்பாட்டின் கீழ் வந்துவிட்டன.

யூதர்களுக்கு அந்தக் குறிப்பிட்ட காலகட்டம் கொஞ்சம் சாதகமாக இருந்தது. அன்றைய ரஷ்ய அரசுத்தரப்பின் மிக முக்கிய நபராக விளங்கிய இளவரசர் பொட்ம்கின் *(Potemkin)*, சிலபல அரசியல் காரணங்களை உத்தேசித்து, யூத ஆதரவு நிலை எடுத்தார். ஐரோப்பாவில் வாழ முடியாத யூதர்களெல்லாம் ரஷ்யாவுக்கு வந்து, அதன் தென்பகுதி மாகாணங்களில் (அவை யாவும் குட்டி நாடுகள்!) வாழத்தொடங்கலாம் என்று பகிரங்கமாக அறிவித்தார். (இதே ரஷ்யாவிலிருந்து இன்னும் கொஞ்சகாலத்தில் அத்தனை யூதர்களும் அடித்துத் துரத்தப்படவிருக்கிறார்கள் என்பது வேறு விஷயம்.)

அப்போதைய ஜார் மன்னரின் பெயர் கேதரின் *2*. மகா கேதரின் என்று அவர் தம்மைச் சொல்லிக்கொண்டார். மக்கள் சொன்னார்களா என்று தெரியவில்லை. அவரது விருப்பத்தின்படி, இளவரசர் பொட்ம்கின், ரஷ்யப் படையில் ஒரு யூதப்பிரிவை உருவாக்கினார். இந்தப்படை உருவாக்கப்பட்டதன் ஆதாரநோக்கமே, துருக்கியுடன் ஒரு யுத்தத்தை உத்தேசித்துத்தான். திரும்பத்திரும்ப துருக்கி. திரும்பத்திரும்ப பாலஸ்தீன் ஆசைக்கனவு. முன்பு நெப்போலியன் என்றால் இப்போது ஜார். அவ்வளவுதான் வித்தியாசம்.

அந்த யூதப் படைப்பிரிவுக்கு பொட்ம்கின், இஸ்ரேலவ்ஸ்கி *(Izraelovsky)* என்று பெயரிட்டார். இதுவும் ஒரு அரசியல் காரணத்தை உத்தேசித்துத்தான். இஸ்ரேல் என்றொரு தேசம் குறித்தெல்லாம் யூதர்கள் அப்போது சிந்திக்கக்கூட இல்லை. ஆனாலும் இனத்தின் பெயரால் அவர்களை ஒருங்கிணைத்து, இடத்தின் பெயரால் வழி நடத்த இது ஒரு உபாயமாகப் பயன்படும் என்று கருதிய ரஷ்ய இளவரசர், புராதன ஹீப்ரு பைபிளில் வரும் இஸ்ரவேலர்களின் புத்திரர்களை நினைவு கூர்ந்து இப்படியொரு பெயர் சூட்டி யூதர்களைப் புளகாங்கிதமடையச் செய்தார்.

*1768*லிருந்து *1774* வரை ஒரு யுத்தம். பிறகு *1787*லிருந்து *1792* வரை ஒரு யுத்தம். ஆக மொத்தம் துருக்கியுடன் இரண்டு யுத்தங்கள். இரண்டுமே வெற்றி பெறவில்லை. மாறாக ஒட்டுமொத்த அரேபிய முஸ்லிம்களுக்கும் யூதர்கள் நிரந்தரப் பகைவர்களாவதற்கு பெரிய அளவில் ஒரு பிள்ளையார் சுழியைப் போட்டுவைத்தன.

இத்தனைக்கும் ஒட்டாமான் துருக்கிய மன்னர்கள் யூதர்களுக்கு எத்தனையோ வசதிகள் செய்துதந்து, பாலஸ்தீன் உள்பட துருக்கியப் பேரரசின் அத்தனை இடங்களிலும் சர்வ சுதந்தரமுடன் வாழ அனுமதித்திருந்தார்கள்.

ஆனால் துரதிருஷ்டவசமாக, பாலஸ்தீனை அவர்கள் முழுவதுமாகத் தங்களுக்கான தனிநாடாக அடைய விரும்புகிறார்கள் என்று சிந்திக்கவேயில்லை.

37

ரஷ்யாவை ஆண்டுகொண்டிருந்த ஜார் மன்னர் கேதரின் காலத்தில் யூதர்கள் அங்கே இடம் பெயர்ந்தும் தேசமெங்கும் பரவியும் வாழ முடிந்ததென்றாலும் அது நீடித்த சௌகரியமாக அவர்களுக்கு அமையவில்லை. மன்னர் எதிர்பார்த்தபடி யூதர்களின் படையைக் கொண்டு துருக்கி சுல்தானை வெல்ல முடியாதது மட்டுமல்ல இதன் காரணம். அரசியல் காரணங்களைக் கருத்தில் எடுக்காத சாதாரண பொதுமக்களுக்கு யூதர்களைப் பிடிக்காமல் போய்விட்டது.

யூதர்கள் என்றால் கிருத்துவத்தின் முதல் எதிரிகள் என்கிற அடிப்படைக் காரணம்தான் இங்கும் பிரதானம் என்றாலும் அதற்கு மேலும் சில காரணங்கள் இருந்தன.

ரஷ்யாவின் மண்ணின் மைந்தர்களான கிருத்தவர்களை, அங்கு குடியேறிய யூதர்கள் மதம் மாற்ற முயற்சி செய்கிறார்கள் என்ற குற்றச்சாட்டு அப்போது மிக பலமாகக் கிளம்பியது. உண்மையில் நம்பமுடியாத குற்றச்சாட்டு இது. யூத மதத்தில், மத மாற்றம் என்பது அறவே கிடையாது. சரித்திரத்தின் எந்தப் பக்கத்திலும் அவர்கள் யாரையும் மதம் மாற்ற முயற்சி செய்ததாகத் தகவல் இல்லை. ஆனால், ரஷ்யக் கிருத்தவர்கள் இப்படியொரு குற்றச்சாட்டைத்தான் பிரதானமாக முன்வைத்தார்கள்.

இது முற்றிலும் பொய்யான குற்றச்சாட்டு என்று யூதர்கள் தரப்பில் தொடர்ந்து போராடிப் பார்த்தார்கள். மன்னர் கேட்டாலும் மக்கள் விடுவதாக இல்லை. வேறு வேறு வகைகளில் யூதர்கள் அங்கே வாழ்வதற்கு நெருக்கடி தர ஆரம்பித்தார்கள்.

ரஷ்யாவிலிருந்து போலந்து பிரிந்தபோது (கி.பி. 1795ல் இது நடந்தது. ரஷ்யாவுக்கு எதிராக போலந்து நாட்டு மக்கள் தொடர்ந்து

புரட்சி செய்து துண்டுதுண்டாகப் பிரிந்துகொண்டிருந்தார்கள். இந்தக் குறிப்பிட்ட வருடம் நடந்த பிரிவினையின்போது மொத்தமாகப் போலந்து துண்டானது. துண்டாகும்போதே லித்துவேனியாவையும் சேர்த்துக்கொண்டு பிரிந்தது. இந்தக் கோபத்தில் ரஷ்யா தனது வரைபடங்களிலிருந்து போலந்தை ஒரேயடியாகத் தூக்கிவிட்டது!) அங்கெல்லாம் பரவி வசித்துக்கொண்டிருந்த யூதர்கள், பிரிவினையைச் சாதகமாகப் பயன்படுத்திக்கொண்டு நிறைய நிலங்களை வளைத்துப் போட்டார்கள். குறிப்பாக போலந்து - ரஷ்ய எல்லைகள் சரியாகப் பிரிக்கப்படாத இடங்களிலெல்லாம் அவர்கள் மைல் கணக்கில் நிலங்களை வளைத்திருந்தார்கள். இது ரஷ்ய விவசாயிகளுக்கு மிகவும் கோபமூட்டியது. அவர்கள் அதிகாரிகளிடம் புகார் செய்தபோது எந்தவிதமான நடவடிக்கையும் மேற்கொள்ளப்படவில்லை. காரணம், அத்தனை ரஷ்ய அதிகாரிகளுமே யூதர்களிடம் லஞ்சம் வாங்கியிருந்ததுதான்!

தேசம் உடையும் சோகத்தைக் காட்டிலும் இந்த ஊழல் நாற்றமும் அதற்கு வித்திட்ட யூதர்களின் குயுக்தியும் ரஷ்யர்களை மிகவும் பாதித்தது. ஒட்டுமொத்த கிருத்தவ ரஷ்யாவும் திரண்டு எழுந்து யூதர்களுக்கு எதிரான கலகங்களைத் தொடங்கிவைத்தது.

இன்னும் சற்று நுணுக்கமாக ஆராய்ந்தால், சகிப்புத்தன்மைக்குப் பேர் போன ரஷ்யர்கள், பின்னாளில் ஏன் அத்தனை உக்கிரமாக யூதர்களை ஓட ஓட விரட்டினார்கள் என்பதற்கு வேறொரு காரணமும் கிடைக்கிறது.

ஜார் மன்னர்கள் ஆண்டபோதும் சரி, பின்னால் ரஷ்யப் புரட்சி ஏற்பட்டு கம்யூனிசம் வந்தபோதும் சரி. அதற்குப் பின்னால் சோவியத் யூனியன் என்கிற இரும்புக்கோட்டையே உடைந்து சிதறி, பல துண்டு தேசங்களானபோதும் சரி. ரஷ்யர்களின் தேசப்பற்று கேள்விக்கு அப்பாற்பட்டது. இன அடையாளங்களால் பிரிந்திருந்தாலும் தாங்கள் ரஷ்யர்கள் என்று சொல்லிக்கொள்வதில் அவர்களுக்கு அலாதியான ஆனந்தம் உண்டு. ஒவ்வொரு ரஷ்யரும் தமது தேசத்துக்குத் தனிப்பட்ட முறையில் கடமைப்பட்டிருப்பதாக எப்போதும் உணர்வார்.

ஆனால் யூதர்களால் - அவர்கள் ரஷ்யாவிலேயே பல தலைமுறைகளாக வாழ்ந்தாலும் அப்படியொரு தேசிய

அடையாளத்தை விரும்பி ஏற்க முடியவில்லை. 'நீங்கள் யார்?' என்று எந்த ரஷ்யரிடம் கேட்டாலும் 'நான் ஒரு ரஷ்யன்' என்றுதான் சொல்லுவார். அதே ரஷ்யாவில் வசிக்கும் யூதரிடம் 'நீங்கள் யார்' என்று கேட்டால் 'நான் ஒரு யூதன்' என்றுதான் சொல்லுவார்!

ரஷ்யாவின் தனிப்பெரும் அடையாளமாகத் திகழ்ந்த ஒரே மொழி, ஒரே மதம் என்கிற விஷயத்துடன் யூதர்களால் எந்தக் காலத்திலும் ஒத்துப்போக முடியவில்லை. வாழ்க்கைப் பிரச்னைக்காக அவர்கள் ரஷ்ய மொழி பேசினார்களே தவிர, அதைத் தங்கள் மொழியாக ஒருபோதும் சொல்லமாட்டார்கள். வாழப்போன கிருத்தவ ரஷ்யாவில் 'உங்களை விட நாங்கள்தான் மதத்தால் உயர்ந்தவர்கள்' என்கிற தம்பட்டத்தையும் நிறுத்திக்கொள்ளவில்லை.

இது பெரும்பான்மை கிருத்தவர்களுக்கு மிகுந்த எரிச்சலை ஏற்படுத்தியது. தேசிய உணர்வே இல்லாத ஒரு கூட்டத்தை எதற்காகத் தாங்கள் வாழவைக்க வேண்டும் என்கிற கேள்வி அவர்களிடம் இருந்தது.

இன்னொரு காரணமும் இதற்கு உண்டு. அப்போது ரஷ்யா, தீவிர நில உடைமை தேசம். ஜமீந்தார்கள் அங்கே அதிகம். எல்லா ஜமீந்தார்களும் கிராமங்களில் வசித்துக்கொண்டு ஏகபோக விவசாயம் செய்து ஏராளமாகச் சம்பாதித்து, முறைப்படி வரியும் லஞ்சமும் செலுத்தி வந்தார்கள். போலந்து பிரிவினையை ஒட்டி ஏராளமான நிலங்களை வளைத்துப் போட்ட யூதர்கள், அப்போது பெரும்பாலும் நகர்ப்புறங்களிலேயே இருந்தார்கள். நகரங்களில் தாங்கள் வசித்துக்கொண்டு, கிராமப்புறங்களில் விவசாயப் பணிகளைப் பார்த்துக்கொள்ள தம் சுற்றத்தாரையும் நண்பர்களையும் - குறிப்பாக, எல்லாருமே யூதர்கள் - அங்கே அனுப்பிக்கொண்டிருந்தார்கள்.

இது, தினக்கூலிக்கு வேலை பார்த்துக்கொண்டிருந்த எளிய ரஷ்ய விவசாயிகளை மிக அதிகமாக பாதித்தது. தங்கள் கிராமங்களில் தங்களுக்கு வேலைவாய்ப்பு அறவே கிடையாது என்றால் அவர்கள் எங்கே போவார்கள்?

அதிகாரிகளிடம் போக முடியாது. யாரும் காது கொடுத்துக் கேட்கக் கூடியவர்களாக இல்லை. யூத முதலாளிகளான ஜமீந்தார்களிடமே நியாயம் கேட்கலாம் என்றால் அவர்களும் கிராமப்புறங்களின்

பக்கமே வரமாட்டார்கள். திடீர் திடீரென்று பெரிய பெரிய வாகனங்களில் மொத்தமாக யூத வேலையாட்கள் கிராமங்களுக்கு வந்து இறங்குவார்கள். சொல்லிவைத்தமாதிரி வேலையை ஆரம்பித்துவிடுவார்கள். உள்ளூர் விவசாயிகள் வறப்போரம் நின்று வேடிக்கை பார்க்க வேண்டியதுதான்.

இதில் இன்னொரு கூத்தும் நடந்திருக்கிறது. பல இடங்களில் நகர்ப்புறங்களிலிருந்து ஆட்கள் கிராமங்களுக்கு தினசரி காலை வந்து வேலை பார்த்துவிட்டு மாலை ஆனதும் வண்டியேறி மீண்டும் டவுனுக்குப் போய்விடுவார்கள். ஆபீஸ் உத்தியோகம் மாதிரி!

இது பதினெட்டாம் நூற்றாண்டு முழுவதுமே நடைமுறையில் இருந்திருக்கிறது!

அலெக்சாண்டர் 1 என்னும் ஜார் மன்னர் பதவி ஏற்றபிறகுதான் (கி. பி. 1802 - 1825) நிலைமை கொஞ்சம் மாறத் தொடங்கியது. மக்களின் மனமறிந்து நடந்துகொள்வது முக்கியம் என்று கருதிய இந்த மன்னர், பதவியேற்றதும் முதல் வேலையாக கிராமப்பகுதிகளில் வேலைக்குப் போன யூதர்களையெல்லாம் விரட்ட ஆரம்பித்தார். அப்படியே கொஞ்சம் கொஞ்சமாக எல்லையோர யூத நிலங்களைக் கையகப்படுத்தும் பணிகளும் ஆரம்பமாயின.

யூதர்கள் தரப்பில், அநியாயமாகத் தங்கள் நிலங்கள் அபகரிக்கப்படுவதாகச்சொல்லப்பட்டதேதவிர, அதன்பின்னணிக் காரணங்கள் எதுவுமே உலகுக்கு எடுத்துக்காட்டப்படவில்லை. எல்லா தேசங்களிலும் யூதர்களைத் துரத்துகிறார்கள், ரஷ்யாவும் துரத்த ஆரம்பித்திருக்கிறது என்று மட்டுமே உலகம் நினைத்தது.

உண்மையில், முந்தைய மன்னர் கேதரின் காலத்தில் கிடைத்த சலுகைகளைப் பயன்படுத்திக்கொண்டு ரஷ்யாவில் யூதர்கள் மிக வலுவாகக் காலூன்றியிருந்த அளவுக்கு வேறெந்த நாட்டிலும் நடைபெறவில்லை என்று சொல்லவேண்டும். பெரும்பாலான ரஷ்ய விவசாயிகளுக்கு அப்போது கையெழுத்துப் போடக்கூடத் தெரியாது என்பது அவர்களுக்குப் பெரிய சாதகமாக இருந்திருக்கிறது.

ஆனால் அலெக்சாண்டர் 1ன் காலத்தில் ஆரம்பித்த யூத விரட்டல் நடவடிக்கைகள் மிக விரைவாகச் சூடுபிடிக்க ஆரம்பித்துவிட்டது.

முதலில் கிராமங்களிலிருந்து யூதர்களை விரட்டினார்கள். பிறகு சிறு நகரங்களிலிருந்து விரட்ட ஆரம்பித்தார்கள். எங்கெல்லாம் யூதர்கள் வசிக்கிறார்களோ (அவர்கள் எப்போதும் மொத்தமாகத்தான் வசிப்பார்கள் என்பதை ஏற்கெனவே பார்த்திருக்கிறோம்!) அங்கெல்லாம் போய் அடித்து விரட்ட ஆரம்பித்தார்கள்.

இதையெல்லாம் அரசாங்கம் முன்னின்று செய்யவேண்டும் என்று மக்கள் எதிர்பார்க்கவில்லை. மாறாக, ஒவ்வொரு ஊரிலிருந்தும் யூதர்களை விரட்டியடிப்பது தங்கள் தேசியக் கடமை என்றே ரஷ்யர்கள் அப்போது நினைத்தார்கள்! முதலில் அரசாங்கம் இதனை ஆதரிப்பதாகக் காட்டிக்கொள்ளவில்லை என்றாலும் பெரிய அளவில் எதிர்ப்பும் தெரிவிக்கவில்லை.

மாறாக, யூதர்களை பாதிக்கும் விதத்தில் சிலபல சட்டத்திருத்தங்கள், நில வரையறைகள் கொண்டுவரப்பட்டன. வரிகளும் அதிகரிக்கப்பட்டன. யூதர்கள் தங்களுக்கென்று தனியே பள்ளிக்கூடங்கள் நடத்திக்கொள்வதற்கான அனுமதி மறுக்கப்பட்டது.

ரஷ்ய அரசுத்துறை அதிகாரிகளுக்கு இந்த வகையில் கொஞ்சம் வருத்தம்தான். ஏனெனில் நீண்ட நெடுங்காலமாக அவர்கள் யூதர்களிடமிருந்து கையூட்டுப் பெற்று வந்திருக்கிறார்கள். திடீரென்று யூத எதிர்ப்பு அலை அடிக்க ஆரம்பித்துவிட்டதில் அவர்கள் இருதலைக்கொள்ளி எறும்பு ஆனார்கள். அதே சமயம் மக்களின் எழுச்சியுடன் தாங்கள் ஒத்துப்போகாத பட்சத்தில் பதவிக்கே ஆபத்து வரக்கூடும் என்பதும் அவர்களுக்குத் தெரிந்திருந்தது.

வேறு வழியில்லாமல்தான் இந்த நிர்ப்பந்தங்களை அவர்கள் யூதர்களின்மீது திணித்தார்கள் என்பதையும் சொல்லிவிட வேண்டும்.

சுமார் ஐம்பது வருடங்கள். அதற்குக் கொஞ்சம் மேலே கூட இருக்கலாம். இம்மாதிரியான சிறு சிறு பிரச்னைகளும் பயமும் ரஷ்ய யூதர்களைக் கவ்விக்கொண்டிருந்தன. எல்லாவற்றுக்கும் ஒரு முடிவு வரவேண்டாமா?

வந்தது.

1881ம் ஆண்டு அலெக்சாண்டர் 2 என்ற ஜார் மன்னர் படுகொலை செய்யப்பட்டார். (அலெக்சாண்டர் 1க்குப் பிறகு நிக்கோலஸ் 1 என்பவர் மன்னர் ஆனார். நிக்கோலஸுக்குப் பிறகு இந்த அலெக்சாண்டர் 2, 1855ல் மன்னர் ஆகியிருந்தார்.) என்னவோ உப்புப்பெறாத அரசியல் காரணங்களுக்காக நடைபெற்ற படுகொலை அது.

ஆனால் விதி, அந்தக் கொலைச்சதியில் யூதர்கள் ஈடுபட்டிருந்ததாகச் சுட்டிக்காட்டிவிட்டது.

அது உண்மையா, இல்லையா என்று விசாரிக்கக்கூட யாரும் அப்போது தயாராக இல்லை. ஒரு ரஷ்யச் சக்கரவர்த்தியின் படுகொலைக்கு வந்தேறிகளான யூதர்கள் காரணமாக இருக்கக்கூடும் என்கிற வதந்தியே போதுமானதாக இருந்தது. (இன்று வரையிலும் இது தீராத சந்தேகம்தான். யூதர்கள்தான் இக்கொலைச்சதியில் ஈடுபட்டார்களா, வேறு யாராவதா என்பது தீராத விவாதப்பொருளாகவே இருக்கிறது.)

ஒட்டுமொத்த ரஷ்யாவும் கொதித்து எழுந்துவிட்டது.

எலிசபெத்க்ரேட் என்கிற இடத்தில்தான் முதல் கலவரமும் முதல் கொலையும் விழுந்தது. வருடம் 1881. தீபோல ரஷ்யாவின் தென் மாகாணங்கள் அனைத்திலும் ஒரு வாரத்தில் பரவிவிட்டது. பார்த்த இடத்திலெல்லாம் யூதர்களை வெட்டினார்கள். தப்பியோடியவர்களையெல்லாம் நிற்கவைத்துக் கொளுத்தினார்கள். முழுக்கக்கொல்லமுடியவில்லை என்றால் கை, கால்களையாவது வாங்கினார்கள். யூத வீடுகள், தேவாலயங்கள், பள்ளிக்கூடங்கள், சமூக நிறுவனங்கள் எதுவுமே மிச்சமில்லை. ரத்தவெறி தலைக்கேறிவிட்டிருந்தது ரஷ்யர்களுக்கு.

தப்பித்து ஓடக்கூட முடியாமல் சிக்கிக்கொண்ட பல்லாயிரக்கணக்கான யூதர்கள் அப்போது நடுச்சாலைகளில் வெட்டுப்பட்டு இறந்துபோனார்கள். அவர்களது பிணங்களை எடுத்துப்போடக் கூட யாரும் முன்வரவில்லை!

இந்தத் தாக்குதலுக்கு ரஷ்ய மன்னரே (புதிதாகப் பொறுப்பேற்றிருந்த அலெக்சாண்டர் 3) ரகசிய உத்தரவிட்டதாகப் பிறகு சொன்னார்கள்.

38

யூத இனத்தை முழுவதுமாக அழிக்கவும் முடியாது; அவர்களது வளர்ச்சியைத் தடுக்கவும் முடியாது என்பதை உலகம் புரிந்துகொள்ள ஆரம்பித்தபோது பத்தொன்பதாம் நூற்றாண்டு பிறந்திருந்தது. கிட்டத்தட்ட ஐரோப்பா முழுவதிலுமே யூதக் களையெடுப்பு ஒரு செயல்திட்டமாகவே வகுக்கப்பட்டு, செயல்படுத்தப்பட்டுக்கொண்டிருந்த பதினெட்டாம் நூற்றாண்டு முழுவதிலும் ஒவ்வொரு தேசத்திலும் வெட்ட வெட்ட, அவர்கள் தோன்றிக்கொண்டே இருந்தார்கள். ஆயிரம் யூதர்கள் ஓரிடத்தில் கொல்லப்பட்டபோது பக்கத்து ஊரில் புதிதாக இன்னொரு இரண்டாயிரம் யூதர்கள் வந்து வாழ ஆரம்பிப்பார்கள். லட்சம் யூதர்கள் கொல்லப்பட்டபோது இன்னொரு லட்சம் பேர் எங்கிருந்தாவது வந்து சேர்வார்கள்.

யோசித்துப் பார்த்தால் ஐரோப்பியர்களின் யூத வெறுப்பு என்பது அருவருப்பூட்டக்கூடிய விதத்தில் வளர்ந்து பரவியிருந்திருக்கிறது. சுமார் ஆயிரத்தெண்ணூறு ஆண்டுகளுக்கு முன்னால் ஒரு யூதர், இயேசு என்னும் இன்னொரு யூதரைக் கொன்றார் என்பதற்காக யூத குலத்தையே வேரோடு அழிக்க நினைத்து எத்தனை படுகொலைகளைச் செய்திருக்கிறார்கள்!

அது ஒரு காரணம். எத்தனை நெருக்கடி நேர்ந்தாலும் யூதர்கள் மனம் தளராமல் மீண்டும் அழிவிலிருந்து மேலேறி வந்து வாழத்தொடங்கிவிடுகிறார்களே என்கிற எரிச்சல் இன்னொரு காரணம்.

ஆனால் ஓர் இனத்தையே அழிக்குமளவுக்கு இவையெல்லாம் ஒரு காரணமாக முடியுமா?

உண்மையில், ஐரோப்பாவில் யூதர்கள் சந்திக்க நேர்ந்த கொடுமைகள்தான் அவர்களை மேலும் பலவான்களாக, மேலும் புத்திசாலிகளாக, வாழ்வின் மீது மேலும் மேலும் காதல் கொண்டவர்களாக மாற்றியது என்று சொல்லவேண்டும். பள்ளிகள் தடைசெய்யப்பட்டபோது, அவர்கள் வீட்டிலிருந்தே படித்தார்கள். யூத தேவாலயங்கள் உடைக்கப்பட்டபோது அவர்கள் மறைவிடங்களுக்குப் போய் பிரார்த்தனையைத் தொடர்ந்தார்கள். வர்த்தக நிலையங்கள் சூறையாடப்பட்டபோது வீட்டில் இருந்தபடியே வியாபாரங்களை கவனித்தார்கள். வீடுகளும் உடைக்கப்பட்டபோது நாடோடிகளாகச் சென்று எங்காவது வெட்டவெளிகளில் கூடாரம் அடித்துத் தங்கி வேலையைத் தொடங்கிவிடுவார்கள். எல்லாமே எல்லை மீறும்போதுதான் அவர்கள் அதிகாரிகளை வளைத்துப்போட்டு, தமக்கான வசதிகளையும் வாய்ப்புகளையும் உருவாக்கிக்கொள்ளத் தொடங்கினார்கள்.

உலக சரித்திரத்தில் யூதர்களைக் காட்டிலும் அதிகமாக லஞ்சம் கொடுத்தவர்கள் கிடையாது. எதற்கு, எதனால் என்பதெல்லாம் முக்கியமே இல்லை. எல்லாவற்றுக்கும் கொடுத்தார்கள். வாங்குவதற்கு ஆள்கள் இருந்த இடங்களிலெல்லாம் அவர்கள் கொடுத்துக்கொண்டே இருந்திருக்கிறார்கள். பத்து, இருபதில் தொடங்கி, பல லட்சங்கள், கோடிகள் வரை கொடுத்தார்கள். அரசாங்கமும் மக்களும் அவர்களுக்குத் தராத பாதுகாப்பை அந்த லஞ்சப்பணம் தான் கொடுத்து வந்திருக்கிறது, சரித்திரமெங்கும்.

அருவருப்பானதுதான். வருத்தம் தரக்கூடிய விஷயம்தான். ஆனாலும் அவர்களுக்கு வேறெந்த வழியும் இல்லாமல் போனதற்கு ஐரோப்பிய கிருத்தவர்களே காரணமாயிருந்தார்கள்.

வசதிகளுக்காகலஞ்சம்தருவதுஉலகெங்கும்இருக்கும்நடைமுறை என்றாலும், வாழ்வதற்கே லஞ்சம் தரக்கூடிய சூழ்நிலையில்தான் யூதர்கள் இருந்தார்கள். இதற்காகவே அவர்கள் நிறைய சம்பாதிக்க நினைத்தார்கள். பிசாசுகள் போல் உழைத்தார்கள். புதிது புதிதாக இன்றைக்கு உலகம் கடைபிடிக்கும் எத்தனையோ பல நூதன வியாபார உத்திகளெல்லாம் யூதர்கள் தொடங்கிவைத்தவைதான். இன்றைக்கு எம்.எல்.எம். என்று சொல்லப்படும் மல்டி லெவல் மார்க்கெடிங் இந்தியாவில் கூடப் பிரபலமாக இருக்கிறது. இதெல்லாம் பதினேழாம் நூற்றாண்டிலேயே யூதர்கள்

கண்டுபிடித்துவிட்ட விஷயம். இப்படியொரு பெயரை அவர்கள் தரவில்லையே தவிர, ஒவ்வொரு தேசத்துக்குள்ளும் அவர்கள் எம். எல். எம் வர்த்தகத்தில் கொடிகட்டிப் பறந்திருக்கிறார்கள்.

வெளிநாடுகளுக்குப் பணமாற்றம் செய்வது, ஹவாலா போன்ற வேலைகளிலும் ஈடுபட்டு நிறைய சம்பாதித்திருக்கிறார்கள். ஒவ்வொரு பைசாவையும் மிக முக்கியமாகக் கருதிய இனம் அது. வர்த்தகத்தில் நேர்மை அவர்கள் ரத்தத்தில் பிறந்த விஷயம். வர்த்தகம் தடைபடாமல் நடப்பதற்குத் தாங்கள் லஞ்சம் கொடுப்பார்களே தவிர, மக்களை ஒரு போதும் ஏமாற்ற மாட்டார்கள். போலிச்சரக்குகளை விற்பது, சரக்குப் பதுக்கல், திடீர் விலையேற்ற நடவடிக்கைகள் இவையெல்லாம் ஐரோப்பாவில் பரவலாகிக் கொண்டிருந்தபோதுகூட, எந்த ஒரு யூதக் கடையிலும் நம்பிப் போய் என்ன வேண்டுமானாலும் வாங்கலாம். ஒரு சிறு ஏமாற்றம் கூட இருக்காது!

இவை ஒருபுறம் இருக்க, பத்தொன்பதாம் நூற்றாண்டில் யூத குலத்தில்சில மகத்தானசாதனையாளர்கள்உதிக்கஆரம்பித்தார்கள். எந்தத் துறையில் இருக்கிறார்களோ, அந்தத் துறையின் மிக உயர்ந்த இடத்தைஅடையக்கூடியவர்களாகஅவர்கள்இருந்திருக்கிறார்கள். பொதுவாக யூதர்களுக்கு இழைக்கப்பட்ட எந்த ஒரு கொடுமையும் அவர்களின் வளர்ச்சியைத் தடுக்கவில்லை.

இந்தச் சாதனையாளர்களை வளைத்து, அரவணைத்து அவர்களின் வெற்றிக்காக உழைக்கக்கூடியதாக இருந்தது யூதகுலம். சரியாகப் புரிந்துகொள்ளவேண்டும். நாம் ஒரு சாதனை செய்யக்கூடியவர்களாக இருக்கிறோம் என்றால் நமது குடும்பம் நம்மை ஊக்கப்படுத்தலாம், உற்சாகப்படுத்தலாம். ஒருவேளை மாநில அரசு கவனித்து ஏதாவது உதவலாம். சாதனை செய்யப்பட்ட பிறகு தேசம் கொண்டாடலாம், பெருமைப்படலாம். ஆனால் ஒரு சாதனையாளர் உருவாகிக்கொண்டிருக்கிறார் என்று கவனித்து, அந்த இனத்திலுள்ள அத்தனை பேருமே தோள்கொடுக்க முன்வருவார்களா?

யூதர்களிடம் மட்டும்தான் அது சாத்தியம். ஒரு யூதர் அரசியல்வாதியாக வருகிறார் என்றால் ஒட்டுமொத்த யூதர்களும் அவரை மட்டுமே ஆதரிப்பார்கள் - சுத்தமாகப் பிடிக்காது என்றால் கூட. யாராவது ஒரு யூதர் கல்லூரிப் பேராசிரியர் ஆகிறார் என்றால் அங்குள்ள அத்தனை யூதர்களும் அவருக்குப் பின்னால் திரண்டு

நிற்பார்கள். ஒருவர் அறிவியலில் முன்னேறுகிறார் என்றால் அவரது ஆராய்ச்சிக்காக ஒவ்வொரு யூதக் குடும்பமும் மாதம் தவறாமல் பணம் அனுப்பும். ஒரு யூத எழுத்தாளரின் புத்தகம் வெளியாகிறதென்றால், சந்தேகமில்லாமல் அந்தக்காலகட்டத்தில் எத்தனை படித்த யூதர்கள் இருக்கிறார்களோ, அத்தனை பிரதிகள் விற்றே தீரும்.

மேலோட்டமான பார்வைக்கு இவற்றின் வீரியம் சட்டென்று புரியாது. யூதர்கள் தமக்காகவோ, தமது குடும்பத்தினருக்காகவோ கவலைப்பட்டதில்லை. மாறாக, தமது இனத்துக்காக மட்டுமே சரித்திரம் முழுவதும் கவலைப்பட்டு, உழைத்து வந்திருக்கிறார்கள். உலகில் வேறெந்த ஒரு இனமும் இப்படி இருந்தது கிடையாது.

பத்தொன்பதாம் நூற்றாண்டு பிறந்தவுடனேயே ஐரோப்பாவின் மேற்கு தேசங்களில் யூதர்களின் செல்வாக்கும் வாழ்க்கை நிலையும் நம்பமுடியாத அளவுக்கு உயரத் தொடங்கியிருந்தது. ஆங்காங்கே இனப்படுகொலைகள், ஊரைவிட்டுத்துரத்தல் போன்றகாரியங்கள் நடந்துகொண்டிருந்தன என்றபோதும் யூதர்களின் அந்தஸ்தும் அதற்குச் சமமாக வளரத்தொடங்கியிருந்தது. காரணம், ஐரோப்பிய மறுமலர்ச்சி. பல தேசங்களில் ஜனநாயகம் வரத் தொடங்கியிருந்தது அப்போது. பொருளாதார கெடுபிடிகள் தளர்த்தப்படத் தொடங்கின. வர்த்தகம் சுலபமாகத் தொடங்கியிருந்தது.

ஜனநாயகம் எங்கெல்லாம் முளைவிட்டதோ, அங்கெல்லாம் யூதர்கள் அரசியலில் ஈடுபட ஆரம்பித்தார்கள். சிறு சிறு உள்ளூர்த் தேர்தல்கள் முதல் மாகாண சட்டசபை, தேசியத் தேர்தல்கள் வரை அவர்கள் போட்டியிட ஆரம்பித்தார்கள். தேர்தல்களில் போட்டியிடும் யூதர்களுக்காக உலகெங்கிலுமிருந்த யூதர்கள் உதவி செய்ய ஆரம்பித்தார்கள். யூத வர்த்தகர்கள் கணக்கு வழக்கில்லாமல் பணம் கொடுத்தார்கள். பணம் கொடுக்க முடியாத நிலையில் இருந்தவர்கள், துண்டேந்தி வசூல் வேட்டை நடத்தி உடலுழைப்பைத் தந்தார்கள்.

தேர்தல் தோல்விகளால் அவர்கள் துவளவில்லை. மாறாக, வாழப்போன தேசங்களில் தமது இருப்பை உறுதிப்படுத்திக் கொள்ள அதையும் ஒரு சாதக அம்சமாகப் பயன்படுத்திக்கொண்டார்கள்.

1848ம் ஆண்டு யூதர்கள் தமது சரித்திரத்திலேயே முதல் முறையாக தமது பிரதிநிதி ஒருவரை நாடாளுமன்றத்துக்கு

அனுப்பினார்கள். இது நடந்தது பிரான்ஸில். இதனைத் தொடர்ந்து 1860ம் ஆண்டு ஹாலந்தில் ஒரு யூதர் அமைச்சர் ஆனார். 1870ல் இத்தாலியில். எல்லாவற்றுக்கும் சிகரமாக 1868ம் ஆண்டு பெஞ்சமின் டி'ஸ்ரேலி (Benjamin D'Israeli) என்ற யூதர் பிரிட்டனின் பிரதமராகவே ஆகுமளவுக்கு அங்கே யூதர்களின் செல்வாக்கு மேலோங்கியிருந்தது!

ஆங்கிலேயர்களால் ஜீரணிக்கவே முடியாமல் போனது. தம்மாலானவரை அவர்கள் யூதர்களை அவமானப்படுத்தி கார்ட்டூன்களும் கேரிகேச்சர்களும் போட்டுப்பார்த்தார்கள். ஜனநாயகத்தின் மிகப்பெரிய பிரச்னை இதுதான் என்றே சொன்னார்கள். ஆனாலும் யூதர்கள் எதையும் கண்டுகொள்ளவே இல்லை. பெஞ்சமின் டிஸ்ரேலியே தம்மைக் குறித்த கேலிச்சித்திரங்களை ரசித்துப் பாராட்டக்கூடியவராக இருந்தார்!

பின்னால் 1878ல் பிஸ்மார்க், "பெஞ்சமினை ஒரு யூதராகப் பார்க்காதீர்கள்,மனிதராகப்பாருங்கள்'என்றுகேட்டுக்கொண்டதும் பிரிட்டன் அரைமனத்துடன் அதற்குச் சம்மதித்ததுமெல்லாம் சரித்திரம். யூதர்களின் விடாமுயற்சிக்கு பெஞ்சமின் டிஸ்ரேலியின் இந்த வெற்றி ஒரு மகத்தான உதாரணம்.

பெஞ்சமின் டிஸ்ரேலியின் முன்னோர், இத்தாலியைச் சேர்ந்தவர்கள். (உண்மையில் எந்த யூதரும் இப்படிச் சொல்வதை ஒப்புக்கொள்ளவே மாட்டார்! 'எங்கள் முன்னோர் பாலஸ்தீனைச் சேர்ந்தவர்கள்' என்றே அவர்கள் சொல்லுவார்கள்.) அங்கிருந்து இடம் பெயர்ந்து, ஸ்பெயினில் வாழ்ந்துகொண்டிருந்தவர்கள், பதினைந்தாம் நூற்றாண்டில் அகதிகளாக பிரிட்டனுக்கு ஓடிவந்தவர்கள். பெஞ்சமினின் குடும்பத்தினர் அத்தனைபேரின் பெயருடனும் 'இஸ்ரேலி' என்கிற துணைப்பெயர் ஒட்டிக்கொண்டிருக்கும். அன்றைக்கு இத்தாலியில் வாழ்ந்த அத்தனை யூதர்களுக்குமே இந்தத் துணைப்பெயர் உண்டு. பெஞ்சமின் மட்டும் கொஞ்சம் ஸ்டைலாக D'Israeli என்று பெயரை மாற்றிக்கொண்டார். அது பின்னால் டிஸ்ரேலி என்றே ஆகிவிட்டது!

பெஞ்சமினின் தந்தை ஐஸக் இஸ்ரேலி, லண்டனில் இருந்த ஒரு யூத தேவாலயத்தில் ஊழியம் செய்துகொண்டிருந்தார். அவரை கிருத்தவராக மாற்றுவதற்கு நிறையபேர் முயற்சி செய்து பார்த்திருக்கிறார்கள். ஆனால் அவர் மாறவில்லை. ஒரே ஒரு

சந்தர்ப்பத்தில் தமது குழந்தைகளுக்கு மட்டும் 'ஒரு பாதுகாப்பு கருதி' ஞானஸ்நானம் செய்விக்க அவர் ஒப்புக்கொண்டதாகத் தெரிகிறது. பெஞ்சமின் உட்பட அவரது சகோதரர்களுக்கு அப்படியாக ஞானஸ்நானம் செய்விக்கப்பட்டிருக்கிறது. ஆனாலும் பெஞ்சமின் ஒரு யூதராகவே வாழ்ந்தவர். அரசியலில் நுழைவதற்கு முன்னால் சிறுகதைகள், நாவல்களெல்லாம் எழுதிப்பார்த்திருக்கிறார். கிருத்தவர் அல்லாத யாரும் பிரிட்டனின் பாராளுமன்றத்துக்குள் நுழைய முடியாது என்கிற சூழல் இருந்த காலத்தில் அவர் அந்த ஞானஸ்நானத்துக்கு சம்மதிக்காதிருந்தால், பாராளுமன்ற உறுப்பினராகவோ, பிரதம மந்திரியாகவோ ஆகியிருக்கவே முடியாது என்பதையும் பார்க்க வேண்டும்.

பிரிட்டன் என்றில்லை. இன்னபிற ஐரோப்பிய தேசங்களிலும் இப்படியான நிலைமைதான் அன்று இருந்திருக்கிறது. அடிமைகள் போலவும் நாடோடிக் கும்பல்கள் போலவுமே கருதப்பட்ட யூதர்கள், ஒரு வீடுகட்டி உட்கார்ந்ததோடு மட்டுமல்லாமல், தமது சமூக அந்தஸ்தை உயர்த்திக்கொண்டு அரசியலில் ஈடுபட்டு வெற்றியும் பெறத்தக்க வகையில் உயர்வதற்கு அந்த விலையைக் கொடுத்தே தீரவேண்டியிருந்தது.

ஆனால் யாரும் அரசியல் காரணங்களுக்காக மட்டுமே மதம் மாறியதில்லை. எல்லாமே வாழ்க்கைக் காரணங்களுக்காகத்தான். அதாவது உயிருடன் வாழ்வது என்கிற அடிப்படைக் காரணம். பிறகு கொஞ்சம் வசதியாக வாழலாமென்கிற இருப்பியல் காரணம். இதற்கு மேற்பட்ட வர்த்தக, பொருளாதாரக் காரணங்கள் இருக்கவே செய்தன என்றாலும் ஐரோப்பிய தேசங்களில் கிருத்தவத்துக்கு மாறிய யூதர்களின் எண்ணிக்கை எப்படியும் பல லட்சங்களைத் தாண்டவே செய்கிறது.

ஜெர்மனியில் அப்படித்தான் ஒரு யூதக்குடும்பம் பத்தொன்பதாம் நூற்றாண்டின் தொடக்கத்தில் கிருத்தவத்துக்கு மாறியது. அப்படி மாறியதன்மூலம் அந்தக் குடும்பத்தின் வாழ்க்கைத் தரம் கொஞ்சம் உயரலாம் என்று சொல்லப்பட்டது. ஆனால் அப்படியொன்றும் பிரமாதமாக உயர்ந்ததாகத் தெரியவில்லை.

ஆனால் அந்த யூதக் குடும்பத்தில் பிறந்து கிருத்தவத்துக்கு மாறிய குழந்தைகளுள் ஒன்று பிற்காலத்தில் மானுட குலத்துக்கே நன்மை செய்யக்கூடியவராக மலர்ந்தார். தமது யூத, கிருத்தவ அடையாளங்கள்அனைத்தையும்துறந்து, ஒரு மனிதனாக மட்டுமே அடையாளம் காணப்பட்ட அவர் பெயர் காரல் மார்க்ஸ்.

39

பிரிட்டனின் பிரதமராக பெஞ்சமின் டி’ஸ்ரேலி ஆனதைத் தொடர்ந்து பிரிட்டனில் மட்டுமல்லாமல், ஒட்டுமொத்த மேற்கு ஐரோப்பாவிலும் யூதர்களுக்கு இருந்த பிரச்னைகள் படிப்படியாகக் குறைந்து, அவர்களது இடமும் இருப்பும் உறுதியாகத் தொடங்கியது. பத்தொன்பதாம் நூற்றாண்டின் இறுதி முப்பது, முப்பத்தைந்து ஆண்டுகளில் (கி.பி. 1860லிருந்து என்று வைத்துக்கொள்ளலாம். துல்லியமான காலக்கணக்கு தெரியவில்லை.) அநேகமாக அனைத்து ஐரோப்பியக் கல்லூரி, பல்கலைக் கழகங்களிலும் யூத மாணவர்கள் சேர்ந்து படிக்க முடிந்தது. ஐரோப்பிய மருத்துவமனைகளில் யூத மருத்துவர்களுக்கு வேலை கிடைத்தது. அதுவரை யூத வழக்கறிஞர்களும் யூதப் பத்திரிகையாளர்களும் ஐரோப்பாவில் தாழ்த்தப்பட்டவர்கள் போல நடத்தப்பட்டுக்கொண்டிருந்த நிலைமை மாறி, அவர்களும் மற்றவர்களுக்கு இணையான சம்பளமும் மரியாதையும் பெறத் தொடங்கினார்கள். நம்பமுடியாத வியப்பு - சில தேசங்களின் பெருமைக்குரிய தேசிய விருதுகள் அவ்வப்போது யூதர்களுக்குக் கிடைத்தன!

இதே காலகட்டத்தில், இதற்கு நேர்மாறான நிலைமையும் ஒரு பக்கம் இருந்தது. குறிப்பாக ஜெர்மனி, போலந்து போன்ற தேசங்களில். நெப்போலியனின் மறைவைத் தொடர்ந்து பிரான்ஸிலும் ஜெர்மனியிலும், அதுவரை சௌகரியமாக வசித்துவந்த யூதர்களுக்குப் பிரச்னைகள் ஆரம்பமாயின. கட்டாய மதமாற்றத்துக்கு அவர்கள் உட்படவேண்டியிருந்தது. மதம் மாறினாலொழிய வாழமுடியாது என்கிற சூழ்நிலை.

ஆகவே, எங்கெல்லாம் யூதர்கள் பிரச்னையில்லாமல் வாழ்கிறார்களோ, அங்கெல்லாம் இடம்பெயர ஆரம்பித்தார்கள்.

ஒரு கட்டத்தில் பிரிட்டன் உள்ளிட்ட பல மேற்கத்திய ஐரோப்பிய தேசங்களில், யூதர்களின் எண்ணிக்கை, அந்தந்த நாட்டு மக்கள் தொகைக்குச் சம அளவே ஆகிவிடும்படி உயரத் தொடங்கியது. யூதர்களுக்கென்று தனிக் குடியிருப்புகள், வேலை வாய்ப்புகள் போன்றவற்றை ஆங்காங்கே செய்து தருவதற்கு, அந்தந்த தேசங்களில் அப்போதிருந்த யூத அரசியல்வாதிகள் முழு மூச்சில் பாடுபட்டார்கள். ஒவ்வொரு ஆண்டும் பட்ஜெட் போடும்போது யூதர்களுக்காக என்றே தனியொரு தொகை ஒதுக்கவேண்டிய சூழ்நிலை பல்வேறு தேசங்களுக்கு ஏற்பட்டன.

குறிப்பாக *1870*ம் ஆண்டுக்குப் பிறகு இத்தகைய நிலைமை அதிகரித்தது. காரணம் ரஷ்ய யூதர்கள். ஏற்கெனவே பார்த்தபடி, ஜார் அலெக்சாண்டர் *2*ன் படுகொலைக்குப் பிறகு ரஷ்யாவில் யூத ஒழிப்புத் திட்டம் மிகத் தீவிரமடைந்து, தினசரி பல்லாயிரக்கணக்கான யூதர்கள் ரஷ்ய எல்லையைக் கடந்துகொண்டிருந்தார்கள்.

*1870*ம் ஆண்டு மட்டும் ரஷ்யாவின் தெற்கு மற்றும் மேற்கு எல்லைகளில் மொத்தம் எட்டு மில்லியன் யூதர்கள் வசித்துக் கொண்டிருந்தார்கள். சுமார் எட்டாண்டு இடைவெளியில் இந்த எண்ணிக்கை பூஜ்ஜியமாகிவிட்டது! அதாவது அத்தனை பேரும் இடம்பெயர்ந்துவிட்டார்கள், அல்லது பலர் இடம்பெயர, சிலர் கொலையுண்டுபோனார்கள்.

இதில் இன்னொரு விஷயமும் மிக முக்கியமானது. ஜார் மன்னர்கள் காலத்தில் யூதர்களுக்கு நேர்ந்த கொடுமையில் மிகவும் விரக்தியடைந்த சில ஆயிரம் யூத இளைஞர்கள், எப்படியாவது ரஷ்யாவில் ஜார்களின் ஆட்சியை ஒழித்துவிட வேண்டும் என்று முடிவு செய்துகொண்டார்கள். ரஷ்யாவை விட்டு வெளியேறிப்போனால் தங்களது திட்டம் நடைபெறாமல் போய்விடும் என்று கருதிய அவர்கள், எல்லைப்புறங்களிலிருந்து ரகசியமாக இடம்பெயர்ந்து தேசத்தின் உள்ளே புகுந்து, தமது அடையாளங்களை மாற்றிக்கொண்டும் மறைத்துக்கொண்டும் வாழத்தொடங்கினார்கள்.

குறிப்பாக, மாஸ்கோவுக்குச் சுமார் இருபது மைல் பரப்பளவில் அவர்கள் ஆங்காங்கே பரவி வசித்தபடி சில புரட்சிகரக் குழுக்களைத் தோற்றுவித்தார்கள்.

தம்மை யூதர்களாகக் காட்டிக்கொள்ளாமல், நீண்டகால ரஷ்யப் பிரஜைகளாகவே வெளியே தெரியும்படி நடந்துகொண்டு, ஜார் மன்னருக்கு எதிரான கருத்துகளைத் துண்டுப் பிரசுரங்களின் மூலமும் வீதி நாடகங்களின் மூலமும் சிறு பத்திரிகைகள் மூலமும் வெளியிடத் தொடங்கினார்கள். ஏற்கெனவே கார்ல் மார்க்ஸின் சித்தாந்தங்கள் பரவ ஆரம்பித்து ரஷ்யாவில் கம்யூனிசம் வேர்கொள்ளத் தொடங்கியிருக்க, புரட்சியாளர்களோடு புரட்சியாளர்களாக, யூதர்களும் களத்தில் இறங்கி வேலை பார்க்கத் தொடங்கிவிட்டார்கள்.

இவையெல்லாம் ஒரு புறமிருக்க, எந்த இயக்கத்திலும் சேராத, ஆனால் எல்லா இயக்கங்களுடனும் தம்மை அடையாளப்படுத்திக்கொண்ட யூதர்கள் அப்போது நிறையப்பேர் இருந்தார்கள். குறிப்பாக ரஷ்யாவில் மிக அதிகமாக இருந்தார்கள். (அடுத்தபடியாக ஜெர்மனி மற்றும் பிரான்ஸைச் சொல்லலாம்.) இந்த யூதர்கள், தமது பெரும்பாலான நேரத்தை, யூதகுல நலனுக்காகச் சிந்திப்பதற்கு மட்டுமே பயன்படுத்தினார்கள். மடம் மாதிரி ஒரு இடத்தைத் தேர்ந்தெடுத்து உட்கார்ந்து யோசித்தார்களா என்று தெரியவில்லை. ஆனால் குறிப்பிடத்தக்க அளவில் இத்தகைய கலந்துரையாடல்கள், விவாதங்கள் அப்போது மிகத்தீவிரமாக நடக்கத் தொடங்கியிருந்தன.

யூதர்களின் பிரச்னை என்ன? எந்த தேசத்திலும் வாழ முடியவில்லை. கொஞ்சம் பிரச்னை தீர்ந்தது என்று மூச்சுவிடக்கூட அவகாசம் கிடைக்காமல் வேறெங்காவது, ஏதாவது பிரச்னை முளைத்துவிடுகிறது. ஒரு வரியில் சொல்லுவதென்றால், கிருத்தவர்களுக்கு யூதர்களைப் பிடிக்கவில்லை. அவர்கள் வாழவிடுவதில்லை.

சரி. வேறென்ன வழி? முஸ்லிம்கள்?

அவர்களுக்கும் யூதர்களைக் கண்டால் ஆகாது. ஏன் ஆகாது என்பதையெல்லாம் யோசித்துக்கொண்டிருக்க அவகாசம் இல்லை. சரித்திரம் என்றால் நல்லது கெட்டது கலந்துதான் இருக்கும். அரேபியாவில் இப்போது ஒட்டாமான் துருக்கியப் பேரரசின் ஆட்சிதான் நடந்துகொண்டிருக்கிறது. அதாவது முஸ்லிம்களின் ஆட்சி. ஐரோப்பாவில் கிருத்தவம். அரேபியாவில் இஸ்லாம். இந்த இரு இடங்களில் எங்கு போனாலும் பிரச்னை.

நாம் செய்ய வேண்டியது என்ன? செய்யக்கூடியது என்ன?

இதுதான் அந்தச் சிந்தனையாளர்களின் வேலை. இதனைக் கண்டுபிடிப்பது.

யூதர்களின் பூர்வீகம் பாலஸ்தீன். ஜெருசலேம் அவர்களின் புனிதத்தலம். ஆனால் இப்போது பாலஸ்தீன் துருக்கியர்களின் வசத்தில் இருக்கிறது. எப்படியாவது அதனை மீட்டு, யூதர்களின் தேசமாக்கிக்கொள்ள முடிந்தால் இருப்பியல் பிரச்னை தீர்ந்துவிடும். மிகச் சுலபமாகத் தோன்றிவிடுகிறது. ஆனால் இது எப்படி சாத்தியமாகும்? பாலஸ்தீனை எப்படிக் கைப்பற்றுவது?

அது மட்டும் சாத்தியமானால், உலகம் முழுவதும் ஓடி ஓடி அவதிப்பட்டுக்கொண்டிருக்க வேண்டாம். அத்தனை யூதர்களையும் பாலஸ்தீன் வரவழைத்து ஒரு புதிய தேசமாக்கிவிடலாம். யூதர்களின் தேசம். இறைவனின் விருப்பத்துக்குரிய பிரஜைகளின் தேசம். ஆனால் அதெப்படி சாத்தியமாகும்? பாலஸ்தீனுக்காக ஒரு யுத்தம் செய்யலாமா? யாருடன்? துருக்கியச் சக்கரவர்த்தியுடனா? பைத்தியம்தான் அப்படியொரு காரியத்தைச் செய்யும். சாத்தியமானதை முதலில் யோசிக்கலாம்.

எது சாத்தியம்?

முதலில் யூதர்களின் ஒருங்கிணைப்பு. வலுவானதொரு நெட் ஒர்க். எந்த தேசத்தில் வசித்தாலும் ஒவ்வொரு யூதருக்கும் இன்னொரு யூதருடன் மனத்தளவிலான ஒரு நெருக்கம் வேண்டும். உள்ளூரில் என்ன பிரச்னையானாலும் அவர்களின் சிந்தனை, செயல் அனைத்தும் ஒரே விஷயம் பற்றியதாக இருக்கவேண்டும். பாலஸ்தீன்.அதனைஅடைதல்.அதற்காகஎன்னவேண்டுமானாலும் செய்யத் தயாராக இருக்க வேண்டியது முக்கியம். பிறகு, அமைப்பு ரீதியில் ஒன்று சேர்தல். இது மிக முக்கியம்.

அமைப்பு? என்ன அமைப்பு?

இப்படி யோசிக்கும்போதுதான் ஜியோனிசம் *(Zionism)* என்கிற சித்தாந்தமும் கருத்தாக்கமும் இயக்கத்துக்கான திட்டமும் உருவாக ஆரம்பித்தது. 1875க்குப் பிறகே மிகத்தீவிரமாகத் தோன்ற ஆரம்பித்த இந்த எண்ணம், பத்தொன்பதாம் நூற்றாண்டின் இறுதி

வருடங்களில் திடமான ஒரு முகத்தையும் நோக்கத்தையும் செயல்திட்டத்தையும் பெற்றுவிட்டிருந்தது.

உலக யூதர்களின் நலனுக்காக ஓர் இயக்கம். ஜியோனிஸம் என்பது அதன் பெயர். யூத தேசிய இயக்கம் என்கிற அர்த்தம் தரும் சொல் அது. தேசமே இல்லாத யூதர்கள். ஒரு தேசத்தைத் தமக்காக உருவாக்கிக்கொள்வதன்பொருட்டு உருவாக்கிய இயக்கம்.

முதலில் இது ஒரு சிறுபான்மை இயக்கமாகத்தான் தோன்றியது. அதிகம் பிரபலமில்லாத சில யூதத் தலைவர்களும் ரபிக்களும் இணைந்து இதுபற்றி யோசித்து ஒரு முதல் திட்ட வரைவைத் தயாரித்துக்கொண்டார்கள். பிறகு இதைப்பற்றி மக்களிடம் பேச ஆரம்பித்தார்கள். நமக்கென்று ஒரு நோக்கமும் நோக்கத்தை வழிநடத்திச் செல்லும் ஓர் இயக்கமும் ஏன் தேவை என்று விளக்கத் தொடங்கினார்கள்.

பெரும்பாலான யூதர்களுக்கு இது புரிந்தது. புரிவதில் பிரச்னை என்ன இருக்கிறது? ஒட்டுமொத்த யூதகுலத்துக்கும் காலம் காலமாக அடிமனத்தில் இருக்கும் விருப்பம் தானே இது? ஆனால் உயிர்வாழ்தல் நிமித்தம் பல்வேறு தேசங்களுக்கு இடம்பெயர்ந்து போய், அந்தந்த தேசங்களின் பிரச்னைகளில் கரைந்துபோயிருந்த யூதர்கள், தமது அடிப்படை நோக்கத்தையும் லட்சியத்தையும் நினைவுபடுத்திக்கொண்டு, அதற்காக முழு மூச்சுடன் செயல்படவேண்டிய அவசியத்தை இந்த இயக்கம் நினைவூட்டியது.

ரஷ்யாவில் பிரச்னை என்றால் உடனடியாக வேறெங்கே ஓடலாம் என்றுதான் யூதர்கள் யோசித்தார்கள். ஜெர்மனியில் பிரச்னை என்றால் பிரான்ஸுக்குப் போகலாமா, பிரிட்டனுக்கு ஓடிவிடலாமா, அமெரிக்காவில் பிரச்னை ஏதும் இல்லையே, அங்கே போகலாமா என்றுதான் யோசித்துக்கொண்டிருந்தார்கள்.

ஆனால் ஜியோனிஸத்தின் அடிப்படை நோக்கம், இப்படி உள்ளூர் பிரச்னைகளையும் உடனடித் தீர்வுகளையும் யோசிப்பதை விடுத்து, யூதர்கள் நிரந்தரமாக அமைதிகாண ஒரு வழியைத் தேடச் சொல்லுவது. அதாவது, பாலஸ்தீனை அடைவது எப்படி என்பதை மட்டுமே எப்போதும் யோசிக்க வேண்டும் என்று வலியுறுத்துவது.

கொஞ்சம்யோசித்துப்பாருங்கள்.எத்தனையோநூற்றாண்டுகளுக்கு முன்னால்யூதர்கள்அங்கிருந்துஇடம்பெயர்ந்துபோய்விட்டார்கள். உலகம் முழுவதும் பரவிவிட்டார்கள். எந்தெந்த தேசத்தில் இருந்தார்களோ, அந்தந்த தேசத்தின் குடிமகன்களாகக் குறைந்தது பத்திருபது தலைமுறைகள் கூட வாழ்ந்துமுடித்துவிட்டார்கள்.

ஆனாலும் தமக்கென்று ஒரு தேசம் என்று யோசிக்கத் தொடங்கும்போதே அவர்களுக்குப் பாலஸ்தீன் மட்டும்தான் நினைவுக்கு வருகிறது! ஏன், ரஷ்யாவில் போலந்து பிரிந்து தனிநாடானது மாதிரி யூதர்கள் அங்கே ஒரு தனிநாடு வேண்டும் என்று சிந்திக்கவில்லை? நெப்போலியனின் மறைவுக்குப் பின்னால் பிரான்ஸில் எத்தனையோ பிரச்னைகளைச் சந்தித்தும் அங்கே தமக்கென்று ஒரு தேசத்தை உருவாக்கிக்கொள்ள ஏன் முயற்சி செய்யவில்லை? பிரிட்டனில்தான் ஒரு பிரதம மந்திரியே யூதராக இருக்கிறாரே? அவரது உதவியுடன் ஒரு குட்டி யூத தேசத்தை எங்காவது பிரிட்டனின் காலனிகளில் அமைத்துக்கொண்டிருக்கலாமே? ஏன் செய்யவில்லை? ஏன், அமெரிக்கா அத்தனை அக்கறையாக, ஆதரவாக இருக்கிறதே? அத்தனை பெரிய தேசத்தில் தனி நாடாக இல்லாதுபோனாலும் தனியொரு மாநிலத்தை யூதர்களுக்காக ஏன் உருவாக்கிக்கொள்ள முயற்சி எடுத்திருக்கக்கூடாது?

அவர்கள் சம்மதிக்கிறார்களா, முடியுமா என்பதெல்லாம் அடுத்த விஷயம். யூதர்களுக்கு ஏன் அப்படியொரு எண்ணம் கூடத் தோன்றவில்லை? கிருத்தவர்களுடன் எப்படி அவர்களுக்கு ஆகாதோ, அதேபோலத்தானே முஸ்லிம்களும்? கஷ்டம் என்று தெரிந்தும் ஏன் அவர்கள் பாலஸ்தீனை மட்டும் தங்களுக்கான தேசமாகக் கருதவேண்டும்?

அதுதான் யூதர்கள். அவர்கள் அப்படித்தான் இருப்பார்கள். அப்படி மட்டுமே அவர்களால் இருக்கமுடியும். வேறு எந்தவகையிலும் சிந்தித்துப் பார்க்கக்கூட அவர்களால் முடியாது! தனிநாடு என்றால் பாலஸ்தீன் மட்டுமே. அது ஒன்றைத்தான் அவர்கள் தங்கள் சொந்த மண்ணாக நினைத்துப்பார்ப்பார்கள். தமக்கான தனிநாடு விஷயமாகஒருயுத்தம்செய்யநேருமானால்கூடஅரேபியர்களுடன் யுத்தம் செய்யத் தயாராக இருப்பார்களே தவிர, ஐரோப்பாவிலோ, அமெரிக்காவிலோ மாட்டார்கள்.

இதற்கு இரண்டு காரணங்கள் இருக்கின்றன. ஒன்று, பொதுவான காரணம். பாலஸ்தீன் யூதர்களுக்கும் சொந்தபூமி என்பது. இரண்டாவது, முஸ்லிம்கள் மீது அவர்களுக்கு இருந்த வெறுப்பும் விரோதமும். இஸ்லாத்தின் வளர்ச்சி என்பது யூதர்களுக்கு எத்தனை கோபத்தையும் வெறுப்பையும் விளைவித்தது என்பதை வெறும் வார்த்தைகளால் சொல்லிவிடமுடியாது. என்ன செய்தும் கட்டுப்படுத்த முடியாததொரு சக்தியாக ஒட்டுமொத்த மத்திய ஆசியாவையும் இஸ்லாம் ஆளத்தொடங்கியதை யூதர்களால் ஜீரணிக்கவே முடியவில்லை. அதனால்தான் எத்தனை முறை முஸ்லிம்கள் நேசக்கரம் நீட்டியும் அவர்களால் எதிர்க்கரம் கொடுக்க முடியாமலேயே இருந்தது.

தங்களை இனத்தோடு கொல்லும் கிருத்தவர்களை மன்னித்தாலும் மன்னிப்பார்களே தவிர, முஸ்லிம்களோடு சமரசம் செய்துகொள்ளவே முடியாது என்கிற யூதர்களின் நிலைபாடு, ஒருபார்வையில் சிரிப்பை வரவழைக்கும். இன்னொரு பார்வையில் வெறுப்பைத்தான் வரவழைக்கும்.

40

ஜியோனிஸம் பற்றிய மிகச்சுருக்கமான அறிமுகத்தைச் சென்ற அத்தியாயத்தில் பார்த்தோம். விரிவாகப் பார்க்க வேண்டிய தருணம் இது. ஏனெனில், இந்த இயக்கத்தின் எழுச்சிதான் இன்றைய இஸ்ரேல் என்கிற தேசத்தைப் பிறகு தோற்றுவித்தது. இந்த இயக்கத்தின் உறுப்பினர்கள் சிந்திய வியர்வையும் ரத்தமும்தான் காலகாலமாக சொந்ததேசம் என்று ஏதுமில்லாமல் நாடோடிகள் போல் அலைந்து திரிந்துகொண்டிருந்த யூதர்களுக்கு அப்படியொரு கனவை நனவாக்கித் தர அடித்தளமிட்டது.

முதலில் ஜியோனிஸம் இப்படியெல்லாம் வளர்ந்து, உயர்ந்து பெருகும் என்று யாரும் நினைத்துக்கூடப் பார்க்கவில்லை. அதைத் தோற்றுவித்தவரான தியோடர் ஹெஸில் (*Theodor Herzl* - ஜெர்மனியைச் சேர்ந்த ஒரு யூதர்.) கூட ஏதாவது செய்யமுடியுமா பார்க்கலாமே என்றுதான் முதலில் நினைத்தார். திட்டவட்டமான யோசனைகள் எதுவும் முதலில் கைவசம் இல்லை. ஆனால், மிகக்குறுகிய காலத்திலேயே ஹெஸிலுக்கு, தம்மைப்போலவே சிந்திக்கும் வேறு பல யூதர்களும் பல்வேறு தேசங்களில் இருக்கிறார்கள் என்கிற விவரம் தெரிந்துவிட்டது. அதன்பின் அவர்களைஒருங்கிணைப்பதோ, செயல்திட்டங்களைவகுப்பதோ பெரிய காரியமாக இல்லை.

ஹெஸிலுக்கு என்ன பிரச்னை என்றால், அன்றைய ஜெர்மனியில் இருந்த யூதர்கள் யாரும் தம்மை யூதர் என்று சொல்லிக்கொள்ள முடியாமல் இருந்தது. அதாவது, அடையாளத்தை மறைத்து மட்டுமே வாழமுடியும். இதே நிலைமைதான் ரஷ்யாவிலும் இருந்தது.

யூதர்களின் பெருமை என்னவென்றால், தாங்கள் ஒரு யூதர் என்று நெஞ்சுநிமிர்த்திச்சொல்லிக்கொள்வது. அதுதான். அந்த ஒன்றுதான்

அவர்களை உயிர்வாழவே வைத்துக்கொண்டிருந்தது. அதுகூடச் சாத்தியமில்லாமல் இதென்ன நாய்ப்பிழைப்பு என்று ஜெர்மானிய யூதர்கள் வருத்தப்பட்டுக்கொண்டிருந்தார்கள். இதற்கு ஏதாவது செய்ய முடியாதா என்றுதான் ஹெஸில் ஆரம்பித்தார்.

'ஏதாவது செய்யமுடியாதா' என்கிற எண்ணம் தோன்றிய உடனேயே அவர் இறங்கிய வழி மிக முக்கியமானது. நேராக அன்றைய ஆறு பணக்கார ஜெர்மானிய யூதர்களைத் தேர்ந்தெடுத்து, அவர்களிடம் போனார். பணக்காரர்கள் என்றால் மிகப்பெரிய பணக்காரர்கள். வட்டித்தொழிலில் கொழித்தவர்கள். அவர்களிடம் சென்று 'யூதர்களுக்கென்று தனியொரு தேசம் வேண்டும். இப்படியே காலமெல்லாம் நாம் சிரமப்பட்டுக்கொண்டிருக்க முடியாது. யாராவது இதற்கான முதல் கல்லை எடுத்துவைத்தே ஆகவேண்டும். நான் அதற்காக இறங்கியிருக்கிறேன். நீங்கள் எனக்கு உதவி செய்யமுடியுமா?' என்று கேட்டார்.

அந்த ஆறு பணக்கார யூதர்களுக்கும் முதலில் ஒன்றும் புரியவில்லை. குழப்பமாக அவரைப் பார்த்தார்கள். ஹெஸில் பொறுமையாக அவர்களிடம் விளக்கினார். யூதர்களுக்கு ஒரு தனிநாடு வேண்டும். எங்கே, எந்த இடத்தில் என்பதெல்லாம் பிறகு நிதானமாக யோசித்து முடிவு செய்யப்பட வேண்டிய விஷயம். ஆனால், முதலில் இந்த எண்ணம் யூதகுலத்தாரிடையே பரவ வேண்டும். இதற்காக உழைக்க வேண்டும். நமக்கான தேசத்தை யாரும் நமக்குத் தூக்கிக் கொடுக்க மாட்டார்கள். நாமேதான் உருவாக்க வேண்டும். தேசம் என்றால் என்ன? நிலப்பரப்பு. பெரிய நிலப்பரப்பு. அவ்வளவுதானே? ஒரு வீடு கட்ட வேண்டுமென்றால் நிலம் வாங்க முடிகிறதல்லவா? அதைப்போல் நாம் ஒரு தேசம் கட்டுவதற்கு நிலத்தை வாங்குவோம். அத்தனை யூதர்களும் பணம் போட்டு, நிலம் வாங்குவோம். ஒரு குறிப்பிட்ட இடத்தைத் தேர்ந்தெடுத்துக்கொண்டு ஆளுக்குக் கொஞ்சமாக நிலம் வாங்குவோம். மொத்தமாகப் போய் வசிக்க ஆரம்பிப்போம். கொஞ்சம் கொஞ்சமாக அந்தப் பகுதி நம்முடைய தேசமாகிவிடும்..

ஒரு புரட்சிகரத் தமிழ் சினிமா போல் இருக்கிறதா?

இதில் சிரிப்பதற்கு ஒன்றுமில்லை. இதுதான் உண்மை. பின்னால் இதுதான் நடந்ததும் கூட! நம்பமுடியாத இந்த அதிசயத்தை விரிவாகப் பார்க்கலாம்.

ஹெஸில் பேசிப்பேசி முதலில் அந்த ஆறு பணக்காரர்களைத் தம் திட்டத்துக்குச் சம்மதிக்கவைத்தார். யூத தேசிய உணர்வை முதலில் அவர்களுக்கு ஊட்டினார். அவர்கள் அனைவரும் முதலில் ஹெஸிலின் வீட்டில் அடிக்கடி ரகசியமாகக் கூடிப் பேச ஆரம்பித்தார்கள். பேசிப்பேசிச் செயல்திட்டங்களை வகுக்கத் தொடங்கினார்கள். அப்படியே உலகெங்கும் வசிக்கும் யூதர்களுக்குத் தங்கள் திட்டத்தைத் தெரியப்படுத்தினார்கள். ஓரளவு நம்பிக்கை வளரத் தொடங்கியதும் 'உலக யூதர் காங்கிரஸ்' என்னும் அமைப்பைத் தோற்றுவித்து, அந்த அமைப்பின் முதல் மாநாட்டை ஸ்விட்சர்லாந்தில் நடத்தினார்கள். இது நடந்தது 1896ம் வருடம். அதாவது, 'ஏதாவது செய்யவேண்டும்' என்று ஹெஸில் முதல் முதலில் நினைத்ததற்கு மறு வருடம்.

மாநாடு என்றால் பந்தல் போட்டு, பொதுமக்களைக் கூட்டி நடத்தப்பட்ட மாநாடல்ல அது. மிகவும் ரகசியமாக ஒரு சூதாட்ட விடுதியின் அறையொன்றில் நடந்த சிறு கூட்டம்தான் அது. இந்த மாநாட்டில் கலந்துகொண்டவர்கள் மொத்தமே இருபது இருபத்தைந்து பேர்கள்தான். (வெறும் ஆறுபேர்தான் கலந்துகொண்டார்கள் என்றும் ஒரு கருத்து இருக்கிறது.) ஆனால், இங்கேதான் ஹெஸில் சுமார் நூறு பக்க அளவில் ஒரு திட்டத்தைத் தயாரித்து வாசித்தார்.

The Grand Plan என்று சரித்திர ஆசிரியர்கள் இன்றளவும் புகழும் அந்தத் திட்டம் முழுக்க முழுக்க, யூதர்கள் தமக்கென ஒரு தேசத்தை அமைத்துக்கொள்ள வேண்டிய அவசியத்தை வலியுறுத்திச் சொன்னது. ஹெஸிலின் திட்டத்தை இவ்வாறு சுருக்கிச் சொல்லலாம்:

1. யூதர்கள் தமக்கென ஒரு தேசத்தை அமைத்துக்கொள்ள வேண்டியது மிகவும் அவசியம். எப்பாடுபட்டாவது இதனை நாம் செய்தே ஆகவேண்டும்.

2. இயேசுவைக் கொன்றவர்கள் என்ற குற்றச்சாட்டு தொடர்ந்து கூறப்பட்டுவருவதை நிறுத்தவேண்டும். இதனை சாமர்த்தியமாகச் செய்வதன்றி வேறு வழிகளில் சாதிக்க முடியாது.

3. கிருத்தவர்கள் நமது பகைவர்கள். ஆனாலும் ஐரோப்பாவில் அவர்களே மிகுதி என்பதால் அவர்களுடன் நட்புணர்வு கொண்டு

நடந்துகொள்ள வேண்டும். அவர்கள் தாமாகப் பகையை மறக்குமளவுக்கு நாம் நடந்துகொள்ளவேண்டியது முக்கியம்.

4. நமக்காக யாரும் ஒரு தேசத்தை எழுதித்தர மாட்டார்கள். நாம் வாழவிரும்பும் இடத்தை நாம் விலை கொடுத்து வாங்கவேண்டும். இது ஒரு நீண்டகாலத்திட்டம்.

5. நமது தேசத்தைக் கட்டுவதற்காக நாம் வாங்கப்போகிற நிலங்களுக்கான பணத்தைச் சேமிக்க, நமக்கென ஒரு வங்கி வேண்டும். அந்த வங்கியில் சேரும் பணத்துக்கு 'யூததேசிய நிதி' என்று பெயர்.

6. நமக்கொரு கொடி வேண்டும். கொடி என்பது ஒரு அடையாளம். எழுச்சியின் சின்னம். வெண்மையும் நீலமும் கலந்த கொடியொன்றை நான் சிபாரிசு செய்கிறேன். (யூதர்கள், தேவாலயங்களுக்குச் செல்லும்போது இப்படி வெண்மையும் நீலமும் கலந்த துணியொன்றைத் தோளில் அணிந்து செல்வது வழக்கம்.)

இவற்றுடன் 'Hatikvah' (என்றால் நம்பிக்கை என்று பொருள்) என்கிற ஒரு தேசிய கீதத்தையும் இணைத்துத் தமது அறிக்கையைச் சமர்ப்பித்தார் ஹெஸில்.

ஹெஸிலின் திட்டம் மிகத்தெளிவானது. தொலைநோக்குப் பார்வை கொண்டது. யூதர்களுக்கான தேசம் என்பது நினைத்தமாத்திரத்தில் கிடைத்துவிடாது என்பதை அவர் அறிந்தே இருந்தார். ஆனால், தங்கள் முயற்சியின் பாதை இப்படித்தான் இருக்கவேண்டும் என்கிற தெளிவு அவரிடம் இருந்தது. ஹெஸில் தமது முதல் அறிக்கையை வெளியிட்டதிலிருந்து சரியாக ஐம்பது ஆண்டுகளில் இஸ்ரேல் உருவாகிவிட்டது என்பதை நினைவில் கொள்ளவேண்டும். அவரது திட்டத்தை யூதர்கள் தங்களுடைய இன்னொரு வேதமாகவே கருதி உழைத்ததுதான் காரணம்.

அந்த ஸ்விட்சர்லாந்து மாநாடு நடந்து சரியாக ஒரே வருடத்தில் ஒட்டுமொத்த யூத குலத்துக்கும் ஹெஸிலின் திட்டம் குறித்த முழு விவரங்களும்யூதர்கள்ஓர்அமைப்பின்மூலம்ஒன்றுசேரவேண்டிய அவசியமும்தெரிந்துவிட்டது. யூதகுலத்தின்நன்மைக்காகஏதாவது செய்யவேண்டும் என்பது ஒவ்வொரு யூதரும் தனித்தனியே எப்போதும் யோசிக்கிற விஷயம். இப்படி ஒரு அமைப்பின்

மூலம் யோசிப்பதும் செயல்படுவதும்தான் அவர்களுக்குப் புதிது. ஆனாலும் உற்சாகமாக ஈடுபடத் தொடங்கினார்கள்.

முதலில் நில வங்கி *(Land Bank)* என்கிற வங்கியொன்று ஏற்படுத்தப்பட்டது. இது யூதர்களின் வங்கி. அவர்கள் நிலம் வாங்குவதற்காகப் பணம் சேர்க்கவென்றே தொடங்கப்பட்டது. இந்த வங்கி தொடங்கப்பட்ட மிகச் சில மாதங்களுக்குள்ளாகவே பல லட்சக்கணக்கான தொகை வந்து குவிந்ததைச் சொல்ல வேண்டும். பெரும்பாலான யூதர்கள் வட்டிக்குப் பணம் தருகிறவர்களாக, பெருவர்த்தகர்களாக, கடல் வாணிபத்தில் தேர்ந்தவர்களாக இருந்தது இதற்கு மிக முக்கியக் காரணம். மொத்தமாக நன்கொடை போல் ஒரு பெரும் தொகையைத் தங்கள் நில வங்கிக்கு அளித்தவர்களும் உண்டு; மாதாமாதம் தாங்கள் சம்பாதிக்கும் பணத்தில் ஒரு பகுதியை இந்த வங்கிக்கு அளித்தவர்களும் உண்டு. ஆனால், எந்த ஒரு யூதரும் ஒரு பைசாவாவது இதில் முதலீடு செய்யாமல் இல்லை. உலகம் முழுவதிலும் எங்கெல்லாம் யூதர்கள் பரவியிருந்தார்களோ, அங்கிருந்தெல்லாம் பணம் வந்து குவியத் தொடங்கியது.

ஹெஸில், இந்த வங்கிகள் என்ன செய்யவேண்டும் என்று ஒரு திட்டம்வரைந்திருந்தார்.அதன்படியூதநிலவங்கி(அதன்அனைத்துக் கிளைகளும்),நிலம்வாங்குவதற்குப்பணம்கடனாகத்தரவேண்டும். அதாவது, யார் நிலம் வாங்க வங்கிக்கடன் தேடி அலைந்தாலும் கூப்பிட்டுக் கொடுக்க வேண்டும். குறிப்பாக ஐரோப்பியர்களுக்கும் அரேபியர்களுக்கும். எத்தனை லட்சம் கேட்டாலும் கடன் தரலாம். அப்படிக் கடன் பெற்று நிலம் வாங்குவோரின் நிலப்பத்திரங்கள், வங்கியில் அடமானமாக இருக்கும். உரிய காலத்தில் கடன் தொகை திருப்பிச் செலுத்தப்படாவிட்டால், நிலத்தை வங்கி எடுத்துக்கொண்டுவிடும். அப்படி வங்கி கையகப்படுத்தும் நிலங்களில் உடனடியாக யூதக் குடியிருப்புகள் ஏற்படுத்தப்பட்டுவிட வேண்டும். குடியேறும் யூதர்களின் பாதுகாப்புக்கு வங்கியே உத்தரவாதமளிக்கும்.

அடுத்தபடியாக, நேரடி நிலக்கொள்முதல். இதன்படி, யூதநிலவங்கி, தானே நேரடியாகவும் நிலங்களை வாங்கும். இந்த இடத்தில் ஒரு யூதக்குடியிருப்பு அமைக்கலாம் என்று வங்கி தீர்மானிக்குமானால், அங்கே உள்ள நிலத்தை வங்கி எத்தனை பணம் கொடுத்து

வேண்டுமானாலும் வாங்கலாம். அப்படி வாங்கும் நிலத்திலும் உடனடியாகக் குடியிருப்புகள் ஏற்படுத்தப்பட வேண்டும்.

யூத நில வங்கி மூலம் அமைக்கப்படும் குடியிருப்புகளில் கண்டிப்பாக யூதர்கள் மட்டுமே வசிக்க வேண்டும்.

அதுசரி, நிலங்களை எங்கே வாங்குவது? எந்தப் பகுதி மக்களுக்குக் கடன் கொடுப்பது?

இங்கேதான் இருக்கிறது விஷயம். தியோடர் ஹெஸிலின் உலக யூதர் காங்கிரஸ் அமைப்பு உருவானது தொடங்கி, நில வங்கிகள் முளைத்த தினம் வரை அவர்களிடம் 'எந்த இடம் நம் இடம்?' என்கிற வினாவுக்கான தெளிவான பதில் இல்லை. பாலஸ்தீன் தான் யூதர்களின் விருப்பம். ஹெஸிலுக்கும் அதுதான் எண்ணம். ஆனாலும் ஒரு தேசத்தை நமக்காக உருவாக்கவேண்டும் என்று பேச ஆரம்பித்தபோது பாலஸ்தீன் தவிரவும் சில பகுதிகளை அவர்கள் யோசித்துப் பார்த்திருக்கிறார்கள்.

குறிப்பாக கென்யா, அர்ஜண்டைனா, சிலி போன்ற தேசங்களில் நிலம்வாங்கலாமாஎன்றுபலபேர்சிந்தித்திருக்கிறார்கள்.ஐரோப்பா வேண்டாம் என்பதில் யாருக்கும் இரண்டாவது அபிப்பிராயமே இல்லை. ஆனால் சிலருக்கு அமெரிக்காவில் செய்யலாமா என்கிற யோசனைஇருந்திருக்கிறது. நெப்ராஸ்காபகுதியில்(ஓர்அமெரிக்க மாகாணம்.) நிலங்களை வாங்கிப்போட்டு யூதக்குடியிருப்புகளை நிறுவலாம் என்று பலபேர் பேசியிருக்கிறார்கள்.

என்னதான் கிருத்தவர்களுடன் சமாதானமாகப் போகவேண்டும் என்று ஹெஸில் தொடர்ந்து வலியுறுத்தினாலும், தங்களுக்கென்று ஒரு தேசம் உருவானால் அது கிருத்தவ ஐரோப்பாவில் அமையுமானால், வாழ்நாளெல்லாம் பிரச்னைக்கு உள்ளாக நேரிடும் என்று ஒட்டுமொத்த யூதகுலமும் ஐயப்பட்டது.

அனைத்துத் தரப்புக் கருத்தையும் கேட்டுவிட்டு இறுதியில் 1897ம் ஆண்டு கூடிய உலக யூதர் காங்கிரஸ் கூட்டத்தில்தான் ஹெஸில் அதனை அதிகாரபூர்வமாக அறிவித்தார். வேறு வழியில்லை. நாம் பாலஸ்தீனில் நிலம் வாங்குவோம். அங்கேயே போய்க் குடியேறுவோம்.

ஒட்டாமான் துருக்கியப் பேரரசர்தான் அப்போதும் பாலஸ்தீனை ஆண்டுகொண்டிருந்தார். எந்தப் பிரச்னையும் இல்லாமல் அங்கே

யூதர்கள் வாழ்ந்துகொண்டிருந்த காலமும் கூட அது. ஹெஸிலின் முடிவு பாலஸ்தீன யூதர்களுக்கு ரகசியமாகத் தெரிவிக்கப்பட்டது.

நல்லநாளெல்லாம் பார்த்தார்களா என்று தெரியவில்லை. பாலஸ்தீனில் திடீரென்று ஆங்காங்கே புதிய நில வங்கிகள் தோன்ற ஆரம்பித்தன. கேட்பவர்களுக்கு மட்டுமல்லாமல், கேட்காதவர்களுக்கும் நிலம் வாங்குவதற்காகப் பணத்தை அள்ளி அள்ளிக்கொடுக்க ஆரம்பித்தார்கள்.

41

யூத தேசிய காங்கிரஸ் என்கிறோம். யூத நில வங்கிகள் என்கிறோம். யூத காங்கிரஸ் மாநாடு என்கிறோம். இதெல்லாம் பகிரங்கமாக நடந்திருந்தாலோ, அல்லது யார் மூலமாவது தியோடர் ஹெஸிலின் திட்டங்கள் வெளியே தெரிந்திருந்தாலோ என்ன ஆகியிருக்கும் என்று யோசித்துப் பாருங்கள். இன்றைக்குப் பேச முடிகிறது. விலாவாரியாக அலசிப்பார்க்க முடிகிறது. ஆனால் இந்தச் சம்பவங்கள் நடந்த பத்தொன்பதாம் நூற்றாண்டின் இறுதி ஆண்டுகளில் காற்றுக்குக் கூடத் தெரியாத ரகசியமாகத்தான் இதையெல்லாம்வைத்திருந்தார்கள். யூதர்களிலேகூட, பொறுப்பில் இருக்கும் நபர்கள் தவிர, பொதுமக்கள் இதையெல்லாம் பகிரங்கமாகப் பேசவே மாட்டார்கள். எப்போதும் யூதர்களின் முகத்தில் ஒரு பயமும் ஏக்கமும் படர்ந்திருக்கும். அந்த பய உணர்ச்சியையும் ஏக்க உணர்ச்சியையும் அவர்கள் ஒருபோதும் மாற்றிக் காண்பித்ததே இல்லை. இத்தனை பெரிய திட்டங்களை அவர்கள் தொடங்கியிருக்கிறார்கள், நில வங்கியின் கிளைகளைத் திறக்க பாலஸ்தீனுக்குப் போயிருக்கிறார்கள், நிலவங்கியின் நோக்கமே பாலஸ்தீனின் நிலங்களை அபகரிப்பதுதான் என்பதையெல்லாம் ஒரு யூதர் கூட வெளியே பேசியதில்லை.

இத்தனைக்கும் பத்திரிகைகள் பெருகத் தொடங்கியிருந்த காலம் அது. ஆனால் எந்தப் பத்திரிகையின் நிருபருக்கும் அப்போது மூக்கில் வியர்க்கவில்லை. எந்த நாட்டின் அரசுக்கும் யூதர்களின் திட்டம் இதுதான் என்பது விளங்கவில்லை. எல்லா தேசங்களிலும் ஆட்சியில் இருப்போருக்கு யூதர்கள் பலர் நெருக்கமாக இருந்தார்கள். ஆனாலும் வரையறுக்கப்பட்ட நெருக்கம் அது. ஆட்சியாளர்களிடமிருந்து அவர்கள் செய்திகளையும்

ரகசியங்களையும் பெறப்பார்ப்பார்களேதவிர, தமது ரகசியங்களை அவர்களிடம் மறந்துகூடப் பேசமாட்டார்கள்.

எல்லாமே இருப்பது போலத்தான் இருந்தது. எந்த மாற்றமும் இல்லை. யாருக்கும் எதுவும் கண்ணில் படவேயில்லை. ஆனாலும் அது நடக்கத்தான் செய்தது.

ஒட்டாமான் துருக்கியப் பேரரசின் ஆளுகைக்கு உட்பட்ட பாலஸ்தீனில் வசித்துக்கொண்டிருந்த சில பணக்கார யூதர்கள் திடீரென்று மக்கள் நலனில் அக்கறை கொண்டவர்களாக ஆங்காங்கே நில வங்கிகளைத் தொடங்கினார்கள். யார் வேண்டுமானாலும் வந்து நிலம் வாங்குவதற்காக அங்கே கடன் பெறலாம். குறைந்த வட்டி விகிதங்கள். நிலங்களை விற்க விரும்புகிறீர்களா? தாராளமாக வந்து வங்கி மூலமாகவே நிலங்களை விற்கலாம். அதிகப் பணம் கொடுத்து நிலங்கள் வாங்கப்படும்.

வங்கிகளே நேரடியாகவும் நிலங்களை வாங்கும். அல்லது இடைத்தரகர் போலச் செயல்பட்டு யூதர்களுக்கு நிலங்களை வாங்கிக்கொடுக்கும்.

பாலஸ்தீனைப் பிரமாதமான விவசாய பூமி என்று சொல்லமுடியாது. அங்கு விவசாயம் இருந்தது. ஆனால் விவசாய நிலங்களைக் காட்டிலும் வறண்ட, பிரயோஜனமில்லாத பூமியே அதிகம். பல இடங்களில் நிலப்பரப்பைச் சிறு சிறு குன்றுகள் அதிகம் ஆக்கிரமித்திருந்தன. எதற்குமே பயன்படாத பாலை நிலப்பரப்பு.

யூதர்கள் நில வங்கிகளைத் தொடங்கி, நிலங்கள் வாங்கத் தொடங்கியபோது, படிப்பறிவில்லாத கிராமப்புறத்து அரேபிய நிலச்சுவாந்தார்கள், தம்மிடமிருந்த பாலை நிலங்களை அவர்களுக்கு விற்க விரும்பினார்கள். தண்டத்துக்கு வெறும் பூமியை வைத்துக்கொண்டு அவதிப்படுவானேன் என்று அவர்கள் கருதியிருக்கலாம். மேலும் நில வங்கிகள், அவர்கள் எண்ணிப்பார்க்கமுடியாதஅளவுக்குஅந்தவறண்டநிலங்களுக்குப் பணம் கொடுக்க முன்வந்தன. ஆகவே, இதனை ஒரு வாய்ப்பாகவே அவர்கள் கருதினார்கள்.

யூத வங்கிகள் எதற்காக இத்தனை பணம் கொடுத்து உருப்படாத நிலத்தை வாங்குகின்றன என்றெல்லாம் அவர்களுக்கு யோசிக்கத்

தெரியவில்லை. ஆகவே, பாலஸ்தீன் முழுவதிலும் எங்கெல்லாம் விவசாயத்துக்குப் பயன்படாத தரிசு நிலங்கள் இருந்தனவோ, அவற்றின் உரிமையாளர்கள் எல்லோரும் அந்த நிலங்களை நில வங்கிகளுக்கு விற்றுக்கொண்டிருந்தார்கள்.

எத்தனை நிலம் கிடைத்தாலும் வங்கி வாங்கிக்கொள்கிறது என்பதைப் பார்த்து, அதிக பணத்துக்கு ஆசைப்பட்டு, தரிசு நிலங்களுக்கு நம்பமுடியாத விலைகளைச் சொல்லிப் பார்த்தார்கள் அரேபியர்கள். அப்போதும் நில வங்கிகள் தயங்கவே இல்லை. பத்துப்பைசா பெறாத நிலங்களுக்குக் கூட பல லட்சம் கொடுக்க அவை முன்வந்தன.

உண்மையில் அதிர்ஷ்டதேவதைதான் நில வங்கி ரூபத்தில் வந்திருப்பதாக அரேபியர்கள் மடத்தனமாக நினைத்தார்கள். தினசரி நூற்றுக்கணக்கான ஏக்கர்கள் இந்த வகையில் யூத நில வங்கிகளின் வசமாகிக்கொண்டிருந்தது.

வங்கி இப்படி கணக்கு வழக்கில்லாமல் பணம் கொடுத்து நிலம் வாங்குவதற்குப் பணம் எங்கிருந்து வரும்?

அதைப்பற்றி அவர்கள் கவலைப்படவே இல்லை. உலகெங்கிலுமிருந்து யூதர்கள் தினசரி லட்சக்கணக்கில் பணம் திரட்டிப் பாலஸ்தீனுக்கு அனுப்பிக்கொண்டிருந்தார்கள். உலகமெங்கும் வசித்துக்கொண்டிருந்த பல லட்சம் யூத வர்த்தகர்கள் தமது வருமானத்தில் கணிசமான பகுதியை இந்த நில வங்கிகளுக்கு நன்கொடையாக அளித்தார்கள். சாதாரண யூத மக்களோ, துண்டேந்திச் சென்று பணம் வசூலித்து அனுப்பினார்கள்.

கலை நிகழ்ச்சிகள் நடத்திப் பணம் சேர்ப்பது, புத்தகம் விற்ற பணம், நாடகம் போட்ட பணம் என்று எந்த ஒரு சிறு வாய்ப்பையும் அவர்கள் தவறவிடவில்லை. எங்கோ, கண்ணுக்குத் தெரியாத தொலைவில், பாலஸ்தீன் என்கிற தமது மூதாதையர் தேசத்தில் தங்களுக்கென்று தங்கள் தலைவர்கள் நிலம் வாங்கிக்கொண்டிருக்கிறார்கள், விரைவில் தாங்கள் அங்கே இடம் பெயர்ந்து நிம்மதியாக வசிக்கப்போகிறோம் என்கிற ஒரு உணர்ச்சி மட்டுமே அவர்களிடம் இருந்தது. அதையும் ரகசியமாகவே வைத்திருக்க வேண்டிய கட்டாயம் அவர்களுக்கு இருந்தது.

மறுபுறம், யூதர்களின் இந்த மாபெரும் திட்டத்தின் ஒரு வரி கூடத் தெரியாத பாலஸ்தீனத்து அரேபியர்கள், வந்தவரை லாபம்

என்று தங்களுடைய நிலங்களையெல்லாம் நில வங்கிக்கு அள்ளி அள்ளிக்கொடுத்துக்கொண்டிருந்தார்கள். அத்தனையும் தரிசு நிலம் தானே என்கிற அலட்சியம்.

ஆனால் நிலவங்கிகள் தரிசு நிலக் கொள்முதலோடு மட்டும் நிறுத்திக்கொள்ளவில்லை. மாறாக, தங்கள் திட்டத்தின் இன்னொரு பகுதியாக, உள்ளூர் மக்கள் நிலம் வாங்குவதற்குக் கடன் கொடுக்கவும் அவர்கள் தவறவில்லை. கடன் வாங்கி, நிலம் வாங்கும் அரேபியர்கள், உரிய காலத்தில் வங்கிக்கடனைத் திருப்பிச் செலுத்தாவிட்டால், நோட்டீஸ் எல்லாம் அனுப்பிக் கொண்டிராமல் நேரடியாக அந்த நிலங்களைக் கையகப்படுத்தத் தொடங்கிவிடுவார்கள்.

இன்னொரு உத்தியையும் அவர்கள் கடைபிடித்தார்கள். கடன் வாங்க வரும் அரேபியர்களிடம் முதலில் எளிய வட்டி விகிதங்கள் மட்டுமே சொல்லப்படும். பெரிய கஷ்டம் ஏதும் வராது என்று நம்பும் அரேபிய முஸ்லிம்கள் நிறைய கடன் பெற்று, நிலங்களை வாங்குவார்கள். பத்தரங்களை வங்கியில் அடகு வைப்பார்கள்.

ஆனால், கடனைத் திருப்பிச் செலுத்தும் காலம் நீடிக்குமானால் வட்டி விகிதங்கள் கண்ணுக்குத் தெரியாமல் ஏற ஆரம்பித்துவிடும். பெரிய படிப்பறிவு இல்லாத பாலஸ்தீனத்து அரேபியர்களுக்கு, வங்கி முதலிலேயே வழங்கும் கடன் விதிமுறைகள் அடங்கிய தாளை முழுவதுமாகப் படித்துப் புரிந்துகொள்ளக்கூட ஒருநாளும் முடிந்ததில்லை.

இதன் விளைவு என்னவானது என்றால், ஏராளமான அரேபிய நிலச்சுவாந்தார்கள் நில வங்கியில் கடன் பெற்றே ஓட்டாண்டியாகிப் போனார்கள். திருப்பிச் செலுத்தும் காலம் அதிகரித்துக்கொண்டே போக, வட்டி விகிதம் மலையளவு உயர்ந்து கழுத்தை நெரித்தது. வழியில்லாமல் அவர்கள் தமது நூற்றுக்கணக்கான ஏக்கர் நிலங்களை வங்கியிடமே விற்றுவிட நேர்ந்தது. அப்படி விற்கப்படும்போது கூடுதலாகப் பணம் கேட்காமல், வாங்கிய கடன் தொகைக்கே சமமாக விலையை நிர்ணயித்து யூதர்கள் கழித்துவிடுவார்கள்! தர்மம்!

ஒரு விஷயம் சொல்ல வேண்டும். யூதர்களின் நில வங்கிக்கு, நிலம் வாங்குவது ஒன்றுதான் குறிக்கோளாக இருந்ததே தவிர,

பணம் சம்பாதிப்பது அல்ல. வங்கிகள் விரும்பியிருந்தால் வட்டி மூலமே எத்தனையோ கோடிகள் லாபம் பார்த்திருக்கலாம். ஆனால் அவர்கள் அதைச் செய்யவில்லை. மாறாக, ஒரு துண்டு நிலம் கிடைத்தாலும் விடக்கூடாது என்பதில் மட்டுமே கவனமாக இருந்தார்கள். தமது நோக்கத்திலிருந்து இம்மியும் பிசகாமல் இருந்ததுதான் யூதர்களின் மிகப்பெரிய சாதனை. அது சரியான நோக்கம்தானா என்பதெல்லாம் அப்புறம் யோசிக்க வேண்டிய விஷயம்.

உலகில் வேறெந்த ஒரு இனமும் இத்தனை திட்டமிட்டு ஒரு காரியம் செய்ததாகச் சரித்திரமே இல்லை. அதுவும் ரகசியமாக. ஒரு ஈ, காக்கைக்குக் கூடத் தங்கள் நோக்கம் தெரிந்துவிடாமல்!

அரேபியர்கள் இப்போதாவது சற்று விழித்துக்கொண்டு யோசித்திருக்கலாம்.

ஏன் இந்த வங்கிகள் சந்தை விலையைவிட இரண்டரை மடங்கு அதிக விலை கொடுத்து நிலங்களை வாங்குகின்றன?

அப்படி வாங்கப்படும் நிலங்களிலெல்லாம் ஏன் யூதக் குடியிருப்புகள் மட்டுமே நிறுவப்படுகின்றன?

முயற்சி செய்தாலும் வங்கி வாங்கிய நிலத்தை ஒரு முஸ்லிம் ஏன் திரும்ப வாங்க முடிவதில்லை?

பாலஸ்தீனில் ஏற்கெனவே உள்ள யூதர்களின் எண்ணிக்கை எல்லாருக்கும் தெரியும். இப்படிப் புதிதாக வங்கி வாங்கும் நிலங்களில் வந்து குடியமரும் யூதர்களும் புதியவர்களாக இருக்கிறார்களே, இவர்களெல்லாம் எங்கிருந்து வருகிறார்கள்? வங்கி நிலம் வாங்கியது தெரிந்ததும் சொல்லி வைத்தமாதிரி வந்து குடியமர்கிறார்களே, இவர்களுக்காகத்தான் வங்கி நிலங்களை வாங்குகிறதா? அல்லது தற்செயலாக நடக்கிறதா?

இந்த வங்கிகளின் செயல்பாடுகள் முழுவதுமாக அரசுக்குத் தெரியுமா? இதுபற்றி அரசின் கருத்து என்ன?

ஏராளமாகப் பணம் கொடுத்து தரிசு நிலங்களை வாங்கும் வங்கிகளுக்குப் பணம் எங்கிருந்து வருகிறது? யார் தருகிறார்கள்?

இவற்றில் எந்த ஒரு கேள்வியும் பாலஸ்தீனத்து அரேபியர்களுக்குத் தோன்றவேயில்லை என்பது மிகவும் வியப்பான விஷயம். நிறைய பணம் கிடைக்கிறது என்கிற ஒரே காரணத்தால் அவர்கள் தமது நிலங்களையெல்லாம் யூதர்களுக்கு அளித்துவிட்டார்கள். யூத நில வங்கி வாங்கும் நிலங்களிலெல்லாம் உடனடியாக யூதக் குடியிருப்புகள் ஏற்படுத்தப்பட்டன. அவர்கள் விளைநிலங்களில் கூட சாகுபடி செய்யவில்லை. அங்கும் குடியிருப்புகளை மட்டுமே உருவாக்கினார்கள். மலைப்பாங்கான பகுதிகள், பாலை வெளிகள், பொட்டல்காடுகள், நதிப்படுகைகள் என்று எந்த இடம் கிடைத்தாலும் குடியிருப்பை நிறுவிவிட யூதர்கள் தயாராக இருந்தார்கள்.

சிலகாலம் இப்படியாக அவர்கள் பாலஸ்தீனில் நிலங்களை வாங்கிச் சேர்த்துக்கொண்டிருந்தார்கள். அதற்குள் மாநிலம் முழுவதும் நில வங்கிகளுக்கு மிகப்பெரிய மதிப்பும் செல்வாக்கும் ஏற்பட்டிருந்தது. பாங்கர்கள் என்று சொல்லப்பட்ட வங்கி அதிகாரிகள் மிகப்பெரிய மனிதர்களாக மதிக்கப்பட ஆரம்பித்தார்கள். முஸ்லிம் பண்ணையார்கள் இருந்த இடங்களிலெல்லாம் யூதப்பண்ணையார்கள் தோன்றிவிட்டார்கள். பணம் அதிகம் இருப்போரே மதிக்கத்தகுந்தவர்கள் என்னும் பொதுவான கருத்தாக்கம் மிக வலுவாக அங்கே கடைபிடிக்கப்பட ஆரம்பித்தது. அதன் அடிப்படையில் பாலஸ்தீனில் யூதர்களுக்கு மீண்டும் செல்வாக்கு ஏற்பட ஆரம்பித்தது.

இந்தச் சந்தர்ப்பத்தில் யூதர்கள் இன்னொரு நடைமுறையை அறிமுகப்படுத்தினார்கள். மிரட்டல்கள் மூலம் நிலங்களைப் பெறுவது என்பதே அது.

அதுவரை தாமாக நிலங்களை விற்க முன்வரும் முஸ்லிம்களுக்கு அதிகப் பணம் கொடுத்து நிலங்களை வாங்கிக்கொண்டிருந்தது நில வங்கி. கொஞ்சம் இருப்பை ஸ்தாபித்துக் கொண்டபிறகு வேறு வகையில் இம்முயற்சியைத் தொடர ஆரம்பித்தார்கள்.

வங்கியின் சர்வேயர்கள், வண்டியெடுத்துக்கொண்டு நகர்ப்புறங்களையும் கிராமப்புறங்களையும் சுற்றி வருவார்கள். நூறு ஏக்கர் வங்கி நிலம் இருக்கும் இடத்தின் நடுவே பத்து ஏக்கர் அரேபியர் நிலம் இருக்குமானால் அந்த இடங்களை வங்கிக்கு விற்றுவிடும்படி சம்பந்தப்பட்ட நில உடைமையாளர்

கேட்டுக்கொள்ளப்படுவார். உரிமையாளர் மறுத்தால், முதலில் மிரட்டல் ஆரம்பிக்கும். பிறகு அதுவே பரிமாணம் அடைந்து சில சந்தர்ப்பங்களில் கடத்தல் வரை கூடப் போயிருக்கிறது!

ஆனால் இத்தகைய காரியங்களை வங்கியே நேரடியாகச் செய்யமுடியாது அல்லவா? என்ன செய்யலாம்?

யூதர்கள் யோசித்தார்கள். விளைவாக, பாலஸ்தீனின் பல்வேறு பகுதிகளில் வங்கிக்குச் சம்பந்தமில்லாத சில தனியமைப்புகளைத் தோற்றுவித்தார்கள். பொது நல அமைப்புகளாக அடையாளம் காட்டப்பட்ட அந்த அமைப்புகளின் முழுநேரப்பணி, நில ஆக்கிரமிப்பு தான். குண்டர்களும் ரவுடிகளும் நிறைந்த அத்தகைய அமைப்புகளின் உறுப்பினர்கள் மிரட்டியும் தாக்கியும் நிலங்களைக் கையகப்படுத்தி நிலவங்கிக்கு அளித்துவிடுவார்கள்! அதற்காக அவர்களுக்கு மாத ஊதியமே தரப்பட்டிருக்கிறது.

சுமார் இரண்டாண்டு காலகடத்துக்குள் பாலஸ்தீனிய அரேபியர்களின் மொத்த நிலப்பரப்பில் சுமார் நாலரை சதவீத நிலம் யூத நில வங்கிகளின் மூலம் யூதர்களின் வசமாகியிருந்தது. அதுவரைதான் யூதர்கள் 'கஷ்டப்பட'வேண்டியிருந்தது. அதற்குப்பின்னால் நிலக் கொள்முதல் திட்டம் பிடித்த வேகம், விவரிப்புக்கு அப்பாற்பட்டது!

42

பாலஸ்தீன் முழுவதும் நில வங்கிகள் மூலம் பெரும்பாலான விளைநிலங்களும் தரிசு நிலங்களும் யூதர்களின் கைகளுக்குப் போகத் தொடங்கிய பத்தொன்பதாம் நூற்றாண்டுதான், யூதர்கள் விஷயத்தில் அரேபியர்களின் சகிப்புத்தன்மைக்கு ஓர் எல்லை வகுத்த காலமும் கூட.

அதுவரை என்ன நடந்தாலும் பல்லைக் கடித்துக்கொண்டு அமைதியாக இருந்த அரேபியர்கள். கூடுமானவரை யூதர்களுடன் சண்டை, சச்சரவுகளுக்குப் போகாமல் இருக்கவே விரும்பிய அரேபியர்கள். குறுகிய காலத்தில் தம்மைச் சுற்றி நிறைய யூதக்குடியிருப்புகள் உருவாகி, அங்கே குடியிருக்க வரும் யூதர்கள் தங்களுக்கு எஜமானர்கள் போல வாழ்கிறார்களே, இது எப்படி என்று யோசித்தும் சரியான விடை காண முடியாத அரேபியர்கள்-

ஒன்று சொல்லவேண்டும். நிலத்தின் பெயரால் கடன் வாங்கி, அக்கடனை அடைக்க முடியாமல் நிலத்தையும் இழந்து தவித்துக்கொண்டிருந்த அன்றைய அரேபிய முஸ்லிம்களை - குறிப்பாக வறுமைக் கோட்டுக்குக் கீழே இருந்த முஸ்லிம்களை, யூத நிலச்சுவாந்தார்கள் தம் பண்ணையில் கூலியாட்களாக அமர்த்திக்கொண்டார்கள். பேர்தான் கூலியாட்களே தவிர, கிட்டத்தட்ட அந்த அரேபியர்களை யூதர்கள் அடிமைகள் போலத்தான் நடத்தினார்கள். ஆனால் வெளியுலகத்துக்குத் தெரியவந்தது என்னவென்றால், ஏழை முஸ்லிம்களுக்கு யூதர்கள் வேலை வாய்ப்பு அளித்து உதவுகிறார்கள் என்பது போல!

பல நூற்றாண்டு காலங்களாக அடங்கிக்கிடந்தே பழக்கப்பட்ட அமெரிக்கக் கருப்பர் இனமே அடிமை முறைக்கு எதிராகத் திரண்டெழுந்து கலகங்கள் செய்து, ஒரு மாபெரும் உள்நாட்டு

யுத்தத்துக்கே வழிவகுத்தார்கள் என்னும்போது, இயல்பிலேயே வீரமும் முரட்டுகுணமும் கொண்ட அரேபிய முஸ்லிம்கள் சும்மா இருப்பார்களா?

ஐரோப்பாவிலிருந்து லட்சக்கணக்கில் யூதர்கள் வந்து குடியேறியிருந்த ஒட்டாமான் துருக்கிய சாம்ராஜ்ஜியம் முழுவதுமே அந்தக் காலகட்டத்தில் கொதிக்க ஆரம்பித்தது. ஒருபுறம், யூதர்களுக்காகப் பாலஸ்தீனைப் பிரித்துப் பிளந்து ஒரு தனிநாடுஅமைக்கவிரும்பியஜியோனிசத்தலைவர்கள்தீவிரமாகச் செயல்பட ஆரம்பிக்க, மறுபுறம் இந்த யூத முதலாளிகளின் எதேச்சாதிகாரத்தனத்தை எதிர்த்து அரபு முஸ்லிம்களும் ஆங்காங்கே கலவரங்களில் ஈடுபடத் தொடங்கினார்கள்.

யூத நிலவங்கிகள் தமது நிலங்களை அபகரித்துக்கொள்வது, யூத முதலாளிகள்அடிமைகள்போல்தம்மை நடத்துவது, பாலஸ்தீனில் யூதர்களின் எண்ணிக்கை நாளுக்கு நாள் அதிகரித்துக்கொண்டே போவது. இந்த மூன்று காரணங்கள்தான் அரேபியர்களின் கோபத்துக்கு அடிப்படை. ஆனால் இவற்றை வெளிப்படையாகச் சொல்லாமல் அவர்கள் யூதர்களைத் தாக்க ஆரம்பித்தார்கள்.

எத்தனை நூறு வருடங்கள்! உலகில் யூதர்கள் நிம்மதியாக வாழக்கூடிய ஒரே இடம் என்கிற தகுதியை அந்தக் கணம் முதல் ஒட்டாமான் துருக்கியப் பேரரசும் இழந்தது.

1839ம் ஆண்டு அங்கே முதல் சம்பவம் நடந்தது. ஈரானின் கிழக்குப் பகுதியில் உள்ள மெஷத் (Meshed) என்கிற நகரில் இருந்த ஒரு யூத தேவாலயத்தை முஸ்லிம்கள் சூறையாடித் தீவைத்தார்கள். ஓரிரு தினங்களில் அந்தப் பகுதியில் அமுலில் இருந்த அத்தனை சிவில் சட்டங்களும் உரித்துத் தோய்த்துக் காற்றில் காயவிடப்பட்டன. கண்ணில் பட்ட யூதர்கள் அத்தனை பேரும் அடித்து நொறுக்கப்பட்டார்கள். வீடுகள் தரைமட்டமாக்கப்பட்டன. யாராவது ஒரு யூதர் உயிர்பிழைக்க வேண்டுமென்றால், அந்தக் கணமே முஸ்லிமாக மாறுவது ஒன்றுதான் வழி என்று சொல்லப்பட்டது.

இதை ஏற்காத பல யூதர்கள் உயிரைவிட்டார்கள். ஏற்றுக்கொண்டு முஸ்லிம்ஆனயூதர்கள்அத்தனைபேரையும்உடனேஒருவண்டியில் ஏற்றி மெக்காவுக்குப் புனித யாத்திரை அனுப்பினார்கள்.

ஆனால் உயிருக்கு பயந்து முஸ்லிம் ஆன யூதர்கள் யாரும் இஸ்லாத்துக்கு நேர்மையாக இல்லை. பயத்தின் அடிப்படையில் அவர்கள் மெக்காவுக்குப் போய்வந்தார்களே தவிர, மனத்தளவில் அவர்களால் தம்மையொரு முஸ்லிமாக உணரமுடியவில்லை. நகரில் உயிர்தப்பிப் பிழைத்த சிறுபான்மை யூதர்கள் ரகசியமாக இரவோடு இரவாக ஈராக்குக்கும் பாலஸ்தீனுக்கும் பிரிட்டனுக்கும் - ஒரு சிலர் இந்தியாவுக்கும் கூட - இடம் பெயர்ந்துபோய்விட்டார்கள்.

ஆனாலும் ஒரு தற்காப்புக்கு மதம் மாறி இடம்பெயர்ந்தவர்களால் பிற தேசங்களுக்குப் போனபோதும் அந்த அடையாளத்துடன்தான் உலவ முடிந்திருக்கிறது. 1948ல் ஒரு வழியாக இஸ்ரேல் என்கிற தேசம் பிறந்து அத்தனை பேரும் அங்கே இடம் பெயர்ந்தபிறகுதான் தமது 'முஸ்லிம்' அடையாளங்களைத் துறந்து மீண்டும் தம்மை ஒரு யூதராக பகிரங்கமாக அறிவித்துக்கொள்ள முடிந்தது. (இந்தத் தகவல்களை சரித்திரத்துக்கு வழங்கியவர், மிக முக்கியமான ஒரு நபர். மெஷத் நகரிலிருந்து அகதியாக இடம் பெயர்ந்து எங்கெங்கோ போய்ச் சுற்றிவிட்டுத் தமது இருபத்திரண்டாவது வயதில் பாலஸ்தீனுக்கு வந்து சேர்ந்த அவர், 1969ல் இஸ்ரேல் பாராளுமன்றத்தின் துணை சபாநாயகராகப் பதவி வகித்தார். அவரது பெயர் மர்தெச்சாய் ஜார் [Mordechai zar]).

மெஷத் நகரில் ஏற்பட்ட இந்தக் கலவரம் ஒரு சில தினங்களுடனோ, சில மாதங்களிலோ முடிந்துவிடவில்லை. அந்நகரில் ஒருவர் வசிக்கவேண்டுமென்றால் நிச்சயமாக அவர் முஸ்லிமாகத்தான் இருந்தாகவேண்டுமென்கிற நிலைமை விரைவில் உருவாகிவிட்டது. மெஷத் நகரை ஒரு முன்மாதிரியாகக் கொண்டு பல்வேறு அரேபிய நகரங்களும் அதே பாணியில் செயல்படத் தொடங்கிவிட்டன. பத்தொன்பதாம் நூற்றாண்டு முழுவதுமே பேரரசின் பல பகுதிகளில் இப்படிப்பட்ட யூத எதிர்ப்பு சம்பவங்கள் அடிக்கடி நடைபெற ஆரம்பித்தன.

யூதர்களின்மீது அதுவரை பரிவுடன் நடந்துகொண்ட துருக்கியப் பேரரசர்கூட, நிலவங்கிகளின் செயல்பாடுகளால் அதிருப்தியுற்று இருந்த காலம் அது. ஆகவே, ஆங்காங்கே கட்டாய மதமாற்றங்கள் நடந்தபோது அரசுத்தரப்பில் யாரும் அதைக் கண்டுகொள்ளவேயில்லை.

*1840*ல் ஒரு சம்பவம் நடந்தது. டெமஸ்கஸில் ஒரு கிருத்தவப் பாதிரியார் படுகொலை செய்யப்பட்டார். கொலை செய்தவர்கள் யூதர்கள்தான் என்று ஊர் முழுக்கப் பேசினார்கள். ரஷ்யாவில் நடந்தது மாதிரியேதான். யூதர்கள்தான் செய்தார்களா என்று யாருக்கும் ஊர்ஜிதப்படுத்திக்கொள்ளக்கூடத் தோன்றவில்லை. போதாத குறைக்கு அந்த கிருத்தவப் பாதிரியாருடன் அவரது முஸ்லிம் உதவியாளர் ஒருவரும் சேர்த்துக் கொல்லப்பட்டிருந்தார்கள்.

ஆகவே மிகவும் கோபமுற்ற அரேபியர்கள், டெமஸ்கஸ் நகரில் இருந்த யூதர்களின் தேவாலயத்தை முதலில் இடித்தார்கள். பிறகு யூதக் குடியிருப்புகள் தாக்குதலுக்கு உள்ளாயின. ஓரிரு தினங்களில் கொலைப்பழியைத் தாண்டி இன்னொரு வதந்தி மிகப்பலமாக உலவத் தொடங்கியது. கொலை செய்யப்பட்ட பாதிரியார் மற்றும் அவரது உதவியாளரின் ரத்தத்தை எடுத்துவந்து, யூதர்கள் தங்கள் ரொட்டியில் தோய்த்துச் சாப்பிட்டார்கள் என்பதே அது!

போதாது?

அரசுத்தரப்பில் முதலில் யூத இனத்தைச் சேர்ந்த ஒரு முடி திருத்துபவரைக் கைது செய்தார்கள். சிறைச்சாலையில் மிகக் கடுமையான சித்திரவதைகளை அவர் எதிர்கொள்ள நேர்ந்தது. இறுதியில் அவர் அளித்த வாக்குமூலத்தின்படி வேறு பலரைக் கைது செய்தார்கள். அப்படிக் கைதானோரில் இரண்டு பேர் சிறைச்சாலை சித்திரவதையிலேயே இறந்துபோனார்கள். இன்னொருவர் முஸ்லிமாக மாறி உயிர்பிழைத்தார்.

வழக்கு தொடர்பாக இவையெல்லாம் அரசு எடுத்த நடவடிக்கைகள் என்றபோதும் பொதுமக்கள் தரப்பில் தனிப்பட்ட 'நடவடிக்கைகள்' தொடரவே செய்தன. இந்த யூத எதிர்ப்பு நடவடிக்கைகள் மிகத்தீவிரமடையத் தொடங்கியபோது விஷயம் கேள்விப்பட்ட பல ஐரோப்பிய தேசங்களில்துருக்கியப் பேரரசுக்கு எதிரான கண்டனத் தீர்மானங்கள் நிறைவேறின. ஆங்காங்கே அடையாள எதிர்ப்புப் பேரணிகள், ஊர்வலங்களை யூதர்கள் நடத்தினார்கள்.

எந்த ஐரோப்பா யூதர்களை ஓட ஓட விரட்டியதோ, அதே ஐரோப்பா இப்போது துருக்கி சுல்தானுக்கு எதிராகக் குரல் கொடுத்தது!

அப்படிக் குரல் கொடுத்தவர்களில் கிருத்தவர்களும் இருந்தார்கள் என்பதுதான் வியப்பின் உச்சம். இத்தனைக்கும் ஐரோப்பாவில் அப்போது யூத எதிர்ப்பு மறைந்துவிட்டதா, குறைந்துவிட்டதா என்றால் அதுவுமில்லை. ஆனால், சற்றுக்கூட எதிர்பாராத ஓர் இடத்திலிருந்து அப்படியொரு உக்கிரமான யூத எதிர்ப்பு இயக்கம் தோன்றியபோது ஒட்டுமொத்த உலகமே வியப்படைந்தது உண்மை.

இந்த விஷயம் இரண்டு உண்மைகளை நமக்குத் தெரிவிக்கின்றன. முதலாவது, காலம் காலமாக மேற்கத்திய உலகம் முழுவதும் யூதர்களை விரட்டியடித்துக் கொண்டிருந்தாலும் பத்தொன்பதாம் நூற்றாண்டுவரைமுஸ்லிம்உலகம்அப்படியொருநடவடிக்கையை ஒருபோதும் மேற்கொண்டதில்லை என்பது. இரண்டாவது, யூதர்கள்விஷயத்தில் அப்படியொரு பொறுமையைக்கடைபிடித்த முஸ்லிம்களையே கொதித்தெழச் செய்யும் அளவுக்கு அப்போது யூதர்கள் அங்கே தொடர்ந்து பல தவறான நடவடிக்கைகளில் ஈடுபட்டிருக்கிறார்கள் என்பது.

முஸ்லிம்களின் சரித்திரத்தில் அவர்கள் மிக அதிகமாகக் கட்டாய மதமாற்றத்தைத் திணித்ததும் இந்தக் காலகட்டத்தில்தான். யூதர்கள் மீதான உச்சபட்ச வெறுப்பில், அவர்களுக்கு அளிக்கக்கூடிய அதிகபட்ச தண்டனையாகவே இதனை அவர்கள் மேற்கொண்டதாகக் கருதவேண்டியுள்ளது. காரணம், யூதர்கள் அளவுக்கு இஸ்லாத்துக்கு விரோதமான கருத்துகளைத் தொடர்ந்து பரப்பியவர்கள் கிடையாது. முகம்மது நபியைப் பற்றிய பல பொய்யான பிரசாரங்களை அவர்கள் தம் சரித்திரம் முழுவதும் மேற்கொண்டு வந்திருக்கிறார்கள். சந்தர்ப்பம் கிடைக்கும்போதெல்லாம் முஸ்லிம்களை மட்டம்தட்டிப் பேசுவது அவர்களது வழக்கம். வம்புச்சண்டை வேண்டாம் என்று சும்மா இருந்தவர்களால் ஒரு கட்டத்துக்குமேல் பொறுமை காக்க இயலாமல் போனது துரதிருஷ்டமே.

தோதாக யூத நிலவங்கிகள் பாலஸ்தீனில் முஸ்லிம்களின் நிலங்களைக் கபளீகரம் செய்துகொண்டிருக்க, ஆப்ரிக்காவிலிருந்தும் அல்ஜீரியாவிலிருந்தும் இன்னும் பல எதிர்பாராத இடங்களில் இருந்தெல்லாமும் யூதர்கள் அங்கே வந்து சேர்ந்த வண்ணம் இருந்தார்கள்.

முதல் முறையாக, தாம் ஏமாற்றப்படுகிறோம் என்பதை அரேபிய முஸ்லிம்கள் உணரத்தொடங்கியபோது கிட்டத்தட்ட பத்தொன்பதாம் நூற்றாண்டு முடியும் தருவாயை நெருங்கிவிட்டிருந்தது. ஆங்காங்கே முஸ்லிம்கள் இதுகுறித்துக் கலந்துபேசத் தொடங்கிய அதே சமயம், மிகத் தயாராக, வலுவான ஆள்பலம் மற்றும் பொருளாதார பலங்களுடன் யூதர்களின் ஜியோனிச இயக்கம் பரவ ஆரம்பித்துவிட்டது. 'யூத தேசிய நிதி' என்றொரு பெயரில் உலகெங்கிலுமிருந்து யூதர்கள் ஜியோனிச இயக்கத்துக்காக நிதி திரட்டியளிக்க ஆரம்பித்தார்கள்.

எப்படியாவது பாலஸ்தீனின் அத்தனை நிலத்தையும் 'வாங்கி'விட வேண்டும். அந்த இடத்தை ஒரு தனி நாடாக அறிவித்து முற்று முழுவதும் யூதர்களின் மண்ணாக அதிகாரபூர்வமாக அறிவித்துவிடவேண்டும். இந்த முயற்சிக்குத் தடையாக எந்தச் சக்தி வந்தாலும் எதிர்ப்பது. எல்லா விதங்களிலும் எதிர்ப்பது. சாத்தியமானவழிகளில்எல்லாம்எதிர்ப்புகளைமுடக்கப்பார்ப்பது. பணம் தந்தால் காரியம் நடக்குமா? எதிர்பார்ப்பதைக் காட்டிலும் அதிகமாகவே கொடுப்பது. கணக்கு வழக்கில்லாமல் பணம் கொடுப்பது. ஆட்சியாளர்களுக்குக் கொடுத்தால் போதாது, ஆங்காங்கே சில தனிநபர்களுக்கும் தரவேண்டியிருக்கும் என்றாலும் பரவாயில்லை. எத்தனை செலவழித்தாவது பாலஸ்தீனைப் பெற்றே தீர்வது என்கிற வெறியில் இருந்தார்கள் அவர்கள்.

இந்த முயற்சிக்கு பாலஸ்தீனில் மட்டுமல்லாமல் இங்கிலாந்து உள்ளிட்ட பல மேலை நாடுகளிலும் அரசின் மேல்மட்டங்களில் இருந்த அதிகாரிகளை யூதர்கள் மிகச் சாமர்த்தியமாகத் துணைக்குச் சேர்த்துக்கொண்டார்கள். 'தேவைப்படும்போது உங்கள் உதவியைக் கேட்டுப்பெறுவோம். ஒருவேளை உதவி தேவைப்படாமலே போனாலும் பரவாயில்லை. ஆனாலும் எங்கள் அன்பின் அடையாளமாக உங்களுக்கு மாதந்தோறும் (அல்லது வருடந்தோறும்) இத்தனை தொகையை அளிக்கிறோம்; மறுக்காமல் பெற்றுக்கொள்ளுங்கள்' என்றொரு வினோத வேண்டுகோளை முன்வைத்து, தொடர்ந்து லஞ்சப்பணம் அவர்களுக்கு சென்று சேர ஏற்பாடு செய்தார்கள்.

ஒரு விஷயம் சொல்லவேண்டும். அன்றைக்கு ஐரோப்பிய

யூதர்களில் பெரும்பாலானோர் வட்டிக்குப் பணம் கொடுத்துச் செழித்தவர்கள். தமது குடும்பத் தொழிலில் கிடைக்கும் லாபத்தை அப்படியே வட்டிக்கு விட்டுவிடுவார்கள். கந்துவட்டி அளவுக்கு மோசமில்லை என்றாலும் அந்தக் காலகட்டத்தில் யூதர்களிடம் பணம் வாங்கி சொத்தை இழந்த ஐரோப்பியர்களும் ஏராளம்.

ஐரோப்பியர்களுக்கு யூதர்களைப் பிடிக்காமல் போனதற்கான காரணங்களுள் இதுவும் மிக முக்கியமானது.

43

1897ல் ஸ்விட்சர்லாந்தில் ஒரு சூதாட்ட விடுதி அறையில் ரகசியமாக நடந்த முதல் சர்வதேச ஜியோனிச மாநாடு குறித்து ஏற்கெனவே பார்த்திருக்கிறோம். தியோடர் ஹெஸிலின் முயற்சியில் யூதர்கள் தம் தனி நாடு திட்டம் தொடர்பாக எடுத்துவைத்த முதல் அடி. அதிலிருந்து தொடங்கி 1902ம் ஆண்டுக்குள் - அதாவது சரியாக ஐந்து ஆண்டுகளுக்குள் - மொத்தம் ஆறு மாநாடுகளை அவர்கள் நடத்திவிட்டார்கள்.

ஒரு பக்கம் பாலஸ்தீனில் யூத நிலவங்கி, நிலங்களை வாங்கி யூதக் குடியிருப்புகளை ஏற்படுத்திக்கொண்டிருக்க, இன்னொரு பக்கம் ஐரோப்பியர்களும் அரேபியர்களும் தமது யூத எதிர்ப்பு நடவடிக்கைகளை முடுக்கிவிட்டுக்கொண்டிருக்க, எது குறித்தும் சந்தோஷமோ, கலவரமோ கொள்ளாமல் படிப்படியாகத் தங்களது திட்டத்தைச் செயல்படுத்துவது பற்றி யூதர்கள் ஹெஸிலின் தலைமையில் கலந்து ஆலோசித்துக்கொண்டிருந்தார்கள். சரியாகச் சொல்லுவதென்றால் இருப்பிடம் அற்ற யூதர்களை ஒருங்கிணைத்து, கட்டுப்படுத்தும் ஒரு முதன்மை சக்தியாக ஹெஸில் இருந்தார்.

இத்தனைக்கும் ஜியோனிஸத்தைத் தோற்றுவித்த மிகச் சில வருடங்களிலேயே காலமாகிவிட்டவர் அவர். அவருக்குப்பின் எத்தனையோ பேர் கூடித்தான் இயக்கத்தை முன்னெடுத்துச் சென்றார்கள். ஆனால் அவர் இருந்தவரை அவரது ஒரு குரல் போதுமானதாக இருந்திருக்கிறது!

தியோடர் ஹெஸில், அடிப்படையில் ஒரு பத்திரிகையாளர். புடாபெஸ்டில் 1860ம் ஆண்டு பிறந்த ஹெஸில், அன்றைய ஜெர்மானிய ஆதிக்கத்துக்கு உட்பட்ட பிராந்தியங்களிலேயே

வளர வேண்டியிருந்ததால் ஜெர்மன் மொழியில் மிகப்பெரிய புலமை கொண்டவர். 1884ல் வியன்னா பல்கலைக் கழகத்தில் சட்டப்படிப்பை முடித்த முடித்த சூட்டில் ஒரு முழுநேர எழுத்தாளராகவும் பத்திரிகையாளராகவும் நாடக ஆசிரியராகவும் ஆனவர். வியன்னாவில் அன்னாளில் வெளியான புகழ்பெற்ற *Neue Freie Presse* என்கிற தினசரியின் பாரீஸ் நிருபராக அவர் அப்போது பணியாற்றிக்கொண்டிருந்தார். ஐரோப்பாவெங்கும் இருந்த தன்னுடைய பத்திரிகை நண்பர்களின் உதவியுடனே அவர் யூதர்கள் ஒருங்கிணைப்பு முயற்சிகளை மேற்கொள்ள முடிந்தது.

அவர் ஒரு நாவல் எழுதினார். *'Altneuland'* (என்றால் புதிதாகக் கண்டுபிடிக்கப்பட்ட பழைய நிலம் என்று அர்த்தம். 1902ல் இது *Old New Land* என்று ஆங்கிலத்திலும் வெளிவந்திருக்கிறது.) என்கிற அந்நாவலில் முழுக்க முழுக்க யூதர்களின் அடையாளப் பிரச்னைகள் குறித்தே பேசுகிறார்.

யூதர்களை நிச்சயமாக உலகில் யாருக்கும் பிடிக்கவில்லை. பல ஆயிரம் வருடங்களாக மனத்தில் புரையோடிப்போயிருக்கும் கருத்துகளை ஐரோப்பியர்கள் மாற்றிக்கொள்வார்கள் என்றும் தோன்றவில்லை. எனில் யூதர்கள் சுயமரியாதையுடன் வாழ்வதுதான் எப்படி?

இதுதான் ஹெஸிலின் சிந்தனைப் போக்கின் தொடக்கம். இங்கிருந்து புறப்படுபவர், யூதர்களுக்கான ஒரு கற்பனை தேசத்தை - உடோபிய தேசம் - உருவாக்கி, தமது மக்களை அங்கே நகர்த்திச் செல்வது போலக் கதையைக் கொண்டுபோகிறார்.

யூதர்களுக்கென்று ஒரு தேசம் உருவாகி, அங்கே அவர்கள் ஒரே இனமாக, ஒரேகுழுவாகவாழத்தொடங்கினாலொழியமேற்கத்திய உலகின் நசுக்கலிலிருந்து தப்பிக்க முடியாது என்பதுதான் அவர் அந்நாவலில் சொல்ல வந்த விஷயம். இதையே ஏற்கெனவே 1896ல் தாம் எழுதிய *Der Judenstaat* (யூத தேசியம்) என்கிற கட்டுரை நூலிலும் அவர் குறிப்பிட்டிருக்கிறார்.

ஹெஸிலின் நோக்கம் ஒன்றுதான். எழுத்து அவருக்குக் கைவந்த கலை. அதன் அத்தனை சாத்தியங்களிலும் யூத தேசம் ஒன்றை உருவாக்குவது குறித்த தம் எண்ணங்களை வெளிப்படுத்த

அவர் முடிவெடுத்தார். அதற்காகத் திட்டமிட்டுச் செயல்படவும் தொடங்கினார்.

இத்தனைக்கும் தொடக்க காலத்தில் அத்தனை யூதர்களும் தியோடர் ஹெஸிலின் ஜியோனிச இயக்கத்தை ஆதரித்து, அதில் இணைந்துவிட்டார்கள் என்று சொல்லமுடியாது. அதையும் அவநம்பிக்கையுடன் பார்த்தவர்கள் இருந்திருக்கிறார்கள்.

ஆனால் யூத நில வங்கிகள் பாலஸ்தீனில் திட்டமிட்டபடி நிலங்களை வாங்கிச் சேர்க்கத் தொடங்கியபிறகு இந்தப் போக்கு அறவே மாறிப்போனது. உலகில் உள்ள அத்தனை யூதர்களும் தம்மை ஜியோனிச இயக்கத்துடன் இணைத்துக்கொண்டார்கள்.

மறுபுறம் ஹெஸில், தமது இயக்கத்துக்கு மிகப்பெரிய இடங்களில் ஆதரவு பெறவேண்டும் என்று நினைத்தார். அதாவது யாரும் நினைத்துக்கூடப் பார்க்கமுடியாத உயர்மட்டங்களின் ஆதரவு.

ஆகவே, அவர் இரண்டு மிக முக்கியப் பயணங்களை மேற்கொண்டார். இது நடந்தது 1898ம் ஆண்டு. முதலில் ஜெர்மானிய சக்கரவர்த்தி கெய்ஸர் வில்லியம் 2ஐ *(Kaiser Wilhelm 2)* சந்தித்துப் பேசினார். ஐரோப்பாவெங்கும் யூதர்கள் தாக்கப்படுவது பற்றி. யூதர்களும் மனிதர்களே என்பது பற்றி. அவர்கள் சுதந்தரமாக, நிம்மதியாக வாழ ஒரு நிலம் வேண்டும் என்பது பற்றி. ஜெர்மன் கெய்ஸர், மிகுந்த அக்கறையுடன் ஹெஸிலின் கருத்துகளுக்குக் காது கொடுத்தார். ஆனால் பதில் சொல்லவில்லை.

அடுத்தபடியாக ஹெஸில் இஸ்தான்புல்லுக்குப் போய் ஒட்டாமான் துருக்கியப் பேரரசின் சுல்தான் மெஹ்மூத் வாதிதீனைச் *(Sultan Mehmed vahdeddin)* சந்தித்தார். மணிக்கணக்காகப் பேசியும் சுல்தான் வெறுமனே தாடியை உருவிக்கொண்டு சிந்தித்தாரே தவிர அவரும் ஹெஸில் விரும்பும் விதத்தில் எந்த பதிலும் சொல்லத் தயாராக இல்லை.

ஆகவே ஹெஸில் யோசித்தார். எந்த ஐரோப்பிய தேசத் தலைவரும் துருக்கி சுல்தானும் தனக்குச் சற்றும் உதவப்போவதில்லை என்கிற அவரது முடிவு இந்த இரு சந்திப்புகளால் மேலும் வலுப்பட்டது. இறுதி முயற்சியாக பிரிட்டனை மட்டும் அணுகலாம் என்று நினைத்தார். ஒரு யூதரைப் பிரதம மந்திரியாகவே ஆக்கிய தேசமல்லவா?

ஆகவேஅவர்பிரிட்டனுக்குப்புறப்பட்டார்.அப்போதுபிரிட்டனின் காலனிகளாக இருந்த தேசங்களை நிர்வகித்துக்கொண்டிருந்த பிரிட்டிஷ் அரசின் மூத்த அமைச்சர் ஜோசப் சாம்பர்லெயின் *(Joseph Chamberlain)* ஹெஸிலைச் சந்தித்தார். சம்பர்லெயின் தவிர வேறு சில முக்கிய அதிகாரிகளையும் ஹெஸிலால் அப்போது சந்தித்துப் பேச முடிந்தது.

ஜெர்மன் சக்கரவர்த்தியும் ஒட்டாமான் சுல்தானும் அளித்த அளவுக்கு பிரிட்டன் அரசுத்தரப்பு ஹெஸிலுக்கு ஏமாற்றம் அளிக்கவில்லை என்றாலும் அவரது தலையாய யோசனையை - அதாவது பாலஸ்தீனில் ஒரு யூத தேசம் - அவர்கள் முதலில் ஏற்கத் தயாராக இல்லை.

சாம்பர்லெயின் மிகத்தெளிவாகச் சொன்னார். யூதர்களுக்கு ஒரு தனிநாடு வேண்டுமென்பது முக்கியம்தான். அவர்கள் இனியும் கஷ்டப்பட்டுக்கொண்டிருக்கக்கூடாது என்பதையும் பிரிட்டன் ஏற்றுக்கொள்கிறது. ஆனால் அப்படித் தனியாட்சி உரிமையுடன் அவர்களுக்கான தேசம் ஒன்றை நிறுவுவது என்றால் அதைக் கிழக்கு ஆப்பிரிக்காவில்தான் செய்ய முடியும். குறிப்பாக, உகாண்டாவில்.

ஹெஸிலுக்குக் கொஞ்சம் ஏமாற்றம்தான். எப்படியாவது பாலஸ்தீனில் ஒரு யூத தேசத்தை உருவாக்க பிரிட்டனைச் சம்மதிக்கவைப்பதுடன் அவர்களது முழு ஆதரவுடன் அதற்கான முயற்சிகளை உடனே தொடங்கிவிட வேண்டும் என்று அவர் எண்ணியிருந்தார். இருபதாம் நூற்றாண்டு தொடங்கவிருந்த சூழலில் ஐரோப்பிய அரசியல் வானில் அப்போது ஏற்பட்டுக்கொண்டிருந்த பல சிக்கல்களையும் கருத்தில் கொண்டு, தம்முடைய இந்தக் கோரிக்கைக்கு பிரிட்டன் கண்டிப்பாக சம்மதம் தெரிவிக்கும் என்று அவர் நினைத்தார். பிரிட்டனுக்கு யூதர்களின் பரிபூரண ஆதரவைத் திரட்டித் தருவதன் மூலம் அவர்கள் மூலம் தங்களுக்கு ஆகவேண்டிய காரியங்களைச் சாதித்துக்கொள்ள முடியும் என்று கருதினார். ஆனால் அதெல்லாம் முடியாமல் ஆகிவிட்டது. ஆகவே, தன் வருத்தத்தைக் காட்டிக்கொள்ளாமல் நாசூக்காகப் பேசிவிட்டுக் கிளம்பிவிட்டார்.

பின்னால் அதே பிரிட்டன் தான் உலகப்போருக்குப்பின் பாலஸ்தீனின் ஆட்சி அதிகாரத்தை வென்று, அங்கே இஸ்ரேல் உருவாவதற்கு முன்னணியில் நின்று உதவி செய்தது. இதற்கு,

மனமாற்றம் காரணம் என்று யூதர்கள் சொன்னாலும் நிறைய பணப்பரிமாற்றம் நடந்த பிறகே பிரிட்டனை வசப்படுத்த முடிந்தது என்று சரித்திரத்தின் வதந்திப்பக்கங்கள் தெரிவிக்கின்றன.

இருபதாம் நூற்றாண்டு பிறந்தபோதே மிகுந்த பரபரப்புடன் தான் பிறந்தது. புதிய நூற்றாண்டுக் கொண்டாட்டங்கள் முடிவதற்குள்ளாகவே உலகப்போர் வந்துவிடப்போகிறது. அதற்கும் முன்பாக, ரஷ்ய யூதர்கள் மகா அவலமான போராட்டங்களைச் சந்திக்க நேரிட்டது. ஏதாவது உடனடித் தீர்வு அவசியம் என்கிற நிலையில், 1903ல் கூடிய ஆறாவது ஜியோனிஸ காங்கிரஸ் மாநாட்டில் பிரிட்டன் முன்வைத்த உகாண்டா யோசனையைக் கூடப் பொருட்படுத்தி விவாதிக்க வேண்டி நேர்ந்தது.

ஹெஸில், தன் அபிப்பிராயம் என்பதாக அல்லாமல், பிரிட்டன் தன்னிடம் தெரிவித்த ஒரு சாத்தியமாக அதனை முன்வைத்தார். அதாவது, உகாண்டாவில் ஒரு யூத தேசம். ஆனால், இது ஒரு தாற்காலிகத் தீர்வாக மட்டுமே இருக்க முடியும் என்பதையும் அவர் அப்போது தெரிவித்தார்.

"ரஷ்யாவில் யூதர்கள் தாங்கமுடியாத கொடுமைகளுக்கு ஆளாகிக்கொண்டிருக்கிறார்கள். அங்கிருந்து ஆயிரமாயிரம் யூதர்கள் தினசரி அகதிகளாக வெளியேறிக்கொண்டிருக்கிறார்கள். அவர்களெல்லாம் எங்கே போவார்கள்? அகதிகளாகவும், நாடோடிகளாகவும் சுற்றிச்சுற்றியே யூத இனம் மடிந்துபோய்விடும் அபாயம் உண்டாகியிருக்கிறது. ஆகவே, பிரிட்டன் முன்வைத்த உகாண்டா யோசனையை ஓர் உடனடி ஏற்பாடாக - ஆனால் தாற்காலிக ஏற்பாடாக மட்டும் நாம் சிந்தித்துப் பார்க்கலாம்" என்று அந்த மாநாட்டில் பேசினார்.

துரதிருஷ்டவசமாக அந்தக் கூட்டத்தில் கலந்துகொண்ட பலரால் அதைப் புரிந்துகொள்ள முடியவில்லை. ஹெஸில் தன் கொள்கையிலிருந்து சறுக்கிவிட்டார் என்று நினைத்துவிட்டார்கள். தவிரவும் அவரை நம்பிக்கை துரோகி என்றும் யூதர் குலத்துக்கே எமனாக வந்து சேர்ந்தவர் என்றும் பேசத் தொடங்கினார்கள்.

மிகவும் மனம் ஒடிந்துபோனார் ஹெஸில். எந்த யூதகுலத்துக்காக, அவர்களின் நலனுக்காக நாளெல்லாம் சிந்தித்துச் செயல்பட்டுக்

கொண்டிருந்தாரோ, அதே யூதர்கள்தான் அவரை துரோகி என்று சொன்னார்கள்.

இந்த வருத்தத்திலேயே ஹெஸில் படுக்கையில் விழுந்தார். கடும் நிமோனியாக்காய்ச்சல்வந்தது. 1904ம்ஆண்டுகாலமாகிப்போனார்.

பின்னால் தியோடர் ஹெஸிலின் தன்னலமற்ற சேவையையும் இஸ்ரேல் உருவாவதற்காக அவர் எடுத்துக்கொண்ட கடும் முயற்சிகளும் மேற்கொண்ட போராட்டங்களும் முழுமையாகத் தெரியவந்தபோது ஒட்டுமொத்த யூதகுலமும் தன் தவறை எண்ணி வருந்தியது.

இன்னொருமுறை இந்தமாதிரி தவறேதும் செய்யக்கூடாது என்று மனத்துக்குள் தீர்மானம் செய்துகொண்டார்கள். ஹெஸிலை ஒரு கண்கண்ட தெய்வமாகவே கருதி எல்லா யூதர்களும் தம் வீட்டில் அவர் புகைப்படத்தை மாட்டிவைத்தார்கள்.

அப்புறமென்ன? மீண்டும் போராடக் கிளம்பிவிட்டார்கள்.

44

உலக நாடுகள் ஒவ்வொன்றும் தமது பக்கத்து நாட்டுடன் உறவு அல்லது பகையை எப்படி வளர்த்துக்கொண்டன என்று ஆராயப்போனால் மூன்று அல்லது நான்கு காரணங்களுக்குள் இதற்கான விடை அடங்கிவிடும். எல்லைப்பகுதி நிலப்பரப்பு, எல்லையோர மக்களின் மொழி, கலாசாரம், சமயம் ஆகியவை, அடுத்த தேசத்தின் அரசியல் ஸ்திரத்தன்மை அல்லது ஸ்திரமின்மை. அவ்வளவுதான்.

இந்தச்சில காரணங்களால்தான் உலகில் ஒவ்வொரு தேசமும் தன் அடுத்த தேசத்துடன் எப்போதும் மல்லுக்கு நிற்கவேண்டியதாகிறது.

இருபதாம் நூற்றாண்டின் தொடக்கத்தில் பல ஐரோப்பிய தேசங்கள் மேற்கண்ட காரணங்களை முன்னிட்டு எந்தக்கணமும் தன் அண்டை தேசத்துடன் ஒரு முழுநீள யுத்தம் செய்யத் தயாராக இருந்தன. ஒவ்வொரு தேசமும் அடுத்த தேசத்துக்குத் தெரியாமல் தன்னுடைய ஆயுத பலத்தை அதிகரித்துக்கொண்டிருந்தது. ராணுவ வீரர்களின் எண்ணிக்கையை நம்பமுடியாத அளவுக்கு உயர்த்திக்கொண்டிருந்தது. ராணுவத்துக்கு ஒதுக்கும் வருடாந்தர நிதியின் அளவு இதர இனங்களுக்கு ஒதுக்கப்படும் தொகையைக் காட்டிலும் குறைந்தது பத்து மடங்கு அதிகமாக இருந்தது.

இவையெல்லாம் ஒரு தேசம் அல்லது இரண்டு மூன்று தேசங்களில் நடந்த காரியங்கள் அல்ல. கிட்டத்தட்ட ஒட்டுமொத்த ஐரோப்பாவும் இப்படித்தான் இருந்தது. ஆனால் ஒவ்வொரு தேசமும் தன்னுடைய இந்தப் போர்த்தயாரிப்பு நடவடிக்கை மற்றவர்களுக்குத் தெரியாது என்றே நம்பிக்கொண்டிருந்தன.

உலகப்போர் என்று யாரும் சொல்லிவிட்டு ஆரம்பிக்கவில்லை. ஒரு சிறிய எல்லையோரத் தகராறாகத்தான் அது தொடங்கி

முடிவுபெற்றிருக்க வேண்டும். துரதிருஷ்டவசமாக அந்தச் சிறு எல்லைத்தகராறு ஆஸ்திரிய இளவரசர் ஃப்ரான்சிஸ் பெர்ட்டினாண்டின் படுகொலைக்குக் காரணமாக அமைந்துவிட, ஆஸ்திரியாவுக்கும் செர்பியாவுக்கும் யுத்தம் மூண்டது.

இதன் காரணத்தைச் சற்று சுருக்கமாகப் பார்த்துவிட்டு மேலே போய்விடலாம்.

இன்றைக்கு ஆஸ்திரியா, ஹங்கேரி என்று இரண்டு தேசங்கள் வரைபடத்தில் இருக்கின்றன அல்லவா? ஆனால், இருபதாம் நூற்றாண்டின் தொடக்கத்தில் அவை ஒரே தேசமாக இருந்தன. ரஷ்ய எல்லையை ஒட்டி அமைந்திருந்த ஒரு ஐரோப்பிய தேசம் அது. அந்த எல்லையோர தேசத்தின் எல்லைப் பகுதி இன்றைக்கு போஸ்னியா என்று அழைக்கப்படுகிறது. அப்போது அதுவும் ஆஸ்திரியாவின் ஒரு பகுதிதான்.

ஒரேதேசம்என்றாலும்போஸ்னியமக்களின்இனம்வேறு.அவர்கள் ஸ்லாவ் *(Slav)* என்று அழைக்கப்பட்டார்கள். போஸ்னியாவுக்குப் பக்கத்தில் இருந்த செர்பியாவிலும் பெரும்பான்மை மக்கள் ஸ்லாவ் இனத்தைச் சேர்ந்தவர்கள்தாம்.

ஆஸ்திரிய மக்களின் மொழி, கலாசாரம் ஆகியவற்றோடு எந்த சம்பந்தமும் இல்லாத போஸ்னியப் பகுதி ஸ்லாவ் இன மக்கள் தமது உடன்பிறப்புகள் என்றும், போஸ்னியாவை எப்படியாவது ஆஸ்திரியாவின் பிடியிலிருந்து விடுவித்துத் தன்னுடன் இணைத்துக்கொண்டுவிடவேண்டுமென்றும் செர்பியா விரும்பியது. தொடர்ந்து போஸ்னிய ஸ்லாவ்களைத் தூண்டிவிட்டு உள்நாட்டுக் கலவரங்களை அவ்வப்போது நடத்திக்கொண்டிருந்தது.

இந்தக் கலவரம் அல்லது கிளர்ச்சியை அடக்குவதற்காகத்தான் ஆஸ்திரியஇளவரசர்(அவர்ராணுவத்தளபதியும்கூட.)ஃப்ரான்சிஸ் பெர்டினாண்ட் போஸ்னியப் பகுதிக்கு வந்து தங்கியிருந்தார். செரஜிவோ என்கிற நகரில் கூடாரம் அடித்துத் தங்கியிருந்த இளவரசரை, சரஜீவோ காவ்ரிலோ ப்ரின்ஸி*(Sarajevo Gavrilo Princip)* என்கிற ஒரு ஸ்லாவ் இன இளைஞன் சுட்டுக்கொன்றான்.

ஆகவே, ஆஸ்திரியா இந்தப் படுகொலைக்கு செர்பியாதான் காரணம் என்று சொல்லி, செர்பியாவின் மீது போர் தொடுத்தது.

போரில் ஆஸ்திரியா மட்டும் ஈடுபட்டிருக்கலாம். ஆனால் தனது அப்போதைய நட்பு நாடான ஜெர்மனியை உதவிக்கு அழைத்தது. ஆஸ்திரியாவுக்கு ஒரு ஜெர்மனி என்றால், செர்பியாவுக்கு உதவ ரஷ்யா முன்வந்தது.

எப்படி ஆஸ்திரியா, ஜெர்மனி என்கிற இரு தேசங்களுக்குமே செர்பியாவைக் கைப்பற்றும் ரகசிய வேட்கை இருந்ததோ, அதேபோலத்தான் ரஷ்யாவுக்கும் ஆசை இருந்தது. எதிரிக்கும் நண்பனுக்கும் தன்னை விழுங்கத்தான் ஆசை என்பது தெரியாத செர்பியா அந்த யுத்தத்தின் சரியான பகடைக்காய் ஆனது. ரஷ்யாவுக்கு ஜெர்மனியை ஒழித்துக்கட்டவேண்டும் என்கிற இன்னொரு ஆசையும் இருந்தது. அதுவும் போஸ்னியாவுக்குத் தெரியாது.

அது 1914ம் வருடம். ஜூலை மாதம், 28ம் தேதி. நான்கு ஐரோப்பிய தேசங்கள் பங்குகொண்ட அந்த பிரசித்தி பெற்ற யுத்தம் ஆரம்பமானது.

யுத்தம் தொடங்கியபோதே ஒட்டுமொத்த ஐரோப்பாவும் பிரான்ஸ் இப்போது என்ன செய்யப்போகிறது என்றுதான் பார்த்தது. ஏனென்றால் பிரான்ஸுக்கும் ஜெர்மனிக்கும் பெரும்பகை இருந்த காலம் அது. ஜெர்மனிக்கு எதிராக ஏதாவது நடவடிக்கை எடுக்க பிரான்ஸ் சமயம் பார்த்துக்கொண்டிருந்தது. இதை அறிந்த ஜெர்மனி, எங்கே பிரான்ஸ் மூக்கை நுழைத்தால் யுத்தத்தின் நோக்கம் திசைமாறிவிடுமோ, செர்பியாவைக் கைப்பற்ற முடியாமல் போய்விடுமோ என்று அஞ்சி, பிரான்ஸ் நடுநிலைமை வகிக்க வேண்டும் என்று கேட்டுக்கொண்டது.

பிரான்சுக்கு அப்போது நடுநிலைமை வகிக்கும் உத்தேசமெல்லாம் இல்லை. மாபெரும் யுத்தம் ஒன்றுக்கான ஆயத்தங்களைச் செய்துவைத்துவிட்டு, சந்தர்ப்பத்துக்காகக் காத்திருந்த தேசம் அது. தவறவிடுமா? ஆகவே எப்படியும் யுத்தத்தில் பங்குபெற்றே தீர்வது என்று முடிவு செய்தது.

ஜெர்மனிக்குக் கோபம் வந்தது. செர்பியா ஒரு கொசு. அதை எப்போது வேண்டுமானாலும் அடித்துக்கொள்ளலாம்; முதலில் பிரான்ஸை ஒழித்துவிடலாம் என்று முடிவு செய்து, யாரும்

எதிர்பாராத கணத்தில் பெல்ஜியம் வழியாக பிரான்ஸை நோக்கி ஒரு பெரும் படையை அனுப்பிவிட்டது.

இங்கும் பிழை. ஒரு தேசத்தின் வழியே இன்னொரு தேசத்துக்குப் படை அனுப்புவதென்றால், வழியில் உள்ள தேசத்திடம் முதலில் அனுமதி கேட்கவேண்டும். ஜெர்மனி அதைச் செய்யவில்லை. அதுவும் யுத்தத்தில் நடுநிலைமை வகிப்பதாக பெல்ஜியம் அறிவித்திருந்த சமயம் அது. நடுநிலைமை வகிக்கும் தேசத்தின் வழியாக ஜெர்மனி படைகளை அனுப்புவது வீண் வம்பு மட்டுமே என்று கருத்துத் தெரிவித்த பிரிட்டன், ஜெர்மனிக்கு எதிராகப் போரில் குதித்தது. பிரிட்டன் போரில் இறங்கியது தெரிந்ததும், அதன் நட்பு நாடான ஜப்பானும் களத்தில் இறங்கியது. ஜப்பானுக்கு ஜெர்மனியைப் பிடிக்காது.

எல்லோருமே ஏதாவது ஒரு சந்தர்ப்பத்துக்குத் தான் காத்திருந்தார்கள். ஆகவே இந்த ஒரு சந்தர்ப்பம் கிடைத்ததும் தவறவிடாமல் பயன்படுத்திக்கொண்டுவிட்டார்கள். இந்தப் பக்கம் ருமேனியா பிரிட்டனுடன் சேர்ந்துகொண்டது. அந்தப் பக்கம் பல்கேரியா ஜெர்மனியுடன் இணைந்துகொண்டது. இங்கே சீனாவும் பிரிட்டனை ஆதரித்தது.

துருக்கி ஜெர்மானிய அணியில் இணைந்தது. ஓட்டாமான்களின் துருக்கி. ஐரோப்பாவை மத்திய ஆசியாவுடன் இணைக்கும் பாலம்போல் அமைந்திருந்த துருக்கி. மாபெரும் இஸ்லாமிய சாம்ராஜ்ஜியத்தை மத்தியக்கிழக்கில் வேரூன்ற வழிசெய்த துருக்கி. பாலஸ்தீனத்தை அப்போது ஆண்டுகொண்டிருந்த துருக்கி.

ஐரோப்பா எப்படி போப்பாண்டவருக்கு அடிபணிந்து நடந்ததோ, அதுமாதிரி அப்போது ஒட்டுமொத்த மத்திய ஆசியாவும் இஸ்தான்புல் அதிகார மையத்துக்குக் கட்டுப்பட்டே நடந்தது. பெரிய அளவில் இன மோதல்களுக்கோ, இட ஆக்கிரமிப்பு நடவடிக்கைகளுக்கோ வழியில்லாமல் ஒரு கட்டுக்கோப்புடன் இயங்கிக்கொண்டிருந்தது ஒட்டாமான் துருக்கியப் பேரரசு. சுல்தான், யூதர்களை அரவணைத்துத்தான் போனார். கிருத்தவர்களும் அங்கே பிரச்னையின்றி வாழமுடிந்தது. ஒருவருக்கொருவர் பகைவர்தான் என்று உள்மனத்தில் எண்ணம் வேரூன்றியிருந்தாலும் வெளியில் தெரியாதவண்ணம் பூசி மெழுகத்தெரிந்திருந்ததுஅவர்களுக்கு.பகையையோ,பிளவையோ

தவிர்க்கமுடியாது என்றாலும் தள்ளிப்போடமுடியும் என்பது தெரிந்திருந்தது.

ஆனால் இதெல்லாமே உள்நாட்டு விவகாரங்கள். ஒட்டுமொத்த ஐரோப்பாவும் பங்குபெறும் ஒரு யுத்தம் என்று வரும்போது துருக்கியும் ஒரு நிலையை எடுத்து பகிரங்கமாக அறிவிக்கத்தான் வேண்டியிருந்தது. துருக்கி சுல்தான் ஜெர்மானிய ஆதரவு நிலை எடுத்தார்.ஆகவே,பிரிட்டன்துருக்கியின்எதிரிதேசமாகிப்போனது.

நவீனகாலத்தில்,குறிப்பாகஇருபதாம்நூற்றாண்டின்தொடக்கத்தில் பாலஸ்தீன் பிரச்னை புதிய பரிமாணம் எடுப்பதற்குத் தொடக்கக் கண்ணியாக இருந்த சம்பவம் இதுதான்.

முதல் உலகப்போரில் பங்குபெற்ற ஒவ்வொரு தேசத்துக்கும் இருந்த அரசியல் காரணங்கள், நியாயங்கள் போன்றவை இந்த வரலாற்றுக்குச்சம்பந்தமில்லாதவை. ஆனால் கவனிக்கவேண்டிய ஒரு விஷயம் உண்டு. இந்த யுத்தத்தில் பங்குபெற்ற யூதர்கள் பற்றிய குறிப்பு அது.

தமக்கெனஒருதனிநாடு வேண்டுமென்று போராடிக்கொண்டிருந்த யூதர்கள். அந்தத் தனிநாடு பாலஸ்தீனில்தான் அமையவேண்டும் என்று விரும்பிய யூதர்கள். சொந்த இடம் என்று ஒன்று இல்லாமல் ஐரோப்பாவெங்கும் பரவி வசித்துக்கொண்டிருந்த யூதர்கள். யுத்தம் ஆரம்பித்தபோது ஒவ்வொரு ஐரோப்பிய தேசத்திலும் இருந்த யூதர்கள் போரில் தம்மையும் இணைத்துக்கொண்டார்கள். அதாவது, ஒவ்வொரு தேசமும் யுத்தம் தொடங்குமுன் அளித்த வாக்குறுதிகளில் யூதர்களுக்கும் ஏதோ கொஞ்சம் நம்பிக்கையளிக்கும் விதத்தில் பேசியிருந்தன. ஆகவே, யுத்தத்தில் பங்கெடுப்பதின்மூலம், யுத்தம் முடிந்தபிறகு சில சாதகமான பலன்களைப் பெறமுடியும் என்று யூதர்கள் கருதினார்கள்.

சரித்திரத்தில் அதற்குமுன் எந்த சந்தர்ப்பத்திலும் 'ஒரே இனம்' என்கிற அடையாளத்தை எக்காரணத்துக்காகவும் விட்டுக்கொடுக்காமல் போராடிய யூதர்கள், முதல் முறையாக தாம் வாழும் தேசங்களின் சார்பில் யுத்தத்தில் பங்கெடுத்தார்கள். அதாவது ஒரு படையில் யூதர்கள் இருக்கிறார்கள் என்றால், எதிரிப்படையிலும் அந்நாட்டு யூதர்கள் இருப்பார்கள். தேசத்துக்காக, சொந்த இனத்தைச் சேர்ந்தவரோடு யுத்தம்

புரிந்தாகவேண்டிய நெருக்கடி! யூதர்களை யூதர்களே அடித்துக் கொல்ல வேண்டிய கட்டாயம்.

யுத்தத்துக்குப் பிறகு ஐரோப்பிய தேசங்களின் அரசியல் சூழ்நிலை மிக நிச்சயமாக மாறும்; ஒவ்வொரு தேசமும் அதுவரை எடுக்காத பல புதிய முடிவுகளை எடுத்தே தீரும் என்று யூதர்கள் நினைத்தார்கள். அப்படியொரு சூழல் வரும்போது, எந்த தேசம் வெற்றி பெற்ற அணியில் இருக்கும், எது தோல்வியுற்ற அணியில் இருக்கும் என்று இப்போது சொல்ல முடியாது. யார் வென்றாலும் யூதர்களின் தனிநாடு கோரிக்கை ஏற்கப்பட்டாக வேண்டும். பாலஸ்தீனில் அவர்களுக்கான பங்கை உறுதி செய்தாகவேண்டும். யார் ஜெயிப்பார்கள் என்று ஜோசியம் பார்த்துக்கொண்டிருக்க முடியாது. ஆகவே, எல்லா தேசங்களின் படைகளிலும் யூதர்கள் இருந்தாக வேண்டியது அவசியம். களப்பலி போல சொந்தச் சகோதரர்கள் சிலரை இழந்தே தீரவேண்டியிருக்கும். ஆனால் நீண்டநாள் நோக்கில், யூதர்களுக்கான தனிநாடு என்கிற இலக்கை அடையவேண்டுமானால் இது தவிர்க்கவே முடியாதது என்று அவர்கள் நினைத்தார்கள்.

ஆகவே, ஐரோப்பிய யூதர்கள் அத்தனை பேரும் தத்தமது தேசத்தின் ராணுவத்துடன் தம்மை இணைத்துக்கொள்ள ஆரம்பித்தார்கள். பல தேசங்களின் ராணுவத்தில் யூதப் படைப்பிரிவே தனியாக அமைக்கப்பட்டது. அவர்கள் எதிரி தேசத்தின் யூதப் படையுடனேயே மோதவேண்டி இருந்தது.

எத்தனை உணர்ச்சிமயமான கட்டம்! ஆனாலும் தம் உணர்ச்சியைக் காட்டிக்கொள்ளாமல் யூதர்கள் உலக யுத்தத்தில் பங்கெடுத்தார்கள். நூற்றுக்கணக்கில். ஆயிரக்கணக்கில். லட்சக்கணக்கில்!

ஒரே நோக்கம் தான். ஒரே எதிர்பார்ப்புதான். யுத்தத்தின் இறுதியில் தமக்கொரு தனிநாடு!

45

முதல் உலகப்போரில் யூதர்களின் பங்களிப்பு சாதாரணமானதல்ல. போருக்குப் பின் ஐரோப்பிய அரசியல் சூழலில் இருந்த வெப்பம் தணிந்து, யாராவது கரம் கொடுத்துத் தங்களைத் தூக்கிவிடமாட்டார்களா, தங்களுக்கென்று ஒரு தனிதேசம் அமையாதா என்கிற மாபெரும் எதிர்பார்ப்பு அவர்களிடம் இருந்தது. கொள்கை ரீதியில் அவர்கள் தமக்கான அணியைத் தேர்ந்தெடுக்கும் நிலையில் எல்லாம் இல்லை. எல்லா அணிகளிலும் இருப்பது. போரில் ஜெயித்தாலும் சரி, தோற்றாலும் சரி. ஜெயிக்கிற அணி எதுவானாலும் அதில் யூதர்களும் இருப்பார்கள். சொல்லிக்கொள்ள சௌகரியமாக, தாங்கள் வாழும் தேசத்தின் படையில் இருக்கிறோம் என்று காட்டிக்கொள்வது.

இப்படியொரு சிந்தனை கூட உலகில் வேறு எந்த இனத்துக்கும் எந்தக் காலத்திலும் தோன்றியதில்லை. உண்மையில் ஐரோப்பாவெங்கும் யூதர்கள் வசித்துவந்தார்கள் என்றாலும் எந்த தேசத்தின் குடிமக்களாகவும் - மனத்தளவில் அவர்கள் போரில் பங்கெடுக்கவில்லை. மாறாக, யூத குலத்தின் நலனுக்கு போரின் முடிவில் யாராவது உதவுவார்கள் என்கிற ஒரே ஒரு எதிர்பார்ப்புதான்.

ஒருபுறம், சாமானிய யூதர்கள் படைகளில் சேர்ந்து யுத்தகளத்துக்குப் போய்விட, மறுபுறம் யூதத் தலைவர்களும் ராஜதந்திரிகளும் அரசியல் மேல்மட்டங்களில் பேச்சுவார்த்தைகள் நடத்த ஆரம்பித்தார்கள். போர்ச்செலவுகளுக்காக ஏராளமான பணத்தை யூதர்கள் வசூலித்து வழங்கினார்கள். இதுவும் எல்லா தேசங்களுக்கும். எப்படி நம் தேசத்தில், தேர்தல் சமயங்களில் மிகப்பெரிய வர்த்தக நிறுவனங்கள் எல்லா கட்சிகளுக்கும்

நிதி உதவி செய்யுமோ அதே மாதிரி. எந்தக் கட்சி வென்றாலும் தமது தொழில் தடையின்றி அவர்களுக்கு நடந்தாக வேண்டும். யூதர்களுக்கும் - யார் போரில் வென்றாலும் தங்களுக்கு இஸ்ரேலை உருவாக்கித் தரவேண்டும். அவ்வளவுதான்.

குறிப்பாக ஜெர்மனிக்கு எதிராக பிரிட்டன் போரில் குதித்தவுடன் இங்கிலாந்தில்வசித்துவந்தயூதர்கள்அதுவரைஇல்லாதவேகத்தில் தமது அரசை ஆதரிக்க ஆரம்பித்தார்கள். லட்சக்கணக்கில் பணம் வசூலித்து போர்நிதியாக அளித்தார்கள். இப்படி வசூல் நடத்திப் பணம் தந்ததுதவிர, அன்றைக்கு இங்கிலாந்தில் வசித்துவந்த பெரும் பணக்கார யூத வர்த்தகர்கள் அரசின் பல செலவினங்களைத் தாமே நேரடியாகவும் ஏற்றுக்கொண்டார்கள்.

உதாரணமாக, ராணுவத்தினருக்கு ஆடைகள் தைப்பது, மருந்துப் பொருட்கள் வாங்குவது, ஆயுதங்கள் வாங்கிச் சேகரிப்பது போன்ற பல செலவினங்களுக்கு யூத வர்த்தக முதலைகளே நேரடியாகப் பணம் தந்துவிடுவார்கள். பொருள்கள் நேரடியாக அரசுக்குப் போய்விடும். பணம் மட்டும் இவர்களிடம் வாங்கிக்கொள்ளவேண்டும்.

இதைவிட யூதர்கள் பிரிட்டனுக்குச் செய்த மகத்தான உதவி ஒன்று உண்டு. ஜெர்மனியில் உள்ள யூதர்களின் உதவியுடன் ஜெர்மானியப் படைகளின் இலக்கு, செல்லும் பாதை, தீட்டும் திட்டங்கள் உள்ளிட்ட பல்வேறு மிக முக்கிய விவரங்களைச் சேகரித்து ரகசியமாக பிரிட்டிஷ் அரசுக்குத் தெரிவித்துவந்தார்கள்.

ஜெர்மனி யூதர்கள், ஜெர்மன் ராணுவத்தில் இடம்பெற்று அதே பிரிட்டனை எதிர்த்துக்கொண்டிருந்தார்கள் என்றபோதும் இந்தப் பணியும் எவ்வித மனத்தடங்கலும் இல்லாமல் நடக்கத்தான் செய்தது! *(இதே வேலையை ஜெர்மன் ராணுவத்துக்காக பிரிட்டன் யூதர்களும் செய்திருக்க வேண்டும். ஆனால் அதற்கான உரிய ஆதாரம் ஏதும் கிடைக்கவில்லை.)*

புரிந்துகொள்வதற்கு மிகவும் சிக்கலான விஷயமாக இது தோன்றலாம். உண்மை இதுதான். யூதர்கள் எந்த தேசத்தின் ராணுவத்தில் இருந்தாலும் அவர்களுக்கு அந்தந்த தேசத்தின்மீது பக்தியோ, பெரிய ஈடுபாடோ கிடையாது. மாறாக, தமது இனத்துக்காகச் செய்யும் கடமையாகவே அதைக் கருதினார்கள்.

யுத்தத்துக்குப் பிறகு இஸ்ரேல் உருவாக வேண்டும். அதுதான். அது ஒன்றுமட்டும்தான் அவர்களது நோக்கம்.

முதல் உலகப்போரில் கலந்துகொண்ட யூதப் பிரபலங்கள் யார் யார் என்று தெரிந்தால் ஆச்சர்யமாக இருக்கும். புகழ்பெற்ற தத்துவஞானி லுட்விக் விட்ஜென்ஸ்டைன் *(Ludwig Wittgenstein)* இந்தப் போரில் ரஷ்யப் படையின் ஒரு பிரிவுக்குத் தலைமை தாங்கி ஆஸ்திரியாவில் சண்டை போட்டுக்கொண்டிருந்தார்.

ஐ.நாவின் மனித உரிமை கமிஷனின் முதல் தலைவராகத் தேர்ந்தெடுக்கப்பட்ட (அமெரிக்க அதிபர் ரூஸ்வெல்டுடன் இணைந்து இப்பொறுப்பை வகித்தவர்.) ரெனே கேஸின் *(Rene Cassin)* முதல் உலகப்போரில் ஈடுபட்ட பிரெஞ்சுப் படையில் பணியாற்றியவர். போரில் மிகப்பலமான காயமடைந்து பின்னால் அதனாலேயே பிரான்ஸ் அரசின் மிக உயர்ந்த விருதைப் பெற்றவர்.

டைபாய்ட் - பாராடைஃபாய்ட் காய்ச்சலுக்குக் காரணமான பாக்டீரியாவையும் அதற்கான மாற்று மருந்தையும் கண்டுபிடித்து உலக அளவில் இன்றும் கொண்டாடப்படும் மாபெரும் மருத்துவரான லுட்விக் ஹிர்ஸ்ஃபெட் *(Ludwik Hirszfeld)* யுத்த சமயத்தில் ஜெர்மானியப் படைகளுக்கான மருத்துவராக செர்பியாவில் பணியாற்றிக்கொண்டிருந்தவர்.

'கான் வித் தி விண்ட்' என்கிற புகழ்பெற்ற திரைப்படத்தைப் பற்றிக் கேள்விப்பட்டிருப்பீர்கள். அந்தப் படத்தில் நடித்து உலகப்புகழ் பெற்ற யூதரான லெஸ்லி ஹோவர்ட் *(Leslie Howard)* உலகப்போரில் துடிப்புமிக்க பிரிட்டிஷ் ராணுவ வீரர்! (இவர் இரண்டாம் உலகப்போரிலும் பிறகு பங்குபெற்றார்.)

முதல்உலகப்போர்சமயத்தில்தான்யுத்தத்தில்ஹெலிகாப்டர்களின் பங்களிப்புஇடம்பெறத்தொடங்கியது. யுத்தசாத்தியங்களுக்கேற்ற வகையில் ஹெலிகாப்டரை வடிவமைத்து வெற்றிகரமாக இயக்கிக் காட்டியவரும் ஒரு யூதர்தான். அவர் பெயர் தியோடர் வோன் கர்மன். *(Theodore von Karman)* புடாபெஸ்ட் நகரைச் சேர்ந்த பொறியியல் வல்லுநர் அவர். ஆஸ்திரிய - ஹங்கேரிய ராணுவத்தில் நீண்டகாலம் பணியாற்றியவர்.

முதல் உலகப்போரில் பங்குபெற்ற அத்தனை தேசங்களுமே வியந்து பாராட்டிய ஒரு அம்சம், இத்தாலியத் தயாரிப்பான போர்விமானங்கள். ஒரு சிறிய குறைபாடு கூடச் சொல்ல

முடியாத வகையில் சிறப்பாகப் போர்விமானங்களை இத்தாலி வடிவமைத்து, தயாரித்துத் தருவதற்கு மூல முதற்காரணமாக இருந்தவர், இத்தாலியின் புகழ்பெற்ற கணித அறிஞர் விடோ வோல்டெரா *(Vito Volterra)*. அதுநாள் வரை போர் விமானங்களின் பிரதான எரிபொருளாகப் பயன்படுத்தப்பட்டு வந்த ஹைட்ரஜனுக்கு பதிலாக ஹீலியத்தைப் பயன்படுத்தலாம் என்றும் அதன்மூலம் விபத்து சாத்தியங்களைக் கணிசமாகக் குறைக்க முடியும் என்பதையும் கண்டுபிடித்துச் சொன்னவரான இவரும் ஒரு யூதர்தான்.

இதையெல்லாம் விட முக்கியம், போரில் ஜெர்மனி பயன்படுத்திய விஷவாயு. *(Musted gas)* ரசாயன வேதிப்பொருட்கள் சிலவற்றைக் கலந்து விஷ வாயுவை உருவாக்கி, அதை ஒரு போர் ஆயுதமாகவும் பயன்படுத்த முடியும் என்று நிரூபித்துக்காட்டியது ஜெர்மனி என்றால், ஜெர்மனியின் இந்தத் திட்டத்தின் சூத்திரதாரியாக இருந்து செயல்வடிவமும் கொடுத்தவர் ஃப்ரிட்ஸ் ஹேபர் *(Fritz Haber)* என்கிற வேதியியல் துறை விற்பன்னர். பின்னாளில் வேதியியல் துறையில் இவர் மேற்கொண்ட வேறுபல முக்கிய ஆய்வுகளுக்காகவும் சாதனைகளுக்காகவும் நோபல் பரிசு கூடக் கிடைத்தது. ஹேபரும் ஒரு யூதர்தான்!

மேற்சொன்ன உதாரணங்களைத் தொகுத்துப் பார்த்தால் ஓர் உண்மை புரியலாம். உலகப்போரில் கூட களத்தில் இறங்கிப் பங்களித்ததைக் காட்டிலும் யூதர்கள், யுத்தத்தின் பின்னணியில் நின்று செலுத்தக்கூடிய சக்திகளாகவே பெரும்பாலும் இருந்திருக்கிறார்கள் என்பதே அது. ஒரு சில தேசங்களில் மட்டும்தான் இவ்வாறு என்றில்லை. ஐரோப்பா முழுவதிலுமே, எங்கெல்லாம் யுத்த சத்தம் கேட்டுக்கொண்டிருந்ததோ, அங்கெல்லாம் யூதர்கள் தமது முழுத்திறமையைச் செலுத்திப் பணியாற்றிக்கொண்டிருந்தார்கள். ஆயிரக்கணக்கான சாதாரண ராணுவ வீரர்களை யூதகுலம் தராமல் இல்லை. ஆனாலும் இத்தகைய அதிபுத்திசாலிகள்தான் போரின் முடிவுகளைத் தீர்மானிப்பவர்களாக இருந்திருக்கிறார்கள்.

இன்றைக்கு வரை ஜெர்மனியின் விஷவாயுத்தாக்குதல் ஒரு பேசப்படும் பொருளாக இருக்கிறது. இன்றைக்கு வரை டைபாய்ட் மருந்து நமக்கு வேண்டித்தான் இருக்கிறது. இன்றைக்கு

வரை போர் விமானங்களில் ஹீலியம்தான் பெரும்பாலும் பயன்படுத்தப்படுகிறது. இவையெல்லாமே முதல்உலகப்போரின் விளைவுகள். அந்தச்சூழ்நிலையில், அப்போதையதேவைக்கேற்பக் கண்டுபிடிக்கப்பட்டவை அல்லது அறிமுகப்படுத்தப்பட்டவை. அத்தனையையும் செய்தவர்கள் யூதர்கள்தான்!

ஏன் செய்தார்கள்? ஐரோப்பியப் பங்காளிச் சண்டையில் யூதர்களுக்கு என்ன அக்கறை என்று கேட்டால் அதற்கான பதில் முன்னர் சொன்னதுதான்! அவர்களுக்கு யுத்தத்தில் அல்ல; யுத்தத்தின் முடிவில் தமக்கொரு தனிநாடு கிடைக்காதா என்கிற எதிர்பார்ப்பு இருந்ததுதான் இதற்கெல்லாம் ஒரே காரணம். (முதல் உலக யுத்தத்தில் மொத்தம் ஒருலட்சம் ரஷ்ய யூதர்கள் கொல்லப்பட்டார்கள். நாற்பதாயிரம் ஆஸ்திரிய யூதர்கள். பன்னிரண்டாயிரம் ஜெர்மானிய யூதர்கள். எட்டாயிரத்தி அறுநூறு பிரிட்டிஷ் யூதர்கள். ஒன்பதாயிரத்தி ஐந்நூறு பிரான்ஸ் யூதர்கள் கொல்லப்பட்டதாக இன்றைக்கு இஸ்ரேல் புள்ளிவிவரம் தருகிறது.)

யுத்தத்தில் அமெரிக்கா சற்று தாமதமாகப் பங்குபெற்றதால் உயிரிழந்த அமெரிக்க யூதர்களின் எண்ணிக்கை மற்ற நாட்டு யூதர்களோடு ஒப்பிடுகையில் கொஞ்சம் குறைவுதான். (மூவாயிரத்தி ஐந்நூறு.)

ஐரோப்பாவுக்குச் சம்பந்தமே இல்லாமல் பாலஸ்தீனில் வசித்துக்கொண்டிருந்த யூதர்களும் யுத்தத்தில் பங்குபெறுவதற்காக பிரிட்டனுக்குப் போயிருக்கிறார்கள். இவர்கள் அனைவரும் ஒட்டாமான் அரசால் நாடுகடத்தப்பட்டவர்கள் என்று இஸ்ரேல் அரசுத்தரப்பு வெளியிட்டிருக்கும் போர்க்கால அறிக்கைகள் தெரிவிக்கின்றன. ஆனால், ஒட்டாமான் துருக்கியப் பேரரசு யூதர்களை இப்படி மொத்தமாக - பல்லாயிரக்கணக்கில் வெளியேற்றியதாக வேறு எந்த சரித்திர நூலிலும் குறிப்புகள் இல்லை. சமூகவிரோதச் செயல்களில் ஈடுபட்டவர்கள், கலவரங்களைத்தூண்டியவர்கள்அல்லது பங்குபெற்றவர்கள்எனச் சில நூறுபேர்கள் அவ்வப்போது நாடுகடத்தப்பட்டிருக்கிறார்கள். ஆனால் ஐயாயிரம், பத்தாயிரம் என்று பாலஸ்தீனிலிருந்து யூதர்கள் நாடுகடத்தப்பட்டதாக - குறிப்பாக ஒட்டாமான்களின் காலத்தில் - ஆதாரங்கள் ஏதும் கிடைக்கவில்லை. மாறாக,

துருக்கிப் பேரரசின் பல்வேறு பகுதிகளில் வசித்துக்கொண்டிருந்த யூதர்கள் பாலஸ்தீனுக்கு இடம்பெயர அரசே உதவி செய்திருக்கிறது. உலகப்போர் தொடங்கியபிறகு பாதுகாப்புக் காரணங்களுக்காக சுமார் எழுநூறு பாலஸ்தீன் யூதர்கள் நாடுகடத்தப்பட்டிருக்கிறார்கள்; அவ்வளவுதான்.

உலக யுத்தம் தொடங்கிய ஓராண்டு காலத்துக்குள்ளாக யுத்தத்தில் பிரிட்டனின் கை ஓங்குவது தெளிவாகத் தெரிந்தது. எப்படியும் பிரிட்டனின் கூட்டணிப்படைகள்தான் போரில் வெற்றிபெறும் என்பதை வல்லுநர்களால் ஊகித்துவிடமுடிந்தது. இவ்விவரம் வெளியே வரத் தொடங்கிய மிகச் சில காலத்துக்குள்ளாக (சுமார் நான்கு அல்லது ஐந்து மாதங்களுக்குள் என்று வைத்துக்கொள்ளலாம்.) யூதர்களின் பிரிட்டன் ஆதரவு நடவடிக்கைகள் அதிகரிக்கத் தொடங்கின. பிரிட்டனில் வசித்துவந்த பணக்கார யூதர்களும் அதிகாரமையமாகச் செயல்பட்டுக்கொண்டிருந்த யூதர்களும் பிரிட்டன் அரசின் உயர்மட்ட அதிகாரிகளுடன் அடிக்கடிக் கலந்து பேச ஆரம்பித்தார்கள். பிரிட்டனுக்கு யூதகுலம் எந்தெந்த வகையில், எந்தெந்த இனங்களில் அனுகூலமாக இருக்கமுடியும் என்று தெளிவாகவிளக்கிச்சொல்லப்பட்டது. இஸ்ரேல் என்றொரு தேசம் உருவாக பிரிட்டன் உதவி செய்யுமானால், பதிலுக்கு சாத்தியமான விஷயங்கள் என்னென்ன என்பது பற்றி பல கட்டங்களில் பேச்சுவார்த்தைகள் நடந்தன.

கொள்கை அளவில் அப்போது இஸ்ரேல் உருவாவதற்கான வரலாற்று நியாயங்கள் உள்ளதாகவே பிரிட்டன் கருதியதையும் நாம் கவனிக்க வேண்டும். என்ன இருந்தாலும் அவர்களும் பாலஸ்தீனத்தின் பூர்வகுடிகள் என்பதை பிரிட்டன் நினைவு கூர்ந்தது. தவிர யூதர்கள் பிரிட்டன் அரசுக்கு அளிக்கும் கண்மூடித்தனமான ஆதரவும் அவர்களைச் சிந்திக்கவைத்தது. ஒருவேளை இஸ்ரேல் உருவாவதற்குத் தான் ஒரு முக்கியக் காரணமாக இருக்க முடியுமானால், பின்னாளில் மத்தியக்கிழக்கில் தனக்கொரு வலுவான தளமாக அத்தேசத்தை அமைத்துக்கொள்ள முடியுமே என்று பிரிட்டன் நினைத்தது. அமெரிக்கா ஒரு மாபெரும் சக்தியாக உருவாகிக்கொண்டிருந்த நேரம் அது. ஒரு வல்லரசாக அமெரிக்கா உருவாகிவிடுமோ என்கிற கவலை அனைத்து

ஐரோப்பிய தேசங்களுக்குமே இருந்தது என்றாலும் பிரிட்டனுக்கு அக்கவலை மிகவும் அதிகமாகவே இருந்தது. ஏனெனில் பிரான்ஸ், ஜெர்மனி, பிரிட்டன் என்கிற மூன்று தேசங்கள்தான் அப்போது உலகின் மாபெரும் வல்லரசுகள் என்று சொல்லப்பட்டன. இந்த மூன்றையும் ஒதுக்கிவிட்டு எங்கே அமெரிக்கா முன்னால் வந்துவிடுமோ என்கிற பிரிட்டனின் நியாயமான கவலையைக் கருத்தில் கொள்ளவேண்டும்.

உலகெங்கும்தனதுகாலனிகள்மூலம்தனதுவல்லரசுத்தன்மையைப் பறைசாற்றிக்கொண்டிருந்த பிரிட்டன், இஸ்ரேலை உருவாக்கித் தருவதன் மூலம் சர்வதேச அரசியல் அரங்கில் இன்னொரு புதுப்பரிமாணம் பெற்று, மேலும் முக்கியத்துவம் உள்ள தேசமாக உருவாவதற்கு இருந்த சாத்தியங்களை யோசித்துப் பார்த்தது.

அரசு என்பது என்ன? சில மனிதர்களால் ஆன ஓர் அமைப்பு. அவ்வளவுதானே? யூதர்களுக்குஇதுமிகநன்றாகப்புரிந்திருந்ததால், பிரிட்டிஷ் அரசின் மிக உயர்ந்த பதவிகளில் இருந்தவர்களை மிக கவனமாக, 'கவனித்து'க்கொள்ள ஆரம்பித்தார்கள். எல்லாமாகச் சேர்ந்து வேலை செய்ய ஆரம்பித்தன.

1917ம் ஆண்டு பிரிட்டன் துருக்கியின் ஆளுகைக்கு உட்பட்டிருந்த பாலஸ்தீனைத் தாக்கியது.

46

அமெரிக்கா ஒரு வல்லரசாக உருப்பெறுவதற்கு முன்னர், உலகம் பார்த்து பயந்த தேசம், இங்கிலாந்து. அன்றைய இங்கிலாந்தின் படைபலம், பொருளாதார பலம் இரண்டும் இதற்கான காரணங்கள். இவற்றைவிட முக்கியக் காரணம், அன்றைக்கு இங்கிலாந்துக்கு இருந்த காலனிகள் பலம். உலகெங்கும் பரவலாகப் பல்வேறு தேசங்களைத் தன் ஆளுகையின் கீழ் கொண்டுவந்து ஆட்சிபுரிந்துகொண்டிருந்தது இங்கிலாந்து. இதன் மறைமுகப் பொருள் என்னவென்றால், எந்தெந்த தேசமெல்லாம் இங்கிலாந்தின் காலனியாக உள்ளதோ, அந்தந்த தேசத்தின் ராணுவமெல்லாம் இங்கிலாந்து ராணுவத்தின் ஒரு பகுதி. அந்தந்த தேசத்தின் இயற்கை வளங்களெல்லாம் இங்கிலாந்தின் வளங்கள். ஆகவே, நினைத்த மாத்திரத்தில் ஒரு மாபெரும் ராணுவத்தை எந்த இடத்துக்கும் அனுப்பும் வல்லமை பெற்றிருந்தது இங்கிலாந்து. (முதல் உலகப்போர் சமயத்தில், ஒரே நேரத்தில் எட்டு ராணுவங்களை எட்டு வேறு வேறு போர்முனைகளுக்கு அனுப்பிய அனுபவமும் அத்தேசத்துக்கு உண்டு.)

ஆனால் இங்கிலாந்தால்கூட அப்போது முடியாத ஒரு காரியம் உண்டென்றால், அது மத்தியக்கிழக்கில் தன் வேர்களை ஊன்றுவது. நூறு சதவீதம் இஸ்லாமிய ஆட்சி நடந்துகொண்டிருந்த பூமி அது. ஒரு பக்கம் ஒட்டாமான் துருக்கிய சாம்ராஜ்ஜியம். இன்னொரு பக்கம், பழைய கலீஃபாக்களின் மிச்சங்களாக, பாக்தாத்தை மையமாகக் கொண்டு செயல்பட்டுக்கொண்டிருந்த சுல்தான்கள். ஆங்காங்கே இவர்களுக்குக் கப்பம் கட்டும் குறுநில மன்னர்கள். எப்படிப்பார்த்தாலும் இஸ்லாமியர்கள்தான். அவர்களைத் தவிர இன்னொருவர் கிடையாது.

மத்தியக்கிழக்கில் காலூன்றுவதற்கு ஏதாவது சந்தர்ப்பம் கிடைக்காதா என்று எல்லா மேற்கத்திய தேசங்களுமே கனவு கண்டுகொண்டிருந்த காலம் அது. உலகப்போர் அதற்கு சரியான சந்தர்ப்பமாக அமைந்தது.

பிரிட்டனும் பிரான்சும் போட்டிபோட்டுக்கொண்டு கூட்டணி அமைத்துத் தம் தாக்குதல் வியூகங்களை வகுத்தன.

முந்திக்கொண்டதென்னவோ பிரிட்டன் தான். ஒட்டாமான் சாம்ராஜ்ஜியம் என்று பெருமையாகச் சொன்னாலும் பிரிட்டனின் ராட்சஸப் படைபலத்துக்கு முன்னால் அவர்களால் தாக்குப்பிடிக்க முடியாமல் போனது. உக்கிரமாகப் போரிட்டுத் தோற்றுப்போனார்கள் முஸ்லிம்கள்.

இதற்கு இன்னும் சில நுணுக்கமான காரணங்களும் இருக்கின்றன. துருக்கியில் அப்போது நடந்துகொண்டிருந்தது முஸ்லிம்களின் ஆட்சிதான் என்றபோதும், புவியியல் ரீதியில் துருக்கி ஒரு ஐரோப்பிய தேசம். ஆனால் பிற ஐரோப்பிய தேசங்களுடன் ஒட்டமுடியாமல் மத்தியக்கிழக்கின் இஸ்லாமிய தேசங்களுடன் மட்டுமே உறவு கொண்ட தேசம்.

இந்தக் கடுப்பு அனைத்து ஐரோப்பிய தேசங்களுக்கும் உண்டு. ஆகவே, அவர்கள் திட்டமிட்டு துருக்கியை மத்தியக்கிழக்கின் பிற பகுதிகளிலிருந்து சித்தாந்த ரீதியில் பிரித்துக் காட்டுவதற்காக ஒரு தந்திரத்தை மேற்கொண்டார்கள். அதன்படி, முஸ்லிம்கள் என்று பொதுவாகக் குறிப்பிடாமல், துருக்கியர்கள் - அரேபியர்கள் என்று இரு தரப்பினரையும் எப்போதும் பிரித்தே குறிப்பிட்டு வந்தார்கள். இதனை ஒரு திட்டமிட்ட பிரசார உத்தியாகவும் மாற்றி, மிகத்தீவிரமாகப் பேசியும் எழுதியும் வந்தார்கள்.

இதன் விளைவு, பாமர அரேபியர்களுக்கு, தாங்கள் வேறு; துருக்கியர்கள் வேறு என்னும் எண்ணம் மெல்ல மெல்ல ஏற்பட்டு, காலப்போக்கில் அது மிகத்தீவிரமாக மனத்தில் வேரூன்றத் தொடங்கிவிட்டது.

உலகப்போர் சமயத்தில் பிரிட்டன் இதனைத் தனக்குச் சாதகமான ஓர் அம்சமாகப் பயன்படுத்திக்கொண்டு, கிராமப்புற அரேபியர்களைப் பகடைக்காயாகப் பயன்படுத்தி, துருக்கி சுல்தானுக்கு எதிராகத் தகவல்கள் சேகரிக்க, ஒற்றறிந்து வரப் பயன்படுத்திக்கொண்டுவிட்டார்கள்.

ஒட்டாமான் சாம்ராஜ்ஜியம் என்பது எத்தனை பெரிய அரசு! ஒரு பேரரசு என்று சொல்வதற்கு முற்றிலும் பொருத்தமான அரசாக இருந்தது அது. அதுவும் எத்தனை நூற்றாண்டுகளாக!

ஆனால் அந்தப் பேரரசு, உலகப்போரில் விழுந்தபோது, அதற்காகக் கண்ணீர் சிந்தக்கூட யாருக்கும் அவகாசம் இல்லாமல் போய்விட்டது.

ஒட்டாமான் துருக்கிய சாம்ராஜ்ஜியம் யுத்தத்தில் விழுந்தது என்கிற தகவல் வந்ததுமே இங்கிலாந்தும் பிரான்சும் மிகத் தீவிரமாக உட்கார்ந்து யோசிக்கத் தொடங்கிவிட்டன. மிகக் கவனமாகத் திட்டமிட்டு, பேரரசின் பகுதிகளை எப்படிப் பிரிப்பது என்று ஆலோசித்தார்கள். இறுதியில் ஓர் ஒப்பந்தமும் அரங்கேறியது.

இன்றுவரை இங்கிலாந்தும் பிரான்சும் 'அப்படியொரு ஒப்பந்தம் நடைபெறவேயில்லை' என்று அடித்துக்கூறி வந்தாலும் அந்த ஒப்பந்தத்துக்கு ஒரு பெயர் கூட இருக்கிறது. 'ஸ்கைஸ் - பிகாட் ஒப்பந்தம்'*(Skyes - Picot Agreement).*

நடக்கவேயில்லை என்று இரு தேசங்களும் அடித்துக்கூறும் ஒரு ஒப்பந்தம், பெயருடன் எப்படி வெளியே வந்தது?

அது ஒரு சுவாரசியமான கதை. முதல் உலகப்போர் சமயத்தில்தான் ரஷ்யாவில் உள்நாட்டுப் புரட்சி உச்சகட்டத்தைத் தொட்டிருந்தது. ஜார் மன்னர்களுக்கு எதிராகத் திரண்டெழுந்த மக்கள், கம்யூனிஸ்டுகளைத் தம்மைக் காக்கவந்த கர்த்தராகவே கருதிய சமயம் அது. புரட்சியின் உச்சக்கட்டக் காட்சிகளுள் ஒன்றாக, கம்யூனிஸ்ட் வீரர்கள், அமைச்சர்கள், அதிகாரிகளின் அலுவலகங்கள், வீடுகள் ஆகியவற்றை ஒரு சமயம் சூறையாடிக்கொண்டிருந்தார்கள். அப்படி சூறையாடியபோது அகப்பட்ட ஆவணங்களுள் ஒன்று இந்த ஸ்கைஸ் - பிகாட் ஒப்பந்தம்!

படித்துப் பார்த்தார்கள். அடடா, இங்கிலாந்தும் பிரான்சும் மத்தியக்கிழக்கைக் கூறு போட திட்டம் வகுக்கிறார்களே என்று கவலைப்பட்டு, உடனடியாக அந்த ஒப்பந்த நகலை நம்பகமான தூதுவர் ஒருவர் மூலம் துருக்கிக்குக் கொடுத்து அனுப்பினார்கள்.

இப்படித்தான் முஸ்லிம்களுக்கு அந்த ஒப்பந்த விவரமே தெரியவந்தது. கம்யூனிஸ்டுகளின் மூலம்! உடனே அவர்கள்,

இங்கிலாந்தின் மிகத்தீவிர ஆதரவாளராக அப்போது இருந்த மெக்கா நகரின் ஷெரீப், ஹுசேன் என்பவரிடம் கொடுத்து, விசாரிக்கச் சொன்னார்கள்.

அதுநாள் வரை இங்கிலாந்து தம்மை எதுவும் செய்யாது என்று திடமாக நம்பிக்கொண்டிருந்தவர் அவர். ஆகவே, நம்பிக்கையுடன் அந்த நகலை இங்கிலாந்து அரசுக்கு அனுப்பி, 'இது என்ன விவகாரம்?' என்று கேட்டார்.

"Nonsense. It is a figment of Bolsvik's imagination!" என்று பதில் எழுதிவிட்டது இங்கிலாந்து. அதாவது, இதில் உண்மை இல்லை; இது ரஷ்யப் புரட்சியாளர்களின் கற்பனை. தங்கள் கற்பனைக்குத்தான் அவர்கள் இப்படியொரு பொய்யான வடிவம் தந்திருக்கிறார்கள் என்று அர்த்தம்.

சொன்னார்களே தவிர, நடந்தது வேறு. ஸ்கைஸ் - பிகாட் ஒப்பந்தத்தில் என்ன எழுதியிருந்ததோ, அதன்படிதான் இங்கிலாந்தும் பிரான்சும் துருக்கியப் பேரரசை கூறு போடத் தொடங்கின. பாலஸ்தீனை இங்கிலாந்து எடுத்துக்கொண்டது. *1917* டிசம்பர் *9ம்* தேதி அலன்பே *(Allenby)* என்கிற தளபதியின் தலைமையில் ஒரு படையை ஜெருசலேத்துக்கு அனுப்பிவிட்டார்கள். மறுபுறம், கவ்ராட் என்கிற பிரெஞ்சுத்தளபதி தலைமையிலான படை சிரியாவுக்குள் நுழைந்து ஆக்கிரமித்தது.

படை நுழைகிறது என்றால் அதிகாரம் மாறிவிட்டது என்று அர்த்தம். கண்மூடித்திறக்கும் நேரத்தில் பாலஸ்தீன் இங்கிலாந்தின் ஆட்சிக்கு உட்பட்ட பகுதியாகவும் சிரியா, பிரெஞ்சு காலனிகளுள் ஒன்றாகவும் ஆகிப்போயின.

இந்தப் பக்கம் இந்த வைபவங்கள் நடந்துகொண்டிருந்தபோதே அங்கே இங்கிலாந்தில் (பின்னாளில் மிகப் பிரசித்தி பெற்ற) பால்ஃபர் பிரகடனத்தை வெளியிட்டார்கள். இன்றைக்கு வரை இஸ்ரேல் - பாலஸ்தீன் விவகாரங்கள் அனைத்துக்கும் ஆதிமூல காரணமாக விளங்கிய மாபெரும் பிரகடனம் அது.

ஆர்தர் பால்ஃபர் என்கிற அன்றைய இங்கிலாந்து வெளிவிவகாரத்துறைச் செயலாளர் மூலம் வெளியிடப்பட்ட இந்தப் பிரகடனத்தின் சாரத்தை ஒரு வரியில் சொல்லுவதென்றால்

- பாலஸ்தீனில் யூதர்களுக்கான தனி நிலப்பகுதி ஒன்றை உருவாக்கியாகவேண்டும் என்பதுதான். அதை மாட்சிமை தாங்கிய இங்கிலாந்துமன்னரின்பெயரால்அப்பிரகடனம்அறிவித்திருந்தது. *(His Majesty's Government views with favour of establishment in Palestine of a Nation Home for the Jewish People)*

இந்த அறிக்கையின் இன்னொரு பகுதி, 'இப்போது பாலஸ்தீனில் வசிக்கும் யூதர் அல்லாதோரின் பொது உரிமைகளுக்கோ, மத உரிமைகளுக்கோ பங்கம் வராது' என்றும் சொல்கிறது. *(Nothing shall be done which may prejudice the civil and religious rights of existing non - Jewish communities in Palestine.)*

உலகில் எத்தனையோ தேசங்கள் தொடர்பாக எவ்வளவோ பிரகடனங்கள்இதற்கு முன்னும் பின்பும் வெளியாகியிருக்கின்றன. ஆனால் எந்த ஒரு பிரகடனமும் பால்ஃபர் பிரகடனம் அளவுக்கு நயவஞ்சகமும் சூழ்ச்சியும் மிக்கதல்ல. பிரிட்டன் ஏன் அத்தனை தீவிரமான யூத ஆதரவு நிலை எடுத்தது, அரேபியர்களுக்கு துரோகம் செய்தாவது யூதர்களைக் கொண்டு பாலஸ்தீனில் குடியமர்த்தலாம் என்று எதனால் முடிவு செய்தது என்கிற கேள்விக்கெல்லாம் ஆதாரபூர்வ பதில் எதுவும் கிடையாது!

முன்பே பார்த்தது போல, யூதர்களின் ராஜதந்திர நடவடிக்கைகள்தான் இதற்கெல்லாம் காரணம் என்று ஒற்றை வரியில் சொல்லிவிட்டுப் போவது தவிர வேறு வழியும் கிடையாது. கொஞ்சம் பணம் செலவு செய்து ஒரு கிரவுண்ட் நிலம் வாங்கி வீடு கட்ட முடியும் என்பது நமக்குத் தெரியும். ஏராளமாகப் பணம் செலவு செய்து ஒரு நாட்டையே கூடக் கட்டமுடியும் என்று நிரூபித்துக் காட்டியவர்கள் யூதர்கள்.

பால்ஃபர் பிரகடனத்தின் மிக முக்கியப் பகுதி இதுதான்:

'இப்போது பாலஸ்தீனில் வசிக்கும் யூதர் அல்லாதோரின் சிவில் உரிமைகளுக்கோ, மத உரிமைகளுக்கோ பங்கம் வராது'

காலம் காலமாக பாலஸ்தீன் என்பது அரேபிய முஸ்லிம்களின் தாயகமாக விளங்கும் தேசம். எப்படி அது யூதர்களின் பூர்வீக பூமியோ, அதே போலத்தான் அரேபியர்களின் பூர்வீக பூமியும் கூட. யூதர்களாவது பிழைப்பு நிமித்தம் இடம்பெயர்ந்து பல நூற்றாண்டுகளுக்கு முன்னரே பல்வேறு தேசங்களுக்குப்

போய்விட்டவர்கள். ஆனால், பாலஸ்தீன அரேபியர்கள் யுத்தகாலம் தொடங்கி, செத்தகாலம் வரை அங்கேயே இருந்து வந்தவர்கள்.

அப்படிப்பட்ட அரேபிய முஸ்லிம்களைப் பற்றிக் குறிப்பிடும்போது 'யூதர் அல்லாதோர்' என்னும் பதத்தை உபயோகிப்பதன்மூலம், பாலஸ்தீன் மண்ணின் மைந்தர்கள் என்பவர்கள் யூதர்கள்தான் என்கிற கருத்தாக்கத்தை மறைமுகமாக முன்வைத்தது பால்ஃபர் பிரகடனம். இதனால்தான் சரித்திர ஆசிரியர்கள், இப்பிரகடனத்தை வடிகட்டிய அயோக்கியத்தனம் என்று வருணிக்கிறார்கள்.

இன்னொரு விஷயத்தையும் இதில் கவனிக்கலாம். அரேபியர்களின் சிவில் உரிமைகளுக்கும் மத உரிமைகளுக்கும் பங்கம் வராது என்று பால்ஃபர் பிரகடனம் சொல்கிறது. இதில் மறைபொருளாக இருக்கும் விஷயம் என்ன?

அரேபியர்களுக்கு இனி அரசியல் உரிமைகள் என்று எதுவும் கிடையாது என்பதுதான்! சிவில் உரிமைகளைப் பயன்படுத்தி, வேண்டுமானால் ஓட்டுப் போடலாமே தவிர, தேர்தலில் நிற்க முடியாது! ஆட்சியில் பங்கு கேட்க முடியாது.

சுருக்கமாகச் சொல்லுவதென்றால், பால்ஃபர் பிரகடனத்தின்படி, பாலஸ்தீன் மண்ணில் நிறுவப்படும் இஸ்ரேல் என்கிற தேசத்தின் அரசியல் உரிமைகளில் அரேபியர்கள் பங்கு கோர முடியாது. இரண்டாந்தரக் குடிமகன்களாக அவர்களும் அங்கே வாழலாமே தவிர, யூதர்களின் தேசமாகத்தான் அது இருக்கும். அரபி அல்ல; ஹீப்ருவே தேசிய மொழியாக இருக்கும். இஸ்லாம் அல்ல; யூத மதமே தேசிய மதமாக இருக்கும்.

டாக்டர் அலி அப்துல்லா அல் தாஃபா என்கிற வரலாற்றாசிரியர், *Arab Israel conflict* என்றொரு நூல் எழுதியிருக்கிறார். இஸ்ரேல் பாலஸ்தீன் பிரச்னைகளைப் பொறுத்தமட்டில் அந்தப் புத்தகம் ஒரு பொக்கிஷம். தமது நூலில் டாக்டர் அப்துல்லா, பிரிட்டனின் வெளியுறவுச் செயலாளர் பால்ஃபரின் நாட்குறிப்புகளிலிருந்து சில பகுதிகளை பகிரங்கமாக வெளியிட்டிருக்கிறார். அந்த நாட்குறிப்புகளை அவர் எப்படிப் பெற்றார் என்கிற விவரம் தெரியாவிட்டாலும், அந்தக் குறிப்பிட்ட வரிகள் மிகவும் முக்கியமானவை:

“ஜியோனிசம் சரியான பாதைதானா என்பது பற்றிக் கவலையில்லை. ஆனால் அதன் அடிப்படையில் யூதர்களுக்கான தேசம் ஒன்றை பாலஸ்தீனில் உருவாக்கித்தான் ஆகவேண்டும். அப்படியொரு யூததேசம் உருவாகுமானால், பாலஸ்தீனில் வாழ்ந்துகொண்டிருக்கும் ஏழு லட்சம் அரேபியர்களின் நிலை என்ன ஆகும் என்று கேட்கிறார்கள். அதுபற்றி எங்களுக்கு எந்தக் கவலையும் இல்லை.”

இதைவிடக் கேவலமான, அருவருப்பூட்டக்கூடிய, சற்றும் பொறுப்பில்லாத ஒரு கருத்தை அந்தக் காலகட்டத்தில் வேறு யாரும் கொண்டிருந்ததாகத் தெரியவில்லை.

47

உலகப்போரை ஒரு சாக்காக வைத்து துருக்கிய ஓட்டாமான்களின் மீது தாக்குதல் நடத்தி, பாலஸ்தீனைக் கைப்பற்றிய பிரிட்டன், அங்கே முதல் முதலில் மேற்கொண்ட பணி என்னவெனில், ஜெருசலேத்தை ஆராய்வது.

யூத, கிருத்தவ, இஸ்லாமியர்களின் ஜெருசலேம். புனித நகரம், புண்ணிய நகரம் என்கிற பிம்பங்களுக்கு அப்பாலும் - பார்க்கும்போதே பரவசம் ஏற்படுத்தக்கூடிய ஜெருசலேம். இந்த ஒரு நகருக்காகத்தானே இத்தனை கலாட்டாக்கள் என்று சற்றே வியப்புற்றார் பிரிட்டிஷ் படைகளின் தளபதி ஜெனரல் ஆலன்பெ. ஆயினும் உடனே சுதாரித்துக்கொண்டு, ஜெருசலேம் நகரிலும் அதைச் சுற்றியுள்ள பிராந்தியங்களிலும் வசிக்கும் மக்களை முழுவதுமாக பிரிட்டிஷ் பேரரசின் விசுவாசக் குடிமக்களாக மாற்றும் முயற்சியில் இறங்கினார்.

அவர் மேற்கொண்ட முதல் நடவடிக்கை, உணவுப்பிரச்னையைத் தீர்ப்பது. யுத்தகாலத்தில் ஏற்பட்ட பஞ்சம், யுத்தம் முடிவதற்கு முன்னதாகவே மறையும் விதத்தில் எகிப்திலிருந்து தேவையான உணவுப்பொருள்களை ஜெருசலேத்துக்கு வரவழைக்க ஏற்பாடு செய்தார். க்யூவில் நிற்காமல், முட்டி மோதாமல், அடிதடிக்கு ஆட்படாமல், கேட்கிற அனைவருக்கும் கேட்கிற அளவு உணவுப்பொருள் தரப்படவேண்டும் என்பதில் மிகக் கவனமாக இருந்தது பிரிட்டிஷ் படை.

அதே மாதிரி, டைஃபாய்ட், காலரா போன்ற நோய்க்கிருமிகள் அப்போது பாலஸ்தீன் முழுவதும் நீக்கமறப் பரவியிருந்தன. ஏராளமான மக்கள் இந்த நோய்களால் பீடிக்கப்பட்டு அவதிப்பட்டுக்கொண்டிருந்தார்கள். அவர்களுக்குத் தேவையான

மருந்துப்பொருள்கள், தடையின்றிக் கிடைக்க பாலஸ்தீனுக்கும் லண்டனுக்கும் சிறப்பு விமான சர்வீஸ்கள் இயக்கப்பட்டன.

மூன்றாவது காரியம், ஊழல் ஒழிப்பு. அன்றைய பாலஸ்தீனில் காலராவைக் காட்டிலும் மோசமான கிருமியாகப் பரவியிருந்தது ஊழல். பெரும்பாலும் நீதிமன்றங்களில்தான் இது ஆரம்பித்தது. மிகக் குறைந்த சம்பளத்தில் வேலை பார்த்துக்கொண்டிருந்த நீதிபதிகள், தீர்ப்பு வழங்குவதற்கு முன்னால் வெளியே பேரம் பேசுவதென்பது சர்வசாதாரணமாக இருந்தது. இதனை கவனித்த பிரிட்டன், அதிகாரத்தைக் கையில் எடுத்த உடனேயே பாலஸ்தீன் முழுவதிலும் இயங்கிய நீதிமன்றங்களில் பணியாற்றும் நீதிபதிகளுக்கும் இதர ஊழியர்களுக்கும் அவர்களே நம்ப முடியாத அளவுக்கு சம்பளத்தை உயர்த்தியது. சம்பளத்தை உயர்த்துவதன் மூலம் லஞ்சத்தைத் தடுக்கலாம் என்பது பிரிட்டனின் கணக்கு. அது ஓரளவுக்கு உபயோகமாகவும் இருந்தது என்பதைச் சொல்லிவிடவேண்டும். பெரும்பாலும் நிலப் பிரச்னைகள் காரணமாகவே எழுந்த வழக்குகளில் அதன்பிறகு ஓரளவு நியாயமான தீர்ப்புகள் வெளிவரத் தொடங்கின.

இதெல்லாம் நடக்க ஆரம்பிக்கும்போதே முதல் உலகப்போர் ஒருமாதிரி முடிவுக்கு வந்துவிட்டிருந்தது. அடித்துக்கொண்டது போதும் என்று வெர்ஸெயில்ஸ் ஒப்பந்தத்தில் கையெழுத்திட்டு எல்லா தேசங்களும் அவரவருக்கான லாபங்களுடன் ஊரைப் பார்க்கப் போய்விட்டன. இதில் பிரிட்டனுக்குக் கிடைத்த மிகப்பெரிய லாபம், பாலஸ்தீன்.

பாலஸ்தீனின் ஆட்சி அதிகாரம் பிரிட்டனைச் சேர்ந்தது என்று வெர்ஸெயில்ஸ் ஒப்பந்தத்தின் அடிப்படையில் அதிகாரபூர்வமாக அறிவிக்கப்பட்டது. 1919ம் ஆண்டு 'தேசங்களின் கூட்டமைப்பு' (League of Nations - ஐநா உருவாவதற்கு முந்தைய கூட்டமைப்பு.) ஹெர்பர்ட் சாமுவேல் (Herbert samuel) என்கிற ஓர் ஓய்வுபெற்ற பிரிட்டிஷ் போஸ்ட் மாஸ்டர் ஜென்ரலை பாலஸ்தீனுக்கான தனது ஹை - கமிஷனராக நியமித்து அனுப்பிவைத்தது. இந்த ஹெர்பர்ட் சாமுவேல் சாதாரணமான மனிதர் அல்லர். பால்ஃபர் பிரகடனத்தை வடிவமைத்தவர்களுள் ஒருவர். வெளியுறவுச் செயலாளர் பால்ஃபரின் பெயரால் அது அழைக்கப்பட்டாலும் அந்த நான்கு வரிப் பிரகடனத்துக்குள்ளே என்னென்ன இருக்கவேண்டும்,

ஒவ்வொரு விஷயத்தையும் எப்படி வெளிப்படுத்த வேண்டும் என்பதைத் தீர்மானித்த மூளைகளுள் ஒன்று.

எல்லாம் நினைத்தபடியே நடக்கிற சந்தோஷத்தில் பிரிட்டன் ஒரு சுற்றுப் பெருத்திருந்தது. பாலஸ்தீனத்து அரேபியர்கள்தான் நடு ரோடுக்கு வந்துவிட்டிருந்தார்கள். ஒருபக்கம் பிரிட்டன், பால்ஃபர் பிரகடனத்தை நடைமுறைப் படுத்தும் பணியில் மும்முரமாக இருந்தது. இன்னொரு பக்கம் உலகெங்கிலுமிருந்து யூதர்கள் பாலஸ்தீனை நோக்கி தினசரி ஆயிரக்கணக்கில் வந்து குவிந்துகொண்டிருந்தார்கள். ஏற்கெனவே யூத நிலவங்கி வாங்கிப்போட்டிருந்த இடங்களில் அவர்கள் தமக்கான குடியிருப்புகளை ஏற்படுத்தத் தொடங்கியிருந்தார்கள். அதுதவிர, புதிதாகவும் - நேரடியாக நிலங்கள் வாங்கி, வீடு கட்டிக்கொள்ள ஆரம்பித்துவிட்டார்கள்.

விசா பிரச்னைகள் கிடையாது, விசாரணைகள் கிடையாது, எதுவும் கிடையாது. யூதரா? வாருங்கள் பாலஸ்தீனுக்கு என்று கதவை அகலமாகத் திறந்துவைத்துவிட்டது பிரிட்டன். விசாவே இல்லாத யூதர்கள் கூட அப்போது ஆயிரக்கணக்கில் பாலஸ்தீனுக்கு வந்து சேரமுடிந்தது.

இதெப்படி என்று வியப்பாக இருக்கலாம். ஒரு உதாரணம் காட்டினால் புரியும். பல்வேறு ஐரோப்பிய தேசங்களிலிருந்து எப்படியாவது கட்டைவண்டி பிடித்தாவது பாலஸ்தீன் எல்லைக்கு வந்துவிடுவார்கள். அப்படி வந்து சேருபவர்கள் யூதர்கள்தானா என்று மட்டும் பார்ப்பார்கள். எல்லாம் சரியாக இருக்கிறது என்று தெரிந்ததும் ஒரே ஒரு ஏஜண்ட் உடன் வருவார். அவரிடம் ஒரு விசா மட்டும் இருக்கும். எல்லையில் உள்ள செக்போஸ்டில் அந்த ஒரு விசாவைக் காட்டிவிட்டு பத்து 'டிக்கெட்'களை உள்ளே அழைத்துக்கொண்டு போய்விடுவார்.

எல்லையைக் கடந்து அவர்கள் போனதும் ஏஜெண்ட் திரும்பவும் எல்லைக்கு வந்து மீண்டும் அதே ஒரு விசாவைக் காட்டி இன்னும் பத்து பேரை அழைத்துப் போய்விடுவார். இப்படி ஆயிரக்கணக்கான ஏஜெண்ட்கள். பல்லாயிரக்கணக்கான யூதர்கள்!

வளைப்பதற்கு சௌகரியமான விதிகளையே வைத்திருந்தார்கள். யூதர்களை வாழவைப்பது ஒன்றே நோக்கம். இதன்பின்னால்

பல்லாயிரக்கணக்கான அரேபியர்களின் வாழ்க்கையே கேள்விக்குறியாகிறதே என்பது பற்றி பிரிட்டனுக்கு எந்த அக்கறையும் இல்லை. 'மனிதர்கள் வீடுகளில் வசிக்கட்டும்; நாய்கள் வீதிகளில் சுற்றட்டும்' என்று ஒரு பிரிட்டன் ராணுவ அதிகாரி சொன்னாராம்!

அரேபிய முஸ்லிம்கள் மீது பிரிட்டன் அன்று காட்டிய வெறுப்புக்கு காரணம் எதுவுமே இல்லை என்பதுதான் விசித்திரம். யூதர்களை சந்தோஷப்படுத்தவேண்டும் என்கிற ஒரே காரணத்துக்காக இப்படியொரு காரியத்தில் அவர்கள் ஈடுபட்டிருந்தார்கள்.

இத்தாலியில் உள்ள ஸான் ரெமோ *(San Remo)* என்கிற இடத்தில் நடைபெற்ற லீக் ஆஃப் நேஷன்ஸ் மாநாட்டில் எடுத்த முடிவின் படி இன்றைய இஸ்ரேலின் அத்தனை பகுதிகள் தவிர, காஸா, மேற்குக் கரை, கோலன் குன்றுப் பகுதிகளின் ஒரு பாகம், முழு ஜோர்டன் நிலப்பரப்பு ஆகியவை அன்றைக்கு பிரிட்டனுக்கு வழங்கப்பட்டிருந்தன. தோராயமாக அன்றைக்கு இந்தப் பகுதியில் வசித்துவந்த மக்கள் தொகை சுமார் ஏழு லட்சத்து ஐம்பதாயிரம் பேர். இதில் பதினொரு சதவீதம் பேர் யூதர்கள். மற்ற அத்தனைபேரும் அரேபிய முஸ்லிம்கள்.

தேசத்தில் எங்கு திரும்பினாலும் முஸ்லிம்கள்தான். காதில் விழும் அத்தனை குரலுமே அரபிதான் பேசின. குழுவாக வாழும் வழக்கமுள்ள யூதக்குடியிருப்புப் பகுதிகளிலாவது ஹீப்ரு சத்தம் கேட்கிறதா என்றால் கிடையாது. அவர்கள் அத்தனைபேரும் பல தலைமுறைகளாக ஐரோப்பிய தேசங்களில் வாழ்ந்தவர்கள். ஹீப்ருவின் சிதைந்த வடிவமான இட்டிஷ் என்கிற மொழிதான் ஐரோப்பிய யூதர்களுக்குத் தெரியும். (மிகக் குறைந்த மக்களால் மட்டுமே பேசப்பட்டு, அழிந்துபோய்விட்ட ஒரு மொழி இது. ஐசக் பாஷ்விஸ் சிங்கர் என்கிற ஓர் எழுத்தாளர் மட்டும் இந்த இட்டிஷ் மொழியில் மட்டுமே எழுதி புகழ்பெற்றவர். அவரது இட்டிஷ் மொழி படைப்புகள் ஆங்கிலத்துக்கு மொழிமாற்றம் செய்து பரவலானபின் அவருக்கு நோபல் பரிசுகூடக் கிடைத்தது.) அவர்கள் அதைத்தான் பேசினார்கள்.

ஜூன் 1922ம் ஆண்டு தேசங்களின் கூட்டமைப்பு *(League of Nations)* பாலஸ்தீன் ஆட்சியதிகாரம் தொடர்பான தனது இறுதி திட்டவரைவை வெளியிட்டது. பிரிட்டனின் நீண்டநாள்

கோரிக்கையான 'பாலஸ்தீனுக்குள் ஒரு யூத தேசத்தை நிறுவுவது மற்றும் எஞ்சிய மக்களின் சிவில், மத உரிமைகளைப் பாதுகாப்பது' என்கிற திட்டத்துக்கு ஒப்புதல் வழங்கியது.

இந்தத் திட்டவரைவின் பல பின்னிணைப்புகள், பாலஸ்தீனுக்கு சாரிசாரியாக வந்துகொண்டிருந்த பல்வேறு நாடுகளைச் சேர்ந்த யூதர்களின் குடியுரிமைக்கு மிக ஜாக்கிரதையாக உத்தரவாதம் வழங்கும் பணியை கவனமாகச் செய்தன. விசா பிரச்னை தொடங்கி விசாரணைப் பிரச்னைகள் வரை, இருப்பிடப் பிரச்னைகள் தொடங்கி, உத்தியோகப் பிரச்னைகள் வரை ஒன்றுவிடாமல் பட்டியலிட்டு, ஒவ்வொன்றுக்கும் ஒரு மாற்று வழியை மறைமுகமாக சிபாரிசு செய்தன.

எல்லாமே கண்கட்டு விளையாட்டுகள். பிரிட்டன் ஒரு முடிவு செய்துவிட்டது என்றால் மற்றவர்கள் அப்போது என்ன செய்துவிட முடியும்? சட்டபூர்வமான, யாருக்கும் புரியாத மொழியில் தனது சம்மதத்தைத் தெரிவிப்பது தவிர யாருக்கும் வேறு எந்த வழியும் இல்லை என்பதே உண்மை. அவர்களது நோக்கம் மிகத் தெளிவாக இருந்தது. எக்காரணம் கொண்டும், பாலஸ்தீனுக்கு வரும் யூதர்கள் தடுத்து நிறுத்தப்படக் கூடாது; அவர்கள் பாலஸ்தீன் குடியுரிமை பெறுவதிலோ, அங்கு வாழ்வதிலோ எந்தக் குறுக்கீடும் தவறிக்கூட வந்துவிடக் கூடாது. அவ்வளவுதான்.

பெரிய பெரிய தொழிற்சாலைகளின் வாசல்களில் காலை நேரங்களில் நின்று கொஞ்சநேரம் வேடிக்கை பாருங்கள். தினசரிக் கூலி வேலைகளுக்காக வாசலில் நூற்றுக்கணக்கானவர்கள் காத்திருப்பார்கள். திடீரென்று ஒரு மணியடிக்கும். கதவைத் திறப்பார்கள். காத்திருப்பவர்கள், கடினவேலைகள் செய்யக்கூடியவர்கள்தானா, அவர்களால் அந்தப் பணிகளைச் செய்யமுடியுமா, முடியாதா என்றெல்லாம் பார்க்கமாட்டார்கள். காத்திருக்கும் அத்தனை பேரையும் உள்ளே விட்டுக் கதவை மூடிவிடுவார்கள். குழுவாகச் சேர்ந்தாவது செய்துமுடித்துவிடுவார்கள் என்கிற கணக்கு.

கிட்டத்தட்ட அப்படித்தான் அன்றைக்கு பாலஸ்தீனுக்குள் யூதர்களை அனுமதித்துக்கொண்டிருந்தார்கள்.

லீக் ஆஃப் நேஷன்ஸின் திட்டவரைவில் ஒரே ஒரு விஷயத்தை மட்டும் உத்தரவாக அல்லாமல் ஒரு கோரிக்கையாக பிரிட்டனிடம்

கேட்டிருந்தார்கள். அது, பிரிட்டனின் ஆட்சியதிகாரத்துக்கு உட்பட்ட பாலஸ்தீனிய நிலப்பரப்பில் - ஜோர்டன் நதியின் கிழக்குப்பகுதிகளில் மட்டும் யூதக்குடியிருப்புகளை நிறுவுவதைக் கொஞ்சம் நிறுத்திவைக்க வேண்டுமென்பது.

ஜோர்டன் நதியின் மேற்குக் கரை நமக்குத் தெரியும். வெஸ்ட் பேங்க் என்றே குறிப்பிடப்படும் பாலஸ்தீனியப் பகுதி. கிழக்குக்கரை என்பது நதிக்கு அந்தப் பக்கம். இன்றைய ஜோர்டன். அன்றைக்கு அதற்கு டிரான்ஸ்ஜோர்டன் என்று பெயர். மன்னராட்சி நடந்துகொண்டிருந்த நாடு அது. உலகப்போரில் மன்னர்களெல்லாம் காணாமல் போய்விட, ராணுவம் ஒன்றே ராஜாவாகிவிட, ஜோர்டனும் பிரிட்டனின் அதிகார எல்லைக்குள் வந்துவிட்டிருந்தது.

ஆனால் நடுவில் சில அரசியல் காரணங்களை முன்னிட்டு ஜோர்டனைத் தனித்து இயங்கச் செய்யலாம் என்று முடிவு செய்ய, பிரிட்டனும் அதற்கு மௌனமாகச் சம்மதித்திருந்தது. அப்துல்லா என்கிற ஜோர்டானிய மன்னர் மீண்டும் தன் தலைக்குத் தானே முடிசூட்டிக்கொண்டு அங்கே ஆட்சியில் உட்கார்ந்தார். ஜோர்டனின் கிழக்குக்கரைப் பகுதியில் தான் எந்த நடவடிக்கையையும் மேற்கொள்ளவில்லை என்று பிரிட்டன் உத்தரவாதம் அளித்து மேற்குக் கரை தன்னுடையதுதான் என்பதையும் அழுத்தந்திருத்தமாக எடுத்துச்சொல்லி அதே ஆண்டு செப்டெம்பர் 11ம் தேதி ஒரு சுற்றறிக்கை அனுப்பியது.

கிழக்கு ஜோர்டன், மேற்கு ஜோர்டன் என்று ஒரு சௌகரியத்துக்கு அப்போது சொல்லிக்கொண்டார்கள். இரண்டு பக்கங்களிலும் இருந்தவர்கள் என்னவோ அரேபிய முஸ்லிம்கள்தான். ஆனால் அந்தப் பக்கம் மன்னராட்சி. இந்தப் பக்கம் பிரிட்டிஷ் காலனிய ஆட்சி.

உண்மையில் தங்களைச் சுற்றி என்ன நடக்கிறது என்றே அரேபியர்களுக்கு முதலில் புரியவில்லை. அவர்களிடம் சரியான தலைவர்கள் அப்போது இல்லை. ஒரு அமைப்பாகத் திரண்டு பேசவோ, தமது குரலை வெளியிடவோ அவர்களுக்குத் தெரியவில்லை.

யோசித்துப் பார்த்தால் இத்தனை அறியாமையிலா ஒரு மக்கள் கூட்டம் இருந்திருக்கும் என்று வியக்காமல் இருக்கமுடியாது. அந்தளவுக்கு சரித்திரம் முழுவதும் ஏமாற்றப்பட்டு வந்திருக்கிறார்கள், பாலஸ்தீனிய அரேபியர்கள்.

நிலம் அவர்களுடையது. பாத்தியதை அவர்களுடையது. மண்ணின் மைந்தர்கள் என்கிற பெயரும் அவர்களுடையது. மன்னர்கள் காலத்திலிருந்து பாலஸ்தீனைக் காப்பதற்காக மேற்கொள்ளப்பட்ட அத்தனை யுத்தங்களிலும் அவர்கள்தான் பங்கேற்றிருக்கிறார்கள். ஆனால் தங்கள் கண்ணெதிரேயே, தங்களைக் கேட்காமலேயே தேசத்தின் இரண்டாந்தரப் பிரஜையாகத் தம்மை யாரோ அறிவிப்பதை வேடிக்கை பார்த்துக்கொண்டிருந்தார்கள்!

எந்த யூதர்கள் அங்கே மைனாரிடிகளாக இருக்கிறார்களோ, அதே யூதர்களின் தேசமாக பாலஸ்தீன் மாறி, மெஜாரிடிகளான அரேபியர்கள் அவர்களின் கட்டுப்பாட்டுக்கு உட்பட்டு நடந்தாக வேண்டிய சூழல்!

உலகில் வேறெந்த தேசமும் இப்படியொரு வினோத நெருக்கடிக்கு உள்ளானதில்லை. இப்படியொரு நெருக்கடி உருவானபோதும் செய்வதற்கு என்ன இருக்கிறது என்பது கூடத் தெரியாமல் யாரும் திண்டாடித் தெருவில் நின்றதில்லை!

48

இருபதாம் நூற்றாண்டின் தொடக்கம், யூதர்களுக்கு மிகவும் சாதகமாக இருந்தபோதிலும் ஒரு நாடகம் அல்லது திரைப்படம் போல அடுத்தடுத்து வெற்றி மேல் வெற்றியாக அவர்களுக்கு வந்து குவிந்துவிடவில்லை. ஜாண் ஏறி முழம் சறுக்கும் விதமாகத்தான் விதி ஆட்டம் காட்டிக்கொண்டிருந்தது.

பாலஸ்தீனில் எப்படியும் ஒரு யூத தேசம் உருவாகிவிடும் என்கிற நம்பிக்கையை முதல் உலகப்போரின் இறுதியில் நடைபெற்ற சம்பவங்கள் உணர்த்தினாலும், அப்படி உருவாகும் தேசத்தில் எத்தனை யூதர்கள் இருப்பார்கள் என்று யாராலும் கணிக்க முடியவில்லை. ஏனெனில் ஐரோப்பிய யூதர்களில் சுமார் எழுபத்தெட்டு சதவீதம் பேர் பாலஸ்தீனுக்கு வந்துசேர என்ன வழி என்று அப்போதும் யோசித்துக் கொண்டிருந்தார்கள். அந்தந்த தேசங்களின் சட்டதிட்டங்கள், அவரவர் பொருளாதார நிலைமை, சந்தர்ப்ப சூழ்நிலைகள் காரணம். தவிர, மொத்தம் இத்தனை லட்சம்பேர் என்று ஒரு கணக்கு சொல்லிவிடமுடியாதபடி ஐரோப்பாவெங்கும் நீக்கமற நிறைந்து பரவியிருந்தார்கள் அவர்கள். பாலஸ்தீனில் அமையவிருக்கும் யூத தேசத்தின் ‘கொள்ளளவு’ எவ்வளவு என்பதும் அப்போது துல்லியமாகத் தெரியாதல்லவா?

அந்த வகையில், என்ன ஆனாலும் பார்த்துக்கொள்ளலாம் என்று பால்ஃபர் பிரகடனம் அறிவிக்கப்பட்டவுடனேயே பாலஸ்தீனுக்குக் கிளம்பி வந்த யூதர்கள் ஒருவகையில் அதிர்ஷ்டசாலிகள் என்றுதான் சொல்லவேண்டும். வெறும் நம்பிக்கை ஒன்றை மட்டும் பற்றுக்கோலாகப் பிடித்துக்கொண்டு வந்தவர்கள் அவர்கள். புதிய தேசம், புதிய சூழ்நிலை, புதிய

ஆட்சி என்றாலும் பழைய நம்பிக்கை ஒன்று அவர்களுக்குப் போதுமானதாக இருந்தது.

எல்லாம்நல்லபடியாகநடக்கட்டும்;அப்புறம்கிளம்பிப்போகலாம் என்று காத்திருந்த யூதர்களுக்குத்தான் சிக்கல் ஏற்பட்டுவிட்டது.

சிக்கலின்பெயர்ஹிட்லர்.ஒருவிஷயத்தைமுதலில்தெளிவுபடுத்திக் கொண்டுவிடவேண்டும். ஹிட்லரால் ஜெர்மானிய யூதர்களுக்கு மட்டும்தானே பிரச்னை ஏற்பட்டது என்று மேலோட்டமாகப் பார்க்கும்போது தோன்றலாம். ஆனால் ஹிட்லரின் நாடுபிடிக்கும் வேட்கையின் விளைவாக, அவர் பதவிக்கு வந்த சூட்டில் அக்கம்பக்கத்து ஐரோப்பிய நாடுகள் அத்தனையையும் கபளீகரம் செய்தவர் என்பதை மறந்துவிடக்கூடாது.

முதலில் லேசாக ஆஸ்திரியா, செக்கஸ்லோவாக்கியா, போலந்து என்று ஆரம்பித்தவர் டென்மார்க், நார்வே, பெல்ஜியம், ஹாலந்து, பிரான்ஸில் கொஞ்சம், ருமேனியாவில் கொஞ்சம் என்று கிட்டத்தட்ட பாதிக்கும் மேற்பட்ட ஐரோப்பாவை தன்வசப்படுத்திவிட்டிருந்தார்.

ஹிட்லருக்கு இரண்டு லட்சியங்கள் இருந்தன. முதலாவது ஐரோப்பா முழுவதையும் ஆளவேண்டும் என்பது. இரண்டாவது, தன் ஆட்சிக்கு உட்பட்ட இடங்களில் மட்டுமாவது ஒரு யூதரும் இருக்கக் கூடாது என்பது.

ஹிட்லரின் யூத வெறுப்புக்குப் பிரத்தியேகக் காரணங்கள் ஏதும் கிடையாது. அவர் ஒரு சரியான ஆரிய மனோபாவம் கொண்டவர். ஆரிய மனோபாவம் என்றால், ஆரியர்கள் மட்டுமே ஆளப்பிறந்தவர்கள் என்கிற மனோபாவம். அதுசரி, யார் ஆரியர்கள்?

ஹிட்லருக்கு இதில் சந்தேகமே இல்லை. அவர்தான் ஆரியர். ஜெர்மானியர்கள் அத்தனை பேரும் ஆரியர்கள். எனில் மற்றவர்கள் எல்லாம்?

ஆரியர்களுக்கு எதிரிகள். அவ்வளவுதான். தீர்ந்தது விஷயம்.

மிகச் சரியாகச் சொல்லுவதென்றால், 1933ம் ஆண்டு ஜெர்மனியின் ஆட்சி அதிகாரத்தை ஹிட்லர் கைப்பற்றியதிலிருந்தே ஐரோப்பிய யூதர்களுக்குச் சனிபிடித்தது. அந்த வருடம் ஜனவரி 30ம் தேதி

ஹிட்லர், ஜெர்மனியின் தலையெழுத்தாக ஆனார். அந்த தினமே ஜெர்மனியில் யூதர்களுக்கு எதிரான நடவடிக்கைகள் முடுக்கிவிடப்பட்டன.

இதெல்லாம் ஆட்சிக்கு வந்தபின் திட்டமிட்டுச் செய்யப்பட்ட காரியங்கள் என்று பெரும்பாலானோர் நினைத்துக் கொண்டிருப்பார்கள். உண்மையில், ஹிட்லர், ஜெர்மனியின் ஆட்சிப்பீடத்தில் அமர்வதற்குச் சுமார் பத்து அல்லது பன்னிரண்டு ஆண்டுகளுக்கு முன்னரே, இதையெல்லாம் செய்யவேண்டும், இப்படியெல்லாம்தான் செய்யவேண்டும் என்று திட்டமிட்டு வரைபடமே தயாரித்து வைத்துவிட்டிருந்தார்- மனத்துக்குள். தனது திட்டங்களின் ஒரு பகுதியைத் தன் வாழ்க்கை வரலாறான 'மெயின் காம்ஃப்'பிலும் அவர் எழுதியிருக்கிறார்.

ஆகவே, பதவியேற்ற மறுகணமே யூதர்களை ஒழியுங்கள் என்று உத்தரவிடுவதில் அவருக்கு எந்தவிதமான மனச்சங்கடமும் ஏற்படவில்லை.

ஹிட்லரின் கட்சிக்கு *National socialist German workers party* என்று பெயர். சுருக்கமாக இதனை நாஜி என்பார்கள். பேரில் சோஷலிசம் உண்டே தவிர, யதார்த்தத்தில் ஹிட்லருக்கு அதெல்லாம் அவ்வளவாகப் பிடிக்காது. ஒரு சம்பிரதாயம் கருதி சோஷலிஸ்ட் என்று பெயரில் சேர்த்துக்கொண்டார் போலிருக்கிறது.

கட்சி என்கிறோம். ஆட்சி என்கிறோம். உண்மையில் ஹிட்லரின் நாஜிக்கட்சியில் இருந்த அத்தனை பேரும் ஆயுதம் தாங்குவோராகத்தான் இருந்தார்கள். கட்சியாக உருவெடுத்து, ஆட்சியைப் பிடிப்பதற்கு முன்பாகவே ஹிட்லருக்கு விசுவாசமாகப் பின்னால் வந்த அடியாள் படையின் பிரும்மாண்ட விஸ்தரிப்பு அது.

நியாய அநியாயங்கள், தர்மம், சட்டம் போன்றவற்றை அவர்கள் எப்போதும் ஒரு பொருட்டாகக் கருதியவர்கள் அல்லர். மாறாக, ஹிட்லர் ஒரு உத்தரவிட்டால் உடனடியாக அதைச் செயல்படுத்துவது ஒன்றுதான் அவர்களது பணி.

அத்தகைய நாஜிகள், ஹிட்லர் 'யூதர்களை அழியுங்கள்' என்று சொன்னதுமே - அந்த முதல் நாளே வேலையை ஆரம்பித்துவிட்டார்கள்.

இத்தனைக்கும் ஜெர்மானிய யூதர்கள், வந்தேறிகளாகவே இருந்தாலும் சுமார் 1600 வருடப் பாரம்பரியம் கொண்டவர்கள். யூதர்கள் ஐரோப்பாவுக்கு முதல் முதலில் இடம்பெயர்ந்து போன இடங்களுள் ஜெர்மனியும் ஒன்று. என்னதான் மனத்துக்குள் பாலஸ்தீன் தங்கள் சொந்தமண் என்கிற எண்ணம் இருந்தாலும் தலைமுறை தலைமுறையாக ஜெர்மனியிலேயே வாழ்ந்தவர்கள் அவர்கள். ஜெர்மன் கெய்சர் காலம் வரையிலுமே கூட பிரமாதமான பிரச்னைகள் ஏதுமின்றி அங்கே அவர்களால் வாழமுடிந்திருக்கிறது.

யூத எதிர்ப்பு என்பது எல்லா ஐரோப்பிய தேசங்களிலும் எல்லாக் காலங்களிலும் இருந்துவந்ததுதான். ஜெர்மனியிலும் அது இருக்கவே செய்தது என்றாலும் ஹிட்லர் காலத்தில் அது பெற்ற 'பரிணாம வளர்ச்சி' அதற்கு முன் வேறெங்கும் எப்போதும் நிகழ்ந்திராதது.

முதல் உலகப்போர் சமயம், ஜெர்மானிய ராணுவத்தில் யூதர்களுக்கான படைப்பிரிவே ஒன்று தனியாக இருந்தது. பல்லாயிரக்கணக்கான ஜெர்மானிய யூதர்கள் தம் தேசத்துக்காகப் போரில் பங்குபெற்றார்கள். அவர்களுள் சுமார் பன்னிரண்டாயிரம் யூதர்கள் யுத்தத்தில் இறந்துபோனவர்கள்.

இப்படியான பாரம்பரியம் இருந்த ஜெர்மன் யூதர்கள் ஹிட்லரின் அதிரடி அறிவிப்பைக் கேட்டு மிகவும் பயந்துபோனார்கள். என்ன செய்யும் அரசு? சில ஆயிரம் பேரைக் கொல்லும். பல ஆயிரம் பேரை நாடு கடத்தும். இது ஒன்றும் புதிதல்ல. எத்தனையோ முறை சந்தித்த பிரச்னைதான் என்று இம்முறையும் அவர்களால் சும்மா இருக்க முடியவில்லை.

காரணம், ஹிட்லர் தமது யூத எதிர்ப்புப் பிரசாரத்தைக் குழந்தைகளிடமிருந்து தொடங்கியிருந்தார்.

பள்ளி மாணவர்களிடையே முதல் முதலில் யூதக் குழந்தைகளை அருகே சேர்க்காதீர்கள் என்னும் பிரசாரம் தூண்டிவிடப்பட்டது. ஜெர்மானியக் குழந்தைகளின் உடம்பில் ஓடுவது புனிதமான ரத்தம். அது ஆரிய ரத்தம். ஆனால் யூதக் குழந்தைகளின் உடலில் ஓடுவது கிட்டத்தட்ட சாக்கடைக்குச் சமானமான ரத்தம் என்று தன் ஆலாபனையைத் தொடங்கினார் ஹிட்லர்.

ஒரு யூதக் குழந்தையின் அருகே அமரும் ஜெர்மானியக் குழந்தைக்கு வியாதிகள் பீடிக்கும் என்று ஆசிரியர்களால் சொல்லித்தரப்பட்டது. ஒரு யூதக்குழந்தை கொண்டு வரும் உணவை ஜெர்மானியக் குழந்தை உண்ணுமானால் அதன் தேச விசுவாசம் கறைபடிந்துவிடும் என்று போதிக்கப்பட்டது.

பள்ளிகளில் யூதக்குழந்தைகளுக்கு தனி இருக்கைகள் போடப்பட்டன. அவர்களுக்கென்று தனியே ஒரு தண்ணீர் டிரம் வைக்கப்பட்டது. அந்த டிரம்மையோ, சங்கிலி போட்டுப் பிணைக்கப்பட்ட அந்தத் தம்ளரையோ, தவறியும் ஒரு ஜெர்மானியக் குழந்தை தொட்டுவிடக்கூடாது. தொட்டால் தீட்டு ஒட்டிக்கொண்டுவிடும் என்று சொல்லப்பட்டது.

இதெல்லாம் ஹிட்லர் ஆட்சிக்கு வந்த ஒரு வார காலத்துக்குள் அமுலுக்கு வந்த சட்டங்கள். தொடர்ந்து, ஜெர்மானியக் குழந்தைகள் வகுப்பை முடித்துவிட்டுச் சென்றபிறகுதான் யூதக்குழந்தைகளுக்குப் பாடங்கள் தொடங்கும் என்று சட்டத்திருத்தம் செய்யப்பட்டது. யூதக் குழந்தைகள் படிக்கும் பள்ளிகளில் பயிலும் ஜெர்மானியக் குழந்தைகள் தினசரி வீட்டுக்குப் போனதும் வாசலிலேயே தங்கள் ஆடைகளைக் களைந்துவிட்டுஉள்ளேபோனதும்வேறுஆடைஅணியவேண்டும் என்று பெற்றோரிடம் சொல்லும் அளவுக்குப் பிஞ்சு உள்ளங்களில் பிரிவினை மிக ஆழமாக ஊன்றப்பட்டது.

உலகில் மூன்று இடங்களில்தான் இம்மாதிரியான ஆதிக்க ஜாதியினரின் அட்டகாசங்கள் சரித்திரத்தில் தலைவிரித்து ஆடியிருக்கின்றன. முதலாவது, பத்தொன்பதாம் நூற்றாண்டின் மத்திய காலம் வரை கருப்பர்களுக்கு எதிராக அமெரிக்கர்கள் நிகழ்த்திய கொடுமைகள். இரண்டாவது, இருபதாம் நூற்றாண்டிலும் தலித்துகளுக்கு எதிராக உயர்ஜாதி ஹிந்துக்கள் இந்தியாவில் நிகழ்த்திய காரியங்கள். மூன்றாவது ஜெர்மனியில் யூதர்களுக்கு எதிராக நாஜிக்கள் செய்தவை.

இவற்றுள் முதல் இரண்டு இடங்களிலும் படுகொலைகள் கிடையாது. அல்லது விரல் விட்டு எண்ணக்கூடிய அளவுக்கு மிகச் சொற்பம். ஜெர்மனியில் அது மிக அதிகம். அது ஒன்றுதான் வித்தியாசம்.

ஹிட்லர் ஆட்சியில் யூதர்களை 'கவனிக்க'வென்றே இரண்டு

சிறப்புப்படைகள் ஏற்படுத்தப்பட்டன. ஒன்று, *'Gestapo'* என்று அழைக்கப்பட்ட ரகசிய காவல்படை. இரண்டாவது, *'SS'* என்று அழைக்கப்பட்ட, கருப்பு யூனிஃபார்ம் அணிந்த பாதுகாப்புப்படையினர்.

இந்த இரண்டு படைகளுக்கும் ஹிட்லர் சில சுதந்தரங்கள் வழங்கியிருந்தார். அவர்கள் யாரை வேண்டுமானாலும் வாரண்ட் இல்லாமல் கைது செய்யலாம். குற்றப்பத்திரிகை தாக்கல் செய்யாமல் எத்தனை காலம் வேண்டுமானாலும் சிறையில் அடைத்து வைத்திருக்கலாம். விசாரணையில் 'உண்மை வரவழைப்பதன்பொருட்டு' எந்தவிதமான தாக்குதல் நடவடிக்கையையும் மேற்கொள்ளலாம். இறுதியாக - யாருக்கும் பதில் சொல்லவேண்டிய அவசியமில்லாமல், எந்த விசாரணைக் கைதியையும் கொலை செய்யலாம்.

இந்த இரு படையினருக்கும் இருந்த ஒரே ஒரு நிபந்தனை, அவர்கள் ஜெர்மானியர் யாரையும் கைது செய்யக்கூடாது என்பதுதான்!

ஹிட்லர் பதவிக்கு வந்து சரியாக ஐம்பத்தி ஏழாவது நாள் இந்த இரு படைகளும் தம் பணியைத் தொடங்கின. கண்ணில் தென்பட்ட யூதர்கள் அத்தனை பேரையும் இவர்கள் கைது செய்ய ஆரம்பித்தார்கள். கைதுக்குக் காரணம் சொல்ல வேண்டிய அவசியம் இல்லை. காரணம் கேட்டால், அந்த இடத்திலேயே நிற்கவைத்துச் சுட்டுவிடுவார்கள். விசாரணைக்குப் போனால் உயிர் இன்னும் சில தினங்கள் பிழைக்கலாம், அவ்வளவுதான்.

அன்றைக்கு ஜெர்மனியில் வசித்து வந்த யூதர்களின் மொத்த எண்ணிக்கை சுமார் பத்து லட்சம் பேர். (ஹிட்லர் பின்னால் படையெடுத்துச் சேர்க்கும் தேசங்களில் வசித்து வந்த யூதர்களின் எண்ணிக்கையையும் சேர்த்தால் கோடியை நெருங்கும்.) அவர்களுள் சுமார் ஐந்து லட்சம் பேர் எப்படியோ தப்பிப்பிழைத்து விட்டார்கள். ஹிட்லர் பதவிக்கு வந்த மிகச் சில தினங்களிலேயே புத்திசாலித்தனமாக, அகப்பட்டவற்றைமட்டும்எடுத்துக்கொண்டு தேசத்தை விட்டு அகதிகளாக வெளியேறி மற்ற பல நாடுகளுக்குப் போய்விட்டார்கள்.

மிச்சமிருந்த ஐந்துலட்சம் பேர்தான் மாட்டிக்கொண்டார்கள்.

49

இரண்டாம் உலக யுத்தம் தொடங்குவதற்குச் சரியாக ஆறு வருடங்கள் முன்பு ஜெர்மனியின் ஆட்சி அதிகாரத்தை ஹிட்லர் பிடித்தார். (ஹிட்லரின் போலந்து படையெடுப்புதான் இரண்டாம் உலக யுத்தத்தின் தொடக்கம். இது நடந்தது செப்டெம்பர் 1, 1939. ஹிட்லர் பதவிக்கு வந்தது 1933ம் வருட இறுதியில்.)

அன்று முதல் உலகுக்குச் சனி பிடித்தது ஒரு பக்கம் என்றால் ஜெர்மானிய யூதர்களுக்கு அதன் தீவிரம் மிகவும் அதிகமாக இருந்தது. பதவிக்கு வந்த முதல் சில தினங்களிலேயே ஹிட்லரின் நோக்கமும் தீர்மானமும் என்ன என்பது ஓரளவு தெளிவாகவே தெரியவந்துவிட்டது என்றபோதும் அவரது திட்டங்களின் முழுப்பரிமாணம் யூதர்களுக்குப் புரிவதற்கு ஆறு மாதங்கள் பிடித்தன.

அந்த ஆறாவது மாதம் அது நடந்தது. அதுவரை பள்ளிகளில் யூதக்குழந்தைகள் மீதான வெறுப்பு வளர்ப்பதை ஒரு செயல்திட்டமாகச் செய்துகொண்டிருந்த நாஜிகள், அப்போதிலிருந்து யூதக்குழந்தைகள் யாரும் பள்ளிகளுக்குச் சென்று படிக்கக்கூடாது என்று உத்தரவிட்டார்கள். இந்த அறிவிப்பு வெளியான ஓரிரு தினங்களிலேயே இது கல்லூரிகளுக்கும் பல்கலைக்கழகங்களுக்கும் கூடப் பொருந்தும் என்று ஹிட்லர் அறிவித்தார்.

யூதர்களுக்கு என்ன செய்வதென்று புரியவில்லை. விதியை நொந்துகொண்டு, வீட்டிலேயே தங்கள் குழந்தைகளுக்குப் பாடம் சொல்லிக்கொடுக்கத் தொடங்கினார்கள்.

அவர்கள் மூச்சு விடுவதற்குக் கூட ஹிட்லர் அவகாசம் கொடுக்கவில்லை. அடுத்த அறிவிப்பு உடனே வந்தது.

ஜெர்மனியின் எந்த அரசு அலுவலகத்திலும் யூதர்களுக்கு இனி வேலை இல்லை. தவிர யூத மருத்துவர்கள், யூத வழக்கறிஞர்கள், யூத பொறியியல் வல்லுநர்கள் யாரையும் - யாரும் வேலைக்கு வைத்துக்கொள்ளக்கூடாது.

இது மட்டுமல்ல. பொது நல அமைப்புகள், சங்கங்கள், கமிட்டிகள் எதுவானாலும் யூத உறுப்பினர்கள் கூடவே கூடாது. யூனியன் என்று அவர்கள் சிந்திக்கக்கூடக் கூடாது. நாலு யூதர்கள் கூடி ஒரு டீக்கடையில் பேசினால் கூடக் கைது செய்துவிடுவார்கள். இதையெல்லாம் விடக் கொடுமை, ஜெர்மனியில் இயங்கிவந்த உடல்ஊனமுற்றோருக்கானஅமைப்புகளைஅன்றுபெரும்பாலும் யூதர்கள்தான் நடத்தி வந்தார்கள். கண்பார்வையற்றோருக்கான பள்ளிக்கூடங்கள், வாய்பேசமுடியாத - காது கேட்காதோருக்கான பள்ளிகள், போலியோவால் பாதிக்கப்பட்ட சிறுவர்களுக்கான மறுவாழ்வு மையங்கள் என்று ஏராளமான அமைப்புகளை நிறுவி சேவையாற்றி வந்தார்கள்.

காரணம் ஏதும் சொல்லாமல் இந்த அமைப்புகள் அனைத்திலிருந்தும் யூதர்கள் உடனடியாக விலகவேண்டும் என்று அறிவித்தது ஹிட்லரின் அரசு.

1935ம் வருடம் யூதர்களுக்கு எதிரான இத்தகைய நடவடிக்கைகளை சட்டபூர்வமாகவே அறிவித்துவிட்டார் ஹிட்லர். நியூரெம்பெர்க் சட்டங்கள் (Nuremberg Laws) என்று அழைக்கப்பட்ட அந்தச் சட்டப்பிரதிகள் சொல்லுவதையெல்லாம் ஒரு வரியில் சுருக்கிச் சொல்வதென்றால், ஜெர்மனியில் யூதராக இருப்போர் அத்தனைபேரும் இரண்டாந்தரக் குடிமக்களே. அவர்கள் எத்தனை தலைமுறைகளாக அங்கே வாழ்ந்துவருபவர்களாக இருந்தாலும் சரி. எந்தவிதமான உரிமைகளும் அவர்களுக்குக் கிடையாது. தீண்டத்தகாதவர்களாக மட்டுமே அவர்கள் நடத்தப்படுவார்கள்.

இதைவிட முக்கியமான விஷயம் என்னவென்றால் யார் யூதர் என்பதற்கும் ஹிட்லர் ஒரு விளக்கம் கொடுத்திருந்தார். திடீரென்று கிருத்தவத்துக்கு மதம் மாறிவிட்டவர்களையெல்லாம் அவர் மன்னிக்கத் தயாராக இல்லை. வம்சத்தில் யாராவது ஒரு கொள்ளுத்தாத்தா, எள்ளுத்தாத்தா யூதராக இருந்தால் கூட, அவரது வழித்தோன்றல்கள் யூதராகத்தான் கருதப்படுவார்கள் என்று ஹிட்லர் சொன்னார்.

சட்ட வரைவுகளில் ஹிட்லர் தானே கையெழுத்திட்டார். காவல் துறையினருக்கு முழு அதிகாரம் வழங்கப்பட்டது. எந்த யூதரையும் காவலர்கள் என்ன வேண்டுமானாலும் செய்யலாம். எப்படி வேண்டுமானாலும் நடத்தலாம். என்ன தண்டனை வேண்டுமானாலும் தரலாம். விசாரணைக்குப் பொறுமையில்லையா? கவலையே வேண்டாம். கொன்றுவிடலாம். கொலைகளுக்குக் கணக்குக் காட்ட வேண்டுமென்கிற அவசியம் இல்லை. இறந்தவர்களை மட்டும் பத்திரமாக புதைத்து அல்லது எரித்துவிட வேண்டும். நாட்டில் அநாவசியமாக நோய்க்கிருமிகள் பரவிவிடக்கூடாது பாருங்கள்!

இப்படியொரு காட்டாட்சி ஆரம்பமானதும் ஜெர்மானியக் காவலர்கள் யோசித்தார்கள். ஹிட்லருக்கு சந்தோஷம் தரும்படி நடந்துகொள்வதென்றால், அவர் கவனத்துக்குப் போகும்விதத்தில் அவ்வப்போது யாராவது ஒரு முக்கியமான யூதரைக் கொன்றுவிடுவதுதான் ஒரே வழி என்று முடிவு செய்தார்கள். பத்து ரூபாய் அலவன்ஸுக்காகவும் ஒரு நாள் விடுப்புக்காகவும் இரண்டு மணிநேரம் பர்மிஷனுக்காகவும் கூட அவர்கள் யூதர்களைக் கொன்றிருக்கிறார்கள். அப்படிக் கொல்லும்போது, கேட்பது கிடைக்கிறது என்பதுதான் இதற்கான ஒரே காரணம்.

ஆரம்பத்தில் ஒன்று இரண்டாக, பத்து இருபதாக ஆரம்பித்த இந்தப் படுகொலைகள், நாள் போகப்போக நூற்றுக்கணக்கில் பெருகத் தொடங்கியதும் யூதர்களைச் சிறை வைப்பதற்காகவும் அவர்களைக் கொடுமைப் படுத்துவதற்காகவும் என்றே யோசித்து சில பிரத்தியேகச் சிறைக்கூடங்களை ஹிட்லர் கட்டவைத்தார். இவற்றை *Concentration camps* என்பார்கள்.

உலக சரித்திரத்தில் வேறு எந்த தேசத்திலும் எந்தக் காலத்திலும் நடந்திராத கொடுமைகள் யாவும் இந்தச் சிறைக்கூடங்களில் ஹிட்லர் காலத்தில் நடந்தேறின. கேள்விப்படும்போதே ரத்தக்கண்ணீர் வரவழைக்கும் கொடுமைகள் அவை.

முதலில் கம்யூனிஸ்டுகளை விசாரிப்பதற்காகக் கட்டப்பட்ட சிறைக்கூடங்கள் என்றுதான் இவை உலகுக்குத் தெரியவந்தன. ஹிட்லரின் கம்யூனிச வெறுப்பு அவரது யூத வெறுப்பைப் போன்றே பிரசித்தி பெற்றது. (கம்யூனிச ரஷ்யாவை ஒழித்துக்

கட்டவேண்டுமென்பதுதான் அவரது வாழ்நாள் நோக்கமாக இருந்தது. அதிர்ஷ்டவசமாக உலகப்போர் சமயம் அவர் ரஷ்யாவிலிருந்து பின்வாங்கவேண்டி வரவே சோவியத் யூனியன் தப்பியது.) ஆகவே ஜெர்மனியில் உள்ள கம்யூனிஸ்டுகள் அத்தனைபேரையும் ஒழித்துக்கட்டுவதற்காகத்தான் இந்த சிறப்புச் சிறைக்கூடங்கள் கட்டப்பட்டிருக்கின்றன என்று உலகம் நினைத்தது.

ஆனால் ஹிட்லர் யாரையெல்லாம் வெறுத்தாரோ, அவர்கள் அத்தனை பேரும் அந்தச் சிறைக்கூடங்களுக்கு வரவேண்டியிருந்தது. கம்யூனிஸ்டுகள், யூதர்கள், தொழிற் சங்கவாதிகள், சோஷலிஸ்டுகள், பாதிரியார்கள் என்று பார்த்துப் பார்த்து அங்கே கூட்டிக்கொண்டு போனார்கள்.

அந்தச் சிறப்புச் சிறைக்கூடங்களைப் பற்றிச் சொல்லவேண்டும். இருளைத்தவிர வேறொன்று இல்லாத காங்க்ரீட் காடுகள் அவை. காற்று கிடையாது. தண்ணீர் கிடையாது. உணவு கிடையாது. விஷப் பூச்சிகளும் பூரான்களும் தேள்களும் பாம்புகளும் சுதந்தரமாக ஊர்ந்து செல்லும். விசாரணைக் கைதிகளைப் பெரும்பாலும் நிர்வாணமாகத்தான் வைத்திருப்பார்கள். கொதிக்கும் நீரில் தூக்கிப்போடுவது தொடங்கி, நிற்கவைத்துச் சுடுவது, உடல் உறுப்புகளை ஒவ்வொன்றாக வெட்டிப் போடுவது, ஊசி கொண்டு உடம்பெங்கும் குத்திக் குத்தி ரத்தம் சொட்டச்சொட்ட தீயில் இட்டு வாட்டுவது, விஷ ஊசிகள் போடுவது, மர்ம உறுப்புகளில் தாக்குவது, வன்புணர்ச்சி கொள்வது, என்று குரூரத்தின் உச்சகட்ட வெளிப்பாடுகள் அரங்கேறிய பிராந்தியம் அது.

விசாரணைக் கைதிகளை வெளியிலிருந்து யாரும் வந்து பார்க்க முடியாது. அவர்களை எப்போது நீதிமன்றத்துக்கு அழைத்துச் செல்வார்கள் என்பதையும் சொல்லமாட்டார்கள். திடீரென்று ஒரு நபர் ஒரு நாளுக்கு மேல் வீடு திரும்பாதிருந்தால், மனத்தைத் தேற்றிக்கொண்டு அவருக்குக் காரியம் செய்துவிட வேண்டியதுதான் என்று ஜெர்மானிய யூதர்கள் முடிவுக்கு வரும் அளவுக்கு நிலைமை மிகவும் மோசமாகிக்கொண்டிருந்தது.

ஹிட்லர் ஆட்சியின் முதல் ஐந்தாண்டுகளில் இந்தச் சித்திரவதைக் கூடங்களில் சுமார் எண்ணூறு யூதர்களும் ஆயிரத்தி நாநூறு கம்யூனிஸ்டுகளும் கொல்லப்பட்டார்கள் என்று ஒரு கணக்கு இருக்கிறது.

ஆனால் 1938 மார்ச் மாதம் அவர் ஆஸ்திரியாவை அபகரித்துக் கொண்டபிறகு ஹிட்லரின் அதிகார எல்லைக்கு உட்பட்ட பிராந்தியத்தில் வசிக்கும் யூதர்களின் எண்ணிக்கை குப்பென்று ஒரு லட்சத்தி எண்பத்தையாயிரமாக உயர்ந்துவிடவே, இன்னும் ஏராளமான சித்திரவதைக் கூடங்களை எழுப்பி, இன்னும் ஆயிரக்கணக்கில் யூதர்களைக் கைது செய்யவேண்டிய 'அவசியம்' நாஜிக்களுக்கு உருவாகிவிட்டது.

ஹிட்லரின் ஆஸ்திரியப் படையெடுப்பு நடந்து முடிந்த இருபதாவது நாளில் மட்டும் ஆஸ்திரியாவில் சுமார் ஐநூறு யூதர்கள் கொல்லப்பட்டார்கள். ஒரே நாளில் நடந்த இச்சம்பவம் ஒட்டுமொத்த யூதகுலத்தையும் குலைநடுங்கச் செய்துவிட்டது. யூத குலத்தை மட்டுமல்ல. பல்வேறு உலகநாடுகளும் ஹிட்லரைப் பார்த்து பயப்படத் தொடங்கியதன் ஆதாரக் காரணம் இதுதான்.

அவரது நாடு பிடிக்கும் வேட்கையைக் காட்டிலும் இந்த யூத வெறுப்பு மிகத் தீவிரமாக இருப்பதைக் கண்டு வெறுப்புற்ற முதல் தேசம் பிரிட்டன்.

பரிதாபத்தின் பேரில் பிரிட்டன் சுமார் நாற்பதாயிரம் ஜெர்மானிய யூதர்களை அகதிகளாக ஏற்றுக்கொள்வதாக அறிவித்தது. மேலும் சுமார் இருபதாயிரம் ஆஸ்திரிய யூதர்களும் இதன் மூலம் பிரிட்டனுக்கு உயிர்தப்பிப் போகமுடிந்தது. இந்த அறுபதாயிரம் யூதர்கள்தவிர பத்தாயிரம் யூதக் குழந்தைகளையும் பிரத்தியேகமாக பிரிட்டன் தத்தெடுத்து, அவர்களின் எதிர்காலத்துக்குப் பொறுப்பேற்றுக்கொள்வதாக அறிவித்தது. (இப்படி அநாதைகளாக ஜெர்மனி - ஆஸ்திரியாவிலிருந்து பிரிட்டனுக்குப் போய்ச்சேர்ந்த பல்லாயிரக்கணக்கான யூதர்களுள் மார்க்கரெட் தாட்சரின் பெற்றோரும் அடக்கம். பின்னாளில் பிரிட்டனின் பிரதமராகவே ஆன தாட்சர்!)

இந்த இடப்பெயர்ச்சியில் பல்லாயிரக்கணக்கான பெற்றோர், தம் குழந்தைகளைப் பிரிந்து தனித்து வாழவேண்டியிருந்தது. குழந்தைகள் மட்டுமாவது பிழைக்கட்டுமே என்று அவர்களை பிரிட்டனுக்கு அனுப்பிய ஜெர்மானியப் பெற்றோர்களைப் பிறகு தனியே நாஜிகள் 'கவனித்து' அவர்களுக்கு மரணதண்டனை அளித்துவிட்டார்கள்!

ஆரம்பத்தில் நூற்றுக்கணக்கில் இருந்த இந்த இனப்படுகொலைகள், ஹிட்லரின் கணக்கில் ஒவ்வொரு நாடாகச் சேரச்சேர,

ஆயிரங்களையும் லட்சங்களையும் தொடத்தொடங்கியது. ஹிட்லர் ஒரு தேசத்தின் மீது படையெடுத்தார் என்றால், அங்குள்ள அரசல்ல; யூதர்கள்தான் முதலில் அலறினார்கள். எப்பாடுபட்டாவது ஹிட்லர் எட்டிப்பார்க்க முடியாத ஏதாவது ஓரிடத்துக்குப் போய் விடமாட்டோமா என்று ஏங்கிக் கதறினார்கள்.

தினசரி நூற்றுக்கணக்கான யூதர்கள் திருட்டுத்தனமாகத் தம் தேசத்தைவிட்டு எல்லை தாண்டி வெளியே போவது வழக்கமாகி விட்டது. இது மற்றபிற தேசங்களுக்கு மிகப்பெரிய பிரச்னையாகிப் போனது. அவர்களால், யூதர்களை வராதீர்கள் என்றும் சொல்ல முடியவில்லை; வருபவர்களை வைத்துக்கொண்டு பராமரிக்கவும் முடியவில்லை. ஏனெனில் அத்தனை ஐரோப்பிய தேசங்களுமே அன்றைக்கு யுத்தத்தின் ஓர் அங்கமாக விளங்கின. எல்லோரும் எல்லோரையும் அடித்துக்கொண்டிருந்தார்கள். ஒரு பக்கம் ஹிட்லர் கட்சி. இன்னொரு பக்கம் பிரிட்டன் கட்சி.

பிரிட்டனின் அணியில் இருந்த தேசங்கள் கூட யூதர்கள் விஷயத்தில் முடிவெடுக்க மிகவும் திணறிக்கொண்டிருந்தார்கள். சரித்திரத்தின் பழைய பக்கங்களில், அவர்களும் யூதர்களைக் கொடுமைப் படுத்தியவர்களாகவே இருந்ததுதான் காரணம். பரிதாபப்பட்டு யூதர்களை உள்ளே விட்டால், நாளைக்கு அவர்களால் நமக்கு என்னென்ன பிரச்னைகள் வருமோ என்கிற அச்சம் அத்தனை ஐரோப்பிய தேசங்களுக்கும் இருந்தது.

எப்படியாவது தப்பித்து பாலஸ்தீனுக்கு ஓடிவிடவேண்டும் என்பதுதான் அத்தனை யூதர்களின் எண்ணமும்.

ஆனால் எப்படித் தப்பிப்பது?

அவர்கள் எப்படி யோசிப்பார்கள் என்பதை முன்கூட்டியே ஹிட்லர் யோசித்துவைத்திருந்தார். ஆகவே அவர் ஒரு காரியம் செய்தார். எந்தெந்த தேசத்தைக் கைப்பற்றுகிறாரோ, அந்தந்த தேசங்களின் எல்லைகளை முதலில் மூடச் சொன்னார். ஜெர்மனியின் எல்லைகளும் மூடப்பட்டன. வலுவான பாதுகாப்பு ஏற்பாடுகள் தேசமெங்கும் செய்யப்பட்டது. யூதரல்ல; ஒரு கொசு கூட எல்லை தாண்டி வெளியே போகமுடியாதபடிக்கு பாதுகாப்பு ஏற்பாடுகளை பலப்படுத்திவிட்டு ஹிட்லர் சிரித்தார்.

அந்தச் சிரிப்புக்கு, கண்ணை மூடிக்கொண்டு கொல்லுங்கள் என்று அர்த்தம்.

50

ஹிட்லரின் யூத வெறுப்பு - அல்லது யூத இன ஒழிப்புத்திட்டம் எத்தகையது என்பதை எத்தனை பக்கங்கள் வருணித்தாலும், அதன் முழு வீரியத்துடன் புரிந்துகொள்வது கஷ்டம். ஹிட்லரின் காலத்தில் ஜெர்மனியில் வாழ்ந்தவர்களாக இருந்தால் மட்டுமே அது புரியும். அதுகூட ஓரளவுக்குத்தான். ஹிட்லர் காலத்து ஜெர்மானிய யூதர்களுக்கு மட்டுமே தெரிந்த பேயாட்டம் அது. ஒரு யூதரை முதல் முறையாகப் பார்க்கும்போதே, அவர் பிணமாக இருந்தால் எப்படியிருப்பார் என்று சிந்திக்கத் தொடங்கிவிடுகிற கூட்டமாக இருந்தது நாஜிக்கட்சி. பெண்கள், குழந்தைகள், முதியவர்கள், சாதனையாளர்கள் என்று எந்தவிதமாகவும் அவர்கள் பிரித்துப் பார்க்க விரும்பவில்லை. யூதர் என்கிற ஓர் அடையாளம் போதுமானதாக இருந்திருக்கிறது.

துப்பாக்கியால் சுடுவது, கத்தியால் அங்கம் அங்கமாக வெட்டியெடுத்துக் கொல்வது, ஆசை ஆசையாக பெட்ரோல் ஊற்றிப் பற்றவைத்து வேடிக்கை பார்ப்பது, கொதிக்கும் வெந்நீர்த் தொட்டிகளில் போட்டு, உடல் பொசுங்கிப்போவதை ரசிப்பது, விஷவாயு அறைகளில் கூட்டம் கூட்டமாக நிர்வாணப்படுத்தி நிற்கவைத்து, மூச்சுத்திணறி ஒவ்வொருவராக விழுவதைப் பார்த்து மகிழ்வது, சிறு பிளேடு அல்லது ரம்பம் கொண்டு மேல் தோல் முழுவதையும் அறுத்து, உரித்தெடுப்பது என்று எத்தனை விதமான குரூரங்கள் சாத்தியமோ, அத்தனையையும் அவர்கள் யூதர்களின்மீது பிரயோகித்தார்கள்.

எதுவுமே பதிவாகாத கொலைகள். கொன்றது அனைத்தும் காவல்துறையினர் என்பதால் நீதிமன்றங்களுக்கு வேலையில்லாமல் போய்விட்டது. அல்லது 'இன்னார் காணவில்லை' என்று காவல்துறையினர் ஒவ்வொரு யூதருக்கும்

வழங்கும் இறுதிச் சான்றிதழுக்கு ஒப்புதல் தரும் வேலையை மட்டும் நீதிமன்றங்கள் செய்துவந்தன.

1939 செப்டம்பருக்கு முன்புவரை யூதப் படுகொலைகள் ஒரு சம்பிரதாயத்துக்காக, ரகசியமாக மேற்கொள்ளப்பட்டன. அதாவது கைது செய்து சித்திரவதைக் கூடங்களுக்கு அழைத்துச் சென்று கொலை செய்தார்கள். 'ஆமாம், கொன்றோம், அதற்கென்ன?' என்று நேரடியாகக் கேட்காமல், காணாமல் போனவர்கள் பட்டியலில் சேர்த்துக்கொண்டிருந்தார்கள். (அப்போது பல யூதர்கள் திருட்டுத்தனமாக தேசத்தை விட்டு வெளியேறி, அகதிகளாகப் பல நாடுகளுக்குப் போய்க்கொண்டிருந்ததால், சுலபமாகத் தாங்கள் கொல்லும் யூதர்களை அப்படிக் காணாமல் போனவர்களின் பட்டியலில் நாஜிகளால் சேர்க்க முடிந்தது.)

ஆனால் எப்போது ஜெர்மனி, போலந்தின் மீது படையெடுத்ததோ (செப்டெம்பர் 1939), அப்போதிலிருந்து இந்த வழக்கம் அடியோடு மாறிவிட்டது. எப்படியும் ஹிட்லர்தான் ஒட்டுமொத்த ஐரோப்பாவையும் ஆளப்போகிறவர் என்கிற தீர்மானத்தில், செய்கிற கொலைகளை பகிரங்கமாகவே செய்யலாம் என்று ஜெர்மானிய காவல்துறை முடிவு செய்துவிட்டது.

இதன்பிறகு அவர்கள் விசாரணைக்கு என்று எந்த யூதரையும் தனியே அழைத்துச் செல்வதை விட்டுவிட்டார்கள். பொழுது விடிந்ததும் நேரே ஏதாவது ஒரு யூதக் காலனிக்குப் போவார்கள். அல்லது யூத தேவாலயத்துக்குச் செல்வார்கள். கண்ணில் தென்படும் நபர்களிடம் 'நீங்கள் யூதர்தானே?' என்று கேட்பார்கள்.

எந்த யூதரும் தன்னை ஒரு யூதரல்லர் என்று சொல்லமாட்டார். உயிரே போனாலும் அவர் வாயிலிருந்து அப்படியொரு வார்த்தை வராது.

ஆகவே, அவர் தலையாட்டுவார். அவ்வளவுதான். அப்படியே போட்டோவுக்கு போஸ் கொடுப்பது போல் நிற்கச்சொல்லிவிட்டு இரண்டடி பின்னால் போய் சுட்டுச் சாய்த்துவிட்டு அடுத்தவரிடம் போய்விடுவார்கள்.

இதில் ஒரு சொல் கூட மிகையே இல்லை. இப்படித்தான் நடந்ததாக அத்தனை மேற்கத்திய சரித்திர ஆசிரியர்களும் வருணித்திருக்கிறார்கள். வீடுகள், தேவாலயங்கள், வர்த்தக

நிலையங்கள், அலுவலகங்கள் என்று எங்கெல்லாம் யூதர்கள் இருக்கிறார்களோ, அங்கெல்லாம் ஹிட்லரின் கூலிப் படையினர் போல் செயல்பட்ட காவல்துறையினர் சென்று கொத்துக்கொத்தாகக் கொன்று சாய்த்துக்கொண்டிருந்தார்கள்.

"என்னை ஏன் கொல்கிறீர்கள்? நான் என்ன தவறு செய்தேன்?" என்று இப்படி இறப்பதற்கு முன் பெர்லின் நகரத்து யூதர் ஒருவர் கேட்டதற்கு, ஹிட்லரின் காவலர் ஒருவர் சொன்ன பதில்:

"நீங்கள் கொலைக்குற்றவாளியாக இருந்தால் கூட மன்னித்து விடலாம். யூதராக அல்லவா இருக்கிறீர்கள்! வேறு வழியே இல்லை. இறந்துவிடுங்கள்."

ஹிட்லரின் போலந்துப் படையெடுப்பு நடந்துகொண்டிருந்த முதல் வாரத்தில் மட்டும் மொத்தம் பத்தாயிரம் யூதர்கள் ஜெர்மனியில் கொல்லப்பட்டார்கள். கொலை செய்யப்பட்ட அத்தனை பேரையும் ஆங்காங்கே சிறு சிறு குன்றுகள் போல் குவித்துவைத்து மொத்தமாக எரித்துவிட்டது காவல்துறை. இதில் சுமார் இரண்டாயிரம் பெண்களும் நானூற்றைம்பது குழந்தைகளும் அடக்கம்.

போலந்தை ஹிட்லர் தன்வசப்படுத்திவிட்ட செய்தி கிடைத்த மறுகணமே மேலும் முன்னூறு யூதர்கள் கொல்லப்பட்டார்கள். நம் ஊரில் ஏதாவது சந்தோஷமான காரியம் நடக்கிறதென்றால் பட்டாசு வெடிப்போம் அல்லவா? அந்த மாதிரி அங்கே மகிழ்ச்சியைக் கொண்டாடுவதென்றால் யூதர்களைக் கொல்லவேண்டும் என்பது ஒரு 'கலாசாரமாக' இருந்தது!

இத்தனைக்கும், உயிர்பிழைப்பதற்காகப் போலந்தின் மேற்கு எல்லையிலிருந்து (மேற்கு போலந்தைத்தான் அப்போது ஹிட்லர் வென்றிருந்தார்.) கிழக்கு எல்லைக்கு உயிரைக் கையில் பிடித்துக்கொண்டு ஓடிய யூதர்கள் அவர்கள். அவர்கள் ஓடிய பாதையெங்கும் இருந்த கட்டடங்களின் மாடிகளில் காத்திருந்த நாஜிப்படை, கிட்டே நெருங்கும்போது சுட்டு வீழ்த்தினார்கள். போலந்தின் சாலைகளெங்கும் ரத்தக் குளங்கள் ஆயின. வேகத்தடைகள் போல ஆங்காங்கே மனித உடல்கள் சிதறிக்கிடந்தன. நெருங்குவதற்கு பயந்துகொண்டு நாய்களும்

நரிகளும் வல்லூறுகளும் கூட அந்தப் பிரதேசத்துக்குள் நுழையவில்லை என்று எழுதுகிறார்கள் பல சரித்திர ஆசிரியர்கள்.

எப்படியாவது சோவியத் யூனியனுக்குள் நுழைந்துவிட வேண்டுமென்பதுதான் அப்போது போலந்துவாழ் யூதர்களுக்கு இருந்த ஒரே லட்சியம். ஒவ்வொரு அடியாக ரகசியமாக எடுத்துவைத்து அவர்கள் சோவியத் யூனியனை நோக்கித்தான் அப்போது முன்னேறிக்கொண்டிருந்தார்கள். ஹிட்லர், ரஷ்யாவுக்குள் காலெடுத்து வைப்பது கஷ்டம் என்பது அவர்களின் நம்பிக்கை. அத்தனை சீக்கிரம் அவரால் ரஷ்யாவின் மீதெல்லாம் படையெடுக்க முடியாது என்று அவர்கள் நினைத்தார்கள். ரஷ்யாவின் காலநிலை, ராணுவபலம் உள்ளிட்ட பல காரணங்கள் அதற்கு இருந்தன. ஆனால் போலந்து யூதர்களைரஷ்யா மனமுவந்து ஏற்றுக்கொள்ளுமா என்பது கேள்விக்குறியாகவே இருந்தது.

சட்டவிரோதமாகவாவது ரஷ்ய எல்லையைத் தாண்டிவிட்டால் பிரச்னையில்லை; ரஷ்யச் சிறைச்சாலைகளில் எஞ்சிய காலத்தைக் கழிக்க நேர்ந்தாலும் பரவாயில்லை; உயிர் பிழைத்திருந்தால் போதும் என்று நினைத்தார்கள். எல்லையைக் கடக்க சில ஏஜெண்டுகளின் உதவியைக் கோரிவிட்டு வீடுகளுக்குள் பதுங்கியிருந்தார்கள் போலந்து யூதர்கள்.

இதை அறிந்த ஹிட்லரின் படை, உடனடியாக போலந்து முழுவதும் ஆங்காங்கே தாற்காலிக சித்திரவதைக் கூடங்களை நிறுவி உள்ளே விஷக் கிருமிகளையும் விஷ வாயுவையும் பரப்பி வைத்துவிட்டு, அனைத்து யூதக் குடியிருப்புகளின் மீதும் தாக்குதலைத் தொடங்கியது. உயிர்தப்பி ஓடிவருவோர் அனைவரையும், காத்திருக்கும் ஹிட்லரின் படையினர் கைதுசெய்து உடனடியாக அந்தத் தாற்காலிகக் கூடங்களுக்குள் அடைத்துவிடுவார்கள்.

நூற்றுக்கணக்கானோர் இப்படி பலியாகியிருக்கிறார்கள். சில ஆயிரம்பேர் வாழ்நாள் முழுவதும் தீராத சரும, இருதய, நுரையீரல் நோயாளிகளாக மாறி அவஸ்தைகளுடன் வாழ்ந்து மடிந்திருக்கிறார்கள்.

ஏப்ரல் 1940ல் ஹிட்லர், டென்மார்க்கையும் நார்வேவையும் கைப்பற்றினார். சரியாக ஒரு வருடத்தில் பிரான்ஸ், பெல்ஜியம்,

ஹாலந்தை வசப்படுத்தினார். அதற்கடுத்த வருடம் கிரீஸையும் யூகோஸ்லாவியாவையும் விழுங்கினார்.

இப்படிக் கைப்பற்றப்பட்ட தேசங்களில் எல்லாம் ஹிட்லரின் பிரதிநிதிகள் உடனடியாக ஆளத் தொடங்கினார்கள். ஆட்சிக்கு வந்த முதல் வேலையாக அவர்கள் செய்தது, அந்தந்த தேசத்தில் இருந்த யூதர்கள் அத்தனைபேரையும் அள்ளிக்கொண்டுபோய் சித்திரவதைக் கூடங்களில் கொட்டுவது!

சித்திரவதைக் கூடங்களில், தமது 'முறை'க்காகக் காத்திருக்கும் யூதர்களின் பாடுதான் மிகவும் பரிதாபம். வினாடிப் பொழுதில் கொன்று வீசிவிட்டால் கூட வலி இருக்காது. ஆனால், கொலைகார இயந்திரங்களின் எதிரே வரிசையில் தம் பெயரைச் சொல்லி அழைப்பதற்காக அவர்கள் பல வாரங்கள், மாதங்கள் காத்திருக்கவும் வேண்டியிருந்திருக்கிறது!

அப்படிக் காத்திருக்கும் தினங்களில் அவர்களுக்கு உணவு தரப்படமாட்டாது. குடிப்பதற்கு நீரும்கூட எப்போதாவது கிடைத்தால் உண்டு. இல்லாவிட்டால் அதுவும் இல்லை. முழு நிர்வாணமாக வாரக்கணக்கில் வரிசையில் நின்றுகொண்டே இருக்கவேண்டும். க்யூ நகர்ந்து படிப்படியாக முன்னேறி அவர்களின் முறை வரும்போது, இறப்பதை நினைத்து அவர்கள் ஓரளவு நிம்மதியே அடைவார்கள் அல்லவா!

எந்தக் காலத்திலும், எந்த விதத்திலும் நியாயமே சொல்லமுடியாத இனப்படுகொலை அது. ஒட்டுமொத்த மானுட குலத்தின் குரூரசுபாவம் விசுவரூபம் எடுத்து ஒன்றாகத் திரண்டு ஒரு உருவம் பெறுமானால், அந்த உருவத்துக்கு ஹிட்லர் என்று பெயர். இப்படியும் ஒரு மனிதன் வாழ்ந்தானா என்று நினைத்துப் பார்க்கக்கூட முடியாது. ஹிட்லரைப் பற்றியும், ஹிட்லர் காலத்துக் கொடுமைகள் குறித்தும் நாம் கேள்விப்படுகிற, நமக்குக் கிடைக்கிற தகவல்கள் அனைத்துமே ஓரெல்லைவரை குறைபாடுள்ளவைதான். இத்தனை லட்சம் படுகொலைகள் வெளியே தெரிந்திருக்கின்றனவென்றால், தெரியாத கொலைகள் இன்னும் உண்டு. அவர், ரகசியங்களின் பரமபிதா. வெறுப்பின் மூலக்கடவுள். குரூரத்தின் உச்சபட்சம்.

இன்றைக்குப் பத்து நாள்கள் முன்னர் கூட, ஹிட்லருக்குக் கடைசி தினங்களில், ரகசிய அறையில் மருத்துவம் பார்த்த நர்ஸ்

என்று ஒரு தொண்ணூறு வயது பெண்மணி முதல் முறையாக இப்போது வாய்திறந்திருப்பதைப் பார்த்தோம். புதைந்த நாகரிகம் மாதிரி, அது ஒரு புதைந்த அநாகரிகம். தோண்டத்தோண்ட வந்துகொண்டேதான் இருக்கும்.

இவை ஒரு புறம் இருக்க, 22 ஜூன் 1941ம் ஆண்டு ஹிட்லரின் படை சோவியத் யூனியனுக்குள் நுழைந்தது. ராணுவம் ஒரு பக்கம் சோவியத் யூனியனுக்குள் நுழையும் போதே, யூதக் கொலைகளுக்காக நியமிக்கப்பட்டிருந்த காவல்படையினர் ரஷ்யாவின் கிழக்குப் பக்கம் எல்லையோரம் இருந்த யூத முகாம்களுக்கும் காலனிகளுக்கும் படையெடுத்தன.

சரியாக மூன்று வாரங்கள். அந்த மூன்று வார காலத்துக்குள் மொத்தம் சுமார் ஐம்பத்தைந்தாயிரம் யூதர்களை அவர்கள் கொன்றுகுவித்தார்கள். அத்தனைபேரும் அகதிகளாக அங்கே வந்து தங்கியிருந்தவர்கள். உலக சரித்திரத்தில் - ஏன், உலக யுத்தத்தில் கூட மூன்று வாரங்களில் இத்தனை பேரை ஒருபோதும் கொன்றதில்லை. யாரும் தப்பிக்க முடியாமல் சுற்றிவளைத்து, கண்ணை மூடிக்கொண்டு நாளெல்லாம் சுட்டுக்கொண்டே இருந்தார்கள். ஆண்கள், பெண்கள், குழந்தைகள், முதியவர்கள், நோயாளிகள் என்று பார்க்கவேயில்லை. கண்ணை மூடிக்கொண்டு என்றால், நிஜமாகவே கண்ணை மூடிக்கொண்டு! ஒருநாளைக்குக் குறைந்தது ஐயாயிரம் பேரைக் கொல்வது என்று செயல்திட்டம் போட்டுக்கொண்டு கொன்றார்கள். கொன்று குவித்த பிணங்களின் மீதே ஏறி நின்று மேலும் சுட்டார்கள். அதுவும் போதாமல், வீடுகளிலிருந்து மக்களைத் தரதரவென்று இழுத்துவந்து ஒரு பெரிய குழி வெட்டி உள்ளே மொத்தமாகத் தள்ளி, சுற்றி மேலே நின்று சுட்டார்கள். வெறியடங்காமல், மலைப்பாறைகளை டிரக்குகளில் ஏற்றி வந்து அந்தக் குழிகளில் வீசியெறிந்தும் கொன்றார்கள். குழந்தைகள் தனியாகக் கிடைத்தால் அவர்களுக்குக் குதூகலமாகிவிடும். தூக்கி உயரே விசிறியெறிந்து, கீழே விழுவதற்குள் ஏழெட்டு முறை சுட்டார்கள்.

மூன்றுவாரப் படுகொலை என்று சரித்திரம் வருணிக்கும் இந்தக் கோர தாண்டவம் நடந்துமுடிந்து சரியாக எட்டு தினங்கள்தான் அவர்கள் ஓய்வு எடுத்துக்கொண்டார்கள். மீண்டும் ஆரம்பித்துவிட்டார்கள். அடுத்த ஒரு வாரத்தில் இன்னொரு ஒன்பதாயிரம் பேர்!

கொல்லக்கொல்ல யூதர்கள் முளைத்துக்கொண்டே இருக்கிறார்களே என்கிற கடுப்பு, ஜெர்மானிய காவல் துறையினருக்கு. ஒரு காவலர், ரஷ்ய எல்லையில் இருந்து, பெர்லினில் இருந்த தன் மகனுக்கு இப்படியொரு கடிதம் எழுதியிருக்கிறார்:

'மகனே, எத்தனை ஆயிரம் பேரைக் கொன்றாலும் யூதர்கள் குலத்தை முழுவதுமாக எங்களால் அழிக்கமுடியவில்லை. ஆகவே, ஜெர்மனியின் அடுத்த தலைமுறையினரின் 'நலன்' கருதி, யூதப் பெண்களை கவனிப்பதற்காக நமது மேதகு பிரசிடெண்ட் ஏதாவது சிறப்புத்திட்டம் அறிமுகப்படுத்தினால்தான் நல்லது.'

51

முதல்முதலில் ஹிட்லரை சந்தோஷப்படுத்துவதற்காகத்தான் நாஜிகள், யூதர்களைக் கொல்ல ஆரம்பித்தார்கள். பிறகு, யூத ஒழிப்பு என்பது ஜெர்மானிய அரசின் தலையாய செயல்திட்டங்களுள் ஒன்றானபோது, பார்க்கும் இடங்களில் தென்படும் அத்தனை யூதர்களையும் கொன்றார்கள். ஒரு கட்டத்தில், ஹிட்லரின் சந்தோஷம், தேசிய செயல்திட்டம் என்பதையெல்லாம் தாண்டி, யூதர்களைக் கொல்வதென்பது, ஜெர்மானிய நாஜிகளுக்கு ஒரு நோய் போலவே ஆகிவிட்டது. ரத்தத்தில் கலந்துவிட்ட தொற்றுநோய். பொழுது விடிந்து பொழுதுபோனால், இன்றைக்கு எத்தனை பேரைக் கொல்வது என்று கவலையுடன் சிந்திக்கத் தொடங்கிவிடுகிற அளவுக்குக் கொலைவெறி அவர்களைத் தின்றுகொண்டிருந்தது.

இந்த வெறியின் உச்சகட்ட வெளிப்பாடு, ஹிட்லரின் போலந்துப் படையெடுப்பைத் தொடர்ந்து தலைவிரித்து ஆடத்தொடங்கியது.

ஆங்காங்கே சில நூறு பேர்கள், ஆயிரம் பேர்கள் என்று நிற்கவைத்துச் சுட்டுக்கொல்வது, நாஜிகளுக்கு அலுத்துவிட்டது. கொல்லத்தான் போகிறோம்; ஏதாவது புதுமையாக யோசித்து அதையும் கலாபூர்வமாகச் செய்யலாமே என்று சிந்திக்கத் தொடங்கினார்கள்.

8 டிசம்பர், *1941*ம் ஆண்டு அது நடந்தது. ஜெர்மன் ராணுவம் கைப்பற்றிய போலந்தின் எல்லையோர கிராமம் ஒன்றில் இருந்த மக்களை வெளியேற்றிவிட்டு வீடுகளையெல்லாம் இடித்துத் தள்ளி, ஒரு பெரிய மரக்கூடாரத்தைக் கட்டினார்கள். ஒரே சமயத்தில் சுமார் ஆறாயிரம் பேர் வரை அந்த மர வீட்டில் வசிக்கலாம். அத்தனை பெரிய கட்டடம்.

கட்டுமானப்பணி நான்கு தினங்களுக்குள் நடந்துமுடிந்துவிட்டது. எல்லாம் தயார் என்று ஆனதும் சுற்றி இருந்த சுமார் எட்டு கிராமங்களுக்குப் போய் அங்கெல்லாம் வசித்துக்கொண்டிருந்த சுமார் நான்காயிரத்தி ஐந்நூறு யூதர்களைக் கைது செய்து அழைத்துவந்து அந்த மர வீட்டினுள் அடைத்தார்கள்.

மூச்சுவிடக் கூடக் காற்று நுழையமுடியாதபடி கட்டப்பட்டிருந்த கொலைக்களம் அது. நான்கு புறங்களிலும் தலா ஒரே ஒரு வட்ட வடிவ ஓட்டை மட்டுமே இருந்தது. அந்த ஓட்டைகளின் வழியே பெரியபைப்லைன்ஒன்றுஉள்ளேசெல்லும்படிஅமைக்கப்பட்டது. தப்பிக்க வழியேதும் இல்லை என்பதை உறுதிசெய்துகொண்டு, அந்தக் குழாய்களின் வழியே விஷவாயுவை உள்ளே செலுத்தத் தொடங்கினார்கள்.

அத்தனை பெரிய கொலைக்களம் முழுவதும் இண்டு இடுக்கு விடாமல் விஷவாயு நிறைவதற்குச் சரியாக நான்கு தினங்கள் பிடித்தன.

உள்ளே குழுமியிருந்த நான்காயிரத்தி ஐநூறு யூதர்களும் ஒவ்வொருவராக மூச்சுத் திணறி, ஓலக்குரல் எழுப்பி, செத்து விழுவதை வெளியிலிருந்து ரசித்துக் கேட்டபடி ஜெர்மானியக் காவல்துறையினர் குடித்து மகிழ்ந்துகொண்டிருந்தார்கள். உள்ளே அடைக்கப்பட்டவர்களுள் ஒருவர்கூட உயிருடன் இல்லை என்பது தெரிந்தபிறகுதான் அவர்கள் கதவைத் திறந்தார்கள். (கதவு திறக்கப்பட்டபோது வெளியேறிய விஷப்புகையில் யூதரல்லாத சில போலந்து கிராம வாசிகளும் மடிந்துபோனார்கள்.)

இப்படி அடைத்துவைத்து அணு அணுவாகக் கொல்வது மிகவும் சுலபமாகவும் சுவாரசியமாகவும் இருக்கிறதே என்று எண்ணிய ஜெர்மானிய காவல்துறையினர், இன்னும் நாலாயிரம் பேரைப் பிடித்துவா என்று ஒரு தனிப்படையை வேறு நான்கு கிராமங்களுக்கு உடனே அனுப்பினார்கள்.

அந்தக் கொலைக்கூடத்துக்கு செம்னோ *(Chelmno)* என்று பெயர். முதல்நாலாயிரம்பேர்அங்கேமரணமடைந்தஒருவாரகாலத்துக்குள் அடுத்தப் பத்தாயிரம் யூதர்கள் அதனுள்ளே அடைக்கப்பட்டு விஷப்புகைக்கு பலியானார்கள். ஒரு சிறு பிசிறு கூட இல்லாமல்

யூதர்களை இந்த முறையில் கொல்லமுடிகிறது என்கிற தகவலை, ஜெர்மனியின் அத்தனை காவல் அதிகாரிகளுக்கும் உடனடியாகத் தெரிவிப்பதற்காக ஒரு மாநாடு கூட்டினார்கள். பெர்லினில் நடைபெற்ற அந்த மாநாட்டின் இறுதியில் ஒரு தீர்மானம் நிறைவேற்றப்பட்டது.

அதன்படி, எங்கெல்லாம் ஹிட்லரின் ராணுவம் வெற்றி வாகை சூடியபடி போய்க்கொண்டிருக்கிறதோ, அங்கெல்லாம் உடனடியாக ஒரு கேஸ் சேம்பர் கட்டிவிடுவது. புதுக்குடித்தனம் போவதற்குமுன் வீட்டைப் பெருக்கி, வெள்ளையடித்து சுத்தம் செய்வது போல, ஒவ்வொரு தேசத்திலும் உள்ள அத்தனை யூதர்களையும் அந்தக் கொலைக்களத்துக்குக் கொண்டுபோய் கொத்தாகக் கொன்றுவிடுவது.

இந்தத் திட்டம் மட்டும் ஒழுங்காக நடந்துவிடுகிற பட்சத்தில் ஓரிரு வருடங்களில் ஐரோப்பாவில் ஒரு யூதர் கூட உயிருடன் இருக்கமுடியாது என்று கணக்குப் போட்டு வேலையை ஆரம்பித்தார்கள். அதற்கு முன்னால் ஒவ்வொரு ஐரோப்பிய தேசத்திலும் எத்தனை யூதர்கள் இருக்கிறார்கள், எந்தெந்தப் பகுதிகளில் அவர்கள் அதிகம் வசிக்கிறார்கள் என்கிற பட்டியல் வேண்டும் என்று காவல்துறை மேலிடம் கேட்டது.

இதற்கென்று ஒரு தனிப்படை அமைக்கப்பட்டு, ரகசியமாக ஒவ்வொரு ஐரோப்பிய தேசத்திலும் வசிக்கும் யூதர்கள் பற்றிய விவரங்களைச் சேகரிக்க அனுப்பினார்கள். குடியேற்றத்துறை, சுங்கத்துறை, நகரசபைகளில் ஆங்காங்கே ஆட்களைப் பிடித்து லஞ்சம் கொடுத்து, முன்னதாக அந்தந்த நாடு, நகரங்களில் வசிக்கும் யூதர்கள் குறித்த முழு விவரங்களும் சேகரிக்கப்பட்டன. நன்றாக கவனிக்க வேண்டும். இதெல்லாம் ஜெர்மனிக்குள் நடந்த விஷயங்கள் அல்ல. ஒட்டுமொத்த ஐரோப்பிய தேசங்களிலும் ஆள் வைத்து தகவல் சேகரித்துக்கொண்டிருந்தது, ஜெர்மானியக் காவல்துறை.

'யூதர்கள் விஷயத்தில் இறுதித்தீர்வு' *(Final sollution of the Jewish question)* என்று ஒரு தலைப்பே இதற்கு வைத்து, தனியே ஒரு ஃபைல் போட்டு, கவனிப்பதற்கு அதிகாரிகளை நியமித்து ஒரு அரசாங்கத் திட்டமாகவே இது செயல்படுத்தப்பட்டது. பிரிட்டன் உள்பட எந்த

தேசத்தையும் ஹிட்லர் விட்டுவைக்க விரும்பவில்லை. கிழக்கே சோவியத் யூனியனிலிருந்து மேற்கே அமெரிக்கா வரை அத்தனை தேசங்களிலும் வசிக்கும் அத்தனை யூதர்களையும் கொன்றுவிட்டு, உலகம் முழுவதும் ஆரியக்கொடி பறக்கவிடுவேன் என்று வீர சபதம் செய்திருந்தார் அவர்.

1942ம் ஆண்டு போலந்தில் ஹிட்லரின் படை கட்டிய 'செம்னோ' கொலைக்களம் மேலும் விரிவு படுத்தப்பட்டது. ஒரு தாற்காலிகக் கூடாரமாக முன்னர் கட்டப்பட்ட அந்த கேஸ் சேம்பர், நன்கு திட்டமிடப்பட்டு மிகவும் உறுதிமிக்க கட்டடமாக, இன்னும் பெரிய அளவில் இன்னும் நிறைய வசதிகளுடன் (உள்ளே அனுப்பப்படுபவர்களுக்கல்ல; அனுப்புகிறவர்களுக்கு!) அதிநவீனக் கொலைக்களமாக திருத்திக் கட்டப்பட்டது. கூடவே மேலும் மூன்று கொலைக் களங்கள் மிக அதிகமான பொருட்செலவில் உருவாக்கப்பட்டன. (இவை, ஜெர்மனி - போலந்து எல்லைப் பகுதியில் உள்ள *Belzec, Sobibor, Treblinka* ஆகிய நகரங்களில் கட்டப்பட்டன.)

உலகப்போரில் ஜெர்மன் ராணுவம் வெற்றி கண்டு போகும் வழியெல்லாம் வசிக்கும் யூதர்களை உடனடியாகக் கைதுசெய்து மிகப்பெரிய டிரக்குகளிலும் கூட்ஸ் வண்டிகளிலும் ஏற்றி, இந்தக் கொலைக்களங்களுக்கு அனுப்பிக்கொண்டே இருப்பார்கள். வாகனங்களுக்குப் பற்றாக்குறை ஏற்பட்டபோது மாமிசங்களையும் கால்நடைகளையும் ஏற்றிப்போகும் கார்கோ பெட்டிகளில் அடைத்தும் கூட்ஸ் வண்டிகளில் இணைத்து அனுப்பிவிடுவார்கள். வழியிலேயே அவர்கள் இறந்துவிட்டால், அது அவர்களின் நல்லகாலம். இல்லாவிட்டால் விஷப்புகை மரணம். வேறு வழியே இல்லை.

இப்படிக்கூட நடக்குமா என்று நினைத்துப் பார்த்தாலே ரத்தக்கண்ணீர் வரத்தக்க கொடூரத்தின் விஸ்வரூபம் அது. செய்யும் கொலைகள் குறித்த குற்ற உணர்ச்சி ஹிட்லருக்கு வேண்டுமானால் இல்லாதிருந்திருக்கலாம். அவரது ஆட்கள் அத்தனை பேருமா ஈவிரக்கமற்றவர்களாக இருந்திருப்பார்கள்?

இதுவும் விசித்திரம்தான். 'ஷிண்ட்லர்ஸ் லிஸ்ட்' திரைப்படம் பார்த்தவர்களுக்கு இந்தக் காட்சிகள் ஓரளவு நினைவிருக்கலாம். ஹிட்லரின் ராணுவத்தில் பணியாற்றிய ஷிண்ட்லர் என்கிற ஒரு தனிநபர், யூதர்கள் விஷயத்தில் சற்றே மனிதாபிமானமுடன் நடந்துகொண்டதைச் சித்திரித்து, ஆஸ்கர் விருது பெற்ற படம்

அது. இன்னும் ஓரிரு ஷிண்ட்லர்கள் இருந்திருக்கக்கூடும். ஆனால் ஒட்டுமொத்தமாகப் பார்க்கும்போது வெறும் காட்டுமிராண்டிகளின் கூட்டம் என்கிற முடிவுக்குத்தான் வரவேண்டியிருக்கிறது. முன்பே சொன்னதுபோல, இது ஒரு கடமை என்பதைத் தாண்டி ஒரு நோயாக அவர்கள் மனமெங்கும் பரவிட்டிருந்ததுதான் மிக முக்கியக் காரணமாகப் படுகிறது.

மார்ச் 1942ம் வருடம் ஹிட்லர் தனது ஐந்தாவது கொலைக்களத்தைக் கட்டுவித்தார். இதற்கு 'ஆஸ்விச்' *(Auschwitz)* என்று பெயர்.

முந்தைய நான்கு கேஸ் சேம்பர்களுக்கும் இந்த ஆஸ்விச் சேம்பருக்கும் உள்ள ஒரே ஒரு வித்தியாசம் - இங்கே அனுப்பப்படும் யூதர்கள் உடனடியாகக் கொல்லப்படமாட்டார்கள்.

மாறாக, சில காலம் அந்தச் சிறைக்கூடத்தில் தினசரி ஒரே ஒரு ரொட்டித்துண்டை உண்டு உயிர்வாழ அவர்களுக்கு அனுமதி உண்டு.

எதற்காக இந்தச் 'சலுகை' என்றால், இங்கே கொண்டுவரப்படும் யூதர்கள் அத்தனைபேரும் பார்ப்பதற்கு திடகாத்திரமாக இருப்பார்கள். நோயாளிகள், நோஞ்சான்களை மற்ற நான்கு முகாம்களுக்கு அனுப்பிவிட்டு, திடகாத்திர யூதர்களை மட்டும் இங்கே கொண்டுவந்து தங்கவைத்து, அவர்களின் உடல் உறுதியைப் பரிசோதிப்பார்கள். உணவில்லாமல், நீரில்லாமல் அவர்களால் எத்தனை நாள் தாக்குப்பிடிக்க முடிகிறது என்று பார்ப்பார்கள்.

பதினைந்து நாள்களுக்கு மேல் ஒரு மனிதன் அந்த ஒரே ஒரு ரொட்டித்துண்டை உண்டு, ஓரளவு ஆரோக்கியமாகவே இருந்து விட்டால், அவனது உயிர் போகாது. மாறாக, ஜெர்மானிய அதிகாரிகளுக்கு அவர்கள் வாழ்நாள் முழுவதும் அடிமைகளாகப் பணியாற்றவேண்டும்.

யூதர்கள் அத்தனை பேரையும் கொன்றுவிடவேண்டும் என்று செயல்திட்டம் வகுத்துவிட்டு, அவர்களைஅடிமைகளாகவைத்துக் கொள்வது எப்படி? இதற்கு ஒரு ஜெர்மானிய காவல்துறை அதிகாரி சொன்ன பதில்: "வினாடிப்பொழுதில் கொன்றுவிடலாம். ஆனால் துளித்துளியாக் கொல்வதில் உள்ள சுகம் அதில் இல்லை. அதனால் தான் அவர்களை அடிமைகளாக்குகிறோம்."

இதனிடையில் 'ஆஸ்விச்' முகாமுக்கு அனுப்பப்படும் யூதர்களைக் கொல்வதில்லை என்கிற செய்தி ஏனைய அப்பாவி யூதர்களுக்குப் போய்ச்சேர்ந்திருந்தது. கைது செய்யப்படும் யூதர்கள், எப்படியாவது

தங்களை ஆஸ்விச் முகாமுக்கு அனுப்பவேண்டும் என்பதற்காக ஜெர்மானியக் காவல்துறையினருக்கு ஏராளமாக லஞ்சம் கொடுக்க ஆரம்பித்துவிட்டார்கள். உடனடியாக மரணமில்லை என்கிற உத்தரவாதமே அவர்களுக்குப் போதுமானதாக இருந்தது அப்போது!

இந்த வகையில் சில நூறு யூதப் பெண்கள், இரண்டாயிரத்தைந்நூறு குழந்தைகள், எண்பது கிழவர்கள் ஆகியோர் ஆஸ்விச்சுக்கு வந்து சேர்ந்தார்கள். இது நடந்தது 1942ம் ஆண்டு மே மாதத்தில்.

முகாம் அதிகாரிகளுக்கு மிகவும் குழப்பமாகிப்போனது. திடகாத்திரமானவர்களை மட்டும்தானே இங்கே அனுப்பச் சொல்லியிருக்கிறார்கள்; எதற்காக பெண்களும் கிழவர்களும் குழந்தைகளும் வருகிறார்கள் என்று அவர்களுக்குப் புரியவில்லை.

ஒருவேளை மற்ற முகாம்களில் கைதிகளின் எண்ணிக்கை அதிகரித்துக்கொண்டிருக்கிறதோ என்னவோ; உடனடியாகக் கொன்று ‘இடத்தை காலியாக்கி’ வைத்துக்கொள்வதற்காக இப்படியொரு ஏற்பாடு செய்திருக்கிறார்கள் போலிருக்கிறது என்று நினைத்து, அந்தக்கணமே அந்த முகாமுக்கு வருகிறவர்களுக்கு ஒரு ரொட்டி கொடுக்கிற வழக்கத்தை நிறுத்திவிட்டார்கள்.

மாறாக, அந்த பேட்சில் வந்த பெண்கள், குழந்தைகள், கிழவர்களை உள்ளே அனுப்பி, பழையபடி விஷப்புகையைப் பரவவிடத் தொடங்கிவிட்டார்கள்.

இறப்பதற்கு லஞ்சம் கொடுத்துவிட்டு வந்து சேர்ந்த அந்த அப்பாவி யூதர்கள் அந்தக் கணமே காலமாகிப்போனார்கள்!

இவர்கள் கொஞ்சகாலமாவது உயிர்பிழைத்திருப்பதற்காக லஞ்சம் கொடுத்துவிட்டு வந்திருக்கிறார்கள் என்கிற தகவலோ, வருபவர்களை மேலதிகாரிகள் யாரும் பார்த்து அனுப்பி வைக்கவில்லை; திருட்டுத்தனமாக அங்கே வந்திருக்கிறார்கள் என்பதோ அடுத்த இரண்டு வருடங்கள் வரை அங்கிருந்த அதிகாரிகளுக்குத் தெரியவே தெரியாது. யாரும் விசாரிக்கக்கூட இல்லை.

அடிமைகளை உருவாக்குவதற்காகவென்று கட்டப்பட்ட அந்த சிறைச்சாலை, மற்றவற்றைப் போலவே உடனடிக் கொலைக்களமாக மாறி, அடுத்த இரண்டு வருடங்களில் சுமார் பத்து லட்சம் பேருக்கு விஷவாயு மோட்சம் அளித்தது!

52

இரண்டாம் உலகப்போரின் சூடு, ஒட்டுமொத்த உலகத்தையும் தாக்கிக்கொண்டிருந்த நேரம். ஐரோப்பா தொடங்கி ஆப்பிரிக்கா வரை யுத்தத்தின் சத்தம் மிகப் பயங்கரமாகக் கேட்டுக்கொண்டிருந்ததால், ஹிட்லரின் யூத இனப்படுகொலைகள் - அந்த நேரத்தில் சற்று மெதுவாகவே மக்களுக்குத் தெரியவந்தன. யூதர்கள் மட்டும் தாம் வாழும் தேசங்களில் ஹிட்லருக்கு எதிரான போராட்டங்கள், ஊர்வலங்கள், ஆர்ப்பாட்டம் என்று அமர்க்களப்படுத்தி விஷயத்தை அவ்வப்போது தெரியப்படுத்திக்கொண்டிராவிட்டால், ஒருவேளை இன்றைக்குக் கிடைக்கும் கொஞ்சநஞ்ச விவரங்கள் கூட கிடைக்காமலே போயிருக்கக்கூடும்.

என்ன செய்து ஹிட்லரிடமிருந்து தப்பிக்கலாம் என்பதுதான் அன்றைக்கு ஒட்டுமொத்த யூதகுலத்தின் ஒரே கவலையாக இருந்தது. யாராலுமே நெருங்கமுடியாத, யாருமே எதிர்க்கமுடியாத ஒரு ராட்சஸ சக்தியாக அவர் இருந்தார். குரூரம் மட்டும் அவரது குறைபாடல்ல. மாறாக, அவர் ஒரு முழு முட்டாளாகவும் இருக்க நேர்ந்தது துரதிருஷ்டம்தான். எடுத்துச் சொல்லப்படும் எந்த விஷயமும் ஹிட்லரின் சிந்தனையை பாதிக்காது என்பது தெரிந்தபிறகு அவரிடம் பேசுவதற்குக்கூட யாரும் முன்வரவில்லை. ஹிட்லர் ஆதரவுத் தலைவர்கள் - ஹிட்லர் எதிர்ப்புத் தலைவர்கள் என்றுதான் இருந்தார்களே தவிர, நல்லவிதமாகப் பேசி அவரைச் சரிப்படுத்தும் நிலையில் யாருமே இல்லை என்பது மிகவும் கவனிக்கத்தக்க விஷயமாகும்.

இது அன்றைக்கு மற்ற யாரையும்விட, பாலஸ்தீன் மக்களுக்கு மிகப்பெரிய பிரச்னையாக இருந்தது.

ஏற்கெனவெ உலகெங்கிலுமிருந்து யூதர்கள் பாலஸ்தீனை நோக்கிப் படையெடுத்துக்கொண்டிருந்தார்கள். கட்டுப்படுத்தவே முடியாத ஒரு மாபெரும் இனப்பெயர்ச்சியாக இருந்தது அது. ஹிட்லர் ஒருவேளை தன் திட்டப்படி ஒட்டுமொத்த ஐரோப்பாவையும் கபளீகரம் செய்துவிட்டால் வேறு வழியே இல்லை. அத்தனை லட்சம் ஐரோப்பிய யூதர்களும் தப்பி ஓடிவரக்கூடிய ஒரே இடம் பாலஸ்தீனாகத்தான் இருக்கும்.

சட்டபூர்வமாக அதை ஒரு யூத தேசமாக ஆக்க முயற்சி செய்து கொண்டிருந்த யூதர்களுக்கு, விஷயம் மிகவும் சுலபமாகிப்போகும். ஒருவாக்கெடுப்பு நடத்தினால்கூட பெரும்பான்மை யூதர்களாகவே அப்போது இருப்பார்கள்.

என்ன செய்யலாம் என்று முஸ்லிம் தலைவர்கள் மிகவும் கவலைப்பட்டார்கள். ஹிட்லரின் யூதப் படுகொலைகளை ஆதரிக்கவோ எதிர்க்கவோ அவர்களுக்கு விருப்பமில்லை. மாறாக, ஹிட்லராவது தங்களுக்கு உதவமாட்டார்களா என்று எதிர்பார்க்க ஆரம்பித்தார்கள்!

அதாவது ஹிட்லர் கொன்றதுபோக, அடித்துத்துரத்தும் யூதர்கள் பாலஸ்தீனுக்கு வந்துவிடாமல் இருக்க ஏதாவது ஒரு வழி வேண்டும் அவர்களுக்கு. பிரிட்டனிடம் இதற்காக உதவி கேட்கமுடியாது. ஏற்கெனவே இஸ்ரேலை உருவாக்குவதற்காக வரிந்துகட்டிக்கொண்டிருக்கும் தேசம் அது. உலகப்போர் தொடங்கிய சமயம் பிரிட்டனின் பிரதமராகப் பொறுப்பேற்ற வின்ஸ்டன் சர்ச்சில், தொடக்கத்திலிருந்தே யூதர்கள் மீது அனுதாபம் கொண்டவராகவே தன்னைக் காட்டிக்கொண்டு வந்தவர். அமெரிக்காவிடம் போகலாம் என்றால் , அவர்களும் ஜெர்மானிய யூதர்களின் மீது ஏற்பட்ட அனுதாபம் காரணமாக, முழு யூத ஆதரவு நிலை எடுக்கும் கட்டத்தில் இருந்தார்கள். சரித்திர நியாயங்கள் யாருக்கும் அப்போது முக்கியமாகப் படவில்லை. ஹிட்லர் என்கிற தனிமனிதனின் வெறியாட்டத்தால் ஓர் இனமே அழிந்துகொண்டிருக்கிறது; எப்படியாவது, ஏதாவது செய்து யூதர்களைக் காப்பாற்றவேண்டும் என்றுதான் பெரும்பாலான மேற்கத்திய நாடுகள் சிந்தித்தன.

விசித்திரம் பாருங்கள். அத்தனை தேசங்களுமே ஒவ்வொரு காலகட்டத்தில் யூதப் படுகொலைகளை நிகழ்த்தியவைதான்.

ஆனால் ஹிட்லர் செய்தவற்றோடு ஒப்பிட்டால் எதுவுமே சாதாரணம்தான் என்று நினைக்கத் தக்க அளவில் நடந்து கொண்டிருந்தது ஜெர்மானிய நாஜிக்கட்சி.

என்ன செய்யலாம்? உட்கார்ந்து கவலைப்பட்டுக் கொண்டிருந்தார்கள், பாலஸ்தீன் அரேபியர்கள். எப்படியும் போரின் இறுதியில் பிரிட்டன் கூட்டணிப் படைகள் வெற்றி பெற்றுவிட்டால் இஸ்ரேலை உருவாக்காமல் விடமாட்டார்கள் என்பது வெட்டவெளிச்சமாகத் தெரிந்தது. போரில் பிரிட்டன் தோற்கவேண்டும் என்று கடவுளையா வேண்டிக்கொள்ளமுடியும்? பிரிட்டன் தோற்பதென்றால் ஹிட்லர் ஜெயித்தாகவேண்டும். ஹிட்லர் ஜெயித்தால் யூதர்கள் மட்டுமல்ல. ஒட்டுமொத்த உலகமும் நாசமாவது தவிர வேறு வழியே இல்லை.

ஆனாலும் முஸ்லிம்களுக்குக் கொஞ்சம் நிம்மதி கிடைக்கலாம் என்று அவர்கள் நினைத்தார்கள். குறைந்தபட்சம், யூதர்களுக்கு எதிரான ஒரு காரியம் செய்கிறோம் என்கிற சந்தோஷத்திலாவது ஹிட்லர் தமக்கு உதவலாம் என்பது அவர்கள் எண்ணம்.

மறுபுறம், உலகப்போரில் பிரிட்டனை மிகப் பலமாக ஆதரித்த யூதகுலத்தவர்கள், ஆயிரம் ஆயிரம் பேராக, சுயமாக பிரிட்டனை அணுகி, படையில் தம்மைச் சேர்த்துக்கொள்ளக் கேட்டு நிற்கத் தொடங்கினார்கள். அவர்களைப் பொறுத்தவரை அது வாழ்வா, சாவா யுத்தம். ஹிட்லருக்கு எதிராக யார் திரண்டாலும் தமது ஆதரவு அவர்களுக்கு உண்டு என்பது மட்டும்தான் யூதர்களின் நிலைபாடு.

யூத தேசிய காங்கிரஸின் அப்போதைய தலைவராக இருந்தவர் டேவிட் பென்குரியன். *(David Ben-Gurion)*. பிரிட்டனுடன் மிக நெருக்கமான அரசியல் உறவு கொண்டவர். பல உரசல்களைத் தாண்டியும் நெருக்கம் குலையாத உறவு அது. பிரிட்டன் மிகவும் வெளிப்படையாக இஸ்ரேல் உருவாக்கப்படும் என்பதை அறிவிக்க வேண்டும் என்று அப்போது வற்புறுத்திவந்தவர் குரியன். சர்ச்சிலோ, யுத்தம் முடிந்தபிறகு அதைப் பற்றிப் பேசலாம்; இப்போது வேண்டாம் என்று சொல்லிக்கொண்டிருந்தார்.

எப்படியும் சர்ச்சில் செய்துவிடுவார் என்பது குரியனுக்குத் தெரியும். ஆனாலும் போரின் தன்மை எப்படி மாறும் என்று கணிக்கமுடியாமல் இருந்தது. உண்மையில், அமெரிக்கா யுத்தத்தில்

இறங்கும்வரை, ஹிட்லரின் கைதான் மேலோங்கியிருந்தது. இத்தாலியின் சர்வாதிகாரியாக இருந்த முசோலினியுடன் சேர்ந்துகொண்டு, இன்னொரு பக்கம் ஜப்பான் உதவிக்கு இருக்கிற தைரியத்தில் வெறியாட்டம் ஆடிக்கொண்டிருந்தது அவரது ராணுவம். ஜெர்மனியின் உண்மையான பலம் இவை மட்டுமல்ல. பொறியியல்துறையில்அந்தக்காலத்தில்கிட்டத்தட்டதன்னிறைவு கண்டிருந்த தேசம் அது. ஆயுதங்கள், போர்விமானங்கள், நீர்மூழ்கிக் கப்பல்கள்தயாரிப்பிலும் பிரயோகத்திலும் மற்ற தேசங்கள்எதுவும் நெருங்கமுடியாத தரத்தைத் தொட்டுவிட்டிருந்தது ஜெர்மனி.

இந்த தைரியம்தான் ஹிட்லரை எதைக்கண்டும் பயப்படாத மனநிலைக்குக் கொண்டுசேர்த்திருந்தது. ஜெர்மனியின் ஒவ்வொரு குடிமகனும் தனது படைவீரன் தான் என்பதில் அவர் தெளிவாக இருந்தார். கட்டாய ராணுவ சேவை அமுலில் இருந்தது பெரிய விஷயமல்ல. முதியோர், பெண்கள் உள்பட ஜெர்மானியக் குடிமக்கள் ஒவ்வொருவரும் ஏதாவது விதத்தில் யுத்தத்தில் பங்கெடுக்கவேண்டுமென்பதை அவர் மிகவும் வற்புறுத்தினார். ஆள்பலமும் ஆயுதபலமும் அவரைக் கிறக்கம் கொள்ளச் செய்தன. இயல்பான முரட்டுத்தனமும் வெறியும் அவரை செலுத்திக் கொண்டிருந்தன.

இதுதான் பாலஸ்தீன முஸ்லிம்களுக்கு ஓரளவு நம்பிக்கையளித்த விஷயம். பிரிட்டன், அமெரிக்க, பிரான்ஸ் கூட்டணி நாடுகள் ஒருபோதும் தம்மை ஆதரிக்கப்போவதில்லை என்பது தெளிவானதுமே பாலஸ்தீன் அரேபியர்கள் ஹிட்லரை ஆதரித்து விடலாம் என்று முடிவு செய்தார்கள்.

அரேபியர்கள்தமது சரித்திரத்தில் செய்த இரண்டாவது மிகப்பெரிய தவறு இது. அவர்கள் செய்த முதல் தவறு, யூத நிலவங்கிகளின் நோக்கம் தெரியாமல் தங்கள் நிலங்களை இழந்தது. இரண்டாவது இது.

பிரிட்டனின் காலனிகளுள் ஒன்றாக இருந்த பாலஸ்தீனில் அப்போது முஸ்லிம்களுக்கென்று பிரமாதமான அமைப்பு பலமோ, நட்பு பலமோகிடையாது. அவர்கள்சிதறிய பட்டாணிகளாகத்தான் இருந்தார்கள். எல்லோருக்கும் பொதுவான ஒரே விஷயம் - எல்லோருமே யூதர்களால் பாதிக்கப்பட்டிருந்தார்கள் என்பதுதான்.

முகம்மது அமீன் அல் ஹுஸைனி (Muhammed Amin al-Husseini) என்பவர் அன்றைக்கு பாலஸ்தீன முஸ்லிம்கள் சமூகத்தின் தலைவராக இருந்தார். 1893ம் வருடம் ஜெருசலேமில் பிறந்தவர் இவர். மிகப்பெரிய பணக்காரக் குடும்பத்தைச் சேர்ந்தவர். பணக்காரர் என்றால் - ஒட்டாமான் சாம்ராஜ்ஜியத்திலேயே மிகப்பெரிய பணக்காரக் குடும்பம் என்று பெயர்பெற்ற அளவுக்குப் பணக்காரர்.

தமது சொத்து சுகங்கள் முழுவதையும் கொடுத்தாவது பாலஸ்தீன முஸ்லிம்களுக்கு நிம்மதியைத் தேடித்தரமுடியுமா என்று பாடுபட்டுக்கொண்டிருந்தவர் அவர். இந்தக் குணங்களால் அவரை மக்கள் 'கிராண்ட் முஃப்தி' என்று அழைத்தார்கள். அவர் சொன்னபேச்சு கேட்டார்கள்.

புத்திசாலி; திறமைசாலி; பொதுநல நோக்கு கொண்டவர், அரசியலில் தெளிவான பார்வை உள்ளவர் என்று எத்தனையோ விதமாகப் பாராட்டப்பட்ட ஹுசைனிதான் அந்தத் தவறைச் செய்தார்.

உலகப்போரில் ஹிட்லருக்கு ஆதரவு!

மனித மனங்களின் விசித்திரங்களைப் புரிந்துகொள்ளக் கொஞ்சம் கூர்ந்து கவனிக்கவேண்டும். ஹிட்லர் எத்தனை ஆபத்தான மனிதர் என்றுபாலஸ்தீன்அரேபியர்களுக்குத்தெரியாதா? நிச்சயம்தெரியும். ஆனாலும் அந்த நேரத்தில் தங்களுக்கு உதவ அவரைவிட்டால் வேறு ஆள் இல்லை என்று அவர்கள் நினைத்ததற்குக் காரணம் - ஹிட்லருக்கு யூதர்களைப் பிடிக்காது என்பது மட்டும்தான்!

ஹுஸைனி, ஜெர்மனிக்குப் போய் ஹிட்லரைச் சந்தித்துப் பேசினார். யுத்தத்தில் பாலஸ்தீன் முஸ்லிம் சமூகத்தினர் முழு மனத்துடன் அவரை ஆதரிப்பார்கள் என்று வாக்குக் கொடுத்தார். சிறிய அளவிலாவது ஒரு ராணுவத்தைத் திரட்டித் தரத் தம்மால் முடியும் என்றும் சொன்னார்.

யுத்தம் மிகத்தீவிர முகம் கொள்ளத்தொடங்கியது. முஸ்லிம்கள் தம் தலையில் தாமே மண்ணை வாரிக்கொட்டிக்கொள்ள ஆரம்பித்தார்கள்.

53

ஜெர்மனியில் ஹிட்லரின் ராஜாங்கம் ஆரம்பமானதிலிருந்து, அவரது மறைவை ஒட்டி ஒரு முடிவுக்கு வந்த இரண்டாம் உலக யுத்தம் வரை முழுவதுமாகத் தெரிந்துகொள்ளவேண்டுமானால், அதற்கு ஏராளமான சுவாரசியமான புத்தகங்கள் இருக்கின்றன. வில்லியம் ஷிரரின் *The Rise and Fall of the Third Riech* படித்துப் பாருங்கள். ஒரு திரைப்படம் பார்ப்பது போலவே இருக்கும். ஹிட்லரின் யூதப் படுகொலைகள், அதனைத் தொடர்ந்து யுத்தத்தில் யூதர்கள் பிரிட்டனின் கூட்டணிப் படைகளுக்கு அளித்த ஆதரவு, என்ன செய்தாவது தங்கள் தேசத்தைக் காப்பாற்றிக்கொள்ள வேண்டும் என்கிற பதைப்பில் பாலஸ்தீனிய முஸ்லிம்கள் ஹிட்லருக்கு ஆதரவு தெரிவித்தது - இந்த மூன்று விஷயங்கள்தான் இங்கே முக்கியம்.

இதில், முஸ்லிம்களின் இந்த முடிவு மிகவும் அபத்தமானது; துரதிருஷ்டவசமானது. யுத்தத்தில் அவர்கள் எந்தப்பக்கமும் சாயாமல் இருந்திருந்தால் கூடக் கொஞ்சம் அனுதாபம் மிச்சம் இருந்திருக்கும். எப்போது அவர்கள் ஹிட்லரை நம்பினார்களோ, அப்போதே அவர்களின் விதி எழுதப்பட்டுவிட்டது.

உலக யுத்தம் தொடங்கிய முதல் ஒன்று, ஒன்றரை ஆண்டுகள் வரை ஹிட்லரின் கைதான் பெரிதும் மேலோங்கியிருந்தது. ஆனால் பின்னால் நிலைமை அப்படியே தலைகீழாகி, ஜெர்மன் - இத்தாலி - ஜப்பான் ராணுவங்களை பிரிட்டனும் அமெரிக்காவும் பிரான்ஸும் பார்த்த இடங்களிலெல்லாம் உதைக்கத் தொடங்கின. பர்ல் துறைமுகத் தாக்குதலைத் தொடர்ந்து, ஜப்பான் மீது அமெரிக்கா கொண்ட வெறி, ஜெர்மனிக்கும் மிகப்பெரிய எமனாக விடிந்தது. அமெரிக்கா என்பது எத்தகைய சக்திகளைக் கொண்ட

தேசம் என்பதும் முதல் முதலில் அப்போதுதான் முழுமையாகத் தெரியவந்தது.

*1944*ம் ஆண்டின் இறுதியில் பிரிட்டன் கூட்டணிப் படைகளின் வெற்றியை எல்லோரும் எதிர்பார்க்க ஆரம்பித்துவிட்டார்கள். பிரிட்டனில் அவ்வப்போது கூடிய தொழிற்கட்சிக் கூட்டங்களில் யுத்தத்தின் இறுதியில் இஸ்ரேலை உருவாக்கித் தருவது பற்றி நிறையவே விவாதித்தார்கள். பாலஸ்தீனிய முஸ்லிம்களின் ஜெர்மானிய ஆதரவு நிலை அவர்களை மிகவும் வெறுப்பேற்றியிருந்ததை மறுக்க முடியாது. அது மட்டும்தான் காரணம் என்றில்லாவிட்டாலும், அதுவும் ஒரு முக்கியக்காரணம்.

அரேபியர்களைச் சீண்டிப் பார்க்கும் விதத்தில் 'அரேபியர்களுக்கு இடமா இல்லை? மத்தியக்கிழக்கின் எல்லா நிலப்பரப்பும் அவர்களது மூதாதையர்களின் இடங்கள்தானே? பாலஸ்தீனிய அரேபியர்கள் எங்குவேண்டுமானாலும் போய் வசிக்கலாமே? பெருந்தன்மையுடன் அவர்கள் பாலஸ்தீனை யூதர்களுக்கு காலி பண்ணிக்கொடுத்தால்தான் என்ன? யூதர்கள்தான் பாவம் மிகவும் கஷ்டப்படுகிறார்கள்' என்று பேசினார்கள்.

யுத்தம் முடிந்த சூட்டில் பிரிட்டனிலும் தேர்தல் ஜுரம் வந்துவிடப்போகிறது என்கிற சூழ்நிலை. ஆகவே பேசுகிற ஒவ்வொரு பேச்சையும் ஓட்டாக மாற்றிப்பேசியாக வேண்டிய கட்டாயம் எல்லோருக்கும் இருந்தது. அப்போதைய தொழிற்கட்சி உறுப்பினர்களுள் மிகவும் பிரபலமானவர்கள், க்ளெமண்ட் அட்லி, ஹெர்பர்ட் மாரிசன், எர்னெஸ்ட் பெவின் ஆகியோர். இவர்கள், அப்போதைய பிரிட்டன் பிரதமரான சர்ச்சிலின் யுத்த ஆலோசனைக் குழுவிலும் *(War cabinet)* அங்கம் வகித்தார்கள்.

ஆலோசனைக் கூட்டங்களில் என்ன பேசினாலும் உடனே அதை மக்கள் மத்தியிலும் வந்து ஒப்பித்துவிடுவார்கள். தங்கள் கட்சி, யூதர்கள் விஷயத்தில் மிகவும் வெளிப்படையான நிலையையே எடுக்கிறது என்பதைக் காட்டிக்கொள்ளவே இந்த ஏற்பாடு. இஸ்ரேலை உருவாக்கும்போது, தற்போதுள்ள பாலஸ்தீனிய எல்லைகளைச்சற்று மாற்றி அமைக்க வேண்டிய தேவை இருந்தால் அதையும் பரிசீலிப்போம் என்று பேசினார்கள். அதாவது, தேவையிருப்பின் எகிப்து, சிரியா, ஜோர்டன் (அன்றைக்கு அதன்

பெயர் டிரான்ஸ்ஜோர்டன்) ஆகிய பாலஸ்தீனின் அண்டை நாடுகளுடன் கலந்து பேசி, எல்லைகளைச் சற்று விஸ்தரித்து அமைக்கலாம் என்பது தொழிற்கட்சியின் திட்டமாக இருந்தது. எப்படி இருந்தாலும் மேற்சொன்ன தேசங்கள் எல்லாமே யுத்தத்தின் முடிவில் பிரிட்டன் கூட்டணி தேசங்கள் எதாவது ஒன்றின் ஆளுகைக்கு உட்பட்டுத்தான் இருக்கும்; பேசித் தீர்த்துக்கொள்ளலாம் என்பது அவர்கள் யோசனை.

என்ன செய்தும் தாக்குப்பிடிக்க முடியாத சூழல் ஏற்பட்டு ஏப்ரல் *30, 1945*ல் ஹிட்லர் தற்கொலை செய்துகொண்டார். சரியாக எட்டு தினங்கள் கழித்து இரண்டாம் உலகப்போர் ஒரு முடிவுக்கு வந்தது. ஐரோப்பாவையும் யூதர்களையும் பிடித்த சனி அன்றுடன் விலகிக்கொண்டது. யுத்தத்தில் மொத்தம் அறுபது லட்சம் பேர் இறந்தார்கள். அதில் மூன்றில் ஒரு பங்கு யூதர்கள் என்று ஒரு கணக்கு இருக்கிறது. இது சற்றே மிகைப்படுத்தப்பட்ட கணக்கு என்று எடுத்துக்கொண்டாலும் குறைந்தது இருபது லட்சம் யூதர்களாவது ஹிட்லர் என்கிற தனிமனிதனின் வெறியாட்டத்துக்கு பலியானது உண்மையே.

பாலஸ்தீன் என்கிற தேசம் யூதர்களுக்கும் அரேபியர்களுக்கும் சமமான அளவு பாத்தியதை உள்ளதுதான் என்கிற சரித்திர உண்மை பின்னுக்குத் தள்ளப்பட்டு, ஒட்டுமொத்த மேலை தேசங்களும் இஸ்ரேல் உருவாவதற்கு ஆதரவு தெரிவித்ததற்கும் இதுதான் காரணம். யூதர்கள் மீதான அனுதாபம். மிச்சமிருக்கும் யூதர்களாவது இனி நிம்மதியாக வாழட்டுமே என்கிற இரக்கம்.

அந்த வகையில் இஸ்ரேல் உருவானதற்கு பிரிட்டனைக் காட்டிலும் ஹிட்லர்தான் மூலக்காரணம் என்கிற முடிவுக்கு வரவேண்டியிருக்கிறது!

அனுதாபம் வரலாம், தவறில்லை; ஆனால் ஏன் பாலஸ்தீனைத் தேர்ந்தெடுக்க வேண்டும்? வேறு இடமா இல்லை என்கிற புராதனமான கேள்வி இங்கே மீண்டும் வரலாம். வேறு வழியே இல்லை. இதெல்லாம் நடக்கும், இப்படித்தான் நடக்கமுடியும் என்று எத்தனையோ வருடங்களுக்கு முன்னரே யோசித்து பாலஸ்தீனில் நில வங்கிகளைத் தொடங்கி, பெரும்பாலான இடங்களை வளைத்துப் போட்டுக் காத்திருந்த யூதர்கள்,

இன்னொரு இடம் என்கிற சிந்தனைக்கு இடம் தருவார்களா? யூதகுலம் சந்தித்த மாபெரும் இழப்புகளுக்கெல்லாம், அவல வாழ்வுக்கெல்லாம் ஓர் அர்த்தம் உண்டென்றால் அது பாலஸ்தீனை அடைவதாகத்தான் இருக்க முடியும் என்று பெரும்பாலான ஐரோப்பிய தேசங்கள் அப்போது நினைக்கத் தொடங்கிவிட்டன. அங்குள்ள அரேபியர்கள் என்ன ஆவார்கள்? இவர்கள் சுகமாக வாழ்வதற்காக அவர்கள் அவதிப்படவேண்டுமா என்றெல்லாம் அவர்கள் யோசிக்கத் தயாராக இல்லை.

யார் எக்கேடு கெட்டால் என்ன? யுத்தம் முடிந்துவிட்டது. இனி கொஞ்சம் ஓய்வெடுத்தாக வேண்டும். யூதர்களுக்கு இஸ்ரேலைத் தந்துவிடலாம். அவர்களும் கொஞ்சம் ஓய்வெடுக்கட்டும்.

இதனிடையில் சுமார் ஆறு லட்சம் யூதர்கள் பாலஸ்தீனில் நன்றாக வேர் விட்டுக்கொண்டு வாழத் தொடங்கிவிட்டிருந்தார்கள். சுத்தமாகத் துடைத்துவிடப்பட்டு ஒரு யூதர் கூட இல்லாதிருந்த பாலஸ்தீன்! சலாவுதீன் மன்னன் காலத்தில் புறப்பட்டுப் போய்விட்டார்கள் அவர்கள். எத்தனை தலைமுறைகள்! எங்கெங்கோ சுற்றி, என்னென்னவோ கஷ்டப்பட்டவர்கள். இருபதாம் நூற்றாண்டின் தொடக்கத்தில் பத்து பத்துப் பேராக, நூறு நூறு பேராக உள்ளே நுழையத் தொடங்கியவர்கள்தான் யுத்தத்தின் முடிவில் ஆறு லட்சம் பேராகப் பெருகியிருந்தார்கள்.

1917ல் உருவான பால்ஃபர் பிரகடனம் 1939ம் ஆண்டு யுத்தம் தொடங்குவதற்குமுன்புவரைஅப்படியேஉயிருடன்தான்இருந்தது. இஸ்ரேலை உருவாக்கித் தருவோம். பிரிட்டனின் வாக்குறுதி அது. யுத்தம் தொடங்கியதிலிருந்து கவனம் திசை மாறிவிடவே, மீண்டும் அதை எடுத்து தூசிதட்டி உடனடியாக முடித்துத்தரக் கேட்டார்கள் யூதர்கள். இதில் விசித்திரம் என்னவென்றால், எங்கே பிரிட்டன் தங்களை ஏமாற்றிவிடுமோ என்று அஞ்சிய சில யூதர்கள் ரகசியமாக புரட்சிப் படைகளையெல்லாம் அவசர அவசரமாக உருவாக்கி, பாலஸ்தீனின் பாலைவனப்பகுதிகளில் போர்ப்பயிற்சிகளெல்லாம் செய்துகொண்டிருந்தார்கள்.

யுத்தத்துக்குப் பிறகு உடனடியாக அறிவிக்கப்பட்ட பிரிட்டனின் செயல் திட்டங்களுள் இஸ்ரேல் உருவாவது பற்றிய குறிப்புகள் ஏதும் இல்லாததே இதற்குக் காரணம்.

இத்தகைய புரட்சிகர அமைப்புகள் ஆங்காங்கே சில சில்லறை வன்முறை நடவடிக்கைகளிலும் ஈடுபட்டன. பாலஸ்தீனிலிருந்து பிரிட்டன் ராணுவத்தினரை வெளியேற்றுவோம் என்று சொல்லிக்கொண்டு இவர்கள் போராடத் தொடங்கினார்கள். இதில் பிரிட்டனுக்கு மிகவும் இக்கட்டான சூழல் ஏற்பட்டது. இஸ்ரேல் உருவாவதற்குத்தான் அவர்கள் பாடுபட்டுக்கொண்டிருந்தார்கள். இடையில் யூதர்களே வில்லன்களாக ஏதாவது குட்டையைக் குழப்பிவிடப்போகிறார்களே என்று பயந்தார்கள்.

இன்னும் கொஞ்சநாளைக்கு பாலஸ்தீனில் பிரிட்டிஷ் ராணுவம் இருக்கத் தான் செய்யும் என்று அழுத்தந்திருத்தமாகச் சொல்லி விட்டு, கலவரக்காரர்களை அடக்கச்சொல்லி ராணுவத்துக்கு உத்தரவிட்டது பிரிட்டன் பாதுகாப்பு அமைச்சகம்.

அரேபியர்களுக்கு அச்சம் மிகுந்திருந்தது அப்போது. ஏதோ சதி நடக்கிறது என்பது மட்டும் புரிந்தது. எப்படியும் பாலஸ்தீனை உடைத்துவிடுவார்கள் என்பது அவர்களுக்குத் தெரிந்துவிட்டது. ஓர் உச்சக்கட்ட காட்சியை மிகுந்த உணர்ச்சிமயமாகத் தயாரிக்கும் பொருட்டுத்தான் இப்படி அவர்கள் தமக்குள் அடிப்பது மாதிரி அடி; அழுவது மாதிரி அழுகிறேன் என்று நாடகம் போடுகிறார்களோ என்று சந்தேகப்பட்டார்கள்.

என்ன ஆனாலும் பாலஸ்தீனைப் பிரிக்க விடமாட்டோம், யூதக் குடியேற்றங்களை இறுதி மூச்சு உள்ள வரை தடுக்கவே செய்வோம் என்று அரேபியர்கள் கோஷமிட்டார்கள்.

ஆனால் அவர்களது கோஷத்தை யார் பொருட்படுத்தினார்கள்?

தினசரி லாரி லாரியாக யூதர்கள் வந்து பாலஸ்தீன் எல்லையில் இறங்கிக்கொண்டுதான் இருந்தார்கள். (ரயில்களிலும் டிரக்குகளிலும் கூட வந்தார்கள்.) அப்படி வந்த யூதர்களுக்கு உடனடியாகப் பாலஸ்தீனில் வீடுகள் கிடைத்தன. குடியேற்ற அலுவலகத்திலேயே வீட்டுச்சாவிகளை வாங்கிக்கொண்டுதான் அவர்கள் உள்ளே நுழைந்தார்கள் என்றால் பார்த்துக்கொள்ளலாம்.

அரேபியர்கள் தாங்கள் மெல்ல மெல்ல தனிமைப்படுத்தப்படுவதை உணர்ந்தார்கள். யாரிடம் உதவி கேட்கலாம் என்றும் அவர்களுக்குப் புரியவில்லை. யுத்தத்தில் ஜெர்மனியை ஆதரித்தவர்களுக்கு, யுத்தம் முடிந்தபிறகு உதவுவதற்கு ஒரு நாதியில்லாமல் போய்விட்டது.

தவிர, இன்னொரு மிக முக்கியமான பிரச்னையும் அப்போது இருந்தது. இரண்டாம் உலக யுத்தத்தின் இறுதியில்தான் மத்தியக் கிழக்குநாடுகளின்எண்ணெய்வளம்குறித்தமுழுமையான'ஞானம்' அனைத்து மேற்கத்திய தேசங்களுக்கும் உண்டாகியிருந்தது. பிரிட்டன், அமெரிக்கா, சோவியத் யூனியன், பிரான்ஸ் உள்ளிட்ட ஏராளமான தேசங்கள் ஏதாவது வகையில் மத்தியக் கிழக்கில் வலுவாகக் காலூன்ற முகூர்த்தம் பார்த்துக்கொண்டிருந்தன. யுத்தத்தின் சாக்கில் கைப்பற்றப்பட்ட மத்தியக்கிழக்கு தேசங்களை எப்படிப் பங்கிடலாம், எப்படி நிரந்தரமாகப் பயனடையலாம் என்றே அவர்கள் யோசித்துக்கொண்டிருந்தார்கள். தமக்குச் சாதகமானஅரசுகள்அங்கேஉருவாவதற்குஉதவிசெய்வதன்மூலம், எண்ணெய்ப் பொருளாதாரத்தில் தாங்கள் லாபம் பார்க்கலாம் என்பதே அமெரிக்கா, பிரிட்டன் போன்ற தேசங்களின் சிந்தனையாக இருந்தது.

அமெரிக்காவின் வல்லமை முழுவதுமாக வெளிப்பட்டிருந்த சமயம் அது. எப்படியும் ஒரு மாபெரும் வல்லரசாக அத்தேசம் உருவாவது நிச்சயம் என்று யாருக்குத் தெரிந்ததோ இல்லையோ, பிரிட்டனுக்கு மிக நன்றாகத் தெரிந்திருந்தது. ஆகவே, அமெரிக்கா யூதர்களை வலுவாக ஆதரிப்பதை பிரிட்டன் அரசு கணக்கில் எடுத்துக்கொண்டே ஆகவேண்டிய கட்டாயம் இருந்தது.

பாலஸ்தீன் என்றில்லை. எந்த அரேபிய தேசமும் அமெரிக்காவை மனத்தளவில் ஆதரிக்காது. ஆகவே, மத்தியக்கிழக்கில் ஒரு யூத தேசம்உருவாவதுதனக்குமிகவும்சாதகமானதுஎன்றேஅமெரிக்கா கருதியது. இதனால்தான் வரிந்துகட்டிக்கொண்டு அன்றுமுதல் இன்றுவரை இஸ்ரேலை ஆதரித்து வருகிறது அமெரிக்கா.

சக்திமிக்க தேசங்கள் என்கிற அளவில் சோவியத் யூனியனும் அமெரிக்காவும்அப்போதுசமபலத்தில்இருந்தன.ஒரேவித்தியாசம் என்னவெனில், அமெரிக்கா ஒரு முதலாளித்துவ தேசம். சோவியத் யூனியன், கம்யூனிச தேசம். பிரிட்டனால் அமெரிக்காவைச் சகித்துக்கொள்ள முடிந்தாலும் முடியுமே தவிர, கம்யூனிஸ்டுகளின் அரசை ஒருக்காலும் சகிக்க முடியாது. இந்தக் காரணத்தாலும் இஸ்ரேல் விஷயத்தில் அமெரிக்காவின் விருப்பமும் நிலைபாடும் பிரிட்டன் பொருட்படுத்தத்தக்கவையாக இருந்தன.

இதையெல்லாம் ஏனைய ஐரோப்பிய, ஆசிய தேசங்கள் மிகவும் கூர்மையுடன் கவனித்துக்கொண்டிருந்தன. என்னதான் நடக்கப்போகிறது பாலஸ்தீனில்?

யுத்தம் முடிந்தவுடனேயே பிரிட்டன் பாலஸ்தீன் பிரச்னைக்கு ஒரு முடிவு சொல்லிவிடும் என்று எல்லோரும் எதிர்பார்த்துக் கொண்டிருந்தது உண்மை.

ஆனால் யுத்தத்தின் முடிவில் - உடனடியாகத் தீர்ந்தது பாலஸ்தீன் பிரச்னையல்ல; இந்தியப் பிரச்னை!

ஆகஸ்ட் 15, 1947ம் ஆண்டு பிரிட்டன், இந்தியாவுக்கு சுதந்தரம் வழங்கிவிட்டது. இந்தியர்கள் மகிழ்ச்சி ஆரவாரம் செய்து குதூகலித்ததை பாலஸ்தீனிய யூதர்கள் பார்த்துக் கொண்டிருந்தார்கள்.

அதே பிரிட்டன் தான் அவர்களுக்கும் ஒரு நல்லது செய்தாக வேண்டும். ஆனால் எப்போதுசெய்யப்போகிறது?

பிரிட்டன் தயாராகத்தான் இருந்தது. ஒரே ஒரு பிரச்னைதான். கொஞ்சம் சிக்கல் மிக்க பிரச்னை. அது தீர்ந்தால் இஸ்ரேல் விஷயத்தைத் தீர்த்துவிடலாம். ஆனால் எப்படித் தீர்ப்பது?

அதைத்தான் யோசித்துக்கொண்டிருந்தார்கள்.

54

பாலஸ்தீன் யாருடையது? யூதர்களுக்கும் அரேபிய முஸ்லிம்களுக்கும் சொந்தமான பூமி அது. நல்லது. பாலஸ்தீனில் யார் பெரும்பான்மையானோர்? இரண்டாயிரம் ஆண்டுகளுக்கு முன்னர் யூதர்கள் பெரும்பான்மையானோராகவும் ஆயிரம் ஆண்டுகளுக்கு முன்னர் கிட்டத்தட்ட இரு தரப்பினரும் சம அளவினராகவும், நவீன காலத்தில் முஸ்லிம்கள் பெரும்பான்மையானோராகவும் அங்கே இருந்திருக்கிறார்கள்.

இதனை இந்தத் தொடரின் பல்வேறு அத்தியாயங்களில் இடையிடையே பார்த்திருக்கிறோம். இப்போது மீண்டும் நினைவுபடுத்திக்கொள்ளவேண்டியது அவசியமாகிறது. காரணம், இந்தக் குழப்பத்தால்தான் பாலஸ்தீனை எப்படிப் பிரிப்பது என்று பிரிட்டன் யோசித்துக்கொண்டிருந்தது.

இரண்டாம் உலக யுத்தம் முடிவடைந்த தருணத்தில் பாலஸ்தீனில் இருந்த யூதர்களின் எண்ணிக்கை சுமார் ஆறு லட்சம். இவர்கள் அத்தனைபேரும் ஐரோப்பாவின் பல்வேறு நாடுகளிலிருந்து பாலஸ்தீன் வந்து சேர்ந்தவர்கள். அவர்களது மூதாதையர்களுக்கு பாலஸ்தீன் சொந்த ஊராக இருக்கலாம். அவர்களுக்குக் கண்டிப்பாக அது புதிய தேசம். அதாவது - சொந்த தேசமே என்றாலும் வந்தேறிகள். அவர்களைத் தவிர உள்ளூர் யூதர்கள் என்று சொல்லிக்கொள்ளும்படியாக சுமார் இருபதாயிரம் பேர் இருந்தால் அதிகம்.

ஆனால் அங்கே இருந்த அரேபியர்களின் எண்ணிக்கையோடு ஒப்பிட்டால் இந்த எண்ணிக்கை மிகவும் சொற்பம். குறைந்தது நாலரை மடங்கு அதிகமான எண்ணிக்கையில் அரேபியர்கள் அப்போது அங்கே இருந்தார்கள்.

ஆகவே, அநியாயமாகவே நிலப்பரப்பைப் பிரிப்பதென்றாலும் அரேபியர்களுக்குச் சற்றுக் கூடுதலான நிலம் ஒதுக்கித்தான் ஆகவேண்டும். அப்படிச் செய்வதென்றால் இஸ்ரேல் என்கிற தேசத்தை உருவாக்க நினைப்பதன் அடிப்படைக் காரணமே தவிடுபொடியாகிவிடும்.

இது முதல் பிரச்னை. இரண்டாவது பிரச்னை ஜெருசலேம் தொடர்பானது. பாலஸ்தீனின் மிக முக்கியமான நகரம். முஸ்லிம்கள், யூதர்கள் என்று இருதரப்பினருக்குமே அது ஒரு புனித நகரம். இந்த இரு தரப்பினர் மட்டுமல்லாமல் பாலஸ்தீனின் அப்போதைய மிகச் சிறுபான்மையினரான கிருத்தவர்களுக்கும் அது புனிதத்தலம். ஒட்டுமொத்த பாலஸ்தீனில் யார் எத்தனைபேர் வாழ்கிறார்கள் என்று கணக்கெடுக்கும்போதே ஜெருசலேத்தில் எத்தனைபேர் என்று உடன் சேர்த்துப் பார்ப்பதுதான் வழக்கம்.

பாலஸ்தீனின் மற்ற பகுதிகளைப் பிரிப்பதில் ஏதாவது குளறுபடி நேர்ந்தால்கூடப் பின்னால் சரிசெய்துகொண்டுவிட முடியும். ஆனால், ஜெருசலேத்தைப் பிரிப்பதில் ஒரு சிறு பிரச்னைவந்தாலும் மூன்று மிகப்பெரிய சமயத்தவரும் பிரிட்டனை துவம்சம் செய்துவிடும் அபாயம் இருப்பதை பிரிட்டிஷ் பிரதமர் உணர்ந்தார். ஆகவே ஒரு சிறு சிக்கல்கூட வராமல் விஷயத்தை முடிக்கவேண்டும் என்பதால்தான் இஸ்ரேல் விஷயத்தை எடுத்தேன் கவிழ்த்தேன் என்று முடிக்காமல் முதலில் இந்தியப் பிரச்னைக்கு ஒரு தீர்வு சொல்லிவிட்டு, அடுத்தபடியாக இஸ்ரேலுக்கு வரலாம் என்று நினைத்தது பிரிட்டன்.

இவற்றையெல்லாம் தாண்டி பிரிட்டனுக்கு இன்னொரு *hidden agenda* இருக்கவே செய்தது. இரண்டு தரப்பினருக்கும் அதிருப்தி ஏற்படாமல் தேசத்தை இரண்டாகப் பிரித்து ஒரு தேசத்துக்கு இஸ்ரேல் என்று பெயரிட்டு பிரச்னையைத் தீர்ப்பது என்பது மேல்பார்வைக்குத் தெரிந்த செயல்திட்டம். பிரிட்டனின் உண்மையான திட்டம், ஓரளவுக்காவது பாலஸ்தீனை முழுமையாக யூதர்களின் தேசமாக்கிவிடுவதுதான். அதாவது பெரும்பான்மை நிலப்பரப்பு யூதர்களுடையதாக இருக்க வேண்டும். அப்படியென்றால் யூதர்களின் எண்ணிக்கை அதிகமாக வேண்டும். யூதர்களின் வசிப்பிடம் இன்னும் பரவலாக, எல்லா சந்துபொந்துகளிலும் இருக்க வேண்டும். அப்போதுதான் ஒரு

எல்லைக்கோடு என்று கிழிக்கும்போது அதிக இடத்தை யூதர்கள் பெறும்படி செய்யலாம்.

ஆனால் யதார்த்தம் வேறு விதமாகத்தான் இருந்தது. பாலஸ்தீன் முழுவதும் அரேபியர்களே நிறைந்திருந்தார்கள். நிலங்களை இழந்த அரேபியர்கள் கூட, வேறிடம் தேடிச்செல்லாமல் பாலைவனங்களில் கூடாரம் அடித்தே வாழ்ந்துகொண்டிருந்தார்கள். பாறைகள் மிக்க மலைப்பகுதிகளிலும் அவர்கள் வசித்துக்கொண்டிருந்தார்கள். ஜோர்டன் நதியின் மேற்குக் கரையில் ஏராளமாக வசித்தார்கள். கிழக்கு கடற்கரைப் பகுதியான காஸா உள்ளிட்ட எல்லையோர நகரங்களிலும் ஏராளமாக அவர்கள் இருந்தார்கள். ஒரு வரியில் சொல்லுவதென்றால், எல்லைப்புறங்கள் முழுவதிலும் அரேபியர்கள் நாலா திசைகளிலும் இருந்தார்கள். நாட்டின் நடுப்பகுதிகளிலும் அவர்கள் பரவலாக வசித்துவந்தார்கள். மிகச் சில இடங்களில் மட்டுமே யூதக்குடியிருப்புகள் இருந்தன.

ஒரு தேசத்தை இரண்டாகப் பிரிப்பதற்கு இது மிகவும் சிக்கல் தரக்கூடிய விஷயம். எங்கே போடுவது எல்லைக் கோட்டை? பாலஸ்தீனுக்கு நடுவே ஒரு வட்டம் போட்டா இஸ்ரேல் என்று சொல்லமுடியும்? அப்படியென்றால் இஸ்ரேலின் நான்கு புறமும் பாலஸ்தீன் இருக்கும். பாலஸ்தீனின் கிழக்கு எல்லையில் வசிப்பவர்கள், மேற்குப் பகுதி நகர் ஒன்றுக்குப் போவதென்றால் விசா எடுத்துக்கொண்டு போகவேண்டி வரும். இதெல்லாம் மிகப்பெரிய சிக்கல்கள்.

நமக்கு மிக நன்றாகத் தெரிந்த ஒரு உதாரணத்தைப் பார்க்கலாம். இந்தியா - பாகிஸ்தான் பிரிவினையின்போது முஸ்லிம்கள் அதிகம் வசிக்கும் பகுதிகளைப் பிரித்து பாகிஸ்தான் என்ற தேசத்தை உருவாக்கலாம் என்று முடிவு செய்தார்கள். அதன்படி முஸ்லிம்கள் அதிகம் வசிக்கும் பகுதிகளைக் கண்டறிந்தார்கள். ராட்க்ளிஃப் என்கிற பிரிட்டிஷ் சர்வேயர் ஒருவர் வரைபடத்தை வைத்துக்கொண்டு அதில் கோடு கிழித்தார். மேற்கே ஒரு பரந்த நிலப்பரப்பு. கிழக்கே இந்தியாவின் ஜாடையில் பிறந்த இன்னொரு குழந்தை மாதிரி இன்னொரு சிறு நிலப்பரப்பு. மேற்குப் பாகிஸ்தான், கிழக்கு பாகிஸ்தான் என்று அடையாளம் கூறப்பட்டது.

எத்தனை சிக்கல்கள் வந்துவிட்டன! ஆட்சி நிர்வாகம் முழுவதும் மேற்கு பாகிஸ்தானில் இருந்து நடைபெறும். எதற்குமே சம்பந்தமில்லாமல் இடையில் இந்தியாவின் இருபெரும் எல்லைகள் தாண்டி கிழக்கு பாகிஸ்தான் அம்போவென்று தனியே கிடக்கும்.

இதனால்தான் அம்மக்கள் தாங்கள் தனிமைப்படுத்தப்பட்டது போல உணர்ந்தார்கள். அரசுக்கு எதிராகக் கலவரங்கள் செய்ய ஆரம்பித்தார்கள். முக்திபாஹினி என்கிற தனியார் ராணுவம் ஒன்றையே அமைத்து சொந்த தேச ராணுவத்துக்கு எதிராகப் போரிட்டார்கள்.

அதன்பிறகு 1971 யுத்தம், பங்களாதேஷ் பிறப்பு என்று ஒருவாறு பிரச்னை தீரும்வரை அங்கே சிக்கல், சிக்கல் மட்டும்தான்.

இந்த பாகிஸ்தான் பிரிவினை விவகாரம், அங்குள்ள முஸ்லிம்களுக்கு எத்தனை சிக்கல் தரக்கூடியது என்பதை அவர்கள் உணர்வதற்குச் சில காலம் ஆனது உண்மை. ஆனால் பிரித்துக்கொடுத்த பிரிட்டனுக்கு அன்றே புரிந்துவிட்டது. இஸ்ரேல் - பாலஸ்தீன் அளவுக்கெல்லாம் மிகப்பெரிய பிரச்னைகள் இல்லாத தேசத்திலேயே இத்தனை சிக்கல் என்றால், பாலஸ்தீனைப் பிரிக்கிற விஷயத்தில் எப்படியிருக்கும் என்பதை விவரிக்கவே வேண்டாம்.

பிரிட்டனின் மிகப்பெரிய சிறப்பு அதுதான். அவர்களால் நிறைய பிரச்னைகளை உருவாக்க முடியும். பிரச்னைவரும் என்று தெரிந்தே செய்வார்கள். சிறு தேசங்களில் பிரச்னை இருந்தால்தான் வளர்ந்த நாடுகளின் பிழைப்பு நடக்கும் என்பது ஓர் அரசியல் சித்தாந்தம்.

ஆனால் பாலஸ்தீன் விஷயத்தில் பிரிட்டனின் நிலைபாடு மிகத் தெளிவானது. இஸ்ரேலை உருவாக்கவேண்டும். அவ்வளவுதான். பாலஸ்தீன் என்கிற நிலப்பரப்பின் பெரும்பகுதியை அந்தப் புதிய தேசத்துடன் இணைக்கவேண்டும். கடமைக்காக, முஸ்லிம்களுக்கென்றும் கொஞ்சம் நிலம் ஒதுக்கியாக வேண்டும். அப்படி ஒதுக்கும் நிலம் அதிகமாக இருந்துவிடக்கூடாது!

இந்தப் பாசம் யூதர்களுக்குப் புரிந்ததைக் காட்டிலும் முஸ்லிம்களுக்கு மிக நன்றாகப் புரிந்தது. எப்படியிருந்தாலும் இனி தாங்கள் கஷ்டப்பட்டுத்தான் தீரவேண்டும் என்பதை அவர்கள்

உணர்ந்தார்கள். பயமும் பதற்றமும் கவலையும் அவர்களைப் பீடித்தன. யார் தங்களுக்கு உதவுவார்கள் என்று உலகெங்கும் தேட ஆரம்பித்தார்கள்.

துரதிருஷ்டவசமாக அன்றைய தேதியில் பாலஸ்தீன் அரேபியர்களுக்கு உதவி செய்ய யாருமே தயாராக இல்லை. அவர்கள் சார்பில் வெறுமனே குரல் கொடுக்கக்கூட யாரும் முன்வரவில்லை. காரணம், உலகப்போரில் அவர்கள் ஹிட்லரை ஆதரித்தவர்கள் என்பதுதான். ஒரு அழிவு சக்திக்குத் துணைபோனவர்கள் என்கிற அழிக்கமுடியாத கறை அன்று முஸ்லிம்களின் மீது படிந்திருந்தது.

உண்மையில் அழிவுக்குத் துணைபோவதா அவர்களின் எண்ணமாக இருந்தது?

மிகவும் கவனமாகச் சிந்தித்துப் பார்க்கவேண்டிய விஷயம். உயிர்போகிற கடைசி வினாடியில் தப்பிக்க ஒரு சிறு சந்து கிடைக்கும் என்று தோன்றினால் நம்மில் எத்தனைபேர் அதைப் பயன்படுத்த விரும்பாமல் இருப்போம்?

அன்றைய நிலைமையில் பாலஸ்தீனில் யூதர்களின் ஊடுருவலைத் தடுக்கவேண்டும் என்பதுதான் முஸ்லிம்களின் முக்கிய நோக்கமாக இருந்தது. அனைத்து மேற்கத்திய நாடுகளும் எப்படியாவது யூதர்களைக் கொண்டுபோய் பாலஸ்தீனில் திணித்துவிடவேண்டும் என்று கங்கணம் கட்டிக்கொண்டு செயல்பட்டுக்கொண்டிருக்கும்போது ஹிட்லர் ஒருவர்தான் யூதர்களுக்கு எதிரான நடவடிக்கைகளில் இறங்கியிருந்தவர். அந்த ஒரு காரணத்தால்தான் முஸ்லிம்கள் அவரை ஆதரித்தார்கள்.

இதை நியாயப்படுத்த முடியாது; நியாயப்படுத்தவும் கூடாது. அதே சமயம் இதன் அத்தனை அர்த்தம் - அனர்த்தங்களுடனும் இதனைப் புரிந்துகொள்ளவும் வேண்டும். கண்ணெதிரே சொந்த தேசம் களவாடப்படுகிறது என்பது தெரியும்போது ஏதாவது செய்து காப்பாற்றவேண்டும் என்று விரும்பினார்கள். விரும்பியதில் தவறில்லை. ஆனால் தேர்ந்தெடுத்த வழிதான் தவறாகிப்போய்விட்டது.

மிகவும் யோசித்து, திட்டமிட்டுத்தான் பிரிட்டன் பாலஸ்தீனைப் பிரிக்க திட்டம் தீட்டியது. திட்டத்தைச் செயல்படுத்துவதற்கு முன்னால் தேசத்தின் நடுப்பகுதிகளில் வசித்துக்கொண்டிருந்த

முஸ்லிம்களை - குறிப்பாக கிராமப்பகுதி முஸ்லிம்களை மேற்கு எல்லைக்கு விரட்டுவதற்கான ஏற்பாடுகள் மறுபுறம் மிகத்தீவிரமாக நடக்க ஆரம்பித்தன.

யூத நிலவங்கிகளுக்காக மிரட்டல் மூலம் நிலங்களை அபகரித்துக்கொடுத்த முன்னாள் குண்டர்படைகளின் வம்சாவழிகள் ஆங்காங்கே தோன்ற ஆரம்பித்தார்கள். அவர்கள், ஆயுதங்களுடன் முஸ்லிம் கிராமங்களுக்குள் நுழைந்து இரவு வேளைகளில் வீடுகளுக்குத் தீவைத்து மக்களை வெளியேற்ற ஆரம்பித்தார்கள். அப்படி அலறி வெளியே ஓடிவரும் முஸ்லிம்களைக் கொல்லாமல், வெறுமனே துரத்திக்கொண்டே போய் ஜோர்டன் நதியின் மேற்குக்கரைவரை சென்று விட்டுவிட்டு வந்தார்கள்.

நல்லவேளை இந்தச் செயல்கள் அதிகமாக நடைபெறவில்லை. சில ஆயிரம் பேரை மட்டும்தான் அவர்களால் இப்படித் துரத்த முடிந்தது. அதற்குள் முஸ்லிம்கள் தரப்பிலும் சில தாற்காலிக ஆயுதப்படை வீரர்கள் முளைத்து தத்தம் கிராமங்களைப் பாதுகாக்கத் தொடங்கிவிட்டார்கள்.

ஆனால் இதெல்லாமே கொஞ்சநாள்தான். சட்டப்படி என்னென்ன செய்யவேண்டுமோ அத்தனையையும் செய்துமுடித்துவிட்டு, அமைதியாக பிரிட்டன் தன் தீர்மானத்தை அறிவித்தபோது முஸ்லிம்கள் இறுதியாக நொறுங்கித் தூள்தூளாகிப் போனார்கள்.

55

பிப்ரவரி மாதம் பதினான்காம் தேதி, ஆயிரத்தித் தொள்ளாயிரத்தி நாற்பத்தியேழாம் வருடம். பிரிட்டன் அரசு ஒரு முடிவெடுத்தது. 1917ம் வருடத்திலிருந்து தனது கட்டுப்பாட்டில் இருக்கும் பாலஸ்தீன் விஷயத்தில் உருப்படியான ஒரு தீர்வைக் கண்டறிந்து செயல்படுத்தும் பொறுப்பை ஐக்கிய நாடுகள் சபையின் ஒரு சிறப்பு கமிட்டியிடம் அன்றைய தினம் ஒப்படைத்துவிட்டார்கள்.

என்ன செய்யவேண்டும், எப்படிச் செய்யவேண்டும், ஏன் செய்யவேண்டும் என்பதெல்லாம் ஏற்கெனவே பிரிட்டன் தீர்மானித்துவிட்ட விஷயம்தான். ஆனால் ஒரு நடுநிலை அமைப்பின் மூலம் அவற்றைச் செயல்படுத்துவது என்பது சற்றே பாதுகாப்பானதொரு ஏற்பாடு. இதை மரபு என்றும் சொல்லலாம். ஜாக்கிரதை உணர்வு என்றும் சொல்லலாம்.

எப்படியாயினும் பாலஸ்தீனைப் பிரிப்பது என்பது முடிவாகி விட்ட விஷயம். அதை பிரிட்டன் செய்தால் என்ன, பிரிட்டன் சொல்வதைக் கேட்டு ஐக்கிய நாடுகள் சபையின் சிறப்பு கமிட்டி செய்தால் என்ன? விஷயம் அதுவல்ல.

ஒரு தேசம் என்று உருவாக்குவதற்குப் போதுமான அளவுக்கு அங்கே யூதர்கள் இருக்கிறார்களா என்கிற கேள்விதான் முதலில் வரும். ஆகவே அது சரியாக இருக்கிறதா என்று மட்டும் பார்த்துக்கொண்டார்கள். எங்கிருந்து யார் வந்தாலும் இரத்தினக் கம்பளம் விரித்து வரவேற்காத குறையாக யூதர்களை இழுத்து இழுத்து உள்ளே போட்டுக்கொண்டிருந்தார்கள். போதுமான அளவு யூதர்கள் தேறிவிட்டார்கள் என்பது தெரிந்ததும் ஐ.நா. கமிட்டி தனது அறிவிப்பை வெளியிட்டது.

1. பாலஸ்தீன் இரண்டாகப் பிரிக்கப்படுகிறது. ஒன்று யூதர்களின் தேசம். அதன் பெயர் இஸ்ரேல். இன்னொன்று அரேபியர்களின் பூர்விக தேசம். அது பாலஸ்தீன் என்றே வழங்கப்படும்.

2. இப்படிப் பிரிக்கப்படும் இரண்டு நிலப்பரப்பிலும் இருசாராரும் வசிப்பார்கள். யூதர்களின் தேசமாக உருவாக்கப்படும் இஸ்ரேலில் மொத்தம் 4,07,000 அரேபியர்கள் வசிப்பார்கள். (மொத்த யூதர்களின் எண்ணிக்கை 4,98,000.) அதே மாதிரி அரேபியர்களின் பாலஸ்தீனில் 10,000 யூதர்கள் வசிப்பார்கள். (இங்கே மொத்த அரேபியர்களின் எண்ணிக்கை 7,25,000.) ஒற்றுமையைக் கட்டிக்காப்பதற்காக மட்டுமல்லாமல், புவியியல் ரீதியிலும் இந்த ஏற்பாடே சரியாக வரும்.

3. ஜெருசலேத்தையும் அதைச் சுற்றியுள்ள பகுதிகளிலும் - குறிப்பாக பெத்லஹெம், பெயித் ஜல்லா போன்ற இடங்களிலும் பெரும்பாலும் அரேபிய கிருத்தவர்கள் வசித்துக்கொண்டிருக்கிறார்கள். ஆனபோதிலும் அங்கே 1,05,000 அரேபிய முஸ்லிம்களும் ஒரு லட்சம் யூதர்களும் கூட வசிப்பார்கள். ஆனால் இந்தப் பகுதி இஸ்ரேலின் வசமோ, பாலஸ்தீனின் வசமோ தரப்படமாட்டாது. பிரச்னைக்குரிய இடம் என்பதால் இப்பகுதியின் நிர்வாகக் கட்டுப்பாடு முழுவதுமாக ஐக்கிய நாடுகள் சபையின் வசமே இருக்கும்.

4. நெகவ் பாலைவனப்பகுதி, யூத தேசத்தின் வசத்தில் இருக்கும்.

5. கலிலீ மலைப்பகுதியின் மேற்குப் பகுதி முழுவதும் பயிரிடுவதற்கு ஏற்ற பகுதிகளாகும். இப்பகுதி அரேபிய தேசத்தின் வசம் இருக்கும்.

இந்த ஐந்து தீர்மானங்களை மிகக் கவனமாகக் குறித்துக் கொள்ளுங்கள். பாலஸ்தீனைப் பிரிக்கும் விஷயத்தில் முதல் முதலாக அதிகாரபூர்வமாக ஐக்கிய நாடுகள் சபையின் வாயிலாக வெளியிடப்பட்ட திட்டவரைவு இது.

இந்த அறிவிப்பு வெளியான மறுகணமே பாலஸ்தீன் அரேபியர்கள் ஆயுதம் ஏந்த ஆரம்பித்துவிட்டார்கள். நாட்டுத் துப்பாக்கிகள் வெடித்தன. கண்ணி வெடிகள் பூமியைப் பிளந்தன. கத்திகள் வானில் உயர்ந்தன. புழுதி வாரிக் கொட்ட கூட்டம்

கூட்டமாகத் தலைதெறிக்க ஓடத் தொடங்கினார்கள். ஐயோ, ஐயோ என்று கதறினார்கள். தேசம் துண்டாடப்படுகிறதே என்று அலறினார்கள். அநியாயமாகப் பாலஸ்தீனை இப்படி யாரோ பங்குபோடுகிறார்களே என்று அழுது புலம்பினார்கள்.

யார் கேட்பது?

அங்கேயூதர்களின்முகத்தில்நிம்மதிப்புன்னகைமுழுநிலவுபோலத் ததும்பியது. கண்ணை மூடிக் கடவுளுக்கு நன்றி சொன்னார்கள். பிரிட்டன் இருந்த திசை நோக்கி வணக்கம் தெரிவித்தார்கள். ஐ.நா. சபையை ஆராதனை செய்தார்கள். இனிப்புகள் பரிமாறிக்கொள்ளப்பட்டன. பூக்களால் அலங்கரித்து, வீடுகளில் பண்டிகை அறிவித்தார்கள். உலகெங்கும் சிதறிக்கிடக்கும் தங்கள் உடன்பிறவாத யூத சகோதரர்களுக்குக் கடிதம் எழுதினார்கள். கண்ணீர் மல்க கூடிக் கூடிப் பேசிக்களித்தார்கள்.

செப்டம்பர் மாதம் கூடிய அரேபியர்களின் அரசியல் உயர்மட்டக் குழு, ஐக்கிய நாடுகள் சபையின் இந்தத் தீர்மானத்தை முற்றிலுமாக நிராகரித்தது. தேசம்துண்டாடப்படுவதில்தங்களுக்குத்துளிக்கூடச் சம்மதமில்லை என்று தெரிவித்தார்கள். இதன் பின்விளைவுகள் என்னமாதிரி இருக்கும் என்று தங்களால் யூகிக்கக்கூட முடியவில்லை என்று மறைமுகமாக எச்சரித்தார்கள்.

அதையும் யாரும் பொருட்படுத்தவில்லை. ஒரு முடிவுடன் தான் இருந்தார்கள். 29 நவம்பர், 1947 அன்று ஐ.நாவின் பொதுக்குழு கூடியது. சிறப்பு கமிட்டியின் தீர்மானம் மீதான வாக்கெடுப்பு நடத்தப்பட்டது. முப்பத்தி மூன்று ஆதரவு ஓட்டுகள். போதாது?

ஆறு அண்டை அரேபிய தேசங்களும் க்யூபா, ஆப்கனிஸ்தான், ஈரான், க்ரீஸ், துருக்கி போன்ற தேசங்களும் தீர்மானத்துக்கு எதிராக வாக்களித்தன. அப்போதுதான் சுதந்தரம் பெற்ற தேசங்களான இந்தியாவும் பாகிஸ்தானும் கூட பாலஸ்தீன் துண்டாடப்படுவதை எதிர்த்தன.

ஆனால் ஆதரித்த தேசங்கள் எவை என்று பார்க்கவேண்டும். அமெரிக்கா, ஆஸ்திரேலியா, கனடா, சோவியத் யூனியன், பிரான்ஸ், நெதர்லாண்ட், நியூஜிலாந்து, ஸ்வீடன் மற்றும் போலந்து.

இவற்றுள் அன்றைய சூழ்நிலையில் நெதர்லாந்து, நியூசிலாந்து, போலந்து தவிர மற்ற அனைத்து தேசங்களுமே மத்தியக்கிழக்கின் எண்ணெய் வாசனையை மோப்பம் பிடித்துக்கொண்டிருந்தவை. எண்ணெயே இல்லாவிட்டாலும் இந்த தேசங்களுக்கு மத்தியக் கிழக்கில் ஏதோ ஒரு விதத்தில் தமது ஈடுபாட்டை உறுதிப்படுத்திக் காட்டிக்கொள்ள இதை ஒரு சந்தர்ப்பமாகக் கருதினார்கள்.

மேலும் அமெரிக்கா அந்த அணியில் இருந்தது. பிரான்ஸ் இருந்தது. மேற்கின் தவிர்க்கமுடியாத சக்திகள் என்று வருணிக்கப்பட்ட தேசங்கள் அவை. அத்தகைய தேசங்கள் நிற்கும் அணியில் நிற்பது தங்களுக்கு எந்த வகையிலாவது லாபம் தரலாம் என்று இவை கருதியிருக்கலாம். மற்றபடி பாலஸ்தீனைப் பிரிப்பதில் நியூசிலாந்துக்கும் ஆஸ்திரேலியாவுக்கும் வேறு என்ன அக்கறை இருந்துவிட முடியும்? இத்தனைக்கும் ஐரோப்பிய தேசங்களில் இருந்த அளவுக்கெல்லாம் அங்கே யூதர்கள் கூட அவ்வளவாகக் கிடையாது.

இது இவ்வாறு இருக்க, யூத தேசம் உருவாவதற்கு ஆதரவாக ஓட்டளித்த தேசங்களுக்கெல்லாம் பாலஸ்தீனிய யூதர்கள் மறக்காமல் நன்றி சொல்லிக் கடிதம் எழுதினார்கள். முடிந்த இடங்களுக்குத் தங்கள் பிரதிநிதிகளையே நேரில் அனுப்பி நன்றி சொன்னார்கள். இஸ்ரேல் உருவானபிறகு அந்த தேசங்களுடன் நிரந்தரமாக அரசியல் உறவுகொள்ளத் தாங்கள் விரும்புவதாக முன்னதாகவே சொல்லியனுப்பினார்கள். பரஸ்பரம் உதவிகள் செய்துகொள்ளவும் ஆதரவுக்கரம் கொடுக்கவும் எப்போதும் தாங்கள் தயார் என்று தெரிவித்தார்கள்.

அரேபியர்களுக்கு அடி வயிறு பற்றிக்கொண்டு எரிந்தது. யாருடைய பூமியை யார் பங்கிட்டு, யாருக்குக் கொடுப்பது? அவர்களது அலறலையோ, கதறலையோ கேட்பதற்கு ஒரு நாதி இல்லாமல் போய்விட்டதுதான் துரதிருஷ்டம். எதிர்த்து வாக்களித்த பிற அரேபிய தேசங்கள் கூட மல்லுக்கட்டி நிற்கத் தயங்கின. காரணம், அந்த நிமிடம் வரை பாலஸ்தீன் பிரிட்டிஷ் ஆளுகைக்கு உட்பட்ட ஒரு தேசம். ஒரு சௌகரியத்துக்காகத்தான் ஐ.நா.வின் சிறப்பு கமிட்டியிடம் பொறுப்பை ஒப்படைத்து பிரிக்கும் விஷயத்தை முன்னெடுத்துச் சென்றுகொண்டிருந்தார்கள்.

அப்படியிருக்க, பிரிட்டன், தனக்குச் சொந்தமான ஒரு காலனியை என்னவேண்டுமானாலும் செய்யலாம், எப்படி வேண்டுமானாலும்

பிரிக்கலாம்; யார் கேட்பது?

தார்மீக நியாயங்களும் சரித்திர நியாயங்களும் பத்திரமாகச் சுருட்டிப் பரண்மீது போடப்பட்டன. அத்தனை வருஷம் கஷ்டப்பட்ட யூதர்கள் இனியேனும் நிம்மதியாக வாழவேண்டும் என்பதுதான் அந்தக் காலகட்டத்தின் ஒரே நியாயமாக இருந்தது. தவிரவும் ஐ.நாவின் சிறப்பு கமிட்டி வரைந்தளித்த திட்டத்தின்படி பாலஸ்தீனைப் பிரிப்பதால் அரேபியர்களுக்கு எந்தக் கஷ்டமும் வந்துவிடாது; அவர்களுக்குப் போதுமான நிலப்பரப்பு இருக்கவே செய்யும் என்றும் சொல்லப்பட்டது. இஸ்ரேலை உருவாக்கியபின் தேவைப்பட்டால் எல்லை விஷயத்தில் கொஞ்சம் மறு ஆய்வு செய்துகொள்ளலாம் என்று நினைத்தார்களே தவிர, தேசத்தைப் பிரிக்கும் விஷயத்தில் மிகவும் தீர்மானமாகவே இருந்தார்கள்.

நடுநிலைமையோடு பார்ப்பதென்றால், ஐ.நா. அன்று எடுத்த முடிவு சரியானதே. எப்படி அரேபியர்களுக்கு அது தாய்மண்ணோ, அதேபோலத்தான் யூதர்களுக்கும். இடையில் அவர்கள் மண்ணை விட்டு பல ஆயிரம் வருடங்களாக எங்கோ போய்விட்டவர்கள்தானே என்கிற ஒரு குற்றச்சாட்டு இல்லாமல் இல்லை. ஆனால் அவர்களும் கஷ்டப்பட்டிருக்கிறார்கள். ஓட ஓட விரட்டப்பட்டிருக்கிறார்கள். லட்சக்கணக்கில் உயிரிழப்பை சந்தித்த இனம் அது. ஒதுங்க ஒரு நிழலில்லாமல் வாழ்நாளெல்லாம் சுற்றிக்கொண்டே இருந்தவர்கள்.

என்னவோ செய்து, எப்படியெப்படியோ - யார் யாரையோ பிடித்து தங்கள் கனவை நனவாக்கிக்கொள்ளவிருந்தார்கள். நல்லதுதான். அவர்களும் நன்றாக இருக்கட்டும்.

பிரச்னை அதுவே அல்ல! ஏன், இந்தியாவிலிருந்து பாகிஸ்தான் பிரியவில்லையா? இதே இனப்பிரச்னைதானே காரணம்? பிரிவினை சமயத்தில் கலவரங்கள் இங்கும் நடக்கத்தான் செய்தன. ஏராளமான உயிர்ப்பலிக்குப் பிறகுதான் அமைதி திரும்பியது. இதெல்லாம் எங்குதான் இல்லை? எந்தெந்த தேசம் இரண்டாகப் பிரிகிறதோ, அங்கெல்லாம் ரத்தம் இருக்கத்தான் செய்யும். இது என்ன புதுசு?

கேள்வி வரலாம். நியாயம்தான். விஷயம், அதுவும் அல்ல!

ஐ.நா.வின் சிறப்புக் கமிட்டி வகுத்தளித்தபடி பிரிக்கப்பட்ட இரு தேசங்களும் முட்டிக்கொள்ளாமல் ஆண்டிருக்குமானால் எந்தப்

பிரச்னையுமே இருந்திருக்காது என்பது உண்மைதான். ஆனால் நடந்தது என்ன?

"யூதர்களை நம்பாதீர்கள், அவர்கள் சூழ்ச்சிக்காரர்கள்; சதிகாரர்கள்! தங்களுக்கென்று ஒரு தேசம் உருவாகும் வரைதான் அவர்கள் அமைதியுடன் இருப்பார்கள். அப்படியொரு தேசம் உதித்துவிட்டால், மறுகணமே அரேபியர்களின்மீதுபடையெடுத்து, எங்களின் நிலப்பரப்பை அபகரித்துக்கொண்டுவிடுவார்கள்!" என்று அன்றைக்குக் கத்திக் கதறித்தீர்த்தார்கள் பாலஸ்தீனிய அரேபிய முஸ்லிம்கள்.

இது வெறும் கற்பனை என்றும் பயத்தில் உளறுகிறார்கள் என்றும் யூதர்கள் சொன்னார்கள்.

ஆனால் அதுதானே நடந்தது? சந்தேகமே இல்லாமல் யூதர்கள் நம்பிக்கை துரோகம் செய்தார்கள். தலைமை இன்றித் தத்தளித்துக்கொண்டிருந்த அரேபியர்களை ஓட ஓட விரட்டி அவர்களின் தேசத்தையும் அபகரித்துக்கொண்டார்கள். எந்த அரபு தேசங்கள் ஒன்று திரண்டு பாலஸ்தீனுக்கு ஆதரவாகப் போரில் நிற்கும் என்று சொல்லப்பட்டதோ, அதே முஸ்லிம் தேசங்களை சூழ்ச்சியில் வளைத்துப் போட்டு, சொந்த சகோதர தேசமான பாலஸ்தீனுக்கு எதிராகவே அவர்களை அணி திரட்டினார்கள். நாய்க்கு எலும்பு வீசுவதுபோல், அபகரித்த நிலத்தில் ஆளாளுக்குக் கொஞ்சம் பங்குபோட்டுக் கொடுத்து, அந்த சமயத்துக்குத் திருப்திப்படுத்தினார்கள். அப்புறம் அவர்கள்மீதும் படையெடுத்து, கொடுத்த இடங்களைத் திரும்ப அபகரித்தார்கள்.

யூதர்கள்.

ஏன் இவர்கள் இப்படி இருக்கிறார்கள்? எந்தச் சக்தி இவர்களை இப்படி ஓயாமல் குயுக்தியாக மட்டும் சிந்திக்கச் செய்கிறது? எது இவர்களுக்கு மட்டும் இடைவிடாமல் வெற்றியை மட்டுமே பெற்றுத்தருகிறது? சரித்திரத்தால் மிகவும் தாக்கப்பட்ட இனம் அது. அந்த வெறுப்பில்தான் சரித்திரத்தைத் திருப்பித் தாக்குகிறார்களா?

அதற்கு அப்பாவி பாலஸ்தீன் அரேபியர்கள்தான் கிடைத்தார்களா? யூதகுலத்தை வேரறுக்க முடிவு செய்த ஜெர்மனியை ஏன் விட்டுவிட்டார்கள்? ஆயிரக்கணக்கான யூதர்களை எரித்தே

கொன்ற சோவியத் யூனியன் மீது ஏன் அவர்களுக்குப் பகையில்லை? இதர ஐரோப்பிய தேசங்கள் அனைத்தையும் ஏன் மன்னித்தார்கள்? விட்டுவிட்டு ஓடிப்போன தேசத்துக்குத் திரும்ப வாழவந்தபோதும் இருகரம் நீட்டி அரவணைத்த பழைய சகோதர இனமான அரேபியர்களை மட்டும் ஏன் இப்படி நடத்தினார்கள்?

அதுதான் கதை. அதுதான் சுவாரசியம். அதுதான் சோகத்தின் உச்சமும் கூட.

56

பாலஸ்தீனைப் பிரித்து, யூதர்களுக்கென்று ஒரு தனி தேசத்தை உருவாக்கும் திட்டத்தை ஐக்கிய நாடுகள் சபை அங்கீகரித்தது, நவம்பர்29, 1947ம் வருடம். அதற்குச்சரியாக ஆறு மாதங்கள்கழித்து - அதாவது மே 14, 1948ம் ஆண்டு இஸ்ரேல் பிறந்தது.

இந்த ஆறு மாத காலத்தில் பாலஸ்தீனில் ஓடிய ரத்தம் சொல்லி மாளாது.

எப்போது ஐக்கிய நாடுகள் சபை, இஸ்ரேல் கோரிக்கைக்குத் தலையாட்டியதோ, அடுத்த விநாடியே பாலஸ்தீன் அரேபியர்கள் ஆயுதம் ஏந்திவிட்டார்கள். கண்ணில் பட்ட யூதர்கள் அத்தனை பேரையும் தாக்கத் தொடங்கினார்கள். ஆண்களா, பெண்களா, குழந்தைகளா, முதியோரா என்றெல்லாம் பார்க்கவில்லை. யூதரா, கொல்! என்பதுதான் ஒரே சித்தாந்தமாக இருந்தது. ஆண்டாண்டுகாலமாக எப்படி ஐரோப்பா யூதர்கள் விஷயத்தில் அதற்கு முன் நடந்துகொண்டதோ, அதே மாதிரி அப்போது அரேபியர்களும் ஆகிப்போனார்கள். அவர்களது சகிப்புத்தன்மை இறந்தது. பொறுமை மறைந்தது. சகோதரத்துவம் காலமாகிப்போனது. விட்டுக்கொடுக்கும் மனோபாவம் மறைந்துவிட்டது. புத்தியெங்கும் கொலைவெறி மட்டுமே மேலோங்கி இருக்க, நூற்றுக்கணக்கான தீவிரவாதக்குழுக்கள் ஓரிரவில் உதித்தன.

எந்த தேசமும் எந்த சர்வதேச அமைப்பும் தங்கள் குரலுக்கு மதிப்புக் கொடுக்கப் போவதில்லை என்பது தெரிந்ததுமே அரேபியர்கள் வாளேந்திவிட்டார்கள். இனி வாய்ப்பேச்சில் பயன் இல்லை என்பது மட்டுமே அவர்களது முடிவாக இருந்தது.

ஐக்கிய நாடுகள் சபையில் வாக்கெடுப்பு முடிந்த கணத்தில் தொடங்கிசரியாகப்பன்னிரண்டுநாள்களுக்குள்பாலஸ்தீன்எங்கும் மொத்தம் எண்பது யூதர்களை அவர்கள் கொன்றிருந்தார்கள். சுமார் ஆயிரத்தி முன்னூறு கடைகள் சூறையாடப்பட்டன; தீவைத்துக் கொளுத்தப்பட்டன. நெடுஞ்சாலைகளில்கணக்குவழக்கில்லாமல் பஸ்கள் எரிக்கப்பட்டன. நாட்டு குண்டுகள் வைத்துத் தகர்க்கப்பட்டன.

இது பாலஸ்தீன் எல்லைக்குள் மட்டும் நடந்தவை. பாலஸ்தீனுக்கு வெளியிலும் இத்தகைய அசம்பாவிதங்கள் ஏராளமாக நடக்கவே செய்தன. பாலஸ்தீனைச் சுற்றியுள்ள பிற அரபு தேசங்களில் எங்கெல்லாம் யூதர்கள் வசித்துவந்தார்களோ, அங்கெல்லாமும் இதே ரகத் தாக்குதல்கள் ஆரம்பமாயின. ஏடன் நகரில் மூன்று தினங்களில் எண்பத்திரண்டு யூதர்கள் படுகொலை செய்யப்பட்டார்கள். பாக்தாத்தில் பதினேழுபேர். டெஹ்ரானில் முப்பது பேர். சவுதி அரேபியாவில் பதினாறு பேர். பெய்ரூத்திலும் அலெக்ஸாண்ட்ரியாவிலும் அலெப்போவிலும் இருந்த அத்தனை யூத வர்த்தக நிலையங்களையும் அடித்து நொறுக்கிவிட்டார்கள். சுருக்கமாகச் சொல்லுவதென்றால் மத்தியக் கிழக்கு முழுவதுமே அந்தச் சில மாதங்களில் யுத்தபூமியாகவே இருந்தது. இதில் உச்சகட்டமாக திரிபோலியில் மூன்று மணிநேரத்தில் நூற்று முப்பது யூதர்களை ஒரே இடத்தில் கொலை செய்தது. இதனை ஒரு அரேபியத் தீவிரவாதக் குழு செய்தது. (அந்தக் குழு அதற்கு முந்தைய தினம் தான் உதயமானது. பெயர் கூடச் சூட்டவில்லை! அந்த ஒரு படுகொலைச்சம்பவத்துடன் அவர்கள் திருப்தியடைந்து கலைந்துபோய் விட்டார்கள்!)

இம்மாதிரியான நேரடித் தீவிரவாதச் செயல்கள் தவிர, பாலஸ்தீன் அரேபியர்கள் மறைமுகமான சில தாக்குதல் உத்திகளையும் வகுத்தார்கள். எப்படியாயினும் இஸ்ரேல் உதிக்கத்தான் போகிறது என்பதால், ஏதாவது செய்து ஜெருசலேம் யூதர்களை மட்டுமாவது விரட்டிவிட்டு, நகரை முழுவதுமாகக் கைப்பற்றிவிட நினைத்த அவர்கள், ரகசியமாக, ஜெருசலேம் நகருக்குச் செல்லும் தண்ணீர்க் குழாய்களை முதலில் அடைத்தார்கள்.

இரண்டு நாள்களுக்கு மேல் தாங்காது என்றாகிவிட்டது நிலைமை. ஒரு சொட்டு தண்ணீர் கூட ஊருக்குள் கிடையாது. உள்ளே இருப்பவர்கள் வெளியேறித்தானே ஆகவேண்டும்?

அதனைத் தொடர்ந்து, நகருக்கு வெளியிலிருந்து உணவுப் பொருள்கள், மருந்துகள் உள்ளிட்ட அத்தியாவசியப் பொருள்கள் எதுவும் ஜெருசலேத்துக்குள்ளே போகாதவாறு பார்த்துக்கொண்டார்கள். இரவெல்லாம், பகலெல்லாம் நகரைச் சுற்றி முறைவைத்துக்கொண்டு காவல் காத்தார்கள்.

ஐ.நா. அறிவிப்பு வந்த முதல் நான்கு மாதங்களில் பாலஸ்தீன் இருந்த இருப்பை வெறும் சொற்களால் விவரித்துவிடவே முடியாது. அரேபியர்களின் கோபம், அந்தப் பாலைவனச் சூட்டைக் காட்டிலும் உக்கிரமாக இருந்தது. தங்களுக்கு நியாயம் செய்யாவிட்டால் கூட அவர்கள் பொறுத்துக்கொண்டிருப்பார்கள். ஆனால் தங்கள் குரலை முற்றிலுமாக இப்படிப் புறக்கணிக்கிறார்களே என்கிற துக்கம்தான் அவர்களின் கோபமாக உருப்பெற்றது.

சரித்திரத்தைத் திரும்பிப் பார்த்தால், ஏனைய ஐரோப்பிய தேசங்கள் அனைத்தைக் காட்டிலும் யூதர்கள் விஷயத்தில் மிகவும் பொறுமையாக, சகிப்புத்தன்மையுடன் நடந்து கொண்டவர்கள் பாலஸ்தீன அரேபியர்கள்தான். இதை யூதர்களேகூட மறுக்கமுடியாது. அவர்கள் எத்தனைமுறை ஊரைவிட்டு வெளியேறினாலும் திரும்பி வந்தால் ஏற்றுக் கொள்ளக்கூடியவர்களாக அரேபியர்கள் இருந்திருக்கிறார்கள். பாலஸ்தீன் இரு மதத்தவருக்கும் பொதுவான பூமி என்கிற எண்ணம் அவர்களின் அடிமனத்தில் எப்போதும் இருந்திருக்கிறது. தவிரவும் யூதர்களுடன் சமரசமாக நடந்துகொள்ளுங்கள் என்று முகம்மது நபியே சொல்லிவிட்டுப் போயிருக்கிறார் என்பதால், அதை மீறக்கூடிய இயல்பு முஸ்லிம்கள் யாருக்குமே, எந்தக் காலத்திலும் இருந்ததில்லை.

அவர்கள் சம உரிமை, நிம்மதியான வாழ்க்கை, பரிபூரண சுதந்தரம் ஆகியவற்றைத்தான் கேட்டார்களே தவிர, பாலஸ்தீனில் யூதர்களே கூடாது என்று ஒருபோதும் சொன்னதில்லை. ஆனால், பாலஸ்தீனை இரண்டாகப் பிளந்து யூதர்களுக்கென்று ஒரு தேசம் உருவாவதைத்தான் அவர்கள் எதிர்த்தார்கள். அதற்கு அவர்கள் சொன்ன காரணம், யூதர்களுக்குத் தனி நாடு கொடுத்தால், அவர்கள் முஸ்லிம்களை வாழவிடமாட்டார்கள்; அவர்களது நிலப்பரப்பை அபகரித்துவிடுவார்கள் என்பதுதான்.

இதைத்தான் மற்றவர்கள் ஏற்கவில்லை. ஆனால், நடந்தது என்னவோ இதுதான்! ஆக, யூதர்கள் விஷயத்தில் அரேபியர்கள்

யோசித்தது சரியானதுதான்; அது ஒரு தீர்க்கதரிசனம்தான் என்பது உண்மையாகிறது. இல்லையா?

இதனால்தான் அவர்கள் கோபம் கொண்டார்கள். கோபம் தலைக்கேறியதால் வன்முறையில் இறங்கினார்கள். வன்முறை என்றாகிவிட்டபிறகு அதற்கு எல்லைகள் உண்டா என்ன? என்னென்ன உண்டோ அத்தனையும் செய்தார்கள்.

யூதர்கள் தரப்பில் முதலில் தற்காப்பு நடவடிக்கைகள் மட்டுமே மேற்கொள்ளப்பட்டன. ஆனால் ஓரிரு மாதங்களுக்கு மேல் அவர்களாலும் தாக்குப்பிடிக்க முடியாததல், யூதர்களும் சிறு சிறு குழுக்களாகச் சேர்ந்து, அரேபியர்களின் கிராமங்களை, குடியிருப்புகளைத் தாக்க ஆரம்பித்தார்கள்.

ஏப்ரல் 1948ம் ஆண்டு தெர் யாசின் (Deir Yassin) என்கிற அரேபிய கிராமத்துக்குள் புகுந்த யூதர்கள் அங்கிருந்த சுமார் நூற்று இருபது அரேபியர்களைக் கொன்றுவிட்டு இரவோடு இரவாக ஓடிவிட்டார்கள்.

இதற்கான பின்விளைவு உடனே ஏற்பட்டது. உடனே என்றால் நான்காவது நாள். ஸ்காபஸ் (Mount Scopus) என்கிற குன்றுப் பகுதியில் இருந்த ஒரு மருத்துவமனையில் பணியாற்றிக்கொண்டிருந்த சுமார் எழுபத்தி ஏழு டாக்டர்கள் சென்றுகொண்டிருந்த ஒரு வாகனத்தை அரேபிய முஸ்லிம்கள் கடத்தினார்கள். கடத்தப்பட்ட அத்தனை டாக்டர்களும் உடனடியாகக் கொலைசெய்யப்பட்டார்கள்.

இந்தச் சம்பவம் உலகெங்கும் பரபரப்பாகப் பேசப்பட்டது. யூதர்கள் தரப்பில் மிகுந்த கவனமுடன் இதனை ஓர் உருக்கமான, பரபரப்பான, துக்கம் சுமந்த, கண்ணீர் வரவழைக்கும் செய்தியாகத் தயாரிக்கப்பட்டு, அனைத்துச் செய்தி ஊடகங்களுக்கும் அனுப்பப்பட்டது.

மேற்படிச் சம்பவம் உருக்கமானதுதான், துக்ககரமானதுதான். மறுப்பதற்கில்லை. ஆனால் தெர் யாசின் கிராமப் படுகொலைகளுக்கு பதிலாகத்தான் அரேபியர்கள் இதனைச் செய்தார்கள் என்கிற ஒரு செய்தி மட்டும் கவனமாக மறைக்கப்பட்டுவிட்டது.

ஆகவே, வினாடிப் பொழுதில் அரேபியர்கள் அத்தனைபேரும் காட்டுமிராண்டிகள், பயங்கரவாதிகள், ஆபத்தானவர்கள் என்பது போன்ற பிம்பம் சர்வதேச மீடியாவுக்கு வழங்கப்பட்டுவிட்டது. உயிர்பிழைத்து பாலஸ்தீனுக்கு ஓடிவந்த யூதர்கள் அங்கும் அநியாயமாகப் படுகொலை செய்யப்படுகிறார்கள் என்று மீடியா அலற ஆரம்பிக்க, உலகம் முழுவதும் மக்கள் யூதர்களின் அனுதாபிகளாக ஆகிப்போனார்கள். ஒட்டுமொத்த உலகத்தலைவர்களும் பாலஸ்தீனிய அரேபியர்களுக்கு எதிராகக் குரல்கொடுக்கஆரம்பித்தார்கள். பாலஸ்தீனில்உள்ளஅரேபியர்கள் அத்தனை பேரையும் இரும்புக்கரம் கொண்டு ஒடுக்க வேண்டும் என்று பேசினார்கள் - ஒரே ஒருவரைத் தவிர.

அவர், மகாத்மா காந்தி.

தமது ஹரிஜன் பத்திரிகையில் இந்தச் சம்பவமெல்லாம் நடப்பதற்கு முன்பாகவே காந்தி எழுதிய ஒரு கட்டுரைதான் பாலஸ்தீன் நிலவரம் பற்றிய நியாயமான விமரிசனங்களை உள்ளடக்கிய ஒரே ஆவணம். உண்மையில் சொல்லப்போனால், பல அரேபிய தேசத் தலைவர்களே மகாத்மா காந்தியின் இந்த ஒரு கட்டுரையை வாசித்த பிறகுதான் புத்திசாலித்தனமாக சிந்திக்கவும் பேசவும் ஆரம்பித்தார்கள்.

'பாலஸ்தீன் யூதர்கள்' *(Jews In Palestine)* என்று தலைப்பிட்டு காந்தி எழுதிய அந்தக் கட்டுரையில் இருந்து சில முக்கியமான பகுதிகளை மட்டும் பார்த்துவிட்டு மேலே போய்விடலாம். இதனைத் தெரிந்துகொள்ளாமல் பாலஸ்தீன் பிரச்னையைப் புரிந்துகொள்வது மிகவும் சிரமம். ஏனெனில், அரேபியர்களைக் காட்டிலும், யூதர்களைக் காட்டிலும் பாலஸ்தீன் பிரச்னையை மிக நுணுக்கமாக ஆராய்ந்துவைத்திருந்தவர் காந்தி.

இனி, அக்கட்டுரையிலிருந்து சில பகுதிகள்:

• பாலஸ்தீனில் வசிக்கும் யூதர்கள் - அரேபியர்களின் பிரச்னை குறித்து எனது கருத்தைக் கேட்டு மொத்தம் ஏழு கடிதங்கள் எனக்கு வந்தன. ஜெர்மனியில்யூதர்களுக்குஇழைக்கப்பட்ட கொடுமைகள் குறித்தும் என் கருத்தைப் பலர் கேட்கிறார்கள். மிகவும் சிக்கலான இவ்விஷயம் பற்றிச் சிறிது தயக்கமுடன் தான் எழுதுகிறேன்.

• யூதர்களுக்கு என் அனுதாபம் உண்டு. நான் தென்னாப்பிரிக்காவில் இருந்தகாலத்தில்அவர்களைமிகநெருக்கமாகஅறிவேன். எனக்கே சில யூத நண்பர்களும் இருக்கிறார்கள். அவர்கள் மூலம் யூதர்களின் ஆண்டாண்டுகால அவலங்கள் குறித்து அறிந்திருக்கிறேன். அரிஜனங்களை ஹிந்துக்கள் எப்படி தீண்டத்தகாதவர்களாக நடத்துகிறார்களோ, அதே மாதிரி யூதர்களைக் கிருத்தவர்கள் நடத்தியிருக்கிறார்கள். இதற்கான எனது அனுதாபம் உண்டே தவிர, நீதி என்று வரும்போது இந்த அனுதாபம் குறுக்கிடாது.

• யூதர்கள் தமக்கென்று ஒரு தனி நாடு கேட்பது எனக்குச் சரியாகப் படவில்லை. அவர்களது பைபிளிலேயே அது குறிப்பிடப்பட்டிருப்பதாகவெல்லாம் அவர்கள் சொல்லுவதை ஏற்பதற்கில்லை. உலகில்மற்றமக்கள்எல்லோரும்செய்வதுபோல, எங்கே அவர்கள் பிறந்து வளர்ந்தார்களோ, அந்த தேசத்தையே அவர்கள்தம் சொந்த தேசமாக பாவிப்பதில் என்ன கஷ்டம்?

• இங்கிலாந்து எப்படி பிரிட்டிஷாருக்குச் சொந்தமோ, பிரான்ஸ் எப்படி பிரெஞ்சுக்காரர்களுக்குச் சொந்தமோ அதேமாதிரி, பாலஸ்தீன் என்பது அரேபியர்களுக்குச் சொந்தமான நிலம். பல்வேறு தேசங்களிலிருந்து யூதர்களைக் கொண்டுவந்து அங்கே திணிப்பது தவறானது, மனிதாபிமானத்துக்கு முரணானது.

• பாலஸ்தீனில் இன்று நடந்துகொண்டிருப்பது நியாயப்படுத்தவே முடியாத செயல். பிரிட்டன் அங்கே செய்துகொண்டிருப்பது, நிச்சயமாக மானுடகுலத்துக்கு எதிரான செயல். தமக்கென்று தனிநாடு கேட்கும் யூதர்கள் தற்சமயம் வசித்துக்கொண்டிருக்கும் தேசங்களை ஒட்டுமொத்தமாக விட்டுவிட்டு வரப்போகிறார்கள் என்று நான் நினைக்கவில்லை. அங்கொரு வேர், இங்கொரு வேர் என்றுதான் இருப்பார்கள். எதற்கு இந்த இரட்டை ஆட்டம்? உலகில் உள்ள அனைத்து யூதர்களும் புறப்பட்டு பாலஸ்தீனுக்கு வந்து சேர்வார்கள் என்று நான் நினைக்கவில்லை. அது முடியவும் முடியாது. நான்ஒருயூதனாகஇருந்து, ஜெர்மனியில்பிறந்திருந்தால், ஜெர்மனிதான் என் தாயகம் என்று நினைப்பேனே தவிர, வேறு மாதிரி அல்ல! அங்கே என்ன கொடுமைகளை அனுபவிக்க நேர்ந்தாலும் என் சொந்த தேசத்தில் எனக்குக் கொடுமை நடக்கிறது என்றுதான் நினைப்பேனே தவிர, இன்னொரு தேசத்தைத் தாயகமாகக் கருதி ஓடிவிட ஒருபோதும் எண்ணமாட்டேன்.

• எனக்குச் சந்தேகமே இல்லை. யூதர்கள் தவறான வழியில் மட்டுமே போய்க்கொண்டிருக்கிறார்கள். பைபிளில் சொல்லப்படும் பாலஸ்தீன் என்பது இன்றைய புவியியல் ரீதியிலான நிலப்பரப்புக்குச் சம்பந்தமில்லாதது. அப்படியே பாலஸ்தீன் தான் தங்களின் தாயகம் என்பதில் அவர்கள் உறுதியாக இருப்பார்களேயானாலும், பிரிட்டிஷ் ராணுவத்தின் துப்பாக்கிப் பாதுகாப்புடன் திருட்டுத்தனமாக அங்கே நுழைவது எவ்வகையிலும் நியாயமானதல்ல. துப்பாக்கி முனையில் தேசத்தை அடைய விரும்புவது ஏற்புடைய செயலும் அல்ல.

• பாலஸ்தீனில் யூதர்கள் வசிக்க விரும்பினால், அரேபியர்களின் அனுமதியைப் பெற்று, அவர்களின் நல்லுறவுடன் மட்டுமே அங்கே வாழ வேண்டும். அராபியர்களின் மனத்தை மாற்ற முதலில் முயற்சி செய்யவேண்டும்.

• நான் அரேபியர்கள் பக்கம் சார்பு எடுக்கவில்லை. நியாயத்தைச் சொல்கிறேன். அவர்களும் வன்முறை பக்கம் போகாமல் அமைதியுடன் போராடவேண்டும்.

• யூதர்களுக்கு இறுதியாக ஒரு வார்த்தை. அவர்கள் வசிக்கும் எல்லா தேசங்களுமே அவர்களுக்குத் தாயகம்தான். பாலஸ்தீனிலேயே வசிக்கும் யூதர்களுக்கு எப்படி பாலஸ்தீன் தாயகமாகிறதோ, அதே மாதிரி. அதற்கு மேல் ஒன்றுமில்லை.

பாலஸ்தீன் பிரச்னையின் ஆரம்பம் முதல், பிரச்னையின் பரிணாம வளர்ச்சி, இருதரப்பு நியாயங்கள், எது பொதுவான நியாயம் என்பது வரை அத்தனை விவரங்களும் இந்தச் சில வரிகளுக்குள் வந்துவிடுவதை கவனிக்கலாம். 1938ல் மகாத்மா காந்தி எழுதியது இது. இதற்குப் பின் சுமார் இருபது இருபத்தைந்து ஆண்டுகள் வரை உண்மை நிலையை எடுத்துச் சொல்லும் ஓர் எழுத்து கூட யாராலும் வெளியிடப்படவேயில்லை என்பது விசித்திரமானதும் வருத்தத்துக்குரியதுமாகும்.

57

கோடிக்கணக்கான காரணங்கள் சொன்னாலும் கொலைகளை நியாயப்படுத்தவே முடியாது. ஆனால் சரித்திரம் என்பது இத்தகைய நியாயப்படுத்த முடியாத கொலைகளை அஸ்திவாரமாகப் போட்டே கட்டப்பட்டதொரு கோட்டை. பாலஸ்தீன் என்றில்லை. உலகம் முழுவதற்குமே இது பொதுவானது. ஒவ்வொரு படுகொலை நடக்கும்போதும் கண்டனக் கணைகள் பறக்கும். விசாரணைகள் நடக்கும். ஏதாவது சமரச முயற்சிகள் ஆரம்பமாகும். சமாதானமும் அடைவார்கள். ஆனால் நடந்து முடிந்த கொலைகளுக்கு இவையா தீர்வு? போன உயிர்களுக்கு மாற்று ஏது?

பாலஸ்தீன் அரேபியர்கள், யூதர்கள் மீதான கொலைவெறித் தாக்குதல்களை நடத்திக்கொண்டிருந்த அதே சமயத்தில் பிரிட்டன் ஓர் அறிவிப்பை வெளியிட்டது. மே மாதம் 15ம் தேதி (1948ம் வருடம்), பாலஸ்தீனிலிருக்கும் தனது துருப்புகளை முழுவதுமாக வாபஸ் பெற்றுக்கொள்ளும் என்பதே அந்த அறிவிப்பு.

அதாவது மே மாதம் 15ம் தேதியுடன் பாலஸ்தீனுக்கும் பிரிட்டனுக்கும் எந்த சம்பந்தமும் இல்லை. இரண்டாம் உலகப்போர் காலம் தொடங்கி பிரிட்டனின் காலனியாக இருந்து வரும் பாலஸ்தீன், அன்று முதல் சுதந்தர நாடு என்பதே இந்த அறிவிப்பின் பொருள்.

இந்த அறிவிப்பு வெளியானதும் அரேபியர்களின் கோபம் உச்சக்கட்டத்தைத் தொட்டுவிட்டது. கண்மண் தெரியாமல் அவர்கள் யூதர்களைத் தாக்க ஆரம்பித்தார்கள். அக்கம்பக்கத்து தேசங்களில் இருந்தெல்லாம் கடனுக்கு ஆயுதங்களை வாங்கிவந்து குவித்தார்கள். பழக்கமே இல்லாதவர்கள் கூட துப்பாக்கி ஏந்தி கண்ணில் பட்டவர்களைச் சுட்டுத்தள்ளத் தொடங்கினார்கள்.

இதற்கு ஆறு வாரங்கள் முன்னதாகவே, பாலஸ்தீனின் பிற பகுதிகளிலிருந்து யூதர்கள் யாரும் ஜெருசலேத்தை நெருங்க முடியாதபடி மிகக் கடுமையான பாதுகாப்பு வளையங்களை உருவாக்கிவைத்துவிட்டார்கள். ஜெருசலேத்திலிருந்து வெளியே யாரும் கடிதம் அனுப்பமுடியாது. யாரிடமாவது தகவல் சொல்லி அனுப்பலாம் என்றால் அதுவும் முடியாது. எப்படி வெளீயிலிருந்து யாரும் உள்ளே போக முடியாதோ, அதேமாதிரி நகருக்கு உள்ளே இருக்கும் யாரும் வெளியே போகவும் முடியாது. மீறி யாராவது நகர எல்லையைத் தாண்டுவார்களேயானால் உடனடியாகச் சுட்டுக்கொல்லப்படுவார்கள்.

என்னதான் பிரிட்டிஷ் காவலர்கள் பாதுகாப்புக்கு இருந்தாலும் அரேபியர்கள் மிகவும் சாமர்த்தியமாக அவர்கள் கண்ணில் மண்ணைத் தூவிவிட்டு, தமக்கான மறைவிடங்களைப் பாலைவனங்களிலும் முள்புதர்க்காடுகளிலும் அடர்ந்த மரங்களின் கிளைகளிலும், இடிந்த கட்டடங்களில் சுரங்கம் தோண்டியும் அமைத்துக்கொண்டிருந்தார்கள். ஆங்காங்கே ஒற்றர்களை நிறுத்தி, யாராவது நகருக்குப் புதிதாக வருகிறார்களா, அல்லது நகரிலிருந்து யாராவது, எந்த வாகனமாவது வெளியேகிறதா என்று கவனித்து உடனடியாகப் போய்த் தாக்குவார்கள்.

தாக்கும் கணத்தில் மட்டும்தான் கண்ணில் படுவார்கள். அடுத்த வினாடி அவர்கள் எங்கே போனார்கள் என்பதே தெரியாது. அரேபியர்களின் மனத்தில் இருந்த கோபமும் வேகமும் அவர்களை அத்தனை விரைவாகச் செயல்படவைத்தது!

இத்தகைய காரியங்களைச் செய்தவர்கள் பாலஸ்தீனத்து அரேபியர்கள் மட்டும் அல்லர். சொந்தச் சகோதரர்கள் துன்பத்தில் சாதல் கண்டு சிந்தை இறங்கிய அக்கம்பக்கத்து நாடுகளைச் சேர்ந்த அரேபியர்களும் அவர்களின் உதவிக்கு அப்போது வந்திருந்தார்கள். குறிப்பாக, சிரியாவிலிருந்து சில ஆயிரம் பேர் வந்திருந்தார்கள். ஈராக்கிலிருந்து எழுநூறு பேர் கொண்ட ஒரு குழுவே தனியாக வந்திருந்தது. எகிப்திலிருந்தும் நூற்றைம்பது பேர் பாலஸ்தீன் அரேபியர்களுக்கு உதவி செய்வதற்காக ஆயுதங்களுடன் வந்திருந்தார்கள்.

இஸ்ரேல் உருவாகும் தினம் நெருங்க நெருங்க, பாலஸ்தீன் முழுவதும் பதற்றம் அதிகரித்தது. மார்ச் இறுதி, ஏப்ரல் மாதங்களில்

பாலஸ்தீனில் இருந்த ஒவ்வொரு யூத கிராமமும் முறை வைத்துக்கொண்டு தாக்கப்பட்டன.

அரேபியர்கள் முதலில் காவல் நிலையங்களைத் தான் தாக்குவார்கள். அங்குள்ள தொலைத்தொடர்பு சௌகரியங்களை அழித்துவிட்டு, காவலர்களைக் கட்டிப்போட்டுவிடுவார்கள். அதன்பின் கிராமத்துக்குள் நுழைந்து யூதர்கள் மீது தாக்குதல் நடத்திவிட்டுக் காணாமல் போய்விடுவார்கள். இதுதான் அவர்கள் மேற்கொண்ட நடைமுறை.

ஏப்ரல் 13ம் தேதி ஷார் ஈஜன் *(Kfar etzion)* என்கிற யூத கிராமத்தை ஒரு அரபுப்படை சூழ்ந்துகொண்டது. பெத்லஹெமுக்குத் தெற்கே இருக்கும் கிராமம் இது. சுற்றி வளைத்த அரேபியக் கலகக்காரர்கள் மொத்தம் 400 பேர். ஆனாலும் கிராமத்து வாசிகள் தயாராக இருந்ததால், அவர்களை உடனே அடித்துத் துரத்திவிட்டார்கள். வன்மத்துடன் மீண்டும் மோதிய அரேபியர்கள் ஒரே இரவில் நூற்றுப்பத்து யூதர்களை அங்கே கொலை செய்தார்கள். தவிர, சரணடைந்த சுமார் நூறு யூதர்களையும் வரிசையில் நிற்கவைத்து இயந்திரத் துப்பாக்கியால் சுட்டுக் கொன்றார்கள். இந்தக் காட்சியைப் புகைப்படமும் எடுத்துக்கொண்டார்கள்!

பொதுவாக, இம்மாதிரியான தாக்குதல்கள் வேகமடையும் போது, இருப்பிடத்தை விட்டு நகர்ந்து, பாதுகாப்பான இடங்களுக்குச் சென்றுவிடுவதுதான் யூதர்களின் இயல்பு. அதை மனத்தில் கொண்டுதான் அரபுகள், யூத கிராமங்களுக்குள் புகுந்து தாக்கிக்கொண்டிருந்தார்கள். எப்படியாவது பாலஸ்தீனிலிருந்து யூதர்களை ஓட்டிவிடவேண்டும் என்பதே அவர்களின் நோக்கமாக இருந்தது. தாக்குதல்களைச் சமாளிக்க முடியாமல்தானே ஐரோப்பாவிலிருந்து ஓடிவந்தார்கள்? அதே தாக்குதல்கள் மூலம் பாலஸ்தீனில் இருந்தும் அவர்களை விரட்டிவிடலாம் என்று நினைத்தார்கள் அவர்கள்.

ஆனால் யூதர்கள் விஷயத்தில் இது மிகப்பெரிய தப்புக்கணக்கு என்பது அரேபியர்களுக்கு அப்போது புரியவில்லை. அவர்கள் எங்கிருந்து துரத்தினாலும் பாலஸ்தீனுக்கு ஓடிவருவார்களே தவிர, பாலஸ்தீனிலிருந்து இன்னொரு இடத்துக்கு ஓடுவதற்குத் தயாராக இல்லை! அடுத்தால் திருப்பி அடிப்பது. முடியாவிட்டால்

தற்காத்துக்கொள்வது. அதுவும் முடியாவிட்டால் அடி படுவது. உயிர் போகிறதா? அதுவும் பாலஸ்தீனிலேயே போகட்டும்.

அப்படியொரு மனப்பக்குவத்துக்கு வந்துவிட்டிருந்தார்கள். ஆயிரமாண்டு காலமாக ஓடிக்களைத்தவர்கள் அல்லவா? இன்னொரு ஓட்டத்துக்கு அவர்கள் தயாராக இல்லை. தவிர, அரேபியர்களின் தாக்குதல்களெல்லாம் தாற்காலிக எதிர்ப்புதான் என்று யூதர்கள் நினைத்தார்கள்.

காரணம், எப்படியிருந்தாலும் இன்னும் சில தினங்களில் சுதந்தரம் வந்துவிடப்போகிறது; இஸ்ரேல் என்கிற தனிநாடு உருவாகிவிடப் போகிறது. தனி அரசாங்கம், தனி ராணுவம், தனி போலிஸ் என்று சகல சௌகரியங்களுடன் வாழப்போகிறார்கள். அப்போது சேர்த்துவைத்து பதிலடி கொடுத்தால் போயிற்று என்றுதான் அவர்கள் நினைத்தார்கள்.

தங்கள் தாக்குதலுக்கு அவர்கள் பயந்து ஓடவில்லை என்பதுதான் அரேபியர்களுக்கு விழுந்த முதல் அடி. அவர்களால் நம்பவே முடியவில்லை. யூதர்களா எதிர்த்து நிற்கிறார்கள்? யூதர்களா அடிவாங்கிக்கொண்டு விழுகிறார்கள்? யூதர்களா ஓடாமல் இருக்கிறார்கள்? எனில், சரித்திரம் சுட்டிக்காட்டிய உண்மைகள் எல்லாம் பொய்யா? ஓடப்பிறந்தவர்கள் அல்லவா அவர்கள்? ஏன் ஓடாமல் இருக்கிறார்கள்?

அவர்களுக்குப் புரியவில்லை. ஆகவே, இன்னும் கோபம் தலைக்கேறி, இன்னும் உக்கிரமாகத் தாக்க ஆரம்பித்தார்கள். பல கிராமங்களில் இருந்த யூதர்களை விரட்டி, விரட்டிக் கொன்றார்கள். அதே சமயம், தைபெரியஸ், ஹைஃபா, ஏக்ர், ஜாஃபா, ஸஃபேத் போன்ற அரேபியர்களின் கோட்டை போன்ற நகரங்களை யூதர்களும் தாக்கிக் கைப்பற்றிக்கொண்டார்கள்.

நாள் நெருங்க நெருங்க அரேபியர்களின் ஜுரம் அதிகமானது. இன்னும் ஆள் பலம் வேண்டும் என்று கருதி, ஜெருசலேத்தைக் காப்பதற்காக நிறுத்திவைத்திருந்த சில ஆயிரம் பேர்களையும் யூதர்களின் குடியிருப்புகளைத் தாக்கும் பணியில் இறக்கினார்கள். 1947 நவம்பர் தொடங்கி, இஸ்ரேல் பிறந்த தினம் வரை மொத்தம் ஆறாயிரம்யூதர்கள்பாலஸ்தீனில்படுகொலைசெய்யப்பட்டார்கள்.

இது மொத்த யூத மக்கள் தொகையில் (பாலஸ்தீனில் மட்டும்) ஒரு சதவிகிதம்!

மே மாதம் பிறந்தது. ஒட்டுமொத்த பாலஸ்தீனும் பதறிக்கொண்டிருந்தது. ஒரு பக்கம், பாலஸ்தீனை விட்டு நகர்வதற்காக பிரிட்டிஷ் துருப்புகள் தயாராகிக்கொண்டிருந்தன. மறுபக்கம், அவர்கள் எப்போது நகர்கிறார்களோ, உடனடியாக உள்ளே புகுந்து யூதர்களை கபளீகரம் செய்துவிடும் வெறியுடன் அரேபியர்களின் நட்புக்கு வந்த எகிப்து, டிரான்ஸ்ஜோர்டன், சிரியா, லெபனான் ஆகிய தேசங்களின் ராணுவங்கள் எல்லையில் அணிவகுத்து நின்றன. அவர்களுக்கு உதவியாக, உள்ளூர் பாலஸ்தினிய தனியார் ராணுவங்கள் ஆயத்தமாகிக்கொண்டிருந்தன.

பத்து நாள். ஒன்பது நாள். எட்டு நாள். ஏழுநாள். ஆறுநாள்.

திடீரென்று பிரிட்டன், தன் துருப்புகளை விலக்கிக்கொள்ளும் தினம் மே 15 அல்ல; மே மாதம் 14ம் தேதியே வாபஸ் பெற்றுக்கொள்வதாக அறிவித்துவிட்டது.

முழு இருபத்தி நான்கு மணிநேரத்துக்கு முன்னதாக சுதந்தரம்! இஸ்ரேல் உதயமாகும் தினம் ஒரு நாள் முன்கூட்டியே வந்துவிடுகிறது! அரேபியர்களின் அவல வாழ்க்கை ஒருநாள் முன்கூட்டியே ஆரம்பமாகிவிடுகிறது.

இதை யாருமே எதிர்பார்க்கவில்லை. சுதந்தரத்துக்கு என்று ஒரு நாள் குறித்துவிட்டு, அதை ஒருநாள் முன்னதாக மாற்றி அமைக்கும் வழக்கம் அதற்கு முன் எப்போதும் இருந்ததில்லை. பிரிட்டன் ஏன் அப்படியொரு முடிவு எடுத்தது; ஒருநாள் முன்னதாக அதனைச் செய்வதன் மூலம் என்ன சாதிக்க நினைத்தது என்பது அப்போது யாருக்குமே தெரியாது.

யூதர்களின் அரசியல் தலைவர்களும் ராணுவத் தளபதிகளும் அவசர அவசரமாகக் கூடிப் பேசினார்கள். இனியும் பிரிட்டனை நம்பிக்கொண்டோ, எதிர்பார்த்துக்கொண்டோ இருக்க முடியாது. சுதந்தர தேசம் கிடைத்துவிடும். அதில் சந்தேகமில்லை. ஆனால் இஸ்ரேல் யூதர்களின் பாதுகாப்புக்கு முதலில் வழி செய்தாக வேண்டும். என்ன செய்யலாம்? எம்மாதிரியான வியூகம் வகுக்கலாம்?

இகேல் யாதின் (*Yigael Yadin*) என்பவர் அப்போது இஸ்ரேலிய ராணுவத்தின் முதன்மைத் தளபதியாக இருந்தார். அவர் பென்குரியனிடம் சொன்னார்: "இது சவால். நம்மிடம் போதிய ஆயுதபலம் கிடையாது. எதிரிப் படைகள் முழு பலத்துடன் இருக்கின்றன. நமது வீரர்கள் மனபலத்தை மட்டுமே வைத்துப் போரிட்டாக வேண்டும்."

உண்மையில், மிகவும் உணர்ச்சிமயமான சூழ்நிலை அது. சுமார் ஆயிரத்தி எண்ணூறு வருடங்களுக்கு முன்னர் ரோமானியப் படையை எதிர்த்து யூதத்தளபதி பார்கொச்பா நடத்திய யுத்தம்தான், அதற்கு முன் யூதர்கள் தம் தேசத்தைக் காப்பதற்காக நடத்திய யுத்தம். அத்தனை நீண்ட இடைவெளிக்குப் பிறகு மீண்டும் யூதர்கள் தமது தேசம் என்கிற பெருமிதத்துடன், அதைக் காப்பதற்காக ஒரு யுத்தம் செய்யவிருந்தார்கள்!

மே மாதம் 13ம் தேதி, 1948ம் வருடம். பெரும்பாலான பிரிட்டிஷ் துருப்புகள் பாலஸ்தீனை விட்டுப் போய்விட்டிருந்தன. நகரங்கள் பேயடித்தமாதிரி அமைதியில் இருந்தன. பொழுது விடிந்தால் சுதந்தரம். பொழுது விடியும்போது இஸ்ரேலும் பிறக்கும்! அதே பொழுது விடியும்போது அரேபியர்கள் தாக்கவும் ஆரம்பித்துவிடுவார்கள்!

இஸ்ரேல் பிறக்கும் சந்தோஷத்தை அனுபவிப்பதா? எதிர்வரும் யுத்தத்தை நினைத்துக் கவலைப்படுவதா? யுத்தத்தில் என்ன ஆகப்போகிறது. இஸ்ரேலிய ராணுவம் ஜெயிக்குமா? அல்லது நான்கு தேசங்களின் துணையுடன் தாக்கப்போகிற பாலஸ்தீனிய அரேபியர்கள் வெற்றி பெறுவார்களா?

யாருக்கும் தெரியாது. என்னவும் நடக்கலாம். எப்படியும் நடக்கலாம்.

மே 14, 1948. விடிந்துவிட்டது அன்றைய தினம்.

முந்தைய நாள் இரவுடன் அத்தனை பிரிட்டிஷ் ராணுவ வீரர்களும் போய்விட்டிருக்க, அன்று காலை கட்டக்கடைசியாக பாலஸ்தீனுக்கான பிரிட்டிஷ் ஹை கமிஷனர் மட்டும் ஜெருசலேத்தில் இருந்தார். தன் அலுவலகத்தைப் பூட்டிக்கொண்டு, ஒப்படைக்க வேண்டிய தஸ்தாவேஜ்களை உரியவர்களிடம் ஒப்படைத்துவிட்டு, கடைசிக் கையெழுத்துகளைப் போட்டு

விட்டு, பெட்டியைத் தூக்கிக்கொண்டு கையாட்டிவிட்டு வண்டியேறினார்.

பிரிட்டனின் முப்பது வருட ஆட்சி அந்த வினாடியுடன் ஒரு முடிவுக்கு வந்தது. இனி பாலஸ்தீன் என்று ஒரு தேசம் இல்லை. இஸ்ரேல்- பாலஸ்தீன் என்று இரு தேசங்கள். இந்தியா- பாகிஸ்தான் மாதிரி அவையும் அண்டை தேசங்களாக இருக்கும்.

உணர்ச்சி உடைந்து பெருக்கெடுக்கத் தருணம் பார்த்துக் கொண்டிருந்த சமயம். ஹை கமிஷனரை வழியனுப்பிவிட்டு, அவசர அவசரமாக டெல் அவிவ் நகருக்குப் போய்ச் சேர்ந்தார் இஸ்ரேலின் அரசியல் தலைவர் பென் குரியன்.

நேரம் பிற்பகல் ஒன்று ஆகியிருந்தது. அறிவிப்புக்கான சமயம் நெருங்கிக்கொண்டிருந்தது. இறுதிக்கட்ட நடவடிக்கைகள் வேகமாக நடந்தன. குரியன் தன் சகாக்களுடன் கலந்து பேசினார். பாதுகாப்பு ஏற்பாடுகள் தயாரா என்று ராணுவத் தளபதிகளைக் கேட்டுக்கொண்டார்.

எல்லாம் தயார் என்று ஆனதும் சர்வதேச மீடியாவுக்கும் பாலஸ்தீனின் யூதர்களுக்கும் அந்த அறிவிப்பை வெளியிட்டார்: ‘‘இன்று முதல் இஸ்ரேல் பிறக்கிறது. யூதர்களின் தேசம்.’’

அந்தக் கணத்துக்காகக் காத்திருந்த யூதர்கள், பரவசத்தில் ஓவென்று அழுது கண்ணீர் விட்டார்கள். குதித்து, ஆனந்தக் கூத்தாடினார்கள். ஒருவரை ஒருவர் கட்டித்தழுவி அன்பைப் பரிமாறிக்கொண்டார்கள்.

மறுபுறம் பாலஸ்தீனின் அனைத்து எல்லைகளிலிருந்தும் அரபுப் படைகள் உள்ளே நுழைய இறுதிக்கட்ட ஆயத்தங்களைச் செய்துகொண்டிருந்தன.

58

இரண்டாம் உலக யுத்தம் ஆரம்பிப்பதற்கு முன்னர் அரபு தேசங்கள் என்று தனித்தனியே நாடுகள் கிடையாது. சுமார் 1350 வருடங்கள் ஒட்டாமான் துருக்கியப் பேரரசின் அங்கங்களாகவே இன்றைய அரபு தேசங்கள் அனைத்தும் இருந்தன. அதாவது, அகண்ட இஸ்லாமிய சாம்ராஜ்ஜியம். பாலஸ்தீன், ஈராக், ஈரான், லெபனான், சிரியா என்று துண்டு தேசங்கள் உருவானதெல்லாம் இரண்டாம் உலகப்போருக்கும் பிரிட்டன் விடை பெற்றதற்கும் எல்லாம் பிறகுதான். அதற்கு முன் ஒரே பேரரசு. அதன்கீழ் பல சிற்றரசுகள். அவ்வளவுதான்.

முதல் மற்றும் இரண்டாம் உலகப்போர்களை ஒட்டி பல்வேறு அரேபிய தேசங்கள், ஒட்டாமான் சாம்ராஜ்ஜியத்திலிருந்து பிரிந்து சுதந்தர தேசங்கள் ஆயின. பாலஸ்தீனும் அப்படியொரு சுதந்தர தேசமாக ஆகியிருக்க வேண்டியதுதான். ஆகமுடியாமல் போனதன் காரணம், பிரிட்டன் உதவியுடன் யூதர்கள் அங்கே ஊடுருவி இடத்தை நிரப்பியதுதான்.

இந்தக் கோபம்தான் அரேபியர்களுக்கு. நியாயமான கோபமே என்றாலும் வேறு வழி இல்லை என்பதால், ஐக்கிய நாடுகள் சபையின் சிறப்பு கமிட்டியின் பரிந்துரையின் பேரில் ஐ.நா அறிவித்த பாலஸ்தீன்- இஸ்ரேல் எல்லைப் பிரிவு நடவடிக்கையை மனத்துக்குள் ஒருவாறு ஏற்றுக்கொள்ளத் தயாராகித்தான் இருந்தார்கள். தமது எதிர்ப்பைப் பதிவு செய்ய யுத்தத்தைத் தொடங்குவது, முடிவு எப்படியானாலும் ஐ.நா. பிரித்துக்கொடுத்த நிலம் எப்படியும் இருக்கத்தானே போகிறது என்று அப்பாவி அரேபியர்கள் நினைத்தார்கள்.

கவனிக்கவும். இவர்கள் புரட்சிக்காரர்கள் அல்லர். கலகக் காரர்கள் அல்லர். அக்கம்பக்கத்து அரபு தேசங்களின்துணையுடன் யுத்தத்தில்

பங்குபெறக் களம் சென்றவர்கள் அல்லர். மாறாக, படிப்பறிவோ, அரசியல் ஞானமோ, வாழ வழியோ கூட இல்லாத அடித்தட்டு வர்க்கத்து அரேபியர்கள். இவர்கள்தான் பெரும்பான்மையினர். இவர்களுக்கு உண்மை நிலவரத்தை எடுத்துச் சொல்லவோ, வழி நடத்தவோ, அறிவுரைகள் கூறவோ அன்றைக்கு யாரும் இருக்கவில்லை. அரபு இனத் தலைவர்கள் என்று அறியப்பட்ட ஒரு சிலர் யுத்தம் குறித்துச் சிந்திக்கப் போய்விட்டார்கள். இளைஞர்கள் எல்லாரும் கிடைத்த ஆயுதங்களைத் தூக்கிக்கொண்டு யூதர்களை ஒழிக்காமல் வரமாட்டேன் என்று டெல் அவிவை நோக்கி நகரத் தொடங்கிவிட்டார்கள். நோயாளிகள், வயதானோர், பெண்கள், குழந்தைகள் ஆகியோரை உள்ளடக்கிய இந்த பெரும்பான்மை அரபுக்கள், தாம் வசித்து வந்த மேற்குக் கரை மற்றும் காஸா பகுதிகளில் வீட்டுக்குள் பதுங்கியபடியே தமக்குள் என்ன ஆகுமோ என்று எண்ணி எண்ணி பயந்துகொண்டிருந்தார்கள்.

பாலஸ்தீன் - இஸ்ரேல் பிரச்னையின் நவீன கால வரலாறு என்பது இந்த இடத்த¢ல்தான் தொடங்குகிறது.

ஒரு பக்கம் அரபுகள் என்ன ஆகுமோ என்று அஞ்சி நடுங்கிக் கொண்டிருக்க, இன்னொரு பக்கம், இதே அடித்தட்டு வர்க்கத்தைச் சேர்ந்த இஸ்ரேல் யூதர்களும் இதே போலத்தான் அஞ்சிக்கொண்டிருந்தார்கள். என்ன ஆகுமோ.

பெரும்பான்மை மக்களின் இந்த அச்சத்துக்கும் சிறுபான்மை வீரர்கள் மற்றும் புரட்சிக்காரர்களின் கோபம் மற்றும் துவேஷத்துக்கும் நிறைய இடைவெளி இருந்தது. எப்படி அரேபியப் புரட்சிக்காரர்கள், தமது பெரும்பான்மை மக்களின் மனநிலை என்ன என்பதைக் கேட்டறிந்துகொள்ள விரும்பவில்லையோ, அதே போலத்தான் பெரும்பான்மை யூத மக்களின் கருத்தையும் இஸ்ரேலிய அரசோ, இஸ்ரேல் ராணுவமோ அந்தத் தருணத்தில் பொருட்படுத்தவில்லை.

யுத்தம் என்று முடிவு செய்துவிட்டார்கள். அவ்வளவுதான்.

எகிப்து, லெபனான், ஜோர்டன், ஈராக் மற்றும் சிரியாவின் படைகள் ஒரு பக்கம் பாலஸ்தீனப் போராளிகளுக்கு ஆதரவாக நின்றன. எதிர்ப்பக்கம் இஸ்ரேல். அன்று பிறந்த இஸ்ரேல். அதற்கு முன்

அவர்கள் தனியொரு தேசத்தை ஆண்டதில்லை. தனியொரு ராணுவத்தை வைத்துப் பயிற்சியளித்துப் பெரும் யுத்தங்களைச் சந்தித்ததுமில்லை. போர்க்கால நடவடிக்கைகள் என்றால் என்ன என்பதையே அந்தப் போரின் இறுதியில்தான் அவர்கள் அறியப்போகிறார்கள்.

யோசித்துப் பாருங்கள். மே 14, 1948 அன்று இஸ்ரேல் பிறந்தது. மறுநாள் - அதாவது மே 15ம் தேதி இந்த யுத்தம் ஆரம்பிக்கிறது. அதுவும் ஒரு நாள், ஒருவார, ஒரு மாத கால யுத்தமல்ல. முழு ஒரு வருடத்தை விழுங்கப்போகிற யுத்தம்.

இத்தனை தேசங்கள் தம்மை ஆதரிப்பதால் எப்படியும் வெற்றிபெற்றுவிடுவோம் என்கிற நம்பிக்கை, பாலஸ்தீன் போராளிகளுக்கு இருந்தது. தமது குறைந்த போர்த்திறமை, சரியான தலைமை இல்லாமை, வியூகம் வகுக்கத் தெரியாதது போன்ற அத்தனை குறைகளுமே ஒரு பொருட்டில்லாமல் போகும் என்று அவர்கள் எதிர்பார்த்தார்கள். ஒட்டுமொத்த அரபு சமுதாயமும் இஸ்ரேலுக்கு எதிராகத் திரண்டு நிற்கும்போது நேற்று முளைத்த சுண்டைக்காய் தேசத்தால் என்ன செய்துவிட முடியும் என்று அவர்கள் நினைத்தார்கள். எப்படியாவது இஸ்ரேலை யுத்தத்தில் தோற்கடிப்பது, ஒரு யூதர் விடாமல் அத்தனை பேரையும் பாலஸ்தீனை விட்டு ஓட ஓட விரட்டுவது. இதுதான் அரேபியர்களின் திட்டம்.

யூதர்களைப் பொறுத்தவரை, அவர்கள் தமது ஆண்டாண்டு காலக் கனவான தனிநாடு என்பதை அடைந்துவிட்டிருந்த மகிழ்ச்சி மேலோங்கியிருந்ததால், யுத்தம் குறித்த பயம் அவர்களிடையே பெரிதாக இல்லை. ஜெயித்தாலும் சரி, தோற்றாலும் சரி. தமது தேசம் தமக்கு உண்டு என்கிற எண்ணம்தான் அவர்களிடம் இருந்தது. ஒரு வேளை யுத்தத்தில் தோற்க நேரிட்டால் இஸ்ரேலின் சில பகுதிகளை இழக்க நேரிடலாம். இருக்கவே இருக்கிறது ஐ.நா. சபை. நீங்கள் வகுத்தளித்த நிலத்தை அபகரித்துவிட்டார்கள்; திரும்ப வாங்கிக்கொடுங்கள் என்று கேட்கவும் அவர்கள் சித்தமாக இருந்தார்கள்.

இதென்ன குழந்தைத்தனமாக இருக்கிறதே என்று தோன்றலாம். உண்மை அதுதான். இஸ்ரேலின் முதல் பிரதம மந்திரியாகப்

பொறுப்பேற்ற டேவிட் பென் குரியனிடம் அவரது அமைச்சரவை சகா ஒருத்தர் இதே மாதிரியே சொல்லியிருக்கிறார்.

ஆயிற்று. மே 15ம் தேதி யுத்தம் தொடங்கிவிட்டது. முதல் குண்டு டெல் அவிவ் நகரில் வந்து விழும்போது மணி காலை 9.15. வீசியது ஒரு பாலஸ்தீனப் போராளி. எங்கிருந்து அவர்கள் ஊருக்குள் ஊடுருவியிருக்கிறார்கள் என்பதே முதலில் இஸ்ரேல் ராணுவத்துக்குப் புரியவில்லை. தெற்கிலிருந்து எகிப்துப் படைகள் முன்னேறி வந்துகொண்டிருந்தன. வடக்கிலிருந்து லெபனான் மற்றும் சிரியாவின் படைகள். மேற்கில் டிரான்ஸ்ஜோர்டன் ராணுவம். வடமேற்கிலிருந்து ஈராக் ராணுவம். கிழக்கு பக்கம் பற்றிக் கவலையே இல்லை. மத்திய தரைக்கடலைக் காட்டிலும் எந்த ராணுவத்தின் பலம் அதிகமாக இருந்துவிட முடியும்?

இஸ்ரேல் முதலில் தற்காப்பு நடவடிக்கைகளாகத்தான் மேற்கொண்டன. முதலில் தனது எல்லைகளைப் பாதுகாக்கும் விஷயத்தில் மிகத்தீவிரமாக கவனம் செலுத்தினார்கள். ராணுவத்தின் ஒரு பகுதியைப் பிரித்து எல்லைக் காவலுக்கு அனுப்பிவிட்டு, இன்னொரு பகுதியை டெல் அவிவிலேயே வைத்துக்கொண்டார்கள். மூன்றாவதாக ஒரு பிரிவைத்தான் தாக்குதலுக்குப் பயன்படுத்தினார்கள்.

இந்த யுத்தத்தில் இஸ்ரேல் எப்படி செயல்படுகிறது என்பது மிக முக்கியமான விஷயம். அமெரிக்கா முதல் பிரிட்டன் வரை, பிரான்ஸ் முதல் பெல்ஜியம் வரை அத்தனை தேசங்களும் அதைத்தான் கவனித்துக்கொண்டிருந்தன. எந்த சமயத்திலும் யார் வேண்டுமானாலும் உதவிக்கு வரலாம் அல்லது மௌன சாமியாராகவே இறுதிவரை கூட இருந்துவிடலாம்.

ஆனால் இஸ்ரேல் யுத்தத்தில் வெற்றி பெற்றுவிடுமானால் ஒட்டுமொத்த ஐரோப்பாவும் இஸ்ரேல் விஷயத்தில் சற்று அக்கறையுடன் நடந்துகொள்ளவேண்டிய சூழ்நிலை அவசியம் வரும். பொருட்படுத்தத்தக்க தேசமாகத் தன்னைக்காட்டிக்கொள்ள இந்த யுத்தம் ஒரு சந்தர்ப்பம் என்று நினைத்தார் பென் குரியன். இஸ்ரேல் ராணுவத்தின் வியூகம், அவரது இந்த எண்ணத்தைத்தான் பிரதிபலித்தது.

யுத்தம் சூடுபிடித்தது. இரு புறங்களிலும் மிகக் கடுமையாகத் தாக்கத் தொடங்கினார்கள். பாலஸ்தீன் போராளிகளைப் பொறுத்தவரை அது வாழ்வா சாவா யுத்தம். ஆகவே தமக்கு ஓரளவு நன்கு தெரிந்த கெரில்லா போர்ப்பயிற்சி முறையையே அவர்கள் அதிகமாகக் கையாண்டார்கள். எதிர்பாராத நேரத்தில், இடத்தில் தாக்குதல் நடத்துவது. கையில் இருப்பது ஒரே ஒரு நாட்டு வெடிகுண்டே ஆனாலும் குறைந்தது ஐம்பது பேரையாவது கொல்லும் வகையில்தான் அதனைப் பயன்படுத்த வேண்டும் என்பதில் அவர்கள் மிகவும் உறுதியுடன் இருந்தார்கள்.

உதவிக்கு வந்த படைகளைப் பொறுத்தவரை எகிப்தின் ராணுவம் இருந்தவற்றுக்குள்ளேயே சற்று கட்டுக்கோப்பான ராணுவம் என்று சொல்லவேண்டும். இஸ்ரேல் பயந்ததும் அதற்குத்தான்.

குண்டுகளை வீணாக்காமல் மிகவும் சாமர்த்தியமாக அவர்கள் யுத்தம் செய்தார்கள். அரசுக் கட்டடங்களைத் தாக்குவது, காவல் நிலையங்கள், ராணுவ முகாம்கள், மருத்துவமனைகள் கண்ணில் பட்டால் உடனே அவற்றைத் தாக்கி அழிப்பது என்பதே எகிப்து ராணுவத்தில் முதல் இலக்காக இருந்தது.

ஈராக் படையினர் கண்மூடித்தனமாக முன்னேறிக் கொண்டிருந்தார்கள். ஒரு பயிற்சி பெற்ற ராணுவம் போல் அல்லாமல், கலவரக்காரரர்கள் போல் அவர்கள் தாக்குதலில் ஈடுபட விரும்பினார்கள். சிரியா, லெபனான், ஜோர்டன் படைகள் எப்படியாவது டெல் அவிவ் நகருக்குள் புகுந்து கைப்பற்றிவிட மிகவும் விரும்பி, அதனை ஒட்டியே தமது வியூகத்தை வகுத்திருந்தன.

மறுபுறம், இஸ்ரேல் ராணுவத்தின் ஆள்பலம் குறைவாக இருந்தாலும் யுத்த நேர்த்தி அவர்களுக்கு மிக இயல்பாக வாய்த்திருந்தது. ஆயுதங்களைக் கையாளும் முறை, வியூகம் வகுப்பது, ஒற்றறிதல் போன்றவற்றில் இஸ்ரேலியர்கள்இயல்பான திறமை பெற்றிருந்தார்கள். இழப்புகள் அதிகம் இல்லாமல் பார்த்துக்கொள்வதிலேயே அவர்கள் குறியாக இருந்தார்கள். இதனைத் தற்காப்பு யுத்தம் என்று சொல்வார்கள். ஓரெல்லை வரை தற்காப்பு யுத்தம் செய்வது. சந்தர்ப்பம் கிடைக்குமானால் புகுந்து புறப்பட்டுவிடுவது.

வானம் புகை மண்டலமாகவும் பூமி செந்நிறமாகவும் ஆனது. யுத்தம் அதன் முழு உக்கிரத்தை அடைந்திருந்தது. நடுக்கடலில் கப்பல்களை குண்டுவீசி அழித்தார்கள். போர் விமானங்கள் தாக்கி வீழ்த்தப்பட்டன. ராணுவ முகாம்களில் எறிகுண்டுகள் வீசி திகுதிகுவென்று எரியச் செய்தார்கள். கொலைவெறி ஒன்று மட்டுமே மேலோங்கியிருந்தது. ஒரு கட்டத்துக்கு மேல் இஸ்ரேலுக்கு இருந்த பயம் விலகிவிட்டது. அவர்கள், தலைநகரை அரவணைத்து நின்று போரிடுவதை விட்டுவிட்டு வெளியேறி, முன்னேறி வந்து படைகளை அடித்து நொறுக்கத் தொடங்கிவிட்டார்கள்.

ஐ.நா. போட்டுக்கொடுத்த எல்லைக் கோடுகளெல்லாம் புழுதிக்கோடுகளாகி, மறைந்தே போயின. எங்கு பார்த்தாலும் குண்டுகள் வெடித்தன. எங்கு பார்த்தாலும் பீரங்கிகள் முழங்கின. எங்கெங்கும் மனிதர்கள் ஓடிக்கொண்டே இருந்தார்கள்.

இஸ்ரேலிடம் இத்தனை வீரத்தை யாருமே எதிர்பார்க்கவில்லை. உண்மையில் அரபு தேசங்கள் சற்று பயந்துபோயின என்றே சொல்லவேண்டும். எங்கிருந்து அவர்களுக்கு ஆயுதங்கள் வருகின்றன, யார் போர் யுக்திகளை வகுத்துத் தருகிறார்கள் என்பது புரியவில்லை. நேற்றே உருவான இஸ்ரேலிய ராணுவத்துக்கே இத்தனை திறமை இயல்பாக இருக்கும் என்று யாரும் நம்பத்தயாராக இல்லை.

ஏதோ ஒரு பெரிய கை உதவுகிறது என்பது மட்டும் புரிந்தது. அது எந்தக் கை என்பது தெளிவாகத் தெரியவில்லை.

யுத்தம் அதன் உச்சக்கட்டத்தை நோக்கிப் போய்க் கொண்டிருந்த போது ஐ.நா. தலையிட்டது. திரைப்படங்களின் இறுதியில், எல்லாம் முடிந்தபிறகு வரும் போலீஸ்காரர் மாதிரி. போர்நிறுத்தம். அமைதி ஒப்பந்தம் இத்தியாதிகள்.

அந்த அமைதி ஒப்பந்தத்தில்தான் இருக்கிறது விஷயம்.

போர் நிறுத்தம் சரி. ஆனால் எங்கே நிறுத்துவது? நவீன உலகில், எந்த தேசத்தில் எப்போது யுத்தம் நடந்தாலும் இந்த விஷயத்தை மிக முக்கியமாக கவனிக்க வேண்டும்.

போர் நிறுத்தம் என்று வந்து, அதை இரு தரப்பினரும் ஒப்புக்கொள்வார்களேயானால், அந்த வினாடி வரை அவர்கள் எதுவரை முன்னேறி வந்திருக்கிறார்களோ, அந்த இடம் வரை சம்பந்தப்பட்ட தேசத்துக்குச் சொந்தம் என்பதுதான் விதி. இந்தியா - பாகிஸ்தான் இடையே நடந்த முதல் யுத்தத்தின்போது இதன் அடிப்படையில்தான் முஸஃபராபாத் உள்ளிட்ட கில்கிட்டைச் சுற்றிய வடபகுதி முழுவதும் பாகிஸ்தான் வசம் போனது. இன்றுவரை நாம் அதை பாகிஸ்தான் அபகரித்த காஷ்மீர் என்றும் அவர்கள் அதனை சுதந்தர காஷ்மீர் (ஆசாத் காஷ்மீர்) என்றும் சொல்லிக்கொண்டிருக்கிறார்கள்.

இதே மாதிரிதான் அரபு - இஸ்ரேலி முதல் யுத்தத்தின் போதும் ஓர் ஏற்பாடு ஆனது. யுத்தத்தில் முன்னேறி வந்த எகிப்து அப்போது காஸா பகுதியில் இருந்தது. ஆகவே, காஸா எகிப்துக்கு என்றானது. டிரான்ஸ்ஜோர்டன் ராணுவம், மேற்குக் கரை முழுவதும் வியாபித்திருந்தது. ஆகவே வெஸ்ட்பேங்க் பகுதி ஜோர்டனுக்கு சொந்தம். இஸ்ரேல் ராணுவமும் ஐநா தனக்கு வகுத்தளித்த பூமிக்கு வெளியே பல இடங்களில் வியாபித்திருந்ததால், அந்தப் பகுதிகளெல்லாம் இஸ்ரேலுடையதாகிவிட்டது.

ஆக, காஸா போயிற்று. மேற்குக் கரையும் போயிற்று. மிச்சமிருந்த கொஞ்சநஞ்சப் பகுதிகளை இஸ்ரேல் விழுங்கிவிட்டது. எனில், பாலஸ்தீன் என்பது என்ன?

அப்படியொரு தேசமே இல்லை என்று ஆனது இப்படித்தான்!

59

ஐ. நா. தலையீடு. அமைதி ஒப்பந்தம். போர்நிறுத்தம். இஸ்ரேலுக்கு இதில் எந்த ஆட்சேபணையும் இல்லை. ஏனெனில் யுத்தம் அவர்களது நோக்கம் இல்லை. யுத்தத்தைத் தொடங்கியவர்கள் அரேபியர்கள். அதாவது பாலஸ்தீன் போராளிகளுக்கு ஆதரவாகக் களத்தில் குதித்த ஏனைய அரபு தேசங்கள். அவர்களுக்குச் சம்மதமெனில் போரை நிறுத்திக்கொள்ள இஸ்ரேலுக்கு எந்தத் தடையும் இல்லை.

பாலஸ்தீன் போராளிகளுக்கு ஆதரவாகப் போரில் இறங்கிய பிற அரபு தேசங்களுக்கோ, ஐக்கிய நாடுகள் சபையின் நெருக்கடி இருந்தது. போரை நிறுத்துங்கள் என்று பக்குவமாக வெளியில் கேட்டுக்கொள்ளப்பட்டாலும், உள்ளுக்குள் அது சந்தேகமில்லாமல் மிரட்டல். தவிரவும், யுத்தத்தில் அவர்கள் நிறையவே இழந்தும் இருந்தார்கள். அதைத்தவிரவும் ஒரு காரணம் சொல்லுவதென்றால், போர் நிறுத்தத்தின் மூலம் கிடைக்கக்கூடிய சில நேர்முக - நிறைய மறைமுக லாபங்கள். எல்லாம், அரசியல் சாத்தியமாக்கக்கூடிய லாபங்கள்.

முதல் முதலாக இஸ்ரேல் பிப்ரவரி 24, 1949 அன்று எகிப்துடன் போர் நிறுத்த ஒப்பந்தத்தைச் செய்துகொண்டது. எகிப்து யுத்தத்தில் முன்னேறி வந்த காஸா பகுதி எகிப்துக்கே சொந்தம். பிறகு லெபனானுடன் மார்ச் 23 அன்று ஒப்பந்தம் ஆனது. ஏப்ரல் 3ம் தேதி டிரான்ஸ்ஜோர்டனுடனும் ஜூலை 20ம் தேதி சிரியாவுடனும் ஒப்பந்தம் கையெழுத்தானது. அது வரையிலுமேகூடத் தாக்குப்பிடிக்க முடியாத ஈராக், தானாக முன்வந்து தன் படைகளைத் திரும்பப் பெற்றுக்கொள்வதாக அறிவித்துவிட்டு, தான் கைப்பற்றியிருந்த பகுதிகள் சிலவற்றை ஜோர்டனுக்குத் தாரை வார்த்துவிட்டு வந்த வழியே போய்விட்டது.

ஒரு வரியில் இதைப் புரியும்படிச் சொல்வதென்றால், பாலஸ்தீன் அரேபியர்களுக்கு உதவி செய்வதற்கென்று வந்த பிற அரபு தேசங்கள் அனைத்தும் நடு வழியில் அவர்களைக் கைவிட்டுவிட்டு, தமக்குக் கிடைத்த லாபங்களுடன் திருப்தியடைந்து, திரும்பிப் போய்விட்டார்கள்.

இதனைக் காட்டிலும் கேவலமான, இதனைக் காட்டிலும் அருவருப்பூட்டக்கூடிய, இதைவிட மோசமான நம்பிக்கை துரோகம் என்பது வேறில்லை. ஐநாவின் தலையீட்டால்தான் அப்படிச் செய்யவேண்டியதானது என்று அரபு தேசங்கள் சமாதானம் சொன்னாலும், மத்தியக்கிழக்கு தேசங்களின் ஒற்றுமை என்பது எந்த லட்சணத்தில் இருந்தது என்பதற்கு இது ஒரு மிகச்சிறந்த உதாரணம்.

ஆனால் இதற்கான அரசியல் நியாயங்கள் ஏராளம் இருக்கின்றன. மேலோட்டமாகவாவது அவற்றைப் புரிந்துகொள்வது அவசியம்.

இரண்டாம் உலகப்போரின் முடிவில், உலக அரங்கில் ஒரு மிகப்பெரிய பிரச்னை ரகசியமாக உருவாகியிருந்தது. அமெரிக்காவுக்கும் சோவியத் யூனியனுக்கும் இடையில் உருவாகியிருந்த பலப்பரீட்சைதான் அது. இருவரில் யார் வல்லரசு என்கிற கேள்வி மிகப்பெரிதாக இருந்தது அப்போது. உலகப்போரில் இரு தேசங்களுமே மிகப்பெரிய சாதனைகளைப் புரிந்திருந்தன. இரண்டுமே தவிர்க்க முடியாத மாபெரும் சக்திகள் என்பது உலகம் முழுவதற்கும் தெரிந்துவிட்டது.

இப்போது யார், எந்தக் கட்சி என்கிற கேள்வி எழுந்தது. அதாவது, அமெரிக்காவை ஆதரிக்கும் தேசங்கள் எவை, ரஷ்யாவை ஆதரிக்கும் தேசங்கள் எவை என்கிற கேள்வி. அமெரிக்காவை ஆதரிப்பதென்றால், அமெரிக்கா ஆதரிக்கும் அனைத்து அம்சங்களையும் சேர்த்து ஆதரிப்பது என்றாகும். ரஷ்யாவை ஆதரிப்பதென்றாலும் அப்படியே.

இஸ்ரேல் விஷயத்தில் அன்றைக்கு அமெரிக்காவுக்கும் சரி; ரஷ்யாவுக்கும் சரி. ஒரே நிலைபாடுதான். அவர்கள் இருவருமே இஸ்ரேலை ஆதரித்தார்கள். யூதர்கள் மீதான அனுதாபம் என்பது தவிர, மத்தியக்கிழக்கில் வலுவாகத் தன் கால்களை

ஊன்றிக்கொள்ள இரு தேசங்களுமே சரியான இடம் பார்த்துக் கொண்டிருந்தார்கள். மத்தியக்கிழக்கின் எண்ணெய் வளத்தைக் கொண்டு அடையக்கூடிய லாபங்கள் குறித்து அன்றைக்கு அரபு தேசங்களுக்கே அத்தனை முழுமையாக விவரம் தெரியாது. ஆனால் அமெரிக்காவுக்குத் தெரியும். ரஷ்யாவுக்குத் தெரியும்.

எண்ணெய் இருக்கிறது என்று அரபு தேசங்களுக்குத் தெரிந்தாலும் அமெரிக்காஅளவுக்கு, சோவியத் யூனியன்அளவுக்குஅவர்களிடம் தொழில்நுட்பத் தேர்ச்சி கிடையாது. இதென்ன வடை சுட்டுச் சாப்பிடும் எண்ணெயா? பெட்ரோலியம். எல்லாவற்றுக்குமே மூலாதாரம். எடுக்கும் ஒவ்வொரு சொட்டும் பணம். ஆகவே, இந்த இரு தேசங்களை எக்காரணம் கொண்டும் யாரும் பகைத்துக்கொண்டுவிடத் தயாராக இல்லை.

இரண்டாவது காரணம், பாலஸ்தீனை ஆதரிப்பதால் தமக்கு ஏதாவது லாபம் உண்டா என்று அனைத்து அரபு தேசங்களும் யோசித்தன. இஸ்ரேலை ஆதரிக்காமல், கண்டுகொள்ளாமல் விட்டால் கூடப் பிரச்னை ஏதுமிராது. ஆனால் பாலஸ்தீனை ஆதரிப்பதன் மூலம் அமெரிக்க, ஐரோப்பிய, சோவியத் யூனியனின் ஒட்டுமொத்த எதிர்ப்பைச்சம்பாதித்துக்கொள்ள வேண்டிவருமோ என்கிற அச்சம் அவர்களுக்கு இருந்தது.

தவிரவும் அனைத்து அரபு தேசங்களுமே கொஞ்ச நாள் இடைவெளிகளில்தான் சுதந்தரம் பெற்றிருந்தன. எதுவும் அப்போது தன்னிறைவு கண்ட தேசமல்ல. உணர்ச்சி வசப்பட்டு சகோதர அரேபியர்களுக்கு உதவுகிறேன் பேர்வழி என்று கிளம்பி, வேண்டாத வம்புகளில் சிக்கிக்கொள்ள நேரிடுமோ என்றும் கவலைப்பட்டார்கள். நடந்து முடிந்த யுத்தத்தில் கிடைத்தவரை லாபம் என்று திரும்பிப் போவதுதான் தனக்கும் நல்லது; தன் தேசத்துக்கும் நல்லது என்று ஒவ்வொரு தேசமும் நினைத்தன.

ஆகவே போர் நிறுத்த ஒப்பந்தத்தில் ஆத்மசுத்தியுடன் கையெழுத்திட்டுவிட்டார்கள். பாலஸ்தீன அரேபியர்கள் அந்தக் கணம் முதல் நடுத்தெருவுக்கு வந்தார்கள்.

பாலஸ்தீன் போராளிகளைப் பொறுத்தவரை போர் முடிந்து விட்டதாக அவர்கள் நினைக்கவே இல்லை. உதவிக்கு வந்தவர்கள் தான் ஓடிவிட்டார்களே தவிர, யுத்தம் முடியவில்லை என்பதுதான் அவர்களின் நிலைபாடு.

ஆனால் இதனை இஸ்ரேல் பொருட்படுத்தவில்லை. சுற்றியிருக்கும் அரபு தேசங்களுடன் ஏற்பட்ட போர் நிறுத்த ஒப்பந்தத்தை அப்படியே விஸ்தரித்து, நல்லுறவு கொள்ளவே அது விரும்பியது. இந்த விஷயத்தில் பென் குரியன் மிகத் தெளிவாக இருந்தார். என்றைக்கு இருந்தாலும் அரேபியர்கள் பாலஸ்தீன் போராளிகளை திரும்ப ஆதரிக்கவோ, அவர்களுக்காக யுத்தம் செய்யவோ முன்வரக்கூடும். அப்படியொரு சூழ்நிலை ஏற்படாத வண்ணம், நிரந்தரமாக அந்தத் தேசங்களுடன் நல்லுறவுப் பாலம் அமைத்துவிட அவர் மிகவும் விரும்பினார். அவர்களைச் சரிப்படுத்திவிட்டால், பாலஸ்தீன் போராளிகளைச் சமாளிப்பது பெரிய விஷயமல்ல என்பது அவர்களது சித்தாந்தம்.

யுத்தத்தின் இறுதியில் வெஸ்ட் பேங்க் என்று அழைக்கப்படும் ஜோர்டன் நதியின் மேற்குக் கரைப் பகுதி முழுவதையும் ஜோர்டன் பெற்றிருந்தது. அவர்களுக்குக் கிடைத்த நிலப்பரப்பின் ஓர் எல்லை ஜெருசலேம் நகரின் கிழக்குப் பகுதி வரை நீண்டிருந்தது. எஞ்சிய மேற்கு ஜெருசலேமை இஸ்ரேல் கைப்பற்றியிருந்தது.

ஆகவே, யதார்த்தமாகவே ஜெருசலேம் நகரம் இரண்டாகப் பிளக்கப்பட்டது. ஏற்கெனவே ஊருக்கு நடுவே ஒரு உடைந்த பெருஞ்சுவர் உண்டு. அதுதவிரவும் ஒரு மானசீகப் பெருஞ்சுவரை இரு தேசங்களும் ஏற்படுத்திக்கொண்டிருந்தன.

ஆனால் அமைதி ஒப்பந்தத்தில், ஜெருசலேம் பற்றிய குறிப்பில் இஸ்ரேல் மிகத் தெளிவாக, வழிபாட்டுச் சுதந்தரம் பற்றிக் குறிப்பிட்டிருந்தது. இரு தரப்பு மக்களும் ஜெருசலேமுக்கு வருகை தருவதிலோ, கோயில்களில் வழிபாடு நடத்துவதிலோ, எந்த அரசும் எந்தப் பிரச்னையும் செய்யக்கூடாது என்று அதில் குறிப்பிட்டிருந்தது. ஜோர்டனும் அதற்கு ஒப்புக்கொண்டுதான் ஒப்பந்தத்தில் கையெழுத்திட்டிருந்தது.

என்னதான் அமைதி ஒப்பந்தம் செய்துகொண்டாலும் இஸ்ரேல் ஒரு யூத தேசம். பாலஸ்தீன் அரேபியர்களை நட்டாற்றில் விட்டாலும் ஜோர்டன் ஓர் இஸ்லாமிய தேசம். ஆகவே, சிக்கல் அங்கிருந்து ஆரம்பித்தது.

ஜோர்டன் வசமிருந்த ஜெருசலேம் நகரின் பகுதிவாழ் யூதர்கள் யாரும் 'சினகாக்'களுக்குச் *(கோயில்களுக்கு)* செல்ல

அனுமதிக்கப்படவில்லை. யூதர்களின் புனிதச் சுவரான அந்த உடைந்த பெருஞ்சுவர் அருகே நின்று அவர்கள் பிரார்த்தனை செய்யவும் அனுமதிக்கப்படவில்லை. ஜெருசலேம் நகரில் ஒரு புராதனக் கல்லறை ஒன்று உண்டு. ஒரு சிறு குன்றை ஒட்டிய (*Mount of Olives* என்பார்கள்.) பகுதியில் அமைந்த கல்லறை.

இந்தக் கல்லறைப் பகுதி யூதர்களுக்கு ஒரு வழிபாட்டிடம். சுற்றிப்பார்க்கவும் வருவார்கள். நின்று பிரார்த்தனையும் செய்வார்கள். ஆயிரமாண்டுகால சரித்திரம் புதைந்த நிலம் அல்லவா? தொட்ட இடங்களெல்லாம் புனிதம்தான். வழிபாட்டிடம்தான்.

ஜோர்டன் என்ன செய்ததென்றால் இந்தக் கல்லறைக்கு வரும் யூதர்களைத் தடுப்பதற்காகவே அந்த வழியில் ஒரு பெரிய நெடுஞ்சாலைத் திட்டத்தை அறிவித்து, உடனடியாக சாலை போடும் வேலையில் இறங்கிவிட்டது.

சாலை என்றால் கல்லறைப் பகுதிக்குப் பக்கத்தில் அல்ல! அதன் மேலேயே. அப்படியொரு கல்லறை அங்கே இருந்தது என்று எதிர்காலம் சொல்லிக்கொள்ளலாமே தவிர, நின்று பார்க்க முடியாது. அமர்ந்து பிரார்த்தனை செய்யவும் முடியாது.

அதுமட்டுமல்லாமல்சாலைபோடும்பணியில்ஈடுபட்டஜோர்டன் தேசத்துப் பணியாளர்கள் சில அத்துமீறல் நடவடிக்கைகளிலும் ஈடுபட்டார்கள். உதாரணமாக, நூற்றுக்கணக்கான புராதன கல்லறைகள்நிறைந்தஅந்தப்பகுதியில்சிலகல்லறைகளின்மேலே சிறிய கோபுரங்கள், அல்லது சாளரம் மாதிரியான வடிவமைப்பைச் செய்திருந்தார்கள். அந்த இடங்களையெல்லாம் பணியாளர்கள் பாத்ரூமாகப் பயன்படுத்த ஆரம்பித்தார்கள்.

யூதர்கள் மீது அவர்களுக்கு இருந்த வெறுப்பைத்தான் இப்படி வெளிப்படுத்தினார்கள் என்பதைச் சொல்ல வேண்டியதில்லை. ஆனால் இதெல்லாம் யூதர்களை எத்தனை தூரம் பாதித்திருக்கும் என்பதையும் யோசித்துப் பார்க்க வேண்டும். அந்தக் கணத்தில் அவர்கள், 'செய்வது ஜோர்டானியர்கள்தானே' என்றெல்லாம் நினைத்துப் பார்க்கமாட்டார்கள். மாறாக, முஸ்லிம்கள் அல்லவா இப்படிச் செய்கிறார்கள்' என்றுதான் விரோதம் வளர்த்தார்கள்.

இந்த விரோதமெல்லாம்தான் பின்னால் பாலஸ்தீனிய அரேபியர்கள் மீது மொத்தமாக விடிந்தது.

இதனோடாவது ஜோர்டன் நிறுத்திக்கொண்டிருக்கலாம். இன்னும் ஒரு படி மேலே போய், தன் ஆளுகைக்கு உட்பட்ட நிலப்பரப்பில் வசிக்கும் அத்தனை யூதர்களும் வெளியேற வேண்டும் என்று உத்தரவிட்டது. ஆகவே அத்தனை பேரும் இடம் பெயர்ந்து இஸ்ரேலுக்குள் வந்தார்கள்.

ஜோர்டன் மட்டும் என்றில்லை. இஸ்ரேலைச் சுற்றியிருந்த அத்தனை அரபு தேசங்களுமே யுத்தத்துக்கும் அமைதி ஒப்பந்தங்களுக்கும் பிறகு இப்படித்தான் நடந்துகொண்டன. பாலஸ்தீனிய அரேபியர்களுக்கு நியாயம் கிடைக்க வழி ஏதும் செய்யாமல் தமது யூத வெறுப்பை மட்டும் அவை இவ்வாறு வெளிப்படுத்திக்கொண்டிருந்தன. முடிந்த வரை யூதர்கள் இடம் பெயர்ந்து இஸ்ரேலுக்குள் தஞ்சமாக வந்து சேர்ந்தார்கள். கொள்ளளவு என்று ஒன்று இருக்கிறதல்லவா? முடியாத யூதர்கள் மொராக்கோவுக்குப் போனார்கள். ஈரானுக்குப் போனார்கள். எங்கெல்லாம் முடியுமோ அங்கெல்லாம் போனார்கள். இடம் பெயர்வது அவர்களுக்கொன்றும் புதிதல்ல அல்லவா?

ஆனாலும் இஸ்ரேல் அரசு இதையெல்லாம் மௌனமாகப் பார்த்துக்கொண்டுதான் இருந்தது. போர் நிறுத்த ஒப்பந்தத்தின் ஒரு வரியைக் கூட எந்த அரபு தேசமும் ஒழுங்காகக் கடைப்பிடிக்கவில்லை என்பதை கவனித்துக்கொண்டே இருந்தது. இதை வசமான சந்தர்ப்பம் பார்த்து மீண்டும் ஐநாவின் கவனத்துக்கு எடுத்துச் செல்வது பற்றி அமைச்சர்கள் கூடி விவாதித்தார்கள்.

அதற்குமுன் உடனடி எதிர்வினையாக ஏதேனும் செய்யாமல் இருந்தால் நன்றாக இருக்குமா? என்ன செய்யலாம்?

இஸ்ரேல் எல்லைக்குள் வசிக்கும் அரேபியர்களின் பக்கம் அவர்களின் கவனம் திரும்பியது. உள்ளூர் ஆட்சிமன்றக் குழுக்களின் மூலம் ஏற்பாடு செய்து அவர்களுக்குப் பிரச்னைகள் கொடுக்க ஆரம்பித்தார்கள்.

இஸ்ரேல் எல்லைக்குள் இருக்கும் அரேபியர்களை விரட்டியடிப்பது. வெளியிலிருந்து ஒரே ஒரு அரேபியக் கொசு கூட இஸ்ரேலுக்குள் நுழைய முடியாமல் பார்த்துக்கொள்வது.

இஸ்ரேலுக்குள் என்றால் ஜெருசலேத்துக்குள் என்றும் அர்த்தம். இஸ்ரேலின் ஆளுகையின் கீழ் இருக்கும் ஜெருசலேம். முஸ்லிம்களுக்கும் புனிதமான ஜெருசலேம்.

யூதர்களாவது வாழ நெருக்கடி என்றால் தாற்காலிகமாக ஜெருசலேத்தை விட்டு ஓடிவிடத் தயங்கமாட்டார்கள். ஆனால் அரேபியர்களோ, உயிரே போனாலும் ஜெருசலேமில் போகட்டும் என்று நினைக்கக் கூடியவர்கள்.

ஆகவே, அந்த இடத்தில் அடிக்கலாம் என்று முடிவு செய்தது இஸ்ரேல் அரசு.

60

ஜெருசலேம் நகரில் வசிக்கும் அரேபியர்களை ஏதாவது செய்து வெளியேற்றுவது. யுத்த சமயத்தில் பாதுகாப்பு காரணங்களுக்காகவோ, வேறு ஏதாவது காரணங்களை முன்னிட்டோ நகரை விட்டு வெளியேறிய அரபுகள் திரும்பி ஊருக்குள்வராமல்தடுத்துநிறுத்துவது. இந்தஇரண்டுகாரியங்களை ஒழுங்காகச் செய்தாலே அரேபியர்களின் அடிவயிற்றில் அடித்தது மாதிரிதான் என்று முடிவு செய்தது இஸ்ரேல்.

ஐநா போட்டுக்கொடுத்த சட்டதிட்டங்களெல்லாம் என்ன ஆயின, எங்கே போயின என்று யாரும் கேட்கக்கூடத் தயாராக இல்லை. யுத்தத்தின் இறுதியில் மேற்கு ஜெருசலேம் பகுதியை ஆக்கிரமித்துத் தன் கைப்பிடிக்குள் வைத்துக்கொண்டுவிட்டது இஸ்ரேல். கேட்டால், கிழக்குப் பகுதியை ஜோர்டன் எடுத்துக் கொள்ளவில்லையாஎன்கிறபதில்அவர்களிடம்தயாராகஇருந்தது. ஜெருசலேம் நகரின் நிர்வாகம் ஐநாவின் கட்டுப்பாட்டுக்கு உட்பட்ட ஒரு சிறப்புக் குழுவிடம் இருக்கும் என்கிற முன் தீர்மானங்களெல்லாம் காற்றோடு போயின.

கொஞ்சநாள் எல்லோரும் அடித்துக்கொள்வார்கள், கிடைக்கிற இடங்களிலெல்லாம் போய் முறையிடுவர்கள்; சண்டைக்கு வருவார்கள்தான். ஆனால் காலப்போக்கில் அவரவர் தத்தம் வேலைகளைப் பார்த்துக்கொண்டு போய்விடுவார்கள்; தனக்குச் சிக்கல் ஏதும் இருக்காது என்று நினைத்தது இஸ்ரேல். இன்னொரு கணக்கும் அவர்களிடம் இருந்தது. எப்படியும் அமெரிக்காவின் தீவிர ஆதரவு தனக்கு உண்டு என்று அப்போதே தீர்மானமாக இருந்த இஸ்ரேல் அரசு, அமெரிக்க பலத்துடன் அக்கம்பக்கத்து தேசங்களை மிரட்டுவதோ, அவர்கள் மிரட்டினால் எதிர்ப்பதோ தனக்குச் சுலபம்தான் என்று கருதியது.

இந்த இடத்தில், பாலஸ்தீனைச் சுற்றியுள்ள பிற அரபு தேசங்களின் நிலைபாட்டைச் சற்றுக் கூர்ந்து கவனிக்க வேண்டியது அவசியம். என்னதான் 1948 யுத்தத்தில் அரேபியர்கள் சமரசம் செய்துகொண்டு போகவேண்டி நேர்ந்தாலும், பாலஸ்தீனியர்களுக்குச் சொந்தமான வெஸ்ட்பேங்க் மற்றும் காஸா பகுதிகளை முறையே ஜோர்டனும் எகிப்தும் தன்னுடையதாக்கிக்கொண்டாலும், யூதர்கள் மீதான அவர்களது வெறுப்பில் துளி மாறுதலும் ஏற்படவில்லை.

சொந்தச் சகோதரன் ஏமாற்றப்பட்டதில் தமக்கும் பங்குண்டு என்கிற குற்ற உணர்ச்சியெல்லாம் அவர்களுக்கு இல்லை என்பது உண்மையே. அதே சமயம், சகோதரனின் எதிரி தமக்கும் எதிரி என்கிற நிலைபாட்டிலும் எந்த மாறுதலும் ஏற்படவில்லை!

இது என்ன விசித்திரம் என்றால், இதற்குப் பெயர்தான் அரசியல். யுத்தத்தின் இறுதியில் தனக்குக் கிடைத்த காஸா பகுதியை ஏன் எகிப்து பாலஸ்தீனியர்களுக்குத் திருப்பித்தரவில்லை? ஏன் வெஸ்ட் பேங்கை ஜோர்டன், பாலஸ்தீனிய அரேபியர்கள் வசம் ஒப்படைக்கவில்லை? அப்புறம் என்ன சகோதரத்துவம் வாழ்கிறது என்கிற கேள்வி எழலாம். அவசியம் எழவேண்டும்.

எகிப்தும் ஜோர்டனும் மனம் வைத்திருந்தால், பாலஸ்தீனியர்களுக்கு ஐநா பகுத்து அளித்திருந்த அதே நிலப்பரப்பை மீண்டும் அவர்கள் வசமே தந்து ஆளச் செய்திருக்க முடியும். இஸ்ரேலுடன் தான் அவர்க்ள் மோதினார்கள் என்றாலும் போரின் இறுதியில் பாலஸ்தீனியர்களின் நிலப்பரப்பு முழுவதும் யாரிடம் இருந்தது என்றால் இந்த இரு சகோதர அரபு தேசங்களிடம் தான்! இஸ்ரேல் ஆக்கிரமித்த பகுதி அப்போது சொற்பமே. ஐநாவின் கட்டுப்பாட்டுக்குள் இருந்த ஜெருசலேமைத்தான் அவர்களால் ஆக்கிரமிக்க முடிந்ததே தவிர, வெஸ்ட் பேங்க்கையோ, காஸாவையோ அல்ல. அவை இரண்டுமே பாலஸ்தீனியர்களுக்குச் சொந்தமான நிலப்பரப்பு - ஐநாவின் திட்டப்படி.

ஆக, 1948 யுத்தத்தைப் பொறுத்தவரை பாலஸ்தீனியர்களை அகதிகளாக்கி அழகுபார்த்தது இஸ்ரேல் அல்ல; சகோதர அரபு தேசங்களான எகிப்தும் ஜோர்டனும்தான் என்றாகிறது!

இஸ்ரேலுடன் தான் மோதினார்கள்; இஸ்ரேல்தான் எதிரி. இதில் சந்தேகமில்லை. ஆனாலும் யுத்தத்தின் இறுதியில் நிஜ எதிரியாக

மறைமுகமாக அடையாளம் காணப்பட்டவை எகிப்தும் ஜோர்டனும்தான். அரபு தேசங்களின் சகோதரத்துவ மனப்பான்மை எத்தனை 'உன்னதமானது' என்பதற்கு இது முதல் உதாரணம்.

இதுதான். இந்த ஒரு அம்சம்தான் இஸ்ரேல் தன்னம்பிக்கை கொள்ள ஆதிமூலக் காரணமாகவும் அமைந்தது. என்ன செய்தாலும் தான் தப்பித்துவிடலாம் என்று அவர்கள் கருதியதன் காரணம் இதுதான். அரபு தேசங்கள் எல்லாம் எலும்புக்கு வாலாட்டும் நாய்கள்தான் என்று அவர்களைக் கருதச் செய்ததும் இதுதான். இந்த அம்சத்தை மனத்தில் கொண்டுதான், அரபு மண்ணில் காலூன்ற வழிதேடியது அமெரிக்கா. இதே விஷயத்தை மனத்தில் கொண்டுதான் ஏனைய ஐரோப்பிய நாடுகளும் சோவியத் யூனியனும் கூட அன்றைக்கு அரபு மண்ணின் எண்ணெய் வளத்தைக் கொள்ளையிட வழிதேடிக்கொண்டிருந்தன.

அரேபியர்களின் சகோதரத்துவம் என்பது முற்றிலும் மதம் சார்ந்ததே தவிர அரசியல் சார்ந்ததல்ல. இந்த உண்மையைப் புரிந்துகொள்ள முடியுமானால் பாலஸ்தீன் பிரச்னையின் சிடுக்குகள் மிக்க குழப்பங்களைப் புரிந்துகொள்வதில் பெரிய பிரச்னை இராது.

அதனால்தான் அவர்கள் பாலஸ்தீனியர்களின் சுயராஜ்ஜியக் கனவு பறிபோனது பற்றி அதிகம் அலட்டிக்கொள்ளாமல் தமது யூத வெறுப்பை மட்டும் தீவிரமாகத் தொடர்ந்து கடைபிடிக்க ஆரம்பித்தார்கள். ஜோர்டனைத் தொடர்ந்து அத்தனை அரபு தேசங்களுமே யூதர்களை நிர்த்தாட்சண்யமாக வெளியேற்ற ஆரம்பித்தன. ஒவ்வொரு அரபு தேசமுமே தமது தேச எல்லைக்குள் வசிக்கும் அனைத்து யூதர்களும் தமது எதிரிகள் என்று பகிரங்கமாகச் சொல்லத் தொடங்கின.

யூதர்கள் முடிந்தவரை இஸ்ரேலுக்கு இடம்பெயர்ந்தார்கள். முடியாதவர்கள் எங்கெங்கு தஞ்சம் கிடைக்கிறதோ, அங்கெல்லாம் போகத் தொடங்கினார்கள். சிரியா, தனது எல்லைக்குள் குடியேற்றமே கிடையாது என்று அறிவித்துவிட்டது. மொராக்கோ யூதர்களை அனுமதித்தது. ஆனால் மதமாற்ற நிர்ப்பந்தங்கள் அங்கே மிக அதிகம் இருந்தன.

1948 யுத்தத்தில் இஸ்ரேல் அபகரித்த பகுதிகள் திருப்பித்தரப்பட்டால் ஒரு வேளை நிலைமை கொஞ்சம் சீராகலாம் என்று அரசியல்

வல்லுநர்கள் கருத்துத் தெரிவித்தார்கள். ஆனால் ராணுவ நடவடிக்கை மூலம் கைப்பற்றப்பட்ட ஒரு துண்டு நிலத்தையும் விட்டுத்தர முடியாது என்று சொல்லிவிட்டார் பென் குரியன். அதே சமயம் எதற்கும் இருக்கட்டும் என்று, தனது கட்டுப்பாட்டு நிலப்பரப்புக்குள் வசிக்கும் அரேபியர்கள் தொடர்ந்து நிம்மதியாக வசிப்பதில் எந்தப் பிரச்னையும் இருக்காது என்றும் சொன்னார். இதன் நடைமுறை சாத்தியங்கள் பற்றிய கேள்விகள் இருந்தாலும் இஸ்ரேலின் இத்தகைய அறிவிப்பே மற்ற அரபு தேசங்களுக்குக் கொஞ்சம் தர்மசங்கடத்தைத் தந்தது.

காரணம், பாலஸ்தீனைச் சுற்றியுள்ள பிற தேசங்களுக்கு யுத்தத்தின் இறுதியில் அகதிகளாகப் போய்ச் சேர்ந்த பாலஸ்தீனிய அரேபியர்களின் எண்ணிக்கை மிக அதிகம். அவர்களை என்ன செய்யலாம்; எப்படி வைத்துக் காப்பாற்றலாம் என்று அவர்களுக்குப் புரியவில்லை. ஒவ்வொரு அரபு தேசத்தின் எல்லைகளிலும் பாலஸ்தீனிய அகதிகள் முகாம்கள் இருந்தன. ஒவ்வொரு முகாமும் மைல் கணக்கில் நீளமானது. ஒவ்வொரு முகாமிலும் பல்லாயிரக்கணக்கான பாலஸ்தீனியர்கள் தஞ்சமடைந்திருந்தார்கள். அவர்களுக்கெல்லாம் தங்க இடம், உண்ண உணவு, வாழ வழி செய்து தரும் தார்மீகக் கடமை அந்தந்த தேசங்களுக்கு இருப்பினும் நடைமுறைச் சிக்கல்களில் அவை சிக்கித்தவித்தன. பொருளாதாரப் பிரச்னை முதலாவது. இட நெருக்கடி இரண்டாவது.

அரபு தேசங்கள் எல்லாம் பரப்பளவில் மிகவும் சிறியவை. சிரியா, ஜோர்டன், லெபனான் எல்லாம் மிக மிகச் சிறிய தேசங்கள். நமது வடகிழக்கு மாநிலங்களின் அளவே ஆனவை. இருக்கிற மக்களுக்கே இடம் காணாத அத்தகைய தேசங்கள் அகதிகளை வைத்துக்கொண்டு எப்படி சமாளிக்கும்?

எகிப்து, லெபனான், ஈராக் ஆகிய மூன்று தேசங்களும் முதல் முதலாக, பாலஸ்தீனிய அகதிகளைத் தமது மக்களுடன் கலந்து வாழ அனுமதிக்க முடியாது என்று அறிவித்தன. அதாவது அகதி நிலையிலேயே அவர்கள் முகாம்களில் தொடரலாம். ஏதாவது தீர்வு யோசித்து பின்னால் ஒரு வழி காணலாம் என்று இதற்கு அர்த்தம். சகோதர முஸ்லிம்கள்!

இதில் சில கேவலமான பேரங்கள் எல்லாம் கூட நடந்தன. சிரியாவின் அப்போதைய சர்வாதிகாரியாக இருந்தவர் பெயர்

ஹஸ்னி ஸாயிம் *(Husni Za'im).* இவர் நேரடியாக இஸ்ரேல் அரசிடமே ஒரு பேரத்துக்குப் பேச்சுவார்த்தை நடத்தினார்.

அதாவது, அகதிகளாக இஸ்ரேல் எல்லையிலும் சிரியாவின் எல்லையிலும் உலவிக்கொண்டிருக்கும் சுமார் மூன்று லட்சம் பாலஸ்தீனியர்களை சிரியா தன் பொறுப்பில் ஏற்றுக்கொள்ளும். அதற்குப் பிரதி உபகாரமாக கலீலீ கடல் பகுதியின் சரி பாதியை ஆண்டுகொள்ளும் உரிமையைத் தனக்கு இஸ்ரேல் விட்டுக்கொடுக்குமா என்று கேட்டார்.

இதைப்போன்ற மட்டரகமான பேரங்களுக்கு இஸ்ரேல் சம்மதிக்காததுதான் அதன் மிகப்பெரிய பலம். பென் குரியன் மிகத்தெளிவாகச் சொன்னார். "எப்படி நாங்கள் உலகெங்கிலுமிருந்து வரும் யூதர்களை ஏற்றுக்கொள்கிறோமோ, எப்படி உலகெங்கிலுமிருந்து வந்து குடியேறும் அனைத்துத் தரப்பினரையும் அமெரிக்கா ஏற்றுக்கொள்கிறதோ, அதே போல அந்தந்த அரபு தேசங்களுக்கு அகதிகளாக வருவோரையும் குடியேற விரும்பி வருவோரையும் அந்தந்த தேசம் தான் ஏற்றுக்கொள்ள வேண்டும்' என்று அவர் சொன்னார்.

இதில் கவனித்துப் பார்க்கவேண்டிய விஷயம் ஒன்று உண்டு. இஸ்ரேல் தன்னைப் பற்றி மட்டும் இந்த வரிகளில் சொல்லிக்கொள்ளவில்லை. மாறாகத் தனது ஆதர்சம் அமெரிக்காதான் என்பதையும் மறைமுகமாகத் தெரிவித்திருக்கிறது. தமது இனத்தவர்கள் எங்கிருந்து வந்தாலும் தாங்கள் ஏற்றுக்கொள்வதைக் காட்டிலும், எந்த இனத்தைச் சேர்ந்தவராக இருந்தாலும் அமெரிக்காவில் குடியேற வந்தல் அமெரிக்கா ஏற்றுக்கொள்கிறது பார் என்று சுட்டிக்காட்டுவதன் மூலம், அமெரிக்காவையும் மறைமுகமாகப் புகழ்ந்து, அந்தப் பக்கம் கொஞ்சம் சுகமாகச் சாய்ந்துகொண்டது.

இது, இருப்பியல் சிக்கல்கள் மிக்க அரபு தேசங்களுக்கு மிகுந்த சங்கடத்தைக் கொடுத்தது.

சுதந்தர தேசமாக ஆன தினம் முதலே இஸ்ரேல் தனது தீவிர அமெரிக்க ஆதரவு நிலைபாட்டை சந்தர்ப்பம் கிடைத்த போதெல்லாம் வெளிப்படுத்தத் தவறியதில்லை. அவர்களுக்கு

வேறு வழியில்லை என்பதையும் கவனிக்க வேண்டும். இஸ்ரேல் என்கிற தேசத்தை உருவாக்கியதுடன் முடிந்துவிடுவதில்லை அல்லவா? ஒரு தேசத்தின் நிர்மாணம் என்பது பெரிதும் பொருளாதாரம் மற்றும் ராணுவக் கட்டுமானத்தைச் சார்ந்தது. மத்தியக்கிழக்கைப் பொறுத்தவரை ராணுவக் கட்டுமானம் என்பது பொருளாதாரக் கட்டுமானத்தைக் காட்டிலும் அதிக முக்கியத்துவம் வாய்ந்தது. குறிப்பாக எதிரிகளைத் தவிர சுற்றிலும் வேறு யாருமே இல்லாத இஸ்ரேலுக்கு.

இந்நிலையில் கணக்கு வழக்கில்லாமல் தனக்கு உதவக்கூடிய தேசம் அமெரிக்கா மட்டும்தான் என்று இஸ்ரேல் கருதியதில் வியப்பில்லை. பதிலுக்கு அமெரிக்காவுக்குத் தான் எந்தெந்த வகைகளில் எல்லாம் உதவி செய்யவேண்டிவரும் என்பது பற்றி அத்தனை துல்லியமாக அவர்களுக்கு அப்போது தெரிந்திருக்கவில்லை என்பது உண்மையே. ஆனாலும், காரணமில்லாமல் அமெரிக்கா தன்னை ஆதரிக்காது என்கிற அளவிலாவது அவர்கள் அறிந்தே இருந்தார்கள்.

இது ஒருபுறம் இருக்க, அகதிகளைச் சமாளிக்க முடியாத பிற அரபு தேசங்கள் கூடி என்ன செய்யலாம் என்று விவாதித்தன. இறுதியில் காஸாவும் வெஸ்ட் பேங்கும் யார் கட்டுப்பாட்டில் இருந்தாலும், அந்த மண்ணின் மக்கள் மீண்டும் அந்த இடத்துக்கே திரும்பிவிடலாமே என்று நினைத்தார்கள். அகதி நிலைமையில் அந்நிய தேசத்தில் வாழ்வதைக் காட்டிலும், சொந்த மண்ணில் அடுத்த நாட்டின் ஆட்சிக்கு உட்பட்டு வாழ்வதில் அவர்களுக்குப் பெரிய மனச்சிக்கல் ஏதும் இராது என்று தீர்மானித்து அழைப்பு விடுத்தார்கள்.

இதனிடையில் 'பாலஸ்தீன் அகதி' என்கிற தகுதி படைத்தவர்களின் எண்ணிக்கை மத்தியக் கிழக்கு முழுவதிலும் ஏராளமாகப் பரவிவிட்டிருந்தது. ஐரோப்பிய எல்லை வரை அவர்கள் பரவிவிட்டிருந்தார்கள். சொந்த தேசத்தில் வாழமுடியாமல் துரத்தப்பட்ட அந்த அப்பாவி முஸ்லிம்களை வைத்துக்கொண்டு பராமரிக்க யாராலுமே முடியாத நிலையில், மிகவும் திண்டாடித் தெருவில் நின்றார்கள் அவர்கள்.

மீண்டும் நீங்கள் பாலஸ்தீனுக்கு வரலாம் என்று பிற அரபு தேசங்கள் சேர்ந்து குரல் கொடுத்தபோது, எங்கே பாலஸ்தீனியர்கள் அல்லாத

பிற அரபு முஸ்லிம்களும் சந்தர்ப்பத்தைப் பயன்படுத்திக்கொண்டு உள்ளே வந்து சிக்கல் உண்டாக்கிவிடுவார்களோ என்று ஐநா கவலைப்பட்டது. ஆகவே யார் பாலஸ்தீனிய அகதி என்பதற்கு ஒரு விளக்கம் அளித்தார்கள். 'குறைந்த பட்சம் இரண்டு வருடங்கள் அவர்கள் பாலஸ்தீனில் வாழ்ந்திருக்க வேண்டும்.'

அவர்கள் திரும்ப ஆரம்பித்தார்கள்.

61

இஸ்ரேல் உருவான மறுதினமே யுத்தமும் ஆரம்பமாகி விட்டபடியால், இஸ்ரேலின் அரசியல் அமைப்பு, ஆட்சி முறை போன்ற விவரங்களை உடனடியாக நம்மால் பார்க்க முடியாமல் போய்விட்டது. ஆனால் மிக முக்கியமான விஷயம் இது. மத்தியக்கிழக்கு என்று சொல்லப்படும் மாபெரும் நிலப்பரப்பின் 99.9 சதவீதத்தில் நிலவும் அரசியல் சூழ்நிலை வேறு; 0.1 சதவீத நிலப்பரப்பே கொண்ட இஸ்ரேலின் அரசியல் அமைப்பு முற்றிலும் வேறு.

இஸ்ரேல் ஒரு ஜனநாயக நாடு. தோன்றிய தினத்திலிருந்தே அப்படித்தான். ஆனால் நம்முடையதைப் போன்ற ஜனநாயகம் அல்ல அது. வரையறுக்கப்பட்ட ஜனநாயகம். கிட்டத்தட்ட அமெரிக்க ஜனநாயகத்துடன் நெருக்கமான அதை ஒப்பிட முடியும். ஒரே ஒரு வித்தியாசம், அமெரிக்காவில் அதிபருக்குத் தான் அதிகாரங்கள். இஸ்ரேலில் பிரதமருக்கு. அந்த ஒரு விஷயத்தில் இந்திய ஜனநாயகம் மாதிரிதான். ஆனால் மற்ற அம்சங்கள் எல்லாம் பெரும்பாலும் அமெரிக்காவைப் போலவேதான்.

1948ம் வருடம் மே மாதம் 14ம் தேதிதான் இஸ்ரேல் பிறந்தது என்றபோதும் அந்த வருடம் மார்ச்சிலேயே ஆட்சி எப்படி இருக்கவேண்டும், என்னமாதிரியான நிர்வாக அமைப்பை நிறுவவேண்டும் என்று யூதர்களின் சமூகத் தலைவர்களும் அரசியல் பிரதிநிதிகளும் கூடிப் பேசி ஒரு முடிவெடுத்திருந்தார்கள். அரபு தேசங்களுக்கு நடுவில் அமையும் தேசமாக இருந்தபோதும் அந்த தேசங்களின் அரசியல் அமைப்புச் சாயல் ஏதும் தன்னிடம் இருந்துவிடக் கூடாது என்பதில் இஸ்ரேல் ஆரம்பம் முதலே மிகத் தெளிவாக இருந்தது.

மார்ச் மாதம் முதல் தேதி முதல் முதலில் மக்கள் மன்றம் என்றொரு அதிகாரபூர்வ அமைப்பை நிறுவினார்கள். யூதர்களின் தேசிய கமிட்டியிலிருந்து இந்த மக்கள் மன்றத்துக்குப் பிரதிநிதிகளை நியமித்தார்கள்.

இந்த மக்கள் மன்றம்தான், இஸ்ரேல் உருவானதும் *120* உறுப்பினர்களைக் கொண்ட பாராளுமன்ற ஜனநாயகத்தைக் கடைபிடிக்க வேண்டும் என்று திட்டம் வகுத்தளித்தது.

இஸ்ரேலின் பாராளுமன்றத்தை ‘நெஸட்’ *(Knesset)* என்று குறிப்பிடுவார்கள். ஹீப்ரு மொழியில் ‘நெஸட்’ என்றால் சட்டம் இயற்றும் இடம் என்று பொருள். இதற்கு நான்கு வருடங்களுக்கு ஒரு முறை தேர்தல் நடக்கும்.

ஆரம்பகாலத்தில் பாராளுமன்றத்துக்கு வானளாவிய அதிகாரங்கள் இருந்தன. கிட்டத்தட்ட மன்னராட்சி போலவே தோற்றமளிக்கும்படியான அதிகாரங்கள். பிறகு இந்த அதிகாரங்களில் கொஞ்சம் நீதிமன்றத்துக்குப் போனது. எஞ்சிய அதிகாரங்கள் அனைத்தும் பிரதம மந்திரியின் வசம் தஞ்சம் புகுந்தது.

ஒரு சம்பிரதாயத்துக்காக அதிபர் என்றொருவரை இஸ்ரேல் வைத்துக்கொள்வது வழக்கம். ஆனால் எந்த அதிகாரமும் அவருக்குக் கிடையாது - பாராளுமன்ற உறுப்பினர்களுக்குப் பதவிப்பிரமாணம் செய்துவைப்பது தவிர!

இஸ்ரேலில் ஒரு கட்சி ஆட்சி என்கிற வழக்கம் என்றைக்குமே இருந்ததில்லை. எப்போதும் ஜேஜே என்று குறைந்தது பதினைந்து இருபது கட்சிகளாவது சேர்ந்துதான் பாராளுமன்றத்தை வழி நடத்தும். ஒரு கட்சி பாராளுமன்றத்துக்குள் நுழையவேண்டுமென்றால், அதற்கு ஒரே ஒரு நிபந்தனை உண்டு. தேர்தலில் அக்கட்சி போட்டியிடும் தொகுதிகளில் குறைந்தபட்சம் *1.5* சதவீதமாவது வெற்றி பெற்றிருக்க வேண்டும். அவ்வளவுதான்.

கூட்டணி அரசு என்றாலும் உறுதிமிக்க கூட்டணியாகத்தான் எப்போதும்இருக்கும். ஏனெனில்கட்சிவேறுபாடுகள்இருப்பினும் யூத இனம் என்கிற ஓரம்சத்தால் அனைவரும் ஒருங்கிணைந்தே செயல்படுவார்கள். இது அரசியலுக்கும் அப்பாற்பட்ட பிணைப்பு!

நம் ஊரில் செய்வதுபோல நினைத்துக்கொண்டாற்போல் ஒரு நம்பிக்கையில்லாத் தீர்மானம் கொண்டுவந்து பிரதமரைக் கவிழ்ப்பதெல்லாம் இஸ்ரேலில் முடியாது. குடியரசுத் தலைவர் மாளிகை முன்னால் தர்ணா நடத்தினாலும் நடக்காது. அதிபரே விரும்பினாலும் பிரதமரை மாற்ற முடியாது! வேண்டுமானால் ஒன்று செய்யலாம். அனைத்துப் பாராளுமன்ற உறுப்பினர்களும் ஒன்று சேர்ந்து பிரதமரின் நடவடிக்கைகள் பிடிக்கவில்லை என்று பாராளுமன்றத்தைத் தொடர்ந்து புறக்கணிக்கலாம். ஆளுங்கட்சி, எதிர்க்கட்சி என்கிற பாகுபாடுகள் ஏதுமில்லாமல் அனைத்துக் கட்சிகளும் சேர்ந்து இந்தக் காரியத்தை ஆத்ம சுத்தியுடன் செய்தால், பிரதமர் தனியாகப் பாராளுமன்றத்தில் உட்கார்ந்திருக்க போரடித்துத் தானாகவே ராஜினாமா செய்துவிட்டுப் போகலாம்!

இஸ்ரேலின் இந்த ஐம்பத்தெட்டு ஆண்டுகால அரசியல் வரலாற்றில் ஒரே ஒரு முறைதான் இப்படி நடந்திருக்கிறது. 2000வது வருடம் பிரதமராக இருந்த ஈஹூத் பாரக் (Ehud Barak) பல்வேறு அரசியல் காரணங்களுக்காக இவ்வாறு தனிமைப்படுத்தப்பட்டு, விரட்டப்பட்டிருக்கிறார்.

மற்றபடி இஸ்ரேலில் ஒரு பிரதமரை மாற்றுவது என்பது அமெரிக்காவில் அதிபரை மாற்றுவது எத்தனை சிரமமோ அத்தனை சிரமம்.

இம்மாதிரியான ஏற்பாடு எதற்காக என்றால், சர்வதேச அளவில் தன்னை யாரும் சரிவர அங்கீகரிக்காத நிலையில், உள்நாட்டிலும் எப்போதும் குழப்பம் சூழ்ந்தவண்ணமே இருந்துவிடக் கூடாதே என்பதற்காகத்தான். என்னதான் அமெரிக்கா ஆதரிக்கிறது என்றாலும் அக்கம்பக்கத்தில் தோழமையுடன் ஒரு புன்னகை செய்யக்கூட இஸ்ரேலுக்கு யாரும் கிடையாது. பெரும்பாலான ஆசிய தேசங்களும் இஸ்ரேலின் பாலஸ்தீன விரோத நடவடிக்கைகளை முன்னிட்டுத் தொடர்ந்து தமது எதிர்ப்பைத் தெரிவித்தபடியேதான் இருக்கின்றன. தனித்து நின்று போராடி வாழ்ந்தாக வேண்டிய இருப்பியல் நெருக்கடி இஸ்ரேலுக்குத் தொடக்ககாலம் முதலே இருந்து வருவதால், ஆட்சிமுறையில் இப்படியான சில இரும்புத்தனங்களைச் செய்துகொண்டார்கள்.

ஒருவரைப் பிரதமராகத் தேர்ந்தெடுத்துவிட்டால், என்ன ஆனாலும் அவர் சொல்பேச்சு கேட்பது என்பதுதான் இஸ்ரேலியர்களின்

இயல்பு. தவறு செய்கிறார் என்று தெரிந்தாலும் தமக்குள் பேசிக்கொள்வார்களே தவிர, பொதுவில் எதிர்ப்புத் தெரிவிக்க மாட்டார்கள்.

அரசாங்கம் அங்கே மீடியாவை மிகவும் போஷாக்குடன் வைத்துக்கொள்வது வழக்கம். குறிப்பாகப் பத்திரிகைகள். நாளிதழ்கள். யூதப் பத்திரிகைகள் அங்கே இழுத்து மூடப்பட்டதாகச் சரித்திரமே கிடையாது. ஓடாத பத்திரிகைகள் கூட நூலக ஆர்டரின் பேரில் உயிர்வாழ்ந்துகொண்டுதான் இருக்கும். சுமார் 25 தினசரிப் பத்திரிகைகள் இஸ்ரேலில் இருக்கின்றன. அவற்றுள் 11 ஹீப்ரு மொழிப் பத்திரிகை. நான்கு அரபுமொழிப் பத்திரிகைகள். ஆங்கிலம், பிரெஞ்சு, ஹங்கேரியன், ருமேனியன், ரஷ்யன், ஜெர்மன் மொழிப் பத்திரிகைகள் தலா ஒன்று.

பெரும்பாலும் ஐரோப்பிய தேசங்களிலிருந்து வந்து இஸ்ரேலில் வாழத் தொடங்கிய யூதர்கள்தான் என்பதால் அந்தந்த தேசத்து மொழிகளில் ஒரு பத்திரிகையாவது இருக்கவேண்டும் என்று திட்டமிட்டு இஸ்ரேல் அரசாங்கமே உதவி செய்து ஆரம்பித்துவைத்த பத்திரிகைகள் இவை. ஹீப்ரு மொழியின் சிதைந்த பேச்சு வழக்கு மொழியான இட்டிஷ் மொழியிலும் ஒரு தினசரிப் பத்திரிகை உண்டு.

தேசம் உருவான தினம் முதல் இன்றுவரை இஸ்ரேலில், அரசுக்கும் பத்திரிகைகளுக்குமான உறவு மிக அற்புதமான நிலையிலேயே இருந்துவருவது ஓர் உலக ஆச்சர்யம். எந்த ஒரு இஸ்ரேல் தினசரியும் அரசைக் கடுமையாக விமரிசிக்காது. அதே சமயம் கட்சிப் பத்திரிகை போலத் துதி பாடுவதும் கிடையாது. செய்தியை, செய்தியாக மட்டுமே வழங்குவது என்பது இஸ்ரேல் பத்திரிகைகளின் பாணி. தன் விமரிசனம் என்று எதையும் அவை முன்வைப்பதே இல்லை - பெரும்பாலும்!

Yedioth Aharonoth என்கிற ஹீப்ரு மொழி செய்தித்தாள்தான் இஸ்ரேலில் மிக அதிகம் விற்பனையாகும் பத்திரிகை. மொத்தம் மூன்று லட்சம் பிரதிகள்.

பத்திரிகைகளுக்கும் அரசுக்கும் மட்டுமல்ல; பத்திரிகைகளுக்கும் நீதிமன்றங்களுக்கும் கூட அங்கே மிக நல்ல உறவு உண்டு. நீதிமன்ற அவமதிப்பு வழக்கு என்று இதுவரை எந்தப் பத்திரிகை மீதும் எந்தக் காலத்திலும் யாரும் தொடுத்ததில்லை.

இஸ்ரேல் நீதிமன்றங்கள் பற்றிச் சொல்லவேண்டும். அங்கே இருவிதமான நீதி அமைப்புகள் செயல்படுகின்றன. ஒன்று சிவில் நீதிமன்றங்கள். இன்னொன்று, மத நீதிமன்றங்கள். சிவில் நீதிமன்றங்களில் வழக்கமான வழக்குகள் மட்டும் ஏற்கப்படும். திருமணம், திருமண முறிவு உள்ளிட்ட குடும்ப விவகாரங்கள், மதம் தொடர்பான பிரச்னைகளைக் கையாளும். குடும்ப கோர்ட் என்று இங்கே சொல்லப்படுவது போலத்தான். ஆனால் இஸ்ரேலில் குடும்பப் பிரச்னைகள் நீதிமன்றங்களுக்கு வருமானால் மிகவும் அக்கறையெடுத்து கவனிக்கப்படும். இஸ்ரேலில் வாழ்பவர்கள் மட்டும்தான் என்றில்லை. உலகெங்கும் வசிக்கும் யூதர்களுக்கு என்னபிரச்னைஎன்றாலும்இஸ்ரேலில்இயங்கும்நீதிமன்றங்களை அணுக முடியும்.

அடுத்தபடியாக இஸ்ரேல் ராணுவம். ஒரு லட்சத்தி எண்பதாயிரம் பேர் கொண்ட முதல்நிலைப் படை. நான்கு லட்சத்தி முப்பதாயிரம் பேர் கொண்ட ரிசர்வ் ராணுவப்படை. விமானப்படையில் முப்பத்திரண்டாயிரம் பேர். கப்பல் படையில் பத்தாயிரம் பேர்.

இன்றைய தேதியில் வெளியில் தெரிந்த இஸ்ரேல் ராணுவத்தின் பலம் இதுதான். ஆனால் சரித்திரத்தைப் புரட்டிப்பார்த்தால் 1957 முதலே அவர்களிடம் இதே பலம்தான் இருந்து வந்திருக்கிறது என்பது புலப்படும்.

ஆள்பலம் குறைவானாலும் இஸ்ரேல் தன் வீரர்களுக்கு அளிக்கும் பயிற்சிகள் பிரும்மாண்டமானவை. உலகெங்கும் எங்கெல்லாம் மிகச்சிறந்த பயிற்சிகள் வழங்கப்படுகிறதோ, அங்கெல்லாம் தனது படையினரை அனுப்பி, தொடக்க காலத்தில் போர்ப்பயிற்சி அளித்திருக்கிறார்கள். பின்னால் இஸ்ரேலே பல தேசங்களுக்குப் பயிற்சியளிக்கும் அளவுக்கு ராணுவத் தொழில் நுட்பத்தில் தேர்ச்சி பெற்ற தேசமாகிவிட்டது. இது விஷயத்தில் அமெரிக்காவின் உதவி மிகவும் குறிப்பிடப்படவேண்டியதொரு அம்சமாகும்.

அமெரிக்கா, இஸ்ரேலுக்கு ஆயுதங்களை மட்டும் வழங்க வில்லை. மாறாக அவற்றைப் பயன்படுத்துவதில் பயிற்சி, போர்க்காலங்களைச் சமாளிக்கும் நிர்வாகத் திறன் பயிற்சி, ஒற்றறியும் கலையில் பயிற்சி, உளவு நிறுவனங்களை அமைத்து, கட்டிக்காத்து, வழிநடத்துவதற்கான பயிற்சி என்று பார்த்துப் பார்த்துச் சொல்லிக்கொடுத்திருக்கிறது. இஸ்ரேல் தன் பங்குக்குத்

தொழில் நுட்பத்துறையில் அடைந்த அபரிமிதமான வளர்ச்சி, அத்தேசத்தின் ஆயுத பலத்தை மிகவும் நவீனப்படுத்தியது.

அமெரிக்காவுக்கு ஒரு சி.ஐ.ஏ. மாதிரி இஸ்ரேலுக்கு ஒரு மொஸாட். உலகின் மூன்றாவது மிகப்பெரிய உளவு நிறுவனம் என்று சொல்லப்படும் மொஸாட், இஸ்ரேலின் இரண்டாவது அரசாங்கம். நிழல் அரசாங்கம்.

இத்தனை வலுவான பின்னணியை வைத்துக்கொண்டிருந்தாலும் இஸ்ரேலின் பலம் இவை எதுவுமே இல்லை.

மாறாக, யூதர்கள் என்று இனத்தால் தாங்கள் ஒன்றுபட்டவர்கள் என்கிற பெருமித நினைவுதான் இஸ்ரேலை இன்றளவும் உயிர்ப்பிழைக்க வைத்துக்கொண்டிருக்கிறது. இன்றுவரை ஆதரிக்கும் அமெரிக்கா, நாளை என்ன வேண்டுமானாலும் செய்யலாம். உலகமே திரண்டு இஸ்ரேலை எதிர்க்கலாம். மீண்டும் அவர்கள் ஊர் ஊராக ஓட வேண்டி நேரலாம். என்ன ஆனாலும் இஸ்ரேல் மக்களை முற்றிலுமாக அழித்துவிடவே முடியாது. இன்னும் ஆயிரம் ஹிட்லர்கள் தோன்றினாலும் முடியாது.

காரணம், யூதர்களின் ஒற்றுமை அப்படிப்பட்டது. எந்தக் காரணத்துக்காகவும் விட்டுக்கொடுக்கவே மாட்டார்கள். எத்தனை கஷ்டம் வந்தாலும் தாங்கிக்கொண்டு சந்தர்ப்பம் பார்த்துத் திருப்பியடிக்கத் தெரியும் அவர்களுக்கு. இதுதான். இது ஒன்றுதான்.

இந்த ஒற்றுமை அரேபியர்களிடம் இல்லாததுதான் பாலஸ்தீனின் அவலநிலைக்கு ஆதாரக் காரணம்.

பாலஸ்தீன் அரேபியர்களுக்காகப் பரிதாபப்படலாம், கண்ணீர் சிந்தலாம். கவலை தெரிவிக்கலாமே தவிர, யாராலும் உருப்படியாக எந்த உதவியும் செய்யமுடியாமல் இருப்பதற்குக் காரணம் இதுதான். அரபுகளிடையே ஒற்றுமை கிடையாது.

இது இஸ்ரேலுக்கு மிக நன்றாகத் தெரியும். அவர்களின் ஒற்றுமைக் குறைபாடு உயிருடன் இருக்கும்வரை தன்னை ஒன்றும் செய்துவிட முடியாது என்பதை யூதர்கள் அறிவார்கள்.

யூதர்களின் இந்த மனோபாவத்தை, அரேபியர்களின் இந்த இழிநிலையை உணர்வு பூர்வமாக அறிந்து, அறிவுபூர்வமாகச் சிந்தித்து, உருப்படியான ஒரு வழியைக் காட்ட 1948ல் ஒரே ஒரு

நபர்தான் இருந்தார். அவர் அப்போது தலைவரெல்லாம் இல்லை. பதினெட்டு, பத்தொன்பது வயது இளைஞர். எகிப்தில் பிறந்த பாலஸ்தீன்காரர். கெய்ரோவில் படித்துக்கொண்டிருந்த கல்லூரி மாணவர்.

அவர் பெயர் முகம்மது அப்துல் ரெஹ்மான் அப்துல் ரவூஃப் அரஃபாத் அல் குதா அல் ஹுஸைனி. *(Mohammed Abdel Rahman Abdel Raouf Arafat Al Qudua Al Husseini.)*

சுருக்கமாக அரஃபாத். பின்னால் ஒரு நட்சத்திரமானபோது யாசிர் அரஃபாத் என்று அழைக்கப்பட்டவர்.

62

நல்ல, குளிர் மிகுந்த இரவு. வீட்டில் அத்தனை பேரும் இழுத்துப் போர்த்திக்கொண்டு தூங்கிக்கொண்டிருந்தார்கள். துளி சப்தம் இல்லாத சாலையில் எங்கோ தொலைவில் ஒரே ஒரு நாய் மட்டும் ஒரு முறை குலைத்தது. குலைக்கத் தொடங்கிய அந்த நாயின் குரல், ஆரம்பத்திலேயே அடங்கிப்போனது, அரை உறக்கத்தில் இருந்த அந்தச் சிறுவனுக்கு வியப்பளித்தது. நாய் குலைக்கத் தொடங்கினால் ஒரு நிமிடமாவது நீடிக்காதோ? இதென்ன, ஆரம்பத்திலேயே ஓய்ந்துவிட்டது?

அவன் ஒருமுறை புரண்டு படுத்தான். வீதியில் யாரோ நடப்பது போல் இருந்தது. ஒருவரா? இரண்டு பேரா? இல்லை. நிறைய காலடிச் சப்தங்கள் கேட்கின்றன. எப்படியும் பத்து பேராவது இருக்கலாம். அவன் நேரம் பார்த்தான். மணி நள்ளிரவைத் தாண்டி நாற்பது நிமிடங்கள் கடந்திருந்தன.

இந்த இரவில், இத்தனை குளிரில் யார் வீதியில் போகிறார்கள்? ஒரே மாதிரி பூட்ஸ் சத்தம். அதுவும் இந்த பூட்ஸ் சத்தம் சாதாரண மக்கள் அணிந்து நடக்கும்போது கேட்கும் சத்தமல்ல. இது ராணுவ பூட்ஸ். அப்படியென்றால்?

கடவுளே! இன்றைக்கு எந்த வீட்டைக் குறிவைத்திருக்கிறார்கள்?

அந்த ஐந்து வயதுச் சிறுவனுக்கு அச்சம் மிகுந்தது. போர்வைக்குள் மேலும் ஒடுங்கிப் படுத்து இழுத்து தலைவரை போர்த்திக் கொண்டான். சில வினாடிகள் கழித்து, பூட்ஸ் சத்தம் நின்றுவிட்டது. மிகவும் அமைதியாக இருந்தது.

இல்லையே, இப்படி இருக்கக்கூடாதே? பூட்ஸ் சத்தம் நின்ற கணத்தில் அழுகைச் சத்தமும் ஓலச் சத்தமும் அல்லவா கேட்கும்? அதானே வழக்கம்? என்ன நடக்கிறது இன்றைக்கு?

அதற்குமேல் அவனால் படுத்துக்கொண்டிருக்க முடியவில்லை. பூனை போல் சத்தமின்றி எழுந்து பின்புறப் படிக்கட்டுக் கதவைத் திறந்து வீட்டின் மேல்கட்டுக்குப் போனான். ஓசைப்படாமல் சன்னலைப் பாதி திறந்து வெளியே பார்த்தான். முதலில் தவறாக ஏதும் தெரியவில்லை. இருளில் சாலையும் உறங்கித்தான் கிடந்தது. கொஞ்சம் கூர்ந்து பார்த்தபோது, வீதியின் முனையில், நடுச்சாலையில் ஒரு நாய் வினோதமாகக் கால்களைப் பரப்பிக் கிடப்பதைக் கண்டான். சற்றுமுன் குலைக்கத் தொடங்கிய நாய். இன்னும் கவனித்துப் பார்த்ததில் அந்த நாயைச் சுற்றிலும் ஈரம் படர்ந்திருந்ததும் அவனுக்குப் புலப்பட்டது.

அப்படியென்றால்? நாய் குலைக்கத் தொடங்கியதும் கொன்று விட்டார்களா?

அதிர்ச்சியில் அவனுக்குத் தொண்டை உலர்ந்துவிட்டது. அப்படியே பார்வையை நகர்த்தி வீதி முழுவதையும் பார்த்தான். ஒரு கணம்தான். அவனுக்கு உயிரே போய்விடும்போலிருந்தது.

ராணுவப் படையினர் அன்றைக்கு அவனது வீட்டைத்தான் தேர்ந்தெடுத்திருந்தனர். வீட்டு வாசலில் சுவரோடு சுவராக அணிவகுத்திருந்த கால்களைப் பார்த்து திடுக்கிட்டான் அந்தச் சிறுவன். உயிரைக் கையில் பிடித்துக்கொண்டு அப்படியே சுவரோடு சரிந்து விழுந்தான்.

சில வினாடிகளில் ராணுவத்தினரின் வேட்டை தொடங்கி விட்டது.

முதலில் கதவை இடித்தார்கள். திறக்கப்படாத கதவைப் பிறகு துப்பாக்கிகளின் பின்பகுதியால் தட்டி உடைத்து உள்ளே நுழைந்தார்கள். விளக்கைக்கூட அவர்கள் போடவில்லை. படுத்துக் கிடந்தவர்களைக் காலால் எட்டி உதைத்து எழுப்பினார்கள். அலறிக்கொண்டு எழுந்தவர்களை அறைந்து வீழ்த்தினார்கள். டேபிள் கவிழ்க்கப்பட்டது. கண்ணாடிச் சாமான்கள் தூக்கி எறியப்பட்டன. நாற்காலிகள் உடைக்கப்பட்டன. அந்த வீட்டில் நூற்று நாற்பது வருடப் பழைய கடிகாரம் ஒன்று இருந்தது. சுவருக்கு அழகு தரும் மிகப்பெரிய கடிகாரம். அதை ஒரு வீரன் பார்த்தான். உடனே பிடுங்கி எடுத்து வீதியில் வீசி உடைத்தான். பாத்திரங்களைத் தூக்கி அடித்தார்கள். தடுக்க வந்த பெண்களையும் தூக்கி வீதியில்

வீசினார்கள். பெட்டிகள், படுக்கைகள், அனைத்தையும் உடைத்துக் கிழித்து வீசியெறிந்தார்கள்.

மாடி அறையில் பதுங்கியிருந்த சிறுவன் சத்தங்கள் மூலமே இவை அனைத்தையும் உணர்ந்தான். உரக்க அழக்கூட முடியவில்லை அவனால். அவர்கள் தம் வேலையை முடித்துவிட்டுத் திரும்பு ம்போது வீட்டில் எத்தனை உயிர்கள் மிச்சம் இருக்கும் என்பதே அவனது கவலையாக இருந்தது. மாமாவை விட்டு வைப்பார்களா? அத்தை உயிர் பிழைப்பாளா? அவர்களது குழந்தைகள்?

ம்ஹூம். எதுவும் நிச்சயமில்லை. இன்றைக்கு இந்த வீடு என்று குறிவைத்தவர்கள், முழுக்க அழித்தொழிக்காமல் திரும்ப மாட்டார்கள். சத்தம் கேட்டு அக்கம்பக்கத்து வீட்டுக்காரர்கள் அவசியம் கண்விழித்திருப்பார்கள். ஆனால் எழுந்து வந்து உதவி செய்ய யாருக்கும் துணிச்சல் இல்லை. துப்பாக்கி வைத்திருக்கும் ராணுவத்தினர். அவர்களிடம் என்ன செய்துவிட முடியும்?

முக்கால் மணி நேரம் அந்தக் கலவரம் அங்கே நடந்தேறியது. வீட்டில் இருந்த அத்தனை பேரும் - அந்த ஒரு சிறுவனைத் தவிர தாக்கப்பட்டிருந்தார்கள். உயிர் இருக்கிறதா, இல்லையா என்பது கூடத் தெரியவில்லை. இறந்திருப்பார்கள் என்று நினைத்து, வந்த படை ஒரு வழியாகத் திரும்பிப் போனதும் அவன் மெல்ல படியிறங்கிக் கீழே வந்தான்.

மாமாவின் மூக்கருகே கைவைத்துப் பார்த்தான். நல்ல வேளை. சுவாசம் இருக்கிறது. அவனுக்கு நிம்மதி பிறந்தது. திரும்பி வீட்டைப் பார்த்தான். அது சீரடைய எப்படியும் பலமாதங்கள் பிடிக்கும் என்று தோன்றியது. உட்கார்ந்து ஓவென்று அழத் தொடங்கினான்.

பாலஸ்தீனிய விடுதலை இயக்கத் தலைவர் யாசிர் அரஃபாத், தன் ஞாபகத்தில் இருக்கும் முதல் சம்பவமாக வருணித்த காட்சிதான் மேலே சொன்னது. அந்தச் சிறுவன் அவர்தான். அது, ஜெருசலேத்தில் உள்ள அவரது மாமா வீடு. நள்ளிரவில் வீடு புகுந்து தாக்கியவர்கள், அப்போது பாலஸ்தீனைக் கைப்பற்றி ஆண்டுகொண்டிருந்த பிரிட்டிஷ் படையினர். அரஃபாத்துக்கு அப்போது வயது ஐந்து.

அந்த ஐந்தாவது வயது தொடங்கி, தம் வாழ்நாள் முழுவதும் அவர் சுமார் பத்தாயிரம் கலவரங்களைக் கண்ணெதிரே

பார்த்திருக்கிறார். பல லட்சம் உயிர்கள் பலியாவதைக் கண்டிருக்கிறார். நூற்றுக்கணக்கான வீடுகள் இடிக்கப்பட்டு, தரைமட்டமாக்கப்பட்டதைப் பார்த்திருக்கிறார். ஆயிரமாயிரம் மக்கள் அகதிகளாக, இருக்க இடமின்றிப் பாலைவனங்களில் அலைந்து திரிந்ததைக் கண்டு ரத்தக்கண்ணீர் விட்டிருக்கிறார். ஒரு துண்டு ரொட்டிக்காகத் தம் இனத்து மக்கள் பல மைல்கள் நடந்து, பிச்சைக்காரர்கள் போல் நடத்தப்பட்ட காட்சிகளைப் பார்த்திருக்கிறார். பாடப்புத்தகங்களைத் தூக்கிக்கொண்டு பள்ளிக்கூடங்களுக்குப் போகவேண்டிய குழந்தைகள், நாட்டுத் துப்பாக்கி ஏந்தி போர்க்களம் காணவேண்டிய சூழலுக்குத் தள்ளப்படுவதன் ஆதாரக் காரணம் என்னவென்று சிந்திக்க ஆரம்பித்தபோதுதான் அரஃபாத்துக்குள் இருந்த போராளி கண் விழித்தான். அவருக்குள் இருந்த தலைவன் சீற்றம் கொண்டான்.

வேறு வழியே இல்லாமல்தான் அரஃபாத் துப்பாக்கி ஏந்தினார். இறக்கும்வரை ஏந்திய துப்பாக்கியை அவரால் இறக்கி வைக்கவே முடியவில்லை.

பாலஸ்தீன் போராட்டத்தின் மிக முக்கிய அத்தியாயம், யாசிர் அரஃபாத். அவரைப் பற்றிப் பார்க்கும்போது முதலில் நாம் கவனித்து உள்வாங்கிக்கொள்ள வேண்டிய விஷயம், அரஃபாத் பாலஸ்தீனில் பிறந்தவர் இல்லை என்பது!

அரஃபாத், எகிப்தில் - கெய்ரோவில் பிறந்தவர். அவரது தந்தை அங்கேஒருசுமாரானதுணிவியாபாரி.தாய்வழியில்தான்பாலஸ்தீன் தொடர்பு அவருக்கு வருகிறது. அரஃபாத்தின்அம்மாவின் பூர்வீகம் ஜெருசலேம். இதை ஒரு முக்கியக் குறையாகச் சுட்டிக்காட்டி, அரஃபாத்துக்கு பாலஸ்தீன் மீது உண்மையிலேயே அக்கறை கிடையாது; சம்பாதிப்பதற்காகத்தான் அவர் போராளியானார் என்று குற்றம்சாட்டுவோர் உண்டு. பின்னாளில் அவரது சொத்துகள் என்று கணக்கெடுக்கப்பட்டவற்றைச் சுட்டிக்காட்டி, ‘அப்போதே சொன்னோமே கேட்டீர்களா’ என்று கேலி செய்தோரும் உண்டு.

ஆனால், இஸ்லாத்தில் தந்தையைக் காட்டிலும் தாய்வழி உறவுக்குத்தான் மதிப்பு அதிகம். தாய்வழிப் பூர்வீகம்தான் அந்தக் காலத்தில் பாலஸ்தீனில் முக்கிய உறவுத் தொடர்புச் சங்கிலியாக அறியப்பட்டது. அந்த வகையில் அரஃபாத்தின் பூர்வீகம்

ஜெருசலேம்தான் என்பதில் எந்தச் சந்தேகமும் இல்லை. ஆனால் அவர் ஜெருசலேத்தில் பிறந்தவர் அல்லர்; எகிப்தில்தான் பிறந்தார் என்பதிலும் சந்தேகமும் இல்லை.

அரஃபாத்துக்குஐந்துவயதானபோதுஅவரதுதாய்இறந்துவிட்டார். ஆகவே குழந்தை தாய்மாமன் வீட்டில் வளர்வது நல்லது என்று உறவினர்கள் முடிவு செய்து அவரை ஜெருசலேத்துக்குக் கொண்டுவந்து விட்டார்கள். அப்படி வந்தபோதுதான் முன்னர் நாம் பார்த்த அந்த நள்ளிரவுக் கலவரச் சம்பவம் நடந்தது.

சுமார் நான்கு வருடங்கள்வரை அரஃபாத், மாமா வீட்டில், ஜெருசலேத்தில் இருந்தார். அதாவது ஒன்பது வயது வரை. அந்த நான்கு வருட காலமும் அவருக்கு ஜெருசலேம் நகரம் ஒரு வினோதமான பிராந்தியமாகவே தெரிந்தது. திடீர் திடீரென்று குண்டுகள் வெடிக்கும். திடீர் திடீரென்று கடையடைப்பு நடக்கும். எதிர்பாராத நேரங்களில் ராணுவ அட்டகாசம் ஆரம்பமாகும்.

ஒரு பக்கம், புனித பூமி என்று கண்மூடி, கையேந்தித் தொழுது கொண்டு, இன்னொரு பக்கம் அச்சத்துடன் தான் அங்கே வாழமுடியும் என்கிற நிலைமை, சிறுவன் அரஃபாத்துக்குப் புரியவில்லை. ஒன்று மட்டும் தெளிவாகப் புரிந்தது. வாழ்க்கை என்பது போராட்டம். உணவுக்காக, உறைவிடத்துக்காக, ஊருக்காக என்று மட்டுமில்லை. வாழ்வதென்பதே போராட்டம்தான் என்று அவருக்குத் தோன்றியது. தன்னால் முழு அக்கறை செலுத்திப் பள்ளிப் பாடங்களைப் படிக்க முடியாது என்றும் நினைத்தார். பாதுகாப்புக்கு ஒரு குறுவாளாவது இல்லாமல் வெளியே போகமுடியாது என்கிற நிலைமையில், பாடங்கள் எப்படி ஏறும்?

மனத்தளவில் மிகவும் பாதிக்கப்பட்டிருந்தார் அரஃபாத். எப்போதாவது கெய்ரோவில் உள்ள தமது மூத்த சகோதரிக்குக் கடிதங்கள் எழுதுவார். ஜெருசலேத்தில் தன்னால் சமநிலையுடன் வாழமுடியவில்லை என்று அக்கடிதங்களில் மிகவும் வருத்தப்படுவார். இங்கே மக்கள் படும் பாடுகளைப் பார்த்தால் நாளெல்லாம் உட்கார்ந்து கதறித்தீர்க்கலாம் போலிருக்கிறது என்று ஒரு கடிதத்தில் எழுதியிருக்கிறார்.

இதனை முற்றிலும் தவறாகப் புரிந்துகொண்ட அரஃபாத்தின் சகோதரி, தன் தந்தையிடம் சொல்லி, அரஃபாத்தை கெய்ரோவுக்கே

அழைத்துக்கொண்டுவிட ஏற்பாடு செய்துவிட்டார். அரஃபாத்துக்கு உண்மையில் ஜெருசலேத்தை விட்டுப் போவதில் விருப்பம் இல்லை. வாழ்வது சிரமம் என்று நினைத்தாரே தவிர, ஓடிவிட நினைக்கவில்லை. ஆனால், அவரது தந்தை திடீரென்று ஒருநாள் வந்து அவரை மீண்டும் கெய்ரோவுக்கே அழைத்துப் போய்விட்டார்.

கெய்ரோவில் அரஃபாத் தன் மூத்த சகோதரியின் பராமரிப்பில் வளரத் தொடங்கினார். ஏனோ அவருக்குத் தன் சகோதரியைப் பிடித்த அளவுக்கு அப்பாவைப் பிடிக்கவில்லை. இதற்குப் பல காரணங்கள் சொல்லப்பட்டுகின்றன.

யாசிர் அரஃபாத்தின் தந்தை ஒரு சரியான வியாபாரி. வியாபாரம் ஒன்றைத்தவிர அவருக்கு வேறு எதிலும் நாட்டம் கிடையாது. மக்கள் கஷ்டப்படுகிறார்கள் என்றெல்லாம் அவர் எண்ணிக் கவலைப்படுகிறவர் இல்லை. தன் தொழில், தன் பணம், தன் சந்தோஷம் என்று மட்டுமே நினைக்கக் கூடியவர் என்பதால்தான் அரஃபாத்துக்கு அவரைப் பிடிக்காமல் போனது என்று சிலர் சொல்கிறார்கள்.

வேறொரு சாரார் கருத்துப்படி அரஃபாத்தின் தந்தைக்குப் பல வீடுகள் உண்டு. அதாவது பல மனைவிகள். இதுவும் சிறுவன் அரஃபாத்தின் மனத்தை மிகவும் பாதித்தது; அதனால்தான் அவர் தன் தந்தையை வெறுத்தார் என்போரும் உண்டு. தன்னுடைய அம்மா இறந்தது பற்றிய எந்த வருத்தமும் இல்லாமல், அப்பா பல பெண்களுடன் வாழ்கிறாரே என்கிற வெறுப்பு அவருக்கு அந்த வயதில் ஏற்பட்டிருக்கலாம் என்கிறார்கள்.

மூன்றாவது காரணம், அவரது அப்பா ஒரு முசுடு என்பது. குழந்தை என்று அன்பாகத் தூக்கி ஒரு முறை கூடக் கொஞ்சாதவர் என்பதால் பிறந்ததிலிருந்தே அரஃபாத்துக்குத் தந்தைப் பாசம் இல்லாமலேயே போய்விட்டது என்று சொல்கிறார்கள்.

என்ன காரணம் என்று சரியாகத் தெரியவில்லை. ஆனால் 1952ல் அரஃபாத்தின் தந்தை இறந்தபோது, இறுதிச் சடங்குக்குக் கூட அரஃபாத் போகவில்லை. அந்தளவுக்கு அவருக்குத் தமது தந்தையுடன் உறவு நிலை சரியாக இருந்ததில்லை என்பது மட்டும் தெரிகிறது.

அரஃபாத் முதல் முதலாகத் தமது பதினாறாவது வயதில் ஒரு துப்பாக்கியைத்தொட்டுப்பார்த்தார்.அப்போதுஅவர்கெய்ரோவில் படித்துக்கொண்டிருந்தார். மனம் முழுக்க ஜெருசலேத்திலும் உடல் மட்டும்கெய்ரோவிலுமாகவாழ்ந்துகொண்டிருந்தஅரஃபாத்துக்கு அப்போது ஒரு சுமாரான உள்ளூர் புரட்சிக் குழுவுடன் தொடர்பு ஏற்பட்டது. பாலஸ்தீனில் பிரிட்டிஷ் ராணுவத்தை விரட்டுவதற்காகப் போராடிக்கொண்டிருந்த அரேபியர்களுக்கு ஆயுத உதவி செய்வதற்கென்று உருவான குழு அது.

எகிப்திலிருந்த ஆயுத வியாபாரிகளிடமிருந்து கழித்துக் கட்டப்பட்ட துப்பாக்கிகளைவாங்கி, அவற்றைச் சரிசெய்து, பழுதுபார்த்து, ஜெருசலேத்துக்குக் கடத்துவது அவர்கள் வேலை.

63

பாலஸ்தீன் போராளிகளுக்கு அன்றைக்கு இருந்த மிகப்பெரிய பிரச்னை, ஆயுதங்கள். அதிநவீன ஆயுதங்களுடன் அவர்களுக்குப் பரிச்சயம் கிடையாது. கொடுத்தாலும் உபயோகிக்கத் தெரியாது. நாட்டுத் துப்பாக்கிகளும் கையெறிகுண்டுகளுமே அவர்களுக்குப் போதுமானவை. ஆனால் அவை கிடைப்பதில்தான் அதிக சிக்கல்கள் இருந்தன.

மற்ற விஷயங்களில் எப்படியோ. ஆயுதப் பதுக்கல், கடத்தல், தயாரித்தல் நடவடிக்கைகளைக் கண்டறிந்து ஒழிப்பதில் அப்போது பாலஸ்தீனில் இருந்த பிரிட்டிஷ் ராணுவம் மிகத் தீவிரமாக இருந்தது. போராளிகளின் செயல்பாடுகளை ஒடுக்குவதென்பது அவர்களை நிராயுதபாணிகளாக்குவதுதான் என்பது அவர்களின் சித்தாந்தம். ஆகவே, கிராமம் கிராமமாக தினசரி ரெய்டுக்குப் போவார்கள். பாழடைந்த கட்டடங்கள், பாலைவனப்பகுதிகள், குன்றுகள், குகைகள், மசூதிகள் என்று திட்டமிட்டுச் சென்று தேடி போராளிகளின் ஆயுதங்களைப் பறிமுதல் செய்து அழித்து வந்தார்கள்.

ஆகவே, பாலஸ்தீன் போராளிகள் தமக்கான ஆயுதங்களை உள்ளூரில் தயாரிக்க முடியாத சூழல் ஏற்பட்டது. சிரியாவிலிருந்தும் எகிப்திலிருந்தும் ஜோர்டனிலிருந்தும் சற்றுத் தள்ளி ஈராக்கிலிருந்தும் அவர்கள் ஆயுதங்களை ரகசியமாகத் தருவித்துக்கொண்டிருந்தார்கள். பேரீச்சம்பழ மூட்டைகளின் அடியில் பதுக்கி, துப்பாக்கிகளை அவர்கள் கடத்திவந்தார்கள். பயணிகள் வாகனங்களில் ரகசிய அறைகள் ஏற்படுத்தி, அதன்மூலமும் ஆயுதங்கள் கடத்தினார்கள். எல்லையோர கிராமவாசிகள், ஆடுகள் மேய்ப்போர், நாடோடிக் கூட்டங்களைச்

சேர்ந்தவர்களைக் கருவிகளாகப் பயன்படுத்தி அவர்கள் மூலம் ஆயுதம் கடத்தினார்கள்.

இப்படி, பாலஸ்தீனுக்கு ஆயுதம் அனுப்ப ஒவ்வொரு நாட்டிலும் சில குழுக்கள் இருந்தன. எல்லை வரை ஆயுதங்களைக் கொண்டுவந்து உரியவர்களிடம் சேர்ப்பித்துவிட்டுச் செல்வது அவர்களது பணி.

அப்படியான ஒரு குழுவின் தொடர்புதான் அரஃபாத்துக்கு முதல் முதலில் ஏற்பட்டது. பாலஸ்தீன் விடுதலைக்காகத் தன்னாலான எதையாவது செய்யவேண்டும் என்று கருதிய அரஃபாத், ஆயுதங்களை எல்லை வரை கடத்திச் சென்று கொடுத்துவரும் பணியை மனமுவந்து ஏற்றுக்கொண்டார். இந்தப் பணி, தன் படிப்பை பாதித்தாலும் பரவாயில்லை என்பதே அவரது கருத்தாக இருந்தது. ஆனாலும் பள்ளிப் படிப்பில் அவர் சுமாரான மதிப்பெண்களைப் பெறவே செய்தார்.

பள்ளிப்படிப்பு முடிந்ததும் அரஃபாத், கெய்ரோவில் உள்ள ஃபாத் *(Faud)* பல்கலைக் கழகத்தில் சேர்ந்து பட்டப்படிப்பைத் தொடங்கினார். பின்னாளில் இதுதான் கெய்ரோ பல்கலைக் கழகம் என்று அறியப்பட்டது. இந்தப் பல்கலைக் கழகத்தில் அரஃபாத் படிக்கத் தொடங்கியது, கட்டுமானப் பொறியியல் படிப்பு. இந்தப் படிப்பில் சேர்வதன்மூலம் பாலைவனங்களுக்கும் மலைப்பகுதிகளுக்கும் நிறைய பயணம் மேற்கொள்ள வாய்ப்பிருக்கும் என்று அவர் கருதினார். கல்லூரி மூலமாகவே பாலஸ்தீன் செல்லவும் சந்தர்ப்பம் கிடைக்கலாம் என்று நினைத்தார். ஏனெனில் அன்றைக்குப் பல்வேறு மத்தியக் கிழக்கு நாடுகளிலிருந்தும் பொறியியல் மாணவர்கள், கட்டடங்களை ஆய்வு செய்ய, புராதன கட்டுமானங்களைப் பற்றி அறிந்துகொள்ள ஜெருசலேத்துக்கு வந்துகொண்டிருந்தார்கள். அப்படியொரு சந்தர்ப்பம் தனக்கும் கிடைத்தால் அடிக்கடி ஜெருசலேத்துக்குச் செல்ல முடியுமே என்று அவர் கருதியிருக்கலாம்.

ஆனால் அதற்கெல்லாம் அவசியமே இல்லாமல் போய்விட்டது. 1948ம் வருடம். இஸ்ரேல் உருவாகி, அரேபியர்களுக்கும் யூதர்களுக்கும் யுத்தம் மூண்டிருந்த தருணம். அரஃபாத்துக்கு அப்போது பத்தொன்பது வயது. (ஆகஸ்ட் 24, 1929 அன்று

அவர் பிறந்தார் என்று சொல்லப்படுகிறது. ஆனால் இது உறுதிப்படுத்த முடியாத தகவல். அவர் ஆகஸ்ட் 4ம் தேதி ஜெருசலேத்தில் பிறந்தார் என்று ஒரு சாரார் இன்றும் தீவிரமாகச் சொல்லிக்கொண்டிருக்கிறார்கள். அரஃபாத்தின் பிறப்புச் சான்றிதழைக் கண்டுபிடிக்க முடியாத காரணத்தாலும் கெய்ரோ பல்கலைக்கழகத்தில் அவரைப் பற்றிய ஆவணங்களைத் தேடிப்பெற இயலாத காரணத்தாலும் அவரது பிறப்பு விவரங்கள் இன்றளவும் சந்தேகத்துக்கு இடமானதுதான். ஆலன் ஹார்ட் என்கிற அரஃபாத்தின் அதிகாரபூர்வ வாழ்க்கை வரலாற்றாசிரியர் கூட அவர் கெய்ரோவில் பிறந்ததைத் தான் உறுதிப்படுத்துகிறாரே தவிர, பிறந்த தேதி, ஆண்டு உள்ளிட்ட விவரங்களை அல்ல.)

ஏற்கெனவே பாலஸ்தீன் போராளிகளுக்கு உதவ வேண்டும் என்கிற எண்ணத்தில் இருந்த அரஃபாத்துக்கு, யுத்தத்தில் அரபு முஸ்லிம்கள் பட்டுக்கொண்டிருந்த காயமும் அவமானமும் ஆறாத வடுவாகிப்போனது. வழிகாட்ட ஒரு நாதியில்லாமல் இப்படி நிலத்தைஇழந்துதவிக்கிறார்களேஎன்றுகண்ணீர்விட்டார்.ஏதாவது செய்யமாட்டோமா என்று அவர் மனம் ஏங்கியது. இஸ்ரேலியர்கள் அத்தனை பேரையும் நிற்கவைத்துச் சுடவேண்டும் என்கிற வெறி மேலோங்கியது. இதற்குமேல் தன்னால் படிப்பில் கவனம் செலுத்த முடியுமா என்று சந்தேகப்பட்டார். உடனடியாகச் சில தோழர்களுடன் எகிப்து எல்லையைக் கடந்து காஸா பகுதிக்குள் புகுந்தார். யுத்தத்தில் பங்கெடுக்கத் தொடங்கினார்.

கவனிக்கவும்.அரஃபாத்துக்குஅப்போதுபெரியபோர்ப்பயிற்சிகள் கிடையாது. முதல் முறையாக ஆயுதங்களைப் பயன்படுத்தினார். எப்படிச்சுடவேண்டும் என்பது கூடத் தெரியாது. இலக்கு சரியாகப் பட்டால் அதிர்ஷ்டம் என்கிற நிலையில்தான் இருந்தார். தனக்கு மட்டுமல்ல; பெரும்பாலான பாலஸ்தீனப் போராளிகளும் தன்னைப் போலத்தான் இருக்கிறார்கள் என்பதையும் கவனித்தார். ஒருங்கிணைக்கும் சரியான தலைமை இல்லாமல், தளபதி இல்லாமல் காட்டான்களின் கூட்டம் போல் அவர்கள் மூர்க்கத்துடன் போரிட்டுக்கொண்டிருந்தார்கள். அவர்களது நோக்கம் ஒன்று மட்டும்தான் தெளிவாக இருந்ததே தவிர, வழி முறைகள் எதுவுமே அவர்களுக்குச் சரியாகத் தெரியவில்லை.

யுத்தத்தில் அரேபியர்கள் அடைந்த வீழ்ச்சி அரஃபாத்தை மிகவும் பாதித்தது. உதவிக்கு வந்த சகோதர அரபு தேசங்கள் அனைத்தும்

அமைதி ஒப்பந்தம் என்கிற பெயரில் ஆளுக்குக் கொஞ்சம் லாபம் பார்த்துவிட்டு ஊர் திரும்பியதும் அவரை வருத்தமுறச் செய்தது. விரக்தியில், என்ன செய்வதென்று புரியாமல் சில காலம் பிரமை கொண்டு திரிந்தார். தன்னால் மேற்கொண்டு கெய்ரோவில் படித்துக்கொண்டிருக்க முடியும் என்று அவருக்குத் தோன்றவில்லை.

ஒரு கட்டத்தில் அந்தப் பிராந்தியத்தை விட்டே விலகி எங்காவது போய்த் தனியாக வசித்தால் உருப்படியாகத் தன்னால் யோசிக்க முடியும் என்று அவருக்குத் தோன்றியது. தனிமையில்தான் திட்டம் தீட்ட முடியும். தனிமையில்தான் திறமைகளை வளர்த்துக்கொள்ள முடியும். தனிமைதான் காயப்பட்ட மனத்தைப் புடம் போடும். மேலும் தனிமை தரும் அனுபவங்களும் முக்கியமானவை.

ஆகவே அரஃபாத் சில காலம் அமெரிக்காவுக்குச் செல்லலாம் என்று முடிவு செய்து விசாவுக்கு விண்ணப்பித்தார். அங்கே டெக்ஸாஸ் பல்கலைக் கழகத்தில் அவருக்கு இடம் கிடைத்தது.

அந்த ஒருசில வருட அமெரிக்க வாழ்க்கைதான் அரஃபாத்தின் கண்ணைத் திறந்தது என்று சொல்லவேண்டும். தனக்குக் கிடைத்த தனிமையை மிகச் சரியாகப் பயன்படுத்திக்கொண்டு பாலஸ்தீன் மக்களைக் குறித்து அவர் சிந்திக்கத் தொடங்கினார். அமெரிக்காவின் இஸ்ரேலிய ஆதரவு நிலையை மிக நெருக்கமாக ஆராய்ந்தார். யூதர்களின் பலம் என்ன? பலவீனம் என்ன? அமெரிக்கா போன்ற பெரும் முதலாளித்துவ தேசங்கள் அவர்களை ஏன் ஆதரிக்கிறார்கள்? யூதர்களை விரட்டியடித்த ஐரோப்பா ஏன் அவர்களுக்கு ஆதரவாக இப்போது நிற்கிறது? அரேபியர்களின் நியாயம் என்ன? அது ஏன் மற்றவர்களுக்குப் புரிவதில்லை? அரேபியர்களின் நியாயத்தைக் காட்டிலும் யூதர்களின் நியாயம் ஏன் பொருட்படுத்தத் தகுந்ததாக மற்றவர்களுக்குத் தோன்றுகிறது?

எந்தச் சார்பும் இல்லாமல் மிகவும் ஆழமாக அரஃபாத் யோசித்தார். இறுதியில் அவருக்குக் கிடைத்த விடைகளை இப்படிப் பட்டியலிடலாம்:

1. சரித்திர நியாயங்களை மேலை நாடுகள் பொருட்படுத்துவதில்லை.

2. அரேபியர்கள் ஏமாற்றப்படுவது குறித்து அவர்களுக்கு எந்தக் கவலையும் இல்லை. ஏனெனில் இஸ்லாத்தையே ஏற்க விரும்பாதவர்கள் அவர்கள். இது அரசியல் காரணங்களைத் தாண்டி மதக் காரணங்களை உள்ளடக்கியது. கிருத்தவர்கள் யூதர்களை ஏற்றாலும் ஏற்பார்களே தவிர, முஸ்லிம்களை ஒருபோதும் ஏற்கமாட்டார்கள்.

3. அரேபியர்களிடம் ஒற்றுமை இல்லை. இதுதான் ஐரோப்பிய தேசங்களுக்கும் இஸ்ரேலுக்கும் முக்கியமான தற்காப்புச் சாதனமாக இருக்கிறது.

4. அரேபியர்களுக்குக் கல்வி இல்லை. பொருளாதார வசதிகள் இல்லை. ஆகவே சிந்திக்க மறுக்கிறார்கள். அவர்களது கோபத்தை சரியான வழியில் வெளிப்படுத்தத் தெரியாததால் முரடர்கள் என்று பெயரெடுத்துவிடுகிறார்கள்.

5. இஸ்ரேல் செய்வது முழு அயோக்கியத்தனம். இதைப் பொறுமையுடன் சகித்துக்கொண்டிருப்பது எந்த ஒரு அரேபியனாலும் இயலாத காரியம். இஸ்ரேலுக்கு அமைதியின் மொழி புரியாது. ஆயுதம்தான் ஒரே வழி. அதற்கு அரேபியர்களுக்கு முறையான பயிற்சி வேண்டும்.

6. இவற்றைக் கல்லூரி மட்டத்திலிருந்து தொடங்குவதே சரியான காரியமாக இருக்கும்.

இவ்வாறு முடிவு செய்தார் அரஃபாத். என்ன செய்யவேண்டும் என்று தெளிவு கிடைத்ததும் எப்படிச் செய்வது என்று யோசிக்க ஆரம்பித்தார். அதற்குள் அவரது பட்டப்படிப்பு முடிந்திருந்தது. மீண்டும் கெய்ரோவுக்கு வந்து, கெய்ரோ பல்கலைக் கழகத்தில் பட்ட மேற்படிப்புக்காகப் பதிவு செய்துகொண்டார்.

அது ஒரு சாக்குதான். உண்மையில் அரபு மாணவர்களை ஒருங்கிணைத்து பாலஸ்தீன் பிரச்னைக்கு ஒரு தீர்வு காண்பதுதான் அவரது முக்கியமான நோக்கமாக இருந்தது.

கெய்ரோ பல்கலைக் கழகத்து மாணவர்களிடம் அவர் தொடர்ந்து, இடைவிடாது பாலஸ்தீன் பிரச்னை குறித்து பேசத் தொடங்கினார். ஒரு பல்கலைக்கழகத்தில் இருந்தபடியால், பிற பல்கலைக் கழக மாணவர்களுடன் தொடர்பு கொள்வதும் அவருக்கு எளிதாக இருந்தது.

அதுவரை ஏட்டளவில் இருந்த அரேபிய சகோதரத்துவம் என்கிற கருத்தாக்கத்தை நடைமுறையில் சாத்தியமாக்குவதே அவரது நோக்கமாக இருந்தது. நிறைய பயணங்கள் மேற்கொண்டார். எல்லா தேசங்களின் மாணவர்களையும் சந்தித்து இஸ்ரேலின் அட்டூழியங்களைப் பற்றிப் பேசினார். அரேபிய மாணவர்கள் இணைந்து போராட வேண்டிய அவசியத்தை வலியுறுத்தினார்.

இந்தக் காலகட்டத்தில் அரஃபாத் பலமுறை ரகசியமாக பாலஸ்தீனுக்குப் போய்வந்திருப்பதாகத் தெரிகிறது. ஜெருசலேம், காஸா, மேற்குக்கரைப் பகுதிகளில் வசித்துவந்த அரேபிய இளைஞர்களைத் திரட்டி, போராட்டத்தை எப்படி நடத்துவது என்பது பற்றியெல்லாம் அவர் பேசியிருப்பதாகத் தெரிகிறது. பாலஸ்தீன் மாணவர் பேரவை என்றொரு அமைப்பைத் தோற்றுவித்து அதன் தலைவராகவும் நான்கு வருடங்கள் பணியாற்றினார். (1952 முதல் 56 வரை.)

அரஃபாத், பாலஸ்தீன் மாணவர் பேரவையின் சார்பில் தீவிரமாக வேலை செய்துகொண்டிருந்தபோதுதான் கெய்ரோவில் அவரது தந்தை காலமானார். தகவல் வந்து சேர்ந்தபோது அரஃபாத், ஒரு மாணவர்கூட்டத்தில் பேசுவதற்காகத்தயார்செய்து, நண்பர்களிடம் பேசிக்காட்டிக்கொண்டிருந்தார். செய்தியைச் சொன்னவர்கள், அரஃபாத் உடனடியாகக் கெய்ரோவுக்குப் புறப்பட என்னவழி என்றும் வழிச்செலவுக்குப் பணத்துக்கு என்ன செய்வதென்றும் கவலைப்பட, அரஃபாத், "எதற்கு தண்டச் செலவு? அவர் இறந்துவிட்டார். அவ்வளவுதானே? எப்படியும் யாராவது எடுத்துப் போய் புதைப்பார்கள். நீங்கள் உங்கள் வேலையைப் பாருங்கள்" என்று சொல்லிவிட்டாராம்.

எக்காரணம் கொண்டும் தன் கவனம் போராட்டத்திலிருந்து திசை திரும்பிவிடக்கூடாது என்பதில் மிகத் தெளிவாக இருந்தார் அவர்.

1956ல் அரஃபாத் தன் உயர்நிலை பட்டப்படிப்பை முடிவு செய்தார். அவருக்கு உடனே எகிப்து ராணுவத்தில் பொறியாளராக வேலை கிடைத்தது. சிலகாலம் சூயஸ் கால்வாய்த் திட்டத்தில் பணியாற்றியபடியே ஓய்வு நேரத்தில் தனது ரகசிய நடவடிக்கைகளை கவனித்துக்கொண்டிருந்தார். ஒரு வருடம் கூட இருக்காது. குவைத்தில் பொதுப்பணித்துறையில் அவருக்குப்

பொறியாளர் வேலை கிடைத்தது. எகிப்தில் இருப்பதைக் காட்டிலும்சற்றுத்தள்ளிகுவைத்துக்குப்போய்வாழமுடியுமானால், தனது நடவடிக்கைகளுக்குச் சிரமம் இல்லாமல் இருக்கும் என்று அவருக்குத் தோன்றியது. ஆகவே, எகிப்து ராணுவப் பணியை ராஜிநாமா செய்துவிட்டு குவைத்துக்குப் போனார்.

இதுநடந்தது1957ம்ஆண்டுவாக்கில். முதலில்பொதுப்பணித்துறை. பிறகு அங்கேயே தனக்கென்று சொந்தமாக ஒரு கட்டுமான நிறுவனத்தைத் தொடங்கி, ஒரு போர்டு மாட்டினார். இது போதும் என்று முடிவு செய்தார்.

கட்டுமான நிறுவன போர்டின் பாதுகாப்பில் அவர் பாலஸ்தீன விடுதலைக்கான ஆயத்தங்களைச் செய்யத் தொடங்கினார்.

64

பகலில் அவர் ஒரு பொதுப்பணித்துறை ஊழியர். ஆனால் அவரது இரவுகளுக்கு வேறு முகம் இருந்தது.

அரஃபாத் குவைத்துக்குப் போய்ச்சேர்ந்து, பொதுப்பணித்துறை பொறியியல் வல்லுநராகப் பதவி ஏற்றுக்கொண்டவுடன் செய்த முதல் காரியம், தனக்கென ஒரு சௌகரியமான வீட்டைத் தேடிக்கொண்டதுதான்.

சற்றே ஒதுக்குப்புறமான பகுதி ஒன்றில் மாடியும் தரைத்தளமுமாக இருந்த ஒரு சிறிய வீடு. அரஃபாத் அந்த வீட்டின் மாடிப் பகுதிக்கும் தரைப்பகுதிக்கும் நடுவில் மரத்தாலான இன்னொரு ரெடிமேட் தளத்தைத் தானே செய்து எடுத்துப் பொருத்தினார்.

கீழிருந்து அந்தப் பகுதிக்குப் போகமுடியாது. ஆனால் மாடியிலிருந்து அந்த மறைவிடத்துக்கு இறங்கி வரமுடியும். அதிகபட்சம் அங்கே ஐந்து அல்லது ஆறுபேர் அமரமுடியும். படுப்பதென்றால் மூன்று பேர் படுக்கலாம். அத்தனை சிறிய மரப்பொந்து அது.

இந்த ரகசிய அறையில்தான் அரஃபாத் என்கிற புரட்சியாளர் முதல்முதலில் உருவாகத் தொடங்குகிறார். பாலஸ்தீன் விஷயம் குறித்து வெளியாகும் அனைத்துப் பத்திரிகைகளையும் வாங்கிப் படித்து அங்கே அவர் சேகரித்துவைத்தார். மிகச் சில மாதங்களிலேயே அந்தப் பத்திரிகைக் குவியல் ஒரு மலைபோல் ஆகிவிட, அதன் பின்னால் நான்கு துப்பாக்கிகளை அவர் பதுக்கிவைத்தார். அந்த நான்குமே அரஃபாத் எகிப்தில் இருந்தபோது தொடர்பில் இருந்த ஓர் ஆயுதக் கடத்தல் குழுவிடமிருந்து பெற்றவை.

இதற்கிடையில் குவைத்தில் இருந்த பாலஸ்தீனிய அகதிகளை ஒருங்கிணைக்கும் முயற்சியிலும் அவர் ஈடுபடத் தொடங்கினார். அரஃபாத்தின் இலக்கு, நாம் முன்பே பார்த்தது போல, கல்லூரி மாணவர்கள்தான். அவர்களிடம்தான் அரஃபாத் நிறையப் பேசினார். பேசிப்பேசி அவர்களின் தேசிய உணர்வைத் தட்டி எழுப்பினார். பாலஸ்தீனை இஸ்ரேலின் பிடியிலிருந்து மீட்கவேண்டும் என்கிற உணர்ச்சி, அவர்களிடையே தீபோலக் கொழுந்துவிட்டெரியத் தொடங்கியபிறகு அவர்களைத் தன் வீட்டுக்கு - குறிப்பாக அந்த ரகசிய அறைக்கு அழைத்து வந்து பாடம் நடத்த ஆரம்பித்தார்.

அரஃபாத்தின் போதனைகள் மூன்று பிரிவுகளாக அமைந்தன. முதலாவது அரசியல் பாடம். இரண்டாவது சித்தாந்தப் பாடம். மூன்றாவது ஆயுதப்பாடம்.

முதல் இரண்டைப் பற்றி அவருக்குக் கவலை இல்லை. ஆனால் ஆயுதப்பாடம் எடுப்பதில் மிகுந்த சிரமங்கள் இருந்தன. முதலாவது சிரமம், அரஃபாத்துக்கே ஆயுதப்பயிற்சி அவ்வளவாகக் கிடையாது என்பது.

ஆகவே, முதலில் தன்னைத் தயார்படுத்திக் கொள்வதற்காக அரஃபாத், சில ரகசியக் குழுக்களில் சேர்ந்து பயிலத் தொடங்கினார். குவைத்தின் பாலைவனப் பகுதிகளில் அவருக்கான துப்பாக்கிச் சுடும் பயிற்சிகள் தொடங்கின. அலுவலக ஓய்வு நாள்களிலும் அவ்வப்போது தானே எடுத்துக்கொள்ளும் ஓய்வு தினங்களிலும், தினசரி அதிகாலை வேளைகளிலும் இந்தப் பயிற்சியில் அரஃபாத் ஈடுபட்டார்.

அரஃபாத்துக்குத் துப்பாக்கி சுடக் கற்றுக்கொடுத்த குழுவினர் அப்படியொன்றும் திறமைசாலிகள் அல்லர். சுமாராகத்தான் அவர்களுக்கே ஆயுதப் பிரயோகம் தெரியும். ஆனால், கற்றுக்கொள்ளத் தொடங்கிய மிகச் சில தினங்களுக்குள்ளாகவே, அரஃபாத்துக்கு அதில் இருந்த தேர்ச்சி அவர்களுக்கு பிரமிப்பூட்டியது. அவர் ஒரு பிறவிப் போராளி என்று முதல் முதலில் சொன்னது அந்தக் குழுவினர்தான்.

தான் கற்றுக்கொண்டதைத் தன்னுடைய மாணவ நண்பர்களுக்கும் சொல்லிக்கொடுக்கும் பணியை அரஃபாத் ஆறே மாதங்களில் ஆரம்பித்துவிட்டார். துப்பாக்கி சுடுதல், பதுங்கி இருந்து தாக்குதல்

(கெரில்லாத் தாக்குதல்), குண்டு வைத்தல், குண்டு வீசுதல் போன்ற கலைகளில் அரஃபாத் நிகரற்ற திறமைசாலியாக இருந்தார். தமக்குத் தெரிந்த அத்தனைக் கலைகளையும் அவர் தமது தோழர்களுக்குக் கற்றுக்கொடுத்தார்.

மிகக் குறுகிய காலத்தில் அவரது குழுவில் சுமார் ஐம்பது போராளிகள் தயாராயினர். ஆயுதம் தாங்கிப் போராளிகள். சுதந்தரப் பாலஸ்தீனை அடைவதற்காக என்ன வேண்டுமானாலும் செய்யத் தயாராக இருந்த கெரில்லாப் போராளிகள்.

ஐம்பதுகளின் தொடக்கத்திலேயே உருவாகிவிட்ட இந்த அமைப்புக்கு அரஃபாத் அல்-ஃபத்தா (AlFatah) என்று பெயரிட்டார். அல் ஃபத்தா என்கிற அரபுப் பெயருக்கு 'புனிதப் போர்மூலம் புதுவெற்றி காண்போம்' என்று கவித்துவமாகத் தமிழில் அர்த்தம் சொல்லலாம். அது ஒரு விடுதலைக் குழு. அவ்வளவுதான்.

அரஃபாத் தோற்றுவித்த அல் ஃபத்தாவைப் பிற தீவிரவாதக் குழுக்களோடெல்லாம் ஒப்பிடவே முடியாது. இன்றைக்குத் தீவிரமாக இயங்கும் அல் குவைதா, ஹமாஸ், எல்.டி.டி.ஈ., போன்ற மாபெரும் குழுக்களால் எல்லாம் முடியாத காரியங்களை இந்த ஐம்பதுபேர் கொண்ட குழு வெகு அலட்சியமாகச் செய்து முடிக்கக்கூடிய வல்லமை பெற்றதாக இருந்தது. அதிக வசதிகள், நவீனத் தொழில்நுட்பங்கள் எதுவும் அல் ஃபத்தாவுக்குக் கிடையாது. குறைந்தபட்ச ஆயுதங்கள் மட்டும்தான். ஆனால் அவர்களிடம் இருந்த கோபமும் தீவிரமும் வேகமும் வெறியும் அரஃபாத் என்கிற ஒரு சரியான தடுக்கும் சக்தியால் கட்டுப்படுத்தப்பட்டு புரட்சிப் பாதையில் துல்லியமாக திசைதிருப்பி விடப்பட்டதால், நம்பமுடியாத சாதனைகளைப் புரியக்கூடியவர்களாக இருந்தார்கள்.

ஐம்பதுகளில் அல் ஃபத்தா என்றால் மத்தியக்கிழக்கு முழுவதும் அலறும். குறிப்பாக ஆளும் வர்க்கம். அதிகார வர்க்கம். இன்னும் குறிப்பாகச் சொல்லுவதென்றால் இஸ்ரேலையும் யூதர்களையும் பேச்சளவில் ஆதரித்தால் கூட அல் ஃபத்தாவினர் அடிப்பார்கள். குவைத்திலும் பிற அரபு தேசங்களிலும் எந்த யூதருக்காவது அரசுத்தரப்பில் ஏதாவது ஒரு சிறு சலுகை அல்லது உதவி தரப்படுமானாலும் தீர்ந்தது விஷயம்.

இவையெல்லாம் தவிர, குவைத்தில் நிலைகொண்டு பாலஸ்தீனில் தாக்குதலுக்கான முழுவேக ஆயத்தங்களையும் அவர்கள் அப்போது ஆரம்பித்திருந்தார்கள்.

அல் ஃபத்தா உருவான அதே காலகட்டத்தில் பாலஸ்தீனில் ஏகப்பட்ட போராளிக்குழுக்கள் தோன்றத் தொடங்கின. பாலஸ்தீனுக்கு உள்ளேயும் வெளியேயுமாகத் தோன்ற ஆரம்பித்த அந்த அத்தனைக் குழுக்களுக்கும் ஒரே நோக்கம்தான். இஸ்ரேலின் பிடியிலிருந்து பாலஸ்தீனை விடுவிப்பது.

ஃபோர்ஸ் *17 (Force 17)*, ஹவாரி, *(Hawari Group)* ஆகிய குழுக்கள் இவற்றுள் மிக முக்கியமானவை. இதுபோல சுமார் இருபத்தைந்து தீவிரவாதக் குழுக்கள் பாலஸ்தீன் விடுதலையை முன்னிட்டு உருவாயின.

இந்தக் குழுக்கள் அனைத்தும் தனித்தனியே போரிட்டுக் கொண்டிருப்பதால் பயனில்லை என்று ஒரு குறிப்பிட்ட முகூர்த்த வேளையில் யாருக்குத் தோன்றியதோ தெரியவில்லை. அந்தந்தக் குழு தன் தனி அடையாளத்தை விட்டுக்கொடுக்காமல், அதே சமயம் ஒரு பொதுவான அமைப்பின் கீழ் இயங்கலாம் என்று அப்போது முடிவு செய்தன.

அப்படிப் பிறந்ததுதான் பாலஸ்தீன் விடுதலை இயக்கம் என்று அழைக்கப்பட்ட பி.எல்.ஓ.

இந்த இடத்தில் சற்றுக் கூர்ந்து கவனிக்க வேண்டும். பி.எல்.ஓ என்பது யாசிர் அரஃபாத் தோற்றுவித்த ஒரு போராளி இயக்கம் என்று இன்றைக்கும் பலர் நினைத்துக்கொண்டிருக்கிறார்கள். இது முற்றிலும் தவறான கருத்து.

1. பி.எல்.ஓ. என்கிற அமைப்பை யாசிர் அரஃபாத் தோற்றுவிக்கவில்லை.

2. பி.எல்.ஓ. என்பது ஒரு குறிப்பிட்ட போராளி இயக்கமும் இல்லை.

3. பி.எல்.ஓவில் எத்தனையோ பல போராளி இயக்கங்கள் இணைந்து சில வருடங்கள் செயல்படத் தொடங்கிய பிறகு மிகத் தாமதமாகத்தான் அரஃபாத் தன்னுடைய அல் ஃபத்தாவைக் கொண்டுவந்து பி.எல்.ஓவுடன் இணைத்தார்.

4. அரஃபாத்தின் அல் ஃபத்தா அமைப்பினருக்கு இருந்த செயல்வேகம், பி.எல்.ஓவில் இருந்த மற்ற இயக்கங்களுக்கு இல்லாத காரணத்தாலும் அரஃபாத்தைக் காட்டிலும் தலைமை ஏற்கச் சரியானதொரு நபர் அங்கே இல்லாத காரணத்தாலும்தான் பி.எல். ஓவின் தலைவராக அரஃபாத் பிற்பாடு தேர்ந்தெடுக்கப்பட்டார். கூட்டணி ஆட்சி மாதிரி அது ஒரு கூட்டணிப் போராளி அமைப்பு. அரஃபாத் அதற்குத் தலைவர். அவ்வளவுதான்.

இந்தப் போராளி அமைப்புகள் ஒருங்கிணைந்து யுத்தத்துக்குத் தயாராகிக்கொண்டிருந்தது ஒரு பக்கம் இருக்க, மறுபுறம் பாலஸ்தீன் அரசியல் வானில் சில குறிப்பிடத்தகுந்த சம்பவங்கள் அரங்கேறின.

அவற்றுள் மிக முக்கியமானவை இரண்டு. முதலாவது, இஸ்ரேல், எகிப்துடன் நடத்திக்கொண்டிருந்த நீடித்த அமைதிப் பேச்சுவார்த்தை.

இஸ்ரேலுக்கு அடி மனத்தில் ஒரு சிறு திகில் இருந்தது. ஏதாவது ஓர் அரபு தேசத்துடனாவது நட்புறவு வைத்துக்கொள்வது தனக்கு நல்லது என்று நினைத்தது. 1948 யுத்தத்தைத் தொடர்ந்து நடைபெற்ற அமைதி ஒப்பந்தத்தின் படி எகிப்து காஸா பகுதியைத் தன்னுடன் இணைத்துக்கொண்டிருந்தபடியால், எகிப்துடன் நீடித்த நல்லுறவு சாத்தியமா என்று பார்க்க இஸ்ரேல் விரும்பியது. மேற்கே, ஜோர்டனுடன் உறவுக்கு முயற்சி செய்வதைக் காட்டிலும் எகிப்தை முயற்சி செய்வது லாபம் தரக்கூடும் என்று இஸ்ரேல் எண்ணியது.

இஸ்ரேல் இப்படித் தொடர்ந்து எகிப்துடன் அமைதி, அமைதி என்று கத்திக்கொண்டிருக்க, மறுபுறம் ஜோர்டன் மிகத்தீவிரமாக இஸ்ரேல் விரோதக் காரியங்களில் ஈடுபட்டுக்கொண்டிருந்தது.

முதல் கட்டமாக ஏப்ரல் 24, 1950 அன்று வெஸ்ட் பேங்க்கையும் பழைய ஜெருசலேம் பகுதியையும் தன் தேசத்தின் பகுதிகளாக அதிகாரபூர்வமாக இணைத்து ஓர் அறிவிப்பை வெளியிட்டது.

என்னதான் 1948 யுத்த நிறுத்தத்தின் போது ஜோர்டனுக்குக் கிடைத்த பகுதிகள்தான் அவை என்றபோதும், இம்மாதிரி அதிகாரபூர்வ இணைப்பு என்று அறிவித்துச் செய்தபோது, சந்தடி சாக்கில்

கணக்கில் வராத இன்னும் கொஞ்சம் நிலப்பரப்புக்கும் சேர்த்து வேலி போட்டது ஜோர்டன்.

இது இஸ்ரேலுக்கு மிகுந்த கோபத்தை வரவழைத்தது. சொல்லப்போனால் பிரிட்டனையும் பாகிஸ்தானையும் தவிர வேறு எந்த ஒரு தேசமும் ஜோர்டனின் இந்த நடவடிக்கைக்கு அப்போது ஆதரவு தெரிவிக்கவில்லை. பிரிட்டன் ஏன் அதை ஆதரித்தது, பாகிஸ்தானுக்கு இதில் என்ன லாபம் என்கிற கேள்விகளுக்கெல்லாம் இடமே இல்லை. எல்லாமே அரசியல் காய் நகர்த்தல்கள் என்கிற அடிப்படையில் பாலஸ்தீனைத் துண்டாடும் விஷயத்தில் அத்தனை பேருமே கச்சை கட்டிக்கொண்டிருந்தார்கள் அப்போது.

டிரான்ஸ் ஜோர்டன் இப்படிச் செய்ததில் என்ன ஆயிற்று என்றால், அந்த நாட்டின் பெரும்பான்மை மக்கள், பாலஸ்தீனியர்களாக ஆகிப்போனார்கள். அதாவது, ஏற்கெனவே டிரான்ஸ்ஜோர்டன் நாட்டில் வசித்துவந்தவர்களைக் காட்டிலும் இணைக்கப்பட்ட மேற்குக்கரைப் பகுதி மக்களின் எண்ணிக்கை அதிகம்!

இதை இன்னொருவிதமாகப் பார்ப்பதென்றால், பாலஸ்தீனியர்கள் தாங்கள் இஸ்ரேலை எதிர்த்துப் போரிடுவதா, அல்லது சொந்த சகோதர தேசமான ஜோர்டனை எதிர்த்துப் போரிடுவதா என்று புரியாமல் குழம்பத் தொடங்கினார்கள்.

ஜோர்டன் ஏன் அன்றைக்கு அப்படி நடந்துகொண்டது என்கிற கேள்விக்கு விடை இல்லை. ஜோர்டனின் மன்னர் அப்துல்லா ஒரு மூத்த அரசியல்வாதி. அரபு சகோதரத்துவம் என்கிற கருத்தாக்கத்தை முன்வைத்தவர்களுள் ஒருவர். ஆனபோதிலும் பாலஸ்தீனியர்களைத் துன்பத்தில் வாடவிட வேண்டும் என்று அவர் முடிவு செய்தார்.

முதல் கட்டமாக, மேற்குக் கரைப் பகுதி மக்களுக்கான நிதி ஆதாரங்களைஜோர்டன்கணிசமாகக்குறைத்தது. மக்கள்பசியிலும் பட்டினியிலும் வாடவேண்டியதானது. மொத்த தேசமுமே சிக்கன நடவடிக்கையில் ஈடுபடுகிறது என்று ஜோர்டன் அரசு சொன்னாலும்ஒப்பீட்டளவில்மேற்குக்கரைப்பகுதிஇரண்டாம்தர மக்கள் வசிப்பிடமாகவே நடத்தப்பட்டது கண்கூடு. அங்கே எந்தப் புதிய தொழிலும் தொடங்க அனுமதி மறுக்கப்பட்டது. அரசு

நலத்திட்டங்கள் என்று மருந்துக்கும் ஏதுமில்லை. பத்தாயிரம் தினார்களுக்கு மேல் எந்த ஒரு தொழிலிலும் யாரும் முதலீடு செய்யக்கூடாது என்று வேறு ஒரு சட்டம் கொண்டுவந்தார்கள்.

இதனாலெல்லாம் பாலஸ்தீனியர்கள் மிகுந்த கோபம் அடைந்தார்கள்.

1951ம் ஆண்டு ஜோர்டன் மன்னர் அப்துல்லா அடையாளம் காணமுடியாத தீவிரவாதிகளால் படுகொலை செய்யப்பட்டார். உடனே ஜோர்டன் ராணுவம் தன் கட்டுப்பாட்டுக்குள் இருக்கும் ஜெருசலேம் பகுதியில் தேடுதல் வேட்டைக்குப் புறப்பட்டது.

ஒவ்வொரு வீட்டிலும் ராணுவம் நுழைந்தது. ஒவ்வொரு நபரையும் சோதித்தார்கள். பல வீடுகளிலிருந்து ஏராளமான ஆயுதங்களும் கையெறி குண்டுகளும் கைப்பற்றப்பட்டதாக 'அல் அஹ்ரம்' என்கிற நாளிதழ் செய்தி வெளியிட்டது.

பி.எல்.ஓ அமைப்பினர் சூழ்நிலையை மிக கவனமாக உற்றுநோக்கத் தொடங்கினார்கள்.

65

ஏதோ ஒன்று நடக்கப்போகிறது; பெரிதாக, மிகப்பெரிதாக என்று எல்லோருமே எதிர்பார்த்துக்கொண்டிருந்த நேரம் அது. ஆயுதம் தாங்கிய போராளிகள் அனைவரும் தத்தம் பயிற்சிகளில் மும்முரமாக இருந்தார்கள். அரபு லீக் என்று சொல்லப்படுகிற அரபு நாடுகளின் கூட்டமைப்பின் வலுவான பின்புலத்தில் உருவாகியிருந்த பி.எல்.ஓ. பாலஸ்தீனில் மட்டுமல்லாமல் ஏனைய அரபு தேசங்கள் அத்தனையிலும் பயிற்சிப் பாசறைகளை உருவாக்கி, தீவிரமாகச் செயல்பட்டுக்கொண்டிருந்தது. அதுவரை பி.எல்.ஓவில் சேராத யாசிர் அராஃபத்தின் அல் ஃபத்தா மட்டும் குவைத்தில் பயிற்சி மேற்கொண்டிருந்தது.

எல்லோருமே பெரியதொரு யுத்தத்தைத்தான் எதிர்நோக்கி யிருந்தார்கள். எப்போது அது வெடிக்கும், யார் காரணமாக இருப்பார்கள் என்பதுதான் தெரியாமல் இருந்தது. ஜோர்டன் காரணமாயிருக்குமோ? எல்லைப் பிரச்னையில் இப்படி முட்டிக்கொள்கிறார்களே என்று பார்த்தால், வடக்கே சிரியாவின் எல்லையிலும் சிண்டுபிடிச் சண்டைதான் நடந்துகொண்டிருந்தது. தெற்கே எகிப்துடன் எத்தனை முறை அமைதிப்பேச்சு நடத்த இஸ்ரேல் முயற்சி செய்துகொண்டிருந்தாலும் இஸ்ரேலை ஒரு பொருட்டாக மதித்துப் பேச அங்கும் யாரும் தயாராக இல்லை.

இஸ்ரேலுக்கும் மிக நன்றாகத் தெரிந்துதான் இருந்தது. ஆயிரம் இருந்தாலும் அவர்கள் முஸ்லிம்கள். லட்சமே இருந்தாலும் தாங்கள் யூதர்கள். இது ஒட்டாது. ஒருபோதும் ஒட்டவே ஒட்டாது.

ஆகவே, இரு தரப்பிலுமே அமைதியை உதட்டில் தேக்கி வைத்துக்கொண்டு உள்ளுக்குள் ஆயுதப்பயிர்தான் செய்து கொண்டிருந்தார்கள்.

1952ம் ஆண்டு எகிப்தில் ஒரு சம்பவம் நடந்தது. பின்னால் நடக்கப்போகிற மாபெரும் சம்பவங்களுக்கான முன்னோட்டம் போன்றதொரு சம்பவம் அது.

பிரிட்டன் அரசின் கைக்கூலிபோலச் செயல்பட்டு, அதுவரை எகிப்தில் உப்புப் பெறாத ஆட்சி நடத்திக்கொண்டிருந்த மன்னர் ஃபாரூக் என்பவரை, ராணுவம் தூக்கியடித்தது. பலகாலமாக உள்ளுக்குள் கனன்றுகொண்டிருந்த பிரச்னைதான். அந்த வருஷம் வெடிக்க வேண்டுமென்றிருந்திருக்கிறது. அவ்வளவுதான்.

அந்த வருடம் ஜூலை 23ம் தேதி நடைபெற்ற அந்த ராணுவப் புரட்சியின் சூத்திரதாரி, எகிப்து ராணுவத்தின் முக்கியத் தளபதிகளுள்ஒருவராகஅப்போதிருந்தகமால்அப்துல்நாசர்(Gamal Abdel Nasser). கவனிக்கவும். நாசர் அப்போது தலைமைத் தளபதி கூட இல்லை. அவர் ஒரு லெப்டினண்ட் ஜென்ரல். அவ்வளவுதான். எகிப்து ராணுவத்தின் மூத்த தளபதியாக இருந்தவர் பெயர் முகம்மது நஜிப் (Muhammad Naguib). அவருக்குக் கீழேதான் நாசர் பதவி வகித்து வந்தார்.

மூத்த தளபதிகள் அனைவரும் கலந்து பேசி மன்னரை ஒழித்துவிடலாம் என்று முடிவு செய்து பொறுப்பை நாசரிடம் விட்டார்கள். நாசரும் தனக்கு அளிக்கப்பட்ட பொறுப்பைச் சரியாகச் செய்து முடித்து, எந்த வஞ்சகமும் செய்யாமல் முகம்மது நஜிபை நாட்டின் சர்வாதிகாரியாக அமர வைத்தார்.

இந்தச் சம்பவம் பல மேலை நாடுகளை - குறிப்பாக இங்கிலாந்து மற்றும் அமெரிக்காவை மிகவும் கவலையுறச் செய்தது. மன்னர் ஃபாரூக் இருந்தவரை, இங்கிலாந்தின் அறிவிக்கப்படாததொரு காலனிபோலவேதான்இருந்ததுஎகிப்து.என்னசெய்வதென்றாலும் பிரிட்டிஷ் பாராளுமன்றத்தைக் கேட்காமல் அவர் செய்யமாட்டார். முக்கியமாக, கடல் வாணிபத்தில் இங்கிலாந்து கொள்ளை லாபம் சம்பாதிக்க ஃபாரூக் ஏகப்பட்ட உதவிகள் செய்துவந்திருக்கிறார்.

ஆனால் திடீரென்று ஏற்பட்ட புரட்சியும் ஆட்சி மாற்றமும் எந்தவிதமான விளைவுகளை ஏற்படுத்தும் என்று யாராலும் உடனே கணித்துக் கூற முடியவில்லை. ஏனெனில், புரட்சி செய்தது நாசர் என்றாலும், பதவி ஏற்றது நஜிப். ஒரு கட்சி என்றால் அதன்

சரித்திரத்தை, சமகாலத்தைப் பார்த்து எப்படி இருக்கும், என்ன செய்யும் என்று கணிக்கலாம். ஒரு தனிநபரை என்ன செய்து கணிக்க முடியும்? அவரது பின்னணியும் சரித்திரமும் தெரிந்தால் தானே சாத்தியம்?

உலக நாடுகளுக்கு அப்போது நாசரையும் தெரியாது, நஜிப்பையும் தெரியாது. நஜிப் பிரசிடெண்ட் ஆனார் என்றால் நாசர் அவரது அமைச்சரவையில் உள்துறை அமைச்சராக உட்கார்ந்தார்.

இங்கேதான் பிரச்னை ஆரம்பித்தது.

நாசர், நிறையப் படித்தவர். அரசியலில் பெரிய ஞானி. சுய சிந்தனையாளரும் கூட. பதவி ஏற்ற உடனே எகிப்தின் நலனுக்கு என்னென்ன செய்யலாம், என்னென்ன செய்தால் யார்யார் அதனால் பாதிக்கப்படக்கூடும், யார் சண்டைக்கு வரக்கூடும், என்ன செய்து சமாளிக்கலாம் என்று ஒரு பட்டியல் தயார் செய்தார் நாசர்.

இதனுடன்கூட ஒட்டுமொத்த மத்தியக்கிழக்குப் பிரச்னைகளையும் சேர்த்து வைத்து ஆராய்ந்து, அவற்றில் எகிப்தின் பங்களிப்பு மற்றும் ஈடுபாடு என்னவாக இருக்கலாம் என்றும் யோசித்து ஒரு பட்டியல் தயாரித்தார்.

நாசரின் மூன்றாவது பட்டியல், ஐரோப்பிய தேசங்களால் தமக்கு ஏற்படக்கூடிய தொல்லைகள் பற்றியது.

ஒரு சக்திமிக்க தலைவனாகத் தான் மக்களால் அங்கீகரிக்கப்பட்டு, ஏற்றுக்கொள்ளப்பட்டுவிட்டால், எகிப்தை ஒரு சர்வவல்லமை பொருந்திய தேசமாக மாற்றுவதோடு, மத்தியக்கிழக்கின் ஒரு தவிர்க்கமுடியாத மாபெரும் சக்தியாக நிறுவிவிடமுடியும் என்பதே அவரது எண்ணம்.

பகிர்ந்துகொள்ளவில்லை. மாறாக, சரியான சந்தர்ப்பத்துக்காகக் காத்திருந்து, முகூர்த்தம் கூடி வந்த ஒரு வேளையில், தானே பதவியில் அமர்த்திய அதிபர் முகம்மது நஜிபை வீட்டுக்கு அனுப்பினார்.

ஒருவரைப் பதவி நீக்க, ராணுவத்தினர் முடிவு செய்தால் அதற்காகப் பெரிய காரணங்களையெல்லாம் தேடவேண்டியதில்லை. ஊழல்

ஒரு எளிய காரணம். அதைக்காட்டிலும் உத்தமமான எத்தனையோ காரணங்கள் இருக்கின்றன. நஜிப்பைப் பதவியிலிருந்து தூக்க நாசர் சொன்ன காரணம், அவர் எகிப்தின் நலனுக்காகச் சிந்திப்பதை விடுத்து முஸ்லிம் சகோதரத்துவத்தைத் தூக்கிப்பிடித்து ஆதரித்து பொழுதை வீணடித்துக்கொண்டிருக்கிறார் என்பது.

*1954*ம் ஆண்டு பிப்ரவரி *25*ம் தேதி நஜிப் தூக்கியடிக்கப்பட்டார். நாசர், எகிப்தின் பிரசிடெண்டாகத் தன்னை அறிவித்துக்கொண்டு பதவியில் அமர்ந்தார். கொஞ்சம் கலவரம், அடிதடி, தீவைத்தல், கைகலப்பு, மோதல் எல்லாம் இருந்தது. ஆனாலும் நாசர் வெற்றியடைவதில் பெரிய பிரச்னை இருக்கவில்லை.

பதவிக்கு வந்ததுமே நாசர் தான் முன்னர் தீட்டிவைத்திருந்த திட்டங்களை ஒவ்வொன்றாகக் கையில் எடுத்துக்கொண்டு முழு வேகத்தில் வேலையைத் தொடங்கினார். மூன்று விஷயங்களில் அவர் தம் முதல் கவனத்தைச் செலுத்தினார்.

முதலாவது, தொழில்துறையை தேசியமயமாக்குவது. இரண்டாவது நிலச்சீர்திருத்தம். மூன்றாவது, நீர்த்தேக்கங்கள் கட்டி விவசாயத்தைப் பெருக்குவது மற்றும் கடல் வர்த்தகத்தில் தீவிர கவனம் செலுத்துவது.

இதன் அடிப்படையில்தான் அவர் தமது தேசத்தின் எல்லைக்குட்பட்ட அகபா வளைகுடா *(Gulf of Aquaba)* மற்றும் சூயஸ் கால்வாய் பகுதிகளை இழுத்து மூடினார்.

வளைகுடாப் பிராந்தியத்தையும் கால்வாயையும் இழுத்து மூடுவதென்றால்?

பிற நாட்டுக் கப்பல்கள் அந்த வழியே போவதைத் தடைசெய்வது என்று அர்த்தம்.

நாசர் சூயஸ் கால்வாய்க்கு சீல் வைத்த சம்பவம் உலக சரித்திரத்தில் இடம்பெற்ற மிகப் பரபரப்பானதொரு சம்பவம். இத்தனை தைரியம், இத்தனை நெஞ்சுரம், இத்தனை துணிச்சல் கொண்ட எந்த ஒரு அரபுத் தலைவரையும் அதற்கு முன் உலகம் சந்தித்ததில்லை. அமெரிக்கா அரண்டு போனது. பிரிட்டன் பதறிக்கொண்டு எழுந்தது. பிரான்ஸ் மூக்குமேல் விரல் வைத்தது. உலகமே நாசரை வியந்து பார்த்தது.

ஆனால் இதனால் உடனடி பாதிப்பு யாருக்கென்றால் இஸ்ரேலுக்குத்தான். இஸ்ரேலின் கப்பல்கள்தான் சூயஸ் கால்வாயை அதிகமும் பயன்படுத்திக்கொண்டிருந்தன.

வர்த்தகக் கப்பல்கள். எண்ணெய்க் கப்பல்கள். அவ்வப்போது போர்க்கப்பல்கள்.

நாசர் என்ன சொன்னார்?

"சூயஸ் கால்வாய் நமது தேசிய சொத்து. இதை நான் நாட்டுடைமை ஆக்குகிறேன். இதனைப் பயன்படுத்தி வேறு பல நாடுகள் கடல் வர்த்தகத்தில் கொழித்துக்கொண்டிருக்கின்றன. அதை அனுமதிக்க முடியாது. இதை நாட்டுடைமை ஆக்கி நமது வர்த்தகத்தைப் பெருக்குவதன் மூலம் கிடைக்கும் வருவாயில் நான் நைல் நதியின் குறுக்கே அஸ்வான் அணை (Aswan High Dam) கட்டுவேன். விவசாயத்தைப் பெருக்குவேன்."

இந்த அறிக்கைதான் இஸ்ரேலைச் சீண்டியது. பிரிட்டனுக்குக் கோபம் வரவழைத்தது. ஒட்டுமொத்த உலகையும் வியப்படையச் செய்தது.

நாசரின் அஸ்வான் அணைத்திட்டம் மிகப்பெரியதொரு திட்டம். சொல்லப்போனால் அமெரிக்காவும் பிரிட்டனும் ஆளுக்குச் சரிபாதி நிதி உதவி செய்து அந்தத் திட்டத்தை நிறைவேற்றினால் ஒட்டுமொத்த எகிப்துக்கும் மாபெரும் பலன் கிடைக்கும் என்று பேசி ஒப்பந்தமெல்லாம் செய்திருந்தார்கள்.

ஆனால் நாசர் திடீரென்று சூயஸ் கால்வாய் விஷயத்தில் தடாலடி அறிக்கை விடுத்து, கப்பல் போக்குவரத்தைத் தடை செய்ததோடல்லாமல் கம்யூனிஸ்ட் செக்கோஸ்லாவாக்கியாவிடமிருந்து ஆயுதங்களை வேறு வாங்கிச் சேர்த்தபடியால், அமெரிக்காவும் பிரிட்டனும் அந்தக் கணமே தமது ஒத்துழைப்பை வாபஸ் பெறுவதாக அறிவித்துவிட்டன.

இதோடாவது நாசர் நிறுத்திக்கொண்டாரா என்றால் அதுதான் இல்லை! முதலாளித்துவ தேசங்களான அமெரிக்கா, பிரிட்டன், பிரான்ஸ் - இப்பட்டியலில் இஸ்ரேலையும் நாம் சேர்த்தாக வேண்டும் - ஆகிய தேசங்களுக்கு எதெல்லாம் பிடிக்காது என்று பார்த்துப்பார்த்து, அதை மட்டும் செய்ய ஆரம்பித்தார். உதாரணமாக கம்யூனிஸ்ட் தேசமான சீனாவுடன் நல்லுறவுக்கு வேலை செய்தார், சோவியத் யூனியனை நட்பாக்கிக்கொண்டார்.

இதையெல்லாம் பார்த்து அப்போதைய பிரிட்டன் பிரதம மந்திரி சர் ஆண்டனி ஈடனுக்கு (Sir Anthony Eden) ரத்தக்கொதிப்பே

வந்துவிட்டது. 'ஒரு யுத்தம் நெருங்கிக்கொண்டிருக்கிறது' என்று பகிரங்கமாகவே அவர் தம் நாட்டு மக்களுக்கு விடுத்த செய்தியொன்றில் குறிப்பிட்டார்.

''நாசரின் தேசியவாதம் நல்லதுக்கே இல்லை. இது இத்தாலியில் முசோலினியும், ஜெர்மனியில் ஹிட்லரும் பேசிய தேசியவாதம் போன்றதுதான். அவர்களுக்கு நேர்ந்த கதிதான் நாசருக்கும் நேரும்'' என்றே குறிப்பிட்டார் அவர்.

எல்லாவற்றுக்கும் மூலக் காரணம் சூயஸ்!

இவற்றுக்கு மட்டுமல்ல; இதற்கெல்லாம் பின்னால் சில வருடங்கள் கழித்து இஸ்ரேலுக்கும் அரபு நாடுகளுக்கும் இடையே நடைபெற உள்ள ஆறு நாள் யுத்தம் என்று அழைக்கப்பட்டதொரு பெரிய போருக்குமே கூட அந்தக் கால்வாய்தான் ஆதிமூலக் காரணம் என்பதால் மிகவும் கொஞ்சமாகவாவது சூயஸ் கால்வாய் பிரச்னையைப் பற்றித் தெரிந்துகொள்ள வேண்டியது இங்கே இன்றியமையாததாகிறது.

இஸ்ரேல் - பாலஸ்தீன் பிரச்னையின் இரண்டாம் பாகமும் இந்த சூயஸ் கால்வாயில்தான் பிறக்கிறது.

மத்திய தரைக்கடலையும் செங்கடலையும் பிரிக்கும் எகிப்தின் வடக்குப் பகுதியில் இந்தக் கால்வாயை வெட்டியதனால்தான் ஐரோப்பாவும் ஆசியாவும் கடல் வழியே மிக நெருக்கமாக இணைய முடிந்தது. விமானப் போக்குவரத்து, தரைவழிப் போக்குவரத்தெல்லாம் சரிப்படாத காரியங்களுக்கு முன்பெல்லாம் ஐரோப்பாவிலிருந்து ஆப்பிரிக்காவைச் சுற்றிக்கொண்டுதான் கடல் மார்க்கமாக ஆசியாவை அடைய முடியும்.

இந்த ஒரு கால்வாய் ஒட்டுமொத்த உலக வர்த்தகத்தையே திசைமாற்றி வழி நடத்தச் செய்திருக்கிறது என்றால் நம்புவது சற்று சிரமமாகத்தான் இருக்கும்.

ஆனால் அதுதான் உண்மை. நீர் ததும்பும் இந்தப் பிராந்தியத்தில் தீப்பிழம்புகளும் அந்தச் சமயத்தில் எழவே செய்தன.

காரணம், நாசர். சூயஸ் கால்வாயை தேசியமயமாக்கி, சர்வதேசக் கப்பல் வர்த்தகத்துக்கு குண்டுவைத்த அவரது அந்த அறிவிப்பு.

66

ஒரு கால்வாய்க்கு என்ன பெரிய சரித்திரம் இருந்துவிட முடியும்?

ஆச்சர்யமாகத்தான் இருக்கும். சூயஸின் பெயர்தான் கால்வாயே தவிர உண்மையில் அது ஒரு சிறிய கடல் என்றுதான் சொல்லவேண்டும். அத்தனை நீளம். அத்தனை ஆழம். பிரும்மாண்டமான கப்பல்களெல்லாம் மிக அநாயாசமாக வரும். யுத்த தளவாடங்களை, போர் விமானங்களை ஏற்றிக்கொண்டு ராணுவக் கப்பல்கள் அங்கே அணி வகுக்கும். வெள்ளம் வரும். எல்லாம் வரும்.

மத்தியத் தரைக்கடலையும் செங்கடலையும் இணைப்பதற்காக உருவாக்கப்பட்ட கால்வாய் இது. இன்று நேற்றல்ல. கி.மு. ஆறாம் நூற்றாண்டிலேயே இப்படியொரு கால்வாய்க்கான சாத்தியத்தையும் அவசியத்தையும் அந்நாளைய எகிப்து மன்னர்கள் யோசித்திருக்கிறார்கள்.

முதலில் நேரடியாக இரு கடல்களை ஒரு கால்வாய் வெட்டி இணைக்கலாம் என்று யாருக்கும் தோன்றவில்லை. மாறாக, ஒரு கால்வாயை வெட்டி எகிப்தின் அங்கவஸ்திரம் மாதிரி தேசமெங்கும் ஓடும் நைல் நதியில் எங்காவது இணைத்துவிட்டால், நைல் நதி கடலுக்குப் போகும் பாதை வழியே கப்பல்கள் செல்லலாம் என்றுதான் யோசித்தார்கள். இந்த யோசனை, கி.மு. ஆறாம் நூற்றாண்டில் எகிப்தை ஆண்ட மன்னர்கள் துத்மோசிஸ் 3 (*Thuthmosis III*), பராநெகோ (*Pharaoh Necho*) ஆகியோருக்கு இருந்திருக்கிறது. சில சில்லறை முயற்சிகளையும் அவர்கள் மேற்கொண்டிருக்கிறார்கள்.

அதற்குச் சில காலம் கழித்து (எத்தனை காலம் என்று துல்லியமாகத் தெரியவில்லை) ஈரானியர்கள் (அப்போது பெர்சியர்கள்) எகிப்தின்

மீது ஒரு சமயம் படையெடுத்து வென்றிருக்கிறார்கள். அப்போது எகிப்தின் ஆட்சிப்பீடத்தில் ஏறிய மன்னர் டேரியஸ் 1 (Darius I) இந்தக் கால்வாய்த் திட்டத்தை உடனே செய்துமுடித்துவிட வேண்டும் என்று உத்தரவிட்டதாகத் தெரிகிறது.

அப்போது ஒரே கால்வாயாக அல்லாமல் இரண்டு தனித்தனிக் கால்வாய்களை வெட்டி இரு எல்லைகளில் இணைத்து நடுவே ஒரு பொதுச் சரடாக நைல் நதியை இணைத்திருக்கிறார்கள். சிலகாலம் இந்தக்கால்வாய் ஒழுங்காக இருந்திருக்கிறது. இடையில் ஏற்பட்ட வெள்ளப்பெருக்கு போன்ற இயற்கைச் சீற்றங்களால் நாசமாகி மீண்டும் கால்வாய் சரி செய்யப்பட்டு, மீண்டும் நாசமாகி ஒரு கட்டத்தில் கால்வாய்த் திட்டத்தையே கைவிட்டுவிட்டார்கள். சூயஸ் கால்வாய் என்பது கற்பனையில் மட்டுமே சாத்தியம் என்கிற முடிவுக்கு அப்போதைய எகிப்து மன்னர்கள் வந்துவிட்டார்கள்.

சூயஸ் கால்வாய் திட்டத்துக்கு மறுபிறப்பு அளித்தவர் நெப்போலியன். அவர் பிரான்சின் சக்கரவர்த்தியாக இருந்தபோதுதான் (கி.பி. 1800 காலகட்டம்) ஐரோப்பாவையும் இந்தியாவையும் கடல் மூலமாக இணைப்பதற்கு இந்தக் கால்வாய்த்திட்டத்தைச் சரியாகப் பயன்படுத்தினால்தான் முடியும் என்று சொன்னார்.

சொன்னதோடு மட்டுமல்லாமல், தன்னுடைய பொறியாளர்களையும் அங்கே அனுப்பி வேலையை உடனே ஆரம்பிக்கச் செய்தார். (நெப்போலியன் அப்போது எகிப்து மீது படையெடுத்து வெற்றி கண்டிருந்தார் என்பதை நினைவில் கொள்ளவேண்டும்.)

நெப்போலியன் அனுப்பிய பிரெஞ்சு பொறியாளர்கள், எகிப்துக்கு வந்து பார்த்து முதலில் சர்வே எடுத்தார்கள். நிலப்பரப்பின் மீதான ஆய்வைத் தொடர்ந்து நடத்தி முடித்தவர்களுக்கு, அப்படியொரு கால்வாய் கட்ட சாத்தியமே இல்லை என்றுதான் முதலில் தோன்றியது. ஏனெனில், அவர்கள் கணக்குப்படி மத்திய தரைக்கடலுக்கும் செங்கடலுக்கும் பத்து மீட்டர் உயர இடைவெளி இருந்தது.

அதை மீறி கால்வாய் வெட்டுவதென்றால் ஏகப்பட்ட நிலப்பரப்பு நீரில் மூழ்கி நாசமாகிவிடும். பரவாயில்லை என்றால் கால்வாய்

வெட்டலாம் என்று சொன்னார்கள். நெப்போலியன் யோசித்தார். இறுதியில் அவரும் பின்வாங்கிவிட்டார்.

ஆனால் அந்தப் பொறியாளர்களின் கணக்கு தவறு என்று சிறிது காலம் கழித்து வேறொரு பிரெஞ்சு பொறியியல் வல்லுநர் நிரூபித்தார். அவர் பெயர் ஃபெர்டினாண்ட். *(Ferdinond de Lesseps)*. இவர் வெறும் பொறியாளர் மட்டுமல்ல. கெய்ரோவுக்கான பிரெஞ்சு தூதரும் கூட.

ஃபெர்டினாண்ட் வகுத்தளித்த வரைபடம் மிகவும் சுத்தமாக இருந்தது. கால்வாய் கட்டுவதில் பெரிய பிரச்னை ஏதும் இருக்காது என்றே ஆட்சியாளர்கள் நினைத்தார்கள்.

ஆகவே *1859*ம் ஆண்டு எகிப்து அரசு கால்வாய் வெட்டத் தொடங்கிவிட்டது. ஆப்ரிக்காவிலிருந்து ஆயிரக்கணக்கான அடிமைகள் தருவிக்கப்பட்டார்கள். இரவு பகலாக வேலை பார்க்க உத்தரவிடப்பட்டது. உண்மையிலேயே ஒரு வேள்வி போலத்தான் அந்த வேலையை எடுத்துக்கொண்டார்கள்.

இறுதியில் *1867*ல் சூயஸ் கால்வாய் கட்டிமுடிக்கப்பட்டது. எட்டு வருடங்கள்! மிகப்பெரிய விழாவெல்லாம் எடுத்து, இங்கிலாந்து, பிரான்ஸ், ரஷ்ய மன்னர்களையெல்லாம் அழைத்து, ஊரைக்கூட்டிக் கொண்டாடினார்கள். அன்றுமுதல் சர்வதேசக் கடல் வாணிபம் சூடுபிடிக்கத் தொடங்கியது. ஐரோப்பாவிலிருந்து இந்தியாவுக்கெல்லாம் மாநகரப் பேருந்துகள் மாதிரி கப்பல்கள் அடிக்கடி வந்துபோகத் தொடங்கின. ஆப்பிரிக்காவை அணுகுவது சுலபமானது. மத்தியக்கிழக்கின் வர்த்தகமே முன்னெப்போதும் இல்லாத அளவுக்கு சூடு பிடிக்க ஆரம்பித்தது.

இருபதாம் நூற்றாண்டில் இந்த வர்த்தகப் பாதைக்கு இன்னும் கணிசமான மவுசு உண்டானது. சூயஸ் கால்வாய் இல்லாத ஒரு சூழலை யாரும் நினைத்துக்கூடப் பார்க்கமுடியாது என்கிற நிலை ஏற்பட்டது. குறிப்பாக இஸ்ரேலுக்கு.

புதிதாகத் தோன்றிய தேசமான இஸ்ரேல் தன்னுடைய உள்கட்டுமானத்தை வலுப்படுத்திக்கொள்ள வர்த்தக வருமானத்தையே பெரிதும் நம்பியிருந்த காலம் அது. இயந்திரங்கள், பேரீச்சம்பழங்கள், ஆயுத உதிரிபாகங்கள்

ஆகியவைதான் அப்போது இஸ்ரேலின் பிரதானமான ஏற்றுமதிச் சரக்குகள். சூயஸ் கால்வாய் பக்கத்திலேயே இருந்தபடியால் இஸ்ரேலின் இவ்வர்த்தக நடவடிக்கைகள் மிகவும் சூடுபிடித்தன. நல்ல வருமானமும் இருந்தது. ஆப்பிரிக்கா, ஆசியா போன்ற கண்டங்களில் வலுவான வர்த்தகத் தளங்களை நிறுவும் முயற்சியில் அவர்களுக்குக் கணிசமான பலன் கிடைக்கத் தொடங்கியிருந்தது.

வர்த்தக ரீதியில் மட்டுமல்லாமல் வேறு சில காரணங்களுக்காகவும் இந்தக் கால்வாய் மிக முக்கியமான ஒன்றாகக் கருதப்பட்டது. முதல் உலகப்போரின் போது பிரிட்டன் மற்றும் பிரான்ஸ் படைகள் சூயஸ் கால்வாயை மூடி, எதிரிக்கப்பல்கள் நகரமுடியாதபடி செய்து திக்குமுக்காட வைத்தது சரித்திரத்தில் மிகப்பெரியதொரு சம்பவம். இரண்டாம் உலகப்போரிலும் சூயஸ் கால்வாயின் பங்கு இதே போலக் குறிப்பிடத்தக்கதொரு அம்சமாகவே விளங்கியிருக்கிறது. முசோலினியின் படைகள் (ஹிட்லரின் கூட்டணி நாடான இத்தாலியினுடைய படைகள்) ஆப்பிரிக்காவுக்குப் போவதைத் தடுக்கிற விஷயத்தில் இந்தக் கால்வாய்தான் ஒரு கதாநாயகன் போலச் செயல்பட்டிருக்கிறது!

இந்தப் பின்னணியில்தான் நாம் நாசர் சூயஸ் கால்வாயை தேசியமயமாக்க முடிவு செய்ததை அணுக வேண்டும்.

புவியியல் படி நாசர் முடிவெடுத்தது சரிதான். சூயஸ் கால்வாய் என்பது முழுக்க முழுக்க எகிப்து நாட்டுக்குள் ஓடும் ஒரு கால்வாய். இரண்டு கடல்களை இணைக்கிற படியால் அது பொதுச்சொத்தாக இருந்ததே தவிர, எகிப்து அதைத் தன் தனிச்சொத்து என்று சொன்னால் சட்டப்படி யாரும் எதுவும் செய்யமுடியாது என்பதுதான் உண்மையும் கூட.

ஆனால் இந்தக் கால்வாயை எகிப்து மட்டுமே தன் கைக்காசைப் போட்டு வெட்டவில்லை அல்லது கட்டவில்லை. நிறைய வெளியார் உதவிகள் அதில் இருக்கிறது. குறிப்பாக சூயஸ் கால்வாய்த் திட்டத்துக்கு பிரான்ஸ் அளித்த உதவிகள் சாதாரணமானதல்ல. பின்னால் பிரிட்டனும் ஏகப்பட்ட நிதியுதவிகள் செய்திருக்கிறது. வேறு பல நாடுகளும் தம்மாலான உதவிகளைச் செய்திருக்கின்றன. கால்வாய்க் கட்டுமானப்பணிகள் நடந்துகொண்டிருந்தபோது எழுந்த பல்வேறு தொழில்நுட்பச்

சிக்கல்கள், அரசியல் பிரச்னைகள், பொருளாதார நெருக்கடிகள் அனைத்தையும் பல்வேறு ஐரோப்பிய நாடுகள்தான் முன்வந்து தீர்த்துவைத்திருக்கின்றன.

இப்படி சூயஸ் கால்வாய்த் திட்டத்தில் பல தேசங்கள் சம்பந்தப்பட்டதால், பங்குபெற்ற ஒவ்வொரு தேசத்துக்கும் அந்தக் கால்வாயைப் பயன்படுத்துவதில் பங்கு உண்டு என்று ஒப்பந்தம் ஆனது. 'பங்கு' என்றால் நிஜமாகவே பங்கு. *Share* என்று ஆங்கிலத்தில் சொல்லுவார்களே, அந்தப் பங்கு. பத்திர வடிவில் எழுதிக்கொடுக்கப்பட்ட பங்கு. சூயஸ் கால்வாயில் எப்படிப் பிற தேசங்களுக்குப் பங்கு உண்டோ, அதே போல எகிப்துக்கும் ஒரு பங்கு மட்டும்தான் முதலில் இருந்தது. தனது தேசத்தின் வழியே அந்தக் கால்வாய் செல்ல அனுமதியும் இடமும் அளித்ததற்கான பங்கு.

என்ன பிரச்னை ஆனது என்றால், 1875ம் ஆண்டில் எகிப்தை ஆண்டுகொண்டிருந்த மன்னர் இஸ்மாயில் பாஷா என்பவர் தாங்கமுடியாத பொருளாதாரப் பிரச்னைகள் காரணமாக, தனது தேசத்துக்கான பங்குகளை பிரிட்டனிடம் விற்றுவிட்டார். சூயஸ் கால்வாயில் தனக்கிருந்த பங்கை விற்று அவர்கள் கடனை அடைத்தார்களா, அல்லது புதிய நிதி உதவிகள் ஏதும் அப்போது பெறப்பட்டதா என்பது பற்றிய தெளிவான விவரங்கள் ஏதும் இப்போது கிடைக்கவில்லை. (கிடைக்கும் தகவல்கள் எதுவும் முழுவதுமாக நம்பக்கூடியவையாகவும் இல்லை.)

ஆகவே, எகிப்திலேயே ஓடும் சூயஸ் கால்வாயைச் சொந்தம் கொண்டாட எகிப்துக்கு உரிமை கிடையாது என்று ஆகிவிட்டது.

இதெல்லாம் பத்திர அளவில் நிகழ்ந்த விஷயங்கள். அதற்காக எகிப்துக் கப்பல்கள் எதுவும் சூயஸ் கால்வாயைப் பயன்படுத்தாமலெல்லாம் இல்லை! ஆனால், கால்வாயின் கட்டுப்பாடு முழுவதுமாக அப்போது பிரிட்டன் வசம் போய்விட்டது. எப்படி ஒரு நிறுவனத்தின் பங்குகள் ஒரு நபரிடம் அதிகமாக இருந்தால், அந்நிறுவனம் அவரது முழுக்கட்டுப்பாட்டின்கீழ் வருமோ அப்படி!

உடனே பிரிட்டன் சூயஸ் கால்வாயைப் பாதுகாக்கவென்று ஒரு தனி படைப்பிரிவு ஏற்படுத்தி, எகிப்துக்கு அனுப்பிவிட்டது.

இதெல்லாம் மன்னர்கள் காலத்தில் நடந்தது! அவர்கள் காலமெல்லாம் ஒரு முடிவுக்கு வந்து நாசரின் சர்வாதிகார ஆட்சி வந்தபோது இந்தப் பழைய ஏற்பாடுகளையெல்லாம் முதலில் தூக்கி அதே சூயஸ் கால்வாயில் விட்டெறிந்துவிட்டார். சூயஸை நாட்டுடைமை ஆக்குவதாகவும் அறிவித்தார்.

அதனால்தான் உடனே அனைத்து நாடுகளும் வெகுண்டெழுந்து எகிப்துக்கு எதிராகப் போர் முரசு கொட்டின.

இஸ்ரேல் ஏற்கெனவே கடும் கோபத்தில் இருந்தது. என்னதான் உதட்டளவில் அமைதி, அமைதி என்று பேசினாலும் எகிப்து எல்லையில் இஸ்ரேலுக்கு எப்போதும் பிரச்னைதான். இவர்கள் அந்தப் பக்கம் ஊடுருவுவது, அவர்கள் இந்தப் பக்கம் துப்பாக்கிச் சூடு நடத்துவது என்று ஒரு நாள் தவறாமல் ஏதாவது சம்பவம் நடந்தபடிதான் இருந்தது. தவிரவும் *1948* யுத்தத்தின் இறுதியில் காஸா பகுதி எகிப்துவசம் போனதிலும் இஸ்ரேலுக்கு மிகவும் வருத்தம்.

வாகான ஒரு சந்தர்ப்பம் கிடைத்தால் எகிப்தின் மீது போர் தொடுத்து, இழந்த பகுதியை மீட்டுவிடமாட்டோமா என்றுதான் அவர்கள் ஆசைப்பட்டுக்கொண்டிருந்தார்கள். இந்தமாதிரியான சந்தர்ப்பத்தில்தான் நாசர் சூயஸ் கால்வாயை நாட்டுடைமை ஆக்கி, யுத்தத்தை வெற்றிலை பாக்கு வைத்து வரவேற்கத் தயாரானார்.

ஒரு பக்கம் பிரிட்டன் மற்றும் பிரான்ஸ் நாட்டுப் படைகள் இஸ்ரேலுடன் கைகோத்துப் போரிடத் தயாராக இருந்தன. எதிர்ப்பக்கம் எகிப்து.

இதில் பிரிட்டனுக்கும் பிரான்ஸுக்கும் சூயஸ் கால்வாய்ப் பிரச்னை மட்டும்தான் போரிடக் காரணம். இஸ்ரேலுக்கு நில ஆக்கிரமிப்பு ஆசையும் உடன் சேர்ந்து இருந்தது. இரண்டு பெரிய தேசங்களின் துணை இருப்பதால் எப்படியும் எகிப்தை யுத்தத்தில் வீழ்த்தி, ஓரளவுக்காவது நிலங்களைப் பிடிக்கலாம் என்பது இஸ்ரேலின் கனவு.

பிரிட்டனுக்கு இஸ்ரேலின் இந்த எண்ணம் தெரியாமல் இல்லை. ஆனால் அரபு மண்ணில் பிரிட்டன் போன்ற முதலாளித்துவ தேசம் கூட்டணி வைக்க இஸ்ரேலை விட்டால் வேறு நாதி கிடையாது என்பதையும் கவனிக்க வேண்டும்.

1956ம் ஆண்டு அக்டோபர் 26ம் தேதி அது நடந்தது. இஸ்ரேல் ராணுவம் எகிப்தின் வடகிழக்கு எல்லைப்பகுதியான சினாய்க்குள் அத்துமீறி நுழைந்தது. அங்கிருந்த எகிப்து ராணுவத்தினரை சூயஸ் கால்வாய் வரை ஓட ஓட விரட்டிக்கொண்டே போகத் தொடங்கியது.

67

இஸ்ரேல் உருவான போது காஸா பகுதி இஸ்ரேலின் பெருமைக்குரிய இடங்களுள் ஒன்றாக இருந்தது. 1948 யுத்தத்தின்போது அது எகிப்து வசமானதை ஏற்கெனவே பார்த்தோம். எப்படியாவது காஸாவை எகிப்திடமிருந்து மீட்டுவிடவேண்டுமென்பதுதான் இஸ்ரேலின் அடிப்படை எண்ணம். இழந்த பகுதியை மீட்கும் சாக்கில் இன்னும் கொஞ்சம் சேர்த்து சாப்பிட முடிந்தால் சந்தோஷம்தானே?

இந்தத் திட்டத்துடன் தான் இஸ்ரேல் ராணுவம் காஸா வழியாக எகிப்தினுள் புகுந்தது. யுத்தம் வரத்தான் போகிறது என்பது நாசருக்குத் தெரியுமென்றாலும் சற்றும் எதிர்பாராத கணத்தில் இஸ்ரேல் தனது ஊடுருவலை நிகழ்த்திவிட்டதால், எகிப்தினால் முதலில் சுதாரித்துக்கொள்ள முடியவில்லை. காஸா முழுவதையும் கைப்பற்றிக்கொண்டு, நின்று மூச்சுவிடக்கூட அவகாசமில்லாமல் நேரே சினாய் பகுதியினுள் புகுந்து விட்டது இஸ்ரேல் ராணுவம்.

சினாய் என்கிற இன்றைய எகிப்தின் ஒரு மாநிலப் பரப்புக்கு ஓர் இதிகாசப் பெருமை உண்டு. அது ஒரு பெரிய பாலைவனப்பகுதி. மணலையும் வெயிலையும் தவிர வேறு எதுவும் அங்கே கிடையாது. மக்கள் வாழ முடியுமா என்றால் அதுவும் கிடையாது. (ஆங்காங்கே சில நாடோடிக் கூட்டங்கள் வசிப்பதுண்டு. ஆனால் நான் பெங்களூரில் இருக்கிறேன், சென்னையில் இருக்கிறேன் என்று சொல்லுவது மாதிரி சினாயில் இருக்கிறேன் என்று சொல்லிக்கொள்ளும் அளவுக்கு மக்கள் கிடையாது.) ஆனால், மோசஸ் என்கிற இறைத்தூதர் இங்கே ஒரு சிறு குன்றின் மீது ஆடு மேய்த்துக்கொண்டிருந்த போதுதான் அவருக்கு தேவ வசனங்கள் அருளப்பட்டதாக நம்பிக்கை. (பத்து கட்டளைகள்.) அந்த வகையில்

சினாய், எகிப்தின் முக்கியப் பிராந்தியங்களுள் ஒன்றாகிறது. பெருமைக்குரிய புனிதப் பாலைவனம்.

காஸா வழியே புறப்பட்ட இஸ்ரேலியப் படைகள் சினாய் பாலைவனத்தைக் கடக்கும்போது பெரிய எதிர்ப்புகள் ஏதும் அவர்களுக்கு இல்லை. மேலும் ஆளற்ற பாலைவனத்தில் ஊடுருவுவதும் சுலபம். அப்படி ஊடுருவி எத்தனை தூரத்துக்கு ஒரு படை முன்னேறிவிடுகிறதோ, அதுவரை வேலி போட்டு கையகப்படுத்தி விடுவதுதான் வழக்கம். அப்புறம் சண்டைக்கு வந்தால் பார்த்துக்கொள்ளலாம், அப்போதைக்கு அது நம் இடம் என்கிற கணக்கு.

ஒரு பக்கம் இஸ்ரேல் இப்படி ஊடுருவிக்கொண்டிருந்த அதே சமய்ம், இன்னொரு புறம் இஸ்ரேலுக்கு உதவிக்கு வந்த இங்கிலாந்தும் பிரான்சும் சைப்ரஸ் தீவிலும் மால்டாவிலும் தன்னுடைய போர் விமானங்களைத் தயாராக நிறுத்தி, வான்வழித் தாக்குதலுக்கு ஆயத்தங்கள் மேற்கொள்ள ஆரம்பித்தன. உண்மையில் இங்கிலாந்தும் பிரான்சும் கொண்டுவந்து குவித்த விமானங்களுக்கும் ஆயுதத் தளவாடங்களுக்கும் அந்த இரு இடங்களில் இருந்த விமானத்தளங்கள் சுத்தமாகப் போதவே இல்லை. மிகவும் பாழடைந்திருந்த தளங்களிலிருந்துதான் அந்த இரு தேசங்களும் தம்முடைய தாக்குதலைத் தொடங்கின.

அக்டோபர் 31ம் தேதி பிரான்ஸ் தனது நேரடித் தாக்குதலை ஆரம்பித்தது. விமானங்கள் மற்றும் ஹெலிகாப்டர்களிலிருந்து எகிப்தின் அத்தனை மாகாணங்களின் மீதும் குண்டு வீசத் தொடங்கினார்கள். இங்கிலாந்தும் மறு நாளிலிருந்து தன்னுடைய தாக்குதலை ஆரம்பித்துவிட்டது.

சூயஸ் கால்வாயை மீட்பதற்காகத் தொடங்கப்பட்ட இந்த மும்முனைத் தாக்குதலுக்கு *Operation Musketeer* என்று பெயரிட்டார்கள். *Musketeer* என்கிற சொல்லில் விசேஷம் ஏதுமில்லை. ஆயுதமேந்திய போர்வீரன். அவ்வளவுதான்.

ஆனால் இந்த ஆப்பரேஷன் மஸ்கடீர் என்று பெயரிட்டு ஒரு போரைத் தொடங்கினால் அந்தப் போருக்குக் குறைந்தது மூன்று நோக்கங்களாவது இருக்கும் என்பது சரித்திரம். இரண்டாம் உலகப்போர் சமயம் பிலிப்பைன்ஸைக் கைப்பற்றுவதற்காக

அமெரிக்கத் தளபதி டக்ளஸ் மெக் ஆர்த்தர் மேற்கொண்ட யுத்தத்துக்கு இதே பெயர்தான் வைக்கப்பட்டது. இன்னும் ஒரு சில யுத்தங்களுக்கும் இதற்கு முன்னால் இப்பெயர் சூட்டப்பட்டிருக்கிறது. ஆனால் ஒவ்வொரு யுத்தத்துக்கும் மூன்று நோக்கங்கள் அவசியம் உண்டு.

எகிப்தின் மீதான இந்த மூன்று தேசங்களின் தாக்குதலுக்கு அந்த மூன்று காரணங்கள் என்னென்ன?

1. சூயஸ் கால்வாயை மீட்பது

2. எகிப்து அதிபர் நாசரைக் கொஞ்சம் பயமுறுத்தி வைப்பது, முடிந்தால் பணியவைப்பது.

3. மத்தியக்கிழக்கில் உள்ள அத்தனை அரபு தேசங்களுக்கும் ஐரோப்பாவின் மீது எப்போதும் கொஞ்சம் நிரந்தரமான பயம் இருக்கும்படி பார்த்துக்கொள்வது.

வெளியே பேசப்பட்ட காரணங்கள் இவைதான் என்றாலும் உண்மைக்காரணங்கள் அனைத்துமே பொருளாதாரம் மற்றும் வர்த்தகம் சம்பந்தப்பட்டவை. அனைத்து ஐரோப்பிய தேசங்களுமே (அப்போது சற்றும்) வளராத ஆசிய, கிழக்காசிய தேசங்களில் தங்கள் வர்த்தக சாத்தியங்களை விரிவாக்கி, பெரிய, நிரந்தரமான மார்க்கெட்டைப் பிடிப்பதில் குறியாக இருந்தன. இந்தியா, இலங்கை, மலேசியா, தாய்லாந்து போன்ற தேசங்களில் ஐரோப்பியக் கடைகள் விரிக்கப்படும் பணி மிக மும்முரமாக நடைபெற்றுக்கொண்டிருந்தது. சூயஸ் கால்வாய்தான் இது எல்லாவற்றுக்குமே ஆதார வழி.

ஆகவே சூயஸை எகிப்திடமிருந்து மீட்பதுடன் மட்டுமல்லாமல், இனி எக்காலத்திலும் எந்தப் பிரச்னையும் வராத அளவுக்கு சர்வதேசச் சட்டங்களில் திருத்தம் செய்து சூயஸை ஒரு பொதுவுடைமைச் சொத்தாக்குவதில் மேற்சொன்ன தேசங்கள் மிகத் தீவிரமாக இருந்தன. இஸ்ரேலுக்கு இதனைக் காட்டிலும் முக்கிய நோக்கம், இடம் பிடிப்பது. அதாவது இழந்த காஸா பகுதி. மேலும் தானாகக் கையில் விழுந்த சினாயை நிரந்தரமாக வைத்துக்கொள்வது. நிலப்பரப்பை விஸ்தரித்துக்கொள்வதன் மூலமே மத்திய ஆசிய அரபு தேசங்களிடையே தன்னைப்

பற்றியதொரு அச்சத்தைத் தோற்றுவிக்க முடியும் என்று இஸ்ரேல் நம்பியது.

தாக்குதல் மிகவும் சூடுபிடித்தது. இங்கிலாந்தும் பிரான்சும் நிகழ்த்திய வான்வழித் தாக்குதலுக்கு நாசர், நீர் வழியே பதில் சொன்னார்.

கட்டுப்பாட்டைமீறிசூயஸ்கால்வாய்க்குள்அப்போதுஇந்தமூன்று தேசங்களின் போர்க்கப்பல்கள் (சுமார் நாற்பது) அணி வகுத்து வந்துகொண்டிருந்தன. நாசர், ஒரு வினாடி கூட யோசிக்காமல் அந்த நாற்பது கப்பல்களையும் பீரங்கிகளைக் கொண்டு சுட்டு வீழ்த்த உத்தரவிட்டார்.

அவற்றுள் சுமார் இருபது கப்பல்கள் பிரான்சினுடையவை. பதினைந்து கப்பல்கள் இங்கிலாந்துடையவை. மிச்சமெல்லாம் இஸ்ரேலுக்குச் சொந்தமானவை.

சூயஸ் கால்வாய்க்குள் வந்துகொண்டிருந்த இந்தக் கப்பல்களை எகிப்து ராணுவம் மூன்று முனைகளிலிருந்து தாக்கின. விமானத் தாக்குதல் ஒரு பக்கம். நீர்மூழ்கிக் கப்பல் தாக்குதல் இன்னொரு பக்கம். நிலத்தில் இருந்தபடியே பீரங்கிகள் மூலம் தாக்குதல் நடத்துவது மூன்றாவது.

சற்றும் குறி தவறாமல் நிகழ்த்தப்பட்ட இந்தத் தாக்குதலில் அந்த நாற்பது கப்பல்களும் மூழ்கிப் போயின. இது இங்கிலாந்து, பிரான்சு மட்டுமல்லாமல் ஒட்டுமொத்த ஐரோப்பாவுக்குமே அதிர்ச்சியளிக்கும் விஷயமாக இருந்தது. நாசரைக் குறைத்து மதிப்பிட வேண்டாம் என்று ஐரோப்பா முதல் முதலில் முடிவு செய்தது அப்போதுதான்.

நவம்பர் ஐந்தாம் தேதி கூட்டணிப் படைகள் பேராசூட் மூலம் எகிப்தின் பாலைவனப் பகுதிகளில் ராணுவ வீரர்களை இறக்கிவிட்டு ஊருக்குள் ஊடுருவ உத்தரவிட்டன. விமானத் தாக்குதலுக்குச் சாதகமாக நகர்ப்புறங்களிலும் புற நகர்ப்பகுதிகளிலும்ஆயத்தங்கள்செய்துவைக்கவேண்டுமென்பது இந்த இறக்கிவிடப்பட்ட வீரர்களுக்கு அளிக்கப்பட்ட உத்தரவு.

இந்த வீரர்களுள் இரண்டு பேர் மறு நாள் காலையே தமது பணியின் அதிகபட்ச சாத்தியத்தைத் தொட்டார்கள். எகிப்தின் கிழக்கு மற்றும் தெற்கு கடற்கரையோரம் இறக்கிவிடப்பட்ட

இந்த இரண்டு பேரும் (பெயர்கள் தெரியவில்லை இருவரும் கமாண்டோக்கள்.) ஆளுக்கு ஒரு சக்திமிக்க வெடிகுண்டை இயக்கி, பிராந்தியத்தையே நிலைகுலையச் செய்தார்கள். மக்கள் அலையலையாக அலறிக்கொண்டு ஓடத் தொடங்கினார்கள். மறுபுறம் போர்ட் சயீத் துறைமுகத்தின் மீது பிரெஞ்சுப் படைகள் நிகழ்த்திய கெரில்லாத் தாக்குதலில் துறைமுகம் முற்றிலுமாகச் சீர்குலைந்து போனது.

எகிப்து ராணுவம் தன்னால் இயன்ற அளவுக்குத் தற்காப்புத் தாக்குதலில் ஈடுபட்டபோதும், இங்கிலாந்து, பிரான்சு மற்றும் இஸ்ரேலின் கூட்டணிப் படையின் அளவுக்கு முன்னால் எகிப்து ராணுவம் அளவிலும் தரத்திலும் மிகவும் பின் தங்கியிருந்ததால் அவர்களால் பெரிய அளவில் சாதிக்க இயலவில்லை.

ராணுவ ரீதியில் எகிப்துக்கு இந்த சூயஸ் யுத்தம் ஒரு பெரிய தோல்விதான். இதில் சந்தேகமே இல்லை. ஆனால் அரசியல் ரீதியில் மிகப்பெரிய வெற்றியை இது அவர்களுக்குத் தேடித்தந்தது.

சற்று நுணுக்கமாக கவனிக்க வேண்டிய விஷயம் இது.

சற்றேரக் குறைய இதே 1956 காலகட்டத்தில் ஹங்கேரியில் ஒரு புரட்சி வெடித்தது. இதைச் சிறிய புரட்சி என்றோ பெரிய கலவரம் என்றோ சொல்லலாம். இந்தப் புரட்சிக்குக் காரணமாக, பின்னணியில் இருந்து செயல்பட்டது, அமெரிக்கா. வழக்கம்போல அமெரிக்க உளவு அமைப்பான சி.ஐ.ஏ., ஹங்கேரியில் ஆட்சியாளர்களுக்கு எதிராகச் செயல்பட்டுக்கொண்டிருந்த புரட்சியாளர்களை ஒருங்கிணைத்து, பயிற்சியளித்து, அரசுக்கு எதிரானதொரு யுத்தத்தை ஆரம்பித்து வைத்தது.

ஆனால், இந்தப் புரட்சியின் பின்னணியில் தான் இருப்பதாகவே சி.ஐ.ஏ. அந்த முறை காட்டிக்கொள்ளவில்லை. அமெரிக்கத் தொடர்பு இருப்பது வெளியே தெரியவேண்டாம் என்றே அப்போதைய அமெரிக்க அதிபர் ஐசனோவர் கருதினார். ஆனாலும் இதெல்லாம் மூடி வைக்கக்கூடிய விஷயம் இல்லை என்பதால் விஷயம் வெளியே பரவிவிட்டது. உடனே அமெரிக்காவின் பரம எதிரியான சோவியத் யூனியன், உலகெங்கும் அமெரிக்காவின் இந்தச்சிறுமைத்தனத்தைப்பறைசாற்றஆரம்பிக்க, பலதேசங்களில் - குறிப்பாக, மூன்றாம் உலக நாடுகளில் அமெரிக்காவைப் பற்றிப் பேசினாலே மக்கள் காரித்துப்ப ஆரம்பித்தார்கள்.

எப்படி ஹங்கேரி விஷயத்தில் அமெரிக்கா அவமானப்பட்டதோ, அதே போல சூயஸ் கால்வாய் விஷயத்தில் இஸ்ரேலுக்கு ஆதரவாக இங்கிலாந்தும் பிரான்சும் போரில் குதித்ததற்கு பல்வேறு உலக நாடுகள் கடும் கண்டனம் தெரிவித்தன. எகிப்து ஒரு கொசு. பொருளாதார ரீதியில் அதுவரை எந்த ஒரு வளர்ச்சியையும் காணாத ஏழை தேசம். அங்கே போய் இப்படியா செத்த எலியை அடித்துக்கொண்டிருப்பது என்று உலகமே இந்த இரு தேசங்களைப் பார்த்து ஏளனம் செய்தது. மேலும் சூயஸ் கால்வாய் பிரச்னையின் வேர் எது என்கிற விவரம் முழுதும் அறியாத பாமர மக்களுக்கு, எகிப்தினுள் புகுந்து இந்த தேசங்கள் தாக்குதல் நிகழ்த்தியது அயோக்கியத்தனம் என்றே தோன்றியது. தவிரவும் இஸ்ரேலுக்கு ஆதரவாக அல்லவா இவர்கள் இறங்கியிருக்கிறார்கள்? இஸ்ரேல் யார்? அது ஒரு அமெரிக்க அடிவருடி அல்லவா? மேலும் அரேபிய முஸ்லிம்களுக்கு துரோகம் இழைத்தவர்கள். பாலஸ்தீனியர்களை அநியாயமாக அகதிகளாக்கியவர்கள். அவர்களுக்குப் போய் இங்கிலாந்தும் பிரான்சும் ஒத்துழைப்புக் கொடுத்தன என்றால், அந்த இரு தேசங்களின் யோக்கியதை என்ன என்று பேச ஆரம்பித்துவிட்டார்கள்.

உண்மையிலேயே பிரிட்டன் இதனை எதிர்பார்க்கவில்லை. சூயஸ் கால்வாய் ஒரு பொதுச்சொத்து என்று எத்தனை எடுத்துச் சொன்னாலும் யாரும் கேட்கத் தயாராக இல்லை. வீண் வம்பாகத்தான் எகிப்தின் மீது தாக்குதல் நிகழ்த்தினார்கள் என்று ஒட்டுமொத்த மூன்றாம் உலக தேசங்களும் எதிர்ப்புத் தெரிவித்துவிட்டன.

யுத்தம் தொடங்கிய ஓரிரு தினங்களிலேயே இன்னொரு கூத்தும் அரங்கேறியது. பிரிட்டனும் பிரான்சும் இஸ்ரேலை ஆதரிக்கின்றன என்று தெரிந்ததுமே சோவியத் யூனியன், எகிப்துக்குத் தன்னுடைய முழு ஆதரவைத் தெரிவித்ததுடன் அல்லாமல், தேவைப்பட்டால், தானும் யுத்தத்தில் எகிப்தின் சார்பில் பங்கேற்க வருவேன் என்று பயமுறுத்தியது.

சோவியத் யூனியன் யுத்தத்தில் பங்கெடுத்தால் பிரிட்டன் அவசியம் அமெரிக்காவைத் துணைக்குக் கூப்பிடும். அமெரிக்காவும் களத்தில் இறங்கினால், அது சூயஸ் கால்வாய், எகிப்து, இஸ்ரேல் என்கிற எல்லைகளைக் கடந்து ஒற்றைப் பரிமாணம் பெற்று அமெரிக்க -

சோவியத் யுத்தமாகிவிடும். அவர்களின் தனிப் பகைக்கு எகிப்து பலிகடாவாகும். என்னென்னவெல்லாமோ நடந்துவிடும். இது பெரும் அபாயம். பிரிட்டனே கூடக் கூப்பிடவேண்டாம். சோவியத் களமிறங்கியது தெரிந்தாலே அமெரிக்காவுக்குப் போதும். தானாகவே கூட அந்தத் தேசம் யுத்தகளத்துக்கு வந்து இறங்கிவிடும்.

இவ்வாறு அத்தனை தேசங்களுமே எண்ணிக் கவலைப்பட்டுக் கொண்டிருக்க, எதிர்பாராததொரு திருப்பமாக, அமெரிக்காவே முன்வந்து போர் நிறுத்தத்துக்கு அழைப்பு விடுத்தது. ஒரு பக்கம் பிரிட்டனிடமும் பிரான்சிடமும் கலந்து பேசி யுத்தத்தைக் கைவிடச் சொல்லிவிட்டு, மறுபக்கம் எகிப்து அதிபர் நாசருடன் அமெரிக்க அதிபர் ஐசனோவரே பேசினார்.

முதலில் பிரிட்டன் இதற்கு மறுத்தது. சூயஸ் கால்வாயை நாசர் திறந்து விட்டாலொழிய யுத்தத்தை நிறுத்துவது சாத்தியமில்லை என்று சொன்னது. அமெரிக்கா விடவில்லை. “காரணங்களைக் கேட்காதீர்கள். போரை நிறுத்தாவிட்டால் பிரிட்டனின் நாணயமான ‘பவுண்ட்’டின் மதிப்பை அமெரிக்கா வீழ்த்திவிடும்” என்று பகிரங்கமாக மிரட்டத் தொடங்கியது.

68

அமெரிக்க டாலரை 'ரிசர்வ் கரன்ஸி' என்பார்கள். மதிப்பு மிக்க நாணயம். எண்ணெய், தங்கம் போன்ற விலை மதிப்பு மிக்க பொருள்களின் வர்த்தகம், சர்வதேச அளவில் டாலரில்தான் நடக்கும். மற்ற தேசங்களின் கரன்சி எத்தனை மதிப்பு மிக்கது என்பதை அமெரிக்க டாலருடன் ஒப்பிட்டுத்தான் சொல்வது வழக்கம். அதாவது, 'அமெரிக்க டாலருக்கு நிகரான இந்திய ரூபாயின் மதிப்பு' என்று சொல்லப்படுவதைக் கேட்டிருப்பீர்கள் அல்லவா? அதுதான்.

அமெரிக்க டாலரைக் காட்டிலும் இன்றைக்கு 'யூரோ'வின் மதிப்பு அதிகம். ஜப்பானின் 'யென்', ஸ்விட்சர்லாந்தின் 'ஸ்விஸ் ஃப்ராங்க்', இங்கிலாந்தின் 'பவுண்ட் ஸ்டெர்லிங்' ஆகியவையும் மதிப்பு மிக்க நாணயங்கள்.

இந்த நாணயங்களெல்லாம் சமீப காலத்தில் மதிப்பு பெற்றவை. ஐம்பதுகளில் அமெரிக்க டாலர் ஒன்றுதான் 'ரிசர்வ் கரென்ஸி'. ஒவ்வொரு தேசமும் தனது அந்நியச் செலாவணியாக எத்தனை டாலர்கள் வைத்திருக்கிறது என்பதைக் கொண்டு அதன் பொருளாதார நிலைமை மதிப்பிடப்படும். அது மட்டுமில்லாமல், எந்த தேசமும் தான் இறக்குமதி செய்துகொள்ளும் எந்தப் பொருளுக்கும் அமெரிக்க டாலரில் விலை கொடுக்குமானால் கணிசமான தள்ளுபடி கிடைக்கும்! காரணம், அந்த தேசத்தின் அந்நியச்செலாவணி டாலரில் கிடைக்கிறதல்லவா, அதனால்தான்!

இந்த 'ரிஸர்வ் கரன்ஸி' அந்தஸ்தை வைத்துக்கொண்டுதான் அமெரிக்கா அன்றைக்கு பிரிட்டனை மிரட்டியது.

மரியாதையாக சூயஸ் யுத்தத்தை நிறுத்துகிறீர்களா? அல்லது, நான் என் ரிசர்வ் கரன்ஸி முதலீடுகளை நிறுத்திக்கொள்ளவா?

இதுதான் மிரட்டல். மிரட்டியதோடு அமெரிக்கா நிற்கவில்லை. கொஞ்சம் பயமுறுத்தும் விதத்தில் ஓரளவு தன்னுடைய முதலீடுகளையும் முடக்கிவைத்தது. இதனால் ஒரே நாளில் பிரிட்டனின் 'பவுண்ட்' மதிப்பு தடதடவென்று சரிந்தது. நாணயத்தின் மதிப்பு சரிந்தால் நாடே சரிகிறது என்று அர்த்தம்.

ஆகவே பிரிட்டனின் அன்றைய பிரதம மந்திரி ஆண்டனி ஈடன் வலுக்கட்டாயமாக ராஜினாமா செய்யவேண்டியதானது. அவசரமாக பிரிட்டிஷ் பாராளுமன்றம் கூடி, எகிப்திலிருந்து படைகளை வாபஸ் பெற முடிவு செய்தது. இது நடந்தது மார்ச் 1957ல்.

இதற்குச் சில தினங்கள் முன்னதாக கனடாவின் அன்றைய வெளிவிவகாரத் துறை அமைச்சராக இருந்த லெஸ்டர் பியர்ஸன் *(Lester Pearson)* என்பவர் ஐக்கிய நாடுகள் அமைப்புக்கு நேரில் சென்று, சூயஸ் விவகாரத்துக்கு ஒரு முடிவு காண ஒரு தனி நபர் போராட்டத்தை நடத்தினார்.

சூயஸ் கால்வாய் எல்லா தேசங்களுக்கும் பொதுவானதாக இருப்பதன் பொருட்டு, ஐ.நா.வே ஒரு பாதுகாப்புப் படையை உருவாக்கி எகிப்துக்கு அனுப்பவேண்டும் என்பது கனடாவின் கோரிக்கை. அரசியல் ரீதியிலான தீர்வு ஒன்று காணப்படும்வரை, ஐநாவின் இந்த அதிரடிப்படை சூயஸ் கால்வாய்க் கரையில் முகாமிட்டு உட்கார்ந்தால்தான் வர்த்தகம் தடைபடாமல் இருக்கும் என்று பியர்ஸன் எடுத்துச் சொன்னார்.

நீண்ட வாக்குவாதங்களுக்குப் பிறகு ஐக்கியநாடுகள் சபை இந்த வேண்டுகோளை ஏற்றுக்கொண்டு எகிப்துக்கு ஒரு ராணுவத்தை அனுப்பியது. அமைதிப்படையாகத் தான் அனுப்பப்பட்டதென்றாலும் ஆயுதங்களுடன் தான் போனார்கள். (மிகுந்த சாதுர்யமும், அரசியல் முக்கியத்துவமும் வாய்ந்த இந்த யோசனைக்காகவே லெஸ்டர் பியர்ஸனுக்கு 1957க்கான நோபல் அமைதிப் பரிசு வழங்கப்பட்டது. இன்றைக்கு உள்ள ஐக்கிய நாடுகள் சபையின் அமைதிப் படைப்பிரிவைத் தோற்றுவித்தவரே இவர்தான்.)

எகிப்தின் சூயஸ் கால்வாய் விவகாரம் உலகுக்கு வெளிச்சம் போட்டுக் காட்டிய விஷயங்கள் பல. அவற்றுள் முக்கியமானது,

‘உலகின் மிகப்பெரிய சக்தி’ என்கிற அந்தஸ்திலிருந்து பிரிட்டன் இறங்கிவிட்டது’ என்பது. உண்மையிலேயே பெரிய சக்தி அமெரிக்காதான் என்பது நிரூபணமானதும் அப்போதுதான். அமெரிக்காவுக்குநிகராகவைத்துப்பேசுவதற்குசோவியத்யூனியன் தான் இருக்கிறது என்பதும் அப்போது நினைவு கூரப்பட்டது.

இதைக் காட்டிலும் முக்கியமாக உலகம் கவனித்த விஷயம் ஒன்றுண்டு. நாசர் என்கிற நபர் எத்தனை சக்திமிக்கவர் என்பதுதான் அது! இந்த சூயஸ் கால்வாய் விவகாரத்தில் எகிப்து ராணுவ ரீதியில் தோல்வி கண்டிருந்தபோதும் மத்தியக் கிழக்கின் ஒரே ஹீரோ அவர்தான் என்று அத்தனை நாடுகளும் அடித்துச் சொல்லிவிட்டன. குறிப்பாக அன்றைய தேதியில் மத்தியக் கிழக்கில் சொல்லிக் கொள்ளும்படியான தலைவர் யாரும் இல்லாத காரணத்தால், நாசரின் இந்தத் துணிச்சலும் வீரமும் வெகுவாகப் புகழப்பட்டன. நாசரை மையமாக வைத்து, செத்துக்கொண்டிருந்த ‘இஸ்லாமிய சகோதரத்துவத்துக்கு’ உயிர் கொடுக்க முடியுமா என்று பார்க்க ஆரம்பித்துவிட்டார்கள்.

அத்தனை முஸ்லிம் நாடுகளும் தன்னை இப்போது ஆதரிக்கின்றன என்பதைக்கண்டுகொண்ட நாசர் இன்னும் ஒரு படி மேலே சென்று, ‘எகிப்தில் உள்ள அத்தனை யூதர்களும் உடனடியாக வெளியேற வேண்டும்’ என்று ஓர் அறிவிப்பு வெளியிட்டார்.

இது இஸ்ரேலுக்கு குலைநடுக்கம் ஏற்படுத்தியது. ஏனெனில் அன்றைய தேதியில் எகிப்தில் சுமார் முப்பதாயிரம் யூதர்கள் இருப்பார்கள் என்று இஸ்ரேல் நினைத்தது. (உண்மையில் இருபத்தையாயிரத்துக்குச் சற்று அதிகமானோர் இருந்தார்கள்.) யுத்தத்தின் விளைவாக, அவர்கள் எந்த நாட்டுக்குப் போனாலும் யாரும் ஏற்கமாட்டார்கள் என்பதால் அத்தனை பேரும் எல்லை தாண்டி இஸ்ரேலுக்குள்தான் வர நினைப்பார்கள்.

இஸ்ரேல், தன்னுடைய சொந்தக் குடிகளை ஏற்பதற்கு எக்காலத்திலும் தயக்கம் காட்டியதில்லை என்றபோதிலும் முப்பதாயிரம் பேருக்கு உடனடியாக தங்குமிடம், உணவு உள்ளிட்ட அடிப்படைத் தேவைகளைப் பூர்த்தி செய்யும் அளவுக்கு அப்போது தயாராக இல்லை. காரணம், யுத்த இழப்புகள்.

ஆனாலும் வேறு வழியில்லை என்று கரம் நீட்டி வரவேற்க சினாய் எல்லையில் தயாரானது இஸ்ரேல் ராணுவம்.

இருபத்தையாயிரம் பேர். அத்தனை பேரும் இரவோடு இரவாக எகிப்திலிருந்து நாடுகடத்தப்பட்டார்கள். அது தவிர இன்னும் ஒரு ஆயிரம் (சிலர் ஆயிரத்தைநூறு என்கிறார்கள்.) பேரை நாசர் 'சந்தேகத்தின் பேரில்' சிறையில் அடைத்தார். சில நூறுபேர் சித்திரவதைக் கூடங்களுக்கு அனுப்பப்பட்டதாகவும் ஒரு வதந்தி உண்டு.

இந்தச் செய்திகள் வெளியே வந்தபோது ஒட்டுமொத்த அரபு உலகமும் நாசரைத் தலையில் தூக்கிவைத்துக்கொண்டு கொண்டாட ஆரம்பித்துவிட்டது. இஸ்ரேலின் கொட்டங்களை அடக்குவதற்கு நாசர்தான் ஒரே சரியான ஆள் என்று பேசினார்கள்.

உலகம் இதையெல்லாம் எவ்வாறு பார்த்தது என்பதைவிட, நடந்த சம்பவங்களை இஸ்ரேல் அன்று எப்படிப் பார்த்தது என்று கவனிக்க வேண்டியது மிகவும் முக்கியம். ஏற்கெனவே அமெரிக்காவின் ஆதரவு இஸ்ரேலுக்கு இருந்தது. இந்த சூயஸ் விவகாரத்துக்குப் பிறகு, அமெரிக்காதான் அடுத்த வல்லரசு என்று அத்தனை தேசங்களும் எழுந்து நின்று தலைதாழ்த்தி வணக்கம் சொன்னபோது ஒரு நண்பனாக அமெரிக்காவின் தோளில் தட்டிக்கொடுத்து தன்னுடைய நெருக்கத்தை இன்னும் வெளிப்படையாகக் காட்டிக்கொள்ள ஆரம்பித்தது இஸ்ரேல். அதன்மூலம் எகிப்து என்ன பயமுறுத்தினாலும் தனக்கு அதனால் பாதிப்பு ஏதுமில்லை என்று சொல்லாமல் சொன்னது.

எகிப்து விஷயத்தில் இஸ்ரேல் எக்கேடு கெட்டாலும் அதன் அமெரிக்கச் சார்பு நிலை நிச்சயம் சோவியத் யூனியனுக்கு எரிச்சல் தரும் என்பதை இஸ்ரேலியர்கள் உணராமல் இல்லை. ஆனாலும் சோவியத் யூனியன் ஒருபோதும் தன்னை ஆதரிக்காது என்றே இஸ்ரேல் நம்பியது.

இஸ்ரேல் எதிர்பார்த்தது ஒரு தோள். சாய்ந்துகொள்வதற்கான தோள். அவர்களால் சுயமாக யுத்தம் செய்ய முடியும். யுத்தத்துக்குத் தேவையான ஆயுதங்களைக் கூட அவர்களே உற்பத்தி செய்துகொள்வார்கள். பண உதவியைக் கூட இஸ்ரேல் பெரிதாக எதிர்பார்க்கவில்லை. உழைப்பின் மூலம் வேண்டிய பணத்தைத் தானே சம்பாதித்துக்கொள்ள முடியும் என்பதுதான் அன்றைக்கும், இன்றைக்கும், என்றைக்குமே இஸ்ரேலின் சித்தாந்தம்.

ஆனால் அவர்களுக்கு ஒரு தார்மீக ஆதரவு வேண்டியிருந்தது. யாராவது ஒரு பெரிய சக்தி தனக்காகக் குரல் கொடுக்கவேண்டும்

என்று எதிர்பார்த்தார்கள். அந்த சக்தி ஒரு அயோக்கிய சக்தியாக இருந்தால் கூடப் பாதகமில்லை. ஆனால் பெரிய சக்தியாக இருக்கவேண்டும். மத்தியக் கிழக்கில் இஸ்ரேல் ஜீவித்திருப்பதென்பது, சிங்கத்தின் குகையில் ஒரு ஓரத்தில் குடிசை போட்டுக்கொண்டு வாழ்வது மாதிரிதான். எந்த நிமிஷம் யார் பாய்வார்கள் என்று சொல்லமுடியாது. இதோ எகிப்து இன்றைக்கு வேலையைக் காட்டிவிட்டது. நாளைக்கு ஜோர்டன் தாக்கலாம். ஈராக் யுத்தத்தை ஆரம்பிக்கலாம். கழுத்தில் இருக்கும் கத்தியான சிரியா அடிக்க வரலாம். அவ்வளவு ஏன், அத்தனை பேருமே சேர்ந்து கூட சண்டைக்கு வரலாம். இதற்கெல்லாம் ஒரு காரணம் கூட வேண்டாம். எதாவது கேட்டால் பாலஸ்தீனிய அரேபியர்களுக்கு ஆதரவாகப் போர் என்று சுலபமாகச் சொல்லிவிட முடியும்.

என்ன ஆனாலும் தன்னை ஆதரிக்க இஸ்ரேலுக்கு ஒரு பெரிய ஆதரவு சக்தியாக அமெரிக்கா இருக்கும் என்று உறுதியானது அப்போதுதான்.

அமெரிக்காவைப் பொறுத்தவரை இஸ்ரேலை ஆதரிப்பதற்கான காரணங்கள் மிகவும் எளிமையானவை. ஒன்று, இஸ்ரேலை சோவியத் யூனியன் ஆதரிக்கவில்லை என்பது. இரண்டாவது, மத்தியக்கிழக்கில்தனக்கொருதளமாக இஸ்ரேல் இருக்கும் என்கிற நம்பிக்கை. திகட்டத் திகட்டப் பொருளாதார உதவிகள், ஆயுத உதவிகளை அளித்துக்கொண்டிருப்பதன் மூலம் இஸ்ரேலைத் தன்னுடைய குட்டி காலனி மாதிரியே அமைத்துக்கொண்டு, அங்கிருந்து அனைத்து எண்ணெய் தேசங்களையும் கண்காணிக்கலாம் என்பது அமெரிக்காவின் எண்ணம்.

என்ன முயன்றாலும் சோவியத் யூனியனுடன் முஸ்லிம் நாடுகளை ஒட்டவைக்க முடியாது என்று அன்றைய அமெரிக்க அதிபர் ஐசனோவர் திட்டவட்டமாகக் கருதினார். எங்காவது, எதிலாவது அவர்கள் முட்டிக்கொள்ள நேரிடும் என்பதே அவரது எண்ணம். ஆகவே, மத்தியக் கிழக்கில் காசு பண்ணுவதற்குத் தான் இஸ்ரேலை ஆதரிப்பது லாபகரமான முடிவாகவே இருக்கும் என்று அமெரிக்கா நினைத்தது. தவிரவும் இஸ்ரேலில் எண்ணெய் கிடையாது. இன்னும் கொஞ்சம் நகர்ந்து கிழக்கே போனால்தான் எண்ணெய். ஆகவே, இஸ்ரேலில் காசு பண்ணுகிறது அமெரிக்கா என்றும் யாரும் குற்றம் சொல்ல முடியாது.

என்ன அழகான திட்டம்!

அன்று தொடங்கி, இஸ்ரேல் ராணுவம், இஸ்ரேல் வர்த்தகம், இஸ்ரேல் பொருளாதாரம் ஆகிய மூன்று அம்சங்கள் எப்படியெப்படி இருக்க வேண்டும் என்று தீர்மானிக்கும் ஒரு நிழல் சக்தியாக அமெரிக்கா ஆகிப்போனது.

தனது முதல் கட்டளையாக, எகிப்திடமிருந்து இஸ்ரேல் கைப்பற்றிய சினாய் பகுதியிலிருந்து இஸ்ரேலிய ராணுவத்தை வாபஸ் பெற்றுக்கொள்ளும்படி ரகசியமாகக் கேட்டுக்கொண்டது.

ஒரு துண்டு நிலம் என்னவிதமான பிரச்னைகளை உருவாக்கும் என்று சொல்லமுடியாதல்லவா? அமெரிக்காவின் நீண்டநாள் திட்டங்களுக்கு அந்த ஒரு மாநிலமே கூடத் தடையாக இருக்கலாம். இஸ்ரேலுக்கே அது ஒரு நிரந்தரத் தலைவலிப் பிராந்தியமாகிவிடக்கூடும்.

இதையெல்லாம் யோசித்துத்தான் சினாயை எகிப்திடமே திரும்பக் கொடுத்துவிடலாம் என்று முடிவானது.

1957ம் ஆண்டு இறுதியில் இஸ்ரேல், சினாயில் இருந்த தன்னுடைய ராணுவத்தைக் கட்டக்கடைசியில் மொத்தமாக வாபஸ் பெற்றுக்கொண்டது. மீண்டும் அங்கே எகிப்து ராணுவம் வந்து உட்கார்ந்துகொண்டது.

எல்லையில் வலுவான வேலி போடப்பட்டது. இங்கேயும் நிலம்தான். அங்கேயும் நிலம்தான். சமதளமும் கூட. ஆனாலும் நடுவில் கண்ணுக்குத் தெரியாத மிகப்பெரிய பள்ளம் ஒன்று இருப்பதாகவே அனைவருக்கும் தோன்றியது.

யாரைப் பிடித்து யார் தள்ளப்போகிறார்கள் என்பதே கேள்வி. எப்போது என்பது அடுத்தக் கேள்வி.

இதையெல்லாம் ஒரு மனிதர் பார்த்துக்கொண்டிருந்தார். மிகவும் அமைதியாக. எந்தக் கருத்தும் சொல்லாமல். யாசிர் அரஃபாத். அவர் எகிப்தில் பிறந்த பாலஸ்தீன்காரர் என்பதால் சூயஸ் விவகாரத்தில் மிகுந்த உணர்ச்சிவசப்பட்ட நிலையிலேயே இருந்தார். அதனாலேயே தான் இப்போது எதுவும் பேசக்கூடாது, செய்யக்கூடாது என்று தீர்மானமாக இருந்தார்.

அவரது சிந்தனையெல்லாம் ஒரே விஷயத்தைப் பற்றித்தான். நாசரை எந்தளவுக்கு நம்பலாம்?

69

பாலஸ்தீன் விடுதலைக்காக யாசிர் அரஃபாத் ஆரம்பித்த போராட்டங்களுக்குள் நுழைவதற்கு முன்னால் பி.எல்.ஓவைப் பற்றிய ஒரு சிறு அறிமுகம் அவசியமாகிறது. ஏனெனில், சூயஸ் கால்வாய் விவகாரத்தை பி.எல்.ஓ. மிகவும் நுணுக்கமாக கவனித்து ஆராய்ந்ததற்குப் பிறகுதான் பாலஸ்தீனுக்கான போராட்டம் சொல்லிக்கொள்ளும்படியான ஒரு வடிவம் பெறத் தொடங்கியது. பி.எல்.ஓ. வடிவமைத்த அந்தப் போராட்டப் பாதையைத்தான் யாசிர் அரஃபாத் வேண்டிய அளவுக்குத் திருத்தி அமைத்து, போராட்டத்தைத்துரிதப்படுத்தினார். ஆகவே, இப்போது பி.எல்.ஓ.

பி.எல்.ஓ. என்கிற அமைப்பு 1964ம் வருடம் ஜூன் மாதம் 2ம் தேதி தோற்றுவிக்கப்பட்டது. பாலஸ்தீன் தேசிய கவுன்சில் (Palestinian National Council - PNC) என்கிற அமைப்பின் அரசியல் பிரிவுதான் பி.எல்.ஓ. என்கிற பாலஸ்தீன் விடுதலை இயக்கம்.

இந்த பாலஸ்தீன் தேசிய கவுன்சில் என்கிற அமைப்பு, பாலஸ்தீனுக்கு வெளியே பல நாடுகளில் தஞ்சம் புகுந்து வசித்து வந்த பாலஸ்தீனியர்களால் உருவாக்கப்பட்டது. தங்களால் பாலஸ்தீனுக்குள் நுழைந்து போராட முடியாத காரணத்தால்தான் பி.எல்.ஓ.வை அவர்கள் தோற்றுவித்தார்கள். வாய்வார்த்தைக்கு 'அரசியல் பிரிவு' என்று சொல்லப்பட்டாலும் பி.எல்.ஓ. முழுக்க முழுக்க ஒரு ராணுவ அமைப்புத்தான். பின்னால் இதற்கே தனியானதொரு அரசியல் பிரிவும் உண்டானது வேறு விஷயம்!

பாலஸ்தீன் தேசிய கவுன்சிலின் முதல் கூட்டம் மே மாதம் 1964ம் ஆண்டு ஜெருசலேத்தில் நடைபெற்றது. கவுன்சிலில் அப்போது மொத்தம் 422 உறுப்பினர்கள் இருந்தார்கள். ஜோர்டன், வெஸ்ட் பேங்க், சிரியா, கத்தார், ஈராக், சிரியா, குவைத், எகிப்து, லிபியா,

அல்ஜீரியா மற்றும் காஸா பகுதிகளிலிருந்து இந்த அமைப்பின் உறுப்பினர்கள் அப்போது தேர்ந்தெடுக்கப்பட்டிருந்தார்கள். அத்தனை பேருமே அடிப்படையில் பாலஸ்தீனியர்கள். சந்தர்ப்ப வசத்தால் வெளி நாடுகளில் அகதிகளாக வசிக்க நேர்ந்தவர்கள் என்பதை நினைவில் கொள்ள வேண்டும்.

இதே கூட்டத்தில்தான் பி.எல்.ஓவைத் தோற்றுவித்ததும், அகமது அல் ஷுக்ரி *(Ahmed al - shuquiry)* என்பவரை அதன் தலைவராக நியமித்ததும் நிகழ்ந்தது.

இந்த அகமது அல் ஷுக்ரி, லெபனானைச் சேர்ந்தவர். இவரது தந்தை ஒரு பாலஸ்தீனியர். தாய் துருக்கியைச் சேர்ந்தவர். ஜெருசலேம் நகரில் சட்டம் படித்துவிட்டு ஐக்கிய நாடுகளுக்கான சிரியாவின் பிரதிநிதியாக 1949லிருந்து 51 வரை பணியாற்றியவர். பிறகு அரபு லீகின் துணைச் செயலாளராகச் சிலகாலம் பணிபுரிந்துவிட்டு, ஐ.நாவுக்கான சவுதி அரேபியாவின் தூதராக 1957லிருந்து 62 வரை வேலை பார்த்திருக்கிறார். பெரும்பாலான அரபு தேசங்கள், ஷுக்ரி தங்களுக்காகப் பணியாற்ற மாட்டாரா என்று ஏங்கும் அளவுக்கு அக்காலத்தில் அரேபிய தேசங்களின் மதிப்புக்குரிய அரசியல் வல்லுநராக விளங்கியவர் இவர்.

ஆகவே, பி.எல்.ஓ. தொடங்கப்பட்டபோது அதன் தலைவராக இருக்கச் சரியான நபர் ஷுக்ரிதான் என்று தீர்மானித்து அவரைக் கொண்டுவந்தார்கள்.

ஷுக்ரி, பதவியேற்றவுடன் செய்த முதல் காரியம், பி.எல்.ஓ.வுக்கான 300 பேர் கொண்ட முதல்நிலை ஆட்சிக்குழு ஒன்றை அமைத்ததுதான். பிறகு பதினைந்து பேர் கொண்ட செயற்குழு ஒன்றைஅமைத்து, அதற்கு பாலஸ்தீன்தேசிய கவுன்சிலில்இருந்தே ஆள்களைத் தேர்ந்தெடுக்கச் சொன்னார். மேற்சொன்ன முன்னூறு பேரும் ஓட்டுப் போட்டு, தேசிய கவுன்சில் உறுப்பினர்களான 422 பேரிலிருந்து 15 பேரைத் தேர்ந்தெடுக்க வேண்டும் என்பது ஏற்பாடு.

பி.எல்.ஓவே ஒரு நிழல் ராணுவ அமைப்புத்தான் என்றபோதும் நிழலுக்குள் வெளிச்சமாக பி.எல்.ஏ என்று தனக்கென ஒரு தனி ராணுவப் பிரிவையும் பி.எல்.ஓ. ஏற்படுத்திக் கொண்டது.

எப்படி பல்வேறு அரசியல் சித்தாந்தங்களில் நம்பிக்கை கொண்டவர்கள் இணைந்து பாலஸ்தீன் விடுதலை இயக்கத்தைத்

தோற்றுவித்தார்களோ, அதே போல, பல்வேறு போராளிக் குழுக்களை ஒருங்கிணைத்தே பி.எல்.ஏ. என்கிற *Palestine Liberation Army* தோற்றுவிக்கப்பட்டது. அந்தந்தக் குழுக்களின் தனிப்பட்ட நோக்கமும் செயல்பாடுகளும் என்னமாதிரியாக இருந்தாலும் 'அரபு தேசியம்' என்கிற கருத்தாக்கத்திலும் பாலஸ்தீனை விடுவிப்பது என்கிற நோக்கத்திலும் நம்பிக்கை உள்ளவர்களாக இருக்கவேண்டும் என்பது மட்டும்தான் ஒரே நிபந்தனையாக இருந்தது.

பி.எல்.ஓவின் தோற்றமும் ஆரம்ப வேகமும் பெரும்பாலான பாலஸ்தீனியர்களுக்கு மிகுந்த நம்பிக்கை அளிப்பதாக இருந்தது. எடுத்த உடனேயே துப்பாக்கியைத் தூக்கிக்கொண்டு அவர்கள் ஓடவில்லை. மாறாக, இஸ்ரேலுக்கு வெளியே அகதிகளாக வாழும் பாலஸ்தீனிய மக்கள் அத்தனை பேரையும் நேரில் சந்தித்துப் பேசினார்கள். இழந்த பாலஸ்தீனைப் போராடித்தான் பெறவேண்டும் என்பதையும் போராட்டத்துக்கு மக்கள் எந்தெந்த வகையிலெல்லாம் பங்களிக்கலாம் என்பதையும் விளக்கிச் சொன்னார்கள்.

பி.எல்.ஓவின் இந்த மக்கள் சந்திப்பு ரகசியத் திட்டம், மிகப்பெரிய விளைவுகளை உருவாக்கத் தொடங்கியது.

பெரும்பாலான பாலஸ்தீனிய இளைஞர்கள் உடனடியாகத் தங்களை பி.எல்.ஓவுடன் இணைத்துக்கொண்டார்கள். ஆயுதப் பயிற்சி உள்ள அத்தனை பேரும் பி.எல்.ஓவின் ராணுவத்தில் சேரத் தொடங்கினார்கள். அடிப்படைப் பயிற்சி இருந்தாலே போதும் என்று பி.எல்.ஏ. நினைத்தது. மேல் பயிற்சிகளைத் தாங்களே தர முடியும் என்று கருதி, துப்பாக்கி தூக்கத் தெரிந்த அத்தனை பேரையும் தங்கள் படையில் சேர்த்துக்கொள்ள ஆரம்பித்தார்கள்.

இப்படி இணைந்த இளைஞர்கள் அத்தனை பேரும் சிறு சிறு குழுக்களாகப் பிரிக்கப்பட்டு எகிப்து, லெபனான், சிரியா போன்ற தேசங்களில் இருந்த பி.எல்.ஓ.வின் பயிற்சி முகாம்களுக்கு அனுப்பப்பட்டனர். அங்கே அவர்களுக்குத் துப்பாக்கி சுடுதல், குண்டு எறிதல் போன்ற பாடங்கள் கற்றுத்தரப்பட்டன.

இந்தப் பயிற்சிகளுக்கு உலகெங்கிலுமிருந்து, பல்வேறு விடுதலை இயக்கங்களின் தலைவர்களே நேரில் வந்திருந்து வகுப்பெடுத்தார்கள்.

இதற்கெல்லாம் தேவையான நிதியைத் திரட்ட தனியே ஒரு குழு அமைக்கப்பட்டது. பாலஸ்தீன் மக்களின் துயர் துடைப்பதற்காக நிதி சேகரிக்கப் புறப்பட்ட அந்தக் குழுவினர் மத்திய ஆசியா முழுவதும்பயணம்மேற்கொண்டுதுண்டேந்திநிதிசேகரித்தார்கள். பல தொழிலதிபர்களும் அரசியல்வாதிகளும் ஏராளமான நிதி அளித்தார்கள் என்பது உண்மையே என்றபோதும் பொதுமக்கள் அளித்த நிதிதான் பி.எல்.ஓவினரால் மிக முக்கியமாகக் கருதப்பட்டது.

தீவிரமாக, மிகத் தீவிரமாக இந்தப் பணிகள் நடைபெறத் தொடங்கியதும் 1968ம் ஆண்டு பாலஸ்தீன் தேசிய கவுன்சில் தன்னுடைய முதல் பகிரங்க அறிக்கையை வெளியிட்டது. கிட்டத்தட்ட ஒரு அரசாங்க உத்தரவு போலவே காணப்பட்ட அந்த அறிக்கைதான் இஸ்ரேலுக்கு எதிரான பாலஸ்தீனியர்களின் போராட்டம் குறித்த முதல் தகவல் அறிக்கை என்று சொல்லலாம்.

மிக நீண்ட, விவரமான, ஏராளமான பின்னிணைப்புகள் கொண்ட நூற்றுக்கணக்கான பக்கங்கள் உள்ள அந்த அறிக்கையின் பல பத்திகளில் 'இஸ்ரேல் ஓர் ஒழிக்கப்பட வேண்டிய தேசம்' என்று குறிப்பிடப்பட்டிருக்கிறது. (பின்னால் 1993ல் ஓஸ்லோ உடன்படிக்கை சமயத்தில் இந்தப் பத்திகளை வாபஸ் பெறுவதாக யாசிர் அரஃபாத் அறிவித்தது பிறகு வரும்.)

இதுதான் ஆரம்பம். இங்கிருந்து தான் இஸ்ரேல் ராணுவத்துக்கு எதிரான பாலஸ்தீன் விடுதலைப் படையினரின் நேரடித் தாக்குதல்கள் ஆரம்பமாகின்றன.

பி.எல்.ஓவுக்கு அப்போதெல்லாம் கெரில்லாத் தாக்குதல் முறை தெரியாது. பரிச்சயம் கிடையாது. எங்கோ தொலைதூர குவைத்தில் ரகசிய அறை எடுத்து வேலை பார்த்துக்கொண்டிருந்த யாசிர் அரஃபாத்துக்குத்தான் கெரில்லா தாக்குதல் தெரியும். அரஃபாத் பி.எல்.ஓவின் தலைவரான பிறகுதான் அத்தனைபேருக்கும் ஒளிந்திருந்து தாக்கும் கலை பயிற்றுவிக்கப்பட்டது. அதுவரை, நேரடித் தாக்குதலில்தான் அவர்கள் ஈடுபட்டு வந்தார்கள்.

நேரடித் தாக்குதல் என்றால் என்ன?

முதலில் ஓர் இலக்கை நிர்ணயிப்பார்கள். உதாரணத்துக்கு, டெல் அவிவில் ஒரு போலீஸ் ஸ்டேஷன். இலக்கு முடிவானதும் ஒரு பத்து பேரைத் தேர்ந்தெடுத்து அங்கே அனுப்புவார்கள். டெல் அவிவுக்குஅவர்கள்போய்ச்சேர்ந்ததும் 'நலமாகவந்துசேர்ந்தோம்'

என்று யார் மூலமாகவாவது தகவல் அனுப்புவார்கள். இந்தத் தகவல் வந்ததும் இன்னொரு குழுவினர் மூலம் தாக்குதலுக்குப் போனவர்களுக்குத் தேவையான ஆயுதங்கள் ரகசியமாக அனுப்பிவைக்கப்படும். பெரும்பாலும் சரக்கு லாரிகளில் ஏற்றி அனுப்புவார்கள். வாழைத்தார்கள், கோதுமை மூட்டைகளுக்கு அடியில் படுத்துக்கொண்டு துப்பாக்கிகள் தனியே பயணம் செய்து உரியவர்களிடம் வந்து சேரும்.

அதன்பிறகு ஒரு நேரம் குறித்து, சம்பந்தப்பட்ட போலீஸ் ஸ்டேஷனுக்குப் போய் எதிரே பதுங்கி நின்றுகொண்டு சுட ஆரம்பிப்பார்கள். நான்கைந்து காவலர்கள் இறந்ததும் உள்ளே போவார்கள். தேவைப்பட்டால் அங்கும் தாக்குதல் தொடரும். இல்லாவிட்டால் அங்கிருக்கும் துப்பாக்கிகளை எடுத்துக்கொண்டு கிளம்பி வண்டி ஏறிவிடுவார்கள்.

குண்டு வைப்பதென்றாலும் இதே நடைமுறைதான். முதல் நாள் இரவே குறிப்பிட்ட இடத்துக்குப் போய் வேண்டிய ஆயத்தங்களைச் செய்துகொண்டு, விடிந்ததும் குண்டு வைத்துவிட்டு பஸ் பிடித்துவிடுவார்கள். (மனித வெடிகுண்டுகள் புழக்கத்துக்கு வராத காலம் அது.)

மறுநாள் செய்தித்தாளில் விஷயத்தைப் பார்த்து, உறுதி செய்துகொண்டபிறகு கொஞ்சம் போல் கொண்டாடி விட்டு, அடுத்த வேலையில் ஈடுபடத் தொடங்குவார்கள்.

இஸ்ரேல் ராணுவம், பாதுகாப்புப் படை இரண்டும்தான் பி.எல். ஓவினரின் பிரதானமான தாக்குதல் களமாக இருந்தது. சில சமயங்களில் பொதுமக்கள் மீதும் வன்முறை ஏவப்பட்டிருக்கிறது. 1968ம் ஆண்டு டிசம்பரில் காஸா பகுதியில் ஒரு பேருந்தில் வெடித்த குண்டுதான் ஆரம்பம் என்று சொல்ல வேண்டும். (23 பேர் பலி.) அடுத்தடுத்து ஒரு நாள் தவறாமல் எங்காவது குண்டு வெடித்துக்கொண்டேதான் இருந்தது.

இஸ்ரேல் என்ன தற்காப்பு நடவடிக்கை மேற்கொண்டாலும் பி.எல்.ஓவினரின் தாக்குதல்களைச் சமாளிக்க முடியாமல் அது ஒரு நிரந்தரத் தலைவலி என்று ஆகிப்போனது.

ஆகவே, இஸ்ரேல் அரசு பி.எல்.ஓவை ஒரு தீவிரவாத அமைப்பு என்று அறிவித்தது. அதுவரை ஒரு விடுதலை இயக்கமாக மட்டுமே அறியப்பட்டு வந்த பி.எல்.ஓ, அமெரிக்க மீடியாவின் உதவியுடன் பயங்கரவாத அமைப்பாக, தீவிரவாதிகளை உற்பத்தி செய்யும் ஒரு

ராட்சஸத் தொழிற்சாலையாகச் சித்திரிக்கப்பட்டது.

இஸ்ரேலும் தன் பங்குக்கு பி.எல்.ஓ. செய்ததுடன் நிறைய புனைவுகள்சேர்த்துஉலகெங்கும்அனுதாபம்தேடத்தொடங்கியது.

பி.எல்.ஓ. ஒரு போதும் தனது தீவிரவாத நடவடிக்கைகளை அக்காலத்தில் நியாயப்படுத்தியதில்லை. 'வேறு வழியில்லாமல் ஆயுதம் தூக்கியிருக்கிறோம். உங்களால் அமைதி வழியில் பாலஸ்தீனை மீட்டுத்தர முடியுமானால் செய்யுங்கள்' என்றுதான் பி.எல்.ஓ. சொன்னது.

அமைதிக்கான எந்த சாத்தியத்தையும் அப்போது இஸ்ரேல் விட்டுவைக்காத காரணத்தால் ஆயுதம் தான் தீர்வு என்று அனைவராலுமே நம்பப்பட்டது.

ஆனால், பி.எல்.ஓவின் நடவடிக்கைகளை இஸ்ரேல் அரசு மிகைப்படுத்தி மீடியாவுக்குத் தருகிறது என்று எடுத்துச் சொல்ல பி.எல்.ஓவில் யாருக்கும் தெரியவில்லை. பிரசாரம் ஒரு வலுவான சாதனம். எதையும் திரும்பத்திரும்பச் சொல்லுவதன் மூலம் மக்கள் மனத்தில் ஆழமாகப் பதியவைத்துவிட முடியும். ஆகவே, இஸ்ரேலின் திட்டமிட்ட பிரசார உத்தி பி.எல்.ஓவுக்குப் பெரிய பிரச்னையாக இருந்தது. நான்கு பேர் பலியானார்கள் என்பதை நாநூறு பேர் பலி என்று சொன்னால் அதை இல்லை என்று மறுக்க வேண்டுமல்லவா?

அப்படி மறுத்து, மறு அறிக்கை விட பி.எல்.ஓவில் அன்று யாருக்கும் தெரியவில்லை. அப்படியே அவர்கள் எடுத்துச் சொன்னாலும் வெளியிடுவதற்கான ஊடக ஒத்துழைப்புகள் இல்லாமல் இஸ்ரேல் பார்த்துக்கொண்டது.

இது மிகப்பெரிய பிரச்னையாக இருந்தது. போராட்டம் ஒழுங்காக நடந்தால் போதாது; நிர்வாகமும் சிறப்பாக இயங்கவேண்டும் என்று முதல் முதலில் அப்போது உணரப்பட்டது. ஒரு சரியான, திறமை மிக்க, அனுபவம் வாய்ந்த தலைவருக்காக பி.எல்.ஓ. ஏங்கியது.

1969ம் ஆண்டு பிப்ரவரி 3ம் தேதி யாசிர் அரஃபாத் அந்தப் பொறுப்புக்கு வந்தார்.

70

1964ல் தொடங்கப்பட்ட பி.எல்.ஓவுக்கு 69ல்தான் யாசிர் அரஃபாத் தலைவராக வருகிறார். இடைப்பட்ட காலத்தில் ஒரு மிக முக்கியமான பிரச்னையை அரபு உலகம் சந்திக்க வேண்டியிருந்தது. அதனை முதலில் பார்த்துவிட்டு யாசிர் அரஃபாத்திடம் போவதுதான் சரியாக இருக்கும்.

ஆறு நாள் யுத்தம் (Six day war) என்று சரித்திரம் வருணிக்கும் இந்தப் போர் 1967ம் ஆண்டு ஜூன் மாதம் இஸ்ரேலுக்கும் எகிப்து - சிரியா - ஜோர்டன் ஆகிய தேசங்களுக்கும் இடையே நடைபெற்றது. யாருமே எதிர்பார்க்காத, சற்றும் முன்னறிவிப்பில்லாத, திடீரென்று தொடங்கப்பட்ட இந்த யுத்தத்தின் சூத்திரதாரி இஸ்ரேல்.

எந்தவிதமானமுன்னேற்பாடுகளும்கிடையாது.திடீரென்றுஅடிக்க ஆரம்பித்தார்கள். மும்முனைத் தாக்குதல். இங்கே சினாய், அங்கே கோலன் குன்றுகள், மேற்கே வெஸ்ட்பேங்க், கிழக்கே காஸா என்று முந்தைய காலத்தில் இழந்த பகுதிகள் அத்தனையையும் அந்த ஆறு நாள் யுத்தத்தில் அள்ளிக்கொண்டுவிட்டது இஸ்ரேல். என்ன நடக்கிறது என்று சுதாரித்துக்கொள்ளும் முன்னதாகவே யுத்தம் முடிந்துவிட்டது. இஸ்ரேல் என்பது எத்தனை அபாயகரமான தேசம் என்பது வெளிச்சமானது.

இஸ்ரேல் இந்த யுத்தத்தைத் தொடங்கியதற்கான காரணங்கள் மிகவும் நுணுக்கமானவை. 1956ம் ஆண்டு நடைபெற்ற சூயஸ் யுத்தத்தின் போது இஸ்ரேல் தன் வசப்படுத்திய சினாய் பகுதியை அத்தேசம் மீண்டும் எகிப்துக்கே விட்டுத்தர வேண்டி வந்ததை முன்பே பார்த்தோம் அல்லவா? அதன் விரிவாக்கப்பட்ட தொடர்ச்சி என்று இதனைக் கொள்ளலாம்.

அமெரிக்காமற்றும்சோவியத்யூனியனின்அரசியல்நிர்ப்பந்தங்கள் காரணமாகத்தான் சினாயை மீண்டும் எகிப்து வசம் அளித்தது இஸ்ரேல். என்னதான் ராணுவ ரீதியில் அந்த யுத்தத்தில் எகிப்து தோல்வியடைந்திருந்தபோதிலும், இஸ்ரேல் அந்தப் பகுதியைத் திருப்பிக் கொடுத்ததை உலகம் முற்றிலும் வேறு விதமாகவே பார்த்தது. அதாவது, நாசரின் ராஜதந்திர வெற்றி அது என்பதாக ஒரு பிரசாரம் மிகத் தீவிரமாக நடந்தது! இது இஸ்ரேலுக்குப் பெரிய தன்மானப் பிரச்னையாக இருந்தது. அமெரிக்க நிர்ப்பந்தம் இல்லாவிட்டால் நிச்சயமாக சினாயை விட்டுக்கொடுத்திருக்க மாட்டோம் என்று எங்காவது குன்றின் மீது ஏறி நின்று உரக்கக் கத்தலாம் போலிருந்தது அவர்களுக்கு.

ஆனால்அமெரிக்காவைஅவர்களால்பகைத்துக்கொள்ளமுடியாது. அதற்கு அரசியலைத் தாண்டிய பொருளாதாரக் காரணங்களும் நிறைய இருந்தன. ஆகவே, வாகான ஒரு சந்தர்ப்பத்துக்காக இஸ்ரேல் காத்திருந்தது.

மறுபுறம், சூயஸ் யுத்தத்தைத் தொடர்ந்து எகிப்து, சிரியா, ஜோர்டன் ஆகிய மூன்று நாடுகளுக்கும் ஒருமாதிரியான நேசம் வளர ஆரம்பித்திருந்தது. ராணுவம் முதல் வர்த்தகம் வரை பல்வேறு விதங்களில் அவர்கள் ஒருவருக்கொருவர் உதவிகள் செய்துகொண்டும் ஒத்துழைத்துக்கொண்டும் நிஜமான சகோதரத்துவம் பேண ஆரம்பித்திருந்தார்கள்.

இஸ்ரேலுக்கு இது பெரிய ஆபத்தாகப் பட்டது. ஏனெனில், எகிப்து, சிரியா, ஜோர்டன் மூன்றுமே இஸ்ரேலின் மூன்று எல்லைப்புற தேசங்கள். மூன்றும் அரபு தேசங்களும் கூட. இந்த மூவர் கூட்டணியை வளரவிட்டால் எந்த சமயத்திலும் தனக்குப் பிரச்னை வரக்கூடும் என்று இஸ்ரேல் பயந்தது. தோதாக, இந்த மூன்று தேசங்களுமே சூயஸ் யுத்தத்தைத் தொடர்ந்து சோவியத் யூனியனுடன் நெருக்கமான உறவை வளர்த்துக்கொள்ளத் தொடங்கியிருந்தன. ஜோர்டனுக்கு வேறு பல மேற்கத்திய நாடுகளுடனும் தனியே அப்போது நல்லுறவும் ராணுவ ஒத்துழைப்பு ஒப்பந்தங்களும் இருந்தன.

ஏற்கெனவே எந்த அரபு தேசமும் இஸ்ரேலுக்கு எந்த வகையிலான ஒத்துழைப்பையும் தருவதில்லை என்று முடிவு செய்திருந்த

நிலையில், இந்த மூன்று தேசங்களின் நேசக்கூட்டணி இஸ்ரேலுக்கு அச்சம் தந்தது இயல்பான விஷயமே.

தவிரவும் சோவியத் யூனியன் குறித்த நியாயமான பல அச்சங்களும் இஸ்ரேலுக்கு இருந்தன. சூயஸ் யுத்தத்தை உடனடியாக நிறுத்தாவிட்டால் பிரிட்டனின் நாணய மதிப்பைக் குறைத்துவிடுவதாக அமெரிக்கா மிரட்டியதுபோலவே, சோவியத் யூனியனும் பிரான்ஸ் மற்றும் இங்கிலாந்தின் மீது அணு ஆயுத யுத்தம் தொடங்குவேன் என்று மிரட்டியது. (லண்டன் மற்றும் பாரீஸ் நகரங்களில் ஏற்கெனவே சோவியத் யூனியன் அணுகுண்டுகளைக் கொண்டு வந்து இறக்கிவிட்டது என்று கூட ஒரு வதந்தி எழுந்தது!)

இதுபோன்ற மிரட்டல்களால்தான் பிரிட்டனும் பிரான்சும் சூயஸ் யுத்தத்தைக் கைவிட்டன. இதே காரணத்தால்தான் இஸ்ரேலும் தன் நோக்கம் முழுவதும் நிறைவேறுவதற்கு முன்னதாகவே யுத்த நிறுத்தத்தை மேற்கொள்ள வேண்டிவந்தது. அந்தக் கோபம் அடிமனத்தில் இருந்ததால்தான் பதினொரு வருடங்கள் காத்திருந்து 67ல் அடிக்க ஆரம்பித்தது.

இவற்றையெல்லாம் தாண்டி இன்னொரு முக்கியக் காரணமும் இந்த யுத்தத்துக்கு உண்டு.

சிரியாவிலிருந்து இஸ்ரேல் வழியாகப் போய் கலீலீ கடலில் கலந்துகொண்டிருந்த டான் மற்றும் பனியாஸ் நதி நீரை திசை திருப்பி மேற்கே ஓடவிட்டு ஜோர்டன் நதியில் கலக்கும்படியாக மாற்றியமைக்க சிரியா ஒரு திட்டம் போட்டது. இது அப்பட்டமாக, வயிற்றில் அடிக்கும் காரியம்தான். சந்தேகமே இல்லை. இஸ்ரேலுக்குத் தண்ணீர்த் தட்டுப்பாடு வரவேண்டும் என்கிற 'பரந்த' நோக்கத்துடன் தீட்டப்பட்ட திட்டம்தான். கோடிக்கணக்கில் செலவழித்தாவது இத்திட்டத்தைச் செயல்படுத்துவதில் சிரியா மிகுந்த ஆர்வம் செலுத்தியதைக் கண்ட இஸ்ரேல், தன் கோபத்தைக் காட்ட ஒரு வழி தேடிக்கொண்டிருந்தது அப்போது.

அந்தக் கோபத்தை மேலும் அதிகரிக்கும் விதமாக 1966ம் ஆண்டு எகிப்தும் சிரியாவும் ஒரு ராணுவ ஒப்பந்தத்தைச் செய்துகொண்டன. இரு தேசங்களில் எந்த தேசத்தை யார் தாக்கினாலும் அடுத்தவர் உடனே உதவிக்கு ஓடி வரவேண்டும் என்பதே அந்த ஒப்பந்தம்.

இதற்குமேல் இஸ்ரேலால் பொறுமை காக்க முடியவில்லை. 1967 ஏப்ரல் 7ம் தேதி சிரியாவின் ஆளுகைக்கு உட்பட்ட கோலன் குன்றுப் பகுதிகளில் இஸ்ரேலிய ராணுவ வீரர்கள் 'வழக்கமான' எல்லை தாண்டும் திருவிழாவை ஆரம்பித்து வைத்தார்கள். இரு பக்கங்களிலும் மெல்லிய துப்பாக்கிச் சூடுகளுடன் வழக்கமாக முடிந்துவிடும் வைபவம்தான் அது. அப்படித்தான் சிரியா நினைத்தது.

ஆனால் இஸ்ரேல் அந்தச் சிறு சம்பவத்தை அப்படியே ஊதிப் பெரிதாக்கி, பெரிய அளவில் ஒரு யுத்தமாக ஆக்கிவிட்டது. சிரியாவின் ஏழு போர் விமானங்களை - அனைத்தும் MIG 21 ரக விமானங்கள் - ஒரேயடியாக அடித்து வீழ்த்தி, ஒட்டுமொத்த கோலன் பகுதியையும் சுற்றி வளைத்துக்கொண்டு விட்டது.

இது ஒட்டுமொத்த அரபு உலகத்தையும் கோபம் கொள்ளச் செய்தது. அனைத்து தேச அரபுத் தலைவர்களும் அவசரமாகக் கூடிப் பேசினார்கள். இஸ்ரேலின் அராஜகங்களுக்கு ஒரு முடிவு கட்டியாக வேண்டும் என்பதே பேச்சின் சாரம். ஆனால் என்ன செய்யலாம்? எப்படிச் செய்யலாம்?

நாசர் தயாராக இருந்தார். ஏற்கெனவே சினாய் விவகாரத்தால் கடுப்பில் இருந்த அவர், இதை ஒரு காரணமாக வைத்து இஸ்ரேல் மீது யுத்தம் தொடுத்தால் எகிப்து முன்னின்று அதனை நடத்தத் தயார் என்று பகிரங்கமாகவே சொன்னார். போதாக்குறைக்கு, அப்படி எகிப்து யுத்தத்தை வழி நடத்துவதென்றால், தன்னாலான அத்தனை உதவிகளையும் செய்யத் தயார் என்று சோவியத் யூனியனும் ரகசியச் செய்தி அனுப்பியது. (சோவியத் யூனியனின் அப்போதைய அதிபர் அலெக்ஸி கோசிஜின்.)

ஆனால் பாதிக்கப்பட்ட தேசமான சிரியாதான் அடியெடுத்துக் கொடுத்தாக வேண்டும்.

பிரச்னை என்னவெனில் சிரியாவுக்கு அப்போது ஒரு யுத்தத்தில் பங்குபெறும் தெம்பு இல்லை. குறைந்தபட்சம் ஒரு படையை இஸ்ரேலின் வடக்கு எல்லையில் ஊடுருவ அனுப்பக்கூட முடியாது என்கிற சூழ்நிலை.

ஆகவே எகிப்து வேறு ஒரு வழியைப் பிடித்தது. இஸ்ரேலின் பிரதான கப்பல் போக்குவரத்து வழியாக இருந்த திரன் ஜலசந்தியை

மூடிவிட்டது. இஸ்ரேலின் எண்ணெய் வர்த்தக வழி என்பது அது ஒன்றுதான். ஒரு சொல்லில் விவரிப்பதென்றால் இதற்குப் பெயர்தான் அடிமடியில் கைவைப்பது.

இதெல்லாம் சேர்ந்துதான் இஸ்ரேலை உசுப்பிவிட்டன. முழு மூச்சில் அத்தேசம் யுத்தம் தொடங்க முடிவு செய்துவிட்டது. நாசரும் சொன்னார்: "எங்களின் அடிப்படை நோக்கமும் இஸ்ரேலை ஒழிப்பதுதான். அத்தனை அரேபியர்களும் அதைத்தான் விரும்புகிறார்கள்."

மூன்று முனைகளிலும் இஸ்ரேல் தனது வீரர்களை நிறுத்தியது. மேற்கே ஜோர்டன் ராணுவத்துக்கு எதிராக மேற்குக்கரைப் பகுதியில் யுத்தம். தென் கிழக்கே எகிப்துக்கு எதிராக காஸா மற்றும் சினாய் பகுதிகளில். வடக்கே, சிரியா. கோலன் குன்றுகள்.

நாசர் சில விஷயங்களில் மிகுந்த எச்சரிக்கையுடன் நடந்துகொண்டார். யுத்தத்தைத் தான் தொட்டங்கக்கூடாது என்பது அவற்றுள் முதன்மையானது. இஸ்ரேல்தான் ஆரம்பித்தது. இரண்டாவது, இஸ்ரேலின் தாக்குதல் எத்தனை வலுவாக இருக்கும் என்பது அவருக்குத் தெரியும். அந்தக் காட்சிகளை அலுங்காமல் குலுங்காமல் அப்படியே தூக்கி சர்வதேச மீடியாவில் வெளியிட அவர் பெரும் முயற்சிகள் மேற்கொண்டார். உலகம் முழுவதும் இஸ்ரேலைத் திட்டித்தீர்க்க இந்த யுத்தத்தை ஒரு கருவியாகப் பயன்படுத்திக்கொள்ள வேண்டுமென்பது அவரது திட்டம்.

யுத்தத்தை தான் முதலில் ஆரம்பிக்கக்கூடாது என்று நாசர் முடிவெடுத்ததற்கு இன்னொரு காரணமும் உண்டு.

யுத்தம் தொடங்கியதற்கு இரண்டு அல்லது மூன்று தினங்களுக்கு முன்னதாக அமெரிக்க வெள்ளை மாளிகையிலிருந்து மாஸ்கோவில் இருந்த க்ரெம்ளின் மாளிகைக்கு ஒரு தொலைபேசி அழைப்பு வந்தது.

பனிப்போர் நடந்துகொண்டிருந்த சமயத்தில் அமெரிக்க அதிபர், சோவியத் அதிபரை அழைத்துப் பேசுவதாவது? நம்ப முடியாத விஷயமாக இருப்பினும் இது நடக்கத்தான் செய்தது.

அப்போதைய அமெரிக்க அதிபராக இருந்தவர் லிண்டன் ஜான்சன். அவர்தான் கோசிஜினை அழைத்தார். "நான் கேள்விப்பட்டது உண்மையா?" என்று முதல் வரியில் விஷயத்தை ஆரம்பித்தார்.

"என்ன கேள்விப்பட்டீர்கள்?"

"மத்தியக் கிழக்கில் உங்கள் அடிப்பொடியாக இருக்கும் எகிப்து இன்னும் 48 மணி நேரத்தில் இஸ்ரேல் மீது ஒரு பெரிய யுத்தத்தைத் தொடங்கவிருப்பதாக எங்களுடைய இஸ்ரேலிய உளவுத்துறை நண்பர்கள் சொல்கிறார்கள். இது உண்மையா?"

உண்மையில் கோசிஜின் அப்படியொரு விஷயத்தை அப்போது கேள்விப்பட்டிருக்கவில்லை. ஆகவே சற்று அவகாசம் கேட்டார்.

"இதோ பாருங்கள். உலக அளவில் இன்னொரு பெரிய யுத்தத்துக்கு இது வழிவகுக்கக்கூடும். பின் விளைவுகளுக்கு அமெரிக்கா பொறுப்பில்லை" என்று எச்சரித்துவிட்டு போனை வைத்தார் ஜான்சன்.

அது மே 27ம் தேதி 1967ம் வருடம். நள்ளிரவு 12.48 மணி. சரியாக ஒன்றே கால் மணி நேரம் கழித்து எகிப்துக்கான சோவியத் தூதராக இருந்த டிமிட்ரி போஜிதேவ் (Dimitri Pojidaev), நாசரின் வீட்டுக்குப் போய்க் கதவைத் தட்டினார்.

"யுத்தத்தை எகிப்து ஆரம்பிப்பதை சோவியத் யூனியன் விரும்பவில்லை. அப்படி நீங்கள் தொடங்கினால் சோவியத்தின் உதவி கிடைக்காமல் போகலாம்' என்று கோசிஜின் சொல்லச் சொன்ன தகவலைத் தெரிவித்தார்.

நாசர் வெறுமனே தலையாட்டிவிட்டு அவரை அனுப்பிவைத்துவிட்டு, உடனே தன்னுடைய வெளி விவகாரத்துறை அமைச்சர் அப்துல் ஹக்கிம் அமீரை (Abdel Hakim Amer) அழைத்து, சோவியத் யூனியனில் உள்ள எகிப்து ஏஜெண்டுகளை அழைத்து கோசிஜின் அப்படித்தான் சொன்னாரா என்று உறுதிப்படுத்தச் சொல்லிக் கேட்டார்.

அவர் சொன்னது உண்மைதான் என்று அடுத்த ஒரு மணி நேரத்தில் உறுதியானது. ஆகவே நாசர், யுத்தத்தை இஸ்ரேலே ஆரம்பிக்கட்டும் என்று காத்திருக்கத் தீர்மானித்தார்.

71

இஸ்ரேலும் ஒரு முடிவில்தான் இருந்தது. சிரியாவுடனான தண்ணீர்ப் பிரச்னை, எகிப்துடனான கப்பல் போக்குவரத்துப் பிரச்னை, ஜோர்டனுடனான மேற்குக்கரைப் பிரச்னை உள்ளிட்ட தன்னுடைய சொந்தப் பிரச்னைகளுக்கு அமெரிக்காவோ, ஐ.நா. சபையோ ஒரு தீர்வு கொண்டுவராவிட்டால், தனக்குத் தெரிந்த முறையில் தானே நடவடிக்கையில் இறங்கிவிடலாம் என்பதுதான் அது!

அந்த ஆண்டு ஜூன் மாதம் முதல் தேதி மோஷே தயான் *(MosheDayan <http://en.wikipedia.org/wiki/Moshe_Dayan>)* என்கிற மூத்த ராணுவ அதிகாரி ஒருவரை ராணுவத் தளபதியாக நியமித்தார் இஸ்ரேலியப் பிரதமர் லெவி இஷ்கல். *(Levi Eshkol <http://en.wikipedia.org/wiki/Levi_Eshkol>)*. ஒரு அவசர யுத்தத்தை திட்டமிட்டு நடத்தக்கூடிய வல்லமை பொருந்தியவர் என்பதால்தான் இந்த திடீர் பதவி மாற்றம்.

இதை கவனித்ததுமே அமெரிக்க அதிபர் ஜான்சன் இஸ்ரேலிய பிரதமரைத் தொலைபேசியில் அழைத்தார். வேண்டாம், யுத்த முஸ்தீபுகள் இப்போது தேவையில்லை என்று எச்சரிக்கை செய்தார்.

ஆனால் இஸ்ரேல் கேட்கக்கூடிய நிலையில் இல்லை. அமெரிக்கா சொன்னதைக் கேளாமல் யுத்தத்தை ஆரம்பித்துவிட்டாலும் பின்னால் சமாதானம் பேசி வழிக்குக் கொண்டுவந்துவிடலாம் என்று முடிவு செய்தார் இஸ்ரேலியப் பிரதமர்.

ஆகவே எகிப்தின்மீது தாக்குதல் தொடங்க உத்தரவிட்டார். அன்றைக்குத் தேதி ஜூன் 5.

இஸ்ரேலின் முதல் இலக்கு, எகிப்தின் விமானப்படையை ஒழித்துக்கட்டுவதுதான். அன்றைய தேதியில், மத்தியக்கிழக்கில் மிகவும் சக்திவாய்ந்த விமானப்படையை வைத்திருந்த ஒரே தேசம் எகிப்து. காரணம் சோவியத் யூனியனின் ஒத்துழைப்பு. உலகில் விமானக் கட்டுமானத்தில் என்னென்ன நவீன உத்திகள் மேற்கொள்ளப்படுகின்றனவோ, அவை அனைத்தையும் எகிப்து விமானப்படைக்கு வந்து சேர வேண்டுமென்பதில் எகிப்தைக் காட்டிலும் அப்போது சோவியத் யூனியன் மிகுந்த ஆர்வம் கொண்டிருந்தது.

மத்தியக் கிழக்கில் தான் பங்கேற்கக்கூடிய பெரிய யுத்தம் என்று ஏதேனும் வருமானால், அப்போது அதிநவீன எகிப்து விமானப்படையை உபயோகித்துக்கொள்ளலாமே என்கிற முன் யோசனையுடன் தான் சோவியத் யூனியன் எகிப்து விமானப்படையை ஒரு செல்ல நாய்க்குட்டி போலப் பராமரித்து வந்தது.

இது ஒரு வெளிப்படையான ரகசியம். அன்றைக்கு உலகம் முழுவதற்குமே இந்த விஷயம் தெரியும். தன்னுடைய விமானப்படையின் பலம் குறித்த பெருமையுடன் இருந்த எகிப்து, அதனாலேயே மற்ற படைகள் சற்று முன்பின்னாக இருந்தாலும் பெரிதாக அலட்டிக்கொள்ளாமல் இருந்தது.

இதனால்தான் இஸ்ரேல் முதலில் எகிப்தின் விமானப்படையை துவம்சம் செய்துவிட முடிவு செய்தது. மொத்தம் 385 போர் விமானங்கள். அத்தனையும் சோவியத் யூனியன் சரக்கு. அவற்றுள் நாற்பத்தைந்து விமானங்கள், *TU 16 Badger* என்கிற நடுத்தர குண்டுவீச்சு விமானங்கள்.

இந்த விமானங்களைக் கொண்டுதான் முன்னதாக எகிப்துப் படைகள் இஸ்ரேலின் எல்லைப்பகுதிகளில் அடிக்கடி குண்டுவீசித் தாக்குதல் நடத்தி வந்தன. ஆகவே இவற்றை முதலில் ஒழித்துவிடவேண்டும் என்கிற குறிக்கோளுடன் ஜூன் 5ம் தேதி இஸ்ரேலிய நேரம் காலை 7. 45க்கு அனைத்து இஸ்ரேல் போர் விமானங்களும் எகிப்து விமானத் தளங்களைக் குறிவைத்துப் புறப்பட்டன.

முன்னதாக இஸ்ரேல் முழுவதும் யுத்த எச்சரிக்கை செய்யப்பட்டது. எல்லையோர மக்கள் பாதுகாப்பான இடங்களுக்கு அழைத்துச் செல்லப்பட்டார்கள். முக்கிய அரசு அலுவலகங்களுக்குப் பாதுகாப்பு பலப்படுத்தப்பட்டு, இரவோடு இரவாக தேசம் முழுவதும் ரிசர்வ் பாதுகாப்புப் படையினர் பணியில் நிறுத்தப்பட்டார்கள்.

எகிப்து வசம் நல்ல தரமான போர் விமானங்கள் இருந்தனவே தவிர, உரிய பாதுகாப்பு ஏற்பாடுகள் எதுவுமே கிடையாது. அதன் விமானத் தளங்கள் அனைத்தும் கார்ப்பரேஷன் மைதானம் போலத்தான் இருக்கும். விலை மதிப்பு மிக்க போர் விமானங்களைப் பாதுகாக்கக்கூடிய பங்கர் என்றுசொல்லப்படும் ராணுவத் தளவாடங்கள் அப்போது எகிப்திடம் இல்லை.

இந்த விஷயத்தை மனத்தில் கொண்ட இஸ்ரேல், எந்தத் திசையிலிருந்து தாக்குதலைத் தொடங்கலாம் என்று ஆர அமர யோசித்து, இறுதியில் மத்தியத் தரைக்கடல் பகுதியிலிருந்து ஆரம்பிப்பதே பலன் தரும் என்று முடிவு செய்தது. அனைத்து இஸ்ரேலியப் போர் விமானங்களும் எகிப்துப் பக்கம் திரும்புமுன் மத்தியத் தரைக்கடலின் மீது வானில் அணிவகுத்துப் பறந்தன.

நாசர் கவலை கொண்டார். என்ன செய்யலாம் என்று யோசித்தார். அவருக்கு வேறு ஒரு பிரச்னை இருந்தது. அறிவிப்பில்லாமல் இஸ்ரேல் யுத்தத்தைத் தொடங்கியிருக்கிறது. இந்த விஷயம் எகிப்து மக்களுக்கு முதலில் முறைப்படி தெரியப்படுத்தப்பட வேண்டும். அதற்கு அவகாசம் இல்லை. தாக்குதலுக்கு பதில் தாக்குதல் என்கிற அடிப்படையில் எகிப்து விமானங்களையும் அணி வகுத்துப் பறக்கச் செய்தால் வேறு ஒரு பிரச்னை வரும்.

அதாவது, எகிப்து அரசுக்கு எதிராக அப்போது உள்நாட்டில் பல தீவிரவாத இயக்கங்கள் செயல்பட்டுக்கொண்டிருந்தன. அத்தனை இயக்கங்களுமே நாசரைப் பதவியிலிருந்து இறக்க விரும்பிய இயக்கங்கள். எல்லாம் எகிப்தின் உள்நாட்டுப் பிரச்னைகள் சம்பந்தப்பட்டவை.

இந்தத் தீவிரவாத இயக்கங்களிடம் போர் விமானங்களைச் சுட்டு வீழ்த்தும் நவீன பீரங்கிகளும் இருந்தன.

நாசருக்கு என்ன கவலை என்றால், இஸ்ரேல் ராணுவத்துக்கு எதிராகத் தான் போர்விமானங்களை அணிவகுத்துப் பறக்கவிடப்

போக, அதைத் தவறாகப் புரிந்துகொண்டு உள்ளூர்த் தீவிரவாதிகள், அவர்களை ஒழிக்கத்தான் ராணுவ விமானங்கள் வருகின்றனவோ என்று எண்ணி, சுட்டு வீழ்த்தி விடக் கூடுமல்லவா?

ஆகவே கொஞ்சம் யோசித்துச் செய்யலாம் என்று நினைத்து, தனது போர் விமானங்களை எடுக்காமல், இஸ்ரேல் விமானங்கள் வரும்போது எதிர்த்தாக்குதல் நடத்துவதற்கு பீரங்கிகளை மட்டும் தயார் நிலையில் வைக்கச் சொன்னார்.

இதுதான் மிகப்பெரிய பிரச்னையாகப் போய்விட்டது.

என்னதான் ராணுவ டாங்குகள் அணிவகுத்தாலும் போர் விமானங்களை, அதுவும் மொத்தமாக பத்திருபது விமானங்கள் வரும்போது அவற்றைச் சமாளிக்க, டாங்குகளால் முடியாது. பறந்துவரும் விமானங்களை தரையிலிருந்து அடித்து வீழ்த்துவது பெரிய கலை. அந்தக் கலையில் தேர்ச்சி பெற்றவர்கள் கூட ஒரு சமயத்தில் ஓரிரண்டு விமானங்களை வீழ்த்த முடியுமே தவிர, மொத்தமாக ஒரு விமானப்படையையே அழித்துவிட முடியாது.

இஸ்ரேல் இதை எதிர்பார்க்கவில்லை. அதிர்ஷ்டம் அப்போது அவர்கள் பக்கம் இருந்தது. அத்தனை எகிப்து விமானங்களும் சமர்த்தாக மைதானங்களில் தூங்கிக்கொண்டிருந்ததைப் பார்த்ததும் அவர்கள் வியப்பின் உச்சிக்கே போனார்கள். எந்தவித சிரமமும் இல்லாமல் ஒன்று விடாமல் 300 எகிப்திய விமானங்களை குண்டு வீசி அழித்தார்கள். சுமார் நாநூறு விமானப்படை வீரர்களும் இறந்தார்கள்.

எகிப்து தரப்பில் அவர்களால் வெறும் பத்தொன்பது இஸ்ரேல் விமானங்களைத்தான் வீழ்த்த முடிந்தது. இது ஒரு பெரிய விஷயமே இல்லை. தவிரவும் எகிப்தின் விமான பலத்துடன் ஒப்பிட்டால் இஸ்ரேலியப் போர் விமானங்கள் அத்தனையுமே சொத்தை என்றுதான் சொல்ல வேண்டும். ஆகவே, அந்தச் சிறிய இழப்பை இஸ்ரேல் கண்டுகொள்ளவே இல்லை. வெற்றிப் பெருமிதத்துடன் இஸ்ரேல் விமானங்கள் மீண்டும் தம் தேசத்துக்குப் போய்விட்டன.

இத்தனை பெரிய வெற்றியை இஸ்ரேல் தொடக்கத்திலேயே எதிர்பார்க்கவில்லையாதலால், மிகுந்த மகிழ்ச்சியுடனும் மேலும் உத்வேகத்துடனும் தனது அடுத்தக் கட்ட நடவடிக்கையாக எகிப்தின் சினாய் மற்றும் காஸா பகுதிகளின் மீது கவனம் செலுத்த ஆரம்பித்தது.

கிட்டத்தட்ட ஏழு முழுப்படைகளை இப்பணியில் இறக்கியது இஸ்ரேல். யுத்தத்தில் பங்குகொண்ட முக்கியத் தளபதிகளுள் ஒருவர் பெயர் ஏரியல் ஷரோன். இன்றைய இஸ்ரேலியப் பிரதமர்.

சினாயைக் கைப்பற்றுகிற விஷயத்தில் இஸ்ரேல் அன்று கடைப்பிடித்த உத்தியை கவனிக்க வேண்டும்.

நேரடியாக சினாய்க்கு வீரர்களை அனுப்பியதுடன் இஸ்ரேல் ராணுவத் தளபதிகள் ஓய்ந்துவிடவில்லை. மாறாக எகிப்தின் நான்கு முனைகளிலும் தாக்குதலுக்கு வீரர்களை அனுப்பி எல்லைகளில் அணிவகுக்க வைத்தார்கள். அதனால், எகிப்து தனது வீரர்களை அனைத்துப் பக்கமும் அனுப்ப வேண்டியதானது. ஆனால் இஸ்ரேல் யுத்தம் செய்ய முடிவு செய்தது என்னவோ சினாயில் மட்டும்தான்.

பெரும்பாலான எகிப்து வீரர்கள் தேசமெங்கும் சிதறிக்கிடக்க, இஸ்ரேல் தன்னுடைய ராணுவத்தின் முக்கியப் படைகள் அனைத்தையும் சினாயில் குவித்து, யுத்தத்தை ஆரம்பித்தது. கப்பல் படையின் பாதுகாப்பில் தரைப்படை வீரர்கள் முன்னேறி வந்து தாக்கத் தொடங்கினார்கள். எகிப்து ராணுவத்துக்கு இங்கேயும் பிரச்னை.

அவர்கள் இஸ்ரேல் கப்பல் படையை முதலில் கவனிப்பதா, தரைப்படையை கவனிப்பதா என்று புரியாமல் கொஞ்சம் தடுமாறிக்கொண்டிருக்க, அதற்குள் முழு சினாயையும் ஆக்கிரமித்துவிட்டது இஸ்ரேல் படை. இது நடந்தது 8 ஜூன்.

யுத்தங்களுக்கென்று சில இலக்கணங்கள் இருக்கின்றன. ஆனால் இந்தக் குறிப்பிட்ட போரைப் பொறுத்தவரை இஸ்ரேல் ஓர் இலக்கணம் மீறிய புதுக்கவிதை யுத்தத்தை மேற்கொண்டது என்றுதான் சொல்ல வேண்டும்.

யுத்த இலக்கணப்படி கப்பல்படையின் பாதுகாப்பில் தரைப்படை முன்னேறுமானால், முதலில் பின்னால் அணிவகுக்கும் கப்பல்களைத்தான் தற்காப்பு யுத்தம் செய்யும் தேசம் குறிவைக்கும். ஏனெனில் ஒரு போர்க்கப்பல் என்பது இருபது விமானங்களைச் சுமந்துகொண்டிருக்கலாம். இரண்டாயிரம் வீரர்களைச் சுமந்துகொண்டிருக்கலாம். பல்லாயிரக்கணக்கான

வெடிகுண்டுகள், ஆயுதங்கள் அதில் இருக்கலாம். தரைப்படை வீரர்களை முதலில் தாக்கத் தொடங்கினால் பின்னால் சாரிசாரியாக ஆட்களும் ஆயுதங்களும் வந்தபடியே இருக்குமென்பதால் முதலில் பாதுகாப்பளிக்கும் போர்க்கப்பல்களை அழிப்பதுதான் யுத்த நடைமுறை.

அதைத்தான் எகிப்துப்படையினர் செய்ய முயன்றார்கள். ஆனால் இஸ்ரேல் மிகக் கவனமாகத் தனது போர்க்கப்பல்களில் எந்த விதமான முக்கிய ஆயுதங்களையோ விமானங்களையோ வைக்காமல், ஒப்புக்குக் கொஞ்சம் வீரர்களை மட்டுமே நிறுத்திவிட்டு, தரைப்படையினர் வசமே அத்தனை தளவாடங்களையும் தந்திருந்தது!

இதை எகிப்து கனவில் கூட எதிர்பார்த்திருக்க முடியாதென்பதால், தரைப்படையினரின் தாக்குதலைச் சமாளிக்க முடியாமல் அது தோல்வியைத் தழுவ வேண்டியதானது!

எகிப்தின் இன்னொரு பெரிய பலவீனம், தகவல் தொடர்பின்மை மற்றும் ஒருங்கிணைப்பு இன்மை. பதற்றத்தில் எகிப்துப்படை இஷ்டத்துக்குப் போரிடத் தொடங்கிவிடவே, ஒருகட்டுப்படுத்தும் சக்தியாக யாராலுமே செயல்பட முடியாமல் போய்விட்டது.

சினாயும் காஸாவும் இஸ்ரேலின் வசம் திரும்ப வந்தது இப்படித்தான்!

சிரியாவின் கோலன் குன்றுகளாயிற்று, எகிப்தின் சினாய் ஆயிற்று. அடுத்தது ஜோர்டன். அந்த மேற்குக் கரை விவகாரம்.

இஸ்ரேல் மிகுந்த தன்னம்பிக்கையுடன் அந்தப் பக்கம் அடுத்துப் பார்த்தது.

72

எகிப்து மற்றும் சிரியாவின் படைகளுடன் ஒப்பிட்டால் அன்றைய காலகட்டத்தில் ஜோர்டனின் படை சற்றே வலுவானது என்றுதான் சொல்லவேண்டும். ஜோர்டனுக்கு நிறைய மேலை நாடுகளுடன் நட்பு இருந்தது. அதன்மூலம் நவீன ஆயுதங்கள் பலவற்றை வாங்கிக் குவித்திருந்தார்கள். அத்துடன், அப்படி வாங்கும் ஆயுதங்களை இயக்குவதற்கான பயிற்சியும் முறைப்படி ராணுவத்தினருக்கு அளிக்கப்பட்டிருந்தது. அமெரிக்காவைப் பிடிக்காத அத்தனை தேசங்களுடனும் அன்றைக்கு ஜோர்டன் நட்பு கொண்டிருந்தது. ஆகவே, ஒரு யுத்தம் என்று வரும்போது - அதுவும் இஸ்ரேலுடன் யுத்தம் என்று வரும்போது அத்தனை பேரும் போட்டி போட்டுக்கொண்டு ஜோர்டனுக்கு ஆயுத உதவிகள் செய்தார்கள்.

ஆறு நாள் யுத்த சமயத்தில் ஜோர்டனின் மொத்த படைபலம் சுமார் ஒன்றரை லட்சம். அதில் பதினொரு பிரிகேடுகள் - அதாவது, சுமார் அறுபதாயிரம் வீரர்கள் கொண்ட ஒரு சிறப்புப் பிரிவு நவீன ரக பீரங்கிகளை இயக்குவதற்காகவே பழக்கப்பட்டிருந்தது. இதில் சுமார் நாற்பதாயிரம் பேரை மேற்குக் கரையிலும் மிச்சமிருந்த இருபதாயிரம் பேரை ஜோர்டன் பள்ளத்தாக்குப் பகுதியிலும் நிறுத்தியிருந்தார்கள். இவர்களுக்கு உதவியாக ராயல் ஜோர்டன் விமானப்படைப் பிரிவு ஒன்று இருபத்திநான்கு மணிநேரமும் கூடவே சுற்றிப் பறந்துகொண்டிருந்தது. மொத்தம் இருபது போர் விமானங்கள் கொண்ட படை அது.

ஜோர்டனுக்கு இரண்டு பிரச்னைகள் இருந்தன. முதலாவது, மேற்குக் கரைப் பகுதியை இஸ்ரேலிடமிருந்து காப்பது. இரண்டாவது, ஜோர்டனின் வசம் இருந்த ஜெருசலேம் பகுதிகளை எப்பாடுபட்டாவது காப்பாற்றிக்கொள்வது. ஆகவே, ஜெருசலேத்தில் தனியே ஐந்து பிரிகேடுகள் நிறுத்தப்பட்டன.

ஜூன் ஐந்தாம்தேதி ஜோர்டன் தனது யுத்தத்தைத் தொடங்கியது. முதலில் ஜெருசலேத்தில் இருந்த இஸ்ரேலிய ராணுவ முகாம் மீது தாக்குதலைத் தொடங்கினார்கள். மறுபுறம் டெல் அவிவ் நகரில் இருந்த அத்தனை இஸ்ரேலிய அரசு அலுவலகங்கள் மீதும் ஜோர்டன் விமானங்கள் குண்டு வீசத் தொடங்கின. இப்படிக் கட்டடங்களைத் தாக்கிக்கொண்டே இஸ்ரேலின் விமானத்தளம் வரை வந்து சேர்ந்த ஜோர்டன் படை, அங்கிருந்த இஸ்ரேலியப் போர் விமானங்கள் ஒவ்வொன்றையும் குறிவைத்து குண்டு வீச ஆரம்பித்தன. இஸ்ரேலியத் தரைப்படையினர் பீரங்கி மூலம் நிகழ்த்திய தாக்குதலில் ஜோர்டனின் சில விமானங்களும் அப்போது நாசமாயின என்றாலும் ஜோர்டன் அரசு சற்றும் எதிர்பாராதவிதமாகக் குறைந்தது எட்டு இஸ்ரேலிய விமானங்களையாவது அவர்கள் முழுச்சேதப்படுத்தியிருந்தார்கள்.

இதற்கான பதிலை மறுநாள் யுத்தத்தில் இஸ்ரேல் அளித்தது. ஒரே சமயத்தில் ஏழு ஜோர்டானிய இலக்குகளின் மீது அவர்கள் தாக்குதலை ஆரம்பித்தார்கள். ரமல்லா நகரம், ஜெருசலேமின் ஜோர்டானியப் பகுதிகள், ஜோர்டன் பள்ளத்தாக்கு என்று புகுந்து புகுந்து அடிக்க ஆரம்பித்தார்கள். மூச்சு விடக்கூட அவகாசமில்லாமல் குண்டுகள் வந்து விழுந்துகொண்டே இருந்தன.

ஏழாம் தேதி நிலைமை இன்னும் தீவிரமானது. ஜோர்டனின் விமானப்படை முழுவதும் மேற்குக் கரை ஓரம்தான் அணிவகுத்திருக்கின்றன என்பதை கவனித்து, இஸ்ரேல், தனது விமானப்படையை மொத்தமாக ஜெருசலேத்துக்கு அனுப்பியது. விமானப்படையின் பாதுகாப்பில் நகருக்குள் பழைய ஜெருசலேம் நகருக்குள் நுழைந்த இஸ்ரேலிய ராணுவம், அங்குள்ள புனிதச் சுவரையும் *Temple Mount* என்று சொல்லப்படும் புராதனமான புண்ணியத் தலம் ஒன்றையும் கைப்பற்றிக்கொண்டது.

அத்துடன் ஓயாமல் அப்படியே படையை நகர்த்திக்கொண்டு போய் ஜுதேயா, குஷ் எட்ஸன், ஹெப்ரான் பகுதிகளையும் அபகரித்துக்கொண்டது.

இந்தப் போரில் ஜோர்டன் படையினர் காட்டிய வீரம் குறித்து மொத்தம் நான்கு இஸ்ரேலிய ராணுவ ஜெனரல்கள் தமது போர்

நினைவுக் குறிப்புகளில் மிகவும் சிலாகித்து எழுதியிருக்கிறார்கள். “அவர்களிடம் சரியான திட்டமிடல் இருந்தது. இலக்கு தவறாமல் ஆயுதப்பிரயோகம் செய்யத் தெரிந்துவைத்திருக்கிறார்கள். நவீன ஆயுதங்களைச் சிறப்பாகக் கையாளவும் செய்கிறார்கள். தோற்றதற்குக் காரணம், அவர்களைக் காட்டிலும் இஸ்ரேலியர்கள் சிறப்பாகப் போரிட்டதுதான்” என்று எழுதுகிறார் மாண்ட்லர் என்கிற ஓர் இஸ்ரேலிய கமாண்டர்.

ஆறுநாள் யுத்தத்தில் இஸ்ரேலுக்குக் கிடைத்த மிகப்பெரிய வெற்றி என்பது மேற்குக் கரையையும் முழு ஜெருசலேத்தையும் அவர்களால் கைப்பற்ற முடிந்ததுதான். அரேபியர்கள் அதிர்ச்சியடைந்ததும் அதனால்தான். ஜெருசலேத்தின் ஒரு பகுதியாவது ஜோர்டன் வசம் இருந்ததில் சற்றே ஆறுதலடைந்த முஸ்லிம்கள், அதுவும் இப்போது போய்விட்டதில் மிகுந்த கலக்கத்துக்கு ஆளானார்கள்.

ஜூன் பத்தாம்தேதி யுத்தம் ஒருவாறு முடிவுக்கு வந்தது. சிரியாவின் கட்டுப்பாட்டில் இருந்த கோலன் சிகரங்களை முழுமையாகக் கைப்பற்றிக்கொண்டதுடன் இஸ்ரேல் போர் நிறுத்தத்துக்குக் குரல் கொடுத்தது. காஸா, சினாய், மேற்குக்கரை, கிழக்கு ஜெருசலேம் என்று இஸ்ரேல் கண்ட முழுக்கனவும் அந்த யுத்தத்தில் நனவாகிப்போனது. இதன்மூலம் இஸ்ரேலின் பரப்பளவு முன்பிருந்ததைக் காட்டிலும் மூன்று மடங்கு அதிகரிக்க, இஸ்ரேலின் கட்டுப்பாட்டில் வாழும் அரேபியர்களின் எண்ணிக்கையும் கூடுதலாகப் பத்துலட்சம் ஆனது.

இந்த யுத்தத்தைப் பொறுத்தவரை இஸ்ரேல் ஒரு விஷயத்தை மிகத்தெளிவாக நிரூபித்தது. ஒரு போரில் கலந்துகொண்டு வெற்றி பெறுவது மட்டுமல்ல; ஒரு போரை வெற்றிகரமாக ஆரம்பித்து, நடத்தி ஜெயிப்பதிலும் தான் கில்லாடி என்பதைச் சொல்லாமல் சொன்னது.

எகிப்து, சிரியா, ஜோர்டன் ஆகிய மூன்று தேசங்களுக்கும் இந்த யுத்தம் சில பாடங்களைச் சொல்லித்தந்தன. என்னதான் அவர்கள் வீரத்துடன் போரிட்டாலும் யுத்தத்தில் வெற்றி என்பது சில சூட்சுமமான ஃபார்முலாக்களைக் கைக்கொள்வதில்தான் இருக்கிறது என்பதை அவர்கள் புரிந்துகொண்டார்கள். எந்தச்

சமயத்தில் எங்கு தாக்கினால் பலன் கிடைக்கும் என்பதை யூகிப்பதற்கு அறிவியல்பூர்வமான கற்பனை அவசியம் என்பதை நாசர் உணர்ந்துகொண்டார். மடத்தனமாகத் தனது விமானப்படையைப் பயன்படுத்தாமல் அப்படியே வைத்திருந்து மொத்தமாக இழந்தது குறித்து மிகவும் வருத்தப்பட்டார்.

யுத்தத்தில் அதிகம் பாதிப்புக்குள்ளான பகுதி, மேற்குக்கரை. அது பாலஸ்தீனியர்களின் தாயகம். இஸ்ரேல் வசமிருந்து ஜோர்டனுக்குக் கைமாறி, மீண்டும் இப்போது இஸ்ரேல் வசமே வந்துவிட்டது. எனில் பாலஸ்தீனியர்களின் சுதந்தரம் என்பது நிரந்தரக் கேள்விக்குறிதானா?

மேற்குக்கரையில் அப்போது சுமார் பத்துலட்சம் அரேபியர்கள் வசித்துக்கொண்டிருந்தார்கள். யுத்தம் இஸ்ரேலுக்குச் சாதகமாக மாறிவிட்டதில் அவர்களில் பெரும்பாலானோர் தொடர்ந்து அங்கே வசிப்பதில் தங்களுக்கு மிகுந்த சிரமம் இருக்கும் என்று கருதினார்கள். சுமார் மூன்றரை லட்சம் பேர் அகதிகளாகப் புறப்பட்டு, ஜோர்டன் நதியைக் கடந்து ஜோர்டன் நாட்டுக்குள் நுழைந்துவிட்டார்கள். இதன்மூலம் ஜோர்டனுக்கு அகதிச் சுமையும் அதிகமானது.

அதிலும்தர்மசங்கடமானநிலைமைவேறு.மேற்குக்கரையிலிருந்து இப்போது வரும் மக்களை எந்த தேசத்தவர்கள் என்று சொல்வது? முந்தைய தினம் வரை அவர்களும் ஜோர்டன் குடிமக்கள்தான். இந்த நிமிஷம் மேற்குக்கரை, இஸ்ரேல் வசமானதால் அவர்கள் அந்நிய நாட்டு அகதிகளா, அல்லது சொந்த நாட்டு அகதிகளா?

அரசுக்கே இந்தக் குழப்பம் என்றால், அந்த மேற்குக் கரை மக்களின் மனநிலை எப்படி இருந்திருக்கும்? அகண்ட பாலஸ்தீனின் ஆதிகுடிகள் அவர்கள். அவர்கள்தான் அப்போது அகதிகளாக அங்கும் இங்கும் அலைந்துகொண்டிருந்தார்கள். ஆள வந்த இஸ்ரேலியர்களும் சரி, ஆண்டு முடித்த ஜோர்டானியர்களும் சரி, மேற்குக்கரையின்மீது சொந்தம் கொண்டாட எந்த நியாயமும் இல்லாதவர்கள். இது ஏன் உலகின் பார்வையில் சரியாக விழவே மாட்டேனென்கிறது? தங்களுக்காக ஏன் யாருமே குரல் கொடுக்கமாட்டேன் என்கிறார்கள்?

பாலஸ்தீனிய அரேபியர்களின் அந்த மௌன ஓலம் பாலைவனக் காற்றில் மிதந்து அலைந்துகொண்டிருந்தது. கேட்கத்தான் நாதி இல்லை.

இந்த யுத்தத்தின் இன்னொரு முக்கியமான அம்சம், இழப்புகள் தொடர்பானது. மூன்று தேசங்கள் இணைந்து இஸ்ரேல் என்கிற ஒரு நாட்டுடன் யுத்தம் செய்திருக்கின்றன. ஆனால் போரில் ஏற்பட்ட இழப்புகள் அப்படியே தலைகீழ்!

எகிப்து உடனான யுத்தத்தில் இஸ்ரேல் இழந்த ராணுவத்தினரின் எண்ணிக்கை வெறும் முன்னூற்று முப்பத்தெட்டு! ஆனால் எகிப்து தரப்பில் மொத்தம் பதினைந்தாயிரம் வீரர்கள் உயிரிழந்திருந்தார்கள். ஜோர்டன் தரப்பில் எண்ணூறு பேர் இறந்தார்கள். ஜோர்டன் படையுடன் போரிட்ட இஸ்ரேல் ராணுவத்தரப்பில் இழப்பு எண்ணிக்கை முன்னூறுதான். அதேபோல சிரியாவின் கோலன் குன்றுகளில் நடந்த யுத்தத்தில் இஸ்ரேலியத் தரப்பில் மொத்த இழப்பே 141 பேர்தான். ஆனால் ஐந்நூறு சிரிய வீரர்கள் அந்த யுத்தத்தில் இறந்ததாக இஸ்ரேலியத் தரப்பு கணக்கு சொன்னது. (இந்த ஒரு விஷயத்தில் மட்டும் சிரிய ராணுவம் சரியான தகவல் தராதகாரணத்தால் இஸ்ரேல் சொல்லும் எண்ணிக்கையை மட்டுமே நாம் ஏற்கவேண்டியிருக்கிறது!)

இதற்கான காரணம் என்னவாக இருக்கும் என்று அரேபியர்கள் யோசித்துப் பார்த்தார்கள். உண்மையில், அதிக ஆட்சேதம் இல்லாமல் யுத்தம் செய்வது எப்படி என்கிற கலையை அமெரிக்க உளவுத்துறையான சி.ஐ.ஏ.வின் தனிப்படைப் பிரிவு ஒன்று இஸ்ரேல் ராணுவத்துக்குக் கற்றுக்கொடுத்தது என்று ஆறு வருடங்களுக்குப் பிறகு மீண்டும் நடந்த இன்னொரு அரேபிய - இஸ்ரேலிய யுத்தத்தின்போது தெரியவந்தது!

ஆனால்இந்தக்குறிப்பிட்டயுத்தத்தில்அமெரிக்காமட்டுமல்லாமல் பிரிட்டனும் இஸ்ரேலுக்கு மறைமுகமாக நிறைய உதவிகள் செய்து, கொம்புசீவி விட்டதாக அரபு மீடியாக்கள் அத்தனையும் அலறின.

உதாரணமாக, எதிரிப்படைகளின் இருப்பு குறித்த தகவல்களையும் அவர்கள் எங்கே, எந்த திசையில் நகர்கிறார்கள் என்பது போன்ற விவரங்களையும் அமெரிக்கா தன் உளவு சாட்டிலைட்டுகள் மூலம் கண்காணித்து உடனுக்குடன் இஸ்ரேலுக்குத் தகவல் தெரிவித்து வந்தது என்று கெய்ரோ வானொலி மணிக்கொருதரம் சொல்லிவந்தது. இதே தகவலை அல் அஹ்ரம் என்கிற எகிப்து நாளிதழும் உறுதிப்படுத்திக்கொண்டே இருந்தது.

சிரியா மற்றும் ஜோர்டன் ஊடகங்கள், பிரிட்டன் அளித்த பொருளுதவிகள், ஆயுத உதவிகள் பற்றி நிமிஷத்துக்கு நிமிஷம் அறிக்கை வாசித்துக்கொண்டே இருந்திருக்கின்றன. காரணம், இதையெல்லாம் கேட்டாவது சோவியத் யூனியன் களத்தில் வந்து குதிக்காதா என்கிற எதிர்பார்ப்புதான்.

ஆனால் சோவியத் யூனியன் அப்படிச் செய்யாததற்குக் காரணம், ஒரு உள்ளூர் யுத்தம் இன்னொரு உலக யுத்தமாகிவிடக்கூடாதே என்பதுதான். அவர்களால் முடிந்தவரை எகிப்து ராணுவத்துக்கு விமானப்படை உதவிகளை ஏற்கெனவே அளித்திருந்தார்கள். வேறென்ன செய்யமுடியும்? அன்றைய தேதியில் உளவு பார்க்கிற விஷத்தில் அமெரிக்க சாட்டிலைட்டுகள் அளவுக்கு சோவியத் சாட்டிலைட்டுகள் அத்தனை சிறப்பானதில்லை. தவிர, அரேபியப் படைகள்தான் ரகசியமாகத் திட்டம் தீட்டி படைகளை நகர்த்திக்கொண்டிருந்தனவே தவிர, இஸ்ரேலிய ராணுவம், எந்த ரகசியமும் இல்லாமல் மிகவும் வெளிப்படையாகவேதான் தனது படைகளை நகர்த்திச் சென்றது. அவர்களே தினசரி போட்டோ பிடித்துப் பத்திரிகைகளில் வெளியிட்டுக்கொண்டும் இருந்தார்கள். எந்தப் படை எங்கே இருக்கிறது; எங்கே போகப்போகிறது என்று பத்தி பத்தியாக எழுதிக்கொண்டும் இருந்தார்கள்.

ஒரு தேர்ந்த ராணுவத்துக்குரிய எல்லா லட்சணங்களையும் பெற்றவர்களாக அவர்கள் இருந்ததை அரபு உலகம் கவனித்தது. இது எப்படி சாத்தியமானது? வெறும் 19 வயதே ஆன இஸ்ரேல். எந்தவித உள்கட்டுமானமும் இன்னும் செய்துமுடிக்கப்படாத தேசம் அது. தேசம் என்று பிறந்த நாளாக சிக்கல்களை மட்டுமே எதிர்கொண்டுவரும் இஸ்ரேல். ஆனாலும் எப்படி முடிகிறது?

பேசலாம், அமெரிக்க உதவி, பிரிட்டன் உதவி என்று என்னவேண்டுமானாலும் சொல்லலாம். அடிப்படையில் இஸ்ரேலியர்களுக்கு வெற்றியை மட்டுமே தேடித்தரும் காரணி எதுவாக இருக்கும்?

இதுதான் அரேபியர்களுக்குப் புரியவில்லை. அவர்களுக்கு அது புரியாததுதான் இஸ்ரேலின் பலமாக அப்போதும் இருந்தது!

73

பங்குகொண்ட அத்தனை யுத்தங்களிலும் வெற்றி பெறுவதென்பது எந்த தேசத்துக்கும் சாத்தியமில்லை. உலகம் முழுவதும் எதிர்த்தபோதும் தனது கொள்கையில் விடாப்பிடியாக இருந்து, தான் நினைத்ததை மட்டுமே சாதிப்பதென்பதும் எந்த தேசத்துக்கும் சாத்தியமில்லை. அமெரிக்கா போன்றதொரு வல்லரசு என்றாலும் பரவாயில்லை. இஸ்ரேல் ஒரு கொசு. ஊதினாலே உதிர்ந்துவிடக்கூடிய மிகச்சிறிய தேசம்.

சற்று யோசித்துப் பாருங்கள். கிழக்கே குவைத் தொடங்கி மேற்கே எகிப்து வரை எத்தனை அரபு தேசங்கள் இருக்கின்றன? அத்தனை பேரும் இணைந்து ஒரு யுத்தம் மேற்கொண்டால் இஸ்ரேலை இருந்த இடம் தெரியாமல் ஆக்கிவிட முடியாதா? பாலஸ்தீன் விஷயத்தில் இஸ்ரேல் நடந்துகொள்வது முழுக்க முழுக்க அயோக்கியத்தனம் என்பது உலகுக்கே தெரியும். அத்தனை தேசங்களும் தத்தம் கண்டனத்தை எப்போதும் தெரிவித்துக்கொண்டுதான் இருக்கின்றன. ஆனாலும் எந்த தைரியத்தில் இஸ்ரேல் தன் முடிவில் விடாப்பிடியாக இருக்கிறது? ஏன் யாராலும் அவர்களை எதுவும் செய்ய முடியவில்லை?

எகிப்து, சிரியா, ஜோர்டன் என்று மூன்று தேசங்கள் இணைந்துதான் 1967 யுத்தத்தில் இஸ்ரேலை எதிர்த்தன. இத்தனைக்கும் அவர்களுக்கு சோவியத் யூனியனின் மறைமுக ஆதரவு வேறு இருந்தது. ஆனாலும் யுத்தத்தில் இஸ்ரேல்தான் வெற்றி பெற்றது; தான் நினைத்ததைச் சாதித்தது. அதற்கு முன்னால் நடைபெற்ற சூயஸ் யுத்தத்தின் போதும் போர் நிறுத்தத்துக்கு முன்னதாகத் தனக்கு என்ன வேண்டுமோ அதை இஸ்ரேலால் அடைந்துவிட முடிந்தது. அதற்கும் முன்னால் நடைபெற்ற 1948 யுத்தத்திலும் இஸ்ரேலுக்குத்தான் வெற்றி.

எப்படி இது சாத்தியம்? அரேபியர்களின் வீரம் இஸ்ரேலிடம் எடுபடக்கூடிய தரத்தில் இல்லையா? அது இருக்கட்டும். ஆயிரம் எதிர்ப்புகள்வருகின்றன;ஐநாசபையில்அடிக்கொருதரம்தீர்மானம் போடுகிறார்கள்; இஸ்ரேலுக்கு எச்சரிக்கைகள் விடப்படுகின்றன - ஆனபோதும் எல்லாம் அந்த நேரத்துப் பரபரப்பாக மட்டுமே இருந்து மறைந்துவிடுவது ஏன்?

இவை எல்லாவற்றுக்கும் காரணம், இஸ்ரேலின் தனிப்பெரும் அடையாளமும் மிகப்பெரிய பலமுமான அதன் உளவு அமைப்பு. அதன் பெயர் *Ha-Mossad le-Modiin ule-Tafkidim Meyuhadim*. சுருக்கமாக மொஸாட். *(Mossad)*.

உலகின் மூன்றாவது பெரிய உளவு அமைப்பு என்று சொல்லப்பட்டாலும் தரத்தில் மொஸாட், சி.ஐ.ஏ. எம் 16 ஆகிய அமைப்புகளைக் காட்டிலும் சிறந்தது. பொதுவாக உளவு அமைப்புகளுக்குரிய அதிகார வரம்புகளைக் காட்டிலும் சற்றே கூடுதல் அதிகாரங்கள் பெற்ற அமைப்பு இது. ஆனால் மொஸாடில் வெளிப்படையான ராணுவப் பிரிவு கிடையாது. சி.ஐ. ஏவில் அது உண்டு. எம்.16ல் உண்டு. ரஷ்யாவின் கேஜிபியில் கூட ஒரு துணை ராணுவப்பிரிவு உண்டு என்று சொல்லுவார்கள்.

மொஸாட்டின் பணிகள் மிகவும் எளிமையானவை. 1. ஆட்சிக்கு இடையூறு தரக்கூடியவர்கள் பற்றிய தகவல்களைத் திரட்டுதல். 2. தேவைப்பட்டால் சத்தமில்லாமல் அரசியல் கொலைகளைச் செய்தல், 3. யுத்தங்களுக்கான திட்டம் தீட்டி, வழி நடத்திக் கொடுத்தல் 4. அரபு தேசங்கள், உலகெங்கும் பரவியிருக்கும் அரபு அமைப்புகளின் நடவடிக்கைகளைக் கண்காணித்தல்.

இவற்றுள் முதலாவது மற்றும் மூன்றாவது, நான்காவது பணிகளை உலகின் அனைத்து தேசங்களின் உளவு அமைப்புகளும் மேற்கொள்வது வழக்கம்தான். ஆனால் அரசியல் கொலைகளை அதிகாரபூர்வமாகச் செய்வதற்கு அனுமதி பெற்ற ஒரே உளவு அமைப்பு மொஸாட் மட்டுமே. இஸ்ரேலில் மட்டுமல்லாமல், தேவைப்பட்டால் உலகின் வேறெந்தப் பகுதியிலும் கூட ஒரு மொஸாட் ஏஜெண்ட், தமது தேசத்தின் எதிரி என்று கருதக்கூடியவர்களைக் கொல்லுவதற்கு இஸ்ரேல் அரசு அனுமதி வழங்கியிருக்கிறது. இது உலகின் வேறெந்த நாட்டு உளவு அமைப்புக்கும் இல்லாத அதிகாரம். சி.ஐ.ஏ.வுக்குக்

கூடக் கிடையாது. ஒரே ஒரு நிபந்தனை என்னவென்றால் மொஸாட் உளவாளிகள் எக்காரணம் கொண்டும் யூதர்களைக் கொல்லக்கூடாது! அவ்வளவுதான்.

இஸ்ரேலின் முதல் பிரதம மந்திரியான டேவிட் பென்குரியன் 1951ம் ஆண்டு மொஸாடைத் தோற்றுவித்தார். ஆரம்பத்தில் பாலஸ்தீன் போராளிகளின் நடவடிக்கைகளைக் கண்காணிப்பதற்காக மட்டும் என்று தோற்றுவிக்கப்பட்ட இந்த அமைப்பு, தனது சிறப்பான செயல்பாடுகளின் காரணமாக விரைவில் மிகப் பெரிய அளவில் விஸ்தரிக்கப்பட்டுவிட்டது. இன்றைய தேதியில் டெல் அவிவ் நகரில் இயங்கும் மொஸாடின் தலைமை அலுவலகத்தில் வருகைப் பதிவேட்டில் கையெழுத்துப் போட்டு மாதச் சம்பளம் வாங்கும் ஊழியர்களின் எண்ணிக்கை சுமார் 2000. ஆனால் கண்ணுக்குப் புலப்படாத மொஸாட் ஏஜெண்டுகள் பல்லாயிரக்கணக்கில் உலகெங்கிலும் உண்டு.

மொஸாடின் இணையத்தளத்துக்கு முடிந்தால் போய்ப் பாருங்கள். அழகாக, சுத்தமாக, மிகவும் வெளிப்படையாக அப்ளிகேஷன் பாரம் கொடுத்திருப்பார்கள். யார் வேண்டுமானாலும் மொஸாடின் ஏஜெண்டாக விண்ணப்பிக்கலாம். உங்கள் பெயர், முகவரி, தொலைபேசி எண் உள்ளிட்ட அடிப்படை விவரங்கள் கேட்கப்பட்டபிறகு வேறு சில வினாக்களும் அங்கே கேட்கப்படும். உதாரணமாக நீங்கள் ஒரு யூதர் அல்லாதவர் என்றால் எதற்காக மொஸாடுக்காகப் பணியாற்ற விரும்புகிறீர்கள் என்று கேட்பார்கள். இது தவிரவும் ஏராளமான கேள்விகள் உண்டு. அத்தனை கேள்விகளுக்கும் விடை எழுதி அனுப்பினால், அந்த விடைகள் அவர்களுக்குத் திருப்தி தரக்கூடுமென்றால் ஒரு வேளை உங்களை யாராவது ஒரு மொஸாட் ஏஜெண்ட் கண்காணிக்க ஆரம்பிக்கலாம். ஒரு வருடமோ, இரண்டு வருடமோ, இன்னும் அதிகமோ, குறைவோ. நீங்கள் சரியான நபர்தான், தேவையான நபர்தான் என்று அவர்கள் தீர்மானித்தால் அடுத்தக்கட்ட பரிசோதனைகள் ஆரம்பமாகும். எத்தனை கட்டங்களாகப் பரிசோதிப்பார்கள், என்னென்ன பயிற்சிகள் அளிப்பார்கள் என்பதெல்லாம் யாருக்குமே தெரியாத ரகசியங்கள். மொஸாடின் விண்ணப்பப் படிவம் மட்டும்தான் வெளிப்படை. மற்றபடி அவர்களின் நடவடிக்கைகள் காற்றுக்கும் கடவுளுக்கும் கூடத் தெரியாது!

மொஸாடின் தலைமை அலுவலகத்தில் மொத்தம் ஆறு துறைகள் இயங்குகின்றன. (ஆரம்பக் காலத்தில் எட்டு துறைகளாக இருந்திருக்கிறது. பின்னால் அதனை ஆறாகச் சுருக்கி இருக்கிறார்கள்.)

1. தகவல் சேகரிப்புப் பிரிவு (Collections Department). இதுதான் அளவில் மிகப் பெரியது. உலகெங்கும் மொஸாட் உளவாளிகள் அரசியல் மற்றும் ராணுவ ரீதியில் இஸ்ரேல் அரசுக்குத் தேவையான தகவல்களை ரகசியமாகச் சேகரித்துத் தொகுத்து வைப்பார்கள். அரசுக்கு உரிய நேரத்தில் எச்சரிக்கை தருவது, ஆயத்தங்களுக்கு அறிவுறுத்துவது போன்றவை இந்தப் பிரிவின் தலையாய பணி.

2. அரசியல் மற்றும் நல்லுறவுப் பிரிவு (Political Action and Liaison Department). இது கிட்டத்தட்ட ஒரு வெளிவிவகாரத் துறை அமைச்சகம் போன்றது. இஸ்ரேலின் நட்பு நாடுகளின் உளவு அமைப்புகளுடன் நல்லுறவு ஏற்படுத்திக்கொண்டு தகவல் பரிமாற்றத்துக்கு வழி செய்து தமக்குத் தேவையான தகவல்களை ரகசியமாகப் பெற்றுத் தரவேண்டியது இந்தப் பிரிவின் பணி. எதிரி தேசங்கள் என்றால் அங்குள்ள அரசுக்கு எதிராகச் செயல்படும் தீவிரவாத இயக்கங்களை வளைக்க முடியுமா என்று பார்ப்பதும் இவர்களின் பணியே.

3. Metsada என்கிற சிறப்பு நடவடிக்கைப் பிரிவு. இவர்கள்தான் அரசியல் கொலைகளைச் செய்பவர்கள். ராணுவ நடவடிக்கைகளைத் திட்டமிடுவது, வழிகாட்டுவது, தேவைப்பட்டால் தாங்களே களத்தில் இறங்குவது ஆகியவை இப்பிரிவின் பணிகள்.

4. Lohamah Psichlogit என்கிற மனோதத்துவப் பிரிவு. விசாரணைகள், ரகசிய ஆராய்ச்சிகள் செய்வது, தேவையான தகவல்களை மக்களிடையே பரப்புவது, மீடியாவைக் கண்காணிப்பது, இஸ்ரெல் குறித்து மீடியா வெளியிடும் தகவல்களைச் சரிபார்ப்பது, தேவைப்பட்டால் சர்வதேச மீடியாவுக்குள் ஊடுருவி, தமக்குச் சாதகமான செய்திகளை வரவைப்பது போன்றவை இப்பிரிவின் பணிகள்.

5. Research Department என்கிற ஆராய்ச்சிப் பிரிவு. மேற்சொன்ன அத்தனை பிரிவினரும் கொண்டுவந்து சேர்க்கும் தகவல்களை

வைத்துக்கொண்டு ஆய்வு செய்து வேண்டிய விவரங்களைத் தேடித்தொகுப்பது இவர்கள் பணி.

6. இறுதியாகத் தொழில்நுட்பப் பிரிவு *(Technology Department)*. மொஸாடின் அனைத்து நடவடிக்கைகளுக்கும் தேவையான அதிநவீன தொழில் நுட்பங்களைக் கண்டுபிடித்து அல்லது கடன் வாங்கி, துறையை எப்போதும் நவீனமயமாக வைத்திருப்பது இவர்கள் வேலை.

இந்த ஆறு பிரிவினருள் உலகுக்கு நன்கு பரிச்சயமானவர்கள், மொஸாடின் *Metsada* என்கிற சிறப்பு நடவடிக்கைப் பிரிவுதான்.

முன்னாள் சோவியத் யூனியனின் தலைவர் ஜோசப் ஸ்டாலின் குறித்து குருஷேவ் பேசிய ஒரு சர்ச்சைக்கிடமான பேச்சைக் கண்டறிந்து வெளிஉலகுக்குக்கொண்டுவந்தவர்கள்இவர்கள்தான்.

பாலஸ்தீன் பிரச்னை குறித்து உலக நாடுகளிடையே விழிப்புணர்வு ஏற்படுத்துவதற்காக *Black September* என்கிற ஒரு தீவிரவாத அமைப்பு *1972*ம் ஆண்டு நடைபெற்ற ம்யூனிச் ஒலிம்பிக்ஸில் ஒரு மாபெரும் படுகொலைத் திட்டத்தைத் தீர்மானித்து நடத்தி உலகையே உலுக்கிப் பார்த்தது. இந்தச் சம்பவத்தால் மிகவும் பாதிப்புக்குள்ளான இஸ்ரேல் அரசு, படுகொலைக்குக் காரணமானவர்களைக் கொல்லும்படி மொஸாடுக்குக் கட்டளையிட்டது.

கறுப்பு செப்டம்பர் அமைப்பைச் சேர்ந்த அலி ஹாஸன் ஸல்மே *(Ali Hassan Salameh)* என்கிற தீவிரவாதிதான் அந்தக் கொலைக்குப் பொறுப்பாளி. ஆனால் மொஸாடின் மெட்ஸடா பிரிவு உளவாளிகள், சம்பந்தமே இல்லாமல் நார்வே நாட்டில் இருந்த அஹமத் பவுச்சிகி *(Ahmed Bouchiki)* என்கிற ஒரு வெயிட்டரைக் கொலை செய்துவிட்டார்கள். அதுவும் எப்படி? மொஸாடின் உளவாளிகள் போலியான கனடா தேசத்து பாஸ்போர்ட்களை உருவாக்கி, அதை வைத்துக்கொண்டு நார்வேவுக்குச் சென்று இந்தக் கொலையைச் செய்தார்கள்! கனடா மட்டுமல்ல; சர்வதேச அளவில் மிகப்பெரிய கொந்தளிப்பை உண்டாக்கிய இந்தச் சம்பவத்தால் மொஸாடுக்கு மட்டும் எந்த பாதிப்பும் இல்லை! இஸ்ரேல் அரசு கண்டுகொள்ளவே இல்லை. ‘சரியான நபரை

மீண்டும் தேடிக் கொலை செய்யுங்கள்' என்று சொல்லிவிட்டுச் சும்மா இருந்துவிட்டார்கள்!

இச்சம்பவம் மட்டுமல்ல. பல்வேறு பாலஸ்தீன் போராளிகளைக் கொலை செய்வதற்காக பிரிட்டன், சைனா, ஜோர்டன் தேசத்து பாஸ்போர்ட்களைப் போலியாக உருவாக்கிப் 'புகழ்' பெற்றவர்கள் இவர்கள்.

மொஸாடின் மிகப்பெரிய பலம், அதன் உள்ளே என்ன நடக்கிறது என்பது டெல் அவிவ் நகரில் இருக்கும் அதன் தலைமையக காம்பவுண்ட் சுவரைத் தாண்டி ஒருபோதும் வெளியே வராது என்பதுதான். அத்தனை விசுவாசமான ஊழியர்களைக் கொண்ட அமைப்பு அது. யுத்தங்களின் போது இஸ்ரேலிய ராணுவம் எப்படி நடந்துகொள்ளவேண்டுமென்பதை போதிப்பதற்காக, மொஸாடின் ஒரு குறிப்பிட்ட பிரிவு இருபத்தி நான்கு மணி நேரமும் உலகெங்கும் நடக்கும் யுத்தங்களைக் கூர்மையாக கவனித்து குறிப்புகள் எடுத்துக்கொண்டே இருக்கும். எதிரிப் படைகளின் இருப்பையும் நகர்வையும் கண்காணிப்பதற்குச் சிறப்புப் பயிற்சிகள் பெற்றவர்கள் அவர்கள். 1967 யுத்த சமயத்தில் ஒரு மொஸாட் உளவாளி யுத்தம் நடந்த ஆறு தினங்களும் கோலன் குன்றுப் பகுதிகளில் சிரியாவின் ராணுவ நடவடிக்கைகளைக் கண்காணிப்பதற்காக ஒரு மரத்தடியில் தன்னைத்தானே கத்தியால் குத்திக்கொண்டு இறந்தவன் போலக் கிடந்திருக்கிறான். சோறு தண்ணீர் கிடையாது! சுவாசிக்கக்கூட முடியாது! அசையாமல் அப்படியே இருந்து ரகசியமாகத் தகவல்களைக் கடத்தியிருக்கிறான்.

இஸ்ரேல் அரசு இன்றைக்கும் தனது ஆண்டு பட்ஜெட்டில் நான்கில் ஒரு பங்கை மொஸாடுக்காக ஒதுக்குகிறது. இது வெளியே சொல்லப்படுவதில்லை. ஆனால் ஆயிரம் சிக்கல்கள் வந்தாலும் இஸ்ரேல் சமாளிப்பதற்குக் காரணமாக இருப்பது இந்த மொஸாட்தான்.

மொஸாட் உருவானதிலிருந்து இன்றுவரை மொத்தம் பதினோரு பேர் அதன் இயக்குநர்களாக இருந்திருக்கிறார்கள். (தற்போதைய இயக்குநர் Me'ir Dagen.) இவர்களில் பலபேர் ராணுவ அதிகாரிகளாக இருந்து ஓய்வு பெற்றவர்கள் என்றபோதும் மொஸாடில் ராணுவப்

பதவிகள் ஏதும் கிடையாது. ஒரு சிவிலியன் அமைப்பாகத்தான் மொஸாட் செயல்படுகிறது.

இந்த உளவு பலத்தைக் கொண்டுதான் இஸ்ரேல் தொட்டதிலெல்லாம் வெற்றிவாகை சூடுகிறது என்பது பாலஸ்தீனப் போராளிகளுக்குப் புரிவதற்கு வெகுகாலம் ஆனது. பி.எல்.ஓ.விலும் ஒரு சரியான உளவுப்பிரிவு ஏற்படுத்தவேண்டும் என்று ஆறு நாள் யுத்தத்துக்குப் பிறகு முடிவு செய்தார்கள். அதற்கு முன் தலைவரை மாற்றினால் இன்னும் உபயோகமாக இருக்கும் என்று முடிவு செய்துதான் யாசிர் அரஃபாத்தைப் பிடித்தார்கள்.

74

1967 இஸ்ரேலிய - அரேபிய யுத்தத்தின் விளைவுகளுள் மிக மிக முக்கியமானது, பாலஸ்தீனிய அரேபியர்களின் மனமாற்றம். ஒரு வரியில் சொல்லுவதென்றால், அரபு அரசாங்கங்கள் எதையுமே இனி நம்பக்கூடாது என்று பாலஸ்தீன் மக்கள் தீர்மானமே செய்தார்கள். அத்தனைபேருமே கையாலாகாதவர்கள் என்று பகிரங்கமாகவே அவர்கள் குற்றம் சாட்டினார்கள். நேற்று முளைத்த தேசம் இஸ்ரேல். மூன்று அரபு தேசங்கள் இணைந்து போர் புரிந்தும் வெல்லமுடியவில்லை என்றால் அப்புறம் இந்த அரசாங்கங்களை நம்பி என்ன புண்ணியம்? ஆகவே, ஏதாவது ஒரு மாற்று வழி யோசித்தே தீரவேண்டும் என்று அவர்கள் நினைத்தார்கள்.

மக்களுடைய இந்த சிந்தனைப் போக்கின் விளைவுதான் பாலஸ்தீனில் ஏராளமான விடுதலை இயக்கங்கள் தோன்றுவதற்குக் காரணமாயின. அத்தனை இயக்கங்களையும் ஒருங்கிணைத்து, சரியான திட்டம் வகுத்து, கவனம் குவித்து, இஸ்ரேலுக்கெதிரான முழுநீள யுத்தத்தை வழி நடத்தும் பொறுப்பு, பி.எல்.ஓ.வின் தலையில் விழுவதற்குக் காரணமானது. அப்படியொரு மாபெரும் இயக்கத்தைக்கட்டிக்காக்கும்பொறுப்பில்இருப்பவர்,மிகப்பெரிய ராஜதந்திரியாகவும் மாவீரராகவும் மனிதாபிமானியாகவும் இருக்கவேண்டுமென்றுதான் யாசிர் அரஃபாத்தை அந்தப் பொறுப்புக்குக் கொண்டுவந்தார்கள். அதுவரை குவைத்தில் இருந்தபடிஅல்ஃபத்தாவைவழிநடத்திக்கொண்டிருந்தஅரஃபாத். அரபு தேசங்களில் இருந்த எந்த ஒரு போராளி இயக்கத்துக்கும் அதுவரை பரிச்சயமில்லாமல் இருந்த 'கெரில்லா' தாக்குதல் முறையில் தன்னிகரற்ற திறமை கொண்டிருந்த அரஃபாத்.

1969ம் ஆண்டு பிப்ரவரி 3ம் தேதி கெய்ரோவில் கூடிய பாலஸ்தீன் தேசிய காங்கிரஸின் சிறப்புக் கூட்டத்தில் யாசிர் அரஃபாத்

முறைப்படி பி.எல்.ஓவின் தலைவராகத் தேர்ந்தெடுக்கப்பட்டார். அவர் அந்தப் பொறுப்புக்கு வந்தபோது பி.எல்.ஓ.வில் உறுப்பினராக இருந்த விடுதலை இயக்கங்கள் இவை:

1. Fatah
2. western Sector
3. Force 17
4. Popular Front for the Liberation of Palestine (PFLP);
5. Democratic Front for the Liberation of Palestine (DFLP)
6. Hawatmah Faction;
7. Abd Rabbu Faction;
8. Popular Front for Liberation of Palestine (General Command)
9. Palestine Liberation Front (PLF)
10. Abu Abbas Faction;
11. Tal'at Yaqub Faction;
12. Al-Saiqa Organization
13. Arab Liberation Front (ALF)
14. Palestinian Arab Liberation Front
15. Palestinian Democratic Union (Fida)
16. Palestine Islamic Jihad Movement
17. Palestinian People's Party [Hizb Al Sha'ab]
18. Palestinian Popular Struggle Front

இவற்றுள் ஃபத்தா மட்டும் அரஃபாத்தின் சொந்த இயக்கம். மற்ற அனைத்தும் தோழமை இயக்கங்கள். இத்தனை இயக்கங்களையும் கட்டிக்காப்பதுடன் மட்டுமல்லாமல் சரியான, முறைப்படுத்தப்பட்ட போர்ப்பயிற்சி அளிப்பது, இஸ்ரேலை அச்சுறுத்துவது மட்டுமல்லாமல், சர்வதேச அளவில் கவனம் கவர வழி செய்வது என்று அரஃபாத்துக்கு இருந்த பொறுப்புகள் கொஞ்சநஞ்சமல்ல.

வெற்றிகரமாக அவரால் அதனைச் செய்ய முடிந்ததற்கு மிகப்பெரிய காரணம், முன்பே பார்த்தது போல அரசுகள் மீது மக்கள் இழந்துவிட்டிருந்த நம்பிக்கை. அந்த நம்பிக்கை அப்படியே அப்போது விடுதலை இயக்கங்களின்பக்கம் சாயத் தொடங்கியது.

இன்னும் புரியும்படிச் சொல்லுவதென்றால், பாலஸ்தீன் மக்கள், ஆளும் வர்க்கத்துக்கும் தமக்கும் எந்தச்சம்பந்தமும் இல்லை என்று

நினைத்தார்கள். அதே சமயம், இந்தப் போராளி இயக்கங்கள்தான் தமக்கு விடுதலை பெற்றுத் தரப்போகிறவர்கள் என்றும் கருதினார்கள்.

இந்தஇடத்தில்ஒருவிஷயத்தைநாம்கவனிக்கவேண்டும். போராளி இயக்கங்கள் பொதுவாக தீவிரவாத, பயங்கரவாத இயக்கங்களாகச் சித்திரிக்கப்படுவது சர்வதேச மரபு. இதை ஆரம்பித்துவைத்தது அமெரிக்கா. அமெரிக்க அரசுக்குத் தலைவலி தரக்கூடிய எந்த ஒரு அமைப்பையும் பயங்கரவாத அமைப்பாக அறிவிப்பதுதான் அத்தேசத்தின் வழக்கம். அமெரிக்கா தொடங்கிவைத்த இந்த வழக்கத்தை முதலில் இங்கிலாந்தும் பிறகு ஐரோப்பிய யூனியனில் உள்ள அத்தனை தேசங்களும் அப்படியே எவ்வித மாறுதலும் செய்யாமல் ஏற்றுக்கொண்டுவிட்டன.

சர்வதேச அளவில் எந்த ஒரு தேசத்தில் விடுதலைக் குரல் கேட்கிறதோ,அந்தக்குரலுக்குஉரியவர்களைத்தீவிரவாதிகள்என்று உடனே சொல்லிவிடும் வழக்கம் அப்போது ஆரம்பித்ததுதான்.

உண்மையில் விடுதலை இயக்கங்களுக்கும் தீவிரவாத இயக்கங்களுக்கும் ஏராளமான வித்தியாசங்கள் உண்டு. அரசாங்கங்கள் கைவிட்டு, அரபு லீக்கும் கைவிட்டு, ஐ.நா.சபையும் கைவிட்டபிறகு, இழந்த தங்கள் நிலத்தைத் திரும்பப்பெற பாலஸ்தீன் மக்களுக்குப் ஆயுதப் போராட்டத்தைத் தவிர வேறு வழியில்லை என்று ஆனது வரலாறு. அவர்களைப் போராளிகள் என்று சொல்லாமல் தீவிரவாதிகள் என்று வருணிப்பது எப்படிச் சரியாகும்?

ஆனால் இந்தப் போராளி இயக்கங்கள் சமயத்தில் தீவிரவாதச் செயல்களில் ஈடுபடுவதுண்டு என்பதும் மறுக்கமுடியாத உண்மையே ஆகும். உதாரணமாக, யாசிர் அரஃபாத் தலைமைப் பொறுப்புக்கு வந்த ஐந்தாம் ஆண்டு, அதாவது 1974ம் வருடம் பி.எல்.ஓ.வின் ஒரு குழுவினர் இஸ்ரேலில் உள்ள மா'லாட் *(Ma'alot)* என்கிற இடத்தில் ஓர் ஆரம்பப் பள்ளிக்கூடத்தில் புகுந்து கையெறி குண்டுகளை வீசி 21 குழந்தைகளை ஈவிறக்கமில்லாமல் கொன்று வீசினார்கள். இது சந்தேகத்துக்கு இடமில்லாமல் தீவிரவாதம். இன்னும் சொல்லப்போனால் கொலைவெறியாட்டம். இஸ்ரேலிய அரசுக்கு எதிரான யுத்தத்துக்கும் அந்த அப்பாவிக்

குழந்தைகளுக்கும் என்ன சம்பந்தம்? யூதர்களில் சிறுவர், பெரியவர் என்று பாராமல் அனைவரையும் கொன்று குவிக்க உத்தரவிட்ட ஆரியக் கிருத்தவரான ஹிட்லருக்கும் இவர்களுக்கும் என்ன வித்தியாசம் என்று கேட்டது இஸ்ரேல்.

நியாயப்படுத்தவே முடியாத இத்தகைய செயல்களால்தான் போராளி இயக்கங்களுக்கு சர்வதேச ஆதரவோ அனுதாபமோ பெரும்பாலும் கிடைக்காமல் போகிறது. போராளி இயக்கங்களின் நோக்கத்தில், செயல்பாடுகளில் ஏற்படும் இத்தகைய சறுக்கல்களால்தான் அவர்கள்மீது விழவேண்டிய நியாயமான கவனம் விழாமல் போகிறது.

அரஃபாத் பொறுப்புக்கு வந்த ஆரம்ப வருடங்களில் மிகக் கவனமாக இஸ்ரேலிய ராணுவம், காவல்துறை போன்ற இலக்குகளின் மீது மட்டுமே தாக்குதல் நடத்தப்பட்டது. இது, இஸ்ரேலுக்குள்ளாக. இஸ்ரேலுக்கு வெளியிலும் பல்வேறு தேசங்களில் பி.எல்.ஓ.வின் போராளிகள் கவன ஈர்ப்புக்காக ஏராளமான தாக்குதல் சம்பவங்களில் ஈடுபட ஆரம்பித்தார்கள். ஆனால் மிகக் கவனமாக அத்தனைத் தாக்குதல்களுமே யூத இலக்குகளின் மீது மட்டுமே இருக்கும்படி பார்த்துக்கொண்டார்கள்.

உலகம் முழுக்க பி.எல்.ஓ., பி.எல்.ஓ., என்று பேசிக்கொண்டிருந்த காலம் அது. யார், என்ன என்கிற விவரம் கூடத் தெரியாமல் அரஃபாத்தைப் பற்றிப் பேசினார்கள். அணுகுண்டுகள் வைத்திருக்கும் இயக்கம் என்றெல்லாம் கதை பரப்பினார்கள். உண்மையில் நாட்டுவெடி குண்டுகளுக்கு அப்பால் பி.எல்.ஓவினரிடம் அப்போது வேறெந்த ஆயுதமும் கிடையாது. வாங்குவதற்குப் பணம் கிடையாது முதலில். பி.எல்.ஓவின் பிரசாரப் பிரிவினர் அரபு தேசங்களெங்கும் கால்நடையாகப் பயணம் மேற்கொண்டு துண்டேந்தி வசூல் செய்தே இயக்கத்தை வழி நடத்திக்கொண்டிருந்தனர். சவுதி அரேபியா போன்ற மிகச் சில தேசங்களின் அரசுகள் மட்டும் மறைமுகமாக பி.எல்.ஓவுக்கு நிதியுதவி செய்திருப்பதாகத் தெரிகிறது. 1973ம் ஆண்டு வரை பி.எல்.ஓவுக்கு நிதிப்பிரச்னை மிகப்பெரிய அளவில் இருந்திருக்கிறது. இது சந்தேகத்துக்கு இடமில்லாத உண்மை.

ஒரு பக்கம் பி.எல்.ஓவில் இருந்த இயக்கங்கள் மிகத் தீவிரமாக இஸ்ரேலை ஒழிப்பதற்கான நடவடிக்கைகளில் ஈடுபட்டிருந்த

அதேகாலகட்டத்தில்பாலஸ்தீனில்வேறுசிலபுதியஇயக்கங்களும் தோன்றத் தொடங்கின.

"இஸ்ரேல் என்கிற திடீர் தேசத்தை வேரோடு ஒழித்துவிட்டு, அகண்ட பாலஸ்தீனை மறுபடியும் ஸ்தாபிப்பதற்காக நாங்கள் திட்டம் தீட்டுகிறோம். இதில் எந்த ஒளிவு மறைவும் இல்லை. ஆயுதங்கள் மூலம் அச்சமூட்டுவோம். இன விருத்திமூலம் கலவரமூட்டுவோம். யூதர்களைத் தூங்கவிடமாட்டோம். ஜெருசலேம் உள்பட, இஸ்ரேல் எங்களிடமிருந்து அபகரித்த அத்தனையையும் திரும்பப் பெறாமல் ஓயமாட்டோம்." என்கிற யாசிர் அரஃபாத்தின் அன்றைய பிரகடனம் ஒரு வேத மந்திரம் போல அத்தனைபேரின் செவிகளிலும் விழுந்து சிந்தனையைக் கிளறிவிட்டதன் விளைவே இது.

இப்படித் தோன்றிய இயக்கங்களில் சில திசைமாறிப் போயின என்றாலும் பெரும்பாலான இயக்கங்கள் பி.எல்.ஓ.வில் சேராவிட்டாலும் பாலஸ்தீன் விடுதலை இயக்கங்களுக்குத் தம்மாலான உதவிகளைச் செய்யத் தயங்கவில்லை. குறிப்பாக ஆயுதங்களை ஓரிடத்திலிருந்து இன்னொரு இடத்துக்கு எடுத்துச் செல்வது அன்றைக்கு பி.எல்.ஓ.வினரின் மிகப்பெரிய பிரச்னையாக இருந்தது.

குறிப்பாக அரபு தேசங்களுக்கு வெளியே அவர்கள் திட்டமிட்ட ஒவ்வொருகவனஈர்ப்புச்செயலுக்கும்தேவையானஆயுதங்களைக் கடத்தியோ, உருவாக்கியோ, வாங்கியோ தரும் பணியைச் செய்ய இத்தகைய இயக்கங்கள் மிகவும் உதவி செய்தன.

அப்படி 1967 யுத்தத்துக்குப் பிறகு உதித்த பாலஸ்தீன் இயக்கங்களுள் ஒன்றுதான் ஹமாஸ்.

"இஸ்ரேல் - அரபுப் பிரச்னை என்பது அரசியல் சார்ந்ததல்ல. அது இஸ்லாத்துக்கும் யூதமதத்துக்குமான பல நூற்றாண்டுகாலப் பிரச்னையின் நீட்சி. நடப்பது அரசியல் யுத்தமல்ல. அது இரு மதங்களின் மோதல் மட்டுமே" என்கிற பிரகடனத்துடன் உருவான இயக்கம் இது.

பிரச்னையை முற்றிலும் அரசியல் சார்ந்து மட்டுமே பார்க்கக்கூடியவராக அரஃபாத் இருந்த நிலையில், ஹமாஸின் இந்த திடீர் பிரவேசம் உரிய கவன ஈர்ப்பைப் பெற்றதே தவிர,

ஹமாஸால் இதன்காரணம்பற்றியே பி.எல்.ஓ.வில் இணைய முடியாமலும் போனது.

அது அவர்களுக்கு ஒரு பிரச்னையாகவே இல்லை என்பதையும் சொல்லவேண்டும். ஏனெனில் என்னென்ன பிரகடனங்கள் செய்துகொண்டாலும் எல்லோருக்கும் நோக்கம் ஒன்றுதான். குறிக்கோள் ஒன்றுதான். கனவும் நினைவும் ஒன்றுதான். அது இஸ்ரேலை ஒழிப்பது. யூதர்களைப் பூண்டோடு அடித்துத் துரத்துவது. இழந்த தங்கள் நிலங்களை மீண்டும் அடைந்து, பாலஸ்தீனுக்குப் புத்துயிர் அளிப்பது.

ஆகவே, பி.எல்.ஓ.வுக்குள் இல்லாமலேயே ஹமாஸ் பாலஸ்தீன் விடுதலைக்காகத் தன்னாலான பணிகளைச் செய்ய ஆரம்பித்தது.

தொடர்ந்தும் தீவிரமாகவும் இஸ்ரேலிய ராணுவத்தை, காவல்துறையை, அரசு இயந்திரத்தை ஆயுதப் போராட்டம் மூலம் அச்சுறுத்தி வருவதுதான் சரியான ஆரம்பமாக இருக்கும் என்பதில் இவர்கள் யாருக்குமே கருத்து வேறுபாடு இல்லை. தேவைப்பட்டால் ஆயுதப் போராட்டத்துக்காக அவர்கள் வகுத்துவைத்திருந்த வழிமுறைகளில் ச்¢ல மாறுதல்கள், கூடுதல், குறைவுகள் செய்துகொள்ளலாமே தவிர, போராட்டத்தை வேறு எந்த விதமாகவும் தொடருவதற்கான வாய்ப்பில்லை என்றுதான் அத்தனை பேருமே கருதினார்கள்.

பி.எல்.ஓவின் தலைவராகப் பொறுப்பேற்றிருந்த யாசிர் அரஃபாத்துக்கு அந்தத் தொடக்க காலத்திலேயே வெஸ்ட் பேங்க் பகுதியில் மிகப்பெரிய செல்வாக்கு இருந்தது. அறிவிக்கப்படாததொரு மகாராஜாவாகத்தான் அவரை மக்கள் அங்கே கருதினார்கள்.

அதே போல, காஸா பகுதியில் தோன்றி, வேர்விட்டு, வளர்ந்து, நிலைபெற்ற ஹமாஸுக்கு அங்கே பி.எல்.ஓ.வைக்காட்டிலும் செல்வாக்கு அதிகம். இந்த வெஸ்ட் பேங்க் என்று சொல்லப்படும் ஜோர்டன் நதியின் மேற்குக் கரை மற்றும் காஸா பகுதிகளை இணைத்துத்தான் சுதந்தர பாலஸ்தீனன உருவாக்க வேண்டும் என்று இன்றுவரை பேசிவருகிறார்கள்.

நமக்குப் புரியும் விதத்தில் சொல்லுவதென்றால், இந்தியா - பாகிஸ்தான் சுதந்தரத்தின் போது எப்படி மேற்கு பாகிஸ்தான், கிழக்கு பாகிஸ்தான் (இன்றைய பங்களாதேஷ்) என்று இரு வேறு துண்டுகளை இணைத்து ஒரே தேசத்தை உருவாக்கினார்களோ, அதுபோல.

இந்தமாதிரி நிலப்பரப்பு ரீதியில் பெரிய இடைவெளிகளுக்கு அப்பால் ஒரே தேசத்தின் வேறொரு பகுதி இருக்கும் இடங்களிலெல்லாம் எப்போதுமே பிரச்னைதான். காஸா விஷயத்தில் என்ன பிரச்னை என்பதைப் பிறகு பார்க்கலாம்.

இப்போது அங்கே ஹமாஸ் வளர்ந்த கதையை கவனிக்க வேண்டும்.

75

ஹரக்கத் அல் முக்காவாமா அல் இஸ்லாமியா (*Harakat - al - Muqawamah al-islamiyah)* என்கிற நெடும்பெயரின் எளிய சுருக்கம்தான் ஹமாஸ் *(Hamas).*

பொதுவாக டெல் அவிவில் குண்டு வெடித்தது என்கிற செய்தி வரும்போதெல்லாம் ஹமாஸின் பெயர் அடிபடுவதைப் பார்த்திருப்பீர்கள். மற்றபடி அந்த இயக்கத்தைப் பற்றி மேலதிக விவரங்கள் பெரும்பாலும் வெளியே வராது. அதிகம் படித்த, அறிவுஜீவிகள் என்று சொல்லத்தக்க மிகப்பெரிய பண்டிதர்களின் வழிகாட்டுதலில் இயங்கும் அமைப்பு இது. இன்றல்ல; தொடக்கம் முதலே அப்படித்தான். ஆனால் அல் கொய்தா என்று சொன்னதுமே ஒசாமா பின்லேடனின் முகம் நினைவுக்கு வருவது மாதிரி ஹமாஸ் என்றதும் யார் முகமும் பெயரும் அடையாளமும் நமது நினைவில் வருவதில்லை அல்லவா? அதுதான் ஹமாஸ். உண்மையில் அல் கொய்தாவைக் காட்டிலும் சக்தி வாய்ந்த, அல் கொய்தாவைக் காட்டிலும் அளவிலும் செயல்திறனிலும் பெரிய அமைப்பு இது.

ஆனால் அல் கொய்தா மாதிரி ஊரெல்லாம் குண்டு வைத்து, உலகெல்லாம் நாசம் செய்யும் அமைப்பு அல்ல இது. மாறாக, பாலஸ்தீனின் விடுதலைக்காக மட்டும், இஸ்ரேலுக்கு எதிராக மட்டும் செயல்படும் ஓர் அமைப்பு. பாலஸ்தீனுக்கு வெளியே ஹமாஸுக்குத் தீவிரவாத இயக்கம் என்று பெயர். ஆனால் பாலஸ்தீனுக்குள் அது ஒரு போராளி இயக்கம் மட்டும்தான். இன்றைக்கு பாலஸ்தீன் அரசியலைத் தீர்மானிக்கும் சக்திகளுள் ஒன்றாக விளங்கும் ஹமாஸ், ஏன் பி.எல்.ஓ. மாதிரி ஒரு கட்டுப்படுத்தப்பட்ட அரசியல் இயக்கமாக உருப்பெறவில்லை என்கிற கேள்விக்கு ஒரே பதில்தான்.

பி.எல்.ஓ.வுக்கு அரசியல் நோக்கம் மட்டுமே உண்டு. ஹமாஸின் அடிப்படை நோக்கம் மதம் சார்ந்தது. இஸ்ரேல் - பாலஸ்தீன் பிரச்னையை இன்றுவரை யூத - முஸ்லிம் பிரச்னையாக மட்டுமே பார்க்கிறஅமைப்புஅது.அதனால்தான்பி.எல்.ஓவில்இணையாமல் தனியாகத்தனக்கெனஒருபாதைவகுத்துக்கொண்டுபி.எல்.ஓ.வுக்கு இணை அமைப்பு போலச் செயல்படத் தொடங்கியது ஹமாஸ்.

யூதர்களின் அராஜகங்கள் அனைத்துக்கும் ஒரு தடுப்புச் சக்தியாக விளங்கக்கூடியவர்கள் என்கிற அறைகூவலுடன் (ஹமாஸின் முழுப்பெயரின் நேரடியான அர்த்தமே இதுதான்.) பாலஸ்தீன் விடுதலைப் போரில் ஹமாஸ் குதித்தபோது ஏற்கெனவே அங்கே சுமார் இருபது போராளி இயக்கங்கள் இயங்கிக்கொண்டிருந்தன. ஆனால் எந்த இயக்கத்திலும் படித்தவர்கள் கிடையாது. அல்லது அறைகுறைப் படிப்பு. எந்த ஒரு விஷயத்தையும் உள்ளார்ந்து யோசித்து, அலசி ஆராய்ந்து செயல்படக் கூடியவர்களாக அப்போது யாரும் இல்லை.

ஹமாஸின் பலமே, படித்தவர்களால் வழிநடத்தப்படும் இயக்கம் என்பதுதான். இஸ்லாமிய மார்க்கக் கல்வியில் கரைகண்ட பலபேர் அதில் இருந்தார்கள். லட்சக்கணக்கில், கோடிக்கணக்கில் வருமானம்ஈட்டக்கூடியபலமிகப்பெரியகட்டுமானவல்லுநர்கள், மருத்துவர்கள், விஞ்ஞானிகள், தத்துவ ஆசிரியர்கள், முன்னாள் ராணுவத் தளபதிகள், மதகுருக்கள், ஆராய்ச்சியாளர்கள் பலர் ஒன்று சேர்ந்து ஹமாஸை வழி நடத்தத் தொடங்கினார்கள்.

இத்தனை பெரிய ஆட்களுக்கெல்லாம் துப்பாக்கி தூக்குவதைத் தவிர வேறு யோசனையே வராதா என்று ஒரு கணம் தோன்றலாம். இந்தியா போன்ற பிரச்னைகள் அதிகமில்லாத தேசத்தில், அதிலும் குறிப்பாக ஜனநாயக தேசத்தில் அமர்ந்துகொண்டு பாலஸ்தீன் பிரச்னையைப் பார்க்கும்போது சில விஷயங்கள் இப்படித்தான் அந்நியமாகத் தோன்றும். ஆயுதப்போராட்டம் தவிர வேறு எதுவுமே உபயோகப்படாது என்று அத்தனை பேருமே அங்கே முடிவு செய்து களத்தில் இறங்கியவர்கள் என்பதை நினைவில் கொள்ளுவது ஒவ்வொரு கட்டத்திலும் இங்கே அவசியமாகிறது. ஏனெனில் பாலஸ்தீனிய அரேபியர்களின் எந்த ஒரு நியாயமான கோரிக்கைக்கும் இஸ்ரேல் அரசோ, மற்ற தேசங்களின் அரசுகளோ செவி சாய்க்கவே இல்லை என்பதுதான் சரித்திரம் சுட்டிக்காட்டும்

உண்மை. என்றைக்கு பிரிட்டன், பாலஸ்தீன் மண்ணில் இஸ்ரேல் என்றொரு தேசத்தை உருவாக்குவது என்று முடிவு செய்ததோ, அன்றைக்கு ஆரம்பித்த சிக்கல் இது. பாலஸ்தீனியர்களுக்கென்று பிரித்துக்கொடுக்கப்பட்ட மேற்குக்கரையையும் காஸாவையும் கூட இஸ்ரேல் அபகரித்தபோது அதன் தீவிரம் அதிகமானது. அந்தத் தீவிரக் கணத்தில் உதித்த இயக்கம்தான் ஹமாஸ்.

ஹமாஸ் தொடங்கப்பட்டபோது, அதன் நோக்கமாகச் சொல்லப்பட்டது இவைதான்:

1. மேற்குக் கரை, காஸா உள்பட இஸ்ரேலின் வசம் இருக்கும் பாலஸ்தீனிய நிலப்பரப்பு முழுவதையும் வென்றெடுப்பது. இஸ்ரேலை இருந்த இடம் தெரியாமல் அழித்தொழிப்பது. (அதாவது இங்கே யூதர்களை என்று பொருள்.)

2. தப்பித்தவறி பாலஸ்தீன் என்றாவது ஒரு நாள் மதச்சார்பற்ற தனியொரு தேசமாக அறியப்படவேண்டி வருமானால், அதை எதிர்த்தும் போராடுவது; பாலஸ்தீனை ஒரு முழுமையான இஸ்லாமிய தேசமாக ஆக்குவது.

இந்த இரண்டு நோக்கங்களுக்காக என்ன வேண்டுமானாலும் செய்வோம் என்று மிக வெளிப்படையாகச் சொல்லிவிட்டுத்தான் ஹமாஸ் இயக்கத்தினர் துப்பாக்கிகளை வாங்க ஆரம்பித்தார்கள்.

ஹமாஸ் தோன்றியபோது, பி.எல்.ஓ.வின் தனிப்பெரும் தலைவராக யாசிர் அரஃபாத் அடையாளம் காணப்பட்டு, மேற்குக் கரைப் பகுதி கிட்டத்தட்ட அவரது கோட்டை போலவே இருந்தது. யாசிர் அரஃபாத் அங்கே தலைவர் மட்டுமல்ல. ஒரு ரட்சகர். அவரைவிட்டால் பாலஸ்தீனிய முஸ்லிம்களுக்கு வேறு நாதி கிடையாது என்கிற நிலைமை.

ஆகவே, ஹமாஸின் வளர்ச்சியும் வேகமும் மேற்குக்கரை வாசிகளுக்கு முதலில் ஒருவிதமான பயத்தைத்தான் விளைவித்தது. ஹமாஸ் என்கிற இயக்கம், பி.எல்.ஓவுக்கு எதிராக திசை திரும்பிவிடுமோ என்கிற பயம். ஏன் ஹமாஸும் பி.எல்.ஓவில் இணையக்கூடாது என்று மக்கள் ஆற்றாமையுடன் பேசிக்கொள்ளத் தொடங்கினார்கள். ஆனால் ஹமாஸின் நிறுவனர்கள் அந்த விஷயத்தில் மிகவும் தெளிவாக இருந்தார்கள். இரு அமைப்புகளின் அடிப்படை நோக்கமும் ஒன்றுதான் என்றாலும் ஹமாஸுக்கு

ஒன்றுக்கு மேற்பட்ட நோக்கங்கள் இருந்ததால், வீணாகத் தன்னால் பி.எல்.ஓவும் யாசிர் அரஃபாத்தும் தர்மசங்கடத்துக்கு உள்ளாகக் கூடாது என்று நினைத்தார்கள். அதனாலேயே தனித்து இயங்கத் தீர்மானித்தார்கள்.

இதனால் மேற்குக்கரைப் பகுதியில் தொடக்ககாலத்தில் ஹமாஸுக்கு செல்வாக்கு என்று ஏதும் உண்டாகவில்லை. மாறாக, காஸாவில் ஹமாஸ் அபரிமிதமான வளர்ச்சி கண்டது. காஸா பகுதியில் வசித்துவந்த ஒவ்வொரு தாயும் தன் மகன் எந்த விதத்திலாவது ஹமாஸுக்கு சேவையாற்றவேண்டும் என்று விரும்பியதாகக் கூடச் சொல்லுவார்கள். அங்கே உள்ள ஆண்கள் அத்தனை பேரும் மாதம்தோறும் ஒரு குறிப்பிட்ட தொகையை ஹமாஸுக்கு நன்கொடையாக அனுப்பிவைப்பார்கள். இன்றைக்குப் பல தீவிரவாத இயக்கங்கள் கட்டாய வரிவசூல் செய்வது உலகறிந்த விஷயம். (நமது நாட்டில் வடகிழக்கு மாநிலங்களில் செயல்படும் உல்ஃபா போன்ற பல இயக்கங்கள் இப்பணியைக் கர்மசிரத்தையாக இன்றும் தொடர்ந்து வருகின்றன. அப்படியொரு சாத்தியம் இருக்கிறது என்கிற யோசனை அவர்களுக்கு வந்ததே, ஹமாஸுக்கு காஸா பகுதி மக்கள் மனமுவந்து நிதியளித்ததைப் பார்த்தபிறகுதான்! மனமுவந்து மக்கள் அளிக்காத இடங்களிலெல்லாம் கட்டாய வசூல் என்கிற கலாசாரம் தோன்றிவிட்டது!)

ஒரு தீவிரவாத இயக்கமாக இருந்தால் இந்தளவு மக்கள் செல்வாக்கு இருக்குமா? உண்மையில் ஹமாஸின் பணிகள் பிரமிப்பூட்டக்கூடியவை. ஹமாஸின் தற்கொலைப்படைகளும், கார் குண்டுத் தாக்குதல்களும் பிரபலமான அளவுக்கு அந்த அமைப்பின் சமூகப்பணிகள் வெளி உலகுக்குத் தெரியாமலேயே போய்விட்டன.

மேற்குக் கரையும் சரி, காஸாவும் சரி. பாலஸ்தீனிய அரேபியர்கள் வாழும் இஸ்ரேலின் எந்த மூலை முடுக்காயினும் சரி. பொதுமக்களுக்குத் தேவையான அடிப்படை வசதிகளைச் செய்து தருவதற்காக ஹமாஸ் தனியொரு அரசமைப்பையே வைத்திருந்தது. சாலைகள் போடுதல், குடிநீர் வசதி செய்துதருதல், வீதிகளில் விளக்குகள் போட்டுத்தருதல், குப்பை லாரிகளை அனுப்பி, நகரசுத்திகரிப்புப் பணிகள் ஆற்றுதல் என்று ஹமாஸின் 'அரசாங்கம்' செய்த மக்கள் நலப்பணிகள் ஏராளம். (இன்று

இதெல்லாம் இல்லை. சுத்தமாக இல்லை என்பதையும் சொல்லிவிட வேண்டும்.)

இந்தக் காரியங்களெல்லாம் ஒழுங்காக நடப்பதற்காகத் தனியொரு ‘பாராளுமன்றமே’ ஹமாஸில் நடத்தப்பட்டது. முறைப்படித் தேர்ந்தெடுக்கப்பட்ட உறுப்பினர்களுக்குத் தொகுதி தொகுதியாகப் பிரித்துத் தந்துவிடுவார்கள். மக்கள் பணிகளுக்கான செலவுக்குப் பணம்?

தயங்கவே மாட்டார்கள். இஸ்ரேலிய இலக்குகள் எது கண்ணில் பட்டாலும் உடனடியாகத் தாக்கப்படும். வங்கிகள், கருவூலங்கள், மிகப்பெரிய வர்த்தக நிறுவனங்கள் என்று எதையும் எப்போதும் தாக்குவார்கள். சாக்குமூட்டையில் பணத்தைக் கட்டிக்கொண்டுபோய் ஹமாஸுக்கென்று தனியே இயங்கிய வங்கியொன்றில் சேகரித்து கணக்கெழுதிவிடுவார்கள்.

அதன்பின் தொகுதி வாரியாக ‘நிதி’ பிரித்தளிக்கப்படும். இஸ்ரேலிய அரசு எதையெல்லாம் செய்யத் தவறுகிறதோ, அதையெல்லாம் அங்கே ஹமாஸ் செய்யும். இடிக்கப்பட்ட மசூதிகளைச் செப்பனிட்டு, புதுப்பொலிவுடன் மீண்டும் கட்டித்தருவது, மதப் பள்ளிக்கூடங்கள் நடத்துவது, மருத்துவமனைகள் கட்டுவது, மூலிகை மருந்துகளுக்காக மூலிகைத் தோட்டங்கள் அமைப்பது என்று எத்தனையோ பணிகளை ஹமாஸ் செய்திருக்கிறது.

இதற்கும் அதற்கும் சம்பந்தமே இல்லை என்பது போல இன்னொரு பக்கம் சற்றும் இரக்கமில்லாமல் யூதர்களைக் கொத்துக் கொத்தாகக் கொன்றும் போடுவார்கள். பைக் வெடிகுண்டு, கார் வெடிகுண்டு, சூட்கேஸ் வெடிகுண்டு ஆகிய மூன்றையும் கண்டுபிடித்து உலகுக்கு அறிமுகப்படுத்தியது ஹமாஸ்தான். இவற்றுள் கார்குண்டு வெடிப்பில் ஹமாஸ் இயக்கத்தினர் நிபுணர்கள். உலகின் எந்த மூலையிலும் எந்த யூத இலக்கின்மீது கார் வெடிகுண்டுத் தாக்குதல் நிகழ்த்தப்பட்டாலும் கண்ணை மூடிக்கொண்டு ஹமாஸ்தான் என்று கைகாட்டிவிட முடியும்.

இந்தக் காரணத்தால்தான் பாலஸ்தீனிய அரேபியர்கள் ஹமாஸை எந்தளவுக்குக் கொண்டாடுகிறார்களோ அதே அளவுக்கு ஐரோப்பாவும் அமெரிக்காவும் இஸ்ரேலும் பல்வேறு மனித

உரிமை அமைப்புகளும் ஹமாஸை அச்சமூட்டும் பயங்கரவாத இயக்கமாகத் தொடர்ந்து கண்டனம் செய்துவருகின்றன.

ஹமாஸின் தற்கொலைத் தாக்குதல் நடவடிக்கைகள் சர்வதேச அளவில் அடிக்கடிப் பரபரப்பூட்டுபவை. என்ன செய்தும் தடுத்துநிறுத்தப்பட முடியாதவை. இஸ்ரேல் அரசே எத்தனையோ முறை ஹமாஸுடன் சமரசப் பேச்சுக்கு முயற்சி மேற்கொண்டிருக்கிறது. ஆனால் ஹமாஸ் சம்மதித்ததில்லை.

''எங்களுக்கு இஸ்ரேலியப் பொதுமக்கள், இஸ்ரேலிய ராணுவம் என்கிற பாகுபாடு கிடையாது. ஒவ்வொரு இஸ்ரேலியக் குடிமகனும் கட்டாயமாக ஒரு வருடமாவது ராணுவச் சேவையாற்றவேண்டும் என்று அவர்கள் விதி வைத்திருக்கிறார்கள். அந்த அடிப்படையில் நாங்கள் சிவிலியன்களைத் தாக்குவதாகச் சொல்லுவது தவறு. அனைத்து யூதர்களுமே குறைந்தபட்சம் ஒரு வருடமாவது ராணுவத்தில் இருந்திருக்கிறார்கள் அல்லவா? அதனால் யாரை வேண்டுமானாலும் தாக்குவோம். அபகரிக்கப்பட்ட எங்கள் நிலம் மீண்டும் எங்கள் வசம் வந்து சேரும்வரை தாக்கிக்கொண்டேதான் இருப்போம்' என்பது ஹமாஸின் பிரசித்திபெற்ற கோஷம்.

சந்தேகத்துக்கு இடமில்லாமல் இஸ்ரேலுக்கு ஹமாஸ் ஒரு நிரந்தரத் தலைவலி என்பது 1970களின் மத்தியில் மிகவும் வெட்டவெளிச்சமாகத் தெரிய ஆரம்பித்தது. இஸ்ரேலுக்கு உதவி செய்யக்கூடிய அத்தனை நாடுகளுக்குமே என்றாவது ஒரு நாள் ஹமாஸால் பிரச்னை வரத்தான் செய்யும் என்று அமெரிக்கா எச்சரித்தது.

ஆகவே ஹமாஸின் செயல்பாட்டைக் குறைத்தாலொழிய நமக்குத் தலைவலி குறையாது; என்ன செய்யலாம் என்று இஸ்ரேலிய அரசு தனது உளவு அமைப்பான மொஸாடிடம் யோசனை கேட்டது. ஹமாஸுக்கு நிதியளிப்பவர்கள் பாலஸ்தீனிய அரேபியர்கள். அவர்களின் ஆள்பலம் என்பதும் பாலஸ்தீனுக்குள் இருக்கும் அரபு இளைஞர்கள்தான். ஆகவே ஹமாஸின் மக்கள் செல்வாக்கைக் குறைத்தால்தான் எதுவுமே சாத்தியம். அந்த இடத்தில் அடித்தால் இந்த இடத்தில் வந்து சேரும் உதவிகள் நிறுத்தப்படும் என்று மொஸாட், இஸ்ரேல் அரசுக்கு யோசனை சொன்னது.

இஸ்ரேல் அரசு இதனை ஏற்றுக்கொண்டது. விளைவு? காஸா மற்றும் மேற்குக் கரை மக்களின் மீது திடீர் திடீரென்று வன்முறை கட்டவிழ்த்துவிடப்பட்டது. ஒவ்வொரு இரவிலும் ஏதாவது ஒரு குடிசைப் பகுதி பற்றிக்கொண்டு எரியும். ஒவ்வொரு நாளும் குறைந்தது ஐம்பது அரேபியர்களாவது 'காணாமல்'போவார்கள். ஒவ்வொரு தினமும் எந்த அரபுக் குடியிருப்புப் பகுதியிலாவது இனக்கலவரம் மூளும். அடிதடிகள் நடந்து, கண்ணீர்ப்புகைகுண்டு வீச ராணுவம் வரும். கண்ணீர்க் குண்டுகளுக்கு பதில் அவர்கள் கையெறி குண்டுகளை வீசிச் சிலரைக் கொன்றுவிட்டுத் திருப்தியுடன் திரும்பிப் போவார்கள்.

இந்தச் சம்பவங்கள் ஒரு கட்டத்தில் தறிகெட்டுப் போகவே, கோபம் கொண்ட ஹமாஸ் ஒரு பகிரங்க அறிக்கை வெளியிட்டது. இஸ்ரேல் அரசுக்கு எதிராக, மிகத் துணிச்சலுடன், மிகக் கோபமாக, மிகக் கடுமையாக வெளியிடப்பட்ட அந்த அறிக்கை, இஸ்ரேலை மட்டுமல்லாமல் உலகம் முழுவதையுமே அதிர்ச்சியுடன் திரும்பிப் பார்க்கச் செய்தது.

76

இஸ்ரேல் - பாலஸ்தீன் பிரச்னையின் தொடக்கம் மதம் சார்ந்ததாக இருந்தாலும் இருபதாம் நூற்றாண்டின் தொடக்கத்திலேயே அது முற்றிலும் அரசியல் சார்ந்ததொரு விவகாரமாகிவிட்டது. இதைத் தெளிவாகப் புரிந்துகொண்டபடியால்தான் யாசிர் அரஃபாத் பி.எல்.ஓ.வின் தலைமைப் பொறுப்புக்கு வந்தபோது, தொடக்கத்திலிருந்தே அரசியல் தீர்வுக்கும் ஒரு கதவைத் திறந்து வைத்தார். பேச்சுவார்த்தைகள், அமைதி ஒப்பந்தங்கள், போர் நிறுத்தம் உள்ளிட்ட சாத்வீக வழிகளுக்கும் சம்மதம் சொன்னார்.

ஆனால் பிரச்னையின் அடிப்படை அரசியல் அல்ல என்று திட்டவட்டமாகக் கருதிய ஹமாஸ், இஸ்ரேலுக்கு எதிராக வெளியிட்ட அந்த முதல் அறிக்கையில் அழுத்தந்திருத்தமாக 'அல்லாவின் பெயரால்' தமது நிலைபாட்டை விளக்கியிருந்தது.

"மதத்தின்மீது ஒருவன் நம்பிக்கை இழப்பானானால் அவனது பாதுகாப்பும் அவனது நல்வாழ்வும் அந்தக் கணத்துடன் போய்விடுகிறது' என்கிற பிரசித்தி பெற்ற இஸ்லாமியக் கவிஞர் முஹம்மது இக்பாலின் வரிகளை மேற்கோள் காட்டி யூத மக்களுக்கும் இஸ்ரேலிய அரசுக்கும் எச்சரிக்கை செய்யும் விதமாக வெளியிடப்பட்ட அந்த அறிக்கைதான் இஸ்லாத்தின் பெயரால் புனிதப்போருக்கு அறைகூவல் விடுத்த முதல் அறிக்கை.

புனிதப்போர்கள் அதற்கு முன்பும் மேற்கொள்ளப் பட்டிருக்கின்றன. ஆனால் ஹமாஸின் அந்த அறிக்கை பாலஸ்தீனிய அரேபியர்களிடையே அன்றைக்கு ஏற்படுத்திய தாக்கமும் பாதிப்பும் முன்னெப்போதும் நிகழாதது. உருக்கமும் உணர்ச்சி வேகமும் கோபமும் ஆதங்கமும் கலந்த கவித்துவமான வரிகளில் ஒரு போராளி இயக்கம் அதற்கு முன் அறிக்கை வெளியிட்டதில்லை.

பாலஸ்தீனியர்களின் வலியை அப்பட்டமாகப் படம் பிடிக்கும் அந்த அறிக்கையிலிருந்துதான் பாலஸ்தீனுக்கான ஜிகாத் வேகமெடுக்கத் தொடங்கியது என்று தயங்காமல் கூறலாம்.

திடீரென்று பாலஸ்தீனில் இந்த அறிக்கை உண்டாக்கிய எழுச்சியைக் கண்டு முதலில் அஞ்சியது இஸ்ரேல் அல்ல. அமெரிக்காதான். உடனடியாக ஹமாஸை ஒரு தீவிரவாத இயக்கம் என்று அறிவிக்கச் சொல்லி இஸ்ரேல் அரசுக்கு உத்தரவிட்டுவிட்டு, உலகெங்கும் ஹமாஸுக்கு உதவக்கூடிய யாராக இருந்தாலும் கண்ணை மூடிக்கொண்டு கைது செய்யவும் தனது உளவு அமைப்பான சி.ஐ.ஏ.விடம் கேட்டுக்கொண்டது.

அன்றைய காலகட்டத்தில் இது மிகவும் நகைப்புக்குரிய ஒரு விஷயம். ஏனென்றால், ஹமாஸ் என்றொரு இயக்கம் இருப்பது தெரியுமே தவிர, அது யாரால் தலைமை தாங்கப்படுகிறது, வழி நடத்துவோர் யார் யார் என்கிற விவரங்களெல்லாம் அப்போது பாலஸ்தீனிலேயே கூட யாருக்கும் தெரியாது. ஹமாஸின் எந்த ஒரு தலைவரும் தன் பெயரோ, புகைப்படமோ வெளியே வர அனுமதித்ததில்லை. ஹமாஸ் இயக்கத்தில் இருந்த எந்த ஒரு போராளியும் பிற போராளி இயக்கத்தைச் சேர்ந்தவர்கள் போல இருபத்தி நாலு மணி நேரமும் கையில் துப்பாக்கியுடன் முகத்தைத் துணியால் கட்டி மறைத்துக்கொண்டு அலைந்து திரிந்ததில்லை. காடுகளிலும் மலைப்பகுதிகளிலும் மட்டுமே புழங்கி, திரைப்படத் தீவிரவாதிகள் போல படபடபடவென்று இயந்திரத் துப்பாக்கி ரவைகளை வீணாக்கிக் கொண்டிருக்கவில்லை.

ஹமாஸின் முழுநேரப் போராளிகள் கூட தொடக்ககாலத்தில் எங்கெங்கோ உத்தியோகம் பார்த்துக்கொண்டுதான் இருந்தார்கள். சிலர் ஆசிரியர்களாக இருந்தார்கள். சிலர் மருத்துவர்களாக இருந்தார்கள். பெரும்பாலான இளைஞர்கள் ஹமாஸின் 'தனி பார்லிமெண்ட்'டின்தன்னார்வசேவகர்களாககிராமம்கிராமமாகப் போய் மக்கள் நலப்பணிகளில் ஈடுபட்டு, சாலை போடுவதிலும் நகர சுத்திகரிப்புப் பணிகளிலும் ஈடுபட்டுக்கொண்டிருந்தார்கள் என்றால் நம்பித்தான் ஆகவேண்டும். இது மிகையே இல்லாத உண்மை. ஒரு அவசியம், தேவை என்று வரும்போது அப்படி அப்படியே வேலையைப் போட்டுவிட்டு ஆயுதத்தைத் தூக்கிக்கொண்டுகிளம்பிவிடுவார்கள். அந்தச்சமயங்களில்மட்டும்

அடையாளம் மறைப்பதன் பொருட்டு ஹமாஸ் போராளிகள் தங்கள் முகங்களைத் துணியால் சுற்றி மறைத்துக்கொள்வார்கள். ஏனெனில், பொழுது விடிந்தால் மீண்டும் வீதிகளுக்கு வந்து கூட்டிப் பெருக்க வேண்டுமே?

ஹாலிவுட் காட்ஃபாதரிலிருந்து கோலிவுட் ஜெண்டில்மேன் வரை திரைப்படங்கள் காட்டிய நெகடிவ் ஹீரோயிஸத்தின் ரிஷிமூலத்தைத் தேடிப்போனால் ஹமாஸில்தான் வந்து நிற்கவேண்டியிருக்கும்.

ஹமாஸின் வளர்ச்சி இஸ்ரேலை மிகவும் கவலை கொள்ளச் செய்தது. ஏற்கெனவே பதினெட்டு போராளி இயக்கங்களை உள்ளடக்கிய பி.எல்.ஓ.வையும் அதன் தலைவர் யாசிர் அரஃபாத்தின் எதிர்பார்க்கமுடியாத கெரில்லா யுத்தங்களையும் சமாளிக்க முடியாமல் திண்டாடிக்கொண்டிருந்தார்கள் அவர்கள். குறிப்பாக, பி.எல்.ஓவின் மிக முக்கிய சக்தியாக விளங்கிய அரஃபாத்தின் 'ஃபத்தா' இயக்கத்தினர் தாம் கற்ற போர்க்கலையின் அத்தனை சிறப்பு நடவடிக்கைகளையும் மொத்தமாக டெல் அவிவ் நகரில் காட்டியே தீருவது என்று தீர்மானம் செய்துகொண்டு தினசரி குறைந்தது இரண்டு அல்லது மூன்று தாக்குதல்களைத் தயங்காமல் மேற்கொண்டு வந்தார்கள்.

ஃபத்தா விஷயத்தில் இன்னொரு பிரச்னை என்னவென்றால், தொடக்கம் முதலே (அதாவது பி.எல்.ஓ.வில் இணைவதற்கு முன்பிலிருந்தே) அரஃபாத் அதனை ஒரு மதச்சார்பற்ற இயக்கமாகத்தான் முன்னிறுத்தி வந்தார். இயக்கத்தில் இருந்த அத்தனை பேருமே இஸ்லாமியர்கள்தான் என்றபோதும் இஸ்லாத்தை முன்வைத்து அவர்கள் ஒருபோதும் யுத்தம் மேற்கொண்டதில்லை. ஹமாஸ் அல்லது இன்றைய அல் கொய்தாவைப் போல் 'அல்லாவின் பெயரால்' அறிக்கை விடுத்ததில்லை. மாறாக 'இஸ்ரேலிடமிருந்து இழந்த நிலத்தை மீட்பது' மட்டுமே ஃபத்தாவின் நோக்கமாக அறிவிக்கப்பட்டிருந்தது. இதனாலேயே சர்வதேச மீடியா ஃபத்தாவைக் குறித்து செய்தி சொல்லும்போதெல்லாம் அதனை ஓர் அரசியல் இயக்கமாகவே குறிப்பிட்டுவந்தது. பாலஸ்தீன் விவகாரம் அதிகம் எட்டியிராத தூரக்கிழக்கு தேசங்களிலெல்லாம் எழுபதுகளின் தொடக்கத்திலேயே ஃபத்தாவை ஒரு அரசியல்

கட்சி போலவே சித்திரித்துச் செய்தி வெளிவரும்! சொல்லவும் முடியாமல் மெல்லவும் முடியாமல் தவித்துத் திண்டாடி நிற்கும் இஸ்ரேல் அரசு. "ஃபத்தா ஓர் அரசியல் கட்சியல்ல, அது ஒரு தீவிரவாத இயக்கம்தான்" என்று லவுட் ஸ்பீக்கர் வைத்து அலறுவார்கள். அமெரிக்க ஊடகங்களின் துணையுடன் புகைப்படங்கள், வீடியோத் துணுக்குகளை வெளியிடக் கடும் முயற்சிகள் மேற்கொள்வார்கள். அப்போதுகூட எடுபடாமல் போய்விடும்.

இஸ்ரேலுக்கு இது மிகப்பெரிய தலைவலியாக இருந்தது. ஏனெனில், இஸ்லாமியத் தீவிரவாதிகளால் தங்களுக்கு ஆபத்து என்றுதான் இஸ்ரேல் அரசு எப்போதும் ஐ.நாவில் புலம்புவது வழக்கம். அரஃபாத்தும் ஃபத்தாவும் பி.எல்.ஓ.வின் தலைமை நிலைக்கு வந்துவிட்டபோது, அவர்களால் அப்படி அழுது புலம்ப முடியாமல் போய்விட்டது. ஏனெனில் அரஃபாத் எப்போதும் பேச்சுவார்த்தைகளுக்குத் தயாராக இருந்தார். எப்போதும் போர் நிறுத்தத்துக்கான சாத்தியத்தை முதலில் வைத்துவிட்டுத்தான் யுத்தத்தையே தொடங்குவார். இது ஒரு ராஜதந்திரம். மாபெரும் அரசியல் தெளிவுள்ளவர்களுக்கு மட்டுமே சாத்தியமான யோசனை.

ஆகவே ஃபத்தாவின் செயல்பாடுகளைத் தடுத்து நிறுத்த வழி தேடிக்கொண்டிருந்த இஸ்ரேலுக்கு, ஹமாஸின் திடீர் எழுச்சியும் அவர்களுக்கு இருந்த மக்கள் ஆதரவும் மேலும் கலவரமூட்டியது. ஒருகட்டத்தில் இஸ்ரேலிய உளவுத்துறையான மொஸாட், வேறு வழியே இல்லை என்று ஹமாஸை எப்படியாவது வளைத்து, இஸ்ரேல் அரசின் ரகசியத் தோழன் ஆக்கிக்கொண்டு, அவர்களைக் கொண்டே பி.எல்.ஓ.வை ஒழித்துக்கட்ட ஒரு திட்டம் தீட்டியது.

தேவையானபணஉதவி, வேண்டியஅளவுக்குஆயுதஉதவி. ஹமாஸ் இயக்கத்தினருக்கு அளவற்ற பாஸ்போர்ட்கள், ஒருவருக்கே நான்கைந்து பாஸ்போர்ட்கள் வேண்டுமென்றாலும் கிடைக்கும். எந்த நாட்டு பாஸ்போர்ட் வேண்டுமென்றாலும் கிடைக்கும்; இயக்கத்திலிருக்கும் அத்தனை பேருக்கும் வீடு, நிலங்கள் என்று நம்ப முடியாத அளவுக்கு கொட்டிக்கொடுத்தாவது ஹமாஸை வளைக்க இஸ்ரேல் அரசு ஒரு திட்ட வரைவையே தயாரித்தது.

ஹமாஸின் மத உணர்வுகளைத் தாங்கள் மிகவும் மதிப்பதாகவும், நிதானமாகப் பேச்சுவார்த்தை நடத்தி, இருதரப்புக்கும் திருப்தியளிக்கும் விதத்தில் பிரச்னைக்கு ஒரு தீர்வு காணமுடியும் என்று தாம் நம்புவதாகவும், ஃபத்தாவும் அரஃபாத்தும்தான் பிரச்னை என்றும் 'எடுத்துச் சொல்லி' ஹமாஸ் தலைவர்களை வளைக்க ஒரு செயல்திட்டம் தீட்டியது இஸ்ரேல் அரசு.

இதன்மறைமுகஅர்த்தம்என்னவென்றால், ஹமாஸுக்குஇஸ்ரேல் அரசு உதவி செய்யும். பதிலுக்கு பி.எல்.ஓ.வை ஒழித்துக்கட்ட ஹமாஸ் உதவவேண்டும் என்பதுதான்.

இத்தகைய கேவலமான யோசனைகள் அமெரிக்காவுக்கும் அமெரிக்க அடிவருடிகளுக்கும் மட்டும்தான் சாத்தியம் என்று ஒற்றைவரியில் நிராகரித்துத் திருப்பிவிட்டார்கள், ஹமாஸின் உயர்மட்ட அரசியல் குழுவினர். அதோடு நிறுத்தாமல் மிகத் தீவிரமாக ஒரு ஊழல் ஒழிப்புப் போராட்டத்தையும் அவர்கள் உடனே தொடங்கினார்கள். பாலஸ்தீன் முழுவதும் யூத அதிகாரிகள் அப்போது கிடைத்த வழிகளிலெல்லாம் பணம் பண்ணிக்கொண்டிருந்தார்கள். ஊழலில் உலகிலேயே முதல் இடத்தை இஸ்ரேல் பிடித்துவிடக்கூடிய சாத்தியம் இருக்குமளவுக்கு ஊழல் நாற்றம் இஸ்ரேல் முழுவதும் நாறடித்துக்கொண்டிருந்தது. ஏராளமான அறக்கட்டளைகள் அப்போது அங்கே இருந்தன. யாராவது நிறைய பணம் சம்பாதிக்க வேண்டும் என்று முடிவு செய்தால் உடனே ஏதாவதொரு பெயரில் அறக்கட்டளை ஆரம்பித்து நிதி வசூலிக்க ஆரம்பித்துவிடுவார்கள். குறிப்பிடத்தக்கஅளவில் பணம் சேர்ந்ததும்அறக்கட்டளைஇருந்த இடம் தெரியாமல் காணாமல் போய்விடும். அறங்காவலர்கள் வெளிநாடுகளுக்குப் போய்விடுவார்கள். எதற்காக அவர்கள் நிதி திரட்டினார்கள், திரட்டிய நிதி எங்கே போனது என்றெல்லாம் யாரும் கேட்கக்கூடாது.

உல்லாசமாக வெளி நாடுகளில் சுற்றித் திரிந்துவிட்டு, பணம் தீர்ந்ததும் மீண்டும் இஸ்ரேலுக்கு வந்து வேறொரு அறக்கட்டளை ஆரம்பிப்பார்கள். மீண்டும் வசூல் நடக்கும். மீண்டும் காணாமல் போய்விடுவார்கள்.

ஒருவர் இருவர் அல்ல. அநேகமாக அன்றைய இஸ்ரேலின் மிக முக்கியமானதொரு 'தொழிலாகவே' இது இருந்தது. எழுபதுகளில்

இஸ்ரேலில் இம்மாதிரி திடீர் அறக்கட்டளைகள், டிரஸ்டுகள் மட்டும் லட்சக்கணக்கில் தோன்றி, காணாமல் போயிருக்கின்றன. இத்தகையநூதனமோசடியில்அரசின்உயர்மட்டஅதிகாரிகளுக்கும் அமைச்சர்களுக்கும் கூட நிறைய தொடர்புகள் இருந்திருக்கின்றன.

கோடிக்கணக்கில் உள்நாடு மற்றும் வெளி நாடுகளில் பணம் திரட்டி, அறக்கட்டளைகளின் பெயரில் அவற்றைச் சில தனிநபர்கள் தின்று கொழுத்து வந்ததைக் கண்டு கோபம் கொண்ட ஹமாஸ், இத்தகைய அறக்கட்டளைகளையும் டிரஸ்டுகளையும் ஒழித்துக்கட்டுவதே தன் முதல் வேலை என்று தீர்மானம் செய்து பகிரங்கமாக அறிவித்துவிட்டு, கையோடு வேலையை ஆரம்பித்து விட்டது.

இதற்கு பயந்த ஊழல் முதலைகள், போர்டுகளைக் கழற்றிப் போட்டுவிட்டு, அறைக்கதவைச் சாத்திக்கொண்டு வேலை செய்ய ஆரம்பித்தன. ஆனால் ஹமாஸ் இயக்கத்தினர் இத்தகைய அறக்கட்டளைகளைக் கணக்கெடுத்து, பட்டியலிட்டு, ஒரு நாளைக்கு ஒன்று என்று முடிவு செய்து தேசம் முழுவதும் இவற்றின்மீது தினசரி யுத்தம் ஆரம்பித்துவிட்டார்கள்.

அறக்கட்டளைகளின் பெயரில் ஊழல் செய்வதைத் தடுக்கப் போன ஹமாஸுக்கு அரசுத்துறையிலும் ஊழல் மலிந்து கிடப்பது தெரியவர, பெரிய அளவில் ஒரு நாடு தழுவிய ஊழல் ஒழிப்புப் போராக நடத்தினாலொழிய இதற்கு விடிவு கிடையாது என்று தெரிந்தது.

ஆகவே, ஹமாஸில் உடனடியாகத் தனியொரு ஊழல் ஒழிப்புப் பிரிவு ஆரம்பிக்கப்பட்டது. எங்கெல்லாம் , யாரெல்லாம் ஊழலில் ஈடுபடுவதாகத் தெரிகிறதோ அங்கெல்லாம் இந்தப் படை போகும். ஒரு தோட்டா. ஒரே முயற்சி. ஆள் காலி. அல்லது நிறுவனம் காலி. அங்கிருக்கும் பணம் முழுவதும் அடுத்த வினாடி ஹமாஸின் மக்கள் வங்கிக்கு வந்து சேர்ந்துவிடும். உடனே கணக்கு எழுதி பொதுமக்கள் பார்வையில் படும்படி எங்காவது மாட்டிவிடுவார்கள். இந்த இடத்தில் இத்தனை பணம் எடுத்துவரப்பட்டது. இந்தப் பணம் இந்த இந்த வகைகளில் செலவிடப்படவிருக்கிறது என்று எழுதியே போட்டுவிடுவார்கள்.

எழுதிப் போட்டபடி செயல்படுகிறார்களா என்பதைக் கண்காணிப்பதற்காகவே ஒரு குழு இருக்கும். அவர்கள் வருடத்துக்கு மூன்றுமுறை இன்ஸ்பெக்ஷன் நடத்தி அறிக்கை சமர்ப்பிக்க வேண்டும்.

அது ஒரு அரசாங்கமேதான். தனியார் அரசாங்கம்.

ஆரம்பத்தில் ஹமாஸின் இத்தகைய சமூகப்பணிகள்தான் இஸ்ரேல் அரசின் கவனத்தைக் கவர்ந்தன. ஹமாஸைத் தீவிரவாதச் செயல்களிலிருந்து பிரித்து இழுப்பது சுலபம் என்று அவர்கள் நினைத்ததும் இதனால்தான்.

ஆனால் யுத்தத்தை நிறுத்தினாலும் நிறுத்துவார்களே தவிர அவர்கள் இஸ்ரேலுக்கு ஆதரவாக ஒருபோதும் நினைத்துக்கூடப் பார்க்கமாட்டார்கள் என்பது ஏனோ அவர்களுக்கு உறைக்காமல் போய்விட்டது.

இதெல்லாம் எண்பதுகளின் தொடக்கம் வரைதான். அதுகாறும் அரசியல் சித்தாந்தவாதிகளால் வழிநடத்தப்பட்டுவந்த ஹமாஸுக்கு எண்பதாம் வருடம் ஒரு ராணுவத் தலைவர் வந்து பொறுப்பேற்றுக்கொண்டார். அவர் பெயர் ஷேக் அகமது யாசின். *(Sheikh Ahmed Yassin).* அந்தக் கணமே ஹமாஸின் செயல்பாடுகள் முற்றிலும் வேறுமுகம் கொள்ளத் தொடங்கிவிட்டன.

77

2004-ம் வருடம் மார்ச் மாதம் 22-ம் தேதி தொழுகைக்காக அவர் ஒரு மசூதிக்குச்சென்றுகொண்டிருந்தார். தொழுகை முடித்து மசூதியை விட்டு வெளியே வந்தபோது எங்கிருந்தோ பறந்து வந்த ஒரு ராக்கெட் வெடிகுண்டு அவர் அருகே சரியாக விழுந்து வெடித்து உயிரைக் குடித்தது. அடுத்த விநாடி பாலஸ்தீன் பற்றி எரியத் தொடங்கியது. இஸ்ரேலியப் பிரதமர் ஏரியல் ஷரோனின் கதை அத்துடன்முடிந்தது என்று அத்தனைபேரும் பேசிக்கொண்டார்கள். திட்டமிட்ட அந்தத் தாக்குதலை 'சற்றும் எதிர்பாராத-தொரு விபத்துதான் இது. நாங்கள் அவரைக் குறிவைத்து ராக்கெட்டை ஏவவில்லை' என்று இஸ்ரேலிய அமைச்சர் ஒருவர் அவசர அவசரமாக பாராளுமன்றத்தில் தெரிவித்தார். அவர் பொய்தான் சொல்கிறார் என்பது குழந்தைக்குக் கூடத் தெரியும். வயதில் மிகவும் முதிர்ந்த, மார்க்கக் கல்வியில் கரை கண்டவரான அவர் பெயர் ஷேக் அகமது யாசின். இருபது ஆண்டுகளுக்கு மேலாக இஸ்ரேல் அரசுக்கு சிம்ம சொப்பனமாக விளங்கிய ஹமாஸின் தலைவர்.

ஷேக் அகமது யாசின் ஹமாஸின் தலைமைப் பொறுப்புக்கு வந்த காலகட்டத்தில் தொடங்க வேண்டிய இந்த அத்தியாயத்தை, அவரது மரணத்தில் தொடங்க நேர்ந்தது தற்செயலானதல்ல. தன்னைப் பற்றிய எந்த விவரத்தையும் எந்தக் காலத்திலும் வெளியில் சொல்லாத போராளி அவர். யாசின் குறித்து இன்று நமக்குக் கிடைக்கக்கூடிய தகவல்கள் நான்கே நான்குதான். முதலாவது, அவர் அதிகம் பேசமாட்டார். சமயத்தில் பேசவே மாட்டார். இரண்டாவது, ஒரு நாளைக்கு ஒரே ஒரு ரொட்டியும் ஒரு தம்ளர் பாலும் மட்டும்தான் அவரது உணவாக இருந்தது என்பது. மூன்றாவது, இருட்டில்கூடக் குறிதவறாமல்சுடக்கூடியவர்என்கிற

தகவல். நான்காவது தகவல், அவருக்குக் கடைசிக் காலத்தில் கண் பார்வை சரியில்லாமல் போய் மிகவும் அவஸ்தைப் பட்டார் என்பது. இதுதான். இவ்வளவுதான்.

யாசினுக்கு முன்பு ஹமாஸை வழி நடத்தியவர்கள் எல்லோரும் அரசியல் வல்லுநர்களாக மட்டும் இருந்தார்கள். இவர்தான் முதல் ராணுவத் தலைவர். ஹமாஸை ஒரு சக்திமிக்க தனியார் ராணுவம் போலவே வடிவமைத்ததில் பெரும்பங்கல்ல; முழுப்பங்கே இவருடையதுதான். இஸ்ரேலுக்கு எதிரான ஹமாஸின் யுத்தத்துக்கு ஒரு சரியான வடிவம் கொடுத்தவர் யாசின் தான்.

ஒரு மாதத்துக்கு இத்தனை இலக்குகள் என்று திட்டம் போட்டுக்கொண்டு தாக்குதலை நடத்தக் கற்றுக்கொடுத்தவர் அவர். ஒரு குழு ஓரிடத்தில் தாக்குதல் நடத்தப் போனால், அடுத்தக் குழு அடுத்த இலக்கை நோக்கி அப்போதே பயிற்சியிலும் முயற்சியிலும் ஈடுபடத் தொடங்கியிருக்கும். இவ்வாறு ஹமாஸின் அத்தனை போராளிகளையும் சிறு சிறு குழுக்களாகப் பிரித்து, தேசமெங்கும் வேறு வேறு இடங்களில் பயிற்சி முகாம்கள் அமைத்து தங்கவைத்துத் தயார் செய்ய ஆரம்பித்தார் யாசின்.

எந்தவிதமான சமரசங்களுக்கும் ஹமாஸ் தயாரானதல்ல என்பது முதல் முதலில் இஸ்ரேலிய அரசுக்குப் புரியவந்ததே ஷேக் அகமது யாசின் பொறுப்புக்கு வந்தபிறகுதான். ஹமாஸ், மிகத்தீவிரமாக இஸ்ரேலிய மக்களின்மீது தாக்குதல் ஆரம்பித்ததும் அவரது தலைமைக்குப் பிறகுதான். அதுவரை ராணுவ இலக்குகள், அரசாங்க இலக்குகள்தான் ஹமாஸின் பிரதான நோக்கமாக இருந்துவந்தது. அதனை மாற்றி, பொதுமக்களும் அரசின் கருத்தை ஏற்று நடந்துகொள்பவர்கள்தானே, ஆகவே இஸ்ரேலிய அரசின் அத்தனை குற்றங்களிலும் அவர்களுக்கும் பங்குண்டு என்று சொன்னவர் அவர்.

பொது இடங்களில் ஹமாஸ் வெடிகுண்டுகளைப் புழக்கத்தில் விடத் தொடங்கியது அப்போதுதான். பஸ்ஸில் வைப்பார்கள். அடுக்குமாடிக் குடியிருப்புகளின் கார் பார்க்கிங்கில் வைப்பார்கள். ரயில்களில் வைப்பார்கள். ஹோட்டல்கள், யூத தேவாலயங்கள், பல்கலைக்கழக வளாகங்கள், பள்ளிக்கூடங்கள், ரிசர்வேஷன் கவுண்ட்டர்கள், கலை நிகழ்ச்சிகள் நடைபெறும் அரங்கங்கள்,

அரசு விழாக்கள் நடக்கும் இடங்கள், அணிவகுப்பு நிகழ்ச்சிகள் என்று எங்கெல்லாம் மக்கள் கூடுவார்களோ, அங்கெல்லாம் குண்டுவைக்க ஆரம்பித்தார்கள்.

சித்தாந்தம் என்பது சௌகரியப்படி மாற்றி எழுதிக்கொள்ளத் தக்கது. அதுவரை பாலஸ்தீன் விடுதலைக்காகப் போராடியபடி, பாலஸ்தீனிய அராபியர்களின் நலனுக்காகவும் பாடுபட்டுக் கொண்டிருந்த ஹமாஸ், எண்பதுகளின் தொடக்கத்திலிருந்து இஸ்ரேலிய இலக்குகளின் மீது தாக்குதல் நடத்துவதையே தனது பிரதானமான நோக்கமாகக் கொள்ளத் தொடங்கியது.

இதனால்தான் பி.எல்.ஓ. ஓர் அரசியல் முகம் பெற்றதைப் போல ஹமாஸால் இறுதிவரை பெற முடியாமல் போய்விட்டது. எண்பதுகளிலேயே ஹமாஸை ஒரு தீவிரவாத இயக்கமாக உலகம் பார்க்கத் தொடங்கிவிட்டதென்றபோதும், அது அல் காயிதாவைக் காட்டிலும் பயங்கரமான இயக்கம் என்று கருதப்-பட்டது, தொண்ணூறுகளின் தொடக்கத்தில்தான்.

உலகிலேயே முதல் முறையாகத் தற்கொலைத் தாக்குதல் என்னும் உத்தியைப் புகுத்தியது ஹமாஸ்தான். இந்தத் திட்டம் ஷேக் அகமது யாசினின் எண்ணத்தில் உதித்தவற்றுள் ஒன்று.

கொள்கைக்காக உயிர்த்தியாகம் செய்வது, மதத்துக்காக உயிர்த்தியாகம் செய்வது, விடுதலைக்காக உயிர்த்தியாகம் செய்வது என்கிற புராதனமான சித்தாந்தத்துக்குப் புதுவடிவம் கொடுத்து, தானே ஒரு ஆயுதமாக மாறி எதிரியின் இலக்கைத் தாக்கி அழிப்பது என்கிற கருத்தாக்கத்தை முதன் முதலில் 1994-ல் முன்வைத்தது ஹமாஸ்.

ஹெப்ரான் (Hebron) என்கிற இடத்தில் இருந்த இப்ராஹிம் மசூதியில் தொழுகையில் ஈடுபட்டிருந்த இருபத்தொன்பது பேர், ஈவிரக்கமின்றி பரூஷ் கோல்ட்ஸ்டெயின் (Baruch Goldstein) என்கிற வந்தேறி யூதரால் படுகொலை செய்யப்பட்டதற்குப் பழிவாங்க முடிவு செய்தது ஹமாஸ். திரும்ப அதேபோல துப்பாக்கி ஏந்தி கண்ணில் பட்ட இஸ்ரேலிய ராணுவத்தினரை மட்டும் சுட்டுக் கொல்வது எந்தப் பலனும் அளிக்காது என்று ஹமாஸின் உயர்மட்டக் குழுவினர் கருதினார்கள். அப்போது வடிவம் பெற்றதுதான் இந்தத் தற்கொலைத் தாக்குதல் என்கிற உத்தி.

ஒரு தாக்குதல் நடத்த வேண்டும். அது உலகத்தையே குலுக்க வேண்டும். இஸ்ரேலிய அரசு பதறிக்கொண்டு அலறியோட வேண்டும். இப்படியும் செய்வார்களா என்று அச்சம் மேலோங்க-வேண்டும். அதுதான் சரியான பதிலடியாக இருக்க முடியும் என்று தீர்மானித்த ஹமாஸ், திட்டமிட்டு ஒரு போராளியைத் தயார் செய்து அனுப்பியது. உடலெங்கும் வெடிபொருட்களைக் கட்டிக்கொண்டு போய் நட்டநடு வீதியில் தன்னைத்தானே மாய்த்துக்கொண்டு சுமார் ஐம்பது யூதர்களையும் கொன்றான் அவன்.

ஹமாஸ் எதிர்பார்த்தபடியே இந்தச் சம்பவம் சர்வதேச கவனத்தைக் கவர்ந்தது. அத்தனை நாட்டுத் தலைவர்களும் அலறினார்கள். இஸ்ரேல் அதிர்ச்சியில் வாயடைத்துப் போனது. இப்படியுமா கொலைவெறி கொள்வார்கள் என்று பக்கம் பக்கமாக எழுதி மாய்ந்தார்கள். உடனடியாகப் பல்வேறு நாடுகள் ஹமாஸை ஒரு தடைசெய்யப்பட்ட இயக்கமாக அறிவித்தன. இதில் மிகப்பெரிய நகைச்சுவை என்னவென்றால் அல் காயிதா போன்ற அமைப்புகளுக்கு வெளிப்படையாகப் பல தேசங்களில் கிளைகளும் துணை அமைப்புகளும் பயிற்சி முகாம்களும் இருப்பது போல ஹமாஸுக்குக் கிடையவே கிடையாது. எங்கே யார் இருக்கிறார்கள் என்பது கூட யாருக்கும் தெரியாது.

1989-லிருந்து *1991* வரை ஹமாஸ் இயக்கத்தினரைப் பற்றித் தகவல் சேகரிக்கவென்றே அமெரிக்க உளவுத் துறையான சி.ஐ.ஏ.வில் தனியொரு பிரிவு செயல்பட்டது. இஸ்ரேலிய உளவுத்துறை மொஸாடுடன் இணைந்து மூன்று ஆண்டுகள் படாதபாடுபட்டும் அவர்களால் மொத்தம் பதினான்கு பேரைத் தவிர வேறு பெயர்களைக் கூடக் கண்டுபிடிக்கமுடியவில்லை. எந்த ஒரு ஹமாஸ் தலைவரைப் பற்றிய தனி விவரங்களும் கிடைக்கவேயில்லை. 'கஷ்டப்பட்டு' அவர்கள் சேகரித்து வெளி உலகுக்கு அறிவித்த அந்த ஹமாஸ் தலைவர்களின் பெயர்கள் இதோ:

1. ஷேக் அகமது யாசின் - மதத்தலைவர், ராணுவத் தலைவர். (இவர் மார்ச்*22, 2004*-ல் இஸ்ரேலிய ராணுவத்தினரால் கொல்லப்பட்டார்.)

2. டாக்டர் அப்துல் அஜிஸ் அல் ரண்டிஸி *(Dr. Abdul aziz al rantissi* யாசின் மறைவுக்குப் பிறகு ஹமாஸின் தலைவரானவர். இவரும்

இஸ்ரேல் ராணுவத்தினரால் அதே ஆண்டு படு-கொலை செய்யப்பட்டார்.)

3. இப்ராஹிம் அல் மகத்மெ (Ibrahim al Makadmeh. 2003-ம் ஆண்டு மொஸாட் உளவாளிகளால் கொலை செய்யப்பட்டவர்.)

4. மெஹ்மூத் அல் ஸாஹர் (Mahmoud al Zahar - அரசியல் பிரிவுத் தலைவர்)

5. இஸ்மாயில் ஹனியா (Ismail Haniya - பெரும்பண்டிதர். அரசியல் ஆலோசகர்.)

6. சயீது அ'சியாம் (Saida'Siyam - அரசியல் பிரிவின் மூத்த செயலாளர்.)

7. ஸலா ஸாஹேத் (Salah Sahed - ஹமாஸின் ராணுவத் தளபதி. 2002-ம் ஆண்டு கொல்லப்பட்டார்.)

8. மொஹம்மத் டெயிஃப் (Mohammed Deif - ராணுவத் தளபதி.)

9. அட்னல் அல் கௌல் (Adnal al Ghoul - வெடிபொருள் நிபுணர். ராக்கெட் லாஞ்ச்சர் பிரயோகத்தில் விற்பன்னர்.)

10. மொஹம்மத் தாஹா (Mohammed Taha - ஹமாஸைத் தோற்று-வித்தவர்களுள் ஒருவர். மார்க்க அறிஞர். 2003-ம் ஆண்டு இஸ்ரேலிய ராணுவம் இவரைக் கைது செய்து சிறையில் அடைத்தது. இன்றுவரை சிறையில் இருக்கிறார்.)

11. யாஹியா அயாஷ் (Yahya Ayyash - வெடிகுண்டுகள் தயாரிக்கும் விஞ்ஞானி.)

12. காலித் மஷால் (Khaled Mashal - டெமஸ்கஸில் வசிக்கும் ஹமாஸ் தலைவர். செப்டெம்பர் 2004-க்குப் பிறகு ஈரானுக்குத் தப்பிச் சென்றுவிட்டதாக நம்பப்படுகிறது.)

13. மூசா அபு மர்ஸூக் (Mousa Abu marzuk - சிரியாவில் இருக்-கிறார்.)

14. ஷேக் காலில் (Sheikh Khalil - 2004-ல் இஸ்ரேலிய ராணுவத்தால் கொல்லப்பட்ட இவர் மிகவும் ஆபத்தான தீவிரவாதி என்று வருணிக்கப்பட்டவர்.)

எந்த விவரமும் கண்டுபிடிக்க முடியாத இவர்களில் சிலரை இஸ்ரேல் ராணுவம் எப்படிக் கொன்றது என்பது மிக முக்கியமான விஷயம். ஹமாஸ் இயக்கத்தைச் சேர்ந்த யாராவது ஒருவர் அந்த இயக்கத்தின் தலைவராக அறிவிக்கப்படுகிறார் என்றால் கண்டிப்பாக அவர் மிகப்பெரிய மார்க்க அறிஞராகத்தான் இருப்பார். அவரது ராணுவத் தகுதிகளெல்லாம் கூட இரண்டாம்பட்சம்தான்.

அப்படி சமய ஈடுபாடு மிக்க ஒருவர் மசூதிக்குப் போய் தொழுகை நடத்துவதிலிருந்து ஒரு நாளும் தவற மாட்டார்.

இதை கவனத்தில் கொண்ட இஸ்ரேல், காஸா பகுதியில் உள்ள அத்தனை மசூதிகளைச் சுற்றிலும் நூற்றுக்கணக்கான ஒற்றர்களை எப்போதும் நிறுத்திவைக்கும். இந்த ஒற்றர்கள் மூன்று மணி நேரத்துக்கு ஒருமுறை மாற்றப்பட்டுக்கொண்டே இருப்பார்கள். ஒரு முறை ஓரிடத்தில் பணியில் இருக்கும் ஒற்றர் அடுத்த ஒரு மாத காலத்துக்கு அந்த இடத்துக்கு வரமாட்டார். அத்தனை கவனம்!

இப்படிப் பணியில் நிறுத்தப்படும் ஒற்றருக்கு ஒரே ஒரு கட்டளைதான். ஹமாஸ் தலைவர் எப்போது எந்த மசூதிக்கு வருகிறார் என்று பார்த்துச் சொல்லவேண்டும். அவர் தினசரி வருகிறாரா, வாரம் ஒரு முறை வருகிறாரா, அல்லது ஏதாவது விசேஷ தினங்களில் மட்டும் வருகிறாரா என்று காத்திருந்து சரியாகப் பார்த்துச் சொல்லவேண்டும்.

தகவல் சரிதான் என்று உறுதிப்படுத்தப்பட்டதும் பாதுகாப்பான தூரத்தில் பதுங்கியிருந்து ராக்கெட் வெடிகுண்டு மூலம் கொன்றுவிடலாம் என்று யோசனை சொன்னது மொஸாட்.

இப்படித்தான் ஷேக் அகமது யாசின் படுகொலை செய்யப்பட்டார். சக்கர நாற்காலியில் அமர்ந்தபடி மசூதிக்கு வருபவர் அவர் என்பது இஸ்ரேல் ராணுவத்துக்கு சௌகரியமாகப் போய்விட்டது. அவர் உள்ளே போகும் நேரம், வெளியே வந்து நாற்காலியிலிருந்து இறங்கி வண்டியில் ஏறுவதற்கு ஆகும் கால அவகாசம் ஆகியவற்றைத் துல்லியமாகக் கவனித்து, சரியாக அடித்தார்கள். யாசின் இறந்து போனார்.

யாசின் இறந்தபோது கோபத்தில் ஹமாஸ் இயக்கத்தினர் இஸ்ரேல் முழுவதும் ஏராளமான தாக்குதல் நடவடிக்கைகளில்

ஈடுபட்டார்கள். எங்கு பார்த்தாலும் குண்டு வெடித்தது. பஸ்கள் எரிந்தன. மக்களின் அலறல் ஓசை பத்து நாள்கள் வரை ஓயவே இல்லை. புதிய தலைவரான டாக்டர் அப்துல் அஜிஸ் அல் ரண்டிஸியின்வழிகாட்டுதலில்இயக்கம்இன்னும்உத்வேகத்துடன் செயல்படத் தொடங்கியிருப்பதாக அறிவித்தார்கள்.

உடனே மொஸாட் விழித்துக்கொண்டது. ஓஹோ, உங்கள் புதிய தலைவர் இவர்தானா என்று அவருக்கு அடுத்தபடியாகக் கட்டம் கட்டினார்கள். அதே போல ஒளிந்திருந்து தாக்கி அவரையும் கொன்றார்கள். ஒரே வருடத்தில் இரண்டு தலைவர்களைப் பறிகொடுத்த ஹமாஸ் செய்வதறியாமல் திகைத்தது.

ஹமாஸ் தனது அடுத்த தலைவரைத் தேர்ந்தெடுக்க வேண்டிய சூழ்நிலையில் இருந்தபோதுதான் விஷயத்தை மோப்பம் பிடித்த ஹமாஸின் மூத்த தலைவர்களுள் ஒருவரும் சிரியாவில் வசிப்பவருமான காலித் மஷால், அவசர அவசரமாக 'தலைவரை ரகசியமாகத் தேர்ந்தெடுங்கள். எக்காரணம் கொண்டும் யார் தலைவர் என்பதை வெளியே சொல்லாதீர்கள்' என்று இயக்கத்தினருக்கு ரகசியச் சுற்றறிக்கை அனுப்பினார்.

சற்றே நிதானத்துக்கு வந்த ஹமாஸ் அவர் சொல்வதில் உள்ள நியாயத்தை உணர்ந்து, தங்களது தலைவர் யாரென்பதை அறிவிப்பதை அத்துடன் நிறுத்திக்கொண்டது. ஆனாலும் சீனியாரிடி அடிப்படையில்மெஹ்மூத்அல்ஸாஹர்தான்அடுத்ததலைவராகத் தேர்ந்தெடுக்கப்பட்டிருக்கவேண்டும்என்றுசொன்னதுமொஸாட். துணைத்தலைவராக இஸ்மாயில் ஹனியாவும் அவருக்கு அடுத்தபடியாக சயீது அசூ சியாமும் இருப்பார்கள் என்றும் சொல்லி, வைத்தகுறிக்காக இன்னும் வலைவிரித்திருக்கிறார்கள்.

78

ஷேக் அகமது யாசினின் தலைமையில் ஹமாஸ் தனது சமூகப் பணி முகத்தைக் கிட்டத்தட்ட கழற்றிவைத்துவிட்டு முழுநேர குண்டுவெடிப்பு இயக்கமாக உருமாறத் தொடங்கிய அதே சமயத்தில்யாசிர்அரஃபாத், இஸ்ரேலுக்குஎதிரானபோராட்டத்தில் பி.எல்.ஓவுடன் பொதுமக்களும் கைகோக்கும் விதத்தில் ஒரு புதிய திட்டத்தைத் தயார் செய்துகொண்டிருந்தார்.

கத்தியின்றி, ரத்தமின்றி, யுத்தம் செய்யும் திட்டம் ஏதும் அப்போது அவருக்கு இல்லை. மாறாக கத்திக்கு பதில் கல்லும் துப்பாக்கிக்குப் பதில் தீக்குச்சியும் ஆயுதமாகலாம் என்று முடிவு செய்தார். மேலோட்டமான பார்வையில் வெறும் மக்கள் எழுச்சி; நீதி கேட்டு நெடும்பயணம் என்பது போலத்தான் தெரியும். எப்படியும் இஸ்ரேலிய ராணுவம் தாக்குவதற்கு வரும். பதில் தாக்குதலுக்குத் துப்பாக்கி எடுக்காமல் கற்களைக்கொண்டு தற்காப்பு ஏற்பாடுகள் செய்துகொள்ளலாம் என்று நினைத்தார்.

இது மக்கள் மத்தியில் இன்னமும் அனுதாபத்தையும் ஆதரவையும் பெற்றுத்தரக் கூடும். மேலும், பாலஸ்தீன் விடுதலை என்பது ஒரு குறிப்பிட்ட இயக்கத்தின் கரத்தில் மட்டும் இல்லை என்று அரஃபாத் நினைத்தார். இயக்கம் முன்னின்று போராடும். ஆனால், பொதுமக்களின் பங்களிப்பு இருந்தால்தான் திட்டம் வெற்றி அடையமுடியும் என்பது அவரது கருத்து.

இந்த எண்ணத்தின் விளைவாகப் பிறந்ததுதான் இண்டிஃபதா *(Intifada)*.

Intifada என்கிற அரபுச் சொல்லுக்கு எழுச்சி, உலுக்கிப் பார்த்தல், பொங்கியெழுதல் என்று பலவிதமாகத் தமிழில் அர்த்தம் சொல்லலாம். இஸ்ரேல் அரசையும் ராணுவத்தையும்

உலுக்குவதுதான் அரஃபாத்தின் நோக்கம். பி.எல்.ஓ. அதனைச் செய்யாமல் பொதுமக்களை முன்னிறுத்திச் செய்யலாம் என்கிற யோசனைதான் முக்கியமானது. உலகம் முழுவதும் 'இண்டிஃபதா, இண்டிஃபதா' என்று உச்சரிக்கும் விதத்தில் இந்த எழுச்சி மிகப்பெரிய வெற்றியை அவருக்குத் தேடித்தந்தது.

தோற்றத்தில் இது ஓர் அறப்போராட்டம் போல் இருந்ததால் அரஃபாத்தின் எழுச்சி ஊர்வலங்களில் நடைபெறும் கலவரங்களும் கண்ணீர்ப் புகைகுண்டு வீச்சுகளும் தீவைப்பு சம்பவங்களும் சர்வதேச அரங்கில் இஸ்ரேலுக்குத்தான் அவப்பெயரைத் தேடித்தந்தன. உண்மையில் அரேபியர்களும் இந்த இண்டிஃபதாவில் ஏராளமான தாக்குதல்களை நடத்தியிருக்கிறார்கள். பெரும்பாலான சந்தர்ப்பங்களில் கலவரத்தை ஆரம்பித்துவைத்ததே அரேபியர்களாகத்தான் இருந்திருக்கிறார்கள் என்பது சமகால சரித்திரம் சுட்டிக்காட்டும் உண்மை.

அரஃபாத்தின் எண்ணத்தில் உதித்த இண்டிஃபதா, முதல் முதலில் செயலுக்கு வந்த ஆண்டு 1987. இதற்கு ஒரு வலுவான பின்னணியும் இருந்தது. அந்த வருடம் அக்டோபர் முதல் தேதி, காஸாவில் ஒரு சம்பவம் நடந்தது. இஸ்ரேலிய ராணுவம் அன்றைய தினம், பாலஸ்தீனியன் இஸ்லாமிக் ஜிகாத் என்னும் அமைப்பைச் சேர்ந்த ஏழு போராளிகளைச் சுட்டுக் கொன்றது. இந்தச் சம்பவத்தால் காஸா முழுவதும் யுத்தத்தீ கொழுந்துவிட்டு எரியத் தொடங்கிய சமயத்தில் ஒரு வந்தேறி யூதர், ஒரு அரபு பள்ளிச் சிறுமியின் பின்புறத்தில் தன் கைத்துப்பாக்கியால் சுட்டார். பள்ளிக்குச் சென்றுகொண்டிருந்த சிறுமி அவள். சற்றும் எதிர்பாராதவகையில் பின்புறமிருந்து ஒரு குண்டு பாய்ந்து வந்து அவளது இடுப்புப் பகுதியில் வெடிக்க, நடுச்சாலையில் அந்தக் குழந்தை விழுந்து கதறியதை நூற்றுக்கணக்கான பொதுமக்கள் பார்த்து நிலைகுலைந்து போய் நின்றார்கள். அந்த யூதர், துப்பாக்கியைத் துடைத்து எடுத்துப் பையில் போட்டுக்கொண்டு வந்த வழியே போய்விட்டார்.

இந்தச் சம்பவம் காஸாவில் மிகப்பெரிய கலவரத்துக்கான தூபத்தைப் போட்டது. மக்கள் கொதித்து எழுந்தார்கள். போராளிகளோ, கண்ணில் தென்பட்ட அத்தனை யூதர்களையும்

சுட்டுக் கொல்லத் தொடங்கினார்கள். அனைத்து யூதக் கடைகள், அலுவலகங்களும் சூறையாடப்பட்டன. பேருந்துகள் நடுச்சாலையில் பெட்ரோல் ஊற்றி எரிக்கப்பட்டன.

என்ன செய்வதென்று தெரியாமல் இஸ்ரேலிய அரசு விழித்து நின்றது. கலவரத்தை அடக்க, ராணுவத்தை அனுப்பிவைத்தது. இது இன்னும் பிரச்னையாகிவிட்டது. ராணுவம் வந்துவிட்டது என்பது தெரிந்ததுமே காஸா பகுதியில் வசித்துவந்த மக்கள் கோபத்தின் உச்சிக்கே சென்றார்கள். கண்மூடித்தனமாகச் சாலைகளை நாசப்படுத்தி, குடிநீர்க் குழாய்களை உடைத்து, சரக்கு லாரிகளின் டாங்குகளில் தீப்பந்தங்களைச் சொருகி, என்னென்ன வகைகளிலெல்லாம் பற்றி எரியச் செய்யமுடியுமோ, அதையெல்லாம் செய்ய ஆரம்பித்தார்கள்.

காஸாவில் என்ன நடக்கிறது என்பதே சரியாக வெளியே தெரியவரவில்லை. அதனால், ஏராளமான வதந்திகள், புரளிகள் எழத் தொடங்கின. தினசரி பல்லாயிரக்கணக்கில் மக்கள் கொன்று குவிக்கப்படுகிறார்கள், எரிக்க வழியில்லாமல் கடலில் பிணங்கள் வீசப்படுகின்றன என்றெல்லாம் தகவல்கள் வெளிவரத் தொடங்க, சர்வதேச மீடியா பரபரப்படைந்தது.

கலவரம் நடந்தது உண்மை. இரு தரப்பிலும் ஏராளமான சேதங்கள் இருந்தது உண்மை. அதற்கு மேல் ஆயிரக்கணக்கில் படுகொலை என்று சொல்லப்பட்டது எல்லாம் பொய். ஆனால், வதந்திகள் தந்த கோபத்தில் மக்களின் ஆத்திரம் கட்டுக்கடங்காமல் போய் மிகப்பெரிய யுத்தமாக அது உருப்பெறத் தொடங்கியது.

அந்தச் சந்தர்ப்பத்தைத்தான் அரஃபாத் பயன்படுத்திக்கொண்டார். போராட்டம். மக்கள் போராட்டம். அறப்போராட்டம். ஆயுதத்தாக்குதல் வந்தால் மட்டும் தற்காப்புக்காகக் கற்களைப் பயன்படுத்தலாம் என்று மக்களின் எழுச்சியை ஒருமுகப்படுத்தி, அதற்கு இண்டிஃபதா என்று ஒரு பெயரளித்தார்.

கஸ்டடி மரணங்கள், கூட்டம் கூட்டமாகப் படுகொலை செய்வது, வீடுகளை இடிப்பது, கொடூரமான முறையில் சித்திரவதை செய்வது, நாடு கடத்துவது உள்ளிட்ட இஸ்ரேலிய அரசின் அரபு விரோத நடவடிக்கைகள் ஒவ்வொன்றாகப் பட்டியலிட்டு, இவை அனைத்துக்கும் எதிரான போராட்டம் என்று சொல்லித்தான் முதல் இண்டிஃபதா ஆரம்பமானது.

ஆரம்பத்தில், இது அரஃபாத்தின் யோசனையே அல்ல; மக்களின் இயல்பான எழுச்சியைத்தான் அரஃபாத் தன்னுடைய திட்டம் போல் வடிவம் கொடுத்து நடைபெறச் செய்துவிட்டார் என்று கூடச் செய்திகள் வந்தன.

உண்மையில், மக்களை முன்னிறுத்தி ஒரு மாபெரும் போராட்டம் நடத்துவது பற்றி 1985லிருந்தே அரஃபாத் யோசித்து வந்திருக்கிறார். 1986ம் வருடம் ஒரு பிரெஞ்சு பத்திரிகைக்கு அளித்த பேட்டியில் இது பற்றி மிக விரிவாகப் பேசவும் செய்திருக்கிறார்.

"பெயர் வாங்கிக்கொள்ளும் ஆர்வமோ, முன்னின்று நடத்துகிறோம் என்கிற கர்வமோ எங்களுக்கு இல்லை. வேண்டியது, பாலஸ்தீனின் விடுதலை. எங்கள் தாயக மக்களின் சுதந்தர சுவாசம். அதற்கு மேல் ஒன்றுமில்லை. இந்தப் போராட்டத்தில் பாலஸ்தீனின் ஒவ்வொரு குடிமகனும் எங்களுடன் இணைந்து போராடவேண்டுமென்றுதான் நான் விரும்புகிறேன்." என்று சொன்னார் அரஃபாத்.

பி.எல்.ஓ. போராளிகள் முன்னின்று நடத்திய இந்த இண்டிஃபதாவுக்கு ஹமாஸும் பாலஸ்தீனியன் இஸ்லாமிக் ஜிகாத் அமைப்பும் வெளியிலிருந்து ஆதரவு தந்தன. அதாவது போராளிகளுக்கும் பொதுமக்களுக்கும் வேண்டிய ஆயுதங்களை அவர்கள் சப்ளை செய்தார்கள். கல் வீச்சு என்னும் நடவடிக்கை ஹமாஸுக்குப் பிடிக்கவில்லை. பாலஸ்தீனியன் இஸ்லாமிக் ஜிகாத் இயக்கத்தின் தலைவர்களோ, 'அவர்கள் கண்ணீர்ப் புகை குண்டு வீசுகிறார்கள் என்றால் நீங்கள் நாட்டு வெடிகுண்டுகளையாவது வீசித்தான் ஆகவேண்டும்' என்று சொல்லி, கேட்டாலும் கேட்காவிட்டாலும் வீடுதோறும் தமது போராளிகளை அனுப்பி தினசரி ஒரு வீட்டுக்கு ஒரு நாட்டு வெடிகுண்டு என்று சப்ளை செய்துவிட்டு வர ஏற்பாடு செய்தார்கள்.

இது இளைஞர்கள் மத்தியில் மிகப்பெரிய மனக்கிளர்ச்சியை உண்டாக்கியது. விளைவாக, இண்டிஃபதா என்பது ஒரு அறப்போராட்டமாக அல்லாமல், திட்டமிட்ட கலவரமாகப் பரிமாணம் பெற்றது.

இதையெல்லாம் கவனித்து சரி செய்யவோ, எது நியாயம், எது அநியாயம் என்றெல்லாம் இரு கட்சிக்கும் பொதுவில் ஆராய்ச்சி செய்யவோ யாருக்கும் விருப்பமோ, அவகாசமோ இருக்கவில்லை.

பொழுது விடிந்தால் குண்டு வெடிக்கும். கட்டடங்களும் பேருந்துகளும் பற்றி எரியும். ஒரு பக்கம் கொடி பிடித்து ஊர்வலம் போவார்கள். கோஷங்கள் விண்ணை முட்டும். இஸ்ரேலிய காவல்துறையோ, ராணுவமோ, துணை ராணுவப் படையோ தடுப்பதற்கு எதிரே வந்தால் உடனே கல்வீச்சு ஆரம்பமாகும். ஒரு டிராக்டரில் கருங்கற்களை ஏற்றிக்கொண்டு ஊர்வலத்தின் கூடவே ஓட்டிவருவார்கள். இஸ்ரேலிய போலீஸ் கண்ணில் பட்டவுடன் ஊர்வலம் கலவரமாகிவிடும். கற்கள் வானில் பறக்கும். பதிலுக்குக் கண்ணீர்ப் புகைக் குண்டுகள் பாயும். ரத்தமும் தண்ணீரும் சேரும் சகதியுமாக சில நிமிடங்களில் சாலையே ஒரு போர்க்களமாகக் காட்சியளிக்கும்.

இண்டிஃபதா ஆரம்பிக்கப்பட்டதன் நோக்கம், மக்களை ஒரே நோக்கத்தில் போராட்டத்தில் ஈடுபடுத்தவேண்டும் என்பதுதான். ஆனால் துரதிருஷ்டவசமாக, சாதாரண மக்கள் அத்தனை பேரையும் ஆயுததாரியாக மாற்றும் விதத்தில் இந்த எழுச்சிப் போராட்டம் மாறிப்போய்விட்டது. ஒரு கட்டத்தில் இண்டிஃபதா ஊர்வலங்களின் முன் பகுதியில் குழந்தைகளை நிறுத்தி நடக்கச் சொல்லிவிட்டு மக்கள் பின்னால் அணிவகுக்க ஆரம்பித்தார்கள்.

இஸ்ரேலிய போலீஸ் தாக்குதல் நடத்தினால் முதலில் பலியாகக் கூடிய சாத்தியம் குழந்தைகளுக்கே இருந்தபடியால், அதனைக் கொண்டு சர்வதேச அரங்கில் இஸ்ரேலுக்கு கெட்டபெயர் உண்டாக்கித்தரலாம்என்றுபோராளிஇயக்கங்கள்யோசித்துமுடிவு செய்த முட்டாள்தனமான முடிவு இது. எத்தனையோ குழந்தைகள் இந்த எழுச்சிப் போராட்டக் காலத்தில் இறந்துபோனார்கள். ஆயிரக்கணக்கில் காயமடைந்தார்கள். இரு தரப்பிலும் ரத்தவெறி மேலோங்க, பாலஸ்தீன் முழுவதுமே பற்றிக்கொண்டு எரிய ஆரம்பித்தது.

இதனிடையில் பாலஸ்தீனில் இருந்த மைனாரிடி கிருத்தவர்கள் 1988ம் ஆண்டு பிரத்தியேகமாக ஒரு அமைதிப் போராட்டத்தை ஆரம்பித்தார்கள். (இது நிஜமாகவே அமைதிப் போராட்டம்தான். ஆயுதங்கள் இல்லாமல் நடந்த போராட்டம்.) குறிப்பாக, கிருத்தவ வியாபாரிகள்.

யூதர்களுக்கும் முஸ்லிம்களுக்கும் இடையில் அங்கே நடைபெற்றுக்கொண்டிருந்த தொடர் யுத்த நடவடிக்கைகளில் மைனாரிடிகளான கிருத்தவர்கள் மிகவும் பாதிக்கப்பட்டிருந்தார்கள். இஸ்ரேலிய அரசு, தனது ஆளுகைக்கு உட்பட்ட பிரதேசத்தில் வசிக்கும் அத்தனை கிருத்தவ

வியாபாரிகளும் மாதம் தோறும் ஒரு குறிப்பிட்ட தொகையை 'சிறப்பு வரியாக' அரசுக்குச் செலுத்தியாக வேண்டும் என்று உத்தரவிட்டிருந்தது. வழக்கமான வருமான வரி, சொத்துவரி, விற்பனை வரி உள்ளிட்ட அத்தனை வரிகளும் எப்போதும் போல் உண்டு. இது சிறப்பு வரி. எதற்காக? என்றால், அரேபியப் போராளி இயக்கங்களுக்கு எதிராக இஸ்ரேல் காவல்துறை எடுக்கும் நடவடிக்கைகளுக்கு உதவுவதற்காக!

வெறுத்துப் போனார்கள் கிருத்தவர்கள். ஜெருசலேத்தை மையமாக வைத்து ஒட்டுமொத்த பாலஸ்தீனுக்காகவும் நடக்கும் யுத்தத்தில் அப்போது அவர்கள் வெறும் பார்வையாளர்களாக மட்டுமே இருந்தார்கள். அவர்களுக்கும் ஜெருசலேம் புனித நகரம்தான். பக்கத்து ஊரான பெத்லஹேமில்தான் இயேசுபிரான் பிறந்திருக்கிறார். பாலஸ்தீனில் எங்கு தொட்டாலும் கிருத்தவர்களுக்கும் ஆயிரம் புராணக் கதைகள் இருக்கவே செய்கின்றன.

ஆனால் இதென்ன அக்கிரமம்? வேறு இரண்டு இனங்கள் மோதிக்கொள்வதற்குத் தாங்கள் எதற்கு வரி செலுத்தி வசதி செய்துதர வேண்டும்?

அதனால்தான் அவர்கள் ஆரம்பித்தார்கள். போராட்டம். அறப்போராட்டம். அதாவது கோஷங்களுடன் ஊர்வலம். கோரிக்கைகளுடன் மனுக்கள். உண்ணாவிரதத்துடன் முழுநாள் கூட்டம். கடையடைப்புடன் சமநிலை குலைத்தல்.

ஒரு வகையில் கிருத்தவர்களின் இந்தப் போராட்டம், முஸ்லிம்களின் இண்டிஃபதாவுக்கு ஓர் இலவச இணைப்பு போல் அமைந்துவிட்டது. பருந்துப் பார்வையில் பாலஸ்தீன் முழுவதுமே ஏதோ ஒரு காரணத்துக்காகப் போராடிக்கொண்டும் சண்டையிட்டுக்கொண்டும் இருப்பது போல் தோற்றம் கிடைத்துவிடுகிறதல்லவா? அதுவும் கிருத்தவர்கள் அங்கே மைனாரிடிகள். மைனாரிடிகளின் குரலுக்கு உரிய மதிப்புத் தராதவர்கள் எந்த தேசத்திலும் நிம்மதியாக இருக்க முடியாது என்பதையும் கவனிக்கவேண்டும்.

ஆனால் இஸ்ரேல் தவறு செய்தது. கிருத்தவர்களின் குரலுக்கு அவர்கள் மதிப்புக் கொடுக்கவில்லை என்பது மட்டுமல்ல. அந்தச் சிறப்பு வரி செலுத்தாதவர்கள் மீது கடுமையான நடவடிக்கைக¨ளையும் எடுக்க ஆரம்பித்தது.

இது எரியும் கொள்ளியில் பேரல் பேரலாக பெட்ரோலை ஊற்றியது போலாகிவிட்டது.

79

நமக்குத்தெரிந்த ஊர்வலங்கள், நாம் பார்த்திருக்கக்கூடிய பொதுக்கூட்டங்கள், நமது தேசத்தில் நடைபெறும் மாபெரும் பேரணிகள், சீரணி அரங்கத்தில் திரளும் மக்கள்வெள்ளம் - இவற்றைக் கொண்டு பாலஸ்தீனில் அன்று நடைபெற்ற இண்டிஃபதாவைக் கற்பனை செய்யாமல் இருப்பது நல்லது. ஏனெனில், எண்பதுகளின் பிற்பகுதியில், பாலஸ்தீனியர்களின் இந்த எழுச்சி அலையை ஒப்பிடுவதற்கு எதுவுமே கிடைக்காமல் திண்டாடித் தெருவில் நின்றிருக்கிறது சர்வதேச மீடியா.

பத்து, நூறு, ஆயிரமல்ல. லட்சக்கணக்கில் மக்கள் திரண்டு விடுவார்கள். நிற்க இடமில்லாமல் சாலைகள் அடைபடும். கூட்டம் ஓரங்குலம் நகர்வதற்கே மணிக்கணக்காகும். ஒட்டுமொத்த பாலஸ்தீனிய அரேபியர்களும் இஸ்ரேலுக்கு எதிராகத் திரண்டு நிற்கும்போது எத்தனை கண்ணீர் குண்டுகள் வீசமுடியும்? என்னதான் தடுப்பு நடவடிக்கை மேற்கொள்ள முடியும்?

மேலும் எழுச்சிப் பேரணி என்பது காலை தொடங்கி மாலை முடிவுறும் விஷயமும் அல்ல. வருடக்கணக்கில் நடந்தது. இரவு பகல் பாராமல் நடந்தது. பிறவி எடுத்ததே பேரணி நடத்தத்தான் என்பது போல் திடீர் திடீரென்று நினைத்துக்கொண்டாற்போல் மக்கள் கூடிவிடுவார்கள். நூற்றுக்கணக்கான குழந்தைகளை முதலில் நடக்கவிட்டு, பின்னால் பெண்கள் அணிவகுப்பார்கள். அவர்களுக்குப் பின்னால் ஆண்கள். நடுவில் ஊடுபாவாகப் போராளி இயக்கத்தைச் சேர்ந்தவர்கள். இருக்கவே இருக்கிறது கல் வண்டிகள். பெட்ரோல் அடைக்கப்பட்ட கண்ணாடி பாட்டில்கள்.

பாலஸ்தீனியப் போராளி இயக்கங்களின் நோக்கத்துக்கு இந்த மக்கள் எழுச்சிப் பேரணிகள் மிகப்பெரிய உதவிகள் செய்ததை

மறுக்கவே முடியாது. அதே சமயம், இழப்புகளும் சாதாரணமாக இல்லை.

முதல் இண்டிஃபதா தொடங்கி பதிமூன்று மாத காலத்தில் கிட்டத்தட்ட இரண்டாயிரம் முஸ்லிம்கள் இஸ்ரேலியக் காவல்துறையினரால் கொல்லப்பட்டிருக்கிறார்கள். அத்தனை பேரும் துப்பாக்கிச் சூடுக்குப் பலியானவர்கள். பதிலுக்கு அரேபியர்கள் நடத்திய தாக்குதலில் (அதே ஒரு வருட காலத்தில்) 160 இஸ்ரேலிய காவல்துறையினர் இறந்திருக்கிறார்கள். இவர்களில் பெரும்பாலானவர்கள் கல்லால் அடித்துக் கொல்லப்பட்டிருக்கிறார்கள்.

இந்தக் கல்லடித் தாக்குதல் உத்தியைக் காட்டுமிராண்டித்தனமாக மீடியாவில் முன்னிறுத்த இஸ்ரேல் அரசு மிகப்பெரிய முயற்சிகள் மேற்கொண்டது. உலகப்போர்களையும் உள்ளூர்ப் போர்களையும் பார்த்துவிட்டபிறகு துப்பாக்கிச் சூடு என்பது மிகச் சாதாரணமான விஷயமாக ஆகிவிட்ட நிலையில், இருபதாம் நூற்றாண்டின் இறுதிப் பகுதியில் கல்லால் அடித்துக் கொல்வது என்பது கண்டிப்பாகக் காட்டுமிராண்டித்தனமாகக் கருதப்பட வாய்ப்பிருக்கிறது என்று நம்பி, இஸ்ரேல் அரசு இண்டிஃபதாவின் வன்முறைப் பக்கங்களை - குறிப்பாக அரேபியர்களின் கல்லடித் தாக்குதல் காட்சிகளை கவனமாகப் படம் பிடித்து மீடியாவுக்கு அளிக்க விசேஷ கவனங்கள் எடுத்துக்கொண்டது.

ஆனால் இந்த முயற்சி பலனளிக்கவில்லை. காரணம், இண்டிஃபதா ஊர்வலங்களைக் குழந்தைகளை முன்னிறுத்தி அரேபியர்கள் நடத்தியபடியால், முதல் பலி எப்படியானாலும் சிறுவர், சிறுமியராகவே இருந்ததால், அதுதான் பூதாகாரமாக வெளியே தெரிந்தது. குழந்தைகளைத் தாக்காதீர்கள் என்று ராணுவ உயர் அதிகாரிகளும் காவல் துறை அதிகாரிகளும் கரடியாகக் கத்திக்கொண்டிருந்தாலும், இஸ்ரேலியப் படையினருக்கு அத்தனை பெரிய கூட்டங்களைச் சமாளிக்கத் தெரியவில்லை. குழந்தைகளை விலக்கிவிட்டு எப்படிக் கூட்டத்தின் உள்ளே புகுந்து பின்னால் அணி வகுக்கும் ஆண்களைக் குறிவைப்பது என்று அவர்கள் அறிந்திருக்கவில்லை.

ஊர்வலத்தை தூரத்தில் பார்க்கும்போதே அவர்கள் கண்ணீர்ப் புகை குண்டுகளை வீசத் தொடங்கிவிடுவார்கள். எப்படியும்

சில நூறு குழந்தைகளாவது உடனே மயக்கமடைந்து கீழே விழும். காத்திருந்தாற்போல் போராளி அமைப்பினர் அவற்றைப் புகைப்படமெடுத்து அனுப்பிவிடுவார்கள். இஸ்ரேலியப் படையினர் ஊர்வலத்தை நெருங்கி, தாக்குதலை மெல்ல ஆரம்பித்து எல்லாம் முடிந்தபிறகு படமெடுக்கத் தொடங்குவதற்குள் அங்கே குழந்தைகள் விழுந்துகிடக்கும் படங்கள் பிரசுரமே ஆகியிருக்கும். நாடெங்கிலும் பெரிது பெரிதாக போஸ்டர் அடித்து ஒட்டிவிடுவார்கள். நம்மூர் பாணியில் சொல்லுவதென்றால் 'அப்பாவிக் குழந்தைகள் அநியாய பலி! யூதர்களின் கொலைவெறியாட்டம்!!' என்கிற தலைப்புகளை நாள்தோறும் பார்க்க முடிந்தது.

பாலஸ்தீன் பற்றி எரிகிறது என்பது தெரிந்ததுமே உலகெங்கிலும் உள்ள பத்திரிகைகளும் தொலைக்காட்சி நிறுவனங்களும் தமது பிரதிநிதிகளை பாலஸ்தீனுக்கு அனுப்ப ஆரம்பித்துவிட்டார்கள். பெரும்பாலான சர்வதேச ஊடகங்களுக்கு அன்று பாலஸ்தீனில் ஒரு நிரந்தர அலுவலகமே இருந்தது.

இந்த மேலை நாட்டு ஊடகச் செய்தியாளர்களிடம் ஒரு பிரச்னை என்னவெனில், அவர்களுக்கு அரபு-யூத உறவு அல்லது உறவுச் சிக்கல் பற்றிய அடிப்படைகள் அவ்வளவாகத் தெரியாது. வரலாறு தெரியாது. ஆகவே, ஒவ்வொருவரும் தம் இஷ்டத்துக்கு ஒரு வரலாற்றை உற்பத்தி செய்து பக்கம் பக்கமாகக் கதை எழுத ஆரம்பித்துவிட்டார்கள். குறிப்பாக ஐரோப்பிய தேசங்களிலிருந்து அன்றைக்கு பாலஸ்தீனுக்கு வந்த பத்திரிகையாளர்கள் அடித்த கூத்து நகைச்சுவை கலந்த சோகம்.

ஒரு நாளைக்கு ஒரு கதை சொல்லுவார்கள். இண்டிஃபதா ஊர்வலத்தை ஒரு நாள் பார்த்துவிட்டு அரேபியர்கள் அடிபடும் காட்சி அவர்கள் கண்ணில் பட்டுவிட்டதென்றால், அன்றைக்கு அரேபியர்கள் மீது அவர்களின் அனுதாபம் பிய்த்துக்கொண்டு ஊற்றத் தொடங்கிவிடும். சரித்திர காலத்திலிருந்தே பிரச்னையை கவனித்து வருபவர்கள் போல, அரேபியர்களின் பக்கம் சார்பு எடுத்து பக்கம் பக்கமாக என்னென்னவோ எழுதித் தள்ளி அனுப்பிவிடுவார்கள். அது பிரசுரமும் ஆகிவிடும்.

அதே நிருபர்கள் மறுநாள் அல்லது அடுத்த வாரம் எழுதும் கட்டுரை சம்பந்தமே இல்லாமல் யூத ஆதரவு நிலை எடுத்துப் பல்லை இளிக்கும்.

உண்மை என்னவென்றால், பிரச்னையின் ஆணிவேர் அவர்கள் யாருக்கும் தெரிந்திருக்கவில்லை. சரித்திர காலம் தொடங்கி நடந்துவரும் இரண்டு இனங்களின் மோதலுக்கு அடிப்படை என்னவென்று மேலை நாட்டினருக்குத் தெரியவே தெரியாது. யூதர்கள் ஒரு காலத்தில் கஷ்டப்பட்டிருக்கிறார்கள் என்கிற அனுதாபம் அனைத்து ஐரோப்பியர்களுக்கும் எப்போதும் உண்டு. ஏனென்றால், ஐரோப்பிய தேசங்கள்தான் யூதர்களைக் கஷ்டப்படுத்தியிருக்கின்றன. அது ஓரெல்லை வரை அவர்களது உள்ளூர் சரித்திரத்தின் சில அத்தியாயங்கள். ஆகவே, யூத ஆதரவு நிலை எடுக்க அந்த ஒரு காரணமே அவர்களுக்குப் போதுமானதாக இருந்திருக்கிறது.

ஆனால் சமகாலத்தில் பாலஸ்தீன் மக்களின் எழுச்சிப் போராட்டத்தைப் பார்க்க நேரிடுகையில், யூதர்கள் தம் குணத்தை மாற்றிக்கொண்டு கொடுங்கோலர்களாக மாறிவிட்டார்களோ என்றும் சமயத்தில் அவர்களுக்குத் தோன்றியிருக்கிறது.

உண்மையில் யாரும் குணத்தை மாற்றிக்கொள்ளவில்லை. குணத்துக்கும் இதற்கும் சம்பந்தமே இல்லை. யூதர்கள், அரபுகளின் நிலங்களை அபகரித்ததில்தான் பிரச்னை தொடங்குகிறது. நிலவங்கிகள் தோற்றுவிக்கப்பட்ட காலத்திலிருந்து இது நாளொரு முகம் கொண்டு பூதாகாரமாகி வருகிற விஷயம். ஆதரவற்ற அரேபியர்களை அடக்கி வைப்பது அவர்களுக்கு சுலபமாக இருந்த காரணத்தால், தயங்காமல் தர்ம, நியாயம் பார்க்காமல் பாலஸ்தீன் முழுவதையும் ஆக்கிரமித்தார்கள். அரபுகளிடையே ஒற்றுமை இல்லாத காரணத்தால் ஒருமித்த குரலில் இஸ்ரேலை எதிர்க்கமுடியவில்லை. யுத்தம் வரை வந்த சகோதர அரபு தேசங்கள்கூட கிடைத்தவரை லாபம் என்று மேற்குக் கரையையும் காஸாவையும் ஆளுக்கொரு பக்கம் கூறு போட்டது நினைவிருக்கலாம்.

1948 யுத்தத்தின்போதே, ஜோர்டனும் எகிப்தும் தமக்கு லாபமாகக் கிடைத்த பாலஸ்தீனிய நிலப்பரப்பை பாலஸ்தீனிய அரேபியர்களிடமே திருப்பிக்கொடுத்து, சுதந்தரப் பாலஸ்தீனை உருவாக்கி அளித்திருப்பார்களேயானால், அவர்களின் சுதந்தரத்துக்குப் பாதுகாவலர்களாக நின்றிருப்பார்களேயானால் இத்தனை தூரம் பிரச்னை வளர்ந்திருக்கமுடியாது.

மீண்டும் யுத்தம் செய்து இழந்த நிலங்களை இஸ்ரேல் கைக்கொண்டபிறகு தான் இத்தனை விவகாரங்களும் சூடுபிடித்தன.

இதெல்லாம் ஐரோப்பிய மீடியாவுக்குத் தெரியவில்லை. ஆகவே இஷ்டத்துக்கு எழுதி குழம்பிய குட்டையை மேலும் குழப்ப ஆரம்பித்தார்கள்.

இதில் ஆச்சர்யமான விஷயம், ஐரோப்பிய ஊடகங்களுக்குத் தெரியாத சரித்திரங்களை அந்தக் காலகட்டத்தில் அமெரிக்க மீடியா எடுத்துச் சொன்னது என்பதுதான். இண்டிஃபதா ஊர்வலங்களில் ஏராளமான பாலஸ்தீனியக் குழந்தைகள் கொல்லப்பட்டதில் கொதித்துப்போன அமெரிக்கப் பத்திரிகைகளும் தொலைக் காட்சிகளும் அந்தச் செய்திகளுக்கு முக்கிய இடம் கொடுத்துப் பிரசுரித்ததோடு மட்டுமல்லாமல், அமெரிக்க அரசு இஸ்ரேலைக் கண்டித்துப் பேசவும் நடவடிக்கை எடுக்கவும் கூடக் கடுமையாக வற்புறுத்தின.

நடந்த சம்பவங்களைத் தொகுத்துப் பார்க்கும்போது பின்வரும் முடிவுகளுக்கு நாம் வந்து சேரவேண்டியிருக்கிறது:

1. பாலஸ்தீன் போராளி இயக்கங்களே சாதிக்க முடியாத பலவற்றை இந்த மக்கள் எழுச்சி ஊர்வலங்களும் அதன் தொடர்ச்சியான கலவரங்களும் சாதித்தன. பாலஸ்தீன் பிரச்னை குறித்த சர்வதேச கவனமும் அக்கறையும் உண்டாக இந்த இண்டிஃபதா தான் ஆரம்பக் காரணமானது. பாலஸ்தீன் விஷயத்தை ஐ.நா. மிகத்தீவிரமாக கவனிக்கவும் பின்னால் பி.எல்.ஓ.வுக்கு ஐ.நாவில் பார்வையாளர் அந்தஸ்து அளிக்கவும் கூட இதுதான் மறைமுகக் காரணம்.

2. அக்கம்பக்கத்து அரபு தேசங்களின் தொடர்போ, ஒத்துழைப்போ இல்லாமல், பாலஸ்தீனிய அரேபியர்கள் தாங்களாகவே வழிநடத்தி, முன்னெடுத்துச் சென்ற இந்த மிகப்பெரிய எழுச்சி ஊர்வலங்கள், அரசியலைத் தாண்டி அனுதாபத்துடன் பிரச்னையைப் பார்க்க வழி செய்தன.

3. அதுவரை சந்தர்ப்பம் கிடைக்கும்போதெல்லாம் பாலஸ்தீனிய அரேபியர்களை *'South Syrians'* என்று சிரியாவின் குடிமக்களாக முன்னிலைப் படுத்தியே பேசிவந்த இஸ்ரேலின்

குள்ளநரித்தனம் உலக மக்களால் முற்றிலுமாக நிராகரிக்கப்பட்டு, பாலஸ்தீனியர்களின் சுய அடையாளம் முதன்மைப்படுத்தப்பட்டு அவர்களுக்கான நியாயம் என்று பேச வழிவகுத்தது.

4. இந்த இண்டிஃபதாவுக்குப் பிறகு சற்றும் நம்பமுடியாதபடியாகப் பல்வேறு ஐரோப்பிய தேசங்களின் அரசுகள் பி.எல்.ஓவுக்கும் P.A என்று சுருக்கமாகச் சொல்லப்படும் ‘பாலஸ்தீனியன் அத்தாரிடி’ என்கிற அரபுகளின் ஆட்சிமன்றக் குழுவுக்கும் வெள்ளமென நிதியுதவி செய்ய ஆரம்பித்தன. மறுபுறம் அமெரிக்க அரசு, தனது விருப்பத்துக்குரிய தோழனான இஸ்ரேலிய அரசுக்கு ஏகப்பட்ட நிபந்தனைகளையும் மிரட்டல்களையும் முன்வைத்து வயிற்றில் புளியைக் கரைக்கத் தொடங்கியது. குறிப்பாக எழுச்சிப் பேரணியின் ஒரு குறிப்பிட்ட தினத்தில் பதினாறு வயதுக்குட்பட்ட 159 அரேபியக் குழந்தைகள் மொத்தமாக இஸ்ரேலியக் காவல் துறையினரால் கொல்லப்பட்டதை அடுத்து, அமெரிக்க ஊடகங்கள் அத்தனையும் தம் அரசின் இஸ்ரேலிய ஆதரவு நிலையை எதிர்த்துக் கண்டனம் தெரிவிக்க ஆரம்பித்தன. வேறு வழியில்லாமல் அமெரிக்க அரசு இது தொடர்பாக இஸ்ரேலைக் கண்டித்ததுடன் மட்டுமல்லாமல், ஒருசில உதவிகளைத் தாம் நிறுத்தவேண்டிவரும் என்று எச்சரிக்கையும் செய்தது.

5. இஸ்ரேல் அரசின் நிதி ஆதாரம் கணிசமாக பாதிக்கப்பட ஆரம்பித்தது. ஒரு வருட காலத்தில் சுமார் 650 மில்லியன் டாலர் ஏற்றுமதி இதனால் கெட்டது என்று பேங்க் ஆஃப் இஸ்ரேல் அறிக்கை அளித்துக் கலவரமூட்டியது. இந்தப் போராட்டங்களினால் இஸ்ரேலின் சுற்றுலா வருமானம் சுத்தமாக நின்றுபோனது.

6. அதுவரை அரேபியர்களின் அனைத்துப் போராட்டங்களையும் தீவிரவாதச் செயல்களாக மட்டுமே சொல்லிவந்த இஸ்ரேலிய அரசுக்கு இண்டிஃபதா எழுச்சிப் பேரணிகளை என்ன சொல்லி வருணிப்பது என்று தெரியாமல் போனது. தேசத்தின் ஒட்டுமொத்த மக்களும் கலந்துகொள்ளும் பேரணிகளை எப்படித் தீவிரவாதச் செயலாக முன்னிலைப்படுத்த முடியும்? அதுவும் சர்வதேச மீடியா முழுவதும் அப்போது பாலஸ்தீனில் குடிகொண்டிருந்தது என்பதை கவனத்தில் கொள்ளவேண்டும்.

7. இண்டிஃபதா நடைபெற்றுக்கொண்டிருந்த காலத்தி லெல்லாம் யாசிர் அரஃபாத்தும் பி.எல்.ஓவின் மிகமுக்கியத் தலைவர்களும் துனிஷியாவில் அகதி அந்தஸ்தில் வாழ்ந்து கொண்டிருந்தார்கள். (அதற்குமுன் கொஞ்சகாலம் லெபனானிலும் அங்கிருந்து துரத்தப்பட்டு சிரியாவிலும் தஞ்சமடைந்து வாழ்ந்துகொண்டிருந்தார்கள்.) பாலஸ்தீனில் இருக்கமுடியாத அரசியல் நெருக்கடி அவர்களுக்கு இருந்தது. வெளிநாட்டில் இருந்தபடிதான் பாலஸ்தீனியப் பிரச்னைகளுக்குத் தீர்வு தேடிக்கொண்டிருந்தார்கள். இண்டிஃபதாவின் மகத்தான வெற்றிதான் அவர்கள் மீண்டும் தாயகம் திரும்ப வழிகோலியது. அதாவது ஓஸ்லோ ஒப்பந்தத்துக்கான ஆரம்பமே இந்த மக்கள் எழுச்சிப் பேரணிகளும் அவற்றின் விளைவுகளும்தான். ஓஸ்லோ ஒப்பந்தத்துக்கான சாத்தியங்கள் தெரிய ஆரம்பித்தபிறகுதான் பி.எல்.ஓவினர் பாலஸ்தீன் திரும்ப முடிந்தது.

அதென்ன ஓஸ்லோ ஒப்பந்தம்? அடுத்துப் பார்க்கவேண்டியது அதுதான்.

80

பி.எல்.ஓ. போன்ற மாபெரும் போராளி இயக்கங்களின் தலைவர்கள் பாலஸ்தீனிலேயே இருந்தபடி போராட்டங்களை நடத்துவது என்பது சற்றும் இயலாத காரியம். ஓர் இயக்கத்தை வழி நடத்துவது என்பது நூற்றுக்கணக்கான சிக்கல்களை உட்கொண்டது. முதலில் போராளிகளுக்குப் போர்ப்பயிற்சி அளிக்க வேண்டும். அதற்கு சௌகரியமான இடம், வசதிகள், உணவு, போதிய தூக்கம், பாதுகாப்பு மிகவும் அவசியம். இவற்றைவிட முக்கியம், பணம். அப்புறம் அரசு ஆதரவு. தடையற்ற ஆயுதப் பரிமாற்றங்களுக்கான வசதிகள்.

இதன் அடுத்தக்கட்டம், அரசியல் தீர்வுகளுக்கான ஆலோசனைகளை மேற்கொள்வது, பேச்சுவார்த்தைகளுக்கான கதவுகளைத் திறக்கப் பார்ப்பது. உண்மையிலேயே அதில் விருப்பமிருக்குமானால் தலைவர்களுக்கு விட்டுக்கொடுக்கும் சுபாவம் இருந்தாக வேண்டும். விமரிசனங்களுக்கு அஞ்சாத பக்குவம் வேண்டும். நீண்டநாள் நோக்கில் தேசத்துக்கும் மக்களுக்கும் நன்மை உண்டாவதற்காகக் கொள்கைகளில் சிறு மாறுதல்கள் செய்துகொள்ளத் தயங்கக்கூடாது. எல்லாவற்றைக் காட்டிலும் சுயநலமற்ற மனப்பான்மை நிரந்தரமாக இருக்கவேண்டும்.

இதெல்லாம் அனைவருக்கும் புரியக்கூடியவை அல்ல. புரியும் என்றாலும் முழுக்கப் புரிவது சாத்தியமில்லை.

பாலஸ்தீனில் வசிக்க முடியாத பி.எல்.ஓவினருக்கு லெபனானும் சிரியாவும் டுனிஸும் அரசியல் அடைக்கலமும் ஆதரவும் அளித்து, அவர்கள் சுதந்தரமாகச் செயல்பட வழி செய்துகொடுத்ததில் பெரிய ஆச்சர்யம் ஏதுமில்லை. ஆனால் அரஃபாத், யுத்தத்தைக்

காட்டிலும் அரசியல் தீர்வில்தான் தமக்கு அதிக நம்பிக்கை இருக்கிறது என்பதைத் தொடக்கம் முதல் வெளிப்படையாகத் தெரிவிக்காமலேயே இருந்துவிட்டதில்தான் கொஞ்சம் பிரச்னையாகிவிட்டது.

அரசியல் தீர்வுக்கான கதவுகள் எப்போதும் திறந்தே இருக்கின்றன என்று வாய்வார்த்தையில் சொல்லுவது பெரியவிஷயமல்ல. அதை அவர் தொடக்கம் முதலே செய்துவந்திருக்கிறார் என்றபோதும், பிரதானமாக ஒரு போராளியாகவே அடையாளம் காணப்பட்டவர், இஸ்ரேலிய அதிகாரிகளுடனும் அமைச்சர்களுடனும் பேச்சு வார்த்தைகளிலும் அவ்வப்போது ஈடுபட்டுவந்திருக்கிறார் என்பது பலருக்கு வியப்பளிக்கும் விஷயமாகவே இருந்தது.

தவிரவும், முன்பே பார்த்தது போல அரஃபாத்தும் சரி, அவரது அல் - ஃபத்தா அமைப்பும் சரி. ஆரம்பம் முதலே சோஷலிசத்தில் நம்பிக்கை கொண்ட தலைவரும் இயக்கமுமாகவே அடையாளம் காணப்பட்டுவந்ததையும் இங்கே கவனத்தில் கொள்ளவேண்டும். ஒருபோதும் மதத்தை முன்னிறுத்தி அரஃபாத் யுத்தம் மேற்கொண்டதில்லை.

அவரளவில் தெளிவாகவே இருந்திருக்கிறார் என்றபோதும் பாலஸ்தீனிய அரேபியர்களுக்கு அரஃபாத்தின் அரசியல் அவ்வளவாகப் புரியவில்லை என்பது தொண்ணூறுகளின் தொடக்கத்தில்தான் தெரியவந்தது.

அரஃபாத், டுனிஷில் இருந்த காலத்தில் பல்வேறு சந்தர்ப்பங்களில் இஸ்ரேலிய அதிகாரிகளுடன் ரகசியப் பேச்சுவார்த்தைகள் நடத்தியிருப்பதாகத் தெரிகிறது. இவற்றில் எது ஒன்றும் முழு விவரங்களுடன் வெளியே வரவில்லை. ஒரு பக்கம் பாலஸ்தீன் முழுவதும் இண்டிஃபதா எழுச்சிப் போராட்டங்கள் உச்சக்கட்டத்தை நோக்கிப் போய்க்கொண்டிருக்க, மறுபுறம் இஸ்ரேலியஅதிகாரிகளுடன்அரசியல்தீர்வுக்கானபேச்சுவார்த்தை என்பதைப் பாலஸ்தீனியர்களால் புரிந்துகொள்ள முடியவில்லை.

தாற்காலிகத் தீர்வுகளின் வழியே நிரந்தரத் தீர்வை நோக்கி நகர்வது என்கிற சித்தாந்தத்தில் அரஃபாத்துக்கு நம்பிக்கை உண்டு. அவரது மேடைப்பேச்சு வீடியோக்கள் இன்றும் நமக்குக் கிடைக்கின்றன. ஆக்ரோஷமாக ‘ஜிகாது ஜிகாது ஜிகாது’

என்று கை உயர்த்திக் கோஷமிடும் அந்த அரஃபாத்தைத்தான் பாலஸ்தீனிய அரேபியர்களுக்குத் தெரியும். அந்த உத்வேகத்துக்கு ஆட்பட்டுத்தான் அவர்கள் இண்டிஃபதாவை மாபெரும் வெற்றிபெற்ற போராட்டமாக ஆக்கினார்கள்.

அதிகம் படிப்பறிவில்லாத, தலைவன் என்ன சொன்னாலும் கட்டுப்படக்கூடிய அந்த மக்களுக்கு அரஃபாத்தின் இந்த அரசியல் தீர்வை நோக்கிய ஆரம்ப முயற்சிகள் முதலில் புரியாமல் போனதில் வியப்பில்லை. துப்பாக்கியுடன் மட்டுமே அரஃபாத்தைப் பார்த்தவர்கள் அவர்கள். ஆலிவ் இலையும் துப்பாக்கியும் கைக்கொன்றாக எடுத்துக்கொண்டு ஐ.நாவுக்குப் போன அரஃபாத் அவர்களுக்கு மிகவும் புதியவர்.

அதனால்தான், இண்டிஃபதாவின் விளைவாக உருவான ஓஸ்லோ ஒப்பந்தம் பாலஸ்தீனிய அரேபியர்களுக்கு மிகப்பெரிய அதிர்ச்சியையும் அவநம்பிக்கையையும் தந்தது. அவநம்பிக்கை என்றால், அரஃபாத்தின் மீதான அவநம்பிக்கை. கிட்டத்தட்ட சரிபாதி பாலஸ்தீனியர்கள் இந்த அவநம்பிக்கைக்கு ஆட்பட்டார்கள் என்பது மறுக்க முடியாத உண்மை. அகண்ட பாலஸ்தீனத்தின் ஒரே பெரிய தலைவராக அவரைக் கற்பனை செய்துபார்த்துவந்த மக்களுக்கு அவரை ஒரு முனிசிபாலிடி சேர்மனாக நினைத்துப் பார்ப்பதில் நிறைய சங்கடங்கள் இருந்தன. அதைவிட, எங்கே அரஃபாத் விலைபோய்விடுவாரோ என்கிற பயம் அதிகம் இருந்தது. அவரும் இல்லாவிட்டால் தங்களுக்கு விடிவு ஏது என்கிற கவலை. பாலஸ்தீனில் மட்டுமல்ல. உலகம் முழுவதிலும் வசித்துவந்த முஸ்லிம் சமூகத்தினருக்கும் அடிமனத்தில் இந்த பயம் இருக்கத்தான் செய்தது.

இந்த விவரங்களின் பின்னணியில் நாம் ஓஸ்லோ ஒப்பந்தத்துக்குள் நுழைவது சரியாக இருக்கும்.

இன்றைக்கு இலங்கை அரசுக்கும் விடுதலைப் புலிகளுக்கும் இடையில் சமரசம் பேசி ஏதாவது நல்லது செய்துவைக்க முடியுமா என்று பார்க்கிற நார்வே, அன்றைக்கு இஸ்ரேலுக்கும் பாலஸ்தீனுக்கும் இடையில்கூட இப்படியானதொரு அமைதி முயற்சியை மேற்கொண்டது. ஆனால் இன்றைக்குப் போல, அன்று நடந்த இந்த முயற்சிகள் வெளிப்படையான முயற்சிகளாக இல்லை. மாறாக டுனிஷியாவில் இருந்த யாசிர் அரஃபாத்துக்கும்

இஸ்ரேலிய அதிகாரிகளுக்கும் நடந்த பேச்சுவார்த்தைகள் யாவும் பரம ரகசியமாகவே நடைபெற்றன. இதற்கு நார்வே மட்டும் காரணமல்ல. ஓரெல்லை வரை அமெரிக்காவும் காரணம்.

1989 - 90களிலிருந்தே பி.எல்.ஓ.வும் இஸ்ரேலிய அரசும் ரகசியப் பேச்சுகளில் ஈடுபட்டுவந்திருக்கின்றன. ஓரளவு அமைதிக்கான சாத்தியம் இருக்கிறது என்பது தெரியவந்தபோது ஓஸ்லோ ஒப்பந்தத்துக்கான பணிகளி இறங்க ஆரம்பித்தார்கள். ஓஸ்லோ என்பது நார்வேவின் தலைநகரம். அங்கே இந்த ஒப்பந்தம் கையெழுத்தானதால்அந்தப்பெயர்வந்துவிட்டது. அவ்வளவுதான்.

முதலில்இந்தஒப்பந்தத்தில்கையெழுத்திடஅரஃபாத்நார்வேக்குப் போகவில்லை. அவர் அப்போது அமெரிக்காவில் இருந்தார். அமெரிக்க அதிகாரிகளுடனும் ஐ.நாவின் அதிகாரிகளுடனும் பேச்சுவார்த்தை நடத்திக்கொண்டிருந்தார். நிரந்தரத் தீர்வு என்பது உடனடியாகச் சாத்தியமில்லாத காரணத்தால், சில தாற்காலிகத் தீர்வுகளை இருதரப்புக்கும் பொதுவாக அமெரிக்க அதிபர் பில் க்ளிண்டன் முன்வைத்தார்.

ஒரு பக்கம் யாசிர் அரஃபாத் அங்கே பேசிக்கொண்டிருந்த அதே சமயம், அங்கேபேசப்பட்டதீர்வுகள், ஓர்ஒப்பந்தமாகஎழுதப்பட்டு நார்வேயின் தலைநகர் ஓஸ்லோவில் கையெழுத்தானது. பி.எல்.ஓ.வின் சார்பில் அகமது குரானி என்பவரும், இஸ்ரேல் அரசின் சார்பில் அதன் வெளியுறவுத் துறை அமைச்சர் ஷிமோன் பெரஸும் கையெழுத்திட்டார்கள்.

கவனிக்கவும். சரித்திர முக்கியத்துவம் வாய்ந்த இந்த ஒப்பந்தம், ரகசியமாகவேசெய்யப்பட்டது. உலகுக்குஅறிவிக்கப்படவில்லை. 1993ம் ஆண்டு ஆகஸ்ட் 19 அன்று இது நடந்தது.

ஒப்பந்தம் என்று செய்யப்பட்டதே தவிர, பாலஸ்தீனியர்கள் இதனை எப்படி ஏற்பார்கள் என்கிற சந்தேகம் அரஃபாத்துக்கும் இருந்திருக்கிறது. அதனால்தான் பகிரங்கமாக ஒப்பந்தத்தை அவர்களால் மேற்கொள்ள முடியவில்லை. ஆனால் இதெல்லாம் மூடிவைக்கிற விஷயமல்ல என்கிற காரணத்தினால் சரியாக எட்டே தினங்களில் (ஆகஸ்ட் 27) வெளிவந்துவிட்டது. பத்திரிகைகள் எப்படியோ மோப்பம் பிடித்து செய்தி வெளியிட்டுவிட்டன.

முதலில் அரஃபாத்தும் இஸ்ரேலிய அதிகாரிகளும் யோசித்தார்கள். அப்படியொரு ஒப்பந்தம் நடக்கவே இல்லை என்று

சொல்லிவிடுவதா? அல்லது, ஆமாம் நடந்தது என்று உண்மையை ஒப்புக்கொள்வதா?

இதுதான் குழப்பம். ஆனால் நார்வே அரசு, இதற்கு மேல் மூடி மறைக்க வேண்டாம் என்று சொல்லி, ஒப்பந்தம் கையெழுத்தானது உண்மைதான் என்று பகிரங்கமாக அறிவித்தது.

பாலஸ்தீனியர்கள் மட்டுமல்ல. ஒட்டுமொத்த உலகமே வியப்புடன் பார்த்த சம்பவம் இது. ஆண்டாண்டு காலமாகப் பாலஸ்தீனியர்களின் விடுதலைக்காகத்தான் யாசிர் அரஃபாத் போராடுகிறார். அவர்களுக்காகத்தான் இஸ்ரேலிய அதிகாரிகளுடன் பேச்சுவார்த்தை நடத்தி, ஓர் ஒப்பந்தம் வரை போயிருக்கிறார். அப்படி இருக்கையில் அதை ஏன் ரகசியமாகச் செய்யவேண்டும்? மக்கள் மத்தியிலேயே செய்திருக்கலாமே?

என்றால், காரணம் இல்லாமல் இல்லை. நிதானமாகப் பார்க்கலாம். விஷயம் வெளியே தெரிந்துவிட்டதும் வேறு வழியில்லாமல் ஒப்புக்கொள்ளவேண்டியதானது என்று பார்த்தோமல்லவா?

சரித்திர முக்கியத்துவம் வாய்ந்த இந்த ஒப்பந்தத்தை முறைப்படி பகிரங்கமாக மீண்டும் ஒரு முறை செய்தால்தான் சரியாக இருக்கும் என்று அமெரிக்க அதிபர் பில் க்ளிண்டன் சொன்னார்.

ஆகவே கையெழுத்தாகிவிட்ட ஒப்பந்தம் மீண்டும் ஒரு முறை வாஷிங்டனுக்கு எடுத்துச்செல்லப்பட்டு பகிரங்கமாக, மீடியாவின் விளக்குகளுக்கு எதிரே மீண்டும் கையெழுத்தானது. இம்முறை இஸ்ரேல் பிரதமர் இட்ஸாக் ராபினும் யாசிர் அரஃபாத்துமே பில் க்ளிண்டன் முன்னிலையில் கையெழுத்துப் போட்டார்கள்.

இப்படியொரு ஒப்பந்தத்தை நிறைவேற்றியதற்காக யூதர்கள், ராபினைப் புழுதிவாரித் தூற்றி, வீட்டுக்கு அனுப்பிவைத்தார்கள். அரேபியர்கள், யாசிர் அரஃபாத்தை சந்தேகத்துடன் பார்க்க ஆரம்பித்தார்கள்.

யாருக்குமே சந்தோஷம் தராத அந்த ஒப்பந்தத்தில் அப்படி என்னதான் இருக்கிறது? பார்க்கலாம்:

Declaration of Principles என்று தலைப்பிடப்பட்டு ஒரு கொள்கைப் பிரகடனமாக வெளியிடப்பட்ட இந்த ஒப்பந்தம் மொத்தம் பதினேழு பிரிவுகளையும் நான்கு பின்னிணைப்புகளையும் கொண்டது.

"பாலஸ்தீன் மக்கள் தமது ஒரே தலைவராக யாசிர் அரஃபாத்தைத்தான் கருதுகிறார்கள். ஆகவே அவருடன் செய்துகொள்ளப்படும் இந்த ஒப்பந்தம் ஒட்டுமொத்த பாலஸ்தீனியர்களுடனும் செய்துகொள்ளும் ஒப்பந்தமாகக் கருதப்படும்." என்கிற அறிவிப்புடன் ஆரம்பமாகும் இந்த ஒப்பந்தத்தின் சாரமென்னவென்றால், பி.எல்.ஓ.வுக்கு இஸ்ரேலிய அரசு சில இடங்களில் தன்னாட்சி செய்யும் உரிமையை வழங்கும் என்பதுதான்.

தன்னாட்சி என்கிற பதம் சற்றே கிளுகிளுப்பு தரலாம். உண்மையில் ஒரு நகராட்சி அல்லது மாநகராட்சியை நிர்வகிப்பது போன்ற அதிகாரத்தைத்தான் இஸ்ரேல் அதில் அளித்திருந்தது. காஸா மற்றும் மேற்குக் கரையிலுள்ள ஜெரிக்கோ நகரங்களை ஆட்சி செய்யும் அதிகாரம் அரேபியர்களிடம் அளிக்கப்படும். 'பாலஸ்தீனியன் அத்தாரிடி' என்கிற ஆட்சிமன்ற அமைப்பின் மூலம் அவர்கள் அந்தப் பகுதிகளை நிர்வகிக்க வேண்டும். யாசிர் அரஃபாத் முதலில் பாலஸ்தீனுக்கு ஒரு முறை 'வந்துபோக' அனுமதிக்கப்படுவார். பிறகு அவர் அங்கே குடிபெயரவும் ஏற்பாடு செய்யப்படும். பி.எல்.ஓவின் ஜோர்டன் கிளையில் உறுப்பினர்களாக இருக்கும் சில நூறு போராளிகள் மேற்குக் கரைப் பகுதி நகரமான ஜெரிக்கோவுக்கு வந்து நகரக் காவல் பணியை மேற்கொள்ள அனுமதிக்கப்படுவார்கள். (அதாவது உள்ளூர் போலீஸ்.) பாதுகாப்பு, சுகாதாரம், கல்வி, தபால் துறை ஆகிய துறைகள் பாலஸ்தீனியன் அதாரிடியால் நிர்வகிக்கப்படும். இஸ்ரேலிய ராணுவம் அந்தப் பகுதிகளிலிருந்து கொஞ்சம் கொஞ்சமாக விலக்கிக்கொள்ளப் படும். ஆனால் உடனடியாக அது நடக்காது. 'தன்னாட்சி அதிகாரம் பெற்ற இடங்கள்' என்று சொல்லப்பட்டாலும் அந்தப் பகுதியில் உள்ள நிலங்களையும் நீர் ஆதாரங்களையும் கட்டுப்படுத்தும் அதிகாரம் இஸ்ரேல் அரசிடம்தான் இருக்கும். ஒட்டுமொத்த பாதுகாப்புப் பொறுப்பு மற்றும் வெளி விவகாரத் துறைப் பொறுப்பு ஆகியவையும் இஸ்ரேலைச் சேர்ந்ததே.

சுற்றி வளைக்க அவசியமே இல்லை. இரண்டு நகரங்களை ஒரு நகராட்சித் தலைவர் போல யாசிர் அரஃபாத் ஆளலாம். அவ்வளவுதான். இதற்குத்தான் நார்வே நாட்டாமை. அமெரிக்க ஆதரவு. ரகசியப் பேச்சுக்கள் எல்லாம்.

அதுசரி. பதிலுக்கு பி.எல்.ஓ. அவர்களுக்குச் செய்யப்போவது என்ன?

81

ஓஸ்லோ ஒப்பந்தப்படி காஸாவையும் ஜெரிக்காவையும் முதலில் ஒரு ஐந்தாண்டு காலத்துக்கு நிர்வகிக்கும் பொறுப்பு அரேபியர்களுக்குக் கிடைக்கும். தன்னாட்சி அதிகாரம் என்கிற பெயரில் அது வருணிக்கப்பட்டாலும், இஸ்ரேலின் ஆளுகைக்கு உட்பட்ட ஒரு நிலப்பரப்பின் குறுநில ஆட்சியாளர்களாக அரேபியர்கள் இருக்கலாம், இயங்கலாம். பதிலுக்கு யாசிர் அரஃபாத் என்ன செய்யவேண்டும்?

இதில்தான் யூதர்களின் குயுக்தி வெளிப்பட்டது. பி.எல். ஓவை அரேபியர்களின் ஒரே அரசியல் முகமாகத் தாங்கள் ஏற்றுக்கொள்வதாகவும், அதன்படி யாசிர் அரஃபாத்தை பாலஸ்தீனிய அரேபியர்களின் ஒரே தலைவராகத் தாங்கள் அங்கீகரிப்பதாகவும் ஓஸ்லோ ஒப்பந்தத்தை ஒட்டி அமெரிக்காவில் வைத்து அரஃபாத்திடம் சொன்னார் இஸ்ரேலியப் பிரதமர் இட்ஸாக் ராபின். இதன் மறைமுக அர்த்தம் என்னவென்றால் ஹமாஸ், இஸ்லாமிக் ஜிகாத் உள்ளிட்ட அத்தனை மதவாத இயக்கங்களையும் இஸ்ரேலிய அரசு முற்றிலுமாக ஒழித்துக்கட்ட விரும்புகிறது என்பதும், அதற்கு பி.எல்.ஓ. உதவி செய்யவேண்டும் என்பதுமாகும்.

ஏற்கெனவே ஹமாஸை வைத்து பி.எல்.ஓ.வை ஒழிக்க முயற்சி செய்து, அந்த முயற்சியில் தோற்றவர்கள் இஸ்ரேலியர்கள். இப்போது பி.எல்.ஓவை ஓர் அரசியல் இயக்கமாக அங்கீகரித்து அவர்களைக் கொண்டு ஹமாஸ் உள்ளிட்ட மதவாத இயக்கங்களை ஒழிக்க விரும்பினார் இஸ்ரேலியப் பிரதமர். அதற்காகத்தான் யூதர்களே யாரும் எதிர்பாராத வகையில் காஸா மற்றும் ஜெரிக்கோ ஆட்சி அதிகாரத்தை யாசிர் அரஃபாத்துக்கு விட்டுக்கொடுக்க முன்வந்தார்.

இதற்கு எப்படி அரஃபாத் ஒப்புக்கொள்ளலாம் என்பதுதான் பாலஸ்தீனியஅரேபியர்களின்கேள்வி. இதனைமுன்வைத்துத்தான் அரஃபாத் இஸ்ரேலிய - அமெரிக்க சூழ்ச்சியில் விழுந்து, விலை போய்விட்டார் என்று பேச ஆரம்பித்தார்கள்.

உண்மையில் ஓஸ்லோ ஒப்பந்தத்துக்கு அரஃபாத் ஒப்புக்கொண்டதற்கு வேறு சில நுணுக்கமானகாரணங்கள் உண்டு.

தன்னாட்சி அதிகாரம் ஓரிடத்துக்கு வழங்கப்படுகிறதென்றால், அந்த இடத்தின் வளர்ச்சிப் பணிகளுக்கென்று தனியே நிதி ஒதுக்கியாகவேண்டும். இஸ்ரேல் அரசுதான் அதைச் செய்துதரவேண்டும். அதுதவிர, ஆட்சி அதிகாரம் கைக்கு வந்தவுடன் தமக்கு உதவக்கூடிய அயல்தேசங்களிடம் கேட்டும் நிதியுதவி பெற்று அடிப்படை வசதிகளைக் கணிசமாக மேம்படுத்தலாம். காஸா, ஜெரிக்கோ பகுதிகளில் பாலஸ்தீனியன் அத்தாரிடி ஆட்சியமைக்கும் பட்சத்தில் மிகக்குறுகிய காலத்தில் அந்தப் பகுதிகளை சிறப்பாக மேம்படுத்தி அனைத்துத் துறைகளிலும் வளர்ச்சித் திட்டங்களுக்கு வழிசெய்யும் பட்சத்தில் சர்வதேச அரங்கில் உடனடியாக கவனம் பெற முடியும். அதை வைத்தே பாலஸ்தீன் விடுதலையைத் துரிதப்படுத்தலாம்.

இதுதான் அரஃபாத்தின் திட்டம். இதையெல்லாம் இஸ்ரேலும் யோசிக்காமல் இல்லை. ஆனாலும் அவர்களுக்கு அரஃபாத்தின் வாயிலிருந்து ஒரு சொல் வரவேண்டியிருந்தது. 'இஸ்ரேலை அங்கீகரிக்கிறோம்' என்று பி.எல்.ஓ.வின் சார்பில் அவர் ஒருவார்த்தை சொல்லிவிட்டால் அது மிகப்பெரிய சரித்திர முக்கியத்துவம் வாய்ந்த சம்பவமாகிவிடும். எந்த அரபு தேசமும் அதுகாறும் இஸ்ரேலை அங்கீகரிக்காமல் இருந்த நிலையில் பாலஸ்தீன் விடுதலை இயக்கத் தலைவரே அதை முன்மொழிய வேண்டுமென்பதுதான் இஸ்ரேலின் விருப்பம்.

அதற்கெல்லாம் அவர் ஒப்புக்கொள்ளும் பட்சத்தில் மேற்சொன்ன காஸா மற்றும் ஜெரிக்கோ பகுதிகளுக்குத் தன்னாட்சி அதிகாரம் என்று ஒரு சிறு ரொட்டித்துண்டை வீசியது இஸ்ரேல்.

அரஃபாத் இந்த வலையில் விழுந்தார்.

காஸா பகுதி நிர்வாகத்தை பாலஸ்தீனியன் அத்தாரிடியிடம் ஒப்படைப்பதை ஒட்டி 2.7 பில்லியன் டாலர் பணத்தை இஸ்ரேல்

தரவிருக்கிறது என்று எழுதியது ஒரு பிரபல அரபு தினசரிப் பத்திரிகை. அதிகாரபூர்வமாக இந்த எண்ணிக்கை குறித்து இரு தரப்பு முக்கியஸ்தர்களும் தகவல் ஏதும் வெளியிடவில்லை என்றபோதும் தலைப்புச் செய்தியாக வெளியிடப்பட்ட இந்தத் தொகை பற்றிய மறுப்பு ஏதும் வெளிவரவில்லை என்பதையும் கவனிக்க வேண்டும். இதுதவிர மேற்குக் கரை நகரமான ஜெரிக்கோவுக்காகத் தனியே 800 மில்லியன் டாலர் தொகையையும் ஒதுக்க ஒப்புக்கொண்டிருப்பதாகச் செய்தி வெளியானது.

2.7 பில்லியன், 800 மில்லியன் என்பதெல்லாம் மிகப்பெரிய தொகை. அரேபியர்களுக்காக இந்தத் தொகையை இஸ்ரேல் ஒதுக்குகிறது என்பது நம்பவே முடியாத உண்மை. இத்தனை பெரிய தொகை ஒதுக்கப்படுகிறதென்றால் அவர்கள் தரப்புக்கு ஏதோ பெரிதாக லாபம் இல்லாமலா செய்வார்கள்?

இந்தச் சந்தேகம்தான் பாலஸ்தீனிய அரேபியர்களுக்கும் போராளி இயக்கங்களுக்கும் மேலோங்கி இருந்தன. அரஃபாத் எப்படி இஸ்ரேலின் நிபந்தனைகளுக்குப் பணியலாம்? கேவலம் இரண்டு நகரங்களின் ஆட்சி அதிகாரத்தைப் பெறுவதற்காகவா இத்தனை ஆண்டுகளாகப் போராடிக்கொண்டிருக்கிறோம்? என்றால், அரேபியர்களின் அகண்ட பாலஸ்தீன் கனவு அவ்வளவுதானா?

கோபம். கடும் கோபம். குமுறிக் குமுறித் தணிந்துகொண்டிருந்தார்கள். அரஃபாத்தை அவர்களால் முற்றிலும் நிராகரிக்கவும் முடியவில்லை. அவரது இந்த ஒப்பந்தத்தை ஒப்புக்கொள்ளவும் முடியவில்லை. அரஃபாத், இஸ்ரேலிய அரசிடம் பணம் வாங்கிக்கொண்டு அரேபியர்களை ஏமாற்றிவிட்டார் என்று கூடச் சில தரப்பினர் மிகக் காட்டமாக விமரிசிக்க ஆரம்பித்தார்கள்.

ஆனால் இது அடிப்படையில்லாத சந்தேகம். அரஃபாத்தின் நோக்கம், இந்தத் தாற்காலிக ஏற்பாட்டினாலாவது பாலஸ்தீன் மக்களின் துயர் துடைக்கக் கொஞ்சம் நிதி கிடைக்குமே என்பதுதான். இஸ்ரேல் ஒதுக்கும் நிதி மட்டுமல்ல. எல்லாம் நல்லபடியாக நடந்து, காஸா, ஜெரிக்கோ பகுதியின் நிர்வாகம் பாலஸ்தின் அத்தாரிடி வசம் வந்துவிடுகிற பட்சத்தில், ஒப்பந்தத்தில் கூறியிருந்தபடி இஸ்ரேல் என்கிற தேசத்தை யாசிர் அரஃபாத் அங்கீகரிக்கும் பட்சத்தில், பல்வேறு அரபு

தேசங்களும் அமெரிக்காவும் ஸ்காண்டிநேவியா அரசுகள் சிலவும் பாலஸ்தீனுக்கு நிறையக் கடனுதவி செய்வதற்கான சாத்தியங்கள் மிகத் தெளிவாகத் தெரிந்தன.

கல்வி, வேலை வாய்ப்பு, அடிப்படை வாழ்க்கைத் தரம் என்று அனைத்து அம்சங்களிலும் மிகவும் பின் தங்கி இருந்த பாலஸ்தீன அரேபியர்களின் வாழ்வில் ஒரு மறுமலர்ச்சி உண்டாக்க இது ஒரு சரியான சந்தர்ப்பமாக இருக்கும் என்று அரஃபாத் நினைத்தார். அதனால்தான் இறங்கிவந்து இஸ்ரேலுடன் கைகுலுக்கவும் இஸ்ரேலை அங்கீகரிக்கவும் கூடத் தயாரென்று அறிவித்தார்.

ஒருபோராளிஇப்படிச்செய்வதைச்சகிக்கமுடியாமல்இருக்கலாம். ஆனால் மக்கள் நலனில் அக்கறை கொண்ட ஓர் அரசியல்வாதி செய்வதாக யோசித்துப் பார்த்தால் அரஃபாத் செய்ததில் எந்தத் தவறும் இல்லை என்கிற முடிவுக்கு வரவேண்டியிருக்கும். அவர் தன்னைமுதன்மையாகஒருபோராளியாகமுன்னிறுத்திவந்ததுதான் இங்கே பிரச்னையாகிவிட்டது. போயும் போயும் இஸ்ரேலுடன் எப்படி அரஃபாத் கைகுலுக்கலாம் என்கிற கோபம்தான் அவரை ஒரு ஊழல்வாதியாகப் பேசவும் எழுதவும் வைக்கும் அளவுக்கு அரேபியர்களைக் கோபத்தின் உச்சிக்குக் கொண்டுபோனது.

உண்மையில் அரஃபாத் ஊழல் செய்தார் என்பதற்கு இன்றுவரை யாராலும் வலுவான ஆதாரங்களைக் காட்டமுடியவில்லை. சில சந்தேகங்கள் இருந்தன. யூகங்கள் இருந்தன. முணுமுணுப்புகள் இருந்தன. ஏராளமான கருத்து வேறுபாடுகளும் மனக்கசப்புகளும் கூட இருந்தன. பாலஸ்தீனியன் அத்தாரிடி ஆட்சி அதிகாரத்தைக் கைப்பற்றி, அரஃபாத் அதன் தலைவராகத் தேர்ந்தெடுக்கப்பட்டு இரு நகரங்களின் ஆட்சிப் பணிகளை மேற்கொண்டபோது அனைத்துப் பணத்தையும் தன் கட்டுப்பாட்டுக்குள்ளேயே வைத்துக்கொண்டார், கணக்கு வழக்கு விவகாரங்களில் வெளிப்படையான அணுகுமுறை இல்லை என்றெல்லாம் குறை சொன்னார்கள். அவர் ஒரு சர்வாதிகாரிபோல் நடந்துகொள்கிறார் என்றும் சொன்னார்கள். ஆனால் யாராலும் எதையும் ஆணித்தரமாக நிரூபிக்க முடியவில்லை என்பதை கவனிக்க வேண்டும்.

ஆனால் இவற்றால் மட்டுமே அரஃபாத் செய்தது முழு நியாயம் என்றும் ஆகிவிடாது. பல லட்சக்கணக்கான பாலஸ்தீனிய அரேபியர்கள் 1948 யுத்தத்தைத் தொடர்ந்து அகதிகளாக

சிரியாவுக்கும் ஜோர்டனுக்கும் எகிப்துக்கும் இன்னபிற தேசங்களுக்கும் போய் வசிக்க வேண்டிவந்தது நினைவிருக்கும். அவர்களுக்கெல்லாம் இருந்த ஒரே நம்பிக்கை, என்றைக்காவது இழந்த தாயகம் மீண்டும் கிடைக்கும்; அப்போது இழந்த வாழ்க்கையைத் திரும்பப் பெறலாம் என்பதுதான்.

ஒஸ்லோ ஒப்பந்தத்தின்படி அரஃபாத் நடந்துகொள்ளத் தொடங்கியதன் விளைவு என்னவெனில், அவர்களின் கனவு தகர்ந்துபோனது. இஸ்ரேல்தான் அதிகாரமுள்ள தேசம். பாலஸ்தீன் அத்தாரிடி என்பது, இஸ்ரேலின் மேலாண்மைக்குக் கட்டுப்பட்ட ஓர் உள்ளாட்சி அமைப்பு. தனியாட்சி அதிகாரம் என்று சொல்லப்பட்டாலும், எந்தக் கணத்திலும் இஸ்ரேல் அதை ரத்து செய்யும் தகுதியைத் தொடர்ந்து தக்கவைத்துக்கொண்டிருக்கிறது. மேலும் பாலஸ்தீனியர்களின் ஒரே நம்பிக்கை நட்சத்திரமான பி.எல்.ஓ. இஸ்ரேலின் இந்தத் திட்டத்துக்கு ஒப்புக்கொண்டு செயல்பட ஆரம்பித்துவிட்டதும், பாலஸ்தீனியர்களின் சுதந்தர தாகத்தைத் தணிக்கக்கூடிய இயக்கம் என்று வேறு எதுவுமே இல்லாமல் ஆகிவிட்டது. ஹமாஸைத் தீவிரவாத இயக்கம் என்று முத்திரை குத்திவிட்டார்கள். அவர்கள் குண்டுவைக்கலாமே தவிர இஸ்ரேலுக்கு எதிராக ஒரு முழு யுத்தம் நடத்த முடியுமா என்பது சந்தேகமே. அப்படியே நடத்தினாலும் எந்த தேசமும் உதவிக்கு வராது. ஒரு தீவிரவாத இயக்கத்துக்கு யார் உதவி செய்ய வருவார்கள்?

ஆக, நோக்கம் எத்தனை உயர்வானதாகவே இருந்தாலும், அரஃபாத் இஸ்ரேலின் வலையில் விழுந்தது உண்மை என்றாகிவிட்டது. இஸ்ரேலை அவர் அங்கீகரிக்கவும் செய்துவிட்டார். இதற்குமேல் எந்த முகத்தை வைத்துக்கொண்டு இண்டிஃபதாவைத் தொடருவது?

இன்னொரு விஷயத்தையும் சொல்லவேண்டும். இண்டிஃபதா உக்கிரமாக நடைபெற்று வந்த காலத்தில் மொத்தம் சுமார் பதினாலாயிரம் அரேபியர்களை இஸ்ரேலியக் காவல்துறை சிறைப்பிடித்து அடைத்து வைத்திருந்தது. ஓஸ்லோ ஒப்பந்தப்படி அரேபியர்களின் தன்னாட்சி உரிமையை அவர்கள் அங்கீகரிப்பது உண்மையென்றால், நல்லுறவின் அடையாளமாக முதலில் அவர்க¨ளை விடுவிப்பது குறித்தல்லவா பேசியிருக்கவேண்டும்?

ஆனால் அந்தப் பதினாலாயிரம் பேரின் கதி என்னவென்று கடைசிவரை சொல்லவே இல்லை. அரஃபாத்தும் அது குறித்துக் கேள்வி எழுப்பவில்லை என்பது மிகவும் உறுத்தலாகவே இருந்துவந்தது.

செப்டெம்பர் 9, 1993 அன்று அரஃபாத் ஒரு பத்திரிகைச் செய்தி வெளியிட்டார். இஸ்ரேலை அங்கீகரித்து வெளியிடப்பட்ட முதல் அறிக்கை அது. ஒட்டுமொத்த பாலஸ்தீனியர்களும் மனத்துக்குள் குமுறிக் குமுறித் தணிந்தார்கள். இதனைத் தொடர்ந்துதான்ன் செப்டம்பர் 13ம் தேதி வாஷிங்டன் நகரில் ஒப்பந்தம் பில் க்ளிண்டன் முன்னிலையில் கையெழுத்தானது. காஸாவையும் மேற்குக்கரையில் சில பகுதிகளையும் பாலஸ்தீனியன் அத்தாரிடியிடம் ஒப்படைப்பதாக இஸ்ரேலியப் பிரதமர் அறிவித்தார். உடனடியாக பாலஸ்தீனியன் அத்தாரிடியின் தலைவராக யாசிர் அரஃபாத் பி.எல்.ஓ.வினரால் தேர்ந்தெடுக்கப்பட்டார். ரமல்லாவில் இருந்தபடி அவர் ஆட்சி புரிவார் என்றும் அறிவிக்கப்பட்டது.

ஒரு சில பாலஸ்தீனியன் அத்தாரிடி முக்கியஸ்தர்கள், இந்த அமைதி உடன்படிக்கை, நீண்டநாள்நோக்கில்பலன்தரத்தக்கதுஎன்றுபக்கம் பக்கமாகப் பேசியும் எழுதியும் வந்தபோதும் பெரும்பாலான பி.எல்.ஓ.வின் இரண்டாம் நிலைத் தலைவர்களுக்கே இந்த ஏற்பாடு பிடிக்கவில்லை என்பது மிக வெளிப்படையாகத் தெரிந்தது. ஒப்பந்தம் முடிவானவுடனேயே பி.எல்.ஓ.வின் செயற்குழு உறுப்பினர்களான மஹ்மூத் தார்விஷ் என்பவரும் ஷாஃபிக் அல் ஹௌட் என்பவரும் தமது பொறுப்புகளை ராஜினாமா செய்வதாக அறிவித்தார்கள். அவர்களைத் தொடர்ந்து வேறு சில முக்கிய பி.எல்.ஓ. தலைவர்களும் விரைவில் ராஜினாமா செய்யவிருப்பதாகப் பரபரப்பாகப் பேசப்பட்டது.

ராஜினாமா செய்த மஹ்மூத் ஒரு பத்திரிகையாளர் சந்திப்பில் ‘அரஃபாத் மிகவும் தன்னிச்சையாக நடந்துகொள்கிறார். பாலஸ்தீனுக்காக ஒதுக்கப்பட்ட நிதியை அவர் கையாளும் விதம் அச்சமூட்டும்விதத்தில் இருக்கிறது. யாராலுமே கணக்குக் கேட்கவும் முடியவில்லை, எதுவும் வெளிப்படையாகவும் இல்லை’ என்று சொன்னார்.

ஆட்சி அதிகாரம் கைக்கு வந்த மறுகணமே நிதி விவகாரங்களில் குற்றச்சாட்டு எழுந்ததில் அரஃபாத் மிகவும் மனம் உடைந்துபோனார். பெரும்பாலான பாலஸ்தீனியர்களுக்கு இந்த ஏற்பாடே பிடிக்கவில்லை என்பதிலும் அவருக்கு வருத்தம்தான். அமைதியின் தொடக்கமாக ஓஸ்லோ ஒப்பந்தத்தை அவர் கருதினார். அதன் வழியே எப்படியாவது 1967 யுத்தத்துக்கு முன்னர் பாலஸ்தீனிய அரேபியர்களுக்கென்று இருந்த நிலப்பரப்பை முழுவதுமாக மீட்டு ஒரு சுதந்தர பாலஸ்தீனை நிறுவுவதே அவரது கனவாக இருந்தது.

அதையெல்லாம் யாரும் பொருட்படுத்தத் தயாராக இல்லை. உள்நாட்டில் அரஃபாத்தின் செல்வாக்கு கணிசமாகச் சரியத் தொடங்கிய அதே சமயம் அமைதிக்கான நோபல் பரிசை அவர் ஷிமோன்பெரஸ் மற்றும் இட்ஸாக்ராபினுடன் பகிர்ந்துகொள்வார் என்று ஸ்வீடிஷ் அகடமி அறிவித்தது.

இது நடந்தது 1994ம் ஆண்டு. பாலஸ்தீனியர்கள் இன்னும் கோபம் கொண்டார்கள். நிலைமை மேலும் மோசமாகத்தான் ஆரம்பித்தது.

82

இஸ்ரேலுடன் அமைதிப் பேச்சு. மற்ற எந்த அரபு தேசமும் செய்ய முன்வராதவகையில் இஸ்ரேலை அங்கீகரிப்பது. அமெரிக்காவில் போய் உட்கார்ந்துகொண்டு இஸ்ரேலிய அதிகாரிகளுடன் ஒப்பந்தத்துக்கான பூர்வாங்க ஏற்பாடுகள் செய்தது. நார்வேயில் அமைதி ஒப்பந்தம். மீண்டும் அமெரிக்காவில் அதை உறுதிப்படுத்துவது. இதெல்லாம் நடந்து முடிந்தவுடனேயே அமைதிக்கான நோபல் பரிசு. அதையும் இஸ்ரேலியர்கள் இரண்டு பேருடன் பகிர்ந்துகொண்டது.

என்ன இதெல்லாம்? செய்வது யார்? யாசிர் அரஃபாத்தா? பாலஸ்தீனிய அரேபியர்களின் ஒரே நம்பிக்கை நட்சத்திரம் என்று வருணிக்கப்பட்டவரா? எப்படி அவரால் இப்படியொரு அரசியல் முகம் கொள்ள முடிந்தது? எதனால் அவர் இப்படி மாறிப்போனார்? இஸ்ரேல் கிடக்கட்டும், அமெரிக்காவுடன் எப்படி அவரால் தோழமை கொள்ள முடிந்தது? ஏன் இதனைச் செய்தார்? ஒரு ஜிகாத் போராளி செய்யக்கூடியவையா இதெல்லாம்?

இதுதான் பாலஸ்தீனியர்களுக்குப் புரியவில்லை. இதன் காரணமாகத்தான் அரஃபாத்தை அவர்கள் கடுமையாக எதிர்க்கவும் கண்டபடி பேசவும் ஆரம்பித்தார்கள். அரஃபாத்தின் இந்த நடவடிக்கைகளை சறுக்கல் என்று வருணித்தார்கள். ஒரு பரிசுத்தமான போராளி விலைபோய்விட்டார் என்று பேசவும் ஏசவும் தொடங்கினார்கள்.

ஆனால் சற்றே கண்ணைத் திறந்து, நடந்த அனைத்தையும் நடுநிலைமையுடன் பார்க்க முடியுமானால் அரஃபாத் சறுக்கவில்லை என்பது புரியும். செய்த ஒரு தவறுக்குப் பிராயச்சித்தமாகத்தான் அவர் இவற்றையெல்லாம் செய்ய

ஒப்புக்கொண்டார் என்பது புரியவரும். இதைக்கூடத் தனக்காக அல்லாமல் பாலஸ்தீனிய அரேபியர்களுக்காகத்தான் அவர் செய்தார் என்பதும் கவனத்தில் ஏறும்.

1991ம் ஆண்டு மத்தியக் கிழக்கில் ஒரு புயல் வீசியது. புயலின் பெயர் சதாம் உசேன். ஈராக்கின் அதிபர். சதாம் உசேனுக்கு ஏறக்குறைய ஹிட்லரின் மனோபாவம் அப்படியே இருந்தது அப்போது. குறிப்பாக, நாடு பிடிக்கிற விஷயத்தில். ஈராக்குக்கு அண்டை நாடான குவைத்தின் எண்ணெய்ச் செழுமை, அதனால் உண்டான பணச்செழுமை ஆகியவற்றால் கவரப்பட்ட சதாம் எப்படியாவது குவைத்தைக் கைப்பற்றிவிட வேண்டுமென்று தாம் பதவிக்கு வந்த நாளாக நினைத்துக்கொண்டிருந்தார். 1991ம் ஆண்டு அது நடந்தது. சர்வதேசச் சந்தையில் கச்சா எண்ணெயின் விலை உயர்வதற்கு குவைத்தின் சில கொள்கை முடிவுகள்தான் காரணம் என்று சதாம் குற்றம் சாட்டினார்.

ஒரே நாள். ஒரே இரவு. ஈராக் படைகள் குவைத்துக்குள் புகுந்தன. வீசிய புயலில் குவைத் கடலுக்குள் மூழ்காதது வியப்பு. குவைத்தின் அமீராக இருந்தவர் உயிர் பிழைக்க சவுதி அரேபியாவுக்கு ஓடிப்போனார். ஆதரவற்று இருந்த குவைத்தை அப்படியே எடுத்து விழுங்கி, 'இனி இந்தத் தேசம் ஈராக்கின் பத்தொன்பதாவது மாநிலமாக இருக்கும்' என்று அறிவித்தார் சதாம் உசேன்.

நவீன காலத்தில் இப்படியொரு ஆக்கிரமிப்பை யாருமே எதிர்பார்த்திருக்கவில்லை. ஒட்டுமொத்த மத்தியக்கிழக்கும் அச்சத்தில் ஆழ்ந்தது. சதாம் அச்சம். எங்கே தம்மீதும் பாயப்போகிறாரோ என்கிற கவலை. மத்தியக் கிழக்கை ஒரு ஐரோப்பாவாகவும் தன்னையொரு ஹிட்லராகவும் கருதிக்கொண்டு இன்னொரு உலக யுத்தத்துக்கு வழி செய்துவிடுவாரோ என்கிற பயம்.

இந்தச்சம்பவத்தைமற்றஅரபுதேசங்களைக்காட்டிலும்அமெரிக்கா மிகத் துல்லியமாக கவனித்து ஆராய்ந்தது. எப்படியாவது மத்தியக்கிழக்கில் தனது கால்களை பலமாக ஊன்றிக்கொண்டு, எண்ணெய்ப் பணத்தில் தானும் கொழிக்க முடியுமா என்று சந்தர்ப்பம் பார்த்துக்கொண்டிருந்தது அது. மேலும் பரம்பரையாக எண்ணெய் எடுக்கும் தொழிலில் இருந்த குடும்பத்தைச் சேர்ந்த ஜார்ஜ் வாக்கர் புஷ்தான் அப்போது அமெரிக்காவின் அதிபராக ஆகியிருந்தார்.

ஆகவே, அத்துமீறி குவைத்தை ஆக்கிரமித்த ஈராக் மீது உடனடியாக போர் அறிவித்தது அமெரிக்கா. குவைத் அப்போது, இப்போது, எப்போதும் அமெரிக்காவின் நட்பு நாடு என்பதையும் இங்கே கவனத்தில் கொள்ள வேண்டும்.

ஒரு பக்கம் அமெரிக்கா போர் அறிவிக்க, இன்னொரு பக்கம் ஐக்கிய நாடுகள் சபையும் ஈராக்கின் இந்த அத்துமீறலைக் கடுமையாக எதிர்த்ததுடன் அல்லாமல் ஈராக்குக்கான சர்வதேச உதவிகளுக்கும் தடை போட ஏற்பாடுகள் செய்ய ஆரம்பித்தது. அநேகமாக உலகம் முழுவதுமே சதாமுக்கு எதிராகத் திரண்டு நின்ற நேரம் அது.

அப்படியென்றால் உலகம் முழுவதுமே அமெரிக்க ஆதரவு நிலை எடுத்ததா என்றால் இல்லை. அந்தச் சந்தர்ப்பத்தில் குவைத்தை விழுங்கிய ஈராக் மீது ஒரு சர்வதேச வெறுப்பு ஏற்பட்டிருந்தது என்பது உண்மை. அந்த வெறுப்பைத் தனக்கு சாதகமாகப் பயன்படுத்திக்கொள்ளவும், கு¨வைத்துக்கு மறுவாழ்வு அளிப்பதன்மூலம் மத்தியக்கிழக்கில் தன்னுடைய வேர்களைப் படரவிடவும் அமெரிக்கா திட்டம் தீட்டியது.

இப்படியொரு நெருக்கடியான சந்தர்ப்பத்தில், சம்பந்தமே இல்லாத பாலஸ்தீனிய விடுதலை இயக்கமும் அதன் தலைவரான யாசிர் அரஃபாத்தும் சதாம் உசேனுக்குத் தங்கள் ஆதரவைத் தெரிவித்தார்கள். யாசிர் அரஃபாத் சதாம் உசேனைச் சந்தித்த புகைப்படம் வெளியாகி சர்வதேச மீடியாவைக் கலக்கியது. இது, பி.எல்.ஓ.மீது உலக நாடுகளுக்கு இருந்த கொஞ்சநஞ்ச அனுதாபத்தையும் சுத்தமாக வழித்துத் துடைத்துக் கழுவிக் கவிழ்த்துவிட்டது.

உலகத்தின் பார்வையில் அன்றைய தேதியில் பி.எல்.ஓ.ஒரு போராளி இயக்கம்தான். அரசியல் முகமும் கொண்டதொரு போராளி இயக்கம். ஆனால் சதாம் உசேன் என்பவர் ஒரு சாத்தானாக மட்டுமே அடையாளம் காணப்பட்டுக்கொண்டிருந்த நேரம் அது. இன்றைக்கு அத்துமீறி குவைத்தில் நுழைந்தவர், நாளை எந்த தேசத்தை வேண்டுமானாலும் அப்படி ஆக்கிரமிக்கக்கூடும் என்கிற சந்தேகத்தில் எப்படியாவது சதாமின் கொட்டத்தை அடக்கியாக வேண்டும் என்று அத்தனை பேருமே நினைத்தார்கள். தம்மால் முடியாத ஒரு காரியத்தை அமெரிக்கா செய்ய முன்வருகிறதென்றால், அதற்கு உதவி செய்யமுடியாவிட்டாலும்

ஒதுங்கி நின்று வழிவிடுவதே சிறந்தது என்று அனைத்துத் தலைவர்களும் நினைத்தார்கள்.

இதன்மூலம் அமெரிக்கா எப்படியும் சிலபல லாபங்களைப் பார்க்காமல் விடாது; இன்றைக்கு ஈராக்கிடமிருந்து காப்பாற்றி அளிக்கும் குவைத்தை நாளை அமெரிக்காவே கபளீகரம் செய்தாலும் ஆச்சர்யப்படுவதற்கில்லை என்பதுவரை கூட மத்தியக்கிழக்கின் தலைவர்கள் யோசித்துவிட்டார்கள்.

ஆனால் சதாம் உசேன் என்கிற பொது எதிரி முதலில் ஒழிக்கப்படவேண்டும் என்று அவர்கள் அத்தனை பேருமே கருதியதால்தான் பேசாமல் இருந்தார்கள்.

அதுவும் அப்போது அமெரிக்க அதிபர் புஷ் நடந்துகொண்ட விதத்தை கவனியுங்கள். நேரடியாக அமெரிக்கப் படைகளை ஈராக்கில் கொண்டுவந்து நிறுத்தாமல், 'உங்கள் படைகளை ஈராக் எல்லையில் அணிவகுத்து நிறுத்துங்கள்' என்று சவுதி அரேபிய அரசுக்குக் கட்டளை இட்டது அமெரிக்கா.

'இது உங்கள் பிரச்னை; நான் உதவி செய்யமட்டுமே வருகிறேன்' என்று சொல்லாமல் சொல்லும் விதம் அது.

அதன்படி சவுதி அரசுதான் தன்னுடைய ராணுவத்தை முதல் முதலில் ஈராக்குக்கு எதிராக அணிவகுத்து நிறுத்தியது. அப்புறம்தான் அமெரிக்கப் போர் விமானங்கள் வந்து சேர்ந்து வானில் வாணவேடிக்கை காட்ட ஆரம்பித்தன.

இப்படியொரு இக்கட்டான தருணத்தில் பி.எல்.ஓ. தனது தார்மீக ஆதரவை சதாம் உசேனுக்கு அளித்ததற்கு என்ன காரணம் என்று யாருக்குமே புரியவில்லை. யாசிர் அரஃபாத்தின் நோக்கம் விளங்கவில்லை. ஒருவேளை அவர் இப்படி நினைத்திருக்கலாம்: ஈராக்கின் அதிபர் சதாம் உசேன், மத்தியக் கிழக்கின் ஒரு பெரிய சக்தியாக வளர்ந்துகொண்டிருக்கிறார். அமெரிக்காவையே எதிர்க்கும் அளவுக்கு அவரிடம் வல்லமை இருக்கிறது என்னும்போது அவரது நட்பைப் பெறுவது பாலஸ்தீன் விடுதலையைத் துரிதப்படுத்த உதவக்கூடும்.

இது ஒரு காரணம். இன்னொரு காரணம், சகோதர முஸ்லிம் தேசங்கள் அனைத்தும் ஒரு யுத்தம் என்று வரும்போது சதாமை ஆதரிக்கத்தான் விரும்பும் என்று யாசிர் அரஃபாத் தப்புக்கணக்குப்

போட்டது. போயும் போயும் அமெரிக்காவுக்கு ஆதரவாக எந்த அரபு தேசமும் இருக்காது, இயங்காது என்று அவர் மனப்பூர்வமாக நம்பினார்.

அரஃபாத்தின் அரசியல் வாழ்வில் ஏற்பட்ட மாபெரும் சறுக்கல் இது. மதச் சார்பற்ற இயக்கமாகத் தன்னுடைய பி.எல்.ஓ.வை வழிநடத்தியவர், ஈராக் விஷயத்தில் முஸ்லிம் தேசங்கள் அமெரிக்காவை ஆதரிக்காது என்று மதத்தை முன்வைத்து யோசித்தது வியப்பே. அந்தச் சறுக்கலுக்குக் கொடுத்த விலைதான் பாலஸ்தீன் விடுதலை என்கிற அவரது முயற்சிக்கு ஏற்பட்ட பலமான பின்னடைவு.

ஐ.நாவே கைவிட்டுவிடும் சூழ்நிலை ஏற்பட்டது. எந்த ஒரு தேசமும் அப்போது அரஃபாத்தின் நியாயங்களை யோசிக்கத் தயாராக இல்லை. உலக நாடுகள் அனைத்தும் கேவலம், சதாமைப் போயா இந்த மனிதர் ஆதரித்தார்! என்று அருவருப்புடன் பார்க்கத் தொடங்கின. மதம் கடந்து, அரசியல் கடந்து, ஒழிக்கப்படவேண்டியதொரு சர்வாதிகாரியாக மட்டுமே சதாம் உசேனை உலகம் பார்க்கிறது என்பதை அரஃபாத் அவதானிக்கத் தவறிவிட்டார். அதற்கான விலைதான் அது!

இன்னும் எளிமையாகப் புரிய ஓர் உதாரணம் பார்க்கலாம். ராஜிவ் காந்தி படுகொலைக்கு முன்னர் விடுதலைப் புலிகளுக்கு இந்தியாவில், குறிப்பாகத் தமிழகத்தில் இருந்த ஆதரவையும் அனுதாபத்தையும் எண்ணிப்பாருங்கள். புலிகளுக்குத் தமிழகம் ஓர் இரண்டாம் தாயகமாகவே இருந்துவந்ததை நினைவுபடுத்திப் பாருங்கள். ஆனால் அந்தப் படுகொலைக்குப் பிறகு நிலைமை அப்படியே தலைகீழாகிப் போனதல்லவா?

அதுவரை விடுதலை இயக்கமாகவே அறியப்பட்டுவந்த விடுதலைப் புலிகளை ஒட்டுமொத்த இந்தியாவும் தீவிரவாத இயக்கமாக மட்டுமே பார்க்கத் தொடங்கியதன் காரணம் வேறென்னவாக இருக்க முடியும்?

செயல். ஒரு செயல். ஒரே ஒரு செயல். அதன் விளைவுகளுக்கான விலைதான் அது. இதே போன்றதுதான் அன்றைக்கு பி.எல்.ஓ.வுக்கு ஏற்பட்ட நிலைமையும். சதாம் உசேனை குவைத் யுத்தத்தின் போது

அரஃபாத்ஆதரித்துவிட்டதன்பலனாகபாலஸ்தீன்விடுதலைக்காக அதுவரைஅவர்வகுத்துவைத்தஅத்தனைதிட்டங்களையும்உலகம் நிராகரித்துவிட்டது. எந்த ஒரு தேசமும் எந்த ஒரு அமைப்பும் பி.எல்.ஓவுக்கு ஆதரவோ, அனுதாபமோ தெரிவிக்கத் தயங்கியது.

தனது ஆயுதப் போராட்டத்தைத் தாற்காலிகமாகவாவது ஒதுக்கிவைத்துவிட்டு, அமைதிப் பேச்சுகளில் கவனம் செலுத்தி, ஏற்பட்டுவிட்ட அவப்பெயரைத் துடைத்துக்கொண்டால்தான் விடுதலைப் போராட்டத்தில் ஓர் அங்குலமாவது முன்னேற முடியும் என்று அரஃபாத் முடிவு செய்தார். அதனால்தான் இஸ்ரேலிய அதிகாரிகளுடன் அவர் ரகசியப் பேச்சுவார்த்தைகள் நடத்த முன்வந்தார். நார்வேயின் அமைதி ஏற்பாட்டுக்குச் சம்மதம் சொன்னார். பெரிய லாபமில்லாவிட்டாலும் ஓஸ்லோ உடன்படிக்கைக்கும் ஒத்துழைக்க முடிவு செய்தார். அமெரிக்க அதிபருடன் கை குலுக்கினார். அத்தனை காரியங்களையும் ஆத்மசுத்தியுடன் செய்தார்.

இந்த விவரங்களை பாலஸ்தீனிய அரேபியர்கள் சிந்தித்துப் பார்க்க மறந்ததன் விளைவுதான் அரஃபாத்தை துரோகி என்றும், விலை போய்விட்டவர் என்றும், பதவி ஆசை பிடித்தவர் என்றும் வசைபாடவைத்தன.

ஆனால் இந்தக் குற்றச்சாட்டுகள் எதற்கும் அரஃபாத் கடுமையான பதில்களை ஒருபோதும் தந்ததில்லை. புரிந்துகொள்ளுங்கள், புரிந்துகொள்ளுங்கள் என்று மௌனமாக மன்றாடியதைத் தவிர அவர் வேறெதுவும் செய்யவில்லை.

குவைத் யுத்தத்தில் அவர் சதாமை ஆதரித்தது ஒரு விபத்து. சந்தேகமில்லாமல் விபத்து. அதுபற்றிய வருத்தம் அரஃபாத்துக்கு இறுதி வரை இருந்திருக்கிறது. தனது சறுக்கலை அவர் மனப்பூர்வமாக ஒப்புக்கொண்டிருக்கிறார். ஆனால் அதன் விளைவுகள்தனதுதேசத்தின்விடுதலையைபாதித்துவிடக்கூடாதே என்பதற்காகத்தான் அவர் ஓஸ்லோ உடன்படிக்கைக்கு ஒப்புக்கொண்டார் என்பதைத்தான் பாலஸ்தீனியர்கள் ஏற்க மறுத்துவிட்டார்கள்.

இஸ்ரேலுடன் நல்லுறவு வேண்டாம்; குறைந்தபட்சம் பேசிக்கொள்ளும் அளவுக்காவது சுமாரான உறவு இருந்தால்தான்

அடுத்தக் கட்டத்தை நோக்கி நகர முடியும் என்பது அரஃபாத்தின் நம்பிக்கை. ஏனெனில், இஸ்ரேலை ஒழித்துவிட்டுத்தான் மறுகாரியம் என்று இதர பாலஸ்தீனிய இயக்கங்கள் கோஷமிட்டுக்கொண்டிருந்ததைப் போல் அவர் செய்யவில்லை. இஸ்ரேலை ஒழிப்பதென்பது வெறும் மாய யதார்த்தம் மட்டுமே என்பதை அவர் மிக நன்றாக அறிந்திருந்தார்.

இங்கேதான் ஒரு போராளிக்கும் அரசியல் விற்பன்னருக்கும் உள்ள வித்தியாசம் வருகிறது. அரஃபாத் ஒரு போராளியாக மட்டும் இருந்திருப்பாரேயானால் அவரும் அந்தக் கற்பனையான இலக்கை முன்வைத்துக் கண்ணில் பட்ட இடங்களையெல்லாம் சுட்டுக்கொண்டேதான் இருந்திருப்பார். அவர் ஒரு ராஜதந்திரியாகவும் இருந்ததால்தான் அமைதிக்கான வாசல்களை அவரால் திறந்துவைக்க முடிந்தது.

அன்றைக்கு அவர் விதைத்ததுதான் இன்றைக்கு காஸாவிலிருந்தும் மேற்குக் கரையிலிருந்தும் இஸ்ரேலியர்களை - இஸ்ரேலிய அரசே வெளியேற்றும் அளவுக்குப் பலனளிக்கத் தொடங்கியிருக்கிறது. அரஃபாத் இறந்ததனால்தான் இந்த முன்னேற்றம் சாத்தியமாகியிருக்கிறது என்று இன்றைக்கு இஸ்ரேலிய அரசு விஷமப்பிரசாரம் செய்யலாம்; செய்கிறது. உண்மையில் அன்றைக்குஅமைதிப் பேச்சுஎன்கிறவிஷயத்தைஅவர்ஆரம்பித்து வைக்காதிருப்பாரேயானால் ஜோர்டன் நதி முழுச் சிவப்பாகவே இப்போது ஓடவேண்டியிருந்திருக்கும்.

83

பாலஸ்தீன் விடுதலைப் போராட்ட சரித்திரத்தில் ஓஸ்லோ ஒப்பந்தம் மிக முக்கியமானதொரு கட்டம். ஏனெனில் அமைதியை உத்தேசித்துச் செய்யப்பட்ட இந்த ஒப்பந்தம் இருதரப்பிலும் மக்கள் மத்தியில் மிகப்பெரிய அதிருப்தியையே உண்டாக்கியது. இப்படி ஒரு ஒப்பந்தத்தில் கையெழுத்துப் போட்டதற்காக இஸ்ரேலியப் பிரதமாராக இருந்த இட்ஸாக் ராபினை ஒரு யூதரே கொலை செய்தார் *(1995).* அடுத்து வந்த பொதுத்தேர்தலில் யூதர்கள் மிகக் கவனமாக பழமைவாத யூதரான பெஞ்சமின் நெதன்யாஹுவை *(Benjamin Netanyahu)*ப் பிரதமராக்கி உட்காரவைத்தார்கள். ஒருபோதும் அவர் அரேபியர்களுக்கு எந்த அதிகாரத்தையும் தரமாட்டார் என்கிற நம்பிக்கை யூதர்களுக்கு இருந்தது.

மறுபுறம், அரபுகள் தரப்பில் யாசிர் அரஃபாத் மீது உண்டான அதிருப்தி, நாளுக்கு நாள் அதிகரித்துக்கொண்டே போனது. ஓஸ்லோ ஒப்பந்தத்தின் படி, அரேபியர்கள் யூதர்களின்மீது தாக்குதல் நடத்தமாட்டார்கள் என்றும், பதிலாக கொஞ்சம் கொஞ்சமாக மேற்குக் கரை மற்றும் காஸா பகுதியிலிருந்து இஸ்ரேல் தன்னுடைய ராணுவத்தை வாபஸ் பெற்றுக்கொள்ளும் என்றும் ஏற்பாடாகியிருந்தது.

எங்களைக்கலந்து ஆலோசிக்காமல் நீங்களாக எப்படி ஒப்பந்தத்தை ஏற்கலாம் என்று அரஃபாத்தைக் கேட்டார்கள் பாலஸ்தீனிய அரேபியர்கள். குறிப்பாக, அங்குள்ள விடுதலை இயக்கங்கள் அனைத்துமே இந்த ஒப்பந்தத்துக்கு எதிராகத்தான் இருந்தன.

அரஃபாத் தன் சக்திக்கு உட்பட்ட அளவில் ஒவ்வொரு இயக்கத்தையும் அழைத்துப் பேச்சுவார்த்தைகள் நடத்தி, ஒப்பந்தத்தின் அவசியத்தை வலியுறுத்திப் பார்த்தார். தினசரி

பொதுக்கூட்டங்களில் கலந்துகொண்டு மக்களுக்கும் விளக்கமளித்தார். கேட்கத்தான் ஆளில்லாமல் போய்விட்டது.

யூதர்கள் மீது அரேபியர்கள் தாக்குதல் நடத்தமாட்டார்கள் என்று எழுதிக்கொடுத்துக்கையெழுத்துப்போட்டீர்கள்அல்லவா? இதோ பாருங்கள் என்று அன்று தொடங்கி கலவரங்களும் தாக்குதல்களும் நம்ப முடியாத அளவுக்கு அதிகரிக்க ஆரம்பித்தன.

ஓஸ்லோ ஒப்பந்தத்துக்கு இஸ்ரேலிய அரசு சம்மதித்ததன் அடிப்படைக் காரணமே ஹமாஸ் உள்ளிட்ட போராளி இயக்கங்களின் செயல்பாடுகளை அரஃபாத் முயற்சி எடுத்து முடக்கிவைக்கவேண்டும் என்பதுதான். ஆனால் எந்த விதமான பேச்சுவார்த்தை சமரசங்களுக்கும் இயக்கங்கள் ஒத்துழைக்கத் தயாராக இல்லாத காரணத்தால், பாலஸ்தீன் முழுவதும் படிப்படியாக வன்முறை அதிகரிக்கத் தொடங்கியது.

இஸ்ரேலிய வெளியுறவுத் துறை அமைச்சகத்தின் ஓர் அறிக்கையின்படி செப்டெம்பர் 1993 தொடங்கி செப்டெம்பர் 2000 வரையிலான காலகட்டத்தில் மொத்தம் 256 இஸ்ரேலியர்களை அரேபியர்கள் கொன்றிருக்கிறார்கள். இதற்கு எந்தக் காரணமும் சொல்லப்படவில்லை. திடீரென்று கலவரம் மூளும். கண்ணில் பட்டவர்கள் மீது கற்கள் வீசப்படும். தப்பியோடினால் துப்பாக்கிச் சூடு. விழுந்த உடல்கள் உடனடியாக ஜோர்டன் நதியில் வீசி எறியப்படும்.

கட்டுப்படுத்தவே முடியவில்லை. மக்களின் கோபம் எல்லையற்றுப் பொங்கிக்கொண்டிருந்தது. அரஃபாத் அவர்களை சமாதானப்படுத்துவதற்காக பாலஸ்தீன் முழுவதும் சுற்றுப்பயணம் மேற்கொண்டு பொதுக்கூட்டங்களில் பேசினார். அந்தக் கூட்டங்களிலும் கற்கள் பறக்க ஆரம்பித்தன. (உண்மையில் கற்கள் பறந்த சம்பவம் மிகக் குறைவு. அழுகிய பழங்கள்தான் அதிகம் பறந்தன.)

அரஃபாத்தின் கவலை என்னவெனில், இப்படிக் கலவரம் அதிகரித்துக்கொண்டே போனால், ஒப்பந்தப்படி இஸ்ரேலிய ராணுவம் வாபஸ் ஆவது தள்ளிக்கொண்டே போகும். ஒரு கட்டத்தில் மீண்டும் பழைய குருடி கதவைத்திறக்க வந்துவிடுவாள். என்ன செய்யலாம் என்று யோசித்தார்.

இந்தச் சூழ்நிலையில்தான் இட்ஸாக் ராபின் படுகொலை செய்யப்பட்டு பெஞ்சமின் நெதன்யாஹு இஸ்ரேலின் பிரதமராக ஆனார். இந்தப் புதிய பிரதமரின் நடவடிக்கைகள் அரஃபாத்துக்கு மேலும் கவலையளித்தன.

நெதன்யாஹு பதவியேற்றவுடனேயே யூதர்களின் அபிமானத்தைப் பெறுவதற்காக மேற்குக் கரை மற்றும் காஸா பகுதிகளில் இருந்த யூதக் குடியிருப்புகளை அதிகப்படுத்தத் தொடங்கினார். இதன் அர்த்தம் என்னவெனில், எக்காரணம் கொண்டும் அந்த இரு பகுதிகளையும் இஸ்ரேல், அரேபியர்களுக்குத் தத்துக் கொடுத்துவிடாது என்பதை உறுதிப்படுத்துவதுதான்.

ஏற்கெனவே *1967* யுத்தத்தை அடுத்து இப்பகுதிகளில் யூதக் குடியிருப்புகள் கணிசமாக உருவாக்கப்பட்டிருந்தன. பல்லாயிரக்கணக்கான யூதர்கள் இங்கே இடம் பெயர்ந்து வந்து அரேபியர்களின் மத்தியில் வாழ ஆரம்பித்திருந்தார்கள். அவர்களுக்கு நிகரான எண்ணிக்கையில் புதிதாகவும் பல்லாயிரக்கணக்கானோரை இப்பகுதிகளுக்கு அனுப்பி அழகு பார்த்தது இஸ்ரேல்.

இது அரேபியர்கள் மத்தியில் அச்சத்தையும் கோபத்தையும் உண்டாக்கி, அடிக்கடி கலவரங்களில் இறங்கத் தூண்டியது. 'பார்த்தீர்களா உங்கள் ஓஸ்லோ ஒப்பந்தத்தின் லட்சணத்தை?' என்று அரஃபாத்தைக் கேட்டார்கள்.

அரஃபாத்தால் பதில் சொல்ல முடியவில்லை. காரணம், அரேபியர்கள் தாக்குதலில் ஈடுபடாமலிருக்கும் பட்சத்தில் இஸ்ரேல் ராணுவம் கொஞ்சம் கொஞ்சமாக வாபஸ் வாங்கப்படும் என்றுதான் ஒப்பந்தத்தில் இருந்ததே தவிர, அரேபியர்கள் வாழும் இடங்களில் யூதக் குடியிருப்புகளை நிறுவுவது குறித்து அதில் ஏதும் குறிப்பிடப்பட்டிருக்கவில்லை. அது கூடாது என்றோ, சரியென்றோ இருவிதமாகவும் ஒப்பந்தத்தில் ஏதும் இல்லாத காரணத்தால், வழக்கப்படி விருப்பமான நேரத்தில் விருப்பமான அளவில் குடியேற்றங்களை அமைப்பது என்கிற புராதனமான வழக்கத்துக்குப் புத்துருவம் கொடுத்துவிட்டார் நெதன்யாஹு.

ஓஸ்லோவினால் உண்டாகியிருந்த வெறுப்பை இந்த ஏற்பாடு யூதர்கள் மத்தியில் சற்றே தணிக்கத் தொடங்கிய அதே சமயம்,

அரேபியர்கள் முழு வீச்சில் கலவரங்களில் இறங்குவதற்கு ஆயத்தம் செய்துகொண்டிருந்தார்கள். இதற்கு இன்னொரு காரணமும் உண்டு.

பாலஸ்தீன் அத்தாரிடி சார்பில் அதிபராக அரஃபாத்தும் அவரது நியமன உறுப்பினர்களாக ஒரு சிறு அமைச்சரவையும் பொறுப்பேற்றிருந்தபோதும், அவர்களுக்கு ஆட்சி செய்வதில் அனுபவம் இல்லாத காரணத்தால் நிறைய நிர்வாகக் குளறுபடிகள் ஏற்பட்டன. குறிப்பாக, பணத்தை ஒழுங்கான விகிதத்தில் பிரித்து செலவு செய்யத் தெரியாத காரணத்தால், கடும் நிதி நெருக்கடிக்கு ஆளானார்கள். மறுபக்கம், மக்கள் போராட்டம்தான் முழு நேரத் தொழில் என்று முடிவு செய்துவிட்டிருந்தபடியால் வர்த்தக மையங்கள், அலுவலகங்கள் அனைத்தும் எப்போதாவதுதான் திறந்திருக்கும் என்கிற நிலைமை உண்டானது. வேலையில்லாப் பிரச்னை அதிகரித்து, ஏராளமான அரபு இளைஞர்கள் புதிதாகத் துப்பாக்கி ஏந்த ஆரம்பித்தார்கள். இவர்களுக்குக் கொம்பு சீவி விடும் பணியைப் போராளி இயக்கங்கள் ஏற்றுக்கொண்டன. (அரஃபாத் பதவிக்கு வந்த முதல் வருட இறுதியில் மக்கள் வாழ்க்கைத் தரம் 30% குறைந்து, வேலையில்லாத் திண்டாட்டம் 51% அதிகரித்ததாக ஒரு புள்ளிவிவரம் இருக்கிறது.)

இவை அனைத்துமே ஓஸ்லோ ஒப்பந்தத்தின் விளைவுதான் என்று தீவிரமாக நம்பினார்கள் அரேபியர்கள். அது மட்டுமல்லாமல், ஓஸ்லோ ஒப்பந்தத்தின்போதே எழுதப்படாத ஒப்பந்தமாகப் புதிய குடியேற்றங்களுக்கும் அரஃபாத் சம்மதம் தெரிவித்திருப்பார் என்று சந்தேகித்து, அத்தகைய புதிய குடியேற்றங்களால் தங்கள் விளை நிலங்களும் வாழும் இடங்களும் பறிபோகின்றன என்றும் குற்றம்சாட்ட ஆரம்பித்தார்கள்.

ஆனால் இந்தக் குடியேற்றங்கள் அரஃபாத் முற்றிலும் எதிர்பாராதது. உண்மையிலேயே இரு தரப்பு அமைதியை இஸ்ரேல் விரும்புவதாகத்தான் அவர் நம்பினார். அதன் ஆரம்பப்புள்ளியாகத்தான் ஓஸ்லோ உடன்படிக்கையை அவர் பார்த்தார். ஆனால், இஸ்ரேல் தனது வழக்கமான குடியேற்றத் திருவிழாவை பகடைக்காயாகப் பயன்படுத்தி, யூதர்களைச் சமாதானப்படுத்தியதில் உண்மையிலேயே அவருக்கு அதிர்ச்சிதான்.

ஆனால் எப்படி எடுத்துச் சொன்னால் இது புரியும்? மக்கள் யாரும் புரிந்துகொள்ளும் மன நிலையில் இல்லை. தாங்கள் முற்றிலும் வஞ்சிக்கப்பட்டுவிட்டதாகவே கருதினார்கள். ஏதாவது செய்து தங்கள் எதிர்ப்பை மிகக் கடுமையான முறையில் பதிவு செய்ய மிகவும் விரும்பினார்கள். இது மட்டும் நடந்தால், பிறகு சரிசெய்யவே முடியாத அளவுக்குப் பிரச்னை பூதாகாரமாகிவிடும் என்று அரஃபாத் அஞ்சினார்.

ஆகவே மக்களின் கவனத்தை திசைமாற்றவும், யூதக் குடியேற்றங்களைக் கட்டுப்படுத்தவும் வேறு வழியே இல்லாமல் தானே இரண்டாவது இண்டிஃபதாவுக்கான அழைப்பை விடுக்கத் தீர்மானித்தார்.

அமைதி ஒப்பந்தம் ஏற்பட்டது உண்மை. ஆனால் தொடர்ந்து நடைபெறும் காரியங்கள் எதுவும் அமைதியை முன்னெடுத்துச் செல்வதாக இல்லை என்று அறிவித்துவிட்டு, அரேபியர்க்களின் உணர்ச்சியை இஸ்ரேல் மதிக்கத் தவறுவதாகப் பேசினார்.

இது, சூடேறிக்கொண்டிருந்த பாலஸ்தீனைப் பற்றி எரியச்செய்யும் விதமான விளைவுகளை உண்டாக்க ஆரம்பித்தது. 1996ம் ஆண்டில் மட்டும் இஸ்ரேலில் சுமார் முப்பது குண்டுவெடிப்புச்சம்பவங்கள் நிகழ்ந்தன. அவற்றுள் டெல் அவிவில் வெடித்த பஸ் வெடிகுண்டு ஒன்று பத்தொன்பது பேர் உயிரைக் குடித்தது மிக முக்கியமானது. மார்ச் மாதம் நடந்த இந்தச் சம்பவத்தின் தொடர்ச்சியாக, ஏப்ரலில் காஸா பகுதியில் ஒரு தற்கொலைத் தாக்குதல் நிகழ்த்தப்பட்டு ஆறு யூதர்கள் பலியானார்கள். மீண்டும் மே மாதம் டெல் அவிவில் ஒரு பஸ் வெடிகுண்டு வெடித்து முப்பது பேர் பலி. அந்தச் சம்பவம் நடந்த சில மணி நேரங்களுக்குள்ளாக ஜெருசலேமில் அதே பாணி தற்கொலைத் தாக்குதலுக்கு ஐந்து பேர் பலி.

என்ன நடக்கிறது என்றே புரியாத சூழல் ஏற்பட்டது. நிலைமையைக் கட்டுக்குள் கொண்டுவர ராணுவ நடவடிக்கை மிகவும் அவசியம் என்று இஸ்ரேல் பிரதமர் நெதன்யாஹு கருதினார். ஆனால் அரேபியக் குடியிருப்புகளில் ராணுவம் புகுமானால் விளைவு எந்தமாதிரியும் ஆகலாம். ஒரு முழுநீள யுத்தத்துக்கான சாத்தியமே அப்போது தெளிவாகத் தெரிந்ததால் சற்றே நிதானம் காட்டலாம் என்று மொஸாட் சொன்னது.

ஹமாஸ், மிகத் தீவிரமாகச் செயல்பட்ட நேரம் அது. தினசரி குண்டுகள் வெடிப்பது என்பதை ஒரு கடமை போலச் செய்தார்கள். பெரும்பாலும் பேருந்து நிலையங்கள், மார்க்கெட்டுகள், பாலங்கள், தேவாலயங்கள் ஆகிய இடங்களில்தான் அவர்கள் குண்டுவைத்தார்கள். பத்து அல்லது பன்னிரெண்டு சாதாரண குண்டுவெடிப்புகளை நடத்திவிட்டு ஒரு பெரிய தற்கொலைத் தாக்குதல் நடத்துவது என்பதை வழக்கமாகக் கொண்டிருந்தார்கள்.

ஹமாஸின் இந்தத் தீவிர நடவடிக்கைகள் அரேபியர்கள் மத்தியில் புதிய எழுச்சியை உண்டாக்கியது. ஒரு வேளை தங்களுக்கு விடுதலை வாங்கித் தரப்போவதே ஹமாஸ்தானோ என்றே அவர்கள் நினைக்கத் தொடங்கினார்கள். நடப்பது எதுவுமே நல்லதுக்கல்ல என்பது மட்டும் அரஃபாத்துக்குப் புரிந்தது. பி.எல்.ஓ.வை அவர்கள் முற்றிலுமாக நிராகரித்துவிடுவதற்கு முன்னால் ஏதாவது செய்தால்தான் உண்டு என்று நினைத்தார்.

மிகவும் யோசித்து, சாதகபாதகங்களை அலசி ஆராய்ந்து, கடைசியில்தான் அந்த முடிவை எடுத்தார். இன்னொரு இண்டிஃபதா.

பாலஸ்தீனின் இரண்டாவது மக்கள் எழுச்சி என்று சரித்திரம் வருணிக்கும் இந்த இண்டிஃபதாவுக்கு அல் அக்ஸா இண்டிஃபதா என்று பெயர். அதாவது அல் அக்ஸா மசூதியை மீட்பதற்கான மக்கள்போராட்டம். சந்தேகமில்லாமல் இதனைத் தொடங்கியவர் அரஃபாத்தான். ஆகவே இதன் விளைவாகப் பெருகிய மாபெரும் ரத்த வெள்ளத்துக்கும் அவரேதான் பொறுப்பு.

84

இந்த சரித்திரத்தின் மிக ஆரம்ப அத்தியாயங்களில் தொட்டுக்காட்டிய ஒரு மிக முக்கியமான பிரச்னையின் வாசலில் இப்போது நிற்கின்றோம். உள்ளே சென்று விரிவாக அலசி ஆராயவேண்டிய விஷயம் அது. அல் அக்ஸா மசூதி. அதனை மீட்பதற்காக பாலஸ்தீனியர்கள் தொடங்கிய 'அல் அக்ஸா இண்டிஃபதா'வைப் பார்ப்பதற்கு முன்னால் இம்மசூதியின் பின்னணியைத் தெரிந்துகொள்ளவேண்டியது அவசியம்.

இஸ்ரேல்-பாலஸ்தீன்பிரச்னையின்ஆணிவேர்இந்தஇடத்தில்தான் இருக்கிறது. சற்று நெருங்கிப் பாருங்கள். பற்றி எரியும் இந்த நெருப்பின் வெப்பம்தான் பாலஸ்தீனை ஆயிரமாண்டுகளாக வாட்டிக்கொண்டிருக்கிறது.

ஜெருசலேம் நகரில் உள்ள மிகப்பெரிய பள்ளிவாசல் இது. ஒட்டுமொத்த பாலஸ்தீனிலேயே இதனைக்காட்டிலும் பெரிய பள்ளிவாசல் வேறு ஏதும் கிடையாது. ஒரே சமயத்தில் ஐயாயிரத்துக்கும் மேற்பட்டவர்கள் இங்கே அமர்ந்து தொழ முடியும். முகம்மது நபியின் பாதம் பட்ட பூமி இதுவென்பது முஸ்லிம்களின் நம்பிக்கை. அவரது விண்ணேற்றத்துடன் தொடர்புடைய நிலம் இது.

இந்த அல் அக்ஸா பள்ளிவாசலுக்குச் சற்றுத்தள்ளி இன்னொரு பள்ளிவாசல் இருக்கிறது. அதன் பெயர் மஸ்ஜித் - ஏ - உமர். கலீஃபா உமர் கட்டிய பள்ளிவாசல் இது.

இந்த அல் அக்ஸா மற்றும் மஸ்ஜித் ஏ உமர் ஆகிய இரு பள்ளிவாசல்களையும் இணைத்த வளாகத்தை முஸ்லிம்கள் 'பைத்துல் முகத்தஸ்' என்று அழைப்பார்கள்.

இந்த இடத்தை முன்வைத்துத்தான் யூதர்களுக்கும் அரேபியர்களுக்குமான பிரச்னை ஆரம்பித்தது.

அல் அக்ஸா பள்ளிவாசல் இருக்கும் இடத்தில்தான் யூதர்களின் புராதனமான புனிதத்தலமான சாலமன் தேவாலயம் இருந்தது என்பது இஸ்ரேலியர்களின் வாதம். அதற்கு ஆதாரமாக அவர்கள் சுட்டிக்காட்டுவது, அந்தப் பள்ளிவாசலின் ஒருபக்கச் சுற்றுச் சுவராக இன்னமும் மிச்சமிருக்கும் அந்த உடைந்த சுவர் *(Wailing wall* எனப்படும் அழுகைச் சுவர். சாலமன் ஆலயம் இருந்ததன் அடையாளம் இந்தச் சுவர்தான் என்பது யூதர்களின் கருத்து. இந்தச் சுவரில் முகத்தைப் புதைத்து அழுதபடியே யூதர்கள் பிரார்த்தனை செய்வது வழக்கம்.). யூதர்களின் வாதம் என்னவெனில், அல் அக்ஸா பள்ளிவாசலுக்கும் முகம்மது நபி விண்ணேறிய சம்பவத்துக்கும் எந்தத் தொடர்பும் கிடையாது. அல் அக்ஸாவுக்குச் சற்றுத் தொலைவில் உள்ள *Dome of the Rock* எனப்படும் மஸ்ஜித் ஏ உமர் பள்ளிவாசல் இருந்த இடத்திலிருந்துதான் முகம்மது விண்ணேற்றம் செய்தார் என்பது.

தங்களுடைய இக்கருத்தை அழுத்தம் திருத்தமாக உலக மக்கள் மத்தியில் பதியச் செய்வதற்காக, *Dome of the Rock*ஐயே அல் அக்ஸா என்று குறிப்பிடுவது யூதர்களின் வழக்கம். அல் அக்ஸா மசூதியை இடித்துவிட்டு தங்கள் தேவாலயத்தை மீண்டும் அங்கே எழுப்புவதற்குத் தொல்பொருள் துறையின் உதவியை அவர்கள் நாடினார்கள்.

உண்மையில் அல் அக்ஸா வேறு, *Dome of the Rock* வேறு. இரண்டும் பைத்துல் முகத்தஸ் என்கிற ஒரே வளாகத்தில் இருக்கும் இரு வேறு மசூதிகள்.

அயோத்தி மாதிரியேதான். யூத தேவாலயங்கள் - சாலமன் ஆலயமே ஆனாலும் சரி; எப்படியானாலும் மசூதிகளின் காலத்துக்கு முற்பட்டவைதான். ஏனெனில் இஸ்லாத்தின் தோற்றமே காலத்தால் மிகவும் பிற்பட்டது. ஆனால் மசூதி இருக்கும் ஓரிடத்தில்தான் தங்களது புராதன ஆலயம் இருந்தது என்று நிறுவுவதற்கு அவர்கள் மேற்கொண்ட முயற்சிகள்தான் பல விபரீதங்களை உள்ளடக்கியதாக இருந்தது. ஆதாரங்களில் தெளிவில்லாதது அவற்றுள் முதலானது. அணுகுமுறையில்

முரட்டுத்தனம் மிகுந்திருந்தது அடுத்தது. பேசித்தீர்க்க வேண்டிய பிரச்னையை, ராணுவ நடவடிக்கை மூலம் தீர்க்க நினைத்தது மூன்றாவது.

புராண, சரித்திர காலங்கள் தொடங்கி மிகச் சமீபத்தில் 1967ம் ஆண்டு வரை இந்த மசூதி வளாகம் முஸ்லிம்களின் வசம்தான் இருந்திருக்கிறது. பாலஸ்தீன் யூதர்களை மொத்தமாக விரட்டியடிக்கும் தமது அரசியல் நோக்கத்துக்கு வலு சேர்ப்பதற்காகவே இஸ்ரேலிய அரசு அல் அக்ஸா மசூதி விஷயத்தைக் கையில் எடுத்து, அங்கேதான் சாலமன் தேவாலயம் இருந்தது என்று தொடர்ந்து பிரசாரம் செய்து மக்களின் மத உணர்வுகளைத் தூண்டிவிட ஆரம்பித்தது.

பிரச்னையைத் தொல்பொருள் ஆய்வுத்துறையின் வசம் அளித்துவிட்டு, 'நீங்கள் எங்கே வேண்டுமானாலும் தோண்டிப் பாருங்கள்' என்று அனுமதியும் அளித்தது.

ஒரு மசூதி இருக்கிறது. மக்கள் அங்கே தினசரி தொழுது கொண்டிருக்கிறார்கள். உள்ளூர் மக்கள் தவிர உலகெங்கிலுமிருந்து ஜெருசலேத்துக்கு யாத்திரை வரும் முஸ்லிம்கள் அத்தனை பேரும் அந்த மசூதிக்கு வந்து போய்க்கொண்டிருக்கிறார்கள். (முஸ்லிம் உலகின் மூன்றாவது மிக முக்கியமான வழிபாட்டுத்தலம் அது.) இறைத்தூதருடன் தொடர்புடைய ஒரு நினைவுத் தலம் அது. அப்படிப்பட்ட இடத்தில் தோண்டிப் பார்க்க அனுமதி அளிப்பது என்றால் என்ன அர்த்தம்?

1967 யுத்தத்தின்போது ஜெருசலேம் நகரை முழுமையாக யூதர்கள் கைப்பற்றியபிறகுதான் இதெல்லாம் ஆரம்பமானது. யுத்தத்தில் வெற்றி கண்ட மறுநாளே இதற்கான பணிகள் தொடங்கிவிட்டன. முதலில் பள்ளிவாசலின் மேற்குப் பகுதியில் பதினான்கு மீட்டர் நீள, ஆழத்துக்குத் தோண்டினார்கள். அடுத்த ஒன்றரை ஆண்டு கால இடைவெளியில் அந்த இடத்தில் சுமார் எண்பது மீட்டர் நீளத்துக்குத் தோண்டி ஓர் அகழி போல் ஆக்கிவிட்டார்கள். பள்ளிவாசலின் மேற்குப் பகுதி வழியே யாருமே உள்ளே போகமுடியாதவாறு ஆகிவிட்டது.

யுத்தத்தில் அரேபியர்கள் தோற்றிருந்ததால் ஜெருசலேம் நகரில் இருந்த முஸ்லிம்களில் பெரும்பாலானோர்

அப்புறப்படுத்தப்பட்டிருந்தார்கள். ஆகவே, அல் அக்ஸாவில் என்ன நடக்கிறது என்பதே அவர்களுக்குத் தாமதமாகத்தான் தெரியவந்தது. உள்ளம் பதைத்தாலும் ஒன்றும் செய்யமுடியாத நிலையில் அவர்கள் இருந்தார்கள்.

1970ம் ஆண்டு இந்த அகழ்வாய்வுப் பணியின் இரண்டாம் கட்ட வேலைகள் ஆரம்பமாயின. இம்முறை பள்ளிவாசலின் தென்மேற்கு மூலையிலிருந்து தோண்ட ஆரம்பித்தார்கள். அங்கிருந்து மேற்குத் திசை வாசல் வரை தோண்டிக்கொண்டே போனார்கள். இப்படி அகழ்வாய்ந்தபோது மிகப் புராதனமான சில கல்லறைகள் கண்டுபிடிக்கப்பட்டன (அடக்கஸ்தலம் என்பார்கள்.) அவை, முகம்மது நபியின் தோழர்களாக விளங்கிய சிலரின் கல்லறைகள் என்பது முஸ்லிம்களின் நம்பிக்கை. இதற்கு ஆதாரமாக முஸ்லிம்கள் தரப்பில் சொல்லப்படுவது இதுதான்:

யூதர்களின் அகழ்வாராய்ச்சியில் தட்டுப்பட்ட ஒரு குறிப்பிட்ட கல்லறையில், அது முகம்மது நபியின் தோழர்களுள் ஒருவரான உபாதா இப்னு அல் ஸாமித் என்பவருடையது என்பதற்கான கல்வெட்டு ஆதாரம் இருந்திருக்கிறது! இதே போல இன்னொரு கல்லறையில் ஷத்தாத் இப்னு அவ்ஸ் என்கிற வேறொரு நபித்தோழரின் பெயர் பொறிக்கப்பட்டிருப்பதும் கண்டுபிடிக்கப்பட்டிருக்கிறது.

கல்லறைகளைக் கண்டுபிடித்ததோடு யூதர்கள் நிறுத்தவில்லை. அதையும் உடைத்துப் பார்த்ததில் உள்ளே உடல்களையும் கண்டிருக்கிறார்கள். ஆனால் விஷயம் பெரிதாகிவிடக்கூடாது என்று சொல்லாமல் மறைத்துவிட்டார்கள். தோண்டப்பட்ட அந்த இடங்களில் யாரும் வந்து பார்த்துவிடாமலிருக்க, அந்தப் பகுதியைச் சுற்றிலும் மேலும் பதிமூன்று மீட்டர் சுற்றளவுக்கு மிகப்பெரிய அகழியைத் தோண்டிவிட்டார்கள்.

இந்தச் சம்பவமெல்லாம் எழுபதுகளின் தொடக்கத்தில் நடந்ததாகச் சொல்லப்படுகிறது. துல்லியமான ஆதாரங்கள் ஏதும் அப்போது வெளியாகவில்லை. ஆனால், பள்ளிவாசலின் நுழைவாயிலுக்கு அருகே தோண்ட ஆரம்பித்து சுமார் பத்து மீட்டர் ஆழத்துக்கு மிகப்பெரிய பள்ளம் உருவானபோது விஷயம் வெளியே வந்துவிட்டது. இது நடந்தது 1976ம் ஆண்டில்.

அந்த இடத்தின் அடிவாரம் வரை யூதர்கள் தோண்டிக்கொண்டே போக, எப்படியும் மசூதி இடிந்து விழத்தான் போகிறது என்று செய்திபரவிட்டது. துடித்துஎழுந்தார்கள்முஸ்லிம்கள். உடனடியாக நடவடிக்கைகளில் இறங்கி, பைத்துல் முகத்தஸ் வளாகமே வக்ஃப் வாரியத்துக்குச் சொந்தமானது; அங்கே யூத ஆராய்ச்சியாளர்கள் தோண்டுவது சட்டவிரோதம் என்று ஆதாரங்களைக் காட்டி, படாதபாடுபட்டு ஆய்வை நிறுத்தினார்கள்.

நீதிமன்றத்தில் ஆண்டுக்கணக்கில் வழக்கு இழுத்தடித்தது. வழக்கு ஒருபுறம் நடந்துகொண்டிருக்க 1981ம் ஆண்டு யூதர்கள் மீண்டும் பள்ளிவாசலைத் தோண்டத் தொடங்கினார்கள். இம்முறை அவர்களுக்கு ஒரு சுரங்கப்பாதை அங்கே இருந்தது தெரியவந்தது.

கி.பி. 636ம் ஆண்டு கலீஃபா உமர் காலத்தில் கட்டப்பட்ட இந்தப் பள்ளிவாசலில் எதற்காக ஒரு சுரங்கப்பாதை அமைக்கப்பட்டிருக்கக்கூடும் என்பதற்கான ஆதாரங்கள் ஏதும் இப்போது இல்லை. ஒரு சாரார் கருத்துப்படி, உமர் இந்தப் பள்ளிவாசலைக் கட்டிய காலத்தில் சுரங்கம் எதையும் அமைக்கவில்லை. மாறாக, கி.பி 690 - 691 ஆண்டுக் காலகட்டத்தில் அப்துல் மாலிக் இப்னு ஹிஷாம் என்பவர் அல் அக்ஸா மசூதியை விரிவு படுத்தி, மேலும் அழகூட்டி, செப்பனிட்டபோதுதான் பள்ளிவாசலின் மேற்குப் பகுதியில் இந்தச் சுரங்கப்பா¨தையை அமைத்தார் என்று சொல்கிறார்கள்.

கி.பி. 1099ஆம் ஆண்டு ஜெருசலேம் நகரைக் கிருத்தவர்கள் கைப்பற்றியபோது பள்ளிவாசலையும் கைப்பற்றி, சுரங்கத்தை அடைத்துவிட்டார்கள். பின்னால் சார்லஸ் வார்ன் என்கிற ஒரு பிரிட்டிஷ் அகழ்வாய்வாளர் இந்த மூடிய சுரங்கத்தைக் கண்டுபிடித்ததாகத் தெரிகிறது. (இது நடந்தது கி.பி.1880-ம் ஆண்டு.) பயன்பாட்டில் இல்லாத காரணத்தால் மண்மூடிக் கிடந்த இந்தச் சுரங்கம்தான் 81ம் ஆண்டு யூதர்களின் அகழ்வாய்வின்போது அகப்பட்டது.

செய்தி, மீடியாவுக்குப் போய்விட்டபோது யூதர்கள் தரப்பில் 'இந்தச் சுரங்கப்பாதை சாலமன் ஆலயத்தின் ஒரு பகுதி. ஆலயக் கட்டுமானத்திலேயே சுரங்கமும் இருந்தது' என்று சொல்லப்பட்டது.

ஆனால் சாலமன் தேவாலயம் குறித்த வரலாற்றுத் தகவல்களைத் தரும் எந்த ஒரு ஆவணமும் கோயில் எழுப்பப்பட்டபோது சுரங்கம் இருந்தது பற்றிய குறிப்பு எதையும் தரவில்லை என்பதைக் கவனிக்க வேண்டும். அதுமட்டுமல்லாமல், யூதர்களின் அகழ்வாய்வின் விளைவாக, அல் அக்ஸா மசூதி இருந்த வளாகம் மிகப்பெரிய அகழி போலானதுதான் மிச்சமே தவிர, தேவாலயம் ஏதும் அங்கு இருந்ததற்கான ஆதாரங்கள் கிடைக்கவில்லை.

இது மிகவும் இயல்பானது. சாலமன் ஆலயம் கட்டப்பட்டு சுமார் இரண்டாயிரம் ஆண்டுகள் ஆகிவிட்ட நிலையில் நவீன காலத்தில் ஆதாரம் தேடி இருக்கிற மசூதியை இடித்துப் பார்ப்பது என்பது வீண் வேலை. இது யூதர்களுக்குத் தெரியாததில்லை. ஆனால் அந்த ஒரு உடைந்த சுவர் மீது அவர்களுக்கு உள்ள நம்பிக்கைதான் இக்காரியத்தை எவ்வித மன உறுத்தலும் இல்லாமல் அவர்களைச் செய்யவைத்தது. தவிரவும், அல் அக்ஸா மசூதியை முன்வைத்து முஸ்லிம்கள் ஜெருசலேம் நகரைச் சொந்தம் கொண்டாடவிடக்கூடாது என்கிற எண்ணமும் இதற்கான முக்கியக் காரணங்களுள் ஒன்று.

இப்படித் தோண்டித்தோண்டி மண் எடுத்ததின் விளைவாக இன்றைக்கு அல் அக்ஸா பள்ளிவாசலின் அடித்தளம் மிக அபாயகரமான நிலையில் காணக்கிடைக்கிறது. பள்ளிவாசலின் அஸ்திவாரங்கள் வெளியே தெரிகின்றன. மண் வாசனையே இல்லாமல் வெறும் கற்களின் மீது நிற்கிறது கட்டடம். ஒரு சிறு நில நடுக்கம் ஏற்பட்டால் கூட மசூதி இடிந்து விழுந்துவிடும் அபாயம்.

இதை எதிர்பார்த்தே யூதர்கள் தரப்பில் மிக வினோதமான பிரகடனம் ஒன்று செய்யப்பட்டது: "நாங்கள் இறைவனை கெஞ்சிக்கொண்டிருக்கிறோம். எங்கள் ஆலயம் இருந்த இடம் எங்களுக்குத் திரும்பக் கிடைக்க வேண்டும். கடவுளே ஒருநாள் இப்பள்ளி வாசலை இடிந்து விழச் செய்வார். அன்றைக்கு நாங்கள் எங்கள் சாலமன் தேவாலயம் இருந்த இடத்தில் மீண்டுமொரு ஆலயம் எழுப்புவோம்"

இழந்த நிலத்துக்காக முஸ்லிம்கள் போராடிக்கொண்டிருக்க, ஒரு நிலநடுக்கத்துக்காக யூதர்கள் அங்கே காத்திருக்கிறார்கள்!

85

இயேசுவைச் சிலுவையில் அறைந்துகொல்ல உத்தரவிட்ட ஏரோது மன்னனின் காலத்தில், அதாவது கி.மு. 63ல் இரண்டாவது முறையாகப் புதுப்பித்துக் கட்டப்பட்ட சாலமன் ஆலயத்தின் எச்சங்களைத் தேடி கி.பி. 1967லிருந்து யூதர்கள் அல் அக்ஸா மசூதி வளாகத்தில் அகழ்வாராய்ச்சி செய்து வருவதைப் பார்த்தோம். கிட்டத்த இரண்டாயிரம் வருடகாலத்து மிச்சங்களை இன்றும் அவர்கள் தேடிக்கொண்டிருக்கிறார்கள். ஓர் உடைந்த சுவர்தான் அவர்களது ஆதாரம். மேற்கொண்டு வலுவான ஆதாரங்கள் ஏதும் கிடைக்காத காரணத்தால், அல் அக்ஸா பள்ளிவாசலின் தாழ்வாரம் இஸ்லாமியர்களின் கட்டடக் கலையைப் பிரதிபலிப்பதாக இல்லை; உள்ளே இருக்கும் தூண்களும் மாடங்களும் பண்டைய ரோமானிய கட்டடக் கலைப் பாணியில் இருக்கின்றன என்றெல்லாம் சொன்னார்கள். அகழ்வாராய்ச்சியில் பல்வேறு ஆதாரங்கள் கண்டெடுக்கப்பட்டிருப்பதாகவும் அவ்வப்போது தகவல் வந்துகொண்டே இருக்கும். ஆனால் அந்த இடத்தில்தான் சாலமன் தேவாலயம் இருந்திருக்கமுடியும் என்பதற்கான உறுதியான ஓர் ஆதாரம் இன்றுவரை பெறப்படவில்லை என்பதே உண்மை.

ஆனால் இந்தக் காரணங்களால் அல் அக்ஸா மசூதியை இடித்துவிட்டு அங்கே ஒரு யூத தேவாலயம் எழுப்ப வேண்டுமென்கிற தங்கள் விருப்பத்தை விட்டுக்கொடுக்க யூதர்கள் தயாராக இல்லை. ஜெருசலேமே யூதர்களின் கட்டுப்பாட்டுக்குள் இருக்கும் ஒரு நகரம் தான் என்பதால் அவ்வப்போது ஆக்கிரமிப்பு முயற்சிகள் மூலமும் இதற்கான வேலைகளை முடுக்கிவிட்டிருக்கிறார்கள்.

1967 யுத்தத்தில் இஸ்ரேல் வென்ற உடனேயே மசூதி வளாகத்தில் அகழ்வாராய்ச்சிக்கான நடவடிக்கைகள் ஆரம்பமாயின என்று சென்ற அத்தியாயத்தில் பார்த்தோம். அதோடு இன்னொரு காரியத்தையும் அவர்கள் செய்தார்கள். அந்த ஆண்டு ஆகஸ்ட் 15ம் தேதி, ஷலோமாகரன் என்கிற யூத மத குரு ஒருவர் ஒரு சிறு படையைத்(அரசாங்கப்படைதான்.) தன்னுடைய பாதுகாப்புக்காக ஏற்பாடு செய்துகொண்டு அல் அக்ஸா மசூதி வளாகத்துக்கு வந்து அங்கே யூத முறைப்படியான பிரார்த்தனை மற்றும் பூஜைகளில் ஈடுபடத் தொடங்கினார்.

ஷலோமாகரன், தனது சொந்த முடிவின்பேரில்தான் இந்தப் பிரார்த்தனையைச் செய்தார் என்று இஸ்ரேல் தரப்பில் சொல்லப்பட்டாலும், அது அரசு அனுமதியின்றி நடந்திருக்க சாத்தியமில்லை என்பது மிகவும் வெளிப்படை.

முஸ்லிம்களுக்கு என்ன செய்வதென்று புரியவில்லை. அப்போது தான் அவர்கள் யுத்தத்தில் தோற்றுத் துவண்டிருந்தார்கள். ஜெருசலேம் நகரை விட்டு அவர்கள் முற்றிலுமாக நீங்குவதற்குள் மசூதி அவர்கள் கையைவிட்டுப் போய்விடும்போலிருந்தது. தாக்குதல் நடவடிக்கைகளில் ஈடுபட்டிருந்த போராளி இயக்கத்தவர்கள் யாரும் அப்போது அங்கே இல்லை. ஒரு முழுநாள் நடைபெற்ற இந்தப் பிரார்த்தனையின் தொடர்ச்சியாக, மசூதி விரைவில் இடிக்கப்பட்டு அங்கே பழைய சாலமன் ஆலயம் மீண்டும் எழுப்பப்படும் என்கிற நம்பிக்கையை யூதர்களுக்கு விதைத்துவிட்டு வீடுபோய்ச் சேர்ந்தார் அந்த மதகுரு. (அவரது அந்த துணிச்சல் மிக்க நடவடிக்கைக்காக அந்த வருடம் முழுவதும் இஸ்ரேலின் பல்வேறு நகரங்களில் அவருக்குப் பாராட்டுக்கூட்டங்கள் நடந்தனவாம்.)

ஒரு பக்கம் அகழ்வாராய்ச்சிப் பணிகள் ஆரம்பமாகி நடைபெற்றுக்கொண்டிருக்க, அதில் நம்பிக்கை இல்லாத சில தீவிர யூதர்கள் மசூதியை வெடிகுண்டு வைத்துத் தகர்ப்பது, தீவைத்து எரிப்பது, புல்டோசர்களைக் கொண்டுவந்து இடிப்பது என்று பல்வேறு உத்திகளைப் பரிசீலிக்கத் தொடங்கினார்கள்.

மசூதி வளாகத்தில் எந்தவிதமான அத்துமீறல்களையும் அனுமதிக்க முடியாது என்று இஸ்ரேல் அரசு சொன்னாலும் 1969ம்

ஆண்டு ஒரு தீவைப்புச் சம்பவம் அங்கே நடக்கத்தான் செய்தது. மனநிலை சரியில்லாதவன் என்று பின்னால் இஸ்ரேல் நீதிமன்றம் சான்றிதழ் அளித்துவிட்ட அஸூயி டெனிஸ் என்கிற ஒரு யூதத் தீவிரவாதி பள்ளிவாசலின் ஒரு பகுதியில் பெட்ரோல் ஊற்றித் தீவைத்தான். கணிசமான சேதம். அந்தப் பகுதியில் இருந்த சில முஸ்லிம் இளைஞர்கள் கடுமையாகப் போராடி இந்தத் தீயை அணைத்தார்கள். இறுதிவரை தீயணைப்பு வண்டிகள் எதுவும் வரவேயில்லை.

அரசுத் தரப்பிலிருந்து எந்தவிதமான உத்தரவாதமும் இல்லாத நிலையில் முஸ்லிம்கள் தாங்களாகவே ஒரு குழுவை ஏற்பாடு செய்து அல் அக்ஸா மசூதியைச் சுற்றியுள்ள பகுதிகளில் வாழவைத்து, மசூதியைப் பாதுகாக்கும் பணியில் ஈடுபடுத்த முடிவு செய்தார்கள்.

இதில் வினோதம் என்னவென்றால், முற்றிலும் இஸ்ரேல் அரசின் கட்டுப்பாட்டில் இருந்த மசூதிக்கு அப்போது முஸ்லிம்கள் யாரும் போய்வரமுடியாது. கேட்டால், அகழ்வாராய்ச்சிப் பணிகளைக் காரணம் சொல்லிவிடுவார்கள். அகழ்வாராய்ச்சிக்காரர்கள் எப்போது தோண்ட ஆரம்பித்து, எப்போது வீட்டுக்குப் போனாலும் உடனே யாராவது மசூதியைத் தகர்க்க வந்துவிடுவார்கள். மசூதிக்கு வெளியே கண்விழித்துக் காவல் காத்து நிற்கவேண்டியது மட்டும் முஸ்லிம்கள்.

யூத மதகுரு ஷலோமாகரன் முதல் முதலில் அல் அக்ஸாவுக்குச் சென்று யூத மதச் சடங்குகளை நிறைவேற்றிவிட்டு வந்ததன் தொடர்ச்சியாக அடுத்த நான்கைந்து வருடங்களில் மொத்தம் மூன்று முறை இதே போன்ற முயற்சிகளும் அங்கே மேற்கொள்ளப்பட்டிருக்கின்றன. ஒவ்வொரு முறையும் முஸ்லிம் இளைஞர்கள் அவர்களை வழிமறித்துத் தடுத்து நிறுத்தித் திருப்பி அனுப்ப வேண்டியிருந்தது.

இதனால் யூதர்கள் இந்தப் பிரச்னையை நீதிமன்றத்துக்கு எடுத்துச் சென்றார்கள். நீண்டநாள் இழுத்தடித்த இந்த வழக்கில் 1976ம் வருடம் ஒரு தீர்ப்பு வழங்கப்பட்டது. "இப்போது மசூதி இருக்கிறதென்றாலும் எப்போதோ தேவாலயம் இருந்த இடம்தான் அது என்று யூதர்கள் நம்புவதால், அவர்களும் அங்கே பிரார்த்தனையில் ஈடுபடத் தடையில்லை" என்பது தீர்ப்பு.

கவனிக்கவும். அகழ்வாராச்சித் துறையினர் தமது முடிவுகளை முழுமையாக வெளிப்படுத்தவில்லை. அங்கே இரண்டாயிரம் வருடங்களுக்கு முந்தைய யூத தேவாலயம் இருந்தது நிரூபிக்கப்பட்டிருக்கவில்லை. பிரச்னைக்குரிய இடத்தில் இரு சமயத்தவரும் பிரார்த்தனை செய்யலாம் என்று நீதிமன்றம் உத்தரவிட்டதன் உள்நோக்கம் மிக வெளிப்படையானது. யூதர்கள் ஒரு மாபெரும் கலவரத்தை உத்தேசிக்கிறார்கள் என்று அலறினார்கள் அரேபியர்கள்.

காது கொடுத்துக் கேட்க யாருமில்லாத காரணத்தால் அல் அக்ஸா மசூதி வளாகத்துக்கு அடிக்கடி யூதர்கள் வரத் தொடங்கினார்கள். இதனால் எந்தக்கணமும் அங்கே மதக்கலவரங்கள் மூளும் அபாயம் ஏற்பட்டது. சமயத்தில் வம்புக்காகவே நூற்றுக்கணக்கான யூதர்கள் (பெரும்பாலும் இந்த அணிகளில் காவல்துறையினரே இருந்ததாக முஸ்லிம்களின் சில இணையத்தளங்கள் தெரிவிக்கின்றன. ஆனால் போதிய ஆதாரங்கள் கிடைக்கவில்லை.) மொத்தமாக மசூதிக்குள் நுழைந்து யூத மதச் சடங்குகளைச் செய்ய ஆரம்பிப்பார்கள். நாள் கணக்கில் கூட இந்தச் சடங்குகள் நீள்வதுண்டு. அப்போதெல்லாம் அகழ்வாராய்ச்சித் துறையினர் விடுப்பு எடுத்துக்கொண்டு போய்விடுவார்கள்.

இம்மாதிரியான தருணங்களில் அந்தப் பகுயில் கலவரம் மூள்வது சாதாரணமாகிப்போனது. முஸ்லிம்கள், யூதர்களைத் தாக்குவார்கள். பதிலுக்கு யூதர்கள் முஸ்லிம்களைத் தாக்குவார்கள். கடைகள் உடனடியாக மூடப்படும். கற்கள் பறக்கும். பாட்டில்களில் அடைத்த பெட்ரோல் வானில் பறந்து சுவரில் மோதி வெடிக்கும். எப்படியும் ஓரிருவர் உயிரை விடுவார்கள். பலர் காயமடைவார்கள். கிட்டத்தட்ட இது ஒரு தினசரி நடவடிக்கையாகிப் போனது. புனிதமான நகரம் என்று வருணிக்கப்படும் ஜெருசலேம், உலகின் ஆபத்து மிகுந்த நகரங்களில் ஒன்றாக ஆகிப்போனது.

இதில் உச்சக்கட்ட சம்பவம் ஒன்று உண்டு. அல் அக்ஸா மசூதி வளாகத்தின் அருகே ஒரு பள்ளிக்கூடம் உண்டு. யூதர்களின் மதப் பள்ளிக்கூடம் அது. திடீரென்று அந்தப் பள்ளிக்கூடத்தை வெடிமருந்துக் கிடங்காக மாற்றிவிட்டார்கள். ஒரே இரவில் லாரிகளில் வெடிபொருள்களைக் கொண்டுவந்து அங்கே நிரப்பினார்கள். ஒரு சிறு வெடிவிபத்தை 'உண்டாக்கினால்'

கூடப் போதும். மசூதி இருந்த இடம் அடையாளம் தெரியாமல் உருக்குலைந்துவிடும் அபாயம் ஏற்பட்டது.

இதனால் கலவரமடைந்த முஸ்லிம்கள் உடனடியாக அந்தப் பள்ளிக்கூடத்தில் இருக்கும் வெடிபொருள்களை அப்புறப்படுத்தக்கோரி போராட்டத்தில் இறங்கினார்கள். இந்தப் போராட்டத்தை ஒரு கலவரமாகக் கணக்கில் எடுத்துக்கொண்ட இஸ்ரேல் காவல் துறை, கலவரத்தை அடக்குவதான பெயரில் மசூதியின் மீது தொடர்ந்து துப்பாக்கிச் சூடு நிகழ்த்த ஆரம்பித்தது. இதில் மசூதியில் பல பகுதிகள் சேதமாயின. ஒரு சில உயிர்களை பலி வாங்கி, சில கதவு ஜன்னல்களை நாசப்படுத்தி, சுமார் எட்டு மீட்டர் பரப்பளவுக்கு மசூதிச் சுவரையும் இடித்துத் தள்ளியதுடன் இந்தக் கலவர அடக்கல் நடவடிக்கை ஒரு முடிவுக்கு வந்தது. பள்ளிக்கூட வெடிகுண்டுகள் அப்புறப்படுத்தப்படும் என்று உறுதியளித்துவிட்டு ஒதுங்கிப்போனார்கள். (பிறகு அந்த குண்டுகள் எப்போது அப்புறப்படுத்தப்பட்டன என்பது தெரியவில்லை. ஆனால் இரண்டு சந்தர்ப்பங்களில் பள்ளிக்கூடம் இருந்த திசையிலிருந்து மசூதியை நோக்கி வெடிகுண்டுகள் வீசப்பட்டிருக்கின்றன. ஆனால் சேதமில்லை.)

1982ம் ஆண்டுக்குப் பிறகு இந்த பள்ளிவாசல் தகர்ப்பு முயற்சிகள் புதுப்பரிமாணம் பெற்றன. குறைந்தது வாரம் ஒருமுறையாவது அந்தப் பகுதியில் குண்டுவீச்சு சம்பவம் நடைபெற ஆரம்பித்தது. வாகனங்களில் வந்து இறங்கி மசூதியை நோக்கி குண்டு வீசுவது தவிர, இரவு நேரங்களில் ரகசியமாக அத்துமீறி உள்ளே புகுந்து வெடிகுண்டுகளை வைத்துவிட்டுப் போவதும் நடந்திருக்கிறது. ஷிப்ட் முறையில் முஸ்லிம்கள் விழித்திருந்து இந்தச் சம்பவங்கள் அசம்பாவிதங்களாகிவிடாமல் தடுப்பதற்காகக் காவலில் ஈடுபட்டார்கள்.

அப்படிக் காவலில் ஈடுபட்டவர்கள் மீதும் தாக்குதல்கள் நடந்தன. 1982ம் ஆண்டு தொடங்கி 86 வரையிலான காலகட்டத்தில், அல் அக்ஸா காவல் பணியில் ஈடுபட்டிருந்த முஸ்லிம் இளைஞர்களில் மொத்தம்23பேர்யூதர்களின்தாக்குதலுக்குபலியாகியிருக்கிறார்கள். (முஸ்லிம்கள் திருப்பித்தாக்கியதில் இதே சந்தர்ப்பங்களில், இதே காலகட்டத்தில் 16 யூதர்களும் பலியாகியிருக்கிறார்கள்.)

இதில் கலவரத்தை அடக்குவதாகச் சொல்லிக்கொண்டு ராணுவம் உள்ளே புகுந்ததன் விளைவாக இறந்தவர்கள் தனி. உண்மையில் கலவரக்காரர்களைக் காட்டிலும் ராணுவத்தினர் மேற்கொண்ட நடவடிக்கையினால்தான் மசூதி அதிகமாக பாதிக்கப்பட்டது. அதன் பல பகுதிகள் இடிந்து சின்னாபின்னமாயின.

82ம் வருடம் பிப்ரவரி மாதம் லெஸர் என்கிற யூதர் ஒருவர் தனது உடம்பெங்கும் ஜெலட்டின் குச்சிகளைக் கட்டிக்கொண்டு மனித வெடிகுண்டாக, பகிரங்கமாக அல் அக்ஸாவுக்குள் நுழைந்தார். முஸ்லிம்கள் கடுமையாகப் போராடி அவரை அப்புறப்படுத்தினார்கள். இந்தச்சம்பவம் உண்டாக்கிய பாதிப்பில் அடுத்த வருடமே ஒரு பெரிய தீவிர யூதர்கள் அடங்கிய குழு (சுமார் ஐம்பது பேர் கொண்ட குழு) இதேபோல் மனித வெடிகுண்டுகளாக ஒரு நாள் அதிகாலை மசூதிக்குள் நுழைந்தார்கள்.

அதிகாலைப் பிரார்த்தனைக்காக அந்தப் பக்கம் வந்த சில முஸ்லிம்கள் அவர்களைப் பார்த்துவிட்டுச் சென்று தடுக்க, அப்போது எழுந்த களேபரத்தில் அத்தனை பேருமே மடிந்துபோனார்கள். நல்லவேளையாக மசூதி தப்பித்தது.

1984ம் ஆண்டு ஒரு யூத மதகுரு மசூதி வளாகத்தில் அத்துமீறி நுழைந்து, மசூதியின் மேலே ஏறி அங்கே யூத தேசியக் கொடியைப் பறக்கவிட்டார். இந்தச் சம்பவம் மிகப்பெரிய கலவரத்துக்கான தூண்டுதலாக அமைந்தது. அந்த யூத மதகுரு மனநிலை சரியில்லாதவர் என்று இஸ்ரேலிய நீதிமன்றம் சொல்லிவிட்டதைக் கண்டித்து உலகெங்கும் உள்ள முஸ்லிம்கள் கோபக்குரல் எழுப்பினார்கள். ஜெருசலேம் முழுவதும் வசித்துவந்த முஸ்லிம்கள் கலவரத்தில் இறங்க, போலீஸ் தடியடி, துப்பாக்கிச் சூடு என்று நகரமே ரணகளமானது. இருபது பேர் இறந்தார்கள். அறுபத்தியேழு பேர் படுகாயமடைந்தார்கள்.

1990ம் ஆண்டு சாலமன் ஆலயத்தை மசூதி வளாகத்தில் எழுப்பியே தீருவோம் என்று அடிக்கல் நாட்டும் சம்பவம் ஒன்று நடைபெற்றது. தடுக்கப்போன சுமார் இருநூற்றைம்பது முஸ்லிம்கள் வளாகத்திலேயே படுகொலை செய்யப்பட்டார்கள்.

இந்தக் கலவரங்களின் உச்சமாக 2000ம் ஆண்டு செப்டெம்பரில் சில முக்கிய சம்பவங்கள் நடைபெற்றன. 27ம் தேதி டேவிட் பிரி

(David Biri) என்கிற யூத மதகுருவைச் சில முஸ்லிம்கள் சேர்ந்து கொன்றார்கள். இது இன்னொரு இண்டிஃபதாவின் ஆரம்பம் என்று இஸ்ரேல் உளவுத்துறை முடிவு செய்துவிட்டது. இந்தச் சம்பவம் நடந்த இருபத்திநான்கு மணி நேரத்துக்குள் இன்னொரு அதிர்ச்சிகரமான சம்பவம் மேற்குக்கரை நகரமான கல்கில்யாவில் நடைபெற்றது. இஸ்ரேலிய காவல்துறையினருடன் இணைந்து ஊர்க்காவல் பணியில் ஈடுபட்டிருந்த பாலஸ்தீனிய காவலர் ஒருவர் தமது சக யூதக் காவலர் ஒருவரைத் துப்பாக்கியால் சுட்டுக்கொன்றார்.

எப்படியும் கலவரம் மூளத்தான் போகிறது என்று எதிர்பார்த்த அப்போதைய இஸ்ரேலிய எதிர்க்கட்சித் தலைவராக இருந்த ஏரியல் ஷரோன், அரசியல் காரணங்களை உத்தேசித்து, அல் அக்ஸா மசூதிக்கு ஒரு விசிட் செய்தார்.

இது மிகப்பெரிய பிரச்னைக்கு வித்திட்டுவிட்டது. தீவிர யூதரான ஏரியல் ஷரோன், அல் அக்ஸா மசூதிக்குள் நுழைவதை ஜெருசலேம் நகரத்து முஸ்லிம்கள் விரும்பவில்லை. ஏற்கெனவே பிரச்னைகள் மலிந்த பிராந்தியம் அது. ஏரியல் ஷரோன் அங்கே வரும்பட்சத்தில் நிச்சயம் விபரீதம் நடக்கும் என்று நினைத்தவர்கள், அவருக்கு எதிர்ப்புத் தெரிவித்து, உள்ளே விடமாட்டோம் என்று வழிமறித்து நின்றார்கள்.

ஏரியல்ஷரோன்மசூதிக்குள்நுழைவதற்குஇஸ்ரேலியகாவல்துறை பாதுகாப்பு அளித்தது. ஷரோன் மசூதிக்குள் நுழைந்தார். வெளியே கலவரம் வெடித்தது.

86

ராணுவத் தளபதியாக உத்தியோகம் பார்த்திருந்தாலும் அடிப்படையில்ஏரியல்ஷரோன்எப்போதுமேஅரசியல்வாதிதான். பிரதமராவதற்கு முன்பு அவரது அரசியல் எப்படி இருந்தது என்பதை ஒரு வரியில் விளக்கிவிடலாம். அவர் இஸ்ரேலின் லாலு பிரசாத் யாதவ். அதிரடிகளுக்குப் பெயர்போனவர். ஜனநாயக சௌகரியத்தில் நினைத்துக்கொண்டால் பேரணி, ஊர்வலம் என்று அமர்க்களப்படுத்திவிடுவது அவரது இயல்பாக இருந்தது. பெரிய அளவில் - மிகப்பெரிய அளவில் ஓர் அரசியல் பரபரப்பை ஏற்படுத்துவதற்காக அவர் தீட்டிய திட்டம்தான், அல் அக்ஸா மசூதிக்குள் நுழைவது என்பது.

அதன்மூலம் யூதர்களின் நன்மதிப்பை அழுத்தந்திருத்தமாகப் பெறுவது, அதை அடிப்படையாக வைத்தே இஸ்ரேலின் பிரதமராகிவிடுவது என்கிற அவரது கனவு அச்சுபிசகாமல் பலித்ததை நினைவில் கொள்ளவேண்டும். ஆனால் அன்றைக்கு அந்தச் சம்பவம் உண்டாக்கிய பாதிப்பு பாலஸ்தீன் சரித்திரத்தில் அழிக்கமுடியாததொரு மாபெரும் கறையாகிப்போனதும் உண்மை.

ஏரியல் ஷரோன், அல் அக்ஸாவுக்கு வருகை தரத் திட்டமிட்டிருந்த தினத்தில் ஒட்டுமொத்த ஜெருசலேம் மக்களும் அந்தப் பிராந்தியத்தில் நிறைந்து குவிந்துவிட்டார்கள். ஏற்கெனவே அரசுக்கு விண்ணப்பித்து, ‘முறைப்படி’ அனுமதி பெற்றுத்தான் அவர் அந்தத் ‘தீர்த்தயாத்திரை’யை மேற்கொண்டிருந்தார். ஆகவே தகுந்த பாதுகாப்பு ஏற்பாடுகள் முன்னதாகச் செய்யப்பட்டிருந்தன. மூன்று அரண்கள் போல் நகரக் காவல் படையினர், துணை ராணுவப் படையினர், மொஸாட் உளவுப் பிரிவின்சிறப்புக்காவல்

அதிகாரிகள் மசூதியைச் சூழ்ந்து காவல் காக்க, ஏரியல் ஷரோன் அங்கே வந்து சேர்ந்தார்.

இறங்கியவருக்கு முதலில் கிடைத்தது ஒரு கல்லடி. எங்கிருந்து எப்படிப் பறந்துவந்தது என்று ஆராய்ச்சி செய்யவெல்லாம் நேரமில்லை. ஒருகல். ஒரேஒருகல். அவ்வளவுதான். சரியாகஅவரது காலடியில் வந்து விழுந்தது. நகத்தில் பட்டிருக்குமோ என்னவோ. ஆனால் தாக்குதல் ஆரம்பமாகிவிட்டதாகக் காவல்துறையினர் தற்காப்பு யுத்தத்துக்கு ஆயத்தமாக அதுவே போதுமானதாக இருந்தது.

நிறையப்பேர்கறுப்புக்கொடி காட்டினார்கள். ஷரோனுக்கு எதிராக கோஷமிட்டார்கள். தடுப்புகளை மீறி வந்து அவரைத் தடுத்து நிறுத்த முயற்சி செய்தார்கள். ஆனால் காவல்துறையினர் யாரையும் அருகே நெருங்க விடவில்லை. இது முஸ்லிம்களின் கோபத்தை மிகவும் கிளறிவிட்டது. வன்மத்தை நெஞ்சுக்குள் வைத்துப் பூட்டி, தொலைவில் நின்றபடியே பல்லைக்கடித்துக்கொண்டிருந்தார்கள்.

'நான் வம்பு செய்ய வரவில்லை; அன்பை விதைக்கவே வந்தேன்' என்று கவித்துவமாகப் பேசி கைதட்டல் பெற்றுக்கொண்டார் ஏரியல் ஷரோன்.

அவரது வருகையின் உண்மையான நோக்கம் அன்பு விதைப்பதெல்லாம் இல்லை. அல் அக்ஸா மசூதி வளாகம் யூதர்களுக்குச் சொந்தமானதுதான்; நாம் நினைத்தால் எப்போது வேண்டுமானாலும் மசூதியை இடித்துவிட்டு நமது தேவாலயத்தைக் கட்டிவிடலாம் என்று சொல்லாமல் சொல்லுவதுதான்! ஜெருசலேம் முழுமையாக இஸ்ரேலின் கட்டுப்பாட்டில்தான் இருக்கிறது என்பதை யூதர்களுக்குப் புரியவைப்பதற்காகத்தான் அவர் அந்த முயற்சியை மேற்கொண்டார்.

ஏரியல் ஷரோன் என்கிற ஒரு மனிதர் சுமார் பதினைந்து நிமிடங்கள் நடத்திய அந்த ஓரங்க நாடகத்துக்குப் பாதுகாவலர்களாக வந்திருந்தவர்களின் எண்ணிக்கை மொத்தம் ஆயிரத்தி இருநூறு. பார்வையாளர்களான பொதுமக்களின் எண்ணிக்கை கிட்டத்தட்ட எழுபத்தையாயிரம் பேர்.

ஷரோன் வந்து திரும்பும்வரை - அதாவது அந்தப் பதினைந்து இருபது நிமிடங்கள்வரை அங்கே எந்த விபரீதமும் நடக்கவில்லை

என்பதுதான் உண்மை. காவலர்கள் மிகத் திறமையாகச் செயல்பட்டு ஒரு எறும்புகூடக் கிட்டே வரமுடியாதபடிதான் பார்த்துக்கொண்டார்கள்.

ஆனால், அவர் திரும்பிய மறுகணமே ஜெருசலேம் பற்றிக்கொள்ளத் தொடங்கிவிட்டது. அடிபட்ட புலிகளாக ரகசியமாகக் கூடிப் பேசினார்கள், முஸ்லிம்கள். புனிதமான அல் அக்ஸா மசூதி வளாகத்தை வேண்டுமென்றே களங்கப்படுத்துவதற்காகவே ஏரியல் ஷரோன் அங்கு வந்து போனார் என்பதில் அவர்களுக்கு இரண்டாவது கருத்தே இல்லை. ஆதிக்க சக்திக்கும் பாதிக்கப்பட்ட வர்க்கத்தினருக்கும் காலம் காலமாக நடந்து வரும் யுத்தத்தின் அடுத்த பரிமாணம் அந்தக் கணத்தில் நிகழலாம் என்பது போலச் சூழல் மோசமடைந்துகொண்டிருந்தது.

முஸ்லிம்கள் எந்தத் தலையை முதலில் உருட்டப்போகிறார்கள், அல்லது எந்த கிராமத்தில் புகுந்து தீவைக்கப்போகிறார்கள் என்பதுதான் கேள்வி. பதில் எப்போது கிடைக்கும் என்று உலகமே கண் இமைக்காமல் பார்த்துக்கொண்டிருந்தபோதுதான் அது நடந்தது..

முதல் உயிரை யூதர்களே பறித்தார்கள்.

எப்படியும் முஸ்லிம்கள் தாக்கத்தான் போகிறார்கள் என்கிற எதிர்பார்ப்பில் தாங்களே முந்திக்கொண்டால் சேதத்தைக் கட்டுப்படுத்த முடியும் என்று நினைத்த ஜெருசலேம் நகர யூதர்கள், அங்கிருந்த முஸ்லிம் குடியிருப்புகளின்மீது சற்றும் எதிர்பாராவிதமாகத் தாக்குதலைத் தொடங்கிவிட்டார்கள். கற்கள் பறந்தன. தீப்பந்தங்கள் பாய்ந்து சென்று பற்றிக்கொண்டன. கதவுகள் இடித்து உடைக்கப்பட்டு வீடுகள் அனைத்தும் சூறையாடப்பட்டன. தப்பியோடியவர்களைப் பிடித்து இழுத்து கழுத்தை அறுத்தார்கள். சிலர் கைத்துப்பாக்கியால் சுட்டார்கள்.

கண்ணிமைக்கும் நேரத்துக்குள் எல்லாம் நடந்தது. அரை நாள் பொழுதுதான். கலவர மேகம் சூழ்ந்தது தெரியும். முஸ்லிம்கள் தமது கலவரத்தை எங்கிருந்து தொடங்குவார்கள் என்று அனைவரும் யோசித்துக்கொண்டிருக்கும்போது, யூதர்கள் அதனை ஆரம்பித்துவைத்ததோடு மட்டுமல்லாமல் அன்று

இரவுக்குள்ளாகவே நூற்றுக்கணக்கான முஸ்லிம்களை ரத்தம் சொட்டச்சொட்டத் தலைதெரிக்க ஓடவைத்தார்கள். அப்புறம் நடந்ததுதான் மேலே சொன்ன தீவைப்பு இத்தியாதிகள்.

இத்தனை நடந்தபோதும் காவலர்கள் யாரும் அங்கே வரவில்லை என்பதை கவனிக்க வேண்டும். எல்லாம் முடிந்து நகரமே மயானபூமியாகக் காட்சியளித்தபோதுதான் முதல் போலீஸ் வண்டி வந்து நின்றது. பதினேழு நிமிடங்கள் பிரதான மார்க்கெட்டில் ஒப்புக்கு ஒரு விசாரணை நடந்தது.

கொதித்துவிட்டது முஸ்லிம் உலகம். அன்றிரவே தீர்மானித்து, மறுநாள் காலையே தமது எதிர்ப்பைப் பதிவுசெய்யும் விதமாகக் கண்டனப் பேரணிக்கு ஏற்பாடு செய்தார்கள். இங்கே மேற்குக் கரையில் ஒரு பேரணி. அங்கே காஸாவில் ஒரு பேரணி.

தோதாக அன்றையதினம் முஹம்மத் அல் துரா என்கிற பன்னிரண்டே வயதான சிறுவன் ஒருவனும் அவனது தந்தையும், இஸ்ரேல் ராணுவத்தினருக்கும் பாலஸ்தீன் போராளிகளுக்கும் இடையில் நடைபெற்ற ஒரு சிறு துப்பாக்கிச்சண்டையின் குறுக்கே போய் மாட்டிக்கொண்டுவிட, சிறுவன் பலியாகிப் போனான்.

இதுவும் முஸ்லிம்களின் ஆத்திரத்தை அதிகப்படுத்தியது. பாலஸ்தீனில் மட்டுமல்ல. உலகில் உள்ள ஒட்டுமொத்த முஸ்லிம் சமூகத்தினரையும் வெகுண்டெழச் செய்த சம்பவம் அது.

இதன் தொடர்ச்சியாகத்தான், சாதாரண கண்டனப் பேரணியாகத் தொடங்கிய அந்த ‘அல் அக்ஸா இண்டிஃபதா’, ஒரு மாபெரும் கலவர ரகளையின் தொடக்கப்புள்ளி ஆனது. எங்கிருந்துதான் முஸ்லிம்களுக்குக் கற்கள் கிடைத்தனவோ தெரியவில்லை. பேரணியெங்கும் கற்களே பறந்தன. கண்ணில் பட்ட அத்தனை இஸ்ரேலியக் காவலர்களையும் அடித்தார்கள். துரத்தித் துரத்தி அடித்தார்கள். பாட்டில்களில் பெட்ரோல் நிரப்பிப் பற்றவைத்துத் தூக்கித் தூக்கி வீசினார்கள். யூதக் கடைகள், கல்வி நிலையங்கள், வீடுகள் எதையும் அவர்கள் விட்டுவைக்கவில்லை. போகிற வழியிலெல்லாம் முத்திரை பதித்துக்கொண்டே போனார்கள்.

இத்தனைக்கும் முஸ்லிம்கள் தரப்பில் இழப்புகள் அம்முறை மிக அதிகமாக இருந்தது. இண்டிஃபதா தொடங்கிய முதல் ஆறு

தினங்களிலேயே சுமார் அறுபத்தைந்து பேரை இஸ்ரேலிய காவல்துறையினர் சுட்டுக்கொன்றிருந்தார்கள். இவர்கள் தவிர சுமார் 2,700 பேர் நடக்கக்கூட முடியாத அளவுக்குக் கடுமையாகத் தாக்கப்பட்டனர். வீதியெங்கும் ரத்தக் கறையுடன் நூற்றுக்கணக்கான முஸ்லிம்கள் விழுந்துகிடந்த காட்சிகளை சர்வதேச மீடியா கர்ம சிரத்தையுடன் ஒளிபரப்பியது.

அக்டோபர் 12ம் தேதி இரண்டு இஸ்ரேலிய போலீசார், சிவிலியன் உடையில் ரமல்லா நகருக்குள் புகுந்தார்கள். அவர்களை அடையாளம் கண்டுகொண்ட பாலஸ்தீன் அத்தாரிடி காவலர்கள் உடனடியாகக் கைது செய்து சிறையில் தள்ளினார்கள். இந்தச் சம்பவம், மேற்குக் கரையில் ஒப்புக்குக் காவலர்கள் என்கிற பெயருடன் பொழுதுபோக்கிக்கொண்டிருந்த முஸ்லிம் இளைஞர்கள் சிலருக்கு மிகுந்த சலிப்பையும் வெறுப்பையும் உண்டாக்கின. அவர்கள் காவல் நிலையத்துக்குள் புகுந்து அங்கே பணியில் இருந்த இஸ்ரேலியக் காவலர்கள் அத்தனை பேரையும் சுட்டுக்கொன்று, பிணங்களைத் தாங்களே தூக்கி வந்து வீதியில் வீசி எறிந்தார்கள்.

தற்செயலாக அந்தப் பக்கம் படமெடுத்துக்கொண்டிருந்த ஒரு இத்தாலி டிவி குழுவினர் இந்தக் காட்சியைப் படமெடுத்து ஒளிபரப்பிவிட, ஒட்டுமொத்த யூதகுலத்தவரும் பாலஸ்தீன் அரேபியர்களை ஒழித்துக்கட்ட வரிந்துகட்டிக்கொண்டு களத்தில் குதித்தனர். நிலைமை கட்டுக்கடங்காமல் போய்விடும் அபாயம் தெரியவரவே, இஸ்ரேல் அரசு, பாலஸ்தீன் அத்தாரிடி ஆட்சி புரியும் மேற்குக் கரை மற்றும் காஸா பகுதிகளில் விமானத் தாக்குதல் நடத்த முடிவு செய்தது.

இந்தக் களேபரங்கள் நடந்துகொண்டிருந்த காலத்தில் இஸ்ரேலில் பொதுத்தேர்தல் வந்தது. வருடம் 2001. பிப்ரவரி மாதம்.

தொழிலாளர் கட்சித் தலைவர் ஈஹூத் பாரக் புகழ்பெற்ற மக்கள் தலைவர். எப்படியும் அவர் தலைமையிலான ஆட்சிதான் அமையும் என்று உலகம் எதிர்பார்த்துக்கொண்டிருக்க, சற்றும் நம்பமுடியாதபடி லிகுத் கட்சியின் வேட்பாளராக நிறுத்தப்பட்ட ஏரியல் ஷரோன் அமோகமான வாக்குகள் வித்தியாசத்தில் வெற்றி பெற்றுப் பிரதமர் ஆனார்.

எல்லாம் அவர் அல் அக்ஸா மசூதிக்குள் புகுந்து நடத்திய அரசியல் நாடகத்தின் விளைவு. யூதர்களின் தேவதூதரே அவர்தான் என்பது போல் திட்டமிட்டு பிரசாரம் செய்யப்பட்டது அப்போது. யூதர்கள் இழந்த தம் சாலமன் தேவாலயத்தை மீண்டும் கட்டவேண்டுமென்றால், ஜெருசலேத்தை அவர்கள் நிரந்தரமாகத் தங்கள் உடைமை ஆக்கிக்கொள்ள வேண்டுமென்றால் ஏரியல் ஷரோனை ஆட்சியில் அமர்த்தினால் மட்டுமே முடியும் என்று பிரசாரம் செய்யப்பட்டிருந்தது.

ஷரோனும் மிகத் தெளிவாகச் சொல்லியிருந்தார். "எனக்கு யார் மீதும் அனுதாபங்கள் ஏதுமில்லை. இஸ்ரேல் மக்களுக்காக மட்டுமே நான் குரல் கொடுப்பேன், போராடுவேன்."

போதாது? பிரதமராகிவிட்டார்.

மே மாதம் 7ம் தேதி ஒரு சம்பவம் நடந்தது. நடந்துகொண்டிருந்த சம்பவங்களுக்கெல்லாம் சிகரமானதொரு சம்பவம்.

பாலஸ்தீன் அத்தாரிடி பொறுப்பில் இருந்த காஸா பகுதியின் கடல் எல்லைக்குள் 'சந்தோரினி' என்றொரு கப்பல் வந்துகொண்டிருந்தது. அந்தக் கப்பலை இஸ்ரேலியக் கடற்படை அதிகாரிகள் சுற்றி வளைத்துச் சோதனை போட்டார்கள். ஏராளமான ஆயுதங்களும் வெடிமருந்துகளும் அதிலிருந்து கண்டெடுக்கப்பட்டன. அவை அனைத்தும் 'Popular Front for the Liberation of Palestine - General Command (PFLP - GC) என்கிற அமைப்பின் தலைவரான அஹமத் ஜிப்ரில் என்பவரின் ஆர்டரின் பேரில் காஸா துறைமுகத்துக்கு வந்துகொண்டிருந்த ஆயுதங்கள். அவற்றின் மொத்த மதிப்பு பத்து மில்லியன் அமெரிக்க டாலர்கள் என்று மதிப்பிட்ட அதிகாரிகள் தெரிவித்தார்கள்.

காஸா துறைமுகத்துக்குச் சற்றுத்தள்ளி ஒதுக்குப்புறமான கடல் பகுதியில் கப்பலை நிறுத்தி, படகுகள் மூலம் அவற்றை எடுத்துச் சென்று பாலஸ்தீன் அத்தாரிடி அதிகாரிகளிடம் சேர்ப்பிக்க உத்தரவு இருந்ததாகப் புலனாய்வு அதிகாரிகள் தெரிவித்தார்கள்.

மிகவும் வெளிப்படையாகச் சொல்லுவதென்றால் யாசிர் அரஃபாத், இஸ்ரேலுக்கு எதிரானதொரு முழுநீள யுத்தத்துக்கு ஆயத்தம் செய்துகொண்டிருக்கிறார் என்பதே இதன் பொருள்.

இதை பாலஸ்தீனியர்களேகூட நம்பமாட்டார்கள். அரஃபாத், என்றைக்கு பாலஸ்தீன் அத்தாரிடியின் தலைவராகி, மேற்குக் கரை நகரங்களையும் காஸாவையும் ஆளத் தொடங்கினாரோ, அன்றிலிருந்தே தமது போராளி முகத்தைக் கழற்றி வைத்துவிட்டார் என்பதுதான் பாலஸ்தீனியர்களின் பிரதானமான குற்றச்சாட்டு. ஆனால், இந்த விஷயத்தில் இஸ்ரேலிய கடற்படை அதிகாரிகள் சொன்ன தகவல் முற்றிலும் வேறு மாதிரியாக அல்லவா இருக்கிறது?

இஸ்ரேல் வேறு ஏதாவது சதித்திட்டம் தீட்டுகிறதா என்ன? யாருக்கும் அப்போது புரியவில்லை.

87

பாலஸ்தீன் அரேபியர்களின் ஒரே அரசியல் பிரதிநிதியாக யாசிர் அரஃபாத்தை இஸ்ரேல் ஏற்றுக்கொண்டதற்கான அரசியல் காரணங்களை விளக்க அவசியமே இல்லை. முன்பே பார்த்ததுபோல், அரஃபாத்தும் சரி, அவரது இயக்கமும் சரி. மதத்தை முன்வைத்து யுத்தம் மேற்கொண்டதில்லை என்பது ஒன்று. இரண்டாவது, ஹமாஸ் போன்ற இயக்கங்களுடன் பேச்சுவார்த்தை நடத்தி, இடைக்கால, தாற்காலிக ஒப்பந்தங்கள் செய்துகொள்வது என்பது சாத்தியமில்லாத விஷயம். உட்கார்ந்து பேசுவதற்கு, ஏதேனும் ஓர் உடன்படிக்கைக்கு ஒத்துவரக்கூடிய ஒரே நபர் அரஃபாத். இதனால்தான் அவருடன் ஓஸ்லோ ஒப்பந்தம் செய்துகொண்டு பாலஸ்தீன் அத்தாரிடியின் தலைமைப்பொறுப்பேற்று, மேற்குக் கரையையும் காஸாவையும் நிர்வகிக்க அனுமதி அளித்தார்களே தவிர, உண்மையிலேயே பாலஸ்தீன் என்கிற தனி நாட்டை உருவாக்கித் தருகிற எண்ணமெல்லாம் இஸ்ரேலுக்கு எந்தக் காலத்திலும் இருந்ததில்லை.

அரஃபாத்தின் சுதந்தர பாலஸ்தீன் பிரகடனமோ, அவரது தலைமையில் நடைபெற்ற ஆட்சியோ பாலஸ்தீன் மக்கள் மத்தியில் பெரிய எழுச்சி எதையும் உண்டாக்கவில்லை. இரண்டு நகரங்களின் ஆட்சி அதிகாரம் கைவசமிருப்பது, பாலஸ்தீன் விடுதலை என்கிற நீண்டதூர இலக்குக்கு எந்த வகையிலும் வலு சேர்க்கப்போவதில்லை என்றே அவர்கள் கருதினார்கள்.

முஸ்லிம் இனத்தவரின் இந்த அபிப்பிராயத்தை இஸ்ரேல் அரசு மிகக் கவனமாக உற்று நோக்கிவந்தது. பெரும்பாலான பாலஸ்தீன் முஸ்லிம்கள் அரஃபாத்தைத்தான் தமது தலைவராக

ஏற்றுக்கொண்டிருந்தார்கள் என்றபோதும் அவர்களுக்கும் ஓரெல்லை வரை அவர்மீது அதிருப்தி இருக்கவே செய்தது என்பதுதான் இஸ்ரேல் உளவுத் துறையின் தீர்மானம். இதற்காக ஏராளமான கிராமத் தலைவர்கள், சமூக சேவகர்கள், பொது மருத்துவமனை டாக்டர்கள், பள்ளி ஆசிரியர்கள், வியாபாரிகள் ஆகிய தரப்பில் ரகசியமாக, விசாரிப்பது தெரியாமல் விசாரித்து தகவல் சேகரித்து மிகப்பெரிய அறிக்கையே தயாரித்தது மொஸாட்.

இஸ்ரேல் உளவுத்துறையின் முடிவு என்னவென்றால், அரஃபாத் மீது அரபுகளுக்கும் அதிருப்திதான். ஆகவே, அவரைக் குறிவைத்து தாக்குதல் தொடங்கினாலும் பெரிய பாதிப்புகள் இருக்காது. இன்னும் புரியும்படிச் சொல்லுவதென்றால், அரஃபாத், பாலஸ்தீனின் மகாத்மாவாக இருந்த காலமெல்லாம் மலையேறிவிட்டது; அவரும் ஒரு சாதாரண அரசியல்வாதிதான்; ஆகவே அரசு என்னவிதமான நடவடிக்கை வேண்டுமானாலும் எடுக்கத் தயங்கவேண்டாம்!

இதற்குப் பிறகுதான் ஆயுதக் கடத்தல் விவகாரங்களில் அரஃபாத்தை சம்பந்தப்படுத்த முடிவு செய்தது இஸ்ரேல் அரசு.

காஸா துறைமுகத்துக்கு அருகே பிடிக்கப்பட்ட ஆயுதக் கப்பல் விவகாரம் ஒரு பக்கம் சூடுபிடித்துக்கொண்டிருக்க, அதே போன்ற வேறொரு சம்பவமும் உடனடியாக அரங்கேறியது.

ஜனவரி 2002ம் ஆண்டு, ஈரானிலிருந்து ரகசியமாக பாலஸ்தீன் கடல் எல்லைக்குள் புகுந்த ஒரு பெரிய படகை இஸ்ரேலிய கமாண்டோப் படைப் பிரிவான S-13 (Shayetet - 13. இஸ்ரேலின் மிக முக்கியமான மூன்று படைப்பிரிவுகளுள் முதன்மையானது இது.) வழிமறித்து, பரிசோதித்தது. அந்தப் படகின் பெயர் கரைன் - ஏ. (Karine A) படகில் இருந்தவர்களில் சிலர் கடலில் குதித்து தப்பித்துவிட, ஒன்றிரண்டு பேர் மட்டும் மாட்டிக்கொண்டனர். படகைப் பரிசோதித்ததில் ஏராளமான நவீன ஆயுதங்களும் வெடிமருந்து மூட்டைகளும் அதில் இருக்கக் கண்டனர். பெட்டி பெட்டியாக ஜெலட்டின் குச்சிகள், கைத்துப்பாக்கிகள், தானியங்கித் துப்பாக்கிகள், ராக்கெட் லாஞ்ச்சர்கள் என்று அந்தப் படகு முழுவதும் ஆயுதங்கள் அடுக்கப்பட்டிருந்தன.

படகில் வந்தவர்களில் தப்பித்தவர்கள் போக மிஞ்சிய ஓரிருவரிடம் நடத்திய விசாரணையில் இரண்டு விஷயங்கள் தெரியவந்தன. முதலாவது, ஈரானிலிருந்து கடத்திவரப்பட்ட அந்த ஆயுதங்கள் அனைத்தும் பாலஸ்தீன் விடுதலை இயக்கப் போராளிகளுக்குத்தான் போகின்றன. இரண்டாவது, இந்தக் கடத்தல் நடவடிக்கையில், பாலஸ்தீன் அத்தாரிடி உயர்மட்ட அதிகாரிகள் சிலருக்கு நெருக்கமான தொடர்பு இருக்கிறது.

படகில் கைது செய்யப்பட்டவர்களிடமிருந்து பெறப்பட்ட இந்த வாக்குமூலத்தின் அடிப்படையில் இஸ்ரேல் அரசு ஓர் அறிக்கை தயாரித்தது. அதன் சாரம் இதுதான்:

“பாலஸ்தீன் அத்தாரிடி, ஓர் அதிகாரபூர்வ அரசியல் அமைப்பாக இருந்து மேற்குக்கரையையும் காஸாவையும் ஆண்டுவந்தபோதிலும் தனது பழைய தீவிரவாத முகத்தை இன்னும் தொலைத்துவிடவில்லை. கப்பல் கப்பலாக ஆயுதங்கள் கடத்திச் சேகரிக்கிறார்கள் என்றால் எப்படியும் பெரிய அளவில் ஒரு யுத்தத்துக்குத் தயாராகிக்கொண்டிருக்கிறார்கள் என்றுதான் அர்த்தம். யாசிர் அரஃபாத்தின் தலைமையில் இயங்கும் ஒரு சிறு அமைப்பானபாலஸ்தீன்அத்தாரிடியின்மிகமூத்தஉறுப்பினர்களே இதில் நேரடியாகச் சம்பந்தப்பட்டிருக்கிறார்கள் என்னும்போது அரஃபாத் மீது சந்தேகம் எழுவது தவிர்க்கமுடியாததாகிறது.”

தனது இந்த முடிவை இஸ்ரேல் அரசு முதலில் அமெரிக்க அதிபருக்கு அனுப்பிவைத்தது. காரணம், ஓஸ்லோ ஒப்பந்தத்தை அரஃபாத் மீறுகிறார் என்று அமெரிக்க அதிபர் வாயால் முதலில் சொல்லவைக்க வேண்டுமென்பதுதான்.

ஏற்கெனவே செப்டெம்பர் 11, 2001 அன்று உலக வர்த்தக மையக் கட்டடங்கள் மீதும் பெண்டகன் ராணுவத் தலைமையகம் மீதும் ஒசாமா பின் லேடனின் அல் கொய்தா இயக்கத்தினர் நிகழ்த்திய தாக்குதலில் நிலைகுலைந்து போயிருந்தது அமெரிக்கா. தீவிரவாதத்துக்கு எதிரான உலகளாவிய யுத்தத்தை ஆரம்பித்துவைத்து, ஆப்கன் மீதும் ஈராக் மீதும் கவனம் குவித்திருந்தது. “இஸ்லாமியத்தீவிரவாதம்’ என்கிறபிரயோகத்தை உருவாக்கி, எல்லாவிதமான தீவிரவாதச் செயல்களுக்கும் வலுக்கட்டாயமாக ஒரு மத அடையாளத்தைச் சேர்த்து அரசியல் ஆட்டம் ஆடத் தொடங்கியிருந்தது.

ஆகவே தனது நட்பு நாடான இஸ்ரேல் விஷயத்தில் மட்டும் விட்டுக்கொடுக்க அமெரிக்க அதிபர் புஷ் தயாராக இல்லை. உடனடியாக இஸ்ரேலின் கருத்தைத் தாம் ஆமோதிப்பதாக அறிவித்தார். பாலஸ்தீனில் இஸ்லாமியத் தீவிரவாதிகளை ஒடுக்கியே ஆகவேண்டும், ஒப்பந்தம் மீறப்படுவதை அனுமதிக்க முடியாது என்று சொன்னார்.

முதல் நாள் வரை மதச்சார்பற்ற முன்னாள் போராளியாக, மதச்சார்பற்ற இந்நாள் அரசியல் தலைவராக வருணிக்கப்பட்டுக்கொண்டிருந்த யாசிர் அரஃபாத் அந்தக் கணம் முதலே 'இஸ்லாமியத் தீவிரவாதி'களின் தலைவர் ஆகிப்போனார்!

ஒரு புறம் அல் அக்ஸா இண்டிஃபதா சூடுபிடித்துக்கொண்டிருக்க, மறுபுறம், பாலஸ்தீன் போராளி இயக்கத்தைச் சேர்ந்தவர்கள் முழு வீச்சில் இஸ்ரேலுக்கு எதிரான தாக்குதல்களையும் தொடங்குவதற்கு இதுவே இன்னொரு தொடக்கப்புள்ளியாகிப்போனது.

மார்ச் மாதம் 27ம் தேதி நெதன்யா என்கிற இடத்தில் 'பார்க்' என்கிற ஓட்டலின் புல்வெளியில் சுமார் 250 பேர் கூடி விருந்து சாப்பிட்டுக்கொண்டிருந்தார்கள். Passover விருந்து என்று அதற்குப் பெயர். அன்று ஒரு யூத விடுமுறை தினம். மதச் சடங்குகளோடு கலந்த கொண்டாட்டங்கள் நடக்கும்.

அப்படியொரு விருந்துக்கூட்டத்துக்குள் ஒரு ஹமாஸ் போராளி, உடம்பெங்கும் வெடிகுண்டுகளைக் கட்டிக்கொண்டு போய் வெடிக்கச் செய்து, தானும் இறந்து, அங்கிருந்தவர்களுள் முப்பது பேரையும் கொன்றான்.

இதை ஒரு 'சிறந்த' தொடக்கமாகக் கருதிய அனைத்துப் போராளி இயக்கங்களும் தம் பங்குக்கு ஆங்காங்கே குண்டு வெடிக்கத் தொடங்கிவிட, அந்த ஆண்டு ஏப்ரல் மாதம் முழுவதும் இஸ்ரேலில் ஏராளமான வெடிச் சம்பவங்கள் அரங்கேறின. தினசரி குறைந்தது பத்துப் பேராவது பலியானார்கள். எங்கு பார்த்தாலும் பற்றி எரிந்துகொண்டிருந்தது. அரசுக் கட்டடங்கள் திடீர் திடீரென்று தகர்க்கப்பட்டன. பள்ளிப் பேருந்துகள் தீவைத்துக் கொளுத்தப்பட்டன. குழந்தைகள், பெண்கள், ஆண்கள்,

முதியோர் என்று வேறுபடுத்திப் பார்க்கவே இல்லை. கிடைத்த ஒவ்வொரு சந்தர்ப்பத்திலும் போராளிகள் தாக்குதல் நிகழ்த்தத் தவறவேயில்லை.

இதன் விளைவு, ஏப்ரலில் மட்டும் இஸ்ரேலில் மொத்தம் 130 சிவிலியன்கள் கொல்லப்பட்டார்கள்.

ஏரியல் ஷரோன் யோசித்தார். கடுமையான நடவடிக்கை மூலம்தான் இதனைக் கட்டுப்படுத்த முடியும் என்று தீர்மானித்து மேற்குக் கரைப் பகுதியில் முழு வேகத்தில் ராணுவ நடவடிக்கை ஆரம்பமாக உத்தரவிட்டார்.

Operation Defensive Shield என்று பெயரிடப்பட்ட இந்த ராணுவ நடவடிக்கை, பார்க் ஓட்டல் சம்பவம் நடந்து முடிந்த இருபத்தி மூன்றாவது மணி நேரத்தில் ஆரம்பமானது. தேசமெங்கும் உடனடியாக அவசர நிலை பிரகடனம் செய்யப்பட்டு, இருபதாயிரம் ரிசர்வ் காவல் படையினர் மேற்குக் கரையில் கொண்டு குவிக்கப்பட்டனர்.

பாலஸ்தீன் சரித்திரத்தில் இத்தனை பெரிய படை மேற்குக்கரையில் இதற்கு முன்பு குவிக்கப்பட்டதில்லை. 1967ம் ஆண்டு நடைபெற்ற ஆறுநாள் யுத்தத்தின்போது கூட இந்த எண்ணிக்கை இல்லை. ஒட்டுமொத்த பாலஸ்தீன் அரேபியர்களையும் ஒழித்துக்கட்டும் வேகத்துடன் யூதக் காவலர்களும் துணை ராணுவப் படைப் பிரிவினரும் அங்கே கூடி முற்றுகையிட்டு நின்றார்கள்.

முன்னதாக ஏரியல் ஷரோன், 'நெஸட்' (*Knesset* - இஸ்ரேல் பாராளுமன்றம்) அவசரக் கூட்டம் ஒன்றைக் கூட்டி, மேற்குக் கரையில் குவிக்கப்பட்டிருக்கும் படைகளுக்குத் தாம் அளித்துள்ள கட்டளைகள் குறித்து ஓர் உரையாற்றினார்.

1. இஸ்லாமியத் தீவிரவாதிகளுக்கு அடைக்கலம் தரும் அத்தனை நகரங்களையும் கிராமங்களையும் முற்றுகையிட வேண்டும்.

2. முடிந்தவரை தீவிரவாதிகளைக் கைது செய்யவேண்டும். தவிர்க்க முடியாமல் போனால் சுட்டுக்கொல்லலாம்.

3. தீவிரவாதிகளுக்குப் பண உதவி, ஆயுத உதவி, தங்குமிட உதவிகள் செய்வோரும் தீவிரவாதிகளாகவே கருதப்பட்டு, கைது செய்யப்பட வேண்டும்.

4. தீவிரவாதிகளின் ஆயுதக் கிடங்குகளைக் கண்டுபிடித்து ஒழிக்க வேண்டும். ஆயுதங்கள் அனைத்தும் பறிமுதல் செய்யப்பட வேண்டும்.

5. பொதுமக்களுக்கு எந்த பாதிப்பும் இல்லாமல் இந்த நடவடிக்கைகள் மேற்கொள்ளப்பட வேண்டும்.

பொதுமக்களுக்கு பாதிப்பு கூடாது என்று சொல்லப்பட்டாலும் ஒட்டுமொத்த பாலஸ்தீன் அரேபியர்களையுமே இஸ்ரேலிய அரசு தீவிரவாதிகள் பட்டியலில்தான் சேர்த்திருந்தது என்பதையும் கவனத்தில் கொள்ள வேண்டும்.

பெத்லஹெம், ஜெனின், நப்லஸ், ரமல்லா. இந்த நான்கு நகரங்கள்தான் இஸ்ரேலியப் படையின் முதல் இலக்காக இருந்தது. ஹெப்ரான், ஜெரிக்கோ நகரங்களை என்ன காரணத்தினாலோ அவர்கள் தவிர்த்திருந்தார்கள். (ஜெரிக்கோவில் இஸ்லாமிக் ஜிகாத் போராளி இயக்கத்தினருக்கு பலமான வேர்கள் உண்டு.)

எல்லாம் தயார். எல்லாரும் தயார். யுத்தம்தான் என்று தீர்மானமாகிவிட்டது. உள்நாட்டு யுத்தம். இஸ்ரேலியத் தரப்பில் இது 'தீவிரவாத ஒழிப்பு' என்று மட்டுமே சொல்லப்பட்டது. பாலஸ்தீனியர்களைப் பொறுத்தவரை இது இன்னொரு சுதந்தரப் போர்.

அரஃபாத் அப்போது ரமல்லாவில்தான் இருந்தார். தன்னால் இயன்றவரை அமைதிக்காகக் குரல் கொடுத்துப் பார்த்தார். இஸ்ரேலிய ராணுவத்தின் உண்மையான நோக்கம் தன்னைக் கைதுசெய்வதுதான் என்பது அவருக்குத் தெரியும். அவருக்கு மூன்று வழிகள் இருந்தன. ஒன்று, வெளி நாட்டுக்குப் போய்விடுவது. அல்லது அங்கேயே இருந்து யுத்தம் செய்வது. மூன்றாவது, யுத்தம் செய்து மீண்டும் தன்னையொரு போராளியாக வெளிப்படுத்தாமல், அமைதி நடவடிக்கையின் தொடர்ச்சியாகத் தன்னைக் கைது செய்ய அனுமதிப்பது!

வெளிநாட்டுக்குப் போய்விடுவது ஒன்றும் பிரமாதமான காரியம் இல்லை. தவிர, ஒரு போராளி இயக்கத்தலைவர் அப்படி வெளிநாட்டில்தங்கியிருந்து போராட்டத்தைநடத்துவதும்ஒன்றும் புதிய விஷயமல்ல. அரஃபாத்தே தன் வாழ்வின் பெரும்பகுதியை அப்படிக் கழித்தவர்தான். ஒஸ்லோ ஒப்பந்தத்துக்கு முன்பு,

சிரியாவிலும் லெபனானிலும் துனிஷியாவிலும்தான் அவர் பயிற்சிமுகாம்கள் நடத்திக்கொண்டு பாலஸ்தீன் போராட்டத்தை முன்னெடுத்துச் சென்றுகொண்டிருந்தார்.

ரமல்லாவிலேயே தங்கி இருந்து போராளிகளுக்கு ஆதரவாக அவரும் துப்பாக்கி ஏந்தியிருந்தால் ஒட்டுமொத்த பாலஸ்தீனியர்களும் அவர் மீது கொண்டிருந்த கசப்புகளை மறந்துவிட்டு அரஃபாத்தை முழு மனத்துடன் ஆதரிக்க முன்வருவார்கள்.

இந்த இரண்டையும் செய்யாமல் பிரச்னையை அரசியல் ரீதியிலேயே அணுகுவது - அதாவது கைது செய்ய வந்தால் முரண்டு பிடிக்காமல் சம்மதிப்பது - என்கிற முடிவை எடுத்தால் மக்கள் ஏற்பார்களா என்பது சந்தேகமே என்றாலும் இறுதிவரை, மேற்கொண்ட உறுதியை மீறாத ஒரு நேர்மையான அரசியல் தலைவராக அடையாளம் காணப்படலாம்.

மூன்று வழிகள். அரஃபாத் யோசித்தார். அவர் யோசிக்கத் தொடங்கும்போதே வெளியே இஸ்ரேலிய ராணுவத்தினர் வந்து குவிய ஆரம்பித்திருந்தார்கள்.

88

யாசிர் அரஃபாத்தை 'பாலஸ்தீனின் தந்தை' என்று தயங்காமல் சொல்லமுடியும். பாலஸ்தீன் விடுதலைக்காக அவர் எடுத்த முயற்சிகள், பட்ட சிரமங்கள், செய்துகொண்ட சமரசங்கள், விட்டுக்கொடுத்த சம்பவங்கள், கெஞ்சிக் கூத்தாடிய தருணங்கள், வெகுண்டெழுந்து தோள்தட்டிய உணர்ச்சிமயமான காட்சிகள் எல்லாம் கணக்கு வழக்கில்லாதவை. ஆனால் நமக்குத் தெரிந்த 'தேசத்தந்தை' படிமத்துடன் அரஃபாத்தை ஒப்பிடமுடியாது.

இதற்குப் பல நுணுக்கமான காரணங்கள் உண்டு. முதலில் காந்தியைப் போல் அரஃபாத், ஓர் அஹிம்சைவாதி அல்ல. அவர் ஆயுதப்போராளி. வயதான காலத்தில்தான் அவர் பேச்சுவார்த்தைகளில் அக்கறை காட்டினார். இரண்டாவது, காந்தி பதவிகள் எதிலும் அமர்ந்தவரல்லர். சுதந்தரம் அடைந்த தினத்தில் கூடவங்காளக்கலவரங்களுக்குநிவாரணம்தேடிநவகாளியாத்திரை போனாரே தவிர, டெல்லியில் கொடியேற்றி, மிட்டாய் சாப்பிட்ட வைபவங்களில் அவர் கலந்துகொள்ளவில்லை. மூன்றாவதும் மிக முக்கியமானதுமான காரணம், காந்தியின் வாழ்க்கை ஒரு திறந்த புத்தகமாக இருந்தது. நல்லது கெட்டது எதுவானாலும் ஊருக்குத் தெரிவித்துவிட்டுத்தான் அவர் தம் வீட்டுக்கே சொல்லுவார். அரஃபாத்தின் வாழ்க்கை ரகசியங்களாலானது. அவரது பல நடவடிக்கைகள் குறித்து இன்றுவரை சரியான, ஆதாரபூர்வமான தகவல்கள் கிடையாது.

இத்தனைவித்தியாசங்கள்இருந்தாலும்அவரும்தேசத்தந்தைதான். இன்னும் பிறக்காத, என்றோ ஒருநாள் பிறக்கப்போகிற ஒரு தேசத்தின் தந்தை.

இந்த ஒப்பீடு இங்கே செய்யப்படுவதற்கு ஒரு காரணம் உண்டு. இரண்டாயிரமாவது ஆண்டு பிறந்தபிறகுதான் பாலஸ்தீன்

பிரச்னை ஒரு புதுப்பரிமாணம் எடுத்தது. நிறைய உயிரிழப்புகளும் கலவரங்களும்தீவைப்புச்சம்பவங்களும்கல்வீச்சுவைபவங்களும் தினசரி நடக்கத் தொடங்கின. 2001 மார்ச் மாதம் 'பார்க்' ஓட்டலில் நடைபெற்ற தற்கொலைத் தாக்குதல் சம்பவத்தைத் தொடர்ந்து ஏற்பட்ட கலவரங்கள், இஸ்ரேல் அரசு முழுவீச்சில் அரேபியர்களை அடக்குவதற்காக அனுப்பிய ராணுவத்தின் வெறித்தனமான வேட்டை, அப்போது கைதான ஏராளமான அரபுகளின் கோபம், அதன் விபரீத விளைவுகள் இவையெல்லாம் இதற்குமுன் உலக சரித்திரத்தில் வேறெங்குமே நடந்திராதவை.

அப்படியொரு களேபரம் நடந்துகொண்டிருந்தபோது, பாலஸ்தீன் அரேபியர்களின் ஒரே அரசியல் முகமான அரஃபாத்தின் நடவடிக்கைகள் எதுவுமே வெளிப்படையாக இல்லை என்பது வருத்தமான உண்மை.

ஒரு பக்கம், அமைதிக்காகத் தொடர்ந்து குரல் கொடுத்துக் கொண்டேதான் இருந்தார். மறுபக்கம், இஸ்ரேலியப் படைகளுக்கு எதிராக மல்லுக்கட்டிக்கொண்டிருந்த பாலஸ்தீன் விடுதலை இயக்கங்களுக்கும் தம்மாலான உதவிகளை அவர் செய்துகொண்டே இருந்தார். இது அனைவருக்குமே தெரியும் என்றபோதும் தொடர்ந்து அவர் தமது போராளி இயக்க ஆதரவு நிலை குறித்து மறுப்புத் தெரிவித்து வந்தது பொருந்தாமலேயே இருந்துவந்தது. அவர் வெளிப்படையாகவே இஸ்ரேலுக்கு எதிரான நேரடி யுத்தத்தைத் தலைமைதாங்கி நடத்தலாமே என்றுதான் அரபுலகம் கேட்டது. அரஃபாத் அதற்கு பதில் சொல்லாமல் தொடர்ந்து மௌனம் காத்து வந்ததற்கு ஒரே ஒரு காரணம்தான்.

ஒருவேளை அமைதிப் பேச்சுக்கள் மூலம் ஏதாவது நல்லது நடக்க வாய்ப்பிருக்குமானால் அதை ஏன் கெடுத்துக்கொள்ளவேண்டும் என்பதுதான் அது.

நல்லது நடக்க வேண்டும் என்பதுதான் அவரது நோக்கம் என்பதில் எள்ளளவு சந்தேகமும் இல்லை. ஆனால் அதற்கான வழி இதுதான் என்று தெளிவாக, தீர்மானமாக அவரால் ஒரு பாதையைத் தேர்ந்தெடுக்க முடியாமல் போனது துரதிருஷ்டம்.

இல்லாவிட்டால் ஓஸ்லோ ஒப்பந்தப்படி அமைதிக்கு ஆதரவு தெரிவித்துவிட்டு பாலஸ்தீன் அத்தாரிடியின் தலைவராகப் பொறுப்பேற்று மேற்குக் கரையையும் காஸாவையும் ஒரு பக்கம்

ஆண்டுகொண்டு, இன்னொரு பக்கம் போராளி இயக்கங்களுக்கு உதவி செய்ய எப்படி முடியும்?

அவர் போராளி இயக்கங்களுக்கு ஆதரவாகச் செயல்பட்டார் என்று இஸ்ரேல்தானே குற்றம் சாட்டியது என்று கேட்கலாம்.

ஒரு சம்பவம் நடந்தது. அதுதான் எல்லாவற்றையும் வெட்டவெளிச்சமாக்கியது. வருஷம் 2002. அந்த ஆண்டுத் தொடக்கத்திலிருந்தே, அரஃபாத்தின் 'அல் ஃபத்தா'வும், அல் ஃபத்தாவின் தற்கொலைப் படைப் பிரிவான 'அல் அக்ஸா மார்டைர்'ஸ் பிரிகேடு'ம் மிகத்தீவிரமான ஆயுதத் தாக்குதல்களில் ஈடுபடத் தொடங்கின. கவனிக்கவும். ஹமாஸோ இதர அமைப்புகளோ அல்ல. அரஃபாத்தின் நேரடிக் கட்டுப்பாட்டின் கீழ் இயங்கும் போராளி இயக்கங்கள்.

ஹமாஸ், இஸ்லாமிக் ஜிகாத் போன்ற இயக்கங்களின் தாக்குதல்களைக் காட்டிலும் அல் ஃபத்தாவின் தாக்குதல்கள் மிகத் தீவிரமானவை; கடும் பாதிப்புகளை ஏற்படுத்தவல்லவை. இதற்கு சரித்திரத்தில் நூற்றுக்கணக்கான உதாரணங்கள் உண்டு. இந்த அமைப்புகளின் தாக்குதலில் தினசரி குறைந்தது பத்திருபது இஸ்ரேலிய இலக்குகளாவது நாசமாகிக்கொண்டிருந்தன. ஒட்டுமொத்த பாலஸ்தீனும் வியப்புடன் பார்த்த சம்பவம் அது.

ஏனெனில், அரஃபாத் அமைதி, அமைதி என்று பேச ஆரம்பித்திருந்ததில் சற்றே நம்பிக்கை இழந்து போயிருந்தனர், பாலஸ்தீனியர்கள். ஆனால் ஃபத்தா இயக்கத்தவர்கள் மிகவும் வெளிப்படையாக இஸ்ரேலிய ராணுவத்தினரைக் கண்ட இடத்திலெல்லாம் துவம்சம் செய்ய ஆரம்பித்ததைப் பார்த்ததும் அரஃபாத் மீண்டும் யுத்தத்துக்குத் தயாராகிவிட்டார் என்றே பேச ஆரம்பித்தார்கள்.

அரஃபாத் இதனை மறுத்து அறிக்கை வெளியிடவில்லை. அதே சமயம், 'ஆமாம், நான் மீண்டும் துப்பாக்கி ஏந்திவிட்டேன்' என்றும் சொல்லவில்லை.

இது சர்வதேச அரங்கில் மிகப்பெரிய குழப்பத்தை விளைவித்தது. அரஃபாத்தின் நிலைபாடு என்ன என்பது மிகப்பெரிய கேள்விக்குறியாக இருந்தது.

இந்தக் குழப்பத்துக்கு இன்னும் வலு சேர்க்கும்விதமாக, அதுவரை அரஃபாத்தை மிகக் கடுமையாக விமரிசித்து வந்த ஹமாஸ் மற்றும்

இஸ்லாமிக் ஜிகாத் போன்ற பாலஸ்தீன் விடுதலை இயக்கங்கள், 2002ம் ஆண்டின் தொடக்கத்திலிருந்தே, அரஃபாத்தை வானளாவப் புகழ ஆரம்பித்தன. அவர்தான் மீட்சி கொடுக்கப்போகிறார் என்றே ஹமாஸ் ஒருமுறை சொன்னது.

இப்போதும் மறுத்தோ, ஆமோதித்தோ அரஃபாத் பதில் ஏதும் சொல்லவில்லை. ஒரு விஷயத்தில் அவர் தெளிவாகத்தான் இருந்திருக்கிறார். நேரடியாகத் தானே துப்பாக்கி ஏந்தி யுத்தம் புரிவதில்லை. அதே சமயம் அரேபியர்களின் ஆடைகளுள் ஒன்றாகிவிட்ட துப்பாக்கியை என்ன செய்தாலும் தன்னால் இறக்கிவைக்கமுடியப்போவதில்லைஎன்பதால், போராளிகளுக்கு எதிராக ஏதும் செய்யாமல் இருந்துவிடுவது. முடிந்த அளவுக்கு அவர்களுக்கு உதவி செய்யப்பார்ப்பது. முடியாதபோது பேசாமல் இருந்துவிடுவது.

இதெல்லாம் அரசியலில் மிகவும் சாதாரணமான விஷயங்கள்தான் என்பதை விளக்கத் தேவையில்லை. ஆனால் சுதந்தரப் போராட்டம் என்கிற புனிதமான உணர்வில் இந்த அரசியல் வாசனை கலக்கும்போதுதான் ஜீரணிப்பதில் சிரமம் ஏற்படுகிறது.

இப்படியானதொரு குழப்பம் மிக்க பின்னணியுடன் அரஃபாத் உலாவந்த காலத்தில்தான் ரமல்லா நகருக்குள் இஸ்ரேலிய ராணுவம் புகுந்தது. அப்போதும் அரஃபாத், ‘பேசலாம் வாருங்கள்’ என்றுதான் சொன்னார். ஆனால் அவரது மாளிகைக்கு வெளியே இஸ்ரேலிய ராணுவத்தினருடன் துப்பாக்கி யுத்தம் புரிந்துகொண்டிருந்தவர்களை அவர் கட்டுப்படுத்த முயற்சி மேற்கொள்ளவில்லை என்பதையும் கவனிக்க வேண்டும்.

கடல் போல் பெருக்கெடுத்து வந்திருந்த இஸ்ரேலியப் படைகளுக்கு, ரமல்லாவில் அரஃபாத் தங்கியிருந்த மாளிகையைக் காவல் காத்தவர்கள் வெறும் கொசுக்களாகத்தான் தெரிந்திருக்க வேண்டும். மிகச் சுலபத்தில் அவர்கள் மாளிகையையும் நகரையும் வசப்படுத்திவிட்டார்கள். அங்கிருந்த அத்தனை அரேபியப் போராளிகளையும் கைது செய்து அனுப்பிவிட்டு நகரைச் சுற்றி முதலில்பலத்தகாவல்போட்டார்கள்.அரஃபாத்தின்மாளிகையைச் சுற்றி தனியே ஒரு சுற்று ராணுவக் காவல் நிறுத்தப்பட்டது.

வீட்டைவிட்டு அவர் வெளியே வரமுடியாதபடியும், வெளியிலிருந்து ராணுவத்தினருக்குத் தெரியாதபடி யாரும்

உள்ளே போகமுடியாதபடியும் கவனமாக ஏற்பாடு செய்துவிட்டு, அவரது மாளிகைக்குள் ராணுவம் நுழைந்தது.

சோதனை.

ஓர் இண்டு இடுக்கு விடாமல் அப்படியொரு சோதனை போட்டார்கள். அரஃபாத்தின் வீட்டில் இருந்த அத்தனை ஆவணங்களையும், கடிதங்களையும் கணக்கு வழக்கு நோட்டுப்புத்தகங்களையும் எடுத்து வைத்துக்கொண்டு கண்ணில் விளக்கெண்ணெய் விட்டுக்கொண்டு ஆராய்ச்சி செய்யத் தொடங்கினார்கள்.

அனைத்தையும் பார்த்துக்கொண்டு அரஃபாத் புன்னகையுடன் உட்கார்ந்திருந்தார். அவருக்கு மிக நெருக்கமான ஒன்றிரண்டு சகாக்கள் மட்டுமே அருகே இருக்க அனுமதிக்கப்பட்டனர். தொலைபேசித் தொடர்புகள் மறுக்கப்பட்டன. தொலைக்காட்சி, வானொலி போன்ற சாதனங்கள் பயன்படுத்துவதையும் அனுமதிக்க மறுத்துவிட்டார்கள்.

அரஃபாத்தால் எதுவுமே செய்யமுடியாத நிலை ஏற்பட்டது. என்னென்ன ஆவணங்களை அவர்கள் எடுத்திருக்கிறார்கள், எதை முக்கியமானதாகக் கருதுகிறார்கள், எது சாதாரணம் என்று கருதப்பட்டது - எதுவுமே அவருக்குத் தெரியாது. ஓர் அறையில் அவர் இருக்க அனுமதிக்கப்பட்டார். அந்த அறைக்குள்ளேயே பாத்ரூம் இருந்ததால் வெளியே வரவேண்டிய அவசியம் இல்லை என்று சொல்லப்பட்டது. அப்படியே வருவதென்றாலும் கூடவே இரண்டு ராணுவ வீரர்களும் துப்பாக்கி ஏந்தி வருவார்கள். அதிகபட்சம் தன்னுடைய வீட்டின் பிற அறைகளுக்கு அவரால் போக முடியும். அவ்வளவுதான். மொட்டை மாடிக்குக்கூடப் போகக்கூடாது என்று தடைவிதித்திருந்தார்கள்.

இதைத்தான்வீட்டுச்சிறைஎன்பார்கள்.ஒருஅரசியல்தலைவருக்குத் தரவேண்டிய மரியாதையில் எந்தக் குறையும் இல்லை. ஆனால், மரியாதை ஒன்றை வைத்துக்கொண்டு ஒன்றும் சாதிக்க முடியாது என்கிற நிலைமை.

இந்தச் சோதனை சில வாரங்கள் நீடித்தன. (மூன்று மாதங்கள் வரை சோதனை நடந்தது என்றும் சில கருத்துகள் இருக்கின்றன. கால அளவில் துல்லியமான தகவல்கள் கிடைக்கவில்லை.)

சோதனையை முடித்துவிட்டு, கிடைத்த விவரங்களை அங்கிருந்தபடியே ராணுவத்தினர் டெல் அவிவுக்கு அனுப்பினார்கள். அதன் அடிப்படையில் 2002ம் ஆண்டு மே மாதம் 6ம் தேதி இஸ்ரேல் அரசு ஓர் அறிக்கை வெளியிட்டது. அந்த அறிக்கையில், போராளி இயக்கங்களுக்குப் போதிய நிதி உதவி அளிக்க அரஃபாத் கையெழுத்துப் போட்டுக்கொடுத்த அனுமதிக் கடிதம் ஒன்று சிக்கியிருப்பதாகத் தெரிவிக்கப்பட்டது. ஆதார நகலையும் இஸ்ரேல் அரசு வெளியிட்டது. இது தவிரவும் சில முக்கிய ஆவணங்கள் கைப்பற்றப்பட்டதாக அறிவிக்கப்பட்டது. ஆனால் விவரங்கள் வெளியிடப்படவில்லை.

இது சர்வதேச அளவில் மிகப்பெரிய பாதிப்பை உண்டாக்கக்கூடிய அறிக்கை என்று கருதிய அரபு லீக், அவசர அவசரமாக ஓர் அமைதி ஒப்பந்தத்துக்குப் பிள்ளையார்சுழி போட்டது. ஆறுநாள் யுத்தத்தின் போது கைது செய்த பாலஸ்தீன் முஸ்லிம்களை இஸ்ரேல் விடுதலை செய்யவேண்டும். அரஃபாத்தின் பாலஸ்தீன் அத்தாரிடி அமைப்பை முழுமையாக அங்கீகரிக்க வேண்டும். தொடர்ந்து அரேபியர்களின் ஆட்சி மேற்குக் கரை மற்றும் காஸாவில் நடைபெறத்தடை சொல்லக்கூடாது. பதிலுக்கு அரபு லீக், இஸ்ரேல் என்னும் தேசத்தை அதிகாரபூர்வமாக அங்கீகரிக்கும்.

இன்றுவரையிலுமே கூட இஸ்ரேலை எந்த ஒரு அரபு தேசமும் அங்கீகரிக்க வில்லை என்பதை நினைவில் கொள்ள வேண்டும். அன்றைய சூழ்நிலையில் அவர்களுக்கு அப்படியொரு நிர்ப்பந்தம் இருந்தது. அரஃபாத்தை ஒரு பொய்யர் என்று நிறுவுவதற்குத் தன்னாலான அத்தனை முயற்சிகளையும் இஸ்ரேல் எடுத்துக்கொண்டிருந்தது. அவரது வீட்டில் கண்டெடுக்கப்பட்டதாக அறிவித்த ஆவணங்கள் கூட இஸ்ரேலிய உளவு அமைப்பே உருவாக்கியிருக்கக்கூடிய போலி ஆவணங்கள்தான் என்று கூடப் பேசினார்கள். என்னென்னவோ சொல்லிப்பார்த்தார்கள், செய்து பார்த்தார்கள்.

இஸ்ரேல் கேட்பதாகவே இல்லை. அரஃபாத் தொடர்ந்து வீட்டுச்சிறையில்தான் இருந்தாக வேண்டும் என்கிற நிலைமை உருவானது. அதேசமயம், அவர் அதுநாள்வரை இழந்திருந்த மக்கள் செல்வாக்கு என்னும் மதிப்புமிக்க பீடம் மீண்டும் அவருக்குக் கிடைக்கத் தொடங்கியது.

89

ஏரியல் ஷரோனுக்கு முன்பு இஸ்ரேலின் பிரதமராக இருந்த ஈஹுத் பாரக்குடன் யாசிர் அரஃபாத்துக்கு அரசியல் ரீதியில் ஏற்பட்ட சில கருத்து மோதல்கள், சில தாற்காலிக அமைதிப் பேச்சுவார்த்தைகளில் ஏற்பட்ட தோல்வி, ஏரியல் ஷரோன், அல் அக்ஸா மசூதிக்குள் நுழைந்து அரசியல் நாடகம் நிகழ்த்தியது ஆகியவைதான் இரண்டாவது இண்டிஃபதாவின் ஆரம்பம் என்பதைப் பார்த்தோம். யாசிர் அரஃபாத்தை இஸ்ரேல் ராணுவம் வீட்டுச்சிறையில்வைத்தது, இந்தப்போராட்டத்துக்கு உடனடியாக ஒரு சர்வதேச கவனம் அளித்தது. உலக அளவில் ஒட்டுமொத்த முஸ்லிம் சமூகத்தினரும் அதிர்ச்சியும் ஆத்திரமும் அடைந்து இஸ்ரேலுக்கு எதிரான கண்டன அறிக்கைகளை வெளியிடத் தொடங்கினார்கள். மத்தியக்கிழக்கில் உள்ள அத்தனை அரபு தேசங்களும் நிலைமையின் தீவிரத்தைத் தணிக்க என்ன செய்வது என்று தெரியாமல் விழித்துக்கொண்டிருக்க, ஆங்காங்கே சில்லறைத் தீவிரவாதங்கள் புரிந்துகொண்டிருந்த ஏராளமான அடிப்படைவாத இயக்கங்கள் தமது கவனத்தை உடனடியாகப் பாலஸ்தீன் மீது குவிக்க ஆரம்பித்தன.

யுத்தம்தான் என்று முடிவாகிவிட்டபிறகு, பாலஸ்தீன் போராளி இயக்கங்கள் யாருடைய கட்டளைக்காகவும் காத்திருக்காமல், மேற்குக் கரையிலும் காஸாவிலும் வந்து குவிந்திருந்த இஸ்ரேலியப் படைகளுக்கு எதிராக மிகத்தீவிரமாகப் போரிடத் தொடங்கின. செப்டெம்பர் 2000ல் இண்டிஃபதா ஆரம்பமான வினாடி தொடங்கி, யாசிர் அரஃபாத் வீட்டுச்சிறையில் வைக்கப்பட்ட தினம் வரை மொத்தம் 1100 முஸ்லிம்கள் மேற்குக்கரையில் இஸ்ரேலிய ராணுவத்தினரால் படுகொலை செய்யப்பட்டிருந்தார்கள். 20000க்கும் மேற்பட்டோர் தாக்குதலில் படுகாயமடைந்திருந்தார்கள்.

இந்தத் தகவல்கள் எதுவும் வெளியே தெரியாமல் இருப்பதற்காக இஸ்ரேல் அரசு கடும் முயற்சிகளை மேற்கொண்டது. யுத்தபூமியாகச் சித்திரிக்கப்பட்டிருந்த மேற்குக் கரை நகரங்களில் கூடுமானவரைசர்வதேசப்பத்திரிகையாளர்களைஅனுமதிக்காமல் இருப்பதற்குத் தன்னாலான அத்தனை முயற்சிகளையும் ஷரோன் மேற்கொண்டார். குறிப்பாக, யாசிர் அரஃபாத் வீட்டுச்சிறையில் வைக்கப்பட்டதைத் தொடர்ந்து ஏற்பட்ட கலவரங்களில் மட்டும் (அதாவது மார்ச் - ஏப்ரல் 2002ம் ஆண்டு காலக்கட்டத்தில் மட்டும்) மொத்தம் ஐந்நூறு பேர் கொல்லப்பட்டிருந்தார்கள்.

தவிர, பாலஸ்தீன் அத்தாரிடி என்னும் ஆட்சிமையம் இனி எக்காலத்திலும் தலைதூக்கவே முடியாதவாறு, அவர்களது அரசியல் மற்றும் நிர்வாகம் சார்ந்த உள்கட்டுமானத்தை முற்றிலுமாக உடைத்து வீசியிருந்தது இஸ்ரேல் ராணுவம். அரஃபாத்தின் அல் ஃபத்தா அமைப்பின் மூத்த உறுப்பினர்களில் பெரும்பாலானோர் ரகசியமாகக் கைது செய்யப்பட்டு டெல் அவிவுக்கு விசாரணைக்கு அனுப்பப்பட்டிருந்தனர். யார் யார் எப்போது கைது செய்யப்பட்டார்கள் என்கிற விவரமே மிகத் தாமதமாகத்தான் தெரியவந்தன.

அப்படிக் கைதுசெய்யப்பட்டவர்கள் மீது கடும் அடக்குமுறை பிரயோகிக்கப்பட்டு, மூன்றாந்தரக் கிரிமினல்கள் போல் விசாரிக்கப்பட்டு ஏராளமான விவரங்கள் சேகரிக்கப்பட்டன; வாக்குமூலங்கள் பெறப்பட்டன.

இஸ்ரேல் அரசைப் பொறுத்தவரை அவர்களுக்கு இரண்டு விஷயங்களைத்தான்உறுதிப்படுத்தவேண்டியிருந்தது. முதலாவது, பாலஸ்தீன் அத்தாரிடி ஆட்சி அதிகாரங்களில் ஹமாஸுக்கும் இஸ்லாமிக் ஜிகாத் அமைப்புக்கும் சில முக்கியப் பொறுப்புகளை ரகசியமாக வழங்குவதற்கு ஒப்புக்கொண்டிருப்பதாக அவர்கள் சந்தேகப்பட்டார்கள். அதாவது, தீவிரவாத இயக்கங்களின் உறுதுணையுடன் ஓர் ஆட்சி! இதற்கு அவர்கள் ஆதாரமாகச் சுட்டிக்காட்டியது, ஹமாஸின் திடீர் அரஃபாத் ஆதரவு நிலை.

ஓஸ்லோ ஒப்பந்தத்துக்குப் பிறகு நடைபெற்ற சில அரசியல் காட்சிகளில் வெறுப்புற்று, ஓர் ஆட்சியாளராக அரஃபாத்தை ஏற்க மறுத்திருந்த ஹமாஸ் திடீரென்று அவரை ஒரு மக்கள் தலைவராகவும் பாலஸ்தீன் விடுதலைக்குப் பாடுபடும்

தன்னிகரற்ற தியாகியாகவும் சித்திரித்து அறிக்கைகள் வெளியிட்ட விவகாரம், இஸ்ரேல் அரசை மிகவும் கலவரமூட்டியிருந்தது.

இரண்டாவதாக இஸ்ரேல் உறுதிப்படுத்த விரும்பிய விஷயம், பாலஸ்தீன் அத்தாரிடி அரசுப்பணத்தை தீவிரவாத இயக்கங்களுக்குக்கணிசமாக வழங்கிக்கொண்டிருக்கிறது என்பது.

இந்த இருகாரணங்களுக்காகவே அல்ஃபத்தா மூத்த உறுப்பினர்கள் ரகசியமாகக் கைது செய்யப்பட்டு தீவிர விசாரணைக்கு உட்படுத்தப்பட்டார்கள். அவர்களுள் மிக முக்கியமானவர்கள் நான்கு பேர். மார்வான் பார்கோவுதி, நாஸிர் அவிஸ், நாஸிர் அபுஹமீத் மற்றும் அஹமத் பார்கோவுதி ஆகியோர்.

இந்த நான்கு மூத்த அல்ஃபத்தா உறுப்பினர்களிடம் மேற்கொண்ட விசாரணையின் அடிப்படையில், “இஸ்ரேலிய மக்களைத் தாக்குவதற்காக, பாலஸ்தீன் தீவிரவாத இயக்கங்களுக்கு அரஃபாத் தலைமையிலான பாலஸ்தீன் அத்தாரிடி அரசு தொடர்ந்தும் கணிசமாகவும் நிதியுதவி அளித்துவந்திருப்பது கண்டுபிடிக்கப்பட்டிருப்பதாக’ ஏரியல் ஷரோன் அறிவித்தார்.

இதன் காரணமாகவே அரஃபாத்தை வீட்டுச்சிறையில் வைத்து விசாரிப்பது அவசியமாகிறது என்றும் சொன்னார்.

கொதித்துப் போய்விட்டார்கள், பாலஸ்தீனியர்கள். அல் ஃபத்தா உறுப்பினர்கள் ஒருபோதும் அத்தகைய வாக்குமூலங்களை அளிக்கமாட்டார்கள் என்பது அவர்களின் ஆழமான நம்பிக்கை. தவிரவும், பாலஸ்தீன் அத்தாரிடி, போராளி இயக்கங்களுக்கு உதவுவதற்கு அல்லாமல் வேறு என்ன ஆட்சி செய்து கிழித்துவிடப்போகிறது?

இப்படிச் சொல்வது நமக்கு வினோதமாகவும் சிரிப்பூட்டக் கூடியதாகவும் இருக்கலாம். பாலஸ்தீன் மக்களைப் பொறுத்தவரை இதுதான் அவர்களது நிரந்தர நியாயமாக இருக்கமுடியும். ஏனெனில் போராளி இயக்கங்கள் உயிருடன் இருக்கும்வரைதான் தம்மால் சுதந்தரக் கனவுகளையாவது சுதந்தரமுடன் கண்டுகொண்டிருக்கமுடியும் என்று அவர்கள் நினைத்தார்கள். இயக்கங்களை இஸ்ரேல் அரசு நசுக்கி எறிந்துவிட்டால் அதன்பிறகு பாலஸ்தீன் விடுதலைக்காகக் குரல்கொடுக்கக்கூட ஒரு நாதியில்லாமல் போய்விடும்.

ஏற்கெனவே பல லட்சக்கணக்கான பாலஸ்தீன் மக்கள், வாழ வழியில்லாமல் பல்வேறு அரபு தேசங்களில் அகதிகளாகச் சுற்றித்திரிந்துகொண்டிருக்கிறார்கள். பாலஸ்தீனிலேயே வசிக்கும் அரேபியர்களோ தினசரி இஸ்ரேல் ராணுவத்தினரின் தாக்குதலுக்கு இலக்காகி, உயிரையும் உடைமைகளையும் இழந்துகொண்டிருந்தார்கள். இந்நிலையில் அமைதி குறித்து உபயோகமில்லாமல் பேசிக்கொண்டிருப்பதைக் காட்டிலும் ஆயுதம் மூலம் ஏதாவது செய்யமட்டுமே அவர்கள் மிகவும் விரும்பினார்கள். ஆகவேதான் அரஃபாத்தை இஸ்ரேல் அரசு வீட்டுச்சிறையில் வைத்திருக்கும் விஷயம் கேள்விப்பட்டவுடனேயே ஊர்வலம், போராட்டம் என்று இறங்கிவிட்டார்கள்.

ரமல்லா நகரில் ஒரு சுவரை அவர்கள் மிச்சம் வைக்கவில்லை. எங்கு பார்த்தாலும் அரஃபாத்தின் புகைப்படங்களுடனான போஸ்டர்கள். இஸ்ரெல் அரசின் அடக்குமுறைகளைக் கண்டிக்கும் வாசகங்கள். ஒரு மேடை கிடைத்தால் உடனடியாக ஒரு பொதுக்கூட்டம். கல்வீச்சுகளுடன் கூடிய கண்ணீர்க் காண்டம் அது.

அரஃபாத் சிறைவைக்கப்பட்டு இருமாதங்கள் ஆகிவிட்டிருந்த நிலையில் நிலைமை மிக மோசமான கட்டத்தைத் தொடும்போலிருந்தது. போராளி இயக்கங்கள் அனைத்தும் ஒன்றிணைந்து முழுநீளத் தாக்குதல் ஒன்றை நடத்த ஆலோசிக்க ஆரம்பித்தன. இதற்கு வெளியிலிருந்தும் ஆதரவு திரட்டும் திட்டம் ஹமாஸுக்கு இருந்தது. அல் காயிதா, ஜமா இஸ்லாமியா போன்ற பாலஸ்தீனுக்கு சம்பந்தமில்லாத இயக்கங்கள் சிலவற்றின் ஆதரவைப் பெற்று ஒரு முழு அளவிலான யுத்தத்தைத் தொடங்கும் சாத்தியங்கள் இருப்பதாக இஸ்ரேலிய உளவு அமைப்பு மொஸாட் ஒரு ரகசிய அறிக்கை அனுப்பியது.

ஐ.நா.வின் பொதுச்செயலாளர் கோஃபி அன்னன் இஸ்ரேலைக் கண்டித்து ஓர் அறிக்கை வெளியிட்டார். கொஞ்சம் சாமர்த்தியமான அறிக்கை அது.

யாசிர் அரஃபாத்தை இஸ்ரேல் வீட்டுச்சிறையில் வைத்து விசாரித்துக்கொண்டிருந்தது பற்றி அந்த அறிக்கையில் நேரடிக்

கண்டனம் எதுவும் இல்லை. மாறாக, “யாசிர் அரஃபாத்துக்கு விதிக்கப்பட்டுள்ள கட்டுப்பாடுகளைக் கொஞ்சம் தளர்த்தவேண்டும்; பாலஸ்தீன் அத்தாரிடியை முற்றிலுமாக அழித்து ஒழிக்கும் முயற்சியைக் கைவிடவேண்டும்; இல்லாவிட்டால் பிரச்னை இன்னும் பெரிதாகத்தான் ஆகும்' என்று அதில் அவர் சொல்லியிருந்தார்.

இதே கோஃபி அன்னன், அறிக்கையாக அல்லாமல் ஒரு கூட்டத்தில் பேசும்போது மட்டும் 'அரஃபாத்தை வீட்டுச்சிறையிலிருந்து விடுவிக்கவேண்டும்' என்று கோரிக்கை வைத்ததை இங்கே நினைவுகூரவேண்டும்.

எல்லோருக்குமே தயக்கமாகத்தான் இருந்தது. எல்லோருக்குமே பயமாகவும் இருந்தது. எல்லோருமே குழப்பத்தில்தான் இருந்தார்கள். அரஃபாத் விஷயத்தில் எந்தமாதிரியான முடிவை எடுப்பது என்பதில் இருந்த குழப்பம், தயக்கம், பயம் மற்றும் படபடப்பு.

அரஃபாத், தீவிரவாத இயக்கங்களுக்குத் தொடர்ந்து நிதியுதவி செய்துவருகிறார் என்று அடித்துச் சொல்லிக்கொண்டிருந்தது இஸ்ரேலிய அரசு. அதனால்தான் அவரைவெளியே போகமுடியாதபடி வீட்டுச்சிறையில் வைத்திருப்பதாகவும் பாலஸ்தீன் நகரங்களில் தீவிரவாத இலக்குகளை நோக்கித் தாக்குதல் நடத்திவருவதாகவும் அவர்கள் சொன்னார்கள்.

இல்லை; அரஃபாத் அப்படிச் செய்யக்கூடியவர் இல்லை; அமைதிக்கான நோபல் பரிசு பெற்றவரான அவர் ஒருபோதும் இயக்கங்களுக்குச்சார்பு நிலை எடுக்கமாட்டார் என்று பகிரங்கமாக ஒப்புக்கொள்ள யாருக்கும் மனம் வரவில்லை.

அரஃபாத் என்கிற மனிதரின் இருவேறு முகங்கள் எப்போதும் உண்டாக்கிவந்த குழப்பத்தின் உச்சக்கட்டம் அது!

தோதாக, ஏரியல் ஷரோன் கோஃபி அன்னனுக்கு பதில் அளிக்கும் விதத்தில் ஓர் அறிக்கை வெளியிட்டார். “பாலஸ்தீன் அத்தாரிடியுடன் பேச்சுவார்த்தைக்கு நாங்கள் எப்போதும் தயாராகத்தான் இருந்து வந்திருக்கிறோம். ஆனால் இப்போதைய சூழ்நிலை, கூப்பிட்டு உட்காரவைத்து அமைதி குறித்துப் பேசும்

விதமாக இல்லை. ஏழு நாள் - வெறும் ஏழுநாள் இஸ்ரேலிய நகரம் எது ஒன்றிலும் குண்டுவெடிக்காமல் இருக்கட்டும் முதலில். அதன்பிறகு அவர்களோடு பேசுவது பற்றி முடிவு செய்யலாம்' என்று சொன்னார் அவர்.

அந்தளவுக்கு போராளி இயக்கங்களும் அங்கே ரணகளப்படுத்திக் கொண்டிருந்ததையும் குறிப்பிட்டாக வேண்டும்.

2002ம் ஆண்டு மார்ச் - ஏப்ரல் முழுவதும் இதே கதைதான். மே மாத வாக்கில் அரஃபாத்தின் வீட்டைச் சுற்றிப் போடப்பட்டிருந்த காவல் கொஞ்சம் விலக்கிக்கொள்ளப்படுவது போன்ற சூழல் ஏற்பட்டது. அரஃபாத் பால்கனிக்கு வந்து கையாட்டிய காட்சியை உலகத் தொலைக்காட்சிகள் ஒளிபரப்பின. நிலைமை கொஞ்சம் சீராகும்போலத்தான் தெரிந்தது.

இதற்குக் காரணம் மிக எளிமையானது. இஸ்ரேலுக்குக் கொஞ்சம் அவகாசம் வேண்டியிருந்தது. தனது ராணுவத்தை மீண்டும் திரட்டி, புத்துணர்ச்சியுடன் போரிட அனுப்ப நினைத்தார் ஷரோன். சில தினங்களாவது அவர்களுக்கு ஓய்வு வேண்டும் என்று கருதினார்கள்.

அரஃபாத்தை இஸ்ரேல் அரசு வீட்டுச்சிறையில் வைத்திருக்கவில்லை என்பது தெரிந்தால் போராளிகள் கொஞ்சம் அமைதியடையலாம், பொதுமக்களும் கொஞ்சம் அமைதிகாப்பார்கள்என்று நினைத்துத்தான்இதனைச்செய்தார்கள்.

ஆனால் அதிக அவகாசம் எடுத்துக்கொள்ளவில்லை. ஜூன் மாதம் தொடங்கியதுமே இஸ்ரேலிய டாங்குகள் இரவோடு இரவாக ரமல்லா நகருக்குள் நுழைய ஆரம்பித்துவிட்டன. ராக்கெட்டுகள் இலக்கு நிர்ணயிக்கப்பட்டு நேராக அரஃபாத்தின் மாளிகையை நோக்கிச் செலுத்தப்பட்டன. ஹமாஸின் அரசியல் தலைவர்கள் இரண்டுபேரை இதே போன்ற ராக்கெட் தாக்குதல்கள் மூலம் கொன்றிருந்த இஸ்ரேல் அரசு, தமது அடுத்த குறி அரஃபாத் தான் என்று மிக வெளிப்படையாகவே சொன்னது. இனி அவருடன் ஒரு போதும் அமைதிப்பேச்சு என்பதே இல்லை என்று அடித்துச் சொன்னார் ஏரியல் ஷரோன்.

யாசிர் அரஃபாத் பதவி விலகவேண்டும். மஹ்மூத் அப்பாஸ் போன்ற ஓரளவு 'நியாயஸ்தர்கள்' யாராவது ஆட்சிப்பொறுப்பை

ஏற்கவேண்டும். அமெரிக்கா முன்னின்று வரைந்தளித்திருந்த 'ரோட் - மேப்' குறித்த பேச்சுவார்த்தைகளைத் தொடங்க இந்தளவாவது ஆரம்பம் சரியாக இருந்தால்தான் பேச்சுவார்த்தை சாத்தியம். ஆனால் அரஃபாத் பதவி விலகமாட்டார். ஆகவே, அவரைத் தாக்கி அழிப்பதைத் தவிர தனக்கு வேறு வழியில்லை என்று ஷரோன் சொல்லிவிட்டார்.

ஜூன் 10ம் தேதி திங்கள்கிழமை. ரமல்லா நகர் முழுவதும் இஸ்ரேலிய ராணுவம் குவிக்கப்பட்டுவிட்டது. நள்ளிரவு நேரத்தில் மைக் வைத்து சாலைகளில் அறிவித்தபடி ராணுவ ஜீப் ஒன்று ஓடியது. மறு உத்தரவு வரும்வரை பொதுமக்கள் யாரும் வீதிக்கு வரவேண்டாம். வீட்டைப் பூட்டிக்கொண்டு உள்ளேயே இருக்கவும்.

இந்த அறிவிப்பு வெளியான அடுத்த மூன்றாவது நிமிடத்தில் காதைக் கிழிக்கும் சத்தம் ஒன்று கேட்டது. அரஃபாத் தங்கியிருந்த மாளிகையின் சுற்றுச்சுவரின் ஒரு பகுதி புல்டோசர் கொண்டு இடிக்கப்படும் சத்தம் அது.

பின்னாலேயே இன்னொரு சத்தமும் கேட்டது. எங்கிருந்தோ சீறிவந்து மாளிகையின் மேல் தளத்தில் மோதிய ஒரு ராக்கெட் குண்டின் சத்தம்.

90

மனைவியும் குழந்தையும் பிரான்ஸில் இருந்தார்கள். எப்போதும் உடன் இருக்கும் மூத்த அல் ஃபத்தா உறுப்பினர்கள் நான்கைந்து பேர் தலைமறைவாகியிருந்தார்கள். பலர் கைதுசெய்யப்பட்டிருந்தார்கள். யார் யார் கைது செய்யப்பட்டிருக்கிறார்கள், யார் வெளியே இருக்கிறார்கள் என்பதே தெரியாத சூழ்நிலையும் நிலவியது. அரஃபாத்தின் வீட்டில் வேலை பார்த்துக்கொண்டிருந்த பணியாளர்கள் அத்தனை பேரையும் ஆரம்பத்திலேயே கைதுசெய்து கொண்டுபோய்விட்டார்கள். காவலுக்கு நின்ற வீரர்கள் ஒருத்தர் விடாமல் முன்னதாகச் சுட்டுக்கொல்லப்பட்டிருக்க, தனது ரமல்லா மாளிகையில் அரஃபாத் தனியொரு நபராக, வாய் திறந்து பேசுவதற்கு ஒரு சகா இல்லாமல் இருக்க வேண்டியதானது. வெளியுலகுடன் அவர் தொடர்புகொள்வதற்கு எந்த வழியும் இல்லாமல் மாளிகையின் தொலைத் தொடர்புகள் அத்தனையும் துண்டிக்கப்பட்டன. ஒரு துண்டுக்காகிதம், பென்சில் கூட இல்லாதவாறு கண்ணும் கருத்துமாகத் தேடித் துடைத்தெடுத்துவிட்டார்கள்.

இரண்டாவது முறையாக அரஃபாத்தை வீட்டுக்காவலில் வைப்பதற்கு இத்தனை காரியங்களைச் செய்யவேண்டியிருந்தது. ஆனால் இஸ்ரேல் ராணுவ வீரர்கள் இதற்கு அதிக அவகாசம் எடுத்துக்கொள்ளவில்லை. ஓர் இரவு. ஒரு பகல். அவ்வளவுதான்.

மேற்குக் கரைப் பகுதி நகரங்களிலேயே ரமல்லா மிகவும் பாதுகாப்பானதொரு பிரதேசம். அரஃபாத் அங்கே இருப்பது மட்டும் காரணமல்ல. பெரும்பாலான போராளி இயக்கங்களின் செயல் அலுவலகங்கள் அங்கேதான் இருந்தன. பயமின்றி நடமாடும் சௌகரியம் அவர்களுக்கு அங்கே இருந்தது.

பாலஸ்தீன் அத்தாரிடி காவலர்கள்தான் அங்கே பெரும்பான்மை என்பதால் போராளிகள் தயக்கமின்றி என்ன வேண்டுமானாலும் செய்யமுடிந்தது. பதிலுக்கு நகரக் காவல் பணியில் அவர்களும் காவலர்களுக்குத் தம்மாலான அத்தனை உதவிகளையும் செய்துகொண்டிருந்தார்கள்.

அரஃபாத் இருக்கிறார்; ஆகவே கவலை இல்லை என்கிற நம்பிக்கையில் ரமல்லா நகரத்து மக்களும் எப்போதும் அச்சமின்றியே வாழ்ந்துகொண்டிருந்தார்கள்.

அரஃபாத்தைச் சிறைப்படுத்துவது இஸ்ரேல் ராணுவத்துக்குப் பெரிய காரியம் இல்லை என்றபோதும் (வயதானவர், நோய்வாய்ப்பட்டிருந்தார், ஃபத்தா இயக்கத்துக்குள் இரண்டாம் கட்டத் தலைவர்களிடையே ஓரளவு உரசல் இருந்தது போன்றவை இதற்கான காரணங்கள்.) போராளிகளைச் சமாளித்தாக வேண்டியிருந்தது. எளிதில் விட்டுக்கொடுப்பவர்கள் இல்லை அவர்கள். ஒரு யுத்தம் என்று வரும்போது தமக்குள் இருக்கும் கருத்து வேறுபாடுகளை ஒதுக்கிவைத்துவிட்டு, அத்தனை இயக்கத்தவர்களும் ஒன்று சேர்ந்து அரஃபாத்தைக் காப்பாற்ற நிற்கத் தயாராக இருந்தார்கள்.

நான்கு அடுக்குகளாக அவர்கள் அரண் போல் அரஃபாத்தின் மாளிகையைச் சூழ்ந்து நின்றிருந்தார்கள். இஸ்ரேல் ராணுவம் ஒவ்வொரு அரணையும் உடைத்துக்கொண்டு முன்னேற எப்படியும் குறைந்தது ஆறிலிருந்து எட்டு மணிநேரமாவது ஆகும் என்று கணக்கிடப்பட்டது. அத்தனை கட்டுக்காவல்களையும் தாண்டி ராணுவம் அரண்மனையை நெருங்கினாலும் நேரடியாக உள்ளே நுழைந்துவிட முடியாதபடி அரண்மனைக்கு வெளியிலும் கணிசமான போராளிகள் ஆயுதமேந்தித் தயாராக இருந்தார்கள். எப்படியாவது அரஃபாத்தை ரமல்லாவிலிருந்து கிளப்பி வேறெங்காவது கொண்டுபோய்விடவும் அவர்கள் ஆலோசித்தார்கள். ஆனால் நடைமுறையில் அது சாத்தியமில்லாமல் இருந்தது. அரஃபாத்துக்கே அந்த விருப்பம் இல்லை என்பது இதற்கு முதல் காரணம்.

என்ன ஆனாலும் ஊரை விட்டு ஓடக்கூடாது என்றிருந்தார் அவர். அமைதிக்கான கதவுகளைத் தான் அடைத்ததாக ஒரு பேச்சு

வந்துவிடக்கூடாது என்பதில் அவருக்கு அக்கறை இருந்தது. நார்வேவின் முயற்சியின் விளைவாக ஏற்பட்ட ஓஸ்லோ ஒப்பந்தம், அமெரிக்க அதிபரின் முயற்சியில் நடைபெற்ற கேம்ப் டேவிட் அமைதிப் பேச்சுவார்த்தை எதுவுமே எதிர்பார்த்த பலன் அளிக்காததற்கு நிச்சயமாக அரபுகள் காரணமில்லை என்று அரஃபாத் நம்பினார்.

இஸ்ரேல் எப்போதும் ஒரு தரப்பிலிருந்து மட்டுமே அமைதியையும் விட்டுக்கொடுப்பதையும் எதிர்பார்ப்பதாக அவர் கருதினார். ஓஸ்லோ ஒப்பந்தத்தின்போது எத்தனையோ கஷ்டங்களைச் சகித்துக்கொண்டு பல படிகள் இறங்கிவந்தும் உபயோகமாக எதுவுமே நடக்கவில்லை என்கிற வருத்தமும் விமரிசனமும் அவருக்கு இருந்தது.

பாலஸ்தீனியர்கள் எதிர்பார்ப்பது தாற்காலிக அமைதி அல்ல. சுதந்தரம். பூரண சுதந்தரம். மேற்குக்கரைப் பகுதி, ஜெருசலேம், காஸா உள்ளிட்ட நகரங்களை இணைத்த ஒரு சுதந்தர பூமி. கஷ்டமோ, நஷ்டமோ தங்கள் மண்ணைத் தாங்களே ஆண்டுகொள்வதில்தான் அவர்களுக்கு விருப்பம். இஸ்ரேல் என்றொரு தேசத்தையே அங்கீகரிக்கவில்லை; ஒட்டுமொத்த பாலஸ்தீனிலிருந்தும் யூதர்களைத் துரத்தி அடித்துவிட்டு, முழுமையான இஸ்லாமிய ஆட்சியைஅமைப்போம்என்கிறதங்கள்கனவில்பெரும்பகுதியை விட்டுக்கொடுத்துவிட்டு, மேற்சொன்ன மூன்று பிராந்தியங்கள் இணைந்ததொரு சுதந்தர தேசம் கிடைத்தால் போதும் என்றுதான் அவர்கள் கேட்டுக்கொண்டிருந்தார்கள்.

ஆனால் அமைதிப்பேச்சுக்கு அழைக்கும் இஸ்ரேல், இந்த ஒரு விஷயம் தவிர மற்ற அனைத்தைப் பற்றியும்தான் பேசுகிறது. போராளி இயக்கங்கள் தம் செயல்பாடுகளை நிறுத்தவேண்டும்; யூதர்கள் வாழும் பகுதிகளில் இயக்கங்கள் தாக்குதல் நடத்தக்கூடாது; பாலஸ்தீன் அத்தாரிட்டி, தீவிரவாதிகளுக்கு நிதியுதவி செய்வதை நிறுத்தவேண்டும் என்று பாடிய பாடலையேதான் திரும்பத்திரும்பப் பாடிக்கொண்டிருந்தது.

சுதந்தர பூமி கிடைத்துவிட்டால் இவை ஏன் நடக்கப்போகின்றன என்று அரஃபாத் கேட்டார். நீங்கள் முதலில் அமைதியைக் கொண்டுவாருங்கள்; அப்புறம் உட்கார்ந்து பேசலாம் என்று அவர்கள் சொன்னார்கள்.

இரண்டுமே சரிதான் என்று மேலோட்டமான பார்வைக்குத் தோன்றலாம். உண்மையில் போராளி இயக்கங்கள் யாராலும் கட்டுப்படுத்த முடியாத எல்லைக்குச் சென்று யுத்தம் தொடங்கிவிட்டிருந்தார்கள். அரஃபாத் சொன்னால் கேட்பார்கள் என்கிற நிலைமையெல்லாம் காலாவதியாகிவிட்டிருந்தது என்பதுதான் உண்மை. அரஃபாத்துக்கு நிலைமை புரிந்ததால்தான் அவர் பேசாதிருந்தார். யார் குத்தியாவது அரிசி வெந்தால் போதும் என்கிற நிலைக்குத் தள்ளப்பட்டிருந்தார்.

இந்தச் சூழ்நிலையைத்தான் இஸ்ரேல் தனக்கு வேறுவிதமாகச் சாதகமாகப் பயன்படுத்திக்கொள்ளப் பார்த்தது.

அரஃபாத் சொன்னால் அவர்கள் கேட்கவில்லையா? ஆளை மாற்றுங்கள் என்று கோஷமிடத் தொடங்கினார் ஏரியல் ஷரோன். ஷரோனுக்கு ஆரம்பம் முதலே அரஃபாத்துடன் பேச்சுவார்த்தை நடத்துவதிலோ, அவரை பாலஸ்தீன் அத்தாரிட்டி தலைவராக ஏற்பதிலோ சற்றும் விருப்பம் இல்லை. பாலஸ்தீன் அத்தாரிடி அமைப்பிலேயே உள்ள மிதவாதிகள் சிலருள் யாராவது ஒருவர் - குறிப்பாக மம்மூத் அப்பாஸ் - தலைமைப் பொறுப்பேற்றால், அதற்கு அரஃபாத் சம்மதித்து தான் ஒதுங்கிக்கொண்டால், யுத்தத்தை நிறுத்திவிட்டு பேச்சுவார்த்தையில் அமரலாம் என்று ஷரோன் பகிரங்கமாகவே அறிவித்தார்.

இதிலும் ஒரு சூழ்ச்சி இருக்கிறது. 'அரஃபாத்தை நீக்கிவிட்டு வேறு தலைவரைக் கொண்டுவாருங்கள்' என்று பொதுவாக இஸ்ரேல் சொல்லியிருந்தால் எந்தப் பிரச்னையும் வரப்போவதில்லை. முடிந்தால் அதைச் செய்வது; முடியாவிட்டால் முடியாது என்று அறிவித்துவிடப் போகிறார்கள். குறிப்பாக மம்மூத் அப்பாஸின் பேரை ஏரியல் ஷரோன் சொன்னதில் அல் ஃபத்தா இயக்கத்துக்குள்ளும் பாலஸ்தீன் அத்தாரிடி அமைப்புக்குள்ளும் புகைச்சலைக் கிளப்பியது.

அப்பாஸ், இஸ்ரேலின் ஆளா? எதற்காக ஷரோன் அவரை சிபாரிசு செய்யவேண்டும்? இஸ்ரேல் உருவான தினம் தொடங்கி, ஐம்பதாண்டு காலமாக, சோறு தண்ணி பார்க்காமல் சுதந்தரத்துக்காகப் போராடிக்கொண்டிருக்கிறோம். எந்த ஒரு கட்டத்திலும் அரேபியர்களுக்கு நல்லது செய்யும்விதத்தில் இஸ்ரேல் நடந்துகொண்டதில்லை. அமைதிப்பேச்சு என்று

அழைக்கும்போதெல்லாம் அதன்பின் என்ன சூழ்ச்சி இருக்கிறது என்பதைத்தான் முதலில் பார்ப்பது வழக்கம். துளிகூட நம்பிக்கை கொள்வதற்கு சந்தர்ப்பமே தராததொரு அரசு, அல் ஃபத்தாவிலிருந்து ஒரு குறிப்பிட்ட நபரைத் தலைமைதாங்க சிபாரிசு செய்வதென்றால் என்ன அர்த்தம்?

மஹ்மூத் அப்பாஸுக்கே இது மிகவும் சங்கடமாகிப்போனது. போதாக்குறைக்கு 'ஒருவேளை தான் பதவிவிலகவேண்டி வருமானால் தனக்கு அடுத்து அஹமத் குரே *(Ahmed Qurei)* ஆட்சிக்கு வரவேண்டும் என்பதுதான் அரஃபாத்தின் விருப்பம் என்பதாக பாலஸ்தீன் முழுவதும் ஒரு வதந்தி பரவிக்கொண்டிருந்தது. இது அப்பாஸுக்கும் அஹமத் குரேவுக்கும் இடையில் ஒருவிதமான இறுக்கத்தைவேறு உண்டாக்கிவிட்டிருந்தது.

மூத்த தலைவர்கள் அனைவரும் இவ்வாறான சங்கடங்களில் அகப்பட்டு ஆளுக்கொரு மூலையில் இருந்த தருணத்தில்தான் அரஃபாத்தை வீட்டுக்காவலில் வைப்பதற்கு இஸ்ரேல் தனது ராணுவத்தை அனுப்பியது.

அன்றுதான் பாலஸ்தீன் அத்தாரிடி பார்லிமெண்ட் கூடுவதாக இருந்தது. புதிய அமைச்சர்கள் பலர் பொறுப்பேற்க இருந்தார்கள். பழைய அமைச்சர்கள் சிலரின் பதவிகளும் மாற்றப்படவிருந்தன. புதிய கேபினட்டின் முதல் கூட்டம்.

ஆனால் கூட்டம் நடக்குமா? அனைவருக்குமே சந்தேகமாகத்தான் இருந்தது. அமைச்சர்கள் அத்தனைபேரும் இஸ்ரேலை சகட்டுமேனிக்குத் திட்டி அறிக்கைவிட ஆரம்பித்தார்கள். 'பாலஸ்தீன் அத்தாரிடியை பலவீனப்படுத்துவதும் பாலஸ்தீன் மக்களை அச்சமூட்டிப் பார்ப்பதும்தான் இஸ்ரேலின் நோக்கம். அதற்காகத்தான் ரமல்லாவைக் குறிவைத்திருக்கிறார்கள்' என்றார் அரஃபாத் அமைச்சரவையின் செயலாளர் யாசிர் அபெத் ரெபோ. *(Yassir Abed Rebbo)* நபில் ஷாத் *(Nabil Shaath)* என்கிற அமைச்சர் ஒருவர், "அமைதிக்கான அத்தனை கதவுகளையும் அடைத்துவிட்டார்கள். இனி பேச்சுவார்த்தைகள் முன்னேற்றமடைய வாய்ப்பே இல்லை' என்று கதறித்தீர்த்தார்.

ஒரு பக்கம் கேபினட் கூட்டம் தடைபடும் வருத்தத்தில் பாலஸ்தீன் அத்தாரிடியினர் இப்படி அறிக்கை விட்டுக்கொண்டிருக்க,

மறுபக்கம் சத்தமில்லாமல் அத்தனை முக்கியஸ்தர்களையும் கைது செய்யும் பணியை இஸ்ரேல் ஆரம்பித்தது. எந்தக் கைதும் வெளியே தெரியக்கூடாது என்று தீர்மானமாக உத்தரவிட்டிருந்தார்கள். கைது செய்யப்படுபவர்கள் எங்கே கொண்டுசெல்லப்படுகிறார்கள் என்பதும் ரகசியமாகவே வைக்கப்பட்டிருந்தது.

அரசியல் தலைவர்களைக் கைது செய்வது ஒரு பக்கம் இருக்க, ரமல்லாவிலும் அதன் சுற்றுப்பகுதிகளிலும் இருந்த அத்தனை போராளி இயக்கத்தைச் சேர்ந்தவர்களையும் தேடிப்பிடித்துக் கைது செய்வது அல்லது கொன்று ஒழிப்பது என்று செயல்திட்டம் வகுத்து இரவோடு இரவாக அடிக்க ஆரம்பித்தார்கள்.

ரமல்லா முழுவதும் ராணுவ டாங்குகள் ஓடின. எந்தக் கதவாவது திறந்திருந்தால் கண்ணைமூடிக்கொண்டு சுட ஆரம்பித்துவிடுவார்கள். ஊரடங்கு உத்தரவு அமுலில் இருந்தது. போராளிகள் எங்குவேண்டுமானாலும் பதுங்கிக்கொண்டு தாக்குதல் நடத்தலாம் என்பதால் இஸ்ரேல் ராணுவத்தினர், குடியிருப்புப் பகுதிகளில் கூட எச்சரிக்கையுடன் நடந்துகொண்டார்கள். எந்தத் தலை கண்ணில் பட்டாலும் சுட்டார்கள். குழந்தைகள், வயதானவர் என்றெல்லாம் கூடப் பார்க்கவில்லை. ராக்கெட்டுகளால் அரஃபாத்தின் மாளிகை மீது தாக்குதல் நடத்தியபடியே புல்டோசர்களை மெல்ல நகர்த்திப்போய், எதிர்ப்பட்ட கட்டடங்கள் அனைத்தையும் இடித்தபடியே அரஃபாத் மாளிகையின் பின்புறம் போய்ச் சேர்ந்தார்கள்.

இடையில் நடந்த தாக்குதலில் இருபுறத்திலும் ஏராளமானோர் இறந்துபோனது ஒருவாரம் கழித்துப் பத்திரிகைச் செய்தியாக வந்தது.

போராளிகளிடம் வீரமும் கோபமும் இருந்த அளவுக்கு போர் நேர்த்தி இல்லை என்பதுமிகப்பெரிய குறையாக இருந்தது. பயிற்றுவிக்கப்பட்ட இஸ்ரேல் ராணுவத்தின் பலத்துக்கு முன் அவர்களால் அதிக நேரம் தாக்குப் பிடிக்க முடியவில்லை. தவிரவும் ராணுவத்தினரிடம் இருந்த அளவுக்கு நவீன ஆயுதங்களும் போராளிகளிடம் இல்லை. ஏவுகணைத் தடுப்பு பீரங்கி இருந்தாலொழிய ரமல்லா மாளிகையைக் காக்கமுடியாது

என்பது தெரிந்தவுடனேயே போராளிகள் மத்தியில் சோர்வு உண்டாகிவிட்டது.

அவர்கள் யோசிப்பதற்குள்ளாக மாளிகை இடித்து நொறுக்கப்பட்டது. ஒரே ஒரு பகுதியை மட்டும் மிச்சம் வைத்துவிட்டு அரஃபாத்தின் வீட்டின் பெரும்பாலான பகுதிகளை இடித்துத் தரைமட்டமாக்கிவிட்டனர் இஸ்ரேலியர்கள். சுரங்கப் பாதை, ரகசிய வழி என்று எது இருந்தாலும் இருக்கலாம் என்பதே இதன் காரணம். தனிமைப் படுத்துவது என்று முடிவு செய்துவிட்டபடியால், அதை முழுமையாகச் செய்தாகவேண்டும் என்று அவர்கள் விரும்பினார்கள். ஒரு ஈ, கொசு கூட அரஃபாத்தை நெருங்கமுடியாதபடி சுற்றி வளைத்துக் காவல் நின்றார்கள்.

கண்டிப்பாக இம்முறை விபரீதம்தான் என்று ஒட்டுமொத்த பாலஸ்தீனியர்களும் முடிவு செய்தார்கள். அரஃபாத்தை உயிருடன் விட்டுவைக்க மாட்டார்கள் என்றே அவர்கள் நினைத்தார்கள். எந்த முயற்சியும் எடுக்க வழியில்லாமல், கையேந்திப் பிரார்த்தனை செய்ய ஆரம்பித்தார்கள்.

91

மம்மூத் அப்பாஸை ஏற்றாலும் ஏற்போம், அரஃபாத்தை ஏற்கமாட்டோம் என்று இஸ்ரேல் ஒற்றைக்காலில் நின்றதற்குக் காரணம் என்னவென்று பார்த்துவிடுவது நல்லது. மம்மூத் அப்பாஸ் என்பவர் மக்கள் தலைவர் அல்லர். அரஃபாத் உயிருடன் இருந்த காலத்தில் ஒரு தேர்தலில் அவர் தனித்து நின்றால் ஒரு ஓட்டு விழுமா என்பது சந்தேகம்தான். அவர் அரஃபாத்தின் சகா. அல் ஃபத்தாவின் ஆரம்பக்காலம் முதல் உடன் இருந்து வருபவர். ஓரளவு மிதவாதி என்று சொல்லலாம். அவ்வளவுதான்.

அரஃபாத்துக்கு பதிலாக இன்னொருவர் வந்துதான் தீரவேண்டுமென்றால் அது யாராக இருக்கலாம் என்று சொல்வதற்குக் கண்டிப்பாக பாலஸ்தீனியர்கள் யோசிக்கவே செய்வார்கள். ஏனெனில் அவர்களுக்குத் தலைவர் என்றால் அரஃபாத் ஒருவர்தான். அரஃபாத்தே ஒருவரைக் கைகாட்டி, 'இவர்தான் இனிமேல்' என்று சொன்னால் கண்ணை மூடிக்கொண்டு ஏற்பதில் அவர்களுக்கு எந்தச் சங்கடமும் இல்லை. மாறாக, தங்களுக்குத் தலைவராக வரப்போகிறவரை இஸ்ரேல் சிபாரிசு செய்கிறது என்பதை பாலஸ்தீனியர்களால் ஜீரணிக்கக்கூட முடியவில்லை.

இது இஸ்ரேல் அரசுக்கும் நன்றாகத் தெரியும். அப்படி இருந்தும் அரஃபாத்தை விலக்கிவிட்டு இன்னொருவர் வந்தால்தான் அமைதி என்று அவர்கள் அடம் பிடிக்குமளவுக்கு அப்படியென்ன அரஃபாத் வெறுப்பு?

காரணம் இருக்கிறது.

அமெரிக்காவின் அதிபராக பில் க்ளிண்டன் இருந்தபோது 2000ம் ஆண்டு ஜூலை மாதத்தில் பாலஸ்தீன் பிரச்னைக்கு ஒரு தீர்வு

காணும் யோசனையுடன் இருதரப்பு அமைதிப் பேச்சுவார்த்தை ஒன்று ஏற்பாடு செய்தார். கேம்ப் டேவிட் என்கிற இடத்தில் சுமார் இரண்டு வாரகாலம் நடைபெற்ற இந்தப் பேச்சுவார்த்தையில் பாலஸ்தீன் அத்தாரிடி சார்பில் யாசிர் அரஃபாத்தும் இஸ்ரேலின் சார்பில், அப்போதைய இஸ்ரேலியப் பிரதமராக இருந்த ஈஹூத் பாரக்கும் கலந்துகொண்டார்கள்.

ஓஸ்லோ அமைதிப் பேச்சுவார்த்தை நல்ல விளைவுகளைத் தரும் என்று எதிர்பார்த்து, பொய்த்துப்போன காரணத்தால் இம்முறை மிகக் கவனமாக திட்டங்கள் தயாரித்து வைத்திருந்தார் பில் க்ளிண்டன். இருதரப்பினரும் ஏற்றுக்கொள்ளும் பட்சத்தில் அடுத்த ஐந்தாண்டுகளில் (அதாவது 2005 - இந்த ஆண்டு!) பாலஸ்தீன் பிரச்னைக்கு சுமுகமானதொரு நிரந்தரத் தீர்வு கண்டுவிடமுடியும் என்பது அவரது கணக்கு.

அமெரிக்காவுக்கு பாலஸ்தீன் மீது அப்படியென்ன அக்கறை என்கிற கேள்விக்கு ஒரே ஒரு பதில்தான். அன்றைய தேதியில் மத்தியக்கிழக்கு நாடுகள் எது ஒன்றுடனும் அமெரிக்காவுக்கு சுமுக உறவில்லை. எங்காவது ஓரிடத்திலாவது நல்லது நடப்பதற்குத் தான் காரணமாக இருப்பது தனிப்பட்ட முறையில் தன்னுடைய இமேஜை உயர்த்துவதற்கும், அமெரிக்க தேசத்தின் மதிப்பை மத்தியக்கிழக்கில் அதிகரிப்பதற்கும் பயன்படும் என்று க்ளிண்டன் நினைத்தார். அதனால்தான் கேம்ப் டேவிட் அமைதிப் பேச்சுவார்த்தைக்கு ஏற்பாடு செய்தார்.

க்ளிண்டனின் திட்டம் என்ன?

• 92 சதவீத மேற்குக்கரை நிலப்பரப்பிலிருந்தும் 100 சதவீதம் காஸா பகுதியிலிருந்தும்இஸ்ரேலியராணுவம்விலக்கிக்கொள்ளப்படும்.

• பாலஸ்தீன் அத்தாரிடி ஆள்வதற்காக இஸ்ரேல் அளித்துள்ள தற்போதைய மேற்குக்கரைப் பகுதி மற்றும் காஸாவுடன் இன்னும் ஓரிரு நகரங்களை ஆளும் உரிமையும் பாலஸ்தீன் அத்தாரிடிக்கு வழங்கப்படும்.

• மேற்குக் கரைப் பகுதியின் எல்லையோரம் அமைந்துள்ள இஸ்ரேலியக்குடியிருப்புப்பகுதிகளில் எட்டு சதவீதம் நிலப்பரப்பு இஸ்ரேலுடன் இணையும். அப்பகுதி பாலஸ்தீன் அத்தாரிடி ஆட்சி

எல்லைக்குள் வராது. அதாவது, இஸ்ரேலியக் குடியிருப்புகள் அமைந்துள்ள பகுதிகளை இஸ்ரேலே ஆளும். பாலஸ்தீன் அத்தாரிடி ஆட்சிக்குட்பட்ட பிற பகுதிகளில் வசிக்கும் யூதர்கள் படிப்படியாக திரும்ப அழைத்துக்கொள்ளப்படுவார்கள்.

• தற்சமயம் பாலஸ்தீனியர்கள் நுழையவே முடியாதபடி இருக்கும் கிழக்கு ஜெருசலேத்தின் ஒரு பகுதியை பாலஸ்தீன் அத்தாரிடி தனது தலைநகராக அறிவித்துக்கொள்ள உரிமை வழங்கப்படும். அதே சமயம் ஜெருசலேம் முழுவதுமாக பாலஸ்தீனியர்களுக்குச் சொந்தம் என்றும் ஆகிவிடாது. மற்ற மதத்தவர்களும் அங்கே வசிக்கலாம். வழிபாட்டுச் சுதந்தரம் அனைவருக்கும் பொதுவானதாக நிலைநிறுத்தப்படும்.

• பாலஸ்தீன் அகதிகள் என்கிற பெயரில் மத்தியக்கிழக்கு முழுவதும் பரவி வசித்துவருவோர் தாயகம் திரும்பும் விஷயத்தில் இஸ்ரேல் சிலவற்றை விட்டுக்கொடுக்கும். அவர்கள் பாலஸ்தீன் அத்தாரிடி ஆட்சிப்பொறுப்பில் இருக்கும் பகுதிகளுக்கு வருவதில் தடையிருக்காது. சர்வதேச அளவில் ஒரு குழு அமைத்து, அகதிகள் தேசம் திரும்பும் விஷயத்தில் உறுதியானதொரு முடிவை விரைவில் எடுக்கலாம்.

க்ளிண்டனின் அமைதித்திட்டத்தின் சாரம் இதுதான். இதனை ஈஹூத் பாரக் முன்னிலையில் யாசிர் அரஃபாத்திடம் படித்துக் காட்டி, ‘என்ன சொல்கிறீர்கள்?’ என்று க்ளிண்டன் கேட்டார்.

அரஃபாத் சிறிது நேரம் யோசித்துவிட்டு, ‘மன்னிக்கவும். ஒப்புக் கொள்ள முடியாது’ என்று சொல்லிவிட்டார்.

ஈஹூத் பாரக் அதிர்ச்சியடைந்தார். இத்தனை கூடுதல் அதிகாரங்கள், உரிமை வழங்கும் திட்டம் ஒன்றை க்ளிண்டன் கொண்டுவருவார் என்று அவரே எதிர்பார்க்கவில்லை. இஸ்ரேலிய மக்களுக்குத் தான் என்ன பதில் - சமாதானம் சொல்லமுடியும் என்றுதான் யோசித்துக்கொண்டிருந்தார்.

ஆனால் அரஃபாத் முற்றிலுமாக இத்திட்டத்தை நிராகரித்து விட்டதில் க்ளிண்டன்,பாரக் இருவருக்குமே தீராத அதிர்ச்சி, வியப்பு. “உங்கள் மக்களையும் நிலப்பரப்பையும் மிக மோசமான ஒரு சூழலுக்கு நீங்கள் தள்ளியிருக்கிறீர்கள்’ என்று பகிரங்கமாகக் குற்றம் சாட்டினார் க்ளிண்டன்.

அரஃபாத் பதிலே சொல்லவில்லை. கைக்குட்டை அளவு நிலப்பரப்பை அளித்துவிட்டு கனவை விலைபேசும் அமைதிப்

பேச்சுவார்த்தைகளின் விளைவு என்னவாக இருக்கும் என்பதை ஓஸ்லோ ஒப்பந்தத்தின்போதே அவர் தெளிவாக உணர்ந்திருந்தார். பாலஸ்தீன் அத்தாரிடி என்கிற அமைப்பை ஏந்தான் உருவாக்க ஒப்புக்கொண்டோமோ என்று வருந்திக்கொண்டிருந்தவருக்கு இந்த அமைதி ஒப்பந்தத்தில் மகிழ்ச்சிகொள்ளத்தக்க எந்த ஒரு அம்சமும் கண்ணில் படாமல் போனதில் வியப்பில்லை.

அரஃபாத் இதனை ஒப்புக்கொண்டிருந்தால் பாலஸ்தீனியர்களே அவரைக் கொன்றிருக்கக்கூடும். ஏனெனில் சுதந்தர பாலஸ்தீன் என்கிற ஒற்றை கோரிக்கையைத் தவிர வேறு எது ஒன்றையுமே நினைத்துப்பார்க்கும் நிலையில் யாருமே இல்லை என்பதுதான் உண்மை.

தனிப்பட்ட முறையில் அரஃபாத்துக்கேகூட சதவீதக்கணக்குகளில் நம்பிக்கை இல்லாமல் போய்விட்டிருந்தது. கிடைத்தால் முழு பாலஸ்தீன். இல்லாவிட்டால் முழுமையான போராட்டம். இந்த இரண்டைத்தவிர இன்னொன்றைச் சிந்திக்கக்கூடாது என்பதில் அவர் தெளிவாக இருந்தார்.

அதனால்தான் க்ளிண்டனின் அமைதித்திட்டத்தை ஆரம்பத்திலேயே நிராகரித்துவிட்டார் அரஃபாத்.

ஈஹுத் பாரக்குக்குக் கடும் கோபம். பத்திரிகையாளர்களைக் கூப்பிட்டு அரஃபாத்தைக் கிழிகிழி என்று கிழித்து எடுத்து வறுத்துவிட்டார்.

"என்ன மனிதர் இவர்! எதைச்சொன்னாலும் 'நோ, நோ' என்று ஒற்றைவார்த்தையில்பதில்சொல்பவரிடம்என்னஅமைதிப்பேச்சு சாத்தியம்? பேச்சுவார்த்தையில் அவருக்கு ஆர்வமே இல்லை. முன்வைக்கப்பட்ட திட்டம் எது ஒன்றையும் பரிசீலிக்காமலேயே மறுப்புத் தெரிவித்துக்கொண்டே வந்தார். நாங்கள் பொறுமையின் எல்லைக்கே போய்விட்டோம். ரசாபாசமாக எதுவும் நடந்து விடக்கூடாதே என்பதற்காகத்தான் அமைதிகாத்தோம்' என்று நியூயார்க் டைம்ஸ் பத்திரிகைக்கு அளித்த பேட்டியொன்றில் ஈஹுத் பாரக் சொல்லியிருக்கிறார். (ஏப்ரல் 2001)

பாரக்கின் கருத்துப்படி அரஃபாத் மற்றும் அவரது ஆதரவாளர்களுக்கு ஒரே நோக்கம்தான். பூரண சுதந்தரம் உள்ள முழுமையான பாலஸ்தீன். அதாவது இஸ்ரேல் என்றொரு தேசமே கூடாது. நிலப்பரப்பு முழுவதும் பாலஸ்தீன் தான்.

"நாங்கள் நடைமுறை சாத்தியமுள்ள யோசனைகளை

முன்வைக்கிறோம். அவர்கள் நடக்கவே முடியாத விஷயத்துக்காகப் போராட நினைக்கிறார்கள்' என்றார் பாரக்.

பேச்சுவார்த்தை நடைபெற்ற தினங்களுள் ஒருநாள் மாலை உலாவப்போயிருந்த பாரக், எதிரே அரஃபாத் வருவதைப் பார்த்து புன்னகை செய்தார். அன்றுதான் டெம்ப்பிள் மவுண்ட் என்று யூதர்களால் அழைக்கப்படும்- பைத்துல் முகத்தஸ் வளாகத்திலுள்ள உமர் மசூதி குறித்துப் பேசியிருந்தார்கள். கிழக்கு ஜெருசலேமின் ஒரு பகுதியை பாலஸ்தீன் அத்தாரிடி தனது தலைநகரமாக அறிவித்துக்கொள்ள அனுமதி அளிப்பது பற்றிய பேச்சுவார்த்தை அது.

கூட்டத்தில், அரஃபாத் 'நோ' சொல்லிவிட்டு எழுந்து போயிருக்க, இந்த மாலைச் சந்திப்பின்போது பாரக் மீண்டும் அந்தப் பேச்செடுத்தபோது 'அங்கே கோயிலே இருந்தது கிடையாது. நீங்கள் ஏன் திரும்பத்திரும்ப அதை 'டெம்பிள் மவுண்ட்' என்று குறிப்பிடுகிறீர்கள்?' என்று கேட்டதாக பாரக் தனது பேட்டியில் குறிப்பிடுகிறார்.

பொதுவாக எல்லா முஸ்லிம்களும் இந்த விஷயத்தில் இப்படிச் சொல்வதுதான் வழக்கம் என்றபோதும் இஸ்ரேலியப் பிரதமரிடமே அரஃபாத் துணிச்சலுடன் சாலமன் தேவாலயம் இருந்த இடம் அதுவல்ல என்று சொன்னதில் பில் க்ளிண்டனே சில நிமிடங்கள் ஆடிப்போய்விட்டாராம்.

"மிஸ்டர் அரஃபாத், சாலமன் தேவாலயம் அங்கேதான் இருந்தது என்பது யூதர்களின் நம்பிக்கையாக இருக்கலாம். தனிப்பட்ட முறையில் நானும் அதை நம்புகிறேன். அகழ்வாராய்ச்சிகள் ஏராளமான சான்றுகளைத் தருகின்றனவே' என்று பில் க்ளிண்டன் சொல்லியிருக்கிறார்.

அரஃபாத் புன்னகை செய்தார். "அகழ்ந்தது யூதர்கள். அறிவித்தது, யூத அரசு. கிடைத்தது என்னவென்று இதுவரை வேறு யாருக்கு எடுத்துக் காட்டியிருக்கிறீர்கள்? கிழக்கு ஜெருசலேத்தில் நீங்கள் எங்களுக்குப் பங்கு கொடுப்பதென்றால் பைத்துல் முகத்தஸ் முழுமையாக பாலஸ்தீனியர்களின் கட்டுப்பாட்டுக்குள் வருவதென்றால் மட்டுமே சம்மதம்'

பாரக்கின் கோபம் மேலும் அதிகரித்ததற்கு இது மிக முக்கியக் காரணம். ஏனெனில் கிழக்கு ஜெருசலேத்தில் ஒரு பகுதியை அரேபியர்களுக்கு விட்டுக்கொடுக்க அவர் தயாராக இருந்தாரே

தவிர, மசூதி வளாகத்தை விடுவிப்பது பற்றி நினைத்துக்கூடப் பார்க்கவில்லை அவர். அப்படிச் செய்தால் இஸ்ரேலியர்கள் அவரை பதவியிலிருந்து இறக்குவது மட்டுமல்ல.. கட்டிவைத்து எரித்தே விடுவார்கள்.

இது இப்படி இருக்க, "இட்ஸாக் ராபின் காலத்தில் நடைபெற்ற ஓஸ்லோ அமைதி ஒப்பந்தத்தில் கண்டிருந்தபடி இஸ்ரேல் என்கிற தேசத்தை பாலஸ்தீனியர்களும், பாலஸ்தீன் என்கிற 'அமைப்பை' இஸ்ரேலும் பரஸ்பரம் ஒப்புக்கொண்டு அமைதிக்கான அடுத்தக் காலை எடுத்து வைக்க வேண்டும் என்பதுதான் என்னுடைய விருப்பம்' என்று சொன்ன பாரக், அரஃபாத்துக்கு அந்த எண்ணம் துளிக்கூட இல்லை என்றும் குற்றம் சாட்டினார்.

உண்மையில், நிஜமாகவே அமைதிதரக்கூடிய எந்த ஒரு திட்டத்தையும் நிராகரிக்கும் மனநிலையில் அரஃபாத் அப்போது இல்லை. ஆனால் அமைதிச்சூழல் ஏற்படுத்துவது போலத் தோற்றம் காட்டி அடிமடியில் கைவைக்கக்கூடிய திட்டங்களைத்தான் அவர் எதிர்த்தார்.

ஒரு நல்ல வாய்ப்பு பறிபோய்விட்ட கோபம் பில் க்ளிண்டனுக்கு. அரஃபாத் இருக்கும்வரை ஒரு கல்லைக்கூட நகர்த்தி வைக்க முடியாது என்கிற கடுப்பு ஈஹூத் பாரக்குக்கு.

ஆகவே அமெரிக்காவிலிருந்து திரும்பியவுடன் பேச்சுவார்த்தை தோல்வி அடைந்ததற்கு முழுமுதல் காரணம் அரஃபாத்தான் என்று திரும்பத்திரும்ப அத்தனை ஊடகங்களிலும் பேசிக்கொண்டே இருந்தார்.

இந்தச் சம்பவம்தான் இஸ்ரேலியர்கள் மத்தியில் அரஃபாத் மீது மிகக் கடுமையான வெறுப்பைத் தோற்றுவிக்கக் காரணமாக அமைந்தது. தமது மக்களின் உணர்ச்சிக்கு மதிப்பளிக்கும் விதமாகத்தான் ஈஹூத் பாரக்குக்கு அடுத்து வந்த ஏரியல் ஷரோன் அரஃபாத்தை நீக்கிவிட்டு வேறொருவரைப் பாலஸ்தீன் அத்தாரிடியின் தலைவராக நியமியுங்கள் என்று கோஷமிடத் தொடங்கினார்.

இதுவேதான் அரஃபாத்தின் சரிந்துகிடந்த இமேஜை பாலஸ்தீனியர்கள் மத்தியில் மீண்டும் மிக உயரத்தில் தூக்கி நிறுத்தவும் காரணமாக அமைந்தது.

92

கேம்ப் டேவிட் பேச்சுவார்த்தை முயற்சி அடைந்த தோல்வி, பில் க்ளிண்டனுக்குத் தனிப்பட்ட முறையில் ஏராளமான பாதிப்புகளை உண்டாக்கியது. அவரது அரசியல் எதிரியாக, எப்போதும் எதுடா சாக்கு என்று கண்ணில் விளக்கெண்ணெய் விட்டுக்கொண்டு விழிப்புடன் பார்த்துக்கொண்டிருந்த ஜார்ஜ் புஷ், இந்தப் பேச்சுவார்த்தைத் தோல்வியை ஒரு மிகப்பெரிய சரிவாக முன்வைத்து அமெரிக்காவெங்கும் க்ளிண்டனுக்கு எதிரான அதிருப்தி அலையை உருவாக்குவதில் மிகவும் தீவிரமாகப் பணியாற்றத் தொடங்கினார்.

வேறு பல காரணங்களுக்காகவும் க்ளிண்டனின் மீதிருந்த மதிப்பு சரியத் தொடங்கியிருந்த நேரம். தோதாக, ஒரு மிக முக்கியமான சர்வதேசப் பிரச்னையில் அமெரிக்கா தலையிட்டு, உருப்படியான தீர்வு எதுவும் காண முடியாமல் போனது, மத்தியக் கிழக்கில் அமெரிக்காவின் செல்வாக்கைக் கணிசமாகக் குறைக்கும் என்று புஷ் குற்றம் சாட்டினார். தான் பதவிக்கு வந்தால் கண்டிப்பாக பாலஸ்தீன் பிரச்னைக்கு ஒரு சுமுகத் தீர்வு காணமுடியும் என்று அடித்துச் சொன்னார்.

ஆனால் பெரும்பாலான அரசியல் வல்லுநர்கள், பாலஸ்தீன் விஷயத்தில் அமெரிக்கா தலையிடுவதற்கான நேரம் கூடிவரவில்லை என்றுதான் அப்போது சொல்லிக் கொண்டிருந்தார்கள். பிரச்னையை முழுமையாக யாருமே புரிந்துகொள்ளவில்லைஎன்றுதிரும்பத்திரும்பஎழுதியும்பேசியும் வந்தார்கள். புஷ் அதையெல்லாம் பொருட்படுத்தவில்லை. கண்டிப்பாகத் தன்னால் ஒரு சரியான தீர்வை முன்வைக்க முடியும் என்று அடித்துச் சொன்னார்.

அது என்ன தீர்வு?

அதையெல்லாம் ஜெயித்தால் பார்த்துக்கொள்ளலாம் என்றுதான் உண்மையில் அவர் அப்போது நினைத்தார். வாக்குறுதிகள் அளிப்பதில் பிரச்னை என்ன? தாராளமாக என்ன வேண்டுமானாலும் அள்ளி வழங்கத் தடையே இல்லை. ஆட்சிக்கு வந்தபின் நிதானமாகப் பார்த்துக்கொண்டால் போகிறது.

ஆனால் புஷ்ஷின் ஆலோசகர்கள், மற்ற விஷயங்கள் போல் பாலஸ்தீன் பிரச்னையில் அலட்சியம் காட்டவேண்டாம் என்று திரும்பத்திரும்ப வலியுறுத்தியதன் விளைவாக, பாலஸ்தீன் பிரச்னைக்கு நிரந்தரத் தீர்வு காணும் திட்டம் ஒன்றை புஷ் வகுத்தார். முன்னதாக அமெரிக்கத் தரப்பில் ஏற்கெனவே உருவாக்கப்பட்டு உதவாமல் கிடந்த ஒன்றிரண்டு பழைய திட்டங்களை (டெனட் ப்ளான் என்று அழைக்கப்பட்ட ஒரு திட்டம். மிட்ஷெல் ரிப்போர்ட் என்றொரு அறிக்கை போன்றவை. இவை அனைத்துமே முன்னர் பார்த்த தாற்காலிகத் தீர்வுகளிலேயே சில மாற்றங்களை மட்டும் சொல்லும் திட்டங்கள். குறிப்பிடத்தக்க அம்சங்கள் ஏதும் இவற்றில் கிடையாது.) தூசு தட்டி எடுத்து மறு பரிசீலனை செய்து பார்த்து, எதுவுமே நல்ல விளைவுகளைத் தரக்கூடியவை அல்ல என்று உறுதி செய்து தூக்கிப் போட்டுவிட்டுத்தான் புஷ் தனது திட்டத்துக்கு ஒரு வடிவம் கொடுத்தார்.

தனது திட்டம் என்னவென்பதை முதலில் சொல்லாமல் 2002ம் ஆண்டு ஜூன் 24ம் தேதி பாலஸ்தீன் மக்களுக்கு ஒரு செய்தியை வெளியிட்டார். என்னிடம் ஒரு திட்டம் தயார். கண்டிப்பாக உங்கள் பிரச்னையைத் தீர்க்கக்கூடிய திட்டம் இது. அரசியல் லாபங்கள் எதையும்பாராமல்முழுக்கமுழுக்கப்பாலஸ்தீன்அமைதிஎன்பதை மட்டுமே நோக்கமாக வைத்து வரையப்பட்ட திட்டம். ஆனால் இந்தத் திட்டம் என்னவென்பதை என்னால் யாசிர் அரஃபாத்துடன் உட்கார்ந்து பேசமுடியாது. தீவிரவாதத்தின் நிழல் கூடப் படியாத ஒருவரைஉங்கள்தலைவராகமுதலில்தேர்ந்தெடுத்தீர்களென்றால் அவருடன் உட்கார்ந்து நான் பேசுகிறேன். அவர் ஜனநாயகத்தில் நம்பிக்கை கொண்டவராக இருக்கவேண்டும். என்னுடைய சாய்ஸ், மஹ்மூத் அப்பாஸ். என்ன சொல்கிறீர்கள்? என்று கேட்டார்.

இந்த பகிரங்க வேண்டுகோளெல்லாம் முன்கூட்டியே திட்டமிடப்பட்டு இஸ்ரேல் பிரதமர் ஏரியல் ஷரோனுடன்

கலந்து பேசிவிட்டுச் செய்யப்பட்டதுதான் என்பதைச் சொல்ல வேண்டியதில்லை.

இதில் கவனிக்க வேண்டிய விஷயம் என்னவெனில், அரஃபாத் அப்போது வீட்டுச் சிறையில் இருந்தார். எப்போது அவர் விடுவிக்கப்படுவார் என்று யாருக்கும் தெரியவில்லை. அவர் பதவி விலகித்தான் ஆகவேண்டும் என்று ஏற்கெனவே இஸ்ரேல் மிகத் தீவிரமாக வலியுறுத்திக்கொண்டிருந்தது. மேற்குக் கரை மற்றும் காஸா பகுதிகளில் தொடர்ந்து ராணுவ நடவடிக்கை மேற்கொள்ளப்பட்டு, தினசரி நூற்றுக்கணக்கான பாலஸ்தீன் போராளிகள் கைதுசெய்யப்பட்டுக்கொண்டிருந்தார்கள். நாடெங்கும் நெருக்கடி நிலை பிரகடனம் செய்யப்பட்டு, பல நகரங்களில் ஊரடங்கு உத்தரவும் அமுல்படுத்தப்பட்டிருந்தது.

ஒட்டுமொத்த அரேபியர் பகுதிகளையும் நிர்மூலப்படுத்தி விட்டுத்தான் இஸ்ரேல் ஓயும் என்று உலகமே எதிர்பார்த்துக் கொண்டிருந்தபோது அமெரிக்க அதிபர் வெளியிட்ட இந்த 'புதிய திட்ட' அறிவிப்பு, பாலஸ்தீனியர்கள் மத்தியில் சட்டென்று ஓர் ஆர்வத்தை உண்டாக்கியது.

ஒரு வேளை உருப்படியாக ஏதேனும் இருக்குமோ?

ஆனால் அரஃபாத் பதவி விலகினால்தான் வாயையே திறப்பேன் என்கிறாரே? இது உண்மையா அல்லது அரஃபாத்தை ஒழிப்பதற்காகச் செய்யப்படும் சதியா?

இது ஒரு சந்தேகம். இன்னொரு சந்தேகம், பல்வேறு குற்றச்சாட்டுகளுக்குத் தொடர்ந்து ஆளாகிவந்த யாசிர் அரஃபாத் உண்மையிலேயே பாலஸ்தீன் மக்களின் நலனை நினைப்பவரா, அல்லது - இஸ்ரேல் சொல்வதுபோல - பதவி ஆசை உள்ளவர்தானா என்பதை உறுதிப்படுத்திக்கொள்ளவும் ஒரு வாய்ப்பு.

உண்மையில் அரஃபாத்துக்கும் அப்போது வேறு வழியில்லை என்றுதான் சொல்லவேண்டும். அல் அக்ஸா மசூதி மீட்புக்கான தற்கொலைப் படைப்பிரிவு ஒன்று ஆயுதங்கள் வாங்குவதற்காக இருபதாயிரம் டாலர் தொகையை அரஃபாத் வழங்கியதற்கான ஆதாரங்கள் தன்னிடம் இருப்பதாக அப்போது இஸ்ரேல் அறிவித்தது. அரஃபாத் தாமாக முன்வந்து அதை

ஒப்புக்கொள்ளாவிட்டால் மக்கள் மத்தியில் ஆதாரங்களைச் சமர்ப்பிக்கத் தயார் என்றும் ஷரோன் அறிவித்தார்.

நிலைமை மிகவும் மோசமாகிக்கொண்டிருக்கவே, வேறு வழியில்லாமல் அரஃபாத் மம்மூத் அப்பாஸை பாலஸ்தீன் அத்தாரிடியின் பிரதமராக அறிவிக்க வேண்டிவந்தது. இது நடந்தது 2003ம் ஆண்டு மார்ச் 13ம் தேதி.

அமெரிக்கா இதை தனக்குக் கிடைத்த மிகப்பெரிய வெற்றியாகக் கருதியது. ஜார்ஜ் புஷ் உடனடியாக மம்மூத் அப்பாஸை வாஷிங்டனுக்கு அழைத்தார். மீண்டும் இருதரப்பு பேச்சுவார்த்தைகளைத் தொடங்குவதற்கான சூழல் ஏற்பட்டிருப்பதாக சர்வதேச மீடியாமுன் தெரிவித்தார்.

ஜூலை 25ம் தேதி மம்மூத் அப்பாஸ் வாஷிங்டனுக்குப் போனார். புஷ்ஷுடன் பேச்சுவார்த்தை நடத்தினார். நான்கு நாள் இடைவெளியில் புஷ், ஏரியல் ஷரோனை அழைத்து 29ம் தேதி பேசினார்.

இரு தலைவர்களுடன் தனித்தனிப் பேச்சுவார்த்தைகள் நடத்தப்பட்ட பிறகு அனைவரும் சேர்ந்து பேசுவதற்கான ஏற்பாடுகளை விரைவாகச் செய்தார். தனது 'ரோட் மேப்'பை முன்வைத்துப் பேச்சுவார்த்தையை புஷ் தொடங்கினார்.

பாலஸ்தீன் பிரச்னைக்கு சுமுகத் தீர்வு ஏற்பட அமெரிக்க அதிபர் ஜார்ஜ் புஷ் வரைந்தளித்த 'ரோட் மேப்' (Road Map), மூன்று கட்ட நடவடிக்கைகளைஉள்ளடக்கியதாகஇருந்தது. ஒருநாளில்அல்லது ஒரு மாதத்தில் சாத்தியமாகிவிடக்கூடிய திட்டம் அல்ல அது. பொறுமையாக, நிதானமாக, அக்கறையுடன் ஏற்றுப் பரிசீலிக்கும் பட்சத்தில் நீண்டநாள் நோக்கில் நிரந்தர அமைதிக்கான சாத்தியங்களை அது அவசியம் வழங்கும் என்று ஜார்ஜ் புஷ் சொன்னார். சரித்திர முக்கியத்துவம் வாய்ந்த ஆவணமான ஜார்ஜ் புஷ்ஷின் அந்த 'ரோட் மேப்' குறித்த விவரங்களைத் தெரிந்துகொள்ள வேண்டியது அவசியம்.

ஜார்ஜ் புஷ்ஷின் திட்டம், முன்பே சொன்னதுபோல் மூன்று கட்டங்களாக அமுல்படுத்தப்பட வேண்டியது. இஸ்ரேல் - பாலஸ்தீன் என்கிற இரு தனித்தனி தேசங்களுக்கான

அவசியத்தையும் சாத்தியத்தையும் முன்வைத்து வரையப்பட்டது. ஒவ்வொரு கட்டப் பணிகளையும் ஒழுங்காகச் செயல்படுத்துகிற பட்சத்தில் 2005ம் ஆண்டுக்குள் பிரச்னைக்கு ஒரு நிரந்தரத் தீர்வு கண்டுவிடலாம் என்று புஷ் சொன்னார்.

இது 2005ம் ஆண்டு. கிட்டத்தட்ட முடியப்போகிற ஆண்டும் கூட. இப்போதும் பாலஸ்தீன் பிரச்னை இழுத்துக்கொண்டுதான் இருக்கிறது என்பதை மனத்தில் கொண்டு இந்தத் திட்டத்தை அணுகுவது நல்லது:

முதல் கட்டம் : தீவிரவாதத்தை முடிவுக்குக் கொண்டுவருவது, பாலஸ்தீன் மக்களின் இயல்பு வாழ்க்கையை மீட்டெடுப்பது, உபயோகமான புதிய அமைப்புகளை நிறுவிப் பணிகளைத் துரிதப்படுத்துவது.

இதில் பாலஸ்தீன் அத்தாரிடியின் பொறுப்புகள் இவை:

தீவிரவாதத்தை எல்லா வகையிலும் தடுத்து நிறுத்துவது. அதற்கான வெளிப்படையான முயற்சிகளை மேற்கொள்ள வேண்டும்.

தீவிரவாதச் செயல்களில் ஈடுபடுவோரைக் கைதுசெய்ய அனைத்து விதமான நடவடிக்கைகளையும் மேற்கொள்ள வேண்டும். இவ்விஷயத்தில் திட்டமிட்ட, வெளிப்படையான செயல்பாடு தேவை.

புதுப்பிக்கப்பட்ட பாலஸ்தீன் பாதுகாப்புப் படையினரும் இஸ்ரேலிய ராணுவமும் ஒற்றுமையுடன் செயல்பட வேண்டும்.

பாலஸ்தீன் என்கிற தேசத்தை உருவாக்குவதற்கு அடிப்படைத் தேவையான அரசியல் அமைப்புச் சட்டத்தின் பிரதியை உடனடியாக உருவாக்க வேண்டும். (கண்டிப்பாக ஜனநாயக தேசமாக மட்டுமே அது அமையும்.)

புனரமைப்புக்கான பணிகளைத் திறமையாகவும் துரிதமாகவும் செய்யக்கூடிய புதிய அமைச்சர்களை நியமிக்க வேண்டும்.

அதிகார மாற்றங்களுக்கான ஆரம்ப நடவடிக்கைகள் தொடங்கப்படவேண்டும். சட்டதிருத்தங்கள்தேவைப்பட்டால் உடனடியாக மேற்கொள்ளப்படவேண்டும்.

இஸ்ரேல் அரசின் பொறுப்புகள் இவை:

பாலஸ்தீனியர்களுக்கு எதிரான தாக்குதல் நடவடிக்கைகள், கைது நடவடிக்கைகள், ஆக்கிரமிப்புகள், குடியிருப்புகளை இடிப்பது போன்ற காரியங்கள் உடனடியாக நிறுத்தப்பட வேண்டும்.

செப்டெம்பர் 28, 2000ம் ஆண்டு தொடங்கி, நிறுவப்பட்ட அத்துமீறிய குடியிருப்புகளை படிப்படியாக காலி செய்து, அங்கே குடியமர்த்தப்பட்ட யூதர்களைத் திரும்ப அழைத்துக்கொள்ள வேண்டும்.

பாலஸ்தீன் அதிகாரிகள், அமைச்சர்கள், இஸ்ரேலுக்குள் சுலபமாக வந்து போக அனுமதி வழங்க வேண்டும்.

மனித உரிமைகள் மிக மோசமாக பாதிக்கப்பட்டிருக்கும் பகுதிகளில் நிலைமை சீராக உடனடியாக உரிய நடவடிக்கைகள் எடுக்க வேண்டும்.

மார்ச் 2001க்குப் பிறகு ஏற்படுத்தப்பட்ட அத்துமீறிய யூதக் குடியிருப்புகளை உடனடியாக நீக்க வேண்டும்.

குடியேற்றம் தொடர்பான அத்தனை நடவடிக்கைகளையும் அப்படி அப்படியே நிறுத்திவிட வேண்டும். அரபுப் பிரதேசங்களில் புதிய யூதக் குடியேற்றங்கள் அமைப்பதோ, இருக்கும் குடியேற்றப் பகுதிகளில் அதிக மக்களைச் சேர்ப்பதோ, அவர்களது இருப்பை சட்டபூர்வமாக்க முயற்சிகள் மேற்கொள்வதோ கூடாது.

இவை சரியாக நடைபெறுகிற பட்சத்தில் பாலஸ்தீனின் அண்டை நாடுகளானஎகிப்துமற்றும்ஜோர்டனுடன்இணைந்துபாதுகாப்புப் பணிகளை அமெரிக்க ராணுவம் முன்வந்து ஏற்றுக்கொள்ளும்.

பாலஸ்தீன் தீவிரவாதிகளுக்குப் பிற அரபு தேசங்கள் வழங்கிவரும் ஆதரவு முற்றிலுமாக நிறுத்தப்பட வேண்டும். அமைதிக்கான விருப்பம் உள்ள அத்தனை தேசங்களும் இதனை மனமுவந்து செய்யத்தான் வேண்டும்.

புதிய தேசமாக உருக்கொள்ளப்போகிற பாலஸ்தீனின் தொழில் வளர்ச்சிக்காகத் தனியார்த்துறை ஊக்கப்படுத்தப்படும். இதற்கு சர்வதேச அளவில் நன்கொடை திரட்டப்பட வேண்டும்.

இதுதான் ஜார்ஜ் புஷ்ஷின் 'ரோட் மேப்' விவரிக்கும் முதல் கட்ட நடவடிக்கைகள். இன்னும் இரண்டு கட்டங்கள் இருக்கின்றன.

93

ஜார்ஜ் புஷ்ஷின் 'ரோட் மேப்' வருணித்த முதல் கட்ட அமைதி முயற்சிகள் பற்றிப் பார்த்தோம். இதன் இரண்டாம் கட்டத் திட்டங்கள், அதிகாரபூர்வமாக பாலஸ்தீன் என்கிற தனி நாட்டை உருவாக்குவதற்கான முதல் கட்ட நடவடிக்கைகள் பற்றிச் சொல்லுகின்றன.

இதுவிஷயத்தில்பாலஸ்தீன்அத்தாரிடிக்குஇருக்கும்பொறுப்புகள் இவை:

வலுவான, கட்டுக்கோப்பு குலையாத பாதுகாப்பு ஏற்பாடுகளைச் செய்யவேண்டும். அசம்பாவிதங்கள் எந்த வகையிலும் அனுமதிக்கப்படக்கூடாது. இஸ்ரேல் அரசுடன் முழுமையான ஒத்துழைப்புக்கு உத்தரவாதம் தரவேண்டும்.

இது சாத்தியமாகிற பட்சத்தில் பொதுத்தேர்தலுக்கான நடவடிக்கைகள் மேற்கொள்ளப்படும்.

அரபு அமைப்புகள், கட்சிகள், அரசு சாரா தொண்டு நிறுவனங்கள், மக்கள் பிரதிநிதிகள் ஆகியோரின் ஒப்புதலுடன் புதிய ஜனநாயக அரசுக்கான அரசியல் அமைப்புச் சட்டம் உருவாக்கப்பட வேண்டும்.

ஒழுங்கான, வலுமிக்க கேபினட் ஒன்று நிறுவப்படவேண்டும்.

தாற்காலிக எல்லைகளுடன் கூடிய பாலஸ்தீன் குடியரசு இதன்பின் நிறுவப்படும்.

இஸ்ரேல் அரசுக்கு உள்ள பொறுப்புகள்:

அண்டை நாடாக அமையவிருக்கும் பாலஸ்தீனுடன் அதிகபட்ச நல்லுறவுக்காக, இதற்கு முன் வரையப்பட்ட அத்தனை ஒப்பந்தங்களையும் மதித்து நடக்க வேண்டும்.

பாலஸ்தீன் உருவாவதற்குத் தேவையான அத்தனை முன் முயற்சிகளை எடுப்பதிலும் ஒத்துழைக்க வேண்டும்.

பிற தேசங்களுக்கு உள்ள பொறுப்புகள்:

தாற்காலிக எல்லைகளுடன் அமையவிருக்கும் புதிய தேசமான பாலஸ்தீனில் பொதுத்தேர்தல் நடைபெற்ற பிறகு, பாலஸ்தீன் விஷயமாகப் பேசுவதற்கென ஒரு சர்வதேச மாநாடு கூட்டப்படவேண்டும். அதில், புதிய தேசத்துக்கான நிதி ஆதாரங்களை வகுத்தளிக்க வேண்டும். அண்டை நாடுகள், பிற தேசங்கள் யாவும் பாலஸ்தீனுக்கு நிதியுதவி அளிக்க முன்வரவேண்டும்.

அரபு தேசங்கள் யாவும் இண்டிஃபதாவுக்கு முன்னர் இஸ்ரேலுடன் எத்தகைய உறவு வைத்திருந்தனவோ, அந்தப் பழைய உறவைத் தொடரவேண்டும்.

குடிநீர், சுற்றுச்சூழல், பொருளாதார மேம்பாடு, அகதிகள் பிரச்னை, ஆயுதக் கட்டுப்பாடுகள் போன்ற விஷயங்களில் பல்வேறு அதிகார மட்டங்களில் *(multilateral engagement)* பேச்சுவார்த்தை நடத்தி முடிவு காணப்பட வேண்டும்.

இந்த இரண்டு கட்ட நடவடிக்கைகள் வெற்றிகரமாக செயல்படுத்தப்பட்டபிறகு மூன்றாவது மற்றும் இறுதிக்கட்ட நடவடிக்கைகள் மேற்கொள்ளப்படும்.

மூரன்றாவது கட்டம் - பாலஸ்தீனை நிரந்தரமாக அங்கீகரித்தல் - இஸ்ரேல், பாலஸ்தீன் பிரச்னைக்கு நிரந்தரத் தீர்வு:

பாலஸ்தீன் அத்தாரிடியின் பொறுப்புகள்:

நிரந்தரத் தீர்வுக்குத் தன்னளவிலான ஆயத்தங்களை முழுமையாகச் செய்துவிட வேண்டும்.

மிக வலுவான பாதுகாப்பு ஏற்பாடுகளுக்குப் பொறுப்பேற்க வேண்டும்.

பாலஸ்தீன் அத்தாரிடி - இஸ்ரேல் அரசு இரண்டும் செய்யவேண்டியவை:

கி.பி. 2005ல் நிரந்தரத் தீர்வு என்கிற இலக்கை முன்வைத்து பாலஸ்தீன் அகதிகள் விஷயத்தில் சாத்தியமுள்ள தீர்வுக்கான நடவடிக்கைகளை மேற்கொள்ள வேண்டும்.

ஜெருசலேம் விஷயத்தில் அரசியல் மற்றும் சமய ரீதியில் சிக்கல்கள் ஏதும் வராமல் ஒருங்கிணைந்து ஒரு முடிவெடுக்க முன்வரவேண்டும்.

இஸ்ரேல் - பாலஸ்தீன் இரண்டும் பிரச்னையின்றி, யுத்தங்களின்றி அமைதியுடன் தத்தம் வழிகளைப் பார்த்துக்கொள்ள உத்தரவாதம் வழங்கவேண்டும்.

சர்வதேசப் பங்களிப்பு:

2004ம் ஆண்டு இரண்டாவது கூட்டு மாநாடு நடத்தப்படும். தாற்காலிக எல்லைகளுடன் நிறுவப்படும் பாலஸ்தீன் குடியரசுக்கு அப்போது அனைத்து தேசங்களும் அங்கீகாரம் வழங்கவேண்டும்.

2005ம் ஆண்டு நிரந்தர அமைதி என்கிற இலக்கை நோக்கி அனைத்து தேசங்களும் தம்மாலான உதவிகளை வழங்கி, திட்டத்தை முன்னெடுத்துச் செல்ல வழி செய்யவேண்டும்.

இந்தச் செயல்பாடுகள் அனைத்தும் மத்தியக் கிழக்கு தேசங்கள் அனைத்துக்கும் உவப்பானதாக, அங்குள்ள மற்ற பிரச்னைகளையும் கருத்தில்கொண்டு அமைவதாக இருக்க வேண்டும்.

அரபு தேசங்கள் முழு மனத்துடன் இஸ்ரேலை ஏற்று அங்கீகரிக்க வேண்டும்.

இதுதான் ஜார்ஜ் புஷ் வரைந்த 'ரோட் மேப்'பின் ஒரு வரிச் சுருக்கங்கள். இது எந்த வகையில் இதற்கு முந்தைய அமைதித் திட்டங்களிலிருந்து வேறுபடுகிறது? அல்லது உண்மையிலேயே இது வேறுபட்டுத்தான் இருக்கிறதா?

1979ல் கேம்ப் டேவிடில் ஒரு பேச்சுவார்த்தை நடந்து ஒரு திட்டம் தீட்டப்பட்டது. பிறகு 1991ல் மேட்ரிடில் ஓர் அமைதி ஏற்பாடு. 1993ல் ஓஸ்லோ உடன்படிக்கை. அதற்குப் பிறகு மிட்ஷல் ரிப்போர்ட். அதன்பின் டெனட் ப்ளான். அப்புறம் மீண்டும் கேம்ப் டேவிட் பேச்சுவார்த்தை, க்ளிண்டன் முன்னின்று நடத்தியது.

இத்தனைக்குப் பிறகு வந்திருக்கும் இந்த ஜார்ஜ் புஷ்ஷின் திட்டத்தின் சிறப்பு என்ன?

முதலாவது, பாலஸ்தீன் என்கிற தனியொரு தேசம் அமைவது குறித்து முதல் முதலில் ஆதரவும் அங்கீகாரமும் தெரிவித்து வரையப்பட்ட திட்டம் இதுதான். இதற்கு முன் வரையப்பட்ட எந்த ஒரு திட்டமும் - ஓஸ்லோ உடன்படிக்கை உள்பட - சுதந்தர பாலஸ்தீன் குறித்துச் சிந்திக்கவே இல்லை என்பதை கவனத்தில் கொள்ள வேண்டும்.

அடுத்தது, பாலஸ்தீன் தரப்பில் தீவிரவாதத் தடுப்பு குறித்து வன்மையாக வலியுறுத்தும் அதே சமயம் இஸ்ரேல் ராணுவத்தினரின் அத்துமீறல்களையும் குறிப்பிட்டு அவற்றையும் நிறுத்தச் சொல்வது; மார்ச் 2001க்குப் பிறகான யூதக் குடியேற்றங்களை வாபஸ் பெறச் சொல்வது போன்ற அம்சங்கள் கவனிக்கத்தக்கவை. இதற்கு முன்திட்டம்தீட்டியஅத்தனைபேரும் பாலஸ்தீனுக்குச் சில லாபங்கள் பிச்சையாகக் கிடைப்பது போன்ற தோற்றத்தை உருவாக்குவதில் கவனமாயிருக்க, இந்த 'ரோட்மேப்' மட்டும்தான் பாலஸ்தீன் - இஸ்ரேல் என்கிற இரு தேசங்களை சம அந்தஸ்தில் வைத்துப் பேசுவதாக அமைந்திருக்கிறது. அது மட்டுமல்லாமல், பிரச்னையின் முக்கியத்துவத்தைக் கருத்தில் கொண்டு, தன்னுடைய மத்தியஸ்தமாக மட்டும் அல்லாமல் சர்வதேச மாநாடுகள் நடத்தி முக்கிய விஷயங்களில் முடிவெடுக்க அழைப்பதன் மூலம், அனைத்து தேசங்களுக்கும் இதில் பொறுப்பும் கவனமும் வேண்டும் என்பதைச் சுட்டிக்காட்டும் விதமாகவும் இது அமைந்திருக்கிறது.

அதே சமயம் இதில் சில குறைகளும் இல்லாமல் இல்லை.

உதாரணமாக, குடியேற்றங்களை நீக்குவது, ராணுவ நடவடிக்கைகளுக்கு முற்றுப்புள்ளி வைப்பது போன்ற இஸ்ரேல் செய்யவேண்டிய காரியங்களாக அமெரிக்கா முன்வைக்கும் விஷயங்கள் மிகவும் முக்கியமான பிரச்னைகள். இவற்றை இஸ்ரேல் சரியாகச் செய்கிறதா அல்லது செய்யுமா என்பதற்கு எவ்வித உத்தரவாதமும் இல்லை. 'செய்யவேண்டும்' என்றுதான் சொல்லப்பட்டிருக்கிறதே தவிர, சரியாகச் செய்கிறார்களா என்று கண்காணிக்க எந்த அமைப்புக்கோ, நிறுவனத்துக்கோ பொறுப்பு எதுவும் வழங்கப்படவில்லை.

சர்வதேச மாநாடுகள் கூட்டப்பட்டு விவாதிக்க வேண்டிய விஷயங்கள் என்று சுட்டிக்காட்டப்படுபவை அனைத்தும் பாலஸ்தீன்பிரச்னைதொடர்பானவை. இஸ்ரேல்எடுக்கவேண்டிய நடவடிக்கைகளுக்கு மேற்பார்வை கிடையாது என்பது மிகவும் அபாயகரமானது. இது நிச்சயம் பாலஸ்தீன் அத்தாரிடியினருக்கு அதிருப்தி தரக்கூடியது.

இரண்டாவது பிரச்னை ஜெருசலேம் தொடர்பானது. இஸ்ரேல் - பாலஸ்தீன் பிரச்னையின் வேரே ஜெருசலேமில்தான் இருக்கிறது. இருதரப்பு அரசியல் ஒரு பக்கம் இருக்க, அடிப்படையில் அது மக்களின் மத உணர்வு தொடர்பான விஷயம். அரேபியர்களும் சரி; யூதர்களும் சரி. தங்களது வழிபாட்டு உரிமைகளையோ, வழிபாட்டுத்தலம்தொடர்பானஉரிமையையோவிட்டுக்கொடுக்க ஒருபோதும் சம்மதிக்கப்போவதில்லை.

எப்படி அரேபியர்களுக்கு பைத்துல் முகத்தஸ் வளாகம் முகம்மது நபியுடன் நேரடியாகச் சம்பந்தப்பட்ட ஒரு புனிதத் தலமோ, அதே போலஅந்த இடத்தில்தான்சாலமன்தேவாலயம்இருந்தது என்கிற பல நூற்றாண்டு நம்பிக்கையை யூதர்களும் விட்டுக்கொடுக்க மாட்டார்கள்.

அகழ்வாராய்ச்சி, ஆதாரச் சேகரிப்பு, சரித்திர நியாயங்கள், சமகால நியாயங்கள் எல்லாமே முக்கியம்தான். ஆனால் மக்களின் நம்பிக்கையைக் கேள்விக்குள்ளாக்கும் எந்தவிதமான நடவடிக்கையும் தோல்வியில்தான் முடியும் என்பதற்குச் சிறந்த உதாரணம் அது.

அப்படிப்பட்ட எரியும் பிரச்னையில் திடமான தீர்வு எதையும் ஜார்ஜ் புஷ்ஷின் திட்டம் முன்வைக்க வில்லை. மாறாக இரு தேசங்களும் கூடிப்பேசி ஒரு முடிவுக்கு வரவேண்டும் என்று சொல்வது அர்த்தமே இல்லாத விஷயம். என்ன பேசினாலும் இரு தரப்பினரும் எ¨தையும் விட்டுக்கொடுக்கப் போவதில்லை என்பது அனைவருக்கும் தெரிந்ததே.

ஒரே தேசத்தில் இருந்தபடி அடித்துக்கொள்பவர்கள், பாலஸ்தீன் உருவானபிறகு அண்டை தேசச்சண்டையாக இதனைத் தொடர்ந்து முன்னெடுத்துச் செல்வார்கள் என்பதுதான் உண்மை.

மூன்றாவது சிக்கல், தீவிரவாத ஒழிப்பு தொடர்பானது. இது ஒரு கற்பனைவாத அணுகுமுறை. குறைந்தபட்சம் பாலஸ்தீனைப் பொறுத்தவரையிலாவது.

பாலஸ்தீன் அத்தாரிடிதான் பாலஸ்தீன் மக்களின் ஒரே அங்கீகரிக்கப்பட்ட அரசியல் முகம் என்று இஸ்ரேலும் அமெரிக்காவும் ஏற்றுக்கொண்டாலும் ஒரு ஹமாஸையோ, இஸ்லாமிக் ஜிகாத் அமைப்பையோ, அல் ஃபத்தாவையோ நிராகரித்துவிட்டு எந்தவிதமான அரசியல் தீர்வுகளையும் பாலஸ்தீனில் செயல்படுத்துவது சாத்தியமில்லை. முன்பே பார்த்தது போல, மேற்கத்திய நாடுகளின் பார்வையில் இவை தீவிரவாத இயக்கங்களாக இருப்பினும் பாலஸ்தீன் மக்களின் பார்வையில் இவை போராளி இயக்கங்கள் மட்டுமே. போராளி இயக்கத்துக்கும் தீவிரவாத இயக்கத்துக்கும் பெயரளவில் தொடங்கி சித்தாந்த அடிப்படை வரை நூற்றுக்கணக்கான வித்தியாசங்கள் உண்டு.

ஹமாஸ், இஸ்லாமிக் ஜிகாத் போன்ற அமைப்புகளும் பாலஸ்தீனின் விடுதலைக்காகத்தான் போராடிக்கொண்டிருக்கின்றன. தற்போது அரசியல் முகம் பெற்றுவிட்ட பாலஸ்தீன் அத்தாரிடியினரும் ஒரு காலத்தில் இவர்களுடன் இணைந்துதான் போராட்டத்தை முன்னெடுத்துச் சென்றுகொண்டிருந்தார்கள். பாலஸ்தீன் அத்தாரிடிக்கு இருக்கும் ஆதரவாளர்கள் அளவுக்கே அங்கே ஹமாஸுக்கும் ஆதரவாளர்கள் உண்டு.

இப்படிப்பட்ட சூழலில் தீவிரவாத ஒழிப்பை பாலஸ்தீன் அத்தாரிடியின் பொறுப்பாகத் திணித்து மேற்சொன்ன இயக்கங்களை ஒடுக்க நடவடிக்கை எடுக்கச் சொல்வதென்பது மிகப்பெரிய விபரீதத்துக்கு வழி வகுக்கும் என்பதில் சந்தேகமில்லை. தவிரவும் உண்மையைச் சொல்வதென்றால் ராணுவ ரீதியில் பாலஸ்தீன் அத்தாரிடியைக் காட்டிலும் இந்தப் போராளி இயக்கங்கள் வலுவானவை. பயிற்சிபெற்ற தரமான ராணுவம் இந்த அமைப்புகளுக்கு உண்டு.

தீவிரவாத ஒழிப்பு என்கிற பெயரில் பாலஸ்தீன் அத்தாரிட்டி இவர்கள் மீது போர் தொடுக்குமானால் ஒரே இனத்தவர் தமக்குள் அடித்துக்கொண்டு மாள்வதாகப் போய் முடியும். இந்த

விஷயத்தில் பாலஸ்தீன் அத்தாரிடிக்கு அமெரிக்காவோ அல்லது வேறு யாரோ எந்த வகையில் உதவமுடியும் என்பது பற்றியும் புஷ்ஷின் திட்டத்தில் குறிப்புகள் ஏதுமில்லை என்பதை கவனிக்க வேண்டும்.

இதெல்லாம் இத்திட்டத்தின் வெளிப்படையான குறைகள். ஆனால் இதையெல்லாம் மீறியும் ஜார்ஜ் புஷ்ஷின் திட்டம் உருப்படியான ஒன்றுதான். காரணம் மிக எளிமையானது. முன்பே பார்த்ததுபோல், வேறு யாருமே முன்வைக்காத சுதந்தர பாலஸ்தீன் என்கிற நூற்றாண்டுகாலக் கனவுக்கு இது ஒரு கதவு திறக்கிறதல்லவா?

94

இரு நாடுகள் சம்பந்தப்பட்ட ஒரு பிரச்னையில் மூன்றாவதாக ஒரு நாடு தலையிட்டு அமைதிக்கான முயற்சி மேற்கொள்வதில் சில எதிர்பாராத சங்கடங்கள் வருவதற்கான வாய்ப்புகள் இருக்கின்றன. ஆனால் அதைப் பேசித்தீர்த்துக்கொள்ளமுடியும். ஆனால் ஒரே தேசத்துக்குள் இரு தரப்பினர் இடையே பிரச்னை என்று வரும்போது, மூன்றாமவர் தலையிடுவது சிக்கலை அதிகமாக்கியே தீரும் என்பதற்கு சரித்திரம் நெடுக ஏராளமான உதாரணங்கள் உள்ளன.

நமக்கு நன்கு தெரிந்த இலங்கையை ஒப்புநோக்கி இதை அணுகினால் எளிமையாகப் புரியும். இலங்கையில் வசிக்கும் தமிழர்கள் தனி நாடு கேட்கிறார்கள். ஒரு காலத்தில் அங்கே தமிழ் மன்னர்கள் ஆண்டிருக்கிறார்கள். பின்னால் சிங்களப் பெரும்பான்மையினரின் ஆக்கிரமிப்புகளைச் சமாளிக்க முடியாமல் தமிழர்கள் அடங்கிப்போக வேண்டிவந்தது. அடக்குமுறை மிகவும் அதிகரித்தது. தமிழர் பகுதிகளில் குடியேற்றங்களை நிறுவி, அச்சமூட்டினார்கள். தமிழர்களின் உரிமைகள் மறுக்கப்பட்டது. ஆகவே அவர்கள் பொங்கி எழுந்து போராட்டத்தைத் தொடங்கினார்கள். முதலில் அமைதிப் போராட்டம்; பிறகு ஆயுதப் போராட்டம். இன்றுவரை இது தொடர்கிறது. போராட்டம், சமாளிக்க முடியாத நிலைக்குப் போகும்போது போர் நிறுத்தத்துக்கான வாய்ப்புகள் இருக்கிறதா என்று பார்க்கிறார்கள். அமைதிப் பேச்சு என்கிறார்கள். கொஞ்சம் மூச்சு விட்டுக்கொண்டு மீண்டும் போர் தொடங்கிவிடுகிறார்கள்.

இது காலம் காலமாகத் தொடர்ந்து அங்கே நடந்துவருகிறது. இடையில் இரு தரப்புக்கும் உகந்த அமைதித்திட்டத்தை

வகுத்தளிக்க நார்வே முன்வந்து பேச்சுவார்த்தைகள் நடக்கின்றன. ஆனால் என்ன பிரயோஜனம்? இப்போது பொதுத்தேர்தலை எதிர்நோக்கியிருக்கும் இலங்கை அரசியல்வாதிகள், ஓட்டுக்காக அமைதி முயற்சிகளை வேரோடு பிடுங்கி எறியத் தயாராகப் பேச ஆரம்பித்துவிட்டார்கள். தமிழர்களுக்குத் தனி நாடு என்கிற பேச்சுக்கே இடமில்லை என்கிற அர்த்தத்தில் இலங்கைப் பிரதமர் மஹிந்த ராஜபக்ஷே கொக்கரித்துக்கொண்டிருக்கிறார்.

நார்வே என்ன செய்யும்? தமிழர்கள்தான் என்ன செய்வார்கள்? ராஜபக்ஷேதான் அங்கே இப்போது ஆளுங்கட்சியின் அதிபர் வேட்பாளர். தேர்தலில் ஜெயிப்பது ஒன்றுதான் அவரது நோக்கம். தமிழர்களைப் பற்றி அவருக்கு என்ன கவலை? அல்லது பிரச்னை உடனே தீர்ந்தாக வேண்டும் என்பதுதான் என்ன கட்டாயம்? எல்லாம் பிறகு பார்த்துக்கொள்ளலாம். முதலில் ஜெயிக்க வேண்டும். அவ்வளவுதான்.

இம்மாதிரியானசூழல்ஏற்படுவதுபுதிதல்ல.காலம்காலமாகநடந்து வருவதுதான். நார்வேக்கு தமிழர் பிரச்னையைத் தீர்ப்பதுதான் கவலை. இலங்கை அரசியல்வாதிகளுக்குத் தேர்தல் தொடங்கி ஆயிரத்தெட்டு கவலைகள். இதனால் அமைதி தடைப்படுகிறது. பிரச்னை மேலும் பெரிதாகிறது. பாதிக்கப்பட்டவர்கள் பொங்கி எழுகிறார்கள். யுத்தம் புதுப்பரிமாணம் பெற இதுவே காரணமாகிறது.

புரிகிறதல்லவா? இதுதான் பாலஸ்தீன் விஷயத்திலும் நடந்தது. இலங்கையில் சிங்களவர்கள் பெரும்பான்மை மக்கள்; தமிழர்கள் சிறுபான்மையினர். அவர்கள் உரிமைக்குப் போராடுகிறார்கள். பாலஸ்தீனில் இன்னும் மோசமான நிலைமை. அங்கே பெரும்பான்மையினராக இருந்த அரேபியர்களை அடித்துத் துரத்தி, மத்தியக்கிழக்கு முழுவதும் அகதிகளாக அலையவிட்டு, யூதர்கள் நாட்டைக் கைப்பற்றி, இஸ்ரேல் என்று பெயரை மாற்றி, உலகெங்கிலும் வசிக்கும் யூதர்களை வரவழைத்து தாங்கள்தான் பெரும்பான்மையினர் என்று கணக்குக்காட்டிவிட்டார்கள். இழந்த மண்ணைத் திரும்பப் பெறுவதற்காகத்தான் பாலஸ்தீன் முஸ்லிம்கள் போராடிக்கொண்டிருக்கிறார்கள்.

இந்தச் சூழ்நிலையில், முஸ்லிம்களின் இடைவிடாத போராட்டத்துக்கு ஒரு தீர்வு கிடைப்பது போன்ற சூழ்நிலை

உருவாவதை இஸ்ரேல் மக்களால் எப்படிச் சகித்துக்கொள்ள முடியும்? அல்லது இஸ்ரேல் அரசியல்வாதிகளால்தான் எப்படிப் பிழைத்திருக்க முடியும்?

பாலஸ்தீன் என்கிற தனி நாட்டை அங்கீகரித்துத்தான் ஆகவேண்டும் என்கிற அர்த்தத்தில் அமெரிக்க அதிபர் புஷ் வகுத்த திட்டம், சந்தேகமில்லாமல் ஒரு மைல்கல். இதற்குமுன் யாரும் பாலஸ்தீனை ஒரு தனி தேசமாகக் கருதிப் பேசியதே இல்லை. தொடர்ந்து போராடிக்கொண்டிருக்கிறவர்களுக்குத் தாற்காலிக சந்தோஷமாக ஓரிரு நகரங்களைத் தந்து ஆளச் சொல்லலாம் என்கிற அளவுக்குத்தான் அவர்களால் சிந்திக்க முடிந்திருக்கிறதே தவிர, மேலை நாடுகள் எதுவும் பாலஸ்தீனைத் தனி தேசமாக அங்கீகரித்ததில்லை. அவர்களது வரைபடங்களில் பாலஸ்தீன் என்றொரு தேசம் இருக்கவே இருக்காது. (இந்தியா, பாலஸ்தீனை அங்கீகரித்திருக்கிறது. நம்மைப் பொறுத்தவரை பாலஸ்தீன் ஒரு தனி நாடுதான்.)

ஆகவே அமெரிக்காவே முன்வைத்த திட்டம் என்றாலும் ஏற்பதற்கு யூதர்கள் முரண்டு பிடித்தார்கள். தவிரவும் ஜெருசலேம் ஒரு தீர்க்கப்படாத / தீர்க்கமுடியாத பிரச்னையாக இன்னும் தொடர்ந்துகொண்டிருக்கும் நிலையில், பாலஸ்தீனின் சுயராஜ்ஜியத்தைஅங்கீகரிப்பதுமேலும்மேலும்யுத்தத்துக்குத்தான் வழி வகுக்கும் என்று அவர்கள் கருதினார்கள்.

இதன்விளைவு,அமைதிக்கானசாத்தியம்தென்பட்டஅந்தஆகஸ்ட் மாத (2003) தொடக்கத்திலேயே வெளிப்பட ஆரம்பித்துவிட்டது. ஆறாம்தேதி காலை அன்று செய்தி கேட்டவர்கள் கொஞ்சம் வியப்படைந்தார்கள். அமைதி முயற்சியின் முதல் கட்ட நடவடிக்கையாக இஸ்ரேல் சிறையில் வாடும் 300 அரேபியர்களை விடுவிக்க முடிவு செய்திருப்பதாக ஏரியல் ஷரோன் அறிவித்தார். இதெல்லாம் வெறும் கதை; கண்துடைப்பு என்று உடனே போராளிகள் தரப்பில் 'பதில் மரியாதை' தெரிவிக்கப்பட, மேற்குக் கரைப் பகுதி நகரமான ஹெப்ரானில் ஒரு போராளி இயக்கத்தைச் சேர்ந்த முக்கியத் தலைவர் ஒருவரை இஸ்ரேலிய ராணுவ வீரர்கள் சுட்டுக்கொன்றார்கள்.

ஆனாலும் பொறுமை காத்தார் பாலஸ்தீனின் புதிய பிரதமராகப் பொறுப்பேற்றிருந்த மஹ்மூத் அப்பாஸ். இஸ்ரேல் தரப்பில் 300

கைதிகளை விடுவிப்பதாக அதிபர் தெரிவித்திருந்தார் அல்லவா? அதற்கு பதிலாக, முன்னர் ஜெருசலேம் நகரில் நடைபெற்ற ஒரு குண்டுவெடிப்புச் சம்பவத்தில் தொடர்புடைய அத்தனை போராளிகளையும் கைது செய்ய உத்தரவிட்டார். இது நடந்தது ஆகஸ்ட் 20 அன்று.

300 பேரை விடுதலை செய்ய ஷரோன் உத்தரவிட்டது இஸ்ரேலியர்களுக்குப் பிடிக்கவில்லை; ஜெருசலேம் குண்டுவெடிப்பில் சம்பந்தப்பட்ட போராளிகளைக் கைது செய்ய அப்பாஸ் உத்தரவிட்டது பாலஸ்தீனியர்களுக்குப் பிடிக்கவில்லை. ஆக, இரு தரப்பிலும் மக்களுக்கு உவப்பில்லாத நடவடிக்கைகளைத் தலைவர்கள் மேற்கொள்ள வேண்டி வந்தது. இந்த அமைதி முயற்சி நீடிக்க வாய்ப்பே இல்லை என்று அத்தனை பேருமே உதட்டைப் பிதுக்கினார்கள்.

இத்தனைக்கும் அப்பாஸுக்கு உதவி செய்யும் வகையில் ஹமாஸும் அப்போது போர் நிறுத்தத்தை அறிவித்திருந்தது (45 நாள் போர் நிறுத்தம்.). ஆனால், யார் என்ன முயற்சி செய்தாலும் பலனில்லை என்கிற நிலைமையை நோக்கி மிகத்தீவிரமாக முன்னேற ஆரம்பித்தது விதி. 21ம் தேதி ஒரு மூத்த ஹமாஸ் தலைவரை இஸ்ரேல் ராணுவம் ராக்கெட் வீசிக் கொன்றது. உடனடியாக ஹமாஸ் அறிவித்திருந்த போர் நிறுத்தம் வாபஸ் பெறப்படும் சூழ்நிலை உருவாகிவிட்டது.

இஸ்மாயில் அபூ ஷனப் என்கிற அந்த மூத்த தலைவரின் இறுதி ஊர்வலம் மறுநாள் காஸாவில் நடைபெற்றபோது சற்றும் நம்பமுடியாத வகையில் பத்தாயிரம் பேர் அதில் கலந்துகொள்ள வந்து குவிந்துவிட்டார்கள். இது இஸ்ரேல் அரசுக்கு மிகுந்த அச்சத்தை விளைவித்தது. போராளிகளுக்கான மக்கள் ஆதரவு சற்றும் குறைவு படாத நிலையில் அப்பாஸ் அரசு என்ன முயற்சி எடுத்தாலும் அவர்களை முற்றிலுமாகத் தடுத்து நிறுத்த முடியப்போவதில்லை என்று ஏரியல் ஷரோன் நினைத்தார்.

இதை மேலும் மேலும் உறுதிப்படுத்துவதுபோல், அடுத்த சில தினங்களில்தேசம்முழுவதும்ஆங்காங்கேதிடீர்படுகொலைகளும் தீவைப்புகளும் கலவரங்களும் குண்டுவெடிப்புகளும் நடக்க ஆரம்பித்தன. அத்தனைக்கும் முஸ்லிம்கள்தான் காரணம் என்று ஷரோன் சொன்னார். இஸ்ரேலியத் தரப்பில் ஒரு உயிர் கூடப்

போயிருக்காத நிலையில் எப்படி நீங்கள் எங்களைக் குறை சொல்லலாம், கலவரத்தைத் தூண்டுவதும் தொடங்கிவைப்பதும் யூதர்கள்தான் என்று மம்மூத் அப்பாஸ் குற்றம் சாட்டினார்.

ஆக, மீண்டும் அடித்துக்கொள்ள ஆரம்பித்தார்கள்.

இதற்கிடையில் அப்பாஸ் பதவிவிலக வேண்டும் என்கிற கோஷமும் உடனடியாக எழ ஆரம்பித்துவிட்டது. அரஃபாத்தின் தீவிர ஆதரவாளர்களுக்கு அப்பாஸ் பிரதமராக இருப்பதில் துளிக்கூட விருப்பமில்லை. தங்கள் தலைவரின் முழுச்சம்மதமில்லாமல், அமெரிக்க நிர்ப்பந்தத்தின்பேரில் பிரதமராக்கப்பட்ட ஒருவர், சக போராளி இயக்கத்தவர்களைக் கைது செய்யும் அளவுக்கு போய்விட்டார் என்றால் அவரை இன்னும் ஆட்சியில் உட்காரவைத்துக்கொண்டிருப்பதில் அர்த்தமில்லை என்று மூலைக்கு மூலை மேடை அமைத்துப் பேச ஆரம்பித்துவிட்டார்கள்.

அடிப்படையில் அப்பாஸ் கொஞ்சம் சாது. அவருக்கு அரசியல் தெரியுமே தவிர ஆதரவாளர் பலமெல்லாம் கிடையாது. ஆளச்சொன்னால் ஆள்வார். வீட்டுக்குப் போகச்சொன்னால் போய்விடுவார். அவ்வளவுதான்.

யாசிர் அரஃபாத்துக்கு, மிகவும் தர்மசங்கடமான நிலைமை அது. அப்பாஸ் மீது அவருக்குத் தனிப்பட்ட வெறுப்புகள் ஏதும் கிடையாது. ஆனால் தமது மக்களின் விருப்பத்துக்கு முரணாக, அமெரிக்கா சுட்டிக்காட்டும் வழியில் அவர் ஆட்சி செய்வது அவருக்குப் பிடிக்கவில்லை. குறிப்பாக, போராளிகளைக் கைது செய்யும் விஷயத்தை அவர் மிகக் கடுமையாக எதிர்த்தார். வெளிப்படையாக அவரால் இதைப் பேசமுடியவில்லையே தவிர, அப்பாஸின் அமைதி நடவடிக்கைகள் நிச்சயம் விபரீத விளைவுகளைத்தான் உண்டாக்கும் என்று அவர் திடமாக நம்பினார்.

அதிபர்என்கிறமுறையில்அவரால்அப்பாஸின்நடவடிக்கைகளைக் கட்டுப்படுத்த முடியும்தான். ஆனால் ஒப்பந்தத்தை மீறுவதாக ஆகிவிடும். அமெரிக்கத் திட்டம், இஸ்ரேலின் ஒத்துழைப்பை எத்தனை தூரம் நம்பலாம் என்று தெரியாத சூழ்நிலையில் தொடர்ந்து போராளி இயக்கங்களின் அதிருப்தியைச்

சம்பாதித்துக்கொண்டு என்னமாதிரியான அமைதியை உற்பத்தி செய்துவிடமுடியும் என்று அவர் நினைத்தார்.

ஆகவே, அப்பாஸைக் கூப்பிட்டுத் தமது அதிருப்தியை நாசூக்காகத் தெரிவித்தார். அப்பாஸுக்கும் தர்மசங்கடம்தான். பாலஸ்தீனியர்கள் அதுவரை ஒரு 'பிரதமரின்' ஆட்சியைப் பார்த்ததில்லை. அதிபர்தான். சர்வாதிகாரம்தான். அரஃபாத்தின் ஒற்றை முடிவுக்குக் கட்டுப்பட்டுத்தான் அவர்களுக்குப் பழக்கம். இந்தமாதிரி பிரதமர், அமைச்சர்கள், கேபினட் கூட்டம், வாக்கெடுப்பு வகையறாக்களெல்லாம் அவர்களுக்குப் பழக்கமில்லை. தவிரவும் அரஃபாத்தை ஓரம் கட்டிவிட்டு ஒரு ஆள் - அது அப்பாஸாகவே இருக்கட்டும் - முடிவுகள் எடுத்து செயல்படுத்துவதை மக்கள் முற்றிலும் விரும்பவில்லை என்பதையும் அவர் உணர்ந்திருந்தார்.

ஆகவே, அரஃபாத்தின் கீழே பணியாற்ற முடியாத சூழல் ஏற்பட்டு, தாம் பதவி விலகுவதைத் தவிர வேறு வழியில்லை என்கிற முடிவுக்கு வந்தார். மாபெரும் தலைவரான அரஃபாத்துடன் நிரந்தரக் கசப்புக்கு வழி தேடிக்கொள்ளாமல், நல்லவிதமாக ஒதுங்கிக்கொண்டுவிடுவதே தமக்கு நல்லது என்று நினைத்தார்.

அடுத்தது யார் என்ற கேள்வி வந்தபோது அரஃபாத்தின் ஆதரவாளர்கள் ஒட்டுமொத்தமாக அகமது குரேவைக் கைகாட்டினார்கள். ஏற்கெனவே அரஃபாத்தால் தமது அரசியல் வாரிசாக மறைமுகமாக அறிவிக்கப்பட்டவர் அவர். ஆனால் அகமது குரேவை அமெரிக்கா ஏற்குமா என்பது சந்தேகம். அவர் அப்பாஸைப் போல மிதவாதி அல்லர். இஸ்ரேலுடன் சமரச முயற்சிகள் மேற்கொள்வதில் எப்போதும் சந்தேகம் உள்ளவர்.

அகமது குரேவுக்குப் பதவியை ஏற்பதில் பிரச்னை ஏதுமில்லை. ஆனால்அமெரிக்காவும்ஐரோப்பியநாடுகளும்தமக்குமுழுஆதரவு அளிப்பதாகச் சொன்னால் மட்டுமே தம்மால் பதவி ஏற்க முடியும் என்றும் இஸ்ரேல் தனது தொடர் தாக்குதல் நடவடிக்கைகளை நிறுத்தினால் மட்டுமே ஆட்சி செய்யமுடியுமென்றும் ஒரு பேச்சுக்குச் சொல்லிவிட்டு, செப்டெம்பரில் பாலஸ்தீன் அத்தாரிடியின் பிரதமராகப் பொறுப்பேற்றுக்கொண்டார்.

அவ்வளவுதான். இஸ்ரேல் பழையபடி தன் வேலையை ஆரம்பித்துவிட்டது. மேற்குக் கரைப் பகுதியில் உள்ள தனது யூதக் குடியிருப்புகளைக் காப்பாற்றுவதாகச் சொல்லிக்கொண்டு, மேற்குக் கரையையே இரண்டாகப் பிரிக்கும் விதத்தில் ஒரு தடுப்புச் சுவர் எழுப்ப ஆரம்பித்துவிட்டார்கள்.

சுவர் எழுப்பும் பணியை ஆரம்பித்த அதே நாள் (செப்டெம்பர் 10) காஸாவில் ஒரு ஹமாஸ் தலைவரை ராக்கெட் தாக்குதல் நடத்திக்கொல்ல முயற்சி செய்து தோற்று, அந்த வெறுப்பில் பதினைந்து பாலஸ்தீனியர்களை இஸ்ரேலிய வீரர்கள் சுட்டுக்கொன்றார்கள்.

முஸ்லிம்கள் மீண்டும் இண்டிஃபதாவைத் தீவிரமாக்குவது பற்றி யோசிக்க ஆரம்பிக்க, ஏரியல் ஷரோன் அம்மாதம் பன்னிரண்டாம் தேதி ஓர் அறிக்கை வெளியிட்டார். "யாசிர் அரஃபாத் இருக்கும்வரை இங்கே அமைதி சாத்தியமே இல்லை. அவரை நீக்க முடிவு செய்துவிட்டோம்." என்பதே அந்த அறிக்கையின் சாரம்.

நீக்குவது என்றால்? பாலஸ்தீனில் இருந்தா, உலகத்திலிருந்தேவா? ஒட்டுமொத்த முஸ்லிம் உலகத்துக்கும் இந்தக் கேள்விதான் எழுந்தது. ஏனெனில் இஸ்ரேல் அதன்பிறகு எடுக்க ஆரம்பித்த நடவடிக்கைகள் அப்படிப்பட்டவை.

95

ஓர் அமைதி முயற்சி, ஒரு மாதகாலம் கூட உயிருடன் இருக்க சாத்தியமில்லை என்றால் அந்த தேசத்தின் சூழ்நிலை எப்படிப்பட்டதாக இருக்கும் என்று யோசித்துப்பாருங்கள்.

யாசிர் அரஃபாத்தை ஒழிப்பதே தனது இலக்கு என்று இஸ்ரேல் அறிவித்த மறுகணமே பாலஸ்தீனில் பழையபடி முழு வேகத்தில் போராட்டம் தொடங்கிவிட்டது என்றுதான் சொல்லவேண்டும்.

அக்டோபர்4,2003அன்றுஹைஃபாவில்உள்ளரெஸ்டரண்ட்ஒன்றில் (மேக்ஸிம் ரெஸ்டரண்ட் என்று பெயர்) ஒரு தற்கொலைப்படைப் போராளி புகுந்து, குண்டு வெடிக்கச் செய்ததில் 21 யூதர்கள் தலத்திலேயே கொல்லப்பட்டார்கள். வெகுண்டெழுந்த இஸ்ரேல் அரசு, ஈரான் மற்றும் சிரியாவின் ஆசீர்வாதத்துடன் இஸ்லாமிக் ஜிகாத் மற்றும் ஹிஸ்புல்லா அமைப்புகள் இணைந்து இந்தத் தாக்குதலைச் செய்ததாகக் குற்றம் சாட்டியது.

இதற்கு பதில் நடவடிக்கையாக சிரியாவின் எல்லைப் பகுதியில் உள்ளஐன்-ஸஹிப்(Ein-Saheb) என்கிறஇடத்தில்அமைந்திருந்தஒரு போராளிகள் பயிற்சி முகாமின் மீது இஸ்ரேலிய விமானப்படை தாக்குதலைத் தொடங்கியது. விஷயம் தீவிரமாவதன் தொடக்கம் இது. ஏனெனில், பாலஸ்தீனுக்குள் இஸ்ரேல் என்ன செய்தாலும் அது உள்நாட்டு விவகாரம். சிரிய எல்லைக்குட்பட்ட பகுதியில் அத்துமீறி தாக்குதல் நடத்துவதென்பது வலுச்சண்டைக்குப் போகிற காரியம்.

தாக்குதல் நடத்தப்பட்ட இடம் உண்மையிலேயே தீவிரவாதப் பயிற்சி முகாம்தானா, அதை சிரிய அரசு ஆதரிக்கத்தான் செய்கிறதா என்றெல்லாம் அடுத்தடுத்து ஏகப்பட்ட கேள்விகள் வரும்.

ஒருவரை ஒருவர் வன்மையாகக் குற்றம் சாட்டிக்கொண்டு இறுதியில் மோத ஆரம்பித்தால் மீண்டும் ரணகளமாகும். கொள்கையளவில் அனைத்து அரபு தேசங்களும் பாலஸ்தீன் போராளி இயக்கங்களுக்கு ஆதரவளித்து வருவதும் உதவி செய்துவருவதும் உண்மையே என்றாலும் திடீரென்று இப்படி எல்லை தாண்டிச் சென்று தாக்குதல் நடத்துவதென்பது அதுநாள் வரை அமெரிக்கா மட்டுமே செய்துவந்த ஒரு அத்துமீறல் நடவடிக்கை. உலகில் வேறெந்த தேசமும் அம்மாதிரி செய்யாது. ஈராக், ஆப்கன் பிரச்னைகளில் அமெரிக்கா நடந்துகொண்ட விதம் எப்படியோ அப்படித்தான் இது.

அண்டை தேசத்துடன் ஒரு பிரச்னை என்றால் முதலில் முறைப்படி தனது குற்றச்சாட்டை அனுப்பவேண்டும். பதில் வருகிறதா என்று பார்க்கவேண்டும். பதிலில் நியாயம் இருக்கிறதா என்பது அடுத்தபடியாக. தன்னிடம் உரிய ஆதாரங்கள் இருக்கிறதென்றால் அவற்றைச் சமர்ப்பிக்க வேண்டும். அதற்குமேல் சர்வதேச எல்லைகளை மதித்து நடக்கும் தார்மீகக் கடமை இத்தியாதிகள். எதுவுமே உதவாது என்கிற நிலை வருமானால் மட்டுமே யுத்தம்.

ஆனால் இஸ்ரேல் எடுத்த எடுப்பில் எல்லைதாண்டிச் சென்று தாக்குதல் நடத்த விமானப்படைப்பிரிவு ஒன்றை அனுப்பிவைக்க, சிரியா கோபம் கொண்டது. இன்னும் தீவிரமாகப் போராளிகளுக்கு உதவி செய்யத் தொடங்கியது.

ஆயுதங்கள், பணம், மருந்துப்பொருள்கள், எரிபொருள் என்று என்னென்ன தேவையோ அனைத்தையும் ரகசிய வழிகளில் அனுப்ப ஆரம்பித்தது. முன்னெப்போதும் இல்லாத அளவுக்கு சிரிய ஆதரவு கிடைத்ததில் மகிழ்ச்சியடைந்த பாலஸ்தீன் போராளி இயக்கங்கள், தமது தாக்குதல்களை இன்னும் தீவிரமாக முன்னெடுத்துச் செல்ல ஆரம்பித்தன.

போராளி இயக்கங்களுக்கு உதவிகள் வரும் வழி பெரும்பாலும் மேற்குக் கரைப் பகுதியில் இல்லை. காஸா வழியாகத்தான் அவர்களுக்குத் தேவையான பொருள்கள் வந்து சேரும். கடல் பக்கத்தில் இருக்கிற சௌகரியம் என்பது ஒரு புறமிருக்க, இயற்கையிலேயே காஸா, போராளிகளுக்கு மிகவும் பாதுகாப்பானதொரு பகுதி. மறைவிடங்கள் (குகைகள், சுரங்க

வழிகள்) அங்கே ஏராளம். தவிர, மக்களும் உயிரைக்கொடுத்து அவர்களைஅடைகாப்பார்கள்.

இதை நன்கறிந்த இஸ்ரேல் ராணுவம், தனது கவனத்தை காஸாவின் மீது குவித்தது. முதலில் என்னென்ன பொருள்கள் கடத்திவரப்படுகின்றன என்று ஒரு பட்டியல் தயார் செய்தார்கள். ஆயுதங்கள் முதலாவது. அடுத்தது அந்நியச் செலாவணி. மூன்றாவதாகபோதைப்பொருள்கள். நான்காவதாகதுணிமணிகள். இவை பெரும்பாலும் எகிப்திலிருந்துதான் வந்துகொண்டிருந்தன. இப்போது சிரியாவிலிருந்தும் வரத் தொடங்கியதில், இஸ்ரேல் ராணுவம் விழித்துக்கொண்டு வேலை பார்க்க ஆரம்பித்தது.

காஸா முழுவதும் சல்லடை போட்டுத் துளைத்து மொத்தம் தொண்ணூற்று இரண்டு சுரங்க வழிகளை இடித்து ஒழித்தார்கள். இவற்றில் பெரும்பாலானவை எகிப்திலிருந்து வரும் சுரங்கப்பாதைகள். எப்போது இத்தனை சுரங்கப்பாதைகளை அமைத்தார்கள், எத்தனை ஆயிரம் பேர் இதற்காகப் பாடுபட்டிருக்கவேண்டும் என்றெல்லாம் எண்ணிப்பார்த்து வியப்பின் உச்சிக்கே போனார்கள் இஸ்ரேலிய ராணுவ வீரர்கள். அதுவும் ஒரு ஈ, காக்கைக்குத் தெரியாமல் வேலைகள் நடந்திருக்கின்றன! நூற்றுக்கணக்கான மைல்கள் நீளத்துக்கு சுரங்கம் அமைப்பதென்பது பெரிய பெரிய அரசாங்கங்களே நினைத்தாலும் அத்தனை சுலபத்தில் சாத்தியமாகக் கூடியதல்ல. பாலஸ்தீன் போராளிகளுக்கு அது சாத்தியமாகியிருக்கிறது. அதுவும் ஒன்றிரண்டல்ல. கிட்டத்தட்ட நூறு சுரங்கங்கள்!

இப்படி சுரங்கங்களைக் கண்டறிந்து அழிப்பதாகச் சொல்லிக்கொண்டு நூற்றுக்கணக்கான அப்பாவி கிராம மக்களின் வீடுகளைஇடித்துத்தரைமட்டமாக்கியதும்நடந்தது. இது குறித்துக் கேள்வி எழுந்தபோது, ''அந்த வீடுகளெல்லாம் தீவிரவாதிகளால் ஆக்கிரமிக்கப்பட்டு, அவர்களின் பதுங்கு இடங்களாக இருந்தவை. அதனால்தான் அழித்தோம்' என்று ஒரு வரியில் பதில் சொல்லிவிட்டார் ஷரோன்.

உண்மையில் தீவிரவாத வேட்டை என்கிற பெயரில் காஸா பகுதி மக்களிடையே நிரந்தரமானதொரு அச்சத்தை ஏற்படுத்தி, அவர்களாகவே இடத்தை காலிபண்ணிக்கொண்டு போவதற்காகச்

செய்யப்பட்ட காரியமே அது. எந்த நேரத்தில் எந்த கிராமத்தில் ராணுவம் நுழையும் என்றே சொல்லமுடியாது. திடீரென்று ஊரைச்சுற்றிலும் ராணுவ ஜீப்புகள் வலம் வரும். மக்கள் வீடுகளை அடைத்துக்கொண்டு உள்ளே உயிரைக் கையில் பிடித்துக்கொண்டு காத்திருப்பார்கள். ராணுவம் நுழையும்போது முதலில் ஒரு எச்சரிக்கை விடுப்பார்கள். மக்கள் அனைவரும் வெளியேறிவிட வேண்டும். மீறி யார் இருந்தாலும் அவர்கள் உயிருக்கு உத்தரவாதமில்லை.

இப்படியே ஆயிரக்கணக்கான அரேபியர்கள் ஊரை காலிபண்ணிக்கொண்டு அகதிகளாக வெளியேற வேண்டிய நிலைமை உண்டானது. காஸாவின் தெற்குப் பகுதி கிராமங்கள், ஒருசில நகரங்கள் இந்த வகையில் கிட்டத்தட்ட முழுமையாக காலியாகிவிட்டன என்றுதான் சொல்லவேண்டும். இது நடந்தது 2004ம் ஆண்டுத் தொடக்கத்தில்.

இந்தச் செயல் போராளி இயக்கத்தவர்களை மிகுந்த கோபம் கொள்ளச் செய்ய, கண்ணை மூடிக்கொண்டு அவர்கள் தற்கொலைத் தாக்குதல் நடவடிக்கைகளில் மிகத் தீவிரமாக இறங்க ஆரம்பித்தார்கள். டெல் அவிவ் நகரில் சராசரியாக ஒரு நாளைக்கு இரண்டு இடங்களில் குண்டுவெடிப்புச் சம்பவங்கள் நடக்க ஆரம்பித்தன.

ஜார்ஜ் புஷ்ஷுக்குக் கோபம் வந்தது. தனது அமைதித்திட்டம் நாசமானது மட்டும் காரணமல்ல. ஏரியல் ஷரோனின் நடவடிக்கைகள் கிட்டத்தட்ட அனைத்து தேசங்களின் கெட்ட அபிப்பிராயத்தையும் ஒருங்கே பெற ஆரம்பித்திருந்தன. இதென்ன காட்டாட்சி என்று எல்லோரும் ஏககாலத்தில் இஸ்ரேலைப் பார்த்து வெறுப்புடன் பேசத்தொடங்கியிருந்தார்கள். இது இஸ்ரேலுக்கு நல்லதல்ல என்பது மட்டுமல்ல. ஈராக் விவகாரத்தால் உலகளவில் அமெரிக்காவின் இமேஜ் மிகவும் மோசமாகிக்கொண்டிருந்த நேரத்தில் அமெரிக்காவையும் கணிசமாக பாதிக்கவே செய்யும் என்று நினைத்த புஷ், உடனடியாக ஏதாவது செய்தாகவேண்டிய கட்டாயம் இஸ்ரேலுக்கு இருப்பதாக ஏரியல் ஷரோனை எச்சரித்தார்.

முந்தைய நாள் வரை 'ரோட் மேப்' போட்டுக்கொடுத்த திட்டங்களை அப்படியே அச்சுப்பிசகாமல் கடைபிடித்து

வந்தவர்போல, காஸாவிலிருந்து இஸ்ரேலியக் குடியிருப்புகளை அப்புறப்படுத்துவதற்கான நேரம் வந்துவிட்டதாக அவரும் அறிவித்தார்.

இதனை ஒரு 'பப்ளிசிடி ஸ்டண்ட்' என்று கிண்டலடித்தன, இஸ்ரேல் எதிர்க்கட்சிகள். ஒருவேளை இது நடக்குமானால் தாம் ஆதரிப்பதாக இஸ்ரெல் தொழிற்கட்சி சொன்னது. ஆனால், ஷரோனின் அமைச்சரவையில் இடம்பெற்றிருந்த தீவிர வலதுசாரிக் கட்சியான மஃப்தால் *(Mafdal)*, மற்றும் தேசிய யூனியன் *(National Union)* போன்ற சில கட்சிகள், ஒருவேளை ஷரோன் அப்படிச் செய்வாரேயானால் கண்டிப்பாகத் தாங்கள் அமைச்சரவையிலிருந்து விலகிவிடுவோம் என்று பகிரங்கமாக மிரட்டத் தொடங்கின.

இதில் ஆச்சர்யப்படத்தக்க அம்சம் என்னவெனில், ஓஸ்லோ அமைதி ஒப்பந்தம் ஏற்படக் காரணமாயிருந்தவரும் இஸ்ரேல் அரசின் மிக மூத்த அரசியல் ஆலோசகருமான யோஸி பெய்லின் *(Yossi Beilin)* என்பவரே ஷரோனின் இந்த வாபஸ் அறிவிப்பைக் கடுமையாக எதிர்த்ததுதான்!

பெய்லின் இதற்குச் சொன்ன காரணம், "இரு தரப்புக்கும் பொதுவாக ஏதாவது ஒரு ஒப்பந்தம் செய்துகொள்ளாமல், யூதர்களை காஸாவிலிருந்து வாபஸ் பெறுவதென்பது அங்கே மீண்டும் தீவிரவாதம் பெருகத்தான் வழி செய்யும்'.

எத்தனை ஒப்பந்தங்கள்! எத்தனை அமைதி முயற்சிகள்!

எல்லாமே அந்தந்த சந்தர்ப்பங்களின் சூட்டைத் தணிப்பதற்காகச் செய்யப்பட்டவைதானே தவிர, நிரந்தரமான அமைதியை நோக்கி ஒரு கல்லைக்கூட யாரும் எடுத்து நகர்த்தி வைக்கவில்லை என்பதுதான் உண்மை.

ஆக, ஏரியல் ஷரோனின் இந்த அறிவிப்பும் வெளிவந்த வேகத்திலேயே உயிரை விட்டது. ஒட்டுமொத்த தேசமும் திரண்டு தனக்கு எதிராகத் தோள்தட்டிவிடுமோ என்கிற அச்சத்தில் உடனடியாக, வாபஸ் பெறுவதாகச் சொன்னதை வாபஸ் பெற்றுக்கொண்டு ஏதோ இரண்டு தற்கொலைத் தாக்குதல் நடவடிக்கைக்கு பதிலாகச் செயல்படவேண்டிய நிர்ப்பந்தம் தனக்கு ஏற்பட்டு இருப்பதாகச் சொல்லிவிட்டு காஸா

பகுதியில் முன்னைக்காட்டிலும் தீவிரமாக தீவிரவாத ஒழிப்பு நடவடிக்கையில் இறங்கத் தனது ராணுவத்துக்கு உத்தரவிட்டார் ஷரோன்.

அமெரிக்காவின் பேச்சைக்கேட்டு காஸாவிலிருந்து இஸ்ரேலியக் குடியிருப்புகளை காலி செய்ய உத்தரவிடுவதாகச் சொன்னவர், சட்டென்று பின்வாங்கியதற்கான வலுவான காரணம் வேண்டுமல்லவா? ஆகவே இம்முறை தனது ராணுவத்துக்கு பலமான உத்தரவைப் பிறப்பித்திருந்தார். கணிசமான அளவில் அங்கிருந்து போராளிகளைக் கைது செய்யவேண்டும். மீடியாமுன் அவர்களைநிறுத்தி, தலைஎண்ணச்சொல்லி, தான்பின்வாங்கியதன் காரணம் சரிதான்; காஸாவில் இன்னும் தீவிரவாதம் தழைக்கத்தான் செய்கிறது என்று நிரூபிக்கவேண்டும் என்று நினைத்தார்.

அதன்படி இரவு பகலாக இஸ்ரேல் ராணுவம் காஸாவில் சல்லடை போட்டுத் தேடத்தொடங்கியது. நூற்றுக்கணக்கான அப்பாவிப் பொதுமக்கள் இதனால் வீடிழந்து போனார்கள். கடைகள் அனைத்தும் இழுத்து மூடப்பட்டன. ஊரடங்கு உத்தரவின் சௌகரியத்தில் ராணுவம் நகரெங்கும் ரணகளப்படுத்தியது. மூலை முடுக்கெல்லாம் தேடி மொத்தம் எழுபது ஹமாஸ் போராளிகளைக் கைது செய்து இழுத்துவந்தார்கள்.

இந்த நடவடிக்கையின்போதுதான் அவர்களுக்கு ஹமாஸ் இயக்கத்தின் மூத்த தலைவர்களின் அன்றாட நடவடிக்கைகள் பற்றிய சில தகவல்கள் கிடைத்தன. எத்தனை அவசரப் பணி இருந்தாலும், என்னதான் நெருக்கடி இருந்தாலும் அவர்கள் ஒருநாள் தவறாமல் தொழுகைக்கு மசூதிக்குச் செல்வார்கள் என்பது தெரிய வந்தது இந்தச் சந்தர்ப்பத்தில்தான்.

உடனே இஸ்ரேல் உளவு அமைப்பான மொஸாட் ஒரு திட்டம் தீட்டியது. நம்பகமான சில ஏஜெண்டுகளை காஸாவில் உள்ள அத்தனை மசூதி வளாகங்களிலும் உலவ விட்டு யார்யார்எப்போது எங்கே வருகிறார்கள் என்று கண்காணித்தது.

அப்படித்தான் ஹமாஸின் தலைவர் ஷேக் முகம்மது யாசின் எப்போது எந்த மசூதிக்குத் தொழுகைக்கு வருவார் என்கிற விவரம் அவர்களுக்குக் கிடைத்தது. வாரக்கணக்கில் கண்காணித்து,

பாதுகாப்பு ஏற்பாடுகளை ரகசியமாக பலப்படுத்திக்கொண்டு தொலைவிலிருந்து ராக்கெட் தாக்குதல் நடத்தி, மசூதியை விட்டு சக்கர நாற்காலியில் அவர் வெளியே வந்தபோது கொலை செய்தார்கள். *(மார்ச் 22, 2004)*

இதுபற்றிய விவரங்களை முன்பே பார்த்திருக்கிறோம். யாசின் படுகொலைக்குப் பிறகு ஹமாஸின் அடுத்த தலைவராகப் பொறுப்பேற்ற அபித் அல் அஜிஸ் ரண்டிஸி என்பவரையும் இதேபோல் தொழுகை முடித்து வந்த சமயத்தில் ஹெலிகாப்டரிலிருந்து குண்டுவீசிக் கொன்றதையும் பார்த்திருக்கிறோம்.

ஓர் உச்சகட்ட யுத்தம் தொடங்கிவிட்டதாகவே பாலஸ்தீனியர்கள் நினைத்தார்கள். அந்த ஆண்டின் மே மாதம் தொடங்கியபோது காஸா நகரம் முழுவதும் மயானபூமிபோலக் காட்சியளித்தது. யுத்தம், யுத்தம், யுத்தம் என்று அந்த ஒரு சத்தத்தைத் தவிர அங்கே வேறெதுவுமே கேட்கவில்லை.

96

யுத்தம் ஒரு பக்கம் இருந்தாலும் ஆட்சி இன்னொரு பக்கம் இருந்துதானே ஆகவேண்டும்? இரண்டாயிரமாவது ஆண்டுக்குப் பிறகு எப்படி இஸ்ரேல் - பாலஸ்தீன் பிரச்னை புதுப்பரிமாணம் பெற்று ஓயாத யுத்தத்துக்கு வழிவகுத்ததோ, அதே போல பாலஸ்தீன் அத்தாரிடியின் ஆட்சி முறை குறித்தும் ஏராளமான விமரிசனங்கள் வரத்தொடங்கின.

பூரண சுதந்தரம் என்கிற கோரிக்கையை முன்வைத்து பாலஸ்தீனியர்கள் இஸ்ரேலுடன் போராடிக்கொண்டிருந்தாலும் கிடைத்த இடத்தில் (மேற்குக்கரை மற்றும் காஸா) அவர்கள் நடத்திய ஆட்சி அத்தனை சொல்லிக்கொள்ளும்படியாக இல்லை என்பதையும் குறிப்பிடத்தான் வேண்டும்.

முதலில் அதிகார மையம் எது என்பதிலேயே குழப்பம் இருந்தது. அரஃபாத் உடம்புக்கு முடியாமல் இருந்தாலும் அவர்தான் அதிபர். பிரதமர் மூலம்தான் ஆட்சி நடக்கவேண்டும் என்று நிபந்தனை இருந்தாலும் அதிபரைக் கேட்காமல் பிரதமர் எதுவும் செய்யமுடியாது. ஆண்டு பட்ஜெட்டில் செய்யவேண்டிய பணிகள் என்று பட்டியலிட்டு ஒதுக்கப்படும் தொகையில் பெரும்பகுதி எங்குபோகிறது என்று யாருக்குமே தெரியாத சூழ்நிலை. அல்லது, தெரிந்தும் வெளிப்படுத்த முடியாத சூழ்நிலை. வருடம்தோறும் பெரிய தொகை ஒன்று அல் ஃபத்தாவின் தற்கொலைப் படைப்பிரிவான அல் அக்ஸா மீட்புப் படைக்குப் போய்க்கொண்டிருப்பதாக அனைவருமே ரகசியமாகப் பேசிக்கொண்டிருந்தார்கள்.

அரஃபாத் இதை முற்றிலுமாக மறுத்தாலும் ஒரு கட்டத்தில் அனைவருக்குமே இது ஒரு பெரிய விஷயம் இல்லை என்பதுபோலாகிவிட்டது.

இந்தச் சூழ்நிலையில் 2003ம் ஆண்டின் இறுதியில் பிரசித்தி பெற்ற ஃபோர்ப்ஸ் பத்திரிகை (Forbes) அந்த ஆண்டின் உலகின் மாபெரும் பணக்காரர்கள் பட்டியலில் அரஃபாத்தைச் சேர்த்திருந்தது!

இது கிண்டலுக்குச் செய்யப்பட்டது என்று யாரும் கருதிவிடமுடியாதபடி, அரஃபாத்தின் சொத்து மதிப்பு மொத்தம் முன்னூறு மில்லியன் டாலர் என்று சொன்னதுடன் நிறுத்தாமல் எந்தெந்த இனங்களில் அவர் சொத்து சேர்த்திருக்கிறார் என்றொரு பட்டியலையும் இணைத்து வெளியிட்டது. இது ஒட்டுமொத்த பாலஸ்தீனியர்களையும் அதிர்ச்சியின் உச்சிக்கே கொண்டு சென்றது.

ஏனெனில் பாலஸ்தீன் அரேபியர்களில் பெரும்பான்மையானோர் ஏழைகள். வறுமைக்கோட்டுக்குக் கீழேயே பல தலைமுறைகளாக வசித்துவருபவர்கள். ஆயிரம், லட்சம், கோடி எல்லாம் அவர்களுக்குத் தெரியவே தெரியாது. இந்நிலையில் தமக்காக இரவு பகல் பாராமல், சொந்த லாபங்களைக் கருதாமல், உணவு உறக்கத்தைக்கூடப் பொருட்படுத்தாமல் போராடிக்கொண்டிருக்கும் ஒரு தலைவர் இத்தனை சொத்து சேர்த்திருக்கிறார் என்று ஒரு பிரபல பத்திரிகை புள்ளி விவரத்துடன் செய்தி வெளியிட்டால்?

மக்களுக்காக ஒதுக்கப்படும் பணமெல்லாம் மக்களைப் போய்ச்சேருவதில்லை என்று தொடர்ந்து இஸ்ரேல் தரப்பில் கூறப்பட்டு வந்தாலும், அந்தப் பணமெல்லாம் போராளி இயக்கங்களுக்குத்தான் போவதாக அவர்கள் நம்பி, அமைதிகாத்து வந்தார்கள். அதுவும் இல்லை; அத்தனை பணமும் அரஃபாத்தின் பிரான்ஸ் மனைவியிடம்தான் போய்ச் சேர்ந்துகொண்டிருக்கிறது என்று தெரியவந்தால்?

கிட்டத்தட்ட இதே காலகட்டத்தில் இஸ்ரேலிய உளவுத்துறையும் அமெரிக்க உளவுத்து¨றையும் இணைந்து ஓர் 'ஆராய்ச்சி'யை மேற்கொண்டு அரஃபாத்தின் சொத்து மதிப்பு சுமார் மூன்று பில்லியன் டாலர்கள் என்று ஒரு கணக்கை வெளியிட்டது. இதற்குத் தோதாக ஐ.எம்.எஃப் என்கிற *(International Monitary Fund)* ராட்சஸ நிதி நிறுவனம் ஒன்று, பாலஸ்தீன் அத்தாரிடியின் ஆண்டு பட்ஜெட்டில் கூடுதலாக எட்டு சதவீத நிதி (அதாவது சுமார் 135

மில்லியன் டாலர்) ஒவ்வொரு ஆண்டும் வேண்டியிருக்கிறது; ஆனால் இப்பணம் எங்குபோகிறது என்பது அரஃபாத் ஒருவரைத் தவிர வேறு யாருக்கும் தெரியவில்லை என்று ஓர் அறிக்கை வெளியிட்டது.

இதெல்லாம் தவிர, ரமல்லாவில் நிறுவப்பட்ட கோககோலா நிறுவனத்தின் ப்ளாண்ட் ஒன்றில் அரஃபாத் ரகசியமாக, கணிசமாக முதலீடு செய்திருக்கிறார் என்றும், டுனிஷியாவைச் சேர்ந்த செல்போன் கம்பெனி ஒன்றிலும் அவர் பங்குகள் வைத்திருக்கிறார் என்றும் அமெரிக்கா மற்றும் கேமன் தீவுகளில் பல்வேறு தனியார் நிறுவனங்களிலும் அவருக்குக் கணிசமான பங்குகள் இருக்கின்றனவென்றும் புள்ளிவிவரங்கள் பல்வேறு தரப்புகளிலிருந்து வந்துகொண்டே இருந்தன.

இதெல்லாம் பாலஸ்தீனியர்கள் மத்தியில் பெரும் கலக்கத்தை ஏற்படுத்தின. தள்ளாத வயதில், உடல்நலம் சரியில்லாமல் அரஃபாத் தனது ரமல்லா மாளிகையை விட்டு வெளியே கூடப் போகமுடியாமல் இருந்த சமயம் அது. இப்படிப்பட்ட குற்றச்சாட்டுகளை அவர்முன் எடுத்துச் சென்று பதில் பெறக்கூட சாத்தியமற்ற நிலை.

ஆனால், இந்தப் பண விவகாரம் மட்டும்தான் பாலஸ்தீன் அத்தாரிடியின் குறையா என்றால் அதுவும் இல்லை. வேறு பல விஷயங்களிலும் பாலஸ்தீன் அத்தாரிடியின் ஆட்சிமுறை முகம் சுளிக்கச் செய்யக்கூடியதாக இருந்திருக்கிறது.

உதாரணமாக, விமரிசனங்களைப் பொறுமையுடன் கேட்டு பதில் சொல்வது என்கிற குணம் பாலஸ்தீன் ஆட்சியாளர்களிடம் இருந்ததில்லை. யார் விமரிசித்தாலும் உடனடியாக அவர் கைதுசெய்யப்படுவது வாடிக்கையாக இருந்தது.

முஆவியா அல் மஸ்ரி என்பவர் பாலஸ்தீன் ஆட்சிமன்றக் குழுவில் ஓர் உறுப்பினர். அரஃபாத் மீது இவருக்குப் பல்வேறு விமரிசனங்கள் இருந்தன. அவரது நடவடிக்கைகள் எதுவும் வெளிப்படையாக இல்லை என்பது அதில் முதன்மையானது. பண விவகாரங்களில் அரஃபாத்தை அதிகம் நம்பமுடியாது என்று அடிக்கடி சொல்லிவந்தவர் இவர். ஒரு சமயம் இவர் ஒரு ஜோர்டன்

தினசரிப் பத்திரிகைக்கு அளித்த பேட்டியில் இந்த விஷயங்களைப் பற்றி 'மனம் திறந்து' பேசிவிட, மறுநாளே ஃபத்தாவைச் சேர்ந்த சிலர் ஒரு குழுவாக அவரைச் சூழ்ந்துகொண்டு கல்லால் அடித்து வீழ்த்தி மூன்று முறை சுட்டார்கள்!

இதெல்லாம் தொண்டர்கள் உணர்ச்சிவசப்பட்டு செய்யும் செயல்கள்தானே தவிர பாலஸ்தீன் அத்தாரிடிக்கும் இதற்கும் சம்பந்தமில்லை என்று சொல்லிவிடுவது வழக்கம். ஆனால் ஒருமுறை இருமுறை அல்ல. பலமுறை இத்தகைய தாக்குதல் சம்பவங்கள் பாலஸ்தீனில் நடைபெற்றிருக்கின்றன.

அடுத்தபடியாக பத்திரிகைச் சுதந்தரம். பாலஸ்தீனியர்களின் துயரமோ, அவர்களின் அர்ப்பணிப்புணர்வுடைய போராட்டமோ சந்தேகத்துக்கு இடமில்லாதவை. அதில் அரஃபாத்தின் பங்களிப்பு கணிசமானது என்பதிலும் சந்தேகம் கிடையாது. ஆனால், பாலஸ்தீன் அத்தாரிடியின் ஆட்சி அதிகாரத்துக்கு உட்பட்ட காஸா மற்றும் மேற்குக்கரைப் பகுதிகளில் எந்தப் பத்திரிகையோ, தொலைக்காட்சியோ பாலஸ்தீன் அத்தாரிடியை விமரிசிக்கும் நோக்கில் ஏதாவது ஒரு விஷயத்தை எழுதியோ, பேசியோ விட்டால் போதும். மறுநாள் அவர்கள் செயல்பட முடியாது. பத்திரிகை வெளிவரமுடியாதபடி செய்துவிடுவார்கள்.

எங்கள் துயரங்களை எழுதுங்கள்; எங்களை விமரிசிக்காதீர்கள் என்பது பாலஸ்தீன் அத்தாரிடியின் சுலோகன் போலவே இருந்தது.

செப்டெம்பர் 11, 2001ம் ஆண்டு அமெரிக்காவில் உள்ள உலக வர்த்தக மையத்தின் மீது அல்கொய்தா அமைப்பு தாக்குதல் நடத்தி வீழ்த்தியதைக் கொண்டாடும் விதத்தில் பாலஸ்தீன் வீதிகளில் மக்கள் ஆடிப்பாடி பட்டாசு வெடித்துக்கொண்டிருந்தார்கள். உலகமே பதைத்துக்கொண்டிருந்தபோது இப்படியா ஒரு அழிவுச் சம்பவத்தைக் கொண்டாடுவார்கள் என்கிற வியப்புடன் AP செய்தி நிறுவனத்தின் ஒளிப்பதிவாளர் ஒருவர் அக்காட்சிகளைப் படம்பிடித்துக்கொண்டிருந்தார்.

இதை போராளி இயக்கத்தவர்கள் சிலர் பார்த்து உடனடியாக அவரைக் கடத்திக்கொண்டுபோய்விட்டார்கள். அந்தச் செய்தியாளர் எங்கே போனார் என்றே யாருக்கும் தெரியாத

நிலையில் பாலஸ்தீன் அத்தாரிடியின் பாதுகாப்புத்துறை அலுவலகத்தில் அவர் சிறைவைக்கப்பட்டிருக்கும் தகவல் இரண்டுநாள் கழித்துத் தெரியவந்தது. அவரை விடுவிக்கும்படி செய்தி நிறுவனம் கேட்டதற்கு, ''சம்பந்தப்பட்ட வீடியோப்படம் ஒளிபரப்பப்படுமானால அவரது உயிருக்கு உத்தரவாதமில்லை' என்று பாலஸ்தீன் அத்தாரிடியின் கேபினட் செகரட்டரி பகிரங்கமாக மிரட்டல் விடுத்தார்.

இந்தச் சந்தர்ப்பத்திலெல்லாம் யாசிர் அரஃபாத் கருத்து ஏதும் சொல்லாமல் அமைதி காத்ததையும் குறிப்பிட்டாக வேண்டும்.

பாலஸ்தீன் அத்தாரிடியின் ஆட்சியில் குறிப்பிடவேண்டிய இன்னொரு அம்சம், தீவிரவாத ஆதரவு நிலைபாடு. இது குறித்து ஏற்கெனவே பார்த்துவிட்டோம் என்றபோதும் குறைகளின் பட்டியலில் இதுவும் மிக முக்கியமானதென்பதால் இந்த இடத்தில் சேர்த்தாக வேண்டியிருக்கிறது.

ஜனநாயக ரீதியில் ஆட்சி நடத்துவதுபோல ஒரு தோற்றத்தை ஏற்படுத்திவிட்டு உள்ளுக்குள் மிகத் தீவிரமாகப் போராளி இயக்கங்களை ஆதரித்தும் உற்சாகப்படுத்தியும் நிதி உதவி செய்துகொண்டும் இருந்ததுதான் யாசிர் அரஃபாத் தலைமையிலான அரசின்மீது நம்பிக்கை வராமல் செய்ததற்கு மிக முக்கியக் காரணம்.

பாலஸ்தீன் போராளி இயக்கங்கள் எத்தனை முக்கியமானவை, அவை இல்லாவிட்டால் பாலஸ்தீன் மக்களால் இந்தளவுக்குக்கூட மூச்சுவிட்டுக்கொண்டிருக்க முடிந்திருக்காது என்பதெல்லாம் உண்மைதான். ஆனால், மேலுக்கு சமாதானமும் ஜனநாயகமும் பேசிக்கொண்டு உள்ளுக்குள் இந்த இயக்கங்களை ஆதரிப்பது என்கிற இரட்டை நிலைபாட்டை அரஃபாத் எடுத்தது மிகப்பெரிய தவறாகிப் போனது. ஒன்று, ஹமாஸ் - இஸ்லாமிக் ஜிகாத், ஹிஸ்புல்லா போன்ற இயக்கங்களுடன் பேசி அவர்களையும் அரஃபாத் அமைதி வழிக்குத் திருப்பியிருக்க வேண்டும். அல்லது அந்த இயக்கங்களுடனான தொடர்புகளை முற்றிலுமாகத் துண்டித்துக்கொண்டிருக்க வேண்டும். அதுவுமில்லாவிட்டால், தமது பழைய போராளி முகத்தையே இறுதிவரை கழட்டாமல் அணிந்துகொண்டிருக்க

வேண்டும். இந்த மூன்று வழியிலும் செல்லாமல், புதிதாக ஒரு பாதையை அவர் தேர்ந்தெடுத்ததனால்தான் மேற்கத்திய நாடுகள் இன்றுவரையிலுமே கூட பாலஸ்தீனியர்களைச் சந்தேகக்கண்ணுடன் பார்க்கின்றன.

தமது இறுதிக்காலத்தில் அரஃபாத், ஃபத்தாவின் தற்கொலைப் படைப்பிரிவான அல் அக்ஸா மார்டைர்ஸ் ப்ரிகேடுக்கு *(Al aqsa Martyrs' Brigade)* ஏராளமான பொருளுதவி செய்திருக்கிறார். 2003ம் ஆண்டின் இறுதியில் பிபிசி செய்தி நிறுவனத்தின் ஒரு குறிப்பிட்ட புலனாய்வுப் பிரிவு பத்திரிகையாளர்கள் இது விஷயமாகத் தோண்டித்துருவி ஆராய்ச்சி செய்ததன் பலனாக, இந்த இயக்கத்துக்கு ஃபத்தாவின் மூலம் மாதம் தவறாமல் 50,000 டாலர் தொகை போய்ச்சேர அரஃபாத் ஏற்பாடு செய்திருந்த விவரம் வெளிச்சத்துக்கு வந்தது.

இந்த இயக்கத்தின் ஆயுதத் தேவைகள், மருத்துவத் தேவைகள், பணத்தேவைகள் என்னென்ன என்று பட்ஜெட் போட்டு, லெட்டர் ஹெட்டில் எழுதி அரஃபாத்துக்கு அனுப்புவதும் அரஃபாத் அவர்கள் கேட்கும் பணத்துக்கு அனுமதி அளித்து கையெழுத்துப் போட்டு அனுப்புவதுமாகப் பலகாலமாக நடந்துவந்திருப்பதை இஸ்ரேலிய பாதுகாப்புப் படை அதிகாரிகள் தகுந்த ஆதாரங்களுடன் கண்டுபிடித்து அம்பலப்படுத்தினார்கள்.

ஒரு கட்டத்தில் அல் அக்ஸா தற்கொலைப் படையினருக்கும் ஃபத்தா இயக்கத்துக்கும் எந்தச் சம்பந்தமும் இல்லை என்பதாகக் கூட ஒரு வதந்தியை திட்டமிட்டு பரப்பப்பார்த்தார்கள். (இதில் பாலஸ்தீன் அத்தாரிடி அதிகாரிகளுக்குக் கணிசமான பங்குண்டு.) ஆனால் மார்ச் 14, 2002 அன்று யு.எஸ்.ஏ. டுடேவுக்கு பேட்டியளித்த அல் அக்ஸா தற்கொலைப் பிரிவின் தலைவர் மிகத்தெளிவாகத் தாங்கள் யார் என்பதை வெளிப்படுத்திவிட்டார்.

"நாங்கள் அல் ஃபத்தாவைச் சேர்ந்தவர்கள்தான். ஆனால் ஃபத்தாவின் பெயரில் நாங்கள் இயங்குவதில்லை. ஃபத்தாவின் ஆயுதப் பிரிவினர் நாங்கள். எங்களுக்கு ஃபத்தாவிலிருந்துதான் உத்தரவுகள் வரும். எங்களுக்கு யாசிர் அரஃபாத்தைத் தவிர வேறு யாரும் கமாண்டர்கள் கிடையாது."

இப்படி ஒரு ஒப்புதல் வாக்குமூலத்துக்குப் பிறகு யார் என்ன செய்யமுடியும்?

பிரதமர் மம்மூத் அப்பாஸுடன் கருத்து வேறுபாடு, அடிக்கடி அவரை மட்டம் தட்டுதல், வெறுத்துப்போய் அவரே பதவி விலகும் அளவுக்கு சூழ்நிலையை மோசமாக்கியது, போராளி இயக்கங்களுக்கு உதவும் பணியில் மும்முரமாக இருந்துவிட்டு மக்களின் அடிப்படைத் தேவைகளைக்கூடத் தீர்த்து வைக்காமல் இருந்தது, பாலஸ்தீன் பள்ளிக்கூடப் பாட நூல்களில் இஸ்ரேல் என்றொரு தேசத்தை இருட்டடிப்பு செய்து, இஸ்ரேல் மீது விரோதம் வளர்க்கும் விதமான வரிகளை திட்டமிட்டுச் சேர்த்தது (எழுபதுகளில் பாகிஸ்தான் பள்ளிகளில் இந்த வழக்கம் உண்டு. பள்ளிப்பாட நூல்களில் *E for Enemy* என்று எழுதி எதிரே ஓர் இந்தியரின் படம் வரையப்பட்டிருக்கும்!), தொழில் வளர்ச்சிக்கு, விவசாய வளர்ச்சிக்கு உருப்படியான திட்டங்கள் எதையும் தீட்டாமல்விட்டது என்று பாலஸ்தீன் அத்தாரிடியின் ஆட்சிக்காலக் குறைகளைப் பட்டியலிட்டால் அது நீண்டுகொண்டேதான் போகும்.

ஆனால் இதையெல்லாம் காரணமாக வைத்து பாலஸ்தீன் சுதந்தரத்துக்கு வேட்டுவைக்க நினைக்கமுடியாது. ஐம்பதாண்டுகாலத்துக்கு மேலாக சுதந்தரத்துக்காகப் போராடிவரும் ஓர் இனம்; கல்வியிலோ பொருளாதாரத்திலோ வளர்ச்சி காணாத இனம், தொடர்ந்து பாதிக்கப்பட்டுக்கொண்டே வந்திருக்கும் இனம், யுத்தம் என்பதை தினசரிக் கடமையாக எண்ணியேசெயல்பட்டுக்கொண்டிருந்தஇனம், உதவிசெய்வதற்கு ஒருவர் கூட முன்வராத நிலையில், தனக்குத் தெரிந்த வழிகளில் போராட்டத்தை முன்னெடுத்துச் சென்றுகொண்டிருக்கும் இனம் - என்கிற ரீதியில் கருணையுடன்தான் பார்த்தாக வேண்டும்.

97

குறையில்லாத மனிதர்கள் இல்லை. ஓர் அரசியல்வாதியாக யாசிர் அரஃபாத்தின் சரிவுகளை, சறுக்கல்களைப் பார்க்கும் அதே சமயத்தில் ஒரு போராளியாக அவர் நின்று சாதித்தவை எதுவும் நினைவிலிருந்து தப்பவே தப்பாது. அரஃபாத் என்றொரு மனிதர் பாலஸ்தீனில் தோன்றாமல் போயிருந்தால் இன்றைக்கு நாம் பேசுவதற்கு 'பாலஸ்தீன்' என்றொரு பொருள் இருந்திருக்குமா என்பது சந்தேகம்தான். கல்வி அறிவில் மிகவும் பின் தங்கிய பாலஸ்தீனியர்களை ஒன்றுதிரட்டி, அவர்களுக்கு சுதந்தர தாகத்தை ஏற்படுத்தி, போராடச் சொல்லிக்கொடுத்து, தானே தலைமை தாங்கி, நெறிப்படுத்தி, பாலஸ்தீன் பிரச்னையை முதல் முதலில் சர்வதேச கவனத்துக்கு எடுத்துச் சென்று, போராட்டத்தைத் தொடர்ந்தபடியே, விடாமல் அமைதி முயற்சிகளுக்கும் ஆதரவு கொடுத்து -

கொஞ்சம் புதிர்தான். ஆனாலும் அவரது அரசியல்பாணிதான் இஸ்ரேல் விஷயத்தில் எடுபடக்கூடியதாக இருந்தது. அல்லாதபட்சத்தில் ஒட்டுமொத்த பாலஸ்தீன் மக்களையும் 'பாலஸ்தீன் அகதிகளா'க்கி உலகெங்கும் உலவவிட்டிருப்பார்கள். அரஃபாத் என்கிற ஒரு நபருக்குத்தான் இஸ்ரேலிய அதிகாரிகள் பயந்தார்கள். ஏரியல் ஷரோன் அஞ்சியதும் அவர் ஒருவருக்குத்தான். அரஃபாத்தை கொன்றுவிட்டால் தன்னுடைய பிரச்னைகள் தீரும் என்றேகூட அவர் கருதி, வெளிப்படுத்தியிருக்கிறார். அரஃபாத் மீது அடுத்தடுத்து ஊழல் குற்றச்சாட்டுகளைச் சுமத்தி, அடிக்கடி அவரது வீட்டில் தேடுதல் வேட்டை நடத்தி, அவரை வீட்டுச்சிறையில் வைத்து, வெளியே ராக்கெட் தாக்குதல் நடத்தி - எப்படியெல்லாம் முடியுமோ அப்படியெல்லாம் அச்சமூட்டிப் பார்த்தார்கள். அவராக எங்காவது ஓடிப்போனால்கூடத் தேவலை என்று நினைத்தார்கள்.

அசைந்துகொடுக்கவில்லை அவர். போராளி இயக்கங்களுக்கு நிதியுதவி அளித்தார் என்கிற ஒரு குற்றச்சாட்டைத் தவிர அரஃபாத் மீது சுமத்தப்பட்ட எந்த குற்றச்சாட்டும் ஆதாரபூர்வமாக நிரூபிக்கப்பட்டதில்லை என்பதை கவனத்தில் கொள்ள வேண்டும். அவர் ஒரு சர்வாதிகாரி என்று குற்றம் சாட்டினார்கள். அதில் சந்தேகமென்ன? அவர் சர்வாதிகாரிதான். ஒரு போராளி இயக்கத் தலைவர், ஆட்சி அதிகாரத்தைக் கையில் எடுக்கும்போது ஜனநாயகவாதியாக எப்படிக் காலம் தள்ளுவார் என்று எதிர்பார்க்கலாம்? அவரது அமைதிப் பேச்சுவார்த்தை முயற்சிகள் அவருக்கு அப்படியொரு தோற்றம் அளித்ததை மறுக்கமுடியாது. ஆனால் அரஃபாத் ஒருபோதும் தன்னை ஒரு ஜனநாயக அரசியல்வாதியாகச் சொல்லிக்கொண்டதில்லை - எப்படி அவர் தன்னைஒருசர்வாதிகாரியாகவும்சொல்லிக்கொள்ளவில்லையோ, அப்படி!

அரசுப்பணத்தை அவர் தமது சொந்த உபயோகத்துக்கு எடுத்துக்கொண்டார், மனைவி பேரில் நிறைய சொத்து சேர்த்துவிட்டார் என்கிற குற்றச்சாட்டுகளுக்கெல்லாம் ஆதாரம் கிடையாது. பலபேர் பல்வேறு சந்தர்ப்பங்களில் இக்குற்றச்சாட்டுகளை முன்வைத்திருக்கிறார்கள் என்பது உண்மைதான். ஆனால் உறுதியான ஆதாரங்கள் எதற்கும் இல்லை என்பதும் உண்மை. அரஃபாத்தின் வீட்டில் பலமுறை சோதனையிட்ட இஸ்ரேல் பாதுகாப்புப் படையினர், அங்கிருந்து போராளி இயக்கங்களுக்கு அவர் எழுதிய கடிதங்கள், அனுப்பிய பணத்துக்கான ரசீது போன்றவற்றைத்தான் கைப்பற்றினார்களே தவிர, கோககோலா நிறுவனத்திலோ, மொபைல் போன் நிறுவனத்திலோ அவருக்கு இருந்ததாகச் சொல்லப்பட்ட பங்குகளுக்கான பத்திரங்களை அல்ல.

இதெல்லாம் பாலஸ்தீனியர்களுக்கு நன்றாகத் தெரியும். ஆனாலும் அவர்கள் அரஃபாத் மீது மனத்தாங்கல் கொண்டதற்குப் பல்வேறு காரணங்கள் உண்டு. தொடர்ந்து மீடியா அவர்மீது சுமத்திய குற்றச்சாட்டுகள், பிரச்னை ஒரு முடிவுக்கு வராமல் இழுத்துக்கொண்டே போவது பற்றிய எரிச்சல், தள்ளாத வயதில் அரஃபாத் செய்துகொண்ட திருமணம், பாலஸ்தீன் அத்தாரிடி அமைப்புக்குள் ஏற்பட்ட அதிகாரப் போட்டி,

எந்தக் குற்றச்சாட்டுக்கும் பதில் சொல்லாமல் இருந்த அவரது வினோதமான மௌனம் என்று பட்டியலிடலாம். முக்கியக் காரணம், இஸ்ரேலுடன் அமைதிப் பேச்சு என்கிற ஒரு விஷயத்தை அவர்தான் ஆரம்பித்துவைத்தார் என்பது. இது பாலஸ்தீனியர்களுக்கு சுத்தமாகப் பிடிக்காத ஒரு விஷயம். அமைதிப் பேச்சுக்கு இஸ்ரேல் லாயக்கில்லாத ஒரு தேசம் என்பது அவர்களின் தீர்மானமான முடிவு. அரஃபாத் அதற்கான முயற்சிகளை மேற்கொண்டது அவர்களுக்கு வேறு விதமான சந்தேகங்களைக் கிளப்பிவிட்டது.

ஒரு பக்கம் அவரது சொத்துகள் பற்றிய பயங்கர வதந்திகள் வர ஆரம்பிக்க, மறுபக்கம் அவர் இஸ்ரேலுடன் அமைதி பேசிக்கொண்டிருக்க, எங்கே தங்கள் தலைவர் விலைபோய்விட்டாரோ என்று அவர்கள் மனத்துக்குள் சந்தேகப்பட ஆரம்பித்துவிட்டார்கள். இதுதான் பிரச்னை. இதுதான் சிக்கல். நடுவில் சிலகாலம் அரஃபாத்தின் இமேஜ் நொறுங்கியதற்கான காரணம் இதுதான்.

ஆனால், உடல்நலம் சரியில்லாமல் படுக்கையில் கிடந்த அரஃபாத்தை இஸ்ரேல் வீட்டுச் சிறையில் வைத்துவிட்டு மேற்குக்கரை முழுவதிலும் தேடுதல் வேட்டை நடத்தி, குடியிருப்புகளை நாசம் செய்து, சளைக்காமல் ராக்கெட் வீசித் தாக்கத் தொடங்கியபோதே அரஃபாத் மீது அவர்களுக்கு அனுதாபம் பிறந்துவிட்டது. தங்கள் தலைவர் உயிருக்கு ஆபத்து என்கிற எண்ணம் எப்போது அவர்களுக்கு முதல் முதலில் தோன்றியதோ, அப்போதே பழைய கசப்புகளை மறந்து அவரைக் காப்பாற்ற முடிவு செய்து ஒட்டுமொத்த பாலஸ்தீனியரும் போராட்டத்தில் குதித்தனர்.

அரஃபாத் மீதான அவர்களின் அன்பு எத்தகையது என்பதற்கு மற்றெந்த உதாரணத்தைச் சொல்லுவதைக் காட்டிலும் அவரது மரணம் ஒரு மிகச்சிறந்த உதாரணமாக இருக்க முடியும்.

செப்டெம்பர் 2004லிலேயே அரஃபாத்தின் உடல்நலன் மிக மோசமாகபாதிக்கப்பட்டுவிட்டிருந்தது. அவருக்குஎன்னபிரச்னை என்பது பற்றி யாருக்கும் சரியாகத் தெரியவில்லை. வயதான பிரச்னைதான் என்று பொதுவாகச் சொல்லிக்கொண்டிருந்தார்கள்.

உண்மையில் ரத்தம் சம்பந்தமான சில கோளாறுகள் அவருக்கு இருந்தன. நரம்புத்தளர்ச்சி நோயும் இருந்திருக்கிறது. அக்டோபர் மாத இறுதியில் அவரது உடல்நிலை முற்றிலும் சீர்குலைந்து சிகிச்சைக்காக அவர் பாரிசுக்குக் கொண்டுசெல்லப்பட்டபோதே பாலஸ்தீனியர்கள் புரிந்துகொண்டுவிட்டார்கள். மிகப்பெரிய தாக்குதல் நடவடிக்கைகள் மேற்கொள்ளப்பட்டபோதெல்லாம் ரமல்லாவை விட்டு நகராமல் இருந்த அரஃபாத், இப்போது பாரிசுக்குத் 'தூக்கிச் செல்லப்படுகிறார்' என்று கேள்விப்பட்டபோதே அவர்களால் என்ன நடக்கப்போகிறது என்பதைப் புரிந்துகொள்ளமுடிந்தது.

தாங்கமுடியாமல் அப்போதே வீதிக்கு வந்து அழ ஆரம்பித்துவிட்டார்கள். தங்களை அநாதைகளாக்கிவிட்டுத் தங்கள் தலைவர் போய்விடப்போகிறார் என்கிற அச்சத்தில் அவர்கள் அழுதார்கள். இனி யார் தங்களுக்கு மீட்சியளிப்பார்கள் என்று கையேந்தித் தொழுதார்கள்.

ஆனால் அரஃபாத்தை பாரிசுக்கு அழைத்துச் சென்றபோதே தலைவர்களுக்கு விஷயம் புரிந்துவிட்டது. சிகிச்சை எதுவும் அவருக்கு மறுவாழ்வு அளிக்காது என்பது அனைவருக்குமே தெரிந்துவிட்டது. பாரீசில் உள்ள பெர்ஸி ராணுவ மருத்துவமனையில் அவர் சேர்க்கப்பட்டார். பேச்சு கிடையாது. மூச்சு மட்டும் லேசாக வந்துகொண்டிருந்தது. கோமா நிலைக்கு அவர் போய்க்கொண்டிருப்பதாக டாக்டர்கள் சொன்னார்கள். அதிலிருந்து மீளமுடியுமா என்று தெரியாது என்றும் சொன்னார்கள்.

கிட்டத்தட்ட ஒரு வாரகாலம் இந்தப் போராட்டம் இருந்தது. ஒரு கட்டத்தில் இனி அவரை மீட்கவே முடியாது என்று டாக்டர்கள் கைவிரித்துவிட, பாலஸ்தீன் அரசியல்வாதிகள் தங்கள் கணவரைக் கொன்றுவிட முடிவு செய்துவிட்டதாக பாரீசில் இருந்த அரஃபாத்தின் மனைவி சுஹா ஒரு குற்றச்சாட்டை முன்வைத்தார்.

கருணைக்கொலை குறித்த பேச்சுகள் எழுந்திருக்கலாம். வாய்ப்பிருக்கிறது. ஆனால் அதெல்லாம் யூகங்கள்தான். உறுதியாக அப்படி யாரும் பேசியதற்கான ஆதாரங்கள் கிடையாது. தவிரவும் அரஃபாத் போன்ற ஒரு மக்கள் தலைவர் விஷயத்தில் அவரது அமைச்சர்கள் அப்படியெல்லாம் அதிரடி முடிவு எடுத்துவிடவும்

மாட்டார்கள். ஒருவேளை டாக்டர்களே அதை சிபாரிசு செய்திருப்பார்கள் என்றும் சொன்னார்கள். இதற்கும் ஆதாரம் கிடையாது.

மிகப்பெரிய போராட்டத்துக்குப் பிறகு நவம்பர் 11ம் தேதி (2004) அதிகாலை 4.30 மணிக்கு யாசிர் அரஃபாத் இறந்துவிட்டதாக பெர்ஸி ராணுவ மருத்துவமனை டாக்டர்கள் அதிகாரபூர்வமாகத் தெரிவித்தார்கள்.

அவரது வாழ்க்கையைப் போலவே, அவரது மரணமும் கேள்விக்குறிகளுடன்தான் இருக்கிறது! உண்மையில் அவர் முன்பே இறந்திருக்க வேண்டும்; சமயம் பார்த்து அறிவிப்பதற்காகத்தான் காலம் கடத்தினார்கள் என்று பலமான வதந்தி எழுந்தது. பாலஸ்தீனிலிருந்து அவரை பாரீசுக்கு அழைத்துச் சென்றபோதே அவர் இறந்திருக்கக்கூடும் என்று கூட ஒரு வதந்தி உண்டு. சொத்து விவரங்கள் குறித்த இறுதி முடிவுகளை எடுப்பதற்காகவும் பாலஸ்தீன் அத்தாரிடியின் அடுத்த தலைவர் யார் என்பது குறித்த ஒருமித்த முடிவுக்கு வருவதற்காகவுமே இந்தக் காலதாமதம் வேண்டுமென்றே செய்யப்பட்டது என்றும் சொன்னார்கள். எல்லாம் வதந்திகள்!

அரஃபாத்தின் மரணச் செய்தியை மேற்குக் கரையில் அவரது உதவியாளர் தயெப் அப்துற்றஹீம் என்பவர் அறிவித்தார். கூடியிருந்த ஆயிரக்கணக்கான மக்களும் கதறினார்கள். நெஞ்சில் அடித்துக்கொண்டு அழுதார்கள். பாலஸ்தீன் நகரங்களில் வசித்த ஒவ்வொரு தாயும் தன்னுடைய மகன் இறந்ததாகக் கருதி அழுதார்கள். ஒவ்வொரு பெண்ணும் தன்னுடைய சகோதரர் இறந்துவிட்டதாக நினைத்துத் தேம்பினார்கள். ஒவ்வொரு ஆண்மகனும் தன் ஆத்மாவைத் தொலைத்துவிட்டதாகக் கருதிக் கதறினார்கள்.

எப்பேர்ப்பட்ட இழப்பு அது! பாலஸ்தீன் என்கிற ஒரு கனவு தேசத்தின் முகமாக அல்லவா இருந்தார் அவர்? பாலஸ்தீன் மக்களிடையே சுதந்தரக் கனலை ஊதி வளர்ப்பதற்காகவே தன் வாழ்நாள் முழுவதையும் அற்பணித்தவரல்லவா அவர்? ஆயிரம் தோல்விகள், லட்சம் குற்றச்சாட்டுகள், கோடிக்கணக்கான அவமானங்கள்பட்டாலும் தன் மௌனத்தையே தன் முகவரியாகக் கொண்டு போராட்டம் ஒன்றைத்தவிர வேறொன்றைச் சிந்திக்காமலேயே வாழ்ந்து மறைந்தவரல்லவா அவர்?

அற்பமாக ஆயிரம் குற்றச்சாட்டுகள் முன்வைத்து ஒருவரது பெயரைக் கெடுக்கலாம். என்ன செய்தாலும், ஐம்பதாண்டுகாலமாகப் போராட்டத்தை முன்னின்று நடத்தி, பாலஸ்தீனின் தந்தை என்கிற பெயரைப் பெற்றவரை அந்த மக்களின் மனத்திலிருந்து முற்றிலுமாக அழித்து ஒழித்துவிட முடியுமா என்ன?

அரஃபாத்தின் இறுதி ஊர்வலத்தில் கலந்துகொண்ட லட்சக்கணக்கான மக்களின் முகங்களில் படர்ந்திருந்த சோகம் இன்னுமொரு நூற்றாண்டு காலத்துக்கு நம் கண்களை விட்டு நகரப்போவதில்லை என்பது நிச்சயம். கைப்பொருளைத் தொலைத்துவிட்ட குழந்தை போலல்லவா அவர்கள் கதறினார்கள்? தொலைக்காட்சியில் பார்த்தோமே? மறக்கக்கூடியதா அந்தக் காட்சி?

ஆனால் அரஃபாத்தின் மரணச் செய்தி வெளியானவுடனேயே அமெரிக்க அதிபர் ஜார்ஜ் புஷ் ஓர் அறிக்கை வெளியிட்டார். ‘பாலஸ்தீன் பிரச்னை இனி மிக விரைவில் சுமுக நிலையை நோக்கி நகரும். விரைவில் தீர்வு காணப்படும்’ என்று சொன்னார்.

இதன் அர்த்தம் - அரஃபாத் ஒருவர்தான் அமைதிக்குத் தடையாக இருந்தார் என்பதுதான்! அதாவது அமைதிக்கான நோபல் பரிசை இஸ்ரேலியப் பிரதமர் இட்ஸாக் ராபினுடன் இணைந்து பெற்ற அரஃபாத்! துப்பாக்கி ஏந்திய கரங்களில் ஆலிவ் இலை ஏந்தி ஐ.நா சபைக்குச்சென்று உரையாற்றிய அரஃபாத்! தனக்குக் கெட்ட பெயர் வந்தாலும் பரவாயில்லை; தமது மக்களுக்கு சுதந்தரம் கிடைக்காதா என்கிற ஒரே எதிர்பார்ப்புடன் ஓஸ்லோ உடன்படிக்கையில் கையெழுத்திட்டு, தமது சொந்த மக்களாலேயே இழித்துப் பேசப்பட்ட அரஃபாத்! போராளி இயக்கங்களுக்கு உதவி செய்வது ஒரு பக்கம் இருந்தாலும் அமைதிக்கான கதவுகளையும் எப்போதும் திறந்தே வைத்திருந்த அரஃபாத்!

ஜார்ஜ் புஷ்ஷின் அறிக்கை விவரத்தை அறிந்த அத்தனை பாலஸ்தீனியர்களும் மௌனமாக மனத்துக்குள் துடித்தார்கள். இப்படிக்கூடவா ஒரு மனிதர் இருக்க முடியும்? ஒரு மாபெரும் தலைவரின் மரணத் தருணத்தில் கூடவா வன்மம் காட்ட முடியும்?

இந்தச் சம்பவம்தான் ஹமாஸை அப்போது பலமாகச் சீண்டியது. அரஃபாத் இறந்துவிட்டார். இனி அமைதி திரும்பிவிடும் என்று அமெரிக்க அதிபர் சொல்கிறார். ஆமாம், அப்படித்தான் என்று ஏரியல் ஷரோன் பதில் பாட்டு பாடுகிறார். பார்த்துக்கொண்டு சும்மா இருப்பார்களா?

அன்றையதினமே ஹமாஸ் ஓர் அறிக்கை வெளியிட்டது. "இஸ்ரேல் மீதான எங்கள் புனிதப்போரை அரஃபாத்தின் மரணம் இன்னும் தீவிரப்படுத்துகிறது. தாக்குதல் தொடரும். இன்னும் வலுவாக."

மூன்றே வரிகள். வெலவெலத்துவிட்டது இஸ்ரேல்.

98

யாசிர் அரஃபாத்தின் மரணம், சர்வதேச அளவில் உருவாக்கிய கவன ஈர்ப்பு மற்றும் துக்கத்தைத் தாண்டி மூன்று முக்கிய விளைவுகளுக்குக் காரணமானது.

முதலாவது, அரஃபாத்துக்குப் பிறகு பாலஸ்தீன் அத்தாரிடியின் தலைமைப் பொறுப்புக்குத் தேர்வு செய்யப்பட்ட மம்மூத் அப்பாஸ், எப்பாட்டுபட்டாவது பாலஸ்தீனில் அமைதியைக் கொண்டுவந்தே தீரவேண்டிய கட்டாயத்துக்கு ஆட்பட்டது;

இரண்டாவது, அரஃபாத்தான் அமைதிக்கு வில்லனாக இருக்கிறார் என்று தொடர்ந்து பேசிவந்த இஸ்ரேல், இனி ஏதாவது செய்தே ஆகவேண்டும் என்கிற சர்வதேச நெருக்கடிக்கு உள்ளானது;

மூன்றாவது, அரஃபாத் இறந்ததும் அமெரிக்க அதிபர் மற்றும் இஸ்ரேலியப் பிரதமர் ஆற்றிய உரைகள் மற்றும் வெளியிட்ட அறிக்கைகளால் சீண்டப்பட்ட ஹமாஸ் தமது ஆயுதப் போராட்டத்தை முன்னைக்காட்டிலும் பன்மடங்கு தீவிரப்படுத்த முடிவு செய்தது.

முதல் இரண்டு விளைவுகளுக்கும் இந்த மூன்றாவது விளைவு பெரும் எதிரி. மம்மூத் அப்பாஸோ, இஸ்ரேலிய அரசோ ஹமாஸைக்கட்டுப்படுத்துவதென்பது இயலாதகாரியம். தவிரவும் ஹமாஸ் தனது இரண்டு பெரும் தலைவர்களை அப்போதுதான் ராக்கெட் தாக்குதலுக்கு பலிகொடுத்திருந்தது. அந்தக் கோபமும் உடன் சேர்ந்திருந்தது.

ஆகவே, எந்த ராக்கெட் தாக்குதலில் தனது தனிப்பெரும் தலைவர்களை இழந்தார்களோ, அதே ராக்கெட் தாக்குதல்

மூலம் இஸ்ரேலை நிலைகுலையச் செய்வது என்று ஹமாஸ் முடிவு செய்தது. கஸம் *(Qassam)* என்னும் தனது பிரத்தியேக ராக்கெட்டுகளை ஏவி இஸ்ரேலிய இலக்குகளை அழிக்கத் தீர்மானித்தது.

இந்த கஸம் ராக்கெட்டுக்கு ஒரு சரித்திரம் உண்டு. ஒரு போராளி இயக்கம் தனக்கென தனியொரு ராக்கெட் தொழில் நுட்பத்தைக் கண்டுபிடித்து, வெற்றிகரமாக ராக்கெட்டுகளை உருவாக்கிப் பயன்படுத்தலாம்என்றுஉலகுக்குமுதல்முதலில்செய்துகாட்டியது ஹமாஸ்தான். மேலோட்டமான பார்வைக்கு கஸம் ராக்கெட்டுகள் மிகச் சாதாரணமானவை. ராக்கெட் வடிவ வெளிப்புறம்; உள்ளே அடைக்கப்பட்ட வெடிமருந்துகள் என்பதுதான் சூத்திரம். ஆனால் இதில் மூன்று விதமான ராக்கெட்டுகளை அவர்கள் தயாரித்தார்கள். குறுகிய இலக்குகளைத் தாழப்பறந்து தாக்கும் ரகம், சற்றே நீண்டதூர இலக்குகளைத் தாக்கவல்ல ரகம், வேகம் அதிகரிக்கப்பட்ட, நடுவே திசைமாற்றிச் செலுத்தத்தக்க தானியங்கி ரகம் ஒன்று.

ஆனால் இந்த மூன்று வித ராக்கெட்டுகளுக்கும் விளக்கப் புத்தகமோ, தயாரிப்புக் கையேடோ கிடையாது. ஹமாஸின் மிகச்சில மூத்த நிபுணர்களுக்கு மட்டுமே இந்த ராக்கெட்டுகளை உருவாக்கத் தெரியும். அதுகூட 2004ம் ஆண்டுக்குப் பிறகுதான்.

அதற்கு முன் கஸம் ராக்கெட்டை உருவாக்கிய தொழில்நுட்ப வல்லுநர் அட்னான் அல் கௌல் *(Adnan al - Ghoul)* என்பவருக்கு மட்டும்தான் அந்த ராக்கெட் சூட்சுமம் தெரியும். ஒரே ஒரு உதவியாளரை வைத்துக்கொண்டு பல்லாண்டுகாலம் ஆராய்ச்சி செய்து ஹமாஸுக்கென்று பிரத்தியேகமாக இந்த ராக்கெட்டை உருவாக்கித் தந்தவர் அவர். 2004 அக்டோபரில் அவர் இஸ்ரேலியப் படையினரால் கொல்லப்படுவதற்கு மிகச் சில வாரங்கள் முன்னர்தான் எதற்கும் இருக்கட்டும் என்று ராக்கெட் தொழில் நுட்பத்தை ஹமாஸின் சில மூத்த பொறியியல் வல்லுநர்களுக்கு அவர் கற்பித்திருந்தார்!

கஸம் ராக்கெட்டுகளை ஹமாஸ் பெரும்பாலும் காஸா பகுதிகளில்தான் பயன்படுத்தியது. அந்த ராக்கெட்டுகளைத் தயாரிக்கும் தொழிற்சாலையும் காஸாவில்தான் இருந்தது. மேற்குக் கரைப் பகுதிக்குத் தரை மார்க்கமாக அதை எடுத்துச் செல்வதில்

இருந்த பிரச்னைகள் காரணமாக, கஸம் ராக்கெட்டுகள் காஸாவின் பிரத்தியேக ஆயுதமாகவே கருதப்பட்டு வந்தது.

அட்னான் அல் கௌல், எப்படியாவது காஸாவில் ஏவினால் டெல் அவிவ் வரை போய் வெடிக்கக்கூடிய விதத்தில் இந்த ராக்கெட் தொழில்நுட்பத்தை மேம்படுத்திவிட வேண்டும் என்றுதான் இறுதிவரை பாடுபட்டார். ஆனால் அது நடக்கவில்லை.

ஹமாஸின் கஸம் உருவாக்கிய 'பாதிப்பில்' பாலஸ்தீனில் உள்ள பிற போராளிக்குழுக்களும் தமக்கென பிரத்தியேகமான ராக்கெட் தொழில்நுட்பத்தை வளர்த்துக்கொள்ளப் பெரும்பாடு பட்டன. கஸம் போல முற்றிலுமாக சுதேசித் தொழில்நுட்பத்தில் தயாரிக்க முடியவில்லை என்றாலும் அவர்களும் ஓரளவு பலன் தரத்தக்க ராக்கெட்டுகளைத் தமக்கென உருவாக்கவே செய்தார்கள்.

உதாரணமாக பாலஸ்தீன் இஸ்லாமிக் ஜிகாத் போராளி இயக்கம், ஒரு ராக்கெட்டை உருவாக்கி அதற்கு அல் கட்ஸ் *(Al - quds)* என்று பெயரிட்டது. பாப்புலர் ரெஸிஸ்டண்ட் கமிட்டி அமைப்பு அல் நஸ்ஸர் *(Al - Nasser)* என்றொரு ராக்கெட்டைத் தனக்கெனத் தயாரித்துக்கொண்டது. ஃபத்தா அமைப்பினர் கஃபா *(Kafah)* என்றொரு ராக்கெட்டைப் பயன்படுத்தினர். டான்ஸிம் அமைப்பினர், ஸெரயா *(Seraya)* என்கிற ராக்கெட்டைப் பயன்படுத்தினர்.

ஒரு தாக்குதல் நடந்துமுடிந்தபிறகு, தாக்குதலைச் செய்தவர்கள் யார் என்பதைக் கண்டறிய இந்தப் பிரத்தியேக ராக்கெட்டுகள்தான் இஸ்ரேலியப் பாதுகாப்புப் படையினருக்கு உதவி செய்தன.

ஹமாஸின் 'கஸம்' ராக்கெட்டுகள் குறைந்தபட்சம் 5.5 கிலோ எடையும் அதிகபட்சம் 90 கிலோ எடையும் உள்ளவை. இந்த ராக்கெட்டுகள் மூன்றிலிருந்து பத்து கிலோ வெடிபொருள்களைச் சுமந்து சென்று வெடிக்கச் செய்யவல்லவை. அதிகபட்சம் பத்து கிலோமீட்டர் தூரம் வரை இவை பறந்து சென்று தாக்கும். பிற இயக்கங்களின் ராக்கெட் தொழில்நுட்பம், கஸம் ராக்கெட்டுடன் ஒப்பிடக்கூட முடியாதவை. அதிகபட்சம் அந்த ராக்கெட்டுகள் சில நூறு மீட்டர்கள் வரை மட்டுமே பறக்கும்.

அரஃபாத் இறந்த மறுதினமே ஹமாஸ் தன்னுடைய யுத்தத்தைத் தொடங்கிவிட்டது. நஹல் ஓஜ் *(Nahal Oz)*, க'ஃபர் தரோம் *(K'far*

Darom) என்ற இரு இஸ்ரேலிய இலக்குகளைக் குறிவைத்து நூற்றுக்கணக்கான ராக்கெட்டுகளை வீச ஆரம்பித்தார்கள். இதில் கஃபர் தரோம் பகுதியில் இருந்த ஒரு கிண்டர்கார்டன் பள்ளிக்கூடம் மிகக் கடுமையான சேதத்துக்கு உள்ளானது. பல கட்டடங்கள் இடிந்து தரைமட்டமாயின. நகரின் மின்சாரத் தொடர்பு முற்றிலுமாகத் துண்டிக்கப்பட்டது. மக்கள் வெளியே வந்தால் உயிருக்கு உத்தரவாதமில்லை என்கிற நிலைமை.

இஸ்ரேல் ராணுவத்தால் ஹமாஸின் இந்த அசுரத் தாக்குதலைத் தடுக்கமுடியவில்லை. எங்கிருந்து ராக்கெட்டுகள் வருகின்றன என்று திசையைத் தீர்மானிப்பதே பெரிய பிரச்னையாக இருந்தது. முதல் முறையாக ஹமாஸ் வீரர்கள் தாம் இருக்கும் இடத்தை வெளிப்படுத்திக்கொள்ளாமல் நாலாபுறங்களிலிருந்தும் ராக்கெட்டுகளை மட்டும் சலிக்காமல் செலுத்திக்கொண்டே இருந்தார்கள்.

பாலஸ்தீன் அத்தாரிடியின் தலைவராகப் பொறுப்பேற்று இருபத்திநான்கு மணி நேரம் கூட ஆகியிராத நிலையில் மம்மூத் அப்பாஸ், ஹமாஸின் இந்தக் கோபத் தாண்டவத்தைக் கண்டு மிகவும் கவலை கொண்டார். அரஃபாத்தின் மரணம் நிகழ்ந்த சூட்டோடு பாலஸ்தீன் பிரச்னைக்கு ஒரு நிரந்தரத் தீர்வு கண்டுவிட முடிந்தால்தான் உண்டு; இல்லாவிட்டால் இன்னும் பல்லாண்டுக் கணக்கில் இது இழுத்துக்கொண்டேதான் போகும் என்று அவர் நினைத்தார்.

ஆகவே, அமெரிக்கா முன்னர் போட்டுக்கொடுத்த ரோட் மேப்பின் அடிப்படையிலேயே அமைதிக்கான சாத்தியங்களை மீண்டும் உட்கார்ந்து பேசி இரு தரப்புக்கும் சம்மதம் தரத்தக்க தீர்வை நோக்கி நகருவதே தனது முதல் பணி என்று அவர் உத்தேசித்திருந்தார். ஆனால் ஹமாஸின் உக்கிரதாண்டவம், இந்த அமைதி முயற்சி அத்தனையையும் நடுவீதியில் குவித்துவைத்து போகி கொண்டாடிக் குளிர்காய்ந்துவிடும் போலிருந்தது.

ஆகவே அத்தனை வேலைகளையும் விட்டுவிட்டு, அரஃபாத்தின் இறுதி ஊர்வலம் நடந்ததற்கு மறுநாளே அப்பாஸ் சிரியாவுக்குப் பறந்தார். சிரியாவின் எல்லைப்பகுதியில் முகாம் அமைத்துத் தங்கியிருந்த ஹமாஸ் தலைவர்களைச் சந்தித்து, தாக்குதலை

தயவுசெய்து நிறுத்துங்கள் என்று காலில் விழாத குறையாக கெஞ்சினார். ஆனால் ஹமாஸ் அதற்குச் செவிசாய்க்கவில்லை.

பிரச்னைக்கு அமைதித்தீர்வு என்று இறுதிவரை சொல்லிக்கொண்டிருந்த அரஃபாத் மறைந்துவிட்டார். அமைதி ஏற்படாததற்குக் காரணமே அரஃபாத்தான் என்று அமெரிக்க அதிபர் சொல்லுகிறார். அத்தகைய அயோக்கியர்களுடன் நீங்கள் என்ன அமைதி உடன்படிக்கை செய்துக்கொள்ளப்போகிறீர்கள்? இதுவரை செய்துகொண்ட உடன்படிக்கைகள் எப்போதாவது நீண்டநாள் நோக்கில் பலன் தரத்தக்கதாக இருந்திருக்கின்றனவா? அவர்களுக்காக நீங்கள் ஏன் வந்து எங்களிடம் கெஞ்சுகிறீர்கள்?

கேள்விகள் அனைத்துமே நியாயமானவைதான் என்பது அப்பாஸுக்குத் தெரிந்திருந்தது. ஆனால் பாலஸ்தீன் அத்தாரிடியின் தலைமைப் பொறுப்பை ஏற்ற ஒருவர் இது நியாயம் என்று ஒப்புக்கொள்ள முடியாது. அமைதி நடவடிக்கை எது ஆரம்பமாவதென்றாலும் முதல் படி போராளி இயக்கங்களைத் தடுத்து நிறுத்துவதாகவும் போராளிகளைக் கைது செய்வதாகவும் மட்டுமே இருக்கும்.

இது ஹமாஸ் தலைவர்களுக்கும் தெரியும். ஆனால் தாக்குதலை நிறுத்தக்கோரி வந்த அப்பாஸ் மீது அப்போது அவர்களுக்குக் கோபம் மட்டுமே வந்தது. தயவுசெய்து போய்விடுங்கள் என்றுதான் சொன்னார்கள். வேறு வழியில்லாமல் அப்பாஸ் தோல்வியுடன் திரும்பவேண்டியதாகிவிட்டது.

அப்பாஸ் வந்து போனதன் தொடர்ச்சியாக டிசம்பர் 12ம் தேதி ஹமாஸ் ஒரு மிகப்பெரிய தாக்குதலுக்கான ஆயத்தங்களை உடனடியாகச் செய்தது. காஸா முனையில், எகிப்து எல்லையோரம் அமைந்துள்ள ரஃபா என்கிற இடத்தில் ஒரு சுரங்கப்பாதையில் 1.5கிலோ எடையுள்ள வெடிபொருள்களைக் கொண்டு சேர்த்து, அருகிலுள்ள இஸ்ரேலிய ராணுவ முகாமைத் தாக்கும் எண்ணத்துடன் வெடிக்கச் செய்தார்கள்.

மூன்று வீரர்கள் பலி. அதைக்காட்டிலும் பெரிய பாதிப்பு, அந்தச் சுரங்கமே நாசமாகிவிட்டது. பல கட்டடங்கள் கடும் சேதத்துக்குள்ளாயின. குண்டுவெடிப்பு அதிர்ச்சியிலிருந்து இஸ்ரேல் ராணுவத்தினர் மீள்வதற்குள்ளாகவே துப்பாக்கி

தாக்குதலையும்தொடங்கிகண்ணில்பட்டஅத்தனைவீரர்களையும் சுடத் தொடங்கினார்கள். பலியானது இரண்டுபேர்தான் என்றாலும் ஏராளமானவர்கள் மோசமான தாக்குதலுக்கு உள்ளாயினர்.

ஹமாஸ், இந்தத் தாக்குதலை ஃபத்தா அமைப்புடன் இணைந்து மேற்கொண்டதாகப் பின்னால் தெரியவந்தது. "யாசிர் அரஃபாத் இறக்கவில்லை. அவர்கள்தான் 'கொன்று'விட்டார்கள். அதற்குப் பழிதீர்க்கவே இத்தாக்குதலை நிகழ்த்தினோம்' என்று அபூ மஜாத் என்கிற ஃபத்தாவின் பேச்சாளர் ஒருவர் கூறினார்.

நிலைமை மேலும் மோசமடையத் தொடங்கியது. ஹமாஸின் கோபம் ஏனைய பாலஸ்தீன் போராளி இயக்கங்களுக்கும் பரவ, ஒரு முழுநீள யுத்தம் தொடங்குவதற்கான அத்தனை சாத்தியங்களும் மிக வெளிப்படையாகத் தென்பட ஆரம்பித்தன. மஹ்மூத் அப்பாஸ் கவலை கொண்டார்.

காரணம் 2005ம் ஆண்டு ஜனவரி பிறந்ததுமே (9ம் தேதி) பாலஸ்தீன் அத்தாரிட்டிக்குப் பொதுத்தேர்தல் திட்டமிடப்பட்டிருந்தது. தாற்காலிக அதிபராக இருந்த மஹ்மூத் அப்பாஸை முறைப்படி தேர்தல் மூலமே பாலஸ்தீன் அத்தாரிடியின் தலைவராக நியமித்து, பிரச்னையைத் தீர்க்கும் விதத்தில் ஏதாவது நடவடிக்கை மேற்கொண்டாக வேண்டிய நெருக்கடி இஸ்ரேலுக்கு இருந்தது.

ஆனால் தேர்தல் ஒழுங்காக நடைபெறுமா என்பது மிகப்பெரிய கேள்விக்குறியாக இருந்தது. ஒரு பக்கம் ஹமாஸை சமாதானப்படுத்தி அவர்களையும் ஜனநாயக அரசியலுக்குள் இழுப்பதற்கான முயற்சிகள் நடந்துகொண்டிருக்க, இன்னொரு பக்கம் கைதாகிச் சிறையில் இருந்த பல பாலஸ்தீன் போராளிகளை விடுவித்தால்தான் உங்களுக்குக் காது கொடுக்கவாவது செய்வோம் என்று ஹமாஸ் முரண்டுபிடிக்க, இரண்டு பக்கமும் மாட்டிக்கொண்டு முழிபிதுங்கிக்கொண்டிருந்தார் அப்பாஸ்.

அமைதி என்று இனி எப்போது பேசுவதாக இருந்தாலும் இதுவரை கைது செய்த அத்தனை போராளிகளையும் விடுவித்துவிட்டுத்தான் பேசவேண்டும் என்று தீர்மானமாகச் சொன்னது ஹமாஸ். அந்த விஷயத்தில் ஏதாவது ஏமாற்று வேலை செய்யலாம் என்று நினைத்தால், காஸாவில் யாரும் ஓட்டுப்போட வரமாட்டார்கள் என்று எச்சரித்தார்கள். மீறி தேர்தல் நடக்குமானால் ஹமாஸ் சார்பில் யாரையாவது போட்டியிடவைப்போம் என்றும் எச்சரித்தார்கள்.

ஹமாஸ் தேர்தலில் போட்டியிட முடிவுசெய்துவிட்டதாக அர்த்தமில்லை இதற்கு. சாலையில் நடந்துபோகும் எந்தப் பரதேசியையாவது பிடித்து ஹமாஸ் தன்னுடைய ஆதரவு அவருக்குத்தான் என்று சொல்லி தேர்தலில் நிற்கவைத்தாலும் காஸாவில் அவருக்குத்தான் ஓட்டு விழும்! எதிர்த்து நிற்பது மஹ்மூத் அப்பாஸாகவே இருந்தாலும் டெபாசிட் கிடைக்காது!

காஸாவில் ஹமாஸின் செல்வாக்கு அத்தகையது. மேற்குக்கரையில் இது சாத்தியமில்லை என்றாலும் காஸாவில் மட்டும் தேர்தல் சீர்குலைந்தாலும் போதுமே? அது ஒரு உழக்குதான். சந்தேகமில்லாமல் உழக்குதான். அதற்குள் கிழக்கு ஒரு சாராரிடமும் மேற்கு இன்னொரு சாராரிடமும் இருந்ததுதான் விஷயம்.

என்ன செய்யலாம் என்று யோசித்தார் அப்பாஸ்.

99

ஆயிரத்தெட்டு பிரச்னைகள் இருந்தாலும் திட்டமிட்டபடி ஜனவரி 9ம் தேதி பாலஸ்தீன் அதிபர் தேர்தல் நடக்கத்தான் செய்தது; மம்மூத் அப்பாஸ் அதிபராகத் தேர்ந்தெடுக்கப்படுவதில் பிரச்னை ஏதும் வரவில்லை. ஹமாஸின் கோபம், அர்த்தமில்லாததல்ல. எங்கே மீண்டும் தமது மக்கள் ஏமாற்றப்படப்போகிறார்களோ என்கிற பதைப்பில் வந்த கோபம் அது. ஆனால், பாலஸ்தீன் அத்தாரிடியினரும் பிற போராளி இயக்கங்களும் தேர்தல் முதலில் ஒழுங்காக நடக்கட்டும்; மற்றவற்றைப் பிறகு பேசிக்கொள்ளலாம் என்று ஹமாஸ் தலைவர்களிடம் எடுத்துச் சொல்லி சமாதானப்படுத்தியதன் விளைவாக, தேர்தல் நடந்தது.

வெற்றிபெற்ற கையோடு அப்பாஸ் ஹமாஸ் உள்ளிட்ட அத்தனை போராளி இயக்கங்களுக்கும் ஒரு கோரிக்கை வைத்தார். தயவுசெய்து துப்பாக்கிகளைக் கீழே போடுங்கள். யுத்தத்தை நிறுத்துங்கள். இஸ்ரேலியப் படையிடமிருந்து உங்களைக் காப்பாற்றுவது என்னுடைய பொறுப்பு. அதேபோல் பிரச்னைக்கு ஒரு நிரந்தரத் தீர்வு காணுவதற்கும் நானே பொறுப்பு.

இந்த கோரிக்கை இஸ்ரேலுக்குப் பிடிக்கவில்லை. போராளிகளிடம் அப்பாஸ் கெஞ்சுகிறார் என்று விமரிசித்தது. கைது செய்து உள்ளே தள்ளுங்கள் என்று கத்தியது. அதுமட்டுமல்லாமல் அல் அக்ஸா தற்கொலைப் படையினர் மற்றும் ஹமாஸ் தலைவர்களுடன் அப்பாஸ் இருப்பது போன்ற பழைய புகைப்படங்களைத் தேடியெடுத்து, அப்பாஸ் தீவிரவாத இயக்கங்களுடன் வைத்திருக்கும் தொடர்பு கவலையளிக்கிறது என்று பேசினார் ஏரியல் ஷரோன். ஷரோனின் இந்தப் புதிய கவலைக்கு அமெரிக்காவிலிருந்து காலின் பாவெல் பக்கவாத்தியம் வாசித்தார்.

அமைதியை நோக்கிய பேச்சுவார்த்தைகள் ஆரம்பமாவதற்கு உரிய ஏற்பாடுகளைச் செய்யுங்கள். அதை விட்டுவிட்டு தீவிரவாதிகளுடன் கொஞ்சிக்கொண்டிருக்காதீர்கள் என்றார் அவர்.

சொல்லிவைத்தமாதிரி ஜனவரி 13ம் தேதி காஸா முனையில் ஒரு தற்கொலைப்படைத் தாக்குதல் நடைபெற்றது. ஆறு யூதர்கள் பலியான அந்தச் சம்பவத்தைக் காரணமாக வைத்து ஏரியல் ஷரோன் மிகக் கடுமையான அறிக்கை ஒன்றை வெளியிட்டார். 'இனி எக்காரணம் கொண்டும் பாலஸ்தீன் அத்தாரிடியுடன் பேச்சுவார்த்தை இல்லை. தீவிரவாதத்தை அப்பாஸ் முழுமையாகக் கட்டுப்படுத்தினாலொழிய அமைதிப்பேச்சு சாத்தியமில்லை. பாலஸ்தீன் அத்தாரிடியுடனான அத்தனை தொடர்புகளையும் அப்படிஅப்படியேநிறுத்திவைக்கிறோம்' என்றுசொல்லிவிட்டார்.

இதெல்லாம் எப்பேர்ப்பட்ட நகைச்சுவை! அதிபராகத் தேர்வான மஹ்மூத் அப்பாஸ் இன்னும் ஒரு நாள்கூட பாராளுமன்றம் சென்று நடவடிக்கை எதையும் தொடங்கியிருக்கவில்லை அப்போது! அதற்குள் உறவை முறித்துக்கொள்ள ஒரு சாக்கு. தான் பதவி ஏற்பதற்கு முன்னதாகவே போராளி இயக்கங்களை அமைதி காக்க வேண்டுகோள் விடுத்த அப்பாஸுக்கு இன்னும் அதற்கான பதில் கூட வரவில்லை. அவரது கோரிக்கை, ஹமாஸ் உள்ளிட்ட இயக்கங்களின் தலைவர்களின் கரங்களுக்குப் போய்ச் சேர்ந்திருக்குமா என்பது கூட சந்தேகமே. (அத்தனை தலைவர்களும் சிரியாவில் இருந்தார்கள். தேர்தலில் வென்றதற்கு மறுநாள் மாலை அதாவது பத்தாம் தேதி மாலை அப்பாஸ் அறிக்கை வெளியிட்டார். பதிமூன்றாம் தேதி இந்த தற்கொலைப்படைத் தாக்குதல் நடைபெற்றது. ஒரு வேளை இது முன்னமேயே திட்டமிடப்பட்டிருக்கலாம். அல்லது அப்பாஸின் அறிக்கைக்குப் பிறகே கூடத் தீர்மானிக்கப்பட்டிருக்கலாம். சரியான விவரம் தெரியவில்லை.)

ஒரு வார அவகாசம் கூடத் தராமல் உறவு முறிவு என்று அறிவித்தால் என்ன அர்த்தம்? ஆனாலும் அப்பாஸ் தன்னாலான அத்தனை முயற்சிகளையும் உடனடியாக மேற்கொண்டார். பாலஸ்தீன் அத்தாரிடியின் காவல் துறையினரை மொத்தமாகத் திரட்டி காஸாவுக்கு முதலில் அனுப்பினார். அங்குள்ள யூதக்

குடியிருப்புகளுக்கு வலுவான காவல் ஏற்பாடுகளை முதலில் செய்துவிட்டு, போராளி இயக்கங்களின் ராக்கெட் தாக்குதலுக்குத் தடுப்பு அரண்கள் ஏற்படுத்தி, ராக்கெட் எதிர்ப்பு பீரங்கிகளையும் அங்கே கொண்டு நிறுத்தச் சொன்னார்.

இவற்றைச் செய்தகையோடு போராளி இயக்கங்களின் தலைவர்களுக்கும் உருக்கமான வேண்டுகோள் விடுத்தார். தயவுசெய்து அமைதி காக்கவேண்டும். எனக்குச் சற்று அவகாசம் கொடுங்கள். ஏதாவது நல்லது நடக்குமா என்றுதான் நானும் பார்க்கிறேன். உங்கள் ஒத்துழைப்புடன் தான் எதுவுமே சாத்தியம் என்று கெஞ்சினார். இஸ்ரேல் என்ன கிண்டல் செய்தாலும், எத்தனை அவமானப்படுத்தினாலும் இயக்கங்களின் ஒத்துழைப்பு இல்லாமல் பாலஸ்தீனில் அமைதி இல்லை என்பது அப்பாஸுக்குத் தெரியும்.

அப்பாஸின் இந்த முயற்சிகள் ஓரளவு பலனளித்தன என்றுதான் சொல்லவேண்டும். எந்தளவு பலன் என்றால் ஏரியல் ஷரோன் கொஞ்சம் இறங்கிவந்து, 'ஆமாம், நீங்கள் அமைதிக்கான முயற்சிகளை எடுக்கத்தான் செய்கிறீர்கள், உங்களுடன் உட்கார்ந்து பேசலாம் என்று முடிவு செய்திருக்கிறேன்' என்று சொல்லும் அளவுக்கு.

2005 பிப்ரவரி *8*ம் தேதி எகிப்தில் உள்ள ஷாம் அல் ஷேக் *(Sharm al-Sheikh <http://en.wikipedia.org/wiki/Sharm_al-Sheikh>.)* என்கிற இடத்தில் அந்தப் பிரசித்தி பெற்ற அமைதி மாநாடு நடைபெற்றது. எகிப்து அதிபர் ஹோஸினி முபாரக், ஜோர்டன் மன்னர் இரண்டாம் அப்துல்லா ஆகியோர் முன்னிலையில் ஏரியல் ஷரோனும் மம்மூத் அப்பாஸும் கைகுலுக்கிக்கொண்டு ஓர் ஒப்பந்தம் செய்துகொண்டார்கள்.

இதனை அமைதி ஒப்பந்தம் என்று சொல்வதைக் காட்டிலும் போர் நிறுத்த ஒப்பந்தம் என்று சொல்வதுதான் சரியாக இருக்கும். பாலஸ்தீன் தரப்பில் அனைத்துப் போராளி இயக்கங்களும் இஸ்ரேலிய இலக்குகள் மீது தாக்குதல் நடத்துவதை நிறுத்தும் என்று அப்பாஸும் அதே போல, பாலஸ்தீனிய இலக்குகள் மீது இஸ்ரேல் பாதுகாப்புப்படை இனி தாக்குதல் நடத்தாது என்று ஏரியல் ஷரோனும் ஒருவருக்கொருவர் உறுதிமொழி அளித்தார்கள்.

இந்த போர்நிறுத்த உடன்படிக்கை ஏற்படக் காரணமாக இருந்தவர் எகிப்து அதிபர் ஹோஸினி முபாரக். மறுநாளே உலகெங்கும் உள்ள நாளிதழ்கள் இந்தச் சம்பவத்துக்கு சிறப்பிடம் கொடுத்து முதல் பக்கத்தில் பெரிய அளவில் பிரசுரித்து சந்தோஷப்பட்டன. ஒரு வழியாக பாலஸ்தீனுக்கு அமைதி வந்துவிட்டது என்று இனிப்பு கொடுத்துக் கொண்டாடினார்கள். ஏரியல் ஷரோனும் அப்பாஸும் கட்டிப்பிடித்து போஸ் கொடுத்துவிட்டு முபாரக்குடன் கைகுலுக்கிவிட்டு ஊர் போய்ச் சேர்ந்தார்கள்.

உண்மையில் நடந்தது என்னவென்பது கடந்த எட்டு மாதகால சம்பவங்களை கவனமாகப் பின்பற்றி வரும் அனைவருக்குமே தெரியும்!

பாலஸ்தீன் போன்ற சிக்கல் மிக்க பிராந்தியத்தில் போராளி இயக்கங்களைக் கலந்தாலோசிக்காமல் அரசாங்கங்கள் எடுக்கும் எந்த முடிவாலும் பிரயோஜனமில்லை என்பதுதான் அத்தேசத்தின் கடந்த ஐம்பதாண்டுகால சரித்திரம் சுட்டிக்காட்டி வந்திருக்கிறது. ஹமாஸ், இஸ்லாமிக் ஜிகாத் போன்ற அமைப்புகளைத் தீவிரவாத இயக்கங்கள் என்று இடதுகையால் ஒதுக்கிவிட்டு நாமாக ஒரு முடிவெடுக்கலாம் என்று நினைப்பது உண்மையிலேயே முட்டாள்தனமானது. ஏனென்றால், அந்த அமைப்புகளுக்கு இருக்கும் மக்கள் ஆதரவு அங்கே ஆளும் வர்க்கத்தினருக்குக் கிடையாது என்பதை நம்பமுடியாவிட்டாலும் ஜீரணித்துத்தான் ஆகவேண்டும்.

மேற்படி போர் நிறுத்த ஒப்பந்தம் நடந்தவுடனேயே இது குறித்துக் கருத்து தெரிவித்த ஹமாஸ், "இந்த ஒப்பந்தத்தை இஸ்ரேலிய ராணுவமே பெரிதாக எடுத்துக்கொள்ளவில்லை; நாங்கள் எதற்காக இதைப் பொருட்படுத்த வேண்டும்?" என்று கேட்டது.

ஏரியல் ஷரோன் இதனை உடனடியாக மறுத்தாலும் பின்னர் நடந்த சம்பவங்கள் இதைத்தான் உண்மை என்று நிரூபித்தன. ஒரு பக்கம் இஸ்ரேல் அரசு எந்தத் தாக்குதல் நடவடிக்கையும் நடைபெறவில்லை என்று சொல்லிக்கொண்டிருக்கும்போதே காஸாவில் சில குடியிருப்புப் பகுதிகள் தாக்கப்படும். இங்கே மேற்குக்கரைப் பகுதியில் வழியோடு போகும் யாராவது நாலு பாலஸ்தீனியர்களை இழுத்து வைத்துக் கட்டி உதைத்துக் கைது

செய்துகொண்டு போய்விடுவார்கள். அந்தச் செய்தி வந்த மறுகணமே இந்தச் செய்தியும் சேர்ந்து வரும்!

இந்த அபத்தங்கள் தலைவர்களுக்குத்தான் உறைக்கவில்லையே தவிர ஒப்பந்தம் கையெழுத்தானவுடனேயே இப்படித்தான் நடக்கும் என்று ஹமாஸ் சொல்லிவிட்டது!

ஹாஸன் யூஸுஃப் என்கிற ஹமாஸின் மூத்த தலைவர் ஒருவர் அல் ஜஸீரா தொலைக்காட்சிக்கு ஒரு பேட்டியளித்தார். அந்தப் பேட்டியில், ''அப்பாஸின் போர் நிறுத்த - அமைதி நடவடிக்கையை நாங்கள் எதிர்க்கவில்லை. கூடியவரை ஒத்துழைப்பு அளிக்கத்தான் பார்ப்போம். ஆனால் பாலஸ்தீனியர்கள் மீது எங்கெல்லாம் தாக்குதல் நடக்கிறதோ, அங்கெல்லாம் ஹமாஸ் இஸ்ரேலியர்கள் மீது தாக்குதல் நடத்தத் தயங்காது' என்று சொன்னார்.

அப்படித்தான் தொடங்கியது. மூன்று மாதங்கள். மே, ஜூன் மாதங்களில் 'புதிய ஏற்பாடு'களெல்லாம் ஒதுக்கிவைக்கப்பட்டு பழைய படி இருதரப்பிலும் அடித்துக்கொள்ளத் தொடங்கிவிட்டார்கள். பழையபடியே ஒருவரை ஒருவர் குற்றம் சாட்டிக்கொண்டு, பழையபடியே ஆக்கிரமிப்புகள் செய்துகொண்டு, பழையபடியே தற்கொலைப்படைத் தாக்குதல்கள் நடத்தி, பழையபடியே பஸ் குண்டுகள் வைத்து..

அரஃபாத் இறந்தால் அமைதி என்று சொன்ன இஸ்ரேல் இப்போது என்ன சொல்கிறது?

இதைத்தான் உலகம் கேட்டது. இஸ்ரேலின் உயிர்த்தோழனான அமெரிக்காவே கேட்டது. ஐநாவின் பாதுகாப்பு கவுன்சில் கேட்டது. அத்தனை முஸ்லிம் தேசங்களும் கேட்டன. அமைதிக்காக மாநாடு கூட்டி டிபன் காப்பி கொடுத்து, கைகுலுக்கி அனுப்பிவைத்த ஹோஸினி முபாரக் கேட்டார்.

எல்லாவற்றுக்கும் மேலாக இஸ்ரேலில் நடக்கப்போகிற பொதுத்தேர்தல் கேட்டுக்கொண்டிருக்கும் மௌனக்கேள்வியும் இதுதான். என்ன செய்யப்போகிறார்கள்?

ஏதாவது செய்துதான் ஆகவேண்டும். ஆனால் நிரந்தரத் தீர்வுக்கெல்லாம் இப்போது சாத்தியமில்லை. அதாவது

விருப்பமில்லை. ஆகவே, தாற்காலிகமாக அமைதியைக் கொண்டு வருவதற்கு ஷரோன் ஓர் உபாயம் செய்தார்.

பழைய ஒப்பந்தங்களை எடுத்து தூசி தட்டிப் படித்துப் பார்த்தார். தனக்கு உடனடியாக நல்லபெயர் கொண்டுவந்து சேர்க்கக்கூடிய காரியம் எதுவாக இருக்கும் என்று யோசித்தார். வேறு வழியில்லை. பாலஸ்தீன் அத்தாரிடியின் அதிகார எல்லைக்குட்பட்ட இடங்களில் இருக்கும் யூதக் குடியிருப்புகளையெல்லாம் காலி செய்துவிடுகிறோம் என்று அறிவித்துவிட்டு வேலையை ஆரம்பித்தார்.

அபாரமான முடிவுதான். அமைதிக்கான மிகப்பெரிய முயற்சியும் கூட. சந்தேகமே இல்லை. கடந்த ஆகஸ்ட் மாதத்திலிருந்து இந்தச் செய்தியை அடிக்கடி செய்தித்தாள்களில் படித்துக்கொண்டும் தொலைக்காட்சிகளில் பார்த்துக்கொண்டும் இருந்திருப்பீர்கள். இந்தக் காலகட்டத்தில் பாலஸ்தீனில் போராளி இயக்கங்களின் தாக்குதல் நடவடிக்கைகளும் கணிசமாகக் குறைந்திருப்பதையும் கவனித்திருக்கலாம்.

திடீரென்று இஸ்ரேல் இப்படியொரு நடவடிக்கை எடுக்கக் காரணம் என்ன? பல்லாண்டுகளாக ஓரிடத்தில் வசித்துக்கொண்டிருக்கும் தமது மக்களை - அது அத்துமீறிய குடியேற்றமே என்றபோதிலும், அப்படிச் செய்ததும் இஸ்ரேல் அரசுதான் என்ற போதிலும் - வலுக்கட்டாயமாக வெளியேற்றி ஊரை காலிபண்ணிக்கொண்டு போகச் சொல்லுமளவுக்கு இஸ்ரேல் அரசு திருந்திவிட்டதா? உண்மையிலேயே அமைதியை நோக்கி நகர ஆரம்பித்துவிட்டார்களா? சுதந்தர பாலஸ்தீன் கண்ணுக்கெட்டும் தூரத்தில்தான் இருக்கிறதா? இத்தனை ஆண்டுகாலப் போராட்டமெல்லாம் ஒரு முடிவுக்கு வரப்போகிறதா?

100

மேற்குக் கரை மற்றும் காஸா பகுதிகளில் 1977ம் ஆண்டு தொடங்கி நிறுவப்பட்ட அத்துமீறிய யூதக் குடியிருப்புகளை இஸ்ரேல் இப்போது காலி செய்ய முடிவு செய்து நடவடிக்கை மேற்கொண்டது. இது சர்வதேச அளவில் கவனம் பெற்றதையும், அனைத்துத் தரப்பினரும் ஏரியல் ஷரோனைப் பாராட்டுவதையும் பார்த்தோம்.

அரேபியர்கள் வாழும் பகுதிகளில் வசித்துவந்த யூதர்கள் அத்தனை பேரையும் வலுக்கட்டாயமாக வெளியேற்றுவதன்மூலம், அரேபியர்களின் நிலப்பகுதி அவர்களுக்கே சொந்தம் என்பதாக இஸ்ரேல் ஒப்புக்கொள்வதாகிறது. அமைதி நடவடிக்கை இதே ரீதியில்அடுத்தக்கட்டத்தை நோக்கி நகருமானால், காஸாபகுதியில் எப்போதும்கண்காணிப்புப்பணியில்ஈடுபட்டிருக்கும்இஸ்ரேலிய ராணுவம்அடுத்தபடியாகமுழுவதுமாகவிலக்கிக்கொள்ளப்படும். காஸாவை ஒட்டிய கடல் எல்லைகளும் பாலஸ்தீன் அத்தாரிடியின் முழுக்கட்டுப்பாட்டுக்கு அடுத்தபடியாக வந்து சேரும்.

அதற்குமேல் ஒன்றுமில்லை. பூரண சுதந்தரம்தான்.

அவ்வளவுதானா? இதனை நோக்கித்தான் இஸ்ரேல் போய்க் கொண்டிருக்கிறதா? என்றால் இப்போதைக்கு பதில் 'இல்லை' என்பதுதான்.

குடியேற்றங்களை காலி செய்வதென்று இஸ்ரேல் எடுத்த முடிவு தாற்காலிக நடவடிக்கைதான். இஸ்ரேலில் விரைவில் பொதுத்தேர்தல் நடைபெறவிருக்கிற சூழ்நிலையில் பாலஸ்தீன் போராளி இயக்கங்களைச் சற்றே அமைதிப்படுத்தி வைக்க மேற்கொள்ளப்பட்ட நடவடிக்கையே இது. மிக அதிக

விலை கொடுத்துத்தான் இஸ்ரேல் இந்த நடவடிக்கையை எடுத்திருக்கிறது என்பதில் சந்தேகமில்லை. ஆனால் எப்போது தேவைப்பட்டாலும் பாலஸ்தீன் எல்லைக்குள் திரும்பவும் தனது அதிகார மேலாதிக்கத்தை நிறுவிக்கொள்ள முடியும் என்கிற நம்பிக்கையில் செய்யப்பட்ட காரியம்தான் இது.

ஏனெனில் முப்பது நாற்பது வருடங்களாக, ஒரே இடத்தில் வசித்துவந்த ஆயிரக்கணக்கான மக்களை, நாற்றைப் பிடுங்கி நடுவது போலப் பிடுங்கிக்கொண்டுபோய் வேறிடத்தில் வாழச் சொல்லுவதென்பது யூதர்கள் மத்தியில் மிகப்பெரிய அச்சத்தை உருவாக்கியே தீரும். இதற்கான அரசியல் நியாயங்கள் ஏரியல் ஷரோனுக்கு இருக்கலாம். இஸ்ரேல் மக்களுக்கு இதில் எந்த நியாயமும் தெரிவதற்கு நியாயமில்லை!

அரசாங்கம்தான் அவர்களுக்கு வீடு கட்டிக்கொடுத்துக் கொண்டுபோய் மேற்குக் கரையிலும் காஸாவிலும் குடிவைத்தது. அதே அரசு இப்போது வலுக்கட்டாயமாக வெளியேற்றி, குடியிருப்புகளை இடித்துத் தரைமட்டமாக்கியும் இருக்கிறது. பாலஸ்தீனியர்களின் அமைதிக்காகத் தங்கள் அமைதி பறிபோவதை யூதர்கள் ஒருபோதும் சம்மதிக்கமாட்டார்கள்.

போராளி இயக்கங்கள் அமைதிகாத்து, இஸ்ரேல் பொதுத்தேர்தல் வேண்டுமானால் பிரச்னையில்லாமல் நடக்கலாம். ஆனால், இஸ்ரேலியர்கள் அடுத்து அமையப்போகும் அரசை நிம்மதியாக இருக்கவிடமாட்டார்கள்.

இப்படிப்பட்ட சூழ்நிலையில் எதற்காக ஷரோன் இப்படியொரு காரியம்செய்யவேண்டும்என்றுகேட்டால்அதற்குஒரேபதில்தான். முன்னரே நாம் பார்த்துவிட்ட பதிலும் கூட. அரஃபாத்துக்குப் பிறகு அமைதி! அதை நிரூபிப்பதற்காகச் செய்யப்பட்ட காரியமே தவிர வேறில்லை.

என்றால், பாலஸ்தீன் பிரச்னைக்குத் தீர்வுதான் என்ன?

நான்காயிரம் ஆண்டுகளுக்கு மேலாக பல்வேறு விதமான வடிவங்களில் அங்கே உலவிக்கொண்டிருப்பது பிரச்னை ஒன்றுதானே தவிர அமைதி அல்ல. சமகாலம் நமக்குத் தெரிகிறது. சரித்திரத்தைப் படித்துத் தெரிந்துகொள்கிறோம். புராணங்கள் கதைவடிவில் கிடைக்கின்றன. எந்தக் காலத்திலும் பிரச்னை மட்டும் ஒன்றுபோலவேதான் இருந்துவந்திருக்கிறது.

தலைவர்கள் மாறலாம், ஆட்சி மாறலாம், அதிகாரம் மாறலாம். அவ்வப்போது அமைதி ஒப்பந்தங்கள் அரங்கேறலாம். நிரந்தரத் தீர்வு என்கிற மாபெரும் கனவு நனவாவதற்கு எதுதான் தடையாக இருக்கிறது?

முதலாவது காரணம், இஸ்ரேலிய ஆட்சியாளர்கள். அடிப்படையில் அவர்களுக்கு பாலஸ்தீனை ஒரு சுதந்தர தேசமாக வாழவிடுவதில் விருப்பம் இல்லை. அரேபியர்களால் யூதர்களுக்கு எப்போதும் ஆபத்துதான் என்பது அவர்களது கருத்து. அடக்கிவைத்திருக்கும் வரைதான் தான் ஜீவித்திருக்க முடியும் என்பது யூதர்கள் தமக்குத்தானே வகுத்துக்கொண்டுவிட்ட சித்தாந்தம். சரித்திரம் முழுவதும் ஒதுங்க ஓரிடமில்லாமல் தேசம் தேசமாக ஓடிக்கொண்டிருந்த இனம் அது. எத்தனையோ போராடி, எவ்வளவோ சூழ்ச்சிகள் செய்து, பிச்சை எடுத்து, கெஞ்சிக் கூத்தாடி, படாதபாடு பட்டு 1948ம் ஆண்டு இஸ்ரேல் என்கிற ஒரு யூத தேசத்தை அவர்கள் தமக்குத்தாமே உருவாக்கிக்கொண்டார்கள். அப்படி உருவானதற்குஅவர்கள்பாலஸ்தீன்அரேபியர்களைத்தான் களப்பலியாகக் கொடுக்கவேண்டியிருந்தது.

ஆயிரம் அமைதி பேசினாலும் இந்த அடிப்படைப் பகை இரு தரப்புக்கும் எந்தக் காலத்திலும் மனத்திலிருந்து அழியப்போவதில்லை. ஆகவே இப்போது பாலஸ்தீனுக்கு சுதந்தரம் வழங்கிவிட்டால் நிரந்தர அண்டைநாட்டுச் சண்டை என்றாகிவிடும். தவிரவும் சுதந்தரமடைந்த பாலஸ்தீன் பிற அரபு தேசங்களுடன் இணைந்து இஸ்ரேலைத் தாக்கலாம். சுதந்தரம் - தனி நாடு என்கிற சந்தோஷம் ஒரு தேசத்து மக்களுக்கு எத்தனை மானசீக பலம் தரும் என்பதற்கு இஸ்ரேல் பிறந்தபோது கண்ட மாபெரும் வெற்றிகளே சாட்சி. அந்த வாய்ப்பைத்தான் அவர்கள் இப்போது பாலஸ்தீனுக்குத் தருவதற்குத் தயங்குகிறார்கள்.

அடுத்தபடியாக பாலஸ்தீனுக்கு சுதந்தரம் என்று பேசினால், ஜெருசலேம் யாருடையது என்கிற கேள்விக்கு முதலில் பதில் கண்டுபிடித்தாக வேண்டும். குறிப்பாக அந்த மசூதி வளாகம்.

பாபர் என்கிற ஒரு மன்னர் கட்டிய மசூதியை இங்கே இடித்துவிட்டு இன்றுவரையிலும் நாம் எதிர்கொள்ளவேண்டியிருக்கும் சிக்கல்களை எண்ணிப்பார்க்கலாம். ஜெருசலேத்தில் இருக்கும்

மசூதி பாபரைப்போல் ஒரு மன்னர் தொடர்புடையது அல்ல. இஸ்லாத்தைத் தோற்றுவித்தவரான முகம்மது நபியுடன் நேரடியாகச் சம்பந்தமுள்ளது. ஒவ்வொரு இஸ்லாமியருக்கும் அது ஒரு புனிதத்தலம். மெக்காவில் உள்ள க'அபாவுக்கு அடுத்தபடியாக ஜெருசலேம் மசூதிதான் அவர்களுக்கு.

அப்படிப்பட்ட தலத்தை இடித்து அகழ்வாராய்ச்சி செய்து அங்கே இரண்டாயிரம் ஆண்டுகளுக்கு முன்னர் சாலமன் மன்னர் கட்டிய கோயில் இருக்கிறதா என்று பார்க்க நினைப்பதை எந்த முஸ்லிமாலும் சகித்துக்கொள்ளமுடியாது. இதுவரை செய்யப்பட்ட ஆராய்ச்சிகளில் உருப்படியாக ஒரு ஆதாரமும் அகப்படாத நிலையில் தொடர்ந்து அங்கே இஸ்ரேலிய அரசு அகழ்வாராய்ச்சி மேற்கொள்ள நினைப்பது அரசியலே அல்லாமல் வேறல்ல. உயிரை விடாமல் நின்றுகொண்டிருக்கும் ஓர் உடைந்த ஒற்றைச்சுவர்தான் யூதர்களின் ஆதாரம். அந்தச் சுவர் சாலமன் மன்னர் எழுப்பிய ஆலயத்தின் சுற்றுச்சுவர் என்று அவர்கள் சொல்கிறார்கள்.

எத்தனை நூற்றாண்டுகளானாலும் இந்தப் பிரச்னைக்கு ஒரு தீர்வு கிடையாது. ஆகவே ஜெருசலேம் ஒரு நிரந்தரப் பிரச்னை பூமியாகிறது. இந்நிலையில் ஒருவேளை பூரண சுதந்தரமே கிடைத்தாலும் ஜெருசலேம் அல்லாத சுதந்தரத்தை முஸ்லிம்கள் மனமுவந்து ஏற்பது சாத்தியமே இல்லை. ஜெருசலேத்தை மையமாக வைத்து அடுத்தபடியாக யுத்தம் ஆரம்பமாகும். சொல்லப்போனால் இதுவரை நடந்தவற்றைக் காட்டிலும் உக்கிரமடையவும் வாய்ப்புகள் அதிகம்.

இரண்டாவது தடை, போராளி இயக்கங்களின் செயல்பாடு. நவீன உலகில் இன்று ஆயுதப்போராட்டங்கள் வெற்றி அடைவதற்கான சாத்தியங்கள் மிகக் குறைவு. ஆயுதம் தாங்கியவர்களை உலகம் எப்போதும் அச்சத்துடன் மட்டுமே பார்க்கும். நெருங்கிப் பேசத் தயங்குவார்கள். போராளிகளை விலக்கிவிட்டு அமைதிப்பேச்சுவார்த்தை நடத்தவே பெரும்பாலான அரசுகள் விரும்புகின்றன. பாலஸ்தீன் போன்ற தேசத்தில் அது சாத்தியமில்லை என்று தெரிந்தாலுமே கூட தொடர்ந்து அதையே ஏன் செய்துவருகிறார்கள் என்று யோசித்துப் பார்க்கலாம். தாற்காலிகமாகவாவது இயக்கங்கள் போர் நிறுத்தம்

அறிவித்துவிட்டு அமைதிப் பேச்சுக்கு உடன்பட்டால் ஓரளவு நியாயமான பலன்களை எதிர்பார்க்க முடியும்.

யாசிர் அரஃபாத் அமைதிக்குப் பச்சைக்கொடி காட்டிய அதே சந்தர்ப்பத்தில் ஹமாஸும் அவருக்குத் தோள் கொடுத்திருந்தால் நிலைமை வேறு விதமாகியிருக்கும். ஹமாஸ் ஓர் அரசியல் இயக்கமல்ல என்பதை ஒரு காரணமாகச் சொல்லமுடியாது. பாலஸ்தீனைப் பொறுத்தவரை அரசியல் தொடங்கி அமைதி வரை தீர்மானிக்கும் மிகப்பெரிய சக்தி அது. ஆனால் அவர்கள் செய்யவில்லை. இதற்கு யாரைக் குறை சொல்ல முடியும்?

பாலஸ்தீன் பிரச்னைக்குத் தீர்வு காணத் தடையாக இருக்கும் மூன்றாவது அம்சம், அரபு நாடுகளின் ஒற்றுமையின்மை. சற்று யோசித்துப் பாருங்கள். இஸ்ரேல் என்பது மிகச் சிறியதொரு தேசம். யூத இனம் என்பது ஒப்பீட்டளவில் மிகக்குறைவான எண்ணிக்கையே கொண்ட மக்களால் ஆனது. அவர்களால் ஒற்றுமையாகச் செயல்பட்டுத் தமக்கென ஒரு தேசத்தை உருவாக்கிக்கொள்ள முடிந்திருக்கிறது. ஆனால் பல கோடிக்கணக்கான மக்களுடன் உலகின் இரண்டாவது பெரிய மதம் என்கிற பெயருடன் விளங்கும் இஸ்லாத்தைச் சேர்ந்தவர்களால் ஏன் தமது இன மக்களுக்கு உதவி செய்யமுடியவில்லை?

உலகில் வசிக்கும் முஸ்லிம்களுள் பெரும்பான்மையானோர் மத்தியக்கிழக்கில்தான் இருக்கிறார்கள். மத்தியக்கிழக்கில் இஸ்ரேல் தவிர மற்ற அனைத்து தேசங்களுமே இஸ்லாமிய தேசங்கள்தான். அவர்கள் ஒன்றுசேர்ந்து பாலஸ்தீன் பிரச்னைக்கு ஒரு முடிவு காண முடியாதா? அமைதித் தீர்வைக் கூட விட்டுவிடலாம். 1948 தொடங்கி எத்தனை யுத்தங்கள் அங்கே நடந்திருக்கின்றன! எந்த ஒரு யுத்தத்திலும் ஏன் பாலஸ்தீனியர்களால் வெற்றி பெற முடியவில்லை? சகோதர தேசங்கள் எல்லாம் அப்போது என்ன செய்துகொண்டிருந்தன?

அரபு தேசங்களின் கூட்டமைப்பு இருக்கிறது. அடிக்கடி கூடி மாநாடு நடத்தி இதுநாள் வரை என்ன சாதித்தார்கள் என்று ஏன் தமக்குத்தாமே அவர்கள் கேட்டுக்கொள்ளவில்லை? உண்மையில் பாலஸ்தீன் சுதந்தரத்தில் அவர்களுக்கு விருப்பமாவது இருக்கிறதா இல்லையா?

இதற்கான சரியான காரணம் பொருளாதாரம் சம்பந்தப்பட்டது. சொன்னால் வலிக்கும் என்றாலும் சொல்லாமல் இருக்கமுடியாது. மற்ற அனைத்து அரபுதேசங்களுடன் ஒப்பிடவே முடியாத அளவுக்கு பாலஸ்தீன் ஒரு ஏழை நாடு. அங்கே பெட்ரோல் கிடைப்பதில்லை. இதை ஏற்கெனவே பார்த்திருக்கிறோம். மேலும் ஆண்டுக்கணக்கில் போராட்டத்தில் வாழ்க்கையைக் கழித்த மக்கள். அடிப்படை வசதிகள் கூட கிடையாது. விவசாயம் செத்துவிட்டது. கல்வியறிவு சதவீதம் குறைவு. வேலைவாய்ப்புகள் குறைவு. தொழில் தொடங்கி நடத்தும் சாத்தியங்கள் குறைவு. வெளிதேசத் தொழில் நிறுவனங்கள் பாலஸ்தீனில் முதலீடு செய்வதென்பதும் மிக மிகக் குறைவு. வசதி வாய்ப்புகளற்ற, தினசரி யுத்தம் நடக்கிற ஒரு தேசம் அது. சொந்த இனமே என்றாலும் ஆதரவு தெரிவித்துவிட்டுப் பின்னால் யார் அரவணைத்து வளர்ப்பது என்கிற பதுங்கல் மனப்பான்மை அனைத்து அரபு தேசங்களுக்கும் உண்டு. இதனாலேயே பாலஸ்தீன் பிரச்னைக்கும் தமக்கும் தொடர்பில்லாதது போல அவர்கள் காலம் காலமாக நடந்துகொண்டு வருகிறார்கள்.

பிரச்னைக்குத் தீர்வுகாண்பதில் உள்ள நான்காவது தடை, அகதிகள். 1948 தொடங்கி இன்றுவரை பல லட்சக்கணக்கான பாலஸ்தீனியர்கள் வாழ வழியில்லாமல் மத்தியக் கிழக்கு முழுவதும் அகதிகளாகச் சுற்றிக்கொண்டிருக்கிறார்கள். சுதந்தரம் என்று வருமானால் அத்தனை பேரும் பாலஸ்தீனை நோக்கித்தான் வந்து சேருவார்கள். இந்த ஐம்பதாண்டு களாகப் பெருகியுள்ள மக்கள் தொகைக்குக் கிட்டத்தட்ட சம அளவில் அகதிகளின் எண்ணிக்கையும் இருக்கும். சுதந்தர பாலஸ்தீனின் எல்லைக்கு உட்பட்ட நிலப்பரப்பு கனம் தாங்காமல் தள்ளாடும். ஆகவே எல்லைகளில் ஊடுருவல் நடக்கும். அது சண்டைக்கு வழிவகுக்கும். பாலஸ்தீனியர்களின் எண்ணிக்கை அதிகரிப்பது இஸ்ரேலின் பாதுகாப்புக்குக் கேடு என்று இஸ்ரேல் ஆட்சியாளர்கள் கருதுகிறார்கள். இன ரீதியில் ஒன்றானவர்களை தேசிய அடையாள ரீதியிலும் ஒன்று சேர்ந்து ஒரே இடத்தில் வசிக்க அனுமதிப்பது தனது தலையில் தானே மண் அள்ளிப்போட்டுக்கொள்வதற்குச் சமம் என்று இஸ்ரேல் கருதுகிறது.

ஐந்தாவது தடை, விவரிக்கவே அவசியமில்லாத ஈகோ பிரச்னை. இது இஸ்ரேலிய ஆட்சியாளர்கள் மட்டத்தில் மட்டுமல்லாமல் யூத

மக்களிடத்திலும் ஆழமாக வேரோடியிருப்பதுதான் வேதனையின் உச்சம். ஐம்பதாண்டுகாலமாக பாலஸ்தீன் அரேபியர்களை அடக்கி ஆண்டுகொண்டிருந்த ஆணவம் அத்தனை சுலபத்தில் அவர்களை விட்டு இறங்க மறுக்கிறது. யுத்தமும் இழப்புகளும் பழக்கமாகிவிட்டபடியால் ஒருவரை ஒருவர் அழித்துக்கொள்ளும் மனோபாவம் மட்டுமே மேலோங்கியிருக்கிறது. சரித்திரம் தங்களுக்கு துரோகம் இழைத்ததை இன்றுவரை மறக்காத யூதர்கள், சகோதர அரேபியர்களுக்குத் தாங்கள் இழைப்பதும் துரோகம்தான் என்பதை எண்ணிப்பார்க்க மறுக்கிறார்கள்.

இந்தக் காரணங்களால்தான் ஆயிரம் முறை அமைதி நடவடிக்கைகள் மேற்கொள்ளப்பட்டாலும் பாலஸ்தீன் பிரச்னை இன்றுவரை தீராத ஒன்றாகவே இருந்துவருகிறது.

101

எல்லா பாலைவனங்களிலும் எப்போதாவது ஒருநாள் மழை பொழியத்தான் செய்யும் என்று ஒரு பழமொழி இருக்கிறது. பாலஸ்தீன் சுதந்தரம் என்பதும் சாத்தியமானதே.

அறிவியல், தொழில்நுட்பம் போன்ற துறைகளில் இஸ்ரேல் இன்று பெற்றிருக்கும் அபரிமிதமான வளர்ச்சி, உலக நாடுகள் மத்தியில் இஸ்ரேலியத் தொழில்நுட்பங்களுக்கு இருக்கும் மதிப்பு, மரியாதை ஆகியவற்றுடன் ஒப்பிட்டுப் பார்க்கும்போது இந்த இனச் சண்டையை இன்னும் தொடர்வது அத்தேசத்தின் மிகப்பெரிய அவமானமே.

பாலஸ்தீன் போராளி இயக்கங்களுடன் போரிடுவதற்காக இஸ்ரேல் செலவிடும் தொகை எத்தனை என்று தெரிந்தால் அதிர்ச்சியடைவீர்கள். ஆண்டு வரவு செலவுக்கணக்கில் சராசரியாக நான்கில் ஒரு பங்கை அவர்கள் இதற்குச் செலவிட்டுக்கொண்டிருக்கிறார்கள். சிறியதும் பெரியதுமாக எத்தனை யுத்தங்கள், எவ்வளவு இழப்புகள்.

பாலஸ்தீனின் சுதந்தரத்தை உறுதிப்படுத்திவிட்டு மேற்குக் கரைப் பகுதிகளையும் காஸாவையும் முற்றிலுமாக அவர்கள் வசம் அளித்துவிட்டு இஸ்ரேல் விடைபெற்றுக்கொண்டுவிட்டால் அத்தேசத்தின் வளர்ச்சி சதவீதம் இன்னும் அதிகமாகும் என்பதில் சந்தேகமே இல்லை. இதைச் செய்ய அவர்களைத் தடுப்பவை என்னென்ன என்பதைத்தான் முந்தைய அத்தியாயத்தில் பார்த்தோம். ஆனால் இதனைச் செய்துதான் ஆகவேண்டும் என்கிற சூழ்நிலை இன்னும் ஐந்திலிருந்து ஏழு ஆண்டுகளுக்குள் வந்தே தீரும் என்றொரு கணிப்பு இருக்கிறது.

இருபதாம் நூற்றாண்டின் முற்பகுதி வரை யூதர்களுக்கு இருந்த இருப்பியல் சார்ந்த பிரச்னைகளும் பதற்றங்களும் இப்போது அறவே இல்லை. உலகம் ஒரு பெரிய கிராமமாகிவிட்ட சூழ்நிலையில் அவர்களால் எங்கு போயும் தமது இருப்பை ஸ்தாபித்துக்கொள்ள முடியும். மத, இன அடையாளங்கள் பின் தள்ளப்பட்டு, திறமை இருப்பவன் பிழைத்துக்கொள்வான் என்கிற பொதுவான சாத்தியத்தில் உலகம் இயங்கத் தொடங்கிவிட்டது. இந்நிலையில், இனச் சண்டைகளில் வாழ்க்கையை வீணாக்கிக் கொண்டிருக்க யூதர்கள் விரும்பமாட்டார்கள்.

ஆனால் இந்த மனமாற்றம் ஓரிரவில் வரக்கூடியதல்ல. கொஞ்சம் கொஞ்சமாக வரும். வந்தே தீரும். அதுவரை அமைதி காக்கவேண்டிய அவசியம் பாலஸ்தீனியர்களுக்கும் இருக்கிறது. தொடர் யுத்தங்களால் இதுவரை தாங்கள் சாதித்ததென்ன என்று அவர்களும் யோசித்துப் பார்த்தாக வேண்டியிருக்கிறது. அமைதிப் பேச்சுவார்த்தைகளில் பங்குகொள்ளலாம் என்று அரஃபாத் முடிவு செய்தபிறகுதான் ஓரிரு நகரங்களாவது அரேபியர்கள் ஆள்வதற்குக் கிடைத்தன. அதே அமைதிப் பேச்சுகளை மஹ்மூத் அப்பாஸ் முன்னெடுத்துச் சென்றதன் விளைவாகத்தான் இன்றைக்கு மேற்குக்கரை மற்றும் காஸா பகுதிகளிலிருந்து யூதக்குடியிருப்புகள் முற்றிலுமாக அகற்றப்பட்டிருக்கின்றன.

ஆனால் ஆயுதப்போராட்டம் இதுவரை சாதித்தது என்ன? ஆண்டவனும் ஆண்டவர்களும் கைவிட்ட நிலையில் ஆயுதத்தைத்தான் நம்பவேண்டும் என்று அம்மக்கள் கருதியதைக் குறை சொல்லமுடியாது. ஆனால் ஆயுதங்களைக் காட்டிலும் பேச்சுவார்த்தைகள் வலிமைமிக்கவை என்பதை சரித்திரம் தொடர்ந்து நிரூபித்து வந்திருப்பதை அவர்கள் கணக்கில் எடுத்துக்கொண்டாக வேண்டியிருக்கிறது. இருபத்தோறாம் நூற்றாண்டில் ஆயுதப்போராட்டம் சாதிக்கக்கூடியவையாக உலகில் ஏதுமிருப்பதாகத் தெரியவில்லை.

உண்மையில் பாலஸ்தீன் சுதந்தரத்துக்கு முன்னால் அங்கே நிறைய வேலை வாய்ப்புகளை உருவாக்கவேண்டிய கட்டாயம் அப்பாஸுக்கு இருக்கிறது. அது ஒன்றுதான் இளைஞர்களை ஆயுதமேந்தவிடாமல் தடுக்கும். ஒரு புதிய தேசத்தைக் கட்டுவதென்பது சாதாரண காரியமல்ல. தேசம் பிறக்கட்டும், பிறகு

பார்த்துக்கொள்ளலாம் என்று இருக்காமல் இந்த விஷயத்தில் மட்டும் அப்பாஸ் இஸ்ரேலையே ஒரு முன்னுதாரணமாகக் கொண்டு செயல்படலாம், தப்பில்லை.

ஐம்பது ஆண்டுகளில் பாலஸ்தீன் அரேபியர்கள் எத்தனை போராட்டங்களை எதிர்கொண்டார்களோ, அதே அளவு போராட்டங்களை இஸ்ரேலும் சந்தித்திருக்கிறது. அதனால் இஸ்ரேலின் வளர்ச்சி பாதிக்கப்பட்டிருக்கிறதா? இல்லை அல்லவா? பாலஸ்தீனியர்கள் மட்டும் ஏன் இன்னும் மத்தியக்கிழக்கின்நோஞ்சான்குழந்தைகளாகவே இருக்கிறார்கள்?

இஸ்ரேல் ஒரு தேசம்; பாலஸ்தீன் ஒரு கனவு என்று இதற்கு பதில் சொல்லலாம். ஆனால் கனவு நனவாகப்போகிற நாள் வெகுதூரத்தில் இல்லை என்பதை மனத்தில் கொண்டு இனியாவது ஆக்கபூர்வமான முயற்சிகளை மேற்கொள்ள பாலஸ்தீனியர்கள் மனத்தளவில் தயாராகவேண்டும். பாலஸ்தீனுக்கு உதவுவதை உலக நாடுகள் அனைத்தும் தமது கடமையாக நினைத்துச் செயல்பட்டாக வேண்டும். ஒரு நூறு பன்னாட்டு நிறுவனங்கள் பாலஸ்தீனில் ஒரே சமயத்தில் கிளை திறந்தால் நடக்கக்கூடிய நல்லவற்றைச் சற்று யோசித்துப் பாருங்கள். இதற்கு ஏன் யாரும் முயற்சி எடுக்கவில்லை?

ஜெருசலேம். இதனை விலக்கிவிட்டு பாலஸ்தீன் பிரச்னை குறித்துப் பேசவே முடியாது என்பது எத்தனை உண்மையோ, அதே அளவு உண்மை ஜெருசலேம் குறித்த பிரச்னையைத் தீர்க்கவும் முடியாது என்பது.

ஐ.நாவின் சிறப்புக் கண்காணிப்பின் கீழ் இருக்கும் இந்நகரை பாதுகாக்கப்படவேண்டிய, புராதன நகரமாக - சிறப்பு கவனத்துக்குட்பட்ட சுற்றுலாத்தலமாக, மும்மதத்தவரும் வந்து வணங்கிவிட்டுச் செல்லக்கூடிய வழிபாட்டுத் தலமாக - அனைவருக்கும் பொதுவான தொல்லியல் நகரமாக ஆக்கி, பராமரிப்புப் பொறுப்பை நிரந்தரமாக ஐக்கிய நாடுகள் சபையே ஏற்பது ஒன்றுதான் வழி.

இஸ்ரேலோ, புதிதாக மலரவிருக்கும் பாலஸ்தீனோ, பக்கத்து தேசமான ஜோர்டனோ வேறெந்த தேசமோ ஜெருசலேத்தை சொந்தம் கொண்டாடினால் எப்போதும் பிரச்னைதான். இதில்

கிழக்கு ஜெருசலேம், மேற்கு ஜெருசலேம் என்கிற பிரிவினைகள் கூடப் பிரச்னைக்கு வழிவகுக்கக்கூடியதுதான்.

ஜெருசலேம் யாருடையது என்கிற கேள்வி இருக்கும் வரை பாலஸ்தீனுக்கு அமைதி கிடையாது. மனத்தளவில் அனைவரும் உணர்ந்த இந்த உண்மையை செயல் அளவிலும் கடைபிடிக்க இரு தரப்பினரும் தயாராகிவிட்டால் பாலஸ்தீன் சுதந்தரம் கைக்கெட்டும் தூரம்தான்.

(முற்றும்)

பாலஸ்தீன் அரசியல் - கால வரிசை

கி.பி. 661--750 : டெமஸ்கஸைத் தலைநகரமாகக் கொண்டு ஆளத் தொடங்கிய உமையாக்களின் ஆட்சி எல்லைக்கு உள்பட்ட நிலப்பரப்பாகிறது பாலஸ்தீன்.

685-691 : அப்துல் மாலிக் இப்ன் மார்வான் *(685-715)* என்கிற கலீபா, ஜெருசலேத்தில் *Dome of the Rock* என்று சொல்லப்படும் மசூதியைக் கட்டினார்.

705 : அல் வாலித் இப்ன் அப்துல் மாலிக்*(705-715)* என்கிற கலீபா ஜெருசலேத்தில் அல் அக்ஸா மசூதியைக் கட்டினார்.

750-1258 : பாக்தாத்தைத் தலைநகரமாக் கொண்டு ஆட்சி புரிந்த அப்பாஸிகள் பாலஸ்தீனை ஆளத் தொடங்கினார்கள்.

1099-1187 : சிலுவைப்போர் காலம். கிருத்தவர்கள் பாலஸ்தீனைக் கைப்பற்றி ரோமானிய ஆட்சிக்கு வித்திட்டார்கள்.

1187 : எகிப்து மன்னர் சலாவுதீன் அய்யூபி, சிலுவைப்போர் வீரர்களைத் தோற்கடித்து பாலஸ்தீனில் மீண்டும் முஸ்லிம்கள் ஆட்சி ஏற்பட வழிவகுத்தார்.

1517 : துருக்கி ஒட்டாமான் பேரரசின் பகுதிகளில் ஒன்றாக பாலஸ்தீன் ஆனது. கிட்டத்தட்ட மத்தியக்கிழக்கு நாடுகள் அனைத்துமே ஒட்டாமான் பேரரசின் ஓர் அங்கமாக விளங்கிய காலம் இது.

1517-1918 : ஒட்டாமான் ஆட்சி.

1882-1904 : முதல் முதலாக யூதர்கள் உலகெங்கிலும் இருந்து பாலஸ்தீனுக்கு வரத் தொடங்கினார்கள்.

1897 : முதல் ஜியோனிஸ மாநாடு ஸ்விட்சர்லாந்தில் நடைபெற்றது. யூதர்களின் எழுச்சி என்று வருணிக்கப்படும் இந்த மாநாட்டுக்குப் பிறகு தான் பாலஸ்தீனுக்கு யூதர்கள் வருவது அதிகரித்தது.

1904-1914 : இரண்டாவது முறையாக உலகெங்கிலும் இருந்து ஆயிரக்கணக்கான யூதர்கள் பாலஸ்தீனுக்குக் குடிபெயர்ந்தார்கள்.

1911 : ஃபிலிஸ்டின் *(Filistine)* என்கிற செய்தித்தாளை இஸ்ஸா அல் இஸ்ஸா என்பவர் ஜாஃபாவில் தோற்றுவித்தார். ஜியோனி-ஸத்தின் அச்சுறுத்தல்கள் குறித்து முதல்முறையாக பாலஸ்தீன் அராபியர்-களுக்கு எடுத்துச் சொன்ன நாளிதழ் இது.

1916 : பிரிட்டனும் ஃபிரான்ஸும் இணைந்து அரங்கேற்றிய ஸைக்ஸ் - பிகாட் ஒப்பந்தம். *(Sykes-Pikot Agreement).* ஒட்டாமான் பேரரசைக் கைப்பற்றி தங்களுக்குள் எப்படிப் பிரித்துக்கொள்வது என்பதைப் பேசும் ஒப்பந்தம் இது.

1917, நவ. *2 :* பாலஸ்தீனில் யூதர்களுக்கான தனி நாடு ஒன்று அமையவேண்டியதன் அவசியம் குறித்து பிரிட்டனின் அப்போதைய வெளியுறவு அமைச்சர் ஜேம்ஸ் பால்ஃபர் மன்னருக்கு ஒரு கடிதம் எழுதினார். இதுவே பின்னாளில் பால்ஃபர் பிரகடனம் எனப்பட்டது.

1918, டிச. *9 :* பிரிட்டிஷ் துருப்புகள் பாலஸ்தீனை ஆக்கிரமித்தன.

1919 : பாலஸ்தீன் அராபியர்களின் முதல் தேசிய காங்கிரஸ் கூட்டம் நடைபெற்றது.

1920, ஏப். *24 :* பாலஸ்தீனை ஆளும் அதிகாரம் முறைப்படி பிரிட்டன் ஏற்று அறிவித்தது.

1922, ஜூலை *24 :* பாலஸ்தீன் விவகாரங்கள் குறித்த முடிவெடுக்கும் அதிகாரம் ஐக்கிய நாடுகள் சபையின்வசம் அளிக்கப்படுகிறது.

1936-39 : பாலஸ்தீன் அராபியர்கள் புரட்சியில் இறங்குகிறார்கள். நிறைய கலவரங்கள் நடக்கின்றன.

1937, ஜூலை *7 :* பாலஸ்தீனை ஒரு முழுமையான யூத தேசமாக அறிவித்து, பாலஸ்தீன் அராபியர்களை டிரான்ஸ் ஜோர்டானுக்குள் குடியமர்த்தி, ஜெருசலேத்தையும் பெத்லஹேமையும் பிரிட்டிஷ் அதிகாரத்துக்கு உள்பட்ட பிராந்தியங்களாக அறிவிக்க சிபாரிசு செய்த பீல் கமிஷன் பரிந்துரை வெளியானது.

1939, மே *17 :* பாலஸ்தீனில் யூதர்கள் குடியேற்றத்தைக் கட்டுப்படுத்தவும் நிலங்கள் வாங்குவதில் வரையறைகள் கடைபிடிக்கப்பட வேண்டும் என்பதை வலியுறுத்தியும்

பிரிட்டிஷ் அரசு ஒரு வெள்ளை அறிக்கை வெளியிட்டது. இதற்கு மெக்டனால்ட் வெள்ளை அறிக்கை என்று பெயர்.

1942, மே 11 : நியூயார்க் நகரில் யூதர்களின் பில்ட்மோர் மாநாடு நடைபெற்றது. பாலஸ்தீனில் 'யூதர்களின் காமன்வெல்த்' அமையவேண்டியதன் அவசியத்தை வலியுறுத்தியது.

1946-48 : யூத - அரேபிய - பிரிட்டிஷ் படைகள் மோதிக் கொள்ளத் தொடங்கின.

1947, நவ. 29 : பாலஸ்தீனுக்கான ஐக்கிய நாடுகள் சபையின் சிறப்பு கண்காணிப்புக்குழு, பாலஸ்தீனை இரண்டாகப் பிரித்து ஒன்று அராபியர்களுக்கென்றும் இன்னொரு பகுதி யூதர்களின் தேசம் என்றும் அறிவிக்க சிபாரிசு செய்யும் அறிக்கையைச் சமர்ப்பித்தது. ஜெருசலேம் நகரம் மட்டும் சர்வதேசச் சொத்தாக இருக்க வேண்டும் என்பது இதன் பரிந்துரை.

1948, ஏப். 9 : தெர் யாஸின் படுகொலை. ஜெருசலேத்துக்கு அருகே உள்ள தெர் யாஸின் *(Deir Yassin)* என்கிற கிராமத்தில் வசித்து வந்த 254 அராபியர்களை இர்குன், ஸ்டென் *(Irgun - Stern)* என்கிற இரு யூத பயங்கரவாத அமைப்பைச் சேர்ந்தவர்கள் கொலை செய்தார்கள்.

1948, மே 14 : பாலஸ்தீனை ஆட்சிபுரிந்துவந்த பிரிட்டன், தனது பொறுப்பில் இருந்து அதிகாரபூர்வமாக விலகிக் கொள்ள, யூதர்கள் உடனடியாக 'இஸ்ரேல்' பிறந்ததாக அறிவித்தார்கள். இஸ்ரேலுக்கு அமெரிக்கா தனது முழு ஆதரவைத் தெரிவித்தது. யூத - அராபியர்களுக்கிடையிலான யுத்தம் ஆரம்பமானது.

1948, செப். 1 : காஸாவில் பாலஸ்தீனியன் தேசிய காங்-கிரஸ் உறுப்பினர்கள் கூடி ஆலோசனை நடத்தினார்கள். இக்கூட்டத்தில் ஹாஜி அமீன் அல் ஹுஸைனி என்பவர் தலைமையில் அராபியர்களின் பாலஸ்தீன் அரசு அமைவதாக அறிவிக்கப்பட்டது.

1948, டிச. 1 : பாலஸ்தீனியர்கள் மேற்குக் கரையில் இருந்து ஆட்சி புரிவதாக முடிவு செய்து ஜெரிக்கோவில் கூடி அறிவித்தார்கள். டிரான்ஸ் ஜோர்டனுடன் ஒரு தாற்காலிக கூட்டணி ஒப்பந்தமும் செய்து கொள்ளப்பட்டது.

1948-1949 : யுத்தத்தின் இறுதியில் இஸ்ரேல், பாலஸ்தீனின் பெரும்பாலான நிலப்பரப்புகளை ஆக்கிரமித்துக் கொண்டது. (கிட்டத்தட்ட 78 சதவீதம்.) இது, 1947-ல் வரையப்பட்ட ஐ.நா.வின் பிரிவினைத் திட்டத்தில் சொல்லப்பட்ட 56 சதவீத நிலப்பரப்புக் கணக்கை மீறியதாகும்.

1949, டிச. 8 : பாலஸ்தீன் அகதிகள் மறுவாழ்வுக்காக ஐ.நா., ஒரு சிறப்புக்குழுவை அமைத்தது. United Nations Relief and Works Agency (UNRWA) என்கிற அந்தக் குழு, மேற்குக் கரை, காஸா, ஜோர்டன், சிரியா, லெபனான் ஆகிய இடங்களில் தஞ்சம் புகுந்த பாலஸ்தீன் அகதிகளின் மறுவாழ்வுக்காக செயல்படத் தொடங்கியது.

1950, ஏப். 24 : மேற்குக் கரைப் பகுதி அதிகாரபூர்வமாக ஜோர்டன் அரசுடன் இணைக்கப்பட்டது.

1953, பிப். 28 : காஸா பகுதியில் இஸ்ரேலிய ராணுவம் மிகப்பெரிய அளவில் தாக்குதலைத் தொடங்கியது.

1956, அக். 29 : இரண்டாவது இஸ்ரேலிய - அரேபிய யுத்தம் என்று வருணிக்கப்பட்ட சூயஸ் யுத்தம் நடைபெற்றது. இஸ்ரேல் காஸாவைக் கைப்பற்றிக் கொண்டது.

1957 : குவைத்தில் யாசிர் அரஃபாத், அல் ஃபத்தா இயக்கத்தைத் தோற்றுவித்தார்.

1964, மே 28 : அரபு லீகுக்கான பாலஸ்தீனியப் பிரதிநிதியாக இருந்த அகமது ஷுக்ரி, ஜெருசலேத்தில் நடைபெற்ற பாலஸ்தீன் தேசிய கவுன்சில் மாநாட்டுக்குத் தலைமை தாங்கினார். பல்வேறு போராளி இயக்கங்கள் ஒருங்கிணைந்து பாலஸ்தீன் விடுதலைக்காகப் போராடும் முடிவு எடுக்கப்பட்டு பி.எல்.ஓ. என்கிற பாலஸ்தீன் விடுதலை முன்னணி தொடங்கப்பட்டது. அகமது ஷுக்ரி அதன் முதல் தலைவராக நியமிக்கப்பட்டார்.

1964, ஜூன் 2 : பி.எல்.ஓ. தோற்றுவிக்கப்பட்ட செய்தி அதிகாரபூர்வமாக வெளியிடப்பட்டது.

1967, ஜூன் 5 : ஆறுநாள் யுத்தம் என்று அழைக்கப்படும் போரை இஸ்ரேல் தொடங்கியது. போரின் இறுதியில் கிழக்கு ஜெருசலேம்,

மேற்குக் கரை போன்ற பகுதிகளை ஜோர்டனிடம் இருந்தும் காஸாவை எகிப்திடமிருந்தும் இஸ்ரேல் பறித்தது.

1967, நவ. *22:* ஆறு நாள் யுத்தத்தில் இஸ்ரேல் அபகரித்த இடங்களைத் திரும்பக் கொடுத்துவிடவேண்டும் என்று ஐ.நா. பாதுகாப்பு கவுன்சில் வலியுறுத்தியது. *(Resolution 242)*

1967, டிச. *11 :* கிழக்கு ஜெருசலேத்தில் இஸ்ரேல் யூதக் குடியிருப்புகளை நிறுவத் தொடங்கியது.

1968, ஜூலை *17 :* பாலஸ்தீன் தேசிய கவுன்சில் தனது தலைமையகத்தை கெய்ரோவுக்கு மாற்றியது.

1970, செப். : பி.எல்.ஓ.வுக்கும் ஜோர்டன் அரசுக்குமான உறவு நிலை சீர்கெடத் தொடங்கியது. ஜோர்டனில் உள்நாட்டுப் போர் ஆரம்பமானது. இதே காலகட்டத்தில் பி.எல்.ஓ. பயிற்சி முகாம்களின் மீது ஜோர்டன் தாக்குதல் நடத்தியது. பாலஸ்தீனியர்கள் பலர் உயிர் இழந்த இந்தச் சம்பவத்தை 'கருப்பு செப்டெம்பர்' என்று குறிப்பிடுவார்கள்.

1971, ஜூலை *9 :* ஜோர்டனில் இருந்த பி.எல்.ஓ. முகாம்கள் கலைக்கப்பட்டன. பி.எல்.ஓ.வினரை ஜோர்டன் அரசு நாடு கடத்தியது.

1971, நவ. *28:* கருப்பு செப்டெம்பர் நினைவாக, அதே பெயருடன் ஒரு பாலஸ்தீன் போராளி இயக்கம் தொடங்கப்பட்டது. ஜோர்டானிய பிரதம மந்திரி வாஸ்ஃபி அல் தல்லைக் கொன்றது தாங்களே என்று அறிவித்தார்கள்.

1973, அக். *6 :* சிரியாவும் எகிப்தும் இணைந்து இஸ்ரேல் மீது போர் தொடுத்தன. சிரியாவின் கோலான் சிகரங்களையும் எகிப்தின் சினாய் பகுதியையும் இஸ்ரேல் முன்னதாக அபகரித்துக் கொண்டதன் விளைவாக இந்த யுத்தம்.

1974, அக். *14 :* ஐக்கிய நாடுகள் சபை, பாலஸ்தீன் மக்களின் அரசியல் பிரதிநிதியாக பி.எல்.ஓ.வை அங்கீகரித்தது. ஐ.நா.வின் பார்வையாளர் அந்தஸ்து பி.எல்.ஓ.வுக்கு வழங்கப்பட்டது. யாசிர் அரஃபாத், ஐ.நா.வில் பேசினார்.

1974, அக். 28 : அரபு லீகின் ஏழாவது கூட்டத்தில் பாலஸ்தீனின் பிரதிநிதியாக பி.எல்.ஓ.வை அங்கீகரித்தார்கள்.

1978, மார்ச் 14 : இஸ்ரேல் ராணுவம் லெபனானில் நுழைந்து பல கிராமங்களை முற்றிலுமாக அழித்தது. சுமார் 700 லெபனானியர்களும் பாலஸ்தீனியர்களும் கொல்லப்பட்டார்கள்.

1980 : இஸ்ரேல், கிழக்கு ஜெருசலேத்தையும் அதிகாரபூர்வமாகத் தன்னுடன் இணைத்துக்கொண்டது.

1982, ஜூன் 4: லெபனானில் இருந்து இயங்கிவந்த பி.எல்.ஓ.வினரின் பலத்தை அழிப்பதன் பொருட்டு லெபனான் மீது இஸ்ரேல் போர் தொடுத்தது. மூன்று மாத யுத்தத்தில் மொத்தம் பத்தாயிரம் பேர் கொல்லப்பட்டனர்.

1983, பிப். 14 : அல்ஜியர்ஸில் பாலஸ்தீன் தேசிய கவுன்சில் கூடியது. சுதந்தர பாலஸ்தீன் - ஜோர்டன் இணைந்து பணியாற்றுவதற்கான ஒப்பந்தம் அரங்கேறியது. யாசிர் அரஃபாத் உள்பட மொத்தம் நாலாயிரம் பி.எல்.ஓ.வினர் இதற்காக லெபனானிலிருந்து கப்பல் மூலம் அல்ஜீரியா சென்றனர்.

1987, டிச. 9 : பாலஸ்தீனியர்களின் முதல் இண்டிஃபாதா ஆரம்பம். காஸாவில் முதலில் தொடங்கி விரைவில் மேற்குக் கரைக்கும் போராட்டம் பரவியது.

1988, ஆக. 3 : மேற்குக் கரை மற்றும் காஸா பகுதியின் முழு நிர்வாகம் தங்கள் கட்டுப்பாட்டுக்குள் இருப்பதாக பி.எல்.ஓ. அறிவித்தது.

1988, நவ. 24 : சுதந்தர பாலஸ்தீன் பிரகடனம். ரஷ்யா, சீனா உள்பட 55 தேசங்கள் இதனை அங்கீகரிப்பதாக அறிவித்தன.

1988, டிச. 7 : இஸ்ரேலின் இருப்பை யாசிர் அரஃபாத் அங்கீகரித்தார்.

1990, அக். 30 : மாட்ரிட் அமைதிப் பேச்சுவார்த்தைகள் தொடங்கின. இஸ்ரேல், எகிப்து, சிரியா, ஜோர்டன், பாலஸ்தீன் பிரதிநிதிகள் பங்குபெற்றார்கள்.

1993, ஆக. 30 : இஸ்ரேல் - பாலஸ்தீன் பிரதிநிதிகளிடையே பதினான்கு முறை அமைதிப் பேச்சுவார்த்தை முயற்சிகள் ரகசியமாக மேற்கொள்ளப்பட்டதாக நார்வே அறிவித்தது.

1993, செப். 13 : நார்வே சமரச முயற்சியின் விளைவாக வாஷிங்டனில் யாசிர் அரஃபாத்தும் இஸ்ரேலியப் பிரதமர் இட்ஸாக் ராபினும் அமைதி ஒப்பந்தத்தில் கையெழுத்திட்டனர் (ஓஸ்லோ ஒப்பந்தம்.) அமெரிக்கா, பாலஸ்தீனுக்கு 250 மில்லியன் டாலர் நிதியுதவி செய்வதாக அறிவித்தது.

1993, அக். 12 : பாலஸ்தீன் அத்தாரிடி நிறுவப்பட்டது. அரஃபாத் அதன் தலைவர் ஆனார்.

1994, மே 4 : கெய்ரோ ஒப்பந்தம். காஸா, ஜெரிக்கோ பகுதிகளுக்கான சுயாட்சி அதிகாரம் வழங்குதல் தொடர்பான ஒப்பந்தத்தில் யாசிர் அரஃபாத்தும் இட்ஸாக் ராபினும் கையெழுத்திட்டார்கள்.

1994, டிச. 10 : நோபல் அமைதிப் பரிசு, அரஃபாத்துக்கும் இட்ஸாக் ராபின் மற்றும் ஷிமோன் பெரஸுக்குப் பகிர்ந்து அளிக்கப்பட்டது.

1995, நவ. 9 : இட்ஸாக் ராபின் ஓர் இஸ்ரேலிய சட்டக்கல்லூரி மாணவரால் கொல்லப்பட்டார்.

1996, ஜன. 20: பாலஸ்தீன் அத்தாரிட்டிக்கான தேர்தல் நடைபெற்றது. அரஃபாத் 88.1 சதவீத வாக்குகள் பெற்று வெற்றி பெற்றார்.

2000, ஜூலை 11 : அமெரிக்க அதிபரின் முயற்சியால் இஸ்ரேல் - பாலஸ்தீன் அமைதிப் பேச்சுவார்த்தை கேம்ப் டேவிடில் தொடங்கியது, தோல்வி அடைந்தது.

2000, செப். 28 : அல் அக்ஸா மசூதிக்கு ஏரியல் ஷரோன் வருகை தந்தார். கலவரம் மூண்டது.

2001, பிப். 6 : ஏரியல் ஷரோன், இஸ்ரேலின் பிரதமர் ஆனார்.

2001, மார்ச் 1 : பாலஸ்தீன் பகுதிகளின் மீதான இஸ்ரேல் ராணுவத்தினரின் தாக்குதல் அதிகரிக்கத் தொடங்கியது. விளைவாக இரண்டாவது இண்டிஃபாதா சூடு-பிடிக்க ஆரம்பித்தது.

2002, மார்ச்-ஏப்ரல் : Operation Defence Wall என்ற பெயரில் மேற்குக் கரையின்மீது இஸ்ரேல் ராணுவம் தீவிரமான தாக்குதலைத் தொடங்கியது. பதிலுக்கு ஏராளமான பாலஸ்தீன் தற்கொலைப் படைப் போராளிகள் இஸ்ரேலிய இலக்குகளின் மீது தாக்குதல் தொடங்கினார்கள்.

2003, ஜன. 28 : இஸ்ரேலிய பொதுத்தேர்தல். ஏரியல் ஷரோன் அபார வெற்றி பெற்று மீண்டும் பிரதமர் ஆனார்.

2004, நவ. 11 : உடல்நலக் குறைவு காரணமாக யாசிர் அரஃபாத் ஃபிரான்ஸ் ராணுவ மருத்துவமனையில் காலமானார்.

2005, ஜன. 9 : பாலஸ்தீன் அத்தாரிடியின் தலைவராக மஹ்மூத் அப்பாஸ் தேர்வானார்.

2005, மே 26 : மஹ்மூத் அப்பாஸ், வாஷிங்டனில் அமெரிக்க அதிபர் ஜார்ஜ் புஷ்ஷுடன் பேச்சுவார்த்தை நடத்தினார். அமைதி முயற்சிகளின் அடையாளமாக இஸ்ரேல் 400 போர்க் கைதிகளை விடுவித்தது.

2005, ஜூன் : அமெரிக்க உள்துறை அமைச்சர் காண்டலீசா ரைஸ் பாலஸ்தீனுக்கு வருகை தந்தார். ஜூன் 21ம் தேதி, ஏரியல் ஷரோனும் மஹ்மூத் அப்பாஸும் ஜெருசலேத்தில் சந்தித்துப் பேசினார்கள். காஸா மற்றும் மேற்குக் கரையிலிருந்து யூதக் குடியேற்றங்களைத் திரும்பப் பெற்றுக்கொள்வதாக இஸ்ரேல் அறிவித்தது.

2005, ஆக. 15 : மேற்குக்கரை மற்றும் காஸா பகுதிகளில் இருந்த யூதக் குடியேற்றங்களை இஸ்ரேலிய காவல்துறையினர் உதவியுடன் காலி செய்தார்கள். ஆயிரக்கணக்கான யூதர்கள் இடம்பெயர்ந்து செல்ல நேரிட்டது. ஆகஸ்ட் 24-ம் தேதி இந்நடவடிக்கை முற்றுப்பெற்றது.

ஆய்வுக்கு உதவிய நூல்களின் பட்டியல்

1. பரிசுத்த வேதாகமம் (பைபிள் சொஸைடி ஆஃப் இந்தியா வெளியீடு)

2. The Holy Qur - An - English Translation of the Meanings and commentary - The Presidency of Islamic Researches, IFTA, Soudi Arabia வெளியீடு.

3. 'The 5000 Year History of the Jewish People and Their Faith. (மார்ட்டின் கில்பர்ட், Phoenix வெளியீடு)

4. A Historey of the Middle East - Peter Mansfield, பெங்குயின் வெளியீடு.

5. The Politics of Dispossession - Edward Said

6. Peace and its Discontents - Edward Said

7. Muhammad: His life based on the earliest sources - Martin Lings

8. ரஹீக், ஸஃபிய்யுர்ரஹ்மான்(மொழிபெயர்ப்பு: ஏ. ஓமர்ஷெரீஃப், தாருல் ஹுதா, சென்னை 1 வெளியீடு.)

9. O, Jerusalem - Larry Collins, Dominique Lapierre

10. The Middle East : Yesterday and Today - Edited by David W. Miller, Clark D. Moore (Bantom Books)

11. Umar The Great - Allamah Shibli Nu'mani (Muhammad Ashraf, Pakistan)

12. மத்தியக் கிழக்கின் ஸிறப்பு வரலாறு - அ. உஸ்மான் ஷெரீப், தமிழ்நாட்டுப் பாடநூல் நிறுவனம்

13. Israel and the Arabs - Israel Communications, Jerusalem

14. 90 Minutes at Entebbe, William Stevenson (Bantam Books, New York)

15. நபிகள் நாயகம், அப்துற் றஹீம் (யூனிவர்ஸல் பப்ளிஷர்ஸ், சென்னை)

16. இஸ்லாம் ஓர் எளிய அறிமுகம் - நாகூர் ரூமி (கிழக்கு பதிப்பகம், சென்னை)

17. ஃபலஸ்தீன முஸ்லிம்கள் அகதிகளான வரலாறு, மு. குலாம் முஹம்மது (இலக்கியச் சோலை, சென்னை 600 003)

18. பாலஸ்தீன வரலாறு (பாகம் 1), எம்.ஹெச். ஜவாஹிருல்லாஹ் (புத்தொளிப்பதிப்பகம், சென்னை 600 0001)

19. Cross Roads to Israel, Christopher Sykes (collins, UK)

20. State of Palestine, Esam Shashaa

21. Palestine Refugees, Esam Shashaa

22. In the arms of a Father, Haneen al - Far

23. UN Report, Intifada, United Nations Publication

24. Ancient History of Palestine, Abu Sharar

www.ingramcontent.com/pod-product-compliance
Ingram Content Group UK Ltd.
Pitfield, Milton Keynes, MK11 3LW, UK
UKHW042140021026
15589UKWH00003B/942

9 788194 973553